D9900552

ಜಾನ್ ಕ್ರಾಕೌರ್

ಅಮೆರಿಕಾದ ಜನಪ್ರಿಯ ಲೇಖಕ ಮತ್ತು ಪರ್ವತಾರೋಹಿ. ಇವರ ಪರ್ವತಾರೋಹಣದ ಪುಸ್ತಕಗಳು ಓದುಗರ ಮೆಚ್ಚುಗೆಯನ್ನು ಗಳಿಸಿವೆ. 'ಇಂಟು ದಿ ವೈಲ್ಡ್', 'ಅಂಡರ್ ದಿ ಬ್ಯಾನರ್ ಆಫ್ ಹೆವೆನ್', 'ವೇರ್ ಮೆನ್ ವಿನ್ ಗ್ಲೋರಿ' ಮತ್ತು 'ಟಚಿಂಗ್ ಮೈ ಫಾದರ್ಸ್ ಸೋಲ್' – ಇವರ ಪ್ರಮುಖ ಪುಸ್ತಕಗಳು. ಇವರ 'ಇಂಟು ದಿ ವೈಲ್ಡ್' ಪುಸ್ತಕವನ್ನು ಆಧರಿಸಿ 2008ರಲ್ಲಿ ಬಿಡುಗಡೆಯಾದ ಚಿತ್ರವು ಪ್ರೇಕ್ಷಕರ ಮತ್ತು ವಿಮರ್ಶಕರ ಮೆಚ್ಚುಗೆಯನ್ನು ಗಳಿಸಿದೆ. 'ಮಾಡರ್ನ್ ಲೈಬ್ರರಿ ಎಕ್ಸ್‌ಪ್ಲೋರೇಷನ್' ಸಂಪುಟಗಳ ಸಂಪಾದನೆಯನ್ನು ಮಾಡಿದ್ದಾರೆ. 1999ರಲ್ಲಿ ಇವರಿಗೆ 'ಅಮೆರಿಕನ್ ಅಕಾಡೆಮಿ ಆಫ್ ಆರ್ಟ್ಸ್ ಅಂಡ್ ಲೆಟರ್ಸ್'ನಿಂದ ಗೌರವ ಪುರಸ್ಕಾರ ಲಭಿಸಿದೆ. 'ಇಂಟು ಥಿನ್ ಏರ್' ಪುಸ್ತಕದಿಂದ ಬಂದ ಹಣದಲ್ಲಿ ಸುಮಾರು 1.7 ಮಿಲಿಯನ್ ಡಾಲರ್ ಹಣವನ್ನು ಹಿಮಾಲಯದ ಸಂತ್ರಸ್ಥರ ನಿಧಿಗಾಗಿ ಕೊಟ್ಟಿದ್ದಾರೆ. ಅಲ್ಲಿಯ ಮಕ್ಕಳ ಶಿಕ್ಷಣ, ಮಹಿಳೆಯರ ಮತ್ತು ವೃದ್ಧರ ಯೋಗಕ್ಷೇಮಕ್ಕಾಗಿ ಈ ಇಡುಗಂಟನ್ನು ಬಳಸಲಾಗುತ್ತಿದೆ. ಸಿಯಾಟೆಲ್‌ನಲ್ಲಿ ತಮ್ಮ ಪತ್ನಿ ಲಿಂಡಾ ಹಾಗೂ ಮಕ್ಕಳೊಡನೆ ನೆಲೆಸಿದ್ದಾರೆ.

ವಸುಧೇಂದ್ರ

1996ರಿಂದ ಕನ್ನಡದಲ್ಲಿ ಸಾಹಿತ್ಯ ರಚಿಸುತ್ತಿರುವ ಇವರು, ಮೂಲತಃ ಬಳ್ಳಾರಿ ಜಿಲ್ಲೆಯ ಸಂಡೂರಿನವರು. NITK ಸೂರತ್ಕಲ್‌ನಿಂದ BE ಮತ್ತು IISc ಬೆಂಗಳೂರಿನಿಂದ ME ಪದವಿಯನ್ನು ಪಡೆದಿದ್ದಾರೆ. 20 ವರ್ಷಗಳ ಕಾಲ ಸಾಫ್ಟ್‌ವೇರ್ ಪ್ರಪಂಚದಲ್ಲಿ ಕೆಲಸ ಮಾಡಿ, ಈಗ ತಮ್ಮ ಸಮಯವನ್ನು ಪ್ರವಾಸ, ಓದು ಮತ್ತು ಬರೆಹಗಳಲ್ಲಿ ವಿನಿಯೋಗಿಸುತ್ತಾರೆ. ತಾವು "ಗೇ" ಎಂದು ಹೆಮ್ಮೆಯಿಂದ ಹೇಳಿಕೊಂಡ ಕನ್ನಡದ ಮೊಟ್ಟ ಮೊದಲ ಸಾಹಿತಿ ಇವರಾಗಿದ್ದಾರೆ.

ಕರ್ನಾಟಕ ಸಾಹಿತ್ಯ ಅಕಾಡೆಮಿಯ "ಸಾಹಿತ್ಯಶ್ರೀ" ಪ್ರಶಸ್ತಿಯೂ ಸೇರಿದಂತೆ ಹಲವಾರು ಪ್ರಶಸ್ತಿಗಳು ಮತ್ತು ಬಹುಮಾನಗಳು ಅವರ ಪುಸ್ತಕಗಳಿಗೆ ದಕ್ಕಿವೆ. 'ಛಂದ ಪುಸ್ತಕ' ಎಂಬ ಪ್ರಕಾಶನ ಸಂಸ್ಥೆಯನ್ನು ಪ್ರಾರಂಭಿಸಿ, ಅದರ ಮೂಲಕ ನಾಡಿನ ಹಲವಾರು ಹೊಸ ಕನ್ನಡ ಬರಹಗಾರರ ಪುಸ್ತಕಗಳನ್ನು ಪ್ರಕಟಿಸಿದ್ದಾರೆ. ಆ ಪುಸ್ತಕಗಳ ಜೊತೆಗೆ, ತಮ್ಮ ಪುಸ್ತಕಗಳ ಮುದ್ರಣ ಮತ್ತು ಮಾರಾಟವನ್ನು ಸ್ವತಃ ನೋಡಿಕೊಳ್ಳುತ್ತಾರೆ.

vas123u@rocketmail.com | 98444 22782

EVEREST
- Kannada translation of Jon Krakauers English book 'Into Thin Air'
translated by Vasudhendra
Published by Chanda Pustaka
I-004, Mantri Paradise,
Bannerughatta Road, Bangalore-560 076 M. 98444 22782
ISBN: 978-81-963238-4-4

This translation published by arrangement with Villard Books,
an imprint of Random House, a division of Penguin Random House LLC

ಮೊದಲ ಮುದ್ರಣ: 2015
ಮರುಮುದ್ರನಗಳು: 2016, 2016, 2021
ಮುಖಪುಟ ವಿನ್ಯಾಸ: ಅಪಾರ
ಒಳಚಿತ್ರಗಳು: ಕೃಷ್ಣ ಗಿಳಿಯಾರ್
ಕರಡು ತಿದ್ದುವಿಕೆ: ಡಾ. ಎಚ್ ಎಸ್ ಸತ್ಯನಾರಾಯಣ, ಗುರುಪ್ರಸಾದ್ ಕಾಗಿನೆಲೆ
ಪುಟಗಳು: 352 ಬೆಲೆ: ₹ 420
ಕಾಗದ: ಎನ್‌ಎಸ್ ಮ್ಯಾಪ್ಲಿತೊ 70 ಜಿಎಸ್‌ಎಂ, 1/8 ಡೆಮಿ

ಪ್ರತಿಗಳಿಗಾಗಿ ಸಂಪರ್ಕಿಸಿ:

ಛಂದ ಪುಸ್ತಕ
ಐ-004, ಮಂತ್ರಿ ಪ್ಯಾರಡೈಸ್
ಬನ್ನೇರುಘಟ್ಟ ರಸ್ತೆ
ಬೆಂಗಳೂರು-560 076
ಸೆಲ್: 98444 22782
me@vasudhendra.com

ಮುದ್ರಣ:

ಟ್ರಿನಿಟಿ ಅಕಾಡೆಮಿ, ಕುಡ್ಲು ಗೇಟ್, ಹೊಸೂರು ರಸ್ತೆ, ಬೆಂಗಳೂರು

ಎವರೆಸ್ಟ್

ಪರ್ವತಾರೋಹಣದ ದುರಂತ ಕಥನ

ಜಾನ್ ಕ್ರಾಕೌರ್

ಕನ್ನಡಕ್ಕೆ:
ವಸುಧೇಂದ್ರ

ಲಿಂಡಾಗೆ

ನೆನಪು

ಆ್ಯಂಡಿ ಹೇರಿಸ್
ಡಹ್ಗ್ ಹಾನ್‌ಸೆನ್
ರಾಬ್ ಹಾಲ್
ಯಸುಕೊ ನಂಬಾ
ಸ್ಕಾಟ್ ಫಿಷರ್
ನಾಗಾವಾಂಗ್ ತೋಪ್ಚೇ ಶೆರ್ಪಾ
ಚೆನ್ ಯು-ನಾನ್
ಬ್ರೂಸ್ ಹೆರಾಡ್
ಲೋಪ್ಸಾಂಗ್ ಜಂಗ್ಬು ಶೆರ್ಪಾ

ಮೊದಲ ಮಾತು

1996 ರ ಮೇ ತಿಂಗಳಲ್ಲಿ ಎವರೆಸ್ಟ್ ಪರ್ವತಾರೋಹಣ ತಂಡವೊಂದರಲ್ಲಿ ಭಾಗವಹಿಸಿ, ಲೇಖನವೊಂದನ್ನು ಬರೆಯುವುದಕ್ಕಾಗಿ 'ಔಟ್‌ಸೈಡ್' ಪತ್ರಿಕೆ ನನ್ನನ್ನು ನೇಪಾಳಕ್ಕೆ ಕಳುಹಿಸಿತು. ಈ ತಂಡವು ಪ್ರಸಿದ್ಧ ಮಾರ್ಗದರ್ಶಕನಾದ ರಾಬ್ ಹಾಲ್ ಎನ್ನುವ ನ್ಯೂಜಿಲೆಂಡಿನ ಪರ್ವತಾರೋಹಿಯ ನೇತೃತ್ವದಲ್ಲಿ ನಡೆಯುತ್ತಿತ್ತು. ಹಣವನ್ನು ತೆತ್ತು ಪರ್ವತಾರೋಹಣಕ್ಕಾಗಿ ಸೇರಿಕೊಂಡ ಎಂಟು ಜನ ಗ್ರಾಹಕರಲ್ಲಿ ನಾನೂ ಒಬ್ಬನಾಗಿದ್ದೆ. ಮೇ ತಿಂಗಳ 10ನೇ ತಾರೀಖಿನಂದು ನಾನು ಎವರೆಸ್ಟ್ ಪರ್ವತದ ತುದಿಯನ್ನು ತಲುಪಿದೆನಾದರೂ, ಈ ಸಾಧನೆಯು ಇಡೀ ತಂಡವು ಒಂದು ದೊಡ್ಡ ದುರಂತಕ್ಕೆ ಬೆಲೆಯನ್ನು ತೆತ್ತುವುದರೊಂದಿಗೆ ಬಂದಿತ್ತು.

ನನ್ನ ತಂಡದ ಐವರು ಸದಸ್ಯರು ಪರ್ವತದ ತುದಿಯನ್ನು ತಲುಪಿದೆವಾದರೂ ಮುನ್ಸೂಚನೆಯನ್ನೇ ಕೊಡದೆ ಅಪ್ಪಳಿಸಿದ ಒಂದು ಕರಾಳ ಬಿರುಗಾಳಿಗೆ ಸಿಕ್ಕು, ರಾಬ್ ಹಾಲ್ ಸೇರಿದಂತೆ ನಾಲ್ವರು ಹಿಮದಲ್ಲಿ ಅಸುನೀಗಿದರು. ನಾನು ಬೇಸ್ ಕ್ಯಾಂಪ್‌ಗೆ ಇಳಿದು ಬರುವ ಹೊತ್ತಿಗಾಗಲೇ, ನಾಲ್ಕು ಪರ್ವತಾರೋಹಣ ತಂಡಗಳ ಒಂಬತ್ತು ಜನ ಸತ್ತು ಹೋದರು. ತಿಂಗಳ ಕೊನೆ ತಲುಪುವುದರಲ್ಲಿ ಇನ್ನೂ ಮೂರು ಜೀವಗಳು ಸಾವನ್ನಪ್ಪಲಿದ್ದವು.

ಈ ಪರ್ವತಾರೋಹಣ ನನ್ನನ್ನು ವಿಪರೀತವಾಗಿ ಅಲ್ಲಾಡಿಸಿಬಿಟ್ಟಿತು ಮತ್ತು ಲೇಖನವನ್ನು ಬರೆಯುವುದು ಕಷ್ಟವಾಯ್ತು. ಏನೇ ಆದರೂ, ನೇಪಾಳದಿಂದ ಹಿಂತಿರುಗಿದ ಐದು ವಾರಗಳ ನಂತರ ನಾನು 'ಔಟ್‌ಸೈಡ್' ಪತ್ರಿಕೆಗೆ ಲೇಖನದ ಹಸ್ತಪ್ರತಿಯನ್ನು ಕಳುಹಿಸಿಕೊಟ್ಟೆ. ಸೆಪ್ಟಂಬರ್ ತಿಂಗಳ ಸಂಚಿಕೆಯಲ್ಲಿ ಅದು ಪ್ರಕಟವಾಯಿತು. ಇದಾದ ನಂತರ ಎವರೆಸ್ಟ್ ಅನ್ನು ನನ್ನ ಮನಸ್ಸಿನಿಂದ ನೂಕಿ, ಬದುಕು ನಡೆಸಲು ನೋಡಿದೆ; ಆದರೆ ಸಾಧ್ಯವಾಗಲಿಲ್ಲ. ಹಲವಾರು ಭಾವನೆಗಳ ಮಿಶ್ರಣದ ಮಬ್ಬಿನಲ್ಲಿ ಆ ಪರ್ವತದ ಮೇಲೆ ನಡೆದ ಘಟನೆಗಳನ್ನೆಲ್ಲಾ ಸೇರಿಸಿ ಅರ್ಥಕಟ್ಟಲು ಪ್ರಯತ್ನಿಸಿದೆ. ನನ್ನ ಸಂಗಾತಿಗಳ ಸಾವಿನ ಸಂದರ್ಭಗಳನ್ನೆಲ್ಲಾ ಮತ್ತೆ ಮತ್ತೆ ನೆನಪಿಸಿಕೊಳ್ಳತೊಡಗಿದೆ.

ನನಗೆ ಸಿಕ್ಕ ಸಮಯದಲ್ಲಿ ನನ್ನಿಂದ ಎಷ್ಟು ಸಾಧ್ಯವೋ ಅಷ್ಟು ನಿಖರವಾಗಿ 'ಔಟ್‌ಸೈಡ್' ಪತ್ರಿಕೆಗೆ ಲೇಖನವನ್ನು ಬರೆದಿದ್ದೆ. ಆದರೆ ನನಗೆ ಕೊಟ್ಟ ಡೆಡ್‌ಲೈನ್ ಅಕ್ಷಮ್ಯವಾಗಿದ್ದು, ನಡೆದ ಘಟನೆಗಳ ಅನುಕ್ರಮವು ಕಿರಿಕಿರಿಯಾಗುವಷ್ಟು ಸಂಕೀರ್ಣವೆನ್ನಿಸಿತ್ತು. ಬದುಕುಳಿದ ಸಂಗಾತಿಗಳ ಜ್ಞಾಪಕಶಕ್ತಿಯೂ ಸಾಕಷ್ಟು ವಿರೂಪಗೊಂಡಿತ್ತು. ವಿಪರೀತವಾದ ಸುಸ್ತು, ಆಮ್ಲಜನಕದ ಜೊತೆಗಿನ ಹೊಂದಾಣಿಕೆ ಮತ್ತು ಅನುಭವಿಸಿದ ಆಘಾತವು ಅವರನ್ನು ಕಾಡುತ್ತಿದ್ದವು. ನನ್ನ ಸಂಶೋಧನೆಯ ಒಂದು ಹಂತದಲ್ಲಂತೂ, ಪರ್ವತದ ಮೇಲೆ ನಾವು ನಾಲ್ವರೂ ಒಟ್ಟಿಗೇ ನೋಡಿದ ಘಟನೆಯೊಂದನ್ನು ಜ್ಞಾಪಿಸಿಕೊಳ್ಳಲು ಉಳಿದ ಮೂವರನ್ನು ಕೇಳಿಕೊಂಡಾಗ, ಬಹುಮುಖ್ಯ ವಿವರಗಳಾದ ಆಗಿನ ಸಮಯ, ಯಾರು ಏನೆಂದು ಹೇಳಿದರು ಮತ್ತು ಯಾರು ಯಾರು ಇದ್ದರೆಂಬುದರಲ್ಲಿಯೂ ನಾವು ಒಮ್ಮತಕ್ಕೆ ಬರಲು ಸಾಧ್ಯವಾಗಲಿಲ್ಲ. ನನ್ನ ಲೇಖನವು 'ಔಟ್‌ಸೈಡ್' ಪತ್ರಿಕೆಯಲ್ಲಿ ಮುದ್ರಣಕ್ಕೆ ಹೋದ ಕೆಲವೇ ದಿನಗಳಲ್ಲಿ, ನಾನು ವರದಿ ಮಾಡಿದ ಕೆಲವು ವಿವರಗಳು ತಪ್ಪೆಂದು ನನಗೆ ಗೊತ್ತಾಯಿತು. ಬಹುತೇಕ ತಪ್ಪುಗಳು ಸಮಯದಂಚಿನ(ಡೆಡ್‌ಲೈನ್) ಪತ್ರಿಕೋದ್ಯಮದ ಲೇಖನದಲ್ಲಿ ಸಾಮಾನ್ಯವಾಗಿ ನುಸುಳುವ ಚಿಕ್ಕಪುಟ್ಟ ದೋಷಗಳೇ ಆಗಿದ್ದರೂ, ಒಂದು ತಪ್ಪು ಮಾತ್ರ ಯಾವುದೇ ದೃಷ್ಟಿಯಿಂದಲೂ ಚಿಕ್ಕದಾಗಿರಲಿಲ್ಲ. ಪರ್ವತದಲ್ಲಿ ಆಹುತಿಯಾದ ಒಬ್ಬ ಸಂಗಾತಿಯ ಕುಟುಂಬ ಮತ್ತು ಸ್ನೇಹಿತರ ಮೇಲೆ ಈ ತಪ್ಪು ಕರಾಳ ಪರಿಣಾಮವನ್ನು ಬೀರಿತು.

ಲೇಖನದಲ್ಲಿ ನುಸುಳಿದ ಕೆಲವು ಅಸತ್ಯ ಸಂಗತಿಗಳ ದುಷ್ಪರಿಣಾಮಕ್ಕಿಂತಲೂ ಸ್ವಲ್ಪ ಕಡಿಮೆ ಎನ್ನುವಂತಹ ದುಷ್ಪರಿಣಾಮ ಬೀರಿದ್ದು, ಪತ್ರಿಕೆಯಲ್ಲಿ ಲೇಖನಕ್ಕಿದ್ದ ಸ್ಥಳದ ಮಿತಿಯಿಂದಾಗಿ ಸಾಕಷ್ಟು ಸಂಗತಿಗಳನ್ನು ಹೇಳದೇ ಉಳಿಯಬೇಕಾಗಿ ಬಂದ ಪರಿಸ್ಥಿತಿ. 'ಔಟ್‌ಸೈಡ್' ಪತ್ರಿಕೆಯ ಸಂಪಾದಕರಾದ ಮಾರ್ಕ್ ಬ್ರಾಂಟ್ ಮತ್ತು

ಪ್ರಕಾಶಕರಾದ ಲಾರಿ ಬರ್ಕ್ - ಇಬ್ಬರೂ ನನಗೆ ಅತ್ಯಂತ ಹೆಚ್ಚು ಸ್ಥಳಾವಕಾಶವನ್ನೇ ತಮ್ಮ ಪತ್ರಿಕೆಯಲ್ಲಿ ಕೊಟ್ಟಿದ್ದರು. ಸಾಮಾನ್ಯ ಲೇಖನಕ್ಕಿಂತಲೂ ಐದುಪಟ್ಟು ಹೆಚ್ಚಿದ್ದ ನನ್ನ 17,000 ಪದಗಳ ಲೇಖನವನ್ನು ಕತ್ತರಿಯಿಲ್ಲದೆ ಪ್ರಕಟಿಸಿದ್ದರು. ಆದರೂ ಆ ಲೇಖನವು ನಡೆದ ಅನಾಹುತಕ್ಕೆ ನ್ಯಾಯ ಒದಗಿಸಲಾರದ ಸಂಕ್ಷಿಪ್ತ ವರದಿಯಾಗಿತ್ತು ಎಂದು ನನಗನ್ನಿಸಿತು. ಎವರೆಸ್ಟ್ ಪರ್ವತದಲ್ಲಿ ನಡೆದ ಘಟನೆಗಳು ನನ್ನ ಬದುಕನ್ನು ಬುಡಸಮೇತವಾಗಿ ಅಲ್ಲಾಡಿಸಿತ್ತು. ಆದ್ದರಿಂದ ನಡೆದ ಎಲ್ಲಾ ಘಟನೆಗಳನ್ನು ಯಾವುದೇ ಅಂಕಣಗಳ ಪದಮಿತಿಗಳಿಲ್ಲದಂತೆ ಸುದೀರ್ಘವಾಗಿ ಬರೆಯುವುದು ನನಗೆ ಅತೀವ ಮುಖ್ಯ ಸಂಗತಿಯಾಯ್ತು. ಆ ಒತ್ತಡದ ಫಲವೇ ಈ ಪುಸ್ತಕದ ರೂಪದಲ್ಲಿ ಹೊರಬಂದಿದೆ.

ಪರ್ವತದ ಮೇಲೇರಿದಂತೆಲ್ಲಾ ಮನುಷ್ಯನ ಮನಸ್ಸು ನಂಬಲನರ್ಹ ರೀತಿಯಲ್ಲಿ ವರ್ತಿಸುವ ಸ್ವಭಾವ ನನ್ನ ಸಂಶೋಧನೆಗೆ ತೊಂದರೆಯನ್ನು ಕೊಟ್ಟಿತು. ನನ್ನ ನಂಬಿಕೆಗಳ ಮೇಲೇ ಅತಿಯಾಗಿ ಅವಲಂಬಿತನಾಗುವುದನ್ನು ತಪ್ಪಿಸಲು, ಈ ಪರ್ವತಾರೋಹಣದಲ್ಲಿ ಬದುಕುಳಿದ ಬಹಳಷ್ಟು ಜನರ ಜೊತೆ ಸುದೀರ್ಘ ಸಂದರ್ಶನವನ್ನು ಹಲವಾರು ಬಾರಿ ಮಾಡಬೇಕಾಯ್ತು. ಸಾಧ್ಯವಾದ ಕಡೆಗಳಲ್ಲೆಲ್ಲಾ ಬೇಸ್ ಕ್ಯಾಂಪಿನಲ್ಲಿ ರೇಡಿಯೋ ಕರೆಗಳನ್ನು ಕೇಳಿ ದಾಖಲಿಸಿಕೊಳ್ಳುತ್ತಿದ್ದ ಜನರೊಂದಿಗೆ ನನ್ನ ವಿವರಗಳ ಸತ್ಯಾಸತ್ಯತೆಯನ್ನು ತುಲನೆ ಮಾಡಿ ನೋಡಿದ್ದೇನೆ. ಬೇಸ್‌ಕ್ಯಾಂಪಿನಲ್ಲಿದ್ದ ಜನರಿಗೆ ಆಮ್ಲಜನಕದ ತೊಂದರೆಯಿಲ್ಲದ ಕಾರಣ ಅವರ ಹೇಳಿಕೆಗಳು ಸತ್ಯಕ್ಕೆ ಹತ್ತಿರವಾಗಿರುತ್ತಿದ್ದವು. 'ಔಟ್‌ಸೈಡ್' ಪತ್ರಿಕೆಯಲ್ಲಿ ನನ್ನ ಲೇಖನವನ್ನು ಓದಿದ ಓದುಗರಿಗೆ, ಈ ಪುಸ್ತಕದಲ್ಲಿನ ಕೆಲವು ವಿವರಗಳಲ್ಲಿರುವ ವ್ಯತ್ಯಾಸಗಳು ಗೊತ್ತಾಗಬಹುದು. (ಬಹುಮುಖ್ಯವಾಗಿ ಘಟನೆಗಳು ನಡೆದ ಕಾಲಮಾನದ ವಿವರ) ಈ ಬದಲಾವಣೆಗಳು ಪತ್ರಿಕೆಯಲ್ಲಿ ಲೇಖನ ಪ್ರಕಟವಾದ ನಂತರ ಪರಿಷ್ಕೃತಗೊಂಡ ಹೊಸ ಮಾಹಿತಿಗಳಾಗಿವೆ.

ನಾನು ಗೌರವಿಸುವ ಬಹಳಷ್ಟು ಲೇಖಕರು ಮತ್ತು ಸಂಪಾದಕರು, ಇಷ್ಟೊಂದು ಬೇಗನೆ ಈ ಪುಸ್ತಕವನ್ನು ಬರೆಯುವುದು ಬೇಡವೆಂದು ಸಲಹೆ ಕೊಟ್ಟಿದ್ದರು; ಕನಿಷ್ಟ ಎರಡು ಮೂರು ವರ್ಷಗಳಾದರೂ ತಡೆದು ಬರೆದರೆ, ನಡೆದ ಘಟನೆಗಳಿಗೆ ಮಹತ್ವದ ಆಯಾಮ ದಕ್ಕುತ್ತದೆಂದು ತಿಳಿಸಿ ಹೇಳಿದರು. ಅವರ ಸಲಹೆ ಅತ್ಯಂತ ಸರಿಯಾದದ್ದಾಗಿತ್ತು. ಆದರೆ ನಾನು ಮಾತ್ರ ಅದನ್ನು ನಿರ್ಲಕ್ಷಿಸಿದೆ - ಏಕೆಂದರೆ ಪರ್ವತದಲ್ಲಿ ನಡೆದ ಘಟನೆಗಳು ನನ್ನ ಬದುಕಿನ ಧೈರ್ಯವನ್ನು ನಿರಂತರವಾಗಿ ತಿಂದುಹಾಕುತ್ತಿದ್ದವು. ಈ ಪುಸ್ತಕವನ್ನು ಬರೆಯುವುದರಿಂದ ಎವರೆಸ್ಟ್ ಪರ್ವತವನ್ನು ನನ್ನ ಬದುಕಿನಿಂದ ದೂರ ತಳ್ಳುವುದಕ್ಕೆ ಸಾಧ್ಯವಾಗುತ್ತದೆಂದು ನಾನು ಭಾವಿಸಿದೆ.

ಆದರೆ ಅದು ಸಾಧ್ಯವಾಗಿಲ್ಲ. ಜೊತೆಗೆ ನಾನು ಈ ಪುಸ್ತಕದಲ್ಲಿ ಬರೆದಂತೆ, ಭಾವಾವೇಶದಲ್ಲಿ ಬರೆದ ಲೇಖಕನು ಓದುಗರಿಗೆ ನ್ಯಾಯವನ್ನು ಒದಗಿಸುವುದಿಲ್ಲ ಎನ್ನುವ ಸತ್ಯದ ಅರಿವು ನನಗಿದೆ. ಆದರೆ ನಡೆದ ದುರಂತದ ಆಘಾತವನ್ನು, ಆ ತಲ್ಲಣ ಮತ್ತು ನೋವನ್ನು ಅನುಭವಿಸುತ್ತಿರುವ ಕ್ಷಣಗಳಲ್ಲಿಯೇ ಹೃದಯಬಿಚ್ಚಿ ಬರೆಯುವುದರಿಂದ ಕೆಲವು ಲಾಭಗಳೂ ಆಗುತ್ತವೆಂದು ನಾನು ನಂಬಿದ್ದೇನೆ. ಹಸಿಯಾದ ಮತ್ತು ಕಠೋರವಾದ ಸತ್ಯವೆನ್ನುವುದು ದಿನಗಳೆದಂತೆ ತನ್ನ ಮೊನಚನ್ನು ಕಳೆದುಕೊಳ್ಳುವ ಭಯದಿಂದ, ಈ ಬರವಣಿಗೆಯಲ್ಲಿ ಅದನ್ನು ಹಾಗೆಯೇ ಉಳಿಸಿಕೊಳ್ಳಲು ಪ್ರಯತ್ನಿಸಿದ್ದೇನೆ.

ಅವಸರದಲ್ಲಿ ಈ ಪುಸ್ತಕವನ್ನು ಬರೆಯಬೇಡವೆಂದು ಎಚ್ಚರಿಸಿದವರಲ್ಲಿ ಸಾಕಷ್ಟು ಜನರು ಈ ಹಿಂದೆ ಎವರೆಸ್ಟ್ ಹತ್ತುವ ಸಾಹಸಕ್ಕೆ ಕೈ ಹಾಕಬೇಡವೆಂದು ತಿಳುವಳಿಕೆ ನೀಡಿದ್ದರು. ಎವರೆಸ್ಟ್ ಹತ್ತದೇ ಉಳಿಯಲು ಸಾಕಷ್ಟು ಒಳ್ಳೆಯ ಕಾರಣಗಳು ಇವೆಯಾದರೂ, ಎವರೆಸ್ಟ್ ಹತ್ತುವ ಬಯಕೆಯು ಸಂಕೀರ್ಣವಾದ ಅತಾರ್ಕಿಕ ಸಂಗತಿಯಾಗಿದೆ. ಇಲ್ಲಿ ಬುದ್ಧಿಯ ಮೇಲೆ ಬಯಕೆಯ ಸವಾರಿ ನಡೆಯುತ್ತದೆ. ಎವರೆಸ್ಟ್ ಹತ್ತಬೇಕೆಂಬ ಗಂಭೀರ ಆಸೆಯನ್ನು ವ್ಯಕ್ತಪಡಿಸುವ ಯಾವುದೇ ಮನುಷ್ಯನೂ, ಸಾಮಾನ್ಯ ತರ್ಕಗಳಿಗೆ ಸಿಗದ ಎಡಬಿಡಂಗಿಯೇ ಆಗಿರುತ್ತಾನೆ.

ಈ ಎಲ್ಲಾ ಸಂಗತಿಗಳು ನನಗೆ ಮೊದಲೇ ಗೊತ್ತಿದ್ದರೂ, ನಾನು ಎವರೆಸ್ಟ್ ಹತ್ತಲು ಹೋದೆ ಎನ್ನುವುದು ಕಹಿಯಾದ ಸತ್ಯವಾಗಿದೆ. ಈ ಪ್ರಕ್ರಿಯೆಯಲ್ಲಿ ಹಲವಾರು ಒಳ್ಳೆಯ ಜೀವಗಳ ಸಾವಿಗೆ ಕಾರಣವಾದ ಗುಂಪಿನಲ್ಲಿ ನಾನು ಒಬ್ಬನಾಗಿದ್ದೆ ಎನ್ನುವ ಸಂಗತಿಯು, ನನ್ನ ಪ್ರಜ್ಞೆಯಿಂದ ಅಳಿಸಲಾರದಂತೆ ಬಹುಕಾಲ ಉಳಿದು ಬಿಡುವಂತಹ ಕಹಿಸತ್ಯವಾಗಿದೆ.

ಸಿಯಾಟೆಲ್, ನವೆಂಬರ್ 1996 **ಜಾನ್ ಕ್ರಾಕೌರ್**

ಮಹನ್ನಾಟಕದ ಪಾತ್ರಧಾರಿಗಳು

ಮೌಂಟ್ ಎವರೆಸ್ಟ್ ಪರ್ವತಾರೋಹಣ, 1996[1]

ಅಡ್ವೆಂಚರ್ ಕನ್ಸಲ್ಟಂಟ್ ಮಾರ್ಗದರ್ಶಕ ಪರ್ವತಾರೋಹಣ ತಂಡ

ರಾಬ್ ಹಾಲ್	ನ್ಯೂಜಿಲೆಂಡ್, ತಂಡದ ನಾಯಕ ಮತ್ತು ಮುಖ್ಯ ಮಾರ್ಗದರ್ಶಕ
ಮೈಕ್ ಗ್ರೂಮ್	ಆಸ್ಟ್ರೇಲಿಯಾ, ಮಾರ್ಗದರ್ಶಕ
ಆ್ಯಂಡಿ 'ಹೆರಾಲ್ಡ್' ಹೇರಿಸ್	ನ್ಯೂಜಿಲೆಂಡ್, ಮಾರ್ಗದರ್ಶಕ
ಹೆಲೆನ್ ವಿಲ್ಸನ್	ನ್ಯೂಜಿಲೆಂಡ್, ಬೇಸ್ ಕ್ಯಾಂಪ್ ವ್ಯವಸ್ಥಾಪಕಿ
ಡಾ. ಕೆರೋಲಿನ್ ಮೆಕೆಂಜೀ	ನ್ಯೂಜಿಲೆಂಡ್, ಬೇಸ್ ಕ್ಯಾಂಪ್ ವೈದ್ಯೆ
ಆಂಗ್ ತ್ಶೇರಿಂಗ್ ಶೆರ್ಪಾ	ನೇಪಾಳ, ಬೇಸ್ ಕ್ಯಾಂಪ್ ಸರ್ದಾರ
ಆಂಗ್ ದೋರ್ಜೆ ಶೆರ್ಪಾ	ನೇಪಾಳ, ಪರ್ವತಾರೋಹಣದ ಸರ್ದಾರ
ಲ್ಹಾಕ್ಪ ಚೀರಿ ಶೆರ್ಪಾ	ನೇಪಾಳ, ಪರ್ವತಾರೋಹಣದ ಶೆರ್ಪಾ
ಕಾಮಿ ಶೆರ್ಪಾ	ನೇಪಾಳ, ಪರ್ವತಾರೋಹಣದ ಶೆರ್ಪಾ
ತೇನ್‌ಸಿಂಗ್ ಶೆರ್ಪಾ	ನೇಪಾಳ, ಪರ್ವತಾರೋಹಣದ ಶೆರ್ಪಾ
ಅರಿತಾ ಶೆರ್ಪಾ	ನೇಪಾಳ, ಪರ್ವತಾರೋಹಣದ ಶೆರ್ಪಾ
ನಾಗಾವಾಂಗ್ ನೋರ್ಬು ಶೆರ್ಪಾ	ನೇಪಾಳ, ಪರ್ವತಾರೋಹಣದ ಶೆರ್ಪಾ
ಚೂಲ್‌ಡಮ್ ಶೆರ್ಪಾ	ನೇಪಾಳ, ಪರ್ವತಾರೋಹಣದ ಶೆರ್ಪಾ
ಚೋಂಗ್ಬಾ ಶೆರ್ಪಾ	ನೇಪಾಳ, ಬೇಸ್ ಕ್ಯಾಂಪಿನ ಅಡಿಗೆಯವನು
ಪೆಂಬಾ ಶೆರ್ಪಾ	ನೇಪಾಳ, ಬೇಸ್ ಕ್ಯಾಂಪಿನ ಶೆರ್ಪಾ
ತೆಂಡಿ ಶೆರ್ಪಾ	ನೇಪಾಳ, ಅಡಿಗೆ ಸಹಾಯಕ
ಡಹ್ಗ್ ಹಾನ್‌ಸೆನ್	ಅಮೆರಿಕಾ, ಪರ್ವತಾರೋಹಣದ ಗ್ರಾಹಕ
ಡಾ. ಸೀಬಾರ್ನ್ ಬೆಕ್ ವೆದರ್ಸ್	ಅಮೆರಿಕಾ, ಪರ್ವತಾರೋಹಣದ ಗ್ರಾಹಕ
ಯಸುಕೊ ನಂಬಾ	ಜಪಾನ್, ಪರ್ವತಾರೋಹಣದ ಗ್ರಾಹಕಿ
ಡಾ. ಸ್ಟೂಅರ್ಟ್ ಹಚಿಸನ್	ಕೆನಡಾ, ಪರ್ವತಾರೋಹಣದ ಗ್ರಾಹಕ
ಫ್ರಾಂಕ್ ಫಿಶ್‌ಬೆಕ್	ಹಾಂಗ್ ಕಾಂಗ್, ಪರ್ವತಾರೋಹಣದ ಗ್ರಾಹಕ
ಲಿಯೊ ಕಾಸಿಷ್ಕ	ಅಮೆರಿಕಾ, ಪರ್ವತಾರೋಹಣದ ಗ್ರಾಹಕ
ಡಾ. ಜಾನ್ ಟಾಸ್ಕ್	ಆಸ್ಟ್ರೇಲಿಯಾ, ಪರ್ವತಾರೋಹಣದ ಗ್ರಾಹಕ
ಜಾನ್ ಕ್ರಾಕೌರ್	ಅಮೆರಿಕ, ಪರ್ವತಾರೋಹಣದ ಗ್ರಾಹಕ ಮತ್ತು ಪತ್ರಕರ್ತ
ಸೂಸನ್ ಅಲೆನ್	ಆಸ್ಟ್ರೇಲಿಯಾ, ಚಾರಣಿಗಳು
ನ್ಯಾನ್ಸಿ ಹಚಿಸನ್	ಕೆನಡಾ, ಚಾರಣಿಗಳು

1 ಆ ಬೇಸಿಗೆಯಲ್ಲಿ ಎವರೆಸ್ಟ್ ಪರ್ವತದ ಮೇಲಿದ್ದ ಎಲ್ಲರನ್ನೂ ಇಲ್ಲಿ ಪಟ್ಟಿ ಮಾಡಲಾಗಿಲ್ಲ.

ಮೌಂಟೆನ್ ಮ್ಯಾಡ್‌ನೆಸ್ ಮಾರ್ಗದರ್ಶಕ ಪರ್ವತಾರೋಹಣ ತಂಡ

ಸ್ಕಾಟ್ ಫಿಷರ್	ಅಮೆರಿಕಾ, ನಾಯಕ ಮತ್ತು ಮುಖ್ಯ ಮಾರ್ಗದರ್ಶಕ
ಎನಾಟೊಲಿ ಬೊಕ್ರೀವ್	ರಷ್ಯಾ, ಮಾರ್ಗದರ್ಶಕ
ನೀಲ್ ಬೈಡಲ್‌ಮನ್	ಅಮೆರಿಕಾ, ಮಾರ್ಗದರ್ಶಕ
ಡಾ. ಇಂಗ್ರಿಡ್ ಹಂಟ್	ಅಮೆರಿಕಾ, ಬೇಸ್ ಕ್ಯಾಂಪ್ ವ್ಯವಸ್ಥಾಪಕ, ತಂಡದ ವೈದ್ಯ
ಲೋಪ್ಸಾಂಗ್ ಜಾಂಗ್ಬು ಶೆರ್ಪಾ	ನೇಪಾಳ, ಪರ್ವತಾರೋಹಣ ಸರ್ದಾರ
ನಿಜಿಮಾ ಕಾಳೆ ಶೆರ್ಪಾ	ನೇಪಾಳ, ಬೇಸ್ ಕ್ಯಾಂಪ್ ಸರ್ದಾರ
ನಾಗಾವಾಂಗ್ ತೋಪ್ಚೆ ಶೆರ್ಪಾ	ನೇಪಾಳ, ಪರ್ವತಾರೋಹಣ ಶೆರ್ಪಾ
ತಾಶಿ ತ್ಶೆರಿಂಗ್ ಶೆರ್ಪಾ	ನೇಪಾಳ, ಪರ್ವತಾರೋಹಣ ಶೆರ್ಪಾ
ನಾಗಾವಾಂಗ್ ದೋರ್ಜೆ ಶೆರ್ಪಾ	ನೇಪಾಳ, ಪರ್ವತಾರೋಹಣ ಶೆರ್ಪಾ
ನಾಗಾವಾಂಗ್ ಸಿಯಾ ಕಿಯಾ ಶೆರ್ಪಾ	ನೇಪಾಳ, ಪರ್ವತಾರೋಹಣ ಶೆರ್ಪಾ
ನಾಗಾವಾಂಗ್ ತೆಂಡಿ ಶೆರ್ಪಾ	ನೇಪಾಳ, ಪರ್ವತಾರೋಹಣ ಶೆರ್ಪಾ
ತೆಂಡಿ ಶೆರ್ಪಾ	ನೇಪಾಳ, ಪರ್ವತಾರೋಹಣ ಶೆರ್ಪಾ
ದೊಡ್ಡ ಪೆಂಬಾ ಶೆರ್ಪಾ	ನೇಪಾಳ, ಪರ್ವತಾರೋಹಣ ಶೆರ್ಪಾ
ಪೆಂಬಾ ಶೆರ್ಪಾ	ನೇಪಾಳ, ಬೇಸ್ ಕ್ಯಾಂಪ್ ಅಡಿಗೆ ಹುಡುಗ
ಸ್ಯಾಂಡಿ ಹಿಲ್ ಪಿಟ್‌ಮನ್	ಅಮೆರಿಕಾ, ಪರ್ವತಾರೋಹಣ ಗ್ರಾಹಕಿ ಮತ್ತು ಪತ್ರಕರ್ತೆ
ಶಾರ್ಲೆ ಫ್ಯಾಕ್ಸ್	ಅಮೆರಿಕಾ, ಪರ್ವತಾರೋಹಣ ಗ್ರಾಹಕಿ
ಟಿಮ್ ಮ್ಯಾಡ್‌ಸೆನ್	ಅಮೆರಿಕಾ, ಪರ್ವತಾರೋಹಣ ಗ್ರಾಹಕ
ಪೀಟ್ ಶೋನಿಂಗ್	ಅಮೆರಿಕಾ, ಪರ್ವತಾರೋಹಣ ಗ್ರಾಹಕ
ಕ್ಲೆವ್ ಶೋನಿಂಗ್	ಅಮೆರಿಕಾ, ಪರ್ವತಾರೋಹಣ ಗ್ರಾಹಕ
ಲೀನ್ ಗ್ಯಾಮೆಲ್‌ಗಾರ್ಡ್	ಡೆನ್ಮಾರ್ಕ್, ಪರ್ವತಾರೋಹಣ ಗ್ರಾಹಕ
ಮಾರ್ಟಿನ್ ಅಡಮ್ಸ್	ಅಮೆರಿಕಾ, ಪರ್ವತಾರೋಹಣ ಗ್ರಾಹಕ
ಡಾ. ಡೇಲ್ ಕ್ರೂಸ್	ಅಮೆರಿಕಾ, ಪರ್ವತಾರೋಹಣ ಗ್ರಾಹಕ
ಜೇನ್ ಬ್ರೋಮೆಟ್	ಅಮೆರಿಕಾ, ಪತ್ರಕರ್ತೆ

ಮೆಕ್‌ಗಿಲಿವ್ರಿ ಫ್ರೀಮನ್ IMAX/IWERKS ಪರ್ವತಾರೋಹಣ ತಂಡ

ಡೇವಿಡ್ ಬ್ರೇಷರ್ಸ್	ಅಮೆರಿಕಾ, ನಾಯಕ ಮತ್ತು ಸಿನಿಮಾ ನಿರ್ದೇಶಕ
ಜಾಮ್‌ಲಿಂಗ್ ನೋರ್ಗೆ ಶೆರ್ಪಾ	ಭಾರತ, ಉಪನಾಯಕ ಮತ್ತು ಸಿನಿಮಾ ಪ್ರತಿಭೆ
ಎಡ್ ವೈಸ್ಟಿಯುವರ್ಸ್	ಅಮೆರಿಕಾ, ಪರ್ವತಾರೋಹಿ ಮತ್ತು ಸಿನಿಮಾ ಪ್ರತಿಭೆ

ಅರಾಸೆಲಿ ಸೆಗರ್ರಾ	ಸ್ಪೇನ್, ಪರ್ವತಾರೋಹಿ ಮತ್ತು ಸಿನಿಮಾ ಪ್ರತಿಭೆ
ಸುಮಿಯೋ ಸುಜುಕಿ	ಜಪಾನ್, ಪರ್ವತಾರೋಹಿ ಮತ್ತು ಸಿನಿಮಾ ಪ್ರತಿಭೆ
ರಾಬರ್ಟ್ ಶವರ್	ಆಸ್ಟ್ರಿಯಾ, ಪರ್ವತಾರೋಹಿ ಮತ್ತು ಚಿತ್ರಗ್ರಾಹಕ
ಪೌಲಾ ಬಾರ್ಟನ್ ವೈಸ್ಟಿಯುವರ್ಸ್	ಅಮೆರಿಕಾ, ಬೇಸ್ ಕ್ಯಾಂಪ್ ವ್ಯವಸ್ಥಾಪಕಿ
ಆಡ್ರಿ ಸಾಕೆಲ್ಡ್	ಬ್ರಿಟನ್, ಪತ್ರಕರ್ತ
ಲಿಜ್ ಕೋಹೆನ್	ಅಮೆರಿಕಾ, ಸಿನಿಮಾ ನಿರ್ಮಾಣದ ವ್ಯವಸ್ಥಾಪಕ
ಲೀಜೆಲ್ ಕ್ಲಾರ್ಕ್	ಅಮೆರಿಕಾ, ಸಿನಿಮಾ ನಿರ್ಮಾಪಕ ಮತ್ತು ಲೇಖಕ

ಥೈವಾನ್ ರಾಷ್ಟ್ರೀಯ ಪರ್ವತಾರೋಹಣ ತಂಡ

"ಮಕಾಲು" ಗೌ ಮಿಂಗ್–ಹೋ	ಥೈವಾನ್, ನಾಯಕ
ಚೆನ್ ಯು–ನಾನ್	ಥೈವಾನ್, ಪರ್ವತಾರೋಹಿ
ಕಾಮಿ ದೋರ್ಜೆ ಶೆರ್ಪಾ	ನೇಪಾಳ, ಪರ್ವತಾರೋಹಣ ಸರ್ದಾರ
ನಿಜೀಮಾ ಗೊಂಬು ಶೆರ್ಪಾ	ನೇಪಾಳ, ಪರ್ವತಾರೋಹಣ ಶೆರ್ಪಾ
ಮಿಂಗ್ಮಾ ತ್ಶೇರಿಂಗ್ ಶೆರ್ಪಾ	ನೇಪಾಳ, ಪರ್ವತಾರೋಹಣ ಶೆರ್ಪಾ

ಜೋಹಾನ್ಸ್‌ಬರ್ಗ್‌ನ ಸಂಡೇ ಟೈಮ್ಸ್ ಪರ್ವತಾರೋಹಣ ತಂಡ

ಇಯಾನ್ ವುಡ್‌ಆಲ್	ಬ್ರಿಟನ್, ನಾಯಕ
ಬ್ರೂಸ್ ಹೆರ್ರಾಡ್	ಬ್ರಿಟನ್, ಉಪನಾಯಕ ಮತ್ತು ಚಿತ್ರಗ್ರಾಹಕ
ಕ್ಯಾಥಿ ಓಡೌಡ್	ದಕ್ಷಿಣ ಆಫ್ರಿಕಾ, ಪರ್ವತಾರೋಹಿ
ಡೆಷುನ್ ಡೈಸೆಲ್	ದಕ್ಷಿಣ ಆಫ್ರಿಕಾ, ಪರ್ವತಾರೋಹಿ
ಎಡ್ಮಂಡ್ ಫೆಬ್ರವರಿ	ದಕ್ಷಿಣ ಆಫ್ರಿಕಾ, ಪರ್ವತಾರೋಹಿ
ಆ್ಯಂಡಿ ಡೆ ಕ್ಲೆರ್ಕ್	ದಕ್ಷಿಣ ಆಫ್ರಿಕಾ, ಪರ್ವತಾರೋಹಿ
ಆ್ಯಂಡಿ ಹ್ಯಾಕ್‌ಲ್ಯಾಂಡ್	ದಕ್ಷಿಣ ಆಫ್ರಿಕಾ, ಪರ್ವತಾರೋಹಿ
ಕೆನ್ ವುಡ್‌ಆಲ್	ದಕ್ಷಿಣ ಆಫ್ರಿಕಾ, ಪರ್ವತಾರೋಹಿ
ಟಿಯೆರ್ರಿ ರೆನಾರ್ಡ್	ಫ್ರಾನ್ಸ್, ಪರ್ವತಾರೋಹಿ
ಕೆನ್ ಓವೆನ್	ದಕ್ಷಿಣ ಆಫ್ರಿಕಾ, ಪ್ರಾಯೋಜಕ ಮತ್ತು ಚಾರಣಿಗ
ಫಿಲಿಪ್ ವುಡ್‌ಆಲ್	ಬ್ರಿಟನ್, ಬೇಸ್ ಕ್ಯಾಂಪ್ ವ್ಯವಸ್ಥಾಪಕ
ಅಲೆಗ್ಸಾಂಡ್ರಿನ್ ಗೌಡಿನ್	ಫ್ರಾನ್ಸ್, ಸಹಾಯಕ ವ್ಯವಸ್ಥಾಪಕ
ಡಾ. ಶಾರ್ಲೆ ನೋಬೆಲ್	ದಕ್ಷಿಣ ಆಫ್ರಿಕಾ, ತಂಡದ ವೈದ್ಯೆ
ಕೆನ್ ವೆರ್‌ನೋನ್	ದಕ್ಷಿಣ ಆಫ್ರಿಕಾ, ಪತ್ರಕರ್ತ

ರಿಚರ್ಡ್ ಶೋರಿ	ದಕ್ಷಿಣ ಆಫ್ರಿಕಾ, ಚಿತ್ರಗ್ರಾಹಕ
ಪ್ಯಾಟ್ರಿಕ್ ಕಾನ್‌ರಾಯ್	ದಕ್ಷಿಣ ಆಫ್ರಿಕಾ, ರೇಡಿಯೋ ನಿರ್ವಾಹಕ
ಆಂಗ್ ದೋರ್ಜೆ ಶೆರ್ಪಾ	ನೇಪಾಳ, ಪರ್ವತಾರೋಹಣ ಸರ್ದಾರ
ಪೆಂಬಾ ತೆಂಡಿ ಶೆರ್ಪಾ	ನೇಪಾಳ, ಪರ್ವತಾರೋಹಣ ಶೆರ್ಪಾ
ಜಾಂಗ್ಬೂ ಶೆರ್ಪಾ	ನೇಪಾಳ, ಪರ್ವತಾರೋಹಣ ಶೆರ್ಪಾ
ಆಂಗ್ ಬಾಬೂ ಶೆರ್ಪಾ	ನೇಪಾಳ, ಪರ್ವತಾರೋಹಣ ಶೆರ್ಪಾ
ದಾವಾ ಶೆರ್ಪಾ	ನೇಪಾಳ, ಪರ್ವತಾರೋಹಣ ಶೆರ್ಪಾ

ಸ್ವೀಡನ್‌ನ ಏಕಾಂಗಿ ಪರ್ವತಾರೋಹಣ ತಂಡ

ಗೋರೆನ ಕ್ರಾಪ್	ಸ್ವೀಡನ್, ಪರ್ವತಾರೋಹಿ
ಫ್ರೆಡರಿಕ್ ಬ್ಲೂಮ್‌ಕ್ವಿಸ್ಟ್	ಸ್ವೀಡನ್, ಸಿನಿಮಾ ನಿರ್ದೇಶಕ
ಆಂಗ್ ರೀಟಾ ಶೆರ್ಪಾ	ನೇಪಾಳ, ಪರ್ವತಾರೋಹಿ ಶೆರ್ಪಾ ಮತ್ತು ಸಿನಿಮಾ ತಂಡದ ಸದಸ್ಯ

ಆಲ್ಪೈನ್ ಅಸೆಂಟ್ಸ್ ಅಂತಾರಾಷ್ಟ್ರೀಯ ಮಾರ್ಗದರ್ಶಕ ಪರ್ವತಾರೋಹಣ ತಂಡ

ಟಾಡ್ ಬರ್ಲ್‌ಸನ್	ಅಮೆರಿಕಾ, ನಾಯಕ ಮತ್ತು ಮಾರ್ಗದರ್ಶಕ
ಪೀಟ್ ಎಥಾನ್ಸ್	ಅಮೆರಿಕಾ, ಮಾರ್ಗದರ್ಶಕ
ಜಿಮ್ ವಿಲಿಯಮ್ಸ್	ಅಮೆರಿಕಾ, ಮಾರ್ಗದರ್ಶಕ
ಡಾ. ಕೆನ್ ಕೇಮ್ಲರ್	ಅಮೆರಿಕಾ, ಪರ್ವತಾರೋಹಣ ಗ್ರಾಹಕ ಮತ್ತು ತಂಡದ ವೈದ್ಯ
ಚಾರ್ಲಸ್ ಕೋರ್‌ಫೀಲ್ಡ್	ಅಮೆರಿಕಾ, ಪರ್ವತಾರೋಹಣ ಗ್ರಾಹಕ
ಬೆಕಿ ಜಾನ್‌ಸ್ಟನ್	ಅಮೆರಿಕಾ, ಚಾರಣಿಗಳು ಮತ್ತು ಚಿತ್ರಸಾಹಿತಿ

ಅಂತಾರಾಷ್ಟ್ರೀಯ ವಾಣಿಜ್ಯ ಪರ್ವತಾರೋಹಣ ತಂಡ

ಮಾಲ್ ಡಫ್	ಬ್ರಿಟನ್, ನಾಯಕ
ಮೈಕ್ ಟ್ರುಮನ್	ಹಾಂಗ್ ಕಾಂಗ್, ಉಪನಾಯಕ
ಮೈಕೆಲ್ ಬರ್ನ್ಸ್	ಬ್ರಿಟನ್, ಬೇಸ್ ಕ್ಯಾಂಪ್ ವ್ಯವಸ್ಥಾಪಕ
ಡಾ. ಹೆನ್ರಿಕ್ ಜೆಸ್ಸನ್ ಹಾನ್‌ಸೆನ್	ಡೆನ್ಮಾರ್ಕ್, ತಂಡದ ವೈದ್ಯ
ವೈಕ್ಕಾ ಗುಸ್ಟಾಫ್‌ಸನ್	ಫಿನ್‌ಲ್ಯಾಂಡ್, ಪರ್ವತಾರೋಹಿ
ಕಿಮ್ ಸೆಜ್‌ಬರ್ಗ್	ಡೆನ್ಮಾರ್ಕ್, ಪರ್ವತಾರೋಹಿ
ಜಿಂಜ್ ಫುಲ್ಲೆನ್	ಬ್ರಿಟನ್, ಪರ್ವತಾರೋಹಿ
ಜಾಕ್ಕೋ ಕುರ್ವಿನೆನ್	ಫಿನ್‌ಲ್ಯಾಂಡ್, ಪರ್ವತಾರೋಹಿ
ಯುವಾನ್ ಡಂಕನ್	ಬ್ರಿಟನ್, ಪರ್ವತಾರೋಹಿ

ಹಿಮಾಲಯ ಮಾರ್ಗದರ್ಶಕರ ವಾಣಿಜ್ಯ ಪರ್ವತಾರೋಹಣ ತಂಡ

ಹೆನ್ರಿ ಟೋಡ್	ಬ್ರಿಟನ್, ನಾಯಕ
ಮಾರ್ಕ್ ಫೆಟ್ಜರ್	ಅಮೆರಿಕಾ, ಪರ್ವತಾರೋಹಿ
ರೇ ಡೋರ್	ಅಮೆರಿಕಾ, ಪರ್ವತಾರೋಹಿ

ನಾರ್ವೆ ದೇಶದ ಏಕಾಂಗಿ ಪರ್ವತಾರೋಹಿ

ಪೀಟರ್ ನೆಬಿ	ನಾರ್ವೆ, ಪರ್ವತಾರೋಹಿ

ನ್ಯೂಜಿಲೆಂಡ್ ಮತ್ತು ಮಲೇಶಿಯಾ ಪುಮೋರಿ ಪರ್ವತಾರೋಹಣ ತಂಡ

ಗೈ ಕಾಟರ್	ನ್ಯೂಜಿಲೆಂಡ್, ನಾಯಕ ಮತ್ತು ಮಾರ್ಗದರ್ಶಕ
ಡೇವ್ ಹಿಡಲ್‌ಸ್ಟನ್	ನ್ಯೂಜಿಲೆಂಡ್, ಮಾರ್ಗದರ್ಶಕ
ಕ್ರಿಸ್ ಜಿಲೆಟ್	ನ್ಯೂಜಿಲೆಂಡ್, ಮಾರ್ಗದರ್ಶಕ

ಅಮೆರಿಕಾ ದೇಶದ ಪುಮೋರಿ ಮತ್ತು ಲೋಟ್ ವಾಣಿಜ್ಯ ಪರ್ವತಾರೋಹಣ ತಂಡ

ಡೇನ್ ಮೇಜೂರ್	ಅಮೆರಿಕಾ, ನಾಯಕ
ಜೊನಾಥಾನ್ ಪ್ರಾಟ್	ಬ್ರಿಟನ್, ಸಹನಾಯಕ
ಸ್ಕಾಟ್ ಡಾರ್ಸ್‌ನಿ	ಅಮೆರಿಕಾ, ಪರ್ವತಾರೋಹಿ ಮತ್ತು ಚಿತ್ರಗ್ರಾಹಕ
ಚಾಂಟೆಲ್ ಮೌಡ್ಯೂಟ್	ಫ್ರಾನ್ಸ್, ಪರ್ವತಾರೋಹಿ
ಸ್ಟೀಫನ್ ಕೋಚ್	ಅಮೆರಿಕಾ, ಪರ್ವತಾರೋಹಿ ಮತ್ತು ಮಂಜುಹಲಗೆ ನಾವಿಕ
ಬ್ರೆಂಟ್ ಬಿಷಪ್	ಅಮೆರಿಕಾ, ಪರ್ವತಾರೋಹಿ
ಡಿಯೇನ್ ಟೆಲಿಯೇಫೆರೋ	ಅಮೆರಿಕಾ, ಪರ್ವತಾರೋಹಿ
ಡೇವ್ ಶರ್ಮನ್	ಬ್ರಿಟನ್, ಪರ್ವತಾರೋಹಿ
ಟಿಮ್ ಹೋವರ್ತ್	ಅಮೆರಿಕಾ, ಪರ್ವತಾರೋಹಿ
ಡೇನ್ ಲೈಂಜ್	ಅಮೆರಿಕಾ, ಪರ್ವತಾರೋಹಿ
ಮಾರ್ಥಾ ಲೈಂಜ್	ಅಮೆರಿಕಾ, ಪರ್ವತಾರೋಹಿ

ನೇಪಾಳದ ಎವರೆಸ್ಟ್ ಸ್ವಚ್ಛತಾ ಪರ್ವತಾರೋಹಣ ತಂಡ

ಸೋನಂ ಗ್ಯಾಲ್‌ಚೆನ್ ಶೆರ್ಪಾ	ನೇಪಾಳಿ, ನಾಯಕ

ಹಿಮಾಲಯನ್ ರಿಸ್ಕ್ ಅಸೋಸಿಯೇಷನ್ ಕ್ಲಿನಿಕ್ (ಫೆರಿಚೆ ಹಳ್ಳಿಯಲ್ಲಿದೆ)

ಡಾ. ಜಿಮ್ ಲಿಚ್	ಅಮೆರಿಕಾ, ಸ್ಟಾಫ್ ವೈದ್ಯರು
ಡಾ. ಲಾರಿ ಸಿಲ್ವೆರ್	ಅಮೆರಿಕಾ, ಸ್ಟಾಫ್ ವೈದ್ಯರು
ಲೌರಾ ಜೀಮೆರ್	ಅಮೆರಿಕಾ, ಸ್ಟಾಫ್ ಸದಸ್ಯೆ

ಭಾರತ–ಟಿಬೆಟ್ ಗಡಿ ಭದ್ರತಾ ಪೋಲೀಸ್ ಎವರೆಸ್ಟ್ ಪರ್ವತಾರೋಹಣ ತಂಡ
(ಎವರೆಸ್ಟ್ ಪರ್ವತವನ್ನು ಟಿಬೆಟ್ ಬದಿಯಿಂದ ಹತ್ತಿದ ತಂಡ)

ಮೋಹಿಂದರ್ ಸಿಂಗ್	ಭಾರತ, ನಾಯಕ
ಹರ್‌ಭಜನ್ ಸಿಂಗ್	ಭಾರತ, ಉಪನಾಯಕ ಮತ್ತು ಪರ್ವತಾರೋಹಿ
ಸೇವಾಂಗ್ ಸಮನ್ಲಾ	ಭಾರತ, ಪರ್ವತಾರೋಹಿ
ದೋರ್ಜೆ ಮೋರುಪ್	ಭಾರತ, ಪರ್ವತಾರೋಹಿ
ಹೀರಾ ರಾಮ್	ಭಾರತ, ಪರ್ವತಾರೋಹಿ
ಥಾಶಿ ರಾಮ್	ಭಾರತ, ಪರ್ವತಾರೋಹಿ
ಸಂಘೆ ಶೆರ್ಪಾ	ಭಾರತ, ಪರ್ವತಾರೋಹಿ ಶೆರ್ಪಾ
ನಾದ್ರಾ ಶೆರ್ಪಾ	ಭಾರತ, ಪರ್ವತಾರೋಹಿ ಶೆರ್ಪಾ
ಕೋಶಿಂಗ್ ಶೆರ್ಪಾ	ಭಾರತ, ಪರ್ವತಾರೋಹಿ ಶೆರ್ಪಾ

ಜಪಾನ್ ದೇಶದ ಫುಕೊವೊಕೊ ಎವರೆಸ್ಟ್ ಪರ್ವತಾರೋಹಣ ತಂಡ
(ಎವರೆಸ್ಟ್ ಪರ್ವತವನ್ನು ಟಿಬೆಟ್ ಬದಿಯಿಂದ ಹತ್ತಿದ ತಂಡ)

ಕೋಜಿ ಯಾಡಾ	ಜಪಾನ್, ನಾಯಕ
ಹಿರೋಶಿ ಹನಾಡಾ	ಜಪಾನ್, ಪರ್ವತಾರೋಹಿ
ಐಸುಕೆ ಶಿಗೆಕಾವಾ	ಜಪಾನ್, ಪರ್ವತಾರೋಹಿ
ಪಸಾಂಗ್ ತ್ಸೆರಿಂಗ್ ಶೆರ್ಪಾ	ನೇಪಾಳ, ಪರ್ವತಾರೋಹಣ ಶೆರ್ಪಾ
ಪಸಾಂಗ್ ಕಾಮಿ ಶೆರ್ಪಾ	ನೇಪಾಳ, ಪರ್ವತಾರೋಹಣ ಶೆರ್ಪಾ
ಆನಿ ಗ್ಯಾಲ್‌ಜೆನ್	ನೇಪಾಳ, ಪರ್ವತಾರೋಹಣ ಶೆರ್ಪಾ

ಎವರೆಸ್ಟ್ ಪರ್ವತಾರೋಹಣದ ಸರಳ ನಕ್ಷೆ

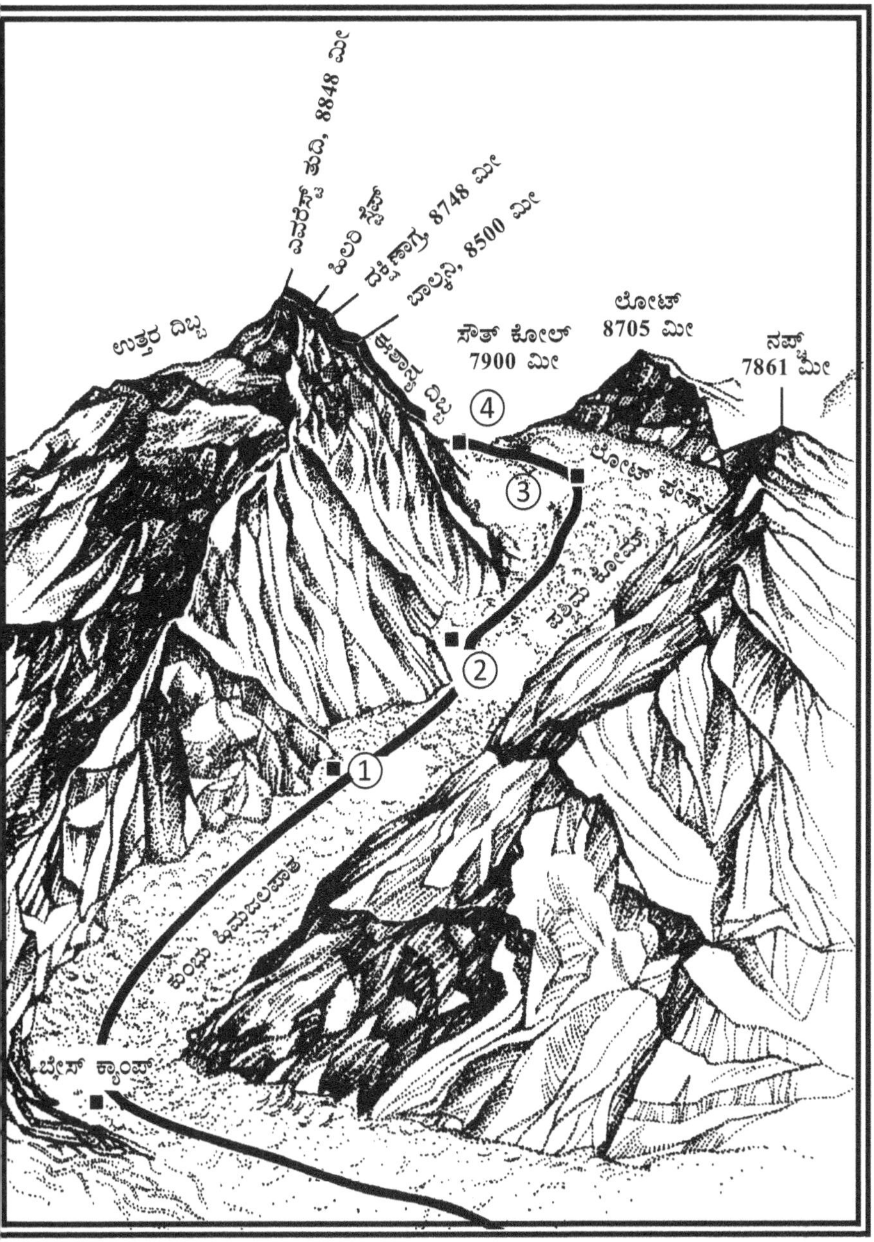

ಮನುಷ್ಯರು ರುದ್ರನಾಟಕವನ್ನು ಆಡಲು ಇಷ್ಟಪಡುತ್ತಾರೆ.
ಏಕೆಂದರೆ ನಾಗರಿಕ ಪ್ರಪಂಚದ ವೇದಿಕೆಯಲ್ಲಿ ನಿತ್ಯ ನಡೆಯುವ
ರುದ್ರನಾಟಕದ ವಾಸ್ತವತೆಯನ್ನು ಅವರು ನಂಬುವುದಿಲ್ಲ.

– ಹೋಸೆ ಆರ್ಗೆಸಾ ಇಗಾಸೆಟ್

ಅಧ್ಯಾಯ 1

ಎವರೆಸ್ಟ್ ಶಿಖರದ ತುದಿ

10ನೇ ಮೇ 1996; 29,028 ಅಡಿ ಎತ್ತರ

ಜಗತ್ತಿನ ನೆತ್ತಿಯ ಮೇಲೆ ನಿಂತು, ಒಂದು ಕಾಲನ್ನು ಚೈನಾದಲ್ಲೂ ಮತ್ತೊಂದನ್ನು ನೇಪಾಳದಲ್ಲಿಯೂ ಊರಿ, ನನ್ನ ಆಮ್ಲಜನಕ ಮುಖಗವಸಿನಲ್ಲಿರುವ ಮಂಜುಗಡ್ಡೆಗಳನ್ನು ಕೊಡವಿ, ಭೋರಿಡುವ ಗಾಳಿಗೆ ಭುಜವನ್ನೊಮ್ಮೆ ಮುದುರಿ, ನಿರ್ಭಾವುಕತೆಯಿಂದ ಟಿಬೆಟ್‌ನ ವಿಶಾಲ ಬಯಲಿನತ್ತ ವಿಹಂಗಮ ದೃಷ್ಟಿ ಹರಿಸಿದೆ. ನನ್ನ ಆಗಿನ ಮಂದ, ನಿಸ್ತೇಜ ಮನಸ್ಥಿತಿಯಲ್ಲೂ, ನನ್ನ ಕಾಲ ಕೆಳಗಿನ ವಿಶಾಲ ಭೂಮಿಯ ಹರವು ಅತ್ಯಂತ ಆಕರ್ಷಕವಾದದ್ದೆಂದು ತಿಳಿಯಿತು. ಈ ಅಮೃತ ಘಳಿಗೆಯನ್ನು ಮತ್ತು ಅದರ ಅನಿರ್ವಚನೀಯ ಕ್ಷಣದ ಪುಳಕವನ್ನು ಹೇಗೆ ನಿಭಾಯಿಸುವುದೆಂದು ಹಲವಾರು ತಿಂಗಳುಗಳಿಂದ ಹಗಲುಗನಸು ಕಂಡಿದ್ದೆ. ಆದರೆ ಈಗ ಎವರೆಸ್ಟ್ ಶಿಖರದ ತುತ್ತತುದಿಯಲ್ಲಿ ನಿಂತಾಗಲೂ ಅದನ್ನು ಅನುಭವಿಸುವ ಚೈತನ್ಯ ನನ್ನಲ್ಲಿರಲಿಲ್ಲ.

ಅದು 1996ರ ಮೇ ತಿಂಗಳ 10ನೇ ತಾರೀಖಿನ ನಡುಹಗಲು. ಐವತ್ತೇಳು ಗಂಟೆಗಳಿಂದ ನಾನು ನಿದ್ರಿಸಿರಲಿಲ್ಲ. ಆ ಮೂರು ದಿನಗಳಲ್ಲಿ ಒಂದಿಷ್ಟು ಸೂಪ್ ಮತ್ತು ಶೇಂಗಾಕಾಳುಗಳನ್ನು ಮಾತ್ರ ಬಲವಂತದಿಂದ ದೇಹದ ಒಳಕ್ಕೆ ಸೇರಿಸಲು ನನಗೆ ಸಾಧ್ಯವಾಗಿತ್ತು. ಒಂದು ವಾರದಿಂದ ಭಯಂಕರ ಕೆಮ್ಮಿನಿಂದ ಒದ್ದಾಡಿ, ಪಕ್ಕೆಲುಬುಗಳು ಬೇರ್ಪಡೆಯಾದಂತಹ ಸ್ಥಿತಿಯಲ್ಲಿದ್ದ ನನಗೆ ಸಹಜವಾಗಿ ಉಸಿರಾಡುವುದೂ ಮಹಾವೇದನೆಯಾಗಿತ್ತು. 29028 ಅಡಿ ಎತ್ತರದ ಆ ವಾತಾವರಣದಲ್ಲಿ ಅದೆಷ್ಟು ಕಡಿಮೆ ಆಮ್ಲಜನಕ ನನ್ನ ಮೆದುಳಿಗೆ ಸಿಗುತ್ತಿತ್ತೆಂದರೆ, ನನ್ನ ಆಲೋಚನಾ ಶಕ್ತಿ ಒಂದು ಮಂದ ಮಗುವಿನದಕ್ಕೆ ಸಮನಾಗಿತ್ತು. ವಿಪರೀತ ಚಳಿ ಮತ್ತು ನಿಶ್ಯಕ್ತಿಯ ಹೊರತಾಗಿ ನನಗೆ ಏನನ್ನೂ ಆ ಸನ್ನಿವೇಶದಲ್ಲಿ ಅನುಭವಿಸಲು ಸಾಧ್ಯವಿರಲಿಲ್ಲ.

ಎನಾಟೊಲಿ ಬೊಕ್ರೀವ್ ಎಂಬ ರಷ್ಯಾ ದೇಶದ ಪರ್ವತಾರೋಹಿಯು ಪರ್ವತದ ತುದಿಯನ್ನು ತಲುಪಿದ ಕೆಲವೇ ನಿಮಿಷಗಳ ನಂತರ ಮತ್ತು ಆ್ಯಂಡಿ ಹೇರಿಸ್ ಎಂಬ ಮತ್ತೊಬ್ಬ ಪರ್ವತಾರೋಹಿ ತುದಿಯನ್ನು ತಲುಪುವುದಕ್ಕೆ ಸ್ವಲ್ಪ ಮೊದಲು ನಾನು ತುದಿಯನ್ನು ಮುಟ್ಟಿದ್ದೆ. ಎನಾಟೊಲಿ ಬೊಕ್ರೀವ್ ಅಮೆರಿಕಾದ ಒಂದು ವಾಣಿಜ್ಯ ಪರ್ವತಾರೋಹಣ ಸಂಸ್ಥೆಯಲ್ಲಿ ಕೆಲಸ ಮಾಡುತ್ತಿದ್ದರೆ, ನನ್ನನ್ನು ಕರೆತಂದಿದ್ದ ನ್ಯೂಜಿಲೆಂಡಿನ ಪರ್ವತಾರೋಹಣದ ತಂಡಕ್ಕೆ ಆ್ಯಂಡಿ ಹೇರಿಸ್ ಮಾರ್ಗದರ್ಶಿಯಾಗಿದ್ದ. ಎನಾಟೊಲಿ ಬೊಕ್ರೀವ್ ಬಗ್ಗೆ ಈ ಹಿಂದೆ ಸ್ವಲ್ಪ ಮಾತ್ರ ತಿಳಿದಿದ್ದ ನನಗೆ, ಈ ಆರು ವಾರಗಳಲ್ಲಿ ಹೆಚ್ಚು ಪರಿಚಯವಾಗಿ ಇಷ್ಟವಾಗಲಾರಂಭಿಸಿದ್ದ. ಆ್ಯಂಡಿ ಹೇರಿಸ್ ಮತ್ತು ಎನಾಟೊಲಿ ಬೊಕ್ರೀವ್ ಅವರು ಶಿಖರಾಗ್ರಕ್ಕೆ ಪಾದಾರ್ಪಣೆ ಮಾಡುವಂತಹ ಭಂಗಿಯ ನಾಲ್ಕು ಫೋಟೋಗಳನ್ನು ತರಾತುರಿಯಲ್ಲಿ ಕ್ಲಿಕ್ಕಿಸಿ, ಕೆಳಗಿಳಿಯಲು ಸಿದ್ಧನಾದೆ. ನನ್ನ ಕೈಗಡಿಯಾರ ಮಧ್ಯಾಹ್ನದ 1:17ರ ಸಮಯ ತೋರಿಸುತ್ತಿತ್ತು. ಇಷ್ಟೆಲ್ಲಾ ಆದರೂ, ಐದು ನಿಮಿಷಕ್ಕೂ ಕಡಿಮೆ ಸಮಯವನ್ನು ನಾನು ಜಗತ್ತಿನ ಮೇಲ್ಛಾವಣಿಯ ಮೇಲೆ ಕಳೆದಿದ್ದೆ.

ಒಂದು ಕ್ಷಣದ ನಂತರ, ಮತ್ತೊಂದು ಫೋಟೋ ತೆಗೆಯುವ ಉದ್ದೇಶದಿಂದ ಅಲ್ಲಿಯೇ ನಿಂತು, ನಾವು ಹತ್ತಿ ಬಂದ ದಕ್ಷಿಣ ದಿಬ್ಬದ ನೋಟವನ್ನು ಸೆರೆ ಹಿಡಿದೆ. ದಿಬ್ಬವನ್ನು ಹತ್ತುತ್ತಿರುವ ಇಬ್ಬರು ಪರ್ವತಾರೋಹಿಗಳ ಕಡೆಗೆ ಕ್ಯಾಮೆರಾ ಲೆನ್ಸನ್ನು ಕೇಂದ್ರೀಕರಿಸುವಾಗ, ಅಲ್ಲಿಯವರೆಗೆ ನನ್ನ ಗಮನಕ್ಕೆ ಬಂದಿರದ ಒಂದು ವಿಶೇಷ ಸಂಗತಿಯನ್ನು ಕಂಡೆ. ಒಂದು ಗಂಟೆಗೆ ಮೊದಲು ದಕ್ಷಿಣ ದಿಕ್ಕಿನಲ್ಲಿ ಪ್ರಶಾಂತವಾಗಿದ್ದ ಆಕಾಶದಲ್ಲಿ ಈಗ ನಿಧಾನಕ್ಕೆ ಮೋಡಗಳು ಕವಿದು, ಎವರೆಸ್ಟ್ ಪರ್ವತವನ್ನು ಸುತ್ತುವರೆದಿದ್ದ ಪುಮೋರಿ, ಆಮಾ ದಾಬ್ಲಂ ಮತ್ತಿತರ ಪುಟ್ಟ ಪರ್ವತಗಳನ್ನು ಮರೆಯಾಗಿಸಿದ್ದವು.

ಮುಂದೊಂದು ದಿನ – ಆರು ಸತ್ತ ದೇಹಗಳನ್ನು ಹುಡುಕಿ, ಮತ್ತೆರಡರ ಅನ್ವೇಷಣೆಯಲ್ಲಿ ವಿಫಲರಾಗಿ ಕೈಬಿಟ್ಟು, ಗ್ಯಾಂಗರೀನ್‌ನಿಂದ ಕೊಳೆತು ಹೋದ ಬೆಕ್ ವೆದರ್ಸ್‌ನ ಬಲಗೈಯನ್ನು ಡಾಕ್ಟರರು ಕತ್ತರಿಸಿದ ಮೇಲೆ – ಪರ್ವತದ ತುದಿಯನ್ನು ಮೊದಲು ತಲುಪಿದ್ದವರು ವಾತಾವರಣ ಹದಗೆಡುವ ಮುನ್ಸೂಚನೆಯನ್ನು ಗಮನಿಸದೆ ಹೋಗಿದ್ದು ಏಕೆ ಎಂದು ಜನರು ಕೇಳುವುದಿಲ್ಲವೆ? ಪರ್ವತಾರೋಹಣದಲ್ಲಿ ಅಷ್ಟೇನೂ ಪರಿಣತರಲ್ಲದವರ ತಂಡವನ್ನು ಕಟ್ಟಿಕೊಂಡು, ಪ್ರತಿಯೊಬ್ಬರಿಂದಲೂ ಸುರಕ್ಷಿತ ಆರೋಹಣಕ್ಕಾಗಿ 65000 ಡಾಲರ್ (ಸುಮಾರು 40 ಲಕ್ಷ ರೂಪಾಯಿಗಳು) ಶುಲ್ಕವನ್ನು ತೆಗೆದುಕೊಂಡ ಹಿಮಾಲಯದ ಅಗ್ರಮಾನ್ಯ ಮಾರ್ಗದರ್ಶಿಗಳು, ತಮ್ಮ ತಂಡದವರನ್ನು ಮೃತ್ಯುಕೂಪಕ್ಕೆ ದೂಕಿದ್ದೇಕೆ?

ಎರಡೂ ತಂಡದ ನಾಯಕರೂ ಸತ್ತು ಹೋಗಿದ್ದರಿಂದ ಅವರ ಪರವಾಗಿ ಮಾತನಾಡಲು ಯಾರಿಗೂ ಸಾಧ್ಯವಿರಲಿಲ್ಲ. ಆದರೆ ಮೇ 10ರ ನಡುಹಗಲಿನಲ್ಲಿ ನನಗೆ ಕಂಡ ಆ ದೃಶ್ಯವು ಕೊಲೆಪಾತಕ ಬಿರುಗಾಳಿಯ ಆಕ್ರಮಣವೆಂದು ನನಗೆ ಖಂಡಿತಾ ತಿಳಿಯಲಿಲ್ಲ ಎಂದು ಪ್ರಮಾಣ ಮಾಡಬಲ್ಲೆ. ಆಮ್ಲಜನಕದ ಕೊರತೆಯಿಂದ ಬಳಲುತ್ತಿದ್ದ ನನ್ನ ಮಿದುಳಿಗೆ, ಪಶ್ಚಿಮ ಕೋಮ್[1] ಎಂಬ ಆ ಮಹಾಕಣಿವೆಯ ಮೂಲಕ ಹಗೂರಕ್ಕೆ ಚಲಿಸುತ್ತಿದ್ದ ಆ ಮೋಡಗಳ ಸರಣಿಯು, ಅಪ್ರಮಾದಕರವಾಗಿಯೂ, ಶಕ್ತಿಹೀನವಾಗಿಯೂ, ಕ್ಷುಲ್ಲಕವಾಗಿಯೂ ಕಂಡಿದ್ದವು. ನಡುಹಗಲಿನ ಚುರುಗುಟ್ಟುವ ಸೂರ್ಯಕಿರಣಗಳ ನಡುವೆ, ಪ್ರತಿನಿತ್ಯ ಮಧ್ಯಾಹ್ನ ಕಣಿವೆಯಲ್ಲಿ ಕಾಣುವ ನಿರುಪದ್ರವಿ ಮೋಡಗಳಿಗಿಂತ ಇವು ಭಿನ್ನವಾಗಿ ಕಂಡಿರಲಿಲ್ಲ.

ನಾನು ಕೆಳಗಿಳಿಯಲು ಶುರು ಮಾಡಿದಾಗ ಅತ್ಯಂತ ಆತಂಕದಲ್ಲಿದ್ದೆ; ಆದರೆ ನನ್ನ ಆತಂಕಕ್ಕೂ ಈ ವಾತಾವರಣದ ಪಲ್ಲಟಕ್ಕೂ ಯಾವುದೇ ಸಂಬಂಧವಿರಲಿಲ್ಲ. ನನ್ನ ಆಮ್ಲಜನಕದ ಟ್ಯಾಂಕಿನ ಮೀಟರನ್ನು ಗಮನಿಸಿದಾಗ ಅದು ಖಾಲಿಯಾಗುತ್ತಿರುವುದು ಗೊತ್ತಾಗಿತ್ತು. ನಾನು ಅತ್ಯಂತ ಶೀಘ್ರ ಕೆಳಗಿಳಿಯಬೇಕಿತ್ತು.

ಎವರೆಸ್ಟ್‌ನ ಈಶಾನ್ಯ ಭಾಗದ ತುತ್ತತುದಿಯಿಂದ ದಿಬ್ಬವೊಂದು ಸುಮಾರು ಕಾಲು ಮೈಲಿ ಉದ್ದಕ್ಕೆ ಹಾವಿನಂತೆ ಹರಿದು ಸೌತ್ ಸಮಿಟ್(ದಕ್ಷಿಣಾಗ್ರ) ಎಂಬ

---

1 ಹಿಮಾಲಯದ ತಪ್ಪಲಿನಲ್ಲಿ ಕಣಿವೆಗಳನ್ನು 'ಕೋಮ್' ಎಂದು ಕರೆಯುತ್ತಾರೆ. ವೆಲ್ಶ್ ಭಾಷೆಯಲ್ಲಿ ಈ ಪದಕ್ಕೆ ಕಣಿವೆಯೆಂದೂ ಅಥವಾ ಕಡಿದಾದ ಪರ್ವತಗಳ ಮಧ್ಯೆ ಇರುವ ಭಾಗವೆಂದೂ ಅರ್ಥವಿದೆ. ಜಾರ್ಜ್ ಲೀ ಮಲೋರಿ ಎನ್ನುವ ಪರ್ವತಾರೋಹಿಯು, 1921ರ ಆರಂಭದ ಎವರೆಸ್ಟ್ ಪರ್ವತಾರೋಹಣದ ಪ್ರಯತ್ನಗಳಲ್ಲಿ ಪಶ್ಚಿಮ ಕಣಿವೆಯನ್ನು ಗುರುತಿಸಿ, 'ವೆಸ್ಟರ್ನ್ ಕೋಮ್' ಎಂಬ ಹೆಸರನ್ನು ಕೊಟ್ಟ. ನೇಪಾಳ ಮತ್ತು ಟಿಬೆಟ್ ದೇಶಗಳ ಅಂಚಿನಲ್ಲಿರುವ ಲೋ ಲಾ ಪಾಸ್ ದಾರಿಯಲ್ಲಿ ಚಲಿಸುವಾಗ ಈ ಕಣಿವೆಯನ್ನು ಆತ ಕಂಡಿದ್ದ.

ಪಕ್ಕದ ಪರ್ವತದ ತುದಿಯನ್ನು ತಲುಪುತ್ತದೆ. ಗಾಳಿಯಿಂದ ಸವೆದು ನುಣುಪಾದ ಮತ್ತು ಮಂಜಿನಿಂದ ಆವೃತವಾದ ಕಲ್ಲಿನ ಈ ದಾರಿಯು ರುದ್ರಾಕರ್ಷಕವಾಗಿದೆ. ಉಬ್ಬು ಇಳಿತಗಳ ಈ ದಾರಿಯನ್ನು ಸವೆಸುವುದು ತಾಂತ್ರಿಕವಾಗಿ ಅಷ್ಟೇನೂ ಕಷ್ಟವಲ್ಲದಿದ್ದರೂ, ಇಡೀ ಭಾಗ ಸಂಪೂರ್ಣವಾಗಿ ಬಯಲಿಗೆ ತೆರೆದು ನಿಂತಿದೆ. ಎವರೆಸ್ಟ್ ತುದಿಯಿಂದ ಹೊರಟು, ಸುಮಾರು 7000 ಅಡಿಯ ಈ ಕಣಿವೆಯನ್ನು ಜಾಗ್ರತೆಯಿಂದ ನಡೆದ ಮೇಲೆ, ಮುಂದೆ ಚಲಿಸಲು ಸಾಕಷ್ಟು ಪರಿಣತಿಯನ್ನು ಬೇಡುವ ಹಿಲರಿ ಸ್ಟೆಪ್ ಎನ್ನುವ ಕುಖ್ಯಾತ ಇಕ್ಕಟ್ಟಿನ ಸ್ಥಳಕ್ಕೆ ಬಂದೆ. ಕಂಬಿ ಹುಗಿದು ಕಟ್ಟಿದ್ದ ಹಗ್ಗಕ್ಕೆ ಜೂಮರ್(ಕೊಕ್ಕೆ) ಅನ್ನು ಸಿಗಿಸಿ ನಾನು ಜಾರಲಾರಂಭಿಸಿದಾಗ, ಕೆಳಗಿನ ದೃಶ್ಯವನ್ನು ಕಂಡು ಬೆಚ್ಚಿ ಬಿದ್ದೆ.

ಮೂವತ್ತು ಅಡಿಗಳ ಕೆಳಗೆ, ಅಂದರೆ ಹಿಲರಿ ಸ್ಟೆಪ್ಪಿನ ಕೆಳಗಿನ ಸಮತಟ್ಟಿನಲ್ಲಿ ಸುಮಾರು ಒಂದು ಡಜನ್‌ಗೂ ಹೆಚ್ಚು ಜನರು ಸರದಿಯಲ್ಲಿ ನಿಂತಿದ್ದರು. ಮೂವರು ಆಗಲೇ ನಾನು ಇಳಿಯಲು ಬಳಸಬೇಕೆಂದಿದ್ದ ಹಗ್ಗವನ್ನು ಹಿಡಿದು ಹತ್ತುವುದಕ್ಕೆ ಶುರು ಮಾಡಿದ್ದನ್ನು ಕಂಡೆ. ಸಹಚಾರಣಿಗರ ನಡುವಿನ ಔಚಿತ್ಯಪ್ರಜ್ಞೆಯಿಂದ ನಾನು ಇಳಿಯುವುದನ್ನು ಸದ್ಯಕ್ಕೆ ತಡೆದು, ಜೂಮರ್ ಅನ್ನು ಸಡಿಲಿಸಿಕೊಂಡು ಸುರಕ್ಷಿತ ದೂರದಲ್ಲಿ ಹೋಗಿ ನಿಂತೆ. ನನಗಿದ್ದ ಏಕೈಕ ಆಯ್ಕೆ ಅದಾಗಿತ್ತು.

ಮೂರು ಪರ್ವತಾರೋಹಣ ತಂಡಗಳ ಜನರಿಂದಾಗಿ ಈ ದಟ್ಟಣೆ ಉದ್ಭವಿಸಿತ್ತು; ಪ್ರಸಿದ್ಧ ಪರ್ವತಾರೋಹಣ ನಾಯಕನಾದ ನ್ಯೂಜಿಲೆಂಡಿನ ರಾಬ್ ಹಾಲ್‌ನ ಜೊತೆಯಲ್ಲಿ ಬಂದಿದ್ದ ನನ್ನ ತಂಡ, ಅಮೆರಿಕಾದ ಸ್ಕಾಟ್ ಫಿಷರ್ ನಾಯಕತ್ವದ ಮತ್ತೊಂದು ತಂಡ ಮತ್ತು ವಾಣಿಜ್ಯೇತರ ಉದ್ದೇಶದಿಂದ ಬಂದಿದ್ದ ತೈವಾನಿನ ಇನ್ನೊಂದು ತಂಡ. 26000 ಅಡಿಗಳ ಎತ್ತರದಲ್ಲಿ ಅತ್ಯಂತ ಸಹಜವಾಗಿ ಬಸವನ ಹುಳುವಿನ ವೇಗದಲ್ಲಿ ನಡೆಯುತ್ತಾ, ಒಬ್ಬೊಬ್ಬರಾಗಿ ಹಿಲರಿ ಸ್ಟೆಪ್ಪನ್ನು ಅವರು ಕಷ್ಟದಿಂದ ಹತ್ತುವುದನ್ನು ನಾನು ತಳಮಳದಿಂದ ನೋಡುತ್ತಾ ಸಮಯವನ್ನು ಕಳೆದೆ.

ನನ್ನ ನಂತರ ಶಿಖರವನ್ನು ಇಳಿಯಲು ಪ್ರಾರಂಭಿಸಿದ್ದ ಆ್ಯಂಡಿ ಹೇರಿಸ್, ಈಗ ನನ್ನ ಜೊತೆ ಬಂದು ನಿಂತಿದ್ದ. ನನ್ನ ಬಾಟಲಿನಲ್ಲಿ ಉಳಿದಿದ್ದ ಒಂದಿಷ್ಟು ಆಮ್ಲಜನಕವನ್ನು ಕಾಪಾಡಿಕೊಳ್ಳುವ ಉದ್ದೇಶದಿಂದ, ನನ್ನ ಬೆನ್ನುಚೀಲಕ್ಕೆ ಕೈ ಹಾಕಿ ನನ್ನ ರೆಗುಲೇಟರಿನ ಬಿರುಡೆಯನ್ನು ತಿರುಗಿಸಲು ಬೇಡಿಕೊಂಡರೆ, ಅವನು ಹಾಗೇ ಮಾಡಿದ. ಮುಂದಿನ ಹತ್ತು ನಿಮಿಷಗಳ ಕಾಲ ಆಶ್ಚರ್ಯವೆಂಬಂತೆ ನನಗೆ ತುಂಬಾ ಆರಾಮವಾದಂತೆ ಭಾಸವಾಯ್ತು. ಆದರೆ ಅನಂತರ ಅಚಾನಕ್ಕಾಗಿ ನನಗೆ ಉಸಿರುಕಟ್ಟಿದಂತಾಯ್ತು. ನನ್ನ ದೃಷ್ಟಿ ಮಂಜಾಗಿ ತಲೆ ತಿರುಗಲಾರಂಭಿಸಿತು. ಪ್ರಜ್ಞೆ ತಪ್ಪುವಂತಹ ಸ್ಥಿತಿಗೆ ಬಂದೆ.

ನನ್ನ ಆಮ್ಲಜನಕದ ರೆಗುಲೇಟರಿನ ಬಿರುಡೆಯನ್ನು ಬಂದ್ ಮಾಡುವ ಬದಲು, ತನ್ನದೇ ನಿಶ್ಶಕ್ತ ಅಯೋಮಯ ಸ್ಥಿತಿಯಲ್ಲಿದ್ದ ಆ್ಯಂಡಿ ಹೇರಿಸ್ ಆ ಬಿರುಡೆಯನ್ನು ವಿರುದ್ಧ ದಿಕ್ಕಿಗೆ ತಿರುಗಿಸಿ ಬಾಟಲಿಯಲ್ಲಿದ್ದ ಆಮ್ಲಜನಕ ಪೋಲಾಗುವಂತೆ ಮಾಡಿದ್ದ. ನನ್ನ ಬಾಟಲಿಯಲ್ಲಿದ್ದ ಕೊನೆಯ ಗುಟುಕು ಆಮ್ಲಜನಕವನ್ನೂ ಅಪವ್ಯಯ ಮಾಡಿಯಾಗಿತ್ತು. 250 ಅಡಿಗಳಷ್ಟು ಕೆಳಗಿರುವ ದಕ್ಷಿಣ ದಿಬ್ಬದ ತುದಿಯಲ್ಲಿ ನನಗಾಗಿ ಇನ್ನೊಂದು ಆಮ್ಲಜನಕದ ಬಾಟಲಿ ಇತ್ತಾದರೂ, ಅಲ್ಲಿಗೆ ತಲುಪಲು ನಾನು ಇಡೀ ಪಯಣದ ಅತ್ಯಂತ ಕಷ್ಟದ ಹಾದಿಯನ್ನು ಪೂರಕ ಆಮ್ಲಜನಕವಿಲ್ಲದೆ ಸವೆಸಬೇಕಿತ್ತು.

ಮೊದಲಿಗೆ ನೆರದ ಜಂಗುಳಿ ಮೇಲೇರುವುದಕ್ಕೆ ನಾನು ಕಾಯಬೇಕಿತ್ತು. ನಿರುಪಯೋಗಿ ಮುಖಗವಸನ್ನು ಕಳಚಿ, ನನ್ನ ಹಿಮಗೊಡಲಿಯನ್ನು ನೆಲಕ್ಕೆ ಹುಗಿದು, ದಿಬ್ಬದ ಮೇಲೆ ತುದಿಗಾಲಲ್ಲಿ ಕುಳಿತೆ. ವಿಜಯದ ಅಭಿನಂದನೆಗಳನ್ನು ಪರ್ವತ ಹತ್ತುವ ಎಲ್ಲರಿಂದಲೂ ಸ್ವೀಕರಿಸುತ್ತ ಕುಳಿತಾಗಲೂ ನನ್ನ ಒಳಮನಸ್ಸು "ಬೇಗ! ಬೇಗ!!" ಎಂದು ದೈನ್ಯದಿಂದ ಕಿರುಚುತ್ತಿತ್ತು. "ಬೋಳಿಮಕ್ಕಳಾ... ನೀವಿಲ್ಲಿ ನನ್ನ ಸುತ್ತ ಮುತ್ತಿಕೊಂಡು ನಿಂತಾಗ, ನನ್ನ ಮೆದುಳಿನ ಕೋಟ್ಯಂತರ ಜೀವಕಣಗಳು ಸಾಯ್ತಾ ಅವೆ!!"

ಬಹುತೇಕ ಆ ಗುಂಪು ಸ್ಕಾಟ್ ಫಿಷರ್‌ನ ತಂಡದವರದಾಗಿತ್ತು, ಆದರೆ ಗುಂಪಿನ ಕೊನೆಯಲ್ಲಿ ನನ್ನ ತಂಡದ ರಾಬ್ ಹಾಲ್ ಮತ್ತು ಯಸುಕೊ ನಂಬಾ ಕಾಣಿಸಿಕೊಂಡರು. ಅತ್ಯಂತ ಸೌಮ್ಯ ಮತ್ತು ಗಂಭೀರ ಸ್ವಭಾವದ ನಲವತ್ತೇಳರ ಪ್ರಾಯದ ಯಸುಕೊ ನಂಬಾ, ಎವರೆಸ್ಟ್ ಹತ್ತಿದ ಅತ್ಯಂತ ಹಿರಿಯ ಮಹಿಳೆಯಾಗಲು ಮತ್ತು ಏಳು ಖಂಡಗಳ ಶಿಖರಾಗ್ರಗಳನ್ನು ಮೆಟ್ಟಿಬಂದ ಎರಡನೆಯ ಜಪಾನೀ ಮಹಿಳೆಯಾಗಲು ಕೇವಲು 45 ನಿಮಿಷ ಬಾಕಿಯಿತ್ತು. ಬರೀ 42 ಕೆಜಿ ತೂಕದ ಆಕೆಯ ಗುಬ್ಬಿಯಂತಹ ದೇಹ ವಿಶೇಷ ಶಕ್ತಿ–ಸಾಮರ್ಥ್ಯಗಳನ್ನು ಅಡಗಿಸಿಕೊಂಡಿತ್ತು. ಇಲ್ಲಿಯವರೆಗಿನ ಆಕೆಯ ಪರ್ವತಾರೋಹಣ ಯಾವುದೇ ಅಳುಕಿಲ್ಲದ ದಿಟ್ಟ ಛಲದಿಂದ ಕೂಡಿತ್ತು.

ಡಹ್ಗ್ ಹಾನ್‌ಸೆನ್‌ನು ಅನಂತರ ಮೇಲಕ್ಕೆ ಹತ್ತಿ ಬಂದ. ಸಿಯಾಟೆಲ್‌ನ ಹೊರವಲಯದಲ್ಲಿರುವ ಅಂಚೆ ಕಛೇರಿಯ ನೌಕರನಾಗಿದ್ದ ಈತ, ಪರ್ವತಗಳಲ್ಲಿ ಸಂಚರಿಸುವಾಗ ನನ್ನ ಜೀವದ ಗೆಳೆಯನಾಗಿದ್ದ. "ಎವರೆಸ್ಟ್ ನಿನ್ನ ಬುಟ್ಟಿಗೆ ಬಿತ್ತು!" ಎಂದು ನಾನು ನನ್ನ ಶಕ್ತಿ ಮೀರಿ ಗಾಳಿಯಲ್ಲಿ ಕೂಗಿದರೂ, ನನಗೇ ಅದು ಕ್ಷೀಣವಾಗಿ ಕೇಳಿಸಿತು. ಸುಸ್ತಾಗಿದ್ದ ಡಹ್ಗ್ ಹಾನ್‌ಸೆನ್, ತನ್ನ ಮುಖಗವಸಿನ ಹಿಂದೆಯೇ ಏನೋ ಗೊಣಗಿದ್ದು ನನಗೆ ಕೇಳಿಸಲಿಲ್ಲ. ನನ್ನ ಕೈಯನ್ನು ಕುಲುಕಿ, ಕಷ್ಟದಿಂದ ಪರ್ವತವನ್ನು ಹತ್ತತೊಡಗಿದ.

ಸಾಲಿನ ಕೊನೆಯಲ್ಲಿ ಸ್ಕಾಟ್ ಫಿಷರ್ ಇದ್ದ. ನಾವಿಬ್ಬರೂ ಸಿಯಾಟೆಲ್‌ನಲ್ಲಿ ವಾಸಿಸುವುದರಿಂದಾಗಿ ಅವನ ಪರಿಚಯ ನನಗೆ ಸುಮಾರಾಗಿ ಇತ್ತು. ಸ್ಕಾಟ್ ಫಿಷರ್ ಪರ್ವತಾರೋಹಣದ ದಂತಕತೆಯಾಗಿದ್ದ; 1994ರಲ್ಲಿ ಯಾವುದೇ ಪೂರಕ ಆಮ್ಲಜನಕದ ಬಾಟಲಿಗಳ ಸಹಾಯವಿಲ್ಲದೆ ಎವರೆಸ್ಟನ್ನು ಹತ್ತಿದ್ದ. ಆದ್ದರಿಂದಲೇ ಅವನ ಈ ಸಾವಧಾನದ ಆರೋಹಣ ಮತ್ತು 'ಹಲೋ' ಹೇಳಲೆಂದು ಮುಖಗವಸನ್ನು ತೆಗೆದಾಗ ಜರ್ಜರಿತನಾಗಿ ಕಂಡಿದ್ದು ನನಗೆ ಅಚ್ಚರಿಯನ್ನು ತಂದಿತು. ತನ್ನ ಯಾವತ್ತಿನ ಮಗುವಿನ ಮುಗ್ಧತೆಯಲ್ಲಿ "ಬ್ರೂ..." ಎಂದು ಬಲವಂತದ ಉತ್ಸಾಹದಲ್ಲಿ ಕೂಗಿ ಅಭಿನಂದಿಸಿದ. ಹೇಗಿದೀಯ ಅಂತ ನಾನು ವಿಚಾರಿಸಿದಾಗ, ಸ್ಕಾಟ್ ಫಿಷರ್ ಚೆನ್ನಾಗಿರುವೆನೆಂದು ದೃಢವಾಗಿ ಹೇಳಿದ. "ಯಾಕೋ ಈವತ್ತು ದೇಹ ಸ್ವಲ್ಪ ಎಳಕೊಂಡು ಹೋಗ್ತಿದೀನಿ. ಅದೆಲ್ಲಾ ಮಾಮೂಲಿ" ಎಂದ. ಹಿಲರಿ ಸ್ಟೆಪ್ ಭಾಗವು ಕೊನೆಗೂ ತೆರವಾದ ಮೇಲೆ, ಕೇಸರಿ ಬಣ್ಣದ ಹಗ್ಗಕ್ಕೆ ನನ್ನ ಜೂಮರ್ ಅನ್ನು ಸಿಕ್ಕಿಸಿ, ಸ್ಕಾಟ್ ಫಿಷರ್ ತನ್ನ ಹಿಮಗೊಡಲಿಯನ್ನು ಹುಗಿದು ನೆಲದ ಮೇಲೆ ಕುಸಿದು ಕುಳಿತದ್ದರಿಂದ ಅವನನ್ನೊಂದು ಸುತ್ತು ಹಾಕಿ, ವೇಗವಾಗಿ ದಿಬ್ಬವನ್ನು ಇಳಿಯತೊಡಗಿದೆ.

ದಕ್ಷಿಣ ದಿಬ್ಬದ ತುದಿಗೆ ಬಂದಾಗ ಆಗಲೇ ಮಧ್ಯಾಹ್ನದ 3:00 ಗಂಟೆ ಮುಗಿದಿತ್ತು. ಈ ವೇಳೆಗಾಗಲೇ ಮೋಡಗಳು 27923 ಅಡಿ ಎತ್ತರದ ಲೋಟ್ ಪರ್ವತದ ತುದಿಯ ಮೇಲೆ ವೇಗವಾಗಿ ಸಾಗುತ್ತಿದ್ದವು ಮತ್ತು ನಿಧಾನಕ್ಕೆ ಎವರೆಸ್ಟ್ ಪರ್ವತದ ತುದಿಯನ್ನು ಆಕ್ರಮಿಸುತ್ತಿದ್ದವು. ವಾತಾವರಣ ಅಷ್ಟೇನೂ ಅಪಾಯಕಾರಿಯೆನ್ನುವಂತೆ ಕಾಣುತ್ತಿರಲಿಲ್ಲ. ನಾನು ಒಂದು ಹೊಸ ಆಮ್ಲಜನಕದ ಬಾಟಲಿಯನ್ನು ತೆಗೆದುಕೊಂಡು, ಅದನ್ನು ನನ್ನ ರೆಗುಲೇಟರಿಗೆ ಸೇರಿಸಿ, ಸೇರಿದ್ದ ಮೋಡಗಳ ಕೆಳಗೆ ಓಡಿ ಬಂದೆ. ದಕ್ಷಿಣ ದಿಬ್ಬದಿಂದ ಇಳಿಯಲು ನಾನು ಶುರುಮಾಡಿದ ಹೊತ್ತಿಗೆ, ಸಣ್ಣಗೆ ಹಿಮ ಸುರಿಯಲಾರಂಭಿಸಿತು ಮತ್ತು ದೃಷ್ಟಿ ಮಸುಕಾಗಲಾರಂಭಿಸಿತು.

ನಾಲ್ಕು ನೂರು ಅಡಿಗಳ ಮೇಲೆ, ಇನ್ನೂ ಪ್ರಖರವಾದ ಸೂರ್ಯನ ಬೆಳಕು ಮತ್ತು ಸ್ವಚ್ಛ ಆಕಾಶ ಕಾಣುತ್ತಿದ್ದ ಎವರೆಸ್ಟ್‌ನ ತುದಿಯಲ್ಲಿ, ನನ್ನ ಸಹಾರೋಹಿಗಳು ತಮ್ಮ ಪಾಡಿಗೆ ತಾವು ಆರೋಹಣದ ಸಾಧನೆಯ ನೆನಪಿಗಾಗಿ ಫೋಟೋಗಳನ್ನು ಕ್ಲಿಕ್ಕಿಸುತ್ತಾ, ಧ್ವಜಾರೋಹಣ ಮಾಡುತ್ತಾ, ಸಂಭ್ರಮದಿಂದ ತಮ್ಮ ಅಮೂಲ್ಯವಾದ ಸಮಯವನ್ನು ವ್ಯಯಿಸುತ್ತಿದ್ದರು. ಕಠೋರವಾದ ಪರೀಕ್ಷೆಗಳಿಗೆ ಒಳಪಡುವ ಕೆಟ್ಟ ಸಮಯ ಬರುತ್ತಿದೆಯೆಂದು ಯಾರೂ ಕಲ್ಪನೆ ಮಾಡಿರಲಿಲ್ಲ. ಆ ವಿಳಂಬಿತ ದಿನದ ಪ್ರತಿಯೊಂದು ನಿಮಿಷವೂ ಬಹಳ ಮುಖ್ಯವಾಗುತ್ತದೆಂಬುದು ಅವರ್‍ಯಾರಿಗೂ ತಿಳಿದಿರಲಿಲ್ಲ.

ಅಧ್ಯಾಯ 2

ಡೆಹ್ರಾಡೂನ್, ಭಾರತ

1852ನೆಯ ಇಸವಿ; 2234 ಅಡಿ ಎತ್ತರ

ಯಾವುಯಾವುದೋ ದಂತಕತೆಗಳ ಕಲಬೆರಕೆಯಿಂದಾಗಿ ನಿಜವಾದ ಘಟನೆಯ ವಿವರಗಳು ನಮಗೆ ಲಭ್ಯವಿಲ್ಲ. ಆದರೆ ಡೆಹ್ರಾಡೂನ್‌ನ ಉತ್ತರದ ಹಿಲ್‌ಸ್ಟೇಷನ್‌ನಲ್ಲಿದ್ದ ಗ್ರೇಟ್ ಟ್ರಿಗ್ನಾಮೆಟ್ರಿಕಲ್ ಸರ್ವೆ ಆಫ್ ಇಂಡಿಯಾ ಎಂಬ ಕಛೇರಿಯೊಳಗೆ, 1852ರ ಇಸವಿಯಲ್ಲಿ ಇದು ನಡೆದಿದೆ. ಬಹುತೇಕ ನಂಬಬಹುದಾದ ಘಟನೆಯ ಪ್ರಕಾರ, ಭಾರತದ ಸರ್ವೆ ಜನರಲ್ ಹುದ್ದೆಯಲ್ಲಿದ್ದ ಸರ್ ಆಂಡ್ರೂ ವಾ ಅವರ ಕಛೇರಿಯ ಕೋಣೆಯೊಳಕ್ಕೆ ನುಗ್ಗಿದ ಗುಮಾಸ್ತನೊಬ್ಬ, ಸರ್ವೆ ಬ್ಯೂರೋ ಕಲ್ಕತ್ತಾದ ಶಾಖೆಯಲ್ಲಿ ಕೆಲಸ ಮಾಡುವ ರಾಧಾನಾಥ ಸಿಕಂದರ್ ಎಂಬ ಬೆಂಗಾಲದ ಕಂಪ್ಯೂಟರ್ "ಜಗತ್ತಿನ ಅತಿ ದೊಡ್ಡ ಪರ್ವತವನ್ನು ಕಂಡು ಹಿಡಿದಿದ್ದಾನೆ" ಎಂದು ಕೂಗಿದನಂತೆ. (ವಾಹ್‌ನ ದಿನಗಳಲ್ಲಿ ಕಂಪ್ಯೂಟರ್ ಎಂದರೆ

ಗಣಕಯಂತ್ರವಲ್ಲ, ಗುಮಾಸ್ತನ ಕೆಲಸದ ವಿವರಗಳ ಪಟ್ಟಿ) ಇಪ್ಪತ್ನಾಲ್ಕು ಇಂಚಿನ ಸರ್ವೆ ಉಪಕರಣದಿಂದ ಮೂರು ವರ್ಷಗಳ ಕೆಳಗೆ ಪ್ರಥಮ ಬಾರಿ ಇದರ ಇರುವಿಕೆಯನ್ನು ಪತ್ತೆ ಮಾಡಿ "ಪೀಕ್ 15" ಎಂದು ನಾಮಕರಣ ಮಾಡಿದ ಸರ್ವೆ ಜನರ ಪ್ರಕಾರ, ಆ ದಿನಗಳಲ್ಲಿ ನೇಪಥ್ಯದಲ್ಲಿದ್ದ ನೇಪಾಳದ ಹಿಮಾಲಯ ಶ್ರೇಣಿಗಳ ಬೆನ್ನಿನಿಂದ ಈ ಪರ್ವತವು ಪ್ರಾರಂಭವಾಗಿತ್ತು.

ಸಿಕಂದರ್‌ನು ಸಮೀಕ್ಷೆ ಮಾಡಿದ ದತ್ತಾಂಶಗಳನ್ನು ಕೂಡಿಸಿ ತೋರಿಸುವವರೆಗೆ ಯಾರಿಗೂ ಈ "ಪೀಕ್ 15" ಪರ್ವತದಲ್ಲಿ ಯಾವ ವಿಶೇಷವೂ ಕಂಡಿರಲಿಲ್ಲ. ಇದರ ಎತ್ತರವನ್ನು ಕಂಡು ಹಿಡಿಯಲು ಕಾರಣವಾದ ಆರು ಸರ್ವೆ ಕಛೇರಿಗಳು ಈ ಪರ್ವತದಿಂದ ನೂರು ಕಿಲೋಮೀಟರ್ ದೂರದ ಉತ್ತರ ಭಾರತದಲ್ಲಿದ್ದವು. ಈ ಪರ್ವತದ ಮುಂದಿದ್ದ ಹಲವಾರು ಉಪಪರ್ವತಗಳ ಶಿಖರದ ತುದಿಯಿಂದಾಗಿ ಇದರ ನಿಜವಾದ ಎತ್ತರದ ಅರಿವು ಈ ಹಿಂದೆ ಸಮೀಕ್ಷೆ ಮಾಡಿದವರಿಗೆ ದಕ್ಕಿರಲಿಲ್ಲ. ಆದರೆ ಅತ್ಯಂತ ಮುತುವರ್ಜಿಯಿಂದ ಲೆಕ್ಕಾಚಾರವನ್ನು ಮಾಡಿದ ಸಿಕಂದರ್‌ನ ಪ್ರಕಾರ ಈ ಪರ್ವತವು ಸಮುದ್ರಮಟ್ಟದಿಂದ 29002[1] ಅಡಿ ಎತ್ತರವಿದ್ದು, ಇದೇ ಜಗತ್ತಿನ ಮೇಲ್ಛಾವಣಿಯೆಂದು ಪ್ರತಿಪಾದಿಸಿದ್ದ. (ಭೂಮಿಯ ತಿರುವು, ಬೆಳಕಿನ ವಕ್ರೀಭವನ ಮತ್ತು ಉಪಕರಣದ ನೇರವನ್ನೆಲ್ಲಾ ಅವನು ಪರಿಗಣಿಸಿದ್ದ)

ಇದು ಜರುಗಿ 9 ವರ್ಷಗಳ ನಂತರ, ಅಂದರೆ 1865ರಲ್ಲಿ ಸಿಕಂದರ್‌ನ ಲೆಕ್ಕಾಚಾರವನ್ನು ಒಪ್ಪಿಕೊಂಡಾದ ಮೇಲೆ, ಈ "ಪೀಕ್ 15"ಕ್ಕೆ ಆಂಡ್ರೂ ವಾನು ತನ್ನ ಸಾಹೇಬ ಸರ್ ಜಾರ್ಜ್ ಎವರೆಸ್ಟ್‌ನನ್ನು ಸಂತೃಪ್ತಿಗೊಳಿಸಲೋಸುಗ "ಮೌಂಟ್ ಎವರೆಸ್ಟ್" ಎಂದು ನಾಮಕರಣ ಮಾಡಿದ. ಈ ಪರ್ವತದ ಉತ್ತರ ಭಾಗದಲ್ಲಿದ್ದ ಟಿಬೇಟಿಯನ್ನರು ಇದಕ್ಕಾಗಲೇ ಹೆಚ್ಚು ಸೂಕ್ತವಾದ "ಜೋಮಲುಂಗುಮಾ", ಅಂದರೆ 'ಭೂತಾಯಿ' ಎಂದು ವಾಡಿಕೆಯಿಂದ ಕರೆಯುತ್ತಿದ್ದರು. ದಕ್ಷಿಣ ಭಾಗದಲ್ಲಿದ್ದ ನೇಪಾಳಿಗರು ಇದನ್ನು "ಸಾಗರಮಾತಾ" ಎಂದು ಕರೆಯುತ್ತಿದ್ದರು. ಆದರೆ ವಾಹ್ ಅವನ್ನೆಲ್ಲಾ ಲಕ್ಷಣವಾಗಿ ಕಡೆಗಣಿಸಿ, ಮೌಂಟ್ ಎವರೆಸ್ಟ್ ಹೆಸರನ್ನು ಲಗತ್ತಿಸಿದ. (ಕಛೇರಿಯ ನಿಯಮಗಳು ಕೂಡಾ ಸ್ಥಳೀಯ ಮತ್ತು ಪುರಾತನ ಹೆಸರುಗಳನ್ನು ಉಳಿಸಿಕೊಳ್ಳಬೇಕೆಂದು ಹೇಳಿದ್ದರೂ ಅದನ್ನು ಅವನು ಕಡೆಗಣಿಸಿದ್ದ)

ಒಮ್ಮೆ ಎವರೆಸ್ಟ್ ಪರ್ವತವು ಜಗತ್ತಿನ ಅತ್ಯುನ್ನತ ಶಿಖರವೆಂದು ಸುದ್ದಿಯಾಗಿದ್ದೇ ತಡ, ಜಗತ್ತಿನ ಎಲ್ಲ ಕಡೆಯಿಂದಲೂ ಅದನ್ನು ಮೆಟ್ಟಿ ನಿಲ್ಲುವ

1 ಸದ್ಯಕ್ಕೆ ನಾವು ಎವರೆಸ್ಟ್ ಪರ್ವತದ ಎತ್ತರವನ್ನು 29,028 ಅಡಿ ಅಥವಾ 8,848 ಮೀಟರ್‌ಗಳೆಂದು ಒಪ್ಪಿಕೊಂಡಿದ್ದೇವೆ. ಆಧುನಿಕ ತಂತ್ರಜ್ಞಾನಗಳಾದ ಲೇಸರ್ ಮತ್ತು ಡಾಪ್ಲರ್ ಸ್ಯಾಟಲೈಟ್ ಪ್ರಸರಣ ಇತ್ಯಾದಿಗಳನ್ನು ಬಳಸಿಕೊಂಡು ಮಾಡಿದ ಸಮೀಕ್ಷೆಗಳು ಈ ಪರ್ವತದ ಎತ್ತರವನ್ನು ಒಂದು ಮೀಟರ್ ಇಪ್ಪತ್ತು ಅಡಿಯಷ್ಟು ಹೆಚ್ಚಿಸಿವೆ.

ಉತ್ಸಾಹ ಕಾಣಲಾರಂಭಿಸಿತು. ಅಮೆರಿಕಾದ ಅನ್ವೇಷಣಾಕಾರ ರಾಬರ್ಟ್ ಪೇರಿಯು 1909ರಲ್ಲಿ ಉತ್ತರ ಧೃವವನ್ನು ತಲುಪಿದ್ದು ಮತ್ತು ನಾರ್ವೆಯ ತಂಡವನ್ನು ರೊಆಲ್ಡ್ ಅಮುಂಡ್‌ಸೆನ್‌ನು 1911ರಲ್ಲಿ ದಕ್ಷಿಣ ಧೃವವನ್ನು ತಲಪಿದ್ದು ಹೊರತುಪಡಿಸಿದರೆ, ಮೂರನೆಯ ಧೃವವೆಂದು ಕರೆಸಿಕೊಳ್ಳಲಾರಂಭಿಸಿದ ಈ ಎವರೆಸ್ಟ್ ಪರ್ವತವು ಎಲ್ಲಾ ಭೂಮಂಡಲದ ಅನ್ವೇಷಕರಿಗೆ ಅತ್ಯಂತ ಆಕರ್ಷಕ ವಸ್ತುವಾಗಿ ಕಾಣಲಾರಂಭಿಸಿತು. ಅತ್ಯಂತ ಪ್ರಭಾವಿ ಪರ್ವತಾರೋಹಿಯೂ ಮತ್ತು ಆದಿಮ ಹಿಮಾಲಯದ ಪರ್ವತಾರೋಹಿಯೂ ಆದ ಗಂತರ್ ಓ ಡೈರೆನ್‌ಫರ್ತ್ ಎನ್ನುವವನು "ಎವರೆಸ್ಟ್ ಆರೋಹಣವು ವಿಶ್ವ ಮಾನವನ ವಿಕಾಸಕ್ಕೆ ಸಂಬಂಧಿಸಿದ್ದು. ಅದೆಷ್ಟೇ ನಷ್ಟ ಅನುಭವಿಸಬೇಕಾದರೂ ಚಿಂತೆಯಿಲ್ಲ, ಅದರಿಂದ ಹಿಂದೆ ಸರಿಯುವಂತೆಯೇ ಇಲ್ಲ" ಎಂದು ಘೋಷಿಸಿದ.

ಸತ್ಯ ಸಂಗತಿಯೇನೆಂದರೆ, ಅನುಭವಿಸಿದ ನಷ್ಟಗಳು ಕ್ಷುಲ್ಲಕವಾದದ್ದೇನೂ ಆಗಲಿಲ್ಲ. 1852ರ ಸಿಕೆಂದರ್‌ನ ಅನ್ವೇಷಣೆಯ ನಂತರ ಅದನ್ನು ಹತ್ತುವುದಕ್ಕೆ 24 ಮನುಷ್ಯರ ಜೀವವೂ, 15 ತಂಡಗಳ ಪ್ರಯತ್ನವೂ ಮತ್ತು 101 ವರ್ಷಗಳ ಕಾಯುವಿಕೆಯೂ ಬೇಕಾಯ್ತು.

I I I

ಪರ್ವತಾರೋಹಿಗಳು ಮತ್ತು ಭೂರಚನೆಯ ಕಲಾರಸಿಕರ ಕಣ್ಣಿನಲ್ಲಿ ಎವೆರೆಸ್ಟ್ ಅಂತಹ ಸುಂದರ ಪರ್ವತವೇನೂ ಅಲ್ಲ. ಉದ್ದ–ಅಗಲಗಳ ಪ್ರಮಾಣಗಳಿಂದ ಅದು ಸ್ಥೂಲವಾಗಿದೆ, ವಿಪರೀತ ಬಾಗುವಿಕೆಯಿದೆ ಮತ್ತು ಮೈತುಂಬ ಮುಳ್ಳಿನಂತಹ ಚೂಪು ಕಲ್ಲುಗಳಿವೆ. ಆದರೆ ತನ್ನ ಅಂಗರಚನೆಯಿಂದ ಆಕರ್ಷಣೆಯನ್ನು ಕಳೆದುಕೊಂಡಿದ್ದರೂ, ಕೇವಲ ತನ್ನ ದೈತ್ಯತೆಯಿಂದಲೇ ಎವರೆಸ್ಟ್ ಮಹತ್ವವನ್ನು ಗಳಿಸಿಬಿಟ್ಟಿದೆ.

ನೇಪಾಳ ಮತ್ತು ಟಿಬೆಟ್‌ನ್ನು ಇಬ್ಭಾಗಿಸುವ, ಸುಮಾರು 12000 ಅಡಿಗಳ ತನಕ ಬೆಳೆದು ನಿಂತ ಮರಿಪರ್ವತಗಳನ್ನು ತನ್ನ ತಳಹದಿಯಾಗಿಸಿಕೊಂಡಿರುವ, ಮೂರು ತ್ರಿಭುಜಗಳ ಪಿರ್‍ಯಾಮಿಡ್ ರಚನೆಯ ಎವರೆಸ್ಟ್ ಶಿಖರವು, ಥಳಥಳಿಸುವ ಮಂಜಿನಿಂದಲೂ ಮತ್ತು ಗಾಢ ಕಪ್ಪು ಕಲ್ಲಿನ ಚೂಪುಗಳಿಂದಲೂ ವಿಜೃಂಭಿಸುತ್ತದೆ. ಮೊದಲಿನ ಎಂಟು ಬ್ರಿಟೀಷ್ ಪರ್ವತಾರೋಹಿ ತಂಡಗಳು ಟಿಬೆಟ್‌ನ ಕಡೆಯಿಂದಲೇ ಆರೋಹಣ ಪ್ರಾರಂಭಿಸಿದ್ದಕ್ಕೆ ಅದು ಸುಲಭದ ದಾರಿಯೆಂಬುದು ಕಾರಣವೇನೂ ಅಲ್ಲ. 1921ರಲ್ಲಿ ಟಿಬೆಟ್ ಸರಕಾರವು ತನ್ನ ವಿಸ್ತೃತ ಸೀಮೆಗೆ

ಬಹುದಿನಗಳಿಂದ ಹಾಕಿದ್ದ ನಿಷೇಧವನ್ನು ತೆಗೆದುಹಾಕಿತು ಮತ್ತು ಆ ದಿನಗಳಲ್ಲಿ ನೇಪಾಳ ಸ್ವಇಚ್ಛೆಯಿಂದಲೇ ಪರ್ವತಾರೋಹಿಗಳನ್ನು ದೂರವಿಟ್ಟಿತ್ತು.

ಮೊದಲ ಪರ್ವತಾರೋಹಿ ತಂಡವು ಸುಮಾರು 400 ಮೈಲಿಗಳಷ್ಟು ದೂರವನ್ನು ಡಾರ್ಜಲಿಂಗ್‌ನಿಂದ ಟಿಬೆಟ್ ಮೂಲಕ ಚಾರಣ ಮಾಡಿ, ಕೇವಲ ಶಿಖರದ ಪಾದವನ್ನು ಮುಟ್ಟಿ ಬಂದಿತ್ತು. ಎತ್ತರದ ವಾತಾವರಣದ ಬಗ್ಗೆ ಭಯಾನಕ ಅನುಭವಗಳನ್ನು ಹಂಚಿಕೊಂಡಿದ್ದ ಅವರ ಪರ್ವತಾರೋಹಣ ಸಾಮಗ್ರಿಗಳು ಆಧುನಿಕ ಪರ್ವತಾರೋಹಣ ಸಲಕರಣೆಗಳಿಗೆ ಹೋಲಿಸಿದರೆ ಕಳಪೆಯಾಗಿದ್ದವು. ಅಷ್ಟಾದರೂ 1924ರಲ್ಲಿ ಮೂರನೆಯ ಬ್ರಿಟೀಷ್ ತಂಡವು ಎಡ್‌ವರ್ಡ್ ಫೆಲಿಕ್ಸ್ ನಾರ್ಟನ್ ನೇತೃತ್ವದಲ್ಲಿ 28126 ಅಡಿಗಳ ಎತ್ತರವನ್ನು ಮುಟ್ಟಿ, ಶಿಖರಾಗ್ರಕ್ಕೆ ಇನ್ನುಳಿದ ಕೇವಲ 900 ಅಡಿಗಳನ್ನು ತಲುಪಲಾಗದೆ ವಿಪರೀತ ಸುಸ್ತು ಮತ್ತು ಹಿಮಾಂಧತೆಯಿಂದಾಗಿ ಸೋತು ಹಿಂತಿರುಗಿತ್ತು. ಅದೆಂತಹ ಮಹತ್ವದ ಸಾಧನೆಯಾಗಿತ್ತೆಂದರೆ, ಭಾಗಶಃ ಮತ್ತೆ 29 ವರ್ಷಗಳ ಕಾಲ ಯಾರಿಗೂ ಅದನ್ನು ಮುರಿಯಲಾಗಲಿಲ್ಲ.

ನಾರ್ಟನ್‌ನ ಆರೋಹಣದ ನಾಲ್ಕು ದಿನಗಳ ನಂತರ ನಡೆದ ಒಂದು ಘಟನೆಯಿಂದಾಗಿ ನಾನು "ಭಾಗಶಃ" ಎಂದು ಹೇಳಬೇಕಾಗಿದೆ. ಜೂನ್ 8ರ ಅರುಣೋದಯದಲ್ಲಿ, ಜಾರ್ಜ್ ಲೇ ಮಲೊರಿ ಮತ್ತು ಆಂಡ್ರೂ ಇರ್ವಿನ್ ಎಂಬ ಅದೇ 1924ರ ಬ್ರಿಟೀಷ್ ತಂಡದ ಇಬ್ಬರು ಪರ್ವತಾರೋಹಿಗಳು ಅಲ್ಲಿಂದ ಮೇಲಕ್ಕೆ ಹತ್ತಿದ್ದರು.

ಎವರೆಸ್ಟ್ ಶಿಖರದೊಂದಿಗೆ ಬಿಡಿಸಲಾರದಂತೆ ತಳಕು ಹಾಕಿಕೊಂಡಿರುವ ಜಾರ್ಜ್ ಲೇ ಮಲೊರಿಯು ಈ ಹಿಂದಿನ ಮೂರು ಚಾರಣ ತಂಡಗಳಿಗೂ ಬೆನ್ನೆಲುಬಾಗಿದ್ದ. ಒಂದು ವಿಶೇಷ ಉಪನ್ಯಾಸ ಮಾಲಿಕೆಗಾಗಿ ಅವನು ಅಮೆರಿಕಾದಲ್ಲಿ ಪ್ರಯಾಣಿಸುತ್ತಿರುವಾಗ, ಒಬ್ಬ ಪತ್ರಕರ್ತ ನೀವು ಯಾವ ಕಾರಣಕ್ಕೆ ಎವರೆಸ್ಟ್ ಹತ್ತಬೇಕೆನ್ನುತ್ತೀರಿ ಎಂಬ ಕಿರಿಕಿರಿಯ ಪ್ರಶ್ನೆ ಕೇಳಿದಾಗ, "ಯಾಕಂದ್ರೆ ಅದು ಕಣ್ಣೆದುರಿಗೆ ಇದೆ" ಎಂದು ಸಿಡಿದು ಉತ್ತರಿಸಿದ್ದ. 1924ರಲ್ಲಿ ಶಾಲೆಯ ಮಾಸ್ತರನಾಗಿ ಕೆಲಸ ಮಾಡುತ್ತಿದ್ದ ಮೂವತ್ತೆಂಟರ ಮಲೊರಿಗೆ ಮದುವೆಯಾಗಿ, ಮೂರು ಚಿಕ್ಕ ಮಕ್ಕಳಿದ್ದರು. ಇಂಗ್ಲಿಷ್ ಜನಾಂಗದ ಉನ್ನತ ವರ್ಗದಲ್ಲಿ ಬೆಳೆದು ಬಂದ ಈತನಿಗೆ, ವಿಶೇಷವಾದ ಕಲಾಪ್ರಜ್ಞೆ, ಆದರ್ಶ ಮನೋಭಾವ ಮತ್ತು ನಿರ್ದಿಷ್ಟವಾದ ರಮ್ಯ ಭಾವನೆಗಳಿದ್ದವು. ಅವನ ಕ್ರೀಡಾ ಉತ್ಸಾಹ, ಎಲ್ಲರೊಡನೆ ಬೆರೆಯುವ ಸೊಗಸು, ಕಡಿದು ಮಾಡಿದಂತಹ ದೇಹದ ರಚನೆಯಿಂದಾಗಿ ಸಾಹಿತಿಗಳ ಮಧ್ಯೆ ಬಹು ಜನಪ್ರಿಯನಾಗಿದ್ದ. ಎವರೆಸ್ಟ್‌ನ ಮೇಲೆ ಟೆಂಟ್ ಹಾಕಿಕೊಂಡು, ಮಲೊರಿ ಮತ್ತವನ

ಗೆಳೆಯರು ಗಟ್ಟಿಯಾಗಿ ಶೇಕ್ಸ್‌ಪಿಯರರ ಹ್ಯಾಮ್ಲೆಟ್ ಮತ್ತು ಕಿಂಗ್ ಲಿಯರ್ ಅನ್ನು ಒಬ್ಬರಿಗೊಬ್ಬರು ಓದುತ್ತಿದ್ದರಂತೆ.

1924ರ ಜೂನ್ 8ರ ಆ ದಿನ, ಮಲೋರಿ ಮತ್ತು ಇರ್ವಿನ್ ನಿಧಾನಕ್ಕೆ ಕಷ್ಟಪಟ್ಟು ಮೇಲಕ್ಕೆ ಸಾಗುತ್ತಿರುವಾಗ, ಎವರೆಸ್ಟ್‌ನ ಶಿಖರಾಗ್ರಕ್ಕೆ ಮಂಜು ಮುಸುಕಿ, ಕೆಳಗಿನಿಂದ ಗಮನಿಸುತ್ತಿದ್ದ ಸ್ನೇಹಿತರಿಗೆ ಕಾಣಿಸದಾದರು. ಸುಮಾರು ಮಧ್ಯಾಹ್ನ 12:30ಯ ಹೊತ್ತಿಗೆ ಮೋಡಗಳು ಚಲಿಸಿ ದೂರವಾಗಲು ಶುರುವಿಟ್ಟಾಗ, ನೊಯಿಲ್ ಒಡೆಲ್ಲಾ ಎಂಬುವರು ಅವರಿಬ್ಬರೂ ಶಿಖರಾಗ್ರವನ್ನು ತಲುಪುತ್ತಿರುವುದನ್ನು ಒಂದು ಕ್ಷಣ ಖಚಿತವಾಗಿ ಗಮನಿಸಿದ್ದರು. ನಿಗದಿತ ಸಮಯಕ್ಕಿಂತಲೂ 5 ತಾಸು ತಡವಾದರೂ ಅವರಿಬ್ಬರೂ "ದೃಢವಾಗಿ ಮತ್ತು ಸಮರ್ಥವಾಗಿ" ತುದಿಯತ್ತ ನಡೆದಿದ್ದರು.

ಆದರೆ ಅವರಿಬ್ಬರೂ ಆ ರಾತ್ರಿ ಟೆಂಟ್‌ಗಳಿಗೆ ಹಿಂತಿರುಗಿ ಬರಲಿಲ್ಲವಷ್ಟೇ ಅಲ್ಲ, ಮತ್ತೆಂದೂ ಯಾರಿಗೂ ಕಾಣಿಸಲಿಲ್ಲ. ಪರ್ವತ ಮತ್ತು ಇತಿಹಾಸ ಅವರಿಬ್ಬರನ್ನೂ ಆಪೋಶನ ತೆಗೆದುಕೊಳ್ಳುವುದಕ್ಕೆ ಮುಂಚೆ ಅವರಲ್ಲಿ ಒಬ್ಬರಾದರೂ ತುದಿಯನ್ನು ಮುಟ್ಟಿದರೋ ಇಲ್ಲವೋ ಎನ್ನುವ ಬಗ್ಗೆ ಹಲವಾರು ಭಾವಾವೇಶದ ಚರ್ಚೆಗಳು ನಿರಂತರವಾಗಿ ನಡೆದಿವೆ. ಆದರೆ ಉಳಿದುಕೊಂಡಿರುವ ಪುರಾವೆಗಳು ಅದನ್ನು ಸಮರ್ಥಿಸುವುದಿಲ್ಲ. ಆದ್ದರಿಂದ ಅವರಿಬ್ಬರಿಗೂ ಎವರೆಸ್ಟ್ ಮೆಟ್ಟಿದ ಕೀರ್ತಿ ದಕ್ಕಲಿಲ್ಲ.

ಶತಮಾನಗಳಿಂದ ಪರದೇಶಿಗಳ ಪ್ರವೇಶಕ್ಕೆ ಪರವಾನಿಗೆ ನೀಡದಿದ್ದ ನೇಪಾಳ, 1949ರಲ್ಲಿ ತನ್ನ ನಿಲುವನ್ನು ಸಡಲಿಸಿದರೆ, ಒಂದು ವರ್ಷದ ನಂತರ ಹೊಸದಾಗಿ ರೂಪಗೊಂಡ ಚೈನಾದ ಕಮ್ಯುನಿಸ್ಟ್ ಆಡಳಿತವು ಟಿಬೆಟ್ ಪ್ರವೇಶವನ್ನು ಹೊರದೇಶದವರಿಗೆ ನಿರ್ಬಂಧಿಸಿತು. ಟಿಬೆಟ್‌ನಿಂದ ಪರ್ವತಾರೋಹಣ ಮಾಡುತ್ತಿದ್ದವರೆಲ್ಲರ ಗಮನ ಈಗ ಪರ್ವತದ ದಕ್ಷಿಣ ಭಾಗದ ಕಡೆ ತಿರುಗಿತು. 1953ರ ಬೇಸಿಗೆಯಲ್ಲಿ ದೊಡ್ಡ ಬ್ರಿಟೀಷ್ ತಂಡವೊಂದು ಸಾಧಿಸಲೇಬೇಕೆನ್ನುವ ಛಲದಿಂದ ನೇಪಾಳದ ಕಡೆಯಿಂದ ಆರೋಹಣವನ್ನು ಪ್ರಾರಂಭಿಸಿತು. ಶಿಖರಾರೋಹಣವನ್ನು ಸೈನ್ಯದ ಗುರಿಯಾಗಿಸಿಕೊಂಡು, ಸಮರ್ಥ ಸಾಮಗ್ರಿಗಳಿಂದ ಕೂಡಿದ ಈ ತಂಡವು ನೇಪಾಳದಿಂದ ಆರೋಹಣ ಮಾಡಿದ ಮೂರನೆಯ ತಂಡವಾಗಿತ್ತು. ಎರಡೂವರೆ ತಿಂಗಳ ಕಠಿಣ ಶ್ರಮ ಮತ್ತು ಸಾಹಸದಿಂದಾಗಿ ಈ ತಂಡ, ಮೇ 28ರಂದು 27900 ಅಡಿ ಎತ್ತರದ ಈಶಾನ್ಯ ದಿಬ್ಬದ ಮೇಲೆ ಟೆಂಟ್ ಹೂಡಿತು. ನ್ಯೂಜಿಲೆಂಡಿನ ನೀಳಕಾಯದ ಎಡ್ಮಂಡ್ ಹಿಲರಿ ಮತ್ತು ತೇನ್‌ಸಿಂಗ್ ನಾರ್ವೆ ಎಂಬ ಚಾಣಾಕ್ಷ ಶೆರ್ಪಾ, ತುದಿಯನ್ನು ಮುಟ್ಟಲು ಆಕ್ಸಿಜನ್ ಸಿಲೆಂಡರ್‌ಗಳ ಸಮೇತ ಮರುದಿನ ಬೆಳಿಗ್ಗೆ ಹೊರಟರು.

ಸುಮಾರು ಬೆಳಗಿನ 9:00 ಗಂಟೆಯ ಹೊತ್ತಿಗೆ ದಕ್ಷಿಣ ದಿಬ್ಬದ ತುದಿಯನ್ನು ತಲುಪಿದ ಅವರು, ಶಿಖರಾಗ್ರಕ್ಕೆ ಇರುವ ಕಡಿದಾದ ದಿಬ್ಬವನ್ನು ದಿಟ್ಟಿಸಿ ನೋಡಿದಾಗ ತಲೆ ಧಿಂ ಎಂದಿತ್ತು. ಮತ್ತೊಂದು ಗಂಟೆಯ ನಂತರ ಅವರು ಆ ದಿಬ್ಬದ ಬುಡಕ್ಕೆ ಬಂದರು. ಅದನ್ನು ಕಂಡ ಹಿಲರಿ "ಇಡೀ ದಿಬ್ಬದ ಪಯಣದ ಅತ್ಯಂತ ಕಠಿಣವಾದ ಸಮಸ್ಯೆ ಇದೆನ್ನುವಂತಿತ್ತು... ಸುಮಾರು 40 ಅಡಿ ಎತ್ತರದ ಈ ಬಂಡೆ... ಲೇಕ್ ಡಿಸ್ಟ್ರಿಕ್ಟ್‌ನ ಭಾನುವಾರದ ಮಧ್ಯಾಹ್ನದಲ್ಲಿ ಪರಿಣತ ಪರ್ವತಾರೋಹಿಗಳಿಗೆ ಆಸಕ್ತಿಕರ ಸವಾಲಾಗಬಹುದಾದ ಈ ನುಣುಪಾದ ಮತ್ತು ಹಿಡಿತಕ್ಕೆ ಸಿಗದ ಬಂಡೆ, ನಮ್ಮ ಸದ್ಯದ ನಿಶ್ಯಕ್ತ ದೇಹಗಳಿಗೆ ದೊಡ್ಡ ಸಂಕಷ್ಟವಾಗಿತ್ತು" ಎಂದು ವಿವರಿಸಿದ್ದಾನೆ.

ಕೆಳಗೆ ನಿಂತು ತೇನ್‌ಸಿಂಗ್ ಅತ್ಯಂತ ಆತಂಕದಲ್ಲಿ ಹಗ್ಗವನ್ನು ಬಿಡುತ್ತಿರುವಾಗ, ಬಂಡೆ ಮತ್ತು ಮಂಜುಗಡ್ಡೆಯ ಮಧ್ಯದಲ್ಲಿದ್ದ ಸೀಳನ್ನೇ ಹಿಡಿತವನ್ನಾಗಿ ಮಾಡಿಕೊಂಡ ಹಿಲರಿ ಇಂಚಿಂಚಾಗಿ ಮೇಲೇರಲಾರಂಭಿಸಿದ. ಈ ಸ್ಥಳವೇ ಮುಂದೆ ಹಿಲರಿ ಸ್ಟೆಪ್ ಎಂದು ಪ್ರಸಿದ್ಧವಾಯ್ತು. ಅತ್ಯಂತ ಕಠಿಣವಾದ ಮತ್ತು ಅಸ್ಪಷ್ಟವಾದ ಈ ಬಂಡೆಯನ್ನು ಅತ್ಯಂತ ದೃಢತೆಯಿಂದ ಹತ್ತಿದ ಹಿಲರಿ, ಅದರ ಬಗ್ಗೆ ಈ ರೀತಿ ಬರೆದಿದ್ದಾನೆ:

> ಕೊನೆಗೂ ಆ ಕೊರಕಲನ್ನು ತೆವಳುತ್ತಾ ದಾಟಿ, ಆ ಬಂಡೆಯ ತುದಿಯಲ್ಲಿದ್ದ ವಿಶಾಲ ಜಾಗಕ್ಕೆ ಬಂದು ಸೇರಲು ನನಗೆ ಸಾಧ್ಯವಾಯ್ತು. ಕೆಲವು ಕ್ಷಣಗಳ ಕಾಲ ಉಸಿರನ್ನು ಹತೋಟಿಗೆ ತಂದು ಸುಧಾರಿಸಿಕೊಂಡ ಮೇಲೆ, ಇನ್ನು ಶಿಖರದ ತುದಿಯನ್ನು ಮುಟ್ಟುವ ನಮ್ಮ ಧ್ಯೇಯವನ್ನು ಯಾರಿಂದಲೂ ತಡೆಯಲು ಸಾಧ್ಯವಿಲ್ಲವೆಂದು ಅನ್ನಿಸಿತು. ಆ ಬಯಲಿನಲ್ಲಿ ಒಮ್ಮೆ ದೃಢವಾಗಿ ಎದ್ದು ನಿಂತು, ತೇನ್‌ಸಿಂಗ್‌ನಿಗೆ ಮೇಲಕ್ಕೆ ಹತ್ತಿ ಬರಲು ಸಂಜ್ಞೆ ಮಾಡಿದೆ. ನಾನು ಏದುಸಿರು ಬಿಡುತ್ತಾ ಹಗ್ಗವನ್ನು ಹತ್ತಿ ಬಂದಂತೆ, ತೇನ್‌ಸಿಂಗ್ ಅದನ್ನು ಹಿಡಿದು ಮೇಲಕ್ಕೆ ಹತ್ತುತ್ತಾ ಬಂದು ತುದಿ ಮುಟ್ಟಿದಾಗ ಎಷ್ಟು ಸುಸ್ತಾಗಿದ್ದನೆಂದರೆ, ದೊಡ್ಡ ಮೀನೊಂದು ನೀರಿನಲ್ಲಿ ಹೋರಾಡಿ ದಡಕ್ಕೆ ಬಂದು ಬಿದ್ದು ವಿಲವಿಲ ಒದ್ದಾಡಿದಂತೆ ಕಾಣುತ್ತಿತ್ತು.

ಸುಸ್ತಿಗೆ ಸೋಲದೆ ಇಬ್ಬರೂ ಪರ್ವತಾರೋಹಿಗಳು ಉಳಿದ ದಾರಿಯನ್ನು ಕ್ರಮಿಸಲು ಮುಂದಾದರು. ಹಿಲರಿ ಹೇಳುವಂತೆ...

> ನಿರಾಸಕ್ತಿ ಮೂಡುತ್ತಿತ್ತು. ಮೇಲೇರಲು ಬೇಕಾದ ಶಕ್ತಿ ನಮ್ಮಲ್ಲಿ ಇದೆಯೋ ಇಲ್ಲವೋ ಎಂಬ ಅನುಮಾನವಾಗುತ್ತಿತ್ತು. ಮತ್ತೊಂದು ದಿನ್ನೆಯನ್ನು ಬಳಸಿ ಬಂದಾಗ, ಕಣ್ಣೆದುರಿನ

ಇಳಿಜಾರಿನ ದಿಬ್ಬದಗುಂಟ ಕಣ್ಣು ಹಾಯಿಸಿದಾಗ ಟಿಬೆಟ್ ಕಾಣುತ್ತಿತ್ತು. ನಾನು ಮೇಲಕ್ಕೆ ನೋಡಿದರೆ, ಮಂಜಿನ ಪುಟ್ಟ ಗೋಪುರವಿತ್ತು. ಹಿಮಕೊಡಲಿಯಿಂದ ಇನ್ನೊಂದೆರಡು ಪೆಟ್ಟುಗಳನ್ನು ನೆಲಕ್ಕೆ ಹಾಕಿ, ಜಾಗರೂಕತೆಯಿಂದ ಹಲವು ಹೆಜ್ಜೆಗಳನ್ನು ಇಟ್ಟಾಗ, ನಾನು ಮತ್ತು ತೇನ್‌ಸಿಂಗ್ ಶಿಖರದ ತುದಿಯನ್ನು ಮುಟ್ಟಿದ್ದೆವು.

ಈ ರೀತಿಯಾಗಿ ಹಿಲರಿ ಮತ್ತು ತೇನ್‌ಸಿಂಗ್, 1953ರ ಮೇ 29ರ ಮಧ್ಯಾಹ್ನಕ್ಕಿಂತ ಸ್ವಲ್ಪ ಮುಂಚೆ ಮೌಂಟ್ ಎವರೆಸ್ಟ್ ಏರಿದ ಮೊದಲ ಆರೋಹಿಗಳಾದರು.

ಮೂರು ದಿನಗಳ ನಂತರ ಈ ಸುದ್ದಿಯು ಎಲಿಜಬೆತ್ ರಾಣಿಯನ್ನು ತಲುಪಿದಾಗ, ಮರುದಿನವೇ ಆಕೆಯ ಪಟ್ಟಾಭಿಷೇಕದ ಸಮಾರಂಭವಿತ್ತು. ಟೈಮ್ಸ್ ಆಫ್ ಲಂಡನ್ ಪತ್ರಿಕೆಯು ಜೂನ್ 2ರ ಮುಂಜಾವಿನಂದು ಈ ಸುದ್ದಿಯನ್ನು ಬಿತ್ತರಿಸಿತು. ಎವರೆಸ್ಟ್ ಶಿಖರದಿಂದ ಈ ಸುದ್ದಿಯನ್ನು ಜೇಮ್ಸ್ ಮೋರೀಸ್ ಎಂಬ ಯುವಪತ್ರಕರ್ತ ಸಂಕೇತ ಭಾಷೆಯಲ್ಲಿ ರೇಡಿಯೋ ತರಂಗಗಳ ಮೂಲಕ ಕಳುಹಿಸಿದ್ದ. (ಟೈಮ್ಸ್ ಪತ್ರಿಕೆಯ ಪ್ರತಿಸ್ಪರ್ಧಿಗಳಿಗೆ ಅದು ಸಿಗಬಾರದು ಎನ್ನುವ ಉದ್ದೇಶದಿಂದ) ಅನಂತರ ಒಳ್ಳೆಯ ಲೇಖಕನೆಂದು ಪ್ರಸಿದ್ಧ ಪಡೆದ ಈತ, ಇಪ್ಪತ್ತು ವರ್ಷಗಳ ನಂತರ ತನ್ನ ಲಿಂಗವನ್ನು ಬದಲಾಯಿಸಿಕೊಂಡು ಹೆಣ್ಣಾಗಿ 'ಜೇನ್' ಎಂದು ಮರುನಾಮಕರಣ ಮಾಡಿಕೊಂಡ. ಈ ಮಹತ್ವದ ಪರ್ವತಾರೋಹಣದ 40 ವರ್ಷಗಳ ನಂತರ ಮೋರೀಸ್ ಬರೆದ "ಕೊರೊನೇಷನ್ ಎವರೆಸ್ಟ್: ದ ಫಸ್ಟ್ ಅಸೆಂಟ್ ಅಂಡ್ ದಿ ಸ್ಕೂಪ್ ದಟ್ ಕ್ರೌನ್ಡ್ ದಿ ಕ್ವೀನ್" ಎಂಬ ಪುಸ್ತಕದಲ್ಲಿ ಈ ರೀತಿ ಹೇಳಿದ್ದಾನೆ:

ರಾಣಿಯ ಪಟ್ಟಾಭಿಷೇಕ ಮತ್ತು ಎವರೆಸ್ಟ್ ಪರ್ವತಾರೋಹಣಗಳೆರಡೂ ಏಕಕಾಲಕ್ಕೆ ಮೇಳೈಸಿದ ಯೋಗಾಯೋಗದ ಪುಳಕವನ್ನು ಬ್ರಿಟೀಷ್ ಜನರು ಅಂದು ಸ್ವಾಗತಿಸಿದ್ದನ್ನು ಈಗ ಕಲ್ಪಿಸಿಕೊಳ್ಳುವುದು ಕಷ್ಟ. ಬೆನ್ನಟ್ಟಿದ ಭೂತದಂತೆ ಹಲವು ವರ್ಷಗಳಿಂದ ಕಾಡಿದ್ದ ಎರಡನೆಯ ಪ್ರಪಂಚಯುದ್ಧ ಮುಗಿದು ನಿಟ್ಟುಸಿರು ಬಿಡುತ್ತಿದ್ದರು. ಜೊತೆಗೆ ತಮ್ಮ ಸಾಮ್ರಾಜ್ಯದ ಪತನದ ಸೋಲನ್ನು ಅಸಹಾಯಕವಾಗಿ ಅನುಭವಿಸುತ್ತಾ, ಜಗತ್ತಿನಾದ್ಯಂತ ತಮ್ಮ ಅಧಿಕಾರ ದಿನದಿಂದ ದಿನಕ್ಕೆ ಕುಸಿಯುತ್ತಿದ್ದುದ್ದನ್ನು ನೋಡುತ್ತಿದ್ದರು. ಯುವರಾಣಿಯ ಪಟ್ಟಾಭಿಷೇಕ ಹೊಸ ಎಲಿಜಬೆತ್ ಯುಗದ ಆರಂಭದ ಸಂಕೇತವೆಂದು ಹೇಳುತ್ತಿದ್ದ ಪತ್ರಿಕೆಗಳ ಮಾತನ್ನು ಅವರೆಲ್ಲಾ ಅರ್ಧಕ್ಕರ್ಧ ನಂಬಿದ್ದರು. 1953ರ ಜೂನ್ 2ರ ಆ ಪಟ್ಟಾಭಿಷೇಕದ ದಿನದಂದು ಬ್ರಿಟೀಷ್ ದೇಶಾಭಿಮಾನಿಗಳೆಲ್ಲಾ ಅನೂಹ್ಯ ಪುಳಕದಿಂದ ಭರವಸೆ ಮತ್ತು ಸಂಭ್ರಮಗಳನ್ನು ಅನುಭವಿಸುತ್ತಿದ್ದ ಗಳಿಗೆಯಲ್ಲಿ, ಹೋಳಿಗೆ ಜಾರಿ

ತುಪ್ಪದಲ್ಲಿ ಬಿದ್ದಂತೆ, ಬ್ರಿಟೀಷ್ ಪರ್ವತಾರೋಹಿಗಳು ಜಗತ್ತಿನ ಅತ್ಯಂತ ಎತ್ತರದ ಪರ್ವತವಾದ ಎವರೆಸ್ಟ್ ಹತ್ತಿದರೆಂದು ಅದೇ ದಿನ ದೂರದ ಊರಿಂದ ಸುದ್ದಿ ಬಂದಾಗ, ಅದೂ ತಮ್ಮದೇ ಹಳೆಯ ಸಾಮ್ರಾಜ್ಯದ ಅಂಚಿನಿಂದ...

ಆ ದಿವ್ಯ ಕ್ಷಣವು ಹಲವಾರು ಭಾವಗಳನ್ನು ಬ್ರಿಟೀಷ್ ಪ್ರಜೆಗಳ ಎದೆಯಾಳದಿಂದ ಹೊಮ್ಮಿಸಿ ಹೊಸ ನಾದವನ್ನು ಮೂಡಿಸಿದವು – ಹೆಮ್ಮೆ, ಅಭಿಮಾನ, ಯುದ್ಧದಿಂದ ಕಳೆದುಕೊಂಡದ್ದರ ಹಳಹಳಿಕೆ, ಆತ್ಮಸ್ಥೈರ್ಯ, ಹೊಸ ಬದುಕಿನ ಭರವಸೆ... ಹಳೆಯ ತಲೆಗಳು ಈವತ್ತಿಗೂ ಆ ಕ್ಷಣವನ್ನು ನೆನಪಿಸಿಕೊಳ್ಳುತ್ತಾರೆ. ಒಂದು ಜೂನ್ ತಿಂಗಳ ಆಲಸ್ಯದ ಮುಂಜಾವಿನಲ್ಲಿ ಪಟ್ಟಾಭಿಷೇಕದ ಮೆರವಣಿಗೆಯನ್ನು ನೋಡಲೆಂದು ಲಂಡನ್ ಬೀದಿಗಳಲ್ಲಿ ಕಾಯುತ್ತಿರುವಾಗ, ಜಗತ್ತಿನ ಉತ್ತುಂಗವನ್ನು ಹತ್ತಿದ ಕೀರ್ತಿ ತಮ್ಮದಾಯ್ತೆಂಬ ರೋಮಾಂಚಕರ ಸುದ್ದಿಯು ಮಿಂಚಿನಂತೆ ಪಸರಿಸಿತ್ತು.

ಭಾರತ, ನೇಪಾಳ ಮತ್ತು ಟಿಬೆಟ್‌ನಲ್ಲಿ ತೇನ್‌ಸಿಂಗ್ ರಾಷ್ಟ್ರೀಯ ನಾಯಕ ಆಗಿಬಿಟ್ಟ. ಮೂರೂ ದೇಶಗಳು ಅವ ತಮ್ಮ ಪ್ರಜೆ ಎಂದು ಘೋಷಿಸಿಕೊಂಡವು. ರಾಣಿಯಿಂದ ನೈಟ್ ಪದವಿಯನ್ನು ಪಡೆದುಕೊಂಡ ಎಡ್ಮಂಡ್ ಹಿಲರಿ, ತನ್ನ ಭಾವಚಿತ್ರವನ್ನು ಅಂಚೆ ಚೀಟಿಯ ಮೇಲೆ, ಸ್ಟಿಕ್ಕರ್ ಮೇಲೆ, ಪುಸ್ತಕದೊಳಗೆ, ಸಿನಿಮಾಗಳಲ್ಲಿ, ಪತ್ರಿಕೆಗಳ ಮುಖಪುಟದಲ್ಲಿ ನೋಡಿದ. ಬೆಳಗಾಗುವುದರಲ್ಲಿ ಈ ಸಿಡುಕು ಮುಖದ, ಜೇನುಸಾಕಣೆದಾರ ಜಗತ್ತಿನ ಅತ್ಯಂತ ಪ್ರಸಿದ್ಧ ವ್ಯಕ್ತಿಯಾದ.

| | |

ನಾನು ಗರ್ಭಾಂಕುರಗೊಳ್ಳುವುದಕ್ಕೆ ಒಂದು ತಿಂಗಳು ಮೊದಲು, ಹಿಲರಿ ಮತ್ತು ತೇನ್‌ಸಿಂಗ್ ಎವರೆಸ್ಟ್ ಹತ್ತಿದ್ದರಿಂದ ಸಾಮೂಹಿಕ ಸನ್ನಿಯಂತೆ ಇಡೀ ಜಗತ್ತಿನಾದ್ಯಂತ ಹರಡಿದ ಈ ಸಾರ್ವಜನಿಕ ಹೆಮ್ಮೆ ಮತ್ತು ಅಚ್ಚರಿಗಳನ್ನು ನಾನು ಅನುಭವಿಸಲಾಗಲಿಲ್ಲ. ನನ್ನ ಹಿರಿಯ ಗೆಳೆಯನೊಬ್ಬನ ಪ್ರಕಾರ ಈ ಅವಿಸ್ಮರಣೀಯ ಘಟನೆಯನ್ನು ಚಂದ್ರನ ಮೇಲೆ ಮನುಷ್ಯನು ಪಾದಾರ್ಪಣೆ ಮಾಡಿದ್ದಕ್ಕೆ ಮಾತ್ರ ಹೋಲಿಸಬಹುದು. ಸುಮಾರು ಒಂದು ದಶಕದ ನಂತರ ಈ ಪರ್ವತವನ್ನು ಮತ್ತೊಮ್ಮೆ ಹತ್ತಿದ ಘಟನೆ ಮಾತ್ರ ನನ್ನ ಬದುಕಿನ ದಾರಿಯನ್ನು ರೂಪಿಸಲು ಸಹಾಯ ಮಾಡಿತ್ತು.

ಟಾಮ್ ಹಾರ್ನ್‌ಬೀನ್ ಎಂಬ ಮಿಸ್ಸೌರಿ ಪ್ರಾಂತದ 32ರ ಡಾಕ್ಟರ್ ಮತ್ತು ವಿಲ್ಲಿ ಅನ್‌ಸೋಲ್ಡ್ ಎಂಬ ಓರೆಗಾನ್ ಪ್ರಾಂತದ 36ರ ಧರ್ಮಶಾಸ್ತ್ರದ ಪ್ರಾಧ್ಯಾಪಕ –

ಇವರಿಬ್ಬರೂ ಸೇರಿ ಈವರೆಗೆ ಬಳಸಿಲ್ಲದ ದುರ್ಗಮವಾದ ಪಶ್ಚಿಮ ದಿಬ್ಬದ ದಾರಿಯ ಮೂಲಕ ಎವರೆಸ್ಟ್ ಹತ್ತಿದ್ದರು. ಈಗಾಗಲೇ ನಾಲ್ಕು ತಂಡದ ಹನ್ನೊಂದು ಜನರು ಈ ಪರ್ವತವನ್ನು ಜನಪ್ರಿಯವಾದ ಎರಡು ಮಾರ್ಗಗಳ ಮೂಲಕ ಹತ್ತಿದ್ದರು – ದಕ್ಷಿಣ ಕಣಿವೆ ಮತ್ತು ಆಗ್ನೇಯ ದಿಬ್ಬದ ಒಂದು ಮಾರ್ಗ, ಉತ್ತರ ಕಣಿವೆ ಮತ್ತು ಈಶಾನ್ಯ ದಿಬ್ಬದ ಇನ್ನೊಂದು ಮಾರ್ಗ. ಆದರೆ ಪಶ್ಚಿಮ ದಿಬ್ಬದ ದಾರಿಯು ಇವೆರಡಕ್ಕಿಂತಲೂ ಕಷ್ಟಕರವಾದದ್ದಾಗಿತ್ತು. ಆ ಕಾರಣವಾಗಿಯೇ ಈವತ್ತಿಗೂ ಎವರೆಸ್ಟ್ ಆರೋಹಣದ ಚರಿತ್ರೆಯಲ್ಲಿ ಹಾರ್ನ್‌ಬೀನ್ ಮತ್ತು ಅನ್‌ಸೋಲ್ಡ್‌ರ ಸಾಧನೆಯನ್ನು ಮಹತ್ವದ ಘಟ್ಟವೆಂದು ಪರಿಗಣಿಸಲಾಗಿದೆ.

'ಎಲ್ಲೋ ಬ್ಯಾಂಡ್' ಎಂಬ ಕಡಿದಾದ, ತಿರುಚಿಕೊಂಡ ಕುಖ್ಯಾತ ಬಂಡೆಯೊಂದನ್ನು ಈ ಅಮೆರಿಕಾದ ಶಿಖರಗಾಮಿಗಳು ಹತ್ತುವ ಹೊತ್ತಿಗೆ ನಡುಮಧ್ಯಾಹ್ನ ದಾಟಿತ್ತು. ಈ ಬಂಡೆಯ ತುದಿಯನ್ನು ಹತ್ತಲು ವಿಶೇಷವಾದ ಪರಿಣತಿ ಮತ್ತು ಅಪರಿಮಿತ ಧೈರ್ಯದ ಅವಶ್ಯಕತೆಯಿತ್ತು. ಅಲ್ಲಿಯವರೆಗೂ ಆ ತರಹದ ತಾಂತ್ರಿಕ ಕೌಶಲ್ಯದ ಸವಾಲೊಡ್ಡುವ ಬಂಡೆಯನ್ನು, ಅದೂ ಅಂತಹ ಎತ್ತರದ ದುರ್ಗಮ ವಾತಾವರಣದಲ್ಲಿ ಯಾರೂ ಹತ್ತಿರಲಿಲ್ಲ. ಒಮ್ಮೆ 'ಎಲ್ಲೋ ಬ್ಯಾಂಡ್' ಬಂಡೆಯನ್ನು ಹತ್ತಿ ನಿಂತ ಮೇಲೆ, ಮತ್ತದನ್ನು ಸುರಕ್ಷಿತವಾಗಿ ಇಳಿಯುವ ಸಾಮರ್ಥ್ಯ ತಮ್ಮಲ್ಲಿದೆಯೆ ಎಂದು ಹಾರ್ನ್‌ಬೀನ್ ಮತ್ತು ಅನ್‌ಸೋಲ್ಡ್ ಅನುಮಾನಿಸಿದರು. ಜೀವಂತವಾಗಿ ಪರ್ವತದಿಂದ ಹಿಂತಿರುಗಬೇಕೆಂದರೆ, ಈಗಾಗಲೇ ಸಾಕಷ್ಟು ಬಳಕೆಯಾಗಿರುವ ಈಶಾನ್ಯ ದಿಬ್ಬದ ದಾರಿಯನ್ನು ಬಳಸುವುದೆಂದು ಅವರು ತೀರ್ಮಾನಿಸಿದರು. ಆ ಅಪರಿಚಿತ ಪ್ರದೇಶದಲ್ಲಿ ಆಗಲೇ ಹೊತ್ತು ಜಾರುತ್ತಿತ್ತು ಮತ್ತು ಅವರ ಬಾಟಲಿಗಳಲ್ಲಿದ್ದ ಆಮ್ಲಜನಕದ ಪ್ರಮಾಣ ಕಡಿಮೆಯಾಗುತ್ತಿತ್ತು ಎಂಬುದನ್ನು ಪರಿಗಣಿಸಿದಾಗ, ಅವರ ಈ ಆಲೋಚನೆ ಸರಿಯಾದದ್ದೇ ಆಗಿತ್ತು.

ತುತ್ತತುದಿಗೆ ಅವರಿಬ್ಬರೂ ಬಂದಾಗ ಆಗಲೇ ಸಂಜೆ 6:15 ಆಗಿತ್ತು. ಪಶ್ಚಿಮದಲ್ಲಿ ಸೂರ್ಯ ಅಸ್ತಂಗತನಾಗುತ್ತಿದ್ದ. 28000 ಅಡಿಗಳ ಎತ್ತರದಲ್ಲಿ ಆ ರಾತ್ರಿಯನ್ನು ಕಳೆಯಲೇ ಬೇಕಿತ್ತು. ಪರ್ವತಾರೋಹಣ ಇತಿಹಾಸದಲ್ಲಿಯೇ ಈ ಎತ್ತರದಲ್ಲಿ ಗುಡಾರ ಹಾಕಿದ್ದು ಅದೇ ಮೊದಲು. ಅದು ಅತ್ಯಂತ ಚಳಿಯ ರಾತ್ರಿಯಾಗಿತ್ತಾದರೂ ದೈವಕೃಪೆಯಿಂದ ಗಾಳಿಯಿರಲಿಲ್ಲ. ಆ ಚಳಿಗೆ ಅನ್‌ಸೋಲ್ಡ್ ಕಾಲ್ಬೆರಳುಗಳು ಹಿಮಗಟ್ಟಿ, ಮುಂದೆ ಅವನ್ನು ಕಡಿಯಬೇಕಾಯಿತಾದರೂ, ಇಬ್ಬರೂ ನಮಗೆ ಕತೆಗಳನ್ನು ಹೇಳಲು ಬದುಕುಳಿದರು.

ಆಗ ನನಗೆ 9 ವರ್ಷ ವಯಸ್ಸು. ಅನ್‌ಸೋಲ್ಡ್ ಆಗ ನಮ್ಮೂರಾದ ಓರೆಗಾನ್‌ನ ಕಾರ್‌ವಾಲಿಸ್‌ನಲ್ಲಿಯೇ ಮನೆ ಮಾಡಿದ್ದ. ಆತ ನಮ್ಮಪ್ಪನ ಗೆಳೆಯನಾಗಿದ್ದ.

ನನಗಿಂತಲೂ ಒಂದು ವರ್ಷ ದೊಡ್ಡವನಾದ ಅವನ ಮಗ ರೇಗನ್ ಮತ್ತು ನನಗಿಂತಲೂ ಒಂದು ವರ್ಷ ಚಿಕ್ಕವಳಾದ ಆತನ ಮಗಳು ದೇವಿಯ ಜೊತೆ ನಾನು ಆಟವಾಡುತ್ತಿದ್ದೆ. ವಿಲ್ಲಿ ಅನ್‌ಸೋಲ್ಡ್ ನೇಪಾಳಕ್ಕೆ ಹೊರಡುವ ಕೆಲವು ತಿಂಗಳುಗಳ ಮೊದಲು, ನಾನು ನನ್ನ ಮೊದಲ ಪರ್ವತಾರೋಹಣ ಮಾಡಿದ್ದೆ. ಕಾಸ್ಕೇಡ್ ಶ್ರೇಣಿಯ 9000 ಅಡಿ ಎತ್ತರದ ಸಾಮಾನ್ಯ ಪರ್ವತವೊಂದನ್ನು ಅಪ್ಪ, ವಿಲ್ಲಿ ಮತ್ತು ರೇಗನ್ ಜೊತೆಯಲ್ಲಿ ಹತ್ತಿದ್ದೆ. ಈಗ ಆ ಪರ್ವತಕ್ಕೆ ಕುರ್ಚಿಗಳ ಸಾಗುಸೇತುವೆಗಳ ಮೂಲಕ ಪ್ರವಾಸಿಗರನ್ನು ಕರೆದೊಯ್ಯುತ್ತಾರೆ. ಸಹಜವಾಗಿಯೇ ಈ 1963ರ ಎವರೆಸ್ಟ್ ಪರ್ವತಾರೋಹಣ ನನ್ನ ಎಳೆಯ ಮನಸ್ಸಿನಲ್ಲಿ ಅಚ್ಚಳಿಯದಂತೆ ದೀರ್ಘ ಪ್ರಭಾವ ಬೀರಿತ್ತು. ನನ್ನ ಗೆಳೆಯರಿಗೆಲ್ಲಾ ಜಾನ್ ಗ್ಲೆನ್ (ಗಗನಯಾತ್ರಿ), ಸ್ಯಾಂಡಿ ಕೌಫ್ಲಾಕ್ಸ್ (ಬೇಸ್‌ಬಾಲ್ ಕ್ರೀಡಾಪಟು) ಮತ್ತು ಜಾನಿ ಯೂನಿಟಾಸ್ (ಫುಟ್‌ಬಾಲ್ ಕ್ರೀಡಾಪಟು) ಹೀರೋ ಆದರೆ, ನನಗೆ ಹಾರ್ನ್‌ಬೆಲ್ ಮತ್ತು ಅನ್‌ಸೋಲ್ಡ್ ಮಾದರಿ ನಾಯಕರಾಗಿದ್ದರು.

ಒಂದಲ್ಲಾ ಒಂದು ದಿನ ನಾನೇ ಎವರೆಸ್ಟ್ ಹತ್ತಬೇಕೆಂದು ರಹಸ್ಯವಾಗಿ ಕನಸು ಕಂಡೆ. ಒಂದು ದಶಕಕ್ಕೂ ಹೆಚ್ಚು ಕಾಲ ಈ ಕನಸು ನನ್ನೊಳಗೇ ಪ್ರಜ್ವಲವಾಗಿ ಪ್ರಕಾಶಿಸುತ್ತಿತ್ತು. ಇಪ್ಪತ್ತು ದಾಟಿದ ಹರಯದಲ್ಲಿ ನನಗೆ ಪರ್ವತಾರೋಹಣವು ನನ್ನ ಅಸ್ತಿತ್ವದ ಪ್ರಶ್ನೆಯಾಗಿ, ಉಳಿದೆಲ್ಲ ಸಂಗತಿಗಳೂ ನಗಣ್ಯವಾಗಿದ್ದವು. ಪರ್ವತಾರೋಹಣವು ನನಗೆ ದೃಢವಾದ, ಬದಲಾಯಿಸಲಾಗದ, ಪ್ರತ್ಯಕ್ಷ ಸತ್ಯವಾಗಿತ್ತು. ದೈನಂದಿನ ಬದುಕಿನ ರೂಢಿಗತ ಸಂಗತಿಗಳನ್ನು ಬುಡಮೇಲಾಗಿಸಿದಾಗ ಸಿಗುವ ಹೊಸ ಹೊಳಹುಗಳಿಂದ ಖುಷಿಯಾಗಿ ನಾನು ರೋಮಾಂಚಿತನಾಗುತ್ತಿದ್ದೆ.

ಪರ್ವತಾರೋಹಣವು ಒಂದು ವಿಶೇಷವಾದ ಸಾಮೂಹಿಕ ಪ್ರಜ್ಞೆಯನ್ನು ನನ್ನಲ್ಲಿ ಮೂಡಿಸುತ್ತಿತ್ತು. ಆರೋಹಣ ಮಾಡಬೇಕೆಂದರೆ ಒಂದು ಸದೃಢವಾದ, ವಿಪರೀತ ಉತ್ಸಾಹದ, ಹೆಚ್ಚು ಪ್ರಸಿದ್ಧಿ ಪಡೆದಿರದ ಮತ್ತು ಆಶ್ಚರ್ಯಕರವಾಗಿ ಭ್ರಷ್ಟವಾಗದ ತಂಡವನ್ನು ಸೇರಿಕೊಳ್ಳಬೇಕಿತ್ತು. ಹಣಾಹಣಿ ಸ್ಪರ್ಧೆಯಿಂದ ಕೂಡಿದ ಮತ್ತು ಕಡು ಪೌರುಷಕ್ಕೆ ಹೆಚ್ಚಿನ ಮಹತ್ವ ನೀಡುವ ಮನೋಭಾವದ ಈ ಗುಂಪಿನಲ್ಲಿ, ಒಬ್ಬರ ಮೇಲಿನ್ನೊಬ್ಬರು ತಮ್ಮ ಸಾಹಸಗಳಿಂದ ಪ್ರಭಾವ ಬೀರುವುದಕ್ಕೇ ಸೀಮಿತವಾಗಿರುತ್ತಿತ್ತು. ಯಾವುದೇ ಪರ್ವತದ ತುದಿಯನ್ನು ಮುಟ್ಟಿ ಬರುವುದಕ್ಕಿಂತಲೂ, ಹೇಗೆ ಮುಟ್ಟಿ ಬಂದ ಎಂಬ ವಿಚಾರವು ಹೆಚ್ಚು ಮಹತ್ವವನ್ನು ಪಡೆದುಕೊಳ್ಳುತ್ತಿತ್ತು. ಅತ್ಯಂತ ದುರ್ಗಮವಾದ ಹಾದಿಯನ್ನು ಆಯ್ದುಕೊಂಡು, ಅತ್ಯಂತ ಕಡಿಮೆ ಉಪಕರಣಗಳನ್ನು ತೆಗೆದುಕೊಂಡು, ಕಲ್ಪನೆಗೂ ನಿಲುಕದ ಕ್ಲಿಷ್ಟ ದಾರಿಯಲ್ಲಿ ಸಾಗಿ ಶಿಖರಾರೋಹಣ

ಮಾಡಿದರೆ ಮಾತ್ರ ಗೌರವವನ್ನು ಸಂಪಾದಿಸಬಹುದಾಗಿತ್ತು. ಯಾವುದೇ ಹಗ್ಗ ಮತ್ತು ಆಯುಧಗಳಿಲ್ಲದೆ ಏಕಾಂಗಿಯಾಗಿ ಪರ್ವತ ಹತ್ತಿ ಬರುವ ವ್ಯಕ್ತಿಗೆ ಸಿಗುವಷ್ಟು ಪ್ರಶಂಸೆ ಮತ್ತೆ ಯಾರಿಗೂ ಸಿಗುತ್ತಿರಲಿಲ್ಲ.

ಪರ್ವತಾರೋಹಣ ಮಾಡಲೆಂದೇ ಜೀವಿಸುತ್ತಿದ್ದ ಆ ದಿನಗಳಲ್ಲಿ ನಾನು ಬಡಗಿಯಾಗಿಯೂ, ಸ್ಯಾಲ್ಮನ್ ಮೀನಿನ ವ್ಯಾಪರಿಯಾಗಿಯೂ ವರ್ಷಕ್ಕೆ ಐದರಿಂದ ಆರು ಸಾವಿರ ಡಾಲರುಗಳ ಆದಾಯದಲ್ಲಿ ಬದುಕನ್ನು ನಿಭಾಯಿಸುತ್ತಿದ್ದರೂ, ನನ್ನ ಗುರಿಯೆಲ್ಲವೂ ಮುಂದಿನ ಪರ್ವತಾರೋಹಣಕ್ಕೆ ಹಣವನ್ನು ಹೊಂದಿಸಿಕೊಳ್ಳುವುದೇ ಆಗಿರುತ್ತಿತ್ತು. ಆದರೆ ನನ್ನ 25ರ ಆಸುಪಾಸಿನ ವಯಸ್ಸಿನಲ್ಲಿ ಎವರೆಸ್ಟ್ ಹತ್ತುವ ನನ್ನ ಬಾಲ್ಯದ ಕನಸನ್ನು ಹೊಸಕಿ ಹಾಕಿದೆ. ಆ ಹೊತ್ತಿಗಾಗಲೇ ನಮ್ಮ ಗೆಳೆಯರ ಬಳಗದಲ್ಲಿ ಎವರೆಸ್ಟ್‌ನ್ನು ಅಸಡ್ಡೆಯಿಂದ 'ಕಲ್ಲಿನ ತಿಪ್ಪೆ' ಎಂದು ಕರೆಯುವ ಫ್ಯಾಷನ್ ಶುರುವಾಗಿತ್ತು. ಪರ್ವತಾರೋಹಿಗೆ ಸವಾಲೊಡ್ಡುವ ತಾಂತ್ರಿಕ ಕ್ಲಿಷ್ಟತೆಯಾಗಲೀ, ಬಾಹ್ಯ ಸೌಂದರ್ಯವಾಗಲೀ ಎವರೆಸ್ಟ್ ಪರ್ವತಕ್ಕೆ ಇಲ್ಲ ಎನ್ನುವ ಭಾವ ನಮ್ಮಲ್ಲಿತ್ತು. ಗಂಭೀರ ಪರ್ವತಾರೋಹಿಯಾಗುವ ಕನಸು ಕಾಣುತ್ತಿದ್ದ ನನಗೆ ಎವರೆಸ್ಟ್ ಆಕರ್ಷಣೆ ಕಡಿಮೆಯಾಗಲಾರಂಭಿಸಿತು.

ಎವರೆಸ್ಟ್ ಬಗ್ಗೆ ಅಂತಹ ಅಸಡ್ಡೆ ಬೆಳೆಯಲು ಕಾರಣವೇನೆಂದರೆ, 80ರ ದಶಕದಲ್ಲಿ ಸುಮಾರು ನೂರಕ್ಕೂ ಹೆಚ್ಚು ಬಾರಿ ಎವರೆಸ್ಟ್‌ನ ಸುಲಭದ ಮಾರ್ಗವಾದ, ದಕ್ಷಿಣ ಕಣಿವೆ ಮತ್ತು ಈಶಾನ್ಯ ದಿಬ್ಬವನ್ನು ಬಳಸಿಕೊಂಡು ಹತ್ತಲಾಗಿತ್ತು. ನಾನು ಮತ್ತು ನನ್ನ ಗೆಳೆಯರು ಈ ದಕ್ಷಿಣ ದಿಬ್ಬವನ್ನು 'ಕತ್ತೆ ದಾರಿ' ಎಂದು ಕರೆಯುತ್ತಿದ್ದೆವು. 1985ರಲ್ಲಿ ಡಿಕ್ ಬಾಸ್ ಎನ್ನುವ ಟೆಕ್ಸಾಸಿನ ಶ್ರೀಮಂತನೊಬ್ಬ, ಅಷ್ಟೇನೂ ಹೇಳಿಕೊಳ್ಳುವಂತಹ ಪರ್ವತಾರೋಹಣದ ಅನುಭವವಿಲ್ಲದಿದ್ದರೂ, ಡೇವಿಡ್ ಬೇಷಿಯರ್ಸ್ ಎನ್ನುವ ಅಸಾಮಾನ್ಯ ಯುವ ಪರ್ವತಾರೋಹಿಯ ಜೊತೆಗೂಡಿ ಎವರೆಸ್ಟ್ ತುದಿಯನ್ನು ಮುಟ್ಟಿ ಬಂದಿದ್ದು ಅನಿರೀಕ್ಷಿತವಾಗಿ ಮಾಧ್ಯಮಗಳಲ್ಲಿ ವಿಪರೀತ ಪ್ರಚಾರ ಪಡೆದಾಗ ನಮ್ಮೆಲ್ಲರ ಅಸಡ್ಡೆ ಇನ್ನಷ್ಟು ಹೆಚ್ಚಾಯಿತು.

ಈ ಹಿಂದೆ ಎವರೆಸ್ಟ್ ಹೆಚ್ಚೂ ಕಡಿಮೆ ಶ್ರೀಮಂತರ ಸಾಮ್ರಾಜ್ಯವಾಗಿತ್ತು. ಆದರೆ 'ಕ್ಲೈಂಬಿಂಗ್' ಪತ್ರಿಕೆಯ ಸಂಪಾದಕನಾದ ಮೈಕೆಲ್ ಕೆನೆಡಿಯು "ಎವರೆಸ್ಟ್ ಆರೋಹಣಕ್ಕೆ ಆಹ್ವಾನದ ಗೌರವ ಸಿಗಬೇಕೆಂದರೆ ಮೊದಲು ನೀವು ಚಿಕ್ಕಪುಟ್ಟ ಪರ್ವತಗಳ ತುದಿಯನ್ನು ಮುಟ್ಟಿ ಪರಿಣತರಾಗಿರಬೇಕು. ಎವರೆಸ್ಟ್ ಶಿಖರಾಗ್ರವನ್ನು ತಲುಪುವುದೆಂದರೆ ನೀವು ಪರ್ವತಾರೋಹಣದ ಆಗಸದಲ್ಲಿ ಪ್ರಭಾವಶಾಲಿ ನಕ್ಷತ್ರವಾದಂತೆಯೇ ಸರಿ" ಎಂದು ಹೇಳಿದ್ದ. ಡಿಕ್ ಬಾಸ್‌ನ ಆರೋಹಣ ಅದೆಲ್ಲವನ್ನೂ ತಲೆಕೆಳಗೆ ಮಾಡಿತು. ಎವರೆಸ್ಟ್ ಶಿಖರಾಗ್ರವನ್ನು ತನ್ನ ಬುಟ್ಟಿಗೆ

ಹಾಕಿಕೊಳ್ಳುವುದರೊಂದಿಗೆ, ಅವನು 'ಏಳು ಶಿಖರಾಗ್ರ'[1]ಗಳನ್ನು ಹತ್ತಿದ ಪ್ರಥಮ ವ್ಯಕ್ತಿಯಾಗಿ ಬಿಟ್ಟ. ಈ ಸಾಧನೆ ಅವನಿಗೆ ಪ್ರಪಂಚದಾದ್ಯಂತ ಖ್ಯಾತಿಯನ್ನು ತಂದು ಕೊಟ್ಟಿತು. ವಾರಾಂತ್ಯದ ಖಯಾಲಿಯ ಪರ್ವತಾರೋಹಿಗಳು ಈತನ ಹೆಜ್ಜೆಯನ್ನು ಅನುಸರಿಸುವ ಪ್ರಕ್ರಿಯೆ ಜೋರಾಯಿತು. ನವ್ಯೋತ್ತರ ಸಂದರ್ಭದಲ್ಲಿ ಎವರೆಸ್ಟ್ ಅನ್ನು ಮತ್ತೊಮ್ಮೆ ಒತ್ತಾಯದಿಂದ ಬೆಳಕಿಗೆ ತಂದಿತು.

ಬೆಕ್ ವೆದರ್ಸ್ ಎನ್ನುವ ಸಮುದ್ರ ತೀರದ ಪರ್ವತಾರೋಹಿ, ಕಳೆದ ಏಪ್ರಿಲ್‌ನಲ್ಲಿ ಎವರೆಸ್ಟ್ ಬೇಸ್ ಕ್ಯಾಂಪಿಗೆ ಹೋಗುವ ಮೊದಲು, ತನ್ನ ಪೂರ್ವ ಟೆಕ್ಸಾಸ್‌ನ ಗಡಸು ಭಾಷೆಯಲ್ಲಿ 'ವಯಸ್ಸಾಗುತ್ತಿರುವ ನನ್ನಂತಹವರಿಗೆ, ಡಿಕ್ ಬಾಸ್ ದೊಡ್ಡ ಸ್ಫೂರ್ತಿ' ಎಂದು ಹೇಳಿದ. 49 ವರ್ಷ ವಯಸ್ಸಿನ ಡಾಲಾಸಿನ ಈ ವೈದ್ಯ ನಿಪುಣ, 1996ರಲ್ಲಿ ರಾಬ್ ಹಿಲ್‌ನ ಮಾರ್ಗದರ್ಶನದಲ್ಲಿ ನಡೆದ ಎವರೆಸ್ಟ್ ಪರ್ವತಾರೋಹಣದ ತಂಡದಲ್ಲಿದ್ದ ಎಂಟು ಜನರಲ್ಲಿ ಒಬ್ಬನಾಗಿದ್ದ. "ಸಾಮಾನ್ಯ ಪರ್ವತಾರೋಹಿಗಳಿಗೂ ಎವರೆಸ್ಟ್ ಕೈಗೆಟುಕಬಹುದು ಎಂಬುದನ್ನು ಡಿಕ್ ಬಾಸ್ ತೋರಿಸಿಕೊಟ್ಟಿದ್ದಾನೆ. ನಿಮಗೆ ಒಳ್ಳೆಯ ವರಮಾನ ಮತ್ತು ಸದೃಢ ಆರೋಗ್ಯವಿದೆ ಎಂದಾದರೆ, ಎವರೆಸ್ಟ್ ಹತ್ತಲು ಇರುವ ಏಕೈಕ ಸಮಸ್ಯೆಯೆಂದರೆ ನಿಮ್ಮ ಉದ್ಯೋಗದಿಂದ ದೀರ್ಘ ರಜೆಯನ್ನು ತೆಗೆದುಕೊಳ್ಳುವುದು ಮತ್ತು ಸಂಸಾರವನ್ನು ಎರಡು ತಿಂಗಳುಗಳ ಕಾಲ ಬಿಟ್ಟಿರುವುದು ಮಾತ್ರ" ಎಂದು ಹೇಳಿದ.

ಸಾಕಷ್ಟು ಪರ್ವತಾರೋಹಿಗಳಿಗೆ ನಿತ್ಯದ ರೂಢಿಯಿಂದ ಸಮಯ ಹೊಂದಿಸಿಕೊಳ್ಳುವುದು ಅಥವಾ ದೊಡ್ಡ ಮೊತ್ತದ ಹಣ ಹೊಂದಿಸುವುದೂ

---

1 ಪ್ರಪಂಚದ ಏಳು ಖಂಡದಲ್ಲಿ ಇರುವ ಅತ್ಯಂತ ಎತ್ತರದ ಪರ್ವತಗಳು ಯಾವುವೆಂದರೆ – ಎವರೆಸ್ಟ್ (ಏಷ್ಯಾ, 29,028 ಅಡಿ), ಅಕುನ್‌ಕಾವು (ದಕ್ಷಿಣ ಅಮೆರಿಕಾ, 22,834 ಅಡಿ), ಮೆಕಿನ್ಲೀ ಅಥವಾ ಡೆನಾಲಿ (ಉತ್ತರ ಅಮೆರಿಕಾ, 20,320 ಅಡಿ), ಕಿಲಿಮಂಜಾರೋ (ಆಫ್ರಿಕಾ, 19,340 ಅಡಿ), ಎಲ್‌ಬ್ರಸ್ (ಯುರೋಪ್, 18,510 ಅಡಿ), ವಿನ್ಸನ್ ಮಾಸಿಫ್ (ಅಂಟಾರ್ಟಿಕಾ, 16,067 ಅಡಿ) ಮತ್ತು ಕೋಸಿಯುಸ್‌ಕೋವ್ (ಆಸ್ಟ್ರೇಲಿಯಾ, 7,316 ಅಡಿ). ಡಿಕ್ ಬಾಸ್ ಈ ಎಲ್ಲಾ ಏಳು ಪರ್ವತಗಳನ್ನು ಏರಿದ ನಂತರ, ಪ್ಯಾಟ್ರಿಕ್ ಮಾರೋ ಎನ್ನುವ ಕೆನಡಾದ ಪರ್ವತಾರೋಹಿಯು ಹೊಸದಾದ ಒಂದು ವಾದವನ್ನು ಮುಂದಿಟ್ಟ. ಓಶಿಯಾನಿಯಾ ಎನ್ನುವ ದ್ವೀಪಸಮೂಹದಲ್ಲಿ ಕೇವಲ ಆಸ್ಟ್ರೇಲಿಯಾ ದೇಶ ಮಾತ್ರವೊಂದೇ ಇಲ್ಲ. ಇಂಡೋನೇಶಿಯಾದ ಇರಿಯನ್ ಬಾರಾತ್ ದ್ವೀಪವೂ ಬರುತ್ತದೆ. ಅಲ್ಲಿರುವ ಕಾರ್‌ಸ್ಟೆಂಜ್ ಪಿರಾಮಿಡ್ (16,535 ಅಡಿ) ಎಂಬ ಪರ್ವತದ ಪರ್ವತಾರೋಹಣವು ಕೋಸಿಯುಸ್‌ಕೋವ್‌ಗಿಂತಲೂ ಕಠಿಣವಾಗಿದೆ. ಆದ್ದರಿಂದ ಸಪ್ತಶೃಂಗಗಳನ್ನು ಮೊದಲಿಗೆ ಮೆಟ್ಟಿದವನು ತಾನೆಂದು ಸಾರಿದ. ಈ ಸಪ್ತಶೃಂಗ ಪರ್ವತಗಳ ಬಗ್ಗೆ ಅಧ್ಯಯನ ಮಾಡಿದ ಪಂಡಿತರು, ಕೇವಲ ಅತ್ಯಂತ ಎತ್ತರದ ಪರ್ವತವನ್ನು ಏರುವುದಕ್ಕಿಂತಲೂ, ಆ ಖಂಡದಲ್ಲಿನ ಎರಡನೆಯ ಎತ್ತರದ ಪರ್ವತವನ್ನೂ ಏರುವುದು ಹೆಚ್ಚಿನ ಸಾಹಸವೆಂದು ಕರೆದಿದ್ದಾರೆ. ಕೆಲವು ಖಂಡಗಳಲ್ಲಿ ದ್ವಿತೀಯ ಉತ್ತುಂಗ ಪರ್ವತದ ಆರೋಹಣವು ಹೆಚ್ಚು ಸಾಹಸಮಯವಾಗಿದೆ.

ಅಸಾಧ್ಯವಾದ ಸಂಗತಿಯೇನೂ ಆಗಿಲ್ಲ ಎಂದು ಲಭ್ಯ ದಾಖಲೆಗಳನ್ನು ಗಮನಿಸಿದರೆ ತಿಳಿಯುತ್ತದೆ. ಜಗತ್ತಿನ ಏಳು ಖಂಡಗಳ ಮಹಾಪರ್ವತಗಳಲ್ಲಿ, ಪ್ರಮುಖವಾಗಿ ಎವರೆಸ್ಟ್ ಪರ್ವತದಲ್ಲಿ, ಪರ್ವತಾರೋಹಿಗಳ ಸಂಖ್ಯೆ ಆಶ್ಚರ್ಯಕರವಾಗಿ ಹಲವು ಪಟ್ಟು ಹೆಚ್ಚಾಗಿದೆ ಎಂಬುದು ಕಳೆದ ಐದು ವರ್ಷಗಳಲ್ಲಿ ಸಾಬೀತಾಗಿದೆ. ಬೇಡಿಕೆಯನ್ನು ಸರಿದೂಗಿಸಲೆಂಬಂತೆ, ಈ ಏಳೂ ಮಹಾಪರ್ವತಗಳ ಆರೋಹಣಕ್ಕೆ, ಅದರಲ್ಲಿಯೂ ಪ್ರಮುಖವಾಗಿ ಎವರೆಸ್ಟ್ ಆರೋಹಣಕ್ಕೆ ಸಾಕಷ್ಟು ವ್ಯಾಪಾರಿ ಮನೋಭಾವದ ಕಂಪನಿಗಳು ಹುಟ್ಟಿಕೊಂಡಿವೆ. 1996ರ ಬೇಸಿಗೆಯಲ್ಲಿ ಸುಮಾರು 30ಕ್ಕೂ ಹೆಚ್ಚು ತಂಡಗಳು ಎವರೆಸ್ಟ್ ಪರ್ವತದಲ್ಲಿದ್ದವು. ಅವುಗಳಲ್ಲಿ ಏನಿಲ್ಲವೆಂದರೂ ಸುಮಾರು ಹತ್ತು ತಂಡಗಳು ಪರ್ವತಾರೋಹಣದಿಂದ ಹಣ ಮಾಡುವ ಉದ್ದೇಶ ಹೊಂದಿದ ವಾಣಿಜ್ಯ ಸಂಸ್ಥೆಗಳಿಗೆ ಸೇರಿದ್ದಾಗಿದ್ದವು.

ಈ ರೀತಿ ಹಿಂಡುಹಿಂಡಾಗಿ ಜನರು ಎವರೆಸ್ಟ್‌ಗೆ ಬರುವುದರಿಂದ ನೇಪಾಳಿ ಸರ್ಕಾರಕ್ಕೆ ಶಿಖರಗಾಮಿಗಳ ಸುರಕ್ಷತೆ, ಪರ್ವತದ ಸೌಂದರ್ಯ ನಿರ್ವಹಣೆ ಮತ್ತು ಪರಿಸರದ ಸಮಸ್ಯೆಗಳು ಉದ್ಭವಿಸಿದವು. ಈ ಸಮಸ್ಯೆಗಳ ಸುಳಿಯಲ್ಲಿ ಸಿಕ್ಕಿರುವಾಗಲೇ, ನೇಪಾಳೀ ಸರಕಾರ ಒಂದು ಹೊಸ ನಿಯಮವನ್ನು ಜಾರಿಗೆ ತಂದು ಎರಡು ಹಕ್ಕಿಗಳನ್ನು ಒಂದೇ ಕಲ್ಲಿನಿಂದ ಹೊಡೆಯುವುದಕ್ಕೆ ತಯಾರಾಯಿತು. ಪರ್ವತ ಹತ್ತುವುದಕ್ಕೆ ಕೊಡಬೇಕಾದ ಶುಲ್ಕವನ್ನು ಹೆಚ್ಚು ಮಾಡಿ ಪರ್ವತಾರೋಹಿಗಳ ಸಂಖ್ಯೆಯನ್ನೂ ಕಡಿಮೆ ಮಾಡುವುದು ಮತ್ತು ಸರಕಾರದ ಖಜಾನೆಯನ್ನೂ ತುಂಬಿಸುವುದೆಂದು ಆಲೋಚಿಸಿತು. 1991ರಲ್ಲಿ ಪ್ರವಾಸೋದ್ಯಮ ಇಲಾಖೆಯು ಒಂದು ತಂಡಕ್ಕೆ 2300 ಡಾಲರ್ ಶುಲ್ಕವನ್ನು ವಿಧಿಸಿ, ಎಷ್ಟು ಜನರಾದರೂ ಪರ್ವತವನ್ನು ಹತ್ತುವುದಕ್ಕೆ ಅನುಮತಿ ಕೊಡುತ್ತಿತ್ತು. 1992ರಲ್ಲಿ ಕೇವಲ ಒಂಬತ್ತು ಜನರ ತಂಡಕ್ಕೆ 10,000 ಡಾಲರ್‌ಗಳೆಂದೂ, ಜೊತೆಗೆ ಪ್ರತಿಯೊಬ್ಬ ಹೆಚ್ಚಿನ ಪರ್ವತಾರೋಹಿಯು 1200 ಡಾಲರ್ ಕೊಡಬೇಕೆಂದೂ ನಿಯಮವನ್ನು ಬದಲಾಯಿಸಿತು.

ಶುಲ್ಕ ಹೆಚ್ಚಾದರೂ ಪರ್ವತಾರೋಹಿಗಳು ಯಾವತ್ತಿನಂತೆ ಗುಂಪು ಗುಂಪಾಗಿ ಬರಲಾರಂಭಿಸಿದರು. 1993ರ ಬೇಸಿಗೆಯಲ್ಲಿ, ಅಂದರೆ ಮೊದಲ ಶಿಖರಾರೋಹಣವಾದ 40 ವರ್ಷಗಳ ನಂತರ, ನೇಪಾಳದ ಕಡೆಯಿಂದ ಸುಮಾರು 294 ಶಿಖರಗಾಮಿಗಳು ಹದಿನೈದು ತಂಡಗಳಲ್ಲಿ ತುದಿಯನ್ನು ತಲುಪಲು ಪ್ರಯತ್ನಿಸಿದ್ದು ಒಂದು ದಾಖಲೆಯಾಯ್ತು. ಆ ಚಳಿಗಾಲದಲ್ಲಿ ನೇಪಾಳೀ ಸರಕಾರ ಮತ್ತೊಮ್ಮೆ ಶುಲ್ಕವನ್ನು ವಿಪರೀತವಾಗಿ ಹೆಚ್ಚಿಸಿ – ಐದು ಜನರ ತಂಡಕ್ಕೆ 50,000 ಡಾಲರುಗಳು, ಪ್ರತಿಯೊಬ್ಬ ಹೆಚ್ಚಿನ ಪರ್ವತಾರೋಹಿಗೆ 10,000 ಡಾಲರುಗಳು ಮತ್ತು ಏಳಕ್ಕೂ ಹೆಚ್ಚು ಜನರು ತಂಡದಲ್ಲಿ ಇರುವಂತಿಲ್ಲ – ಎಂದು ನಿಯಮವನ್ನು

ಬದಲಾಯಿಸಿತು. ಇದೂ ಸಾಲದೆಂಬಂತೆ ಪ್ರತಿ ವರ್ಷವೂ ನಾಲ್ಕಕ್ಕೂ ಹೆಚ್ಚಿನ ತಂಡಗಳಿಗೆ ಪರ್ವತಾರೋಹಣಕ್ಕೆ ಅನುಮತಿ ನೀಡುವುದಿಲ್ಲ ಎಂದು ಹೇಳಿತು.

ಆದರೆ ಟಿಬೆಟ್ ಸರಕಾರವು ತನ್ನ ನೆಲದಿಂದ ಕೇವಲ 15000 ಡಾಲರ್ ಶುಲ್ಕಕ್ಕೆ ಎಷ್ಟೇ ಜನರ ತಂಡವಾದರೂ ಎವರೆಸ್ಟ್ ಹತ್ತಬಹುದೆಂದೂ, ಒಂದು ವರ್ಷದಲ್ಲಿ ಎಷ್ಟು ತಂಡಗಳಾದರೂ ಆರೋಹಣ ಮಾಡಬಹುದೆಂಬ ನಿಯಮವನ್ನು ಹೊಂದಿದೆಯೆಂಬುದನ್ನು ನೇಪಾಳೀ ಸರಕಾರ ಮರೆತು ಬಿಟ್ಟಿತ್ತು. ಆದ್ದರಿಂದ ಜನರ ಪ್ರವಾಹ ನೇಪಾಳದಿಂದ ಟಿಬೆಟ್‌ಗೆ ವರ್ಗಾವಣೆ ಹೊಂದಿ, ನೂರಾರು ಶೆರ್ಪಾಗಳಿಗೆ ಕೆಲಸವಿಲ್ಲದಂತೆ ಮಾಡಿಬಿಟ್ಟಿತು. ಇದರಿಂದಾಗಿ ಉಂಟಾದ ಹಾಹಾಕಾರದಿಂದಾಗಿ 1996 ಬೇಸಿಗೆಯಲ್ಲಿ ನೇಪಾಳೀ ಸರಕಾರವು ವರ್ಷಕ್ಕೆ ಕೇವಲ ನಾಲ್ಕು ತಂಡಗಳೆಂದು ವಿಧಿಸಿದ್ದ ನಿಯಮವನ್ನು ಹಠಾತ್ತನೆ ರದ್ದುಗೊಳಿಸಿತು. ಆದರೆ ಇದೇ ಹೊತ್ತಿನಲ್ಲಿ ಒಂದು ತಂಡದ ಶುಲ್ಕವನ್ನು 70,000 ಡಾಲರುಗಳಿಗೆ ಹೆಚ್ಚಿಸಿ, ಪ್ರತಿಯೊಬ್ಬ ಹೆಚ್ಚಿನ ಆರೋಹಿಗೆ 10,000 ಡಾಲರು ಶುಲ್ಕವೆಂದು ಘೋಷಿಸಿತು. ಕಳೆದ ಬೇಸಿಗೆಯಲ್ಲಿ ಒಟ್ಟಾರೆ 30 ತಂಡಗಳು ಎವರೆಸ್ಟ್ ಆರೋಹಣಕ್ಕೆ ಪ್ರಯತ್ನಿಸಿದ್ದರೆ, ಅದರಲ್ಲಿ 16 ತಂಡಗಳು ನೇಪಾಳದ ಕಡೆಯಿಂದಲೇ ಶಿಖರಾರೋಹಣ ಮಾಡಿದ್ದಾರೆ ಎಂಬುದನ್ನು ಗಮನಿಸಿದರೆ, ಹೆಚ್ಚುವರಿ ಶುಲ್ಕ ಒಂದು ದೊಡ್ಡ ಸಮಸ್ಯೆಯೇ ಆಗಿಲ್ಲವೆಂದು ಅನ್ನಿಸುತ್ತದೆ.

1996ರ ಬೇಸಿಗೆಯಲ್ಲಿ ನಡೆದ ಪರ್ವತಾರೋಹಣದ ದುರಂತಕ್ಕೂ ಮುಂಚೆಯೇ, ಅಂದರೆ ಕಳೆದ ಒಂದು ದಶಕದಿಂದಲೂ, ವಾಣಿಜ್ಯ ಉದ್ದೇಶದಿಂದ ನಡೆಸುತ್ತಿದ್ದ ಪರ್ವತಾರೋಹಣದ ಸಂಗತಿಯು ಗಂಭೀರ ವಿಷಯವೇ ಆಗಿತ್ತು. ಜಗತ್ತಿನ ಅತ್ಯುನ್ನತ ಪರ್ವತವನ್ನು ಮೌಲ್ಯರಹಿತ ಶ್ರೀಮಂತರಿಗೆ ಮಾರಲಾಗಿದೆಯೆಂದು ಸಾಂಪ್ರದಾಯಿಕ ಪರ್ವತಾರೋಹಿಗಳು ಬೇಸರ ಮಾಡಿಕೊಂಡಿದ್ದರು. ಮಾರ್ಗದರ್ಶಿಗಳ ಸಹಾಯವಿಲ್ಲದಿದ್ದರೆ ಅಂತಹವರಿಗೆ ರೈನಿಯರ್‌ನಂತಹ ಚಿಕ್ಕ ಪರ್ವತವನ್ನು ಕೂಡಾ ಹತ್ತಲಾಗುವುದಿಲ್ಲ. ಎವರೆಸ್ಟ್ ಪರ್ವತವನ್ನು ಅಪವಿತ್ರಗೊಳಿಸಿ, ಭ್ರಷ್ಟಗೊಳಿಸಲಾಗಿದೆ ಎಂದು ಸಂಪ್ರದಾಯವಾದಿಗಳು ಗೊಣಗುತ್ತಿದ್ದರು.

ಎವರೆಸ್ಟ್ ವಾಣಿಜ್ಯೀಕರಣಗೊಂಡಿರುವುದರಿಂದ, ಅದರ ಸಂಗತಿಯನ್ನು ಅಮೆರಿಕಾದ ನ್ಯಾಯಾಂಗದಲ್ಲೂ ತಂದು ನಿಲ್ಲುಸುವಂತಾಗಿ ಬಿಟ್ಟಿದೆಯೆಂದು ಈ ವಿಮರ್ಶಕರು ಬೆಟ್ಟುಮಾಡಿ ತೋರಿಸುತ್ತಾರೆ. ತುತ್ತತುದಿಯನ್ನು ತಲುಪಲೆಂದು ಅತ್ಯಂತ ದೊಡ್ಡ ಮೊತ್ತವನ್ನು ನೀಡಿದವರು, ಅದು ಅಸಾಧ್ಯವಾದಾಗ ಅಂತಹ ವಾಣಿಜ್ಯ ಸಂಸ್ಥೆಗಳ ಮಾರ್ಗದರ್ಶಿಗಳನ್ನು ಕೋರ್ಟಿಗೆ ಎಳೆದಿದ್ದರು. ಹನ್ನೊಂದು ಬಾರಿ ಎವರೆಸ್ಟ್ ಆರೋಹಣವನ್ನು ಮಾಡಿ, ನಾಲ್ಕು ಬಾರಿ ತುದಿಯನ್ನು ತಲುಪಿ

ಯಶಸ್ವಿಯಾಗಿರುವ ಪೀಟರ್ ಅಥೆನ್ಸ್ ಎನ್ನುವ ಗೌರವಾನ್ವಿತ ಮಾರ್ಗದರ್ಶಕ "ಒಮ್ಮೊಮ್ಮೆ ಎಂತಹ ಗಿರಾಕಿ ಸಿಗ್ತಾರೆ ಅಂದ್ರೆ, ಎವರೆಸ್ಟ್ ತುದಿ ಮುಟ್ಟೋದಕ್ಕೆ ಗ್ಯಾರಂಟಿ ಟಿಕೇಟ್ ತಗೊಂಡೋರ ತರಹ ಆಡ್ತಾರೆ. ಎವರೆಸ್ಟ್ ಆರೋಹಣ ಅಂದ್ರೆ ಸ್ವಿಸ್ ಟ್ರೇನಿಗೆ ಟಿಕೆಟ್ ತಗೊಂಡ ಹಾಗಲ್ಲ ಎಂಬ ಕನಿಷ್ಟ ಜ್ಞಾನವೂ ಇರಲ್ಲ" ಎಂದು ತನ್ನ ಅಸಹನೆಯನ್ನು ಹೊರಹಾಕಿದ್ದಾನೆ.

ಬೇಸರದ ಸಂಗತಿಯೆಂದರೆ ಎಲ್ಲಾ ಎವರೆಸ್ಟ್ ಮೊಕದ್ದಮೆಗಳು ಅನ್ಯಾಯವಾಗಿಯೇನೂ ಇಲ್ಲ. ಕೆಲವು ನಕಲಿ ಮತ್ತು ಹೆಸರುವಾಸಿಯಲ್ಲದ ಸಂಸ್ಥೆಗಳು ಹಲವಾರು ಬಾರಿ ಒಪ್ಪಂದಕ್ಕೆ ಸರಿಯಾಗಿ ಅತ್ಯವಶ್ಯವಾದ ಸಾಮಗ್ರಿಗಳನ್ನು ಪರ್ವತಾರೋಹಣದಲ್ಲಿ ಕೊಡಲು ಸೋತಿವೆ. ಉದಾಹರಣೆಗೆ ಆಮ್ಲಜನಕದ ಬಾಟಲಿಗಳನ್ನು ಒಪ್ಪಂದ ಮಾಡಿಕೊಂಡಷ್ಟು ಕೊಡುವುದಿಲ್ಲ. ಕೆಲವೊಂದು ತಂಡಗಳಲ್ಲಿ ಗ್ರಾಹಕರನ್ನು ಬಿಟ್ಟು, ಕೇವಲ ಮಾರ್ಗದರ್ಶಿಗಳು ಮಾತ್ರ ತುದಿಯನ್ನು ಮುಟ್ಟಿ ಬಂದಿದ್ದಾರೆ. ಕೇವಲ ಅವರ ಖರ್ಚನ್ನು ಹೊರುವುದಕ್ಕೇ ತಮ್ಮನ್ನು ಕರೆದುಕೊಂಡು ಬಂದಿದ್ದಾರೆ ಎಂದು ಹಲವಾರು ಗ್ರಾಹಕರು ಮನಸ್ಸು ಕಹಿ ಮಾಡಿಕೊಂಡಿದ್ದಾರೆ. 1995ರಲ್ಲಿ ಒಂದು ತಂಡದ ನಾಯಕನು ಲಕ್ಷಾಂತರ ಡಾಲರ್‌ಗಳನ್ನು ಎಲ್ಲರಿಂದಲೂ ಸ್ವೀಕರಿಸಿ, ಚಾರಣ ಶುರುವಾಗುವುದಕ್ಕೂ ಮುಂಚೆಯೇ ಅವೆಲ್ಲವನ್ನೂ ತೆಗೆದುಕೊಂಡು ಪರಾರಿಯಾಗಿ ಬಿಟ್ಟಿದ್ದ.

III

1995ರಲ್ಲಿ "ಔಟ್‌ಸ್ಟೈಡ್" ಪತ್ರಿಕೆಯ ಸಂಪಾದಕರಿಂದ ನನಗೊಂದು ಕರೆ ಬಂತು. ಇನ್ನೈದು ದಿನಗಳಲ್ಲಿ ಹೊರಡುತ್ತಿರುವ ಒಂದು ಎವರೆಸ್ಟ್ ಪರ್ವತಾರೋಹಣ ತಂಡಕ್ಕೆ ನಾನು ಸೇರಬೇಕೆಂದೂ, ನಾಯಿಕೊಡೆಗಳಂತೆ ವಾಣಿಜ್ಯ ಸಂಸ್ಥೆಗಳು ಎವರೆಸ್ಟ್‌ಗೆ ಲಗ್ಗೆ ಇಡುತ್ತಿರುವುದರ ಬಗ್ಗೆ ಮತ್ತು ಅದರ ಸುತ್ತಲೂ ಹಬ್ಬಿರುವ ವಿವಾದಗಳನ್ನು ಸೇರಿಸಿ ಒಂದು ಲೇಖನವನ್ನು ಪತ್ರಿಕೆಗೆ ಬರೆದುಕೊಡಬೇಕಾಗಿ ಕೇಳಿಕೊಂಡರು. ನಾನು ಶಿಖರದ ತುದಿಯನ್ನು ಹತ್ತಬೇಕೆಂಬ ಉದ್ದೇಶ ಪತ್ರಿಕೆಗಿರಲಿಲ್ಲ; ಟಿಬೆಟ್‌ನ ಕಡೆಯಿರುವ ಪೂರ್ವ ರಾಂಗ್‌ಬಕ್ ಗ್ಲೇಸಿಯರ್ ಬೇಸ್ ಕ್ಯಾಂಪಿನಲ್ಲಿದ್ದುಕೊಂಡು ವರದಿ ಮಾಡಬೇಕೆನ್ನುವುದು ಅದರ ಆಪೇಕ್ಷೆಯಾಗಿತ್ತು. ನಾನು ಈ ಅವಕಾಶವನ್ನು ಗಂಭಿರವಾಗಿ ಪರಿಗಣಿಸಿದೆ. ವಿಮಾನದ ಟಿಕೇಟ್ ಅನ್ನು ಕಾಯ್ದಿರಿಸುವ, ಸೋಂಕು ನಿವಾರಣಾ ಲಸಿಕೆಗಳನ್ನು ತೆಗೆದುಕೊಳ್ಳುವ ಆಸಕ್ತಿ ತೋರಿದವನು ಕಡೆಯ ಗಳಿಗೆಯಲ್ಲಿ ಬೇಡವೆಂದು ನಿರಾಕರಿಸಿ ಬಿಟ್ಟೆ.

ಕೆಲವು ವರ್ಷಗಳಿಂದ ಎವರೆಸ್ಟ್ ಪರ್ವತದ ಬಗ್ಗೆ ನನ್ನಲ್ಲಿ ಬೆಳೆದ ಅಸಡ್ಡೆಯ ಕಾರಣದಿಂದಾಗಿ ಮೌಲ್ಯಗಳಿಗೆ ಒತ್ತು ಕೊಟ್ಟು ನಾನು ಈ ಅವಕಾಶವನ್ನು ಸ್ವೀಕರಿಸಲಿಲ್ಲ ಎಂದು ನೀವು ಅಂದುಕೊಳ್ಳಬಹುದು. ಆದರೆ ಸತ್ಯದ ಸಂಗತಿಯೇನೆಂದರೆ, ಈ ಅವಕಾಶವು ನನ್ನ ಅಂತರಾಳದಲ್ಲಿ ಎಂದೋ ಹುದುಗಿದ್ದ ದೊಡ್ಡ ಆಸೆಯನ್ನು ಕೆರಳಿಸಿತ್ತು. ಕೇವಲ ಹಿಮಾಲಯದ ನೆರಳಿನಲ್ಲಿರುವ ಬೇಸ್ ಕ್ಯಾಂಪಿನಲ್ಲಿ ಎರಡು ತಿಂಗಳಷ್ಟು ಸಮಯ ಕಾಲಹರಣ ಮಾಡುತ್ತಾ, ಮೇಲಕ್ಕೆ ಹತ್ತುವ ಅವಕಾಶವಿಲ್ಲದೆ ಇರುವುದು ಅಸಹನೀಯ ಎಂಬ ಕಾರಣಕ್ಕೆ ನಾನು ಈ ಅವಕಾಶವನ್ನು ನಿರಾಕರಿಸಿದ್ದೆ. ಹೆಂಡತಿ ಮಕ್ಕಳನ್ನು ಬಿಟ್ಟು, ಎರಡು ತಿಂಗಳುಗಳ ಕಾಲ ಗೋಳದ ಮತ್ತೊಂದು ತುದಿಯಲ್ಲಿ ಉಳಿಯ ಬೇಕಾದರೆ, ನನಗೆ ಖಂಡಿತವಾಗಿಯೂ ಪರ್ವತದ ತುದಿಯನ್ನು ಮುಟ್ಟುವ ಅವಕಾಶ ಕೊಡಬೇಕು ಎನ್ನುವುದು ನನ್ನ ಬಯಕೆಯಾಗಿತ್ತು.

ಈ ಪ್ರಯಾಣವನ್ನು ಒಂದು ವರ್ಷದ ಕಾಲ ಮುಂದೂಡಲು ಸಾಧ್ಯವೇ (ಅಷ್ಟರಲ್ಲಿ ನಾನು ಆರೋಹಣಕ್ಕೆ ಬೇಕಾದ ದೇಹ ಸಾಮರ್ಥ್ಯವನ್ನು ಬೆಳೆಸಿಕೊಳ್ಳಬಹುದು ಎಂಬ ಅಂದಾಜಿನಿಂದ) ಎಂದು 'ಔಟ್‌ಸೈಡ್' ಪತ್ರಿಕೆಯ ಸಂಪಾದಕರಾದ ಮಾರ್ಕ್ ಬ್ರಯಾಂಟ್ ಅವರನ್ನು ಕೇಳಿದೆ. ಜೊತೆಗೆ ಯಾವುದಾದರೂ ವಿಶ್ವಾಸಾರ್ಹ ತಂಡದೊಂದಿಗೆ ನನ್ನನ್ನು ಸೇರಿಸಿ, ಅದಕ್ಕೆ ತಗಲುವ 65000 ಡಾಲರ್ ವೆಚ್ಚವನ್ನು ಭರಿಸಿ, ನನಗೂ ಶಿಖರದ ತುದಿಯನ್ನು ಮುಟ್ಟಿ ಬರುವುದಕ್ಕೆ ಅವಕಾಶ ಮಾಡಿಕೊಡಲು ಸಾಧ್ಯವೇ ಎಂದು ಅವರನ್ನು ವಿಚಾರಿಸಿದೆ. ಅವರು ಬಹುಶಃ ಒಪ್ಪಲಿಕ್ಕಿಲ್ಲ ಎಂದು ನಾನೆಣಿಸಿದ್ದೆ. ಕಳೆದ ಹದಿನೈದು ವರ್ಷಗಳಲ್ಲಿ 60ಕ್ಕೂ ಹೆಚ್ಚು ಲೇಖನಗಳನ್ನು ನಾನು ಈ ಪತ್ರಿಕೆಗೆ ಬರೆದಿದ್ದೆ. ಆದರೆ ಯಾವ ಲೇಖನದ ತಯಾರಿಗೂ ಎರಡರಿಂದ ಮೂರು ಸಾವಿರ ಡಾಲರ್‌ಗೂ ಹೆಚ್ಚಿನ ವೆಚ್ಚ ತಗುಲಿರಲಿಲ್ಲ.

'ಔಟ್‌ಸೈಡ್'ನ ಹಿರಿಯ ಸಂಪಾದಕರೊಂದಿಗೆ ಮಾತಾಡಿದ ಬ್ರಯಾಂಟ್, ಒಂದು ದಿನದ ನಂತರ ಮತ್ತೆ ಕರೆ ಮಾಡಿದ. 65,000 ಡಾಲರ್‌ಗಳನ್ನು ವ್ಯಯಮಾಡಲು ಪತ್ರಿಕೆಯು ಸಿದ್ಧವಿಲ್ಲವೆಂದೂ, ಆದರೆ ಎವರೆಸ್ಟ್ ವಾಣಿಜ್ಯೀಕರಣದ ಸಂಗತಿಯ ಲೇಖನವು ಬಹಳ ಮುಖ್ಯವೆಂದು ಅವರಿಬ್ಬರೂ ಭಾವಿಸುತ್ತಾರೆಂದೂ ತಿಳಿಸಿದ. ಶಿಖರಾಗ್ರವನ್ನು ಏರಿ ಬರುವ ಉತ್ಸಾಹ ನನ್ನಲ್ಲಿ ನಿಜಕ್ಕೂ ಇರುವುದಾದರೆ, ಅವರು ಹೇಗೋ ಅದನ್ನು ಸಾಧ್ಯವಾಗುವಂತೆ ಮಾಡುವುದಾಗಿ ತಿಳಿಸಿದರು.

| | |

33 ವರ್ಷಗಳಿಂದ ನನ್ನನ್ನು ನಾನು ಪರ್ವತಾರೋಹಿ ಎಂದು ಸ್ವಘೋಷಿಸಿಕೊಂಡು, ಹಲವು ಕ್ಲಿಷ್ಟಕರವಾದ ಆರೋಹಣಗಳನ್ನು ಮಾಡಿದ್ದೆ. ಅಲಾಸ್ಕದಲ್ಲಿದ್ದ ಮೋಸೆಸ್ ಟೂತ್ ಎಂಬ ಪರ್ವತವನ್ನು ದುರ್ಗಮ ದಾರಿಯಿಂದ ಪಯಣಿಸಿದ್ದೆ. ಡೆವಿಲ್ಸ್ ಥಂಬ್ ಎನ್ನುವ ಪರ್ವತಕ್ಕೆ ಏಕಾಂಗಿಯಾಗಿ ಹೋಗಿ ಮೂರು ವಾರಗಳ ಕಾಲ ಅದರ ತುದಿಯ ಹಿಮ ಟೊಪ್ಪಿಗೆಯಲ್ಲಿ ಉಳಿದು ಬಂದಿದ್ದೆ. ಕೆನಡಾ ಮತ್ತು ಕೊಲರಾಡೋದಲ್ಲಿನ ತುಸು ಕ್ಲಿಷ್ಟಕರವಾದ ಹಿಮಶಿಖರಗಳನ್ನು ಹತ್ತಿದ್ದೆ. ದಕ್ಷಿಣ ಅಮೆರಿಕಾದ ದಕ್ಷಿಣ ತುದಿಯಲ್ಲಿರುವ, ನೂರಾರು ಬಿರುಗಾಳಿಗಳಿಂದ ಹೊಡೆಸಿಕೊಂಡು, ಆಲಿಕಲ್ಲಿನ ರಭಸಕ್ಕೆ ಮೈಯೊಡ್ಡಿ ಅವುಗಳನ್ನು ನುಚ್ಚುನೂರು ಮಾಡಿ, ಒಂದು ಕಾಲಕ್ಕೆ ಅತ್ಯಂತ ಕಷ್ಟದ ಪರ್ವತ (ಈಗಲ್ಲ) ಎಂದು ಹೆಸರು ಪಡೆದು, ಸ್ಥಳೀಯರಲ್ಲಿ 'ದೇವರ ಕಸಪೊರಕೆ' ಎಂಬ ಕುಖ್ಯಾತಿಗೆ ಒಳಗಾಗುವಷ್ಟು ಜೋರಾಗಿ ಗಾಳಿ ಬೀಸುವ, ಒಂದು ಮೈಲಿಗೂ ಎತ್ತರವಿರುವ ಏಕ ಶಿಲೆ ಗ್ರಾನೈಟ್ ಬಂಡೆ ಸೆರ್ರೋ ಟೊರ್ರೆ ಹತ್ತಿದ್ದೆ.

ಆದರೆ ಈ ಎಲ್ಲಾ ಸಾಹಸಗಳು ಬಹಳ ವರ್ಷಗಳ ಹಿಂದೆ ನಡೆದಿದ್ದವು. ಕೆಲವೊಂದಂತೂ ನನ್ನ ಇಪ್ಪತ್ತರ ಮತ್ತು ಮೂವತ್ತರ ಹರಯದಲ್ಲಿ ನಡೆದಂತಹವುಗಳಾಗಿದ್ದವು. ನಲವತ್ತೊಂದರ ವಯಸ್ಸಿನ, ಹರೆಯದ ಸಾಹಸ ಪ್ರವೃತ್ತಿಯನ್ನು ಕಳೆದುಕೊಂಡ, ಬಿಳಿ ಗಡ್ಡದ, ದುರ್ಬಲ ದವಡೆಗಳ, ನಡುವಿನ ಸುತ್ತಲೂ ಏಳು ಕೆಜಿ ದುರ್ಮಾಂಸವನ್ನು ಬೆಳೆಸಿಕೊಂಡ ನನ್ನ ಸದ್ಯದ ಸ್ಥಿತಿಯಲ್ಲಲ್ಲ. ಈಗಾಗಲೇ ಮನಸಾರೆ ಮೆಚ್ಚಿದ ಹುಡುಗಿಯನ್ನು ಮದುವೆಯಾಗಿದ್ದೆನಲ್ಲದೆ, ಅವಳಿಂದಲೂ ಯಥೇಚ್ಛವಾಗಿ ಪ್ರೀತಿಯನ್ನು ಪಡೆದಿದ್ದೆ. ತೃಪ್ತಿಕೊಡುವ ವೃತ್ತಿಜೀವನಕ್ಕಾಗಿ ಒದ್ದಾಡಿ, ಪ್ರಪ್ರಥಮ ಬಾರಿ ಬಡತನದ ರೇಖೆಗಿಂತಲೂ ಮೇಲಕ್ಕೆ ಬದುಕಲಾರಂಭಿಸಿದ್ದೆ. ಚಿಕ್ಕಪುಟ್ಟ ಸಂತೃಪ್ತಿಗಳನ್ನೇ ಸಂತೋಷವೆಂದು ಭ್ರಮಿಸಿ ಬದುಕುತ್ತಿದ್ದ ನನಗೆ ಪರ್ವತ ಹತ್ತುವ ಹಸಿವು ಎಂದೋ ಬತ್ತಿ ಹೋಗಿತ್ತು. ಈ ಹಿಂದೆ ಮಾಡಿದ ಯಾವುದೇ ಪರ್ವತಾರೋಹಣಗಳೂ ಮಧ್ಯಮ ದರ್ಜೆಯ ಎತ್ತರದವೂ ಆಗಿರಲಿಲ್ಲ. ಸತ್ಯ ಹೇಳಬೇಕೆಂದರೆ 17200 ಅಡಿಗಳಿಗಿಂತಲೂ ಹೆಚ್ಚಿನ ಎತ್ತರವನ್ನು ನಾನು ಹತ್ತಿರಲಿಲ್ಲ, ಅಂದರೆ ಎವರೆಸ್ಟ್ ಬೇಸ್ ಕ್ಯಾಂಪಿನಷ್ಟು ಎತ್ತರವನ್ನೂ ಹತ್ತಿರಲಿಲ್ಲ.

ಪರ್ವತಾರೋಹಣ ಇತಿಹಾಸದ ವಿಧೇಯ ವಿದ್ಯಾರ್ಥಿಯಾದ ನನಗೆ, ಬ್ರಿಟೀಷರು ಪ್ರಪ್ರಥಮ ಬಾರಿ 1921ರಲ್ಲಿ ಆರೋಹಣಕ್ಕೆ ಪ್ರಯತ್ನಿಸಿದಂದಿನಿಂದ ಇಂದಿನವರೆಗೆ ಸುಮಾರು 130ಕ್ಕೂ ಹೆಚ್ಚು ಜನರನ್ನು ಎವರೆಸ್ಟ್ ಪರ್ವತ ಬಲಿ ತೆಗೆದುಕೊಂಡಿದೆಯೆಂದು ತಿಳಿದಿತ್ತು. ಅಂದರೆ ಸುಮಾರು ನಾಲ್ಕು ಜನ

ಶಿಖರಾಗ್ರವನ್ನು ತಲುಪಿದವರಲ್ಲಿ ಒಬ್ಬರು ಸತ್ತಿದ್ದಾರೆಂದೂ ಮತ್ತು ಸತ್ತವರೆಲ್ಲರೂ ನನಗಿಂತಲೂ ಹೆಚ್ಚು ಎತ್ತರದ ಪರ್ವತಗಳನ್ನು ಹತ್ತಿದ ವಿಶೇಷ ಅನುಭವ ಉಳ್ಳವರೆಂಬುದೂ ತಿಳಿದಿತ್ತು. ಆದರೆ ಬಾಲ್ಯದ ಕನಸುಗಳು ಅಷ್ಟು ಸುಲಭವಾಗಿ ಸಾಯುವುದಿಲ್ಲವೆಂದೂ ಮತ್ತು ತಿಳುವಳಿಕೆಗೆ ಅವು ಮಂಕು ಹಿಡಿಸುತ್ತವೆಂದೂ ನನಗೆ ಅರಿವಾಯ್ತು. 1996ರ ಫೆಬ್ರವರಿ ತಿಂಗಳ ಕೊನೆಯಲ್ಲಿ ಬ್ರಯಾಂಟ್ ನನಗೆ ಕರೆ ಮಾಡಿ, ಮುಂಬರುವ ರಾಬ್ ಹಾಲ್ ಮಾರ್ಗದರ್ಶನದ ಪರ್ವತಾರೋಹಣ ತಂಡದಲ್ಲಿ ನನಗಾಗಿ ಒಂದು ಸ್ಥಾನ ಕಾಯ್ದಿರಿಸಲಾಗಿದೆಯೆಂದು ತಿಳಿಸಿದ. ನನಗೆ ಖಂಡಿತವಾಗಿಯೂ ಅವರೊಡನೆ ಹೋಗುವ ಆಸಕ್ತಿಯಿದೆಯೆ ಎಂದು ಕೇಳಿದಾಗ, ಉಸಿರನ್ನು ತಿರುಗಿಸಿಕೊಳ್ಳದೆ 'ಹೌದು' ಎಂದು ಒಪ್ಪಿಗೆ ಕೊಟ್ಟಿದ್ದೆ.

ಅಧ್ಯಾಯ 3

ಉತ್ತರ ಭಾರತದ ಮೇಲೆ

29ನೇ ಮಾರ್ಚ್ 1996; 30,000 ಅಡಿ ಎತ್ತರ

ಥಾಯ್ ಏರ್ 311 ವಿಮಾನವು ಬ್ಯಾಂಕಾಕ್‌ನಿಂದ ಕಾಠ್ಮಂಡುಗೆ ಹೊರಟು ಆಗಲೇ ಎರಡು ಗಂಟೆಯಾಗಿತ್ತು. ನನ್ನ ಸೀಟನ್ನು ಬಿಟ್ಟು ವಿಮಾನದ ತುದಿಯವರೆಗೆ ನಡೆದು ಬಂದೆ. ಶೌಚಾಲಯಗಳ ಪಕ್ಕದಲ್ಲಿ ಸೊಂಟದ ಎತ್ತರದಲ್ಲಿದ್ದ ಒಂದು ಚಿಕ್ಕ ಕಿಟಕಿಯ ಮೂಲಕ ಏನಾದರೂ ಪರ್ವತಗಳು ನೋಡಲು ಸಿಗಬಹುದೆಂಬ ಆಸೆಯಿಂದ ಮಂಡಿಯೂರಿ ಕುಳಿತೆ. ನನಗೆ ನಿರಾಸೆಯೇನೂ ಆಗಲಿಲ್ಲ; ಗರಗಸದ ತುದಿಯಂತಹ ಹಿಮಾಲಯದ ಪರ್ವತಗಳು ಕ್ಷಿತಿಜದುದ್ದಕ್ಕೂ ಹರಡಿಕೊಂಡು ನಿಂತಿದ್ದವು. ನನ್ನ ಉಳಿದ ಪ್ರಯಾಣದುದ್ದಕ್ಕೂ ಅಲ್ಲಿಯೇ ದಿಗ್ಮೂಢನಾಗಿ ಕುಳಿತಿದ್ದೆ. ಸಾಫ್ಟ್‌ಡ್ರಿಂಕ್‌ನ ಬಾಟಲಿಗಳು ಮತ್ತು ಉಂಡು ಬಿಟ್ಟ ತಟ್ಟೆಗಳನ್ನು ಸೇರಿಸಿ ಕಟ್ಟಿದ್ದ ಪ್ಲಾಸ್ಟಿಕ್ ಬ್ಯಾಗ್‌ಗಳ ಮೇಲೆ ಮಂಡಿಯೂರಿ, ತಣ್ಣನೆಯ ಪ್ಲಾಸ್ಟಿಕ್‌ಗೆ ಮುಖವಿಟ್ಟು ನೋಡಿದೆ.

ಸಮುದ್ರಮಟ್ಟಕ್ಕಿಂತಲೂ 28,169 ಅಡಿ ಎತ್ತರವಿರುವ, ಜಗತ್ತಿನ ಮೂರನೆಯ ಎತ್ತರದ ದೈತ್ಯ ಪರ್ವತ ಕಾಂಚನಜುಂಗಾವನ್ನು ತಕ್ಷಣವೇ ಗುರುತಿಸಿದೆ. ಹದಿನೈದು ನಿಮಿಷಗಳ ನಂತರ, ಜಗತ್ತಿನ ಐದನೆಯ ಎತ್ತರದ ಪರ್ವತ ಮಕಾಲು ನನ್ನ ನೋಟಕ್ಕೆ ದಕ್ಕಿತು, ಕೆಲವೇ ಕ್ಷಣಗಳಲ್ಲಿ ಯಾವುದೇ ಅನುಮಾನವಿಲ್ಲದಂತೆ ಎವರೆಸ್ಟ್ ಪರ್ವತವೇ ಕಾಣಿಸಲಾರಂಭಿಸಿತು.

ಅಕ್ಕಪಕ್ಕದ ಎಲ್ಲಾ ಪರ್ವತಗಳಿಗಿಂತಲೂ ಎತ್ತರದಲ್ಲಿ, ಕಪ್ಪು ಶಾಯಿಯ ಬಣ್ಣದ ತುದಿಯನ್ನು ಹೊಂದಿದ ಎವರೆಸ್ಟ್ ಪರ್ವತವು, ಸೆಡ್ಡು ಹೊಡೆದು ನೆಮ್ಮದಿಯಿಂದ ನಿಂತಿತ್ತು. ಜೆಟ್‌ನ ಒತ್ತಡದ ಗಾಳಿಗೆ ಪ್ರತಿಕ್ರಿಯಿಸಿದ ಎವರೆಸ್ಟ್, ಹಿಮದ ತುಣುಕುಗಳನ್ನು ಸುಮಾರು 120 ಕಿಮೀ ವೇಗದಲ್ಲಿ ಒಂದು ರೇಷ್ಮೆಯ ರುಮಾಲಿನಂತೆ ಪೂರ್ವ ದಿಕ್ಕಿಗೆ ರವಾನಿಸಿತು. ಈ ಬಿಳಿಯ ರುಮಾಲನ್ನು ತದೇಕ ದೃಷ್ಟಿಯಿಂದ ಗಮನಿಸುತ್ತಿರುವಾಗ, ಎವರೆಸ್ಟ್ ಶಿಖರದ ಎತ್ತರವು ನನ್ನನ್ನು ಆಗಸದಲ್ಲಿ ತೇಲಿಸುತ್ತಿರುವ ಜೆಟ್ ವಿಮಾನದ ಎತ್ತರಕ್ಕೆ ಸಮವೆಂಬುದು ಹೊಳೆದುಬಿಟ್ಟಿತು. ಈ ದೈತ್ಯ ಜೆಟ್ ಏರ್‌ಬಸ್ 300 ವಿಮಾನ ಹಾರುವ ಎತ್ತರಕ್ಕೆ ನಾನು ಆರೋಹಣ ಮಾಡಬೇಕು ಎನ್ನುವ ನಗೆಪಾಟಲಿನ ಸಂಗತಿ ನನಗೆ ಹೊಳೆದುಬಿಟ್ಟಿತು. ನನ್ನ ಕೈಗಳು ತಣ್ಣಗೆನ್ನಿಸಿದವು.

ನಲವತ್ತು ನಿಮಿಷಗಳ ನಂತರ ನಾನು ಕಾಠ್ಮಂಡು ನೆಲದ ಮೇಲಿದ್ದೆ. ಕಸ್ಟಮ್ಸ್ ಪೂರ್ಣಗೊಳಿಸಿ ವಿಮಾನ ನಿಲ್ದಾಣದ ಲಾಬಿಯ ಕಡೆಗೆ ನಾನು ನಡೆಯುವಾಗ, ನುಣ್ಣಗೆ ಶೇವಿಂಗ್ ಮಾಡಿದ, ಮೂಳೆಗಳು ಎದ್ದು ಕಾಣುವ ಯುವಕನೊಬ್ಬ, ನನ್ನ ಎರಡು ದೊಡ್ಡ ಕೊಳವೆಚೀಲಗಳನ್ನು (ಡಫೆಲ್ ಬ್ಯಾಗ್) ಗಮನಿಸಿ ಹತ್ತಿರ ಬಂದ. ರಾಬ್ ಹಾಲ್ ಕೊಟ್ಟು ಕಳುಹಿಸಿದ ತನ್ನ ತಂಡದವರ ಫೋಟೋ ಪ್ರತಿಕೃತಿಗಳನ್ನು ನೋಡುತ್ತಾ, "ನೀವು ಜಾನ್ ಅಲ್ವಾ?" ಎಂದು ಅಪ್ಪಟ ನ್ಯೂಜಿಲೆಂಡಿನ ರಾಗಬದ್ಧ ಧ್ವನಿಯಲ್ಲಿ ಕೇಳಿದ. ನನ್ನ ಕೈಗಳನ್ನು ಕುಲುಕಿ, ತಾನು ಆ್ಯಂಡಿ ಹೇರಿಸ್, ರಾಬ್ ಹಾಲ್ ತಂಡದ ಮಾರ್ಗದರ್ಶಿ ಎಂದು ಪರಿಚಯಿಸಿಕೊಂಡು, ತನ್ನನ್ನು ಹೋಟೆಲಿಗೆ ಕರೆದುಕೊಂಡು ಹೋಗಲು ಬಂದಿರುವುದಾಗಿ ತಿಳಿಸಿದ.

ಲಿಯೊ ಕಾಸಿಷ್ಕ ಎಂಬ 51 ವರ್ಷ ವಯಸ್ಸಿನ ಮಿಶಿಗನ್ ರಾಜ್ಯದ ಬ್ಲೂಮ್‌ಫೀಲ್ಡ್ ಹಿಲ್ಸ್‌ನ ವಕೀಲಿ ವೃತ್ತಿಯ ಮತ್ತೋರ್ವ ಗ್ರಾಹಕನು, ನಾನು ಬಂದ ವಿಮಾನದಲ್ಲಿಯೇ ಬ್ಯಾಂಕಾಕ್‌ನಿಂದ ಬರುತ್ತಿರುವುದಾಗಿ, 31 ವಯಸ್ಸಿನ ಆ್ಯಂಡಿ ಹೇರಿಸ್ ತಿಳಿಸಿದ. ಕಾಸಿಷ್ಕ ತನ್ನ ಚೀಲಗಳನ್ನು ಹುಡುಕಲು ಇನ್ನೂ ಒಂದು ತಾಸು ಬೇಕಾಯಿತು. ಅವನಿಗಾಗಿ ಕಾಯುತ್ತಿರುವಾಗ ನಾನು ಮತ್ತು ಆ್ಯಂಡಿ ನಮ್ಮ ಕೆಲವು ಪಶ್ಚಿಮ ಕೆನಡಾದ ದುರ್ಗಮ ಪರ್ವತಾರೋಹಣದ ಅನುಭವಗಳನ್ನು

ಹಂಚಿಕೊಂಡು, ಸ್ಕೀಯಿಂಗ್ ಮತ್ತು ಸ್ನೋಬೋರ್ಡಿಂಗ್‌ನಲ್ಲಿ ಯಾವುದು ಉತ್ತಮ ಎಂದು ಚರ್ಚೆ ಮಾಡಿದೆವು. ಎದ್ದು ಕಾಣುವಂತಹ ಆ್ಯಂಡಿಯ ಪರ್ವತಾರೋಹಣದ ದಾಹ, ಅವನ ನಿಷ್ಕಳಂಕ ಪರ್ವತಗಳ ವ್ಯಾಮೋಹ, ನನ್ನದೇ ಬದುಕಿನ ಒಂದು ಕಾಲಘಟ್ಟವನ್ನು ನೆನಪಿಸಿ ವಿಷಾದವನ್ನುಂಟು ಮಾಡಿತು. ಆಗ ಪರ್ವತಗಳೇ ಬದುಕಿನ ಬಹುಮುಖ್ಯ ಸಂಗತಿಗಳಾಗಿದ್ದು, ಬದುಕಿನ ಅಳಿವು–ಉಳಿವುಗಳು ನಾನೀಗಾಗಲೇ ಹತ್ತಿದ ಮತ್ತು ಮುಂದೊಂದು ದಿನ ಹತ್ತಬೇಕೆಂದು ಕನಸು ಕಾಣುವ ಪರ್ವತಗಳ ಲೆಕ್ಕಾಚಾರದಿಂದಲೇ ನಿರ್ಧರಿತವಾಗುತ್ತಿತ್ತು.

ಎತ್ತರದ, ವ್ಯಾಯಾಮದಿಂದ ಹುರಿಗೊಂಡ, ಬೆಳ್ಳಿಕೂದಲಿನ, ರಾಜಗಾಂಭೀರ್ಯದ ಕಾಸಿಷ್ಕ ಬರುವುದಕ್ಕೆ ಮೊದಲು, ಎವರೆಸ್ಟ್ ಅನ್ನು ಎಷ್ಟು ಬಾರಿ ಹತ್ತಿರುವೆಯೆಂದು ಆ್ಯಂಡಿಯನ್ನು ಕೇಳಿದೆ. ಅವನು ಪ್ರಾಮಾಣಿಕವಾಗಿ "ನಿಜ ಹೇಳಬೇಕು ಅಂದ್ರೆ, ಇದೇ ಮೊದಲನೇ ಸಲ. ನಾನು ಅಲ್ಲಿ ಎಷ್ಟು ಸಾಧಿಸ್ತೀನಿ ಅನ್ನೋ ಕುತೂಹಲ ಇದೆ" ಎಂದು ತಮಾಷೆಯಿಂದಲೇ ಹೇಳಿದ.

ಕಾಠ್ಮಂಡುವಿನ ತಾಮೆಲ್ ಎಂಬ ಪ್ರವಾಸಿಗರಿಂದ ಗಿಜಿಗುಡುವ ನಗರದ ಹೃದಯ ಭಾಗದಲ್ಲಿರುವ ಗರುಡ ಎನ್ನುವ ಆತ್ಮೀಯ ಪರಿಸರದ ಹೋಟೆಲಿನಲ್ಲಿ ನಮ್ಮಿಬ್ಬರಿಗೂ ವಸತಿಯನ್ನು ಆ್ಯಂಡಿ ಹಾಲ್ ಏರ್ಪಾಟು ಮಾಡಿದ್ದ. ಸೈಕಲ್ ರಿಕ್ಷಾ ಮತ್ತು ಬೀದಿವ್ಯಾಪಾರಿಗಳ ಗಲಾಟೆಯಿಂದ ಕೂಡಿದ ಒಂದು ಸಣ್ಣ ಗಲ್ಲಿಯಲ್ಲಿ ಈ ಹೋಟೆಲಿತ್ತು. ಹಿಮಾಲಯ ಪರ್ವತಾರೋಹಿಗಳಿಗೆ ತಂಗುದಾಣವಾಗಿ ಈ ಗರುಡ ಹೋಟೆಲ್ ಬಹಳ ಕಾಲದಿಂದಲೇ ಪ್ರಸಿದ್ಧಿಯನ್ನು ಪಡೆದಿತ್ತು. ಅದರ ಗೋಡೆಗಳನ್ನೆಲ್ಲಾ ಹಿಂದೊಮ್ಮೆ ಆ ಹೋಟೆಲಿನಲ್ಲಿ ತಂಗಿದ್ದ ಖ್ಯಾತ ಪರ್ವತಾರೋಹಿಗಳ ಹಸ್ತಾಕ್ಷರ ಸಮೇತವಾದ ಫೋಟೋಗಳಿಂದ ಅಲಂಕರಿಸಲಾಗಿತ್ತು; ರೆನಾಲ್ಡ್ ಮೆಸ್ನೇರ್, ಪೀಟರ್ ಹ್ಯಾಬೆಲರ್, ಕಿಟ್ಟಿ ಕಾಲ್‌ಹೌನ್, ಜಾಹ್ನ್ ರೋಸ್ಕೆಲಿ, ಜೆಫ್ ಲೌ ಮುಂತಾದವರ ಫೋಟೋಗಳಿದ್ದವು. ನನ್ನ ರೂಮಿಗೆ ಮೆಟ್ಟಿಲುಗಳನ್ನು ಹತ್ತಿ ಹೋಗುವಾಗ ಚತುರ್ಬಣ್ಣಗಳಲ್ಲಿ ಮಾಡಿದ, ಜಗತ್ತಿನ ಮೊದಲನೇ, ಎರಡನೇ ಮತ್ತು ನಾಲ್ಕನೇ ಎತ್ತರದ ಪರ್ವತಗಳಾದ ಎವರೆಸ್ಟ್, ಕೆ–ಟು ಮತ್ತು ಲೋಟ್ ಪರ್ವತಗಳನ್ನು ಒಳಗೊಂಡ 'ಹಿಮಾಲಯನ್ ಟ್ರಿಲಜಿ' ಎನ್ನುವ ಹೊಳೆಯುವ ಪೋಸ್ಟರನ್ನು ಹಾಕಲಾಗಿತ್ತು. ಈ ಮೂರೂ ಪರ್ವತಗಳ ಹಿನ್ನೆಲೆಯಲ್ಲಿ, ಸಂಪೂರ್ಣವಾಗಿ ಪರ್ವತಾರೋಹಣದ ಧಿರಿಸನ್ನು ತೊಟ್ಟ, ನಗುಮೊಗದ, ಗಡ್ಡಧಾರಿಯ ಚಿತ್ರವಿತ್ತು. ಆ ಚಿತ್ರದಲ್ಲಿದ್ದ ಶೀರ್ಷಿಕೆಯಿಂದ ಅವನು ರಾಬ್ ಹಿಲ್ ಎಂದು ತಿಳಿಸಲಾಗಿತ್ತು. ಅವನ ಮಾಲೀಕತ್ವದಲ್ಲಿ ನಡೆಯುತ್ತಿದ್ದ ಅಡ್ವೆಂಚರ್ ಕನ್ಸಲ್ಟಂಟ್ಸ್ ಎನ್ನುವ ಪರ್ವತಾರೋಹಣದ ಸಂಸ್ಥೆಯ ವ್ಯಾಪಾರವನ್ನು ವೃದ್ಧಿಸಲು, 1994ರಲ್ಲಿ ಕೇವಲ

ಎರಡು ತಿಂಗಳ ಅಂತರದಲ್ಲಿ ಈ ಮೂರೂ ಪರ್ವತಗಳನ್ನು ಹತ್ತಿ ಬಂದ ಅವನ ವಿಸ್ಮಯಕರ ಸಾಧನೆಯನ್ನು ಈ ಜಾಹೀರಾತಿನಲ್ಲಿ ಬಳಸಿಕೊಳ್ಳಲಾಗಿತ್ತು.

ಕೇವಲ ಒಂದು ಗಂಟೆಯ ನಂತರ ನಾನು ಸಾಕ್ಷಾತ್ ರಾಬ್ ಹಿಲ್‌ನನ್ನು ಭೇಟಿಯಾದೆ. ಸುಮಾರು ಆರು ಅಡಿ, ಮೂರು ಅಥವಾ ನಾಲ್ಕು ಅಂಗುಲ ಎತ್ತರದ, ಸಣಕಲು ದೇಹದ ರಾಬ್ ಹಾಲ್ ಕಂಬದಂತಿದ್ದ. 35ರ ಅವನ ಮುಖದಲ್ಲಿ ತುಂಟತನವಿದ್ದರೂ, ಯಾಕೋ ಹೆಚ್ಚು ವಯಸ್ಸಾದವನಂತೆ ಕಾಣುತ್ತಿದ್ದ – ಬಹುಶಃ ಅವನ ಕಣ್ಣಿನ ತುದಿಯಲ್ಲಿ ಉಬ್ಬಿ ನಿಂತ ಮೊನಚಾದ ಮಡಿಕೆಗಳಿಂದಾಗಿಯೋ ಅಥವಾ ಅವನ ಅಧಿಕಾರಯುತ ಧ್ವನಿಯಿಂದಾಗಿ ಮೂಡುತ್ತಿದ್ದ ಪರಿಸರದಿಂದಾಗಿಯೋ ಇರಬಹುದು. ಹವಾಯಿ ಅಂಗಿಯನ್ನೂ, ಮೊಣಕಾಲಿನ ಬಳಿ ತೇಪೆ ಹಾಕಿ, ಅದರ ಮೇಲೆ ಯಿನ್‌ಯಾಂಗ್ ಚಿಹ್ನೆಯನ್ನು ಕಸೂತಿ ಮಾಡಿದ ಲೆವಿಸ್ ಪ್ಯಾಂಟನ್ನು ಧರಿಸಿದ್ದ. ಕಂದು ಕೂದಲುಗಳ ಜೊಂಡೊಂದು ಅವನ ಹಣೆಯ ಮೇಲೆ ಹಾರಾಡುತ್ತಿತ್ತು. ಪೊದೆಯಂತೆ ಬೆಳೆದಿದ್ದ ಅವನ ಗಡ್ಡಕ್ಕೆ ಕತ್ತರಿಯ ಅವಶ್ಯಕತೆಯಿತ್ತು.

ಸ್ವಾಭಾವಿಕವಾಗಿಯೇ ನಾಯಕತ್ವದ ಗುಣವಿದ್ದ ಹಾಲ್, ವ್ಯಂಗ್ಯಭರಿತ ಆಕರ್ಷಕ ಉಪಕತೆಗಳನ್ನು ಗಡುಸಾದ ಧ್ವನಿಯಲ್ಲಿ ಹೇಳುವುದರಲ್ಲಿ ಪಳಗಿದ್ದ. ಒಬ್ಬ ಫ್ರೆಂಚ್ ಪ್ರವಾಸಿ, ಬೌದ್ಧ ಸನ್ಯಾಸಿ ಮತ್ತು ರೋಮಭರಿತ ಕತ್ತೆಯನ್ನು ಒಳಗೊಂಡ ದೊಡ್ಡ ಕತೆಯೊಂದನ್ನು ನಿರೂಪಿಸಿ, ಕತೆಯ ಕೊನೆಯ ಹಾಸ್ಯ ಚಟಾಕಿಯ ಸಾಲನ್ನು ಕಣ್ಣ ಕೊನೆಯಲ್ಲಿ ತುಂಟತನವನ್ನು ಸೂಚಿಸುತ್ತಾ ಹೇಳಿ, ಅದರ ಪ್ರಭಾವವನ್ನು ಜಾಸ್ತಿ ಮಾಡಲು ಒಂದು ಕ್ಷಣ ಮೌನ ವಹಿಸಿ, ಅನಂತರ ತಾನು ನೇಯ್ದ ಖುಷಿಯಲ್ಲಿ ತನ್ನನ್ನೇ ಭರಿಸಿಕೊಳ್ಳಲಾಗದಂತೆ ತಲೆಯನ್ನು ಹಿಂದಕ್ಕೆ ಹಾಕಿ ಗಟ್ಟಿಯಾಗಿ ನಕ್ಕ. ಅವನು ನನಗೆ ತಕ್ಷಣವೇ ಇಷ್ಟವಾಗಿ ಹೋದ.

ವೃತ್ತಿಪರ ಕ್ಯಾಥೋಲಿಕ್ ಕುಟುಂಬದ ಒಂಬತ್ತು ಮಕ್ಕಳಲ್ಲಿ ಕೊನೆಯವನಾಗಿ ಜನಿಸಿದ ರಾಬ್ ಹಾಲ್, ನ್ಯೂಜಿಲಾಂಡಿನ ಕ್ರೈಸ್ಟ್‌ಚರ್ಚ್ ಎಂಬ ಊರಿನವನು. ತೀಕ್ಷ್ಣ ಬುದ್ಧಿಯಿಂದ, ವೈಜ್ಞಾನಿಕ ಮನೋಭಾವದಿಂದ ಕೂಡಿದವನಾದರೂ, ದರ್ಪದಿಂದ ಕೂಡಿದ ಮಾಸ್ತರರೊಬ್ಬರನ್ನು ಎದುರು ಹಾಕಿಕೊಂಡು ಶಾಲೆಯಿಂದ ಹೊರಬಿದ್ದು, 1976ರಲ್ಲಿ ಆಲ್ಪ್ ಸ್ಪೋರ್ಟ್ಸ್ ಎನ್ನುವ ಪರ್ವತಾರೋಹಣದ ಸಾಮಗ್ರಿಗಳನ್ನು ತಯಾರಿಸುವ ಸ್ಥಳೀಯ ಕಂಪನಿಯೊಂದರಲ್ಲಿ ಕೆಲಸಕ್ಕೆ ಸೇರಿದ. ಆ ಕಂಪನಿಯಲ್ಲಿ ರಾಬ್ ಹಾಲ್ ಜೊತೆಯಲ್ಲಿ ಕೆಲಸ ಮಾಡಿದ, ಆದರೆ ಈಗ ಪ್ರಸಿದ್ಧ ಪರ್ವತಾರೋಹಿ ಮತ್ತು ಮಾರ್ಗದರ್ಶಕರಾಗಿರುವ ಬಿಲ್ ಆಟ್ಕಿನ್‌ಸನ್ ಎನ್ನುವವರು "ಚಿಕ್ಕ ಪುಟ್ಟ ಕೆಲಸ ಮಾಡೋದರಿಂದ ಶುರು ಮಾಡಿಕೊಂಡ. ಹೊಲಿಗೆ ಯಂತ್ರದಲ್ಲಿ ಹೊಲಿಯೋದು... ಅಂಥಾವು. ಆದರೆ ಅವನಿಗೆ ಅಪೂರ್ವವಾದ ಸಂಘಟನೆಯ

ಶಕ್ತಿಯಿತ್ತು. ಅವನಿಗಿನ್ನೂ ಹದಿನಾರು, ಹದಿನೇಳು ವರ್ಷ ವಯಸ್ಸು ಇರುವಾಗಲೇ ಅದು ಗೊತ್ತಾಗೋದು. ಕೆಲವೇ ದಿನಗಳಲ್ಲಿ ಇಡೀ ಪ್ರೊಡಕ್ಷನ್ ಜವಾಬ್ದಾರಿಯನ್ನು ವಹಿಸಿಕೊಂಡು ಬಿಟ್ಟ" ಎಂದು ಹೇಳುತ್ತಾರೆ.

ಕೆಲವು ವರ್ಷಗಳ ಕಾಲ ರಾಬ್ ಹಾಲ್ ಪರ್ವತಗಳಲ್ಲಿ ವಿಪರೀತ ಚಾರಣ ಮಾಡುತ್ತಿದ್ದ. ಆಲ್ಪ್ ಸ್ಪೋರ್ಟ್ಸ್‌ನಲ್ಲಿ ಕೆಲಸ ಮಾಡುತ್ತಲೇ, ಶಿಲಾರೋಹಣ ಮತ್ತು ಹಿಮಾರೋಹಣ ತರಬೇತಿಗೆ ಸೇರಿಕೊಂಡ. ಹಾಲ್‌ನ ಪರ್ವತಾರೋಹಣದ ಯಾವತ್ತಿನ ಜೊತೆಗಾರನಾದ ಆಟ್ಕಿನ್‌ಸನ್ ಪ್ರಕಾರ "ಅವನು ತುಂಬಾ ಬೇಗನೆ ಕಲಿತುಕೊಳ್ತಿದ್ದ. ಯಾರಿಂದಲಾದರೂ ಕಲೆಗಳನ್ನೂ ಕರಗತ ಮಾಡಿಕೊಳ್ಳುವ ವಿಶೇಷ ವ್ಯಕ್ತಿತ್ವ ಅವನಿಗಿತ್ತು."

ಎವರೆಸ್ಟ್‌ನ ದಕ್ಷಿಣಕ್ಕೆ 25 ಕಿಮೀ ದೂರದಲ್ಲಿದ್ದ 22,294 ಅಡಿ ಎತ್ತರದ ಅತ್ಯಂತ ಆಕರ್ಷಕವಾದ ಆಮ ದಾಬ್ಲಂ ಎನ್ನುವ ಪರ್ವತವನ್ನು ಬಹು ಕಠಿಣವಾದ ಉತ್ತರ ದಿಬ್ಬದ ಮೂಲಕ ಹತ್ತುವ ತಂಡವನ್ನು ಸೇರುವ ಅವಕಾಶ ಹಾಲ್‌ಗೆ ದೊರೆತಾಗ ಅವನಿಗಿನ್ನೂ 19 ವರ್ಷ ವಯಸ್ಸಾಗಿತ್ತು. ತನ್ನ ಮೊದಲ ಹಿಮಾಲಯದ ಆ ಭೇಟಿಯಲ್ಲಿ, ರಾಬ್ ಹಾಲ್ ಎವರೆಸ್ಟ್ ಬೇಸ್ ಕ್ಯಾಂಪ್ ಕೂಡಾ ಹತ್ತಿ ಬಂದಿದ್ದ. ಒಂದಲ್ಲ ಒಂದು ದಿನ ಅದನ್ನು ಖಂಡಿತವಾಗಿಯೂ ಹತ್ತುವುದಾಗಿ ನಿಶ್ಚಯ ಮಾಡಿಕೊಂಡು ಹಿಂತಿರುಗಿದ್ದ. ಅದು ಕೈಗೂಡುವುದಕ್ಕೆ ಸರಿಯಾಗಿ ಹತ್ತುವರ್ಷ ಮತ್ತು ಮೂರು ಪ್ರಯತ್ನಗಳು ಬೇಕಾಯ್ತು. ಕೊನೆಗೂ ಮೇ 1990ರಲ್ಲಿ ಹಾಲ್ ಎವರೆಸ್ಟ್ ಹತ್ತಿ ಬಂದಾಗ ಅವನೊಂದು ಪರ್ವತಾರೋಹಣ ತಂಡದ ನಾಯಕನಾಗಿದ್ದ ಮತ್ತು ಜೊತೆಯಲ್ಲಿ ಸರ್ ಎಡ್ಮಂಡ್ ಹಿಲರಿಯವರ ಮಗ ಪೀಟರ್ ಹಿಲರಿ ಇದ್ದ. 29,028 ಅಡಿ ಎತ್ತರದ ಎವರೆಸ್ಟ್ ತುದಿಯಲ್ಲಿ ಕುಳಿತ ಅವರಿಬ್ಬರೂ ರೇಡಿಯೋ ತರಂಗಗಳ ಮೂಲಕ ಸುದ್ದಿಯನ್ನು ನ್ಯೂಜಿಲೆಂಡ್‌ಗೆ ಕಳುಹಿಸಿದಾಗ, ಆಗಿನ ಪ್ರಧಾನಮಂತ್ರಿ ಜೆಫರಿ ಪಾಮರ್ ತಕ್ಷಣವೇ ಅಭಿನಂದನೆಗಳನ್ನು ರವಾನಿಸಿದ್ದ.

ಈ ಹೊತ್ತಿಗಾಗಲೇ ಹಾಲ್ ವೃತ್ತಿಪರ ಪರ್ವತಾರೋಹಿಯಾಗಿದ್ದ. ತನ್ನ ಇತರ ಸಹಾರೋಹಿಗಳಂತೆ, ಇವನೂ ದೊಡ್ಡ ದೊಡ್ಡ ಕಾರ್ಪೊರೇಟ್‌ಗಳಿಂದ ಸ್ಪಾನ್ಸರ್‌ಶಿಪ್ ಪಡೆದು ತನ್ನ ದುಬಾರಿ ಹಿಮಾಲಯ ಪರ್ವತಾರೋಹಣಗಳನ್ನು ಮಾಡುತ್ತಿದ್ದ. ಮಾಧ್ಯಮಗಳಲ್ಲಿ ಹೆಚ್ಚು ಪ್ರಚಾರ ಪಡೆಯುವ ಹುಚ್ಚಿದ್ದ ಇವನಿಗೆ, ಅದರಿಂದಾಗಿ ಕಾರ್ಪೊರೇಟ್ ಸಂಸ್ಥೆಗಳಿಂದ ಸುಲಭವಾಗಿ ಹಣ ಪೀಕಿಸಬಹುದೆಂದು ಚೆನ್ನಾಗಿ ತಿಳಿದಿತ್ತು. ಮುದ್ರಣ ಮತ್ತು ದೃಶ್ಯ ಮಾಧ್ಯಮಗಳಲ್ಲಿ ತನ್ನ ಹೆಸರು ಬರುವಂತೆ ಮಾಡುವುದರಲ್ಲಿ ಇವನು ಚಾಣಾಕ್ಷನಾಗಿದ್ದ. ಅಟ್ಕಿನ್‌ಸನ್ ಹೇಳುವಂತೆ "ನಿಜ, ಅವನಿಗೆ ಪ್ರಚಾರದ ಬಗ್ಗೆ ವಿಶೇಷ ಒಲವಿತ್ತು."

1988ರಲ್ಲಿ ಗ್ಯಾರಿ ಬ್ಲಾಂಡ್ ಎನ್ನುವ ಆಕ್ಲಾಂಡಿನ ಮಾರ್ಗದರ್ಶಿಯೊಬ್ಬ ರಾಬ್ ಹಾಲ್‌ನಿಗೆ ಪರ್ವತಾರೋಹಣದ ಪ್ರಮುಖ ಜೊತೆಗಾರ ಮತ್ತು ಆತ್ಮೀಯ ಗೆಳೆಯನಾದ. 1990ರಲ್ಲಿ ಅವರಿಬ್ಬರೂ ಸೇರಿ ಎವರೆಸ್ಟ್ ತುದಿಯನ್ನು ತಲುಪಿ ನ್ಯೂಜಿಲೆಂಡ್‌ಗೆ ವಾಪಾಸಾದ ತಕ್ಷಣ, ಏಳು ಖಂಡಗಳ ಎತ್ತರದ ಪರ್ವತಗಳನ್ನು ಜೊತೆಯಲ್ಲಿ ಹತ್ತಿ ಬರುವ ಆಲೋಚನೆಯನ್ನು ಹಾಕಿಕೊಂಡರು. ಡಿಕ್ ಬಾಸ್ ಈ ಹಿಂದೆ ಮಾಡಿದ ಸಾಧನೆಗಿಂತಲೂ ತಮ್ಮದು ಹೆಚ್ಚು ಸವಾಲಿನದಾಗಿರಲು, ಅವನು ನಾಲ್ಕು ವರ್ಷದಲ್ಲಿ ಮಾಡಿದ ಸಾಧನೆಯನ್ನು ಏಳು ತಿಂಗಳಿನಲ್ಲಿ ಮಾಡಲು ನಿರ್ಧರಿಸಿದರು. ಸಪ್ತ ಪರ್ವತಗಳಲ್ಲಿ ಅತ್ಯಂತ ಕಠಿಣವಾದ ಎವರೆಸ್ಟ್ ತುದಿಯನ್ನು ಆಗಲೇ ಮುಟ್ಟಿ ಬಂದಿದ್ದರಿಂದ, ಹಾಲ್ ಮತ್ತು ಬಾಲ್‌ಗೆ ಒಂದು ದೊಡ್ಡ ಎಲೆಕ್ಟ್ರಿಕಲ್ ಕಂಪನಿ ಮತ್ತು ಪವರ್ ಕಂಪನಿಯಿಂದ ಸುಲಭವಾಗಿ ಧನಸಹಾಯ ದೊರಕಿ, ಸಾಹಸವನ್ನು ಶುರು ಮಾಡಿಯೇ ಬಿಟ್ಟರು. ಅವರು ಹಾಕಿಕೊಂಡ ಏಳು ತಿಂಗಳ ಕಾಲಮಿತಿ ಇನ್ನೇನು ಕೆಲವು ಗಂಟೆಗಳಲ್ಲಿ ಮುಗಿಯುತ್ತದೆ ಎನ್ನುವಾಗ, 1990ರ ಡಿಸೆಂಬರ್ 12ರಂದು 16,067 ಅಡಿ ಎತ್ತರದ ಅಂಟಾರ್ಟಿಕಾ ಖಂಡದ ಬಹು ಎತ್ತರದ ಪರ್ವತ ವಿನ್ಸನ್ ಮಾಸಿಫ್ ಅನ್ನು ಹತ್ತಿ, ಸಪ್ತ ಪರ್ವತಗಳ ಯೋಜನೆಯನ್ನು ಪೂರ್ಣಗೊಳಿಸಿದರು. ತಮ್ಮ ದೇಶದಲ್ಲಿ ಸಾಕಷ್ಟು ಅಭಿಮಾನಿಗಳು ಅವರಿಗೆ ಹುಟ್ಟಿಕೊಂಡರು.

ಇಷ್ಟೆಲ್ಲಾ ಯಶಸ್ಸು ಸಿಕ್ಕಿದ್ದರೂ, ಬಾಲ್ ಮತ್ತು ಹಾಲ್ ತಮ್ಮ ಮುಂದಿನ ಪರ್ವತಾರೋಹಣ ಬದುಕಿನ ಬಗ್ಗೆ ಆತಂಕವನ್ನು ಹೊಂದಿದ್ದರು. ಆಟ್ಕಿನ್‌ಸನ್ ಹೇಳುವಂತೆ "ಕಂಪನಿಗಳಿಂದ ಸ್ಪಾನ್ಸರ್‌ಶಿಪ್ ನಿರಂತರವಾಗಿ ಬರಬೇಕೆಂದರೆ, ಪ್ರತಿಬಾರಿಯೂ ಸಾಧನೆಯ ಮಟ್ಟವನ್ನು ಹೆಚ್ಚಿಸುತ್ತಲೇ ಹೋಗಬೇಕು. ಮುಂದಿನ ಆರೋಹಣವು ಕಳೆದ ಆರೋಹಣಕ್ಕಿಂತಲೂ ಕಷ್ಟಕರವಾಗಿಯೂ, ರುದ್ರರಮಣೀಯವಾಗಿಯೂ ಇರಬೇಕು. ಇದು ನಿರಂತರವಾಗಿ ನಿಮ್ಮನ್ನು ಸುಳಿಯಂತೆ ಸುತ್ತಿ ಉಸಿರುಗಟ್ಟಿಸಿ, ಕೊನೆಗೆ ನೀವು ಯಾವುದೇ ಸವಾಲನ್ನೂ ಸ್ವೀಕರಿಸಲಾರದಂತಹ ದಾರುಣ ಸ್ಥಿತಿಗೆ ತಂದು ನಿಲ್ಲಿಸುತ್ತದೆ. ಈ ತರಹದ ಕತ್ತಿಯಂಚಿನ ಪಯಣವನ್ನು ಬಹುದಿನಗಳ ಕಾಲ ಮಾಡುವುದು ಸಾಧ್ಯವಿಲ್ಲವೆಂದು ಬಹುಬೇಗನೆ ಬಾಲ್ ಮತ್ತು ಹಾಲ್ ಅರ್ಥ ಮಾಡಿಕೊಂಡರು. ಇಲ್ಲದಿದ್ದರೆ ಯಾವುದೋ ನತದೃಷ್ಟ ಅವಘಡಕ್ಕೆ ಸಿಲುಕಿ ಸತ್ತು ಹೋಗುತ್ತಿದ್ದರು.

"ಆದ ಕಾರಣ ಅವರು ತಮ್ಮ ದಾರಿಯನ್ನು ಬದಲಾಯಿಸಿ, ಅತಿ ಎತ್ತರದ ಶಿಖರಗಳ ಆರೋಹಣದ ಮಾರ್ಗದರ್ಶನ ಮಾಡಲು ನಿರ್ಧರಿಸಿದರು. ಮಾರ್ಗದರ್ಶನದ ವೃತ್ತಿಯನ್ನು ಆಯ್ಕೆ ಮಾಡಿಕೊಂಡ ಮೇಲೆ, ನಮಗೆ ಇಷ್ಟವಾದ ಪರ್ವತಗಳನ್ನು

ಹತ್ತುವ ಅವಕಾಶ ಸಿಗುವುದಿಲ್ಲ. ಗ್ರಾಹಕರನ್ನು ಸುರಕ್ಷಿತವಾಗಿ ಹತ್ತಿಸಿ, ಇಳಿಸುವುದೇ ನಮ್ಮ ಸವಾಲಾಗಿ ಬಿಡುತ್ತದೆ. ಇದು ಬೇರೆಯೇ ಒಂದು ರೀತಿಯ ಸಮಾಧಾನ ಕೊಡುವಂತಹದ್ದು. ಆದರೆ ಕೊನೆಯಿಲ್ಲದಂತೆ ಕಾರ್ಪೊರೇಟ್ ಸ್ಪಾನ್ಸರ್‌ಶಿಪ್‌ಗೆ ಆಸೆ ಪಡುವುದಕ್ಕಿಂತಲೂ ಹೆಚ್ಚು ಕಾಲ ನಡೆಯುವಂತಹದ್ದು. ಒಳ್ಳೆಯ ಸೇವೆಯನ್ನು ಒದಗಿಸಿದರೆ, ನಿರಂತರವಾಗಿ ಗ್ರಾಹಕರು ಸಿಕ್ಕೇ ಸಿಗುತ್ತಾರೆ."

"ಏಳು ತಿಂಗಳಿನಲ್ಲಿ ಏಳು ಪರ್ವತ" ಎನ್ನುವ ಸಾಹಸದಲ್ಲಿ, ಹಾಲ್ ಮತ್ತು ಬಾಲ್ ಜೊತೆಗೂಡಿ ಗ್ರಾಹಕರನ್ನು ಏಳು ಪರ್ವತಗಳನ್ನು ಹತ್ತಿಸುವ ಸಂಸ್ಥೆಯೊಂದನ್ನು ಶುರು ಮಾಡಿಕೊಳ್ಳುವ ತಯಾರಿ ಮಾಡಿಕೊಂಡರು. ಜಗತ್ತಿನ ಎತ್ತರದ ಪರ್ವತಗಳನ್ನು ಹತ್ತುವ ಕನಸನ್ನು ಕಾಣುವ, ಆದರೆ ಸರಿಯಾದ ಅನುಭವವಿಲ್ಲದ ಕಾರಣ ಏಕಾಂಗಿಯಾಗಿ ಸಾಹಸಕ್ಕೆ ಕೈ ಹಾಕದ ಶ್ರೀಮಂತ ಗ್ರಾಹಕರ ದೊಡ್ಡ ಹಿಂಡೇ ಇರುವುದನ್ನು ಅವರು ಅರ್ಥ ಮಾಡಿಕೊಂಡಿದ್ದರು. ಈ ನಿಟ್ಟಿನಲ್ಲಿಯೇ ಅವರಿಬ್ಬರೂ 'ಅಡ್ವೆಂಚರ್ ಕನ್ಸಲ್ಟಂಟ್' ಎಂಬ ಸಂಸ್ಥೆಯನ್ನು ಹುಟ್ಟು ಹಾಕಿದರು.

ಈ ಸಂಸ್ಥೆ ಅದ್ಭುತ ಯಶಸ್ಸನ್ನು ಗಳಿಸಲಾರಂಭಿಸಿತು. ಮೇ 1992ರಲ್ಲಿ ಅವರಿಬ್ಬರೂ ಸೇರಿ ಒಟ್ಟು ಆರು ಜನ ಗ್ರಾಹಕರನ್ನು ಎವರೆಸ್ಟ್ ಶಿಖರಾಗ್ರವನ್ನು ತಲುಪಿಸಿದರು. ಮತ್ತೊಂದು ವರ್ಷದಲ್ಲಿಯೇ ಇನ್ನೂ ಏಳು ಜನರನ್ನು ಪರ್ವತದ ತುದಿಗೆ ಕೊಂಡೊಯ್ದರು. ಆ ಮಧ್ಯಾಹ್ನ ಸುಮಾರು 40 ಜನ ಶಿಖರಾಗ್ರವನ್ನು ತಲುಪಿದ್ದರು. ಆದರೆ ಈ ಯಶಸ್ಸಿನಿಂದ ವಾಪಾಸು ತಮ್ಮ ದೇಶಕ್ಕೆ ಬಂದಾಗ, ಅನಿರೀಕ್ಷಿತವಾಗಿ ಸರ್ ಎಡ್ಮಂಡ್ ಹಿಲರಿಯವರಿಂದ ಹಿಮಾಲಯದ ವಾಣಿಜ್ಯೀಕರಣಕ್ಕೆ ಕಟು ವಿರೋಧವನ್ನು ಎದುರಿಸಬೇಕಾಯ್ತು. ಸಣ್ಣಪುಟ್ಟ ಹವ್ಯಾಸಿಗಳನ್ನೂ ದುಡ್ಡಿನ ಆಸೆಯಿಂದ ಎವರೆಸ್ಟ್‌ಗೆ ಕರೆದುಕೊಂಡು ಹೋಗುತ್ತಿದ್ದಾರೆ ಎಂದು ಕೋಪದಿಂದ ಘೂತ್ಕರಿಸಿದ ಸರ್ ಎಡ್ಮಂಡ್ ಹಿಲರಿ, "ಆ ಪರ್ವತಕ್ಕೆ ಅಪಮಾನ ಮಾಡ್ತಾ ಇದೀರ" ಎಂದು ಜರಿದರು.

ನ್ಯೂಜಿಲೆಂಡ್‌ನಲ್ಲಿ ಎಡ್ಮಂಡ್ ಹಿಲರಿ ಅತ್ಯಂತ ಗೌರವಾನ್ವಿತ ವ್ಯಕ್ತಿಗಳಲ್ಲಿ ಒಬ್ಬರು. ಅವರ ಸಿಟ್ಟಿನ ಮುಖವು ಐದು ಡಾಲರ್ ನೋಟಿನಿಂದಲೂ ಕೆಂಗಣ್ಣಿನಿಂದ ನೋಡುತ್ತದೆ. ತನ್ನ ಬಾಲ್ಯದ ಆರಾಧ್ಯದೈವವಾದ ಎಡ್ಮಂಡ್ ಹಿಲರಿಯಿಂದ ಇಂತಹ ತೀಕ್ಷ್ಣ ಸಾರ್ವಜನಿಕ ಅವಹೇಳನದಿಂದ ಹಾಲ್ ತುಂಬಾ ನೊಂದುಕೊಂಡ ಮತ್ತು ಮುಜುಗರಕ್ಕೊಳಗಾದ. ಅಟ್ಕಿನ್‌ಸನ್ ಹೇಳುವಂತೆ "ಹಿಲರಿಯನ್ನು ದೇಶದ ಜೀವಂತ ರತ್ನದಂತೆ ನ್ಯೂಜಿಲೆಂಡ್‌ನಲ್ಲಿ ಭಾವಿಸಲಾಗುತ್ತದೆ. ಅವರ ಮಾತಿಗೆ ಇಲ್ಲಿ ಸಾಕಷ್ಟು ಗೌರವವಿದೆ. ಆದ್ದರಿಂದ ಅವರ ಸಿಟ್ಟಿಗೆ ಒಳಗಾಗಿದ್ದು ಹಾಲ್‌ಗೆ ತುಂಬಾ ನೋವಾಗಿರಬೇಕು. ತನ್ನನ್ನು ತಾನು ಸಮರ್ಥಿಸಿಕೊಳ್ಳುವಂತೆ

ಸಾರ್ವಜನಿಕ ಹೇಳಿಕೆಯನ್ನು ಕೊಡಲು ಹಾಲ್ ಮೊದಲಿಗೆ ಉದ್ದೇಶಿಸಿದ್ದ. ಆದರೆ ಅಂತಹ ಗೌರವಾನ್ವಿತ ಹಿರಿಯ ವ್ಯಕ್ತಿಯ ಎದುರು ಮಾತನಾಡಿದರೆ ತನಗೇ ಸೋಲಾಗುತ್ತದೆಂದು ಅಳುಕಿ ಸುಮ್ಮನಾದ."

ಹಿಲರಿಯು ಮಾಡಿದ ಗಲಾಟೆ ಮುಗಿದು ಐದು ತಿಂಗಳು ಕಳೆಯುವುದರಲ್ಲಿ, ಹಾಲ್ ಮತ್ತೊಂದು ದುರಂತವನ್ನು ಎದುರಿಸಬೇಕಾಯ್ತು; 1993ರ ಅಕ್ಟೋಬರ್‌ನಲ್ಲಿ ಗ್ಯಾರಿ ಬಾಲ್‌ನು ಸೆರೆಬ್ರಲ್ ಎಡಿಮಾದಿಂದ ತೀರಿಕೊಂಡ. 26,795 ಅಡಿ ಎತ್ತರದ, ಜಗತ್ತಿನ ಏಳನೆಯ ಎತ್ತರದ ಪರ್ವತವಾದ ಧವಳಗಿರಿ ಆರೋಹಣದಲ್ಲಿ, ಅತಿ ಎತ್ತರ ಪ್ರದೇಶದ ವಿಷಮ ಹವಾಮಾನದಿಂದಾಗಿ, ಗ್ಯಾರಿ ಬಾಲ್‌ನ ಮೆದುಳು ಊದಿಕೊಂಡು, ಆ ಎತ್ತರದಲ್ಲಿ ಹೂಡಿದ್ದ ಗುಡಾರದೊಳಗೆ ಕೋಮಾ ಸ್ಥಿತಿಯನ್ನು ತಲುಪಿದ ಅವನು, ರಾಬ್ ಹಾಲ್‌ನ ಕೈಯಲ್ಲೇ ಕೊನೆಯುಸಿರೆಳೆದಿದ್ದ. ಮರುದಿನ ರಾಬ್ ಹಾಲ್ ಆ ಹೆಣವನ್ನು ಕೊರಕಲೊಂದರಲ್ಲಿ ಹುಗಿದಿದ್ದ.

ಆ ಪರ್ವತಾರೋಹಣದ ನಂತರ ನ್ಯೂಜಿಲೆಂಡಿನ ಟೆಲಿವಿಷನ್ ಒಂದಕ್ಕೆ ನೀಡಿದ ಸಂದರ್ಶನದಲ್ಲಿ ಅಳುತ್ತಲೇ ಹೇಗೆ ತಾನು ಬಾಲ್‌ನ ದೇಹವನ್ನು ತಮ್ಮಿಬ್ಬರ ಇಷ್ಟದ ಹಗ್ಗವೊಂದಕ್ಕೆ ಕಟ್ಟಿ, ಕೊರಕಲಿನ ಆಳಕ್ಕೆ ಬಿಟ್ಟೆನೆಂದು ವಿವರಿಸಿದ್ದ. "ಶಿಖರ ಹತ್ತುವ ಹಗ್ಗ ನಮ್ಮನ್ನು ಬೆಸೆಯುವ ಒಂದು ಸಾಧನ. ಜೀವ ಭಯದಿಂದ ಅದನ್ನು ಯಾವಗಲೂ ನಾವು ಬಿಟ್ಟು ಅಗಲುವುದಿಲ್ಲ. ಆದರೆ ನಾನು ನನ್ನ ಕೈಯಾರೆ ಆ ಹಗ್ಗವನ್ನು ಬಿಟ್ಟು ಬಿಡಬೇಕಾಯ್ತು" ಎಂದು ರೋಧಿಸಿದ್ದ.

1993, 95 ಮತ್ತು 96ರಲ್ಲಿ ಹಾಲ್‌ನ ಬೇಸ್‌ಕ್ಯಾಂಪ್ ಮ್ಯಾನೇಜರ್ ಆಗಿ ಕೆಲಸ ಮಾಡಿದ ಹೆಲನ್ ವಿಲ್ಸನ್ ಪ್ರಕಾರ "ರಾಬ್ ಹಾಲ್ ತನ್ನ ಗೆಳೆಯನ ಸಾವಿನಿಂದ ಕಂಗಾಲಾಗಿ ಹೋಗಿದ್ದ. ಆದರೆ ಬಹು ಸಾವಧಾನದಿಂದ ಆ ಸ್ಥಿತಿಯನ್ನು ಎದುರಿಸಿದ. ಎಲ್ಲದಕ್ಕೂ ಹೊಂದಿಕೊಂಡು ಮುನ್ನಡೆಯುವುದು ಅವನ ಸ್ವಭಾವ." ಅಡ್ವೆಂಚರ್ ಕನ್ಸಲ್ಟಂಟ್ ಸಂಸ್ಥೆಯನ್ನು ಏಕಾಂಗಿಯಾಗಿ ನಿಭಾಯಿಸಲು ಶುರು ಮಾಡಿದ. ತನ್ನ ಯಾವತ್ತಿನ ಕ್ರಮಬದ್ಧ ಪದ್ಧತಿಯಲ್ಲಿ ಸಂಸ್ಥೆಯ ಸೇವೆ ಮತ್ತು ಸೌಕರ್ಯಗಳನ್ನು ಅಭಿವೃದ್ಧಿ ಪಡಿಸಿದ. ಯಾವತ್ತಿನಂತೆ ಹವ್ಯಾಸಿ ಪರ್ವತಾರೋಹಿಗಳನ್ನು ಒಗ್ಗೂಡಿಸಿ, ದೂರದ ದೊಡ್ಡ ಪರ್ವತಗಳನ್ನು ಸುರಕ್ಷಿತವಾಗಿ ಹತ್ತಿ ಇಳಿಸುವುದರಲ್ಲಿ ಬಹು ಯಶಸ್ವಿಯಾದ.

1990 ಮತ್ತು 1995ರ ಕಾಲಾವಧಿಯಲ್ಲಿ 39 ಪರ್ವತಾರೋಹಿಗಳನ್ನು ಹಾಲ್ ಯಶಸ್ವಿಯಾಗಿ ತುದಿ ಮುಟ್ಟಿಸಿ ಕರೆತಂದಿದ್ದ – ಅಂದರೆ ಸರ್ ಎಡ್ಮಂಡ್ ಹಿಲರಿಯ ಮೊದಲ ಆರೋಹಣದ ನಂತರದ 20 ವರ್ಷಗಳಲ್ಲಿ ಮಾಡಿದ ಯಶಸ್ವಿ ಆರೋಹಣಕ್ಕಿಂತಲೂ ಮೂವರು ಜಾಸ್ತಿ ಜನರನ್ನು ಹತ್ತಿಸಿ ಇಳಿಸಿದ್ದ. "ಎವರೆಸ್ಟ್

ಶಿಖರಾರೋಹಣಕ್ಕೆ ಜಗತ್ತಿನಲ್ಲಿಯೇ ಶ್ರೇಷ್ಠ ನಾಯಕರು ನಾವು. ಯಾವುದೇ ಸಂಸ್ಥೆಗಿಂತಲೂ ಹೆಚ್ಚು ಪರ್ವತಾರೋಹಿಗಳನ್ನು ಎವರೆಸ್ಟ್ ಹತ್ತಿಸಿದ್ದೇವೆ" ಎಂದು ಆಧಾರಸಹಿತ ತನ್ನ ಅಡ್ವೆಂಚರ್ ಕನ್ಸಲ್ಟಂಟ್ ಬಗ್ಗೆ ಜಾಹೀರಾತು ಕೊಡಲಾರಂಭಿಸಿದ. ತನ್ನ ಸಂಭವನೀಯ ಗ್ರಾಹಕರಿಗೆ ಕಳುಹಿಸಿದ ಕೈಪಿಡಿಯಲ್ಲಿ ಹೀಗೆ ಬರೆದಿದ್ದ:

> ಹಾಗಿದ್ದರೆ ನಿಮಗೆ ಪರ್ವತಾರೋಹಣದಲ್ಲಿ ಆಸಕ್ತಿಯಿದೆ! ಬಹುಶಃ ಜಗತ್ತಿನ ಸಪ್ತ ಶಿಖರಗಳನ್ನು ಹತ್ತಿ ಬರುವ ಕನಸು ನಿಮ್ಮಲ್ಲಿದೆ ಅಥವಾ ಎತ್ತರದ ಪರ್ವತದ ಮೇಲೆ ನಿಂತು ಬರುವ ಉತ್ಸಾಹವಿದೆ. ನಮ್ಮ ಕನಸುಗಳನ್ನು ನನಸಾಗಿಸುವ ಪ್ರಯತ್ನವನ್ನು ನಾವು ಬಹಳಷ್ಟು ಜನ ಮಾಡುವುದೇ ಇಲ್ಲ ಮತ್ತು ಅಪರೂಪಕ್ಕಾದರೂ ಅದನ್ನು ಇನ್ನೊಬ್ಬರೊಡನೆ ಹಂಚಿಕೊಳ್ಳುವ ಅಥವಾ ಅಂತರಂಗದ ಆ ಧ್ವನಿಯನ್ನು ಒಪ್ಪಿಕೊಳ್ಳುವ ಸಾಹಸವನ್ನು ಮಾಡುವುದಿಲ್ಲ.
>
> ಪರ್ವತಾರೋಹಣವನ್ನು ಸಂಘಟಿಸುವ ಮತ್ತು ಮಾರ್ಗದರ್ಶನ ಮಾಡುವ ಸೇವೆಯಲ್ಲಿ ಅಡ್ವೆಂಚರ್ ಕನ್ಸಲ್ಟಂಟ್ಸ ಸಂಸ್ಥೆ ಪರಿಣತಿಯನ್ನು ಪಡೆದಿದೆ. ಕನಸುಗಳನ್ನು ವಾಸ್ತವದಲ್ಲಿ ಸಾಕಾರಗೊಳಿಸುವ ನಿಪುಣತೆಯನ್ನು ಹೊಂದಿದೆ. ನಿಮ್ಮ ಗುರಿ ತಲುಪಲು ನಿಮ್ಮೊಡನೆ ಶ್ರಮಿಸುತ್ತೇವೆ. ಹಾಗಂತ ನಿಮ್ಮನ್ನು ಎಳೆದುಕೊಂಡೇನೂ ಹೋಗುವುದಿಲ್ಲ, ಕಠಿಣ ಪರಿಶ್ರಮವನ್ನು ನೀವು ಪಡಲೇಬೇಕು. ಆದರೆ ಅತ್ಯಂತ ಹೆಚ್ಚು ಸುರಕ್ಷತೆ ಮತ್ತು ಯಶಸ್ಸಿನ ಭರವಸೆ ಕೊಡುತ್ತೇವೆ.
>
> ಕನಸನ್ನು ಎದುರಿಸುವ ಧೀರರಿಗೆ, ಪದಗಳಲ್ಲಿ ವರ್ಣಿಸಲಾಗದ ಅನುಭವವನ್ನು ಈ ಸಾಹಸ ನೀಡಬಲ್ಲದು. ನಿಮ್ಮ ಇಚ್ಛೆಯ ಪರ್ವತವನ್ನು ನಮ್ಮೊಡನೆ ಹತ್ತಲು ಆಹ್ವಾನಿಸುತ್ತಿದ್ದೇವೆ.

1996ರಲ್ಲಿಯೇ ಹಾಲ್ ಪ್ರತಿಯೊಬ್ಬ ಪರ್ವತಾರೋಹಿಯಿಂದ 65,000 ಡಾಲರ್ ಶುಲ್ಕವನ್ನು ಜಗತ್ತಿನ ಮೇಲ್ಛಾವಣಿಗೆ ಕರೆದೊಯ್ಯಲು ತೆಗೆದುಕೊಳ್ಳುತ್ತಿದ್ದ. ಯಾವುದೇ ಮಾನದಂಡದಿಂದ ನೋಡಿದರೂ ಇದು ದುಬಾರಿಯೇ ಸರಿ; ಹೆಚ್ಚು ಕಡಿಮೆ ನನ್ನ ಸಿಯಾಟೆಲ್ ಮನೆಯ ಸಾಲದ ಹಣಕ್ಕೆ ಸಮಾನವಾದದ್ದು. ಜೊತೆಗೆ ಇದು ನೇಪಾಳಕ್ಕೆ ಬಂದು ಹೋಗುವ ವಿಮಾನದ ಖರ್ಚು ಮತ್ತು ಆರೋಹಣಕ್ಕೆ ಬೇಕಾದ ವೈಯಕ್ತಿಕ ಸಾಮಗ್ರಿಗಳ ಖರ್ಚನ್ನು ಒಳಗೊಂಡಿರಲಿಲ್ಲ. ಬೇರೆ ಯಾವ ಸಂಸ್ಥೆಯ ಶುಲ್ಕವೂ ಇಷ್ಟು ದುಬಾರಿಯಾಗಿರಲಿಲ್ಲ, ಅವನ ಪ್ರತಿಸ್ಪರ್ಧಿ ಸಂಸ್ಥೆಗಳು ಮೂರು ಪಾಲಿನ ಒಂದು ಭಾಗ ಹಣವನ್ನು ಮಾತ್ರ ಕೇಳುತ್ತಿದ್ದರು. ಆದರೆ ಹಾಲ್‌ನ

ಯಶಸ್ಸಿನ ಪ್ರಭೆ ಹೇಗಿತ್ತೆಂದರೆ, ಅವನ ಎಂಟೂ ಎವರೆಸ್ಟ್ ಪರ್ವತಾರೋಹಣಗಳಿಗೆ ಗ್ರಾಹಕರ ಕೊರತೆಯಾಗಿರಲಿಲ್ಲ. ನೀವು ಶಿಖರಾರೋಹಣ ಮಾಡಲು ಹಠ ತೊಟ್ಟು ನಿಂತಿದ್ದರೆ ಮತ್ತು ಕಾಸು ಕೈಲಿದ್ದರೆ, ನಿಸ್ಸಂಶಯವಾಗಿ ಅಡ್ವೆಂಚರ್ ಕನ್ಸಲ್ಟಂಟ್ಸ್ ನಿಮ್ಮ ಆಯ್ಕೆಯಾಗಿ ಬಿಡುತ್ತಿತ್ತು.

III

ಕಾಠ್ಮಂಡುವಿಗೆ ಬಂದ ಎರಡು ದಿನಗಳ ನಂತರ, ಅಂದರೆ ಮಾರ್ಚ್ 31ರ ಮುಂಜಾವು, ಅಡ್ವೆಂಚರ್ ಕನ್ಸಲ್ಟಂಟ್ಸ್‌ನ ಎವರೆಸ್ಟ್ ಪರ್ವತಾರೋಹಣದ ಎಲ್ಲಾ ಅಭ್ಯರ್ಥಿಗಳು ತ್ರಿಭುವನ್ ಅಂತಾರಾಷ್ಟ್ರೀಯ ವಿಮಾನ ನಿಲ್ದಾಣದ ಟಾರು ರಸ್ತೆಯಲ್ಲಿ ನಡೆದು, ಏಷಿಯನ್ ಏರ್‌ಲೈನ್ಸ್ ನವರು ನಿರ್ವಹಿಸುವ, ರಷ್ಯಾದಲ್ಲಿ ತಯಾರಾದ ಎಂಐ–17 ಹೆಲಿಕಾಪ್ಟರ್‌ನ್ನು ಹತ್ತಿದೆವು. ಅಫಘಾನಿಸ್ಥಾನದ ಯುದ್ಧದಲ್ಲಿ ನಜ್ಜುಗುಜ್ಜಾದರೂ ಬದುಕುಳಿದ ಈ ಹೆಲಿಕಾಪ್ಟರ್, ಶಾಲೆಯ ಬಸ್ಸಿನಷ್ಟು ವಿಶಾಲವಾಗಿದ್ದು, 26 ಪ್ರಯಾಣಿಕರಿಗೆ ಆಸನದ ವ್ಯವಸ್ಥೆಯಿದ್ದು, ಯಾರದೋ ಮನೆಯ ಹಿತ್ತಲಿನಲ್ಲಿ ಮೊಳೆಗಳನ್ನು ಬಡಿದು ಇದರ ಭಾಗಗಳನ್ನು ಜೋಡಿಸಿದಂತೆ ಕಾಣುತ್ತಿತ್ತು. ಫ್ಲೈಟ್ ಇಂಜಿನಿಯರ್ ಬಾಗಿಲನ್ನು ಜಡಿದು, ಕಿವಿಯಲ್ಲಿ ತುರುಕಿಕೊಳ್ಳಲು ಹಿಡಿಯಷ್ಟು ಹತ್ತಿಯನ್ನು ಕೊಟ್ಟ, ಆ ಬೃಹತ್ ಯಂತ್ರ ತಲೆ ಸಿಡಿಯುವಂತೆ ಸದ್ದು ಮಾಡುತ್ತಾ ಆಕಾಶದಲ್ಲಿ ಒದ್ದಾಡುತ್ತಾ ಹಾರತೊಡಗಿತು.

ಹೆಲಿಕಾಪ್ಟರಿನ ನೆಲವೆಲ್ಲಾ ಕೊಳವೆ ಚೀಲಗಳು, ಹೆಗಲು ಚೀಲಗಳು ಮತ್ತು ರಟ್ಟಿನ ಡಬ್ಬಗಳಿಂದ ತುಂಬಿತ್ತು. ಹೆಲಿಕಾಪ್ಟರಿನ ಪರದಿಯ ಸುತ್ತ, ಒಳಮುಖವಾಗಿ ಮಡಿಸಬಹುದಾದ ಸೀಟುಗಳಿದ್ದ ಈ ಮಾನವ ಲಗೇಜನ್ನು ಒಯ್ಯುವ ಕಾರ್ಗೋದಲ್ಲಿ, ಮೊಣಕಾಲುಗಳು ಎದೆಗೆ ಬಡಿಯುವಷ್ಟು ಇಕ್ಕಟ್ಟಿತ್ತು. ಟರ್ಬೈನುಗಳ ಕಿವಿಗಡಚಿಕ್ಕುವ ಸದ್ದಿನ ಮಧ್ಯೆ ಮಾತುಕತೆಯ ಪ್ರಶ್ನೆಯೇ ಇರಲಿಲ್ಲ. ನಿಸ್ಸಂಶಯವಾಗಿ ಇದು ಸುಖಕರ ಪ್ರಯಾಣವಲ್ಲದಿದ್ದರೂ, ಯಾರೂ ಅದರ ಬಗ್ಗೆ ಚಕಾರವೆತ್ತಲಿಲ್ಲ.

1963ರಲ್ಲಿ ಟಾಮ್ ಹಾರ್ನ್‌ಬೀನ್ಸ್ ಎನ್ನುವ ಪರ್ವತಾರೋಹಿ, ಕಾಠ್ಮಂಡುವಿನಿಂದ ಹದಿನೈದು ಕಿಮೀ ದೂರದಲ್ಲಿರುವ ಬನೆಪ ಎನ್ನುವ ಊರಿಂದ ತನ್ನ ಚಾರಣವನ್ನು ಪ್ರಾರಂಭಿಸಿ, ಸುಮಾರು 31 ದಿನ ನಡೆದು ಬೇಸ್ ಕ್ಯಾಂಪ್ ಸೇರಿದನಂತೆ. ಆದರೆ ಇತ್ತೀಚಿನ ಎವರೆಸ್ಟ್ ಚಾರಣಿಗರಂತೆ, ಸಾಕಷ್ಟು ಧೂಳು ತುಂಬಿದ ಮತ್ತು ಆಳವಾದ ಕಣಿವೆಗಳಿಂದ ಕೂಡಿದ ಆರಂಭದ ಚಾರಣವನ್ನು ಬಿಟ್ಟು ನೇರವಾಗಿ ಹಾರಿಹೋಗಿ ಸೇರಲು ನಾವು ಆಯ್ಕೆ ಮಾಡಿಕೊಂಡಿದ್ದೆವು. ಸಮುದ್ರಮಟ್ಟದಿಂದ 9,200 ಅಡಿಗಳ

ಎತ್ತರದಲ್ಲಿರುವ ಲೂಕ್ಲಾ ಎನ್ನುವ ದೂರದ ಹಳ್ಳಿಗೆ ಈ ಹೆಲಿಕಾಪ್ಟರ್ ನಮ್ಮನ್ನು ಕರೆದೊಯ್ಯುತ್ತಿತ್ತು. ದೇವರ ದಯೆಯಿಂದ ಈ ಹೆಲಿಕಾಪ್ಟರ್‌ಗೆ ಏನೂ ಆಗದಿದ್ದರೆ, ನಾವು ಹಾರ್ನ್‌ಬೀನ್ಸ್‌ನ ಚಾರಣದ ಮೂರು ವಾರದ ನೆಗೆತವನ್ನು ಒಮ್ಮೆಲೆ ಮಾಡುತ್ತಿದ್ದೆವು.

ಹೆಲಿಕಾಪ್ಟರಿನ ವಿಶಾಲವಾದ ಒಳಾಂಗಣವನ್ನು ಒಮ್ಮೆ ಕಣ್ಣಾಡಿಸಿ, ನನ್ನ ಜೊತೆಗಾರರ ಹೆಸರನ್ನು ಜ್ಞಾಪಕದಲ್ಲಿಟ್ಟುಕೊಳ್ಳಲು ಪ್ರಯತ್ನಿಸಿದೆ. ನಮ್ಮ ಮಾರ್ಗದರ್ಶಿಗಳಾದ ರಾಬ್ ಹಾಲ್ ಮತ್ತು ಆ್ಯಂಡಿ ಹೇರಿಸ್ ಅಲ್ಲದೆ, 39 ವರ್ಷದ ನಾಲ್ಕು ಮಕ್ಕಳ ತಾಯಿ ಹೆಲೆನ್ ವಿಲ್ಟನ್ ಎನ್ನುವ ಮಹಿಳೆಯು ಮೂರನೆಯ ಬಾರಿಗೆ ಬೇಸ್ ಕ್ಯಾಂಪಿನ ಮ್ಯಾನೇಜರ್ ಆಗಿ ಕಾರ್ಯನಿರ್ವಹಿಸಲು ಬಂದಿದ್ದಳು. ಸುಮಾರು 30ಕ್ಕೆ ಹತ್ತಿರದ ವಯಸ್ಸಿನ, ಪ್ರಬುದ್ಧ ಪರ್ವತಾರೋಹಿಯೂ ಮತ್ತು ವೈದ್ಯೆಯೂ ಆದ ಕೆರೋಲಿನ್ ಮೆಕೆಂಜೀ ಎನ್ನುವ ಮಹಿಳೆಯು ನಮ್ಮ ಚಾರಣದ ವೈದ್ಯೆಯಾಗಿ ಕಾರ್ಯ ನಿರ್ವಹಿಸಲು ಬಂದಿದ್ದಳು. ಹೆಲೆನ್‌ಳಂತೆ ಈಕೆಯೂ ಬೇಸ್ ಕ್ಯಾಂಪ್‌ಗೂ ಹೆಚ್ಚಿನ ಎತ್ತರವನ್ನು ಹತ್ತದೆ, ಅಲ್ಲಿಂದಲೇ ಕಾರ್ಯ ನಿರ್ವಹಿಸುವವಳಿದ್ದಳು. ನಾನು ವಿಮಾನ ನಿಲ್ದಾಣದಲ್ಲಿ ಭೇಟಿಯಾಗಿದ್ದ ಲಿಯೊ ಕಾಸಿಷ್ಕ ಈಗಾಗಲೇ ಸಪ್ತಶಿಖರಗಳಲ್ಲಿ ಆರನ್ನು ಹತ್ತಿದ್ದ. ಅದೇ ರೀತಿ ಟೋಕಿಯೋದ ಫೆಡೆರಲ್ ಎಕ್ಸ್‌ಪ್ರೆಸ್ ಬ್ರಾಂಚಿನಲ್ಲಿ ಪರ್ಸನಲ್ ಡೈರೆಕ್ಟರ್ ಆಗಿ ಕೆಲಸ ಮಾಡುವ 47 ವಯಸ್ಸಿನ ಅಂತರ್ಮುಖಿ ವ್ಯಕ್ತಿತ್ವದ ಯಸುಕೊ ನಂಬಾ ಕೂಡ ಆರು ಶಿಖರಗಳನ್ನು ಹತ್ತಿದ್ದಳು. ಸಣ್ಣಸಣ್ಣ ಸಂಗತಿಗಳಲ್ಲೂ ಆಸಕ್ತನಾಗಿದ್ದ ಡಾಲಾಸ್‌ನ ವೈದ್ಯ, 49 ವಯಸ್ಸಿನ ಬೆಕ್ ವೆದರ್ಸ್, ರೆನ್ ಮತ್ತು ಸ್ಟಿಂಪಿ ಕಾರ್ಟೂನಿನ ಟಿ–ಶರ್ಟ್ ಹಾಕಿಕೊಂಡಿದ್ದ, 34 ವಯಸ್ಸಿನ ಬುದ್ಧಿಜೀವಿ ಸ್ಟೂವರ್ಟ್ ಹಚಿಸನ್, ಕೆನಡಾದಲ್ಲಿ ಕಾರ್ಡಿಯಾಲಜಿಸ್ಟ್ ರಿಸರ್ಚ್ ಫೆಲೋಶಿಪ್‌ನಲ್ಲಿದ್ದು ಈಗ ರಜೆಯ ಮೇಲೆ ಬಂದಿದ್ದ. ಬ್ರಿಸ್ಬೇನ್‌ನಿಂದ ಬಂದಿದ್ದ ಅರಿವಳಿಕೆಯ ತಜ್ಞ ಜಾನ್ ಟಾಸ್ಕ್‌ಗೆ 56 ವರ್ಷ ವಯಸ್ಸು; ನಮ್ಮೆಲ್ಲರಿಗಿಂತಲೂ ಹಿರಿಯನಾಗಿದ್ದ ಈತ ಆಸ್ಟ್ರೇಲಿಯಾದ ಸೈನ್ಯದಿಂದ ನಿವೃತ್ತಿ ಹೊಂದಿದ ನಂತರ ಪರ್ವತಾರೋಹಣವನ್ನು ಶುರು ಮಾಡಿಕೊಂಡಿದ್ದ. ಅತ್ಯಂತ ಆಧುನಿಕ ಧಿರಿಸನ್ನು ಧರಿಸಿದ್ದ 53 ವಯಸ್ಸಿನ ಹಾಂಗ್ ಚಕಾಂಗ್‌ನ ಫ್ರಾಂಕ್ ಫಿಷ್‌ಬೆಕ್‌ನು, ಸೂಕ್ಷ್ಮ ಪ್ರವೃತ್ತಿಯ ಸಂಪಾದಕನಾಗಿದ್ದು, ಈಗಾಗಲೇ ಮೂರು ಬಾರಿ ಎವರೆಸ್ಟ್ ಆರೋಹಣವನ್ನು ರಾಬ್ ಹಾಲ್‌ನ ಪ್ರತಿಸ್ಪರ್ಧಿ ಸಂಸ್ಥೆಯೊಂದಿಗೆ ಪ್ರಯತ್ನಿಸಿ ಸೋತಿದ್ದ; 1994ರಲ್ಲಿ ದಕ್ಷಿಣ ದಿಬ್ಬದ ತುದಿಯ ತನಕ ಹತ್ತಿ, ಇನ್ನೇನು ಶಿಖರಾಗ್ರಕ್ಕೆ 330 ಅಡಿ ಎತ್ತರವಿರುವಾಗ ಸಾಧ್ಯವಾಗದೆ ಹಿಂತಿರುಗಿದ್ದ. ಅಮೆರಿಕಾದ ಅಂಚೆ ಕಛೇರಿಯಲ್ಲಿ ಕೆಲಸ ಮಾಡುವ 46 ವಯಸ್ಸಿನ ಡಹ್ಗ್ ಹಾನ್‌ಸೆನ್ ಕೂಡಾ

1995ರಲ್ಲಿ ರಾಬ್ ಹಾಲ್ ಜೊತೆಯಲ್ಲಿ ಎವರೆಸ್ಟ್ ಆರೋಹಣವನ್ನು ಮಾಡಿ, ಫಿಷ್‌ಬೆಕ್‌ನಂತೆಯೇ ದಕ್ಷಿಣ ದಿಬ್ಬದ ತುದಿಯ ತನಕ ಮುಟ್ಟಿ ಹಿಂತಿರುಗಿ ಬಂದಿದ್ದ.

ಇವರೆಲ್ಲರ ಬಗ್ಗೆ ಯಾವ ನಿಲುವನ್ನು ತಳೆಯಬೇಕೆಂದು ನನಗೆ ತೋಚಲಿಲ್ಲ. ಇವರ ಅನುಭವ ಮತ್ತು ಅಂಗಸೌಷ್ಠವವನ್ನು ಗಮನಿಸಿದರೆ, ನನ್ನ ಜೊತೆ ಈ ಹಿಂದೆ ಪರ್ವತಾರೋಹಣಕ್ಕೆ ಬರುತ್ತಿದ್ದ ಯಾರಿಗೂ ಇವರು ಸರಿಸಮಾನರಾಗಿರಲಿಲ್ಲ. ಆದರೆ ಅವರು ಅತ್ಯಂತ ಒಳ್ಳೆಯವರಂತೆಯೂ, ಮರ್ಯಾದಸ್ಥರಂತೆಯೂ ಕಂಡರು. ಇಲ್ಲಿಯವರೆಗಿನ ಅವರ ವರ್ತನೆಗಳನ್ನು ಗಮನಿಸಿದರೆ, ಸರ್ಟಿಫಿಕೇಟ್ ಕೊಡಬಹುದಾದ ಯಾವ ದುರುಳನೂ ಅವರಲ್ಲಿರಲಿಲ್ಲ. ಏನೇ ಆದರೂ, ಡಹ್ಗ್‌ನನ್ನು ಹೊರತುಪಡಿಸಿದರೆ ಉಳಿದ ಜೊತೆಗಾರರಲ್ಲಿ ಯಾರಲ್ಲಿಯೂ ನನಗೆ ಸರಿಹೊಂದುವ ಸ್ವಭಾವ ಕಾಣುತ್ತಿರಲಿಲ್ಲ. 27ಕ್ಕೂ ಹೆಚ್ಚು ವರ್ಷದಿಂದ ಅಂಚೆ ಕಛೇರಿಯಲ್ಲಿ ಕೆಲಸ ಮಾಡುತ್ತಿರುವ, ನೀಳಕಾಯದ, ಪಾರ್ಟಿ ಮಾಡಲು ತುದಿಗಾಲಿನಲ್ಲಿ ಸಿದ್ಧವಾಗುವ ಡಹ್ಗ್‌ನ ಸುಕ್ಕುಗಟ್ಟಿದ ಮುಖವು ಹಳೆಯ ಫುಟ್‌ಬಾಲ್ ಚೆಂಡನ್ನು ಜ್ಞಾಪಿಸುತ್ತಿತ್ತು. ರಾತ್ರಿಯ ಪಾಳಿಯಲ್ಲಿ ಹೆಚ್ಚಿಗೆ ಕೆಲಸವನ್ನು ಮಾಡಿಯೂ, ಬೆಳಗಿನ ಹೊತ್ತಿನಲ್ಲಿ ಕಟ್ಟಡ ನಿರ್ಮಾಣದ ಗಾರೆ ಕೆಲಸವನ್ನು ಮಾಡಿಯೂ ಈ ಪರ್ವತಾರೋಹಣಕ್ಕೆ ಬೇಕಾದ ಹಣವನ್ನು ಸಂಪಾದಿಸಿದ್ದಾಗಿ ತಿಳಿಸಿದ. ಸಾಹಿತಿಯಾಗುವುದಕ್ಕೂ ಮೊದಲು ಎಂಟು ವರ್ಷಗಳ ಕಾಲ ಬಡಿಗಾರನಾಗಿ ಕೆಲಸವನ್ನು ಮಾಡಿ ಜೀವನ ಸರಿದೂಗಿಸಿದ್ದರಿಂದಲೂ, ನಾವಿಬ್ಬರೂ ಕಟ್ಟುವ ಆದಾಯ ತೆರಿಗೆಯ ಮೊತ್ತ ಉಳಿದವರಿಗೆ ಹೋಲಿಸಲೂ ಸಾಧ್ಯವಿಲ್ಲದಷ್ಟು ದೂರವಿದ್ದುದ್ದರಿಂದಲೂ, ತಂಡದ ಇತರರಿಗಿಂತಲೂ ಡಹ್ಗ್ ಜೊತೆ ನಾನು ಹೆಚ್ಚು ಸಲಿಗೆಯಿಂದ ಇರಲು ಸಾಧ್ಯವಾಯ್ತು.

ಈ ತರಹ ಸಂಪೂರ್ಣ ಅಪರಿಚಿತ ಗುಂಪಿನ ಜೊತೆಗೆ ನಾನು ಯಾವತ್ತೂ ಪರ್ವತಾರೋಹಣ ಮಾಡಿರಲಿಲ್ಲವಾದ ಕಾರಣ, ಚಾರಣದ ಬಹಳಷ್ಟು ಸಮಯ ನಾನು ಇರುಸುಮುರುಸು ಅನುಭವಿಸಿದೆ. 21 ವರ್ಷಗಳ ಕೆಳಗೆ ಅಲಾಸ್ಕಾದಲ್ಲಿ ಮಾಡಿದ ಒಂದು ಚಾರಣವನ್ನು ಹೊರತು ಪಡಿಸಿದರೆ, ನನ್ನೆಲ್ಲಾ ಪರ್ವತಾರೋಹಣಗಳಲ್ಲಿ ಒಬ್ಬರೋ ಅಥವಾ ಇಬ್ಬರೋ ಖಾಸಾ ಗೆಳೆಯರು ಮಾತ್ರ ಇರುತ್ತಿದ್ದರು; ಕೆಲವೊಮ್ಮೆ ಏಕಾಂಗಿ.

ನಿಮ್ಮ ಜೊತೆಗಾರನ ಸಾಮರ್ಥ್ಯದ ಬಗ್ಗೆ ನಿಮಗಿರುವ ನಂಬಿಕೆ, ನಿಮ್ಮ ಪರ್ವತಾರೋಹಣದ ಮೇಲೆ ಬೀರುವ ಪ್ರಭಾವ ಕಡಿಮೆಯಾದದ್ದೇನೂ ಅಲ್ಲ. ಒಬ್ಬ ವ್ಯಕ್ತಿಯ ವರ್ತನೆಗಳು ಇಡೀ ತಂಡದ ಸುರಕ್ಷತೆಯ ಮೇಲೆ ಪರಿಣಾಮ ಬೀರಬಲ್ಲದು. ಬಿಗಿಯಾಗಿ ಕಟ್ಟದ ಹಗ್ಗದ ಗಂಟು, ಯಾರೋ ಮುಗ್ಗರಿಸಿದ್ದು, ಉರುಳಿಸಿದ ಕಲ್ಲು

ಮತ್ತಿತರ ಚಿಕ್ಕಪುಟ್ಟ ನಿರ್ಲಕ್ಷ್ಯದ ವರ್ತನೆಗಳಿಂದಾಗುವ ಪ್ರಮಾದಗಳು ಆ ತಪ್ಪು ಮಾಡಿದವನು ಅನುಭವಿಸುವಷ್ಟೇ ಇತರರೂ ಅನುಭವಿಸಬೇಕಾದ ಸಾಧ್ಯತೆಗಳು ಇರುತ್ತವೆ. ಆದ್ದರಿಂದ ಅಪರಿಚಿತ ಪರ್ವತಾರೋಹಿಗಳ ಜೊತೆಗೆ ಚಾರಣ ಮಾಡಲು ಹಿಂಜರಿಯುವುದು ಅಂತಹ ಅಚ್ಚರಿಯ ಸಂಗತಿಯೇನೂ ಅಲ್ಲ.

ಆದ್ದರಿಂದಲೇ ಮಾರ್ಗದರ್ಶಿಯೊಬ್ಬನ ಜೊತೆಗೆ ಪರ್ವತಾರೋಹಣಕ್ಕೆ ಹೋದಾಗ, ಮತ್ತೊಬ್ಬ ಜೊತೆಗಾರನ ಕೌಶಲ್ಯದ ಮೇಲೆ ನಂಬಿಕೆ ಇಡುವ ಸ್ವಾತಂತ್ರ್ಯ ನಮಗೆ ಇರುವುದಿಲ್ಲ; ಅದಕ್ಕೆ ಬದಲಾಗಿ ಎಲ್ಲರೂ ಮಾರ್ಗದರ್ಶಿಯ ಮೇಲೇ ಸಂಪೂರ್ಣ ನಂಬಿಕೆಯನ್ನಿರಿಸಬೇಕು.

ಹೆಲಿಕಾಪ್ಟರ್ ನಿಧಾನಕ್ಕೆ ಲುಕ್ಲಾ ಗ್ರಾಮದ ಕಡೆ ಸಾಗುವಾಗ, ನಮ್ಮ ತಂಡದ ಮಾರ್ಗದರ್ಶಿ ರಾಬ್ ಹಾಲ್ ನಮ್ಮೆಲ್ಲರ ಅನುಮಾನಾಸ್ಪದ ದುರ್ಗುಣಗಳನ್ನು ಹತ್ತಿಕ್ಕಬಲ್ಲನೆಂದೂ, ನಮ್ಮೆಲ್ಲರ ದೌರ್ಬಲ್ಯಗಳಿಂದ ನಮ್ಮನ್ನು ಸಂರಕ್ಷಿಸುವ ಯಾವುದೋ ವಿಧಾನ ಅವನಿಗೆ ತಿಳಿದಿದೆಯೆಂದೂ ಬಹಳ ಆತಂಕದಿಂದ ಯೋಚಿಸುತ್ತಿದ್ದೆ. ಉಳಿದವರೂ ಹಾಗೇ ಯೋಚಿಸುತ್ತಿರಬೇಕೆಂದು ಸಂಶಯಪಟ್ಟೆ.

ಅಧ್ಯಾಯ 4

ಫಾಕ್‌ಡಿಂಗ್

31ನೇ ಮಾರ್ಚ್ 1996; 9,186 ಅಡಿ ಎತ್ತರ

ದೊಡ್ಡ ದೊಡ್ಡ ಬಂಡೆಗಳಿಂದ ಕಿಕ್ಕಿರಿದ, ಪರ್ವತಗಳ ಹಿಮವು ಕರಗಿ ಹರಿದ ನೀರಿನಿಂದ ಧಿಮಿಗುಟ್ಟುವ ದೂದ್ ಕೋಶಿ ನದಿಯ ಕಣಿವೆಯಗುಂಟ, ಲುಕ್ಲಾ ಗ್ರಾಮದಿಂದ ಉತ್ತರ ದಿಕ್ಕಿನೆಡೆಗೆ ನಮ್ಮ ಎವರೆಸ್ಟ್ ಪಯಣ ಸಾಗಿದಾಗ ಸಂಜೆಯಾಗಿತ್ತು. ನಮ್ಮ ಚಾರಣದ ಮೊದಲ ರಾತ್ರಿಯನ್ನು ಫಾಕ್‌ಡಿಂಗ್ ಎಂಬ ಪುಟ್ಟ ಗ್ರಾಮದಲ್ಲಿ ಕಳೆದೆವು. ಸುಮಾರು ಆರು ಮನೆಗಳು ಮತ್ತು ಕೆಲವು ಲಾಡ್ಜ್‌ಗಳನ್ನು ಹೊಂದಿರುವ ಈ ಗ್ರಾಮವು, ನದಿಯ ಕಣಿವೆಯ ಇಳಿಜಾರಿನ ಮೇಲಿರುವ ತುಸು ಸಮತಟ್ಟು ಪ್ರದೇಶದಲ್ಲಿ ಒತ್ತೊತ್ತಾಗಿ ನಿಂತಿದೆ. ರಾತ್ರಿಯಾಗುತ್ತಿದ್ದಂತೆಯೇ ಚಳಿಯು ಕೊರೆಯಲಾರಂಭಿಸಿದರೆ, ಬೆಳಿಗ್ಗೆ ಕಾಲುದಾರಿಯಗುಂಟ ನಡೆಯುವಾಗ ಇಕ್ಕೆಲಗಳಲ್ಲಿ ಹಬ್ಬಿದ ನಿತ್ಯಹರಿದ್ವರ್ಣದ ದಟ್ಟ ಪೊದೆಗಳ ಎಲೆಗಳಿಂದ ಮಂಜಿನ ಹನಿಗಳು ಪ್ರೋಕ್ಷಣೆಗೊಂಡವು. ಭೂಮಧ್ಯರೇಖೆಯಿಂದ 28 ಡಿಗ್ರಿ ಉತ್ತರಕ್ಕೆ ಮತ್ತು ಉಷ್ಣಾಂಶ ವಲಯಕ್ಕೆ ಹತ್ತಿರವಿರುವ ಹಿಮಾಲಯದಲ್ಲಿ, ಹೊತ್ತೇರುತ್ತಿದ್ದಂತೆಯೇ ಸೂರ್ಯನ

ಪ್ರಖರ ಕಿರಣಗಳು ಕಣಿವೆಯ ಆಳದಲ್ಲಿಯೂ ನುಗ್ಗಿದವು. ಅಲ್ಲಾಡುವ ಸೇತುವೆಗಳ ಮೇಲೆ ನಡೆದು, ನಾಲ್ಕು ನದಿಗಳನ್ನು ದಾಟುವ ವೇಳೆಗೆ ಮಧ್ಯಾಹ್ನವಾಗಿತ್ತು. ನನ್ನ ಮುಖದಿಂದಲೂ ಸಣ್ಣನೆಯ ಬೆವರಿನ ನದಿಗಳು ಹರಿಯಲು ತೊಡಗಿದಾಗ, ಹೆಚ್ಚಿನ ಬಟ್ಟೆಗಳನ್ನು ಬಿಚ್ಚಿ, ಚಡ್ಡಿ ಮತ್ತು ಟೀ ಶರ್ಟಿನಲ್ಲಿ ಉಳಿದೆ.

ಸೇತುವೆಯ ಆಚೆಗಿರುವ ಮಣ್ಣಿನ ದಾರಿಯು, ನದಿಯ ಪಾತ್ರವನ್ನು ಬಿಟ್ಟುಕೊಟ್ಟು, ಕಣಿವೆಯಂಚಿನ ಪರ್ವತದಲ್ಲಿರುವ ಅಂಕುಡೊಂಕು ಹಾದಿಯಲ್ಲಿ ಸಾಗುತ್ತಾ, ಪರಿಮಳಭರಿತ ಗಗನಚುಂಬಿ ಪೈನ್ ಮರಗಳ ನೆರಳಿನಲ್ಲಿ ಮೇಲೇರಲಾರಂಭಿಸಿತು. ತಮ್ಮ ಚೂಪಾದ ಶೃಂಗಗಳಿಂದ ಆಕಾಶವನ್ನು ಚುಚ್ಚುತ್ತಿರುವ ತಾಮ್‌ಸೇರ್ಕು ಮತ್ತು ಕುಸುಮ ಕಂಗ್ರೂ ಪರ್ವತಗಳು ಎರಡು ಮೈಲಿಯಷ್ಟು ಎತ್ತರಕ್ಕೆ ಕಣ್ಮನ ಸೆಳೆಯುವಂತೆ ನಿಂತಿದ್ದವು. ಭವ್ಯವಾದ ಆ ಭೂಭಾಗವು ತನ್ನ ಸೌಂದರ್ಯದಿಂದ ಕಂಗೊಳಿಸುತ್ತಿದ್ದರೂ, ಅದೇನೂ ನಿರ್ಜನವಾಗಿರಲಿಲ್ಲ. ಹಲವಾರು ನೂರು ವರ್ಷಗಳಿಂದಲೂ ಅದು ನಿರ್ಜನವಾಗಿರಲಿಲ್ಲ.

ಬೇಸಾಯ ಮಾಡಬಹುದಾದ ಪ್ರತಿಯೊಂದು ಭೂಭಾಗಗಳಲ್ಲಿಯೂ ಬಾರ್ಲಿ, ಹುರುಳಿ ಮತ್ತು ಆಲೂಗಡ್ಡೆಗಳನ್ನು ಬಿತ್ತಿದ್ದರು. ಶಿಖರದ ಹಾದಿಗುಂಟ ಬಣ್ಣ ಬಣ್ಣದ ಪ್ರಾರ್ಥನೆಯ ಬಾವುಟಗಳನ್ನು ಕಟ್ಟಿದ್ದರು. ಪುರಾತನ ಬೌದ್ಧ ಚೋರ್ಟನ್‌ಗಳು[1], ಮಂತ್ರಗಳನ್ನು ಬರೆದ ನುಣುಪಾದ ಮಣಿ[2] ಕಲ್ಲಿನಿಂದ ಕೂಡಿದ ಗೋಡೆಗಳು ಅತ್ಯಂತ ಎತ್ತರದ ಜಾಗದಲ್ಲಿಯೂ ಪಹರೆಯಂತೆ ನಿಂತಿದ್ದವು. ನದಿಯಿಂದ ದೂರ ಮಣ್ಣಿನ ರಸ್ತೆಯಲ್ಲಿ ಸಾಗಿದಂತೆಲ್ಲಾ ಚಾರಣಿಗರು, ಸಾಲುಸಾಲು ಯಾಕ್‌ಗಳು[3], ಕೆಂಪುವಸ್ತ್ರ

---

1 ಚೋರ್ಟನ್ ಎಂದರೆ ಸ್ತೂಪ. ಸಾಮಾನ್ಯವಾಗಿ ಕಲ್ಲುಗಳಿಂದ ಕಟ್ಟಿದ ಪುಟ್ಟ ದೇವಸ್ಥಾನವಿದು. ಕೆಲವೊಮ್ಮೆ ಮಂತ್ರಗಳನ್ನು ಬರೆದ ಕಲ್ಲುಗಳನ್ನು ಬಳಸಿರುತ್ತಾರೆ.

2 ಚಪ್ಪಟೆಯಾಕಾರಾದ ನುಣುಪಾದ ಸಣ್ಣಕಲ್ಲುಗಳ ಮೇಲೆ, ಬುದ್ಧನನ್ನು ಆರಾಧಿಸುವ ಮಂತ್ರವಾದ 'ಓಂ ಮಣಿ ಪದ್ಮೇ ಹಂ' ಎಂಬುದನ್ನು ಅತ್ಯಂತ ಕೌಶಲ್ಯದಿಂದ ಸಂಸ್ಕೃತದಲ್ಲಿ ಬರೆದು, ಪ್ರಯಾಣಿಕರು ಸಾಗುವ ದಾರಿಯಲ್ಲಿ, ಒಂದರ ಮೇಲೊಂದು ಕಲ್ಲನ್ನು ಹೇರಿ, ಕಡಿಮೆ ಎತ್ತರದ ಆದರೆ ಉದ್ದನೆಯ ಗೋಡೆಗಳನ್ನು ಕಟ್ಟಿರುತ್ತಾರೆ. ಇವಕ್ಕೆ ಮಣಿಗೋಡೆಗಳೆಂದು ಕರೆಯುತ್ತಾರೆ. ಬೌದ್ಧ ಧರ್ಮದ ಪ್ರಕಾರ ಈ ಗೋಡೆಗಳ ಎಡ ಬದಿಗೇ ಪ್ರಯಾಣಿಕರು ನಡೆಯಬೇಕು.

3 ನಿಜ ಹೇಳಬೇಕೆಂದರೆ, ನಾವು ಹಿಮಾಲಯದಲ್ಲಿ ನೋಡುವ ಬಹುತೇಕ 'ಯಾಕ್' ಗಳು (ಚಮರೀಮೃಗ), ಹಸು ಮತ್ತು ಗಂಡು ಯಾಕ್‌ಗಳ ಸಂಗಮದಿಂದ ಹುಟ್ಟಿದ ಮಿಶ್ರತಳಿಗಳು. ಇವುಗಳನ್ನು ಜೋಪ್ಕ್ಯೋ ಅಥವಾ ಜೋಮ್ ಎಂದೂ ಕರೆಯುತ್ತಾರೆ. ಆದರೆ ಹೆಣ್ಣು ಯಾಕ್‌ಗಳು ಗರ್ಭಧರಿಸಿ ಹುಟ್ಟಿದ ತಳಿಯನ್ನು ಮಾತ್ರ ನಾವು ಶುದ್ಧ ಯಾಕ್ ಎಂದು ಕರೆಯಬಹುದಾಗಿದೆ. ಆದರೆ ಬಹುತೇಕ ಪಾಶ್ಚಿಮಾತ್ಯರಿಗೆ ಈ ಪೊದೆಗೂದಲಿನ ಪ್ರಾಣಿಗಳಲ್ಲಿ ಈ ಸೂಕ್ಷ್ಮ ವ್ಯತ್ಯಾಸವನ್ನು ಗುರುತಿಸುವುದು ಬಹುಕಷ್ಟದ ಕೆಲಸ. ಆದ್ದರಿಂದ ಎಲ್ಲವನ್ನೂ ಒಟ್ಟಾರೆಯಾಗಿ ಯಾಕ್ ಎಂದು ಕರೆಯುತ್ತಾರೆ.

ಧರಿಸಿದ ಬೌದ್ಧ ಸನ್ಯಾಸಿಗಳು, ತಲೆಯ ಮೇಲೆ ಬೆನ್ನುಮೂಳೆ ಮುರಿಯುವಷ್ಟು ಭಾರದ ಕಟ್ಟಿಗೆಯ ರಾಶಿ, ಸೀಮೆ ಎಣ್ಣೆ, ಪಾನೀಯದ ಡಬ್ಬಗಳನ್ನು ಹೊತ್ತ ಬರಿಗಾಲಿನ ಶೆರ್ಪಾಗಳು ಕಂಡು ಬಂದರು.

ನದಿಯಿಂದ ಮೇಲಕ್ಕೆ ಸುಮಾರು 90 ನಿಮಿಷ ಏರಿ, ವಿಶಾಲ ದಿಬ್ಬದ ತುದಿಯನ್ನು ಮುಟ್ಟಿ, ಕಲ್ಲಿನಿಂದ ಮಾಡಿದ ಒಂದಿಷ್ಟು ಕುದುರೆಯ ಲಾಯಗಳನ್ನು ದಾಟಿದ ಮೇಲೆ ಅಚಾನಕ್ಕಾಗಿ ಶೆರ್ಪಾಗಳ ಸಾಮಾಜಿಕ ಜೀವನದ ಬಹುಮುಖ್ಯ ಮಾರುಕಟ್ಟೆಯಾದ ನಾಮ್ಚೆ ಬಜಾರನ್ನು ಪ್ರವೇಶಿಸಿದ್ದೆ. ಈ ಮಾರುಕಟ್ಟೆಯು ಪರ್ವತಕ್ಕೆ ಸರಿಯಾಗಿ ಮಧ್ಯದಲ್ಲಿ, ಸಮುದ್ರಮಟ್ಟದಿಂದ ಸುಮಾರು 11,300 ಅಡಿ ಎತ್ತರದಲ್ಲಿ, ಸ್ಯಾಟಲೈಟ್ ಟೆಲಿವಿಷನ್‌ನ ಡಿಷ್‌ನಂತೆ ವಾಲಿದ ಹಾಗೆ ಕಾಣುವ ಬೋಗುಣಿಯಂತಹ ಭೂಪ್ರದೇಶದಲ್ಲಿದೆ. ದನಕರುಗಳು ಓಡಾಡುವ ಕಿರಿದಾದ ಓಣಿಗಳಿಂದ ಕೂಡಿದ, ಕಲ್ಲಿನ ಇಳಿಜಾರು ಪ್ರದೇಶದಲ್ಲಿ ಅಚ್ಚರಿಗೊಳ್ಳುವಂತೆ ಕಟ್ಟಿದ ಸುಮಾರು ನೂರಕ್ಕೂ ಹೆಚ್ಚು ಕಟ್ಟಡಗಳು ಸಂಕೀರ್ಣವಾಗಿ ಇಲ್ಲಿ ಸೇರಿಕೊಂಡಿವೆ. ಊರಿನ ತುದಿಯಲ್ಲಿರುವ ಕುಂಬು ಲಾಡ್ಜ್‌ನ ಹೊದಿಕೆಯ ಬಾಗಿಲನ್ನು ಸರಿಸಿ ಒಳಗಡಿಯಿಟ್ಟಾಗ, ನನ್ನ ತಂಡದವರಾಗಲೇ ಮೂಲೆಯಲ್ಲಿದ್ದ ಮೇಜಿನ ಸುತ್ತ ಲೆಮನ್ ಟೀ ಕುಡಿಯುತ್ತ ಕುಳಿತಿದ್ದರು.

ನಾನು ಹತ್ತಿರ ಹೋದ ಕೂಡಲೇ, ಮೈಕ್ ಗ್ರೂಮ್ ಎನ್ನುವ ನಮ್ಮ ತಂಡದ ಮೂರನೆಯ ಮಾರ್ಗದರ್ಶಿಯನ್ನು ರಾಬ್ ಹಾಲ್ ನನಗೆ ಪರಿಚಯಿಸಿದ. ಗಜ್ಜರಿ ಬಣ್ಣದ ಕೂದಲಿಂದ ಕೂಡಿದ, ಮ್ಯಾರಥಾನ್ ಓಟಗಾರನ ನೀಳ ಸದೃಢ ಕಾಯವನ್ನು ಹೊಂದಿದ್ದ, ಆಸ್ಟ್ರೇಲಿಯಾದ ಬ್ರಿಸ್‌ಬೇನ್ ನಗರದಲ್ಲಿ ಪ್ಲಂಬರ್ ಆಗಿ ಕೆಲಸ ಮಾಡುವ ಮೈಕ್ ಗ್ರೂಮ್ ಆಗೊಮ್ಮೆ ಈಗೊಮ್ಮೆ ಮಾರ್ಗದರ್ಶಿಯಾಗಿಯೂ ಕೆಲಸ ಮಾಡುತ್ತಾನೆ. 1987ರಲ್ಲಿ 28,169 ಅಡಿ ಎತ್ತರದ ಕಾಂಚನಜುಂಗಾ ಪರ್ವತವನ್ನು ಇಳಿಯುವಾಗ ಅವನು ಒಂದು ರಾತ್ರಿಯನ್ನು ಆ ಎತ್ತರದ ಬಯಲಿನಲ್ಲಿ ಕಳೆಯಬೇಕಾಯ್ತು. ಅಲ್ಲಿನ ಚಳಿಗೆ ಅವನ ಕಾಲುಗಳು ಮರಗಟ್ಟಿ ಹೋಗಿ, ಕಾಲಿನ ಎಲ್ಲಾ ಬೆರಳುಗಳನ್ನು ಕತ್ತರಿಸಬೇಕಾಯ್ತು. ಆದರೆ ಈ ಅಪಘಾತ ಖಂಡಿತವಾಗಿಯೂ ಅವನ ಪರ್ವತಾರೋಹಣದ ಉತ್ಸಾಹವನ್ನು ಕುಂದಿಸಿರಲಿಲ್ಲ. ಕೆ–2, ಲೋಟ್, ಚೋ ಓಯು, ಆಮ ಡಾಬ್ಲಂ ಮತ್ತು 1993ರಲ್ಲಿ ಆಮ್ಲಜನಕದ ಬಾಟಲಿ ಬಳಸದೆ ಎವರೆಸ್ಟ್ ಆರೋಹಣವನ್ನು ಮಾಡಿದ್ದ. ಅತ್ಯಂತ ಶಾಂತಚಿತ್ತದ, ಜಾಗ್ರತೆಯ ಸ್ವಭಾವದ ಈತನ ಸಹವಾಸ ಆಪ್ಯಾಯಮಾನವಾಗಿರುತ್ತಿದ್ದರೂ, ಯಾರಾದರೂ ಮಾತನಾಡಿಸದ ಹೊರತು ಅವನು ತಾನಾಗಿಯೇ ಬಾಯಿಬಿಡುತ್ತಿರಲಿಲ್ಲ. ಚುಟುಕಾಗಿ ಉತ್ತರಿಸುತ್ತಿದ್ದ ಆತನ ಧ್ವನಿಯೂ ಸರಿಯಾಗಿ ಕೇಳಿಸುತ್ತಲೂ ಇರಲಿಲ್ಲ.

ರಾತ್ರಿಯ ಊಟದ ಹೊತ್ತಿನಲ್ಲಿ ಮೂವರು ಡಾಕ್ಟರರು – ಸ್ಟೂಅರ್ಟ್, ಜಾನ್, ಎಲ್ಲಕ್ಕೂ ಹೆಚ್ಚಾಗಿ ಬೆಕ್ – ಜೋರಾಗಿ ಮಾತನಾಡುತ್ತಿದ್ದರು. ಚಾರಣದ ಉದ್ದಕ್ಕೂ ಅವರ ಈ ಸ್ವಭಾವದಲ್ಲಿ ಯಾವುದೇ ಬದಲಾವಣೆಯಾಗಲಿಲ್ಲ. ಅದೃಷ್ಟದ ಸಂಗತಿಯೆಂದರೆ, ಜಾನ್ ಮತ್ತು ಸ್ಟೂಅರ್ಟ್ ಇಬ್ಬರಿಗೂ ವಿಶೇಷ ಹಾಸ್ಯಪ್ರಜ್ಞೆಯಿದ್ದು, ಇಡೀ ತಂಡವನ್ನು ಹಿಡಿದಿಡುತ್ತಿದ್ದರು. ಆದರೆ ಬೆಕ್ ಮಾತ್ರ ಪಕ್ಕಾ ಬಲಪಂಥೀಯನಾಗಿದ್ದು, ತನ್ನ ಸ್ವಗತದಂತಹ ಭಾಷಣಗಳಲ್ಲಿ ಅತ್ಯಂತ ಕಟುವಾದ ನುಡಿಗಳಿಂದ, 'ಹಾಸಿಗೆಯಲ್ಲಿ ಉಚ್ಚೆ ಹೊಯ್ದುಕೊಳ್ಳಲು ಲಾಯಕ್ಕಾದ ಎಡಪಂಥೀಯರನ್ನು' ಜರಿಯುತ್ತಿದ್ದ. ಆ ಸಂಜೆಯ ಒಂದು ಹೊತ್ತಿನಲ್ಲಿ ನಾನು ಅವನನ್ನು ವಿರೋಧಿಸುವ ತಪ್ಪು ಮಾಡಿಬಿಟ್ಟೆ. ಅವನ ಒಂದು ಟೀಕೆಗೆ ಪ್ರತಿಯಾಗಿ, ದಿನಗೂಲಿಯ ಮೊತ್ತವನ್ನು ಹೆಚ್ಚಿಸುವುದು ಒಂದು ಒಳ್ಳೆಯ ಮತ್ತು ಅವಶ್ಯಕ ಕ್ರಮ ಎಂದು ಹೇಳಿಬಿಟ್ಟೆ. ಸಾಕಷ್ಟು ಮಾಹಿತಿಯನ್ನು ತಿಳಿದುಕೊಂಡಿದ್ದ ಮತ್ತು ಜಾಣತನದಲ್ಲಿ ವಾದ ಮಾಡುವ ಬೆಕ್, ನನ್ನ ಅಜ್ಞಾನವನ್ನು ಲೇವಡಿ ಮಾಡಿಬಿಟ್ಟ. ಅವನನ್ನು ಸುಮ್ಮನಾಗಿಸುವ ಚಾಣಾಕ್ಷತೆ ನನಗೆ ಇಲ್ಲದ್ದರಿಂದ, ಸುಮ್ಮನೆ ನನ್ನ ಕೈಗಳ ಮೇಲೆ ತಲೆಯಿಟ್ಟು, ಬಾಯಿ ಮುಚ್ಚಿಕೊಂಡು, ಸಿಟ್ಟಿನಿಂದ ಕುದಿಯುತ್ತಾ ಕುಳಿತೆ.

ಅವನು ತನ್ನ ಪೂರ್ವ ಟೆಕ್ಸಾಸ್ ಎಳೆತದ ಧ್ವನಿಯಲ್ಲಿ, ದೇಶದ ಉದ್ಧಾರದಲ್ಲಿ ಮಾಡಿದ ತಪ್ಪುಗಳ ಪಟ್ಟಿಯನ್ನು ಕೊಡುವ ಕೆಸರೆರಚಾಟವನ್ನು ಮುಂದುವರೆಸಿಕೊಂಡು ಹೋಗುವಾಗ, ನಾನು ಮತ್ತಿಷ್ಟು ಅವಮಾನಗಳನ್ನು ಭರಿಸುವ ಧೈರ್ಯವಿಲ್ಲದೆ ಮೇಜನ್ನು ಬಿಟ್ಟು ಹೊರಟೆ. ನಾನು ಹಿಂತಿರುಗಿ ಬಂದಾಗ, ಹೋಟೆಲಿನ ಯಜಮಾನಿ ಶೆರ್ಪಾಣಿಯನ್ನು ಬಿಯರು ಬೇಕೆಂದು ಕೇಳಲು ಹೋದೆ. ಕುಳ್ಳ ದೇಹದ, ಗೌರವಾನ್ವಿತ ವ್ಯಕ್ತಿತ್ವದ ಈ ಶೆರ್ಪಾಣಿ, ಅಮೆರಿಕಾದ ಚಾರಣಿಗರಿಂದ ಆರ್ಡರ್ ತೆಗೆದುಕೊಳ್ಳುವಲ್ಲಿ ನಿರತಳಾಗಿದ್ದಳು. ಕೆಂಪುಗಲ್ಲದ ಚಾರಣಿಗನೊಬ್ಬ, ಅಬ್ಬರದಿಂದ ಕೃತಕ ಹಾವಭಾವ ಮಾಡುತ್ತಾ, ಊಟ ಮಾಡುವ ಅಭಿನಯವನ್ನು ತೋರಿಸುತ್ತಾ "We... hungry. Want eat po-ta-toes. Yak bur-ger. Co-ca Co-la. You have?" ಎಂದು ಹೇಳಿದ.

"Would you like to see our menu?" ಎಂದು ಶೆರ್ಪಾಣಿ ಅತ್ಯಂತ ಸ್ಪಷ್ಟವಾಗಿ ಮತ್ತು ನಿರರ್ಗಳವಾಗಿ, ಕೆನಡಾದ ಉಚ್ಚಾರಣೆಯುಳ್ಳ ಇಂಗ್ಲಿಷಿನಲ್ಲಿ ಉತ್ತರಿಸಿದಳು. "ನಮ್ಮಲ್ಲಿ ಸಾಕಷ್ಟು ಆಯ್ಕೆಗಳಿವೆ. ತಾಜಾ ಹಣ್ಣಿನಿಂದ ಮಾಡಿದ ಆಪಲ್ ಪೈ ಇನ್ನೂ ಉಳಿದಿರಬೇಕು. ನಿಮ್ಮ ಡೆಸರ್ಟ್‌ಗೆ ಅದು ಒಳ್ಳೆಯ ಆಯ್ಕೆಯಾಗಬಹುದು."

ಈ ಕಂದು ಚರ್ಮದ, ಗಿರಿನಿವಾಸಿ ಮಹಿಳೆಯು ತನ್ನೊಡನೆ ಹೀಗೆ ಪರಿಶುದ್ಧವಾದ ಕಿಂಗ್ಸ್ ಇಂಗ್ಲಿಷನ್ನು ಮಾತನಾಡುವುದನ್ನು ಜೀರ್ಣಿಸಿಕೊಳ್ಳಲಾಗದ

ಆ ಅಮೆರಿಕಾದ ಚಾರಣಿಗ, ತನ್ನ ತಮಾಷೆಯ ಕೃತಕ ಇಂಗ್ಲಿಷಿನಲ್ಲಿ "Men-u. Good, good. Yes, yes, we like see men-u" ಎಂದು ಮುಂದುವರೆಸಿದ.

ರಮ್ಯವಾದ ಕನ್ನಡಕದ ಮೂಲಕ ಶೆರ್ಪಾಗಳನ್ನು ನೋಡಬಯಸುವ ಪ್ರವಾಸಿಗರಿಗೆ ಅವರು ನಿಗೂಢರಾಗಿಯೇ ಉಳಿಯುತ್ತಾರೆ. ಹಿಮಾಲಯದ ಸಂಸ್ಕೃತಿಯ ಪರಿಚಯವಿಲ್ಲದ ಜನಸಾಮಾನ್ಯರು, ಎಲ್ಲಾ ನೇಪಾಳಿಗಳನ್ನೂ ಶೆರ್ಪಾಗಳೆಂದು ತಪ್ಪಾಗಿ ಭಾವಿಸುತ್ತಾರೆ. ಆದರೆ ನೇಪಾಳದಲ್ಲಿ ಶೆರ್ಪಾಗಳು 20,000 ಕ್ಕಿಂತಲೂ ಹೆಚ್ಚಿಲ್ಲ. ವಿಸ್ತೀರ್ಣದಲ್ಲಿ ಉತ್ತರ ಕೆರೋಲಿನಾ ರಾಜ್ಯದಷ್ಟಿರುವ, ಎರಡು ಕೋಟಿ ಜನಸಂಖ್ಯೆಯುಳ್ಳ ನೇಪಾಳದಲ್ಲಿ 20ಕ್ಕೂ ಹೆಚ್ಚು ವಿಭಿನ್ನ ಸಮುದಾಯಗಳಿವೆ. ನಾಲ್ಕೈದು ಶತಮಾನಗಳ ಹಿಂದೆ ಟಿಬೆಟ್‌ನಿಂದ ದಕ್ಷಿಣ ಭಾಗಕ್ಕೆ ವಲಸೆ ಬಂದ ಶೆರ್ಪಾಗಳು ಮೂಲತಃ ಗಿರಿಜನರು ಮತ್ತು ಬೌದ್ಧಧರ್ಮದ ಅನುಯಾಯಿಗಳು. ನೇಪಾಳದ ಪೂರ್ವ ಭಾಗದ ಹಿಮಾಲಯದಲ್ಲಿ ಅವರ ಗ್ರಾಮಗಳು ಹರಡಿಕೊಂಡಿವೆ. ಭಾರತದ ಸಿಕ್ಕಿಂ ಮತ್ತು ಡಾರ್ಜಲಿಂಗ್‌ನಲ್ಲಿಯೂ ಅವರು ಸಾಕಷ್ಟು ಸಂಖ್ಯೆಯಲ್ಲಿ ಕಂಡು ಬರುತ್ತಾರಾದರೂ, ಅವರು ವಾಸಿಸುವ ಬಹುಮುಖ್ಯ ಭಾಗ ಕುಂಭು ಎನ್ನುವ ಸ್ಥಳ. ಎವರೆಸ್ಟ್‌ನ ದಕ್ಷಿಣ ಭಾಗದ ಇಳಿಜಾರಿನ ಹಲವು ಕಣಿವೆಗಳ ಮಧ್ಯದಲ್ಲಿರುವ ಈ ಭೂಭಾಗ ಆಶ್ಚರ್ಯಕರವಾಗಿ ಅತ್ಯಂತ ಹಳ್ಳತಿಟ್ಟುಗಳಿಂದ ಕೂಡಿದೆಯಲ್ಲದೆ, ರಸ್ತೆ, ಕಾರು, ಬಸ್ಸು ಅಥವಾ ಯಾವುದೇ ಚಕ್ರದ ವಾಹನದ ಸ್ಪರ್ಶಕ್ಕೆ ಸಿಗದಂತಿದೆ.

ಕಡಿದಾದ ಪರ್ವತಗಳ ಕಣಿವೆಯಲ್ಲಿ ತೀಕ್ಷ್ಣ ಚಳಿಗೆ ಒಡ್ಡಿಕೊಂಡಿರುವ ಈ ಭೂಭಾಗದಲ್ಲಿ ಬೇಸಾಯ ಮಾಡುವುದು ಸಾಧ್ಯವಿಲ್ಲ. ಸಾಂಪ್ರದಾಯಿಕವಾಗಿ ಶೆರ್ಪಾಗಳು ಭಾರತ ಮತ್ತು ಟಿಬೆಟ್‌ನ ಮಧ್ಯೆ ವರ್ತಕರಾಗಿಯೂ ಮತ್ತು ಕುದುರೆಗಳ ಸಾಕಣಿಕೆಯಿಂದಲೂ ಬದುಕು ಮಾಡಿಕೊಂಡಿದ್ದರು. ಆದರೆ 1921ರಲ್ಲಿ ಬ್ರಿಟೀಷ್‌ನ ಪ್ರಪ್ರಥಮ ಪರ್ವತಾರೋಹಣ ಪಡೆಯು ಎವರೆಸ್ಟ್ ಹತ್ತುವ ಸಾಹಸವನ್ನು ಪ್ರಾರಂಭಿಸಿದಾಗ, ಈ ಶೆರ್ಪಾಗಳನ್ನು ತಮ್ಮ ಸಹಾಯಕರಾಗಿ ನಿಯಮಿಸಿಕೊಳ್ಳಲು ನಿರ್ಧಾರ ಮಾಡಿದ್ದೇ ಅವರ ಬದುಕಿನ ರೀತಿಯಲ್ಲಿ ಪರಿವರ್ತನೆಯನ್ನು ತಂದಿತು.

ನೇಪಾಳ ಸಾಮ್ರಾಜ್ಯವು 1949ರ ತನಕ ಎವರೆಸ್ಟ್ ಆರೋಹಣಕ್ಕೆ ತನ್ನ ನೆಲದಿಂದ ಅನುಮತಿ ನೀಡುತ್ತಿರಲಿಲ್ಲವಾದ್ದರಿಂದ, ಮೊದಲ ಮತ್ತು ಅನಂತರದ ಎಂಟು ಪರ್ವತಾರೋಹಣಗಳು ಎವರೆಸ್ಟ್‌ನ ಉತ್ತರ ಭಾಗವಾದ ಟಿಬೆಟ್‌ನಿಂದ ಪ್ರಾರಂಭ ಮಾಡಿದ್ದವು. ಆದ್ದರಿಂದ ಯಾವತ್ತೂ ಈ ತಂಡಗಳು ಕುಂಭುವಿನ ಸುತ್ತಮುತ್ತ ಸುಳಿದಿರಲಿಲ್ಲ. ಆದರೆ ಆ ಎಲ್ಲಾ ಒಂಬತ್ತು ಸಾಹಸ ತಂಡಗಳು ಡಾರ್ಜಲಿಂಗ್‌ನಿಂದ ಪ್ರಾರಂಭಗೊಂಡು ಟಿಬೆಟ್ ತಲುಪಿದ್ದವು. ಆ ವೇಳೆಗಾಗಲೇ ಅಲ್ಲಿಗೆ ವಲಸೆ ಬಂದಿದ್ದ ಶೆರ್ಪಾಗಳು ಶ್ರಮಜೀವಿಗಳೆಂದೂ, ವಿನಯವಂತರೆಂದೂ ಮತ್ತು ಬುದ್ಧಿವಂತರೆಂದೂ

ಸ್ಥಳೀಯ ಬ್ರಿಟೀಷ್ ಜನರಲ್ಲಿ ಮೆಚ್ಚುಗೆ ಗಳಿಸಿದ್ದರು. ಜೊತೆಗೆ ಇವರ ಹಳ್ಳಿಗಳು 9,000 ಮತ್ತು 14,000 ಅಡಿ ಎತ್ತರದಲ್ಲಿ ಇರುವುದರಿಂದ, ತಲತಲಾಂತರದಿಂದ ಇವರಿಗೆ ಎತ್ತರದ ಭೂಭಾಗಗಳಲ್ಲಿ ಸಹಜವಾಗಿ ಹೊಂದಿಕೊಳ್ಳುವ ದೈಹಿಕ ಸಾಮರ್ಥ್ಯ ದಕ್ಕಿತ್ತು. ಎ.ಎಂ. ಕೆಲ್ಲಾಸ್ ಎನ್ನುವ ಸ್ಕಾಟ್‌ಲ್ಯಾಂಡಿನ ವೈದ್ಯನೊಬ್ಬ, ತನ್ನ ಅಪರಿಮಿತ ಪರ್ವತಾರೋಹಣ ಮತ್ತು ಚಾರಣಗಳಲ್ಲಿ ಶೆರ್ಪಾಗಳ ಸಹಾಯವನ್ನು ಪಡೆದಿದ್ದನಾದ್ದರಿಂದ ಅವರನ್ನು 1921ರ ಪರ್ವತಾರೋಹಣ ತಂಡದಲ್ಲಿ ಒಳಗೊಳ್ಳಲು ಸೂಚಿಸಿದ್ದ. ಆದ್ದರಿಂದ ಬಹುಸಂಖ್ಯೆಯಲ್ಲಿಯೇ ಈ ಶೆರ್ಪಾಗಳನ್ನು ಕೂಲಿಗಳಾಗಿಯೂ, ತಂಡದ ಸಹಾಯಕರಾಗಿಯೂ ನಿಯಮಿಸಿಕೊಳ್ಳಲಾಯಿತು. ಹೆಚ್ಚು ಕಡಿಮೆ ಈ ಪ್ರವೃತ್ತಿ ಈಗಲೂ ಅಂದರೆ 75 ವರ್ಷದ ನಂತರವೂ ಅದೇ ರೀತಿಯಲ್ಲಿ ಮುಂದುವರೆಯುತ್ತಿದೆ.

ಒಳ್ಳೆಯದಕ್ಕೋ ಅಥವಾ ಕೆಟ್ಟದ್ದಕ್ಕೋ ಗೊತ್ತಿಲ್ಲ, ಅಂದಿನಿಂದ ಈ ಕುಂಭು ಭಾಗದ ಆರ್ಥಿಕ ಮತ್ತು ಸಾಮಾಜಿಕ ಸ್ಥಿತಿಯು ಇಂತಹ ಪರ್ವತಾರೋಹಣ ತಂಡಗಳಿಂದಲೇ ಹೆಚ್ಚಾಗಿ ನಿರ್ಧಾರವಾಗುತ್ತದೆ. ಪರ್ವತಾರೋಹಣಕ್ಕೆ ಅನುಕೂಲವಾದ ಯಾವುದೋ ಒಂದು ಋತುಮಾನದಲ್ಲಿ ಮಾತ್ರ ಬರುವ ಸುಮಾರು 15,000 ದಷ್ಟು ಪ್ರವಾಸಿ ಚಾರಣಿಗರ ದೆಸೆಯಿಂದಲೇ ಆದಾಯವನ್ನು ಸಂಪಾದಿಸುವ ಈ ಶೆರ್ಪಾಗಳ ಬದುಕು, ಅವರ ಸುತ್ತಲೇ ಗಿರಕಿ ಹೊಡೆಯುತ್ತಾ, ಹಿಂತಿರುಗಲಾರದಷ್ಟು ಪರಿವರ್ತನೆಗೊಂಡಿದೆ. ಪರ್ವತಾರೋಹಣದ ತಾಂತ್ರಿಕ ಚಾಕಚಕ್ಯತೆಯನ್ನು ಕಲಿತುಕೊಂಡು, ಎತ್ತರದ ಪ್ರದೇಶಗಳಲ್ಲೂ ಸಮರ್ಥವಾಗಿ ಕೆಲಸ ಮಾಡುವ ಶೆರ್ಪಾ ಯುವಕರು, ಅದರಲ್ಲೂ ಈಗಾಗಲೇ ಒಮ್ಮೆ ಎವರೆಸ್ಟ್ ಹತ್ತಿ ಬಂದಂತಹವರು, ತಮ್ಮ ಸಮುದಾಯಗಳಲ್ಲಿ ಹೆಚ್ಚಿನ ಗೌರವವನ್ನು ಹೊಂದಿರುತ್ತಾರೆ. ದುರ್ದೈವದ ಸಂಗತಿಯೆಂದರೆ, ಪರ್ವತ ಹತ್ತುವ ಚಾಣಾಕ್ಷತೆ ಪಡೆದವರೇ ಸಾವಿಗೆ ಹೆಚ್ಚು ಹತ್ತಿರವಾಗಿಯೂ ಬದುಕು ನಡೆಸುತ್ತಿರುತ್ತಾರೆ. 1922ರ ತಂಡದಲ್ಲಿದ್ದ ಸುಮಾರು 7 ಜನ ಶೆರ್ಪಾಗಳು ಹಿಮಪಾತಕ್ಕೆ ಸಿಕ್ಕು ಸತ್ತರು. ಅನಂತರ ಸುಮಾರು 53ಕ್ಕೂ ಹೆಚ್ಚು ಜನ ಶೆರ್ಪಾಗಳು ಎವರೆಸ್ಟ್‌ನಲ್ಲಿ ಪ್ರಾಣ ತೆತ್ತಿದ್ದಾರೆ. ಈವರೆಗೆ ಎವರೆಸ್ಟ್ ಹತ್ತುವ ಸಾಹಸದಲ್ಲಿ ಮಡಿದವರಲ್ಲಿ ಮೂರರ ಒಂದು ಭಾಗಕ್ಕೂ ಹೆಚ್ಚು ಜನರು ಶೆರ್ಪಾಗಳೇ ಆಗಿದ್ದಾರೆ.

ಇಷ್ಟೆಲ್ಲಾ ಅಪಾಯಗಳಿದ್ದರೂ ಎವರೆಸ್ಟ್ ಆರೋಹಣದ ತಂಡದಲ್ಲಿ ಇರುವ ಸುಮಾರು 12ರಿಂದ 18 ಬಗೆಯ ಉದ್ಯೋಗಗಳನ್ನು ಪಡೆಯಲು ಶೆರ್ಪಾಗಳಲ್ಲಿ ಬಿರುಸಿನ ಪೈಪೋಟಿಯಿರುತ್ತದೆ. ಅವುಗಳಲ್ಲಿ ಚತುರ ಪರ್ವತಾರೋಹಿಗಳಿಗಾಗಿ ಮುಡಿಪಾಗಿರುವ ಅರ್ಧ ಡಜನ್ ಸ್ಥಾನಗಳಿಗೆ ಹೆಚ್ಚಿನ ಆಕರ್ಷಣೆಯಿದೆ. ಸುಮಾರು

ಎರಡು ತಿಂಗಳುಗಳ ಕಾಲ ಪ್ರಾಣಾಪಾಯದೊಡನೆ ಸೆಣಸಾಡುವ ಈ ದೈಹಿಕ ಶ್ರಮದ ಕೆಲಸಕ್ಕೆ ಅವರಿಗೆ ಕೇವಲ 1400 ರಿಂದ 2500 ಡಾಲರ್ ವರಮಾನ ದಕ್ಕುತ್ತದೆ. ಆದರೆ ಕಡುಬಡತನದಲ್ಲಿ ನಲುಗುತ್ತಿರುವ, ವಾರ್ಷಿಕ ಸರಾಸರಿ ವರಮಾನವು 160 ಡಾಲರ್ ಇರುವ ಈ ದೇಶದಲ್ಲಿ ಈ ಮೊತ್ತವೇ ಅತ್ಯಂತ ಆಕರ್ಷಕವಾದುದ್ದಾಗಿದೆ.

ಪಶ್ಚಿಮದಿಂದ ಪುಂಖಾನುಪುಂಖವಾಗಿ ಬರುತ್ತಿರುವ ಪರ್ವತಾರೋಹಿಗಳು ಮತ್ತು ಚಾರಣಿಗರ ದಂಡನ್ನು ನಿರ್ವಹಿಸಲು, ಹೊಸ ವಸತಿಗೃಹಗಳೂ, ಚಾ ಅಂಗಡಿಗಳೂ ಕುಂಭು ಪ್ರಾಂತ್ಯದಲ್ಲಿ ನಾಯಿಕೊಡೆಗಳಂತೆ ತಲೆಯೆತ್ತಿವೆ. ಆದರೆ ನಾಮ್ಚೆ ಬಜಾರ್‌ನಲ್ಲಿ ಅವುಗಳು ಸ್ಪಷ್ಟವಾಗಿ ಗೋಚರಿಸುವಷ್ಟು ಹೆಚ್ಚಾಗಿವೆ. ನಾಮ್ಚೆ ಬಜಾರಿಗೆ ಹೋಗುವ ದಾರಿಯಲ್ಲಿ ನಾನು ಅಸಂಖ್ಯಾತ ಕೂಲಿಗಳು ಪರ್ವತದ ತಪ್ಪಲಿನ ಅರಣ್ಯಗಳಿಂದ ತಾಜಾ ತಾಜಾ ಕತ್ತರಿಸಿದ ಮರದ ದಿಮ್ಮಿಗಳನ್ನು ತಲೆಯ ಮೇಲೆ ಹೊತ್ತುಕೊಂಡು ಹೋಗುವುದನ್ನು ನೋಡಿದೆ. 50 ಕೆಜಿಗೂ ಹೆಚ್ಚು ಭಾರವಾದ ಈ ದಿಮ್ಮಿಗಳನ್ನು ಬೆವರಿಳಿಸುತ್ತಾ ಹೊತ್ತುಕೊಂಡು ಹೋಗುವ ಇವರ ದಿನಗೂಲಿ ಕೇವಲ 3 ಡಾಲರ್‌ಗಳು.

ಮೊದಮೊದಲು ಪಶ್ಚಿಮ ಪರ್ವತಾರೋಹಿಗಳು ಯಾವ ಪ್ರದೇಶವನ್ನು ಭೂಸ್ವರ್ಗವೆಂದು ಬಣ್ಣಿಸಿದ್ದರೋ, ಅಂತಹ ಕುಂಭು ಪ್ರದೇಶವು ಇಂದು ಪ್ರವಾಸೋದ್ಯಮದ ದೆಸೆಯಿಂದ ವಿನಾಶವಾಗಿರುವುದನ್ನು ಕಂಡು ಹಳೆಯ ಚಾರಣಿಗರು ತುಂಬಾ ದುಃಖಪಡುತ್ತಾರೆ. ಕಟ್ಟಿಗೆಯನ್ನು ಉರಿಸಿ, ಪ್ರವಾಸಿಗರನ್ನು ಬೆಚ್ಚಗಿಡುವ ಸಲುವಾಗಿ ಕಣಿವೆಯ ಮರಗಳನ್ನೆಲ್ಲಾ ಕಡಿದು ಬೋಳುಗೊಳಿಸಲಾಗಿದೆ. ನಾಮ್ಚೆ ಬಜಾರದಲ್ಲಿ ಕೇರಂ ಆಡುವ ಪಡ್ಡೆ ಹೈಕಳೆಲ್ಲಾ ತಮ್ಮ ವಿಶೇಷ ಕೆಂಬಣ್ಣದ ಸಾಂಸ್ಕೃತಿಕ ಧಿರಿಸನ್ನು ಬಿಟ್ಟು, ಜೀನ್ಸ್ ಮತ್ತು ಶಿಕಾಗೋ ಟೀ ಶರ್ಟ್ ಧರಿಸಿರುವುದೇ ಹೆಚ್ಚಾಗಿ ಕಾಣುತ್ತದೆ. ಪ್ರತಿಯೊಂದು ಕುಟುಂಬವೂ ತಮ್ಮ ಸಂಜೆಯ ಸಮಯವನ್ನು ಹಾಲಿವುಡ್ ಮಸಾಲಾ ಸಿನಿಮಾಗಳನ್ನು ವೀಡಿಯೋದಲ್ಲಿ ನೋಡುವುದಕ್ಕೇ ಹಾತೊರೆಯುತ್ತವೆ.

ಕುಂಭು ಪ್ರದೇಶದ ಬದಲಾವಣೆಗಳು ಖಂಡಿತವಾಗಿಯೂ ಒಳ್ಳೆಯದಲ್ಲವೆಂದು ಅನ್ನಿಸಿದರೂ, ಯಾವೊಬ್ಬ ಶೆರ್ಪಾ ಕೂಡಾ ಅದರ ಬಗ್ಗೆ ಅಪಸ್ವರವನ್ನು ಎತ್ತುವುದಿಲ್ಲ. ಪರ್ವತಾರೋಹಿಗಳು ಮತ್ತು ಚಾರಣಿಗರಿಂದ ಹರಿದು ಬರುವ ಹಣ, ಅವರಿಂದಲೇ ಸ್ಥಾಪನೆಗೊಂಡ ಅಂತಾರಾಷ್ಟ್ರೀಯ ಪರಿಹಾರ ಸಂಸ್ಥೆಗಳಿಂದ ಸಿಗುವ ಸಹಾಯಧನದಿಂದಾಗಿ ಇಲ್ಲಿ ಶಾಲೆ, ಆಸ್ಪತ್ರೆಗಳು ಪ್ರಾರಂಭವಾಗಿವೆ. ಶಿಶುಮರಣದ ಸಂಖ್ಯೆ ಕಡಿಮೆಯಾಗಿ, ಸಾಕಷ್ಟು ಕಾಲ್ಸೇತುವೆಗಳು ಕಟ್ಟಲ್ಪಟ್ಟಿವೆ. ನಾಮ್ಚೆ ಮತ್ತು ಇತರ ಹಳ್ಳಿಗಳಿಗೆ ವಿದ್ಯುತ್ ಸಂಪರ್ಕ ದೊರೆತಿದೆ. ಹಳೆಯ ಕುಂಭು ಜಗತ್ತು ಎಷ್ಟೊಂದು

ವರ್ಣರಂಜಿತವಾಗಿತ್ತು, ಸರಳವಾಗಿತ್ತು ಎಂದು ಹಳಹಳಿಸುವುದು ಕೇವಲ ಪಶ್ಚಿಮದವರ ಗೋಣಗಾಟವೆನ್ನಿಸುತ್ತದೆ. ಈ ದುರ್ಗಮ ಪ್ರದೇಶದಲ್ಲಿ ವಾಸಿಸುವ ಯಾರಿಗೂ ಆಧುನಿಕ ಜಗತ್ತಿನಿಂದ ದೂರವಿರಬೇಕೆಂದೋ, ವಿಫುಲವಾದ ಮಾನವ ಪ್ರಗತಿಯಲ್ಲಿ ಭಾಗವಹಿಸಬಾರದೆಂದೋ ಬಯಕೆಗಳೇನೂ ಇಲ್ಲ. ಯಾವುದೋ ಮಾನವ ವಿಜ್ಞಾನದ ವಸ್ತು ಸಂಗ್ರಹಾಲಯದಲ್ಲಿ ಕಾಯ್ದಿಟ್ಟ ವಸ್ತುವಾಗಲೂ ಯಾವ ಶೆರ್ಪಾ ಕೂಡಾ ದೇವರಾಣೆಗೂ ಬಯಸುವುದಿಲ್ಲ.

| | |

ಎತ್ತರ ಪ್ರದೇಶದ ಹವಾಮಾನಕ್ಕೆ ಹೊಂದಿಕೊಂಡಂತಹ ದೃಢಕಾಯದ ವ್ಯಕ್ತಿಗೆ, ಲುಕ್ಲಾದಿಂದ ಎವರೆಸ್ಟ್ ಬೇಸ್ ಕ್ಯಾಂಪ್‌ಗೆ ನಡೆಯಲು ಎರಡರಿಂದ ಮೂರು ದಿನಗಳು ಸಾಕು. ಆದರೆ ನಾವು ಬಹಳಷ್ಟು ಜನ ಸಮುದ್ರಮಟ್ಟದಿಂದ ಬಂದವರಾದ್ದರಿಂದ, ವಿರಳ ಆಮ್ಲಜನಕದ ತೆಳುಗಾಳಿಗೆ ಹೊಂದಿಕೊಳ್ಳಲು ಸಮಯ ಬೇಕಾದ್ದರಿಂದ, ರಾಬ್ ಹಾಲ್ ಬಹಳ ನಿಧಾನಕ್ಕೆ ನಮ್ಮನ್ನು ನಡೆಸುತ್ತಿದ್ದ. ಯಾವುದೇ ದಿನವಾದರೂ ಮೂರರಿಂದ ನಾಲ್ಕು ತಾಸಿಗೂ ಹೆಚ್ಚು ಕಾಲ ನಾವು ನಡೆಯುತ್ತಿರಲಿಲ್ಲ. ಕೆಲವೊಂದು ದಿನವಂತೂ ಯಾವುದೇ ಚಾರಣವಿಲ್ಲದೆ, ಇಡೀ ದಿನ ವಿಶ್ರಾಂತಿ ತೆಗೆದುಕೊಂಡು ಪರಿಸರದ ತೆಳುಗಾಳಿಗೆ ಹೊಂದಿಕೊಳ್ಳುವಂತೆ ರಾಬ್ ಹಾಲ್ ನಮ್ಮ ದಿನಚರಿಯನ್ನು ರೂಪಿಸಿದ್ದ.

ನಾಮ್ಚೆಯಲ್ಲಿ ಒಂದು ದಿನ ಪರಿಸರದ ಹೊಂದಾಣಿಕೆಗಾಗಿ ತಂಗಿದ ಮೇಲೆ, ಏಪ್ರಿಲ್ 3ರಂದು ನಾವು ಬೇಸ್ ಕ್ಯಾಂಪ್ ಕಡೆಗೆ ನಮ್ಮ ಚಾರಣವನ್ನು ಮುಂದುವರೆಸಿದೆವು. ಹಳ್ಳಿಯಿಂದ 20 ನಿಮಿಷ ದೂರ ನಡೆದು, ಒಂದು ತಿರುವನ್ನು ತೆಗೆದುಕೊಂಡಾಗ ಉಸಿರುಗಟ್ಟಿಸುವ ನೋಟವೊಂದು ಕಣ್ಣಿಗೆ ಬಿತ್ತು. 2000 ಅಡಿಗಳ ಕೆಳಗೆ, ಸುತ್ತಲ ಗಿರಿಶಿಖರಗಳನ್ನು ಕೊರೆಯುತ್ತಾ ಹರಿಯುತ್ತಿದ್ದ ದೂದ್ ಕೋಶಿ ನದಿಯು, ಬಳುಕುತ್ತಾ ಹೊಳೆಯುವ ಬೆಳ್ಳಿಯ ಹಗ್ಗದಂತೆ ಕಂಡು ಬಂತು. 10,000 ಅಡಿಗಳ ಮೇಲೆ, ಪ್ರಭಾವಳಿಯನ್ನು ಹೊಂದಿದ ಆಮಾ ದಾಬ್ಲಂ ಶಿಖರದ ಶೃಂಗವು ಕಣಿವೆಯ ತಲೆಯ ಮೇಲೆ ನಿಂತ ದೈತ್ಯನಂತೆ ಕಾಣುತ್ತಿತ್ತು. ಅದಕ್ಕಿಂತಲೂ 7,000 ಅಡಿ ಮೇಲೆ, ಆಮಾ ದಾಬ್ಲಂ ಅನ್ನೇ ಕುಬ್ಜಗೊಳಿಸಿ, ಎವರೆಸ್ಟ್ ಮಂಜಿನ ಶಿಖರವು, ನಪ್ಸಿ ಪರ್ವತದ ಹಿಂದೆ ಕಂಗೊಳಿಸುತ್ತಿತ್ತು. ಘನೀಕೃತಗೊಂಡ ಹತ್ತಿಯಂತಹ ಮೋಡಗಳು ಶಿಖರ ಶೃಂಗದಿಂದ ಯಾವತ್ತಿನಂತೆ ಹಗೂರಕ್ಕೆ ತೇಲುತ್ತಾ, ರೌದ್ರ ಗಾಳಿಯ ಗರ್ವಭಂಗ ಮಾಡುತ್ತಿದ್ದವು.

ಆ ತುದಿಯನ್ನು ನಾನು ಸುಮಾರು 30 ನಿಮಿಷ ಏಕಪ್ರಕಾರವಾಗಿ ನೋಡುತ್ತಾ ನಿಂತೆ. ಬಿರುಗಾಳಿಯ ರಭಸಕ್ಕೆ ಎದೆಯೊಡ್ಡಿ ನಿಂತ ಆ ಶಿಖರ ಶೃಂಗದ ಮೇಲೆ ನಿಂತಾಗ ಹೇಗನ್ನಿಸಬಹುದು ಎಂದು ಕಲ್ಪಿಸುತ್ತಿದ್ದೆ. ನೂರಾರು ಪರ್ವತಗಳನ್ನು ನಾನು ಹತ್ತಿ ಇಳಿದಿರುವೆನಾದರೂ, ಎವರೆಸ್ಟ್ ಪರ್ವತ ಅದೆಷ್ಟು ದೊಡ್ಡದೆಂದರೆ ನನ್ನ ಎಲ್ಲಾ ಅನುಭವಗಳನ್ನು ಸೇರಿಸಿದರೂ ಅದನ್ನು ಕಲ್ಪಿಸಿಕೊಳ್ಳುವ ಶಕ್ತಿ ನನಗೆ ದಕ್ಕದಂತಾಯ್ತು. ಆ ತುಟ್ಟತುದಿ ಎತ್ತರದಲ್ಲೆಲ್ಲೋ, ವಿಪರೀತ ಚಳಿಯಲ್ಲಿ, ನನಗೆ ಸಿಗದಷ್ಟು ದೂರದಲ್ಲಿತ್ತು. ಚಂದ್ರಯಾನವೊಂದರಲ್ಲಿ ಭಾಗವಹಿಸುತ್ತಿರುವಂತೆಯೇ ನನಗನ್ನಿಸಿತು. ನನ್ನ ನಡಿಗೆಯನ್ನು ಮುಂದುವರೆಸಿದಾಗ ನನ್ನ ಮನಸ್ಸು ಆತಂಕದ ನಿರೀಕ್ಷೆಯಲ್ಲಿಯೂ ಮತ್ತು ತೀವ್ರ ಭಯದಲ್ಲಿಯೂ ತುಡಿಯುತ್ತಿತ್ತು.

ಮಧ್ಯಾಹ್ನದ ನಂತರ ನಾನು ತೆಂಗ್‌ಬೋಚೆ[1] ಎಂಬ ಕುಂಭು ಪ್ರದೇಶದ ಅತಿ ದೊಡ್ಡದಾದ ಮತ್ತು ಬಹುಮುಖ್ಯವಾದ ಬುದ್ಧ ಸ್ತೂಪಕ್ಕೆ ಬಂದು ತಲುಪಿದೆ. ಚೋಂಗ್ಬಾ ಶೆರ್ಪಾ ಎಂಬ ತಮಾಷೆಯ, ವೈಚಾರಿಕ ಪ್ರಜ್ಞೆಯ ಶೆರ್ಪಾ ಬೇಸ್ ಕ್ಯಾಂಪಿನಲ್ಲಿಯೇ ಅಡಿಗೆಯವನಾಗಿ ನಮ್ಮ ತಂಡವನ್ನು ಸೇರಿಕೊಂಡಿದ್ದ. ಈ ಬೌದ್ಧ ಸ್ತೂಪದಲ್ಲಿರುವ ರಿಮ್‌ಪೋಚೆ ಎನ್ನುವ ಪ್ರಮುಖ ಲಾಮಾನ ಜೊತೆ ನಮ್ಮ ಭೇಟಿಯನ್ನು ಮಾಡಿಸುವುದಾಗಿ ಉತ್ಸಾಹ ತೋರಿದ. "ಈತನೇ ಇಡೀ ನೇಪಾಳಕ್ಕೆಲ್ಲಾ ದೊಡ್ಡ ಲಾಮಾ, ಪವಿತ್ರ ವ್ಯಕ್ತಿ. ಮೂರು ತಿಂಗಳಿಂದ ಮೌನ ವ್ರತವನ್ನು ಆಚರಿಸಿ, ನಿನ್ನೆ ತಾನೆ ಮಾತನಾಡಲಿಕ್ಕೆ ಶುರು ಮಾಡಿದಾನೆ. ನಾವೇ ಆತನ ಮೊದಲ ಅತಿಥಿಗಳು. ಇದು ಅತ್ಯಂತ ಶುಭ ಸಂದರ್ಭ" ಎಂದು ಹೇಳಿದ. ನಾನು, ಡಹ್ಗ್ ಮತ್ತು ಲೂಯಿ – ತಲಾ ನೂರು ರೂಪಾಯಿಗಳನ್ನು (ಸುಮಾರು ಎರಡು ಡಾಲರ್) ಕೊಟ್ಟೆವು. ಅದರಿಂದ ಅವನು ರಿಮ್‌ಪೋಚೆ ಲಾಮಾಗೆ ಬಿಳಿಯ ರೇಷ್ಮೆ ಬಟ್ಟೆಯನ್ನು ಕೊಂಡ. ನಮ್ಮ ಜೋಡುಗಳನ್ನು ಕಳಚಿಸಿ, ಸ್ತೂಪದ ಹಿಂದಿದ್ದ ಪುಟ್ಟ ಬೆಚ್ಚನೆಯ ಗೂಡೊಂದಕ್ಕೆ ಚೋಂಗ್ಬಾ ಕರೆದುಕೊಂಡು ಹೋದ.

ಚಕ್ಕಳಮಕ್ಕಳ ಹಾಕಿ ದಿಂಬಿಗೆ ಒರಗಿ ಕುಳಿತ, ದಟ್ಟ ಕೆಂಪು ಬಟ್ಟೆಯನ್ನು ಹೊದೆದ ಆತ ಕುಳ್ಳನೆಯ, ಗುಂಡನೆಯ, ಹೊಳೆಯುವ ಹಣೆಯುಳ್ಳ ವ್ಯಕ್ತಿಯಾಗಿದ್ದ. ಆತ ಅತ್ಯಂತ ವಯಸ್ಸಾದವನಂತೆಯೂ, ಆಯಾಸಗೊಂಡವನಂತೆಯೂ ಕಂಡ. ಆತನಿಗೆ

---

1 ಟಿಬೆಟ್ ಭಾಷೆಗೆ ತನ್ನದೇ ಆದ ಲಿಪಿಯಿದೆ. ಆದರೆ ಶೆರ್ಪಾ ಭಾಷೆಗೆ ಲಿಪಿಯಿಲ್ಲ. ಆದ್ದರಿಂದ ಪಾಶ್ಚಿಮಾತ್ಯರು ಅವರ ಉಚ್ಚಾರಣೆಯನ್ನು ಅನುಸರಿಸಿ ಪದಗಳಿಗೆ ಅಕ್ಷರ ರೂಪವನ್ನು ಕೊಡಬಹುದು. ಆ ಕಾರಣದಿಂದಾಗಿಯೇ ಶೆರ್ಪಾ ಪದಗಳು ಅಥವಾ ಹೆಸರುಗಳ ಸ್ಪೆಲ್ಲಿಂಗ್‌ನಲ್ಲಿ ಏಕರೂಪತೆ ಇರುವುದಿಲ್ಲ. ಉದಾಹರಣೆಗೆ 'ತೆಂಗ್‌ಬೋಚೆ' ಎನ್ನುವ ಪದವನ್ನು 'ತೆಂಗ್‌ಪೋಚೆ' ಎಂದೂ ಅಥವಾ 'ತ್ಯಾಂಗ್‌ಬೋಚೆ' ಎಂದೂ ಅರ್ಥಮಾಡಿಕೊಳ್ಳಬಹುದಾಗಿದೆ. ಆದ್ದರಿಂದಲೇ ಅವರು ಹೆಸರು ಅಥವಾ ಪದಗಳ ಸ್ಪೆಲ್ಲಿಂಗ್‌ನಲ್ಲಿ ಸಾಕಷ್ಟು ವ್ಯತ್ಯಾಸಗಳು ಕಾಣುತ್ತವೆ.

ಅತ್ಯಂತ ಭಕ್ತಿಭಾವದಿಂದ ತಲೆ ಬಾಗಿಸಿದ ಚೋಂಗ್ಬಾ, ಅವನೊಡನೆ ಶೆರ್ಪಾ ಭಾಷೆಯಲ್ಲಿ ಮಾತನಾಡಿ, ನಮಗೆ ಮುಂದೆ ಬರಲು ತಿಳಿಸಿದ. ಪ್ರತಿಯೊಬ್ಬರಿಗೂ ನಾವು ಖರೀದಿಸಿದ ರೇಷ್ಮೆ ವಸ್ತ್ರವನ್ನು ಕೊರಳ ಸುತ್ತಲೂ ಹೊದಿಸಿದ ರಿಮ್‌ಪೋಚೆ ನಮ್ಮನ್ನು ಆಶೀರ್ವದಿಸಿದ. ಅನಂತರ ಅತ್ಯಂತ ಸುಂದರವಾಗಿ ನಕ್ಕು, ನಮಗೆ ಕುಡಿಯಲು ಟೀ ಕೊಟ್ಟ. ಚೋಂಗ್ಬಾ "ಈ ವಸ್ತ್ರವನ್ನು ನೀವು ಎವರೆಸ್ಟ್[1] ತುದಿಯ ತನಕ ತೆಗೆದುಕೊಂಡು ಹೋಗಬೇಕು. ಅದರಿಂದ ದೇವರಿಗೆ ಸಂತೋಷವಾಗಿ, ನಿಮಗೆ ಯಾವುದೇ ಅಪಾಯವಾಗದಂತೆ ಕಾಪಾಡ್ತಾನೆ" ಎಂದು ಪಿಸುಗುಟ್ಟಿದ.

ಈ ದಿವ್ಯ ಪುರುಷನ ಸನ್ನಿಧಿಯಲ್ಲಿ ಹೇಗೆ ವರ್ತಿಸಬೇಕೋ ತಿಳಿಯದಂತಾಯ್ತು. ಹಲವು ಜನ್ಮಗಳ ಹಿಂದಿನ ಲಾಮಾನ ಅವತಾರವೆಂದು ನಂಬುವ ಈತನ ಮುಂದೆ ತಿಳಿಯದೆ ಏನಾದರೂ ತಪ್ಪು ಮಾಡಿ ಬಿಡುತ್ತೇನೋ, ತಪ್ಪು ನುಡಿದು ಬಿಡುತ್ತೇನೋ ಎಂದು ನನಗೆ ಸಿಕ್ಕಾಪಟ್ಟೆ ಭಯವಾಗುತ್ತಿತ್ತು. ಸಿಹಿಯಾದ ಚಹಾವನ್ನು ಕುಡಿಯುತ್ತಾ ಚಡಪಡಿಸುತ್ತಿರುವಾಗ, ಲಾಮಾ ಪಕ್ಕದ ಕೋಣೆಯೊಳಗೆ ಹೊಕ್ಕು ಬಂದು, ಕಲಾತ್ಮಕವಾಗಿ ಅಲಂಕೃತಗೊಂಡ ದಪ್ಪನಾದ ಪುಸ್ತಕವನ್ನು ನನ್ನ ಮುಂದಿಟ್ಟರು. ನನ್ನ ಕೊಳೆಯಾದ ಕೈಗಳನ್ನು ಪ್ಯಾಂಟಿಗೆ ಒರೆಸಿಕೊಂಡು, ನಡುಗುವ ಕೈಯಿಂದ ಪುಸ್ತಕವನ್ನು ತೆರೆದೆ. ಅದೊಂದು ಫೋಟೋ ಆಲ್ಬಂ ಆಗಿತ್ತು. ರಿಮ್‌ಪೋಚೆ ಇತ್ತೀಚೆಗೆ ಪ್ರಥಮ ಬಾರಿ ಅಮೆರಿಕಾಕ್ಕೆ ಹೋಗಿ ಬಂದಿದ್ದರೆಂದು ತಿಳಿಯಿತು. ಈ ಆಲ್ಬಂನಲ್ಲಿ ಆ ಪ್ರವಾಸದ ಹಲವಾರು ಫೋಟೋಗಳಿದ್ದವು. ವಾಷಿಂಗ್‌ಟನ್‌ನಲ್ಲಿ ಲಿಂಕನ್ ಮೆಮೋರಿಯಲ್, ಏರ್ ಮತ್ತು ಸ್ಪೇಸ್ ವಸ್ತು ಸಂಗ್ರಾಹಲಯದ ಎದುರು ನಿಂತು ತೆಗೆಸಿಕೊಂಡ ಫೋಟೋಗಳಿದ್ದವು. ಕ್ಯಾಲಿಫೋರ್ನಿಯಾದಲ್ಲಿ ಸಾಂತಾ ಮೊನಿಕಾ ವೇದಿಕೆಯ ಎದುರು ನಿಂತ ಫೋಟೋ ಕೂಡಾ ಇತ್ತು. ಮುಖದ ತುಂಬಾ ನಗೆಯನ್ನು ಚೆಲ್ಲುತ್ತಾ, ಅತ್ಯಂತ ಉತ್ಸಾಹದಲ್ಲಿ ರಿಮ್‌ಪೋಚೆ ತಮ್ಮ ಅತ್ಯಂತ ಇಷ್ಟದ ಎರಡು ಫೋಟೋಗಳನ್ನು ತೋರಿಸಿದರು. ರಿಚರ್ಡ್ ಗೇರ್ ಮತ್ತು ಸ್ಟೀವನ್ ಸೀಗಲ್ ಎಂಬ ಇಬ್ಬರು ಹಾಲಿವುಡ್ ನಟರ ಜೊತೆಯಲ್ಲಿ ನಿಂತು ತೆಗೆಸಿಕೊಂಡ ಫೋಟೋಗಳು ಅವಾಗಿದ್ದವು.

| | |

---

1 ಟಿಬೆಟ್ ಭಾಷೆಯಲ್ಲಿ ಎವರೆಸ್ಟ್ ಪರ್ವತಕ್ಕೆ 'ಜೋಮೋಲುಂಗ್ಮಾ' ಎಂದೂ, ನೇಪಾಳಿ ಭಾಷೆಯಲ್ಲಿ 'ಸಾಗರಮಾತಾ' ಎಂದೂ ಹೆಸರಿದ್ದರೂ ಬಹುತೇಕ ಶೆರ್ಪಾಗಳು ನಿತ್ಯಜೀವನದಲ್ಲಿ 'ಎವರೆಸ್ಟ್' ಎಂಬ ಪದವನ್ನೇ ಬಳಸುತ್ತಾರೆ. ಒಬ್ಬ ಶೆರ್ಪಾ ಮತ್ತೊಬ್ಬ ಶೆರ್ಪಾನೊಡನೆ ತನ್ನ ಭಾಷೆಯಲ್ಲಿಯೇ ಮಾತನಾಡುವಾಗಲೂ 'ಎವರೆಸ್ಟ್' ಪದವನ್ನೇ ಬಳಸುತ್ತಾನೆ.

ಮೊದಲ ಆರು ದಿನಗಳ ಚಾರಣ ರಮ್ಯಮನೋಹರವಾಗಿತ್ತು; ವಿಶಾಲ ಬಯಲಿನಲ್ಲಿ ಅಲ್ಲಲ್ಲಿ ಕಾಣುವ ಪೊದೆಗಳು, ಪೈನ್ ಮರಗಳು, ಗಿಡ-ಗಂಟೆಗಳು, ಧುಮ್ಮಿಕ್ಕುವ ಜಲಪಾತಗಳು, ಆಕರ್ಷಕ ಬಂಡೆಕಲ್ಲಿನ ಜೋಡಣೆಗಳು, ಸೊಕ್ಕಿ ಹರಿಯುವ ನದಿಗಳು. ಚಿಕ್ಕಂದಿನಿಂದಲೂ ಓದಿದ ಪುರಾಣ ಪ್ರಸಿದ್ಧ ಪರ್ವತಗಳು ಆಕಾಶದುದ್ದಕ್ಕೂ ಹಬ್ಬಿಕೊಂಡು ನರ್ತಿಸಿದವು. ನಮ್ಮ ಬಹಳಷ್ಟು ಸಾಮಾನುಗಳನ್ನು ಕುದುರೆ ಮತ್ತು ಶೆರ್ಪಾ ಕೂಲಿಗಳು ಹೊತ್ತು ತರುತ್ತಿದ್ದರಾದ್ದರಿಂದ, ನನ್ನ ಬೆನ್ನಿನ ಚೀಲದಲ್ಲಿ ಕೇವಲ ಒಂದು ಜಾಕೇಟ್, ಕೆಲವೊಂದು ಚಾಕೊಲೇಟ್‌ಗಳು ಮತ್ತು ಕ್ಯಾಮೆರಾ ಇತ್ತು. ಯಾವುದೇ ಅವಸರವಿಲ್ಲದೆ, ಯಾವುದೇ ಹೊರೆಯೂ ಇಲ್ಲದೆ ಈ ಅದ್ಭುತರಮ್ಯ ಪ್ರದೇಶದಲ್ಲಿ ನಡೆಯುವ ಖುಷಿ ನನ್ನನ್ನು ಯಾವುದೋ ಮಾಯಾಲೋಕಕ್ಕೆ ಕರೆದೊಯ್ಯುತ್ತಿತ್ತು. ಆದರೆ ಯಾವ ಸುಖವೂ ನಿರಂತರವಾಗಿರುವುದಿಲ್ಲ. ಈಗಲೋ, ಇನ್ನು ಕೆಲವು ಹೊತ್ತಿನಲ್ಲಿಯೋ ನನ್ನ ಮನಸ್ಸನ್ನು ಆವರಿಸಿದ ಎವರೆಸ್ಟ್ ಪರ್ವತ ನನ್ನನ್ನು ಎಚ್ಚರಿಸಿ, ಎತ್ತ ಸಾಗುತ್ತಿದ್ದೇನೆ ಎಂಬುದನ್ನು ತಿಳಿಸಿ ಕೊಡಲಿತ್ತು.

ಹಾದಿಯ ಬದಿಯಲ್ಲಿನ ಟೀ ಅಂಗಡಿಗಳಲ್ಲಿ ಆಗಾಗ ನಿಂತು ದಣಿವಾರಿಸಿಕೊಳ್ಳುತ್ತಾ, ಹಾದಿಹೋಕರೊಡನೆ ಹರಟೆ ಹೊಡೆಯುತ್ತಾ ನಾವೆಲ್ಲಾ ನಮ್ಮದೇ ಗತಿಯಲ್ಲಿ ನಡೆದೆವು. ಅಂಚೆ ಕಛೇರಿಯ ನೌಕರ ಡಹ್ಗ್ ಹಾನ್‌ಸೆನ್ ಜೊತೆಯಲ್ಲಿಯೋ, ರಾಬ್ ಹಾಲ್‌ನ ಆಲಸಿ ಮಾರ್ಗದರ್ಶಿ ಆ್ಯಂಡಿ ಹೇರಿಸ್ ಜೊತೆಯಲ್ಲಿಯೋ ನಾನು ಸಾಮಾನ್ಯವಾಗಿ ನಡೆಯುತ್ತಿದ್ದೆ. ರಾಬ್ ಮತ್ತು ಇತರ ನ್ಯೂಜಿಲೆಂಡ್ ಗೆಳೆಯರಿಂದ 'ಹೆರಾಲ್ಡ್' ಎಂದು ಕರೆಸಿಕೊಳ್ಳುತ್ತಿದ್ದ ಆ್ಯಂಡಿ ಹೇರಿಸ್, ದಷ್ಟಪುಷ್ಟ ದೇಹವನ್ನು ಹೊಂದಿದ್ದು, ಫುಟ್‌ಬಾಲ್ ಆಟಗಾರನನ್ನು ನೆನಪಿಸುತ್ತಿದ್ದ. ಸಿಗರೇಟ್ ಜಾಹೀರಾತಿನಲ್ಲಿ ಬಳಸಿಕೊಳ್ಳಬಹುದಾದ ಆಕರ್ಷಕ ದೈಹಿಕ ನಿಲುವನ್ನು ಹೊಂದಿದ್ದ. ಹೆಲಿಕಾಪ್ಟರ್ ಸ್ಕೀಯಿಂಗ್ ಎನ್ನುವ ಹಿಮದಲ್ಲಿ ಆಡುವ ಆಟಕ್ಕೆ ಮಾರ್ಗದರ್ಶಕನಾಗಿರಲು ಅವನಿಗೆ ಚಳಿಗಾಲದಲ್ಲಿ ಬಹಳ ಬೇಡಿಕೆಯಿತ್ತು. ಆದರೆ ಬೇಸಿಗೆಯಲ್ಲಿ ಅಂಟಾರ್ಟಿಕಾ ಖಂಡದಲ್ಲಿ ಭೂಗರ್ಭ ಶಾಸ್ತ್ರದ ಸಂಶೋಧಕರಿಗೆ ಸಹಾಯಕನಾಗಿಯೋ, ನ್ಯೂಜಿಲೆಂಡಿನ ದಕ್ಷಿಣದಲ್ಲಿರುವ ಹಿಮಪರ್ವತಗಳಿಗೆ ಪರ್ವತಾರೋಹಿಗಳನ್ನು ಕರೆದುಕೊಂಡು ಹೋಗುವ ಕೆಲಸವನ್ನೋ ಮಾಡುತ್ತಲಿದ್ದ.

ಹಾದಿಗುಂಟ ನಡೆಯುವಾಗ ಆ್ಯಂಡಿ, ತನ್ನ ಗೆಳತಿ ಮತ್ತು ಜೊತೆಗಾರ್ತಿ ಫಿಯೋನಾ ಮ್ಯಾಕ್‌ಫರ್ಸನ್ ಎಂಬಾಕೆಯ ಕುರಿತು ನಿರಂತರವಾಗಿ ಮಾತನಾಡಿದ. ಯಾವುದೋ ಒಂದು ಬಂಡೆಯ ಮೇಲೆ ವಿಶ್ರಮಿಸಲು ಕುಳಿತಾಗ ತನ್ನ ಬೆನ್ನಚೀಲದಿಂದ ಆಕೆಯ ಫೋಟೋವನ್ನು ತೆಗೆದು ತೋರಿಸಿದ. ವೈದ್ಯ ವೃತ್ತಿಯನ್ನು ಮಾಡುವ ಆಕೆಗೆ ನೀಳಕಾಯವಿತ್ತು. ಆಕರ್ಷಕ ಬೆಳ್ಳಿಕೂದಲನ್ನು ಹೊಂದಿದ್ದ ಆಕೆಯ ಮೈಕಟ್ಟು ಆಟಗಾರ್ತಿಯೊಬ್ಬಳನ್ನು ನೆನಪಿಸುವಂತಿತ್ತು. ಕ್ವೀನ್ಸ್ ಟೌನ್ ನಗರದ ಬೆಟ್ಟದ ತಪ್ಪಲಿನ ಬಡಾವಣೆಯೊಂದರಲ್ಲಿ ತಾವಿಬ್ಬರೂ ಸೇರಿ ಒಂದು ಮನೆಯನ್ನು ಕಟ್ಟುತ್ತಿರುವುದಾಗಿ

ಹೇಳಿದ. ಮರದ ದಿಮ್ಮಿಗಳನ್ನು ಕತ್ತರಿಸಿ, ಮೊಳೆ ಹೊಡೆದು ಮನೆ ಕಟ್ಟುವ ಸರಳ ಖುಷಿಯನ್ನು ತಲ್ಲೀನನಾಗಿ ಹೇಳುತ್ತಲೇ, ರಾಬ್ ಈ ಎವರೆಸ್ಟ್ ಹತ್ತುವ ಕೆಲಸದ ಆಹ್ವಾನವನ್ನು ಕೊಟ್ಟಾಗ ಸ್ವೀಕರಿಸುವ ಬಗ್ಗೆ ಮನಸ್ಸು ಡೋಲಾಯಮಾನವಾಯ್ತೆಂದು ಒಪ್ಪಿಕೊಂಡ. "ನಿಜ ಹೇಳಬೇಕು ಅಂದ್ರೆ ಫೀಳನ್ನು ಬಿಟ್ಟು ಬರೋದಕ್ಕೆ, ಮನೆ ಕಟ್ಟುವ ಕೆಲಸವನ್ನು ಅರ್ಧಕ್ಕೆ ಬಿಟ್ಟು ಬರೋದಕ್ಕೆ ತುಂಬಾ ಕಷ್ಟ ಆಯ್ತು. ಮನೆಗೆ ಇನ್ನೇನು ತಾರಸಿ ಹಾಕೋದೊಂದೇ ಬಾಕಿ ಇತ್ತು. ಅಲ್ವಾ? ಆದರೆ ಎವರೆಸ್ಟ್ ಹತ್ತೋ ಅವಕಾಶವನ್ನು ಬಿಟ್ಟು ಬಿಡೋದಕ್ಕೆ ಹೇಗೆ ಸಾಧ್ಯ? ಅದರಲ್ಲೂ ರಾಬ್ ಹಾಲ್ ತರಹದ ವ್ಯಕ್ತಿಯ ಜೊತೆ ಕೆಲಸ ಮಾಡುವಂತಹ ಅವಕಾಶಕ್ಕೆ ಇಲ್ಲಾ ಅನ್ನೋಕೆ ಆಗುತ್ತಾ?" ಅಂತಂದ.

ಈ ಹಿಂದೆ ಯಾವತ್ತೂ ಎವರೆಸ್ಟ್ ಹತ್ತುವ ತಂಡದಲ್ಲಿ ಆ್ಯಂಡಿ ಕೆಲಸ ಮಾಡಿಲ್ಲದಿದ್ದರೂ, ಅವನಿಗೆ ಹಿಮಾಲಯವೇನೂ ಅಪರಿಚಿತವಾಗಿರಲಿಲ್ಲ. ಎವರೆಸ್ಟ್‌ಗೆ 30 ಮೈಲಿ ದೂರದಲ್ಲಿರುವ, 21,927 ಅಡಿ ಎತ್ತರದ ದುರ್ಗಮ ಪರ್ವತವಾದ ಚೋಬೂಟ್ ಅನ್ನು 1985ರಲ್ಲಿಯೇ ಹತ್ತಿದ್ದ. 1994ರ ಚಳಿಗಾಲದಲ್ಲಿ, ಫೆರಿಚೆ ಎನ್ನುವ 14,000 ಅಡಿ ಎತ್ತರದಲ್ಲಿರುವ ಮಂಜು ಕವಿದ, ಕುಳಿರ್ಗಾಳಿ ಅಪ್ಪಳಿಸುವ ಹಳ್ಳಿಯೊಂದರಲ್ಲಿ ಆಸ್ಪತ್ರೆಯೊಂದನ್ನು ನಡೆಸಿದ ಫಿಯೋನಾಗೆ ಸಹಾಯ ಮಾಡುತ್ತಾ ನಾಲ್ಕು ತಿಂಗಳು ನೆಲೆಸಿದ್ದ. ಏಪ್ರಿಲ್ 4 ಮತ್ತು 5 ರಂದು ನಾವು ಇದೇ ಹಳ್ಳಿಯಲ್ಲಿ ತಂಗಿದ್ದೆವು.

ಹಿಮಾಲಯನ್ ರಿಸ್ಕ್ ಅಸೋಸಿಯೇಷನ್ ಎನ್ನುವ ಸಂಸ್ಥೆ ಈ ಆಸ್ಪತ್ರೆಯನ್ನು ಸ್ಥಾಪಿಸಿತ್ತು. ಇದರ ಮುಖ್ಯ ಉದ್ದೇಶ ಎತ್ತರ ಪ್ರದೇಶದಲ್ಲಿ ಸಾಮಾನ್ಯವಾಗಿ ಪರ್ವತಾರೋಹಿಗಳಲ್ಲಿ ಕಾಣಿಸುವ ಅಸ್ವಸ್ಥತೆಗೆ ಉಪಶಮನ ಒದಗಿಸುವುದು ಮತ್ತು ಅವಸರದಿಂದ ಎತ್ತರದ ಪ್ರದೇಶಗಳನ್ನು ಹತ್ತಿದರೆ ಆಗುವ ಅಪಾಯಗಳನ್ನು ಕುರಿತು ಅವರಲ್ಲಿ ಜಾಗೃತಿಯನ್ನು ಮೂಡಿಸುವುದಾಗಿದ್ದರೂ, ಸ್ಥಳೀಯ ಶೆರ್ಪಾಗಳಿಗೆ ಉಚಿತವಾಗಿ ಚಿಕಿತ್ಸೆಯನ್ನು ಒದಗಿಸುತ್ತಿತ್ತು. ಜಪಾನ್ ತಂಡದ ನಾಲ್ಕು ಪರ್ವತಾರೋಹಿಗಳು ಈ ಗಿರಿಶೃಂಗದ ರೋಗಕ್ಕೆ ತುತ್ತಾಗಿ, ಈ ಪ್ರದೇಶದ ಹತ್ತಿರದಲ್ಲಿಯೇ ಅಸುನೀಗಿದಾಗ 1973ರಲ್ಲಿ ಈ ಆಸ್ಪತ್ರೆಯನ್ನು ಸ್ಥಾಪಿಸಲಾಗಿತ್ತು. ಈ ಆಸ್ಪತ್ರೆಯನ್ನು ಸ್ಥಾಪಿಸುವುದಕ್ಕೂ ಮುಂಚೆ ತೀಕ್ಷ್ಣ ಗಿರಿಶೃಂಗದ ಕಾಯಿಲೆಯು, ಫೆರಿಚೆಯ ಮೂಲಕ ಹಾದು ಹೋಗುವ ಪ್ರತಿ 500 ಜನ ಪರ್ವತಾರೋಹಿಗಳಲ್ಲಿ ಒಬ್ಬಿಬ್ಬರನ್ನಾದರೂ ಬಲಿ ತೆಗೆದುಕೊಳ್ಳುತ್ತಿತ್ತು. ನಾಲ್ಕು ಕೋಣೆಯ ಈ ಆಸ್ಪತ್ರೆಗೆ ನಾವು ಭೇಟಿ ಕೊಟ್ಟಾಗ, ಲಾರಾ ಜೀಮರ್ ಎನ್ನುವ ಅಮೆರಿಕಾದ ವಕೀಲೆಯೊಬ್ಬಳು ತನ್ನ ಗಂಡ ಜಿಮ್ ಲಿಚ್ ಎಂಬ ವೈದ್ಯನಿಗೂ ಮತ್ತು ಲಾರಿ ಸಿಲ್ವರ್ ಎಂಬ ಯುವ ವೈದ್ಯನಿಗೂ ಸಹಾಯ ಮಾಡುತ್ತಿದ್ದಳು. "ಇಲ್ಲಿ ಸಾಯೋರ ಸಂಖ್ಯೆ ಜಾಸ್ತಿ ಆಗಿರೋದಕ್ಕೆ ಈ ಗಿರಿಶೃಂಗದ ಕಾಯಿಲೆ ಕಾರಣ ಅಲ್ಲವೇ ಅಲ್ಲ. ಬರೀ ಕಾಲುದಾರಿಯಲ್ಲಿ ಚಾರಣ ಮಾಡಿದ ಸಾಮಾನ್ಯರೆಲ್ಲಾ ಪರ್ವತಾರೋಹಣಕ್ಕೆ ಬಂದು ಈ ಅನಾಹುತಕ್ಕೆ ಈಡಾಗ್ತಾರೆ" ಎಂದು ಆಕೆ ಖಚಿತವಾಗಿ ಹೇಳಿದಳು.

ಈ ಬಗ್ಗೆ ಜಾಗೃತಿ ಮೂಡಿಸಿದ ವಿಚಾರ ಸಂಕಿರಣಗಳಿಗೂ, ತುರ್ತುಚಿಕಿತ್ಸೆಯನ್ನು ಒದಗಿಸುವ ಆಸ್ಪತ್ರೆಯ ಸಿಬ್ಬಂದಿಗೂ ನಾವು ಧನ್ಯವಾದಗಳನ್ನು ಹೇಳಲೇಬೇಕು. ಈಗ 30,000 ಪರ್ವತಾರೋಹಿಗಳಲ್ಲಿ ಕೇವಲ ಒಬ್ಬರು ಮಾತ್ರ ಇಂತಹ ಅನಾಹುತಕ್ಕೆ ಗುರಿಯಾಗಿ ಅಸುನೀಗುತ್ತಾರೆ. ಫೆರಿಚೆಯಲ್ಲಿರುವ ಈ ಆಸ್ಪತ್ರೆಯಲ್ಲಿ ಜೇಮರ್ ತರಹದ ಹಿರಿಯ ಅಧಿಕಾರಿಗಳು ಬಂದು ಕೆಲಸ ಮಾಡುವುದಕ್ಕೆ ಯಾವುದೇ ಹಣವನ್ನೂ ಆಸ್ಪತ್ರೆ ಅವರಿಗೆ ನೀಡುವುದಿಲ್ಲ. ಜೊತೆಗೆ ನೇಪಾಳಕ್ಕೆ ಬರುವ ಮತ್ತು ಹೋಗುವ ಪ್ರಯಾಣದ ವೆಚ್ಚವನ್ನು ಅವರೇ ನೋಡಿಕೊಳ್ಳಬೇಕು. ಆದರೂ ಈ ವಿಶೇಷ ಹುದ್ದೆಯ ಆಕರ್ಷಣೆ ಎಷ್ಟೆಂದರೆ, ಜಗತ್ತಿನೆಲ್ಲೆಡೆಯ ದಕ್ಷವೈದ್ಯರಿಂದ ಇದಕ್ಕಾಗಿ ಅರ್ಜಿಗಳು ಬರುತ್ತವೆ. ರಾಬ್ ಹಾಲ್‌ನ ತಂಡದಲ್ಲಿ ಪರ್ವತಾರೋಹಣದ ವೈದ್ಯೆಯಾಗಿ ಈಗ ಬಂದಿರುವ ಕೆರೋಲಿನ್ ಮೆಕೆಂಜೀ ಎನ್ನುವಾಕೆ, 1994ರ ಚಳಿಗಾಲದಲ್ಲಿ ಆ್ಯಂಡಿ ಹೇರಿಸ್ ಮತ್ತು ಅವನ ಗೆಳತಿ ಫಿಯೋನಾ ಮ್ಯಾಕ್‌ಫರ್ಸನ್ ಜೊತೆ ಈ ಆಸ್ಪತ್ರೆಯಲ್ಲಿ ಕೆಲಸ ಮಾಡಿದ್ದಳು.

1990ರಲ್ಲಿ ರಾಬ್ ಹಾಲ್ ಪ್ರಥಮ ಬಾರಿ ಎವರೆಸ್ಟ್ ಆರೋಹಣವನ್ನು ಮಾಡಿದ್ದ. ಆಗ ಈ ಆಸ್ಪತ್ರೆಯನ್ನು ನ್ಯೂಜಿಲೆಂಡ್‌ನ ದಕ್ಷ ವೈದ್ಯೆ ಜೇನ್ ಆರ್ನಾಲ್ಡ್ ಎಂಬ ಧೀರ ಮಹಿಳೆ ನೋಡಿಕೊಳ್ಳುತ್ತಿದ್ದಳು. ಎವರೆಸ್ಟ್ ಹತ್ತುವಾಗ ಫೆರಿಚೆ ಆಸ್ಪತ್ರೆಯಲ್ಲಿ ಈಕೆಯನ್ನು ನೋಡಿದ್ದೇ ರಾಬ್ ಹಾಲ್ ಸಿಕ್ಕಾಪಟ್ಟೆ ಆಕರ್ಷಣೆಗೊಳಗಾದ. "ಬೆಟ್ಟ ಹತ್ತಿ ವಾಪಾಸು ಬಂದ ಮೇಲೆ ನನ್ನ ಜೊತೆ ಬರ್ತೀಯಾ? ಅಂತ ಜೇನ್‌ಳನ್ನು ಕೇಳಿಯೇಬಿಟ್ಟೆ." ಎಂದು ರಾಬ್ ಹಾಲ್ ತನ್ನ ಗತವನ್ನು ಖುಷಿಯಿಂದ ಆ ಹಳ್ಳಿಯಲ್ಲಿ ತಂಗಿದ ಮೊದಲ ಸಂಜೆ ನಮ್ಮೆಲ್ಲರ ಮುಂದೆ ಜ್ಞಾಪಿಸಿಕೊಂಡಿದ್ದ. "ನಮ್ಮ ಮೊದಲ ಡೇಟಿಂಗ್‌ಗೆ ಅಲಾಸ್ಕಾಕ್ಕೆ ಹೋಗಿ, ಮೌಂಟ್ ಮೆಕಿನ್ಲೆ ಪರ್ವತವನ್ನು ಜೊತೆಯಾಗಿ ಹತ್ತುವುದೆಂದು ಹೇಳಿದೆ. ಅದಕ್ಕೆ ಆಕೆ ಒಪ್ಪಿಕೊಂಡು ಬಿಟ್ಟಳು" ಎಂದಿದ್ದ. ಎರಡು ವರ್ಷಗಳ ನಂತರ ಅವರಿಬ್ಬರೂ ಮದುವೆಯಾದರು. 1993ರಲ್ಲಿ ಜೇನ್ ಅರ್ನಾಲ್ಡ್ ಗಂಡನ ಜೊತೆಯಲ್ಲಿ ಎವರೆಸ್ಟ್ ಪರ್ವತವನ್ನು ಹತ್ತಿದಳು. 1994 ಮತ್ತು 1995ರಲ್ಲಿ ಆಕೆ ಬೇಸ್ ಕ್ಯಾಂಪಿನಲ್ಲಿ ಉಳಿದು, ರಾಬ್ ಹಾಲ್‌ನ ತಂಡದ ವೈದ್ಯೆಯಾಗಿ ಕಾರ್ಯನಿರ್ವಹಿಸಿದ್ದಳು. ಅವರ ಮೊದಲ ಮಗುವಿನ ಏಳು ತಿಂಗಳ ಬಸಿರನ್ನು ಹೊತ್ತಿರದಿದ್ದರೆ, ಈ ವರ್ಷವೂ ತಂಡದ ವೈದ್ಯೆಯಾಗಿ ಬರುತ್ತಿದ್ದಳು. ಆ ಕೆಲಸ ಡಾಕ್ಟರ್ ಮೆಕೆಂಜೀಯವರಿಗೆ ದಕ್ಕಿತ್ತು.

ಫೆಹಚೆಯಲ್ಲಿ ತಂಗಿದ ಮೊದಲ ದಿನ ಗುರುವಾರದ ಸಂಜೆ ಊಟವಾದ ಬಳಿಕ, ಲಾರ ಜೇಮರ್ ಮತ್ತು ಜಿಮ್ ಲಿಚ್‌ರವರು ಪಾನಗೋಷ್ಠಿ ಮಾಡುತ್ತಾ

ಹರಟಲೆಂದು ಹಾಲ್, ಹೇರಿಸ್ ಮತ್ತು ನಮ್ಮ ಬೇಸ್ ಕ್ಯಾಂಪ್ ಮ್ಯಾನೇಜರ್ ಹೆಲನ್ ವಿಲ್ಟನ್‌ರನ್ನು ತಮ್ಮ ನಿವಾಸಕ್ಕೆ ಆಹ್ವಾನಿಸಿದ್ದರು. ಆ ಸಂಜೆ ಹರಟೆ ಎಲ್ಲೆಲ್ಲೋ ಸುತ್ತಿ ಎವರೆಸ್ಟ್ ಆರೋಹಣದ ಮಾರ್ಗದರ್ಶನ ಮತ್ತು ಅಪಾಯದ ಕುರಿತು ಬಂದಾಗ, ರಾಬ್ ಹಾಲ್ ಮಾತಾಡಿದ ಪ್ರತಿಯೊಂದು ವಿವರಗಳನ್ನೂ ಲಿಚ್ ನಿಖರವಾಗಿ ನೆನಪಿಟ್ಟುಕೊಂಡಿದ್ದಾನೆ. ಈಗಲೋ, ಮತ್ತಿನ್ನಾವಗಲೋ ಒಂದು ಬಹು ದೊಡ್ಡ ಅನಾಹುತ ಸಂಭವಿಸಿ, ಸಾಕಷ್ಟು ಗ್ರಾಹಕರು ಸಾಯುವುದನ್ನು ತಪ್ಪಿಸಲು 'ಸಾಧ್ಯವೇ ಇಲ್ಲ' ಎಂದು ಹಾಲ್, ಹೇರಿಸ್ ಮತ್ತು ಲಿಚ್ ಮುಂದೆ ಸಂಪೂರ್ಣವಾಗಿ ಒಪ್ಪಿಕೊಂಡಿದ್ದನ್ನು ಜ್ಞಾಪಿಸಿಕೊಳ್ಳುತ್ತಾನೆ. ಕಳೆದ ಬೇಸಿಗೆಯಲ್ಲಿ ಟಿಬೆಟ್ ಮಾರ್ಗದ ಮೂಲಕ ಎವರೆಸ್ಟ್ ಏರಿದ್ದ ಲಿಚ್, "ಆದರೆ..." ಎಂದು ತನ್ನ ಮಾತನ್ನು ಮುಂದುವರೆಸುತ್ತಾನೆ. "ತನಗೇನೋ ಆಗುತ್ತೆ ಅನ್ನೋ ಭಾವ ರಾಬ್ ಹಾಲ್‌ನಲ್ಲಿ ಇರಲೇ ಇಲ್ಲ. ಅಂತಹ ಸಂದರ್ಭ ಬಂದಾಗ ತನ್ನ ಗ್ರಾಹಕರನ್ನು ಕಾಪಾಡುವ ಕತ್ತೆ ಕೆಲಸ ಮಾತ್ರ ತನ್ನ ಮೇಲೆ ಇರುತ್ತೆ ಅನ್ನೋದಷ್ಟೇ ಅವನ ಒದ್ದಾಟವಾಗಿತ್ತು. ಅಷ್ಟಕ್ಕೂ ಅಂತಹ ಅನಾಹುತವಾದರೂ ಅದು ಉತ್ತರ ದಿಕ್ಕಿನ ಟಿಬೆಟ್ ದಾರಿಯಲ್ಲಿ ಆಗುತ್ತದೆಂದು ಅವನು ನಂಬಿದ್ದ."

| | |

ಏಪ್ರಿಲ್ 6 ಗುರುವಾರದಂದು, ಫೆರಿಚೆಯಿಂದ ಕೆಲವು ಗಂಟೆಗಳ ಕಾಲ ಮೇಲಕ್ಕೆ ಹತ್ತಿ, ಕುಂಭು ಎನ್ನುವ ಹಿಮನದಿಯ ಕೆಳತುದಿಯನ್ನು ತಲುಪಿದೆವು. ಎವರೆಸ್ಟ್ ಪರ್ವತದ ದಕ್ಷಿಣ ಭಾಗದಲ್ಲಿ ಹುಟ್ಟಿ, 12 ಮೈಲಿಯಷ್ಟುದ್ದದ ಹಿಮದ ನಾಲಿಗೆಯನ್ನು ಚಾಚಿಕೊಂಡಿರುವ ಈ ನದಿಯೇ ಬಹುತೇಕ ನಮಗೆ ಮೇಲಕ್ಕೆ ಹತ್ತುವುದಕ್ಕೆ ಹೆದ್ದಾರಿಯಾಗಲಿತ್ತು. ಹಸಿರು ಬಣ್ಣ ಕಾಣದಂತಾಗಿದ್ದ ಈ ಭಾಗವು 16,000 ಅಡಿ ಎತ್ತರದಲ್ಲಿತ್ತು. ಇಪ್ಪತ್ತು ಕಲ್ಲುಗಳಿಂದ ಮಾಡಿದ ಸ್ಮಾರಕವೊಂದು, ಹಿಮನದಿಯ ದಂಡೆಯಲ್ಲಿ ನಿಂತು, ಮಂಜು ಮುಸುಕಿದ ಕಣಿವೆಯನ್ನು ವಿಷಾದದಿಂದ ನೋಡುತ್ತಿತ್ತು. ಎವರೆಸ್ಟ್ ಆರೋಹಣದಲ್ಲಿ ಮಡಿದವರ, ಬಹುತೇಕ ಶೆರ್ಪಾ ಜನರ, ನೆನಪಿಗಾಗಿ ಇದನ್ನು ನಿಲ್ಲಿಸಲಾಗಿತ್ತು. ಇಲ್ಲಿಂದ ನಮ್ಮ ದಾರಿಯು ಬಹುತೇಕ ಬರಡು ನೆಲವಾಗಿದ್ದು, ಏಕಬಣ್ಣದ ಶಿಲೆಗಳು ಮತ್ತು ಗಾಳಿಯ ಬೀಸಿನೊಡನೆ ಸುರಿಯುವ ಹಿಮದಿಂದ ತುಂಬಿತ್ತು. ಎಷ್ಟೇ ಸಾವಧಾನವಾಗಿ ಹೆಜ್ಜೆ ಹಾಕಿದ್ದರೂ ನನಗಾಗಲೇ ಶುರುವಾದ ತಲೆ ಭಾರ ಮತ್ತು ಉಸಿರಾಟದ ತೊಂದರೆಯಿಂದಾಗಿ ಎತ್ತರದಲ್ಲಿರುವ ತೆಳುಗಾಳಿಯ ಪ್ರಭಾವ ತಿಳಿಯಲಾರಂಭಿಸಿತು.

ಇಲ್ಲಿಯ ಕಾಲುದಾರಿಯು ಹಲವಾರು ಎಡೆಯಲ್ಲಿ ಭುಜದೆತ್ತರದ ಹಿಮದಿಂದ ಆವೃತವಾಗಿತ್ತು. ಮಧ್ಯಾಹ್ನದ ಸೂರ್ಯನ ಬಿಸಿಗೆ ಮಂಜು ಕರಗಿದಂತೆಲ್ಲಾ, ಹಿಮದ ಮೇಲ್ಪದರದ ಮೇಲೆ ಕುದುರೆಗಳು ಕಾಲಿಟ್ಟ ಕೂಡಲೆ ಅವು ಕುಣಿ ಬಿದ್ದು, ಅವುಗಳ ಹೊಟ್ಟೆಯ ತನಕ ಮಂಜು ತಾಕುವಂತಾಯ್ತು. ಕುದುರೆ ಮಾಲೀಕರು ಅವುಗಳನ್ನು ಜೋರಾಗಿ ಹೊಡೆಯುತ್ತಾ ಮುಂದೆ ಹೋಗಲು ಆಜ್ಞೆ ಮಾಡಿದರು ಮತ್ತು ಅವು ಹಿಂತಿರುಗದಂತೆ ಹೆದರಿಸುತ್ತಿದ್ದರು. ಸಂಜೆಯ ವೇಳೆಗೆ ಲೊಬುಜೆ ಎನ್ನುವ ಹಳ್ಳಿಯನ್ನು ತಲುಪಿದ ನಾವು, ಬೀಸುತ್ತಿರುವ ಗಾಳಿಯಿಂದ ರಕ್ಷಣೆ ಪಡೆಯಲು ಗಿಜಿಗುಟ್ಟುತ್ತಿರುವ ಒಂದು ಕೊಳಕಾದ ಲಾಡ್ಜನ್ನು ಸೇರಿದೆವು.

ಕುಂಭು ಹಿಮನದಿಯ ದಡದಲ್ಲಿ ಹಲವಾರು ಕುಬ್ಜ, ದುರ್ಬಲ ಕಟ್ಟಡಗಳು ಎದ್ದಿದ್ದವು. ಹಲವಾರು ತಂಡದ ಪರ್ವತಾರೋಹಿಗಳು, ಜರ್ಮನ್ನಿನ ಚಾರಣಿಗರು, ಶೆರ್ಪಾಗಳು, ಬಡಕಲು ಕುದುರೆಗಳ ದಂಡು – ಎಲ್ಲವೂ ಸೇರಿ ಲೊಬುಜೆ ಗ್ರಾಮ ಗದ್ದಲಮಯವಾಗಿತ್ತು. ಅಲ್ಲಿ ಸೇರಿದವರೆಲ್ಲರೂ ಎವರೆಸ್ಟ್ ಬೇಸ್ ಕ್ಯಾಂಪಿಗೆ ಹೋಗುವ ಉದ್ದೇಶವನ್ನೇ ಹೊಂದಿದ್ದರು. ಇನ್ನೊಂದು ದಿನದ ಚಾರಣ ಬಾಕಿ ಇತ್ತು. ಅಕಾಲಿಕವಾಗಿ ಸುರಿದ ಹಿಮಪಾತದಿಂದಾಗಿ ನಿನ್ನೆಯಿಂದಲೂ ಎಲ್ಲಾ ಕುದುರೆಗಳು ಇಲ್ಲಿಯೇ ಉಳಿದುಬಿಟ್ಟಿವೆ. ಬೇಸ್ ಕ್ಯಾಂಪ್ ತನಕ ನಡೆಯಲು ಈಗ ಅವಕ್ಕೆ ಸಾಧ್ಯವಿಲ್ಲದ ಕಾರಣ ಇಷ್ಟೊಂದು ಜನರು ಇಲ್ಲಿ ಉಳಿದಿದ್ದಾರೆಂದು ರಾಬ್ ಹಾಲ್ ವಿವರಿಸಿದ. ಆ ಹಳ್ಳಿಯ ಅರ್ಧ ಡಜನ್ ಲಾಡ್ಜ್‌ಗಳು ಆಗಲೇ ತುಂಬಿ ಹೋಗಿದ್ದವು. ಹಿಮ ಆವರಿಸದ ಮಣ್ಣಿನ ನೆಲದಲ್ಲಿ ಆಗಲೇ ಗುಡಾರಗಳನ್ನು ಭುಜಕ್ಕೆ ಭುಜ ತಾಗುವಂತೆ ಹೂಡಲಾಗಿತ್ತು. ಘಟ್ಟದ ಕೆಳಗಿನ ಹಳ್ಳಿಗಳ ಕೂಲಿಕಾರರು ತೇಪೆ ಹಚ್ಚಿದ ಬಟ್ಟೆಗಳನ್ನು ಹೊದೆದು, ಹವಾಯಿ ಚಪ್ಪಲಿ ಧರಿಸಿ, ಪರ್ವತಾರೋಹಿಗಳ ಲಗೇಜುಗಳನ್ನು ಸಾಗಿಸುವ ಕೆಲಸ ಮಾಡುತ್ತಿದ್ದು, ಗವಿಗಳಲ್ಲೋ, ದೊಡ್ಡ ಬಂಡೆಗಲ್ಲಿನ ಮರೆಯಲ್ಲೋ ತತ್ಕಾಲಿಕ ವಾಸದ ವ್ಯವಸ್ಥೆ ಮಾಡಿಕೊಂಡಿದ್ದರು.

ಇಡೀ ಹಳ್ಳಿಯಲ್ಲಿದ್ದ ಮೂರು ನಾಲ್ಕು ಕಲ್ಲಿನ ಶೌಚಾಲಯಗಳು ಮಲದಿಂದ ತುಂಬಿ ತುಳುಕುತ್ತಿದ್ದವು. ಈ ಶೌಚಾಲಯಗಳು ಅದೆಷ್ಟು ಹೊಲಸು ನಾರುತ್ತಿದ್ದವೆಂದರೆ, ನೇಪಾಳಿಗಳು ಮತ್ತು ಪಾಶ್ಚಿಮಾತ್ಯರು, ಇಬ್ಬರೂ ಬಯಲಿನಲ್ಲಿ ನಿತ್ಯಕರ್ಮಗಳನ್ನು ಮುಗಿಸುತ್ತಿದ್ದರು. ಮಲದ ಕುಪ್ಪೆಗಳು ಎಲ್ಲೆಂದರಲ್ಲಿ ಹೇಗೆ ಬಿದ್ದಿದ್ದವೆಂದರೆ, ಅವುಗಳ ಮೇಲೆ ಕಾಲಿಡದೆ ನಡೆಯುವುದೇ ಸಾಧ್ಯವಿರಲಿಲ್ಲ. ಹಿಮಕರಗಿ ನದಿ ಹರಿಯುತ್ತಿದ್ದರೆ, ಅದು ಗೊಜ್ಜಲು ತುಂಬಿದ ಕಾಲುವೆಯಂತೆ ಭಾಸವಾಗುತ್ತಿತ್ತು.

ನಾವು ತಂಗಿದ್ದ ಲಾಡ್ಜಿನ ಪಡಸಾಲೆಯಲ್ಲಿ 30ಕ್ಕೂ ಹೆಚ್ಚು ಮರದ ಹಲಗೆಗಳ ಜಗಲಿಗಳನ್ನು ಒಂದರ ಮೇಲೊಂದು ಇಟ್ಟು ಮಾಡಿದ್ದರು. ಮೇಲೆ ಖಾಲಿಯಿದ್ದ

ಒಂದು ಹಲಗೆಯನ್ನು ಹತ್ತಿ, ಅಲ್ಲಿನ ಹೊದಿಕೆಯಲ್ಲಿದ್ದ ನೂರಾರು ತಿಗಣೆ ಮತ್ತು ಹೇನುಗಳನ್ನು ಜಾಡಿಸಿ, ನನ್ನ ನಿದ್ರಾಚೀಲವನ್ನು (ಸ್ಲೀಪಿಂಗ್ ಬ್ಯಾಗ್) ಹರಡಿದೆ. ಪಡಸಾಲೆಯ ಒಂದು ತುದಿಯಲ್ಲಿದ್ದ ಗೋಡೆಯ ಬಳಿ ಒಂದು ಕಬ್ಬಿಣದ ಒಲೆಯನ್ನಿಟ್ಟು, ಅದರಲ್ಲಿ ಕುದುರೆಯ ಒಣಗಿದ ಲದ್ದಿಯನ್ನು ಉರಿಸುತ್ತಿದ್ದರು. ಸೂರ್ಯಾಸ್ತವಾಗುತ್ತಿದ್ದಂತೆಯೇ ಮೈಕೊರೆಯುವ ಚಳಿ ಶುರುವಾಗುತ್ತಿದ್ದುದರಿಂದ, ಎಲ್ಲಾ ಕೂಲಿಗಳು ಮೈಕಾಸಿಕೊಳ್ಳಲು ಅಲ್ಲಿಗೆ ಗುಂಪಾಗಿ ಬರುತ್ತಿದ್ದರು. ಕುದುರೆಯ ಲದ್ದಿ ಸಾಮಾನ್ಯವಾಗಿ ನಿಧಾನಕ್ಕೆ ಸುಡುತ್ತದೆ; 16,700 ಅಡಿ ಎತ್ತರವಿರುವ ಈ ಆಮ್ಲಜನಕದ ಕೊರತೆಯ ತೆಳುಗಾಳಿಯ ಪರಿಸರದಲ್ಲಿಯಂತೂ ಇನ್ನು ಹೇಳುವುದೇ ಬೇಡ. ಇಡೀ ಲಾಡ್ಜ್ ದಟ್ಟವಾದ ಕಪ್ಪು ಹೊಗೆಯಿಂದ ಹೇಗೆ ತುಂಬಿ ಹೋಗಿತ್ತೆಂದರೆ, ಯಾರಾದರೂ ಡೀಜೆಲ್ ಬಸ್ಸಿನ ಹೊಗೆಯನ್ನೆಲ್ಲವನ್ನೂ ನೇರವಾಗಿ ಈ ಲಾಡ್ಜಿಗೆ ಬಿಡುತ್ತಿದ್ದಾರೇನೂ ಎನ್ನಿಸುತ್ತಿತ್ತು. ರಾತ್ರಿ ಎರಡು ಬಾರಿ ಕೆಮ್ಮು ತಡೆಯಲಾರದೆ ಸ್ವಚ್ಛ ಗಾಳಿಗಾಗಿ ನಾನು ಹೊರಗೆ ಹೋಗಿ ಬರಬೇಕಾಯ್ತು. ಬೆಳಗಿನ ವೇಳೆಗೆ ನನ್ನ ಕಣ್ಣುಗಳು ಕೆಂಪಗೆ ಉರಿಯುತ್ತಿದ್ದರೆ, ಮೂಗಿನಲ್ಲಿ ಕಾಡಿಗೆ ತುಂಬಿಕೊಂಡಿತ್ತು. ಇವರೆಲ್ಲದರಿಂದ ನನ್ನ ತಲೆ ಸಣ್ಣಗೆ ಸಿಡಿಯುತ್ತಿತ್ತು. ಈ ಸಿಡಿತ ನನ್ನ ಇಡೀ ಪರ್ವತಾರೋಹಣ ಮುಗಿಯುವವರೆಗೂ ಕಾಡಲಿತ್ತು.

ಒಂದುದಿನ ಈ ಊರಿನಲ್ಲಿದ್ದು ಪರಿಸರಕ್ಕೆ ಹೊಂದಿಕೊಂಡ ನಂತರ, ಬೇಸ್ ಕ್ಯಾಂಪ್ ಸೇರಲು ಇನ್ನುಳಿದ ಆರೇಳು ಮೈಲು ಚಾರಣವನ್ನು ಶುರು ಮಾಡಬೇಕೆನ್ನುವುದು ರಾಬ್ ಹಾಲ್‌ನ ಆಶಯವಾಗಿತ್ತು. ಆ ವೇಳೆಗಾಗಲೇ ಶೆರ್ಪಾಗಳು ಬೇಸ್ ಕ್ಯಾಂಪ್ ಸೇರಿ, ನಮ್ಮ ವಾಸಕ್ಕೆ ಅದನ್ನು ಸಜ್ಜುಗೊಳಿಸಿ, ಎವರೆಸ್ಟ್‌ನ ಕೆಳಮಟ್ಟದ ಇಳಿಜಾರಿನ ದಾರಿಯನ್ನೂ ಸುಗಮಗೊಳಿಸ ಬೇಕಿತ್ತು. ಆದರೆ ಏಪ್ರಿಲ್ 7ರ ಸಂಜೆ ಒಬ್ಬಾತ ಏದುಸಿರು ಬಿಡುತ್ತಾ ಓಡಿ ಬಂದು, ಬೇಸ್ ಕ್ಯಾಂಪಿನ ಕೆಟ್ಟ ಸುದ್ದಿಯೊಂದನ್ನು ಕೊಟ್ಟ. ರಾಬ್ ಹಾಲ್ ನೇಮಿಸಿಕೊಂಡ ತೇನ್‌ಸಿಂಗ್ ಎನ್ನುವ ಶೆರ್ಪಾ, ಹಿಮದ ನದಿಯ 150 ಅಡಿ ಕುಣಿಯೊಂದರಲ್ಲಿ ಬಿದ್ದು ಬಿಟ್ಟಿದ್ದ. ನಾಲ್ಕು ಜನ ಇತರ ಶೆರ್ಪಾಗಳು ಹೇಗೋ ಮಾಡಿ ಅವನನ್ನು ಕುಣಿಯಿಂದ ಜೀವಂತ ಹೊರ ತಂದಿದ್ದರಾದರೂ, ಅವನಿಗೆ ಸಾಕಷ್ಟು ಗಾಯಗಳಾಗಿದ್ದವು. ಬಹುಶಃ ತೊಡೆಯ ಮೂಳೆ ಮುರಿದಿತ್ತು. ರಾಬ್ ಹಾಲ್ ಮುಖವನ್ನು ಬಿಳಿಚಿಕೊಂಡು, ಮೈಕ್ ಗ್ರೂಮ್ ಜೊತೆಯಲ್ಲಿ ತೇನ್‌ಸಿಂಗ್‌ನ ರಕ್ಷಣಾ ಕಾರ್ಯದಲ್ಲಿ ಸಹಾಯ ಮಾಡಲು ಆ ಸಂಜೆಯೇ ಹೋಗುವುದಾಗಿ ಪ್ರಕಟಿಸಿದ. “ಈ ವಿಷಯ ತಿಳಿಸೋಕೆ ನಂಗೆ ಬೇಸರವಾಗ್ತಿದೆ” ಎಂದು ಪ್ರಾರಂಭಿಸಿ, “ನಾವು ಪರಿಸ್ಥಿತಿಯನ್ನು ನಿಯಂತ್ರಣಕ್ಕೆ ತರುವ ತನಕ ನೀವೆಲ್ಲರೂ ಇಲ್ಲಿಯೇ ಹೆರಾಲ್ಡ್ ಜೊತೆಯಲ್ಲಿ ಇರಬೇಕು” ಎಂದು ಹೇಳಿದ.

ಆಮೇಲೆ ನಮಗೆ ತಿಳಿದ ವಿಷಯವೇನೆಂದರೆ, ತೇನ್‌ಸಿಂಗ್ ಮತ್ತು ನಾಲ್ಕು ಶೆರ್ಪಾಗಳು ಬೇಸ್ ಕ್ಯಾಂಪ್ ಒಂದರ ಮೇಲೆ ಹಿಮನದಿಯಗುಂಟ ದಾರಿಯನ್ನು ಸಜ್ಜುಗೊಳಿಸುತ್ತಿದ್ದರು. ಐದೂ ಜನರು ಒಂದೇ ದಾರಿಯಲ್ಲಿ ಹೆಜ್ಜೆಯ ಮೇಲೆ ಹೆಜ್ಜೆಯಿಟ್ಟು ನಡೆಯುತ್ತಿದ್ದುದು ಸರಿಯಾಗಿತ್ತು, ಆದರೆ ಪರ್ವತಾರೋಹಣ ಬಹುಮುಖ್ಯ ನಿಯಮವನ್ನು ಉಲ್ಲಂಘಿಸಿದ್ದ ಅವರು ಒಂದೇ ಹಗ್ಗದಿಂದ ಒಬ್ಬರಿಗೊಬ್ಬರು ಕಟ್ಟಿಕೊಂಡಿರಲಿಲ್ಲ. ತೇನ್‌ಸಿಂಗ್ ಉಳಿದ ನಾಲ್ವರ ಹಿಂದೆ ಅವರ ಹೆಜ್ಜೆಯ ಗುರುತಿನ ಮೇಲೆ ಹೆಜ್ಜೆಯಿಟ್ಟು ನಿಧಾನಕ್ಕೆ ಹೋಗುತ್ತಿದ್ದ. ಆದರೆ ತೆಳುವಾದ ಮೇಲ್ಪದರದ ಮೇಲೆ ಕಾಲಿಟ್ಟವನೆ, ನದಿಯ ಕುಣಿಯೊಂದಕ್ಕೆ ಹೇಗೆ ಬಿದ್ದನೆಂದರೆ, ಅವನಿಗೆ ಕೂಗಿಕೊಳ್ಳಲೂ ಸಮಯವಿರಲಿಲ್ಲ. ಹಿಮನದಿಯ ಕಾರ್ಗತ್ತಲಿನ ಕುಣಿಯೊಳಕ್ಕೆ ಕಲ್ಲೊಂದು ಬಿದ್ದ ಹಾಗೆ ಆಗಿತ್ತು.

ಆ 20,500 ಅಡಿ ಎತ್ತರದ ತೆಳುಗಾಳಿಯಲ್ಲಿ ಹೆಲಿಕಾಪ್ಟರ್ ಅನ್ನು ಸುರಕ್ಷಿತವಾಗಿ ಇಳಿಸುವುದಾಗಲಿ, ಏರಿಸುವುದಾಗಲಿ, ಸುಮ್ಮನೆ ಹಾರಾಡಿಸುವುದಾಗಲಿ ಸಾಧ್ಯವಿರಲಿಲ್ಲ. ಆದ್ದರಿಂದ ಅವನನ್ನು 3000 ಅಡಿ ಕೆಳಕ್ಕೆ ಇಳಿಸಿ, ಇಡೀ ಪರ್ವತಾರೋಹಣದ ಅತ್ಯಂತ ಕಷ್ಟದ ಹಾದಿಯಾದ ಕುಂಭು ಹಿಮನದಿಯಗುಂಟ ಬೇಸ್ ಕ್ಯಾಂಪ್‌ಗೆ ಕರೆತರಬೇಕಿತ್ತು. ತೇನ್‌ಸಿಂಗ್‌ನನ್ನು ಜೀವಂತ ಕರೆತರುವುದಕ್ಕೆ ಸಾಕಷ್ಟು ಕೆಲಸ ಮಾಡಬೇಕಿತ್ತು.

ತನ್ನ ತಂಡಕ್ಕಾಗಿ ಕೆಲಸ ಮಾಡುವ ಶೆರ್ಪಾಗಳ ಸುರಕ್ಷತೆ ಮತ್ತು ಒಳಿತಿಗಾಗಿ ರಾಬ್ ಹಾಲ್ ಸಾಕಷ್ಟು ಜವಾಬ್ದಾರಿ ತೆಗೆದುಕೊಳ್ಳುತ್ತಿದ್ದ. ಕಾಠ್ಮಂಡುವಿನಿಂದ ಹೊರಡುವುದಕ್ಕೆ ಮುಂಚೆ ನಮ್ಮೆಲ್ಲರನ್ನೂ ಕೂಡಿಸಿಕೊಂಡು, ಶೆರ್ಪಾಗಳಿಗೆ ನಾವು ಹೇಗೆ ಕೃತಜ್ಞರಾಗಿರಬೇಕು ಮತ್ತು ಸರಿಯಾದ ಗೌರವವನ್ನು ತೋರಿಸಬೇಕು ಎಂದು ಅಚ್ಚರಿಯೆನ್ನುವಷ್ಟು ಗಂಭೀರವಾಗಿ ಭಾಷಣ ಮಾಡಿ ತಿಳಿಸಿದ್ದ. “ನಾವು ತೊಗೊಂಡಿರೋ ಈ ಶೆರ್ಪಾಗಳು ಈ ವ್ಯವಹಾರದಲ್ಲಿ ಅತ್ಯಂತ ನಿಪುಣರು” ಎಂದು ಹೇಳಿ, “ನಮ್ಮ ಪಶ್ಚಿಮ ದೇಶಕ್ಕೆ ಹೋಲಿಸಿದರೆ ಜುಜುಬಿ ಅನ್ನಿಸುವಷ್ಟು ಕಡಿಮೆ ಹಣಕ್ಕೆ ಅವರು ಅತ್ಯಂತ ಪರಿಶ್ರಮದಿಂದ ಕೆಲಸ ಮಾಡ್ತಾರೆ. ಅವರ ಸಹಾಯ ಇಲ್ಲದೆ ನಮಗ್ಯಾರಿಗೂ ಎವರೆಸ್ಟ್ ತುದಿ ತಲುಪುವುದಕ್ಕೆ ಆಗಲ್ಲ ಅನ್ನೋದನ್ನ ನೀವೆಲ್ಲರೂ ಅರ್ಥ ಮಾಡ್ಕೋಬೇಕು. ಮತ್ತೊಂದು ಸಲ ಹೇಳ್ತೀನಿ ಕೇಳಿಸ್ಕೊಳ್ಳಿ; ಅವರ ಸಹಾಯ ಇಲ್ಲದೆ ನಮ್ಮಲ್ಲಿ ಯಾರಿಗೂ ಎವರೆಸ್ಟ್ ಹತ್ತೋದಕ್ಕೆ ಸಾಧ್ಯ ಇಲ್ಲ” ಎಂದಿದ್ದ.

ಅನಂತರ ಮಾತುಕತೆಗಳಲ್ಲಿ, ತನ್ನ ಹಿಂದಿನ ಹಲವಾರು ತಂಡದ ನಾಯಕರಿಗೆ ಶೆರ್ಪಾಗಳ ಕುರಿತಾಗಿ ಇದ್ದ ಅಸಡ್ಡೆಯನ್ನು ತಾನು ವಿರೋಧಿಸಿದ್ದನ್ನು ಹೇಳಿಕೊಂಡ.

1995ರಲ್ಲಿ ಶೆರ್ಪಾ ಯುವಕನೊಬ್ಬ ಸತ್ತಿದ್ದ; ರಾಬ್ ಹಾಲ್‌ನ ಅನುಮಾನವೇನೆಂದರೆ, ಅವನಿಗೆ ಪರ್ವತಾರೋಹಣದಲ್ಲಿ ಹೆಚ್ಚಿನ ಪರಿಣತಿ ಇಲ್ಲದಿದ್ದರೂ ತಂಡದಲ್ಲಿ ಸೇರಿಸಿಕೊಂಡಿದ್ದರು. ಅದೇ ಅವನ ಸಾವಿಗೆ ಕಾರಣವಾಗಿತ್ತು. "ನನ್ನ ಪ್ರಕಾರ ಈ ತರಹದ ಯಾವುದೇ ಅಪಘಾತ ಆಗದಂತೆ ನೋಡಿಕೊಳ್ಳೋದು ತಂಡ ನಡೆಸೋ ನಾಯಕರ ಜವಾಬ್ದಾರಿ" ಎಂದು ಹೇಳಿದ್ದ.

ಈ ಹಿಂದಿನ ವರ್ಷ ಅಮೆರಿಕಾದ ಪರ್ವತಾರೋಹಣ ತಂಡವೊಂದು ಕಾಮಿ ರೀಟಾ ಎನ್ನುವ ಶೆರ್ಪಾ ಒಬ್ಬನನ್ನು ಅಡಿಗೆಯವನಾಗಿ ನಿಯಮಿಸಿಕೊಂಡಿತ್ತು. ದೈಹಿಕವಾಗಿ ಬಲಿಷ್ಠನಾಗಿದ್ದ ಮತ್ತು ಮಹತ್ವಾಕಾಂಕ್ಷೆಯುಳ್ಳ ಈ 21–22 ವಯಸ್ಸಿನ ಹುಡುಗ, ಅದು ಹೇಗೋ ಪರ್ವತದ ಎತ್ತರದ ಜಾಗಕ್ಕೆ ಕರೆದೊಯ್ಯುವ ಶೆರ್ಪಾ ಆಗಿ ತನ್ನನ್ನು ಪರಿಗಣಿಸುವಂತೆ ತಂಡವನ್ನು ಬೇಡಿಕೊಂಡಿದ್ದ. ಕಾಮಿಯ ಉತ್ಸಾಹ ಮತ್ತು ಬದ್ಧತೆಗೆ ಕರಗಿ, ಕೆಲವು ವಾರಗಳ ನಂತರ ಅವನ ಕೋರಿಕೆಯನ್ನು ಮಾನ್ಯ ಮಾಡಿದ್ದರು. ಅವನಿಗೆ ಸರಿಯಾದ ಪರ್ವತಾರೋಹಣದ ತರಬೇತಿಯಾಗಲಿ ಅಥವಾ ಈ ಹಿಂದೆ ಮಾಡಿದ ಪರ್ವತಾರೋಹಣದ ಅನುಭವವಾಗಲಿ ಇರಲಿಲ್ಲ.

22,000 ಅಡಿಯಿಂದ 25,000 ಅಡಿಯವರೆಗೆ ಅತ್ಯಂತ ಕಡಿದಾದ, ಹಿಮವು ಮಂಜುಗಡ್ಡೆಯಾಗಿರುವ ಲೋಟ್ ಫೇಸ್ ಎನ್ನುವ ಜಾರುವ ಹಾದಿಯಿದೆ. ಸುರಕ್ಷತೆಯ ದೃಷ್ಟಿಯಿಂದ ತುದಿಯಿಂದ ಬುಡದತನಕ ಒಂದರ ಹಿಂದೊಂದು ಹಗ್ಗವನ್ನು ಕಟ್ಟಿರಲಾಗುತ್ತದೆ. ತಂಡದ ಪ್ರತಿಯೊಬ್ಬರೂ ಈ ಹಗ್ಗಕ್ಕೆ ತಮ್ಮಲ್ಲಿರುವ ಜೂಮರ್ (ಕೊಕ್ಕೆ) ಅನ್ನು ಸಿಕ್ಕಿಸಿ ಮೇಲಕ್ಕೆ ಏರಬೇಕಾಗುತ್ತದೆ. ವಿಪರೀತವಾದ ಆತ್ಮವಿಶ್ವಾಸ ಮತ್ತು ಅನನುಭವದಿಂದಾಗಿ ಕಿರಿಯನಾದ ಕಾಮಿ ಹಗ್ಗಕ್ಕೆ ಜೂಮರ್ ಅನ್ನು ಸಿಗಿಸಿ ಹತ್ತುವುದು ಮುಖ್ಯವೆಂದು ಪರಿಗಣಿಸಲಿಲ್ಲ. ಒಂದು ದಿನ ಮಧ್ಯಾಹ್ನ ಅವನು ದೊಡ್ಡ ಭಾರವೊಂದನ್ನು ಹತ್ತಿ ಮೇಲಕ್ಕೇರುತ್ತಿದ್ದ. ಇದ್ದಕ್ಕಿದ್ದಂತೆಯೇ ಕಲ್ಲಿನಷ್ಟು ಗಟ್ಟಿಯಾದ ಮಂಜುಗಡ್ಡೆಯ ಮೇಲೆ ಸಮತೋಲನ ತಪ್ಪಿ 2000 ಅಡಿ ಕೆಳಕ್ಕೆ ಬಿದ್ದುಬಿಟ್ಟ.

ನನ್ನ ತಂಡದಲ್ಲಿದ್ದ ಫ್ರಾಂಕ್ ಫಿಷ್‌ಬೆಕ್ ಇಡೀ ಪ್ರಸಂಗವನ್ನು ಕಣ್ಣಾರೆ ಕಂಡಿದ್ದ. 1995ರಲ್ಲಿ ಅವನು ಎವರೆಸ್ಟ್ ಹತ್ತುವ ಮೂರನೆಯ ಪ್ರಯತ್ನವಾಗಿ, ಕಾಮಿಯನ್ನು ನೇಮಿಸಿಕೊಂಡಿದ್ದ ಅಮೆರಿಕಾ ತಂಡದ ಜೊತೆ ಪರ್ವತಾರೋಹಣ ಮಾಡುತ್ತಿದ್ದ. ಹಗ್ಗವನ್ನು ಹಿಡಿದುಕೊಂಡು ಸ್ವಲ್ಪ ಮೇಲೆ ಹತ್ತುತ್ತಿದ್ದ ಫ್ರಾಂಕ್ ಆರ್ದ್ರ ಧ್ವನಿಯಲ್ಲಿ ಆ ಪ್ರಸಂಗವನ್ನು ಹೇಳುತ್ತಾನೆ: "ನಾನು ಹಿಂತಿರುಗಿ ನೋಡಿದರೆ ಒಬ್ಬ ವ್ಯಕ್ತಿ ತಲೆ ಕೆಳಗಾಗಿ ಜಾರುತ್ತಿದ್ದ. ಹಾಗೆ ಜಾರುತ್ತಲೇ ಸಹಾಯಕ್ಕಾಗಿ ಕಿರುಚುತ್ತಿದ್ದ. ರಕ್ತದ ಕಲೆಯನ್ನು ಮೂಡಿಸುತ್ತಲೇ ಹೋದ."

ಕೆಲವು ಪರ್ವತಾರೋಹಿಗಳು ತಕ್ಷಣ ಕಾಮಿ ಜಾರುತ್ತ ಕೊನೆಗೆ ಬಿದ್ದ ಜಾಗಕ್ಕೆ ಧಾವಿಸಿದರು. ಆದರೆ ಬೀಳುವಾಗ ಆದ ವಿಪರೀತ ಗಾಯಗಳಿಂದಾಗಿ ಅವನಾಗಲೇ ಅಸುನೀಗಿದ್ದ. ಅವನ ಶವವನ್ನು ಬೇಸ್ ಕ್ಯಾಂಪ್‌ಗೆ ತರಲಾಯಿತು. ಬುದ್ಧ ಧರ್ಮದ ಪ್ರಕಾರ ಅವನ ಗೆಳೆಯರು ಮೂರು ದಿನಗಳ ಕಾಲ ಆ ದೇಹಕ್ಕೆ ಆಹಾರವನ್ನು ನೀಡಿದರು. ಕೊನೆಗೆ ತೆಂಗ್‌ಬೋಚೆ ಹತ್ತಿರದ ಹಳ್ಳಿಗೆ ಅವನ ದೇಹವನ್ನು ತೆಗೆದುಕೊಂಡು ಹೋಗಿ ದಹಿಸಿದರು. ಬೆಂಕಿಯ ಕೆನ್ನಾಲಿಗೆಗಳು ಅವನ ದೇಹವನ್ನು ದಹಿಸುವಾಗ, ಕಾಮಿಯ ತಾಯಿ ತಡೆಯಿಲ್ಲದಂತೆ ರೋದಿಸುತ್ತಾ, ಒಂದು ಚೂಪಾದ ಕಲ್ಲಿನಿಂದ ಹಣೆಯನ್ನು ಜಜ್ಜಿಕೊಳ್ಳುತ್ತಿದ್ದಳು.

ಏಪ್ರಿಲ್ 8ರ ಬೆಳಿಗ್ಗೆ ರಾಬ್ ಹಾಲ್ ಮತ್ತು ಮೈಕ್ ಇಬ್ಬರೂ ಬೇಸ್ ಕ್ಯಾಂಪಿಗೆ ಧಾವಿಸಿ ತೇನ್‌ಸಿಂಗ್‌ನನ್ನು ಹೇಗಾದರೂ ಮಾಡಿ ಜೀವಂತ ಕರೆದೊಯ್ಯಬೇಕು ಎಂದು ಪ್ರಯತ್ನಿಸುವಾಗ, ಹಾಲ್‌ನ ಮನಸ್ಸನ್ನು ಸಂಪೂರ್ಣವಾಗಿ ಕಾಮಿ ಆಕ್ರಮಿಸಿಕೊಂಡಿದ್ದ.

ಅಧ್ಯಾಯ 5

ಲೊಬುಜೆ

8ನೇ ಏಪ್ರಿಲ್ 1996; 16,200 ಅಡಿ ಎತ್ತರ

ಏಪ್ರಿಲ್ 8ರ ರಾತ್ರಿ, ಲೊಬುಜೆ ಲಾಡ್ಜಿನ ಹೊರಗಡೆಯಲ್ಲಿ ಆ್ಯಂಡಿಯ ಕೈರೇಡಿಯೋಕ್ಕೆ ಜೀವ ಬಂದು ಮಿಡಿಯಲಾರಂಭಿಸಿತು. ಬೇಸ್ ಕ್ಯಾಂಪ್‌ನಿಂದ ರಾಬ್ ಹಾಲ್ ಕರೆ ಮಾಡಿದ್ದ; ಒಳ್ಳೆಯ ಸುದ್ದಿಯಿತ್ತು. ತೇನ್‌ಸಿಂಗ್‌ನನ್ನು ಕೆಳತರುವಲ್ಲಿ ಯಶಸ್ವಿಯಾಗಿದ್ದರು. ಅದಕ್ಕಾಗಿ ಬೇರೆ ಬೇರೆ ಪರ್ವತಾರೋಹಣ ತಂಡದ ಸುಮಾರು 35 ಜನ ಶೆರ್ಪಾಗಳು ಇಡೀ ದಿನ ಕಷ್ಟಪಟ್ಟಿದ್ದರು. ಅಲ್ಯೂಮಿನಿಯಂ ಏಣಿಯೊಂದಕ್ಕೆ ಅವನನ್ನು ಬಿಗಿದು ಕಟ್ಟಿ, ಮಂಜುಗಡ್ಡೆಯ ದಾರಿಗುಂಟ ಎಳೆಯುತ್ತಲೋ, ಇಳಿಸುತ್ತಲೋ ಅಥವಾ ಹೊತ್ತುಕೊಂಡೋ ಬೇಸ್‌ಕ್ಯಾಂಪಿಗೆ ಕರೆತಂದು, ಈಗವನು ಅಲ್ಲಿ ವಿಶ್ರಾಂತಿ ತೆಗೆದುಕೊಳ್ಳುತ್ತಿದ್ದ. ವಾತಾವರಣ ಹೀಗೇ ಮುಂದುವರೆದರೆ, ಬೆಳಿಗ್ಗೆ ಸೂರ್ಯೋದಯದ ವೇಳೆಗೆ ಹೆಲಿಕಾಪ್ಟರ್ ಬಂದು

ಅವನನ್ನು ಕಾಠ್ಮಂಡುವಿನ ಆಸ್ಪತ್ರೆಗೆ ಕರೆದೊಯ್ಯುತ್ತದೆ. ಎಲ್ಲರಿಗೂ ಕೇಳುವಂತೆ ನಿಟ್ಟುಸಿರುಬಿಟ್ಟ ರಾಬ್ ಹಾಲ್, ನಾವೆಲ್ಲರೂ ಬೆಳಿಗ್ಗೆ ಲೊಬುಜೆಯಿಂದ ಬೇಸ್ ಕ್ಯಾಂಪ್ ಕಡೆಗೆ ಹೊರಡಲು ಅಪ್ಪಣೆ ಕೊಟ್ಟ.

ತೇನ್‌ಸಿಂಗ್ ಸುರಕ್ಷಿತವಾಗಿದ್ದಾನೆಂಬ ವಾರ್ತೆಯಿಂದ ನಮಗೆ ಸಮಾಧಾನವಾಯ್ತು. ಲೊಬುಜೆಯಿಂದ ಹೊರಬೀಳಬಹುದೆಂಬ ಸಂಗತಿ ಅದಕ್ಕೂ ಹೆಚ್ಚಿನ ಸಮಾಧಾನ ತಂದಿತು. ಕೊಳೆಯಾದ ಪರಿಸರದಿಂದಾಗಿ ಜಾನ್ ಮತ್ತು ಲಿಯೊ ಇಬ್ಬರಿಗೂ ಹೊಟ್ಟೆ ಕೆಟ್ಟಿತ್ತು. ಶಿಖರದೆತ್ತರದ ತೆಳುಗಾಳಿಯ ಕಾರಣದಿಂದಾಗಿ ನಮ್ಮ ಕ್ಯಾಂಪ್ ಮ್ಯಾನೇಜರ್ ಹೆಲನ್ ಕೂಡಾ ತಲೆಸಿಡಿತವನ್ನು ಅನುಭವಿಸುತ್ತಿದ್ದು, ಏನೇ ಮಾಡಿದರೂ ಅದು ಹೋಗುತ್ತಿರಲಿಲ್ಲ. ಹೊಗೆ ತುಂಬಿದ ಲಾಡ್ಜ್‌ನಲ್ಲಿ ಎರಡನೆಯ ರಾತ್ರಿ ತಂಗಿದ್ದರಿಂದ ನನ್ನ ಕೆಮ್ಮು ಉಲ್ಬಣಗೊಂಡಿತ್ತು.

ಈ ಮೂರನೆಯ ರಾತ್ರಿಗೆ ನಾನು ಈ ನರಕದಿಂದ ತಪ್ಪಿಸಿಕೊಂಡು ಹೊರ ಹೋಗಲು ನಿರ್ಧರಿಸಿದೆ. ರಾಬ್ ಮತ್ತು ಮೈಕ್ ಬೇಸ್ ಕ್ಯಾಂಪ್‌ಗೆ ಹೋಗಿದ್ದರಿಂದಾಗಿ, ಪಕ್ಕದಲ್ಲಿಯೇ ಹೂಡಿದ್ದ ಅವರ ಗುಡಾರ ಖಾಲಿಯಿತ್ತು. ಆ್ಯಂಡಿ ನನ್ನ ಜೊತೆ ಹೊರಬರಲು ಒಪ್ಪಿದ. ಬೆಳಗಿನ ಜಾವ ಸುಮಾರು 2 ಗಂಟೆಯ ಹೊತ್ತಿಗೆ ಅವನು ದಿಗ್ಗನೆ ಎದ್ದು ಕುಳಿತು, ನನ್ನ ಪಕ್ಕದಲ್ಲಿಯೇ ನರಳಾಡಲಾರಂಭಿಸಿದ. "ಏಯ್, ಆರಾಮಿದ್ದೀಯ ಹೆರಾಲ್ಡ್?" ಎಂದು ನನ್ನ ನಿದ್ರಾಚೀಲದೊಳಗಿಂದಲೇ ಕೂಗಿ ಕೇಳಿದೆ.

"ಗೊತ್ತಾಗ್ತಾ ಇಲ್ಲ. ರಾತ್ರಿ ಊಟಕ್ಕೆ ತಿಂದಿದ್ದು ಏನೋ ಸರಿ ಹೋಗಿಲ್ಲ ಅನ್ನಿಸ್ತಾ ಇದೆ" ಎಂದ. ಒಂದೆರಡು ನಿಮಿಷದ ನಂತರ ಗುಡಾರದ ಬಾಗಿಲಿನ ಜಿಪ್ಪನ್ನು ಅವಸರದಲ್ಲಿ ಎಳೆದು, ಕಷ್ಟಪಟ್ಟು ತನ್ನ ತಲೆ ಮತ್ತು ಎದೆಯನ್ನು ಹೊರ ಹಾಕಿ ವಾಂತಿ ಮಾಡಿಕೊಂಡ. ಕಕ್ಕಿದ್ದೆಲ್ಲಾ ಮುಗಿದ ಮೇಲೆ, ದೇಹದ ಅರ್ಧ ಭಾಗವನ್ನು ಗುಡಾರದ ಹೊರಗಿರುವಂತೆ, ಅಂಗೈ ಮತ್ತು ಮೊಣಕಾಲುಗಳ ಮೇಲೆ ಎಷ್ಟೋ ಹೊತ್ತು ಚಲನೆಯಿಲ್ಲದಂತೆ ಕುಳಿತಿದ್ದ. ಅನಂತರ ಇದ್ದಕ್ಕಿದ್ದಂತೆಯೇ ಓಡಿ ಹೋದ. ಗುಡಾರದ ಸ್ವಲ್ಪ ದೂರದಲ್ಲಿ ಪ್ಯಾಂಟ್ ಬಿಚ್ಚಿದ್ದೇ ಹಗುರಾಗತೊಡಗಿದ. ಅವನ ಹೊಟ್ಟೆ ತುಂಬಾ ಕೆಟ್ಟಿತ್ತು. ಉಳಿದ ರಾತ್ರಿಯನ್ನು ಅವನು ಆ ಬಯಲಿನಲ್ಲಿಯೇ ಹೊಟ್ಟೆ ಹಗುರಾಗಿಸಿಕೊಳ್ಳುತ್ತಾ ಕಳೆದ.

ಬೆಳಗ್ಗೆಯ ಹೊತ್ತಿಗೆ ಆ್ಯಂಡಿ ಸುಸ್ತಾಗಿ ಹೋಗಿದ್ದ. ದೇಹ ಒಣಗಿ, ಭೀಕರವಾಗಿ ನಡುಗುತ್ತಿದ್ದ. ಅವನು ಮರಳಿ ಸ್ವಲ್ಪ ಶಕ್ತಿಯನ್ನು ಗಳಿಸುವವರೆಗೆ ಲೊಬುಜೆಯಲ್ಲಿಯೇ ಇರಲೆಂದು ಹೆಲನ್ ಸೂಚಿಸಿದಳು. ಆದರೆ ಆ್ಯಂಡಿ ಒಪ್ಪಿಕೊಳ್ಳಲಿಲ್ಲ. "ನಮ್ಮಪ್ಪನ ಆಣೆಗೂ ಈ ದರಿದ್ರ ಕೊಂಪೆಯಲ್ಲಿ ನಾನು ಇನ್ನೊಂದು ರಾತ್ರಿ ಕಳೆಯಂಗಿಲ್ಲ"

ಅಂತ ಮೊಣಕಾಲಿನ ಮಧ್ಯದಲ್ಲಿ ತಲೆಯನ್ನು ತಿರುವುತ್ತಾ, ಗಟ್ಟಿಯಾಗಿ ಪ್ರಕಟಿಸಿದ. "ಅಂಬೆಗಾಲು ಇಟ್ಟು ಹತ್ತಬೇಕಂದ್ರೂ ಚಿಂತೆ ಇಲ್ಲ. ನಿಮ್ಮೆಲ್ಲರ ಜೊತೆ ನಾನೂ ಈವತ್ತೇ ಬೇಸ್ ಕ್ಯಾಂಪ್‌ಗೆ ಹೊರಡ್ತೀನಿ" ಅಂತಂದ.

ಬೆಳಿಗ್ಗೆ 9 ಗಂಟೆಗೆಲ್ಲಾ ನಾವು ಗಂಟುಮೂಟೆ ಕಟ್ಟಿ, ನಡೆಯಲು ಶುರು ಮಾಡಿಬಿಟ್ಟಿದ್ದೆವು. ಉಳಿದವರು ಬಿರುಸಾಗಿ ಸಾಗಿದರೂ, ನಾನು ಮತ್ತು ಹೆಲನ್ ಇಬ್ಬರೂ ಆ್ಯಂಡಿಯ ಜೊತೆಗೆ ಹಿಂದುಳಿದಿದ್ದೆವು. ಒಂದೊಂದು ಹೆಜ್ಜೆ ಇಡುವುದಕ್ಕೂ ಅವನು ಸಿಕ್ಕಾಪಟ್ಟೆ ಕಷ್ಟಪಡುತ್ತಿದ್ದ. ಹೆಜ್ಜೆಗೊಮ್ಮೆ ನಿಲ್ಲುತ್ತಾ, ಅತಿಯಾದ ಸುಸ್ತಿನಿಂದ ತನ್ನೆರಡೂ ಮಂಜುಕೋಲುಗಳ (ಐಸ್‌ಸ್ಟಿಕ್ಸ್) ಮೇಲೆ ಭಾರ ಹಾಕಿ ಒಂದೆರಡು ನಿಮಿಷ ಸುಧಾರಿಸಿಕೊಳ್ಳುತ್ತಾ, ಮತ್ತೆ ಚೇತರಿಸಿಕೊಳ್ಳುತ್ತಾ ಹೆಜ್ಜೆಯಿಡುತ್ತಿದ್ದ.

ನದಿಯ ದಂಡೆಯ ಪಕ್ಕದಲ್ಲಿನ ಅಲ್ಲಾಡುವ ಬಂಡೆಕಲ್ಲುಗಳ ದಾರಿಯಲ್ಲಿ ಮೈಲಿಗಟ್ಟಲೆ ಏರು-ಇಳಿವುಗಳನ್ನು ಸವೆಸಿ, ಮತ್ತೆ ಹಿಮನದಿಯ ಒಡಲಿಗೆ ಬಂದು ಸೇರಿದೆವು. ಒಣಗಿದ ಹುಲ್ಲು, ಉರುಟುರುಟು ಮಣ್ಣು ಅಥವಾ ದೊಡ್ಡ ದೊಡ್ಡ ಗ್ರಾನೈಟ್ ಕಲ್ಲುಗಳು ಹಿಮನದಿಯ ದಾರಿಯಲ್ಲಿ ಇದ್ದೇ ಇರುತ್ತಿದ್ದವು. ಆದರೂ ಆಗೊಮ್ಮೆ ಈಗೊಮ್ಮೆ ಇವೇನೂ ಇಲ್ಲದ ಪಾರದರ್ಶಕವಾದ, ಕಲ್ಲುಗಟ್ಟಿದ, ಸಾಣೆ ಹಿಡಿದ ಸ್ಫಟಿಕದಂತೆ ನುಣುಪಾದ ಹಿಮನದಿಯ ಪಾತ್ರದಲ್ಲಿ ನಾವು ಸಾಗಬೇಕಿತ್ತು. ಹಿಮಕರಗಿದ ನೀರು ಗುಪ್ತಗಾಮಿನಿಯಾಗಿ ರೌದ್ರ ವೇಗದಲ್ಲಿ ಕೆಳಗೆಲ್ಲೋ ಹರಿಯುತ್ತಿದ್ದರಿಂದ, ಭಯ ಬೀಳಿಸುವಂತಹ ವಿಶೇಷ ಕಂಪನವೊಂದು ಈ ಹಿಮನದಿಯ ಉದ್ದಕ್ಕೂ ನಮ್ಮ ಅನುಭವಕ್ಕೆ ಬರುತ್ತಲೇ ಇತ್ತು.

ಮಧ್ಯಾಹ್ನದ ವೇಳೆಗೆ ನಾವು ಫ್ಯಾಂಟಂ ಆಲಿ ಎಂಬ ವಿಲಕ್ಷಣ ಸ್ಥಳಕ್ಕೆ ಬಂದೆವು. ಸ್ವತಂತ್ರವಾಗಿ ನಿಂತ ಮಂಜಿನ ಗೋಪುರಗಳಂತಹ ಆಕೃತಿಗಳು, ಗರಗಸದ ಹಲ್ಲಿನಂತೆ ಚೂಪಾದ ಚೂರಿಗಳನ್ನು ಮೈಯೆಲ್ಲಾ ಹರಡಿಕೊಂಡಿದ್ದ ರಚನೆಗಳು ಅಲ್ಲಿದ್ದವು. ಕೆಲವೊಂದು ಗೋಪುರಗಳು ನೂರು ಅಡಿ ಎತ್ತರವೂ ಇದ್ದವು. ಸೂರ್ಯನ ಕಿರಣಗಳ ಮೊನಚಿಂದ ಕಟಿದಂತೆ ಕಾಣುವ, ಪುಷ್ಯರಾಗ ರತ್ನದಂತೆ ಹೊಳೆಯುವ ಈ ಗೋಪುರಗಳು, ನೆಲದಿಂದ ಎದ್ದ ಶಾರ್ಕ್ ಮೀನಿನ ತೆರೆದ ಬಾಯಿಯ ಹಲ್ಲುಗಳಂತೆ ಕಣ್ಣು ಹಾಯಿಸಿದಷ್ಟು ದೂರ ಕಾಣುತ್ತಿದ್ದವು. ಈ ನೆಲದ ಮೇಲೆ ಹಲವಾರು ಬಾರಿ ಅಡ್ಡಾಡಿದ್ದ ಹೆಲನ್, ನಮ್ಮ ಗಮ್ಯ ಹತ್ತಿರವಾಯ್ತೆಂದು ತಿಳಿಸಿದಳು.

ಮತ್ತೊಂದೆರಡು ಮೈಲು ನಡೆಯುವಷ್ಟರಲ್ಲಿ ಹಿಮನದಿಯು ಮೊನಚಾಗಿ ಪೂರ್ವ ದಿಕ್ಕಿಗೆ ತಿರುಗಿಕೊಂಡಿತು; ನಾವು ದಿಬ್ಬವೊಂದನ್ನು ಏರತೊಡಗಿದೆವು. ಸ್ವಲ್ಪ ಹೊತ್ತಿಗೆ ನಮ್ಮೆದುರಿಗೆ ನೈಲಾನ್ ಬಟ್ಟೆಯ ಗುಮ್ಮಟಗಳನ್ನು ಹೊಂದಿದ್ದ ಪಟ್ಟಣವೊಂದು

ತೆರೆದುಕೊಂಡಿತು. 14 ಪರ್ವತಾರೋಹಣ ತಂಡಗಳ ಆರೋಹಿಗಳು ಮತ್ತು ಶೆರ್ಪಾಗಳಿಗೆ ವಾಸಿಸಲು ಏನಿಲ್ಲವೆಂದರೂ ಮುನ್ನೂರಕ್ಕೂ ಹೆಚ್ಚು ಗುಡಾರಗಳೆದ್ದಿದ್ದು, ಕಲ್ಲು-ಮಂಜಿನ ನಡುವೆ ಚಿಕ್ಕೆಗಳಂತೆ ಕಾಣುತ್ತಿದ್ದವು. ಅಲ್ಲಿ ಹರಡಿದ್ದ ಗುಡಾರಗಳಲ್ಲಿ ನಮ್ಮದನ್ನು ಹುಡುಕಲು ಇಪ್ಪತ್ತು ನಿಮಿಷ ಬೇಕಾಯ್ತು. ಕೊನೆಯ ದಿಬ್ಬವನ್ನೂ ಏರಿ ಮುಗಿಸುವ ಹೊತ್ತಿಗೆ, ರಾಬ್ ಹಾಲ್ ಹೊರಬಂದು "ಬೇಸ್ ಕ್ಯಾಂಪ್‌ಗೆ ಸ್ವಾಗತ" ಎಂದು ನಗುತ್ತಾ ನಮ್ಮನ್ನು ಸ್ವಾಗತಿಸಿದ. ನನ್ನ ಕೈಗಡಿಯಾರದಲ್ಲಿದ್ದ ಎತ್ತರದ ಮಾಪಕವು 17,600 ಅಡಿ ಎಂದು ತೋರಿಸುತ್ತಿತ್ತು.

| | |

ಮುಂದಿನ ಆರು ವಾರಗಳ ಕಾಲ ನಾವು ವಾಸಿಸಬೇಕಾದ ಈ ಕೃತಕ ಕ್ಯಾಂಪ್, ಪರ್ವತದ ಮೆಟ್ಟಿಲು ಮೆಟ್ಟಿಲು ರಚನೆಯಿಂದಾಗಿ ನೈಸರ್ಗಿಕ ಬಯಲು ರಂಗಮಂದಿರದಂತೆ ಸೃಷ್ಟಿಗೊಂಡಿತ್ತು. ಕ್ಯಾಂಪಿನ ಹಿಂಭಾಗದ ಇಳಿಜಾರು ಪ್ರದೇಶವು ಹಿಮನದಿಗಳಿಂದ ಆವೃತಗೊಂಡಿದ್ದು, ದಿನ ರಾತ್ರಿಯೆನ್ನದೆ ಹಿಮಕರಗಿ ಮಂಜಿನ ಪ್ರವಾಹದಂತೆ ಬರುತ್ತಿತ್ತು. ಪೂರ್ವ ದಿಕ್ಕಿನಲ್ಲಿ ಕಾಲು ಮೈಲು ದೂರದಲ್ಲಿ, ನೆಪ್ಟೂ ಪರ್ವತ ಮತ್ತು ಎವರೆಸ್ಟ್‌ನ ಪಶ್ಚಿಮ ಭುಜದ ನಡುವಿನ ಇಕ್ಕಟ್ಟಾದ ಭಾಗದಲ್ಲಿ ಕುಂಭು ಹಿಮನದಿ ಸಿಕ್ಕಿಕೊಂಡು ಚೂರು ಚೂರಾಗಿತ್ತು. ಈ ನೈಸರ್ಗಿಕ ಬಯಲು ರಂಗಮಂದಿರವು ನೈಋತ್ಯ ದಿಕ್ಕಿಗೆ ತೆರೆದುಕೊಂಡಿದ್ದರಿಂದ ಯಥೇಚ್ಛವಾಗಿ ಬೆಳಕಿತ್ತು. ಗಾಳಿಯ ಅಬ್ಬರವಿಲ್ಲದ ಒಂದು ಸ್ವಚ್ಛ ಮಧ್ಯಾಹ್ನದ ಹೊತ್ತು ಕೇವಲ ಟಿ-ಶರ್ಟ್ ಹಾಕಿಕೊಂಡು ಹೊರಗಡೆಗೆ ಕುಳಿತುಕೊಳ್ಳುವಷ್ಟು ಬಿಸಿಲಿರುತ್ತಿತ್ತು. ಆದರೆ ಬೇಸ್ ಕ್ಯಾಂಪ್‌ನ ಪಶ್ಚಿಮ ದಿಕ್ಕಿನಲ್ಲಿರುವ 23,507 ಅಡಿ ಎತ್ತರದ ಪುಮೋರಿ ಪರ್ವತ ಶೃಂಗದ ಹಿಂದೆ ಸೂರ್ಯ ಅಸ್ತಂಗತನಾದ ಮರುಕ್ಷಣವೇ, ವಾತಾವರಣದ ಉಷ್ಣತೆ ಮೈನಸ್ 12 ಕ್ಕೂ ಕೆಳಕ್ಕೆ ಹೋಗುತ್ತಿತ್ತು. ನನ್ನ ಗುಡಾರದೊಳಕ್ಕೆ ಹೊಕ್ಕು ಮಲಗಿಕೊಂಡ ತಕ್ಷಣ, ಮಂಜುಗಡ್ಡೆ ಬಿರುಕುಗೊಂಡ ಸದ್ದುಗಳು ನನಗೆ ಜೋಗುಳವನ್ನು ಹಾಡಿ, ಹಿಮನದಿಯ ಮೇಲೆ ನಾನು ತಂಗಿರುವುದನ್ನು ಜ್ಞಾಪಿಸುತ್ತಿತ್ತು.

ವಾತಾವರಣದಲ್ಲಿರುವ ವೈಪರೀತ್ಯಗಳಿಗೆ ವಿರುದ್ಧವಾಗಿ ಅಡ್ವೆಂಚರ್ ಕನ್ಸ್‌ಲ್ಟಂಟ್ ಕ್ಯಾಂಪಿನಲ್ಲಿ ಹಲವಾರು ಸೌಕರ್ಯಗಳಿದ್ದವು. ಶೆರ್ಪಾಗಳಿಂದ 'ಸಾಹೇಬರು' ಅಥವಾ 'ಮೆಂಬರ್ಸ್' ಎಂದು ಕರೆಸಿಕೊಳ್ಳುತ್ತಿದ್ದ ನಾವು ಹದಿನಾಲ್ಕು ಜನ ಪಾಶ್ಚಿಮಾತ್ಯರು ಮತ್ತು ಹದಿನಾಲ್ಕು ಜನ ಶೆರ್ಪಾಗಳಿಗೆ ಇದು ವಾಸಸ್ಥಾನವಾಗಿತ್ತು. ದೊಡ್ಡ ಗುಹೆಯನ್ನು ನೆನಪಿಸುವಂತಹ ನಮ್ಮ ಕ್ಯಾನ್‌ವಾಸ್ ಗುಡಾರದ ಭೋಜನ

ಶಾಲೆಯಲ್ಲಿ ಬಹುದೊಡ್ಡ ಕಲ್ಲಿನ ಊಟದ ಮೇಜು, ಒಂದು ಸ್ಟೀರಿಯೋ ಸಿಸ್ಟಂ, ಪುಟ್ಟ ಗ್ರಂಥಾಲಯ ಮತ್ತು ಸೂರ್ಯಶಕ್ತಿಯಿಂದ ಕಾರ್ಯನಿರ್ವಹಿಸುವ ವಿದ್ಯುತ್ ದೀಪಗಳಿದ್ದವು. ಪಕ್ಕದಲ್ಲಿಯೇ ಇದ್ದ ಕಮ್ಯುನಿಕೇಷನ್ ಗುಡಾರದಲ್ಲಿ ಸ್ಯಾಟಲೈಟ್ ಫೋನ್ ಮತ್ತು ಫ್ಯಾಕ್ಸ್ ಸೌಲಭ್ಯವಿತ್ತು. ಶೆರ್ಪಾಗಳು ಕಾಸಿದ ನೀರನ್ನು ಬಕೇಟಿನಲ್ಲಿ ಇಟ್ಟರೆ, ರಬ್ಬರ್ ಪೈಪಿನ ಮೂಲಕ ಹೀರಿ ದೇಹದ ಮೇಲೆ ಸಿಂಪಡಿಸುವ ಶವರ್‌ಗಳು ವಿಶೇಷವಾಗಿ ನಮ್ಮ ಸ್ನಾನಕ್ಕೆಂದು ನಿರ್ಮಿಸಲ್ಪಟ್ಟಿದ್ದವು. ತಾಜಾ ತರಕಾರಿ ಮತ್ತು ಬ್ರೆಡ್ಡುಗಳು ಕುದುರೆಗಳ ಮೇಲೆ ಹೇರಿಕೊಂಡು ದಿನ ಬಿಟ್ಟು ದಿನ ಬರುತ್ತಲೇ ಇತ್ತು. ಹಿಂದಿನ ಪುಡಿ ರಾಜರುಗಳಿಂದ ಬ್ರಿಟೀಷರಿಗೆ ಸಿಗುತ್ತಿದ್ದ ಮರ್ಯಾದೆಯ ಸಂಸ್ಕೃತಿಯನ್ನು ನೆನಪಿಸುವಂತೆ, ಪ್ರತಿದಿನ ಮುಂಜಾನೆ ಚೋಂಗ್ಬಾ ಮತ್ತವನ ಅಡಿಗೆ ಹುಡುಗ ತೆಂಡಿ, ಪ್ರತಿಯೊಂದು ಗುಡಾರಕ್ಕೆ ಹೋಗಿ ನಾವು ಹಾಸಿಗೆಯಲ್ಲಿರುವಂತೆಯೇ ಬಿಸಿಬಿಸಿಯ 'ಶೆರ್ಪಾ ಚಹಾ'ವನ್ನು ಕೊಡುತ್ತಿದ್ದರು.

ಪರ್ವತಾರೋಹಿಗಳಿಂದಾಗಿ, ಅದರಲ್ಲೂ ಮುಖ್ಯವಾಗಿ ವಾಣಿಜ್ಯ ತಂಡಗಳಿಂದಾಗಿ ಎವರೆಸ್ಟ್ ಪರ್ವತವು ಹೇಗೆ ತಿಪ್ಪೆಗುಂಡಿಯಾಗಿದೆ ಎಂಬುದರ ಬಗ್ಗೆ ಹಲವಾರು ಕತೆಗಳನ್ನು ಕೇಳಿದ್ದೆ. 70 ಮತ್ತು 80ರ ದಶಕದಲ್ಲಿ ಸಂಪೂರ್ಣವಾಗಿ ಕಸದ ತೊಟ್ಟಿಯಾಗಿದ್ದ ಈ ಬೇಸ್ ಕ್ಯಾಂಪ್, ಇತ್ತೀಚೆಗೆ ಕೆಲವು ವರ್ಷಗಳಿಂದ ಸ್ವಲ್ಪಮಟ್ಟಿಗೆ ಸ್ವಚ್ಛವಾದ ಪ್ರದೇಶವಾಗಿದೆ. ನಾಮ್ಚೆ ಬಜಾರ್‌ನಿಂದ ಹೊರಟ ಮೇಲೆ ಇದೇ ನಾನು ಕಂಡ ಅತ್ಯಂತ ಸ್ವಚ್ಛ ವಾಸಸ್ಥಾನ. ಬದಲಾದ ಈ ಸ್ವಚ್ಛತೆಗೆ ವಾಣಿಜ್ಯ ಪರ್ವತಾರೋಹಣ ತಂಡಗಳನ್ನು ನಾವು ಅಭಿನಂದಿಸಬೇಕಾಗಿದೆ.

ಕೇವಲ ಒಮ್ಮೆ ಮಾತ್ರ ಬಂದು ಹೋಗುವ ಪರ್ವತಾರೋಹಿಗಿಂತಲೂ, ಪ್ರತಿ ವರ್ಷ ಇಲ್ಲಿಗೆ ಗ್ರಾಹಕರನ್ನು ಕರೆ ತರುವ ಮಾರ್ಗದರ್ಶಿಗಳಿಗೆ ಹಿಮಾಲಯದ ಸ್ವಚ್ಛತೆಯ ಬಗ್ಗೆ ಹೆಚ್ಚಿನ ಕಾಳಜಿಯಿದೆ. 1990ರ ತಮ್ಮ ಪರ್ವತಾರೋಹಣದಲ್ಲಿ, ಸ್ವಚ್ಛತೆಯನ್ನೂ ಬಹುಮುಖ್ಯ ಉದ್ದೇಶವಾಗಿ ಮಾಡಿಕೊಂಡ ರಾಬ್ ಹಾಲ್ ಮತ್ತು ಗ್ಯಾರಿ ಬಾಲ್, ಸುಮಾರು ಐದು ಟನ್ ಕಸವನ್ನು ಬೇಸ್ ಕ್ಯಾಂಪ್‌ನಿಂದ ತೆಗೆದು ಹಾಕಿದರು. ಹಾಲ್ ಮತ್ತು ಅವನ ಸಹಮಾರ್ಗದರ್ಶಿಗಳು ಕಾಠ್ಮಂಡುವಿನಲ್ಲಿರುವ ಸರಕಾರದ ಮಂತ್ರಿಗಳ ಜೊತೆ ಮಾತನಾಡಿ, ಪರ್ವತಾರೋಹಿಗಳು ಎವರೆಸ್ಟ್ ಪರ್ವತವನ್ನು ಸ್ವಚ್ಛವಾಗಿಡುವಂತೆ ಪ್ರೋತ್ಸಾಹಿಸುವ ನಿಯಮಗಳನ್ನು ರೂಪಿಸಿದರು. 1996ರ ವೇಳೆಗಾಗಲೆ, ನಮ್ಮ ಪ್ರವೇಶ ಶುಲ್ಕದ ಜೊತೆಗೆ 4000 ಡಾಲರ್ ಹಣವನ್ನು ಮುಂಗಡವಾಗಿ ನೀಡಬೇಕಾಗಿತ್ತು. ಎವರೆಸ್ಟ್‌ನಿಂದ ಹಿಂತಿರುಗುವಾಗ ನಿಗದಿಗೊಳಿಸಿದಷ್ಟು ಕಸವನ್ನು ಹಿಂದಕ್ಕೆ ತಂದು, ನಾಮ್ಚೆ ಬಜಾರಿನಲ್ಲಿಯೋ, ಇಲ್ಲವೇ ಕಾಠ್ಮಂಡುವಿನಲ್ಲೋ ಕೊಟ್ಟರೆ ಮಾತ್ರ ಈ ಮುಂಗಡ ಹಣವನ್ನು

ಹಿಂತಿರುಗಿಸಲಾಗುತ್ತಿತ್ತು. ನಮ್ಮ ಶೌಚವನ್ನೂ ಡಬ್ಬಗಳಲ್ಲಿ ಸಂಗ್ರಹಿಸಿಕೊಂಡು, ಅದನ್ನೂ ಹಿಂದಕ್ಕೆ ತಿರುಗಿ ತರಬೇಕಾಗಿತ್ತು.

ಬೇಸ್ ಕ್ಯಾಂಪ್ ಇರುವೆಯ ಗೂಡಿನಂತೆ ಚಟುವಟಿಕೆಯಿಂದ ತುಂಬಿತ್ತು. ರಾಬ್ ಹಾಲ್‌ನ ಅಡ್ವೆಂಚರ್ ಕನ್ಸಲ್ಟಂಟ್ ಆವರಣವು ಒಂದರ್ಥದಲ್ಲಿ ಬೇಸ್ ಕ್ಯಾಂಪಿನ ಸರಕಾರದಂತೆ ಕಾರ್ಯನಿರ್ವಹಿಸುತ್ತಿತ್ತು. ಏಕೆಂದರೆ ಆ ಪರ್ವತದಲ್ಲಿ ರಾಬ್ ಹಾಲ್‌ಗಿಂತಲೂ ಹೆಚ್ಚಿನ ಗೌರವವನ್ನು ಗಳಿಸಬಲ್ಲ ಮತ್ತೊಬ್ಬ ವ್ಯಕ್ತಿಯಿರಲಿಲ್ಲ. ಕೂಲಿಕಾರರ ನಡುವೆ ಉಂಟಾದ ಜಗಳವಾಗಿರಲಿ, ತುರ್ತುಚಿಕಿತ್ಸೆಯ ಸಂದರ್ಭವೇ ಆಗಿರಲಿ ಅಥವಾ ಪರ್ವತ ಹತ್ತುವ ಯೋಜನೆಯ ಕುರಿತ ನಿರ್ಣಯದ ಬಗ್ಗೆಯೇ ಇರಲಿ – ಜನರು ಗುಂಪಾಗಿ ಬಂದು ಅವನ ಸಹಾಯವನ್ನು ಪಡೆಯಲು ನಮ್ಮ ಊಟದ ಗುಡಾರಕ್ಕೆ ನುಗ್ಗುತ್ತಿದ್ದರು. ರಾಬ್ ಹಾಲ್ ಧಾರಾಳವಾಗಿ ತನ್ನ ಅನುಭವವನ್ನು ಹಂಚಿಕೊಳ್ಳುತ್ತಿದ್ದ. ಅವನ ಕಂಪನಿಯೊಡನೆ ಸ್ಪರ್ಧೆ ನಡೆಸುವಂತಹ ಸ್ಕಾಟ್ ಫಿಷರ್‌ನ ಬಣದವರು ಬಂದರೂ ಅವನು ಸಲಹೆ ಕೊಡಲು ಹಿಂಜರಿಯುತ್ತಿರಲಿಲ್ಲ.

ಸ್ಕಾಟ್ ಫಿಷರ್ ಈ ಹಿಂದೆ 8000 ಮೀಟರ್ ಎತ್ತರದ[1] (26,400 ಅಡಿ), ಪಾಕಿಸ್ತಾನದಲ್ಲಿರುವ ಕರಕೋರಂ ಶ್ರೇಣಿ ಪರ್ವತದ ವಿಶಾಲ ಶೃಂಗದ ಆರೋಹಣದ ಮಾರ್ಗದರ್ಶಕನಾಗಿ 1995ರಲ್ಲಿಯೇ ಯಶಸ್ವಿಯಾಗಿದ್ದ. ಎವರೆಸ್ಟ್ ಹತ್ತಲು ನಾಲ್ಕು ಸಾರಿ ಪ್ರಯತ್ನಿಸಿ, 1994 ರಲ್ಲಿ ಒಮ್ಮೆ ಯಶಸ್ವಿಯಾಗಿದ್ದ. ಆಗವನು ತಂಡದ ಸದಸ್ಯನಾಗಿದ್ದ, ಮಾರ್ಗದರ್ಶಕನಾಗಿರಲಿಲ್ಲ. 1996ರಲ್ಲಿ ಮೊದಲ ಬಾರಿಗೆ ಅವನು, ರಾಬ್ ಹಾಲ್‌ನಂತೆ ಪರ್ವತಾರೋಹಣದ ವಾಣಿಜ್ಯ ತಂಡವನ್ನು ಕಟ್ಟಿಕೊಂಡು ಮಾರ್ಗದರ್ಶಿಯಾಗಿ ಬಂದಿದ್ದ. ಅವನ ತಂಡದಲ್ಲಿ 8 ಗ್ರಾಹಕರಿದ್ದರು. ನಮ್ಮ ವಸತಿಯಿಂದ ಹಿಮನದಿಯಗುಂಟ ಕೆಳಗಡೆಗೆ ಐದು ನಿಮಿಷ ನಡೆದರೆ ಅವರ ಗುಡಾರಗಳು ಸಿಗುತ್ತಿದ್ದವು. ಸ್ಟಾರ್‌ಬಕ್ ಕಾಫಿಯ ದೊಡ್ಡ ಜಾಹೀರಾತೊಂದನ್ನು ಗುಡಾರದೆತ್ತರದ ಕಲ್ಲುಬಂಡೆಗೆ ನೇತುಹಾಕಲಾಗಿದ್ದರಿಂದ ಅವನ್ನು ಸುಲಭವಾಗಿ ಗುರುತಿಸಬಹುದಾಗಿತ್ತು.

ಶಿಖರಗಳನ್ನು ಏರುವುದನ್ನೇ ವೃತ್ತಿಯಾಗಿ ಮಾಡಿಕೊಂಡ ಹಿಡಿಯಷ್ಟು ವಿಕ್ಷಿಪ್ತ ಜನರು, ಹೆಚ್ಚೂ ಕಡಿಮೆ ಒಂದು ಸಣ್ಣ ಗುಂಪಾಗಿಯೇ ಬದುಕುತ್ತಾರೆ. ರಾಬ್

---

1 ಒಟ್ಟಾರೆಯಾಗಿ ಪ್ರಪಂಚದಲ್ಲಿ 14 ಪರ್ವತಗಳು 8000 ಮೀಟರ್‌ಗೂ ಎತ್ತರದ ಶೃಂಗವನ್ನು ಹೊಂದಿವೆ. ಅಂದರೆ ಸಮುದ್ರಮಟ್ಟಕ್ಕಿಂತಲೂ 8000 ಮೀಟರ್ ಎತ್ತರವಿರುವ ಪರ್ವತಗಳಿವು. ಈ 8,000 ಮೀಟರ್ ಎನ್ನುವುದು ಒಂದು ಅಜಮಾಯಿಷಿ ಸಂಖ್ಯೆಯಾದರೂ, ಪರ್ವತಾರೋಹಿಗಳಲ್ಲಿ ಈ ಪರ್ವತಗಳ ಬಗ್ಗೆ ವಿಶೇಷ ವ್ಯಾಮೋಹವಿದೆ. ಮೊದಲ ಬಾರಿಗೆ ಈ ಎಲ್ಲಾ ಪರ್ವತಗಳನ್ನು 1986ರಲ್ಲಿ ರೀನ್‌ಹೋಲ್ಡ್ ಮೆಸ್ನರ್ ಎನ್ನುವ ಪರ್ವತಾರೋಹಿ ಹತ್ತಿದ. ಈವತ್ತಿನವರೆಗೆ ಈ ಸಾಹಸವನ್ನು ಈತನನ್ನು ಬಿಟ್ಟರೆ, ಕೇವಲ ನಾಲ್ಕು ಜನ ಮಾತ್ರ ಮಾಡಿದ್ದಾರೆ.

ಹಾಲ್ ಮತ್ತು ಸ್ಕಾಟ್ ಫಿಷರ್ ವೃತ್ತಿ ವೈರಿಗಳೆಂದು ಪರಿಗಣಿಸಿದರೂ, ಆಗೊಮ್ಮೆ ಈಗೊಮ್ಮೆ ಪರ್ವತಾರೋಹಣದ ಹಾದಿಯಲ್ಲಿ ಅವರು ಭೇಟಿಯಾಗಲೇ ಬೇಕಿತ್ತು. ಒಂದು ಹಂತದಲ್ಲಿ ಅವರಿಬ್ಬರೂ ತಮ್ಮನ್ನು ಗೆಳೆಯರೆಂದೇ ಭಾವಿಸಿಕೊಂಡಿದ್ದರು. ಫಿಷರ್ ಮತ್ತು ಹಾಲ್ 1980ರಲ್ಲಿ ಮೊದಲ ಬಾರಿಗೆ ರಷ್ಯಾದ ಪಾಮಿರ್ ಪ್ರಾಂತದಲ್ಲಿ ಭೇಟಿಯಾದರು. ಅನಂತರದ 1989 ಮತ್ತು 1994ರ ಎವರೆಸ್ಟ್ ಆರೋಹಣದಲ್ಲಿ ಸಾಕಷ್ಟು ಸಮಯವನ್ನು ಜೊತೆಯಲ್ಲಿಯೇ ಕಳೆದರು. ಈ 1996ರ ಎವರೆಸ್ಟ್ ಆರೋಹಣ ಮುಗಿಸಿದ ನಂತರ, ಮಧ್ಯ ನೇಪಾಳದಲ್ಲಿರುವ ಅತ್ಯಂತ ದುರ್ಗಮವಾದ 26,781 ಅಡಿ ಎತ್ತರದ ಮನಸ್ಲು ಪರ್ವತವನ್ನು ಜೊತೆಯಾಗಿಯೇ ಹತ್ತಬೇಕೆಂದು ಯೋಜಿಸಿದ್ದರು.

ಪ್ರಪಂಚದಲ್ಲಿಯೇ ಎರಡನೆಯ ಎತ್ತರದ ಪರ್ವತವಾದ ಕೆ–2ವನ್ನು 1992ರಲ್ಲಿ ಹತ್ತುವಾಗ ಒಬ್ಬರಿಗೊಬ್ಬರು ಭೇಟಿಯಾದಾಗಲೇ ಅವರಿಬ್ಬರ ಮಧ್ಯೆ ಬೆಸುಗೆಯೊಂದು ಮೂಡಿತ್ತು. ರಾಬ್ ಹಾಲ್ ತನ್ನ ಜೊತೆಗಾರ ಮತ್ತು ಬಿಜಿನೆಸ್ ಪಾರ್ಟನರ್ ಗಾರಿ ಬಾಲ್ ಜೊತೆಯಲ್ಲಿ ಪರ್ವತವನ್ನು ಆರೋಹಣ ಮಾಡುತ್ತಿದ್ದ; ಫಿಷರ್ ತನ್ನ ಅಮೆರಿಕಾದ ಶ್ರೀಮಂತ ಗ್ರಾಹಕ ಎಡ್ ವೈಸ್ಟಿಯುವರ್ಸ್ ಜೊತೆಯಲ್ಲಿ ಹತ್ತುತ್ತಿದ್ದ. ತಮ್ಮ ಆರೋಹಣವನ್ನು ಮುಗಿಸಿ ಫಿಷರ್, ವೈಸ್ಟಿಯುವರ್ಸ್ ಮತ್ತು ಇನ್ನೊಬ್ಬ ಅಮೆರಿಕಾದ ಗ್ರಾಹಕ ಚಾರ್ಲಿ ಮೇಸ್ ಪರ್ವತವನ್ನು ಇಳಿಯುತ್ತಿರುವಾಗ ರೌದ್ರ ಬಿರುಗಾಳಿಯಿತ್ತು. ಆಗವರು ಗಿರಿಶೃಂಗದ ತೆಳುಗಾಳಿಯ ಅಸ್ವಸ್ಥತೆಯಿಂದ ಬಳಲುತ್ತಿದ್ದ ಮತ್ತು ಭಾಗಶಃ ಎಚ್ಚರ ತಪ್ಪಿದ್ದ ಗಾರಿ ಬಾಲ್‌ನನ್ನು ಉಳಿಸಲು ಒದ್ದಾಡುತ್ತಿದ್ದ ರಾಬ್ ಹಾಲ್‌ನನ್ನು ಭೇಟಿಯಾದರು. ಜೀವಕ್ಕೇ ಕುತ್ತು ತಂದಂತಹ ಅಸ್ವಸ್ಥತೆಯಿಂದ ಬಳಲುತ್ತಿದ್ದ ಬಾಲ್‌ಗೆ ಒಂದು ಹೆಜ್ಜೆಯನ್ನೂ ತಾನಾಗಿಯೇ ಮುಂದಿಡಲಾಗುತ್ತಿರಲಿಲ್ಲ. ಫಿಷರ್, ವೈಸ್ಟಿಯುವರ್ಸ್ ಮತ್ತು ಮೇಸ್ ಮೂವರೂ ರಾಬ್ ಹಾಲ್‌ಗೆ ಸಹಾಯ ಮಾಡಿ, ಆ ಅನಿರೀಕ್ಷಿತ ಹಿಮಪಾತದ ಬಿರುಗಾಳಿಯ ಹೊಡೆತದಲ್ಲಿಯೂ ಗಾರಿ ಬಾಲ್‌ನನ್ನು ಕೆಳಗಿಳಿಸಿ, ಅವನ ಜೀವ ಉಳಿಸುವುದರಲ್ಲಿ ಯಶಸ್ವಿಯಾಗಿದ್ದರು. (ಮುಂದೆ ಒಂದು ವರ್ಷದ ನಂತರ ಗಾರಿ ಬಾಲ್ ಇಂತಹದೇ ರೋಗದಿಂದಾಗಿ ಧವಳಗಿರಿಯ ಪರ್ವತದ ಇಳಿಜಾರಿನಲ್ಲಿ ಮಡಿದ.)

ನಲವತ್ತರ ಫಿಷರ್‌ನು ದೈತ್ಯ ದೇಹದ, ಬಹುಮುಖಿ ವ್ಯಕ್ತಿತ್ವದ ಮನುಷ್ಯ. ತನ್ನ ಬೆಳ್ಳಿ ಕೂದಲುಗಳನ್ನು ಕಟ್ಟಿ, ಜಡೆಯನ್ನು ಬಿಟ್ಟಿದ್ದ ಈತನಲ್ಲಿ ಪೌರುಷವು ತುಂಬಿ ತುಳುಕುತ್ತಿತ್ತು. ತನ್ನ 14ನೇ ವಯಸ್ಸಿನಲ್ಲಿ ನ್ಯೂಜೆರ್ಸಿಯ ಬಾಸ್ಕಿಂಗ್ ರಿಡ್ಜ್ ಶಾಲೆಯಲ್ಲಿ ವಿದ್ಯಾರ್ಥಿಯಾಗಿರುವಾಗೊಮ್ಮೆ, ಟಿವಿಯಲ್ಲಿ ಪರ್ವತಾರೋಹಣಕ್ಕೆ ಸಂಬಂಧಿಸಿದ ವಿಶೇಷ ಕಾರ್ಯಕ್ರಮವನ್ನು ಅಚಾನಕ್ಕಾಗಿ ನೋಡಿದ್ದೇ ದಿಗ್ಭ್ರಮೆಗೊಂಡ. ಮುಂದಿನ

ಬೇಸಿಗೆಯಲ್ಲಿ ವಯೋಮಿಂಗ್ ರಾಜ್ಯಕ್ಕೆ ಹೋಗಿ, ದಟ್ಟ ಅರಣ್ಯ, ಪರ್ವತಗಳ ಕುರಿತಾಗಿ ಕಲಿಸಿಕೊಡುತ್ತಿದ್ದ ನ್ಯಾಷನಲ್ ಔಟ್‌ಡೋರ್ ಲೀಡರ್‌ಶಿಪ್ ಸ್ಕೂಲ್ (NOLS) ನ ಪದವಿಯೊಂದಕ್ಕೆ ಸೇರಿಕೊಂಡ. ಹೈಸ್ಕೂಲ್ ವಿದ್ಯಾಭ್ಯಾಸ ಮುಗಿಸಿದ್ದೇ ಖಾಯಂ ಆಗಿ ಪಶ್ಚಿಮಕ್ಕೆ ಬಂದು ನೆಲೆಸಿಬಿಟ್ಟ. NOLS ನಲ್ಲಿ ಹಂಗಾಮಿ ಬೋಧಕನಾಗಿ ಸೇರಿಕೊಂಡು, ಪರ್ವತಾರೋಹಣವನ್ನು ತನ್ನ ಹೃದಯದಲ್ಲಿ ಸ್ಥಾಪಿಸಿಕೊಂಡವನು ಮತ್ತೆಂದೂ ಹಿಂತಿರುಗಿ ನೋಡಲಿಲ್ಲ.

ಫಿಷರ್‌ನ 18ನೇ ವಯಸ್ಸಿನಲ್ಲಿ NOLS ನಲ್ಲಿ ಬೋಧಕನಾಗಿದ್ದಾಗ, ತನ್ನದೇ ತರಗತಿಯ ವಿದ್ಯಾರ್ಥಿನಿ ಜೀನ್ ಪ್ರೈಸ್‌ನ ಪ್ರೇಮದಲ್ಲಿ ಬಿದ್ದ. ಅನಂತರ 7 ವರ್ಷಗಳ ತರುವಾಯ ಅವರಿಬ್ಬರೂ ಮದುವೆಯಾಗಿ, ಆ್ಯಂಡಿ ಮತ್ತು ಕೇಟಿ ರೋಸ್ ಎನ್ನುವ ಇಬ್ಬರು ಮಕ್ಕಳನ್ನು ಪಡೆದು, ಸಿಯಾಟೆಲ್‌ನಲ್ಲಿ ನೆಲೆಸಿದರು. (ಈ ಎವರೆಸ್ಟ್ ಪರ್ವತಾರೋಹಣದ ಸಮಯದಲ್ಲಿ ಇಬ್ಬರೂ ಮಕ್ಕಳಿಗೆ ಕ್ರಮವಾಗಿ 9 ಮತ್ತು 5 ವರ್ಷ ವಯಸ್ಸು.) ವಾಣಿಜ್ಯ ವಿಮಾನವನ್ನು ಚಲಾಯಿಸುವುದಕ್ಕೆ ಪರವಾನಿಗೆಯನ್ನು ಪಡೆದ ಜೀನ್ ಪ್ರೈಸ್, ಅಲಾಸ್ಕಾ ಏರ್‌ಲೈನ್ಸ್‌ನಲ್ಲಿ ಅತ್ಯಂತ ಹೆಚ್ಚು ಸಂಬಳವನ್ನು ಕೊಡುವ, ಗೌರವಯುತವಾದ ನೌಕರಿ ಗಿಟ್ಟಿಸಿದ್ದೇ ಫಿಷರ್ ಪರ್ವತಾರೋಹಣಕ್ಕೆ ಸಂಪೂರ್ಣ ಸಮರ್ಪಿಸಿಕೊಂಡು ಬಿಟ್ಟ. ಆಕೆಯ ವರಮಾನದಿಂದಲೇ ಮೌಂಟನ್ ಮ್ಯಾಡ್‌ನೆಸ್ ಎನ್ನುವ ತನ್ನ ಕಂಪನಿಯನ್ನು 1984ರಲ್ಲಿ ಆರಂಭಿಸಿದ.

ಅಡ್ವೆಂಚರ್ ಕನ್ಸಲ್ಟಂಟ್ಸ್ ಎನ್ನುವ ರಾಬ್ ಹಾಲ್‌ನ ಕಂಪನಿಯ ಹೆಸರು ಅವನ ವ್ಯಕ್ತಿತ್ವದ ಅಚ್ಚುಕಟ್ಟುತನ, ಸೂಕ್ಷ್ಮ ಸ್ವಭಾವವನ್ನು ಸೂಚಿಸಿದರೆ, ಅದಕ್ಕೂ ಹೆಚ್ಚಾಗಿ ಮೌಂಟನ್ ಮ್ಯಾಡ್‌ನೆಸ್ ಎನ್ನುವ ಸ್ಕಾಟ್ ಫಿಷರ್‌ನ ಕಂಪನಿಯ ಹೆಸರು ಅವನ ಸ್ವಭಾವವನ್ನು ಯಥಾವತ್ತಾಗಿ ಪ್ರತಿಬಿಂಬಿಸುತ್ತಿತ್ತು. ತನ್ನ ಇಪ್ಪತ್ತರ ವಯಸ್ಸಿಗಾಗಲೇ ಅವನು ಪರ್ವತಾರೋಹಣ ಪ್ರಪಂಚದಲ್ಲಿ ಅರಿಭಯಂಕರನೆಂದೂ, ಅಂಜದ ಗಂಡೆಂದೂ ಪ್ರಖ್ಯಾತನಾಗಿ ಬಿಟ್ಟಿದ್ದ. ಅವನ ವೃತ್ತಿ ಜೀವನದುದ್ದಕ್ಕೂ, ಅದರಲ್ಲೂ ಹರೆಯದ ದಿನಗಳಲ್ಲಿ, ಅವನು ಎಂತಹ ಅಪಘಾತಗಳನ್ನು ಎದುರಿಸಿದ್ದನೆಂದರೆ, ಸ್ವಲ್ಪ ಹೆಚ್ಚು ಕಡಿಮೆಯಾದರೂ ಅವನ ಜೀವವನ್ನು ತೆಗೆದುಕೊಳ್ಳುವ ಎಲ್ಲಾ ಸಾಧ್ಯತೆಗಳೂ ಅಲ್ಲಿದ್ದವು.

ಕೊನೆಯ ಪಕ್ಷ ಎರಡು ಸಂದರ್ಭಗಳಲ್ಲಿ, ಒಮ್ಮೆ ವಯೋಮಿಂಗ್‌ನಲ್ಲೂ ಮತ್ತೊಮ್ಮೆ ಯೋಸೆಮಿಟಿನಲ್ಲಿಯೂ, 80 ಅಡಿ ಎತ್ತರದಿಂದ ನೆಲಕ್ಕೆ ಬಿದ್ದಿದ್ದ. ಸಹಾಯಕ ಬೋಧಕನಾಗಿ NOLS ನಲ್ಲಿ ಕೆಲಸ ಮಾಡುವಾಗ, ವಿಂಡ್ ರಿವರ್ ನದಿಯ ವ್ಯಾಪ್ತಿಯಲ್ಲೊಮ್ಮೆ, ಡಿನ್‌ವೂಡಿ ಹಿಮನದಿಯ ಬಳಿ, ಹಗ್ಗವನ್ನೂ ಕಟ್ಟಿಕೊಳ್ಳದೆ, 70 ಅಡಿ ಎತ್ತರದಿಂದ ಕೆಳಕ್ಕೆ ದೊಪ್ಪನೆ ಬಿದ್ದ. ಬಹುಶಃ ಅವನ ಕುಖ್ಯಾತ ಕೆಳಗೆ ಬೀಳುವ

ಹಲವು ಪ್ರಸಂಗಗಳಲ್ಲಿ, ಅವನಿನ್ನೂ ಯುವ ಹಿಮಪರ್ವತಾರೋಹಿಯಾದಾಗ ನಡೆದದ್ದು ವಿಶೇಷವಾಗಿದೆ. ಇನ್ನೂ ಅನನುಭವಿಯಾದರೂ, ಯೂಟಾ ರಾಜ್ಯದ ಪ್ರೊವೋ ಕ್ಯಾನನ್‌ನಲ್ಲಿರುವ ಬ್ರೈಡಲ್ ವೀಲ್ ಎನ್ನುವ ಅತ್ಯಂತ ದುರ್ಗಮವಾದ ಜಲಪಾತವನ್ನು ಹತ್ತಲು ನಿರ್ಧರಿಸಿಬಿಟ್ಟಿದ್ದ. ಹಿಮದ ಜಲಪಾತವನ್ನು ಹತ್ತುತ್ತಿದ್ದ ಇಬ್ಬರು ನುರಿತ ಪರ್ವತಾರೋಹಿಗಳೊಡನೆ ಜಿದ್ದಿಗೆ ಬಿದ್ದ ಫಿಷರ್, 100 ಅಡಿ ಎತ್ತರದಿಂದ ಆಯ ತಪ್ಪಿ ಬಿದ್ದು, ಸೀದಾ ನೆಲಕ್ಕೆ ಅಪ್ಪಳಿಸಿದ.

ಈ ಘಟನೆಯನ್ನು ವೀಕ್ಷಿಸಿದ ಜನರ ಅಚ್ಚರಿಗೆ ಕಾರಣವಾಗುವಂತೆ, ಚಿಕ್ಕ ಪುಟ್ಟ ಗಾಯಗಳು ಮಾತ್ರ ಆಗಿದ್ದರಿಂದ ಅವನು ಹಗೂರಕ್ಕೆ ಎದ್ದು ನಡೆದುಬಿಟ್ಟಿದ್ದ. ಈ ಭಯಾನಕ ಧುಮುಕುವಿಕೆಯಲ್ಲಿ, ಚೂಪಾದ ಕೊಳವೆಯಾಕಾರದ ಹಿಮ ಆಯುಧವೊಂದು ಅವನ ಮೀನಖಂಡವನ್ನು ಚುಚ್ಚಿ ಮತ್ತೊಂದು ಕಡೆಯಿಂದ ಹೊರ ಬಂದಿತ್ತು. ಈ ಕೊಳವೆಯನ್ನು ಹೊರ ತೆಗೆದಾಗ ಅದು ಒಂದಿಷ್ಟು ಮಾಂಸವನ್ನೂ ಹೊರಹಾಕಿತ್ತು. ಇದರಿಂದಾಗಿ ಕಾಲಿನಲ್ಲಿ ಒಂದು ಸೀಸದಕಡ್ಡಿಯನ್ನು ತೂರಿಸುವಷ್ಟು ದೊಡ್ಡ ರಂಧ್ರ ಮೂಡಿತ್ತು. ಇಂತಹ ಚಿಕ್ಕಪುಟ್ಟ ಗಾಯಗಳಿಗೆಲ್ಲಾ ಅನವಶ್ಯಕವಾಗಿ ಚಿಕಿತ್ಸೆಗೆ ಮತ್ತು ಮದ್ದಿಗೆ ಹಣ ದುಂಧು ಮಾಡುವುದು ಬೇಡವೆಂದು ನಿರ್ಧರಿಸಿದ ಫಿಷರ್, ಮುಂದಿನ ಆರು ತಿಂಗಳು ಕಾಲ ಕೀವು ಚಿಮ್ಮುತ್ತಿದ್ದ ಆ ಗಾಯವನ್ನು ತೆರೆದಿಟ್ಟುಕೊಂಡೇ ಪರ್ವತಾರೋಹಣ ಮುಂದುವರೆಸಿದ. ಹದಿನೈದು ವರ್ಷಗಳ ನಂತರ ನನಗೊಮ್ಮೆ ಆ ಶಾಶ್ವತ ಗಾಯದ ಗುರುತನ್ನು ಅತ್ಯಂತ ಹೆಮ್ಮೆಯಿಂದ ತೋರಿಸಿದ್ದ. ನಾಣ್ಯದಷ್ಟು ಗಾತ್ರದ, ಹೊಳೆಹೊಳೆಯುವ ಆ ಜೋಡಿ ಗಾಯದ ಗುರುತುಗಳು ಅವನ ಮೀನಖಂಡದ ಆಚೆ ಈಚೆ ಮೂಡಿದ್ದವು.

ಡ್ಯಾನ್ ಪೀಟರ್‌ಸನ್ ಎಂಬ ಅಮೆರಿಕಾದ ಪ್ರಖ್ಯಾತ ಪರ್ವತಾರೋಹಿಯ ಪ್ರಕಾರ "ಸ್ಕಾಟ್ ಯಾವತ್ತೂ ಹಾಗೆ. ತನ್ನ ದೈಹಿಕ ಸಾಮರ್ಥ್ಯದ ಸೀಮೆಗಳನ್ನು ಬಲವಂತದಿಂದ ದಾಟಲು ಪ್ರಯತ್ನಿಸುತ್ತಿದ್ದ". ಬ್ರೈಡಲ್ ವೀಲ್ ಫಾಲ್ಸ್ ಘಟನೆಯ ನಂತರ ಡ್ಯಾನ್ ಪೀಟರ್‌ಸನ್, ಸ್ಕಾಟ್ ಫಿಷರ್‌ನನ್ನು ಭೇಟಿಯಾಗಿದ್ದ. ಒಂದರ್ಥದಲ್ಲಿ ಫಿಷರ್‌ಗೆ ಗುರು ಸಮಾನನಾಗಿದ್ದ ಡ್ಯಾನ್ ಪೀಟರ್‌ಸನ್ ಸುಮಾರು ಎರಡು ದಶಕಗಳ ಕಾಲ ಅವನೊಡನೆ ಹಲವಾರು ಪರ್ವತಾರೋಹಣಗಳನ್ನು ಮಾಡಿದ. "ಅವನ ಮನೋಸ್ಥೈರ್ಯ ವಿಶೇಷವಾದದ್ದು. ಅವನೆಷ್ಟೇ ನೋವಿನಲ್ಲಿ ಇದ್ದರೂ ಅದನ್ನು ನಿರ್ಲಕ್ಷಿಸಿ ಮುಂದುವರೆಯಲು ಪ್ರಯತ್ನಿಸುತ್ತಿದ್ದ. ಕಾಲು ಉಳುಕಿತು ಅಂತ ಹಿಂತಿರುಗುವ ಜಾಯಮಾನದ ವ್ಯಕ್ತಿತ್ವ ಅವನದಾಗಿರಲಿಲ್ಲ.

"ಸ್ಕಾಟ್‌ಗೆ ಜಗತ್ತಿನ ಅತ್ಯುತ್ತಮ ಪರ್ವತಾರೋಹಿ ಆಗಬೇಕು ಅನ್ನೋ ಸುಡುಸುಡುವ ಬಯಕೆಯಿತ್ತು. ನಂಗಿನ್ನೂ ಚೆನ್ನಾಗಿ ನೆನಪಿದೆ. NOLS ನಲ್ಲಿ

ಒಂದು ಕಚ್ಚಾ ಜಿಮ್ ಇತ್ತು. ಸ್ಕಾಟ್ ಪ್ರತಿದಿನವೂ ಅಲ್ಲಿಗೆ ಹೋಗಿ ಅದೆಷ್ಟು ದೇಹ ದಂಡಿಸುತ್ತಿದ್ದನೆಂದರೆ, ಹಿಂತಿರುಗುವ ಮುನ್ನ ಹೊಟ್ಟೆಯಲ್ಲಿದ್ದದ್ದೆಲ್ಲಾ ಹೊರಗೆ ಕಾರಿಕೊಳ್ಳುತ್ತಿದ್ದ – ದಿನಂಪ್ರತಿ. ಆ ತರಹ ಛಲ ಇರೋ ಮನುಷ್ಯರನ್ನ ನಾವು ಭೇಟಿಯಾಗೋದು ಅಪರೂಪ."

ಫಿಷರ್‌ನ ಶಕ್ತಿ, ಧಾರಳಿತನ, ಚಾಣಾಕ್ಷತನ ಮತ್ತು ಮಗುವಿನಂತಹ ಉತ್ಸಾಹಕ್ಕೆ ಸಾಕಷ್ಟು ಜನ ಅವನಿಗೆ ಆಕರ್ಷಿತರಾಗುತ್ತಿದ್ದರು. ಕಲಬೆರಕೆಯಿಲ್ಲದ ಅವನ ಭಾವತೀವ್ರತೆ, ಕೂದಲುಸೀಳದ ಸರಳತನ, ಗುಂಪಿನಲ್ಲಿ ಅಯಸ್ಕಾಂತದಂತೆ ಆಕರ್ಷಿಸಬಲ್ಲ ವಿಶೇಷ ವ್ಯಕ್ತಿತ್ವ, ಅವನಿಗೆ ಜೀವಕ್ಕೆಜೀವ ಕೊಡುವ ಗೆಳೆಯರನ್ನು ಸಂಪಾದಿಸಿ ಕೊಟ್ಟಿತ್ತು; ಭೇಟಿಯಾದ ಮೊದಲ ಸಲವೇ ನೂರಾರು ಜನರು ಅವನನ್ನು ಚಡ್ಡಿ ದೋಸ್ತ್ ಎನ್ನುವಂತೆ ಸ್ವೀಕರಿಸುತ್ತಿದ್ದರು. ಪೈಲ್ವಾನನಂತೆ ಬಿರಿಯುವ ಮಾಂಸಖಂಡಗಳನ್ನೂ, ಅಚ್ಚುಕಟ್ಟಾಗಿ ಶಿಲ್ಪಿಯೊಬ್ಬ ಕೊರೆದಿಟ್ಟಂತಹ ಸಿನಿಮಾ ನಟನ ದೇಹರಚನೆಯೂ ಅವನಿಗಿತ್ತು. ಬರೀ ಹೆಂಗಸರು ಮಾತ್ರ ಅವನಿಗೆ ಆಕರ್ಷಿತರಾಗುತ್ತಿರಲಿಲ್ಲ ಮತ್ತು ಅವನು ಯಾವ ಬಗೆಯ ಆಕರ್ಷಣೆಯನ್ನೂ ನಿರಾಕರಿಸುತ್ತಿರಲಿಲ್ಲ.

ಬ್ರಹ್ಮಾಂಡ ಬಯಕೆಗಳ ಈತ, ಸಾಕಷ್ಟು ಗಾಂಜಾ ಸೇದುತ್ತಿದ್ದ (ಕಾರ್ಯನಿರತನಾದಾಗ ಯಾವತ್ತೂ ಇಲ್ಲ) ಮತ್ತು ಅತಿ ಎನ್ನುವಷ್ಟು ಕುಡಿಯುತ್ತಿದ್ದ. ಮೌಂಟೆನ್ ಮ್ಯಾಡ್‌ನೆಸ್ ಸಂಸ್ಥೆಯ ಹಿಂಭಾಗದ ಚಿಕ್ಕ ಕೋಣೆಯನ್ನು ಈತ ತನ್ನ ಕ್ಲಬ್ ಹೌಸ್ ಆಗಿ ಪರಿವರ್ತಿಸಿಕೊಂಡಿದ್ದ. ಮಕ್ಕಳನ್ನು ಮಲಗಿಸಿದ್ದೇ ಈತ ಆ ಕೋಣೆಗೆ ಹೋಗಿ, ತನ್ನ ಗೆಳೆಯರೊಡನೆ ಗಾಂಜಾ ಸೇದುತ್ತಾ, ಪರ್ವತದ ಶೃಂಗಗಳಲ್ಲಿ ತಾವು ಮಾಡಿದ ಸಾಹಸಗಳ ಚಿತ್ರಗಳನ್ನು ವೀಕ್ಷಿಸುತ್ತಾ ಕಾಲ ಕಳೆಯುತ್ತಿದ್ದ.

1980ರಲ್ಲಿ ಹಲವಾರು ಪರಿಣಾಮಕಾರಿಯಾದ ಪರ್ವತಾರೋಹಣಗಳನ್ನು ಫಿಷರ್ ಮಾಡಿದ್ದರಿಂದ ಅವನಿಗೆ ಸ್ಥಳೀಯವಾಗಿ ಸ್ವಲ್ಪ ಪ್ರಸಿದ್ಧಿಯೂ, ಆದರೆ ಜಾಗತಿಕ ಪರ್ವತಾರೋಹಣ ಪ್ರಪಂಚದಲ್ಲಿ ಸಾಕಷ್ಟು ಪ್ರಶಂಸೆಯನ್ನೂ ತಂದುಕೊಟ್ಟಿತು. ತನ್ನೆಲ್ಲಾ ಪರಿಶ್ರಮವನ್ನು ಹಾಕಿದರೂ, ತನ್ನ ಸಹಪರ್ವತಾರೋಹಿಗಳು ಗಳಿಸುವಷ್ಟು ಆಕರ್ಷಕ ಹಣ ನೀಡುವ ಪೋಷಕರನ್ನು ಪಡೆಯಲು ಸ್ಕಾಟ್‌ಗೆ ಸಾಧ್ಯವಾಗಲಿಲ್ಲ. ಪ್ರಸಿದ್ಧ ಪರ್ವತಾರೋಹಿಗಳು ತನ್ನನ್ನು ಗೌರವಿಸುವುದಿಲ್ಲವೆಂಬ ಬೇಸರ ಅವನಿಗಿತ್ತು.

ಜೇನ್ ಬ್ರೋಮೆಟ್‌ಳ ಪ್ರಕಾರ "ಹೆಸರುವಾಸಿಯಾಗುವುದು ಸ್ಕಾಟ್‌ಗೆ ತುಂಬಾ ಮುಖ್ಯವಾಗಿತ್ತು". ಈಕೆ ಸ್ಕಾಟ್‌ನ ಮಾಧ್ಯಮ ಸಲಹೆಗಾರಳೂ, ಹಲವಾರು ಬಾರಿ ಮೌಂಟೆನ್ ಮ್ಯಾಡ್‌ನೆಸ್ ತಂಡದ ಜೊತೆಯಲ್ಲಿ ಪರ್ವತಾರೋಹಣ ಮಾಡಿ, ಬೇಸ್ ಕ್ಯಾಂಪಿನಿಂದ 'ಔಟ್‌ಸೈಡ್ ಆನ್‌ಲೈನ್' ಅಂತರ್ಜಾಲ ಪತ್ರಿಕೆಗೆ ವರದಿಯನ್ನು

ಕಳುಹಿಸಿದ್ದಾಳೆ. "ಪ್ರಸಿದ್ಧಿಗಾಗಿ ಒದ್ದಾಡ್ತಾ ಇದ್ದ. ಸಾಕಷ್ಟು ಜನರಿಗೆ ಕಾಣದ ಒಂದು ದುರ್ಬಲ ಆಯಾಮವೂ ಅವನಿಗಿತ್ತು; ಈ ಕೀರ್ತಿಯ ಹಪಹಪಿಯಿಂದಾಗಿ ಅವನಿಗೆ ತನ್ನನ್ನು ಸಾಕಷ್ಟು ಜನ ಪ್ರಚಂಡ ಪರ್ವತಾರೋಹಿ ಎಂದು ಗೌರವ ಕೊಡುತ್ತಿಲ್ಲವೆಂದು ಕೊರಗುತ್ತಿದ್ದ. ತನ್ನನ್ನು ಕಡೆಗಣಿಸಲಾಗುತ್ತಿದೆ ಎಂದು ತುಂಬಾ ನೊಂದುಕೊಳ್ಳುತ್ತಿದ್ದ."

1996ರ ಬೇಸಿಗೆಯ ಈ ಪರ್ವತಾರೋಹಣಕ್ಕಾಗಿ ನೇಪಾಳಕ್ಕೆ ಬರುವ ವೇಳೆಗಾಗಲೇ ಫಿಷರ್ ತನಗೆ ನ್ಯಾಯವಾಗಿ ಸಿಗಲೇಬೇಕೆಂದುಕೊಂಡಿದ್ದ ಪ್ರಸಿದ್ಧಿಯನ್ನು ಗಳಿಸಲು ಪ್ರಾರಂಭಿಸಿದ್ದ. ಇದಕ್ಕೆಲ್ಲಾ ಮುಖ್ಯ ಕಾರಣವೇನೆಂದರೆ, ಅವನು 1994ರಲ್ಲಿ ಯಾವುದೇ ಪೂರಕ ಆಮ್ಲಜನಕದ ಸಿಲಿಂಡರ್‌ಗಳನ್ನು ತೆಗೆದುಕೊಂಡು ಹೋಗದೆ, ಎವರೆಸ್ಟ್ ಹತ್ತಿ ಬಂದಿದ್ದ. "ಸಾಗರಮಾತಾ ಎನ್ವಿರಾನ್‌ಮೆಂಟಲ್ ಎಕ್ಸ್‌ಪೆಡಿಷನ್" ಎಂಬ ಹೆಸರಿನಿಂದ ಎವರೆಸ್ಟ್ ಪರ್ವತಕ್ಕೆ ತನ್ನ ತಂಡವನ್ನು ಕರೆದುಕೊಂಡು ಹೋಗಿ, ಸುಮಾರು 5,000 ಟನ್ ಕಸವನ್ನು ಸಂಗ್ರಹಿಸಿ ತಂದಿದ್ದು ಪರ್ವತದ ಪರಿಸರವನ್ನು ಶುಚಿಗೊಳಿಸಿದ್ದಲ್ಲದೆ, ಸಾರ್ವಜನಿಕರಿಂದಲೂ ಒಳ್ಳೆಯ ಪ್ರತಿಕ್ರಿಯೆಯನ್ನು ಪಡೆದಿತ್ತು. 1996ರ ಜನವರಿಯಲ್ಲಿ ಆಫ್ರಿಕಾ ಖಂಡದ ಅತ್ಯಂತ ಎತ್ತರದ ಕಿಲಿಮಂಜಾರೋ ಪರ್ವತಕ್ಕೆ ಶ್ರೀಮಂತರ ತಂಡವೊಂದನ್ನು ಕರೆದುಕೊಂಡು ಹೋಗಿ, 3 ಕೋಟಿ ರೂಪಾಯಿ ಹಣವನ್ನು 'ಕೇರ್' ಎನ್ನುವ ಧರ್ಮಸಂಸ್ಥೆಗಾಗಿ ಸಂಗ್ರಹಿಸಿ ಕೊಟ್ಟಿದ್ದ. 1994ರ ಎವರೆಸ್ಟ್ ಆರೋಹಣ ಮತ್ತು ಈ ಧರ್ಮಾರ್ಥ ದೇಣಿಗೆ ಸಂಗ್ರಹಣೆಯಿಂದಾಗಿ ಫಿಷರ್, ಸಿಯಾಟೆಲ್ ಸುದ್ದಿಮಾಧ್ಯಮದಲ್ಲಿ ಸಾಕಷ್ಟು ಮಿಂಚಿದ್ದನಲ್ಲದೆ, ಅವನ ವೃತ್ತಿಜೀವನವೂ ಸಮೃದ್ಧಿಯಿಂದ ತುಳುಕುತ್ತಿತ್ತು.

ಹೆಂಡತಿ ಮತ್ತು ಇಬ್ಬರು ಮಕ್ಕಳ ಜವಾಬ್ದಾರಿ ಇರುವ ನೀನು, ಈ ತರಹದ ಅಪಾಯದ ಪರ್ವತಾರೋಹಣವನ್ನು ಹೇಗೆ ಮಾಡುವುದಕ್ಕೆ ಸಾಧ್ಯವಾಗುತ್ತದೆಂದು ಹಲವಾರು ಬಾರಿ ಪತ್ರಕರ್ತರು ಅಚ್ಚರಿಯಿಂದ ಪ್ರಶ್ನಿಸುತ್ತಿದ್ದರು. "ಹುಚ್ಚು ಹರಯದಲ್ಲಿ ಮಾಡುತ್ತಿದ್ದ ಸಾಹಸಗಳಿಗೆ ಹೋಲಿಸಿದರೆ ಈಗ ತುಂಬಾ ಕಡಿಮೆ; ಇತ್ತೀಚೆಗೆ ಬಹಳ ಜಾಗ್ರತೆಯಲ್ಲಿ ಇರುತ್ತೇನೆ, ಅಳೆದೂ ಸುರಿದೂ ಸಾಹಸಕ್ಕೆ ಕೈ ಹಾಕುತ್ತೇನೆ" ಎಂದು ಹೇಳಿದ್ದ. 1996ರ ಎವರೆಸ್ಟ್ ಪರ್ವತಾರೋಹಣಕ್ಕೆ ಹೋಗುವುದಕ್ಕೆ ಮುಂಚೆ, ಸಿಯಾಟೆಲ್‌ನ ಸಾಹಿತಿ ಬ್ರೂಸ್ ಬಾರ್‌ಕಾಟ್‌ಗೆ ಈ ರೀತಿಯಲ್ಲಿ ಹೇಳಿದ್ದ – "ಹಂಡ್ರೆಡ್ ಪರ್ಸೆಂಟ್ ನಾನು ವಾಪಾಸು ಬರುತ್ತೇನೆ... ನನ್ನ ಹೆಂಡತಿ ಕೂಡಾ ಹಂಡ್ರೆಡ್ ಪರ್ಸೆಂಟ್ ನಾನು ವಾಪಾಸು ಬರ್ತೀನಿ ಅಂತ ನಂಬಿದಾಳೆ. ನನ್ನ ಬಗ್ಗೆ ಆಕೆಗೆ ಕಿಂಚಿತ್ತೂ ಚಿಂತೆಯಿಲ್ಲ, ಯಾಕಂದ್ರೆ ನಾನು ಪರ್ವತಾರೋಹಣದಲ್ಲಿ ಸರಿಯಾದ ನಿರ್ಧಾರಗಳನ್ನು ಮಾಡ್ತೀನಿ ಅನ್ನೋದು ಆಕೆಗೆ ಗೊತ್ತು. ಅಪಘಾತಗಳು ಆದಾಗ

ಅದು ಸಾಮಾನ್ಯವಾಗಿ ಮನುಷ್ಯರ ತಪ್ಪಿನಿಂದಲೇ ಆಗಿರುತ್ತವೆ. ಆದ್ದರಿಂದಲೇ ಅಂತಹ ತಪ್ಪುಗಳನ್ನು ನಾನು ಮಾಡೋದಿಲ್ಲ. ಪಡ್ಡೆ ವಯಸ್ಸಲ್ಲಿ ಸಾಕಷ್ಟು ಅಪಘಾತಗಳು ನನಗೆ ಆಗಿವೆ. ಅದಕ್ಕೆಲ್ಲಾ ಏನೇನೋ ಕಾರಣಗಳನ್ನು ನಾವು ಕೊಟ್ಟರೂ ಕೊನೆಗೂ ಅದು ಮನುಷ್ಯರ ತಪ್ಪಿನಿಂದಾಗಿಯೇ ಆಗಿರುತ್ತವೆ."

ಇಷ್ಟೆಲ್ಲಾ ಡಾಂಭಿಕ ಮಾತುಗಳನ್ನು ಫಿಷರ್ ಹೇಳಿದರೂ, ಅವನ ಈ ಪರ್ವತಾರೋಹಣದ ಹುಚ್ಚು ಕುಟುಂಬಕ್ಕೆ ಎರವಾಗಿತ್ತು. ತನ್ನ ಮಕ್ಕಳ ಮೇಲೆ ಅವನಿಗೆ ವಿಪರೀತ ಪ್ರೀತಿಯಿತ್ತು. ಸಿಯಾಟೆಲ್‌ನಲ್ಲಿದ್ದಾಗ ಇನ್ನಿಲ್ಲದಂತೆ ಮಕ್ಕಳನ್ನು ಮುದ್ದು ಮಾಡುತ್ತಿದ್ದ. ಆದರೆ ಪರ್ವತಾರೋಹಣದ ದೆಸೆಯಿಂದ ತಿಂಗಳುಗಟ್ಟಲೆ ಅವನು ಮನೆಯಿಂದ ಹೊರಗಿರಬೇಕಿತ್ತು. ಮಗನ ಒಂಬತ್ತು ಹುಟ್ಟಿದ ಹಬ್ಬಗಳಲ್ಲಿ ಅವನಿಗೆ ಏಳು ಸಲ ಭಾಗವಹಿಸಲಾಗಿರಲಿಲ್ಲ. ಅವನ ಗೆಳೆಯರ ಪ್ರಕಾರ, 1996ರ ಎವರೆಸ್ಟ್ ಪರ್ವತಾರೋಹಣಕ್ಕೆ ಹೊರಡುವ ವೇಳೆಗಾಗಲೇ ಗಂಡ ಹೆಂಡಿರ ನಡುವೆ ಸಾಕಷ್ಟು ಬಿರುಕು ಬಿಟ್ಟಿತ್ತು. ಪತ್ನಿಯ ಆದಾಯದ ಮೇಲೇ ಹೆಚ್ಚು ಅವಲಂಬಿತನಾಗಿರುವುದರಿಂದ, ಆ ಬಿರುಕು ಇನ್ನಷ್ಟು ದೊಡ್ಡದಾಗಿತ್ತು.

ಎಲ್ಲಾ ಪರ್ವತಾರೋಹಣದ ಕಂಪನಿಗಳಂತೆಯೇ, ಮೌಂಟೆನ್ ಮ್ಯಾಡ್‌ನೆಸ್ ಕಂಪನಿಯೂ ಆರಂಭದಿಂದಲೇ ಅಂತಹ ಲಾಭವನ್ನೇನೂ ಮಾಡುತ್ತಿರಲಿಲ್ಲ. 1995ರಲ್ಲಿ ಫಿಷರ್ ಕೇವಲ 12,000 ಡಾಲರ್‌ಗಳನ್ನು ಗಳಿಸಿದ್ದ. ಆದರೆ ಇತ್ತೀಚೆಗೆ ಸಂಗತಿಗಳು ಸ್ವಲ್ಪ ಚೇತರಿಸಿಕೊಳ್ಳಲಾರಂಭಿಸಿದ್ದವು. ಫಿಷೆರ್ ಸಾಕಷ್ಟು ಪ್ರಸಿದ್ಧಿ ಗಳಿಸುತ್ತಿದ್ದುದು ಒಂದು ಕಾರಣವಾದರೆ, ಅವನ ಕಂಪನಿಯ ಪಾಲುದಾರ ಮತ್ತು ಮ್ಯಾನೇಜರ್ ಕರೆನ್ ಡಿಕೆನ್‌ಸನ್ ಮತ್ತೊಂದು ಕಾರಣವಾಗಿದ್ದ. ಈತನ ವ್ಯವಸ್ಥಿತ ಕಾರ್ಯನಿರ್ವಹಣೆ ಮತ್ತು ಸಮತೂಕದ ಮನೋಭಾವ, ಫಿಷರ್‌ನ ಧಾಡಸಿ ಮನೋಭಾವಕ್ಕೆ ಲಗಾಮು ಹಾಕಿ ಸಮತೋಲನ ಕಾಪಾಡುತ್ತಿತ್ತು. ರಾಬ್ ಹಾಲ್‌ನ ಎವರೆಸ್ಟ್ ಪರ್ವತಾರೋಹಣ ಕಂಪನಿಯ ಯಶಸ್ಸನ್ನು ಕಂಡ ಫಿಷರ್, ತಾನೂ ಈ ಎವರೆಸ್ಟ್ ಮಾರುಕಟ್ಟೆಯಲ್ಲಿ ಪ್ರವೇಶಿಸಲು ಇದು ತಕ್ಕ ಸಮಯವೆಂದು ನಿರ್ಧರಿಸಿದ್ದ. ರಾಬ್ ಹಾಲ್‌ನನ್ನು ಸರಿಗಟ್ಟುವಂತೆ ಅನುಸರಿಸಿದರೂ ಸಾಕು, ತಕ್ಷಣವೇ ತನ್ನ ಮೌಂಟೆನ್ ಮ್ಯಾಡ್‌ನೆಸ್ ಕಂಪನಿ ಅಧಿಕ ಲಾಭವನ್ನು ಗಳಿಸುತ್ತದೆಂದು ಅವನು ಆಶಿಸಿದ್ದ.

ಫಿಷರ್‌ಗೆ ಹಣವೆಂದೂ ಪ್ರಮುಖ ಸಂಗತಿಯಾಗಿ ಕಂಡಿರಲಿಲ್ಲ. ಅವನಿಗೆ ಭೌತಿಕ ಸವಲತ್ತುಗಳ ಬಗ್ಗೆ ಎಳ್ಳಷ್ಟೂ ಆಸಕ್ತಿಯಿರಲಿಲ್ಲ. ಆದರೆ ಅವನಿಗೆ ಹೊಗಳಿಕೆಯ ಹಸಿವಿತ್ತು – ಕುಟುಂಬದಿಂದ, ತನ್ನ ಗೆಳೆಯರಿಂದ, ಒಟ್ಟಾರೆ ಸಮಾಜದಿಂದ ಅವನಿಗೆ ಪ್ರಶಂಸೆ ಬೇಕಿತ್ತು. ನಮ್ಮ ಸಂಸ್ಕೃತಿಯಲ್ಲಿ ಅದರ ಪ್ರಮುಖ ಮಾನದಂಡ ಹಣವೆಂಬುದನ್ನು ಅವನು ಮನಗಂಡಿದ್ದ.

1994 ರಲ್ಲಿ ಎವರೆಸ್ಟ್ ಆರೋಹಣದ ವಿಜಯೋತ್ಸವದಿಂದ ಅವನು ವಾಪಾಸು ಸಿಯಾಟೆಲ್‌ಗೆ ಬಂದ ಎರಡು ವಾರದಲ್ಲಿ ನಮ್ಮ ಭೇಟಿಯಾಗಿತ್ತು. ನನಗೆ ಅವನು ಅಷ್ಟಾಗಿ ಪರಿಚಯವಿಲ್ಲದಿದ್ದರೂ, ನನ್ನ ಗೆಳೆಯರು ಅವನಿಗೂ ಗೆಳೆಯರಾಗಿದ್ದರು. ಆದ್ದರಿಂದ ಆಗೊಮ್ಮೆ ಈಗೊಮ್ಮೆ ಪಾರ್ಟಿಗಳಲ್ಲೋ ಅಥವಾ ದುರ್ಗಮ ಪರ್ವತಗಳಲ್ಲೋ ನಮ್ಮ ಭೇಟಿಯಾಗುತ್ತಿತ್ತು. ಈ ಸಂದರ್ಭದಲ್ಲಿ ಅವನು ತನ್ನ ಮೌಂಟೆನ್ ಮ್ಯಾಡ್‌ನೆಸ್ ಕಂಪನಿಯ ಕಡೆಗೆ ಗಮನ ಹರಿಸೆಂದು ಪುಸಲಾಯಿಸಿದ. "ನೀನೂ ಯಾಕೆ ನಮ್ಮೊಡನೆ ಬಂದು, ನಿನ್ನ ಔಟ್‌ಸೈಡ್ ಪತ್ರಿಕೆಗೆ ಒಂದು ಲೇಖನ ಬರೆಯಬಾರದು?" ಎಂದು ತಮಾಷೆ ಮಾಡಿದ. ಎತ್ತರದ ಪರ್ವತಗಳ ಅನುಭವ ಅಷ್ಟಾಗಿ ಇರದ ನನ್ನಂತಹವರು ಎವರೆಸ್ಟ್ ಹತ್ತಲು ಪ್ರಯತ್ನಿಸುವುದು ಹುಚ್ಚು ಸಾಹಸವಾದೀತು ಎಂದು ನಾನು ಉತ್ತರಿಸಿದ್ದೆ. "ಹೇಯ್, ಅನುಭವಕ್ಕೆ ವಿಪರೀತ ಮಹತ್ವ ಕೊಟ್ಟು ಬಿಟ್ಟಿದೀವಿ. ಮಗಾ, ನಿಜ ಹೇಳಬೇಕು ಅಂದ್ರೆ ಪರ್ವತದ ಎತ್ತರ ಅಷ್ಟೊಂದು ಮುಖ್ಯ ಆಗೋದೇ ಇಲ್ಲ; ನಿನ್ನ ಮನೋಭಾವ ಮುಖ್ಯ ಆಗುತ್ತೆ. ನೀನು ಆರಾಮಾಗಿ ಹತ್ತಿ ಇಳೀತೀಯ. ಎವರೆಸ್ಟ್‌ಗಿಂತಲೂ ಕಷ್ಟದ ತಲೆನೋವಿನ ಪರ್ವತಗಳನ್ನ ನೀನು ಹತ್ತಿ ಇಳಿದಿದೀಯ. ಎವರೆಸ್ಟ್ ಪರ್ವತಾನ ಸರಿಯಾಗಿ ತಿಳಕೊಂಡು ಎಲ್ಲಾ ಸಿದ್ಧ ಮಾಡಿಟ್ಟಿದೀವಿ. ನನ್ನ ಮಾತು ನಂಬು, ಈಗಾಗಲೇ ನಾವು ಎವರೆಸ್ಟ್ ತುದಿತನಕ ರಾಜಮಾರ್ಗ ಹಾಕಿಟ್ಟಿದೀವಿ."

ಸ್ಕಾಟ್‌ಗೆ ನನ್ನ ಆಸಕ್ತಿ ಗೊತ್ತಾಗಿ ಹೋಗಿತ್ತು. ಅದಕ್ಕಾಗಿ ಚಡಪಡಿಸುತ್ತಿದ್ದ. ಪ್ರತಿ ಬಾರಿ ನನ್ನನ್ನು ಭೇಟಿಯಾದಾಗಲೂ ಅದರ ಬಗ್ಗೆ ಮಾತನಾಡುತ್ತಿದ್ದ ಮತ್ತು ಔಟ್‌ಸೈಡ್ ಪತ್ರಿಕೆಯ ಸಂಪಾದಕ ಬ್ರಾಡ್ ವೆಟ್ಜರ್‌ನನ್ನು ಹಲವಾರು ಬಾರಿ ಈ ವಿಷಯಕ್ಕೆ ಒತ್ತಾಯ ಮಾಡಿದ್ದ. ಅವನ ಈ ನಿರಂತರ ಪ್ರಯತ್ನದಿಂದಾಗಿಯೇ ಇರಬೇಕು, ವೆಟ್ಜರ್ ಹೇಳುವ ಪ್ರಕಾರ 1996ರ ಜನವರಿಯ ಹೊತ್ತಿಗೆ ಈ ಪತ್ರಿಕೆಯು ಫಿಷರ್ ತಂಡದೊಂದಿಗೆ ನನ್ನನ್ನು ಕಳುಹಿಸಿ ಕೊಡಲು ಒಪ್ಪಂದ ಮಾಡಿಕೊಂಡಿತ್ತು. ಸ್ಕಾಟ್‌ನ ಮನಸ್ಸಿನಲ್ಲಿ ಇದಾಗಲೇ ಬುಟ್ಟಿಗೆ ಹಾಕಿಕೊಂಡ ವ್ಯಾಪಾರವಾಗಿತ್ತು.

ನಾನು ಹೊರಡುವುದಕ್ಕೆ ಒಂದು ತಿಂಗಳು ಮುಂಚೆ ವೆಟ್ಜರ್‌ನಿಂದ ನನಗೆ ಕರೆ ಬಂತು; ಯೋಜನೆ ಬದಲಾಗಿದೆ ಎಂದು ತಿಳಿಸಿದ. ತಮ್ಮ ಪತ್ರಿಕೆಗೆ ರಾಬ್ ಹಾಲ್‌ನ ಕಂಪನಿ ಹೆಚ್ಚಿನ ರಿಯಾಯಿತಿಯುಳ್ಳ ಆಕರ್ಷಕ ದರವನ್ನು ಕೊಟ್ಟಿರುವುದರಿಂದ, ನಾನು ಫಿಷರ್‌ನ ತಂಡದ ಬದಲಿಗೆ ರಾಬ್ ಹಾಲ್‌ನ ಅಡ್ವೆಂಚರ್ ಕನ್ಸಲ್ಟಂಟ್ ತಂಡದೊಡನೆ ಹೊರಡಬೇಕೆಂದು ತಿಳಿಸಿದ. ಫಿಷರ್ ನನಗೆ ಆಗಲೇ ಪರಿಚಿತ ಮತ್ತು ಅವನು ನನಗೂ ಇಷ್ಟವೂ ಆಗಿದ್ದರಿಂದ, ನಾನು ಈವರೆಗೆ ಹೆಸರೇ ಕೇಳದ ರಾಬ್ ಹಾಲ್ ತಂಡದ ಜೊತೆಗೆ ಹೊರಡಲು ನನಗೆ ಅಷ್ಟಾಗಿ ಮನಸ್ಸಿರಲಿಲ್ಲ. ಆದರೆ ನನ್ನ ಪರ್ವತಾರೋಹಿ

ಗೆಳೆಯರ ಜೊತೆಗೆ ವಿಚಾರಿಸಿದಾಗ, ರಾಬ್ ಹಾಲ್‌ನಿಗೆ ಪರ್ವತಾರೋಹಣ ಜಗತ್ತಿನಲ್ಲಿ ದೊಡ್ಡ ಗೌರವವಿದೆಯೆಂದು ತಿಳಿಸಿದರು. ನಾನು ಉತ್ಸಾಹದಿಂದಲೇ ಅಡ್ವೆಂಚರ್ ಕನ್ಸಲ್ಟಂಟ್ ಜೊತೆಯಲ್ಲಿ ಹೊರಡುವುದಕ್ಕೆ ಒಪ್ಪಿಕೊಂಡೆ.

ಬೇಸ್ ಕ್ಯಾಂಪಿನಲ್ಲಿ ನಾನು ಒಂದು ಮಧ್ಯಾಹ್ನ ರಾಬ್ ಹಾಲ್‌ನಿಗೆ, ನನ್ನನ್ನು ತನ್ನ ತಂಡದಲ್ಲಿ ತೆಗೆದುಕೊಂಡು ಹೋಗಲು ಅಂತಹ ಉತ್ಸಾಹವೇಕೆ ಎಂದು ಕೇಳಿದೆ. ನನ್ನನ್ನು ತಂಡದಲ್ಲಿ ಸೇರಿಸಿಕೊಳ್ಳುವ ಸಂಗತಿಯಾಗಲಿ ಅಥವಾ ನನ್ನ ಲೇಖನದಿಂದಾಗಿ ಬರುವ ಪ್ರಸಿದ್ಧಿಯಾಗಲಿ ತನಗೆ ಮುಖ್ಯ ಅಲ್ಲವೇ ಅಲ್ಲ ಎಂದು ರಾಬ್ ಹಾಲ್ ಮುಲಾಜಿಲ್ಲದೆ ಹೇಳಿದ. ಅದಕ್ಕೆ ಬದಲಾಗಿ ಔಟ್‌ಸೈಡ್ ಪತ್ರಿಕೆಯಿಂದ ತನ್ನ ಕಂಪನಿಗೆ ಸಿಗಬಹುದಾದ ಆಕರ್ಷಕ ಜಾಹೀರಾತಿನ ಬಗ್ಗೆ ಆಸಕ್ತಿಯಿದೆ ಎಂದ.

ಹಾಲ್ ನನಗೆ ಹೇಳಿದ ಪ್ರಕಾರ, ಪತ್ರಿಕೆ ಮತ್ತು ಅವನ ಕಂಪನಿಯು ನನ್ನನ್ನು ಕೇವಲ 10,000 ಡಾಲರ್‌ಗೆ ಕರೆದುಕೊಂಡು ಹೋಗಲು ಒಪ್ಪಂದ ಮಾಡಿಕೊಂಡಿದ್ದರು. ಉಳಿದ ಹಣವನ್ನು ಬೆಲೆಬಾಳುವ ಜಾಹೀರಾತಿನ ಅವಕಾಶವನ್ನು ಅವನ ಕಂಪನಿಗೆ ಒದಗಿಸಿ ಚುಕ್ತಾ ಮಾಡಲಿದ್ದರು. ಈ ಜಾಹೀರಾತುಗಳು ಸಾಹಸಭರಿತ, ಮೇಲ್ವರ್ಗದ, ದೈಹಿಕ ಸಾಮರ್ಥ್ಯವುಳ್ಳ ಓದುಗರನ್ನು ತಲುಪಿ, ತನ್ನ ಕಂಪನಿಗೆ ಗ್ರಾಹಕರನ್ನು ಒದಗಿಸುವ ನಿರೀಕ್ಷೆ ಅವನಿಗಿತ್ತು. "ಈ ಪತ್ರಿಕೆಗೆ ಅಮೆರಿಕಾದ ಓದುಗ ವರ್ಗವಿದೆ. ಎವರೆಸ್ಟ್ ಮತ್ತು ಇತರ ಸಪ್ತಪರ್ವತಗಳ ಆರೋಹಣಕ್ಕೆ ಶೇಕಡಾ 80 ರಿಂದ 90 ಪ್ರತಿಶತ ಗ್ರಾಹಕರು ಅಮೆರಿಕನ್ನರೇ ಆಗಿದ್ದಾರೆ. ಈಗಾಗಲೇ ನನ್ನ ಗೆಳೆಯ ಸ್ಕಾಟ್ ಫಿಷರ್, ಹೊಸ ಕಂಪನಿ ಶುರುಮಾಡಿಕೊಂಡು ಎವರೆಸ್ಟ್ ಮಾರ್ಗದರ್ಶಿ ಎಂದು ಘೋಷಿಸಿಕೊಂಡಿದ್ದಾನೆ. ಅವನು ಅಮೆರಿಕಾದಲ್ಲಿರುವುದರಿಂದ, ಈ ಪರ್ವತಾರೋಹಣ ಮುಗಿದ ನಂತರ ಅವನಿಗೇ ಹೆಚ್ಚು ಗ್ರಾಹಕರು ಸಿಗುವ ಸಾಧ್ಯತೆಯಿದೆ. ಅವನ ಜೊತೆ ಸ್ಪರ್ಧಿಸಲು ನಾವು ಜಾಹೀರಾತಿನ ಕಡೆಗೆ ಹೆಚ್ಚು ನಿಗಾ ವಹಿಸುವ ಅವಶ್ಯಕತೆಯಿದೆ" ಎಂದು ರಾಬ್ ಹಾಲ್ ಮುಖ್ಯ ಕಾರಣವನ್ನು ತಿಳಿಸಿದ್ದ.

ನಾನು ರಾಬ್ ಹಾಲ್ ತಂಡಕ್ಕೆ ಸೇರುತ್ತಿರುವ ಸಂಗತಿ ತಿಳಿದ ತಕ್ಷಣ ಸ್ಕಾಟ್‌ಗೆ ಅತ್ಯಂತ ಬೇಸರವಾಗಿತ್ತು. ಜನವರಿ ತಿಂಗಳಿನಲ್ಲಿ ಕೊಲಾರಾಡೋದಿಂದ ಫೋನ್ ಮಾಡಿದ ಸ್ಕಾಟ್, ನಾ ಹಿಂದೆಂದೂ ಕಂಡಿರದಷ್ಟು ಸಿಟ್ಟಿನಲ್ಲಿದ್ದ. ರಾಬ್ ಹಾಲ್‌ಗೆ ನನ್ನ ಕಾಂಟ್ರಾಕ್ಟ್ ಸಿಕ್ತು ಅಂತ ತಾನೇನೂ ಸುಮ್ಮನೆ ಇರಲ್ಲ ಎಂದು ತಿಳಿಸಿದ್ದ. (ರಾಬ್ ಹಾಲ್ ನಂತೆಯೇ ಫಿಷರ್ ಕೂಡಾ ಮುಲಾಜಿಲ್ಲದೆ ತನ್ನ ಆಸಕ್ತಿಯ ಕೇಂದ್ರ ನಾನಲ್ಲವೆಂದೂ, ನನ್ನಿಂದಾಗಿ ಔಟ್‌ಸೈಡ್ ಪತ್ರಿಕೆಯಲ್ಲಿ ಬರುವ ಜಾಹೀರಾತು ಮತ್ತು ಪ್ರಸಿದ್ಧಿಗಾಗಿ ಹಾತೊರೆಯುತ್ತಿರುವೆನೆಂದೂ ತಿಳಿಸಿದ್ದ.) ಆದರೆ ಕೊನೆಯಲ್ಲಿ ಅವನು ರಾಬ್ ಹಾಲ್‌ಗೆ ಸರಿಗಟ್ಟುವ ರಿಯಾಯಿತಿಯನ್ನು ಕೊಡಲಾಗದೆ ಕೈಚೆಲ್ಲಿದ್ದ.

ನಾನು ಅಡ್ವೆಂಚರ್ ಕನ್ಸಲ್ಟಂಟ್ ತಂಡದ ಜೊತೆಯಲ್ಲಿ ಬೇಸ್ ಕ್ಯಾಂಪ್‌ಗೆ ಬಂದಾಗ, ಸ್ಕಾಟ್‌ಗೆ ನನ್ನ ಬಗ್ಗೆ ಯಾವುದೇ ದ್ವೇಷವಿಲ್ಲವೆಂದು ತಿಳಿಯುತ್ತಿತ್ತು. ಅವನ ಗುಡಾರಕ್ಕೆ ನಾನು ಭೇಟಿ ಕೊಟ್ಟಾಗ, ಒಂದು ಕಪ್ಪು ಕಾಫಿಯನ್ನು ನನಗಾಗಿ ಮಾಡಿಕೊಟ್ಟು, ನನ್ನ ಹೆಗಲ ಸುತ್ತಲೂ ಕೈ ಹಾಕಿ, ನನ್ನನ್ನು ಅಲ್ಲಿ ಕಾಣುತ್ತಿರುವುದು ಅತ್ಯಂತ ಸಂತೋಷದ ಸಂಗತಿಯೆಂದು ಪ್ರಾಮಾಣಿಕವಾಗಿ ಹೇಳಿದ್ದ.

III

ನಾಗರೀಕತೆಯ ಹಲವಾರು ಸವಲತ್ತುಗಳನ್ನು ನಾವು ಬೇಸ್ ಕ್ಯಾಂಪಿನಲ್ಲಿ ಕೃತಕವಾಗಿ ಸೃಷ್ಟಿಸಿಕೊಂಡಿದ್ದರೂ, ಸಮುದ್ರಮಟ್ಟಕ್ಕಿಂತಲೂ ಮೂರು ಮೈಲು ಮೇಲೆ ನಾವು ವಾಸವಾಗಿದ್ದೆವೆಂಬುದನ್ನು ಮರೆಯುವಂತಿರಲಿಲ್ಲ. ಮಧ್ಯಾಹ್ನದ ಹೊತ್ತು ಊಟದ ಗುಡಾರದ ತನಕ ನಡೆದರೂ ಸಾಕು, ಹಲವು ನಿಮಿಷಗಳ ಕಾಲ ಉಬ್ಬಸ ಪಡುತ್ತಿದ್ದೆ. ಅಚಾನಕ್ಕಾಗಿ ಕುಳಿತುಬಿಟ್ಟರೆ, ತಲೆತಿರುಗಿ ಸುತ್ತು ಬರುತ್ತಿತ್ತು. ಲೊಬೊಜೆಯಲ್ಲಿ ಶುರುವಾದ ಗೂರಲು ಕೆಮ್ಮು ದಿನದಿಂದ ದಿನಕ್ಕೆ ಹೆಚ್ಚಾಗುತ್ತಿತ್ತು. ಗಿರಿಶೃಂಗದ ಪುಟ್ಟ ಸಮಸ್ಯೆಯಾದ ನಿದ್ರಾಹೀನತೆ ಆಗಲೇ ಶುರುವಾಗಿತ್ತು. ರಾತ್ರಿಯ ಹೊತ್ತು ಉಸಿರಾಟದ ತೊಂದರೆಯಿಂದ ನಾಲ್ಕೈದು ಬಾರಿ ದಿಗ್ಗನೆ ಎದ್ದು ಒದ್ದಾಡುತ್ತಿದ್ದೆ. ಮೈಮೇಲಿನ ಗಾಯಗಳು ಒಣಗಲು ನಿರಾಕರಿಸಿದವು. ಹಸಿವೆನ್ನುವುದು ಮಾಯವಾಯ್ತು. ಜೀರ್ಣಕ್ಕೆ ಮುಖ್ಯವಾಗಿ ಬೇಕಿದ್ದ ಆಮ್ಲಜನಕ ಈ ತೆಳುಗಾಳಿಯಲ್ಲಿ ಇಲ್ಲದ್ದರಿಂದ, ನಾನು ಬಲವಂತವಾಗಿ ಹೊಟ್ಟೆಗೆ ತುರುಕಿಕೊಂಡಿದ್ದೂ ಅಜೀರ್ಣವಾಗುತ್ತಿತ್ತು. ಆಹಾರದ ಕೊರತೆಯನ್ನು ನೀಗಿಸಲಿಕ್ಕಾಗಿ ನನ್ನ ದೇಹ ತನ್ನನ್ನೇ ತಿನ್ನಲಾರಂಭಿಸಿತು. ದಿನದಿಂದ ದಿನಕ್ಕೆ ನನ್ನ ಕೈಕಾಲುಗಳು ಕಡ್ಡಿಯಂತಾಗಿ ಬಿಟ್ಟವು.

ಈ ಕ್ಷಾಮ ಮತ್ತು ಅನಾರೋಗ್ಯದ ವಾತಾವರಣದಲ್ಲಿ ನನಗಿಂತಲೂ ಕೆಟ್ಟ ತೊಂದರೆಗಳನ್ನು ನನ್ನ ತಂಡದ ಇತರರು ಅನುಭವಿಸಿದರು. ಆ್ಯಂಡಿ, ಮೈಕ್, ಕೆರೋಲಿನ್, ಲಿಯೊ, ಸ್ಟೂಅರ್ಟ್ ಮತ್ತು ಜಾನ್‌ರಿಗೆ ಹೊಟ್ಟೆ ಎಷ್ಟು ಕೆಡುತ್ತಿತ್ತೆಂದರೆ, ಮತ್ತೆ ಮತ್ತೆ ಶೌಚಾಲಯಕ್ಕೆ ಓಡುತ್ತಿದ್ದರು. ಹೆಲನ್ ಮತ್ತು ಡಹ್ಗ್‌ಗೆ ತಲೆನೋವು ಹಿಡಿದುಕೊಂಡಿತ್ತು. "ನನ್ನ ಕಣ್ಣುಗಳ ನಡುವೆ ಯಾರೋ ಮೊಳೆ ಹೊಡೆಯುತ್ತಿದ್ದಾರೆ ಅಂತ ಅನ್ನಿಸ್ತಾ ಅದೆ" ಎಂದು ಡಹ್ಗ್ ನನಗೆ ವಿವರಿಸಿದ್ದ.

ಡಹ್ಗ್‌ನಿಗೆ ಇದು ಎರಡನೆಯ ಎವರೆಸ್ಟ್ ಪರ್ವತಾರೋಹಣ ಪ್ರಯತ್ನವಾಗಿತ್ತು. ಕಳೆದ ವರ್ಷದ ಪ್ರಯತ್ನದಲ್ಲಿ, ತುದಿ ಇನ್ನೇನು 330 ಅಡಿ ಇದೆ ಅನ್ನುವಾಗ, ಅವನನ್ನು ಮತ್ತು ಇತರ ಮೂವರನ್ನು ರಾಬ್ ಹಾಲ್ ಬಲವಂತದಿಂದ ವಾಪಾಸು

ಕಳುಹಿಸಿ ಬಿಟ್ಟಿದ್ದ. ಏಕೆಂದರೆ ಆಗಲೇ ಹೊತ್ತಾಗಿತ್ತು ಮತ್ತು ಶಿಖರದ ತುದಿಯಲ್ಲಿ ಸಡಿಲವಾದ ಹಿಮವು ಎದೆಯೆತ್ತರದವರೆಗೆ ಸುರಿದಿತ್ತು. "ತುದಿ ಎಷ್ಟೊಂಂಂಂದು ಹತ್ತಿರ ಇತ್ತು ಗೊತ್ತಾ..." ಎಂದು ಡಹ್ಗ ಅದನ್ನು ನೋವಿನಿಂದ ನೆನೆಸಿಕೊಳ್ಳುತ್ತಿದ್ದ. "ಅನಂತರ ಅದನ್ನು ನೆನೆದು ಕೊರಗದ ಒಂದೇ ದಿನವೂ ನನ್ನ ಬದುಕಲ್ಲಿ ಇಲ್ಲ ಅಂದ್ರೆ ನೀನು ನಂಬಬೇಕು". ಕೊನೆಯ ಗಳಿಗೆಯಲ್ಲಿ ಡಹ್ಗ ಹಾನ್ಸನ್‌ನನ್ನು ವಾಪಾಸು ಕಳುಹಿಸಬೇಕಾದ್ದರಿಂದ ರಾಬ್ ಹಾಲ್‌ಗೆ ತುಂಬಾ ಬೇಸರವಾಗಿತ್ತು. ಆದ್ದರಿಂದಲೇ ಈ ವರ್ಷವೂ ಅವನಿಗೆ ಬರಲು ತಿಳಿಸಿ, ಅವನ ಶುಲ್ಕದಲ್ಲಿ ಸಾಕಷ್ಟು ಹಣವನ್ನು ಕಡಿಮೆ ಮಾಡಿ, ಮತ್ತೊಂದು ಅವಕಾಶವನ್ನು ಮಾಡಿಕೊಟ್ಟಿದ್ದ.

ನಮ್ಮೆಲ್ಲಾ ಗ್ರಾಹಕರ ನಡುವೆ ಡಹ್ಗ ಮಾತ್ರ ವೃತ್ತಿನಿರತ ಮಾರ್ಗದರ್ಶಕರ ಸಹಾಯವಿಲ್ಲದೆ ಹಲವಾರು ಆರೋಹಣಗಳನ್ನು ಮಾಡಿದ ಏಕೈಕ ವ್ಯಕ್ತಿಯಾಗಿದ್ದ. ಶ್ರೇಷ್ಠ ಪರ್ವತಾರೋಹಿ ಅವನಲ್ಲದಿದ್ದರೂ, ಅವನ ಹದಿನೈದು ವರ್ಷದ ಅನುಭವವು ಎಂತಹ ಎತ್ತರದಲ್ಲಿಯೂ ಅವನು ತನ್ನನ್ನು ತಾನು ಸಂಭಾಳಿಸಿಕೊಳ್ಳುವಂತೆ ಮಾಡಿತ್ತು. ಯಾರಾದರೂ ತುತ್ತತುದಿಯನ್ನು ತಲುಪುವುದಾದರೆ, ಅದು ಡಹ್ಗ ಮಾತ್ರ ಆಗಿರಲು ಸಾಧ್ಯ ಎಂದು ನಾನು ಮನದಲ್ಲಿ ನಿರ್ಧರಿಸಿದ್ದೆ. ಅವನಲ್ಲಿ ಶಕ್ತಿಯಿತ್ತು, ಸಾಕಷ್ಟು ಉತ್ಸಾಹವಿತ್ತು, ಎಲ್ಲಕ್ಕೂ ಮಿಗಿಲಾಗಿ ಈಗಾಗಲೇ ಎವರೆಸ್ಟ್ ಪರ್ವತದ ಅತ್ಯಂತ ಎತ್ತರದ ತನಕ ಹೋಗಿ ಬಂದ ಅನುಭವವಿತ್ತು.

ಇನ್ನೆರಡು ತಿಂಗಳಿಗೆ 47 ತುಂಬುವ ಈತ, 17 ವರ್ಷದಿಂದ ವಿಚ್ಛೇದಿತನಾಗಿ ಬದುಕುತ್ತಿದ್ದಾನೆ. ಹಲವಾರು ಹೆಂಗಸರು ನಿರಂತರವಾಗಿ ನನ್ನ ಬದುಕಿನಲ್ಲಿ ಬಂದರೂ, ನನ್ನ ಗಮನವನ್ನು ಸೆಳೆದುಕೊಳ್ಳಲು ಪರ್ವತದೊಡನೆ ಪೈಪೋಟಿ ನೀಡುವಲ್ಲಿ ಸೋತು ದೂರವಾಗಿದ್ದಾರೆಂದು ಡಹ್ಗ ನನಗೆ ಹೇಳಿದ. 1996ರ ಈ ಪರ್ವತಾರೋಹಣಕ್ಕೆ ಹೊರಡುವ ಕೆಲವು ವಾರಗಳ ಮೊದಲು, ಡಹ್ಗ ಮತ್ತೊಬ್ಬ ಹೆಂಗಸನ್ನು ಪರಿಚಯ ಮಾಡಿಕೊಂಡಿದ್ದ. ಟಸ್ಕನಿಯಲ್ಲಿರುವ ಗೆಳೆಯನನ್ನು ಭೇಟಿ ಮಾಡಲು ಹೋದಾಗ ಆಕೆಯನ್ನು ಕಂಡು, ಇಬ್ಬರೂ ಪ್ರೀತಿಸಲು ಶುರುವಿಟ್ಟಿದ್ದರು. ಕೆಲವು ದಿನಗಳ ಕಾಲ ಒಬ್ಬರಿಗೊಬ್ಬರು ಫಾಕ್ಸ್‌ಗಳನ್ನು ರವಾನಿಸಿಕೊಂಡಿದ್ದರಾದರೂ, ಈಗ ತುಂಬಾ ದಿನದಿಂದ ಆಕೆಯಿಂದ ಯಾವುದೇ ಸುದ್ದಿಯೂ ಡಹ್ಗಗೆ ಬಂದಿರಲಿಲ್ಲ. "ಜಾಣೆ ಅನ್ನಿಸುತ್ತೆ. ಕಳಚಿಕೊಂಡು ಬಿಟ್ಳು" ಎಂದು ವಿಷಾದದ ನಗೆಯನ್ನು ನಗುತ್ತಾ ನಿರಾಶೆಯಿಂದ "ಈಕೆ ಮಾತ್ರ ತುಂಬಾ ಚೆನ್ನಾಗಿದ್ಳು ಗೊತ್ತಾ? ನನಗೆ ಸರಿಯಾದ ಜೋಡಿ ಈಕೆನೇ ಅಂದುಕೊಂಡಿದ್ದೆ" ಎಂದು ಹೇಳಿದ್ದ.

ಆ ದಿನ ಮಧ್ಯಾಹ್ನ ನನ್ನ ಗುಡಾರಕ್ಕೆ ಬಂದ ಡಹ್ಗ ಹೊಸದೊಂದು ಫ್ಯಾಕ್ಸ್ ಹಾಳೆಯನ್ನು ಕೈಯಲ್ಲಿ ಹಾರಿಸುತ್ತಾ "ಕರೆನ್ ಮೇರಿ ಸಿಯಾಟೆಲ್ ರಾಜ್ಯಕ್ಕೆ

ಬರ್ತಿದೀನಿ ಅಂತ ಮೆಸೇಜ್ ಮಾಡಿದಾಳೆ" ಅಂತ ಭರ್ಜರಿ ಖುಷಿಯಲ್ಲಿ ಹೇಳಿದ. "ದೇವರೆ! ಈಕೆ ಮನಸ್ಸು ಬದಲಾಯಿಸೋದರಲ್ಲಿ ನಾನು ಈ ಎವರೆಸ್ಟ್ ಸಹವಾಸ ಮುಗಿಸಿ ವಾಪಾಸು ಹೋಗಿ ಬಿಡಬೇಕು" ಎಂದ.

ಈ ಹೊಸ ಹೆಂಗಸಿನೊಂದಿಗೆ ವ್ಯವಹರಿಸುವುದರ ಜೊತೆಗೆ, ನೂರಾರು ಅಂಚೆ ಪತ್ರಗಳನ್ನು ವಾಷಿಂಗ್‌ಟನ್‌ನ ಕೆಂಟ್ ಪ್ರದೇಶದಲ್ಲಿರುವ ಸನ್‌ರೈಸ್ ಎಂಬ ಸರಕಾರಿ ಪ್ರಾಥಮಿಕ ಶಾಲೆಯ ಮಕ್ಕಳಿಗೆ ಬರೆಯುವುದರಲ್ಲಿ ಡಹ್ಗ್ ತೊಡಗಿಕೊಳ್ಳುತ್ತಿದ್ದ. ಬೇಸ್ ಕ್ಯಾಂಪಿನಲ್ಲಿ ಇದಕ್ಕಾಗಿ ಸಾಕಷ್ಟು ಸಮಯವನ್ನು ವ್ಯಯಿಸುತ್ತಿದ್ದ ಡಹ್ಗ್‌ಗೆ ಈ ಮಕ್ಕಳು ಟಿ–ಶರ್ಟ್ ಮಾರಿ ಪರ್ವತಾರೋಹಣಕ್ಕೆ ಹಣವನ್ನು ಹೊಂದಿಸಿಕೊಟ್ಟಿದ್ದರು. ಅವನು ನನಗೆ ಹಲವಾರು ಪತ್ರಗಳನ್ನು ತೋರಿಸಿದ. ವೆನೆಸ್ಸಾ ಎನ್ನುವ ಹುಡುಗಿಗೆ, "ಕೆಲವರಿಗೆ ದೊಡ್ಡ ಕನಸುಗಳಿರುತ್ತವೆ, ಉಳಿದವರಿಗೆ ಪುಟ್ಟ ಕನಸುಗಳಿರುತ್ತವೆ. ನಾವು ಯಾರೇ ಆಗಿರಲಿ, ಕನಸು ಕಾಣುವುದನ್ನು ನಿಲ್ಲಿಸಬಾರದು ಅನ್ನುವುದೇ ಮುಖ್ಯ" ಎಂದು ಬರೆದಿದ್ದ.

ಡಹ್ಗ್‌ಗೆ ಇಬ್ಬರು ಮಕ್ಕಳು; ಹತ್ತೊಂಬತ್ತರ ಆ್ಯಂಜಿ ಮತ್ತು ಇಪ್ಪತ್ತೇಳರ ಜೇಮಿ. ಇಬ್ಬರಿಗೂ ತಂದೆ–ತಾಯಿ ಎರಡೂ ಆಗಿ ಬೆಳೆಸಿದ್ದ. ಎಲ್ಲಕ್ಕಿಂತಲೂ ಹೆಚ್ಚು ಸಮಯವನ್ನು ಅವರಿಬ್ಬರಿಗೆ ಪತ್ರ ಬರೆಯಲು ವಿನಿಯೋಗಿಸುತ್ತಿದ್ದ. ಪಕ್ಕದ ಗುಡಾರದಲ್ಲಿಯೆ ವಾಸಿಸುತ್ತಿದ್ದ ಅವನು, ಮಗಳಿಂದ ಫ್ಯಾಕ್ಸ್ ಬಂದ ತಕ್ಷಣ ನನ್ನನ್ನು ಕೂಗಿ, ಪತ್ರವನ್ನು ಓದಿ ಹೇಳುತ್ತಿದ್ದ. "ನನ್ನಂತಹ ಮುಟ್ಠಾಳ ಮನುಷ್ಯ, ಇಷ್ಟೊಳ್ಳೆ ಮಕ್ಕಳನ್ನು ಬೆಳೆಸಿದೀನಿ ಅಂದ್ರೆ ಹೇಗೆ ಸಾಧ್ಯ?" ಎಂದು ಗಟ್ಟಿಯಾಗಿ ನಗುತ್ತಿದ್ದ.

ನಾನಂತೂ ಯಾರಿಗೂ ಪತ್ರವಾಗಲಿ, ಫ್ಯಾಕ್ಸ್ ಆಗಲಿ ಕಳುಹಿಸುತ್ತಿರಲಿಲ್ಲ. ಅದಕ್ಕೆ ಬದಲಾಗಿ ಪರ್ವತವನ್ನು ಇನ್ನಷ್ಟು ಮೇಲಕ್ಕೆ ಹತ್ತಿದಾಗ, ನಾನು ಹೇಗೆ ನಿಭಾಯಿಸಬಲ್ಲೆ ಎಂದು ತಲೆ ಕೆಡಿಸಿಕೊಳ್ಳುತ್ತಿದ್ದೆ. 25,000 ಅಡಿ ಎತ್ತರ ಹೋದ ಮೇಲೆ ಆ ಪ್ರದೇಶವನ್ನು 'ಸಾವಿನ ದವಡೆ' ಎನ್ನುತ್ತಾರೆ. ಅಲ್ಲಿ ಹೇಗೆ ಹೊಂದಿಕೊಳ್ಳಬಲ್ಲೆ ಎಂದು ಚಿಂತಿಸುತ್ತಿದ್ದೆ. ಬಂಡೆಯನ್ನು ಹತ್ತುವುದರಲ್ಲಿಯಾಗಲಿ, ಮಂಜುಗಡ್ಡೆಯಲ್ಲಿ ನಡೆಯುವುದರಲ್ಲಾಗಲಿ ನಾನು ತಂಡದ ಇತರರಿಗಿಂತಲೂ ಮತ್ತು ಕೆಲವು ಮಾರ್ಗದರ್ಶಕರಿಗಿಂತಲೂ ಹೆಚ್ಚು ಅನುಭವವನ್ನು ಪಡೆದಿದ್ದೆ. ಆದರೆ ಈ ತಾಂತ್ರಿಕ ಪರಿಣತಿಗೆ ಎವರೆಸ್ಟ್ ನೆಲೆಯಲ್ಲಿ ಯಾವುದೇ ಬೆಲೆಯಿರಲಿಲ್ಲ. ಎತ್ತರ ಪ್ರದೇಶದ ತೆಳುಗಾಳಿಯ ಒಡನಾಟದ ವಿಷಯಕ್ಕೆ ಬಂದರೆ ಇವರಲ್ಲಿರುವ ಯಾರ ಅನುಭವಕ್ಕೂ ನಾನು ಸರಿಸಮವಾಗಿರಲಿಲ್ಲ. ಎವರೆಸ್ಟ್‌ನ ಪಾದದ ಹೆಬ್ಬೆರಳೆಂದೇ ಪರಿಗಣಿಸಬಹುದಾದ ಈ ಬೇಸ್ ಕ್ಯಾಂಪಿನಷ್ಟು ಎತ್ತರದ ಪರ್ವತವನ್ನೂ ನಾನು ಈ ಹಿಂದೆ ಏರಿರಲಿಲ್ಲ.

ಆದರೆ ಹಾಲ್‌ಗೆ ಈ ವಿಷಯ ಮುಖ್ಯವಾಗಿಯೇ ಇರಲಿಲ್ಲ. ಏಳು ಬಾರಿ ಎವರೆಸ್ಟ್ ಆರೋಹಣ ಮಾಡಿರುವ ಅನುಭವದಿಂದ ಅವನು ಸಿದ್ಧಪಡಿಸಿರುವ ಯೋಜನೆ ಎಷ್ಟು ಪರಿಣಾಮಕಾರಿಯೆಂದರೆ, ಎಂತಹವರನ್ನಾದರೂ ತೆಳುಗಾಳಿಯ ಪರಿಸರಕ್ಕೆ ಹೊಂದಿಕೊಳ್ಳುವಂತೆ ಮಾಡುತ್ತದೆ ಎಂದು ಹೇಳಿದ. (ಬೇಸ್ ಕ್ಯಾಂಪಿನಲ್ಲಿ ಸಮುದ್ರಮಟ್ಟಕ್ಕಿಂತ ಅರ್ಧದಷ್ಟು ಆಮ್ಲಜನಕವಿದ್ದರೆ, ಶಿಖರದ ತುದಿಯಲ್ಲಿ ಕೇವಲ ಮೂರರ ಒಂದು ಭಾಗ ಇರುತ್ತದೆ.) ಪರಿಸರದಲ್ಲಿನ ಗಾಳಿ ತೆಳುವಾದಾಗ ನಮ್ಮ ದೇಹವು ತನ್ನಿಂತಾನೇ ಅದಕ್ಕೆ ಹೊಂದಿಕೊಳ್ಳುವ ಶಕ್ತಿಯನ್ನು ಪಡೆದಿರುತ್ತದೆ. ನಮ್ಮ ಉಸಿರಾಟವನ್ನು ಹೆಚ್ಚಾಗಿಸಿ, ಆಮ್ಲಜನಕದ ಸರಬರಾಜು ಮಾಡುವ ಕೆಂಪುರಕ್ತ ಕಣಗಳನ್ನು ದ್ವಿಗುಣಗೊಳಿಸುತ್ತದೆ. ಆದರೆ ಈ ಪ್ರಕ್ರಿಯೆ ಅತ್ಯಂತ ನಿಧಾನವಾಗಿದ್ದು, ಕೆಲವೊಮ್ಮೆ ವಾರಗಟ್ಟಲೆ ಸಮಯ ಬೇಕಾಗುತ್ತದೆ.

ಬೇಸ್ ಕ್ಯಾಂಪಿನಿಂದ ಮೇಲೆ 2000 ಅಡಿ ಎತ್ತರವಿರುವ ಕ್ಯಾಂಪ್‌ಗಳಿಗೆ ಮೂರು ಬಾರಿ ಹೋಗಿ ಬಂದರೆ ಸಾಕು, ನಮ್ಮ ದೇಹ ತಾನೇತಾನಾಗಿ 29,028 ಅಡಿ ಎತ್ತರದ ಶಿಖರಶೃಂಗಕ್ಕೆ ಸನ್ನದ್ಧವಾಗಿ ಬಿಡುತ್ತದೆ ಎಂದು ರಾಬ್ ಹಾಲ್ ದೃಢವಾಗಿ ತಿಳಿಸಿದ. "ಗೆಳೆಯಾ, 31 ಬಾರಿ ಈ ಯೋಜನೆ ಯಶಸ್ವಿಯಾಗಿದೆ" ಎಂದು ಮುಖದಲ್ಲಿ ವ್ಯಂಗ್ಯದ ನಗೆಯನ್ನು ತುಳುಕಿಸುತ್ತಾ ನನ್ನ ಅನುಮಾನಕ್ಕೆ ಪ್ರತಿಕ್ರಿಯಿಸಿದ್ದ. "ನನ್ನ ಜೊತೆ ತುತ್ತತುದಿ ತಲುಪಿದ ಕೆಲವರಂತೂ ನಿನ್ನಷ್ಟೇ ಪಾಪದವರಾಗಿದ್ರು."

ಅಧ್ಯಾಯ 6

ಬೇಸ್ ಕ್ಯಾಂಪ್

12ನೇ ಏಪ್ರಿಲ್ 1996; 17,600 ಅಡಿ ಎತ್ತರ

ಈ ಹಿಂದೆ ನಾನು ತಿಳಿದುಕೊಂಡಿದ್ದೇನೆಂದರೆ, ಎವರೆಸ್ಟ್ ಪರ್ವತ ಹತ್ತುವುದು ಒಂದು ಸುದೀರ್ಘ, ಪರಿಶ್ರಮದ ಕೆಲಸವೇ ಹೊರತು ಪರ್ವತಾರೋಹಣದ ಚಾಣಾಕ್ಷತೆ ಬೇಡುವಂತಹದ್ದಲ್ಲ. ಒಂದು ದೊಡ್ಡ ಕಟ್ಟಡ ನಿರ್ಮಾಣ ಮಾಡುವ ದೈತ್ಯ ಕೆಲಸದಂತಹದು. ಶೆರ್ಪಾಗಳನ್ನೂ ಸೇರಿಸಿಕೊಂಡರೆ, ರಾಬ್ ಹಾಲ್‌ನ ತಂಡದಲ್ಲಿ ನಾವು 26 ಜನರಿದ್ದೆವು. 17,600 ಅಡಿ ಎತ್ತರದ ಈ ಪ್ರದೇಶದಲ್ಲಿ ಎಲ್ಲರಿಗೂ ಊಟ, ವಸತಿ ಮತ್ತು ಆರೋಗ್ಯವನ್ನು ನೋಡಿಕೊಳ್ಳುವುದು ಸರಳ ಸಂಗತಿಯೇನೂ ಆಗಿರಲಿಲ್ಲ. ಹತ್ತಿರದಲ್ಲಿರುವ ಗ್ರಾಮಕ್ಕೆ ಹೋಗಬೇಕೆಂದರೂ ಏನಿಲ್ಲವೆಂದರೂ ನೂರು ಮೈಲಿ ನಡೆಯಬೇಕಿತ್ತು. ಆದರೆ ರಾಬ್ ಹಾಲ್ ಎಂತಹ ಸಮರ್ಥ ನಾಯಕನೆಂದರೆ, ಈ ಎಲ್ಲಾ ಸವಾಲುಗಳನ್ನು ಅವನು ಸಂಭ್ರಮದಿಂದ ನಿಭಾಯಿಸುತ್ತಿದ್ದ. ಬೇಸ್ ಕ್ಯಾಂಪಿನಲ್ಲಿ ಕುಳಿತು ಪರ್ವತಾರೋಹಣದ ಯೋಜನೆಯ ಚಿಕ್ಕಪುಟ್ಟ ವಿವರಗಳನ್ನೂ ರೀಮ್‌ಗಟ್ಟಲೆ ಕಂಪ್ಯೂಟರ್ ಪೇಪರಿನಲ್ಲಿ ಮುದ್ರಿಸಿಟ್ಟಿದ್ದ; ಊಟದ ಮೆನು, ಬಿಡಿ ಪದಾರ್ಥಗಳು, ಸಲಕರಣೆಗಳು, ಔಷಧಿಗಳ ಪಟ್ಟಿ, ಎಲೆಕ್ಟ್ರಾನಿಕ್ ಹಾರ್ಡ್‌ವೇರ್‌ಗಳು, ಲಗೇಜುಗಳ ಸಾಗಣೆ, ಕುದುರೆಗಳ ಲಭ್ಯತೆ

ಎಲ್ಲಾ ದಾಖಲಿಸಿದ್ದ. ಜನ್ಮತಃ ಇಂಜಿನಿಯರ್ ಎನ್ನಿಸುವ ರಾಬ್‌ಗೆ ಎಲೆಕ್ಟ್ರಾನಿಕ್ಸ್, ಗಾಡ್ಜೆಟ್‌ಗಳು ಮತ್ತು ಚಾರಣದ ವ್ಯವಸ್ಥೆಗಳ ಬಗೆಗೆ ಇನ್ನಿಲ್ಲದ ಆಸಕ್ತಿಯಿತ್ತು. ತನ್ನ ಬಿಡುವಿನ ವೇಳೆಯಲ್ಲಿ ಸೋಲಾರ್ ವಿದ್ಯುಚ್ಛಕ್ತಿಯ ಪರಿಕರಗಳ ಜೊತೆ ರಿಪೇರಿ ಕೆಲಸ ಮಾಡುತ್ತಲೋ ಅಥವಾ 'ಪಾಪುಲರ್ ಸೈನ್ಸ್' ಎನ್ನುವ ಪತ್ರಿಕೆಯ ಹಳೆಯ ಸಂಚಿಕೆಗಳನ್ನು ಓದುತ್ತಲೋ ಕಳೆಯುತ್ತಿದ್ದ.

ಪ್ರಸಿದ್ಧ ಪರ್ವತಾರೋಹಿಗಳಾದ ಜಾರ್ಜ್ ಮಲೋರಿ ಮತ್ತಿತರರು ಹಾಕಿಕೊಟ್ಟ ಸಾಂಪ್ರದಾಯಿಕ ಕ್ರಮದಂತೆ, ಹಾಲ್ ಕೂಡಾ ವ್ಯವಸ್ಥಿತವಾಗಿ ಎವರೆಸ್ಟ್‌ಗೆ ಮುತ್ತಿಗೆ ಹಾಕಿ, ಅದನ್ನು ಜಯಿಸುವ ಯೋಜನೆಯನ್ನು ಅನುಸರಿಸುತ್ತಿದ್ದ. ಬೇಸ್ ಕ್ಯಾಂಪಿನಿಂದ ಪ್ರತಿ 2000 ಅಡಿ ಎತ್ತರದಲ್ಲೊಂದರಂತೆ ಕ್ಯಾಂಪ್‌ಗಳನ್ನು ಶೆರ್ಪಾಗಳ ಜೊತೆ ನಿರ್ಮಿಸಿ, ನಾಲ್ಕನೆಯ ಮತ್ತು ಕೊನೆಯ ಕ್ಯಾಂಪ್ 26,000 ಅಡಿ ಎತ್ತರದ ಸೌತ್ ಕೋಲ್ ಜಾಗವನ್ನು ಮುಟ್ಟುವಂತೆ ಮಾಡುತ್ತಿದ್ದ. ಈ ನಾಲ್ಕೂ ಕ್ಯಾಂಪ್‌ಗಳಿಗೆ ಸಾಕಷ್ಟು ಆಹಾರ, ಅಡಿಗೆ ಅನಿಲ, ಆಮ್ಲಜನಕ ಇತ್ಯಾದಿಗಳನ್ನು ಬೇಸ್ ಕ್ಯಾಂಪಿನಿಂದ ಸಾಗಿಸಿ ಶೇಖರಿಸಿಡುತ್ತಿದ್ದ. ಎಲ್ಲಾ ಕೆಲಸಗಳೂ ರಾಬ್ ಹಾಲ್‌ನ ಯೋಜನೆಯಂತೆ ನಡೆದರೆ, ಸರಿಯಾಗಿ ಒಂದು ತಿಂಗಳ ನಂತರ ನಾವೆಲ್ಲಾ ನಾಲ್ಕನೆಯ ಕ್ಯಾಂಪ್‌ನಿಂದ ಪರ್ವತದ ತುದಿ ಮುಟ್ಟಲು ಹೊರಡಬಹುದಾಗಿತ್ತು.

ಸರಕು ಸಾಗಾಣಿಕೆಯನ್ನು ಶೆರ್ಪಾಗಳೇ ನೋಡಿಕೊಳ್ಳುತ್ತಿದ್ದದ್ದರಿಂದ, ನಮ್ಮ ಜವಾಬ್ದಾರಿಯೇನೂ ಇರುತ್ತಿರಲಿಲ್ಲ.[1] ಆದರೆ ಒಂದು ತಿಂಗಳ ಈ ಅವಧಿಯಲ್ಲಿ ಪರ್ವತದ ಆ ಎತ್ತರದಲ್ಲಿನ ತೆಳುಗಾಳಿಯ ಪರಿಸರಕ್ಕೆ ಹೊಂದಿಕೊಳ್ಳುವ ಸಲುವಾಗಿ ನಾವೆಲ್ಲಾ ನಿರಂತರವಾಗಿ ಮೇಲಿನ ಕ್ಯಾಂಪ್‌ಗಳಿಗೆ ಹೋಗಿ–ಬಂದು ಮಾಡಬೇಕಿತ್ತು. ಈ ಪರಿಸರ ಹೊಂದಾಣಿಕೆಯ ಚಟುವಟಿಕೆಯ ಮೊದಲ ಹೆಜ್ಜೆಯಾಗಿ, ಏಪ್ರಿಲ್ 13ರಂದು ನಾವೆಲ್ಲಾ ಮೊದಲ ಕ್ಯಾಂಪ್‌ಗೆ ಹೋಗಿ ಬರಬೇಕೆಂದು ರಾಬ್ ಹಾಲ್ ಪ್ರಕಟಿಸಿದ. ಹಿಮಗಟ್ಟಿದ ಕುಂಭು ನದಿಯ ಜಲಪಾತದ ತುದಿಯಲ್ಲಿರುವ ಮೊದಲನೆಯ ಕ್ಯಾಂಪ್ ತಲುಪಲು ಸುಮಾರು ಅರ್ಧ ಮೈಲು ಎತ್ತರಕ್ಕೆ ಪರ್ವತಾರೋಹಣ ಮಾಡಬೇಕಿತ್ತು.

---

1 ಎವರೆಸ್ಟ್ ಪರ್ವತದ ಮೊತ್ತಮೊದಲ ಆರೋಹಣದಿಂದ ಹಿಡಿದು ಈತನಕ ಎಲ್ಲಾ ವಾಣಿಜ್ಯ ಮತ್ತು ವಾಣಿಜ್ಯೇತರ ಪರ್ವತಾರೋಹಣದಲ್ಲೂ, ಬಹುತೇಕ ಸಾಮಾನು ಸರಂಜಾಮುಗಳನ್ನು ಶೆರ್ಪಾ ಜನರೇ ಹೊತ್ತು ತಂದಿದ್ದಾರೆ. ಆದರೆ ವಾಣಿಜ್ಯ ಪರ್ವತಾರೋಹಣದ ಮಾರ್ಗದರ್ಶನದಲ್ಲಿ ಬಂದ ನಮ್ಮ ಗುಂಪಲ್ಲಿ, ನಾವುಗಳು ಒಂದಿಷ್ಟು ವೈಯಕ್ತಿಕ ವಸ್ತುಗಳನ್ನು ಬೆನ್ನಿಗೆ ಹಾಕಿಕೊಂಡಿದ್ದನ್ನು ಬಿಟ್ಟರೆ, ಉಳಿದ ಸಮಸ್ತವನ್ನೂ ಶೆರ್ಪಾ ಜನರೇ ಹೊತ್ತು ತಂದರು. ಈ ವಿಷಯದಲ್ಲಿ ವಾಣಿಜ್ಯ ಪರ್ವತಾರೋಹಣದ ನಮಗೂ, ಈ ಹಿಂದಿನ ವಾಣಿಜ್ಯೇತರ ಪರ್ವತಾರೋಹಿಗಳಿಗೂ ಅಜಗಜಾಂತರ ವ್ಯತ್ಯಾಸವಿದೆ.

ನನ್ನ 42ನೆಯ ಹುಟ್ಟುಹಬ್ಬದ ದಿನವಾದ ಏಪ್ರಿಲ್ 12ರ ಮಧ್ಯಾಹ್ನದಂದು ನಾವೆಲ್ಲಾ ಪರ್ವತಾರೋಹಣದ ಉಪಕರಣಗಳನ್ನು ಜೋಡಿಸಿಕೊಳ್ಳುವುದರಲ್ಲಿ ಕಳೆದೆವು. ಉಣ್ಣೆಯ ಬಟ್ಟೆಗಳು, ಪರ್ವತಾರೋಹಣದ ಸುರಕ್ಷತೆಗೆ ಬೇಕಾದ ಹಗ್ಗ, ಕೊಂಡಿಗಳು, ಬೆಲ್ಟ್‌ಗಳು ಮತ್ತು ನಮ್ಮ ಬೂಟ್‌ಗಳ ಕೆಳಕ್ಕೆ ಹಾಕಿಕೊಳ್ಳುವ ಲೋಹದ ಮುಳ್ಳುಗಳ ಉಪಕರಣ 'ಕ್ರಾಂಪಾನ್'ಗಳನ್ನು ಬಂಡೆ ಕಲ್ಲುಗಳ ಮೇಲೆಲ್ಲಾ ಹರಡಿಕೊಂಡು ಕುಳಿತಾಗ, ಯಾವುದೋ ದುಬಾರಿ ಸಾಮಾನುಗಳ ಸಂತೆಯ ಮಧ್ಯದಲ್ಲಿ ಇದ್ದಂತೆ ಕಂಡಿತು. ಬೆಕ್, ಸ್ಟೂಅರ್ಟ್ ಮತ್ತು ಲಿಯೊ, ಹೊಚ್ಚ ಹೊಸ ಪರ್ವತಾರೋಹಣದ ಬೂಟುಗಳನ್ನು ಪ್ಯಾಕ್‌ಗಳಿಂದ ತೆಗೆಯುವಾಗ ನನಗೆ ಅಚ್ಚರಿಯೂ ಮತ್ತು ಆತಂಕವೂ ಆಯಿತು. ಅವರೇ ಹೇಳುವ ಪ್ರಕಾರ ಅವುಗಳನ್ನು ಅವರು ಹೆಚ್ಚಾಗಿ ಬಳಸಿರಲಿಲ್ಲ. ಉಪಯೋಗಿಸದ ಹೊಸ ಬೂಟುಗಳನ್ನು ಹೊತ್ತುಕೊಂಡು ಪರ್ವತಾರೋಹಣಕ್ಕೆ ಬಂದರೆ ಆಗುವ ಅಪಾಯದ ಕುರಿತು ಅವರಿಗೆ ಅರಿವಿದೆಯೋ ಇಲ್ಲವೋ ಎಂದು ಅನುಮಾನವಾಯ್ತು. ಎರಡು ದಶಕಗಳ ಹಿಂದೆ ನಾನು ಹೊಸ ಬೂಟುಗಳೊಂದಿಗೆ ಪರ್ವತಾರೋಹಣಕ್ಕೆ ಹೋಗಿದ್ದೆ. ವಿಪರೀತ ದುಬಾರಿಯ, ತುಂಬಾ ಗಟ್ಟಿಮುಟ್ಟಾದ ಬೂಟುಗಳು ನಮ್ಮ ಕಾಲುಗಳಿಗೆ ವಿನಾಶಕಾರಿಯಾದ ಗಾಯಗಳನ್ನು ಮಾಡುತ್ತವೆನ್ನುವುದನ್ನು ನಾನು ಕೆಟ್ಟ ಅನುಭವದಿಂದ ಕಲಿತಿದ್ದೆ.

ಕೆನಡಾದ ಯುವ ಹೃದಯತಜ್ಞ ಸ್ಟೂಅರ್ಟ್ ತಾನು ತಂದ ಕ್ರಾಂಪಾನ್‌ಗಳು ತನ್ನ ಬೂಟಿನ ಗಾತ್ರಕ್ಕೆ ಸರಿ ಹೊಂದುವುದಿಲ್ಲವೆಂದು ಗೋಳಾಡಿದ. ಅದೃಷ್ಟವಶಾತ್ ರಾಬ್ ಹಾಲ್ ತನ್ನ ವಿಶೇಷ ಉಪಕರಣಗಳನ್ನೂ ಮತ್ತು ಜಾಣತನವನ್ನು ಪ್ರಯೋಗಿಸಿ, ಒಂದು ವಿಶಿಷ್ಟ ಪಟ್ಟಿಯನ್ನು ಬಳಸಿಕೊಂಡು ಆ ಕ್ರಾಂಪನ್ನು ಬೂಟಿಗೆ ಕೂಡಿಸುವುದರಲ್ಲಿ ಯಶಸ್ವಿಯಾದ.

ನಾಳೆಯ ಚಾರಣಕ್ಕಾಗಿ ನಮ್ಮ ಬೆನ್ನಚೀಲಗಳನ್ನು ತುಂಬಿಸುತ್ತಾ ಇರುವಾಗ ಹರಟೆ ಹೊಡೆಯತೊಡಗಿದೆವು. ಕುಟುಂಬ ಮತ್ತು ಉನ್ನತ ದರ್ಜೆಯ ಉದ್ಯೋಗದ ತಗಾದೆಗಳನ್ನು ಪೂರೈಸುತ್ತಲೆ, ಅವರೆಲ್ಲಾ ವರ್ಷಕ್ಕೆ ಒಂದೋ ಎರಡೋ ಪರ್ವತಾರೋಹಣವನ್ನು ಮಾಡಿರುವರೆಂಬುದನ್ನು ನಾನು ತಿಳಿದುಕೊಂಡೆ. ನೋಡಲಿಕ್ಕೆ ಎಲ್ಲರೂ ಅದ್ಭುತ ಅಂಗಸೌಷ್ಠವ ಹೊಂದಿದ್ದಂತೆ ಕಂಡರೂ, ಪರಿಸ್ಥಿತಿಯ ಒತ್ತಡದಿಂದಾಗಿ ಮುಕ್ಕಾಲುಪಾಲು ವ್ಯಾಯಾಮವನ್ನು ಅವರು ಜಿಮ್‌ನ ಟ್ರೆಡ್‌ಮಿಲ್ ಮತ್ತು ಸ್ಟೇರ್‌ಮಾಸ್ಟರ್‌ನಲ್ಲಿ ಮಾಡಿದ್ದರೇ ಹೊರತು, ನಿರಂತರ ಪರ್ವತಾರೋಹಣದಲ್ಲಲ್ಲ. ಈ ವಿಷಯ ಕೆಲವು ಕ್ಷಣಗಳ ಚಿಂತನೆಗೆ ನನ್ನನ್ನು ಹಚ್ಚಿತು. ಪರ್ವತಾರೋಹಣಕ್ಕೆ ಆರೋಗ್ಯವಂತ ಮೈಕಟ್ಟು ಅವಶ್ಯವಾದದ್ದು

ಎನ್ನುವುದು ಸತ್ಯ. ಆದರೆ ಅದರಷ್ಟೇ ಅವಶ್ಯಕವಾದ ಇತರ ಸಂಗತಿಗಳು ಕೇವಲ ಪರ್ವತಾರೋಹಣದ ಅನುಭವದಿಂದ ಮಾತ್ರ ದಕ್ಕುವಂತಹವಾಗಿದ್ದವೇ ಹೊರತು, ಜಿಮ್‌ನಲ್ಲಿ ಮಾಡಿದ ವ್ಯಾಯಾಮದಿಂದಲ್ಲ. ಯಾಕೋ ನನ್ನದು ವಿಪರೀತ ಸಿನಿಕ ಮನಸ್ಸು ಎಂದು ಬೈಯ್ದುಕೊಂಡೆ. ಏನೇ ಆದರೂ ನಾಳೆ ಬೆಳಿಗ್ಗೆ ತಮ್ಮ ಕ್ರಾಂಪನ್‌ಗಳನ್ನು ಈ ಕಡು ಪರ್ವತದ ಮೇಲೆ ಊರುತ್ತಾ ಸಾಗುವ ಸಂಭ್ರಮದ ಬಗ್ಗೆ ನನ್ನೆಲ್ಲಾ ಸಹಚಾರಣಿಗರು ಉತ್ಸಾಹಗೊಂಡಿದ್ದರು.

ನಮ್ಮ ದಾರಿಯು ಕುಂಭು ಹಿಮನದಿಯಗುಂಟ ನಡೆದು, ಪರ್ವತದ ಅರ್ಧಭಾಗವನ್ನು ತಲುಪಬೇಕಿತ್ತು. 23,000 ಅಡಿ ಎತ್ತರಕ್ಕೆ ಏರಿದ ನಂತರ ಈ ಮಹಾಹಿಮನದಿ ಇದ್ದಕ್ಕಿದ್ದಂತೆಯೇ ಎರಡೂವರೆ ಮೈಲು ಕೆಳಕ್ಕೆ ಹರಿದು, ಅಷ್ಟೇನೂ ಕಠಿಣವಲ್ಲದ ಸೌತ್ ಕೋಮ್ ಎಂಬ ಕಣಿವೆಯನ್ನು ಸೃಷ್ಟಿಸಿತ್ತು. ಕೋಮ್ ಕಣಿವೆಯ ಉಬ್ಬು ತಗ್ಗಿನ ಭೂಮಿಯ ಮೇಲೆ ಈ ಹಿಮನದಿ ಹರಿದು ಕುಡಿಯೊಡೆದಂತೆಲ್ಲಾ ಸಣ್ಣ ಮತ್ತು ದೊಡ್ಡ ಕುಣಿಗಳನ್ನು ಸೃಷ್ಟಿಸಿತ್ತು.[1] ಕೆಲವು ಪುಟ್ಟ ಕುಣಿಗಳನ್ನು ಸುಲಭವಾಗಿ ದಾಟಬಹುದಿತ್ತು, ಆದರೆ ಮತ್ತೆ ಕೆಲವು 80 ಅಡಿ ಅಗಲ, ನೂರಾರು ಅಡಿ ಆಳವಿದ್ದು, ಅರ್ಧ ಮೈಲಿ ಉದ್ದಕ್ಕೆ ಹರಡಿಕೊಂಡಿದ್ದವು. ಈ ದೊಡ್ಡ ಕುಣಿಗಳು ನಮ್ಮ ಆರೋಹಣಕ್ಕೆ ಅಡ್ಡಿಯುಂಟು ಮಾಡುತ್ತಿದ್ದರೂ, ಹಿಮದಿಂದ ಮುಚ್ಚಿಕೊಂಡಿದ್ದ ಪುಟ್ಟ ಕುಣಿಗಳು ಹೆಚ್ಚು ಅಪಾಯಕಾರಿಯಾಗಿದ್ದವು. ಆದರೆ ಕುಂಭು ಹಿಮನದಿಯ ಕುಣಿಗಳನ್ನು ಬಹಳ ವರ್ಷಗಳಿಂದ ಸಾಕಷ್ಟು ಜನ ಬಲ್ಲವರಾದ್ದರಿಂದ, ಅವುಗಳನ್ನು ಸುಲಭವಾಗಿ ಪತ್ತೆ ಹಚ್ಚಿ, ಸುರಕ್ಷಿತವಾಗಿ ನಿಭಾಯಿಸಬಹುದಾಗಿತ್ತು.

ಈ ಹಿಮಜಲಪಾತದ ಕತೆ ಬೇರೆಯಾಗಿತ್ತು. ಸೌತ್ ಕೋಲ್‌ನ ದಾರಿಯಲ್ಲಿನ ಯಾವ ಭಾಗಕ್ಕೂ ಪರ್ವತಾರೋಹಿಗಳು ಅಷ್ಟಾಗಿ ಹೆದರುತ್ತಿರಲಿಲ್ಲ. ಆದರೆ 20,000 ಅಡಿ ಎತ್ತರದಲ್ಲಿ, ಕಾಮ್ ಕಣಿವೆಯ ಹತ್ತಿರ ಅದು ಪ್ರತ್ಯಕ್ಷವಾಗುವಾಗ, ಇದ್ದಕ್ಕಿದ್ದಂತೆ ಆಳವಾದ ಪ್ರಪಾತಕ್ಕೆ ಅದು ಧುಮುಕಿತ್ತು. ಇದನ್ನೇ ಕುಖ್ಯಾತ ಕುಂಭು ಜಲಪಾತ ಎಂದು ಕರೆಯುತ್ತಾರೆ. ಇದು ನಿಸ್ಸಂಶಯವಾಗಿ ಇಡೀ ಚಾರಣದಲ್ಲಿಯೇ ನಮ್ಮ ತಾಂತ್ರಿಕ ಪರಿಣತಿಗೆ ಸವಾಲೊಡ್ಡುವ ಭಾಗವಾಗಿತ್ತು.

ಈ ಹಿಮಜಲಪಾತವು ಒಂದು ದಿನಕ್ಕೆ ನಾಲ್ಕರಿಂದ ಐದು ಅಡಿ ಧುಮುಕುತ್ತದೆಂದು ಅಂದಾಜಿಸಲಾಗಿತ್ತು. ಇದು ಹೀಗೆ ನೆಲಕ್ಕೆ ಬೀಳುವಾಗ, ಕಣಿವೆಯ ಒರಟು ಮೇಲ್ಮೈಗೆ ಮತ್ತೆ ಮತ್ತೆ ಬಡಿದು ಸಿಡಿದು ದೊಡ್ಡ ದೊಡ್ಡ ಹಿಮದ ಬಂಡೆಗಳಾಗಿ ರೂಪಾಂತರ ಹೊಂದುತ್ತದೆ. ಕೆಲವು ಬಂಡೆಗಳಂತೂ ದೊಡ್ಡ ಆಫೀಸಿನ ಕಟ್ಟಡಗಳಷ್ಟು

1 ಹಿಮಜಲಪಾತದ ಒಂದು ಭಾಗವು, ತನ್ನ ಹಿಂದಿರುವ ಕಡಿದಾದ ಎತ್ತರದ ಭಾಗಕ್ಕಿಂತಲೂ ಸ್ವಲ್ಪ ವೇಗವಾಗಿ ಚಲಿಸಿದರೆ, ಹಿಮಕುಣಿಗಳು ನಿರ್ಮಾಣವಾಗುತ್ತವೆ. ಆಗ ಹಿಮಜಲಪಾತ ಮತ್ತು ಎತ್ತರದ ಕಲ್ಲಿನ ಮಧ್ಯೆ ಆಳವಾದ ಅಪಾಯಕರ ಕಂದರಗಳು ಕಾಣಿಸಿಕೊಳ್ಳುತ್ತವೆ.

ದೈತ್ಯವಾಗಿರುತ್ತವೆ. ನಮ್ಮ ಚಾರಣದ ಹಾದಿಯು ಇಂತಹ ನೂರಾರು ಬೃಹತ್ ಹಿಮಬಂಡೆಗಳ ಸುತ್ತ, ಮುತ್ತ, ಮೇಲೆ, ಕೆಳಗೆ ಸುತ್ತುತ್ತದೆ. ಮೊದಲೇ ಅಸ್ಥಿರವಾದ ಈ ಬಂಡೆಗಳನ್ನು ಪ್ರತಿ ಬಾರಿ ದಾಟಿದಾಗಲೂ ರಷ್ಯಾದ ದೇಶದಲ್ಲಿ ಪಿಸ್ತೂಲಿನಿಂದ ಆಡುವ ಪ್ರಾಣಾಪಾಯದ ಆಟ ರೌಲೆಟ್‌ನಲ್ಲಿ ಗೆದ್ದಂತೆನ್ನಿಸುತ್ತದೆ. ಈವತ್ತೋ ಅಥವಾ ನಾಳೆಯೋ ಈ ಹಿಮಬಂಡೆಗಳು ಎಚ್ಚರಿಕೆ ಕೊಡದೆ ಉರುಳುವುದಂತೂ ಸತ್ಯ. ಹಾಗೆ ಉರುಳಿದಾಗ ಅದರ ಕೆಳಗೆ ನೀವಿರಲಿಕ್ಕಿಲ್ಲ ಎನ್ನುವ ಆಶಾಭಾವವನ್ನು ಮಾತ್ರ ಇಟ್ಟುಕೊಳ್ಳಬಹುದು. 1963ರಲ್ಲಿ ಪರ್ವತಾರೋಹಿಗಳಾದ ಹಾರ್ನ್‌ಬೀನ್ ಮತ್ತು ಅನ್‌ಸೋಲ್ಡ್ಸ್ ತಂಡದ ಸಹಚಾರಣಿಗನಾದ ಜೇಕ್ ಬ್ರೀಟನ್‌ಬ್ಯಾಕ್ ಎಂಬುವನು ಇಂತಹ ಬಂಡೆಯೊಂದು ಉರುಳಿದಾಗ ಅದರ ಅಡಿ ಸಿಕ್ಕು ಮೊದಲ ಆಹುತಿಯಾದ. ಆಮೇಲೆ ಸುಮಾರು 18 ಜನ ಪರ್ವತಾರೋಹಿಗಳು ಇದೇ ಅಪಾಯಕ್ಕೆ ಸಿಲುಕಿ ಸತ್ತಿದ್ದಾರೆ.

ಪ್ರತಿ ಚಳಿಗಾಲದಲ್ಲಿಯೂ ರಾಬ್ ಹಾಲ್, ಎಲ್ಲಾ ಪರ್ವತಾರೋಹಿ ತಂಡಗಳ ನಾಯಕರ ಜೊತೆ ಭೇಟಿಯಾಗಿ, ಯಾವುದಾದರೂ ಒಂದು ತಂಡಕ್ಕೆ ಈ ಹಿಮಜಲಪಾತವನ್ನು ದಾಟಲು ಬೇಕಾದ ಮಾರ್ಗವನ್ನು ತಯಾರಿಸಿ, ಅದರ ನಿರ್ವಹಣೆಯ ಜವಾಬ್ದಾರಿಯನ್ನು ತೆಗೆದುಕೊಳ್ಳುವಂತೆ ಒಪ್ಪಿಸುತ್ತಿದ್ದ. ಕಷ್ಟಪಟ್ಟು ಇಂತಹ ಮಾರ್ಗವನ್ನು ನಿರ್ಮಿಸಿದ ತಂಡಕ್ಕೆ, ಬೇಸಿಗೆಯಲ್ಲಿ ಬರುವ ಪರ್ವತಾರೋಹಣದ ಪ್ರತಿಯೊಂದು ತಂಡವೂ 2,200 ಡಾಲರ್ ಹಣವನ್ನು ಶುಲ್ಕವಾಗಿ ಅವರಿಗೆ ಕೊಡುವ ಒಪ್ಪಂದ ಮಾಡುತ್ತಿದ್ದ. ಇತ್ತೀಚಿನ ದಿನಗಳಲ್ಲಿ ಇಂತಹ ಸಹಕಾರಿ ಕ್ರಮಕ್ಕೆ ಎಲ್ಲರಿಂದಲ್ಲದಿದ್ದರೂ, ಬಹಳಷ್ಟು ಜನರಿಂದ ಮೆಚ್ಚುಗೆ ಬಂದಿತ್ತು.

1988ರಲ್ಲಿ ಒಂದು ಶ್ರೀಮಂತ ಅಮೇರಿಕಾ ಪರ್ವತಾರೋಹಣ ತಂಡವು ಇಂತಹ ಮಾರ್ಗವನ್ನು ನಿರ್ಮಿಸಿ, ಯಾರೇ ಹಿಮಜಲಪಾತವನ್ನು ದಾಟಲು ಇದನ್ನು ಬಳಸಿದರೂ ಅದಕ್ಕೆ 2000 ಡಾಲರ್ ಶುಲ್ಕವನ್ನು ಕೊಡಬೇಕೆಂದು ನಿಯಮ ಮಾಡಿತು. ಆ ವರ್ಷ ಚಾರಣಕ್ಕೆ ಬಂದ ಇತರ ತಂಡಗಳು ಇದನ್ನು ಕಂಡು ಹೌಹಾರಿದವು. ಎವರೆಸ್ಟ್ ಕೇವಲ ಪರ್ವತವಾಗಿ ಉಳಿಯದೆ ಬೆಲೆ ತೆತ್ತಬೇಕಾದ ಸರಕುಸಾಮಾಗ್ರಿಯಾಗಿ ಪರಿವರ್ತನೆಗೊಂಡಿತ್ತು. ನ್ಯೂಜಿಲೆಂಡ್‌ನ ಒಂದು ಪುಟ್ಟ ತಂಡವನ್ನು ಕಟ್ಟಿಕೊಂಡು ಬಂದಿದ್ದ ರಾಬ್ ಹಾಲ್, ಎಲ್ಲರಿಗಿಂತಲೂ ಹೆಚ್ಚಾಗಿ ಈ ಕ್ರಮಕ್ಕೆ ತೀವ್ರ ವಿರೋಧವನ್ನು ವ್ಯಕ್ತಪಡಿಸಿದ್ದ.

"ಪರ್ವತದ ಪಾವಿತ್ರ್ಯತೆಯನ್ನೇ ಇವರು ಹಾಳುಗೆಡವುತ್ತಿದ್ದಾರೆ. ಇದು ಪರ್ವತಾರೋಹಣ ಸ್ಪರ್ಧೆಗೆ ನಾಚಿಕೆಗೇಡು" ಎನ್ನುವುದು ರಾಬ್ ಹಾಲ್‌ನ

ಆಪಾದನೆಯಾಗಿತ್ತು. ಆದರೆ ಅಮೆರಿಕಾ ತಂಡದ ನಾಯಕನಾಗಿದ್ದ ಜಿಮ್ ಫ್ರೆಶ್ ಎಂಬ ನಿರ್ಭಾವುಕ ವಕೀಲ ಈ ಆಪಾದನೆಗೆ ಮಿಸುಕಾಡಲಿಲ್ಲ. ಕೊನೆಗೂ ಸೋತ ರಾಬ್ ಹಾಲ್ ಹಲ್ಲು ಬಿಗಿ ಹಿಡಿದು 2000 ಡಾಲರ್ ಚೆಕ್ಕನ್ನು ಜಿಮ್ ಫ್ರೆಶ್‌ಗೆ ಕೊಟ್ಟು ಕಳುಹಿಸಿದ. ಈ ಹಾದಿಯನ್ನು ಬಳಸಿಕೊಳ್ಳಲು ರಾಬ್ ಹಾಲ್‌ಗೆ ಒಪ್ಪಿಗೆ ಸಿಕ್ಕಿತು. (ಹಣ ಕೊಡುವುದರಲ್ಲಿ ರಾಬ್ ಹಾಲ್ ಯಾವತ್ತೂ ಸರಿಯಿರಲಿಲ್ಲ ಎಂದು ಮುಂದೆ ಫ್ರೆಶ್ ಆಪಾದನೆ ಮಾಡಿದ.)

ಆದರೆ ಎರಡೇ ವರ್ಷಗಳಲ್ಲಿ ಉಲ್ಟಾ ಹೊಡೆದ ರಾಬ್ ಹಾಲ್, ಈ ಹಿಮಜಲಪಾತದಲ್ಲಿ ಟೋಲ್ ದಾರಿಯ ಪ್ರಾಮುಖ್ಯತೆಯನ್ನು ಮನಗಂಡ. 1993ರಿಂದ 95ರವರೆಗೆ ಅವನೇ ಜಲಪಾತ ದಾಟುವ ದಾರಿಯನ್ನು ನಿರ್ಮಿಸಿ, ಎಲ್ಲರಿಂದಲೂ ಟೋಲ್ ಸಂಗ್ರಹಿಸುವುದಕ್ಕೆ ಮುಂದಾದ. ಆದರೆ 1996ರ ಬೇಸಿಗೆಯಲ್ಲಿ ಈ ಜವಾಬ್ದಾರಿಯನ್ನು ತನ್ನ ವಾಣಿಜ್ಯ[1] ವಿರೋಧ ತಂಡಕ್ಕೆ ಒಪ್ಪಿಸಲು ಸಿದ್ಧನಾಗಿದ್ದ; ಆದ್ದರಿಂದ ಈ ಜವಾಬ್ದಾರಿ ಸ್ಕಾಟ್‌ಲ್ಯಾಂಡಿನ ಎವರೆಸ್ಟ್ ಪರಿಣತ ಮಾಲ್ ಡಫ್‌ನ ಪಾಲಾಗಿತ್ತು. ನಾವು ಬೇಸ್ ಕ್ಯಾಂಪ್ ಬರುವ ಮೊದಲೇ ಶೆರ್ಪಾಗಳನ್ನು ಸೇರಿಸಿಕೊಂಡು ಮಾಲ್ ಢಫ್, ಈ ಹಿಮಬಂಡೆಗಳ ಮಧ್ಯೆ ಅಂಕುಡೊಂಕಾದ ಒಂದು ಮಾರ್ಗವನ್ನು ಹಗ್ಗದಿಂದ ನಿರ್ಮಿಸಿದ್ದ. ಒಂದು ಮೈಲಿಗೂ ಹೆಚ್ಚಿನ ಈ ರಸ್ತೆಯ ಮಧ್ಯೆದಲ್ಲಿ ಅರವತ್ತಕ್ಕೂ ಹೆಚ್ಚು ಅಲ್ಯೂಮೀನಿಯಂ ಏಣಿಗಳನ್ನು ಸಪಾಟಾಗಿ ಇಟ್ಟು, ಹಿಮನದಿಯಲ್ಲಿ ಮೂಡಿರುವ ದೊಡ್ಡ ದೊಡ್ಡ ಕುಣಿಗಳನ್ನು ದಾಟಲು ಸಿದ್ಧ ಮಾಡಿಟ್ಟಿದ್ದ. ಈ ಎಲ್ಲಾ ಏಣಿಗಳು ಹತ್ತಿರದಲ್ಲೇ ಇರುವ ಗೋರಾಕ್ ಹಳ್ಳಿಯ ಶೆರ್ಪಾ ವ್ಯಾಪಾರಿಯೊಬ್ಬನಿಗೆ ಸೇರಿದ್ದಾಗಿದ್ದು, ಪ್ರತಿ ವರ್ಷವೂ ಬಾಡಿಗೆಗೆ ಕೊಟ್ಟು ಸಾಕಷ್ಟು ಹಣ ಮಾಡುತ್ತಿದ್ದ.

1 ಶುಲ್ಕವನ್ನು ತೆಗೆದುಕೊಂಡು, ಪರ್ವತಾರೋಹಣ ತಂಡದಲ್ಲಿ ಜನರನ್ನು ಸೇರಿಸಿಕೊಳ್ಳುವ ಎಲ್ಲಾ ಗುಂಪುಗಳನ್ನೂ ನಾನು 'ವಾಣಿಜ್ಯ ಪರ್ವತಾರೋಹಣ ತಂಡ' ಎಂದು ಕರೆಯುತ್ತೇನಾದರೂ, ಇಂತಹ ಎಲ್ಲಾ ವಾಣಿಜ್ಯ ಪರ್ವತಾರೋಹಣ ತಂಡಗಳಲ್ಲಿ ಮಾರ್ಗದರ್ಶಕರು ಇರುವುದಿಲ್ಲ. ಉದಾಹರಣೆಗೆ ಮಾಲ್ ಡಫ್ ತಂಡವನ್ನೇ ತೆಗೆದುಕೊಳ್ಳಿ. ಹಾಲ್ ಮತ್ತು ಫಿಷರ್ ಸಾಮಾನ್ಯವಾಗಿ ಪ್ರತಿಯೊಬ್ಬರಿಂದಲೂ ತೆಗೆದುಕೊಳ್ಳುವ 65,000 ಡಾಲರ್‌ಗಿಂತಲೂ ಬಹಳ ಕಡಿಮೆ ಹಣವನ್ನು ತನ್ನ ತಂಡದ ಸದಸ್ಯರಿಂದ ಈತ ತೆಗೆದುಕೊಂಡಿದ್ದಾನೆ. ಈತ ತನ್ನ ನಾಯಕತ್ವವನ್ನೂ ಮತ್ತು ಎವರೆಸ್ಟ್ ಪರ್ವತಾರೋಹಣಕ್ಕೆ ಬೇಕಾದ ಎಲ್ಲಾ ಸಾಮಾನು ಸರಂಜಾಮುಗಳನ್ನು (ಆಹಾರ, ಗುಡಾರ, ಪೂರಕ ಆಮ್ಲಜನಕ, ದಾರಿಗುಂಟ ಕಟ್ಟಿದ ಹಗ್ಗ, ಸಹಾಯಕ್ಕೆ ಬೇಕಾದ ಶೆರ್ಪಾ ಜನರು ಮತ್ತು ಇತರ ಸರಕುಗಳು) ಕೊಡುತ್ತಾನೆ. ಆದರೆ ಈತ ಮಾರ್ಗದರ್ಶನವನ್ನು ಮಾಡುವುದಿಲ್ಲ. ಅವನ ತಂಡದ ಎಲ್ಲರೂ ಪರ್ವತಾರೋಹಣದಲ್ಲಿ ಬಹಳ ಚಾಣಾಕ್ಷರಾಗಿದ್ದು, ತಮ್ಮ ಪಾಡಿಗೆ ತಾವು ಪರ್ವತವನ್ನು ಸುರಕ್ಷಿತವಾಗಿ ಹತ್ತಿ ಇಳಿಯುವ ಜವಾಬ್ದಾರಿಯನ್ನು ಹೊಂದಿರುತ್ತಾರೆ ಎಂದು ಭಾವಿಸಬಹುದಾಗಿದೆ.

ಶನಿವಾರ, ಏಪ್ರಿಲ್ 13ರ ಬೆಳಿಗ್ಗೆ 4.45ರ ಮೈ ಕಲ್ಲಾಗಿಸುವ ಚಳಿಯಲ್ಲಿ, ಇನ್ನೇನು ಸೂರ್ಯೋದಯವಾಗಬೇಕು ಎನ್ನುವ ಹೊತ್ತಿನಲ್ಲಿ, ನಾನು ಈ ಪ್ರಸಿದ್ಧ ಹಿಮಜಲಪಾತದ ಹತ್ತಿರ ಬಂದೆ. ಈ ಹಿಮಬಂಡೆಗಳ ಸಹವಾಸದಲ್ಲಿ ಸಾವನ್ನು ಹಲವಾರು ಬಾರಿ ಗೆದ್ದಂತಹ ಪರ್ವತಾರೋಹಣದ ಹಳೆಯ ಹುಲಿಗಳು, ಹೊಸ ಹುಡುಗರನ್ನು ಕೂಡಿಸಿಕೊಂಡು, ಇಂತಹ ಸ್ಥಳದಲ್ಲಿ ಬದುಕಿ ಉಳಿಯಬೇಕೆಂದರೆ ನಿಮ್ಮ ಅಂತರಾಳದ ಧ್ವನಿಯನ್ನು ಜೋಪಾನವಾಗಿ ಕೇಳಿಸಿಕೊಂಡು ಹೆಜ್ಜೆ ಇಡಬೇಕು ಎಂದು ಬುದ್ಧಿಮಾತು ಹೇಳುತ್ತಾರೆ. ಯಾವುದೋ ಅಪಶಕುನದ ಅನುಭವವಾಗಿ ಚಾರಣ ಮಾಡಲು ವಿರೋಧಿಸಿ ಹಾಸಿಗೆಯಲ್ಲಿಯೇ ಉಳಿಯಲು ನಿರ್ಧರಿಸಿದ ಹಲವಾರು ಪರ್ವತಾರೋಹಿಗಳು, ಇಂತಹ ಮುನ್ಸೂಚನೆಯನ್ನು ಅರ್ಥ ಮಾಡಿಕೊಳ್ಳದ ಹತ್ತಾರು ಚಾರಣಿಗರನ್ನು ಬಲಿ ತೆಗೆದುಕೊಂಡ ಭೀಕರ ದುರಂತದಿಂದ ತಪ್ಪಿಸಿಕೊಂಡು ಬದುಕುಳಿದ ಹಲವಾರು ಕತೆಗಳು ಚಾಲ್ತಿಯಲ್ಲಿವೆ. ಅಂತರಾಳದ ಧ್ವನಿಗೆ ಗಮನ ನೀಡುವ ಪ್ರಾಮುಖ್ಯತೆ ಮತ್ತು ಅದರ ಶಕ್ತಿಯ ಬಗ್ಗೆ ನನಗೆ ಅನುಮಾನಗಳೇನೂ ಇರಲಿಲ್ಲ.

ರಾಬ್ ಹಾಲ್ ಜೊತೆಯಾದರೆ ಮುಂದಿನ ದಾರಿ ತಿಳಿಯುತ್ತದೆ ಎಂದು ನಾನು ಕಾಯುತ್ತಿರುವಾಗ, ಕಾಲಕೆಳಗಿನ ಹಿಮನದಿಯು ಏನೇನೋ ವಿಚಿತ್ರ ಸದ್ದುಗಳನ್ನು ಹೊರಡಿಸಿತು; ಪುಟ್ಟ ಕಟ್ಟಿಗೆಗಳನ್ನು ಎರಡು ತುಂಡಾಗಿ ಮುರಿಯುವಂತಹ ಸದ್ದುಗಳವು. ಹೆಜ್ಜೆಹೆಜ್ಜೆಗೆ ಬದಲಾಗುತ್ತಿದ್ದ ಹಿಮಜಲಪಾತದ ಕಣಿವೆಯ ಆಳ ಮತ್ತು ಈ ವಿಚಿತ್ರ ಸದ್ದುಗಳು ನನ್ನನ್ನು ಹೆದರಿಸಿದವು. ಸಮಸ್ಯೆ ಏನಾಗಿತ್ತೆಂದರೆ, ನನ್ನ ಅಂತರಾಳವು ವಿಪರೀತವಾಗಿ ಅಂಜಿಕೊಂಡು ಆಕಾಶವೇ ಕೆಳಕ್ಕೆ ಬೀಳುತ್ತದೇನೋ ಎಂಬಂತೆ ಭ್ರಮಿಸುತ್ತಿತ್ತು. ಇನ್ನೇನು ಸತ್ತೇ ಹೋಗುತ್ತೇನೆ ಎನ್ನುವಂತೆ ಅದು ಕೂಗಿಕೊಳ್ಳುತ್ತಿತ್ತು. ಆದರೆ ನಾನು ಕಾಲಿಗೆ ಚಾರಣದ ಶೂ ಹಾಕಿ ಲೇಸ್ ಬಿಗಿದಾಗಲೆಲ್ಲಾ ಈ ಹೆದರಿಕೆ ಆವರಿಸುತ್ತದೆ ಎಂದು ನನಗೆ ಗೊತ್ತು. ಆದ್ದರಿಂದ ಸಾಧ್ಯವಾದಷ್ಟು ಈ ಭಯವನ್ನು ಹತ್ತಿಕ್ಕುವ ನಟನೆ ಮಾಡುತ್ತಾ, ರಾಬ್ ಹಾಲ್‌ನನ್ನು ಹಿಂಬಾಲಿಸುತ್ತಾ, ಈ ನೀಲದುರ್ಗಮ ನಿಗೂಢ ದಾರಿಯನ್ನು ಸವೆಸಲಾರಂಭಿಸಿದೆ.

ಕುಂಭುವಿನಂತಹ ಭಯಾನಕ ಹಿಮಜಲಪಾತದಲ್ಲಿ ನಾನು ಯಾವತ್ತೂ ನಡೆದಿರಲಿಲ್ಲವಾದರೂ, ಬೇರೆ ಸಾಕಷ್ಟು ಹಿಮಜಲಪಾತಗಳಲ್ಲಿ ನಡೆದಿದ್ದೆ. ಅವು ಸಾಮಾನ್ಯವಾಗಿ ಊರ್ಧ್ವ ದಾರಿಗಳನ್ನು ಹೊಂದಿದ್ದು, ಕೆಲವೊಮ್ಮೆ ನೇತಾಡುವ ಹಿಮದ ತೊಲೆಗಳ ಮೇಲೆ ನಡೆಯಬೇಕಾಗುತ್ತಿತ್ತು. ಆದಕಾರಣ ಅಲ್ಲಿ ಹಿಮಸಲಾಕೆ ಮತ್ತು ಕ್ರಾಂಪಾನ್ ಬಳಸುವ ಚಾಣಾಕ್ಷತೆ ನಮಗಿರುವುದು ಅವಶ್ಯಕವಾಗಿರುತ್ತಿತ್ತು. ಕುಂಭು ಹಿಮಜಲಪಾತದಲ್ಲಿ ಸಾಕಷ್ಟು ಊರ್ಧ್ವಮುಖಿಯಾದ ಗೋಡೆಯಂತಹ

ಎತ್ತರದ ದಾರಿಗಳು ಇದ್ದವಾದರೂ, ಆ ದಾರಿಯಗುಂಟ ಏಣಿಗಳನ್ನು ಇಲ್ಲವೇ ಹಗ್ಗಗಳನ್ನು ಅಥವಾ ಎರಡನ್ನೂ ಹಾಕಲಾಗಿತ್ತು. ಆದ್ದರಿಂದ ಈ ಉಪಕರಣಗಳ ಬಳಕೆ ನಾಮಕಾವಸ್ತೆಯಾಗಿತ್ತು.

ಹಗ್ಗವನ್ನು ಹಿಮಚಾರಣಿಗರ ಅತ್ಯವಶ್ಯಕ ಸಂಗಾತಿಯೆಂದು ಪರಿಗಣಿಸಲಾಗುತ್ತದೆ. ಆದರೆ ಎವರೆಸ್ಟ್ ಪರ್ವತದಲ್ಲಿ ಅದರ ಬಳಕೆಯೂ ನಿರಂತರವಾಗಿ ಕಾಣುತ್ತಿರಲಿಲ್ಲ. ಸಾಮಾನ್ಯವಾಗಿ ಇಂತಹ ಪರ್ವತಾರೋಹಣದಲ್ಲಿ ಇಬ್ಬರು ಅಥವಾ ಮೂವರು ಚಾರಣಿಗರನ್ನು ಸುಮಾರು 150 ಅಡಿ ಉದ್ದದ ಹಗ್ಗದ ಸಹಾಯದಿಂದ ಒಬ್ಬರಿಗೊಬ್ಬರನ್ನು ಸೇರಿಸಿ ಗಂಟು ಹಾಕಲಾಗಿರುತ್ತದೆ. ಇದರಿಂದಾಗಿ ಒಬ್ಬರು ಇನ್ನೊಬ್ಬರ ಜೀವದ ಜವಾಬ್ದಾರಿಯನ್ನು ಹೊರಬೇಕಾಗುತ್ತದೆ. ಈ ತರಹ ಹಗ್ಗದಿಂದ ಕಟ್ಟಿಕೊಂಡು ಚಾರಣ ಮಾಡುವುದು ಅತ್ಯಂತ ಸುರಕ್ಷಿತವಾದದ್ದಲ್ಲದೆ, ಭಾವಾನಾತ್ಮಕವಾಗಿ ನಮ್ಮನ್ನು ಬೆಸೆದಿರುತ್ತದೆ. ಆದರೆ ಈ ಹಿಮಜಲಪಾತದಲ್ಲಿ ನಾವೆಲ್ಲರೂ ಬಿಡಿಬಿಡಿಯಾಗಿಯೇ ಚಾರಣ ಮಾಡಬೇಕೆಂದು ಆಜ್ಞೆ ಮಾಡಲಾಗಿತ್ತು. ನಮ್ಮ ನಡುವೆ ಒಬ್ಬರಿಗೊಬ್ಬರನ್ನು ಬಂಧಿಸುವ ಯಾವುದೇ ಯೋಜನೆಯಿರಲಿಲ್ಲ.

ಮಾಲ್ ಡಫ್‌ನ ಶೆರ್ಪಾಗಳು ಹಿಮಜಲಪಾತದ ಬುಡದಿಂದ ತುದಿಯ ತನಕ ಹಗ್ಗವನ್ನು ಅಲ್ಲಲ್ಲಿ ಲಂಗರು ಹಾಕಿ ಎಳೆದಿದ್ದರು. ನನ್ನ ಸೊಂಟದಲ್ಲಿ ಒಂದು ವಿಶೇಷವಾದ ಮೂರು ಅಡಿ ಉದ್ದದ ಪಟ್ಟಿಯಿದ್ದು, ಅದರ ತುದಿಯಲ್ಲಿ ಒಂದು ಲೋಹದ ಕ್ಲಿಪ್ (ಜೂಮರ್) ಇತ್ತು. ಚಾರಣಿಗರು ಒಬ್ಬರಿಗೊಬ್ಬರು ಹಗ್ಗದಿಂದ ಕಟ್ಟಿಕೊಳ್ಳುವ ಸುರಕ್ಷತೆಯ ಕ್ರಮಕ್ಕೆ ಬದಲಾಗಿ, ಈಗಾಗಲೇ ಲಂಗರು ಹಾಕಿ ಎಳೆದಿದ್ದ ಹಗ್ಗಕ್ಕೆ ನಮ್ಮ ಕ್ಲಿಪ್ಪನ್ನು ಸಿಕ್ಕಿಸಿ, ಅದನ್ನು ಮೇಲಕ್ಕೆ ಸರಿಸುತ್ತಾ ಪರ್ವತವನ್ನು ಹತ್ತುವ ಕ್ರಮವನ್ನು ಇಲ್ಲಿ ಬಳಸಲಾಗುತ್ತಿತ್ತು. ಈ ಕ್ರಮದಿಂದಾಗಿ ನಮ್ಮ ನಮ್ಮ ಸಾಮರ್ಥ್ಯಕ್ಕೆ ತಕ್ಕಂತೆ ನಾವು ಪರ್ವತದ ಕಠಿಣ ದಾರಿಯನ್ನು ಕ್ರಮಿಸಬಹುದಾಗಿತ್ತಲ್ಲದೆ, ಅಪರಿಚಿತ ಚಾರಣಿಗನ ಆರೋಹಣದ ದೌರ್ಬಲ್ಯದಿಂದಾಗಿ ನಮ್ಮ ನಡಿಗೆಯನ್ನು ಕುಂಠಿತಗೊಳಿಸುವ ಅವಶ್ಯಕತೆ ಇರಲಿಲ್ಲ. ಈ ನೂತನ ಕ್ರಮದಿಂದಾಗಿ ಒಮ್ಮೆ ಕೂಡಾ ಸಹಚಾರಣಿಗನ ಜೊತೆ ಹಗ್ಗದೊಡನೆ ಬಂಧಿಸಿಕೊಳ್ಳಬೇಕಾದ ಅವಶ್ಯಕತೆ ಇಲ್ಲದೆಯೇ ಪರ್ವತವನ್ನು ಹತ್ತಬಹುದು ಎನ್ನುವ ಸಂಗತಿ ನನ್ನ ಅನುಭವಕ್ಕೆ ಬಂತು.

ಸಾಮಾನ್ಯವಾಗಿ ಹಿಮಜಲಪಾತವನ್ನು ಹತ್ತಲು ಹಲವು ಸಾಂಪ್ರದಾಯಿಕ ಪರ್ವತಾರೋಹಣ ತಂತ್ರಗಳ ಅವಶ್ಯಕತೆ ಇದ್ದರೆ, ಕುಂಭು ಜಲಪಾತವು ಹಲವು ಹೊಸ ಸಾಮರ್ಥ್ಯಗಳನ್ನು ನಮ್ಮಿಂದ ಬೇಡುತ್ತಿತ್ತು. ಉದಾಹರಣೆಗೆ ಹಿಮದಲ್ಲಿನ ದೊಡ್ಡ ಕುಣಿಗಳನ್ನು ದಾಟಲು ಮೂರು ಏಣಿಗಳನ್ನು ಒಂದರ ತುದಿಗೆ ಮತ್ತೊಂದರಂತೆ ಬಿಗಿಯಾಗಿ ಹಗ್ಗದಿಂದ ಕಟ್ಟಿರುತ್ತಿದ್ದರು. ಅಲ್ಲಾಡುವ ಆ ಏಣಿಗಳನ್ನು ನಮ್ಮ ಕಾಲಿನ

ತುದಿಬೆರಳು ಮತ್ತು ಬೂಟಿನ ಮುಳ್ಳುಗಳ ಸಹಾಯದಿಂದ ದಾಟಬೇಕಿತ್ತು. ನನಗೆ ಈ ಹಿಂದೆ ಅಂತಹ ಅನುಭವವೇ ಇರಲಿಲ್ಲ.

ಒಂದು ದಿನ ಸೂರ್ಯೋದಯಕ್ಕೂ ಸ್ವಲ್ಪ ಮುಂಚಿನ ಹೊಂಬೆಳಕಲ್ಲಿ, ಯಾವುದೋ ಒಂದು ಅಲ್ಲಾಡುವ ಏಣಿಯ ತಿರುಗಿಕೊಂಡ ಒಂದು ಮೆಟ್ಟಿಲಿನಿಂದ ಮತ್ತೊಂದಕ್ಕೆ ಕಷ್ಟಪಟ್ಟು ಕಾಲಿಡುವಾಗ, ಏಣಿಯ ಎರಡೂ ತುದಿಗಳು ಭೂಕಂಪವಾದಂತೆ ಕಂಪಿಸತೊಡಗಿದವು. ಕೆಲವೇ ಕ್ಷಣಗಳಲ್ಲಿ ಮೇಲಿನಿಂದ ಹಿಮದ ಬಂಡೆಯೊಂದು ಆರ್ಭಟಿಸುತ್ತಾ ಕೆಳಕ್ಕೆ ಉರುಳಿ ಬಂತು. ನನ್ನ ಜೀವ ಬಾಯಿಗೆ ಬಂತು. ಆದರೆ ಆ ಬಂಡೆ ನನ್ನಿಂದ ಎಡಕ್ಕೆ ಸುಮಾರು ಐವತ್ತು ಅಡಿ ದೂರದಲ್ಲಿಯೇ ಉರುಳಿ, ಕಣ್ಣಿಗೆ ಕಾಣದಂತೆ ಎಲ್ಲಿಯೋ ಆಳದಲ್ಲಿ ಮರೆಯಾಗಿ ಹೋಯ್ತು. ನನಗೆ ಯಾವ ಅಪಾಯವೂ ಸಂಭವಿಸಲಿಲ್ಲ. ಕೆಲವು ನಿಮಿಷಗಳ ಕಾಲ ಸುಮ್ಮನೆ ಇದ್ದು, ಧೈರ್ಯಗೂಡಿಸಿಕೊಂಡು, ನನ್ನ ಅಡ್ಡಾದಿಡ್ಡಿ ನಡಿಗೆಯಲ್ಲಿ ಏಣಿಯ ಆ ತುದಿಯನ್ನು ಮುಟ್ಟಿದೆ.

ಹಿಮಜಲಪಾತದ ನಿರಂತರವಾದ ಮತ್ತು ಕೆಲವೊಮ್ಮೆ ತೀವ್ರವಾದ ಅಂತರ್ಚಲನೆಯಿಂದಾಗಿ ಪ್ರತಿಯೊಂದು ಏಣಿಯನ್ನು ದಾಟುವಾಗಲೂ ಅನಿಶ್ಚಿತತೆಯ ಭಾವವೊಂದು ನಮ್ಮ ಆತಂಕವನ್ನು ಹೆಚ್ಚಿಸುತ್ತಿತ್ತು. ಅದು ನಿಧಾನಕ್ಕೆ ಹರಿದಂತೆಲ್ಲಾ ಕೆಲವೊಮ್ಮೆ ಏಣಿಯ ಎರಡೂ ತುದಿಯ ಅಂತರವು ಕಡಿಮೆಯಾಗಿ, ಕಡ್ಡಿಯೊಂದನ್ನು ಬೆರಳುಗಳ ನಡುವೆ ಅಮುಕಿ ಬಾಗಿಸಿದಂತೆ ಏಣಿಯು ಬಾಗಿರುತ್ತಿತ್ತು. ಕೆಲವೊಮ್ಮೆ ಅವುಗಳ ನಡುವಿನ ಅಂತರವು ಹೆಚ್ಚಾಗಿ, ಏಣಿಯ ಎರಡೂ ತುದಿಗಳು ಸರಿದಾಡಿ, ಗಟ್ಟಿಯಿಲ್ಲದ ಮಂಜುಗಡ್ಡೆಗೆ ಅಂಟಿಕೊಂಡು, ಗಾಳಿಯಲ್ಲಿ ಅಲ್ಲಾಡುತ್ತಿತ್ತು. ಏಣಿಗಳನ್ನು ಮತ್ತು ಹಗ್ಗವನ್ನು ಭದ್ರವಾಗಿ ಕಟ್ಟಲು ಬಳಸಿದ ಲಂಗರು[1] ಮೊಳೆಗಳ ಬುಡದ ಹಿಮವು ಕೆಲವೊಮ್ಮೆ ಮಧ್ಯಾಹ್ನದ ಸೂರ್ಯನ ಬಿಸಿಗೆ ಕರಗಿ ಬಿಡುತ್ತಿತ್ತು. ಇವುಗಳನ್ನು ನೋಡಿಕೊಳ್ಳಲು ನಿತ್ಯದ ನಿರ್ವಹಣೆ ಇದ್ದರೂ, ಯಾವುದೇ ಹೊತ್ತಿನಲ್ಲಿಯೂ ನಮ್ಮ ಭಾರಕ್ಕೆ ಹಗ್ಗವೊಂದು ಕುಸಿದು ಹೋಗುವ ಎಲ್ಲಾ ಅಪಾಯವೂ ಅಲ್ಲಿತ್ತು.

ಹಿಮಜಲಪಾತವು ಸಾಕಷ್ಟು ತ್ರಾಸು ನೀಡುತ್ತಿದ್ದು, ಭಯಾನಕವಾಗಿದ್ದರೂ ಕೆಲವೊಂದು ಅನಿರೀಕ್ಷಿತ ಆಕರ್ಷಣೆಗಳನ್ನು ತೋರುತ್ತಿತ್ತು. ಬೆಳಕು ಹರಿದು ಜಗದ ಕತ್ತಲೆಯು ಮಾಯವಾದಾಗ, ಈ ಹಿಮಪಾತವು ಕಲ್ಪನಾತೀತ ಚೆಲುವನ್ನು ಹಲವು

1 ಹಿಮಜಲಪಾತದ ಇಳಿಜಾರುಗಳಲ್ಲಿ ನಮಗೆ ಹತ್ತಲು ಅನುಕೂಲವಾಗುವಂತೆ ಹಗ್ಗ ಮತ್ತು ಏಣಿಗಳನ್ನು, ಮೂರು ಅಡಿ ಉದ್ದದ ಮೊಳೆಗಳನ್ನು ಹೊಡೆದು ಕಟ್ಟಿರುತ್ತಾರೆ. ಹಿಮಕ್ಕಿಂತಲೂ ಮಂಜುಗಡ್ಡೆಯೇ ಹೆಚ್ಚಿರುವ ಪ್ರದೇಶದಲ್ಲಿ, 'ಐಸ್ ಸ್ಕ್ರೂವ್' ಎನ್ನುವ ಹತ್ತು ಇಂಚು ಉದ್ದದ, ಕೊಳವೆಯಂತಹ ಅಲ್ಯೂಮಿನಿಯಂ ತಿರುಗಣಿ ಮೊಳೆಯನ್ನು ಮಂಜಿನೊಳಕ್ಕೆ ಹೊಡೆದು ಕಟ್ಟಿರುತ್ತಾರೆ.

ಆಯಾಮಗಳಲ್ಲಿ ನನ್ನ ಮುಂದೆ ತೆರೆದಿಟ್ಟಿತು. ಪರಿಸರದ ತಾಪಮಾನವು ಮೈನಸ್ ಹದಿನೈದು ಡಿಗ್ರಿ ಸೆಂಟಿಗ್ರೇಡ್ ತಲುಪಿತ್ತು. ನನ್ನ ಬೂಟಿನ ಮೊಳೆಗಳು ಮತ್ತೊಮ್ಮೆ ಧೈರ್ಯ ನೀಡುವಂತೆ ಹಿಮಜಲಪಾತದ ಮೇಲಿನ ಕೆನೆಯಂತಹ ಪದರವನ್ನು ಸದ್ದುಮಾಡುತ್ತಾ ಮುರಿದು ಬಿಗಿಗೊಳ್ಳತೊಡಗಿದವು. ಹಗ್ಗದ ನಿರ್ದಿಷ್ಟ ದಾರಿಯಲ್ಲಿಯೇ ಕ್ರಮಿಸುತ್ತಾ, ಮುಳ್ಳುಮುಳ್ಳಾದ ಹಲವು ನೀಲಿ ಹಿಮದ ಗೋಪುರಗಳು ನಿರ್ಮಿಸಿದ ಚಕ್ರವ್ಯೂಹದೊಳಕ್ಕೆ ಬಂದೆ. ಹಿಮದ ತೊಲೆಗಳೇ ಅಲ್ಲಿಂದಿಲ್ಲಿಗೆ ಹಿಮಜಲಪಾತದ ತುದಿಗಳನ್ನು ಹಿಡಿದುಕೊಂಡು ನಿರ್ಮಿತವಾದ ಆ ದೃಶ್ಯವು ರಾಕ್ಷಸನೊಬ್ಬನ ಭುಜಗಳಂತೆ ಕಾಣುತ್ತಿತ್ತು. ಆವರೆಗೆ ನಡೆದುಬಂದು ದಣಿವಿಕೆಯನ್ನು ಮರೆತು, ಸುತ್ತಮುತ್ತಲಿನ ಅದ್ಭುತ ಸೌಂದರ್ಯದಲ್ಲಿ ಮುಳುಗಿಹೋದ ನಾನು ಸುಮಾರು ಎರಡು ತಾಸುಗಳ ಕಾಲ ಆರೋಹಣದ ಸುಖದಲ್ಲಿ ಲೀನನಾದೆ. ಆ ಎರಡು ತಾಸುಗಳ ಕಾಲ ಭಯವನ್ನೂ ಮರೆತು ಬಿಟ್ಟಿದ್ದೆ.

ಕ್ಯಾಂಪ್ ಒಂದಕ್ಕೆ ಸೇರಬೇಕಾದ ದಾರಿಯನ್ನು ಮುಕ್ಕಾಲು ಭಾಗ ಕ್ರಮಿಸಿದಾಗ, ಒಂದು ವಿರಾಮದ ಜಾಗದಲ್ಲಿ ರಾಬ್ ಹಾಲ್ ಸಿಕ್ಕ. ಅವನು ಈ ಹಿಂದೆಂದೂ ಕಂಡಿರದಷ್ಟು ಈ ಹಿಮಜಲಪಾತವು ಭದ್ರವಾಗಿದೆ ಎಂದು ಹೇಳಿದ. "ಈ ಸಲ ದಾರಿಗಳೆಲ್ಲಾ ಒಳ್ಳೆ ಹೈವೇ ತರಹ ಆಗಿ ಬಿಟ್ಟಿವೆ" ಎಂದು ಹೊಗಳಿದ. ಹಗ್ಗವನ್ನು ಹಿಡಿದುಕೊಂಡು ಇನ್ನೂ ಸ್ವಲ್ಪ ಮೇಲಕ್ಕೆ, ಅಂದರೆ 19,000 ಅಡಿಗಳ ಎತ್ತರಕ್ಕೆ ಹೋದಾಗ, ನಾವು ಒಂದು ದೈತ್ಯವಾದ ಮತ್ತು ಹೆದರಿಕೆಯಾಗುವಂತೆ ಸಮತೋಲನ ಕಾಯ್ದುಕೊಂಡ ಹಿಮಬಂಡೆಯ ಬುಡಕ್ಕೆ ಬಂದೆವು. ಸುಮಾರು ಹನ್ನೆರಡು ಅಂತಸ್ತುಗಳ ಕಟ್ಟಡದಷ್ಟು ಎತ್ತರವಾದ ಆ ಹಿಮಬಂಡೆಯು, 30 ಡಿಗ್ರಿಯಷ್ಟು ನಮ್ಮ ತಲೆಯ ಮೇಲೆ ವಾಲಿತ್ತು. ಇದೇ ಬಂಡೆಯ ಮುಖದಲ್ಲಿನ ವಕ್ರವಾದ ಒಂದು ಕಿರುದಾರಿಯಲ್ಲಿ ಹತ್ತಿ, ನಾವು ಅದನ್ನು ದಾಟಬೇಕಿತ್ತು.

ನನಗೆ ತಿಳಿದಂತೆ ಸುರಕ್ಷತೆಯು ನಮ್ಮ ಧಾವಂತಕ್ಕೆ ಥಳುಕು ಹಾಕಿಕೊಂಡಿತ್ತು. ನನಗೆ ಸಾಧ್ಯವಾದಷ್ಟು ಶಕ್ತಿಯನ್ನು ಹಾಕಿ, ದೀರ್ಘ ಉಸಿರನ್ನು ತೆಗೆದುಕೊಳ್ಳುತ್ತಾ ಬಂಡೆಯನ್ನು ಹತ್ತತೊಡಗಿದೆ. ಆದರೆ ಇನ್ನೂ ತೆಳುಗಾಳಿಗೆ ನನ್ನ ದೇಹ ಹೊಂದಿಕೊಂಡಿಲ್ಲದ ಕಾರಣ ನನ್ನ ವೇಗವು ಅಂಬೆಗಾಲಿಡುವುದಕ್ಕಿಂತಲೂ ಹೆಚ್ಚೇನೂ ಇರಲಿಲ್ಲ. ನಾಲ್ಕೈದು ಹೆಜ್ಜೆ ಇಟ್ಟ ತಕ್ಷಣ ನಿಂತು, ಹಗೂರಕ್ಕೆ ಹಗ್ಗಕ್ಕೆ ವಾಲಿಕೊಂಡು ಸುಧಾರಿಸಿಕೊಳ್ಳುತ್ತಾ, ಆ ತೆಳುವಾದ ಮತ್ತು ದುರ್ಗಮವಾದ ಗಾಳಿಯನ್ನು ನನ್ನ ಶ್ವಾಸಕೋಶಕ್ಕೆ ತುಂಬಿಕೊಳ್ಳುತ್ತಿದ್ದೆ.

ಎಲ್ಲಿಯೂ ಜಾರದಂತೆ ಆ ಹಿಮಬಂಡೆಯ ಮೇಲಕ್ಕೆ ಹತ್ತಿದ್ದೇ, ಅದರ ಸಪಾಟಾದ ತಲೆಯ ಭಾಗದಲ್ಲಿ ಉಸಿರುಕಟ್ಟಿದವನಂತೆ ಕುಸಿದು ಬಿದ್ದೆ. ನನ್ನ

ಹೃದಯವು ಸುತ್ತಿಗೆಯಿಂದ ಬಡಿದಂತೆ ಒದ್ದಾಡುತ್ತಿತ್ತು. ಬೆಳಗಿನ ಸುಮಾರು 8:30ರ ಹೊತ್ತಿಗೆ ನಾನು ಆ ಹಿಮಜಲಪಾತದ ತುತ್ತತುದಿಯನ್ನು ತಲುಪಿದ್ದೆ. ಎಲ್ಲಾ ಹಿಮಬಂಡೆಗಳನ್ನು ದಾಟಿಯಾಗಿತ್ತು. ಕ್ಯಾಂಪ್ ಒಂದನ್ನು ಸೇರಿ ಸುರಕ್ಷಿತನಾದರೂ ನನಗೆ ಸಮಾಧಾನವಂತೂ ಆಗಲಿಲ್ಲ. ಸ್ವಲ್ಪ ಕೆಳಗಡೆಗೆ ಇರುವ ವಾಲಿದ ಆ ಕರಾಳ ಹಿಮಬಂಡೆಯು ನನ್ನ ಮನಸ್ಸನ್ನು ಆಕ್ರಮಿಸಿಕೊಂಡಿತ್ತು. ನಾನು ಎವರೆಸ್ಟ್ ಶಿಖರಾಗ್ರವನ್ನು ತಲುಪಬೇಕೆಂದರೆ, ಈ ಅಜಾನುಬಾಹು ದೈತ್ಯ ಬಂಡೆಯನ್ನು ಮತ್ತೆ ಏಳು ಸಲವಾದರೂ ಹತ್ತಿ ಇಳಿಯಬೇಕಿತ್ತು. ಈ ದಾರಿಯನ್ನು 'ಕತ್ತೆಗಳ ದಾರಿ' ಎಂದು ಹೀಗಳೆದು ಅದರ ದುರ್ಗಮತೆಯನ್ನು ಕಡಿಮೆಗೊಳಿಸುವ ಪರ್ವತಾರೋಹಿಗಳೂ ಇದ್ದಾರೆ. ನನ್ನ ಪ್ರಕಾರ ನಿಸ್ಸಂಶಯವಾಗಿ ಅಂತಹವರು ಈ ಕುಂಭು ಹಿಮಜಲಪಾತವನ್ನು ಹತ್ತಿರಲು ಸಾಧ್ಯವಿಲ್ಲ.

ನಮ್ಮ ಗುಡಾರಗಳನ್ನು ಬಿಡುವ ಮೊದಲೇ ರಾಬ್ ಹಾಲ್, ಸರಿಯಾಗಿ ಬೆಳಗಿನ 10ಕ್ಕೆಲ್ಲಾ ಅಲ್ಲಿಂದ ವಾಪಾಸು ಹಿಂತಿರುಗಬೇಕೆಂದು ಕಟ್ಟಾಜ್ಞೆ ಮಾಡಿದ್ದ. ಕ್ಯಾಂಪ್ ಒಂದನ್ನು ತಲುಪದಿದ್ದರೂ ಚಿಂತೆಯಿಲ್ಲ, ಹತ್ತು ಗಂಟೆಗೆ ಹಿಂತಿರುಗಬೇಕೆಂದೂ, ನಡುಮಧ್ಯಾಹ್ನದ ವೇಳೆಗೆ ಬೇಸ್ ಕ್ಯಾಂಪ್ ತಲುಪಿಕೊಂಡರೆ ಮಧ್ಯಾಹ್ನದ ಸೂರ್ಯನಿಂದ ಹಿಮಕರಗಿ ಆಗಬಹುದಾದ ಅನಾಹುತವನ್ನು ತಪ್ಪಿಸಿಕೊಳ್ಳಬಹುದೆಂದು ಹೇಳಿದ್ದ. ಆ ನಿಗದಿತ ಅವಧಿಗೆ ಸರಿಯಾಗಿ ರಾಬ್, ಫ್ರಾಂಕ್ ಫಿಶ್‌ಬೆಕ್, ಜಾನ್ ಟಾಸ್ಕ್, ಡಹ್ಗ್ ಹಾನ್‌ಸೆನ್ ಮತ್ತು ನಾನು ಮಾತ್ರ ಕ್ಯಾಂಪ್ ಒಂದನ್ನು ತಲುಪಿದ್ದೆವು. ನಮ್ಮ ಕ್ಯಾಂಪಿನ ಕೆಳಕ್ಕೆ ಸುಮಾರು 200 ಅಡಿಗಳ ಆಸುಪಾಸಿನಲ್ಲಿ ಉಳಿದವರಾದ ಯಸುಕೊ ನಂಬಾ, ಸ್ಟೂಅರ್ಟ್ ಹಚಿಸನ್, ಬೆಕ್ ವೆದರ್ಸ್, ಲೂಯಿ ಕಾಸಿಷ್ಕರವರು ನಮ್ಮ ಮಾರ್ಗದರ್ಶಿಗಳಾದ ಮೈಕ್ ಗ್ರೂಮ್ ಮತ್ತು ಆ್ಯಂಡಿ ಹೇರಿಸ್ ಜೊತೆಯಲ್ಲಿ ಇದ್ದರು. ಆದರೆ ರಾಬ್ ಹಾಲ್ ಸಮಯಕ್ಕೆ ಸರಿಯಾಗಿ ರೇಡಿಯೋ ತೆಗೆದುಕೊಂಡು ಎಲ್ಲರೂ ಹಿಂತಿರುಗಬೇಕೆಂದು ಅಪ್ಪಣೆ ಕೊಟ್ಟ.

ಪ್ರಪ್ರಥಮ ಬಾರಿಗೆ ತಂಡದ ಎಲ್ಲರ ಪರ್ವತಾರೋಹಣ ಮಾಡುವ ರೀತಿಯನ್ನು ಗಮನಿಸಿ, ಪ್ರತಿಯೊಬ್ಬರ ಶಕ್ತಿ ಮತ್ತು ದೌರ್ಬಲ್ಯಗಳನ್ನು ಅರಿತುಕೊಂಡಿದ್ದೆವು. ಮುಂಬರುವ ದಿನಗಳಲ್ಲಿ ಯಾರ ಮೇಲೆ ಹೆಚ್ಚು ಅವಲಂಬಿತವಾಗಬಹುದು ಎಂಬುದರ ಲೆಕ್ಕಾಚಾರ ಮಾಡಿಕೊಂಡೆವು. ನಮ್ಮ ತಂಡದಲ್ಲಿಯೇ ಹಿರಿಯರಾದ, ಐವತ್ತಾರು ವಯಸ್ಸಿನ ಡಹ್ಗ್ ಮತ್ತು ಜಾನ್, ಇಬ್ಬರೂ ಸಾಕಷ್ಟು ಸದೃಢರಾಗಿ ಕಂಡರು. ಆದರೆ ಮೆದುಮಾತನಾಡುವ ಸಂಭಾವಿತ ವ್ಯಕ್ತಿಯಾದ, ಹಾಂಗ್‌ಕಾಂಗಿನ ಪುಸ್ತಕ ಪ್ರಕಾಶಕ ಫ್ರಾಂಕ್ ಅತ್ಯಂತ ಪ್ರಭಾವಶಾಲಿಯಾಗಿದ್ದ. ಈ ಹಿಂದೆ ಮೂರು ಬಾರಿ ಎವರೆಸ್ಟ್ ಆರೋಹಣ ತಂಡದಲ್ಲಿ ಭಾಗವಹಿಸಿದ ಅನುಭವವನ್ನು ಅವನ

ಚಾಣಾಕ್ಷತೆಯಲ್ಲಿ ಕಾಣಬಹುದಿತ್ತು. ನಿಧಾನಕ್ಕೆ ಆರೋಹಣವನ್ನು ಆರಂಭಿಸಿದರೂ, ತನ್ನ ಚಲನೆಯ ವೇಗವನ್ನು ಕುಗ್ಗದಂತೆ ಕಾಪಾಡಿಕೊಂಡಿದ್ದ. ಹಿಮಜಲಪಾತದ ತುದಿಯನ್ನು ಎಲ್ಲರಿಗಿಂತಲೂ ಮೊದಲಿಗೆ ಮುಟ್ಟಿದ್ದ. ಅವನು ಉಸಿರಾಡುವುದಕ್ಕೆ ಕಷ್ಟಪಟ್ಟಿದ್ದನ್ನೂ ನಾವು ನೋಡಲಿಲ್ಲ.

ಆದರೆ ಇಡೀ ತಂಡದಲ್ಲಿಯೇ ಅತ್ಯಂತ ಚಿಕ್ಕವನಾದ ಮತ್ತು ಬಲಾಢ್ಯನಂತೆ ಕಾಣುವ ಸ್ಟೂಅರ್ಟ್ ಅದಕ್ಕೆ ತದ್ವಿರುದ್ಧವಾಗಿ ಬಹುಬೇಗನೆ ಆಯಾಸಗೊಂಡಿದ್ದ. ಕ್ಯಾಂಪ್‌ನಿಂದ ಎಲ್ಲರಿಗಿಂತಲೂ ಮೊದಲೇ ವೇಗವಾಗಿ ಹೊರಟವನು, ನಾವೆಲ್ಲಾ ಹಿಮಜಲಪಾತದ ತುದಿಯನ್ನು ತಲುಪಿದಾಗ ಎಲ್ಲರಿಗಿಂತಲೂ ಕೆಳಕ್ಕೆ ಅತ್ಯಂತ ಶೋಚನೀಯ ಸ್ಥಿತಿಯಲ್ಲಿ ಕಾಣುತ್ತಿದ್ದ. ಲಿಯೊಗೆ ಮೊದಲ ದಿನದ ಬೇಸ್ ಕ್ಯಾಂಪ್‌ನ ಚಾರಣದಲ್ಲಿಯೇ ಕಾಲಿನಲ್ಲಿ ಗಾಯವಾಗಿತ್ತು. ಆದ್ದರಿಂದ ಅವನ ನಡಿಗೆ ನಿಧಾನವಾಗಿದ್ದರೂ, ಮೆಚ್ಚುಗೆ ಗಳಿಸುವಂತಿತ್ತು. ಆದರೆ ಬೆಕ್, ಅದರಲ್ಲೂ ಯಸುಕೋಳ ಆರೋಹಣ ಮಾತ್ರ ಯಾಕೋ ಅನುಮಾನ ಮೂಡಿಸುವಂತಿತ್ತು.

ಏಣಿಯನ್ನು ಹತ್ತುವಾಗ ಹಲವಾರು ಬಾರಿ ಇಬ್ಬರೂ ಆಯತಪ್ಪಿ ಪ್ರಪಾತದೊಳಕ್ಕೆ ಅಪ್ಪಳಿಸುವ ಅಪಾಯವನ್ನು ಎದುರಿಸಿದ್ದರು. ಯಸುಕೋಳಿಗಂತೂ ಕ್ರಾಂಪನ್ ಅನ್ನು ಹೇಗೆ ಬಳಸಬೇಕೋ ಗೊತ್ತಿರಲಿಲ್ಲ. ನಮ್ಮ ತಂಡದ ಆ್ಯಂಡಿ ತಾನೊಬ್ಬ ಮೇಧಾವಿ ತರಬೇತಿದಾರನೆಂದೂ, ಸಾಕಷ್ಟು ಸಹನೆಯಿಂದ ಪರ್ವತಾರೋಹಣ ಕಲಿಸುಕೊಡುವವನೆಂದು ಹೇಳಿಕೊಂಡಿದ್ದ.[1] ಅವನು ಇಡೀ ದಿನ ಬೆಳಿಗ್ಗೆ ಯಸುಕೋಳಿಗೆ ಹಿಮಾರೋಹಣದ ಮೂಲಭೂತ ತಂತ್ರಗಳನ್ನು ಕಲಿಸಿಕೊಟ್ಟಿದ್ದ. ಈ ಕಾರಣಕ್ಕಾಗಿಯೇ ಆ್ಯಂಡಿಯನ್ನು ತಂಡದ ಅತ್ಯಂತ ನಿಧಾನ ಪರ್ವತಾರೋಹಿಯ ಜೊತೆ ಇರಬೇಕೆಂದು ತಾಕೀತು ಮಾಡಲಾಗಿತ್ತು.

ನಮ್ಮ ತಂಡದವರ ದೌರ್ಬಲ್ಯಗಳೇನೇ ಇರಲಿ, ಹಿಮಜಲಪಾತದ ತುದಿಯಲ್ಲಿ ರಾಬ್ ಹಾಲ್ ಮಾತ್ರ ನಮ್ಮೆಲ್ಲರ ಸಾಧನೆಯಿಂದ ತನಗೆ ಅತ್ಯಂತ ಸಂತೋಷವಾಗಿದೆಯೆಂದು ಘೋಷಿಸಿದ. "ಮೊದಲನೇ ಸಲ ಬೇಸ್ ಕ್ಯಾಂಪ್‌ನಿಂದ ಮೇಲಕ್ಕೆ ಬಂದಿರೋದು. ಆದರೂ ನೀವೆಲ್ಲಾ ಸೊಗಸಾದ ಸಾಮರ್ಥ್ಯ ಪ್ರದರ್ಶಿಸಿದ್ದೀರ. ಈ ವರ್ಷದ ತಂಡ ನಿಜಕ್ಕೂ ಸದೃಢವಾಗಿದೆ" ಎಂದು ಒಬ್ಬ ಅಭಿಮಾನಿ ತಂದೆಯಂತೆ ಹೆಮ್ಮೆಯಿಂದ ಹೇಳಿದ.

---

1 ಯಸುಕೋ ಈ ಹಿಂದೆ ಅಕುನ್‌ಕಾವು, ಮೆಕಿನ್ಲೀ, ಎಲ್‌ಬ್ರಸ್ ಮತ್ತು ವಿನ್ಸನ್ ಪರ್ವತಗಳ ಆರೋಹಣದಲ್ಲಿ ಕ್ರಾಂಪನ್‌ಗಳನ್ನು ಉಪಯೋಗಿಸಿದ್ದಳಾದರೂ, ಆ ಪರ್ವತಗಳಲ್ಲಿ ಹೇಳಿಕೊಳ್ಳುವಂತಹ ಮಂಜಿನನಡಿಗೆಯಿರಲಿಲ್ಲ. ಈ ಪರ್ವತಗಳಲ್ಲಿ ಸರಳವಾದ ಏರುದಾರಿಗಳಿದ್ದು, ಸಾಮಾನ್ಯವಾಗಿ ಅವು ಹಿಮದಿಂದಲೋ ಅಥವಾ ಗರಸು ಮಣ್ಣಿನಿಂದಲೋ ಕೂಡಿವೆ.

ಮತ್ತೆ ವಾಪಾಸು ಬೇಸ್ ಕ್ಯಾಂಪ್‌ಗೆ ಬರಲು ಸುಮಾರು ಒಂದು ಗಂಟೆಗೂ ಹೆಚ್ಚು ಕಾಲ ಹಿಡಿಯಿತು. ನಮ್ಮ ಗುಡಾರಗಳನ್ನು ಮುಟ್ಟಲು ನೂರು ಗಜ ದೂರವಿರುವಾಗ ನಾನು ಕ್ರಾಂಪನ್‌ಗಳನ್ನು ತೆಗೆದು ನಡೆಯಲಾರಂಭಿಸಿದೆ. ಆಗ ಸೂರ್ಯನ ಪ್ರಖರತೆ ಎಷ್ಟಿತ್ತೆಂದರೆ ನೇರವಾಗಿ ನನ್ನ ತಲೆಬುರಡೆಯಲ್ಲಿ ಒಂದು ತೂತನ್ನು ಕೊರೆಯಲಾಗುತ್ತಿದೆಯೇನೋ ಅನ್ನಿಸುತ್ತಿತ್ತು. ಅನಂತರ ಹೆಲೆನ್ ಮತ್ತು ಚೋಂಗ್‌ಬಾ ಜೊತೆ ಊಟದ ಡೇರಿಯಲ್ಲಿ ಹರಟೆ ಹೊಡೆಯುತ್ತಾ ಕುಳಿತಾಗ, ವಿಪರೀತ ತಲೆನೋವು ಪ್ರಾರಂಭವಾಯಿತು. ಇಂತಹ ನೋವನ್ನು ಈ ಹಿಂದೆ ನಾನೆಂದೂ ಅನುಭವಿಸಿರಲಿಲ್ಲ. ಹಣೆಯ ಎರಡೂ ಪಕ್ಕೆಗಳ ಮಧ್ಯೆ ಪ್ರಾಣಾಂತಿಕ ವೇದನೆ ಮತ್ತು ವಾಂತಿಯಾಗುವಂತಹ ಒಳಗಿನ ಒತ್ತಡ ಎಷ್ಟಿತ್ತೆಂದರೆ ನನಗೆ ಅರ್ಥಪೂರ್ಣವಾಗಿ ಮಾತನಾಡಲು ಸಾಧ್ಯವಿಲ್ಲದಂತಾಯ್ತು. ಯಾವುದೋ ದೊಡ್ಡ ಆಘಾತವೇ ಇದಾಗಿರಬೇಕೆಂದು ಭಯಪಟ್ಟು ನಾನು ಮಾತಿನ ಮಧ್ಯದಲ್ಲಿಯೇ ಎದ್ದು ನನ್ನ ಗುಡಾರಕ್ಕೆ ಹೋಗಿ, ನಿದ್ರೆಯಚೀಲವನ್ನು ಹೊಕ್ಕು, ಟೋಪಿಯನ್ನು ಕಣ್ಣುಗಳ ಮೇಲೆ ಜಾರಿಸಿಕೊಂಡೆ.

ಕಣ್ಣುಕತ್ತಲೆಗೊಳ್ಳುವಂತೆ ಮಾಡುತ್ತಿದ್ದ ತಲೆನೋವಿಗೆ ಮೈಗ್ರೇನ್ ತರಹದ ಕರಾಳ ಶಕ್ತಿಯಿತ್ತು. ಈ ವೇದನೆಗೆ ಕಾರಣವೇನೆಂದು ನನಗೆ ಖಂಡಿತಾ ತಿಳಿದಿರಲಿಲ್ಲ. ಬೇಸ್ ಕ್ಯಾಂಪ್‌ಗೆ ಹಿಂತಿರುಗಿದ ಮೇಲೆಯೇ ಈ ತಲೆನೋವು ಕಾಣಿಸಿಕೊಂಡಿದ್ದರಿಂದ ಬಹುಶಃ ಪರ್ವತದ ಎತ್ತರದ ಪ್ರಭಾವ ಇದಾಗಿರಬೇಕೆಂದು ಅನುಮಾನಿಸಿದೆ. ಬಹುಶಃ ತೀಕ್ಷ್ಣವಾದ ಅಲ್ಟ್ರಾವಾಯೊಲೆಟ್ ವಿಕಿರಣಗಳು ನನ್ನ ಕಣ್ಣುಗಳನ್ನು ಸುಟ್ಟು, ಮೆದುಳನ್ನು ಹುರಿದುಹಾಕಿದ್ದರ ಪ್ರಭಾವ ಇದಾಗಿರಬಹುದು. ಏನೇ ಆಗಿರಲಿ, ನೋವಂತೂ ಭರಿಸಲಾರದಷ್ಟು ನಿರಂತರವಾಗಿತ್ತು. ಮುಂದಿನ ಐದು ಗಂಟೆಗಳ ಕಾಲ ಯಾವುದೇ ಬಗೆಯ ಇಂದ್ರಿಯ ಪ್ರಚೋದನೆಯನ್ನೂ ಸಹಿಸಲು ಸಾಧ್ಯವಿಲ್ಲದಂತೆ ನಾನು ಗುಡಾರದಲ್ಲಿಯೇ ಉಳಿದೆ. ಕಣ್ಣು ತೆರೆದರೆ ಸಾಕು, ಅಥವಾ ಮುಚ್ಚಿದ ರೆಪ್ಪೆಯ ಹಿಂದೆ ಕಣ್ಣಾಲಿಗಳನ್ನು ಅತ್ತಿತ್ತ ತಿರುಗಿಸಿದರೂ ಸಾಕು, ಜೀವಹೋಗುವಂತಹ ವೇದನೆಯಾಗುತ್ತಿತ್ತು. ಸಂಜೆಯ ವೇಳೆಗೆ ಅದನ್ನು ಭರಿಸಲಾಗದೆ ಹೇಗೋ ಮುಗ್ಗುರಿಸುತ್ತಾ ಆಸ್ಪತ್ರೆಯ ಡೇರೆಗೆ ಹೋಗಿ, ಪರ್ವತಾರೋಹಣದ ವೈದ್ಯೆ ಕೆರೋಲಿನ್‌ಳ ಸಲಹೆಯನ್ನು ಕೇಳಿದೆ.

ಆಕೆ ಪ್ರಬಲವಾದ ನೋವು ನಿವಾರಕ ಮಾತ್ರೆಗಳನ್ನು ಕೊಟ್ಟು, ನೀರನ್ನು ಕುಡಿಯುವಂತೆ ಸಲಹೆ ಮಾಡಿದಳು. ಒಂದೆರಡು ಗುಟುಕು ಕುಡಿದೆನೋ ಇಲ್ಲವೋ, ಆ ಮಾತ್ರೆ, ಆ ನೀರು ಮತ್ತು ಮಧ್ಯಾಹ್ನದ ಊಟದಲ್ಲಿ ಜೀರ್ಣವಾಗದೇ ಉಳಿದದ್ದು – ಎಲ್ಲವೂ ನುಗ್ಗಿ ಹೊರಕ್ಕೆ ಬಂದು ಬಿಟ್ಟಿತು. ನನ್ನ ಬೂಟುಗಳ ಮೇಲೆಲ್ಲಾ ವಾಂತಿ

ಸಿಡಿದಿದ್ದನ್ನು ಕಂಡ ಕೆರೋಲಿನ್, "ಹುಂ... ಹಾಗಿದ್ರೆ ಬೇರೆ ಏನಾದ್ರೂ ಪ್ರಯತ್ನ ಪಡಬೇಕು" ಎಂದು ಪ್ರಕಟಿಸಿದಳು. ನನ್ನ ವಾಂತಿಯನ್ನು ತಡೆಯುವಂತೆ ಒಂದು ಚಿಕ್ಕ ಮಾತ್ರೆಯನ್ನು ನನ್ನ ನಾಲಿಗೆಯ ಬುಡದಲ್ಲಿ ಇಟ್ಟುಕೊಳ್ಳಲು ಕೊಟ್ಟಳು. ಮತ್ತೆರಡು ಮಾತ್ರೆಗಳನ್ನು ನುಂಗಲು ಕೊಟ್ಟಳು. ಒಂದು ಗಂಟೆಯ ನಂತರ ನೋವು ಕಡಿಮೆಯಾಗತೊಡಗಿತು. ಹೆಚ್ಚು ಕಡಿಮೆ ಅಳುತ್ತಲೇ ಧನ್ಯವಾದಗಳನ್ನು ಅರ್ಪಿಸುತ್ತಾ ನಾನು ನಿದ್ರೆಗೆ ಜಾರಿದೆ.

|||

ಬೆಳಗಿನ ಸೂರ್ಯನ ಬಿಸಿಲಿನ ಚಿತ್ತಾರವನ್ನು ಗುಡಾರದ ಪರದೆಯ ಮೇಲೆ ನೋಡುತ್ತಾ, ಆಲಸ್ಯದಿಂದ ನಿದ್ರಾಚೀಲದಲ್ಲಿ ನಾನು ಬಿದ್ದುಕೊಂಡಿರುವಾಗ, "ಜಾನ್! ಟೆಲಿಫೋನ್! ಲಿಂಡಾಳಿಂದ" ಎಂದು ಹೆಲೆನ್ ಕೂಗಿದಳು. ನಾನು ಚಂಗನೆ ನೆಗೆದು ಚಪ್ಪಲಿಗಳನ್ನು ಧರಿಸಿ ಕಮ್ಯುನಿಕೇಷನ್ ಗುಡಾರಕ್ಕೆ ಓಡಿ, ಟೆಲಿಫೋನನ್ನು ಕಸಿದುಕೊಳ್ಳುತ್ತಾ ಉಸಿರನ್ನು ಸುಧಾರಿಸಿಕೊಂಡೆ.

ಈ ಸ್ಯಾಟಲೈಟ್ ಫೋನ್ ಮತ್ತು ಫ್ಯಾಕ್ಸ್ ಸೌಲಭ್ಯದ ಯಂತ್ರವು ಒಂದು ಪುಟ್ಟ ಲ್ಯಾಪ್‌ಟಾಪ್‌ಗಿಂತಲೂ ದೊಡ್ಡದೇನೂ ಇರಲಿಲ್ಲ. ಕರೆಗಳ ಬೆಲೆ ಅತ್ಯಂತ ದುಬಾರಿಯದಾಗಿತ್ತು; ಒಂದು ನಿಮಿಷಕ್ಕೆ ಐದು ಡಾಲರ್‌ಗಳು. ಎಲ್ಲಾ ಕಾಲಕ್ಕೂ ಲೈನ್ ಸಿಗುತ್ತಲೂ ಇರಲಿಲ್ಲ. ಆದರೆ ನನ್ನ ಪತ್ನಿ ಸಿಯಾಟೆಲ್‌ನಿಂದ ಹದಿಮೂರು ಅಂಕೆಯ ನಂಬರನ್ನು ಡಯಲ್ ಮಾಡಿ, ಈ ಎವರೆಸ್ಟ್ ಮೇಲಿರುವ ನನ್ನೊಡನೆ ಮಾತನಾಡುವ ಸಂಗತಿ ನನಗೆ ರೋಮಾಂಚಕಾರಿಯಾಗಿತ್ತು. ಹೆಂಡತಿಯ ಕರೆ ಚೇತೋಹಾರಿ ಸಂಗತಿಯಾದರೂ, ಆಕೆಯ ಧ್ವನಿಯಲ್ಲಿದ್ದ ನಿರುತ್ಸಾಹ ನನಗೆ ಭೂಮಿಯ ಈ ಬದಿಯಲ್ಲಿದ್ದರೂ ಸ್ಪಷ್ಟವಾಗಿ ತಿಳಿಯುತ್ತಿತ್ತು. "ನಾನು ಚೆನ್ನಾಗಿದ್ದೇನೆ" ಎಂದ ಶುರುಮಾಡಿ, "ನೀನು ಜೊತೆಗಿರಬೇಕಿತ್ತು" ಎಂದು ಮುಂದುವರೆಸಿದಳು.

ಹದಿನೆಂಟು ದಿನಗಳ ಮುಂಚೆ ನನ್ನನ್ನು ವಿಮಾನ ನಿಲ್ದಾಣಕ್ಕೆ ಬಿಡಲು ಬಂದಿದ್ದ ಆಕೆ ದುಃಖದಿಂದ ಅತ್ತಿದ್ದಳು. "ಮನೆಗೆ ಕಾರಿನಲ್ಲಿ ವಾಪಾಸು ಹೋಗುವಾಗ ನಂಗೆ ಅಳು ತಡೆಯೋದಕ್ಕೆ ಆಗಲಿಲ್ಲ. ನಿಂಗೆ ವಿದಾಯ ಹೇಳೋದು ಅಂದ್ರೆ ನನಗೆ ಅತ್ಯಂತ ದುಃಖದ ಸಂಗತಿ. ಎಲ್ಲೋ ಮನಸ್ಸಿನ ಮೂಲೆಯಲ್ಲಿ ನೀನು ವಾಪಾಸು ಬರದೇನೂ ಇರಬಹುದು ಅನ್ನೋ ಸತ್ಯ ನಂಗೆ ಗೊತ್ತು. ಯಾಕೋ ಎಲ್ಲಾ ವ್ಯರ್ಥ ಅನ್ನಿಸ್ತಿದೆ. ಯಾವುದಕ್ಕೂ ಗುರಿಯಿಲ್ಲ, ಎಲ್ಲಾ ನಮ್ಮ ಹುಚ್ಚು" ಎಂದು ಫೋನಿನಲ್ಲಿ ಹೇಳಿದಳು.

ನಮ್ಮ ಮದುವೆಯಾಗಿ ಹದಿನೈದೂವರೆ ವರ್ಷವಾಗಿತ್ತು. ಮದುವೆಯಾಗುವುದಕ್ಕೆ ಒಂದು ವಾರ ಮುಂಚೆ ಇಬ್ಬರೂ ನ್ಯಾಯಾಲಯಕ್ಕೆ ಹೋಗಿ ಶಾಂತಿಯುತ ಸಹಬಾಳ್ವೆಗೆ ಸಹಿ ಹಾಕಿ ಬಂದಿದ್ದೆವು. ಆಗಿನ್ನೂ ನಂಗೆ ಇಪ್ಪತ್ತಾರು ವರ್ಷ ವಯಸ್ಸು. ಪರ್ವತಾರೋಹಣವನ್ನು ಸಂಪೂರ್ಣವಾಗಿ ತೊರೆಯುವುದೆಂದೂ, ಬದುಕಿನ ಬಗ್ಗೆ ಇನ್ನು ಮುಂದೆ ಗಂಭೀರವಾಗುವುದೆಂದೂ ನಿರ್ಧರಿಸಿದ್ದೆ.

ನಾನು ಲಿಂಡಾಳನ್ನು ಮೊದಲು ಭೇಟಿಯಾದಾಗ ಅವಳೂ ಒಬ್ಬ ಕುಶಾಗ್ರ ಪರ್ವತಾರೋಹಿಯಾಗಿದ್ದಳು. ಆದರೆ ಒಮ್ಮೆ ತನ್ನ ಕೈಯನ್ನು ಮುರಿದುಕೊಂಡು, ಮತ್ತೊಮ್ಮೆ ಬೆನ್ನಿಗೆ ಗಾಯ ಮಾಡಿಕೊಂಡ ಮೇಲೆ ಪರ್ವತಾರೋಹಣದ ಅಪಾಯಗಳನ್ನು ಒಪ್ಪಿಕೊಂಡು ದೂರ ಉಳಿದಿದ್ದಳು. ನನ್ನ ಪರ್ವತಾರೋಹಣದ ಹುಚ್ಚನ್ನು ಕೈಬಿಡಲು ಹೇಳುವಂತಹ ಮನೋಭಾವವೇನೂ ಲಿಂಡಾಗೆ ಇರಲಿಲ್ಲವಾದರೂ, ನಾನು ಮತ್ತೆ ಆ ಸಾಹಸಕ್ಕೆ ಕೈ ಹಾಕುವುದಿಲ್ಲವೆಂದು ಪ್ರಮಾಣ ಮಾಡಿದ್ದು ಆಕೆ ನನ್ನನ್ನು ಮದುವೆಯಾಗಲು ಒಪ್ಪಿಕೊಳ್ಳುವುದಕ್ಕೆ ಪ್ರಭಾವ ಬೀರಿತ್ತು. ನನ್ನ ಗುರಿಯಿಲ್ಲದ ಜೀವನದ ಮೇಲೆ ಪರ್ವತಾರೋಹಣದ ಕಬಂಧ ಹಿಡಿತದ ಅರಿವು ನನಗಿರಲಿಲ್ಲ. ಅದಿಲ್ಲದೆಯೆ ನನ್ನ ಬದುಕಿನಲ್ಲಿ ಗೋಚರಿಸುವ ನಿರ್ವಾತದ ಪ್ರಮಾಣ ನನಗೆ ತಿಳಿದಿರಲಿಲ್ಲ. ಒಂದು ವರ್ಷದಲ್ಲಿಯೇ ನನ್ನ ಹಗ್ಗವನ್ನು ಉಗ್ರಾಣದಿಂದ ತೆಗೆದು ಪರ್ವತಕ್ಕೆ ಬಂದಿದ್ದೆ. ಸ್ವಿಜರ್‌ಲ್ಯಾಂಡಿನ ಬಹು ಅಪಾಯಕಾರಿ ಪರ್ವತವಾದ ಐಗರ್ ನಾರ್ಡ್‌ವಾಂಡ್ ಆರೋಹಣಕ್ಕೆ ನಾನು 1984ನಲ್ಲಿ ಹೊರಟಾಗ, ಲಿಂಡಾ ಮತ್ತು ನನ್ನ ವಿಚ್ಛೇದನಕ್ಕೆ ಕೆಲವು ಮಿಲಿಮೀಟರ್ ಭಾಗ ಮಾತ್ರ ಬಾಕಿ ಇತ್ತು. ನನ್ನ ಪರ್ವತಾರೋಹಣವು ನಮ್ಮಿಬ್ಬರ ಬದುಕಿನ ಸಮಸ್ಯೆಗಳ ಕೇಂದ್ರವಾಗಿತ್ತು.

ಐಗರ್ ಪರ್ವತವನ್ನು ಏರುವುದರಲ್ಲಿ ನಾನು ವಿಫಲನಾದ ಮೇಲೆ ನಮ್ಮಿಬ್ಬರ ಸಂಬಂಧ ಸುಮಾರು ಎರಡು–ಮೂರು ವರ್ಷಗಳ ಕಾಲ ಯಾವುದೇ ಸಮಯದಲ್ಲೂ ಆಸ್ಫೋಟಗೊಳ್ಳುವಂತಿತ್ತು. ಆದರೂ ಹೇಗೋ ವಿಚ್ಛೇದನವಾಗದಂತೆ ಬದುಕನ್ನು ಆ ಕಷ್ಟದ ದಾರಿಯಲ್ಲಿ ನಿಭಾಯಿಸಿಕೊಂಡು ಬಂದಿದ್ದೆವು. ಲಿಂಡಾ ನನ್ನ ಪರ್ವತಾರೋಹಣದ ಹುಚ್ಚನ್ನು ಒಪ್ಪಿಕೊಳ್ಳತೊಡಗಿದಳು. ಅದು ನನ್ನ ಅಸ್ತಿತ್ವದ ಪ್ರಶ್ನೆಯೆಂಬುದು ಆಕೆಗೆ ತಿಳಿಯತೊಡಗಿತು. ನನ್ನ ಕಣ್ಣಿನ ಬಣ್ಣವನ್ನಾದರೂ ಬದಲಾಯಿಸಬಹುದು, ಆದರೆ ನನ್ನ ವ್ಯಕ್ತಿತ್ವದ ಭಾಗವಾಗಿ ಹೋದ ಈ ಹುಚ್ಚನ್ನು ಸುಮ್ಮನಾಗಿಸಲು ಸಾಧ್ಯವಿಲ್ಲವೆಂದು ಅರ್ಥ ಮಾಡಿಕೊಂಡಳು. ಇಂತಹ ಸೂಕ್ಷ್ಮ ಸಂದಿಗ್ಧದಲ್ಲಿಯೇ ಔಟ್‌ಸೈಡ್ ಪತ್ರಿಕೆಯವರು ನನ್ನ ಎವರೆಸ್ಟ್ ಆರೋಹಣದ ಖರ್ಚನ್ನು ನಿಭಾಯಿಸುವುದಾಗಿ ಒಪ್ಪಿಕೊಂಡಿದ್ದರು.

ನಾನು ಕೇವಲ ಪತ್ರಕರ್ತನಾಗಿ ಎವರೆಸ್ಟ್‌ಗೆ ಹೋಗುತ್ತಿರುವೆನೇ ಹೊರತು ಪರ್ವತಾರೋಹಿಯಾಗಿ ಅಲ್ಲ – ಎಂದು ಮೊದಮೊದಲು ಎಲ್ಲರ ಮುಂದೆ ನಾಟಕವಾಡತೊಡಗಿದೆ. ಎವರೆಸ್ಟ್‌ನ ವ್ಯಾಪಾರೀಕರಣದ ವಿಷಯ ಅತ್ಯಂತ ಆಸಕ್ತಿದಾಯಕವಾದದ್ದೆಂದೂ, ಜೊತೆಗೆ ನನಗೆ ಆ ಲೇಖನಕ್ಕಾಗಿ ಸಿಗುವ ಹಣವೂ ವಿಶೇಷವಾದದ್ದೆಂದೂ ಸಮರ್ಥಿಸಿಕೊಳ್ಳತೊಡಗಿದೆ. ನನ್ನ ಹಿಮಾಲಯ ಪರ್ವತಗಳ ಅನುನುಭವವನ್ನು ಎತ್ತಿ ತೋರಿಸಿ, ಲಿಂಡಾ ಮತ್ತು ಇತರರು ಅಪಸ್ವರ ಹಾಡತೊಡಗಿದರು. ನಾನೇನೂ ಹೆಚ್ಚು ಎತ್ತರಕ್ಕೆ ಹತ್ತುವುದಿಲ್ಲ, ಅಬ್ಬಬ್ಬಾ ಎಂದರೆ ಬೇಸ್ ಕ್ಯಾಂಪಿಗಿಂತಲೂ ಸ್ವಲ್ಪ ಮೇಲೆ ಹೋಗಿ ಬರುತ್ತೇನೆ ಎಂದು ಅವರನ್ನು ಸುಮ್ಮನಾಗಿಸಿದೆ. "ಪರ್ವತದ ಎತ್ತರದ ತೆಳುಗಾಳಿಯ ಅನುಭವ ಅಂದ್ರೆ ಏನು ಅಂತ ತಿಳ್ಕೊಳ್ಳೋ ಕುತೂಹಲ ನಂಗೆ" ಎಂದು ಬಡಬಡಿಸಿದೆ.

ಅದೆಲ್ಲವೂ ಶುದ್ಧ ಸುಳ್ಳೆಂಬುದು ನನಗೆ ಗೊತ್ತಿತ್ತು. ಎವರೆಸ್ಟ್ ಚಾರಣದ ಅವಧಿಯನ್ನೂ ಮತ್ತು ಅದರ ತಯಾರಿಗಾಗಿ ವ್ಯಯಿಸುವ ಸಮಯವನ್ನೂ ಲೆಕ್ಕಕ್ಕೆ ತೆಗೆದುಕೊಂಡರೆ, ಮನೆಯಲ್ಲಿಯೇ ಕುಳಿತು ಹಲವು ಲೇಖನಗಳನ್ನು ಬರೆದು ಅದಕ್ಕೂ ಹೆಚ್ಚಿನ ಹಣವನ್ನು ಗಳಿಸಬಹುದಾಗಿತ್ತು. ಎವರೆಸ್ಟ್‌ನ ವಿಸ್ಮಯದ ಹಿಡಿತದಲ್ಲಿ ನಾನು ಸಿಕ್ಕಿದ್ದರಿಂದಲೇ ಈ ಕೆಲಸವನ್ನು ನಾನು ಒಪ್ಪಿಕೊಂಡಿದ್ದೆ. ನಿಜ ಹೇಳಬೇಕೆಂದರೆ, ಎವರೆಸ್ಟ್ ಹತ್ತುವ ಹುಚ್ಚು ನನ್ನಲ್ಲಿ ಎಷ್ಟಿತ್ತೆಂದರೆ, ನನ್ನ ಜೀವನದಲ್ಲಿ ಅಂತಹ ಆಸೆ ಬೇರೆ ಯಾವುದರ ಮೇಲೂ ಆಗಿರಲಿಲ್ಲ. ನೇಪಾಳಕ್ಕೆ ಹೋಗಲು ಒಪ್ಪಿಕೊಂಡ ಕ್ಷಣದಿಂದಲೇ, ನನ್ನ ಸಾದಾಸೀದಾ ಕಾಲಿಗೆ ಮತ್ತು ಶ್ವಾಸಕೋಶಕ್ಕೆ ಸಾಧ್ಯವಾದಷ್ಟು ಎತ್ತರದ ತನಕ ಎವರೆಸ್ಟ್ ಪರ್ವತವನ್ನು ಏರಿ ಬರಬೇಕೆಂಬ ಬಯಕೆ ನನ್ನಲ್ಲಿ ಪುಟಿಯುತ್ತಿತ್ತು.

ವಿಮಾನ ನಿಲ್ದಾಣಕ್ಕೆ ನನ್ನನ್ನು ಬಿಡಲು ಬರುವ ಹೊತ್ತಿಗಾಗಲೇ ಲಿಂಡಾ ನನ್ನ ಎದೆಯಾಳದೊಳಕ್ಕೆ ಇಣುಕಿ, ನನ್ನ ಗೂಢ ಆಸೆಯನ್ನು ಅರ್ಥಮಾಡಿಕೊಂಡಿದ್ದಳು. ನನ್ನ ನಿಜವಾದ ಉದ್ದೇಶಗಳು ಅವಳಿಗೆ ಅರ್ಥವಾಗಿ ಸಿಟ್ಟು ಶೇಖರಣೆಗೊಂಡಿತ್ತು. ಸ್ವಲ್ಪ ಅಸಹನೆ ಮತ್ತು ಹತಾಷೆಯಿಂದ "ನೀನೇನಾದ್ರೂ ಅಲ್ಲಿ ಸತ್ತರೆ, ನೀನೊಬ್ಬನೇ ಅದಕ್ಕೆ ಬೆಲೆ ತೆರೋದಲ್ಲ ಅಂತ ನಿಂಗೆ ಚೆನ್ನಾಗಿ ಗೊತ್ತಿದೆ. ಬದುಕಿರೋ ತನಕ ನಾನೂ ಬೆಲೆ ಕಟ್ಟಬೇಕಾಗುತ್ತೆ. ಅದು ಯಾವುದೂ ನಿಂಗೆ ಮುಖ್ಯ ಅನಿಸ್ತಾ ಇಲ್ಲವಾ?" ಎಂದು ಕೇಳಿದಳು.

"ನಾನು ಖಂಡಿತಾ ಸಾಯೋದಿಲ್ಲ. ನೀನು ಸುಮ್ಮನೆ ಮೆಲೋಡ್ರಾಮಾ ಮಾಡಬೇಡ" ಎಂದು ಉತ್ತರಿಸಿದೆ.

ಅಧ್ಯಾಯ 7

ಮೊದಲನೆಯ ಕ್ಯಾಂಪ್

13ನೇ ಏಪ್ರಿಲ್ 1996; 19,500 ಅಡಿ ಎತ್ತರ

1996ರ ಬೇಸಿಗೆಯ ನಮ್ಮ ತಂಡಕ್ಕಾಗಿಯೇ ಎವರೆಸ್ಟ್ ಪರ್ವತದ ದಿಬ್ಬ-ಇಳಿಜಾರುಗಳೇನೂ ಮಾಯವಾಗಿರಲಿಲ್ಲ; ನಮ್ಮ ತಂಡದಲ್ಲಿ ಬಹಳಷ್ಟು ಜನರಲ್ಲಿ ಪರ್ವತ ಹತ್ತುವ ಸಾಮರ್ಥ್ಯ ನನ್ನಷ್ಟೇ ಕ್ಷೀಣವಾಗಿತ್ತು ಅಥವಾ ಅದಕ್ಕೂ ಕಳಪೆಯದಾಗಿತ್ತು. ಜಗತ್ತಿನ ಈ ಮಹಾನ್ ಪರ್ವತದ ಸವಾಲುಗಳನ್ನು ನಮ್ಮ ಶಕ್ತಿ ಸಾಮರ್ಥ್ಯಗಳ ಮೂಲಕ ಎದುರಿಸುವ ಹೊತ್ತು ಬಂದಾಗ, ಬೇಸ್ ಕ್ಯಾಂಪ್‌ನ ಅರ್ಧಕ್ಕರ್ಧ ಜನರು ಕಣ್‌ಕಣ್ ಬಿಡುವಂತೆಯೇ ನನಗೆ ಭಾಸವಾಗುತ್ತಿತ್ತು. ಆದರೆ ಇದೆಲ್ಲವೂ ಊಹಿಸಲಾಗದ ಆಕಸ್ಮಿಕವಾಗಿರಲಿಲ್ಲ. ವಿಕ್ಷಿಪ್ತ ವ್ಯಕ್ತಿಗಳಿಗೆ, ಪ್ರಚಾರಪ್ರಿಯರಿಗೆ, ಹತಾಶ ರಮ್ಯ ಜೀವಿಗಳಿಗೆ, ವಾಸ್ತವದ ಮೇಲೆ ಹಿಡಿತವಿಲ್ಲದ ಇತರ ಜನಗಳಿಗೆ ಈ ಎವರೆಸ್ಟ್ ಪರ್ವತ ಯಾವತ್ತೂ ಸೂಜಿಗಲ್ಲಿನಂತೆ ಆಕರ್ಷಿಸುತ್ತಲೇ ಇರುತ್ತದೆ.

1947ರ ಮಾರ್ಚ್ ತಿಂಗಳಿನಲ್ಲಿ, ಅರ್ಲ್ ಡೆನ್‌ಮನ್ ಎನ್ನುವ ಕೆನಡಾ ದೇಶದ ಕಡುಬಡವ ಇಂಜಿನಿಯರೊಬ್ಬ ಡಾರ್ಜಲಿಂಗ್‌ಗೆ ಬಂದಿಳಿದ. ಈತನಿಗೆ ಹೇಳಿಕೊಳ್ಳುವ ಪರ್ವತಾರೋಹಣದ ಅನುಭವ ಇರಲಿಲ್ಲ; ಟಿಬೆಟ್ ಅನ್ನು ಪ್ರವೇಶಿಸಲು ಸರ್ಕಾರದ ಅನುಮತಿಯೂ ಇರಲಿಲ್ಲ. ಆದರೂ ಎವರೆಸ್ಟ್ ಪರ್ವತವನ್ನು ಹತ್ತುವ ತನ್ನ ಮನದ ಉದ್ದೇಶವನ್ನು ಪ್ರಕಟಗೊಳಿಸಿದ. ಆಂಗ್ ದೇವ ಮತ್ತು ತೇನ್‌ಸಿಂಗ್ ನೋರ್ಗೆ ಎನ್ನುವ ಇಬ್ಬರು ಶೆರ್ಪಾಗಳನ್ನು ಈ ಯೋಜನೆಗೆ ಒಪ್ಪಿಸಿದ.

ಮುಂದೆ ಹಿಲರಿಯ ಜೊತೆಯಲ್ಲಿ ಮೊತ್ತ ಮೊದಲ ಬಾರಿಗೆ ಎವರೆಸ್ಟ್ ಪರ್ವತವನ್ನು ಹತ್ತಿದ ಈ ತೇನ್‌ಸಿಂಗ್, 1933ರಲ್ಲಿ ತನ್ನ ಹದಿನೇಳನೇ ವಯಸ್ಸಿನಲ್ಲಿಯೇ ನೇಪಾಳದಿಂದ ಡಾರ್ಜಲಿಂಗ್‌ಗೆ ವಲಸೆ ಬಂದಿದ್ದ. ಆ ಬೇಸಿಗೆಯಲ್ಲಿ ಬ್ರಿಟಿಷ್ ಪರ್ವತಾರೋಹಿ ಎರಿಕ್ ಶಿಪ್ಟನ್ ನಾಯಕತ್ವದ ಪರ್ವತ ಹತ್ತುವ ತಂಡದಲ್ಲಿ ತನ್ನನ್ನು ಕೂಲಿಗೆ ಕರೆದುಕೊಂಡು ಹೋಗುತ್ತಾರೆ ಎಂದು ಆಶಿಸಿದ್ದ. 1947ರಲ್ಲಿ ಈ ಡೆನ್‌ಮನ್ ಜೊತೆಗೆ ಎವರೆಸ್ಟ್ ಹತ್ತಲು ಒಪ್ಪಿಕೊಂಡಾಗ, ಅವನಿಗಾಗಲೇ ಮೂರು ಬಾರಿ ಎವರೆಸ್ಟ್ ಪರ್ವತಾರೋಹಣದ ತಂಡದಲ್ಲಿ ಭಾಗಿಯಾದ ಅನುಭವವಿತ್ತು. ಮುಂದೊಮ್ಮೆ ಡೆನ್‌ಮನ್‌ನ ಯೋಜನೆಗಳೆಲ್ಲವೂ ಮೂರ್ಖತನದ್ದಾಗಿಯೂ ಮತ್ತು ಅಪಾಯಕಾರಿಯಾಗಿಯೂ ಇತ್ತೆಂದು ತೇನ್‌ಸಿಂಗ್ ಒಪ್ಪಿಕೊಂಡರೂ, ಅವನಿಗೂ ಎವರೆಸ್ಟ್ ಪರ್ವತದ ಆಕರ್ಷಣೆಯನ್ನು ತಪ್ಪಿಸಿಕೊಳ್ಳಲು ಸಾಧ್ಯವಿರಲಿಲ್ಲ.

> ಯಾವುದಕ್ಕೂ ಅರ್ಥ ಕಾಣುತ್ತಿರಲಿಲ್ಲ. ಮೊದಲನೆಯದಾಗಿ, ನಮಗೆ ಟಿಬೆಟ್‌ನೊಳಗೆ ಪ್ರವೇಶ ಪಡೆಯುವುದೇ ದುಸ್ತರವಾಗಿತ್ತು. ಎರಡನೆಯದಾಗಿ, ಒಂದು ವೇಳೆ ಪ್ರವೇಶ ಸಿಕ್ಕರೂ ಗೈಡ್‌ಗಳಾದ ನಾವು ಡೆನ್‌ಮನ್ ಜೊತೆಯಲ್ಲಿ ಸರಕಾರಕ್ಕೆ ಸಿಕ್ಕಿ ಬಿದ್ದು ವಿಪರೀತ ತೊಂದರೆಗೆ ಒಳಗಾಗಬಹುದಾಗಿತ್ತು. ಮೂರನೆಯದಾಗಿ, ಒಂದು ವೇಳೆ ಪರ್ವತದ ಬುಡವನ್ನು ತಲುಪಿದರೂ ನಮ್ಮಂತಹ ತಂಡವೊಂದು ಅದನ್ನು ಏರುವ ನಂಬಿಕೆ ನನಗೆ ಖಂಡಿತಾ ಇರಲಿಲ್ಲ. ನಾಲ್ಕನೆಯದಾಗಿ, ಇಂತಹ ಪ್ರಯತ್ನವೊಂದು ವಿಪರೀತ ಅಪಾಯಕಾರಿಯದಾಗಿತ್ತು. ಐದನೆಯದಾಗಿ, ಡೆನ್‌ಮನ್ ಬಳಿಯಲ್ಲಿ ನಮಗೆ ಕೊಡುವಷ್ಟು ಹಣವಾಗಲಿ, ಒಂದು ವೇಳೆ ನಮಗೇನಾದರೂ ಆದರೆ ನಮ್ಮ ಕುಟುಂಬದವರು ಜೀವನ ನಿಭಾಯಿಸುವಷ್ಟರ ಮಟ್ಟಿಗಾದರೂ ಕೊಡುವಷ್ಟು ಶ್ರೀಮಂತಿಕೆಯಾಗಲಿ ಅವನಿಗಿರಲಿಲ್ಲ. ಒಂದೇ, ಎರಡೆ! ಹಲವಾರು ವಿಘ್ನಗಳಿದ್ದವು. ತಲೆ ನೆಟ್ಟಗಿದ್ದ ಯಾವುದೇ ಮನುಷ್ಯನೂ ಇದಕ್ಕೆ ಒಪ್ಪಿಕೊಳ್ಳುತ್ತಿರಲಿಲ್ಲ. ಆದರೂ ನನಗೆ ಇಲ್ಲವೆಂದು ಹೇಳಲು ಸಾಧ್ಯವಾಗಲಿಲ್ಲ. ಭೂಮಿಯ ಮೇಲಿನ ಯಾವುದೇ ಸೆಳೆತಕ್ಕಿಂತಲೂ ನನಗೆ ಎವರೆಸ್ಟ್ ಸೆಳೆತ ಹೆಚ್ಚು ಶಕ್ತಿದಾಯಕವಾಗಿತ್ತು. ನನ್ನ ಹೃದಯದಾಳದಲ್ಲಿ ಹೋಗಲೇಬೇಕೆಂಬ ಆಸೆಯಿತ್ತು. ಆಂಗ್

ದೇವ ಮತ್ತು ನಾನು ಕೆಲವು ನಿಮಿಷಗಳ ಕಾಲ ಮಾತಾಡಿಕೊಂಡೆವು. ಅನಂತರ ನಮ್ಮೊಳಗೆ ನಿರ್ಧರಿಸಿ "ಆಯ್ತು. ಪ್ರಯತ್ನ ಮಾಡೋಣ" ಎಂದು ಡೆನ್‌ಮನ್‌ಗೆ ತಿಳಿಸಿದೆವು.

ಈ ಪುಟ್ಟ ತಂಡ ಎವರೆಸ್ಟ್ ಕಡೆಗೆ ಚಾರಣ ಹೊರಟಿತು. ಈ ಪಯಣದಲ್ಲಿ ಇಬ್ಬರೂ ಶೆರ್ಪಾಗಳಿಗೆ ಈ ಕೆನಡಾದ ಪರ್ವತಾರೋಹಿಯ ಮೇಲೆ ಸಾಕಷ್ಟು ಗೌರವ ಮತ್ತು ಮೆಚ್ಚುಗೆ ಮೂಡಿತು. ಅವನ ಅನನುಭವದ ನಡುವೆಯೂ ಆತನ ಧೈರ್ಯ ಮತ್ತು ಶಕ್ತಿಗಳನ್ನು ಇಬ್ಬರೂ ಮೆಚ್ಚಿಕೊಂಡರು. ಪರ್ವತದ ಇಳಿಜಾರಿನ ತಪ್ಪಲಿನ ಬಳಿ ಬಂದಾಗ ಕೊನೆಗೂ ಡೆನ್‌ಮನ್ ಪ್ರಾಮಾಣಿಕವಾಗಿ ತನ್ನ ಅಸಮರ್ಥತೆಯನ್ನು ಒಪ್ಪಿಕೊಂಡ. ವಾಸ್ತವದ ಕಠೋರತೆಯು ಅವನು ಮುಖಕ್ಕೆ ಹೊಡೆಯುತ್ತಿತ್ತು. 22,000 ಅಡಿ ಎತ್ತರದಲ್ಲಿ ಅಪ್ಪಳಿಸಿದ ಒಂದು ಭೀಕರ ಬಿರುಗಾಳಿಯ ಹೊಡೆತಕ್ಕೆ ಸಿಕ್ಕ ಡೆನ್‌ಮನ್ ತನ್ನ ಸೋಲನ್ನು ಒಪ್ಪಿಕೊಂಡ. ಅನಂತರ ಮೂವರೂ ಹಿಂತಿರುಗಿ ಡಾರ್ಜಲಿಂಗ್‌ಗೆ ಸುರಕ್ಷಿತವಾಗಿ ವಾಪಾಸಾದರು. ಅವರು ಒಟ್ಟಾರೆ ಐದು ವಾರಗಳಲ್ಲಿ ಈ ಚಾರಣವನ್ನು ಮುಕ್ತಾಯಗೊಳಿಸಿದ್ದರು.

ಈ ಘಟನೆಗಿಂತಲೂ ಹದಿಮೂರು ವರ್ಷಗಳ ಮೊದಲು, ಇಂಗ್ಲಿಷ್ ಪರ್ವತಾರೋಹಿ ಮೌರೀಸ್ ವಿಲ್ಸನ್ ಇದೇ ರೀತಿ ಬೇಜವಾಬ್ದಾರಿಯಿಂದ ಎವರೆಸ್ಟ್ ಹತ್ತಲು ಪ್ರಯತ್ನಿಸಿದಾಗ ಅದೃಷ್ಟ ಅವನ ಪರವಾಗಿರಲಿಲ್ಲ. ವಿಕ್ಷಿಪ್ತ ಮನೋಭಾವದ ಮೌರೀಸ್‌ಗೆ ವಿಚಿತ್ರ ಆದರ್ಶಗಳಿದ್ದವು. ಮನುಜಲೋಕದ ಎಲ್ಲ ರೋಗಗಳನ್ನೂ ಕೇವಲ ಉಪವಾಸ ಮತ್ತು ಭಗವಂತನ ಶಕ್ತಿಯಲ್ಲಿ ನಂಬಿಕೆ ಇರಿಸುವುದರಿಂದ ಗುಣಮುಖಗೊಳಿಸಬಹುದು ಎಂದು ಈತ ನಂಬಿದ್ದ. ತನ್ನ ಈ ನಂಬಿಕೆಯನ್ನು ಜಗತ್ತಿಗೆ ಪ್ರಚಾರ ಮಾಡಲು ಎವರೆಸ್ಟ್ ಹತ್ತುವುದು ಅತ್ಯುತ್ತಮ ಮಾರ್ಗ ಎಂದು ಈತ ನಂಬಿದ್ದ. ಒಂದು ಪುಟ್ಟ ವಿಮಾನವನ್ನು ಖರೀದಿಸಿ, ಟಿಬೆಟ್ ಕಡೆಯ ಎವರೆಸ್ಟ್ ಬುಡದತನಕ ಅದರಲ್ಲಿ ಹೋಗಿ ಇಳಿಯುವುದು; ಅಲ್ಲಿಂದ ಸೀದಾ ಶಿಖರದ ಉತ್ತುಂಗದ ಕಡೆಗೆ ನಡೆಯುವುದು ಈತನ ಯೋಜನೆಯಾಗಿತ್ತು. ಆದರೆ ತನಗೆ ಪರ್ವತಾರೋಹಣವೂ ಗೊತ್ತಿಲ್ಲ, ವಿಮಾನ ನಡೆಸುವುದೂ ಗೊತ್ತಿಲ್ಲ ಎಂಬ ವಾಸ್ತವ ಆತನಿಗೆ ಮುಖ್ಯವಾಗಿಯೇ ಇರಲಿಲ್ಲ.

ಫೈಬರ್ ರೆಕ್ಕೆಗಳುಳ್ಳ ಜಿಪ್ಸಿ ಮೌತ್ ಎಂಬ ಪುಟ್ಟ ವಿಮಾನವನ್ನು ಖರೀದಿಸಿ, ಅದಕ್ಕೆ ಕಪಿಮುಷ್ಟಿ (Ever Wrest) ಎಂದು ನಾಮಕರಣ ಮಾಡಿ, ಹಾರುವ ಕೆಲವು ಮೂಲಪಾಠಗಳನ್ನು ಕಲಿತುಕೊಂಡ. ಮುಂದಿನ ಐದು ವಾರಗಳ ಕಾಲ ಸುತ್ತಮುತ್ತಲಿನ ಪರ್ವತಗಳಲ್ಲಿಯೂ ಮತ್ತು ಇಂಗ್ಲಿಷ್ ಲೇಕ್ ಡಿಸ್ಟ್ರಿಕ್ಟ್‌ನಲ್ಲಿಯೂ ಅಡ್ಡಾಡಿ, ಪರ್ವತಾರೋಹಣಕ್ಕೆ ಅದಿಷ್ಟೂ ಅನುಭವ ಸಾಕು ಎಂದು ನಿಶ್ಚಯಿಸಿದ.

1993ರ ಮೇ ತಿಂಗಳಿನಲ್ಲಿ ತನ್ನ ಪುಟ್ಟ ವಿಮಾನದಲ್ಲಿ ಕುಳಿತು, ಕೈರೋ, ತೆಹ್ರಾನ್ ಮತ್ತು ಭಾರತದ ಮೂಲಕ ಎವರೆಸ್ಟ್ ಬುಡವನ್ನು ತಲುಪುವುದಕ್ಕೆ ಪ್ರಾರಂಭಿಸಿದ.

ಈ ವೇಳೆಗಾಗಲೇ ಮೌರೀಸ್ ವಿಲ್ಸನ್‌ಗೆ ಮುದ್ರಣ ಮಾಧ್ಯಮಗಳು ಸಾಕಷ್ಟು ಪ್ರಚಾರವನ್ನು ಕೊಟ್ಟಿದ್ದವು. ಸೀದಾ ಭಾರತದ ಪುರ್ತಬ್‌ಪೋರ್‌ಗೆ ಬಂದಿಳಿದ. ನೇಪಾಳಿ ಸರಕಾರ ಈತನಿಗೆ ತನ್ನ ದೇಶದ ಮೇಲೆ ವಿಮಾನದಲ್ಲಿ ಹಾರಲು ಅನುಮತಿ ನೀಡಲಿಲ್ಲ. ಆಗ ತನ್ನ ವಿಮಾನವನ್ನು ಐದು ನೂರು ಪೌಂಡ್‌ಗಳಿಗೆ ಮಾರಿ, ಭೂಮಾರ್ಗವಾಗಿಯೇ ಡಾರ್ಜಲಿಂಗ್ ತಲುಪಿದ. ಆದರೆ ಅಲ್ಲಿ ಅವನಿಗೆ ಟಿಬೆಟ್ ಪ್ರವೇಶಿಸಲೂ ಅನುಮತಿ ಇಲ್ಲದ್ದು ಪತ್ತೆಯಾಯ್ತು. ಇದು ಕೂಡಾ ಅವನನ್ನು ಕಂಗೆಡಿಸಲಿಲ್ಲ. 1934ರ ಮಾರ್ಚ್ ತಿಂಗಳಿನಲ್ಲಿ ಮೂವರು ಶೆರ್ಪಾಗಳನ್ನು ನೇಮಕ ಮಾಡಿಕೊಂಡು, ಬೌದ್ಧ ಸನ್ಯಾಸಿಯಂತೆ ವೇಷ ಹಾಕಿಕೊಂಡು, ಎಲ್ಲಾ ಸಂಸ್ಥಾನಗಳ ಅಧಿಕಾರಿಗಳ ಕಣ್ಣಿಗೆ ಮಣ್ಣೆರಚುತ್ತಾ, ಸಿಕ್ಕಿಂ ಕಾಡುಗಳಲ್ಲಿ ಮತ್ತು ಟಿಬೆಟ್‌ನ ಶುಷ್ಕಭೂಮಿಯಲ್ಲಿ 300 ಮೈಲುಗಳ ಚಾರಣವನ್ನು ಮಾಡಿ, ಏಪ್ರಿಲ್ 14ರ ವೇಳೆಗೆ ಎವರೆಸ್ಟ್ ಪರ್ವತದ ಚರಣಕ್ಕೆ ಬಂದು ಮುಟ್ಟಿದ.

ಚೂಪುಗಲ್ಲುಗಳು ಮತ್ತು ಹಿಮದಿಂದ ಆವೃತವಾದ ಈಸ್ಟ್ ರಾಂಗ್‌ಬುಕ್ ಹಿಮಜಲಪಾತದ ಉದ್ದಕ್ಕೆ ಪರ್ವತವನ್ನು ಹತ್ತಲಾರಂಭಿಸಿದ ಈತ, ಆರಂಭದಲ್ಲಿ ಸಾಕಷ್ಟು ಎತ್ತರವನ್ನು ಕ್ರಮಿಸಿದ. ಆದರೆ ಹಿಮಜಲಪಾತದ ಚಾರಣದ ಅನನುಭವ ಅವನನ್ನು ಕಷ್ಟಕ್ಕೆ ನೂಕುತ್ತಿತ್ತು. ಹಲವು ಬಾರಿ ತನ್ನ ದಾರಿಯನ್ನು ಕಳೆದುಕೊಂಡಿದ್ದರಿಂದ ಹತಾಶೆಗೊಂಡು ಸುಸ್ತಾದ. ಆದರೂ ತನ್ನ ನಿರ್ಧಾರವನ್ನು ಸಡಿಲಗೊಳಿಸಲಿಲ್ಲ.

ಮೇ ತಿಂಗಳ ಮಧ್ಯಭಾಗಕ್ಕೆ ಈತ ಈಸ್ಟ್ ರಾಂಗ್‌ಬುಕ್ ಹಿಮಜಲಪಾತದ ಮೂಲಕ 21,000 ಅಡಿಯಷ್ಟು ಎತ್ತರಕ್ಕೆ ಸಾಗಿ, ಅದರ ಉತ್ತುಂಗಕ್ಕೆ ಬಂದು ತಲುಪಿದ. ಈ ಹಿಂದೆ 1933ರಲ್ಲಿ ಎರಿಕ್ ಶಿಪ್ಟನ್ ನಾಯಕತ್ವದಲ್ಲಿ ಎವರೆಸ್ಟ್ ಏರಲು ಬಂದ ತಂಡವೊಂದು, ಯಶಸ್ವಿಯಾಗದೆ ಹಿಂತಿರುಗುವಾಗ ಈ ಜಾಗದಲ್ಲಿ ಸಾಕಷ್ಟು ಆಹಾರ ಮತ್ತು ಸಲಕರಣೆಗಳನ್ನು ಸಂಗ್ರಹಿಸಿಟ್ಟು ಹೋಗಿತ್ತು. ಈ ಭಾಗದಿಂದ ನಾರ್ತ್‌ಕೋಲ್ ಇಳಿಜಾರು ದಿಬ್ಬದ ಮೂಲಕ ಹತ್ತಲಾರಂಭಿಸಿದ ವಿಲ್ಸನ್, ಸುಮಾರು 22,700 ಅಡಿಯಷ್ಟು ಯಶಸ್ವಿಯಾಗಿ ಏರಿದ. ಅಲ್ಲಿ ಎದುರಾದ ಒಂದು ಊರ್ಧ್ವ ಹಿಮಬಂಡೆಯು ಈತನ ಯೋಗ್ಯತೆಗೆ ಮೀರಿದ್ದಾಗಿತ್ತು. ಮತ್ತೆ ಈತ ಶಿಪ್ಟನ್ ಸಂಗ್ರಹಣೆ ಮಾಡಿದ ಜಾಗಕ್ಕೆ ಹಿಂತಿರುಗಿದ. ಇಷ್ಟಾದರೂ ಈತನ ಉತ್ಸಾಹ ಕುಗ್ಗಿರಲಿಲ್ಲ. ಮೇ 28ರ ತನ್ನ ದಿನಚರಿಯಲ್ಲಿ "ಇದೊಂದು ಕೊನೆಯ ಪ್ರಯತ್ನ. ಖಂಡಿತಾ ಯಶಸ್ವಿಯಾಗುತ್ತೇನೆ" ಎಂದು ಬರೆದುಕೊಂಡು, ಇನ್ನೊಮ್ಮೆ ಶಿಖರಾಗ್ರದ ಕಡೆಗೆ ಪಯಣವನ್ನು ಮುಂದುವರೆಸಿದ.

ಒಂದು ವರ್ಷದ ನಂತರ ಶಿಪ್ಟನ್ ತಂಡವು ಮತ್ತೊಮ್ಮೆ ಪರ್ವತಾರೋಹಣಕ್ಕೆ ಬಂದಾಗ, ಮೌರೀಸ್ ವಿಲ್ಸನ್‌ನ ಹೆಣವು ನಾರ್ತ್‌ಕೋಲ್‌ನ ಬುಡದಲ್ಲಿ ಹಿಮದ ಮಧ್ಯೆ ಅನಾಥವಾಗಿ ಬಿದ್ದಿರುವುದನ್ನು ನೋಡಿದರು. ಈ ಶವವನ್ನು ಗುರುತಿಸುವುದರಲ್ಲಿ ಒಬ್ಬನಾದ ಚಾರ್ಲ್ಸ್ ವಾರೆನ್ ಎನ್ನುವ ಪರ್ವತಾರೋಹಿ ಮುಂದೊಮ್ಮೆ "ನಮ್ಮೊಳಗೆ ಮಾತಾಡಿಕೊಂಡು, ಆತನನ್ನು ಅಲ್ಲಿಯೇ ಹಿಮದ ಕುಣಿಯಲ್ಲಿ ಹೂತು ಬಿಡುವುದಾಗಿ ನಿರ್ಧರಿಸಿದೆವು" ಎಂದು ಬರೆದಿದ್ದಾನೆ. "ನಾವೆಲ್ಲಾ ನಮ್ಮ ಟೋಪಿಯನ್ನು ತೆಗೆದು ಎತ್ತರಕ್ಕೆ ಹಿಡಿದೆವು. ನನಗನ್ನಿಸುವ ಮಟ್ಟಿಗೆ ಎಲ್ಲರಿಗೂ ಈ ಸಹವಾಸದಿಂದ ಸಾಕಾಗಿ ಹೋಗಿತ್ತು. ಈ ಹೆಣಗಳ ದರ್ಶನಕ್ಕೆ ನನ್ನ ಮನಸ್ಸು ಜಡ್ಡು ಕಟ್ಟಿದೆಯೆಂದು ನಾನು ಅಂದುಕೊಂಡಿದ್ದೆ. ಆದರೆ ಯಾಕೋ ಈ ಹೊತ್ತಿನಲ್ಲಿ ಇವನ ದುರಂತವು ನಮ್ಮ ಅತ್ಯಂತ ನಿಕಟ ಸಂಗತಿಯೆನ್ನುವಂತೆ ಭಾಸವಾಯ್ತು. ಎಷ್ಟಾದರೂ ಈತ ನಮ್ಮಂತೆಯೇ ಪರ್ವತದ ಹುಚ್ಚನ್ನು ಹಚ್ಚಿಕೊಂಡವನೇ ಆಗಿದ್ದ."

| | |

ವಿಲ್ಸನ್ ಮತ್ತು ಡೆನ್‌ಮಾನ್‌ರ ನಂತರದ ದಿನಗಳಲ್ಲಿ, ಈ ಹಿಮಶಿಖರದ ತಪ್ಪಲುಗಳಲ್ಲಿ, ನನ್ನಂತಹ ಅಷ್ಟೇನೂ ಪರಿಣತರಲ್ಲದ ಕನಸುಗಾರರು ಸಾಕಷ್ಟು ಸಂಖ್ಯೆಯಲ್ಲಿ ಬಂದು ಸೇರುವುದು ಬಹಳ ಟೀಕೆಗೆ ಗುರಿಯಾಗಿದೆ. ಆದರೆ ಈ ಎವರೆಸ್ಟ್ ಯಾರನ್ನು ತನ್ನೊಳಗೆ ಸೇರಿಸಿಕೊಳ್ಳುತ್ತದೆಯೋ, ಯಾರನ್ನು ನಿರಾಕರಿಸುತ್ತದೆಯೋ ಎನ್ನುವುದು ಮೊದಲ ನೋಟಕ್ಕೆ ದಕ್ಕದ ಸಂಕೀರ್ಣ ಸಂಗತಿಯಾಗಿದೆ. ಈಗಿನ ವಾಣಿಜ್ಯ ಪರ್ವತಾರೋಹಿ ಸಂಸ್ಥೆಗಳಿಗೆ ದುಬಾರಿ ಹಣವನ್ನು ಕೊಟ್ಟು ಎವರೆಸ್ಟ್‌ಗೆ ಬಂದಿದ್ದಾರೆಂಬ ಏಕೈಕ ಕಾರಣಕ್ಕೆ ಪ್ರತಿಯೊಬ್ಬ ಪರ್ವತಾರೋಹಿಯೂ ಅನರ್ಹನೆಂದು ಹೇಳುವುದು ತಪ್ಪಾಗುತ್ತದೆ. 1996ರ ಈ ಬೇಸಿಗೆಯ ಪರ್ವತಾರೋಹಣದಲ್ಲಿ ಏನಿಲ್ಲವೆಂದರೂ ಎರಡು ವಾಣಿಜ್ಯ ತಂಡಗಳಲ್ಲಿ, ಯಾವುದೇ ಕಠಿಣ ನಿಯಮಗಳಿಗೂ ಸರಿಗಟ್ಟುವ ಸಾಕಷ್ಟು ನುರಿತ ಪರ್ವತಾರೋಹಿಗಳು ಇದ್ದರು.

ಏಪ್ರಿಲ್ 13ರಂದು ಕುಂಭು ಹಿಮಜಲಪಾತದ ತುದಿಯಲ್ಲಿ ನಾನು ಸಂಗಡಿಗರಿಗಾಗಿ ಕಾಯುತ್ತಾ ಕುಳಿತಾಗ, ಸ್ಕಾಟ್ ಫಿಷರ್‌ನ ಮೌಂಟನ್ ಮ್ಯಾಡ್‌ನೆಸ್ ತಂಡದ ಇಬ್ಬರು ಪರ್ವತಾರೋಹಿಗಳು ಮೆಚ್ಚುಗೆಯಾಗುವಂತಹ ವೇಗದಲ್ಲಿ ನನ್ನ ಮುಂದೆ ನಡೆದು ಹೋದರು. ಸಿಯಾಟೆಲ್‌ನಲ್ಲಿ ನೆಲೆಸಿರುವ ಕಟ್ಟಡ ನಿರ್ಮಾಣದ ಗುತ್ತಿಗೆದಾರ ಕ್ಲೆವ್ ಶೋನಿಂಗ್ ಅವರಲ್ಲಿ ಒಬ್ಬನು. ಈತ ಅಮೆರಿಕಾದ ಸ್ಕೈ ಟೀಮಿನ

ಮಾಜಿ ಸದಸ್ಯನೂ ಹೌದು. ದೈಹಿಕವಾಗಿ ಸಾಕಷ್ಟು ದೃಢಕಾಯನಾಗಿದ್ದರೂ, ಎತ್ತರದ ಪರ್ವತಗಳ ಅನುಭವ ಅವನಿಗಿರಲಿಲ್ಲ. ಆದರೆ ಜೊತೆಯಲ್ಲಿದ್ದ ಅವನ ಚಿಕ್ಕಪ್ಪ ಪೀಟ್ ಶೋನಿಂಗ್ ಮಾತ್ರ ಜೀವಂತ ಹಿಮಾಲಯದ ದಂತಕತೆಯೇ ಆಗಿದ್ದಾನೆ.

ಇನ್ನೆರಡು ತಿಂಗಳಿಗೆ ಅರವತ್ತೊಂಬತ್ತು ವರ್ಷ ತುಂಬುವ ಪೀಟ್ ಬಹಳ ದಿನಗಳ ನಂತರ ಹಿಮಾಲಯದ ಎತ್ತರಕ್ಕೆ ಹಿಂತಿರುಗಿ ಬಂದಿದ್ದ. ತೆಳ್ಳಗೆ ಎತ್ತರಕ್ಕಿದ್ದು, ಭುಜವನ್ನು ಸ್ವಲ್ಪ ಬಾಗಿಸಿ ನಡೆಯುವ ಪೀಟ್, ಗೋರ್‌ಟೆಕ್ಸ್ ಕಂಪನಿಯ ಬಣ್ಣಗುಂದಿದ ಉಡುಪುಗಳನ್ನು ತೊಟ್ಟಿದ್ದ. ಪಾಕಿಸ್ತಾನದ ಕರಕೋರಂ ಸೀಮೆಯಲ್ಲಿರುವ 26,470 ಅಡಿ ಎತ್ತರದ ಹಿಡನ್ ಪೀಕ್ ಪರ್ವತವನ್ನು 1958ರಲ್ಲಿ ಹತ್ತಿ, ಅತ್ಯಂತ ಹೆಚ್ಚು ಎತ್ತರದ ಪರ್ವತವನ್ನು ಏರಿದ ಮೊದಲ ಅಮೆರಿಕನ್ ಪರ್ವತಾರೋಹಿಯಾಗಿ ಇತಿಹಾಸ ನಿರ್ಮಿಸಿದ್ದ. ಅದಕ್ಕೂ ಮುಖ್ಯವಾಗಿ 1953ರಲ್ಲಿ ಹಿಮಾಲಯದ ಕೆ–2 ಪರ್ವತವನ್ನು ಹತ್ತುವ ತಂಡವು ಶಿಖರ ಮುಟ್ಟುವಲ್ಲಿ ಯಶಸ್ಸು ಕಾಣದಿದ್ದರೂ, ಆ ಪರ್ವತಾರೋಹಣದಲ್ಲಿ ಬಹಳ ಪರಾಕ್ರಮದ ಕೆಲಸವನ್ನು ಪೀಟ್ ಮಾಡಿದ್ದ. ಅದೇ ವರ್ಷವೇ ಹಿಲರಿ ಮತ್ತು ತೇನ್‌ಸಿಂಗ್ ಎವರೆಸ್ಟ್ ತುದಿಯನ್ನು ತಲುಪಿದ್ದರು.

ಸುಮಾರು ಎಂಟು ಜನರ ಪರ್ವತಾರೋಹಿ ತಂಡವೊಂದು ಕೆ–2 ಪರ್ವತದ ಭೀಷಣ ಎತ್ತರವನ್ನು ತಲುಪಿ, ಇನ್ನೇನು ಶಿಖರದ ತುದಿಯನ್ನು ಮುಟ್ಟಬೇಕು ಎನ್ನುವಾಗ, ಒಂದು ವಿಚಿತ್ರ ಸಂಕಷ್ಟಕ್ಕೆ ಸಿಕ್ಕಿ ಹಾಕಿಕೊಂಡಿತು. ತಂಡದ ಸದಸ್ಯನಾದ ಆರ್ಟ್ ಗಿಲ್ಕಿ ಎನ್ನುವ ವ್ಯಕ್ತಿ ಪರ್ವತದ ಅತಿ ಎತ್ತರದ ತೆಳುಗಾಳಿಯಿಂದ ಮೂಡುವ ಅಸ್ವಸ್ಥತೆಯಿಂದಾಗಿ, ಜೀವಕ್ಕೆ ಅಪಾಯವಾಗುವಂತಹ ರಕ್ತ ಹೆಪ್ಪುಗಟ್ಟುವಿಕೆ ಸಮಸ್ಯೆಯಿಂದ ಬಳಲಲಾರಂಭಿಸಿದ. ಗಿಲ್ಕಿಯನ್ನು ಉಳಿಸಬೇಕೆಂದರೆ ತಕ್ಷಣವೇ ಕೆಳಕ್ಕೆ ಧಾವಿಸಬೇಕು ಎಂದು ಅರ್ಥ ಮಾಡಿಕೊಂಡು, ಪೀಟ್ ಮತ್ತು ಇತರರು ಆತನನ್ನು ಪರ್ವತದಿಂದ ಇಳಿಸತೊಡಗಿದರು. ಕಡಿದಾದ ಅಬ್ರುಜಿ ದಿಬ್ಬದ ಮೂಲಕ ಇಳಿಯುವಾಗ ಭೀಕರವಾದ ಚಂಡಮಾರುತವೊಂದು ಅಪ್ಪಳಿಸಿತು. 25,000 ಅಡಿ ಎತ್ತರದಲ್ಲಿ ಜಾರ್ಜ್ ಬೆಲ್ ಎನ್ನುವ ಪರ್ವತಾರೋಹಿ ಕಾಲುಜಾರಿದ್ದೇ, ತನ್ನ ಜೊತೆಗೆ ಇತರ ನಾಲ್ವರನ್ನೂ ತನ್ನೆಡೆಗೆ ಎಳೆದುಕೊಂಡ. ತಕ್ಷಣವೇ ಜಾಗೃತನಾಗಿ ಪ್ರತಿಕ್ರಿಯಿಸಿದ ಪೀಟ್, ಇಡೀ ಹಗ್ಗವನ್ನು ತನ್ನ ಭುಜಕ್ಕೆ ಕಟ್ಟಿಕೊಂಡು, ಹಿಮಸಲಾಕೆಯನ್ನು ಒತ್ತಿ ಹಿಡಿದು, ಮತ್ತೊಂದು ಕೈಯಿಂದ ಅದು ಹೇಗೋ ಗಿಲ್ಕಿಯನ್ನು ಕಾಪಾಡಿ, ತಾನೂ ಪರ್ವತದಿಂದ ಜಾರಿಹೋಗದಂತೆ ನೋಡಿಕೊಂಡ. ಪರ್ವತಾರೋಹಣದ ಚರಿತ್ರೆಯಲ್ಲಿಯೇ ಇದು ಬಹುಮುಖ್ಯ ಘಟನೆಯಾಗಿದ್ದು, ಅನಂತರದ ದಿನಗಳಲ್ಲಿ ಇದು "ದಿ ಬೈಲೇ"[1] ಎಂದು ಪ್ರಸಿದ್ಧಿ ಪಡೆಯಿತು.

1 ಬೈಲೇ ಎಂಬುದು ಪರ್ವತಾರೋಹಣಕ್ಕೆ ಸಂಬಂಧಿಸಿದ ಪದವಾಗಿದ್ದು, ಹಗ್ಗವನ್ನು ನಮ್ಮ ದೇಹಕ್ಕೆ ಕಟ್ಟಿಕೊಂಡು, ಸಹಪರ್ವತಾರೋಹಿಯನ್ನು ಸುರಕ್ಷಿತವಾಗಿ ಕಾಪಾಡುವ ತಂತ್ರವಾಗಿದೆ.

ಈಗ ಸ್ಕಾಟ್ ಫಿಷರ್‌ನ ನಾಯಕತ್ವದಲ್ಲಿ, ಮತ್ತು ನೀಲ್ ಬೈಡಲ್‌ಮೆನ್ ಮತ್ತು ಎನಾಟೊಲಿ ಬೊಕ್ರೀವ್ ಮಾರ್ಗದರ್ಶನದಲ್ಲಿ ಪೀಟ್ ಶೋನಿಂಗ್ ಎವರೆಸ್ಟ್ ಹತ್ತಲು ಬಂದಿದ್ದ. ಕೊಲರಾಡೋದ ಬಲಿಷ್ಠ ಪರ್ವತಾರೋಹಿ ನೀಲ್ ಬೈಡಲ್‌ಮೆನ್‌ನೊಡನೆ ನಾನು ಈ ವಿಷಯವಾಗಿ ಮಾತನಾಡುತ್ತಾ, ಪೀಟ್ ಶೋನಿಂಗ್‌ನಂತಹ ಹಿರಿಯ ಚೇತನಕ್ಕೆ ಮಾರ್ಗದರ್ಶನ ಮಾಡುವ ಅನುಭವ ಹೇಗಿದೆ ಎಂದು ಕೇಳಿದೆ. ಆ ಮಾತಿಗೆ ತಕ್ಷಣ ಅಸಮ್ಮತಿಯ ನಗುವನ್ನು ಚೆಲ್ಲಿ, ನನ್ನ ತಪ್ಪನ್ನು ಅವನು ತಿದ್ದಿದ. "ನನ್ನಂತಹ ಕಿರಿಯರು ಪೀಟ್ ಶೋನಿಂಗ್‌ನಂತಹವರಿಗೆ ಎಲ್ಲಿಗೂ ಮಾರ್ಗದರ್ಶನ ಮಾಡಲು ಸಾಧ್ಯವಿಲ್ಲ. ಆತನಿರುವ ತಂಡದಲ್ಲಿಯೇ ನಾನೂ ಇರುವುದು ನನ್ನ ಭಾಗ್ಯವೆಂದು ತಿಳಿದಿದ್ದೇನೆ" ಎಂದು ಹೇಳಿದ. ಸ್ಕಾಟ್ ಫಿಷರ್‌ನ ಮೌಂಟೆನ್ ಮ್ಯಾಡ್‌ನೆಸ್ ತಂಡಕ್ಕೆ ಪೀಟ್ ಶೋನಿಂಗ್ ಸೇರಿಕೊಂಡಿದ್ದು ಪರ್ವತಾರೋಹಣಕ್ಕೆ ಮಾರ್ಗದರ್ಶನ ಸಿಗಲಿ ಎಂದು ಅಲ್ಲವೇ ಅಲ್ಲ; ಆರೋಹಣಕ್ಕೆ ಬೇಕಾದ ಪರ್ಮಿಟ್, ಪೂರಕ ಆಮ್ಲಜನಕ, ಗುಡಾರಗಳು, ಅಡಿಗೆ ಸಾಮಾನು, ಶೆರ್ಪಾಗಳು ಇತ್ಯಾದಿಗಳನ್ನು ಹೊಂದಿಸುವ ತಲೆನೋವಿಂದ ದೂರವುಳಿಯುವ ಏಕೈಕ ಕಾರಣಕ್ಕಾಗಿತ್ತು.

ಪೀಟ್ ಮತ್ತು ಕ್ಲೆವ್ ಶೋನಿಂಗ್ ಇಬ್ಬರೂ, ಮಾರ್ಗಮಧ್ಯದಲ್ಲಿ ನನ್ನನ್ನು ದಾಟಿ ಕ್ಯಾಂಪ್ ಒಂದರ ತಮ್ಮ ಡೇರೆಗಳ ಕಡೆಗೆ ಹೋದ ನಂತರ, ಅವರದೇ ತಂಡದ ಶಾರ್ಲೆ ಫ್ಯಾಕ್ಸ್ ಕಾಣಿಸಿಕೊಂಡ. ಕೊಲರಾಡೋದಾ ಆಸ್ಪಿನ್ ವಾಸಿಯಾದ ಶಾರ್ಲೆ, ಬಾನಿನಲ್ಲಿ ಗಸ್ತು ತಿರುಗುವ ಉದ್ಯೋಗವನ್ನು ಮಾಡುತ್ತಿದ್ದ. ಅತ್ಯಂತ ಚೈತನ್ಯದಿಂದ ಕೂಡಿದ್ದು, ಗೌರವಯುತ ವ್ಯಕ್ತಿತ್ವದ ಶಾರ್ಲೆಗೆ ಮೂವತ್ತೆಂಟು ವರ್ಷ ವಯಸ್ಸು. ಈಗಾಗಲೇ 8000 ಮೀಟರ್ ಎತ್ತರದ ಎರಡು ಪರ್ವತಗಳನ್ನು ಈತ ಹತ್ತಿ ಬಂದಿದ್ದ; ಪಾಕಿಸ್ತಾನದಲ್ಲಿರುವ 26,361 ಅಡಿ ಎತ್ತರದ ಗಶೇರ್‌ಬ್ರಮ್ ಮತ್ತು ಎವರೆಸ್ಟ್‌ನ ಪಕ್ಕದಲ್ಲಿರುವ 26,748 ಅಡಿ ಎತ್ತರದ ಚೊ ಓಯುವನ್ನು ಹತ್ತಿದ್ದ. ಮಾಲ್ ಡಫ್‌ನ ವಾಣಿಜ್ಯ ತಂಡದಲ್ಲಿದ್ದ ಮತ್ತೊಬ್ಬ ಪರ್ವತಾರೋಹಿ, ಫಿನ್‌ಲ್ಯಾಂಡ್ ವಾಸಿ ವೈಕಾ ಗುಸ್ತಾಫ್‌ಸನ್, ಈಗಾಗಲೇ ಎವರೆಸ್ಟ್, ಧವಳಗಿರಿ, ಮಕಾಲು ಮತ್ತು ಲೋಟ್ ಪರ್ವತಗಳನ್ನು ಹತ್ತಿ ಇಳಿದಿದ್ದಾನೆಂದು ಅನಂತರ ತಿಳಿಯಿತು.

ಇವರಿಗೆಲ್ಲಾ ಹೋಲಿಸಿದರೆ, ರಾಬ್ ಹಾಲ್‌ನ ತಂಡದಲ್ಲಿ 8000 ಮೀಟರ್ ಎತ್ತರದ ಪರ್ವತವನ್ನು ಹತ್ತಿದವರು ಯಾರೂ ಇರಲಿಲ್ಲ. ಪೀಟ್ ಶೋನಿಂಗ್‌ನನ್ನು ಒಂದು ಪ್ರಮುಖ ಬೇಸ್ ಬಾಲ್ ತಂಡದ ತಾರಾ ಸ್ಪರ್ಧಾಳುವಾಗಿ ಪರಿಗಣಿಸಿದರೆ, ನಾನು ಮತ್ತು ನನ್ನ ಸಹಚರರನ್ನು ಒಂದು ಪುಟ್ಟ ಊರಿನ ಸಾಫ್ಟ್‌ಬಾಲ್ ಆಡುವ ಪುಂಡರ ತಂಡವೊಂದು ಲಂಚಕೊಟ್ಟು ಬೇಸ್‌ಬಾಲ್ ವಿಶ್ವಕಪ್‌ಗೆ ನುಸುಳಿಕೊಂಡವರಂತೆ ಪರಿಗಣಿಸಬಹುದು. ಕುಂಭು ಹಿಮಜಲಪಾತದ ತುದಿಯಲ್ಲಿ ರಾಬ್ ಹಾಲ್ "ಈ

ತಂಡ ಗಟ್ಟಿಮುಟ್ಟಿಯಾಗಿದೆ" ಎಂದು ಹೇಳಿದ್ದು ನಿಜ. ಆದರೆ ರಾಬ್ ಹಾಲ್ ಈ ಹಿಂದೆ ಪರ್ವತಾರೋಹಣಕ್ಕೆ ಕಟ್ಟಿಕೊಂಡು ಬಂದ ತಂಡಕ್ಕಿಂತಲೂ ನಾವೆಲ್ಲಾ ಹೆಚ್ಚು ಸದೃಢವಾಗಿರಬೇಕು. ನನಗಂತೂ ಒಂದು ಸತ್ಯ ಗೋಚರವಾಗಿತ್ತು; ರಾಬ್ ಹಾಲ್‌ನ ಸಹಾಯವಿಲ್ಲದೆ, ಅವನ ಮಾರ್ಗದರ್ಶನ ಮತ್ತು ಶೆರ್ಪಾಗಳ ನೆರವಿಲ್ಲದೆ ನಾವು ಯಾರೂ ಎವರೆಸ್ಟ್ ಹತ್ತುವುದು ಸಾಧ್ಯವಿರಲಿಲ್ಲ.

ಮತ್ತೊಂದು ಆಯಾಮದಿಂದ ನೋಡಿದರೆ, ಅಲ್ಲಿ ಸೇರಿದ ಇನ್ನೂ ಹಲವಾರು ತಂಡಗಳಿಗೆ ಹೋಲಿಸಿದರೆ ನಾವೇ ಹೆಚ್ಚು ಸದೃಢವಾಗಿ ಕಾಣುತ್ತಿದ್ದೆವು. ಯಾವುದೇ ಬಗೆಯ ಹಿಮಾಲಯ ಪರ್ವತಾರೋಹಣದ ಪ್ರಮಾಣ ಪತ್ರಗಳೂ ಇಲ್ಲದ ಇಂಗ್ಲಿಷ್ ವ್ಯಕ್ತಿಯೊಬ್ಬನ ನಾಯಕತ್ವದಲ್ಲಿ ಬಂದ ವಾಣಿಜ್ಯ ತಂಡವೊಂದರ ಸದಸ್ಯರ ಸಾಮರ್ಥ್ಯವಂತೂ ಅನುಮಾನಾಸ್ಪದವಾಗಿತ್ತು. ನಿಜ ಹೇಳಬೇಕೆಂದರೆ ಅವರು ಪರ್ವತಾರೋಹಿಗಳಾಗಿರಲೇ ಇಲ್ಲ; ಸುಮ್ಮನೆ ಯಾವುದೋ ವ್ಯವಸ್ಥಿತ ದಾರಿಯುಳ್ಳ ಪರ್ವತಗಳನ್ನು ಹತ್ತಿಬಂದವರಾಗಿದ್ದರು.

ನಾನು ಹಿಮಜಲಪಾತ ಇಳಿಯುತ್ತಾ ಮತ್ತೆ ಬೇಸ್ ಕ್ಯಾಂಪ್‌ಗೆ ಮರಳುವಾಗ ಮಾರ್ಗ ಮಧ್ಯದಲ್ಲಿ ನಿಧಾನಕ್ಕೆ ಚಲಿಸುವ, ವಿಭಿನ್ನ ಧಿರಿಸು ಮತ್ತು ಸಲಕರಣೆಗಳನ್ನು ಹೊಂದಿದ ಪರ್ವತಾರೋಹಿಗಳನ್ನು ಎದುರಾದೆ. ಹಿಮಜಲಪಾತದಲ್ಲಿ ಸಾಂಪ್ರದಾಯಿಕ ಉಪಕರಣಗಳನ್ನು ಬಳಸುವ ವಿಧಾನವಾಗಲಿ, ತಂತ್ರಗಳಾಗಲಿ ಅವರಿಗೆ ಗೊತ್ತಿಲ್ಲವೆಂಬುದು ನೋಡಿದ ತಕ್ಷಣ ಸ್ಪಷ್ಟವಾಗಿ ತಿಳಿಯುತ್ತಿತ್ತು. ಎಲ್ಲರಿಗಿಂತಲೂ ಹಿಂದಿದ್ದ ವ್ಯಕ್ತಿ ಮತ್ತೆ ಮತ್ತೆ ತನ್ನ ಕ್ರಾಂಪನ್‌ಗಳನ್ನು ಸರಿಪಡಿಸಿಕೊಳ್ಳುತ್ತಾ, ಎಡವುತ್ತಿದ್ದ. ಇಷ್ಟಗಲ ಬಾಯಿಬಿಟ್ಟ ಒಂದು ಹಿಮದ ಕುಣಿಯನ್ನು ದಾಟುವಾಗ ನಾನು ಅವರಿಗಾಗಿ ಕಾಯಬೇಕಾಯ್ತು. ಎರಡು ದುರ್ಬಲವಾದ ಏಣಿಗಳನ್ನು ಒಂದರ ತುದಿಗೆ ಮತ್ತೊಂದನ್ನು ಕಟ್ಟಿ ಇದಕ್ಕೆ ಸೇತುವೆ ಮಾಡಿದ್ದರು. ಇವರಿಬ್ಬರೂ ಒಬ್ಬರಿಗೊಬ್ಬರು ಕೈಹಿಡಿದುಕೊಂಡು, ಹೆಚ್ಚುಕಡಿಮೆ ಕವಾಯಿತುವನ್ನು ನೆನೆಪಿಸುವ ಬಗೆಯಲ್ಲಿ ನಡೆದದ್ದು ಅತ್ಯಂತ ಅಪಾಯಕಾರಿಯಾಗಿತ್ತು. ಹಿಮದ ಕುಣಿಯ ಆ ತುದಿಯಲ್ಲಿ ನಿಂತು ಅವರೊಡನೆ ಮಾತನಾಡಲು ಪ್ರಯತ್ನಿಸಿ ವಿಫಲನಾದ ಮೇಲೆ ನನಗವರು ಥೈವಾನಿನ ಪರ್ವತಾರೋಹಿ ತಂಡದವರೆಂಬುದು ಮನದಟ್ಟಾಯ್ತು.

ಥೈವಾನಿನ ತಂಡಕ್ಕೆ ಹಲವು ಕುಖ್ಯಾತಿಗಳ ಕಪ್ಪುಪಟ್ಟಿ ಬೆನ್ನ ಹಿಂದಿತ್ತು. ಅಲಾಸ್ಕಾದಲ್ಲಿರುವ ಮೌಂಟ್ ಮಕಿನ್ಲೆ ಪರ್ವತವನ್ನು ಹತ್ತಲು ಇದೇ ತಂಡ 1995ರ ಬೇಸಿಗೆಯಲ್ಲಿ ಹೋಗಿತ್ತು. 1996ರ ಎವರೆಸ್ಟ್ ಪರ್ವತಾರೋಹಣಕ್ಕಾಗಿ ಮಾಡಿದ ಪೂರ್ವತಯಾರಿ ಇದಾಗಿತ್ತು. ಒಂಬತ್ತು ಜನ ಉತ್ತುಂಗವನ್ನು ತಲುಪಿದರು. ಆದರೆ ಇಳಿಯುವಾಗ ಏಳು ಜನ ಚಂಡಮಾರುತಕ್ಕೆ ಸಿಕ್ಕು ದಿಕ್ಕಾಪಾಲಾದರು.

19,400 ಅಡಿ ಎತ್ತರದಲ್ಲಿ ಬಟಾಬಯಲಿನಲ್ಲಿ ರಾತ್ರಿಯನ್ನು ಕಳೆದರು. ಅವರನ್ನು ಕಾಪಾಡಲು ನ್ಯಾಷನಲ್ ಪಾರ್ಕ್ ಸರ್ವೀಸ್‌ನವರು ತುಂಬಾ ದುಬಾರಿಯ ರಕ್ಷಣಾ ಕಾರ್ಯವನ್ನು ನಡೆಸಬೇಕಾಯ್ತು.

ಅರಣ್ಯಾಧಿಕಾರಿಗಳ ವಿನಂತಿಯ ಮೇರೆಗೆ ಅಲೆಕ್ಸ್ ಲೋವ್ ಮತ್ತು ಕಾನ್‌ರಾಡ್ ಆಂಕರ್ ಎಂಬ ಇಬ್ಬರು ಅಮೆರಿಕಾದ ಬಹುಪ್ರಸಿದ್ಧ ಹಿಮಪರ್ವತಾರೋಹಿಗಳು ತಮ್ಮ ಅವರೋಹಣವನ್ನು ಮರೆತು, 14,400 ಅಡಿಯಿಂದ ಮೇಲಕ್ಕೆ ಧಾವಿಸಿದ್ದರು. ಅವರು ಜಾಗವನ್ನು ಸೇರುವ ವೇಳೆಗೆ ಥೈವಾನಿನ ಪರ್ವತಾರೋಹಿಗಳು ಅರೆಜೀವಿಗಳಾಗಿದ್ದರು. ಅತ್ಯಂತ ಕಷ್ಟದಿಂದ ಮತ್ತು ತಮ್ಮ ಜೀವದ ಅಪಾಯವನ್ನು ನಿರ್ಲಕ್ಷಿಸಿ, ಲೋವ್ ಮತ್ತು ಆಂಕರ್ ಇಬ್ಬರೂ ಸೇರಿ ಥೈವಾನಿ ಪರ್ವತಾರೋಹಿಗಳನ್ನು 19,400 ಅಡಿಯಿಂದ ಕೆಳಕ್ಕೆ 17,200 ಅಡಿಯ ತನಕ ಹೇಗೋ ಎಳೆದು ತಂದರು. ಅಲ್ಲಿಂದ ಹೆಲಿಕಾಪ್ಟರ್ ಬಂದು ಅವರನ್ನು ಕರೆದುಕೊಂಡು ಹೋಯಿತು. ಅದರಲ್ಲಿದ್ದ ಐದು ಜನರಲ್ಲಿ ಇಬ್ಬರಿಗೆ ಭೀಕರ ಹಿಮವ್ರಣವಾಗಿತ್ತು ಮತ್ತು ಒಬ್ಬ ಆಗಲೇ ತೀರಿಕೊಂಡಿದ್ದ. "ಪುಣ್ಯಕ್ಕೆ ಒಬ್ಬನೇ ಸತ್ತ" ಎಂದು ಆಂಕರ್ ಅನಂತರ ಹೇಳಿದ. "ಒಂದು ವೇಳೆ ನಾನು ಮತ್ತು ಅಲೆಕ್ಸ್ ಸರಿಯಾದ ಸಮಯಕ್ಕೆ ಅಲ್ಲಿರದಿದ್ದರೆ ಇನ್ನಿಬ್ಬರು ತೀರಿಕೊಳ್ಳುತ್ತಿದ್ದರು. ಸ್ವಲ್ಪ ಮುಂಚೆಯೇ ನಾವಿಬ್ಬರೂ ಥೈವಾನಿ ತಂಡವನ್ನು ಗಮನಿಸಿದ್ದೆವು. ಯಾಕೆಂದರೆ ಅವರು ಅತ್ಯಂತ ಅಸಮರ್ಥರಾಗಿ ಕಾಣುತ್ತಿದ್ದರು. ಇಂತಹ ತೊಂದರೆಯಲ್ಲಿ ಅವರು ಸಿಲುಕಿಕೊಂಡಿದ್ದು ಅಂತಹ ದೊಡ್ಡ ಅಚ್ಚರಿಯೇನೂ ಅಲ್ಲ" ಎಂದಿದ್ದ.

ಈ ಥೈವಾನಿ ತಂಡದ ನಾಯಕನಾದ ಗೌ ಮಿಂಗ್ ಹೋ, ತನ್ನನ್ನು ತಾನು 'ಮಾಕಲು' ಎಂದು ಕರೆದುಕೊಳ್ಳುತ್ತಿದ್ದ. ಅದೇ ಹೆಸರಿನ ಹಿಮಾಲಯದ ಪರ್ವತವನ್ನು ಹತ್ತಿ ಬಂದಿದ್ದರಿಂದ ಆ ಹೆಸರನ್ನು ಕೊಟ್ಟುಕೊಂಡಿದ್ದ. ಉತ್ಸಾಹಿ ಫೋಟೋಗ್ರಾಫರ್ ಆದ ಈತ ಮೌಂಟ್ ಮೆಕಿನ್ಲಿಯಲ್ಲಿ ಹಿಮವ್ರಣಕ್ಕೆ ತುತ್ತಾಗಿ ಸುಸ್ತಾಗಿ ಹೋಗಿದ್ದ. ಇಬ್ಬರು ಅಲಾಸ್ಕಾದ ಮಾರ್ಗದರ್ಶಿಗಳ ನೆರವಿನಲ್ಲಿ ಕೆಳಕ್ಕೆ ಕರೆದುಕೊಂಡು ಬರಬೇಕಾಯ್ತು. ಆಂಕರ್ "ಅಲಾಸ್ಕನ್ನರು ಅವನನ್ನು ಕೆಳಗಿಳಿಸಿಕೊಂಡು ಬಂದಿದ್ದೇ ತಡ, 'ವಿಕ್ಟರಿ! ವಿಕ್ಟರಿ! ಪರ್ವತ ಹತ್ತಿ ಬಂದೆವು' ಎಂದು ಒಂದೇ ಸಮನೆ ಮಕಾಲು ಹತ್ತಿರ ಬಂದವರ ಮುಂದೆಲ್ಲಾ ಕಿರುಚಿಕೊಳ್ಳತೊಡಗಿದ. ನಡೆದ ಅನಾಹುತದ ನೆನಪೇ ಇಲ್ಲದಂತೆ ಸಂಭ್ರಮ ಪಟ್ಟ. ನಿಜ ಹೇಳಬೇಕು ಅಂದ್ರೆ, ಈ ಮಕಾಲು ನಂಗೆ ಎಡವಟ್ಟಾಗಿ ಕಾಣ್ತಾನೆ" ಎಂದು ಹೇಳುತ್ತಾನೆ. ಈ ಮೆಕಿನ್ಲಿ ತಂಡದಲ್ಲಿ ಬದುಕಿ ಉಳಿದ ಜನರು ಸೇರಿ 1996ರ ಬೇಸಿಗೆಯಲ್ಲಿ ಎವರೆಸ್ಟ್‌ನ ದಕ್ಷಿಣ ಭಾಗದಲ್ಲಿ ಆರೋಹಣಕ್ಕೆ ಬಂದಾಗ, ಯಥಾಪ್ರಕಾರ ಮಕಾಲು ಗೌ ಅವರ ನಾಯಕನಾಗಿದ್ದ.

ಥೈವಾನಿ ಪರ್ವತಾರೋಹಣ ತಂಡವು ಎವರೆಸ್ಟ್‌ನಲ್ಲಿ ತಮ್ಮ ಜೊತೆಯಲ್ಲಿದೆ ಎನ್ನುವುದೇ ಬಹಳಷ್ಟು ತಂಡದ ನಾಯಕರಿಗೆ ಅತ್ಯಂತ ಆತಂಕದ ವಿಷಯವಾಗಿತ್ತು. ಥೈವಾನಿ ತಂಡದವರು ತಮ್ಮ ಅಸಮರ್ಥತೆಯಿಂದಾಗಿ ತೊಂದರೆಗೆ ಸಿಕ್ಕಿಬಿದ್ದು, ಉಳಿದ ತಂಡದವರು ತಮ್ಮ ಜೀವವನ್ನು ಪಣಕ್ಕಿಟ್ಟು ಅವರ ಸಹಾಯಕ್ಕಾಗಿ ಧಾವಿಸಬೇಕಾಗಿ ಬಂದು, ತಮ್ಮ ಪರ್ವತಾರೋಹಣದ ಅವಕಾಶವನ್ನು ಕಳೆದುಕೊಳ್ಳಬೇಕಾಗಿ ಬರಬಹುದೆಂಬುದು ಅವರ ಚಿಂತೆಯಾಗಿತ್ತು. ಆದರೆ ಅಲ್ಲಿ ಸೇರಿದ್ದ ತಂಡಗಳಲ್ಲಿ ಕೇವಲ ಥೈವಾನಿ ಪರ್ವತಾರೋಹಣ ತಂಡದವರು ಮಾತ್ರ ಅಸಮರ್ಥರಾಗಿರಲಿಲ್ಲ. ಬೇಸ್ ಕ್ಯಾಂಪಿನಲ್ಲಿ ನಮ್ಮ ಪಕ್ಕವೇ ಗುಡಾರ ಹಾಕಿಕೊಂಡಿದ್ದ ಇಪ್ಪತ್ತೈದು ವರ್ಷದ ನಾರ್ವೆ ದೇಶದ ಪರ್ವತಾರೋಹಿ ಪೆಟ್ಟರ್ ನೆಬಿ ಎನ್ನುವಾತ, ತಾನು ಏಕಾಂಗಿಯಾಗಿ[1] ಆಜ್ಞೇಯ ದಿಬ್ಬದ ಮೂಲಕ ಪರ್ವತವನ್ನು ಹತ್ತುವ ಉದ್ದೇಶದಿಂದ ಬಂದಿದ್ದ. ತಾಂತ್ರಿಕವಾಗಿ ಈ ದಾರಿಯು ಅತ್ಯಂತ ಅಪಾಯಕಾರಿಯಾಗಿದ್ದು, ಪರ್ವತಾರೋಹಿಯಿಂದ ಹೆಚ್ಚಿನ ಸಾಮರ್ಥ್ಯವನ್ನು ಬೇಡುತ್ತಿತ್ತು. ಆದರೆ ಈತನ ಹಿಮಾಲಯದ ಅನುಭವ ತುಂಬಾ ಸೀಮಿತವಾಗಿತ್ತು. ಲೋಟ್ ಪರ್ವತದ ಮತ್ತೊಂದು ಪುಟ್ಟ ಪರ್ವತವಾದ ಐಲಾಂಡ್ ಪೀಕ್ ಎನ್ನುವ 20,274 ಅಡಿ ಎತ್ತರವನ್ನು ಹತ್ತಿದ್ದ. ಈ ಪರ್ವತಾರೋಹಣಕ್ಕೆ ಯಾವುದೇ ತಾಂತ್ರಿಕ ಚಾಣಾಕ್ಷತೆಯ ಅವಶ್ಯವಿರಲಿಲ್ಲ; ಕೇವಲ ಬೀಸುನಡಿಗೆಯಲ್ಲಿ ದಾರಿಯನ್ನು ಕ್ರಮಿಸಿದರೆ ಸಾಕಿತ್ತು.

ಇವರಲ್ಲದೆ ದಕ್ಷಿಣ ಆಫ್ರಿಕಾದ ತಂಡವೂ ನಮ್ಮ ಜೊತೆಯಲ್ಲಿತ್ತು. ಜೋಹಾನ್ಸ್‌ಬರ್ಗ್‌ನ ಪ್ರಖ್ಯಾತ ದಿನಪತ್ರಿಕೆಯಾದ 'ಸಂಡೆ ಟೈಮ್ಸ್' ಇವರ ಖರ್ಚಿನ ಹೊಣೆಯನ್ನು ಹೊತ್ತಿತ್ತು. ಈ ತಂಡದಲ್ಲಿ ದೇಶಾಭಿಮಾನ ವಿಪರೀತವಾಗಿದ್ದು, ಅವರು ಹೊರಡುವುದಕ್ಕೆ ಮುಂಚೆ ಸ್ವತಃ ರಾಷ್ಟ್ರಾಧ್ಯಕ್ಷರಾದ ನೆಲ್ಸನ್ ಮಂಡೇಲಾರಿಂದ ವೈಯಕ್ತಿಕ ಶುಭಹಾರೈಕೆಗಳನ್ನು ಪಡೆದಿದ್ದರು. ಎವರೆಸ್ಟ್ ಪರ್ವತಾರೋಹಣ ಮಾಡಲು ಪರವಾನಿಗೆ ಪಡೆದ ಪ್ರಥಮ ದಕ್ಷಿಣ ಆಫ್ರಿಕಾ ತಂಡ ಅವರದಾಗಿತ್ತು. ಕಪ್ಪು ಮತ್ತು ಬಿಳಿಯ ವರ್ಣದವರಿಬ್ಬರೂ ಇದ್ದ ಈ ಗುಂಪಿಗೆ, ಪ್ರಪ್ರಥಮವಾಗಿ ಒಬ್ಬ ಕಪ್ಪು ವರ್ಣದ ಪರ್ವತಾರೋಹಿಯನ್ನು ಎವರೆಸ್ಟ್ ತುದಿಯಲ್ಲಿ ಪಾದಾರ್ಪಣೆ ಮಾಡಿಸುವ ಹಿರಿಯ ಉದ್ದೇಶವಿತ್ತು. ಮೂವತ್ತೊಂಬತ್ತು ವಯಸ್ಸಿನ ಇಯಾನ್ ವುಡ್‌ಆಲ್ ಆ ತಂಡದ ನಾಯಕನಾಗಿದ್ದ. ವಿಪರೀತ ವಾಚಾಳಿಯಾದ ಈತ ಇಲಿಯಂತೆ ಕಾಣುತ್ತಿದ್ದ. 1980ರಲ್ಲಿ ಆಂಗೋಲಾ ದೇಶದ ವಿರುದ್ಧ ದಕ್ಷಿಣ ಆಫ್ರಿಕ ದೇಶವು ಭೀಕರ ಯುದ್ಧ ಮಾಡಿದಾಗ ಈತ ಸೈನ್ಯದಲ್ಲಿ ಕಮಾಂಡೋ ಆಗಿದ್ದ.

1 ನೆಬಿಯ ಆರೋಹಣವನ್ನು ಏಕವ್ಯಕ್ತಿ ಸಾಹಸವೆಂದು ಬಣ್ಣಿಸಲಾಗಿದೆಯಾದರೂ, ಆತ ಹದಿನೆಂಟು ಜನ ಶೆರ್ಪಾಗಳನ್ನು ನೇಮಿಸಿಕೊಂಡಿದ್ದ. ಅವರು ಸಾಮಾನು ಸರಂಜಾಮುಗಳನ್ನು ಹೊತ್ತು, ಗುಡಾರಗಳನ್ನು ನಿರ್ಮಿಸಿ, ಆತನಿಗೆ ಮಾರ್ಗದರ್ಶನ ಮಾಡಿದ್ದಾರೆ.

ಶತ್ರುಗಳನ್ನು ಎದುರಿಸುವಲ್ಲಿ ತಾನು ಮೆರೆದ ಪರಾಕ್ರಮವನ್ನು ವಿಶೇಷವಾಗಿ ಬಣ್ಣಿಸಿಕೊಳ್ಳುವುದರಲ್ಲಿ ಈತನಿಗೆ ವಿಪರೀತ ಉತ್ಸಾಹವಿತ್ತು.

ತನ್ನ ತಂಡದ ಮುಖ್ಯ ಶಕ್ತಿಯಾಗಿ ಮೂವರು ದಕ್ಷಿಣ ಆಫ್ರಿಕಾದ ಬಲಾಢ್ಯ ಪರ್ವತಾರೋಹಿಗಳನ್ನು ವುಡ್‌ಆಲ್ ಸೇರಿಸಿಕೊಂಡಿದ್ದ; ಆ್ಯಂಡಿ ಡೆ ಕ್ಲರ್ಕ್, ಆ್ಯಂಡಿ ಹ್ಯಾಕ್‌ಲ್ಯಾಂಡ್ ಮತ್ತು ಎಡ್ಮಂಡ್ ಫೆಬ್ರವರಿ. ಎರಡು ವರ್ಣದ ಜನರು ಕೂಡಿದ ತನ್ನ ತಂಡದ ಬಗ್ಗೆ ಫೆಬ್ರವರಿಗೆ ವಿಶೇಷ ಅಭಿಮಾನವಿತ್ತು. ನಲವತ್ತು ವರ್ಷದ, ಮೃದುಮಾತಿನ, ಕಪ್ಪು ವರ್ಣದ ಫೆಬ್ರವರಿ ಪುರಾತನ ಪರಿಸರ ಶಾಸ್ತ್ರಜ್ಞನಾಗಿದ್ದ. ಪರ್ವತಾರೋಹಣದಲ್ಲಿ ಈತನಿಗೆ ವಿಶ್ವದಲ್ಲಿಯೇ ಒಳ್ಳೆಯ ಹೆಸರಿತ್ತು. “ಎಡ್ಮಂಡ್ ಹಿಲರಿಯ ನೆನಪಿಗಾಗಿಯೇ ನಮ್ಮ ತಂದೆ–ತಾಯಿ ನನಗೆ ಆತನ ಹೆಸರನ್ನು ಇಟ್ಟರು. ಎವರೆಸ್ಟ್ ತುದಿಯನ್ನು ಮುಟ್ಟುವ ಕನಸನ್ನು ನಾನು ತುಂಬಾ ಚಿಕ್ಕ ವಯಸ್ಸಿನಿಂದಲೇ ಕಾಣುತ್ತಿದ್ದೇನೆ. ನಮ್ಮ ದೇಶವು ತನ್ನೆಲ್ಲಾ ಶಕ್ತಿಯನ್ನು ಒಗ್ಗೂಡಿಸಿಕೊಂಡು, ಹಳೆಯದನ್ನೆಲ್ಲಾ ಮರೆತು, ಹೊಸತೇ ಆದ ಪ್ರಜಾತಂತ್ರದ ಶಕ್ತಿಯುತ ರಾಷ್ಟ್ರವಾಗಿ ಗುರುತಿಸಿಕೊಳ್ಳುವ ಈ ಹೊತ್ತಿನಲ್ಲಿ, ನಮ್ಮ ಪರ್ವತಾರೋಹಣ ತಂಡವು ದೇಶದ ಬಹುಮುಖ್ಯ ಪ್ರತಿಮೆಯಾಗಿದೆ. ವರ್ಣದ್ವೇಷದ ಕುಣಿಕೆಯನ್ನು ಹಲವು ಬಗೆಯಲ್ಲಿ ಕೊರಳಿಗೆ ಹಾಕಿಕೊಂಡೇ ನಾನು ಬೆಳೆದಿದ್ದೇನೆ. ಅದರ ಬಗ್ಗೆ ನನಗೆ ಸಾಕಷ್ಟು ದುಃಖವಿದೆ, ಕೋಪವಿದೆ. ಆದರೆ ನಮ್ಮದು ಈಗ ಸಂಪೂರ್ಣವಾಗಿ ಹೊಸ ದೇಶ. ನಮ್ಮ ದೇಶವು ತೆಗೆದುಕೊಳ್ಳುತ್ತಿರುವ ಹೊಸದಾರಿಯಲ್ಲಿ ನನಗೆ ಸಂಪೂರ್ಣ ನಂಬಿಕೆಯಿದೆ. ದಕ್ಷಿಣ ಆಫ್ರಿಕಾದ ಕಪ್ಪು ಮತ್ತು ಬಿಳಿಯರಿಬ್ಬರೂ ಸೇರಿ, ಎವರೆಸ್ಟ್ ಹತ್ತುವುದು ಸಾಧ್ಯವೆಂದು ಜಗತ್ತಿಗೆ ತೋರಿಸಿಕೊಡುವುದು ನನಗೆ ಅತ್ಯಂತ ಮಹತ್ವದ ಸಂಗತಿಯಾಗಿದೆ” ಎಂದು ಹೇಳಿದ.

ಇಡೀ ದೇಶವೇ ಈ ಪರ್ವತಾರೋಹಣ ತಂಡದ ಯಶಸ್ಸಿಗೆ ಹಾರೈಸಿತ್ತು. ಡೆ ಕ್ಲರ್ಕ್ ಪ್ರಕಾರ, “ವುಡ್‌ಆಲ್ ಒಳ್ಳೆಯ ಸಮಯದಲ್ಲಿಯೇ ಈ ಯೋಜನೆಯನ್ನು ರಾಷ್ಟ್ರದ ಮುಂದಿಟ್ಟ. ವರ್ಣದ್ವೇಷವು ವಿನಾಶವಾದ ಈ ಹೊತ್ತಿನಲ್ಲಿ, ಕೊನೆಗೂ ದಕ್ಷಿಣ ಆಫ್ರಿಕಾದ ಜನರು ಪ್ರಪಂಚದೆಲ್ಲೆಡೆಯಲ್ಲಿ ಸುತ್ತಾಡಬಹುದಾಗಿದೆ. ನಮ್ಮ ಆಟದ ತಂಡಗಳೂ ಜಗತ್ತಿನ ಇತರ ದೇಶಗಳೊಡನೆ ಸ್ಪರ್ಧಿಸಬಹುದಾಗಿದೆ. ಇತ್ತೀಚೆಗಷ್ಟೇ ದಕ್ಷಿಣ ಆಫ್ರಿಕಾ ತಂಡವು ರಗ್‌ಬೀ ವಿಶ್ವ ಕಪ್ಪನ್ನು ಗೆದ್ದಿದೆ. ದೇಶದ ತುಂಬೆಲ್ಲಾ ಒಂದು ಬಗೆಯ ಉತ್ಸಾಹ, ಹೆಮ್ಮೆಗಳು ನಿರಂತರವಾಗಿ ಪುಟಿಯುತ್ತಿವೆ. ಸರಿ ತಾನೆ? ಆದ್ದರಿಂದ ವುಡ್‌ಆಲ್ ಅಲ್ಲಿಗೆ ಬಂದು, ದಕ್ಷಿಣ ಆಫ್ರಿಕಾ ತಂಡದ ಎವರೆಸ್ಟ್ ಪರ್ವತಾರೋಹಣದ ಯೋಜನೆಯನ್ನು ಮುಂದಿಟ್ಟದ್ದೇ, ಪ್ರತಿಯೊಬ್ಬರು ಅದನ್ನು ವಿಶ್ವಾಸದಿಂದ ಒಪ್ಪಿಕೊಂಡು ಬಿಟ್ಟರು. ಆದ್ದರಿಂದಲೇ ಆತ ಸಿಕ್ಕಾಪಟ್ಟೆ ಹಣ ಸಂಗ್ರಹ ಮಾಡಲು ಸಾಧ್ಯವಾಯ್ತು.

ಯಾರೂ ಪ್ರತಿಯಾಗಿ ಪ್ರಶ್ನೆ ಕೇಳದೆ, ಹಲವು ನೂರು ಸಾವಿರ ಅಮೆರಿಕಾ ಡಾಲರ್‌ನಷ್ಟು ಹಣವನ್ನು ಅವನಿಗೆ ದೇಣಿಗೆಯಾಗಿ ನೀಡಿಬಿಟ್ಟರು.”

ಡೆ ಕ್ಲರ್ಕ್ ಸೇರಿ ಮೂವರು ಗಂಡಸರಿದ್ದ ತಂಡದಲ್ಲಿ, ಬ್ರಿಟೀಷ್ ಪರ್ವತಾರೋಹಿ ಮತ್ತು ಛಾಯಾಗ್ರಾಹಕ ಬ್ರೂಸ್ ಹೆರಾಡ್ ಕೂಡಾ ಇದ್ದ. ಇವರಲ್ಲದೆ, ಒಬ್ಬ ಮಹಿಳೆಯೂ ತಮ್ಮ ತಂಡದಲ್ಲಿ ಇರಬೇಕೆಂದು ವುಡ್‌ಆಲ್ ಆಸಕ್ತಿ ತೋರಿದ. ಆದ್ದರಿಂದ ದಕ್ಷಿಣ ಆಫ್ರಿಕಾದಿಂದ ಹೊರಡುವುದಕ್ಕೆ ಮುಂಚೆ ಆರು ಮಹಿಳೆಯರ ತಂಡವನ್ನು ಕರೆದುಕೊಂಡು, ದೈಹಿಕವಾಗಿ ಅತ್ಯಂತ ಶ್ರಮವನ್ನು ಬೇಡುವ, ಆದರೆ ತಾಂತ್ರಿಕವಾಗಿ ಯಾವುದೇ ಪರಿಣತಿಯನ್ನು ಬೇಡದ, 19,340 ಅಡಿ ಎತ್ತರದ ತಾಂಜಾನಿಯಾ ದೇಶದಲ್ಲಿರುವ ಕಿಲಿಮಂಜಾರೋ ಪರ್ವತಾರೋಹಣಕ್ಕೆ ಕರೆದುಕೊಂಡು ಹೋದ. ಎರಡು ವಾರ ಆ ಆರೂ ಜನರಿಗೆ ತರಬೇತಿಯನ್ನು ನೀಡಿ, ಕಿಲಿಮಂಜಾರೋ ಹತ್ತಿ ಇಳಿಸಿದ ನಂತರ, ವುಡ್‌ಆಲ್ ಇಬ್ಬರು ಮಹಿಳೆಯರನ್ನು ಕೊನೆಯ ಆಯ್ಕೆಯಾಗಿ ಘೋಷಿಸಿದ: ಕ್ಯಾಥಿ ಓಡೌಡ್ ಎನ್ನುವ ಇಪ್ಪತ್ತು ವರ್ಷದ ಬಿಳಿಯ ವರ್ಣದ ಪತ್ರಕರ್ತೆಗೆ ಮಿತವಾದ ಪರ್ವತಾರೋಹಣದ ಅನುಭವವಿತ್ತು. ಆಕೆಯ ತಂದೆ ‘ಆಂಗ್ಲೋ ಅಮೆರಿಕನ್’ ಎನ್ನುವ ದಕ್ಷಿಣ ಆಫ್ರಿಕಾದ ಬಹುದೊಡ್ಡ ಕಂಪನಿಯ ನಿರ್ದೇಶಕರು. ಮತ್ತೊಬ್ಬಾಕೆ ಡೆಷುನ್ ಡೈಸೆಲ್ ಎನ್ನುವ ಇಪ್ಪತ್ತೈದು ವರ್ಷದ ಕಪ್ಪುವರ್ಣದ ದೈಹಿಕ ಶಿಕ್ಷಣದ ಉಪಧ್ಯಾಯಿನಿ. ಪ್ರತ್ಯೇಕ ಟೌನ್‌ಶಿಪ್‌ಗಳಲ್ಲಿಯೇ ಬೆಳೆದ ಆಕೆಗೆ ಯಾವುದೇ ಪರ್ವತಾರೋಹಣದ ಅನುಭವವೂ ಇರಲಿಲ್ಲ. ಈ ಇಬ್ಬರೂ ಮಹಿಳೆಯರು ಎವರೆಸ್ಟ್ ಬೇಸ್ ಕ್ಯಾಂಪ್ ತನಕ ತಂಡದೊಡನೆ ಬರುತ್ತಾರೆಂದೂ, ಅನಂತರ ಅಲ್ಲಿ ಅವರ ಚಾರಣದ ಸಾಮರ್ಥ್ಯವನ್ನು ಪರಿಗಣಿಸಿ ಒಬ್ಬರನ್ನು ಎವರೆಸ್ಟ್ ಶೃಂಗದ ಆರೋಹಣಕ್ಕೆ ಆಯ್ಕೆ ಮಾಡುವುದಾಗಿ ವುಡ್‌ಆಲ್ ಪ್ರಕಟಿಸಿದ್ದ.

ನಾನು ಬೇಸ್ ಕ್ಯಾಂಪ್‌ಗಾಗಿ ಚಾರಣಕ್ಕೆ ಹೊರಟ ಎರಡನೆಯ ದಿನದಂದು, ಅಂದರೆ ಏಪ್ರಿಲ್ 1 ರಂದು, ಅಚಾನಕ್ಕಾಗಿ ನಾಮ್ಚೆ ಬಜಾರ್‌ನ ಅಂಚಿನಲ್ಲಿ, ಫೆಬ್ರವರಿ, ಹ್ಯಾಕ್‌ಲ್ಯಾಂಡ್ ಮತ್ತು ಡೆ ಕ್ಲರ್ಕ್ ಮೂವರೂ ಎದುರಾದರು. ಅವರು ಪರ್ವತದಿಂದ ಇಳಿದು, ಕಾಠ್ಮಂಡು ಕಡೆಗೆ ಹಿಂತಿರುಗಿ ಹೊರಟಿದ್ದರು. ಈ ಹಿಂದೆಯೇ ನನ್ನ ಗೆಳೆಯನಾದ ಡೆ ಕ್ಲರ್ಕ್ ನನಗೆ ಹೇಳಿದ್ದೇನೆಂದರೆ, ದಕ್ಷಿಣ ಆಫ್ರಿಕಾದ ಮೂವರೂ ಪರ್ವತಾರೋಹಿಗಳು ಮತ್ತು ತಂಡದ ವೈದ್ಯನಾದ ಚಾರ್ಲೆ ನೋಬೆಲ್ ಎನ್ನುವಾತನೂ ಸೇರಿ, ಎವರೆಸ್ಟ್ ಬೇಸ್ ಕ್ಯಾಂಪ್ ತಲುಪುವುದಕ್ಕೆ ಮೊದಲೇ ವುಡ್‌ಆಲ್ ತಂಡಕ್ಕೆ ರಾಜೀನಾಮೆ ಕೊಟ್ಟಿದ್ದರು. “ನಮ್ಮ ತಂಡದ ನಾಯಕ ವುಡ್‌ಆಲ್ ಮಹಾಮೋಸಗಾರ ಅನ್ನೋದು ಗೊತ್ತಾಯ್ತು” ಎಂದು ಡೆ ಕ್ಲರ್ಕ್

ಹೇಳಿದ. "ಯಾವ ನಿಯಂತ್ರಣ ಇಲ್ಲದ ಬೋಳಿಮಗ. ಅವನನ್ನ ನಂಬೋದಕ್ಕೆ ಆಗಲ್ಲ. ಯಾವಾಗ ಸುಳ್ಳು ಹೇಳ್ತಾನೆ, ಯಾವಾಗ ಸತ್ಯ ಹೇಳ್ತಾನೆ ಅನ್ನೋದೇ ಗೊತ್ತಾಗಲ್ಲ. ಅಂಥಾ ಮನುಷ್ಯನ ಕೈಯಲ್ಲಿ ನಮ್ಮ ಜೀವ ಒಪ್ಪಿಸೋದಕ್ಕೆ ನಮಗೆ ಇಷ್ಟ ಇಲ್ಲ. ಅದಕ್ಕೆ ಹೊರಟು ಬಂದ್ವಿ."

ಈ ಹಿಂದೆ ವುಡ್‌ಆಲ್‌ನು ದಕ್ಷಿಣ ಆಫ್ರಿಕಾದ ಪರ್ವತಾರೋಹಿಗಳಿಗೆ ತಾನು 26,000 ಅಡಿಗಿಂತಲೂ ಹೆಚ್ಚು ಎತ್ತರದ ಪರ್ವತಗಳನ್ನೂ ಸೇರಿದಂತೆ ಬಹಳಷ್ಟು ಹಿಮಾಲಯದ ಪರ್ವತಗಳನ್ನು ಹತ್ತಿರುವುದಾಗಿ ಹೇಳಿಕೊಂಡಿದ್ದ. ಆದರೆ ವಾಸ್ತವದಲ್ಲಿ ಆತನ ಹಿಮಾಲಯದ ಪರ್ವತಾರೋಹಣದ ಅನುಭವ ಅತ್ಯಂತ ಸೀಮಿತವಾದದ್ದಾಗಿತ್ತು. 1990ರಲ್ಲಿ ಮಾಲ್ ಡಫ್ ನೇತೃತ್ವದಲ್ಲಿ, 21,300 ಅಡಿ ಎತ್ತರದ ಅನ್ನಪೂರ್ಣ ಪರ್ವತದ ಆರೋಹಣಕ್ಕೆ ಹಣ ನೀಡಿ ಗ್ರಾಹಕನಾಗಿ ಸೇರಿಕೊಂಡು, ಅದರ ತುದಿಯನ್ನು ಮುಟ್ಟಿದ್ದೇ ಆತನ ಮಹತ್ವದ ಸಾಧನೆಯಾಗಿತ್ತು.

ಇದೆಲ್ಲಾ ಸಾಲದೆನ್ನುವಂತೆ, ಎವರೆಸ್ಟ್‌ಗೆ ಹೋಗುವುದಕ್ಕೆ ಮುಂಚೆ ವುಡ್‌ಆಲ್‌ನು ಈ ಪರ್ವತಾರೋಹಣ ತಂಡದ ವೆಬ್‌ಸೈಟಿನಲ್ಲಿ ಇನ್ನೂ ಹಲವು ಸುಳ್ಳುಗಳನ್ನು ಹೇಳಿದ್ದ. ತಾನೊಬ್ಬ ಹಿರಿಯ ಸೈನ್ಯದ ಅಧಿಕಾರಿಯೆಂದೂ, ಒಬ್ಬ ಬ್ರಿಟಿಷ್ ಸೈನ್ಯಾಧಿಕಾರಿಯ ಅಧಿಕಾರಗಳು ತನಗೂ ಇದ್ದವೆಂದೂ ಹೇಳಿಕೊಂಡಿದ್ದ. ಲಾಂಗ್ ರೇಂಜ್ ಮೌಂಟೆನ್ ರಿಕಾಗ್ನಿಸೆನ್ಸ್ ಯೂನಿಟ್ ಎನ್ನುವ ಸೈನ್ಯದ ಕಾಲಾಳುಗಳಿಗೆ ಹಿಮಾಲಯದಲ್ಲಿ ಸಾಕಷ್ಟು ತರಬೇತಿಯನ್ನು ಕೊಟ್ಟಿರುವುದಾಗಿ ಹೇಳಿಕೆ ಕೊಟ್ಟಿದ್ದ. 'ಸಂಡೆ ಟೈಮ್ಸ್'ಗೆ ಕೊಟ್ಟ ಸಂದರ್ಶನವೊಂದರಲ್ಲಿ ತಾನು ಇಂಗ್ಲೆಂಡಿನ ಸ್ಯಾಂಡ್‌ಹರ್ಸ್ಟ್‌ನಲ್ಲಿರುವ ರಾಯಲ್ ಮಿಲಿಟರಿ ಅಕಾಡೆಮಿಯಲ್ಲಿ ತರಬೇತುದಾರನಾಗಿದ್ದೆನೆಂದು ಪರಿಚಯಿಸಿಕೊಂಡಿದ್ದ. ಆದರೆ ವಾಸ್ತವದಲ್ಲಿ ಲಾಂಗ್ ರೇಂಜ್ ಮೌಂಟೆನ್ ರಿಕಾನಾಯ್‌ಜೆನ್ಸ್ ಯೂನಿಟ್ ಎನ್ನುವ ಯಾವುದೇ ಸಂಸ್ಥೆಯೂ ಬ್ರಿಟಿಷ್ ಸೈನ್ಯದಲ್ಲಿ ಇರಲಿಲ್ಲ ಮತ್ತು ಆತನು ಸ್ಯಾಂಡ್‌ಹರ್ಸ್ಟ್‌ನಲ್ಲಿ ತರಬೇತುದಾರನಾಗಿಯೂ ಸೇವೆ ಸಲ್ಲಿಸಿರಲಿಲ್ಲ. ಆಂಗೊಳ ದೇಶದ ಸೈನ್ಯದ ಜೊತೆಯಲ್ಲಿ ಅವನೆಂದೂ ಯುದ್ಧ ಮಾಡಿರಲಿಲ್ಲ. ಬ್ರಿಟಿಷ್ ಸೈನ್ಯದ ವರದಿಗಾರನೊಬ್ಬನ ಪ್ರಕಾರ ಈತ ಇಂಗ್ಲೆಂಡಿನ ಸ್ಯಾಂಡ್‌ಹರ್ಸ್ಟ್‌ನಲ್ಲಿ ಸಂಬಳದ ಗುಮಾಸ್ತನಾಗಿ ದುಡಿದಿದ್ದ.

ನೇಪಾಳದ ಪ್ರವಾಸೋದ್ಯಮ ಮಂತ್ರಾಲಯವು ಯಾರಿಗೆಲ್ಲಾ ಎವರೆಸ್ಟ್ ಹತ್ತಲು ಪರವಾನಿಗೆ ನೀಡಿದೆ[1] ಎಂದು ಹೇಳುವಲ್ಲಿಯೂ ವುಡ್‌ಆಲ್ ಸುಳ್ಳು

1 ಹತ್ತು ಸಾವಿರ ಡಾಲರುಗಳನ್ನು ಸರಕಾರಕ್ಕೆ ನೀಡಿ, ಅಧಿಕೃತ ಪರವಾನಿಗೆಯನ್ನು ಪಡೆದವರು ಮಾತ್ರ ಬೇಸ್ ಕ್ಯಾಂಪಿನಿಂದ ಮೇಲಕ್ಕೆ ಏರಲು ಅರ್ಹತೆಯನ್ನು ಪಡೆಯುತ್ತಾರೆ. ಅದನ್ನು ಉಲ್ಲಂಘನೆ ಮಾಡಿದವರಿಗೆ ಕಠಿಣ ಜುಲ್ಮಾನೆ ಮತ್ತು ನೇಪಾಳದಿಂದ ಗಡೀಪಾರು ಮಾಡುವ ಬಿಗಿಯಾದ ಕಾನೂನಿದೆ.

ಹೇಳಿದ್ದ. ಆರಂಭದಿಂದಲೂ ವುಡ್‌ಆಲ್‌ನು ಇಬ್ಬರು ಮಹಿಳೆಯರಾದ ಕ್ಯಾಥಿ ಓಡೌಡ್ ಮತ್ತು ಡೇಷುನ್ ಡೈಸೆಲ್ ಇಬ್ಬರಿಗೂ ಪರ್ವತ ಹತ್ತುವ ಪರವಾನಿಗೆಯನ್ನು ತೆಗೆದುಕೊಂಡಿರುವುದಾಗಿಯೂ, ಆದರೆ ಬೇಸ್ ಕ್ಯಾಂಪಿನಲ್ಲಿ ಅವರ ಸಾಮರ್ಥ್ಯವನ್ನು ಪರೀಕ್ಷಿಸಿ ಯಾರನ್ನು ಪರ್ವತದ ಶೃಂಗಕ್ಕೆ ಕರೆದುಕೊಂಡು ಹೋಗಬೇಕೆನ್ನುವ ಅಂತಿಮ ನಿರ್ಣಯವನ್ನು ಪ್ರಕಟಿಸುವುದಾಗಿ ಹೇಳಿದ್ದ. ಆದರೆ ಪರ್ವತಾರೋಹಣ ತಂಡವನ್ನು ತೊರೆಯಬೇಕೆಂದು ಡೆ ಕ್ಲಾರ್ಕ್ ನಿರ್ಧರಿಸಿದ ಮೇಲೆ, ಪರ್ವತಾರೋಹಣದ ಪರವಾನಿಗೆಯ ಪಟ್ಟಿಯನ್ನು ನೋಡಿದ್ದ. ಅದರಲ್ಲಿ ಓಡೌಡ್ ಹೆಸರು ಮಾತ್ರವಿತ್ತು. ಜೊತೆಯಲ್ಲಿ ವುಡ್‌ಆಲ್‌ನ ಅರವತ್ತೊಂಬತ್ತು ವರ್ಷ ವಯಸ್ಸಿನ ತಂದೆಯ ಹೆಸರು ಮತ್ತು ಟಿಯರಿ ರೆನಾರ್ಡ್ ಎನ್ನುವ ಫ್ರೆಂಚ್ ಪರ್ವತಾರೋಹಿಯ ಹೆಸರಿತ್ತು. (ಈತ ದಕ್ಷಿಣ ಆಫ್ರಿಕಾದ ಪರ್ವತಾರೋಹಣ ತಂಡವನ್ನು ಸೇರಿಕೊಳ್ಳಲು ವುಡ್‌ಆಲ್‌ನಿಗೆ 35,000 ಡಾಲರ್ ಹಣವನ್ನು ಕೊಟ್ಟಿದ್ದ.) ಆದರೆ ಎಡ್ವರ್ಡ್ ಫೆಬ್ರವರಿಯ ರಾಜೀನಾಮೆಯ ನಂತರ ತಂಡದಲ್ಲಿ ಉಳಿದ ಏಕೈಕ ಕಪ್ಪುವರ್ಣದ ಪರ್ವತಾರೋಹಿಯಾದ ಡೇಷುನ್ ಡೈಸೆಲ್ ಹೆಸರು ಇರಲೇ ಇಲ್ಲ. ಇದನ್ನು ನೋಡಿದ ಮೇಲೆ, ವುಡ್‌ಆಲ್‌ನಿಗೆ ಡೇಷುನ್ ಡೈಸೆಲ್‌ಳನ್ನು ಎವರೆಸ್ಟ್ ಪರ್ವತಾರೋಹಣಕ್ಕೆ ಕರೆದೊಯ್ಯುವ ಉದ್ದೇಶವೇ ಇರಲಿಲ್ಲ ಎನ್ನುವ ಸಂಗತಿ ಡೆ ಕ್ಲೆರ್ಕ್‌ಗೆ ಮನದಟ್ಟಾಯಿತು.

ಗಾಯಕ್ಕೆ ಉಪ್ಪು ಸವರುವಂತೆ ದಕ್ಷಿಣ ಆಫ್ರಿಕಾ ಬಿಡುವಾಗ ವುಡ್‌ಆಲ್‌ನು ಡೆ ಕ್ಲರ್ಕ್‌ಗೆ ಒಂದು ಎಚ್ಚರಿಕೆಯನ್ನೂ ಕೊಟ್ಟಿದ್ದ. ಡೆ ಕ್ಲರ್ಕ್‌ನು ಅಮೆರಿಕಾದ ಮಹಿಳೆಯನ್ನು ಮದುವೆಯಾದ ಕಾರಣ ಆತನಿಗೆ ಎರಡು ದೇಶಗಳ ಪೌರತ್ವ ಇತ್ತು. ಆದರೆ ಕೇವಲ ದಕ್ಷಿಣ ಆಫ್ರಿಕಾ ಪಾಸ್‌ಪೋರ್ಟ್ ಅವನು ತಂದರೆ ಮಾತ್ರ ನೇಪಾಳದಲ್ಲಿ ಪ್ರವೇಶ ಸಿಗುತ್ತದೆಂದೂ, ಇಲ್ಲದಿದ್ದರೆ ಅವನಿಗೆ ಪರ್ವತಾರೋಹಣಕ್ಕೆ ಅವಕಾಶ ಕೊಡುವುದಿಲ್ಲವೆಂದೂ ಹೇಳಿದ್ದ. "ಅದನ್ನೇ ಒಂದು ದೊಡ್ಡ ಸಮಸ್ಯೆ ತರಹ ಮಾಡಿ ವುಡ್‌ಆಲ್ ಎಗರಾಡಿದ್ದ. ನಾವು ಮೊತ್ತಮೊದಲ ದಕ್ಷಿಣ ಆಫ್ರಿಕಾದ ಪರ್ವತಾರೋಹಣ ತಂಡ ಅಂತೆಲ್ಲಾ ಕಾರಣ ಕೊಟ್ಟಿದ್ದ. ಆದರೆ ಈಗ ನಂಗೆ ಗೊತ್ತಾಗಿದ್ದು ಏನೆಂದರೆ ಆತನಿಗೇ ದಕ್ಷಿಣ ಆಫ್ರಿಕಾದ ಪಾಸ್‌ಪೋರ್ಟ್ ಕೂಡಾ ಇಲ್ಲ. ಆತ ದಕ್ಷಿಣ ಆಫ್ರಿಕಾದ ಪ್ರಜೆಯೂ ಅಲ್ಲ. ಅವನು ಬ್ರಿಟಿಷ್. ಅವನು ಸುಖವಾಗಿ ತನ್ನ ಬ್ರಿಟಿಷ್ ಪಾಸ್‌ಪೋರ್ಟ್ ಜೊತೆಯಲ್ಲಿಯೇ ನೇಪಾಳಕ್ಕೆ ಬಂದಿದ್ದಾನೆ" ಎಂದು ಡೆ ಕ್ಲರ್ಕ್ ಸಿಟ್ಟು ಮಾಡಿಕೊಂಡಿದ್ದ.

ವುಡ್‌ಆಲ್ ಮಾಡಿದ ಹಲವಾರು ಮೋಸಗಳು ಅಂತಾರಾಷ್ಟ್ರೀಯ ಕಳಂಕವಾಗಿ, ಬ್ರಿಟಿಷ್ ಕಾಮನ್‌ವೆಲ್ತ್ ದೇಶಗಳ ಎಲ್ಲಾ ಪ್ರಮುಖ ದಿನಪತ್ರಿಕೆಗಳ ಮುಖಪುಟ

ಸುದ್ದಿಯಾಗಿ ವರದಿಯಾಯ್ತು. ಈ ಎಲ್ಲಾ ಅಪಪ್ರಚಾರಗಳ ಸುದ್ದಿಗಳು ಆತನಿಗೆ ಬಂದು ತಲುಪಿದರೂ, ಆ ಭಂಡನಾಯಕ ಎಲ್ಲಾ ಟೀಕೆಗಳಿಗೂ ಕಿವಿಯನ್ನು ಕಿವುಡು ಮಾಡಿಕೊಂಡು, ಅವನ್ನೆಲ್ಲಾ ಮೈಯಿಂದ ಜಾಡಿಸಿಕೊಂಡ. ತನ್ನ ತಂಡದ ಎಲ್ಲಾ ಸದಸ್ಯರನ್ನು ಉಳಿದ ತಂಡದವರ ಜೊತೆ ಹೋಲಿಸಿ ಸಾಕಷ್ಟು ಅವಮಾನ ಮಾಡಲು ಶುರುವಿಟ್ಟ. 'ಸಂಡೆ ಟೈಮ್ಸ್' ಪತ್ರಿಕೆಯ ವರದಿಗಾರ ಕೆನ್ ವೆರ್ನಾನ್ ಮತ್ತು ಛಾಯಾಗ್ರಾಹಕ ರಿಚರ್ಡ್ ಶೋರಿ ಇಬ್ಬರನ್ನೂ ತಂಡದಿಂದ ಹೊರದಬ್ಬಿದ. ಆದರೆ ಆ ಪತ್ರಿಕೆಯಿಂದ ಸಾಕಷ್ಟು ಧನಸಹಾಯವನ್ನು ಪಡೆದಿದ್ದ ವುಡ್‌ಆಲ್ ಪತ್ರಿಕೆಯ ಜೊತೆಯಲ್ಲಿ ಒಪ್ಪಂದವನ್ನು ಮಾಡಿಕೊಂಡಿದ್ದ. ಪತ್ರಿಕೆಯ ಈ ಇಬ್ಬರು ವರದಿಗಾರರು ಆರೋಹಣದ ಎಲ್ಲಾ ಸಮಯದಲ್ಲೂ ತಮ್ಮ ತಂಡದ ಜೊತೆಯಲ್ಲಿ ಇರಬಹುದೆಂದೂ, ಅದಕ್ಕೆ ಯಾವುದೇ ಕಾರಣದಿಂದ ತಾನು ಅಡ್ಡಿಯಾದಲ್ಲಿ ಒಪ್ಪಂದವನ್ನು ಮುರಿದಂತೆಯೂ ಎಂಬ ಕರಾರಿಗೆ ಸಹಿಮಾಡಿದ್ದ.

'ಸಂಡೆ ಟೈಮ್ಸ್' ಪತ್ರಿಕೆಯ ಸಂಪಾದಕನಾದ ಕೆನ್ ಓವೆನ್, ಇದೇ ಹೊತ್ತಿನಲ್ಲಿ ತನ್ನ ಪತ್ನಿಯೊಂದಿಗೆ ಬೇಸ್‌ಕ್ಯಾಂಪ್ ಕಡೆಗೆ ಚಾರಣಕ್ಕೆ ಹೊರಟಿದ್ದ. ದಕ್ಷಿಣ ಆಫ್ರಿಕಾ ತಂಡವು ಪರ್ವತದ ಶೃಂಗಕ್ಕೆ ಹೊರಡುವ ವೇಳೆಗೆ ಸರಿಯಾಗಿ ಆತ ಬೇಸ್‌ಕ್ಯಾಂಪ್ ತಲುಪಬೇಕೆನ್ನುವುದು ಈ ಹಿಂದೆಯೇ ಮಾಡಿಕೊಂಡ ಯೋಜನೆಯಾಗಿತ್ತು. ಅವರಿಬ್ಬರನ್ನೂ ಬೇಸ್‌ಕ್ಯಾಂಪಿಗೆ ಕರೆತರುವ ಜವಾಬ್ದಾರಿಯನ್ನು ವುಡ್‌ಆಲ್‌ನ ಗೆಳತಿ, ಫ್ರಾನ್ಸ್ ದೇಶದ ಅಲೆಗ್ಸಾಂಡ್ರಿಯ ಗೌಡಿನ್ ಎನ್ನುವ ಯುವತಿ ವಹಿಸಿಕೊಂಡಿದ್ದಳು. ಆದರೆ ಫೆರಿಚೆಯಲ್ಲಿ ಓವನ್‌ಗೆ ತನ್ನ ಪತ್ರಕರ್ತ ಮತ್ತು ಛಾಯಾಗ್ರಾಹಕನನ್ನು ವುಡ್‌ಆಲ್ ಹೊರದಬ್ಬಿರುವ ಸಂಗತಿ ಗೊತ್ತಾಯಿತು. ಇದರಿಂದ ಸಾಕಷ್ಟು ಕುಪಿತನಾದ ಓವೆನ್ ತಕ್ಷಣವೇ ವುಡ್‌ಆಲ್‌ಗೆ ಪತ್ರವೊಂದನ್ನು ಕಳುಹಿಸಿ, ತಮ್ಮ ಪತ್ರಿಕೆಗೆ ವೆರ್ನಾನ್ ಮತ್ತು ಶೋರಿ ಬಹಳ ಮುಖ್ಯವೆಂದೂ, ಅವರನ್ನು ತಂಡದಿಂದ ವಾಪಾಸು ಕರೆಸಿಕೊಳ್ಳುವ ಯಾವ ಉದ್ದೇಶವೂ ತಮಗಿಲ್ಲವೆಂದೂ, ಆದ್ದರಿಂದ ಅವರು ಮತ್ತೆ ತಂಡಕ್ಕೆ ವಾಪಾಸಾಗುವರೆಂದೂ ತಿಳಿಸಿದ. ವುಡ್‌ಆಲ್ ಈ ಪತ್ರವನ್ನು ಓದಿದ್ದೇ ಸಿಕ್ಕಾಪಟ್ಟೆ ಕೋಪಗೊಂಡು, ತಕ್ಷಣವೇ ಓವನ್‌ನನ್ನು ಎದುರಿಸಲು ಬೇಸ್‌ಕ್ಯಾಂಪಿನಿಂದ ಫೆರಿಚೆಗೆ ಹೊರಟ.

ಓವೆನ್ ಹೇಳುವ ಪ್ರಕಾರ, ಆತ ಯಾವುದೇ ಸಂಕೋಚವಿಲ್ಲದೆ ನೇರವಾಗಿ "ಡೆಷ್ಯೂನ್‌ಳ ಹೆಸರು ಪರವಾನಿಗೆಯ ಪಟ್ಟಿಯಲ್ಲಿದೆಯಾ?" ಎಂದು ವುಡ್‌ಆಲ್‌ನನ್ನು ಕೇಳಿದ. ಅದಕ್ಕೆ ವುಡ್‌ಆಲ್ "ಅದು ನಿನಗೆ ಸಂಬಂಧಿಸಿದ ವಿಷಯ ಅಲ್ಲ" ಎಂದ.

ಓವೆನ್‌ಗೆ ಕೋಪವುಕ್ಕಿ "ಕೇವಲ ದಕ್ಷಿಣ ಆಫ್ರಿಕಾ ತಂಡ ಎನ್ನುವ ಲೇಪನಕ್ಕಾಗಿ ಡೆಷ್ಯೂನ್‌ಳನ್ನು ಕಪ್ಪು ಮಹಿಳೆಯಾಗಿ ಬಳಸಿಕೊಂಡು, ಅವಳನ್ನು ಕ್ಷುಲ್ಲಕವಾಗಿ

ಕಂಡಿದ್ದೀಯ" ಎಂದು ಹೇಳಿದ. ಅದಕ್ಕೆ ಸಿಟ್ಟಿಗೆದ್ದ ವುಡ್‌ಆಲ್‌ನು ಓವೆನ್ ಮತ್ತು ಅವನ ಪತ್ನಿ – ಇಬ್ಬರನ್ನೂ ಕೊಲೆಮಾಡುವುದಾಗಿ ಧಮಕಿ ಹಾಕಿದ. ತನ್ನ ಕೋಪೋದ್ರಿಕ್ತ ಸ್ಥಿತಿಯಲ್ಲಿ ಒಮ್ಮೆಯಂತೂ ವುಡ್‌ಆಲ್ "ನಿಮ್ಮಿಬ್ಬರ ಸೆಗಣಿ ತುಂಬಿದ ತಲೆಗಳನ್ನು ಕಡಿದು, ನಿಮ್ಮ ತಿಕದಲ್ಲಿ ತೂರಿಸ್ತೀನಿ" ಎಂದು ಕೂಗಾಡಿದ.

ಇದೆಲ್ಲಾ ನಡೆದ ಕೆಲವು ದಿನಗಳಲ್ಲಿ ಪತ್ರಕರ್ತ ಕೆನ್ ವೆರ್ನಾನ್ ಬೇಸ್ ಕ್ಯಾಂಪಿನಲ್ಲಿರುವ ದಕ್ಷಿಣ ಆಫ್ರಿಕಾ ತಂಡದ ಗುಡಾರಕ್ಕೆ ಬಂದ. ಆದರೆ ಮುಖವನ್ನು ಗಂಟಿಕ್ಕಿಕೊಂಡಿದ್ದ ಮಿಸ್ ಓಡೌಡ್ "ನೀವು ನಮ್ಮ ಗುಡಾರದಲ್ಲಿ ಬರುವಂತಿಲ್ಲ" ಎಂದು ಹೇಳಿಬಿಟ್ಟಳು. ತಕ್ಷಣ ಸಿಟ್ಟಿಗೆದ್ದ ವೆರ್ನಾನ್, ರಾಬ್ ಹಾಲ್‌ನ ಸ್ಯಾಟಲೈಟ್ ಫ್ಯಾಕ್ಸ್ ಮಷಿನ್ ಬಳಸಿ, 'ಸಂಡೆ ಟೈಮ್ಸ್' ಪತ್ರಿಕೆಗೆ ಈ ರೀತಿಯಲ್ಲಿ ಬರೆದ:

> ನಮ್ಮ ಪತ್ರಿಕೆಯ ಹಣವನ್ನು ಕೊಟ್ಟು ಕಳುಹಿಸಿದ ತಂಡದ ಗುಡಾರದೊಳಕ್ಕೆ ತನಗೆ ಪ್ರವೇಶವನ್ನು ನಿರಾಕರಿಸುವ ಅಧಿಕಾರ ಆಕೆಗಿಲ್ಲ ಎಂದು ಹೇಳಿದೆ. ಮತ್ತಷ್ಟು ಬಲವಂತ ಮಾಡಿದ ಮೇಲೆ ಆಕೆ ತಾನು ವುಡ್‌ಆಲ್ ಆಜ್ಞೆಯಂತೆ ನಡೆದುಕೊಳ್ಳುತ್ತಿದ್ದೇನೆ ಎಂದು ಹೇಳಿದಳು. ಶೋರಿಯನ್ನು ಆಗಲೇ ತಂಡದಿಂದ ಹೊರಗೆ ಹಾಕಿಯಾಗಿದೆ, ಈಗ ನೀನೂ ಅವನ ದಾರಿಯಲ್ಲಿಯೇ ವಾಪಾಸು ಹೋಗಬೇಕು. ನಿನಗೆ ಆಹಾರ ಅಥವಾ ವಸತಿಯನ್ನು ಕೊಡಲು ಸಾಧ್ಯವಿಲ್ಲ ಎಂದು ಹೇಳಿದಳು. ಅಷ್ಟೆಲ್ಲಾ ದೂರದಿಂದ ನಡೆದು ಬಂದಿದ್ದ ನನ್ನ ಕಾಲು ನೋಯುತ್ತಿದ್ದವು. ಆಕೆಯೊಂದಿಗೆ ಜಗಳವನ್ನು ಮುಂದುವರೆಸಬೇಕೋ ಬೇಡವೋ ಎನ್ನುವುದನ್ನು ನಿರ್ಧರಿಸುವುದಕ್ಕೆ ಮುಂಚೆ, ಒಂದು ಕಪ್ಪು ಚಹಾಕ್ಕಾಗಿ ಕೇಳಿದೆ. "ಸಾಧ್ಯವೇ ಇಲ್ಲ" ಎಂದು ಆಕೆ ಉತ್ತರಿಸಿದಳು. ತಂಡದ ಶೆರ್ಪಾ ನಾಯಕನಾದ ಆಂಗ್ ದೋರ್ಜೆ ಬಳಿಗೆ ಹೋದ ಮಿಸ್ ಓಡೌಡ್ "ಈತ ಕೆನ್ ವೆರ್ನಾನ್. ಈತನ ಬಗ್ಗೆ ನಿನಗಾಗಲೇ ಹೇಳಿದ್ದೇನೆ. ಆತ ಏನು ಕೇಳಿದ್ರೂ ನೀನು ಕೊಡಬಾರದು" ಎಂದು ಕಟ್ಟಪ್ಪಣೆ ಮಾಡಿದಳು. ಆಂಗ್ ದೋರ್ಜೆ ಅತ್ಯಂತ ಬಲಿಷ್ಠನಾದ ಮತ್ತು ಲೋಹಕಾಯವನ್ನು ಹೊಂದಿದ ವ್ಯಕ್ತಿ. ನಾವಿಬ್ಬರೂ ಈಗಾಗಲೇ ಹಲವಾರು ಬಾರಿ ಸ್ಥಳೀಯ ಪಾನೀಯವಾದ ಚಾಂಗ್ ಅನ್ನು ಜೊತೆಯಾಗಿ ಕುಳಿತು ಸೇವಿಸಿದ್ದೆವು. ನಾನು ಅವನೆಡೆಗೆ ನೋಡಿ "ಒಂದು ಕಪ್ಪು ಚಹಾ ಕೂಡಾ ಕೊಡುವುದಿಲ್ಲವಾ?" ಎಂದು ಕೇಳಿದೆ. ಅವನ ಒಳ್ಳೆಯತನವನ್ನೂ ಮತ್ತು ಶೆರ್ಪಾಗಳ ಅತಿಥಿ ಸತ್ಕಾರವನ್ನು ಇಲ್ಲಿ ಗೌರವಿಸಲೇ ಬೇಕು. ಆತನು ಮಿಸ್ ಓಡೌಡ್ ಕಡೆಗೆ ನೋಡಿ "ಬುಲ್‌ಶಿಟ್" ಎಂದು ಹೇಳಿದ. ನಂತರ ನನ್ನ ಕೈಹಿಡಿದು ಊಟದ ಗುಡಾರಕ್ಕೆ ಕರೆದುಕೊಂಡು ಹೋದ. ಅಲ್ಲಿ ಹಬೆಯಾಡುವ ಒಂದು ಕಪ್ಪು ಚಹಾ ಮತ್ತು ಒಂದು ಪ್ಲೇಟಿನ ತುಂಬಾ ಬಿಸ್ಕತ್ತನ್ನು ಕೊಟ್ಟ.

ಅನಂತರ ತನ್ನ ಮತ್ತು ವುಡ್‌ಆಲ್ ಜೊತೆಗೆ ಫೆರಿಚೆಯಲ್ಲಿ ನಡೆದ ಸಂವಾದವನ್ನು "ರಕ್ತ ಕುದಿಯುವಂತಹ ಮಾತುಕತೆ" ಎಂದು ವಿವರಿಸಿದ ಓವೆನ್, ಸಂಪಾದಕನಾಗಿ ತನಗೆ ಇಲ್ಲಿಯ ಪರಿಸ್ಥಿತಿಯು ಅತ್ಯಂತ ವಿಷಮ ಸ್ಥಿತಿಯಲ್ಲಿದೆ ಎಂದು ನಂಬಿಕೆಯಾಗಿದೆ. 'ಸಂಡೆ ಟೈಮ್ಸ್' ಪತ್ರಿಕೆಯ ನೌಕರರಾದ – ಕೆನ್ ಓವೆನ್ ಮತ್ತು ರಿಚರ್ಡ್ ಶೋರಿ – ಇಬ್ಬರ ಜೀವಕ್ಕೂ ಇಲ್ಲಿ ಅಪಾಯವಿದೆ ಎಂದು ವರದಿ ಮಾಡಿದ. ಅವರಿಬ್ಬರೂ ದಕ್ಷಿಣ ಆಫ್ರಿಕಾಗೆ ಹಿಂತಿರುಗಿ ಹೋಗಬೇಕೆಂದು ನಿರ್ದೇಶಿಸಿದ. ತನ್ನ ಪತ್ರಿಕೆಯಲ್ಲಿ ದೊಡ್ಡ ಅಕ್ಷರಗಳಲ್ಲಿ 'ಈ ಪರ್ವತಾರೋಹಣ ತಂಡಕ್ಕೆ ತಮ್ಮೆಲ್ಲಾ ಸಹಕಾರವನ್ನು ರದ್ದುಗೊಳಿಸಲಾಗಿದೆ' ಎಂದು ಪ್ರಕಟಿಸಿದ.

ಆದರೆ ಈ ವೇಳೆಗಾಗಲೇ ವುಡ್‌ಆಲ್ ಪತ್ರಿಕೆಯಿಂದ ಎಲ್ಲಾ ಹಣವನ್ನೂ ದೋಚಿಕೊಂಡಿದ್ದ. ಆದ್ದರಿಂದ ಈ ಪ್ರಕಟಣೆಯು ಕೇವಲ ನೆಪಮಾತ್ರವಾಗಿದ್ದು, ಅವನಿಗೆ ಅದರಿಂದ ಎವರೆಸ್ಟ್ ಪರ್ವತಾರೋಹಣದಲ್ಲಿ ಯಾವ ತೊಂದರೆಯೂ ಆಗಲಿಲ್ಲ. ಅವನಂತೂ ಪರ್ವತಾರೋಹಣ ತಂಡದ ತನ್ನ ನಾಯಕತ್ವವನ್ನು ಬಿಟ್ಟು ಕೊಡುವುದಾಗಲಿ ಅಥವಾ ಏನಾದರೂ ಹೊಂದಾಣಿಕೆ ಮಾಡಿಕೊಳ್ಳುವುದಕ್ಕಾಗಲಿ ಒಪ್ಪಲಿಲ್ಲ. ಸ್ವತಃ ರಾಷ್ಟ್ರಾಧ್ಯಕ್ಷ ನೆಲ್ಸನ್ ಮಂಡೇಲಾ ಅವರು ಪತ್ರ ಬರೆದು, ದೇಶದ ಹಿತದೃಷ್ಟಿಯಿಂದ ಮತ್ತೊಮ್ಮೆ ಎಲ್ಲವನ್ನೂ ಪರಿಶೀಲಿಸಬೇಕು ಎಂದು ಬೇಡಿಕೊಂಡರೂ ಅವನು ಕರಗಲಿಲ್ಲ. ತನ್ನ ನಾಯಕತ್ವದಲ್ಲಿ ಎವರೆಸ್ಟ್ ಪರ್ವತಾರೋಹಣವು ಈಗ ಮಾಡಿದ ಯೋಜನೆಯಂತೆಯೇ ನಡೆಯುತ್ತದೆಂದು ಮೊಂಡುತನದಲ್ಲಿ ಹೇಳಿದ.

ಇತ್ತ ಕೇಪ್ ಟೌನ್ ಪಟ್ಟಣದಲ್ಲಿ ಎಡ್ಮಂಡ್ ಫೆಬ್ರವರಿಯು, ತನ್ನ ಪರ್ವತಾರೋಹಣದ ಕನಸು ಮುರಿದುಬಿದ್ದದ್ದಕ್ಕೆ ಅತೀವ ಬೇಸರವನ್ನು ವ್ಯಕ್ತಪಡಿಸಿದ. "ನಾನಿನ್ನೂ ಅನನುಭವಿ ಇರಬೋದು" ಎಂದು ತಡೆತಡೆದು ಹೇಳುವಾಗ ಅವನ ಧ್ವನಿ ಭಾರವಾಗಿ, ಆರ್ದ್ರವಾಗಿತ್ತು. "ಆದರೆ ಇಂತಹ ವರ್ಣದ್ವೇಷದ ನೆರಳಿನಲ್ಲಿ ಬೆಳೆಯೋದನ್ನು ನಾನು ದ್ವೇಷಿಸುತ್ತೇನೆ. ಆಂಡ್ರೂ ಜೊತೆಯಲ್ಲಿ ಎವರೆಸ್ಟ್ ಏರುವುದು, ಹಳೆಯ ಪದ್ಧತಿಗಳೆಲ್ಲವನ್ನೂ ನಾವು ಮುರಿದು ಹಾಕಿ ಹೊಸದಾರಿಯತ್ತ ನಡೆದದ್ದಕ್ಕೆ ದ್ಯೋತಕವಾಗುತ್ತಿತ್ತು. ವುಡ್‌ಆಲ್‌ಗೆ ನೂತನ ದಕ್ಷಿಣ ಆಫ್ರಿಕಾದ ಉದಯದಲ್ಲಿ ಯಾವುದೇ ಆಸಕ್ತಿಯಿಲ್ಲ. ಇಡೀ ದೇಶದ ಕನಸುಗಳನ್ನೆಲ್ಲಾ ತನ್ನ ಸ್ವಾರ್ಥಕ್ಕೆ ಬಳಸಿಕೊಂಡ. ಪರ್ವತಾರೋಹಣದಿಂದ ಹೊರಬರುವುದು ನನ್ನ ಬದುಕಿನ ಅತ್ಯಂತ ಕಠಿಣ ನಿರ್ಧಾರವಾಗಿತ್ತು."

ಫೆಬ್ರವರಿ, ಹ್ಯಾಕ್‌ಲ್ಯಾಂಡ್ ಮತ್ತು ಡೆ ಕ್ಲರ್ಕ್ ನಿರ್ಗಮನದಿಂದಾಗಿ, ದಕ್ಷಿಣ ಆಫ್ರಿಕಾ ತಂಡದಲ್ಲಿ ಉಳಿದ ಅಭ್ಯರ್ಥಿಗಳಿಗೆ ಮೂಲಭೂತ ಅವಶ್ಯಕತೆಯಷ್ಟೂ ಹಿಮಪರ್ವತಗಳ ಅನುಭವವಿರಲಿಲ್ಲ. ಡೆ ಕ್ಲರ್ಕ್ ಹೇಳುವ ಪ್ರಕಾರ, ಆ ತಂಡದಲ್ಲಿ

ಕನಿಷ್ಠ ಇಬ್ಬರಿಗಂತೂ "ಕ್ರಾಂಪಾನ್‌ಗಳನ್ನು ಹೇಗೆ ಹಾಕಿಕೊಳ್ಳಬೇಕೆನ್ನುವುದೂ ಗೊತ್ತಿಲ್ಲ". (ಈ ತಂಡದಲ್ಲಿ ಫ್ರಾನ್ಸಿನ ಪರ್ವತಾರೋಹಿ ರೆನಾರ್ಡ್ ಇದ್ದನಾದರೂ, ಈತ ಕೇವಲ ತನ್ನ ಹೆಸರನ್ನು ಪರ್ವತಾರೋಹಣದ ಪರವಾನಿಗಿಯ ಪಟ್ಟಿಯಲ್ಲಿ ನಮೂದಿಸಿಕೊಳ್ಳುವ ಉದ್ದೇಶವನ್ನು ಮಾತ್ರ ಹೊಂದಿದ್ದ. ಈತ ತನ್ನ ಪಾಡಿಗೆ ತಾನು ಒಂದಿಬ್ಬರು ಶೆರ್ಪಾಗಳನ್ನು ಕೂಲಿಯಾಗಿ ನೇಮಿಸಿಕೊಂಡು, ಸ್ವತಂತ್ರವಾಗಿ ಪರ್ವತಾರೋಹಣ ಮಾಡುತ್ತಿದ್ದ.)

ನಾರ್ವೆಯ ಏಕಾಂಗಿ ಪರ್ವತಾರೋಹಿ, ಥೈವಾನಿ ತಂಡ ಮತ್ತು ವಿಶೇಷವಾಗಿ ದಕ್ಷಿಣ ಆಫ್ರಿಕಾ ತಂಡ - ಇವೆಲ್ಲಾ ಸಂಗತಿಗಳು, ರಾಬ್ ಹಾಲ್‌ನ ಊಟದ ಗುಡಾರದಲ್ಲಿ ನಾವೆಲ್ಲಾ ಹರಟೆ ಹೊಡೆಯುವಾಗ ಅವ್ಯಾಹತವಾಗಿ ಬಂದು ಹೋಗುತ್ತಿದ್ದವು. ಏಪ್ರಿಲ್ ತಿಂಗಳ ಕೊನೆಯ ದಿನಗಳಲ್ಲಿ ಒಂದು ಸಂಜೆ ಚಿಂತಾಕ್ರಾಂತನಾಗಿ ಕುಳಿತಿದ್ದ ರಾಬ್ ಹಾಲ್ "ಎಷ್ಟೊಂದು ಜನ ಕೈಲಾಗದವರು ಈ ಎವರೆಸ್ಟ್ ಮೇಲೆ ಸೇರಿಕೊಂಡು ಬಿಟ್ಟಿದಾರೆ. ಪರ್ವತದ ಮೇಲೆ ಯಾವುದೋ ದೊಡ್ಡ ಅನಾಹುತ ಆಗದೆ ನಾವು ಈ ಬಾರಿ ಪರ್ವತಾರೋಹಣ ಮುಗಿಸೋ ಹಾಗೆ ಕಾಣಲ್ಲ" ಎಂದು ಹೇಳಿದ.

ಅಧ್ಯಾಯ 8

ಒಂದನೆಯ ಕ್ಯಾಂಪ್

16ನೇ ಏಪ್ರಿಲ್ 1996; 19,500 ಅಡಿ ಎತ್ತರ

ಬೇಸ್ ಕ್ಯಾಂಪಿನಲ್ಲಿ ಎರಡು ದಿನಗಳ ಕಾಲ ವಿರಾಮ ತೆಗೆದುಕೊಂಡು, ಮಂಗಳವಾರ, ಏಪ್ರಿಲ್ 16ರ ಸೂರ್ಯೋದಯಕ್ಕೂ ಮುಂಚೆ, ವಾತಾವರಣದ ಜೊತೆ ಹೊಂದಾಣಿಕೆ ಮಾಡಿಕೊಳ್ಳುವ ಉದ್ದೇಶದಿಂದ, ಎರಡನೆಯ ಬಾರಿ ಹಿಮಜಲಪಾತದ ಕಡೆಗೆ ನಡೆದೆವು. ಹಿಮಜಲಪಾತದಗುಂಟ ಯದ್ವಾತದ್ವಾ ಚೆಲ್ಲಾಡಿದ ಹಿಮರಾಶಿಯ ಮೇಲೆ ಹೆದರಿಕೆಯಿಂದಲೇ ಹೆಜ್ಜೆ ಮೇಲೆ ಹೆಜ್ಜೆ ಇಕ್ಕುತ್ತಾ ಸಾಗುವಾಗ, ನನ್ನ ಏದುಸಿರಿನ ಆರ್ಭಟವು ಮೊದಲ ಬಾರಿ ಈ ದಾರಿಯಲ್ಲಿ ಪ್ರಯಾಣಿಸಿದಾಗ ಇದ್ದಷ್ಟು ಜೋರಾಗಿ ಇರಲಿಲ್ಲ ಎಂಬುದನ್ನು ಗಮನಿಸಿದೆ. ಆಗಲೇ ನನ್ನ ದೇಹ ಎತ್ತರದ ವಾತಾವರಣದ ಜೊತೆ ಹೊಂದಾಣಿಕೆ ಮಾಡಿಕೊಳ್ಳುತ್ತಿತ್ತು. ಆದರೆ ದೊಡ್ಡ ಹಿಮಬಂಡೆಯೊಂದು ಮೇಲಿನಿಂದ ಉರುಳಿ ಬಿದ್ದು ನನ್ನನ್ನು ಅಪ್ಪಚ್ಚಿ ಮಾಡಬಹುದೆನ್ನುವ ಭಯ ಮಾತ್ರ ಮೊದಲಿನಷ್ಟೇ ಇತ್ತು.

19,000 ಅಡಿ ಎತ್ತರದಲ್ಲಿ ಜೋತಾಡುವ ದೈತ್ಯ ಹಿಮಗೋಪುರವು ಈಗಾಗಲೇ ಕುಸಿದು ಹೋಗಿರಬೇಕು ಎಂದು ನಾನು ಭಾವಿಸಿದ್ದೆ. ಫಿಷರ್ ನ ಟೀಮಿನ ತಮಾಷೆಯ ವ್ಯಕ್ತಿಯೊಬ್ಬ ಅದಕ್ಕೆ ಇಲಿ ಬೋನು (ಮೌಸ್ ಟ್ರಾಪ್) ಎಂದು ಹೆಸರಿಟ್ಟಿದ್ದ. ಆಶ್ಚರ್ಯವೆಂದರೆ ಅದು ಇನ್ನೂ ಹಾಗೇ ದೃಢವಾಗಿ ಎದೆಯುಬ್ಬಿಸಿ ನಿಂತು, ಇನ್ನೊಂದು ಚೂರು ಮುಂದಕ್ಕೆ ವಾಲಿತ್ತು. ಅದರ ಭಯಾನಕ ನೆರಳನ್ನು ತಪ್ಪಿಸಿ ಮೇಲಕ್ಕೆ ಏರುವುದಕ್ಕೆ ನನ್ನ ಹೃದಯದ ಬಿಸಿರಕ್ತವನ್ನು ತಯಾರಿ ಮಾಡಿಕೊಂಡೆ. ಆದರೆ ಹಿಮಬಂಡೆಯ ಮೇಲೆ ನಾನು ಮೊಣಕಾಲಿಟ್ಟು ಹತ್ತಿ ಬಂದಾಗ, ನನ್ನ ನರನಾಡಿಯಲ್ಲಿ ರಭಸದಿಂದ ಹರಿಯುತ್ತಿರುವ ರಕ್ತವು ಹೆಚ್ಚಿನ ಆಮ್ಲಜನಕಕ್ಕಾಗಿ ಒದ್ದಾಡುತ್ತಿತ್ತು.

ಹವಾಮಾನ ಹೊಂದಾಣಿಕೆಯ ಮೊದಲನೆಯ ಪ್ರಯತ್ನದಲ್ಲಿ ಕ್ಯಾಂಪ್ ಒಂದನ್ನು ತಲುಪಿದ ಮೇಲೆ, ಒಂದು ಗಂಟೆಗೂ ಕಡಿಮೆ ಅವಧಿಯಲ್ಲಿ ಬೇಸ್ ಕ್ಯಾಂಪ್‌ಗೆ ಹಿಂತಿರುಗಬೇಕೆಂದು ರಾಬ್ ಹೇಳಿದ್ದ. ಆದರೆ ಈಗ ಎರಡನೆಯ ಬಾರಿ ಮಾತ್ರ ಮಂಗಳವಾರ ಮತ್ತು ಬುಧವಾರ ಅಲ್ಲಿಯೇ ಕಳೆದು, ಅನಂತರ ಕ್ಯಾಂಪ್ ಎರಡರ ಕಡೆಗೆ ನಡೆದು, ಅಲ್ಲಿ ಮೂರು ದಿನಗಳು ಇದ್ದು, ಆಮೇಲೆ ಬೇಸ್ ಕ್ಯಾಂಪ್‌ಗೆ ಹಿಂತಿರುಗಬೇಕು ಎನ್ನುವ ಬದಲಾವಣೆಯನ್ನು ಮಾಡಿದ್ದ.

ಬೆಳಗಿನ ಒಂಬತ್ತು ಗಂಟೆಗೆ ನಾನು ಕ್ಯಾಂಪ್ ಒಂದನ್ನು ತಲುಪಿದಾಗ, ನಮ್ಮ ಆರೋಹಣದ ಸರ್ದಾರ[1] ಆಂಗ್ ದೋರ್ಜೆ[2], ಮಂಜುಗಟ್ಟಿದ ಇಳಿಜಾರಿನ ನೆಲದಲ್ಲಿ ನಮ್ಮ ಗುಡಾರಗಳಿಗಾಗಿ ಕುಣಿಗಳನ್ನು ತೋಡುತ್ತಿದ್ದ. ಇಪ್ಪತ್ತೊಂದು ವರ್ಷದ ಈತ, ನೀಳ ಕಾಯನಾಗಿದ್ದು, ಚೊಕ್ಕಟವಾದ ಅವಯವಗಳನ್ನು ಹೊಂದಿದ್ದ. ತುಸು ನಾಚಿಕೆಯ ಸ್ವಭಾವ ಮತ್ತು ಲಹರಿಯ ಮನಸ್ಸಿನವನಾಗಿದ್ದರೂ, ದೈತ್ಯ ದೇಹಶಕ್ತಿ ಅವನಿಗಿತ್ತು. ನನ್ನ ತಂಡದ ಮತ್ತೊಬ್ಬ ಬರುವ ತನಕ, ನಾನೂ ಒಂದು ಸಲಾಕೆಯನ್ನು ತೆಗೆದುಕೊಂಡು ಕುಣಿಗಳನ್ನು ತೋಡುವುದರಲ್ಲಿ ಅವನಿಗೆ ಸಹಾಯ

1 ಶೆರ್ಪಾಗಳ ನಾಯಕನನ್ನು ಸರ್ದಾರ್ ಎಂದು ಕರೆಯುತ್ತಾರೆ. ರಾಬ್ ಹಾಲ್‌ನ ತಂಡದಲ್ಲಿ ಆಂಗ್ ತ್ಸೆರಿಂಗ್ ಎಂಬ ಸರ್ದಾರನು ಬೇಸ್ ಕ್ಯಾಂಪಿನಲ್ಲಿರುತ್ತಿದ್ದ. ಪರ್ವತಾರೋಹಣ ತಂಡದಲ್ಲಿರುವ ಎಲ್ಲಾ ಶೆರ್ಪಾಗಳು ಈತನ ಕೈಕೆಳಗೆ ಕೆಲಸ ಮಾಡಬೇಕಿತ್ತು. ಆಂಗ್ ದೋರ್ಜೆಯು ಈತನಿಗೇ ವರದಿ ಮಾಡಿಕೊಳ್ಳಬೇಕಿತ್ತು. ಆದರೆ ಬೇಸ್ ಕ್ಯಾಂಪ್ ಮೇಲಕ್ಕೆ ಇವನು ಸರ್ದಾರ್ ಆಗಿದ್ದು, ಆರೋಹಣದ ಸಮಯದಲ್ಲಿ ಶೆರ್ಪಾಗಳ ಉಸ್ತುವಾರಿಯನ್ನು ನೋಡಿಕೊಳ್ಳುವುದು ಈತನ ಜವಾಬ್ದಾರಿಯಾಗಿತ್ತು.

2 ಈತನನ್ನು ದಕ್ಷಿಣ ಆಫ್ರಿಕಾ ತಂಡದಲ್ಲಿರುವ ಅದೇ ಹೆಸರಿನ ಶೆರ್ಪಾನೊಡನೆ ಗೊಂದಲ ಮಾಡಿಕೊಳ್ಳಬಾರದು. ಪೆಂಬಾ, ಲಕ್ಪಾ, ಆಂಗ್ ಶೇರಿಂಗ್, ನಾವಾಂಗ್, ದಾವಾ, ನಿಮ, ಪಸಾಂಗ್ ಇತ್ಯಾದಿ ಹೆಸರುಗಳಂತೆ, ಆಂಗ್ ದೋರ್ಜೆ ಹೆಸರೂ ಶೆರ್ಪಾಗಳಲ್ಲಿ ಬಹುಬಳಕೆಯಲ್ಲಿದೆ. 1996ರ ಎವರೆಸ್ಟ್ ಪರ್ವತಾರೋಹಣದಲ್ಲಿ ಒಂದೇ ಹೆಸರಿನ ಹಲವು ಶೆರ್ಪಾಗಳಿದ್ದರಿಂದ, ಸಾಕಷ್ಟು ಗೊಂದಲವಾಗಲು ಕಾರಣವಾಗಿದೆ.

ಮಾಡತೊಡಗಿದೆ. ಒಂದು ನಿಮಿಷದಲ್ಲಿಯೇ ಸುಸ್ತು ಹೊಡೆದ ನಾನು ಸಲಾಕೆಯನ್ನು ಬಿಸುಟು ವಿಶ್ರಾಂತಿ ತೆಗೆದುಕೊಳ್ಳಬೇಕಾಯ್ತು. ಶೆರ್ಪಾಗೆ ನನ್ನ ಅವಸ್ಥೆಯನ್ನು ಕಂಡು ತಮಾಷೆಯೆನ್ನಿಸಿ ಮೈಯೆಲ್ಲಾ ಕುಣಿಸಿ ನಕ್ಕ. "ಯಾಕೆ, ಆರೋಗ್ಯವಾಗಿಲ್ವಾ ಜಾನ್?" ಎಂದು ಕುಹಕವಾಡಿದ. "ಇದಿನ್ನೂ ಮೊದಲನೆಯ ಕ್ಯಾಂಪ್, ಬರೀ ಆರು ಸಾವಿರ ಮೀಟರ್ ಎತ್ತರ. ಇಲ್ಲಿಯ ಗಾಳಿ ಇನ್ನೂ ಅಷ್ಟು ತೆಳುವಾಗಿಲ್ಲ, ದಪ್ಪಗಿದೆ" ಎಂದ.

ಆಂಗ್ ದೋರ್ಜೆಯು ಪಾಂಗ್ ಬೋಚೆ ಗ್ರಾಮದವನು. ಕಲ್ಲಿನ ಮನೆಗಳಿಂದ ಕೂಡಿದ, ಮನೆಯ ಮೇಲ್ಛಾವಣಿಯಲ್ಲಿ ಆಲೂಗಡ್ಡೆ ಬೆಳೆಯುವ ಈ ಪುಟ್ಟ ಊರು 13,600 ಅಡಿ ಎತ್ತರದಲ್ಲಿ, ಬೆಟ್ಟದ ಇಳಿಜಾರಿಗೆ ಕವುಚಿಕೊಂಡಿತ್ತು. ಅವರಪ್ಪ ಬಹು ಒಳ್ಳೆಯ ಪರ್ವತಾರೋಹಿಯಾಗಿದ್ದು, ತನ್ನ ಮಗನಿಗೂ ಬಾಲ್ಯದಿಂದಲೇ ಪರ್ವತಾರೋಹಣದ ಮೂಲಭೂತ ಕೌಶಲವನ್ನು ಕಲಿಸಿ, ಅವನ ಬದುಕು ನಿರ್ವಹಿಸಲು ತೊಂದರೆಯಾಗದಂತೆ ನೋಡಿಕೊಂಡಿದ್ದ. ಇನ್ನೂ ಆಂಗ್ ದೋರ್ಜೆ ಶಾಲೆಯಲ್ಲಿ ಕಲಿಯುವ ಎಳೆಯ ಬಾಲಕನಿರುವಾಗಲೇ ಅವರಪ್ಪನಿಗೆ ಕಣ್ಣಿಗೆ ಪೊರೆ ಬೆಳೆದು, ಮನೆಯ ಹಣಕಾಸಿಗೆ ಅನುಕೂಲವಾಗುವುದಕ್ಕಾಗಿ ಅವನನ್ನು ಶಾಲೆಯಿಂದ ಬಿಡಿಸಿ ಪರ್ವತಾರೋಹಣಕ್ಕೆ ಹಚ್ಚಿದ್ದ.

1984ರಲ್ಲಿ ಪಶ್ಚಿಮದಿಂದ ಬಂದ ತಂಡವೊಂದಕ್ಕೆ ಅವನು ಅಡಿಗೆಯವನಾಗಿ ಸೇರಿಕೊಂಡಿದ್ದ. ಆ ತಂಡದಲ್ಲಿದ್ದ ಕೆನಡಾದ ದಂಪತಿ ಮಾರಿಯಾನ್ ಬಾಯ್ಡ್ ಮತ್ತು ಗ್ರೇಮ್ ನೆಲ್ಸನ್ ಅವರ ಕಣ್ಣಿಗೆ ಈ ಹುಡುಗ ಬಿದ್ದಿದ್ದ. ಬಾಯ್ಡ್ ಹೇಳುವ ಪ್ರಕಾರ, "ನನ್ನ ಮಕ್ಕಳ ಜ್ಞಾಪಕ ನನಗೆ ತುಂಬಾ ಬರುತ್ತಿತ್ತು. ಆಂಗ್ ದೋರ್ಜೆ ನನ್ನ ಹಿರಿಮಗನಂತೆಯೇ ನನಗೆ ಕಾಣುತ್ತಿದ್ದ. ಅವನು ತುಂಬಾ ಜಾಣ ಮತ್ತು ಕಲಿಯುವುದರಲ್ಲಿ ಬಹಳ ಆಸಕ್ತಿಯುಳ್ಳವನಾಗಿದ್ದ. ತಪ್ಪು ಹುಡುಕಲು ಸಾಧ್ಯವೇ ಇಲ್ಲ ಎನ್ನುವಷ್ಟು ಕಾಳಜಿಯಿಂದ ನಮ್ಮನ್ನು ನೋಡಿಕೊಳ್ಳುತ್ತಿದ್ದ. ಅವನು ಅದೆಷ್ಟು ಭಾರವನ್ನು ಹೊತ್ತು ಪರ್ವತ ಹತ್ತುತ್ತಿದ್ದನೆಂದರೆ, ಪ್ರತಿದಿನ ಎತ್ತರದ ಸ್ಥಳಗಳಲ್ಲಿ ಅವನ ಮೂಗಿನಲ್ಲಿ ರಕ್ತ ಸೋರುತ್ತಿತ್ತು. ನನಗೆ ಅವನ ಬಗ್ಗೆ ಆಸಕ್ತಿ ಮೂಡಿತು."

ಆಂಗ್ ದೋರ್ಜೆಯ ತಾಯಿಯ ಪರವಾನಿಗೆಯನ್ನು ಪಡೆದುಕೊಂಡ ಮೇಲೆ ಈ ದಂಪತಿ, ಅವನ ವಿದ್ಯಾಭ್ಯಾಸಕ್ಕೆ ಬೇಕಾದ ಎಲ್ಲಾ ಖರ್ಚುಗಳನ್ನು ನೋಡಿಕೊಂಡು, ಅವನು ಮತ್ತೆ ಶಾಲೆಗೆ ಹಿಂತಿರುಗುವಂತೆ ಮಾಡಿದರು. "ಅವನು ಶಾಲೆಯ ಪ್ರವೇಶ ಪರೀಕ್ಷೆಯ ಸಂದರ್ಭ ನಾನೆಂದೂ ಮರೆಯುವುದಿಲ್ಲ. (ಸರ್ ಎಡ್ಮಂಡ್ ಹಿಲರಿ ಕಟ್ಟಿಸಿದ ಈ ಪ್ರಾಥಮಿಕ ಶಾಲೆ ಕುಮ್ ಜುಂಗ್‌ನಲ್ಲಿದೆ.) ಗಾತ್ರದಲ್ಲಿ ಚಿಕ್ಕವನಾಗಿದ್ದರೂ, ಇವನಾಗಲೇ ಯೌವನದ ಹೊಸ್ತಿಲಿನಲ್ಲಿದ್ದ. ಶಾಲೆಯ ಮುಖ್ಯೋಪಾಧ್ಯಾಯರು ಮತ್ತು ನಾಲ್ಕು ಜನ ಉಪಾಧ್ಯಾಯರ ಜೊತೆ ನಮ್ಮನ್ನು

ಒಂದು ಚಿಕ್ಕ ಕೋಣೆಯಲ್ಲಿ ಕೂಡಿ ಹಾಕಿದರು. ಈ ಹಿಂದೆಂದೋ ಕಲಿತದ್ದನ್ನು ಮತ್ತೆ ಜ್ಞಾಪಿಸಿಕೊಂಡು ಉತ್ತರಿಸಬೇಕಾದ್ದರಿಂದ, ನಮ್ಮೆಲ್ಲರ ಮಧ್ಯದಲ್ಲಿ ಕುಳಿತಿದ್ದ ಆಂಗ್ ದೋರ್ಜೆ ಆತಂಕದಿಂದ ಮೊಣಕಾಲುಗಳನ್ನು ವೇಗವಾಗಿ ಅಲ್ಲಾಡಿಸುತ್ತಿದ್ದ. ನಾವೆಲ್ಲಾ ಆತಂಕದಿಂದ ಸುಣ್ಣವಾಗಿದ್ದೆವು... ಆದರೆ ಅವನನ್ನು ಸ್ವೀಕರಿಸಿದ ಶಾಲೆ ಮೊದಲ ಗ್ರೇಡಿನ ಚಿಕ್ಕ ಮಕ್ಕಳ ಜೊತೆ ಕುಳಿತುಕೊಳ್ಳಬೇಕೆಂದು ಹೇಳಿತು."

ಆಂಗ್ ದೋರ್ಜೆ ಒಳ್ಳೆಯ ವಿದ್ಯಾರ್ಥಿಯಾದನಲ್ಲದೆ, ನಮ್ಮ ಎಂಟನೇ ಗ್ರೇಡ್‌ಗೆ ಸಮಾನವಾದ ವಿದ್ಯಾರ್ಹತೆಯನ್ನು ಗಳಿಸಿ, ಮತ್ತೆ ಚಾರಣ ಮತ್ತು ಪರ್ವತಾರೋಹಣದ ದಂಧೆಗೆ ವಾಪಾಸು ಬಂದ. ಕುಂಭು ಹಿಮಜಲಪಾತಕ್ಕೆ ಮತ್ತೆ ಮತ್ತೆ ಬರುತ್ತಿದ್ದ ಬಾಯ್ಡ್ ಮತ್ತು ನೆಲ್ಸನ್, ಅವನ ಪ್ರಗತಿಯನ್ನು ಗಮನಿಸುತ್ತಿದ್ದರು. "ಸರಿಯಾದ ಆಹಾರ ಸಿಗಲು ಪ್ರಾರಂಭವಾಗಿದ್ದೆ, ಅವನು ಎತ್ತರವಾಗಿ ಮತ್ತು ಶಕ್ತಿಯುತನಾಗಿ ಬೆಳೆಯಲಾರಂಭಿಸಿದ" ಎಂದು ಬಾಯ್ಡ್ ನೆನೆಯುತ್ತಾರೆ. "ಕಾಠ್ಮಂಡುವಿನ ಈಜುಕೊಳವೊಂದರಲ್ಲಿ ಈಜುವುದನ್ನು ಕಲಿತದ್ದನ್ನು ಅತ್ಯಂತ ಉತ್ಸಾಹದಿಂದ ಹೇಳಿಕೊಂಡಿದ್ದ. ಇಪ್ಪತ್ತೈದು ವರ್ಷಕ್ಕೆ ಸೈಕಲ್ ಹೊಡೆಯುವುದನ್ನು ಕಲಿತು, ಮಡೋನಾಳ ಸಂಗೀತದ ಆರಾಧಕನಾದ. ಟಿಬೆಟ್‌ನ ಒಂದು ಸುಂದರ ಕಾರ್ಪೆಟ್ಟನ್ನು ನಮಗವನು ಪ್ರಥಮ ಉಡುಗೊರೆಯಾಗಿ ಕೊಟ್ಟಾಗ ಅವನ ಬೆಳವಣಿಗೆ ಸಂಪೂರ್ಣವಾಯಿತೆಂದು ನಮಗೆ ಅರ್ಥವಾಯ್ತು. ಯಾರಿಗಾದರೂ ಧಾರಾಳವಾಗಿ ಏನಾದರೂ ಕೊಡುವ ಮನಸ್ಸವನದೇ ಹೊರತು, ಕೊಟ್ಟಿದ್ದಕ್ಕೆ ಬಾಯಿಬಿಡುವ ಸ್ವಭಾವ ಅವನದಲ್ಲ."

ದೈಹಿಕವಾಗಿ ಬಲಿಷ್ಠನಾಗಿದ್ದು, ಸಾಕಷ್ಟು ಅನುಭವವನ್ನು ಹೊಂದಿದ್ದ ಆಂಗ್ ದೋರ್ಜೆಯ ಸಂಗತಿ ಪಶ್ಚಿಮದ ಪರ್ವತಾರೋಹಿಗಳಲ್ಲಿ ಹಬ್ಬಿದ್ದೇ, ಅವನನ್ನು ತಂಡದಲ್ಲಿ ಸೇರಿಸಿಕೊಂಡು ಸರ್ದಾರ ಪದವಿಯನ್ನು ಕೊಟ್ಟಿದ್ದರು. ರಾಬ್ ಹಾಲ್‌ನ 1992ರ ಎವರೆಸ್ಟ್ ಪರ್ವತಾರೋಹಣದಲ್ಲಿ ಅವನು ಸೇರಿಕೊಂಡಿದ್ದ. 1996 ಈ ತಂಡಕ್ಕೆ ಸೇರಿಕೊಳ್ಳುವ ವೇಳೆಗಾಗಲೇ ಅವನು ಎವರೆಸ್ಟ್ ಶಿಖರಾಗ್ರವನ್ನು ಮೂರು ಬಾರಿ ಮುಟ್ಟಿ ಬಂದಿದ್ದ. ಆದ್ದರಿಂದಲೇ ರಾಬ್ ಅವನನ್ನು "ನನ್ನ ಆಸಾಮಿ" ಎಂದು ಹೆಮ್ಮೆಯಿಂದ ಹೇಳಿಕೊಳ್ಳುವುದು ಅರ್ಥಪೂರ್ಣವಾಗಿತ್ತು. ಹಲವಾರು ಬಾರಿ ರಾಬ್ ನಮ್ಮ ತಂಡದ ಯಶಸ್ಸಿಗೆ ಆಂಗ್ ದೋರ್ಜೆಯ ಉಪಸ್ಥಿತಿ ಅತ್ಯಂತ ಮುಖ್ಯವೆಂದು ಹೇಳುತ್ತಿದ್ದ.

ನಮ್ಮ ತಂಡದ ಎಲ್ಲರೂ ಕ್ಯಾಂಪ್ ಒಂದನ್ನು ತಲುಪಿದಾಗ ಬಿಸಿಲು ಚುರುಗುಟ್ಟುತ್ತಿತ್ತು. ಆದರೆ ಮಧ್ಯಾಹ್ನಕ್ಕೆಲ್ಲ ದಕ್ಷಿಣದಿಂದ ಹಿಮಗಾಳಿಯೊಂದು ರಭಸವಾಗಿ ಬೀಸಿತು. ಮೂರು ಗಂಟೆಗೆಲ್ಲಾ ಹಿಮಜಲಪಾತದ ಮೇಲೆ ಮೋಡಗಳು

ದಟ್ಟೈಸಿ, ಆರ್ಭಟ ಸದ್ದಿನೊಂದಿಗೆ ಹಿಮವನ್ನು ಗುಡಾರಗಳ ಮೇಲೆ ಸುರಿದವು. ರಾತ್ರಿಯೆಲ್ಲಾ ಬಿರುಗಾಳಿ ಇತ್ತು. ಡಹ್ಗ್ ಜೊತೆಗೆ ನಾನು ಗುಡಾರವನ್ನು ಹಂಚಿಕೊಂಡಿದ್ದೆ. ಬೆಳಗಿನ ಹೊತ್ತು ಅಂಬೆಗಾಲಿಡುತ್ತಾ ಹೊರ ನೋಡಿದಾಗ, ಒಂದು ಅಡಿಗೂ ಹೆಚ್ಚು ದಪ್ಪನೆಯ ಹಿಮಚಾದರವು ಬಯಲನ್ನೆಲ್ಲಾ ಆವರಿಸಿತ್ತು. ಒಂದು ಡಜನ್‌ಗೂ ಹೆಚ್ಚು ಹಿಮಪಾತಗಳು ಮೇಲಿನ ಪರ್ವತದ ಇಳಿಜಾರಿನಲ್ಲಿ ನಡೆದಿದ್ದರೂ, ನಮ್ಮ ಗುಡಾರಗಳು ಮಾತ್ರ ಅವುಗಳ ಹಿಡಿತಕ್ಕೆ ಸಿಗದಂತೆ ಸುರಕ್ಷಿತವಾಗಿದ್ದವು.

18ನೇ ಏಪ್ರಿಲ್, ಗುರುವಾರ ಬೆಳಿಗ್ಗೆ ಸೂರ್ಯೋದಯದ ಸಮಯದಲ್ಲಿ, ನಮ್ಮೆಲ್ಲಾ ಸರಂಜಾಮುಗಳ ಸಮೇತ ಎರಡನೆಯ ಕ್ಯಾಂಪ್‌ಗೆ ಹೊರಡಲು ಸಿದ್ಧರಾದೆವು. ಆ ಹೊತ್ತಿಗಾಗಲೇ ಆಕಾಶ ತಿಳಿಯಾಗಿತ್ತು. ಎರಡನೆಯ ಕ್ಯಾಂಪ್ ಅಲ್ಲಿಂದ ಸುಮಾರು ನಾಲ್ಕು ಮೈಲಿ ದೂರ ಮತ್ತು 1,700 ಅಡಿಗಳಷ್ಟು ಊರ್ಧ್ವದಲ್ಲಿದೆ. ಪಶ್ಚಿಮ ಕಣಿವೆಯ ಸೌಮ್ಯ ಇಳಿಜಾರಿನ ಗುಂಟ ಸಾಗಿದ ನಮ್ಮ ಪಯಣ, ಅನಂತರ ಎತ್ತರಕ್ಕೆ ಕರೆದುಕೊಂಡು ಹೋಯಿತು. ಜಗತ್ತಿನಲ್ಲಿ ಅತ್ಯಂತ ಎತ್ತರದಲ್ಲಿರುವ ಚೌಕಟ್ಟಿನ ಇರುಕಿನ ಈ ಆಳವಾದ ಕಂದರ, ಕುದುರೆಯ ಗೊರಸಿನ ಆಕಾರವನ್ನು ಹೋಲುತ್ತಿತ್ತು. ಎವರೆಸ್ಟ್ ಪರ್ವತದ ತುದಿಯಿಂದಲೇ ಸೀಳಿಕೊಂಡು, ಕುಂಭು ಹಿಮಜಲಪಾತದ ಉದ್ದಕ್ಕೆ ಚಾಚಿಕೊಂಡಿತ್ತು. 25,790 ಅಡಿ ಎತ್ತರದ ನೆಪ್ಟ್ಸೆ ಪರ್ವತದ ಒಂದು ಬದಿಯ ಗೋಡೆ ಈ ಕಣಿವೆಯ ಬಲಗೋಡೆಯಾದರೆ, ದೈತ್ಯವಾದ ಎವರೆಸ್ಟ್ ಪರ್ವತದ ನೈಋತ್ಯ ಮುಖವು ಎಡಗೋಡೆಯಾಗಿತ್ತು. ಅತ್ಯಂತ ಅಗಲವಾದ ಲೋಟ್ ಪರ್ವತದ ಉಬ್ಬು ಕಣ್ಣೆದುರಿಗೆ ಹಬ್ಬಿಕೊಂಡಿತ್ತು.

ಒಂದನೆಯ ಕ್ಯಾಂಪ್ ಅನ್ನು ನಾವು ಬಿಟ್ಟಾಗ ಮೂಳೆ ಕೊರೆಯುವಷ್ಟು ಭಯಾನಕ ಚಳಿಯಿತ್ತು. ನನ್ನ ಕೈಗಳು ಸೆಟೆದುಕೊಂಡು, ಮುಷ್ಟಿ ಮುಚ್ಚಿದರೆ ಸಾಕು ನೋಯುತ್ತಿತ್ತು. ಆದರೆ ಸೂರ್ಯನ ಕಿರಣಗಳು ಈ ಹಿಮಜಲಪಾತವನ್ನು ಅಪ್ಪಳಿಸಲು ಶುರುವಾದ ಕೂಡಲೆ, ಹಿಮದ ತೇಪೆಯನ್ನು ಹಾಕಿಕೊಂಡ ಈ ಕಂದರದ ಗೋಡೆಗಳಲ್ಲಿ ಈ ಕಿರಣಗಳು ಪ್ರತಿಫಲಿಸಿ ಅದರ ತೀವ್ರತೆಯು ಹೆಚ್ಚಾಗಿ, ಈ ಕಂದರವನ್ನು ಒಂದು ದೊಡ್ಡ ನೈಸರ್ಗಿಕ ಸೋಲಾರ್ ಗೂಡೊಲೆಯಾಗಿ ಪರಿವರ್ತನೆಗೊಳಿಸಿತ್ತು. ಇದ್ದಕ್ಕಿದ್ದಂತೆಯೇ ನಾನು ವಿಪರೀತವಾಗಿ ಬೆವರಲಾರಂಭಿಸಿದೆ. ಮತ್ತೊಂದು ಭೀಕರ ಮೈಗ್ರೇನ್ ತಲೆನೋವಿನ ಸೂಚನೆಯಿದೇನೋ ಎಂದು ನಾನು ಭಯಗೊಂಡೆ. ಈ ಹಿಂದೆ ಬೇಸ್ ಕ್ಯಾಂಪಿನಲ್ಲಿ ಆಗಲೇ ಅದರ ಸುತ್ತಿಗೆಯಂತಹ ಹೊಡೆತಗಳನ್ನು ಅನುಭವಿಸಿದ್ದೆ. ಆದ್ದರಿಂದ ನನ್ನ ಪೈಜಾಮಾದಂತಹ ಒಳಉಡುಪಿನ ತನಕ ಬಟ್ಟೆಗಳನ್ನು ಬಿಚ್ಚಿಕೊಂಡು, ಒಂದು ಹಿಡಿ ಮಂಜನ್ನು ನನ್ನ ಬೇಸ್ ಬಾಲ್ ಕ್ಯಾಪಿನ ಅಡಿಯಲ್ಲಿ ಇಟ್ಟುಕೊಂಡೆ. ಮುಂದಿನ ಮೂರು ಗಂಟೆಗಳ ಕಾಲ ನಿರಂತರವಾಗಿ

ಎಲ್ಲಿಯೂ ನಿಲ್ಲದಂತೆ ಹಿಮಜಲಪಾತವನ್ನು ಕಷ್ಟಪಟ್ಟು ಹತ್ತಿದೆ. ಒಮ್ಮೆ ನನ್ನ ಬಾಟಲಿನಿಂದ ನೀರು ಕುಡಿಯಲೆಂದೂ, ಮತ್ತೊಮ್ಮೆ ಈಗಾಗಲೇ ಕರಗಿ ನೀರಾಗಿ ನನ್ನ ತಲೆ ಕೂದಲಿನಲ್ಲಿ ಹರಿದು ಹೋದ ಟೊಪ್ಪಿಗೆ ಕೆಳಗಿನ ಹಿಮವನ್ನು ತುಂಬಿಸುವುದಕ್ಕಾಗಿ ಮಾತ್ರ ನಿಂತೆ.

21,000 ಅಡಿ ಎತ್ತರದ ಆ ಚುರುಗುಟ್ಟುವ ಬಿಸಿಲಿನಲ್ಲಿ, ದಾರಿಯ ಬದಿಯಲ್ಲಿ ನೀಲಿ ಪ್ಲಾಸ್ಟಿಕ್‌ನಲ್ಲಿ ಸುತ್ತಿದ ಎಂತಹದೋ ದೊಡ್ಡ ವಸ್ತುವೊಂದು ನನ್ನ ಕಣ್ಣಿಗೆ ಬಿತ್ತು. ಪರ್ವತದ ಎತ್ತರದಲ್ಲಿ ಈಗಾಗಲೇ ಚಿಂತನೆಯ ಶಕ್ತಿಯನ್ನು ಕಳೆದುಕೊಂಡ ನನ್ನ ಮನಸ್ಸಿಗೆ ಅದೊಂದು ಮನುಷ್ಯನ ಶವವೆಂದು ಅರ್ಥ ಮಾಡಿಕೊಳ್ಳಲು ಒಂದೆರಡು ನಿಮಿಷ ಹಿಡಿಯಿತು. ಆಘಾತ ಮತ್ತು ತಲ್ಲಣದಿಂದ ಅದನ್ನೇ ಕೆಲವು ಗಳಿಗೆಗಳ ಕಾಲ ನೋಡಿದೆ. ಆ ರಾತ್ರಿ ಅದರ ಬಗ್ಗೆ ರಾಬ್ ಬಳಿ ವಿಚಾರಿಸಿದಾಗ, ಬಹುಶಃ ಮೂರು ವರ್ಷದ ಹಿಂದೆ ಸತ್ತ ಶೆರ್ಪಾನ ಹೆಣವುದಾಗಿರಬಹುದೆಂದು ಊಹಿಸಿದ.

21,300 ಅಡಿ ಎತ್ತರದಲ್ಲಿ ಹಿಮಜಲಪಾತದ ಅಂಚಿನುದ್ದಕ್ಕೂ ಹರಡಿದ ಕಲ್ಲು-ಮಣ್ಣು ಮತ್ತು ಬೆತ್ತಲೆ ಬಂಡೆಗಳ ಮೇಲೆ, ಸುಮಾರು 120 ಗುಡಾರಗಳನ್ನು ನಮ್ಮ ಎರಡನೆಯ ಕ್ಯಾಂಪ್ ಹೊಂದಿತ್ತು. ಇಲ್ಲಿನ ಎತ್ತರದ ಭೀಕರತೆಯು ಕಾಣದ ಕೈಯ ಕ್ರೌರ್ಯದಂತೆ ಭಾಸವಾಗಿ, ರೆಡ್ ವೈನ್ ಕುಡಿದ ನಂತರದ ಜಡತ್ವದ ಅನುಭವ ನನಗಾಗುತ್ತಿತ್ತು. ತಿನ್ನುವುದಕ್ಕಾಗಲಿ ಅಥವಾ ಓದುವುದಕ್ಕಾಗಲಿ ಸಾಧ್ಯವೇ ಆಗದಂತಹ ಇಲ್ಲಿಯ ವಾತಾವರಣದಿಂದಾಗಿ, ಮುಂದಿನ ಎರಡು ದಿನಗಳ ಕಾಲ ನಾನು ನನ್ನ ಗುಡಾರದಲ್ಲಿಯೇ ಉಳಿದು, ಬೊಗಸೆಯಲ್ಲಿ ಮುಖವನ್ನಿಟ್ಟುಕೊಂಡು ಕಳೆದೆ. ಎಷ್ಟು ಕಡಿಮೆ ಸಾಧ್ಯವೋ ಅಷ್ಟು ಹೊರಗೆ ಬಂದೆ. ಶನಿವಾರ ಸ್ವಲ್ಪ ಆರಾಮಾದಂತೆನಿಸಿದ್ದರಿಂದ, ಕ್ಯಾಂಪಿನ ಮೇಲೆ ಸುಮಾರು ಒಂದು ಸಾವಿರ ಅಡಿ ಎತ್ತರವನ್ನು ಹತ್ತಿ, ಮೈಗೊಂದಿಷ್ಟು ಆಯಾಸವನ್ನೂ, ದೇಹಕ್ಕೆ ಒಂಚೂರು ಎತ್ತರದ ತೆಳುಗಾಳಿಯ ಹೊಂದಾಣಿಕೆಯನ್ನೂ ಮಾಡಿಕೊಂಡೆ. ಕಣಿವೆಯ ಹಣೆಯ ಭಾಗದಲ್ಲಿ ನಾನು ಮತ್ತೊಮ್ಮೆ ಮನುಷ್ಯನ ದೇಹವನ್ನು ಮಂಜಿನೊಳಗೆ ಕಂಡೆ. ನಿಖರವಾಗಿ ಹೇಳಬೇಕೆಂದರೆ ಮನುಷ್ಯನ ದೇಹದ ಕೆಳಭಾಗವನ್ನು ಮಾತ್ರ ಕಂಡೆ. ಅವನು ಹಾಕಿಕೊಂಡ ಬಟ್ಟೆ ಮತ್ತು ವಿಂಟೇಜ್ ಚರ್ಮದ ಷೂಗಳನ್ನು ಗಮನಿಸಿದಾಗ ಬಹುಶಃ ಯೂರೋಪ್ ಪ್ರಜೆಯಾಗಿರಬೇಕು ಎಂದು ಊಹಿಸಿದೆ. ಬಹುಶಃ ಈ ಹೆಣವು ಸುಮಾರು ಹದಿನೈದು ಇಪ್ಪತ್ತು ವರ್ಷಗಳಷ್ಟು ಹಳೆಯದಾಗಿರಬೇಕೆಂದು ಊಹಿಸಬಹುದಾಗಿತ್ತು.

ಮೊದಲ ಹೆಣವನ್ನು ಕಂಡಾಗ ಉಂಟಾದ ಆಘಾತ ಹಲವಾರು ಗಂಟೆಗಳ ಕಾಲ ನನ್ನಲ್ಲಿ ತಲ್ಲಣವನ್ನು ಉಂಟು ಮಾಡಿತ್ತು. ಆದರೆ ಎರಡನೆಯ ಶವವನ್ನು ಕಂಡಾಗ ಉಂಟಾದ ಆಘಾತ ಕೆಲವೇ ಕ್ಷಣಗಳಲ್ಲಿ ಮಾಯವಾಯ್ತು. ಹಲವಾರು

ಸಹಪರ್ವತಾರೋಹಿಗಳು ಆ ಶವಗಳ ಕಡೆಗೆ ಕೇವಲ ಒಂದು ಖಾಲಿ ನೋಟವನ್ನು ಬೀರಿ ಮುಂದುವರೆಯುತ್ತಿದ್ದರು. ಈ ನಿರ್ಜೀವ ಹೆಣಗಳು ವಾಸ್ತವವಲ್ಲವೇ ಅಲ್ಲ ಎನ್ನುವಂತೆ ನಟಿಸಿ ಮುಂದುವರೆದು ಬಿಡಬೇಕು ಎನ್ನುವ ಅಲಿಖಿತ ಒಪ್ಪಂದವೊಂದು ನಮ್ಮೆಲ್ಲರ ಮಧ್ಯೆ ಇದೆಯೆಂಬಂತೆ ಎಲ್ಲರೂ ನಡೆದುಕೊಳ್ಳುತ್ತಿದ್ದರು. ಅಥವಾ ಅಲ್ಲಿದ್ದದ್ದನ್ನು ಏನೆಂದು ಒಪ್ಪಿಕೊಳ್ಳುವ ಧೈರ್ಯವೂ ನಮ್ಮಲ್ಲಿ ಇರಲಿಲ್ಲ.

| | |

ಎರಡನೆಯ ಕ್ಯಾಂಪ್‌ನಿಂದ ಬೇಸ್ ಕ್ಯಾಂಪಿಗೆ ವಾಪಾಸಾದ ಮರುದಿನ, ಅಂದರೆ 22ನೇ ಏಪ್ರಿಲ್, ಮಂಗಳವಾರದಂದು, ಆ್ಯಂಡಿ ಹೇರಿಸ್ ಮತ್ತು ನಾನು ದಕ್ಷಿಣ ಆಫ್ರಿಕಾ ತಂಡದ ಗುಡಾರಗಳ ತನಕ ಚಾರಣ ಮಾಡಿ, ಅವರೇಕೆ ಇಡೀ ಪರ್ವತಾರೋಹಣ ತಂಡಗಳ ಮಧ್ಯದಲ್ಲಿ ಪರಕೀಯರಾಗಿ ಉಳಿದು ಬಿಟ್ಟಿದ್ದಾರೆಂದು ಅರ್ಥ ಮಾಡಿಕೊಳ್ಳಲು ಪ್ರಯತ್ನಿಸಿದೆವು. ಹಿಮಜಲಪಾತದ ಒಂದು ದೊಡ್ಡ ಮಣ್ಣು-ಕಲ್ಲಿನ ರಾಶಿಯ ಮೇಲೆ ಮಾಡಿದ ಅವರ ಗುಡಾರಗಳನ್ನು ತಲುಪಲು, ನಮ್ಮ ವಸತಿಯಿಂದ ಸುಮಾರು ಹದಿನೈದು ನಿಮಿಷಗಳ ಕಾಲ ಕೆಳಕ್ಕೆ ನಡೆಯಬೇಕಿತ್ತು. ನೇಪಾಳ ಮತ್ತು ದಕ್ಷಿಣ ಆಫ್ರಿಕಾದ ರಾಷ್ಟ್ರಧ್ವಜಗಳು, ಕೊಡಕ್, ಆಪಲ್ ಕಂಪ್ಯೂಟರ್ಸ್ ಮತ್ತಿತರ ಪೋಷಕರ ಬ್ಯಾನರ್‌ಗಳು, ಎರಡು ಉದ್ದನೆಯ ಅಲ್ಯೂಮಿನಿಯಂ ಸ್ಥಂಬಗಳ ಮೇಲೆ ನೇತಾಡುತ್ತಿದ್ದವು. ತನ್ನ ಯಶಸ್ಸಿನ ಗುಟ್ಟಿನಂತಹ ನಗೆಯನ್ನು ಮುಖದ ಮೇಲೆ ಹರಡಿಕೊಂಡ ಆ್ಯಂಡಿ, ಅಡಿಗೆ ಮನೆಯ ಗುಡಾರದೊಳಗೆ ತಲೆ ಹಾಕಿ "ಹಲೋ, ಯಾರಾದ್ರೂ ಇದೀರ?" ಎಂದು ವಿಚಾರಿಸಿದ.

ಇಯಾನ್ ವುಡ್‌ಆಲ್, ಕ್ಯಾಥಿ ಓಡೌಡ್ ಮತ್ತು ಬ್ರೂಸ್ ಹೆರಾಡ್ ಮೂವರೂ ಇನ್ನೂ ಕ್ಯಾಂಪ್ ಎರಡರಿಂದ ಇಳಿಯುವ ದಾರಿಯಲ್ಲಿದ್ದಾರೆಂದು ತಿಳಿಯಿತು. ಆದರೆ ವುಡ್‌ಆಲ್‌ನ ಗೆಳತಿ ಅಲೆಗ್ಸಾಂಡ್ರಿನ್ ಗೌಡಿನ್ ಮತ್ತು ಅವನ ತಮ್ಮ ಫಿಲಿಪ್ ಇದ್ದರು. ಜೊತೆಯಲ್ಲಿದ್ದ ಉತ್ಸಾಹದ ಬುಗ್ಗೆಯಂತಹ ಹೆಣ್ಣೊಬ್ಬಳು, ತಾನು ಡೇಷುನ್ ಡೈಸಲ್ ಎಂದು ಸ್ವತಃ ಪರಿಚಯ ಮಾಡಿಕೊಂಡು, ನಮ್ಮಿಬ್ಬರನ್ನೂ ಚಹಾಪಾನಕ್ಕಾಗಿ ಕರೆದುಕೊಂಡು ಹೋದಳು. ಇಯಾನ್‌ನ ನಾಚಿಕೆಗೇಡಿನ ವರ್ತನೆಯಿಂದಾಗಿ ಅವರ ತಂಡವೆಲ್ಲಾ ಒಡೆದು ಹೋಳಾಗಬಹುದೆಂಬ ವದಂತಿಯನ್ನು ಈ ಮೂವರೂ ಅಷ್ಟಾಗಿ ಮನಸ್ಸಿಗೆ ಹಚ್ಚಿಕೊಂಡಿರಲಿಲ್ಲ.

"ಮೊನ್ನೆ ನಾನು ಹಿಮಾರೋಹಣಕ್ಕೆಂದು ಪ್ರಥಮ ಬಾರಿ ಹೋಗಿದ್ದೆ" ಎಂದು ಹತ್ತಿರದಲ್ಲಿಯೇ ಇದ್ದ ಹಿಮಬಂಡೆಯನ್ನು ಉದ್ದೇಶಿಸಿ ಡೇಷುಲ್

ಹೇಳಿದಳು. ಇದೇ ಹಿಮಬಂಡೆಯನ್ನು ಬಳಸಿ ಹಲವಾರು ಆರೋಹಿಗಳು ತಮ್ಮ ಹಿಮನಡಿಗೆಯ ಕೌಶಲವನ್ನು ತೀಕ್ಷ್ಣಗೊಳಿಸಿಕೊಳ್ಳುತ್ತಿದ್ದರು. "ನನಗಂತೂ ಅದು ಸಿಕ್ಕಾಪಟ್ಟೆ ಇಷ್ಟ ಆಯ್ತು. ಕೆಲವೇ ದಿನಗಳಲ್ಲಿ ಹಿಮಜಲಪಾತದ ತುದಿ ಮುಟ್ಟಿ ಬಿಡ್ತೇನೆ" ಎಂದು ತಿಳಿಸಿದಳು. ಇಯಾನ್‌ನ ನಂಬಿಕೆದ್ರೋಹದಿಂದಾಗಿ ಅವಳಿಗೆ ಎವರೆಸ್ಟ್ ಆರೋಹಣದ ಪರ್ಮಿಟ್ ಲಭಿಸಿಲ್ಲದ ಸಂಗತಿ ಅವಳ ಮೇಲೆ ಮಾಡಿದ ಪರಿಣಾಮವೇನು ಎನ್ನುವುದನ್ನು ಅರಿಯುವುದು ನನ್ನ ಒಳ ಉದ್ದೇಶವಾದರೂ, ಆಕೆಯ ಉತ್ಸಾಹ ಮತ್ತು ಲವಲವಿಕೆಯ ಮುಂದೆ ನನಗೆ ಅಂತಹ ಪ್ರಶ್ನೆಯನ್ನು ಕೇಳಲು ಸಾಧ್ಯವೇ ಆಗಲಿಲ್ಲ. ಇಪ್ಪತ್ತು ನಿಮಿಷಗಳ ಕಾಲ ಅವರೊಡನೆ ಮಾತನಾಡಿದ ಮೇಲೆ, ಸಂಜೆಯ ವೇಳೆಗೆ ನಮ್ಮ ಗುಡಾರಗಳಿಗೆ ಲಘು ಧೂಮಪಾನಕ್ಕಾಗಿ, ಇಯಾನ್‌ನನ್ನೂ ಸೇರಿದಂತೆ ತಂಡದ ಎಲ್ಲರನ್ನೂ ಆ್ಯಂಡಿ ಆಹ್ವಾನಿಸಿದ.

ನಮ್ಮ ಕ್ಯಾಂಪಿನ ಗುಡಾರಗಳಿಗೆ ವಾಪಾಸು ಬಂದಾಗ, ರಾಬ್ ಹಾಲ್, ಡಾ. ಕೆರೋಲಿನ್ ಮೆಕೆಂಜೀ ಮತ್ತು ಸ್ಕಾಟ್ ಫಿಷರ್ ತಂಡದ ವೈದ್ಯ ಇಂಗ್ರಿಡ್ ಹಂಟ್ – ಮೂವರೂ ಸೇರಿ ಪರ್ವತದ ಮೇಲಿನ ಹಂತದಲ್ಲಿರುವ ಯಾರೋ ಜೊತೆಯಲ್ಲಿ ಆತಂಕದಿಂದ ರೇಡಿಯೋ ಸಂಭಾಷಣೆಯನ್ನು ಮಾಡುತ್ತಿದ್ದರು. ಅದೇ ದಿನ ಬೆಳಿಗ್ಗೆ ಸ್ಕಾಟ್ ಫಿಷರ್‌ನು ಎರಡನೆಯ ಕ್ಯಾಂಪ್‌ನಿಂದ ಬೇಸ್ ಕ್ಯಾಂಪ್‌ಗೆ ಇಳಿಯುವಾಗ, ಮಾರ್ಗಮಧ್ಯದಲ್ಲಿ ಸುಮಾರು 21,000 ಅಡಿ ಎತ್ತರದ ಸ್ಥಳದಲ್ಲಿ ನಾಗಾವಾಂಗ್ ತೋಪ್ಚೆ ಎಂಬ ಶೆರ್ಪಾ ಕುಳಿತಿದ್ದನ್ನು ಕಂಡ. ರೋಲ್ ವಿಂಗ್ ವ್ಯಾಲಿಯ ಬಹುಪ್ರಸಿದ್ಧ ಪರ್ವತಾರೋಹಿಯಾದ ಈ ಮೂವತ್ತೆಂಟರ ಯುವಕನಿಗೆ ಹಲ್ಲುಗಳ ಮಧ್ಯೆ ಅಗಲವಾದ ಕಿಂಡಿಗಳಿದ್ದು, ಬಹು ಒಳ್ಳೆಯ ಸ್ವಭಾವದವನಾಗಿದ್ದ. ಸಾಕಷ್ಟು ಭಾರವನ್ನು ಅನಾಯಾಸವಾಗಿ ಹೊರುವುದಷ್ಟೇ ಅಲ್ಲದೆ, ಬೇಸ್ ಕ್ಯಾಂಪ್‌ನ ಮೇಲಿನ ಭಾಗದಲ್ಲಿಯೂ ಈತ ಸಾಕಷ್ಟು ಕೆಲಸವನ್ನು ಮಾಡುತ್ತಿದ್ದ. ಆದರೆ ಮೂರು ದಿನದಿಂದ ಆತ ಸರಿಯಾಗಿ ಕೆಲಸ ಮಾಡದೆ ಕುಳಿತಲ್ಲಿಯೇ ಕುಳಿತಿರುತ್ತಾನೆಂದು ಇತರ ಶೆರ್ಪಾಗಳು ಆಪಾದನೆ ಮಾಡಿದ್ದರು.

ಫಿಷರ್ ಈ ವಿಚಾರವಾಗಿ ನಾಗಾವಾಂಗ್‌ನನ್ನು ವಿಚಾರಿಸಿದಾಗ, ತಕ್ಷಣವೇ ಒಪ್ಪಿಕೊಂಡ. ಎರಡು ದಿನದಿಂದ ಅತ್ಯಂತ ನಿತ್ರಾಣದ ಸ್ಥಿತಿಯಲ್ಲಿರುವೆನೆಂದೂ, ಮಂಕು ಕವಿದಂತಾಗಿ, ಉಸಿರಾಟಕ್ಕೆ ತೊಂದರೆಯಾಗುತ್ತಿದೆಯೆಂದೂ ಹೇಳಿದ. ತಕ್ಷಣವೇ ಬೇಸ್ ಕ್ಯಾಂಪ್‌ಗೆ ಹಿಂತಿರುಗಬೇಕೆಂದು ಫಿಷರ್ ಆದೇಶಿಸಿದ. ಆದರೆ ಶೆರ್ಪಾ ಸಮುದಾಯದಲ್ಲಿ ಪುರುಷತ್ವಕ್ಕೆ ಸಂಬಂಧಿಸಿದಂತೆ ಇರುವ ಒಂದು ವಿಚಿತ್ರ ನಂಬಿಕೆಯಿಂದಾಗಿ ಯಾವ ಶೆರ್ಪಾ ಕೂಡಾ ತನ್ನ ಅನಾರೋಗ್ಯವನ್ನು ಒಪ್ಪಿಕೊಳ್ಳುವುದಿಲ್ಲ. ಶೆರ್ಪಾಗಳಿಗೆ ಯಾವತ್ತೂ ಪರ್ವತದ ಎತ್ತರದಿಂದಾಗಿ

ತೊಂದರೆಯಾಗುವುದಿಲ್ಲವೆಂದೂ, ಅದರಲ್ಲೂ ರೋಲ್ ವಿಂಗ್ ವೀರರಿಗಂತೂ ಅದು ಸಲ್ಲುವುದೇ ಇಲ್ಲವೆಂದು ಭಾವಿಸುತ್ತಾರೆ. ಯಾರಾದರೂ ದೈಹಿಕ ತೊಂದರೆಗೆ ಒಳಗಾಗಿ, ಖುಲ್ಲಂಖುಲ್ಲ ಅನಾರೋಗ್ಯವನ್ನು ಒಪ್ಪಿಕೊಂಡರೆ, ಅಂತಹ ಶೆರ್ಪಾಗಳನ್ನು ಕಪ್ಪು ಪಟ್ಟಿಗೆ ಸೇರಿಸಿ, ಮುಂದೆ ಯಾವತ್ತೂ ಅವರಿಗೆ ಪರ್ವತಾರೋಹಣದಲ್ಲಿ ಅವಕಾಶವಿಲ್ಲದಂತೆ ಮಾಡಲಾಗುತ್ತದೆ. ಆ ಕಾರಣಕ್ಕಾಗಿಯೇ ನಾಗಾವಾಂಗ್ ಶೆರ್ಪಾನು, ಸ್ಕಾಟ್ ಫಿಷರ್‌ನ ಆದೇಶವನ್ನು ಉಲ್ಲಂಘಿಸಿ, ಬೇಸ್ ಕ್ಯಾಂಪ್‌ಗೆ ಇಳಿಯದೆ, ಸೀದಾ ಎರಡನೆಯ ಕ್ಯಾಂಪ್‌ನಲ್ಲಿ ರಾತ್ರಿ ಕಳೆಯಲು ಮೇಲಕ್ಕೆ ಹೋದ.

ಮಧ್ಯಾಹ್ನದ ಇಳಿ ಹೊತ್ತಿಗೆ ಅವನು ಗುಡಾರಗಳ ಕಡೆಗೆ ಬಂದಾಗ ಕುಡಿದವರಂತೆ ತೂಗಾಡುತ್ತಿದ್ದು, ಆವೇಶಕ್ಕೊಳಗಾಗಿದ್ದನಲ್ಲದೆ, ಉಗುಳಿನಲ್ಲಿ ರಕ್ತದ ಎಳೆಗಳು ಅಂಚುಕಟ್ಟಿದ್ದವು. HAPE (ಹೈ ಆಲ್ಟಿಟ್ಯೂಡ್ ಪಲ್ಮನರಿ ಎಡಿಮಾ) ಎನ್ನುವ ಮಾರಣಾಂತಿಕ ರೋಗದ ಆರಂಭದ ಲಕ್ಷಣಗಳು ಇವಾಗಿದ್ದವು.[1] ಪರ್ವತದ ಅತ್ಯಂತ ಎತ್ತರವನ್ನು ಅತಿವೇಗವಾಗಿ ಹತ್ತಿದಾಗ ಶ್ವಾಸಕೋಶಗಳಲ್ಲಿ ನೀರು ತುಂಬಿಕೊಂಡು ಈ ರೋಗ ಕಾಣಿಸಿಕೊಳ್ಳುತ್ತದೆ. ಈ ರೋಗಕ್ಕೆ ಒಂದೇ ಪರಿಹಾರವೆಂದರೆ ಆದಷ್ಟು ಬೇಗ ಕೆಳಕ್ಕಿಳಿಯುವುದಾಗಿದೆ. ರೋಗಿಯು ಅದೇ ಎತ್ತರದಲ್ಲಿ ಬಹುಕಾಲ ಉಳಿದರೆ, ಸಾವೇ ಅದರ ಫಲಿತಾಂಶವಾಗುತ್ತದೆ.

ನಮ್ಮ ತಂಡದವರೆಲ್ಲರೂ ಪರ್ವತವನ್ನು ಹತ್ತುವಾಗ ಜೊತೆಯಲ್ಲಿಯೇ ಇರಬೇಕೆಂದೂ, ಮಾರ್ಗದರ್ಶಕರ ಕಣ್ಣಂಚಿನ ದೂರದಲ್ಲಿಯೇ ಇರಬೇಕೆಂದು ರಾಬ್ ಹಾಲ್ ಕಟ್ಟಪ್ಪಣೆ ಮಾಡಿದ್ದ. ಆದರೆ ಸ್ಕಾಟ್ ಮಾತ್ರ ಈ ವಾತಾವರಣದ ಹೊಂದಾಣಿಕೆಯ ಏರಿಳಿತಗಳಲ್ಲಿ ಯಾರು ಹೇಗೆ ಬೇಕಾದರೂ ಹತ್ತಿ ಇಳಿಯಬಹುದೆಂಬ ಸ್ವಾತಂತ್ರ್ಯವನ್ನು ಕೊಟ್ಟಿದ್ದ. ಆ ಕಾರಣಕ್ಕಾಗಿಯೇ, ನಾಗಾವಾಂಗ್ ಶೆರ್ಪಾನು ಕ್ಯಾಂಪ್ ಎರಡರಲ್ಲಿ ಗಂಭೀರವಾಗಿ ಬಳಲುತ್ತಿರುವಾಗ, ಸ್ಕಾಟ್ ಫಿಷರ್ ತಂಡದ ಡೇಲ್ ಕ್ರೂಸ್, ಪೀಟ್ ಷೂನಿಂಗ್, ಕ್ಲೀವ್ ಷೂನಿಂಗ್ ಮತ್ತು ಟಿಮ್ ಮಾಡಸನ್ ಅಲ್ಲಿದ್ದರೂ, ಯಾವುದೇ ಮಾರ್ಗದರ್ಶಕ ಜೊತೆಯಲ್ಲಿರಲಿಲ್ಲ. ನಾಗಾವಾಂಗ್‌ನ ರಕ್ಷಣಾ ಕಾರ್ಯದ ಜವಾಬ್ದಾರಿಯೆಲ್ಲವೂ ಕ್ಲೆವ್ ಶೋನಿಂಗ್ ಮತ್ತು ಮಾಡ್‌ಸನ್ ಮೇಲೆ ಬಿತ್ತು. ಕೊಲರಾಡೋದ ಆಸ್ಪಿನ್ ವಾಸಿಯಾದ ಮಾಡ್‌ಸನ್ ಪೋಲೀಸ್ ಇಲಾಖೆಯವನು. 33 ವರ್ಷದ ಈತನು ಈವರೆಗೆ 14,000 ಅಡಿಗಿಂತಲೂ ಹೆಚ್ಚು ಎತ್ತರವನ್ನು ಹತ್ತಿರಲಿಲ್ಲ. ಅವನ ಗೆಳತಿಯಾದ ಶಾರ್ಲೆ ಫಾಕ್ಸ್ ಎನ್ನುವ ಹಿಮಾಲಯ ಶಿಖರಗಳ ಪ್ರವೀಣೆಯ ಒತ್ತಾಯದ ಮೇರೆಗೆ ಜೊತೆಯಲ್ಲಿ ಬಂದಿದ್ದ.

1 ಆಮ್ಲಜನಕದ ಕೊರತೆಯೇ ಸಮಸ್ಯೆಯ ಮೂಲ. ಜೊತೆಗೆ ಶ್ವಾಸಕೋಶಕ್ಕೆ ಸೇರುವ ರಕ್ತನಾಳಗಳಲ್ಲಿ ಸಾಕಷ್ಟು ಒತ್ತಡವು ಸೇರಿಕೊಂಡು, ಅವು ಒಡೆದು ಶ್ವಾಸಕೋಶದಲ್ಲಿ ರಕ್ತವನ್ನು ಸೇರಿಸಲಾರಂಭಿಸುತ್ತವೆ.

ರಾಬ್ ಹಾಲ್ ತಂಡದ ಅಡಿಗೆ ಗುಡಾರವನ್ನು ನಾನು ಹೊಕ್ಕಾಗ, ರೇಡಿಯೋದಲ್ಲಿ ಡಾ. ಮೆಕೆಂಜೀ ಯಾರೊಡನೆಯೋ ಮಾತನಾಡುತ್ತಿದ್ದು, "ನಾಗಾವಾಂಗನಿಗೆ ಅಸಿಟಜೋಲಮೈಡ್, ಡೆಕ್ಸಾಮೆಥಾಜೋನ್ ಮತ್ತು ಹತ್ತು ಮಿಲಿಗ್ರಾಂ ನಿಫೆಡೈಪಿನ್ ನಾಲಿಗೆಯ ಕೆಳಗಿಡಲು ಕೊಡಿ... ಹೌದು, ನಂಗೆ ಅದರ ಅಪಾಯ ಏನೆಂದು ಗೊತ್ತು. ಆದರೆ ನನ್ನ ಮಾತು ನಂಬಿ. HAPE ರೋಗದಿಂದಾಗಿ ಅವನು ಸಾಯುವ ಸಾಧ್ಯತೆಗಳು, ನಿಫೆಡೈಪಿನ್‌ನಿಂದಾಗಿ ಅವನು ರಕ್ತದೊತ್ತಡ ಅಪಾಯದ ಮಟ್ಟದಲ್ಲಿ ಕಡಿಮೆಯಾಗುವ ಸಾಧ್ಯತೆಗಿಂತ ತುಂಬಾ ಹೆಚ್ಚು! ದಯವಿಟ್ಟು ಈ ವಿಷಯದಲ್ಲಿ ನನ್ನನ್ನು ನಂಬಿ. ಅವನಿಗೆ ಬೇಗನೆ ಔಷಧಿಯನ್ನು ಕೊಡಿ. ಕ್ವಿಕ್!"

ಆದರೆ ಇದು ಯಾವುದೂ ನಿರೀಕ್ಷಿತ ಪರಿಣಾಮವನ್ನು ಮಾಡಲಿಲ್ಲ. ಹೆಚ್ಚಿನ ಆಮ್ಲಜನಕ ಕೊಟ್ಟರೂ ಉಪಯೋಗವಾಗಲಿಲ್ಲ. ಗಾಮೌ ಚೀಲ ಎಂಬುದೊಂದಿರುತ್ತದೆ. ಅಗಲಗೊಳಿಸಬಹುದಾದ ಪ್ಲಾಸ್ಟಿಕ್ ಗೂಡು ಇದಾಗಿದ್ದು, ಶವದ ಪೆಟ್ಟಿಗೆಯ ಗಾತ್ರದಲ್ಲಿರುತ್ತದೆ. ಇದರಲ್ಲಿನ ವಾತಾವರಣವನ್ನು ಕಡಿಮೆ ಎತ್ತರದಲ್ಲಿ ಹೇಗಿರುತ್ತದೆಯೋ ಹಾಗೆ ಕೃತಕವಾಗಿ ನಿರ್ಮಿಸುವ ಸಾಧ್ಯತೆ ಇರುತ್ತದೆ. ಇಂತಹ ಪೆಟ್ಟಿಗೆಯಲ್ಲಿ ಅವನನ್ನು ಇಟ್ಟರೂ ಲಾಭವಾಗಲಿಲ್ಲ. ಸಂಜೆ ಶುರುವಾಗುವ ಹೊತ್ತಿನಲ್ಲಿ, ಶೋನಿಂಗ್ ಮತ್ತು ಮಾಡ್‌ಸನ್ ಇಬ್ಬರೂ ನಾಗಾವಾಂಗ್‌ನನ್ನು ಕಷ್ಟಪಟ್ಟು ಹೊತ್ತುಕೊಂಡು, ಗಾಳಿ ತೆಗೆದ ಗಾಮೌ ಚೀಲವನ್ನು ಜೊತೆಯಲ್ಲಿಟ್ಟುಕೊಂಡು ಕೆಳಗಿಳಿಯಲಾರಂಭಿಸಿದರು. ಅದೇ ಸಮಯದಲ್ಲಿ ಅವರ ತಂಡದ ಮಾರ್ಗದರ್ಶಿ ನೀಲ್ ಬೈಡಲ್‌ಮನ್ ಮತ್ತು ಶೆರ್ಪಾಗಳ ತಂಡವೊಂದು ಅತ್ಯಂತ ವೇಗವಾಗಿ ಬೇಸ್ ಕ್ಯಾಂಪ್‌ನಿಂದ ಮೇಲಕ್ಕೆ ಅವರ ಕಡೆಗೆ ಧಾವಿಸಿದರು.

ಬೈಡಲ್‌ಮನ್‌ನು ಸಂಜೆಯ ಹೊತ್ತಿನಲ್ಲಿ ಹಿಮಜಲಪಾತದ ತುದಿಯಲ್ಲಿ ನಾಗಾವಾಂಗ್‌ನನ್ನು ಸೇರಿದ. ನಾಗಾವಾಂಗ್‌ನ ರಕ್ಷಣೆಯ ಜವಾಬ್ದಾರಿಯನ್ನು ಅವನೇ ತೆಗೆದುಕೊಂಡು, ಶೋನಿಂಗ್ ಮತ್ತು ಮಾಡ್‌ಸನ್‌ಗೆ ವಾಪಾಸು ಎರಡನೆಯ ಕ್ಯಾಂಪ್‌ಗೆ ಹೊರಡಲು ತಿಳಿಸಿದ. ಶೆರ್ಪಾನ ಶ್ವಾಸಕೋಶಗಳಲ್ಲಿ ಅದೆಷ್ಟು ನೀರು ತುಂಬಿತ್ತೆಂದರೆ, "ಅವನು ಉಸಿರಾಡಿದರೆ, ಸ್ಟ್ರಾ ಬಳಸಿ ಲೋಟದ ತಳದಲ್ಲಿರುವ ಮಿಲ್ಕ್ ಶೇಕನ್ನು ಹೀರಿದಂತೆ ಸದ್ದಾಗುತ್ತಿತ್ತು" ಎಂದು ಬೈಡಲ್‌ಮನ್ ಜ್ಞಾಪಿಸಿಕೊಳ್ಳುತ್ತಾನೆ. "ಹಿಮಜಲಪಾತದಗುಂಟ ಅರ್ಧ ದಾರಿ ಕ್ರಮಿಸಿದ ಮೇಲೆ, ಅವನು ತನ್ನ ಆಮ್ಲಜನಕದ ಮುಖಗವಸನ್ನು ತೆಗೆದ. ಅದರೊಳಕ್ಕೆ ಕೈ ಹಾಕಿ, ಕವಾಟಕ್ಕೆ ಸಿಕ್ಕಿ ಹಾಕಿಕೊಂಡ ಎಂತಹದೋ ಕಸವನ್ನು ತೆಗೆದ. ಅವನು ಕೈ ಹೊರಗೆ ತೆಗೆದ ಮೇಲೆ, ಮುಖಗವಸಿನೊಳಕ್ಕೆ ನಾನು ಹೆಡ್‌ಲ್ಯಾಂಪಿನ ಬೆಳಕನ್ನು ಹಾಯಿಸಿದೆ. ಅದು ಸಂಪೂರ್ಣವಾಗಿ ಕೆಂಪಾಗಿತ್ತು. ಅವನು ಕೆಮ್ಮಿದಾಗ ಹೊರಬಿದ್ದ ರಕ್ತವೆಲ್ಲವೂ

ಅದರಲ್ಲಿ ಶೇಖರಣೆಗೊಂಡಿತ್ತು. ಅನಂತರ ಅವನ ಮುಖದ ಮೇಲೆ ಬೆಳಕನ್ನು ಬಿಟ್ಟೆ. ಅದು ಕೂಡಾ ರಕ್ತಮಯವಾಗಿತ್ತು.

"ನಾಗಾವಾಂಗ್‌ನ ಕಣ್ಣುಗಳು ನನ್ನನ್ನು ಸಂಧಿಸಿದವು. ಅವನದೆಷ್ಟು ಹೆದರಿದ್ದ ಎಂದು ನನಗೆ ಗೊತ್ತಾಯಿತು. ಅವನ ಸಮಾಧಾನಕ್ಕಾಗಿ ನಾನು ಸುಳ್ಳು ಹೇಳಿದೆ. ತುಟಿಯಲ್ಲಾದ ಗಾಯದಿಂದಾಗಿ ಹೀಗೆ ರಕ್ತ ಒಸರಿದೆ ಎಂದು ನಂಬಿಸಿ, ಹೆದರುವ ಅವಶ್ಯಕತೆಯೇ ಇಲ್ಲ ಎಂದು ಹೇಳಿದೆ. ಆ ಮಾತು ಅವನನ್ನು ಸ್ವಲ್ಪ ಶಾಂತಗೊಳಿಸಿತು. ಅನಂತರ ನಿಧಾನಕ್ಕೆ ಕೆಳಕ್ಕೆ ಇಳಿಯಲಾರಂಭಿಸಿದೆವು" ಎಂದು ಬೈಡಲ್‌ಮನ್ ಜ್ಞಾಪಿಸಿಕೊಳ್ಳುತ್ತಾನೆ. ಈಗಾಗಲೇ ಘಾಸಿಗೊಂಡ ನಾಗಾವಾಂಗ್ ಶೆರ್ಪಾ ಇನ್ನಷ್ಟು ದಣಿದು, ಅವನ ಆರೋಗ್ಯ ಮತ್ತಷ್ಟು ಉಲ್ಬಣಿಸುವುದೆಂದು ಗ್ರಹಿಸಿ, ಬೈಡಲ್‌ಮನ್ ಅವನನ್ನು ಆಗಾಗ ಹೆಗಲ ಮೇಲೆ ಹಾಕಿಕೊಂಡು ಸಾಕಷ್ಟು ದೂರ ನಡೆದ. ಅವರಿಬ್ಬರೂ ಬೇಸ್ ಕ್ಯಾಂಪ್‌ಗೆ ಬಂದು ಸೇರಿದಾಗ ಆಗಲೇ ಮಧ್ಯರಾತ್ರಿಯಾಗಿತ್ತು.

ಮರುದಿನ ಮುಂಜಾನೆ, ಅಂದರೆ ಮಂಗಳವಾರ, ಹೆಲಿಕಾಪ್ಟರ್ ಒಂದನ್ನು ತರಿಸಿ, ನಾಗಾವಾಂಗ್ ಶೆರ್ಪಾನನ್ನು ಬೇಸ್ ಕ್ಯಾಂಪ್‌ನಿಂದ ಕಾಠ್ಮಂಡುವಿಗೆ ಕಳುಹಿಸಿ ಬಿಡಲು ಸ್ಕಾಟ್ ಫಿಷರ್ ನಿರ್ಧರಿಸಿದ. ಹೆಲಿಕಾಪ್ಟರ್‌ಗೆ ಏನಿಲ್ಲವೆಂದರೂ ಸುಮಾರು ಐದರಿಂದ ಹತ್ತು ಸಾವಿರ ಡಾಲರ್ ಖರ್ಚಾಗುತ್ತಿತ್ತು. ಆದರೆ ಡಾ. ಹಂಟ್ ಮತ್ತು ಫಿಷರ್ ಇಬ್ಬರಿಗೂ ನಾಗಾವಾಂಗ್ ಶೆರ್ಪಾನ ಆರೋಗ್ಯ ಶೀಘ್ರವೇ ಸುಧಾರಿಸುವುದೆಂಬ ನಂಬಿಕೆಯಿತ್ತು. HAPE ಆಕ್ರಮಣದಿಂದ ಸಂಪೂರ್ಣವಾಗಿ ತಪ್ಪಿಸಿಕೊಳ್ಳಲು ಸುಮಾರು 3000 ಅಡಿ ಕೆಳಕ್ಕೆ ಬಂದರೆ ಸಾಕು. ಈಗಾಗಲೇ ಎರಡನೆಯ ಕ್ಯಾಂಪ್‌ನಿಂದ ನಾಗಾವಾಂಗ್ 3700 ಅಡಿ ಕೆಳಕ್ಕೆ ಬಂದಿದ್ದ. ಪರಿಣಾಮವಾಗಿ ಆಕಾಶ ಮಾರ್ಗದ ಬದಲಾಗಿ, ನಾಗಾವಾಂಗ್‌ನಿಗೆ ಮತ್ತೊಬ್ಬನನ್ನು ಜೊತೆಮಾಡಿ ಕಂದರದ ಕೆಳಕ್ಕೆ ಕಾಲ್ನಡಿಗೆಯಲ್ಲಿಯೇ ಕಳುಹಿಸಿಕೊಡಲಾಯ್ತು. ಆದರೆ ಬೇಸ್ ಕ್ಯಾಂಪ್‌ನಿಂದ ಕೆಳಕ್ಕೆ ಸ್ವಲ್ಪ ದೂರ ಹೋಗಿದ್ದನೋ ಇಲ್ಲವೋ, ಅವನು ಕುಸಿದು ಬಿದ್ದ. ಮತ್ತೆ ಅವನನ್ನು ಮೇಲಕ್ಕೆ ತಂದು, ಮೌಂಟನ್ ಮ್ಯಾಡ್‌ನೆಸ್ ಗುಡಾರದಲ್ಲಿ ಶುಶ್ರೂಷೆ ಮಾಡಲಾಯ್ತು. ಇಡೀ ದಿನ ಅವನ ಪರಿಸ್ಥಿತಿ ಬಿಗಡಾಯಿಸುತ್ತಲೇ ಹೋಯ್ತು. ಅವನನ್ನು ಮತ್ತೆ ಗಾಮೌ ಚೀಲದಲ್ಲಿ ಹಾಕಲು ಹಂಟ್ ಪ್ರಯತ್ನಿಸಿದರೆ, ನಾಗಾವಾಂಗ್ ಒಪ್ಪಿಕೊಳ್ಳಲಿಲ್ಲ. ತನಗೆ HAPE ಅಥವಾ ಇತರ ಪರ್ವತದೆತ್ತರದ ಕಾಯಿಲೆಗಳು ಖಂಡಿತಾ ಬಾಧಿಸುತ್ತಿಲ್ಲವೆಂದು ವಾದಿಸಿದ. ತಕ್ಷಣವೇ ರೇಡಿಯೋ ಮೂಲಕ ಅಮೇರಿಕಾದ ಡಾಕ್ಟರ್ ಜಿಮ್‌ಲಿಚ್‌ಗೆ ಬೇಸ್ ಕ್ಯಾಂಪ್‌ಗೆ ಹೊರಟು ಬರಬೇಕೆಂದು ಕರೆ ಹೋಯ್ತು. ಪರ್ವತದೆತ್ತರದ ಕಾಯಿಲೆಗಳ ಚಿಕಿತ್ಸೆಯಲ್ಲಿ ಆತ

ಪ್ರತಿಭಾವಂತ. ಆ ಬೇಸಿಗೆಯಲ್ಲಿ ಆತ ಫೆರಿಚೆಯಲ್ಲಿರುವ ಹಿಮಾಲಯನ್ ರಿಸ್ಕ್ ಅಸೋಸಿಯೇಷನ್‌ನಲ್ಲಿ ಕೆಲಸ ಮಾಡುತ್ತಿದ್ದ.

ಈ ವೇಳೆಯಲ್ಲಿ ಸ್ಕಾಟ್ ಫಿಷರ್ ಎರಡನೇ ಕ್ಯಾಂಪಿಗೆ ಹೋಗಿ ಟಿಮ್ ಮ್ಯಾಡ್‌ಸನ್‌ನನ್ನು ಕರೆತರುವ ಪ್ರಯತ್ನದಲ್ಲಿದ್ದ. ನಾಗಾವಾಂಗ್‌ನನ್ನು ಪಶ್ಚಿಮ ಕಾಮ್ ಕಣಿವೆಯ ದಾರಿಗುಂಟ ಇಳಿಸುವ ಸಾಹಸದಲ್ಲಿ ಮಾಡ್‌ಸನ್ ಸುಸ್ತಾಗಿ ಹೋಗಿದ್ದ. ಅವನಿಗೂ ಲಘುವಾಗಿ HAPE ಕಾಯಿಲೆ ಪ್ರಾರಂಭವಾಗಿತ್ತು. ಫಿಷರ್ ಇಲ್ಲದ ಹೊತ್ತಿನಲ್ಲಿ ಡಾಕ್ಟರ್ ಹಂಟ್, ಬೇಸ್ ಕ್ಯಾಂಪಿನ ಇನ್ನುಳಿದ ವೈದ್ಯರನ್ನೂ ಸಂಪರ್ಕಿಸಿದ್ದಳು. ಆದರೂ ಕೆಲವು ಕಠಿಣ ನಿರ್ಧಾರಗಳನ್ನು ಆಕೆ ನಿರ್ವಾಹವಿಲ್ಲದೆ ತೆಗೆದುಕೊಳ್ಳಲೇ ಬೇಕಿತ್ತು. ಆಕೆಯ ಜೊತೆಯಲ್ಲಿದ್ದ ಮತ್ತೊಬ್ಬ ವೈದ್ಯೆಯ ಪ್ರಕಾರ "ಇವೆಲ್ಲಾ ಸಂಗತಿಗಳು ಆಕೆಯ ಅನುಭವವನ್ನು ಮೀರಿದ್ದಾಗಿದ್ದವು."

ಇಪ್ಪತ್ತರ ಮಧ್ಯವಯಸ್ಸಿನ ಡಾಕ್ಟರ್ ಹಂಟ್ ಪರ್ವತಾರೋಹಿಯಂತೂ ಆಗಿರಲಿಲ್ಲ. ಕೆಲವೇ ದಿನಗಳ ಹಿಂದಷ್ಟೇ ಆಕೆ ಫ್ಯಾಮಿಲಿ ಪ್ರಾಕ್ಟೀಸ್‌ನಲ್ಲಿ ರೆಸಿಡೆನ್ಸಿ ಮುಗಿಸಿದ್ದಳು. ಪೂರ್ವ ನೇಪಾಳದ ಪರ್ವತಗಳ ತಪ್ಪಲಿನಲ್ಲಿ ಸ್ವಯಂಸೇವಕಿಯಾಗಿ ಸಾಕಷ್ಟು ವೈದ್ಯಕೀಯ ಸೇವೆಯನ್ನು ಮಾಡಿದ್ದಳು. ಆದರೆ ಆಕೆಗೆ ಪರ್ವತದೆತ್ತರದ ಕಾಯಿಲೆಗಳನ್ನು ಚಿಕಿತ್ಸೆ ಮಾಡಿದ ಅನುಭವವಿರಲಿಲ್ಲ. ಕಾಠ್ಮಂಡುವಿನಲ್ಲಿ ಎವರೆಸ್ಟ್ ಆರೋಹಣ ಪರ್ಮಿಟ್‌ಗಳಿಗಾಗಿ ಸ್ಕಾಟ್ ಫಿಷರ್ ಓಡಾಡುತ್ತಿರುವಾಗ, ಅಕಸ್ಮಾತ್ತಾಗಿ ಹಂಟ್ ಆತನನ್ನು ಭೇಟಿಯಾಗಿದ್ದಳು. ಅನಂತರ ಸ್ಕಾಟ್ ಆಕೆಯನ್ನು ತನ್ನ ಮುಂದಿನ ಪರ್ವತಾರೋಹಣ ತಂಡದ ವೈದ್ಯೆಯಾಗಿಯೂ ಮತ್ತು ಬೇಸ್ ಕ್ಯಾಂಪಿನ ಮ್ಯಾನೇಜರ್ ಆಗಿಯೂ ದ್ವಿಪಾತ್ರವನ್ನು ಮಾಡಲು ಆಹ್ವಾನಿಸಿದ್ದ.

ಸ್ಕಾಟ್‌ಗೆ ಆಕೆ ಜನವರಿಯಲ್ಲಿ ಬರೆದ ಪತ್ರದಲ್ಲಿ ಈ ಆಹ್ವಾನವನ್ನು ಕುರಿತು ಸಮ್ಮಿಶ್ರ ಭಾವಗಳು ವ್ಯಕ್ತವಾಗಿದ್ದರೂ, ಕೊನೆಗೂ ಆಹ್ವಾನವನ್ನು ಸ್ವೀಕರಿಸಿ ಮಾರ್ಚ್ ಕೊನೆಯಲ್ಲಿ ನೇಪಾಳಕ್ಕೆ ಬಂದಿದ್ದಳು. ಸಂಬಳವಿಲ್ಲದ ಈ ಜವಾಬ್ದಾರಿಯ ಮೂಲಕ ಪರ್ವತಾರೋಹಣದ ಯಶಸ್ಸಿಗೆ ಸಹಕರಿಸಲು ಉತ್ಸುಕಳಾಗಿದ್ದಳು. ಆದರೆ ಇಡೀ ಬೇಸ್ ಕ್ಯಾಂಪ್‌ನ ನಿರ್ವಹಣೆಯ ಜೊತೆಗೆ, ಇಪ್ಪತ್ತೈದಕ್ಕೂ ಹೆಚ್ಚು ಜನರ ವೈದ್ಯಕೀಯ ಅಗತ್ಯಗಳನ್ನು ನಿರ್ವಹಿಸುವುದು ಆಕೆಯ ಯೋಗ್ಯತೆಯನ್ನು ಮೀರಿದ್ದಾಗಿತ್ತು. (ಇದಕ್ಕೆ ಹೋಲಿಕೆಯಾಗಿ ರಾಬ್ ಹಾಲ್ ಮಾಡಿದ ವ್ಯವಸ್ಥೆಯನ್ನು ಗಮನಿಸಬಹುದು. ವೈದ್ಯಕೀಯ ನೆರವಿಗೆ ಡಾ. ಕೆರೋಲಿನ್ ಮೆಕೆಂಜೀ ಮತ್ತು ಬೇಸ್ ಕ್ಯಾಂಪಿನ ಮ್ಯಾನೇಜರ್ ಆಗಿ ಹೆಲನ್ ವಿಲ್ಸನ್ – ಇಬ್ಬರೂ ತಮ್ಮ ಕ್ಷೇತ್ರದಲ್ಲಿ ಹಿರಿಯ ಅನುಭವಿಗಳಾಗಿದ್ದರು. ಅವರಿಬ್ಬರಿಗೂ ದೊಡ್ಡ ಸಂಬಳವನ್ನು ಕೊಟ್ಟು ನೇಮಿಸಿಕೊಂಡ ರಾಬ್ ಹಾಲ್‌ನ ಕಾರ್ಯಯೋಜನೆಗೂ, ಯಾವುದೇ

ಸಂಬಳವಿಲ್ಲದಂತೆ ಡಾ. ಹಂಟ್‌ಳನ್ನು ಇಬ್ಬರ ಕೆಲಸಕ್ಕೆ ನೇಮಿಸಿಕೊಂಡ ಸ್ಕಾಟ್ ಫಿಷರ್‌ನ ನಿರ್ಧಾರಕ್ಕೂ ವ್ಯತ್ಯಾಸವಿತ್ತು.) ಇವಿಷ್ಟೇ ಸಮಸ್ಯೆಗಳು ಸಾಲದೆಂಬಂತೆ, ಹಂಟ್‌ಗೆ ಪರ್ವತದ ಎತ್ತರದಿಂದಾಗಿ ತಲೆನೋವು, ಉಸಿರಾಟದ ತೊಂದರೆಗಳು ಶುರುವಾಗಿ ಬೇಸ್ ಕ್ಯಾಂಪ್‌ನಲ್ಲಿಯೇ ಒದ್ದಾಡುತ್ತಿದ್ದಳು.

ಹಿಂದಿನ ರಾತ್ರಿ ಕಣಿವೆಯ ದಾರಿಯಲ್ಲಿ ನಡೆಯುವಾಗ ಕುಸಿದು ಬಿದ್ದು ಬೇಸ್ ಕ್ಯಾಂಪ್‌ಗೆ ನಾಗಾವಾಂಗ್‌ನನ್ನು ತಂದಿದ್ದು, ಅವನ ದೇಹಾರೋಗ್ಯ ಕ್ಷಣಕ್ಷಣಕ್ಕೆ ಕ್ಷೀಣಿಸುತ್ತಿದ್ದರೂ, ಈವರೆಗೂ ಅವನನ್ನು ನೇರವಾಗಿ ಆಮ್ಲಜನಕದ ಉಸಿರಾಟಕ್ಕೆ ಅಳವಡಿಸಿರಲಿಲ್ಲ. ತನಗೇನೂ ಆಗಿಲ್ಲವೆಂಬ ಅವನ ಹಟಮಾರಿತನವೇ ಅದಕ್ಕೆ ಪ್ರಮುಖ ಕಾರಣವಾಗಿತ್ತು. ಆ ಸಂಜೆ ಏಳು ಗಂಟೆಯ ಸುಮಾರಿಗೆ ಡಾ. ಲಿಚ್, ಫೆರಿಚೆಯಿಂದ ಧಾವಿಸಿ ಬಂದರು. ಸ್ವಲ್ಪ ಬೇಸರದಿಂದಲೇ ಡಾಕ್ಟರ್ ಹಂಟ್‌ಗೆ ತಕ್ಷಣವೇ ಆಮ್ಲಜನಕದ ನೇರ ಉಸಿರಾಟವನ್ನು ಹೆಚ್ಚಿನ ಹರಿವಿನಲ್ಲಿ ಪ್ರಾರಂಭಿಸಲು ಆಜ್ಞಾಪಿಸಿ, ಹೆಲಿಕಾಪ್ಟರ್‌ಗೆ ಹೇಳಿಕಳುಹಿಸಲು ತಿಳಿಸಿದರು.

ಈ ಹೊತ್ತಿಗೆ ನಾಗಾವಾಂಗ್‌ನ ಆರೋಗ್ಯ ಇನ್ನಷ್ಟು ಕುಸಿದಿದ್ದು, ಎಚ್ಚರ ತಪ್ಪಿದ್ದ. ಉಸಿರಾಟಕ್ಕಾಗಿ ವಿಪರೀತ ತೊಂದರೆ ಪಡುತ್ತಿದ್ದ. ಏಪ್ರಿಲ್ 24ರ ಬುಧುವಾರ ಬೆಳಿಗ್ಗೆ ಹೆಲಿಕಾಪ್ಟರ್ ಬರಲು ಒಪ್ಪಿಸಿಯಾಯ್ತು. ಆದರೆ ವಿಪರೀತ ಮೋಡ ಮತ್ತು ಆರ್ಭಟವಾದ ಹಿಮಪಾತದಿಂದಾಗಿ ಹೆಲಿಕಾಪ್ಟರ್ ಬರುವುದು ಸಾಧ್ಯವಾಗಲಿಲ್ಲ. ಕೊನೆಗೆ ನಾಲ್ಕು ಜನ ಶೆರ್ಪಾಗಳ ಹೆಗಲ ಮೇಲೆ ಅವನನ್ನು ಹೊತ್ತುಕೊಂಡು, ಡಾ. ಹಂಟ್‌ಳ ಜವಾಬ್ದಾರಿಯಲ್ಲಿ ಫೆರಿಚೆಗೆ ಕಾಲ್ನಡಿಗೆಯಲ್ಲಿಯೇ ಕಳುಹಿಸಿ ಕೊಡಲಾಯ್ತು.

ಆ ಮಧ್ಯಾಹ್ನ ರಾಬ್ ಹಾಲ್ ತನ್ನ ವಿರೋಧಿ ತಂಡದ ನಾಯಕನ ಮೇಲೆ ಅಸಮಾಧಾನದ ಹೊಗೆಯನ್ನು ಹೊರಹಾಕಿದ. "ನಾಗಾವಾಂಗ್‌ನ ಸ್ಥಿತಿ ಚಿಂತಾಜನಕವಾಗಿದೆ. ಅವನ ಈ ಶ್ವಾಸಕೋಶದ ತೊಂದರೆ ನಾನು ಹಿಂದೆಂದೂ ಕಂಡಿರದಷ್ಟು ತೀವ್ರವಾಗಿದೆ. ನಿನ್ನೆಯೇ ಅವನನ್ನು ಹೆಲಿಕಾಪ್ಟರ್ ಮೂಲಕ ಕೆಳಕ್ಕೆ ಕಳುಹಿಸಿಬಿಡಬೇಕಿತ್ತು. ಈ ಶೆರ್ಪಾನ ಬದಲು, ಸ್ಕಾಟ್‌ನ ತಂಡದ ಸದಸ್ಯನೇ ಇಂತಹ ಪರಿಸ್ಥಿತಿಯನ್ನು ಎದುರಿಸಿದ್ದರೆ, ಖಂಡಿತವಾಗಿಯೂ ಸ್ಕಾಟ್ ಇಷ್ಟು ಬೇಜವಾಬ್ದಾರಿಯಿಂದ ನೋಡಿಕೊಳ್ಳುತ್ತಿರಲಿಲ್ಲ. ನಾಗಾವಾಂಗ್‌ನನ್ನು ಕೆಳಕ್ಕೆ ಕರೆದುಕೊಂಡು ಹೋಗುವ ವೇಳೆಗೆ ಅವನನ್ನು ಬದುಕಿಸುವ ಸಾಧ್ಯತೆಗಳು ಕ್ಷೀಣವಾಗಿರುತ್ತವೆ."

ಬುಧುವಾರ ಸಂಜೆಯ ಹೊತ್ತಿಗೆ HRA ಕ್ಲಿನಿಕ್‌ಗೆ ಅನಾರೋಗ್ಯ ಪೀಡಿತ ಶೆರ್ಪಾನನ್ನು ಕರೆದು ತಂದಾಗ ಅವನ ಪರಿಸ್ಥಿತಿ ಇನ್ನಷ್ಟು ಹದಗೆಟ್ಟು ಹೋಗಿತ್ತು. ಬೇಸ್ ಕ್ಯಾಂಪಿನಿಂದ ಹನ್ನೆರಡು ತಾಸು ಪ್ರಯಾಣ ಮಾಡಿ, 14,000 ಅಡಿ ಎತ್ತರದ ಸ್ಥಳಕ್ಕೆ

ತಂದಿದ್ದರೂ, ಬೇರೆ ದಾರಿಯೇ ಇಲ್ಲದಂತೆ ಹಂಟ್ ಅವನ ಇಚ್ಛೆಗೆ ವಿರುದ್ಧವಾಗಿ ಗಾಮೌ ಚೀಲದೊಳಕ್ಕೆ ಅವನನ್ನು ಸೇರಿಸಿದಳು. ಈ 14,000 ಅಡಿ ಎತ್ತರ, ಅವನು ಹುಟ್ಟಿ ಬೆಳೆದ ಹಳ್ಳಿಯ ಎತ್ತರಕ್ಕಿಂತಲೂ ಅಷ್ಟೇನೂ ಮೇಲಿರಲಿಲ್ಲ. ಈ ಗಾಮೌ ಚೀಲದ ಅನುಕೂಲಗಳನ್ನು ಅರ್ಥ ಮಾಡಿಕೊಳ್ಳದೆ, ಅದಕ್ಕೆ ಬದಲಾಗಿ ವಿಪರೀತ ಹೆದರಿಕೆಗೆ ಒಳಗಾದ ಶೆರ್ಪಾ, ಯಾರಾದರೂ ಬೌದ್ಧ ಭಿಕ್ಷುವನ್ನು ಕರೆದುಕೊಂಡು ಬರಲು ಬೇಡಿಕೊಂಡ. ಆ ಉಸಿರುಗಟ್ಟಿಸುವಂತಹ ಪುಟ್ಟ ಚೀಲದೊಳಕ್ಕೆ ಸೇರುವ ಮೊದಲು ಅದರಲ್ಲಿ ಪ್ರಾರ್ಥನೆಯ ಪುಸ್ತಕಗಳನ್ನಿಡಲು ಬೇಡಿಕೊಂಡ.

ಈ ಗಾಮೌ ಚೀಲ ಸರಿಯಾಗಿ ಕೆಲಸ ಮಾಡಬೇಕೆಂದರೆ, ಅದಕ್ಕೆ ಸೇರಿದ ಒಂದು ಪಂಪನ್ನು ಯಾರಾದರೂ ನಿರಂತರವಾಗಿ ಕಾಲಿನಿಂದ ತುಳಿಯುತ್ತಲಿದ್ದು ಹೊಸ ಗಾಳಿಯನ್ನು ಒಳಕ್ಕೆ ತಳ್ಳುತ್ತಲೇ ಇರಬೇಕು. ನಾಗಾವಾಂಗ್‌ನ ಆರೈಕೆಯನ್ನು ನಿರಂತರವಾಗಿ 48 ತಾಸುಗಳ ಕಾಲ ಮಾಡಿದ್ದ ಹಂಟ್, ಬುಧುವಾರದ ರಾತ್ರಿಯ ವೇಳೆಗೆ ಸುಸ್ತು ಹೊಡೆದು ಹೋಗಿದ್ದಳು. ಆದ್ದರಿಂದ ಪಂಪನ್ನು ಒತ್ತುವ ಕೆಲಸವನ್ನು ಇತರ ಶೆರ್ಪಾಗಳಿಗೆ ವಹಿಸಿದಳು. ಆಕೆ ತೂಕಡಿಸುತ್ತಿರುವಾಗ, ಚೀಲದ ಪ್ಲಾಸ್ಟಿಕ್ ಕಿಂಡಿಯ ಮೂಲಕ ನೋಡಿದ ಶೆರ್ಪಾನೊಬ್ಬ, ನಾಗಾವಾಂಗ್‌ನ ಬಾಯಿಂದ ನೊರೆಯು ಹೊರಬರುತ್ತಿರುವುದನ್ನು ಗಮನಿಸಿದ. ಜೊತೆಗೆ ಅವನ ಉಸಿರಾಟವೂ ನಿಂತು ಹೋಗಿತ್ತು.

ಈ ಸುದ್ದಿಯಿಂದ ಗಾಬರಿಗೊಂಡು ಎಚ್ಚರವಾದ ಹಂಟ್, ತಕ್ಷಣವೇ ಚೀಲದ ಜಿಪ್ಪನ್ನು ತೆರೆದು, ಹೃದಯದ ಪ್ರಥಮ ಚಿಕಿತ್ಸೆಯನ್ನು ಪ್ರಾರಂಭಿಸಿದಳು. HRA ಕ್ಲಿನಿಕ್‌ನಲ್ಲಿ ಸ್ವಯಂಸೇವಕನಾಗಿ ಕೆಲಸ ಮಾಡುತ್ತಿರುವ ಡಾ. ಲಾರಿ ಸಿಲ್ವರ್‌ಗೆ ತಕ್ಷಣವೇ ಬರಬೇಕೆಂದು ಹೇಳಿ ಕಳುಹಿಸಿದಳು. ಡಾ. ಲಾರಿ ಸಿಲ್ವರ್‌ರವರು ನಾಗಾವಾಂಗ್‌ನ ಶ್ವಾಸಕೋಶದೊಳಕ್ಕೆ ಟ್ಯೂಬೊಂದನ್ನು ನುಗ್ಗಿಸಿ, ಒಂದು ಕೈ ಪಂಪಿನ ಮೂಲಕ ಗಾಳಿಯನ್ನು ನುಗಿಸಿದ ಮೇಲೆ, ಆತ ಮತ್ತೆ ಉಸಿರಾಡಲು ಪ್ರಾರಂಭಿಸಿದ. ಆದರೆ ಈ ವೇಳೆಗಾಗಲೇ ಮೆದುಳಿಗೆ ಐದಾರು ನಿಮಿಷಗಳ ಕಾಲ ಆಮ್ಲಜನಕದ ಸರಬರಾಜು ಇಲ್ಲದಂತೆ ಆಗಿತ್ತು.

ಎರಡು ದಿನಗಳ ನಂತರ, ಅಂದರೆ ಏಪ್ರಿಲ್ 26ರ ಶುಕ್ರವಾರದ ಹೊತ್ತಿಗೆ ವಾತಾವರಣ ತಿಳಿಯಾಗಿ, ಹೆಲಿಕಾಪ್ಟರ್ ಮೂಲಕ ನಾಗಾವಾಂಗ್‌ನನ್ನು ಕಾಠ್ಮಂಡುವಿನ ಆಸ್ಪತ್ರೆಗೆ ಸೇರಿಸಲು ಸಾಧ್ಯವಾಯ್ತು. ಆದರೆ ಈ ವೇಳೆಗಾಗಲೇ ಅವನು ತೀವ್ರ ಮೆದುಳಿನ ವಿನಾಶಕ್ಕೆ ಒಳಗಾಗಿದ್ದನೆಂದು ಅಲ್ಲಿಯ ವೈದ್ಯರು ಅಭಿಪ್ರಾಯ ಪಟ್ಟರು. ಅವನೀಗ ಒಂದು ತರಕಾರಿಯಂತಾಗಿದ್ದ. ಮುಂದಿನ ವಾರಗಳಲ್ಲಿ ಅವನು ತಾರಸಿಯನ್ನು ಖಾಲಿ ನೋಟದಲ್ಲಿ ವೀಕ್ಷಿಸುತ್ತಾ, ಕೈಗಳನ್ನು ಹಗೂರಕ್ಕೆ ಎದೆಯ

ಮೇಲೆ ಕಟ್ಟಿಕೊಂಡಿದ್ದ. ಮಾಂಸಖಂಡಗಳು ಕರಗುತ್ತಾ ಹೋಗಿ ಅವನ ತೂಕ 36 ಕೆಜಿಗಿಂತಲೂ ಕಡಿಮೆಯಾಯ್ತು. ಹೆಂಡತಿ ಹಾಗೂ ನಾಲ್ಕು ಹೆಣ್ಣು ಮಕ್ಕಳನ್ನು ಅಲ್ಲೇ ರೋಲ್ವಾಲಿಂಗ್ ಗ್ರಾಮದಲ್ಲಿ ಬಿಟ್ಟವನು, ಜೂನ್ ಮಧ್ಯದ ಹೊತ್ತಿಗೆ ಸಾಯಲು ಸಿದ್ಧನಾಗಿದ್ದ.

| | |

ವಿಚಿತ್ರದ ಸಂಗತಿಯೆಂದರೆ, ಪರ್ವತದ ಬಹುದೂರದಲ್ಲಿರುವ ಲಕ್ಷಾಂತರ ಜನರಿಗೆ ನಾಗಾವಾಂಗ್‌ನ ಪರಿಸ್ಥಿತಿಯ ಕುರಿತಾದ ವಿವರಗಳು ಗೊತ್ತಿದ್ದಷ್ಟು, ಅಲ್ಲೇ ಬೇಸ್ ಕ್ಯಾಂಪಿನಲ್ಲಿದ್ದ ಪರ್ವತಾರೋಹಿಗಳಿಗೆ ತಿಳಿದಿರಲಿಲ್ಲ. ಇದಕ್ಕೆಲ್ಲಾ ಮುಖ್ಯ ಕಾರಣ ಇಂಟರ್ನೆಟ್ ಆಗಿದ್ದು, ನಮಗೆಲ್ಲರಿಗೂ ಇದು ಪವಾಡದಂತೆ ಕಾಣುತ್ತಿತ್ತು. ಯಾರೋ ಒಬ್ಬ ತಂಡದ ಸದಸ್ಯ ಸ್ಯಾಟಲೈಟ್ ಫೋನಿನ ಮೂಲಕ ಮನೆಗೆ ಕರೆ ಮಾಡಿದನೆಂದುಕೊಳ್ಳಿ, ಆಗವನಿಗೆ ಕ್ಯಾಂಪ್ ಎರಡರಲ್ಲಿರುವ ದಕ್ಷಿಣ ಆಫ್ರಿಕಾದ ಗುಡಾರಗಳಲ್ಲಿ ಏನು ನಡೆಯುತ್ತಿದೆಯೆಂಬುದನ್ನು ನ್ಯೂಜಿಲೆಂಡಿನಲ್ಲಿರುವ ಪತ್ನಿಯು ಅಂತರ್ಜಾಲದಲ್ಲಿ ಓದಿ ತಿಳಿಸುತ್ತಿದ್ದಳು.

ಪರ್ವತಾರೋಹಣದ ವಿವರಗಳನ್ನು ಕಡೆಯ ಪಕ್ಷ ಐದು ಇಂಟರ್ನೆಟ್ ಸೈಟುಗಳು, ಬೇಸ್ ಕ್ಯಾಂಪ್‌ನ ವರದಿಗಾರರಿಂದ ತಿಳಿದುಕೊಂಡು ಪ್ರಕಟಿಸುತ್ತಿದ್ದವು[1]. ದಕ್ಷಿಣ ಆಫ್ರಿಕಾದ ತಂಡವು ಒಂದು ವೆಬ್ ಸೈಟನ್ನು ನಿರ್ವಹಿಸುತ್ತಿತ್ತು. ಅದರಂತೆಯೇ ಮಾಲ್ ಡಫ್‌ನ ಅಂತಾರಾಷ್ಟ್ರೀಯ ವಾಣಿಜ್ಯ ಪರ್ವತಾರೋಹಣ ಸಂಸ್ಥೆಯೂ ವೆಬ್ ಸೈಟೊಂದನ್ನು ನಿರ್ವಹಿಸುತ್ತಿತ್ತು. ಪಿಬಿಎಸ್ ಟೆಲಿವಿಜನ್‌ನ ಕಾರ್ಯಕ್ರಮವಾದ ನೋವಾ, ಪ್ರತಿನಿತ್ಯದ ಆಗುಹೋಗುಗಳನ್ನು ಅತ್ಯಂತ ವಿಸ್ತಾರವಾಗಿ ಮತ್ತು ಮಾಹಿತಿ ಪೂರ್ಣವಾಗಿ ವೆಬ್‌ಸೈಟೊಂದರಲ್ಲಿ ಪ್ರಕಟಿಸುತ್ತಿತ್ತು. ಪ್ರಸಿದ್ಧ ಎವರೆಸ್ಟ್ ಇತಿಹಾಸ

1 "ಎವರೆಸ್ಟ್ ಪರ್ವತದ ತಪ್ಪಲಿನಿಂದ ನೇರವಾಗಿ ಅಂತರ್ಜಾಲಕ್ಕೆ ಸಂಪರ್ಕ" ಎಂಬ ಆರ್ಭಟಗಳು ಸಾಕಷ್ಟಿದ್ದರೂ, ತಂತ್ರಜ್ಞಾನದ ಮಿತಿಗಳು ಬೇಕಾದಷ್ಟಿದ್ದವು. ಬೇಸ್‌ಕ್ಯಾಂಪಿನಲ್ಲಿದ್ದವರೇ ಅಂತರ್ಜಾಲದ ಸಂಪರ್ಕ ಸಿಗದೆ ಒದ್ದಾಡುತ್ತಿದ್ದರು. ಪತ್ರಿಕಾ ವರದಿಗಳನ್ನು ಮೌಖಿಕವಾಗಿಯೋ ಅಥವಾ ಫ್ಯಾಕ್ಸ್ ರೂಪದಲ್ಲಿಯೋ ಸ್ಯಾಟಲೈಟ್ ಫೋನಿನ ಮೂಲಕ ಕಳುಹಿಸುತ್ತಿದ್ದರು. ಆ ವರದಿಗಳನ್ನು ನ್ಯೂಯಾರ್ಕ್, ಸಿಯಾಟೆಲ್ ಮತ್ತು ಬೋಸ್ಟನ್‌ನಲ್ಲಿರುವ ಪತ್ರಕರ್ತರು ಕಂಪ್ಯೂಟರಿನಲ್ಲಿ ಟೈಪಿಸಿ, ಅಂತರ್ಜಾಲದಲ್ಲಿ ಪ್ರಕಟಿಸುತ್ತಿದ್ದರು. ಅವರಿಂದ ಬಂದ ಇಮೇಲ್‌ಗಳನ್ನು ಕಾಠ್ಮಂಡುವಿನಲ್ಲಿ ಮುದ್ರಿಸಿ, ಯಾಕ್ ಮೇಲ್ ಹೇರಿಕೊಂಡು ತಂದು, ಬೇಸ್ ಕ್ಯಾಂಪಿನಲ್ಲಿ ವಿತರಿಸುತ್ತಿದ್ದರು. ಅದೇ ರೀತಿ ಎಲ್ಲಾ ಫೋಟೋಗಳನ್ನು ಯಾಕ್ ಮೇಲೆ ಹೇರಿ ಕಾಠ್ಮಂಡುವಿಗೆ ಕಳುಹಿಸಿ, ಅಲ್ಲಿ ಅವುಗಳನ್ನು ಸ್ಕ್ಯಾನ್ ಮಾಡಿ ಅಮೆರಿಕಾದ ಪತ್ರಕರ್ತರಿಗೆ ಕಳುಹಿಸಲಾಗುತ್ತಿತ್ತು. ಚಾಟ್‌ಗಳನ್ನು ಸ್ಯಾಟಲೈಟ್ ಫೋನ್ ಮತ್ತು ನ್ಯೂಯಾರ್ಕಿನಲ್ಲಿ ಕುಳಿತ ಟೈಪಿಸ್ಟ್ ಮೂಲಕ ಮಾಡಲಾಗುತ್ತಿತ್ತು.

ತಜ್ಞ ಆಡ್ರಿ ಸಾಲ್ಕಡ್ ಮತ್ತು ಲೀಸೆಲ್ ಕ್ಲಾರ್ಕ್ ಎಂಬುವವರು ಮಾಹಿತಿಗಳನ್ನು ರವಾನಿಸುತ್ತಿದ್ದರು. ಇವರಿಬ್ಬರು ಮೆಕ್‌ಗಿಲಿವ್ರಿ ಫ್ರೀಮನ್ IMAX ಪರ್ವತಾರೋಹಣ ತಂಡದ ಸದಸ್ಯರಾಗಿದ್ದರು. (ಈ ತಂಡದ ನಾಯಕತ್ವವನ್ನು ಪ್ರಸಿದ್ಧ ಸಿನಿಮಾ ನಿರ್ದೇಶಕ ಮತ್ತು ಖ್ಯಾತ ಪರ್ವತಾರೋಹಿ ಡೇವಿಡ್ ಬ್ರೇಷರ್ಸ್ ನಿರ್ವಹಿಸುತ್ತಿದ್ದ. 1985ರಲ್ಲಿ ಡಿಕ್ ಬಾಸ್‌ನನ್ನು ಎವರೆಸ್ಟ್ ಶಿಖರಾಗ್ರಕ್ಕೆ ಕರೆದೊಯ್ಯುವುದರಲ್ಲಿ ಈತ ಮಹತ್ವದ ಪಾತ್ರ ವಹಿಸಿದ್ದ. ಎವರೆಸ್ಟ್ ಪರ್ವತವನ್ನು ಹತ್ತುವುದರ ಕುರಿತಾಗಿ, ಸುಮಾರು 5.5 ಬಿಲಿಯನ್ ಡಾಲರ್‌ನಷ್ಟು ಬಂಡವಾಳದ ಮೆಗಾ ಬಡ್ಜೆಟ್ ಸಿನಿಮಾವೊಂದನ್ನು IMAX ತಯಾರಿಸುತ್ತಿತ್ತು.) ಸ್ಕಾಟ್ ಫಿಷರ್‌ನ ತಂಡವು ಇಬ್ಬರು ವರದಿಗಾರರನ್ನು ಹೊಂದಿದ್ದು, ಅವರು ನಿರಂತರವಾಗಿ ಎರಡು ಪ್ರಮುಖ ವಿರೋಧಿ ವೆಬ್ ಸೈಟ್‌ಗಳಿಗೆ ಸುದ್ದಿಗಳನ್ನು ಕಳುಹಿಸಿ ಕೊಡುತ್ತಿದ್ದರು.

ಜೇನ್ ಬ್ರೋಮೆಟ್ ಎನ್ನುವಾಕೆ ಪ್ರತಿನಿತ್ಯವೂ ದೂರವಾಣಿಯ ಮೂಲಕ ಔಟ್‌ಸೈಡ್ ಆನ್‌ಲೈನ್[1] ಪತ್ರಿಕೆಗೆ ಸುದ್ದಿ ರವಾನೆ ಮಾಡುತ್ತಿದ್ದಳು. ಈಕೆ ಸ್ಕಾಟ್ ಫಿಷರ್ ತಂಡದ ವರದಿಗಾರರಲ್ಲಿ ಒಬ್ಬಳಾದರೂ, ಹಣ ಕೊಟ್ಟು ಪರ್ವತಾರೋಹಣಕ್ಕೆ ಸೇರಿದ ಗ್ರಾಹಕಳಾಗಿರಲಿಲ್ಲ. ಆದ್ದರಿಂದ ಬೇಸ್ ಕ್ಯಾಂಪ್‌ಗಿಂತಲೂ ಮೇಲಕ್ಕೆ ಹೋಗಲು ಆಕೆಗೆ ಅನುಮತಿ ಇರಲಿಲ್ಲ. ಸ್ಕಾಟ್‌ನ ತಂಡದಲ್ಲಿದ್ದ ಮತ್ತೊಬ್ಬ ಇಂಟರ್ನೆಟ್ ವರದಿಗಾರ್ತಿ ಮಾತ್ರ ಹಣ ಕೊಟ್ಟು ಸೇರಿದ ಗ್ರಾಹಕಳಾಗಿದ್ದು, ಎನ್ ಬಿ ಸಿ ಇಂಟರಾಕ್ಟಿವ್ ಮೀಡಿಯಾಕ್ಕೆ ಪ್ರತಿನಿತ್ಯವೂ ಸುದ್ದಿಗಳನ್ನು ಕಳುಹಿಸುತ್ತಿದ್ದಳು. ಶಿಖರದ ಉತ್ತುಂಗದ ತನಕ ಹತ್ತಿ ಎಲ್ಲಾ ಅನುಭವಗಳನ್ನೂ ವರದಿ ಮಾಡುವ ಯೋಜನೆಯಲ್ಲಿದ್ದಳು. ಆಕೆಯ ಹೆಸರು ಸ್ಯಾಂಡಿ ಹಿಲ್ ಪಿಟ್‌ಮನ್. ಕ್ಯಾಂಪಿನಲ್ಲಿ ಎಲ್ಲರ ಹರಟೆಗೆ ಗ್ರಾಸವಾಗಿದ್ದ ಈಕೆಯ ವ್ಯಕ್ತಿತ್ವ ಅಸಾಮಾನ್ಯವಾದುದ್ದಾಗಿತ್ತು.

1 ಸಾಕಷ್ಟು ಪತ್ರಿಕೆಗಳು ನಾನೊಬ್ಬ 'ಔಟ್‌ಸೈಡ್ ಆನ್‌ಲೈನ್' ಪತ್ರಿಕೆಯ ಬಾತ್ಮೀದಾರನೆಂದು ತಪ್ಪಾಗಿ ವರದಿ ಮಾಡಿವೆ. ಜೇನ್ ಬ್ರೋಮೆಟ್ ನನ್ನ ಸಂದರ್ಶನವೊಂದನ್ನು ಬೇಸ್ ಕ್ಯಾಂಪಿನಲ್ಲಿ ಮಾಡಿ, ಅನಂತರ ಅದನ್ನು 'ಔಟ್‌ಸೈಡ್ ಆನ್‌ಲೈನ್' ಅಂತರ್ಜಾಲ ಆವೃತ್ತಿಯಲ್ಲಿ ಪ್ರಕಟಿಸಿದ್ದರಿಂದ ಈ ಗೊಂದಲವು ಮೂಡಿದೆ. ಆದರೆ ನಾನು 'ಔಟ್‌ಸೈಡ್ ಆನ್‌ಲೈನ್' ಪತ್ರಿಕೆಯೊಡನೆ ಯಾವ ರೀತಿಯಿಂದಲೂ ಸಂಬಂಧ ಹೊಂದಿರಲಿಲ್ಲ. 'ಔಟ್‌ಸೈಡ್' ಪತ್ರಿಕೆಗೆ ಲೇಖನವೊಂದನ್ನು ಬರೆದು ಕೊಡಲು ಒಪ್ಪಿಕೊಂಡು, ಎವರೆಸ್ಟ್ ಪರ್ವತಾರೋಹಣವನ್ನು ಕೈಗೊಂಡಿದ್ದೆ. 'ಔಟ್‌ಸೈಡ್' ಪತ್ರಿಕೆ ಒಂದು ಸ್ವತಂತ್ರ ಸಂಸ್ಥೆಯಾಗಿದ್ದು, ಮೆಕ್ಸಿಕೋದ 'ಸ್ಯಾಟಾ ಫೆ'ನಲ್ಲಿದೆ. ಸಿಯಾಟೆಲ್‌ನಿಂದ ಕಾರ್ಯನಿರ್ವಹಿಸುವ 'ಔಟ್‌ಸೈಡ್ ಆನ್‌ಲೈನ್' ಎನ್ನುವ ಪತ್ರಿಕೆಯೊಡನೆ ಇದು ಸಡಿಲವಾದ ಸಂಬಂಧವನ್ನು ಹೊಂದಿದೆ. ಅವರು 'ಔಟ್‌ಸೈಡ್' ಪತ್ರಿಕೆಯ ಅಂತರ್ಜಾಲ ಆವೃತ್ತಿಯನ್ನು ಪ್ರಕಟಿಸುತ್ತಾರೆ. ಆದರೆ ಈ ಎರಡೂ ಪತ್ರಿಕೆಗಳು ಎಷ್ಟು ಸ್ವಾಯತ್ತತೆಯನ್ನು ಹೊಂದಿವೆಯೆಂದರೆ, ನಾನು ಎವರೆಸ್ಟ್‌ನ ಬೇಸ್‌ಕ್ಯಾಂಪಿಗೆ ಬರುವ ತನಕವೂ, 'ಔಟ್‌ಸೈಡ್ ಆನ್‌ಲೈನ್' ಪತ್ರಿಕೆಯ ಬಾತ್ಮೀದಾರನೊಬ್ಬನು ಈ ಪರ್ವತಾರೋಹಣದಲ್ಲಿ ಇದ್ದಾನೆಂದು ಗೊತ್ತಿರಲಿಲ್ಲ.

ಸಮಾಜ ಸೇವಕಿ ಮತ್ತು ಪರ್ವತಾರೋಹಿಯಾದ ಪಿಟ್‌ಮನ್ ಕೋಟ್ಯಂತರ ಹಣದ ಒಡತಿಯಾಗಿದ್ದಳು. ಈ ಬಾರಿ ಮೂರನೆಯ ಪ್ರಯತ್ನವಾಗಿ ಎವರೆಸ್ಟ್‌ಗೆ ಬಂದಿದ್ದಳು. ಈ ಬಾರಿ ಹಿಂದೆಂದಿಗಿಂತಲೂ ಹೆಚ್ಚು ಆತ್ಮಸ್ಥೈರ್ಯದಿಂದಿದ್ದು, ಶಿಖರಾಗ್ರವನ್ನು ತಲುಪುವುದು ಖಚಿತವೆಂದು ನಂಬಿದ್ದಳು. ಜಗತ್ತಿನ ಸಪ್ತಪರ್ವತಗಳನ್ನು ಹತ್ತುವ ಆಕೆಯ ಪ್ರತಿಜ್ಞೆ ಈಗಾಗಲೇ ಸಾಕಷ್ಟು ಪ್ರಚಾರದಲ್ಲಿದ್ದು, ಆ ಗುರಿಯನ್ನು ಮುಟ್ಟುವುದು ಆಕೆಯ ಉದ್ದೇಶವಾಗಿತ್ತು.

1993ರಲ್ಲಿ ಪ್ರಥಮ ಬಾರಿ ಎವರೆಸ್ಟ್ ಪರ್ವತಾರೋಹಣದ ತಂಡವೊಂದನ್ನು ಆಕೆ ಸೇರಿಕೊಂಡಿದ್ದಳು. ದಕ್ಷಿಣ ಕಣಿವೆ ಮತ್ತು ಆಜ್ಞೇಯ ದಿಬ್ಬದ ಗುಂಟ ಪರ್ವತ ಹತ್ತುವುದು ಈ ತಂಡದ ಗುರಿಯಾಗಿತ್ತು. ತನ್ನ ಒಂಬತ್ತು ವರ್ಷದ ಮಗ ಬೋ ಮತ್ತು ಅವನನ್ನು ನೋಡಿಕೊಳ್ಳಲು ಒಬ್ಬ ಅಜ್ಜಿಯನ್ನು ಬೇಸ್ ಕ್ಯಾಂಪ್‌ಗೆ ಕರೆದುಕೊಂಡು ಬಂದ ಈಕೆ ತಂಡದಲ್ಲಿ ಸಂಚಲನವನ್ನು ಮೂಡಿಸಿದ್ದಳು. ಪಿಟ್‌ಮನ್ ಸಾಕಷ್ಟು ತೊಂದರೆಗಳನ್ನು ಮಾರ್ಗಮಧ್ಯದಲ್ಲಿ ಅನುಭವಿಸಿ, 24,000 ಅಡಿಯ ತನಕ ತಲುಪಿ ಹಿಂತಿರುಗಿದಳು.

ಮತ್ತೆ 1994ರಲ್ಲಿ ಮರುಪ್ರಯತ್ನಕ್ಕೆ ಬಂದಳು. ಈ ಬಾರಿ ಕಾರ್ಪೊರೇಟ್ ಕಂಪನಿಗಳಿಂದ ಕಾಲು ಮಿಲಿಯನ್ ಡಾಲರ್ ದೇಣಿಗೆ ಸಂಗ್ರಹಿಸಿದ್ದಳು. ಉತ್ತರ ಅಮೇರಿಕಾದಲ್ಲಿರುವ ಅತ್ಯದ್ಭುತ ಪರ್ವತಾರೋಹಿಗಳಾದ ಬ್ರೇಷರ್ಸ್ (ಈತ NBC ಟೆಲಿವಿಜನ್‌ಗಾಗಿ ಪರ್ವತಾರೋಹಣದ ಸಿನಿಮಾ ಮಾಡುವ ಒಪ್ಪಂದ ಮಾಡಿಕೊಂಡಿದ್ದ), ಸ್ಟೀವ್ ಸ್ವೆನ್ ಸನ್, ಬ್ಯಾರಿ ಬ್ಲಾಂಚರ್ಡ್ ಮತ್ತು ಅಲೆಕ್ಸ್ ಲೋವ್ – ಇವರ ಕೌಶಲ್ಯವನ್ನು ಕಾಪಾಡುವ ಉದ್ದೇಶವನ್ನು ಮುಂದಿಟ್ಟುಕೊಂಡು ಹಣ ಸಂಪಾದಿಸಿದ್ದಳು. ಪರ್ವತಾರೋಹಣಕ್ಕೆ ಸಂಬಂಧಿಸಿದಂತೆ ಸಕಲಕಲಾವಲ್ಲಭ ಎನಿಸಿಕೊಂಡಿದ್ದ ಅಲೆಕ್ಸ್ ಲೋವ್‌ನನ್ನು ಈಕೆ ತನ್ನ ವೈಯಕ್ತಿಕ ಮಾರ್ಗದರ್ಶಿ ಯಾಗಿಸಿಕೊಳ್ಳುವುದಕ್ಕೆ ಸಾಕಷ್ಟು ಹಣವನ್ನು ಸುರಿದಿದ್ದಳು. ಈಕೆ ಬರುವುದಕ್ಕೆ ಮುಂಚೆಯೇ ನಾಲ್ಕೂ ಜನರು ಟಿಬೆಟಿನ ಕಡೆಯಿರುವ ಕಾಂಗ್ ಶುಂಗ್ ಪರ್ವತದ ಮುಖಕ್ಕೆ ಹಗ್ಗಗಳನ್ನು ಕಟ್ಟಿದ್ದರು. ಇದು ಅತ್ಯಂತ ಕಠಿಣವಾದ ಮತ್ತು ಅಪಾಯಗಳಿಂದ ಕೂಡಿದ ಗೋಡೆಯಾಗಿತ್ತು. ಲೋವ್‌ನ ವಿಶೇಷ ಸಹಾಯದಿಂದಾಗಿ ಸುಮಾರು 22,000 ಅಡಿ ಎತ್ತರದ ತನಕ ಈಗಾಗಲೇ ಕಟ್ಟಿದ ಹಗ್ಗಗಳನ್ನು ಬಳಸಿ ಹತ್ತಿದ ಈಕೆ, ಮುಂದೆ ಏರಲಾಗದೆ ಶರಣಾಗಿದ್ದಳು. ಈ ಸಲ ಸುರಿದ ವಿಪರೀತ ಹಿಮಪಾತಗಳಿಂದಾಗಿ ಉಳಿದವರೂ ತಮ್ಮ ಆರೋಹಣವನ್ನು ಅರ್ಧಕ್ಕೇ ನಿಲ್ಲಿಸಬೇಕಾಯ್ತು.

ಆಕೆಯ ಬಗ್ಗೆ ಹಲವಾರು ವರ್ಷಗಳಿಂದ ಕೇಳುತ್ತಿದ್ದೆನಾದರೂ, ಬೇಸ್ ಕ್ಯಾಂಪ್‌ಗೆ ಹೋಗುವ ಚಾರಣದಲ್ಲಿ ಗೊರಕ್‌ಶೆಪ್ ಹತ್ತಿರ ಮುಖತಃ ಸಿಕ್ಕಾಗಲೇ ನಾನು

ಪ್ರಥಮಬಾರಿ ಆಕೆಯನ್ನು ಕಂಡಿದ್ದು. 1992ರಲ್ಲಿ ಮೆನ್ಸ್ ಜರ್ನಲ್ ನನಗೊಂದು ಕೆಲಸವನ್ನು ಒಪ್ಪಿಸಿತ್ತು. ರೋಲಿಂಗ್ ಸ್ಟೋನ್, ಮೆನ್ಸ್ ಜರ್ನಲ್ ಮತ್ತು ಯು – ಇತ್ಯಾದಿ ಪತ್ರಿಕೆಗಳ ಬಹುಶ್ರೀಮಂತ ಒಡೆಯನಾದ ಜಾನ್ ವೆನ್ನರ್ ಜೊತೆ, ಹಾರ್ಲಿ ಡೇವಿಡ್‌ಸನ್ ಮೋಟರ್ ಸೈಕಲ್ ಮೇಲೆ ನ್ಯೂಯಾರ್ಕ್‌ನಿಂದ ಸ್ಯಾನ್ ಫ್ರಾನ್ಸಿಸ್ಕೋ ತನಕ ಪ್ರಯಾಣಿಸಿ, ಅದರ ಅನುಭವದ ಲೇಖನವನ್ನು ಬರೆಯಬೇಕಿತ್ತು. ಆತನ ಜೊತೆಯಲ್ಲಿ ಅವನ ಸ್ನೇಹಿತರಾದ ರಾಕಿ ಹಿಲ್ ಮತ್ತು ಬಾಬ್ ಪಿಟ್‌ಮನ್ ಎಂಬ ಕೋಟ್ಯಧಿಪತಿಗಳು ಬರುತ್ತಿದ್ದರು. ರಾಕಿ ಹಿಲ್ ಎಂಬಾತ ಸ್ಯಾಂಡಿ ಪಿಟ್‌ಮನ್‌ಳ ತಮ್ಮ ಮತ್ತು ಜಾಬ್ ಪಿಟ್‌ಮನ್ ಆಕೆಯ ಗಂಡ. ಜಾಬ್ ಪಿಟ್‌ಮನ್ ಎಂಟಿವಿ ಸಂಸ್ಥಾಪಕರಲ್ಲಿ ಒಬ್ಬನಾಗಿದ್ದ.

ಜಾನ್ ನನಗೆ ಎರವಲು ಕೊಟ್ಟ ಆ ಮೋಟಾರ್ ಸೈಕಲ್ಲಿನ ಕಿವಿಗಡಚಿಕ್ಕುವ ಸದ್ದು, ತಾಮ್ರಲೇಪಿನ ಹೊರಮೈ ಇತ್ಯಾದಿಗಳಿಂದಾಗಿ ಭರ್ಜರಿಯಾದ ಸವಾರಿಯನ್ನು ನಾನು ಅನುಭವಿಸಿದೆ. ನನ್ನೊಡನೆ ಸವಾರಿ ಮಾಡಿದ ಇತರರೂ ಸಾಕಷ್ಟು ಸ್ನೇಹಪರವಾಗಿದ್ದರು. ಆದರೆ ನನ್ನ ಮತ್ತು ಅವರ ಮಧ್ಯೆ ಸಮಾನವಾದ ಸಂಗತಿಗಳು ಬಹುಕಡಿಮೆಯಿದ್ದವು. ಎಲ್ಲಕ್ಕಿಂತಲೂ ಮುಖ್ಯವಾಗಿ ಜಾನ್ ಹಣವನ್ನು ತೆತ್ತು ತನ್ನ ವೈಯಕ್ತಿಕ ಸಹಾಯಕನಾಗಿ ನನ್ನನ್ನು ಕರೆತಂದಿರುವುದೆಂದು ಎಲ್ಲರಿಗೂ ಗೊತ್ತಿತ್ತು. ಆ ರಾತ್ರಿ ಊಟಕ್ಕೆ ಕುಳಿತಾಗ ಜಾನ್, ರಾಕಿ ಮತ್ತು ಬಾಬ್ ತಮ್ಮ ಒಡೆತನದ ವಿಭಿನ್ನ ಏರ್ ಕ್ರಾಫ್ಟ್‌ಗಳನ್ನು ಕುರಿತು ಮಾತನಾಡಿದರು. (ನಾನು ಮುಂದಿನ ಸಲ ವೈಯಕ್ತಿಕ ವಿಮಾನದ ಖರೀದಿಗೆ ಹೋದಾಗ ಗಲ್ಫ್ ಸ್ಟ್ರೀಮ್ IV ಖರೀದಿಸಬೇಕೆಂದು ಜಾನ್ ನನಗೆ ಸಲಹೆ ಮಾಡಿದ.) ಹಳ್ಳಿಗಳಲ್ಲಿರುವ ಅವರ ಎಸ್ಟೇಟ್‌ಗಳ ಬಗ್ಗೆಯೂ ಅವರು ಮಾತನಾಡಿದರು. ಈ ಮಧ್ಯೆ ಸ್ಯಾಂಡಿ ಪಿಟ್‌ಮನ್‌ಳ ಕುರಿತು ಮಾತು ಹೊರಳಿತು. ಆಗ ಆಕೆ ಮೌಂಟ್ ಮೆಕಿನ್ಲಿ ಪರ್ವತವನ್ನು ಹತ್ತುವವಳಿದ್ದಳು. ನಾನೂ ಒಬ್ಬ ಪರ್ವತಾರೋಹಿ ಎಂದು ತಿಳಿದುಕೊಂಡ ಬಾಬ್, "ನೀನು ಮತ್ತು ಸ್ಯಾಂಡಿ ಒಮ್ಮೆ ಜೊತೆಯಾಗಿ ಪರ್ವತಾರೋಹಣ ಮಾಡಬೇಕು" ಎಂದು ಹೇಳಿದ್ದ. ಈಗ, ನಾಲ್ಕು ವರ್ಷದ ನಂತರ ಕಾಲ ಕೂಡಿ ಬಂದಿತ್ತು.

ಐದು ಅಡಿ, ಹನ್ನೊಂದು ಇಂಚು ಎತ್ತರದ ಸ್ಯಾಂಡಿ ನನಗಿಂತಲೂ ಎರಡು ಇಂಚು ಉದ್ದವಿದ್ದಳು. ಟಾಮ್ ಬಾಯ್‌ಯಂತೆ ಕತ್ತರಿಸಿಕೊಂಡ ಆಕೆಯ ಕೂದಲನ್ನು, ಈ 17,000 ಅಡಿ ಎತ್ತರದಲ್ಲೂ ಅಚ್ಚುಕಟ್ಟಾಗಿ ಬಾಚಿಕೊಂಡಿದ್ದಳು. ನೇರ ಮಾತಿನ ಉತ್ಸಾಹದ ಬುಗ್ಗೆಯಾದ ಈಕೆ ಉತ್ತರ ಕ್ಯಾಲಿಫೋರ್ನಿಯಾದವಳು. ಅಲ್ಲಿ ಅವಳಪ್ಪ ಆಕೆಗೆ ಬಾಲ್ಯದಿಂದಲೇ ಚಾರಣ, ಕ್ಯಾಂಪಿಂಗ್, ಹಿಮನಡಿಗೆ ಇತ್ಯಾದಿಗಳನ್ನು ಕಲಿಸಿಕೊಟ್ಟಿದ್ದ. ಪರ್ವತ ಸಾನ್ನಿಧ್ಯದ ಸ್ವಾತಂತ್ರ್ಯ ಮತ್ತು ಸುಖಕ್ಕೆ

ಮನಸೋತ ಆಕೆ, ಕಾಲೇಜು ದಿನಗಳಲ್ಲೂ ತನ್ನ ಹೊರಾಂಗಣ ಓಡಾಟಗಳನ್ನು ಮುಂದುವರೆಸಿಕೊಂಡು ಬಂದಿದ್ದಳು. ಅನಂತರವೂ ಆ ಹವ್ಯಾಸವನ್ನು ಬಿಟ್ಟಿರಲಿಲ್ಲ. ಆದರೆ ಮೊದಲನೆಯ ಮದುವೆ ವಿಫಲವಾಗಿ, 1970ರ ಮಧ್ಯದಲ್ಲಿ ನ್ಯೂಯಾರ್ಕ್‌ಗೆ ಸ್ಥಳಾಂತರಗೊಂಡ ನಂತರ ಆಕೆಯ ಪರ್ವತಗಳ ಒಡನಾಟ ಕಡಿಮೆಯಾಗಿತ್ತು.

ಮನ್‌ಹ್ಯಾಟನ್ ಭಾಗದ ಹಲವಾರು ಪತ್ರಿಕೆಗಳಲ್ಲಿ ಸಂಪಾದಕನಾಗಿ ಕೆಲಸ ಮಾಡುತ್ತಿದ್ದ ಬಾಬ್ ಪಿಟ್‌ಮನ್ 1979ರಲ್ಲಿ ಈಕೆಯನ್ನು ಮದುವೆಯಾದ. ಪ್ರಚಾರ ಪ್ರಿಯೆಯಾದ ಸ್ಯಾಂಡಿ, ತನ್ನ ಗಂಡನ ಪತ್ರಿಕೆಗಳನ್ನು ಬಳಸಿಕೊಂಡು, ಸಾಧ್ಯವಾದಷ್ಟು ತನ್ನ ಹೆಸರು ಮತ್ತು ಫೋಟೋಗಳು ನ್ಯೂಯಾರ್ಕ್‌ನ ಗಾಸಿಪ್ ಅಂಕಣಗಳಲ್ಲಿ ನಿರಂತರವಾಗಿ ಛಾಪಾಗುವಂತೆ ನೋಡಿಕೊಂಡು ಪ್ರಸಿದ್ಧಿ ಹೊಂದಿದ್ದಳು. ಸಮಾಜದ ಅಗರ್ಭ ಶ್ರೀಮಂತರ ಜೊತೆಯಲ್ಲಿ ಒಡನಾಡುತ್ತಿದ್ದಳು. ಕನೆಕ್ಟಿಕಟ್‌ನಲ್ಲಿರುವ ತಮ್ಮ ಶ್ರೀಮಂತ ಮಹಲು ಮತ್ತು ಸಮವಸ್ತ್ರ ಧರಿಸಿದ ಸೇವಕರಿಂದ ತುಂಬಿಕೊಂಡಿರುವ ಕಲಾತ್ಮಕವಾದ ಸೆಂಟ್ರಲ್ ಪಾರ್ಕಿನ ಅಪಾರ್ಟಮೆಂಟ್ ಸಂಕೀರ್ಣಕ್ಕೆ ವೇಗವಾಗಿ ಮತ್ತು ಸಮರ್ಥವಾಗಿ ಸಂಚರಿಸಲು, ಆಕೆ ಮತ್ತು ಆಕೆಯ ಪತಿ ಒಂದು ಹೆಲಿಕಾಪ್ಟರನ್ನು ಖರೀದಿಸಿದ್ದರು. ಅದನ್ನು ನಡೆಸುವುದನ್ನು ಸ್ಯಾಂಡಿ ಕಲಿತುಕೊಂಡಿದ್ದಳು. 1990ರಲ್ಲಿ ನ್ಯೂಯಾರ್ಕ್ ಪತ್ರಿಕೆಯು ಅವರಿಬ್ಬರ ಫೋಟೋವನ್ನು ಮುಖಪುಟದಲ್ಲಿ ಹಾಕಿ "ಈ ಕ್ಷಣದ ಜೋಡಿ" ಎಂದು ಕರೆದಿತ್ತು.

ಆ ಹೊತ್ತಿನಲ್ಲಿಯೇ ಸ್ಯಾಂಡಿಗೆ ಜಗತ್ತಿನ ಸಪ್ತ ಪ್ರಮುಖ ಪರ್ವತಗಳನ್ನು ಹತ್ತಿದ ಪ್ರಮುಖ ಅಮೆರಿಕನ್ ಮಹಿಳೆಯಾಗಬೇಕೆನ್ನುವ ದುಬಾರಿ ಹಂಬಲ ಶುರುವಾಯ್ತು. ಆದರೆ ಕೊನೆಯ ಪರ್ವತವಾದ ಎವರೆಸ್ಟ್ ಆಕೆಗೆ ಬಹು ಕಷ್ಟದಾಯಕವಾಯ್ತು. 1994ರ ಮಾರ್ಚ್ ಹೊತ್ತಿಗೆ ಈಕೆಯ ಕನಸನ್ನು ಮತ್ತೊಬ್ಬ ಮಹಿಳೆ ತಮ್ಮದಾಗಿಸಿಕೊಂಡರು. ಅಲಾಸ್ಕಾದ ಪರ್ವತಾರೋಹಿಯಾದ ಡಾಲಿ ಲೆಫಿವರ್ ಎನ್ನುವ ಮಿಡ್ ವೈಫ್ ಸಪ್ತಪರ್ವತಗಳನ್ನು ಹತ್ತಿಬಿಟ್ಟಳು. ಆದರೂ ಛಲ ಬಿಡದ ಸ್ಯಾಂಡಿ ತನ್ನ ಎವರೆಸ್ಟ್ ಶಿಖರಾಗ್ರವನ್ನು ತಲುಪುವ ಗುರಿಯನ್ನು ಮುಂದುವರೆಸಿದಳು.

"ಸ್ಯಾಂಡಿ ನಮ್ಮೆಲ್ಲರ ತರಹ ಪರ್ವತ ಹತ್ತುವುದಿಲ್ಲ ಬಿಡು" ಎಂದು ಒಂದು ರಾತ್ರಿ ಬೇಸ್ ಕ್ಯಾಂಪಿನಲ್ಲಿ ಬೆಕ್ ವೆದರ್ಸ್ ಸರಿಯಾಗಿಯೇ ಹೇಳಿದ್ದ. 1993ರಲ್ಲಿ ಅಂಟಾರ್ಟಿಕಾದಲ್ಲಿನ ವಿನ್ಸನ್ ಮಾಸಿಫ್ ಪರ್ವತವನ್ನು ಹತ್ತಲು ಬೆಕ್ ಹೋಗಿದ್ದಾಗ, ಬೇರೊಂದು ತಂಡದ ಜೊತೆಯಲ್ಲಿ ಅದೇ ಪರ್ವತವನ್ನು ಹತ್ತಲು ಸ್ಯಾಂಡಿ ಪಿಟ್‌ಮನ್ ಕೂಡಾ ಬಂದಿದ್ದಳು. "ಒಂದು ದೊಡ್ಡ ಡಫಲ್ ಚೀಲದ ತುಂಬಾ ತಿಂಡಿ–ತಿನಿಸು ತಂದಿದ್ಲು. ಅದನ್ನ ಹೊರ್ರೋದಕ್ಕೆ ನಾಲ್ಕು ಜನ ಬೇಕಾಯ್ತು. ತನ್ನ ಗುಡಾರದಲ್ಲಿ ಸಿನಿಮಾ ನೋಡೋದಕ್ಕೆ ಅಂತ ಟಿವಿ, ವೀಡಿಯೋ ಪ್ಲೇಯರ್ ಕೂಡಾ

ತಂದಿದ್ಲು. ಸತ್ಯ ಹೇಳ್ತೀನಿ, ಈ ತರಹ ಬಿಂದಾಸಾಗಿ ಪರ್ವತಾರೋಹಣ ಮಾಡೋರು ಜಗತ್ತಿನಲ್ಲಿ ಭಾಳ ಜನ ಇರಲಿಕ್ಕಿಲ್ಲ" ಅಂತ ಬೆಕ್ ನಗೆಯಾಡಿದ. ತಾನು ತಂದ ವಸ್ತುಗಳನ್ನು ಆಕೆ ಎಲ್ಲರೊಡನೆಯೂ ಹಂಚಿಕೊಂಡಿದ್ದಳು ಎಂಬ ಸಂಗತಿಯನ್ನು ಹೇಳಿದ ಬೆಕ್, "ಆಕೆ ಜೊತೆ ಮಾತಾಡೋದು ತುಂಬಾ ವಿಶೇಷವಾಗಿರುತ್ತೆ ಮತ್ತು ಆಕರ್ಷಕವಾಗಿರುತ್ತೆ" ಎಂದು ಸೇರಿಸಿದ್ದ.

ಈಗಿನ 1996ರ ಪರ್ವತಾರೋಹಣಕ್ಕೆ ಆಕೆ ಮತ್ತೊಮ್ಮೆ ಯಾರೂ ಊಹಿಸಲಾಗದಷ್ಟು ಲಗೇಜ್ ತಂದಿದ್ದಳು. ನೇಪಾಳವನ್ನು ಬಿಟ್ಟು ಹೊರಡುವುದಕ್ಕೆ ಮುಂಚೆ, NBC ಇಂಟರಾಕ್ಟಿಯ್ ಮೀಡಿಯಾದ ಪ್ರಪ್ರಥಮ ಲೇಖನದಲ್ಲಿ ಹೀಗೆ ಬರೆದಿದ್ದಳು:

> ನನ್ನೆಲ್ಲಾ ವೈಯಕ್ತಿಕ ಸಾಮಾನುಗಳನ್ನು ಗಂಟು ಕಟ್ಟಿದ್ದೇನೆ... ಪರ್ವತಾರೋಹಣದ ಸಾಮಾನುಗಳಷ್ಟೇ ಪ್ರಮಾಣದಲ್ಲಿ ನನ್ನ ಡಿಜಿಟಲ್ ಕಂಪ್ಯೂಟರ್ ಮತ್ತು ಎಲೆಕ್ಟ್ರಾನಿಕ್ ಪರಿಕರಗಳಿವೆ... ಎರಡು ಐಬಿಎಂ ಲ್ಯಾಪ್‌ಟಾಪ್, ಒಂದು ವೀಡಿಯೋ ಕ್ಯಾಮೆರಾ, ಮೂರು 35 ಎಂಎಂ ಕ್ಯಾಮೆರಾ, ಒಂದು ಕೊಡ್ಯಾಕ್ ಡಿಜಿಟಲ್ ಕ್ಯಾಮೆರಾ, ಎರಡು ಟೇಪ್ ರೆಕಾರ್ಡ್‌ಗಳು, ಒಂದು ಸಿಡಿ-ರಾಮ್ ಪ್ಲೇಯರ್, ಒಂದು ಪ್ರಿಂಟರ್ ಮತ್ತು ಈ ಎಲ್ಲಾ ಪರಿಕರಗಳನ್ನು ನಡೆಸಲು ಸಾಕಾಗುವಷ್ಟು (ಅಂದ್ಕೊಳ್ತೀನಿ) ಸೋಲಾರ್ ಪ್ಯಾನೆಲ್ ಮತ್ತು ಬ್ಯಾಟರಿಗಳು... ಡೀನ್ ಮತ್ತು ಡೆಲುಕಾ ಕಾಫಿಪುಡಿ ಇಲ್ಲದೆ ಯಾವತ್ತೂ ನಾನು ಮನೆ ಬಿಡುವುದನ್ನು ಕಲ್ಪಿಸಲಾರೆ, ಜೊತೆಗೊಂದು ಕಾಫಿ ಮೇಕರ್. ಕ್ರಿಸ್‌ಮಸ್ ದಿನದಂದು ನಾವು ಎವರೆಸ್ಟ್ ಮೇಲಿರುತ್ತೇವಾದ್ದರಿಂದ, ಬೇಗಡೆ ಕಾಗದದಿಂದ ಸುತ್ತಿದ ನಾಲ್ಕು ಚಾಕೊಲೇಟ್ ಮೊಟ್ಟೆಗಳನ್ನೂ ತಂದಿರುವೆ. 18,000 ಅಡಿ ಎತ್ತರದಲ್ಲಿ ಈಸ್ಟರ್ ಮೊಟ್ಟೆಯ ಹುಡುಕಾಟ? ನೋಡೋಣ...

ಸ್ಯಾಂಡಿ ಪಿಟ್‌ಮನ್ ಹೊರಡುವುದಕ್ಕೆ ಮುನ್ನಿನ ರಾತ್ರಿ, ಸೋಷಿಯಲ್ ಪತ್ರಿಕೆಯ ಅಂಕಣಕಾರ ಬಿಲ್ಲಿ ನಾರ್‌ವಿಚ್, ಒಂದು ದೊಡ್ಡ ಪಾರ್ಟಿಯನ್ನು ಮನ್‌ಹ್ಯಾಟನ್ ನಗರದ ನೆಲ್ ಹೋಟೆಲಿನಲ್ಲಿ ಹಮ್ಮಿಕೊಂಡಿದ್ದ. ಸಾಕಷ್ಟು ಪ್ರಸಿದ್ಧರು ಅತಿಥಿಗಳಾಗಿ ಬಂದಿದ್ದರು. ಅಲಂಕಾರಪ್ರಿಯೆಯಾದ ಸ್ಯಾಂಡಿ, ತನ್ನ ಸಂಜೆಯ ಧಿರಿಸಿನ ಮೇಲೆ, ಎತ್ತರ ಪರ್ವತಗಳ ಆರೋಹಣಕ್ಕೆ ಬೇಕಾದ ಧಿರಿಸನ್ನು ಧರಿಸಿಕೊಂಡಿದ್ದಳು. ಪರ್ವತಾರೋಹಣದ ಷೂಗಳು, ಕ್ರಾಂಪನ್, ಹಿಮಸಲಾಕೆ ಮತ್ತು ಹಗ್ಗಕ್ಕೆ ಸಿಕ್ಕಿಸಬಹುದಾದ ಕೊಂಡಿಯಿದ್ದ ಲೋಹದ ಬೆಲ್ಟು - ಎಲ್ಲವನ್ನು ಪ್ರದರ್ಶನ ಮಾಡಿದಳು.

ಹಿಮಾಲಯಕ್ಕೆ ಬಂದಿಳಿದಿದ್ದೆ, ತನ್ನ ಶ್ರೀಮಂತ ಜೀವನ ಶೈಲಿಗೆ ಯಾವುದೇ ಧಕ್ಕೆಯಾಗದಂತೆ ನೋಡಿಕೊಂಡಳು. ಬೇಸ್ ಕ್ಯಾಂಪ್‌ಗೆ ಚಾರಣ ಮಾಡುವಾಗ, ಪೆಂಬಾ ಎನ್ನುವ ಯುವ ಶೆರ್ಪಾ ಆಕೆಯ ನಿದ್ರಾಚೀಲವನ್ನು ಸುತ್ತಿಡುವ ಮತ್ತು ಹೆಗಲ ಚೀಲವನ್ನು ತುಂಬಿಸಿಡುವ ಕೆಲಸವನ್ನು ಮಾಡುತ್ತಿದ್ದ. ಸ್ಕಾಟ್ ಫಿಷರ್‌ನ ಇತರ ಪರ್ವತಾರೋಹಿಗಳ ಜೊತೆಗೆ ಎವರೆಸ್ಟ್ ತಪ್ಪಲನ್ನು ಏಪ್ರಿಲ್ ತಿಂಗಳಲ್ಲಿ ತಲುಪಿದಾಗ, ತನ್ನ ಕುರಿತಾದ ನೂರಾರು ಪತ್ರಿಕಾ ವರದಿಗಳನ್ನು ಇತರ ಬೇಸ್ ಕ್ಯಾಂಪ್ ವಾಸಿಗಳಿಗೆ ತೋರಿಸಲೆಂದು ಒಂದು ದೊಡ್ಡ ಕಟ್ಟನ್ನು ಚೀಲದಲ್ಲಿ ತುಂಬಿಸಿ ತಂದಿದ್ದಳು. ಕೆಲವೇ ದಿನಗಳಲ್ಲಿ ಶೆರ್ಪಾ ಜನರು ಒಬ್ಬೊಬ್ಬರಾಗಿ ಆಕೆಗೆ ಬೆಟ್ಟದ ತಪ್ಪಲಿನಲ್ಲಿ ಬಂದ ಪಾರ್ಸಲ್‌ಗಳನ್ನು ಹೊತ್ತು ತರಲಾರಂಭಿಸಿದರು. ಈ ಎಲ್ಲಾ ಲಗೇಜ್‌ಗಳು DHL ನವರ ಮೂಲಕ ನೇಪಾಳಕ್ಕೆ ಬಂದು, ಶೆರ್ಪಾಗಳ ಮೂಲಕ ಆಕೆಗೆ ತಲುಪುತ್ತಿತ್ತು. ಆ ಲಗೇಜ್‌ಗಳಲ್ಲಿ ಇತ್ತೀಚಿನ ಆವೃತ್ತಿಯ ವೋಗ್, ವ್ಯಾನಿಟಿ ಫೇರ್, ಪೀಪಲ್, ಅಲ್ಯೂರ್ – ಇತ್ಯಾದಿ ಪತ್ರಿಕೆಗಳಿರುತ್ತಿದ್ದವು. ಆ ಪತ್ರಿಕೆಗಳಲ್ಲಿರುತ್ತಿದ್ದ ಹೆಣ್ಣಿನ ಒಳಉಡುಪುಗಳ ಜಾಹೀರಾತುಗಳನ್ನು ಕಂಡು ಶೆರ್ಪಾ ಹುಡುಗರು ರೋಮಾಂಚನಗೊಂಡರು. ಸುಗಂಧದ ಸ್ಯಾಂಪಲ್ ಪಟ್ಟಣಗಳನ್ನು ಕಂಡು ಕೇಕೆ ಹಾಕಿದರು.

ಸ್ಕಾಟ್ ಫಿಷರ್‌ನ ತಂಡದ ಸದಸ್ಯರಲ್ಲಿ ಸಾಕಷ್ಟು ಹೊಂದಾಣಿಕೆಯಿತ್ತು ಮತ್ತು ಒಗ್ಗಟ್ಟಿತ್ತು. ಸ್ಯಾಂಡಿಯ ಈ ವಿಚಿತ್ರ ವರ್ತನೆಗಳನ್ನು ಬಹಳಷ್ಟು ಜನರು ಸಹಜವಾಗಿಯೇ ಸ್ವೀಕರಿಸಿದರಲ್ಲದೆ, ಅವುಗಳಿಂದ ತಮಗೆ ಯಾವ ತೊಂದರೆಯೂ ಇಲ್ಲವೆನ್ನುವಂತೆ ಅವಳನ್ನು ತಮ್ಮೊಳಗೊಬ್ಬಳಾಗಿ ಸ್ವೀಕರಿಸಿದರು. "ಗುಂಪಿನ ಮಧ್ಯೆ ಎಲ್ಲರ ಆಕರ್ಷಣೆ ಗಳಿಸಲು ಆಕೆ ಇನ್ನಿಲ್ಲದ ಪ್ರಯತ್ನ ಮಾಡುತ್ತಿದ್ದಳು. ಆದ್ದರಿಂದ ಯಾವಾಗಲೂ ತನ್ನ ಬಗ್ಗೆ ಪ್ರಶಂಸೆ ಮಾಡಿಕೊಳ್ಳುತ್ತಿದ್ದಳು" ಎಂದು ಜೇನ್ ಬ್ರೋಮೆಟ್ ಜ್ಞಾಪಿಸಿಕೊಳ್ಳುತ್ತಾಳೆ. "ಆದರೆ ಆಕೆ ಯಾವತ್ತೂ ಋಣಾತ್ಮಕವಾಗಿ ಯೋಚಿಸುತ್ತಿರಲಿಲ್ಲ. ಗುಂಪಿನ ಉತ್ಸಾಹವನ್ನು ಯಾವತ್ತೂ ಕೆಡಿಸುತ್ತಿರಲಿಲ್ಲ. ಪುಟಿಯುವ ಉತ್ಸಾಹದ ಆಕೆ ದಿನನಿತ್ಯ ಸಡಗರದಿಂದ ಕೂಡಿರುತ್ತಿದ್ದಳು."

ಆದರೂ ಬೇರೆ ತಂಡದ ಸಾಕಷ್ಟು ಪರ್ವತಾರೋಹಿಗಳು ಈಕೆಯ ಸ್ವಭಾವವನ್ನು ಅತ್ಯಂತ ಬಾಲಿಶ ಎಂದು ಭಾವಿಸಿದರು. ಈಕೆಯನ್ನು 'ಜಗತ್ತಿನ ಶ್ರೇಷ್ಠ ಪರ್ವತಾರೋಹಿ' ಎಂದು ಟೀವಿ ಜಾಹೀರಾತಿನಲ್ಲಿ ಬಿಂಬಿಸಿದ ವಾಸೆಲಿನ್ ಇಂಟೆನ್ಸಿವ್ ಕೇರ್ ಕಂಪನಿಯನ್ನು ಸಾಕಷ್ಟು ಪ್ರಮುಖ ಪರ್ವತಾರೋಹಿಗಳು ಜರಿದರು. 1994ರಲ್ಲಿ ಕಾಂಗ್ ಶುಂಗ್ ದಿಬ್ಬದ ಮೂಲಕ ಎವರೆಸ್ಟ್ ಪರ್ವತಾರೋಹಣದ ಪ್ರಯತ್ನದಲ್ಲಿ ಆಕೆ ಕಂಡ ಸೋಲು ಈ ನಿಂದನೆಗೆ ಕಾರಣವಾಗಿತ್ತು. ವಾಸೆಲಿನ್

ಕಂಪನಿಯೇ ಈ ಪರ್ವತಾರೋಹಣದ ಪ್ರಮುಖ ಪೋಷಕ ಸಂಸ್ಥೆಯಾಗಿತ್ತು. ಆದರೆ ಸ್ಯಾಂಡಿ ಪಿಟ್‌ಮನ್ ಮಾತ್ರ ಯಾವತ್ತೂ ಶ್ರೇಷ್ಠ ಪರ್ವತಾರೋಹಿ ಎಂದು ಬಡಾಯಿ ಕೊಚ್ಚಿರಲಿಲ್ಲ. ಮೆನ್ಸ್ ಜರ್ನಲ್ ಪತ್ರಿಕೆಗೆ ಕೊಟ್ಟ ಸಂದರ್ಶನದಲ್ಲಿ ಬ್ರೇಷರ್ಸ್, ಲೋವ್, ಸ್ವೆನ್ ಸನ್ ಮತ್ತು ಬ್ಲಾಂಕಾರ್ಡ್ ಬಗ್ಗೆ ಮಾತನಾಡುತ್ತಾ "ಜಗತ್ತಿನ ಶ್ರೇಷ್ಠ ಪರ್ವತಾರೋಹಿಗಳಾದ ಅವರ ಸಾಮರ್ಥ್ಯವನ್ನು ನನ್ನ ಹವ್ಯಾಸಿ ಪರ್ವತಾರೋಹಣದೊಡನೆ ಸಮೀಕರಿಸುವ ಗೊಂದಲ ಬೇಡ" ಎಂದು ಹೇಳಿದ್ದಳು.

1994ರ ತಂಡದಲ್ಲಿ ಆಕೆಯ ಜೊತೆಯಿದ್ದ ಯಾವುದೇ ಪರ್ವತಾರೋಹಿಯೂ ಸ್ಯಾಂಡಿಯ ಬಗ್ಗೆ ಅವಹೇಳನಕಾರಿಯಾಗಿ ಮಾತನಾಡಿಲ್ಲ, ಕೊನೆಯ ಪಕ್ಷ ಮಾಧ್ಯಮದಲ್ಲಂತೂ ಅಂತಹ ಹೇಳಿಕೆಗಳಿಲ್ಲ. ಈ ಪರ್ವತಾರೋಹಣವಾದ ನಂತರ ಬ್ರೇಷರ್ಸ್ ಆಕೆಯ ಆಪ್ತ ಗೆಳೆಯನಾದರೆ, ಸ್ವೆನ್‌ಸನ್ ಆಕೆಯನ್ನು ಕಟುವಾಗಿ ಟೀಕಿಸಿದ ವಿಮರ್ಶಕರನ್ನು ವಿರೋಧಿಸಿ ಆಕೆಯನ್ನು ಸಮರ್ಥಿಸಿಕೊಂಡ. ಎವರೆಸ್ಟ್‌ನಿಂದ ಹಿಂತಿರುಗಿದ ನಂತರ ಕೆಲವೇ ದಿನಗಳಲ್ಲಿ ಸಿಯಾಟಲ್‌ನಲ್ಲಿ ನಡೆದ ಒಂದು ಔತಣಕೂಟದಲ್ಲಿ ಸ್ವೆನ್‌ಸನ್ ನನ್ನೊಡನೆ ಮಾತನಾಡುತ್ತಾ "ನೋಡು, ಸ್ಯಾಂಡಿ ಪ್ರಬಲ ಪರ್ವತಾರೋಹಿ ಇಲ್ಲದೇ ಇರಬಹುದು. ಆದರೆ ಕುಂಗ್ ಶುಂಗ್ ದಿಬ್ಬದಲ್ಲಿ ಆಕೆ ತನ್ನ ಪರಿಮಿತಿಗಳನ್ನು ಕಂಡುಕೊಂಡಳು. ಅಲೆಕ್ಸ್, ಬ್ಯಾರಿ, ಡೇವಿಡ್ ಮತ್ತು ನಾನು ಸೇರಿ ಪರ್ವತಾರೋಹಣಕ್ಕೆ ಬೇಕಾದ ಎಲ್ಲಾ ಪೂರ್ವಸಿದ್ಧತೆಗಳನ್ನು ಮಾಡಿ, ಹಗ್ಗಗಳನ್ನು ಕಟ್ಟಿದ್ದು ನಿಜ. ಆದರೆ ಅದರಲ್ಲಿ ಆಕೆಯದೂ ಪಾಲಿತ್ತು. ಸಾಕಷ್ಟು ಪ್ರೋತ್ಸಾಹ ಕೊಡ್ತಿದ್ಲು, ಅದಕ್ಕೆ ಬೇಕಾದ ಹಣ ಹೊಂದಿಸಿದ್ಲು, ಜೊತೆಗೆ ಮಾಧ್ಯಮದ ಜೊತೆಗೆ ವ್ಯವಹಾರಾನೂ ಆಕೆಯೇ ಮಾಡಿದ್ದು" ಎಂದು ಹೇಳಿದ್ದ.

ಈ ಎಲ್ಲಾ ಟೀಕೆಗಳಿಗೆ ಸ್ಯಾಂಡಿ ಪಿಟ್‌ಮನ್ ತಲೆಕೆಡಿಸಿಕೊಳ್ಳಲಿಲ್ಲ. ಮಾಧ್ಯಮದಲ್ಲಿ ಕಾಣಿಸಿಕೊಳ್ಳಲು ಹಪಹಪಿಸುವ ಆಕೆಯ ನಿರ್ಲಜ್ಜೆಯ ಸ್ವಭಾವ, ಶ್ರೀಮಂತಿಕೆಯ ದುಂಧು ಪ್ರದರ್ಶನವು ಹಲವಾರು ಜನರ ಕಟು ಟೀಕೆಗೆ ಗುರಿಯಾಯಿತು. ಜೋಅನ್ನೆ ಕಾಫ್‌ಮಾನ್ ಎನ್ನುವ ಪತ್ರಕರ್ತೆ ಈ ರೀತಿಯಾಗಿ ವರದಿ ಮಾಡಿದ್ದಾಳೆ:

> ಸ್ಯಾಂಡಿ ಪಿಟ್‌ಮನ್ ಎಂಬಾಕೆ ಶ್ರೀಮಂತ ಜನರ ಗುಂಪಿನಲ್ಲಿ ಆರೋಹಿಯಾಗಿದ್ದಾಳೆಯೇ ಹೊರತು ಪರ್ವತಾರೋಹಿಯಲ್ಲ. ಆಕೆ ಮತ್ತವಳ ಪತಿ ಪಿಟ್‌ಮನ್ ಇಬ್ಬರೂ ಸರಿಯಾದ ಜನರನ್ನು ಬೇಕು ಮಾಡಿಕೊಂಡು, ಎಲ್ಲಾ ಗಾಸಿಪ್ ಅಂಕಣಗಳಲ್ಲಿ ತಮ್ಮ ಹೆಸರು ಮತ್ತು ಚಿತ್ರಗಳು ಬರುವಂತೆ ನೋಡಿಕೊಳ್ಳುತ್ತಾರೆ. "ಸಾಕಷ್ಟು ಜನರ ಕೋಟಿನ ಅಂಚುಗಳು ಈಕೆಯ ಮುಷ್ಟಿಯ ಹಿಡಿತದಿಂದಾಗಿ ಮುದುರಿ ಹೋಗಿವೆ" ಎಂದು ತನ್ನ ಹೆಸರನ್ನು ಹೇಳಲು ಇಚ್ಛಿಸದ, ಸ್ಯಾಂಡಿ ಪಿಟ್‌ಮನ್‌ಳ ಬಿಜಿನೆಸ್‌ನ ಹಾಲಿ ಸದಸ್ಯನೊಬ್ಬ

ನುಡಿದಿದ್ದಾನೆ. "ಆಕೆಗೆ ಪ್ರದರ್ಶನದ ಹುಚ್ಚು. ಪರ್ವತಾರೋಹಣವನ್ನು ಅನಾಮಿಕವಾಗಿ ಮಾಡಬೇಕು ಎನ್ನುವ ಕಡ್ಡಾಯವನ್ನು ಮಾಡಿದರೆ, ಆಕೆ ಪರ್ವತಗಳನ್ನೇ ಹತ್ತುವುದಿಲ್ಲ."

ನ್ಯಾಯವೋ ಅನ್ಯಾಯವೋ, ತನ್ನನ್ನು ಟೀಕಿಸುವವರಿಗೆಲ್ಲಾ ಸರಿಯಾದ ಉತ್ತರವನ್ನು ಕೊಡುವಂತೆ ಸ್ಯಾಂಡಿ ಪಿಟ್‌ಮನ್ ಜಗತ್ತಿನ ಸಪ್ತಪರ್ವತಗಳನ್ನು ತನ್ನ ಕಾಲಡಿಯಲ್ಲಿ ಮೆಟ್ಟಿ ತೋರಿಸುವ ಶಪಥ ಮಾಡಿದ್ದಳು. ಆದರೆ ತನ್ನ ಶ್ರೀಮಂತಿಕೆಯ ಕವಚವನ್ನು ಧರಿಸಿಕೊಂಡ ಸ್ಯಾಂಡಿ ಪಿಟ್‌ಮನ್, ಎಲ್ಲ ಟೀಕೆಗಳನ್ನು ನಿರ್ಲಕ್ಷಿಸಿ, ತನ್ನದೇ ಜಗತ್ತಿನಲ್ಲಿ ಮುಳುಗಿ ಹೋಗಿ, ತನ್ನದೇ ಛಲದ ವ್ಯಕ್ತಿತ್ವದಿಂದ ಎಲ್ಲರನ್ನೂ ಆಕರ್ಷಿಸುತ್ತಿದ್ದಳು. ಜೇನ್ ಆಸ್ಟಿನ್ ಎನ್ನುವ ಕಾದಂಬರಿಕಾರ್ತಿಯ ಎಮ್ಮಾ ಎನ್ನುವ ಪಾತ್ರವನ್ನು ಜ್ಞಾಪಿಸುತ್ತಿದ್ದಳು.

ಅಧ್ಯಾಯ 9

ಎರಡನೆಯ ಕ್ಯಾಂಪ್

28ನೇ ಏಪ್ರಿಲ್ 1996; 21,300 ಅಡಿ ಎತ್ತರ

ಬೆಳಿಗ್ಗೆ 4:00ಕ್ಕೆ ಸರಿಯಾಗಿ ನನ್ನ ಕೈಗಡಿಯಾರದ ಅಲರಾಂ ಗಂಟೆ ಮೊಳಗುವ ವೇಳೆಗಾಗಲೇ ನಾನು ಎಚ್ಚರವಾಗಿದ್ದೆ. ಆ ತೆಳುಗಾಳಿಯ ಪರಿಸರದಲ್ಲಿ ಉಸಿರಾಟದ ತೊಂದರೆಯಿಂದಾಗಿ ಇಡೀ ರಾತ್ರಿ ಎಚ್ಚರವಾಗಿದ್ದೆ. ಈ ಸದ್ಯ ಬೆಚ್ಚನೆಯ ನಿದ್ರಾಚೀಲದಲ್ಲಿ ಮೈಚೆಲ್ಲಿದ್ದ ನಾನು, ಇನ್ನು ಸ್ವಲ್ಪ ಹೊತ್ತಿಗೆ 21,300 ಅಡಿ ಎತ್ತರದ ಮೈಕೊರೆಯುವ ಚಳಿಯಲ್ಲಿ ಓಡಾಡಲು ತಯಾರಾಗಬೇಕೆಂಬ ಭಯಾನಕ ಯೋಚನೆಗೆ ನಡುಗುತ್ತಿದ್ದೆ. ಎರಡು ದಿನಗಳ ಕೆಳಗೆ, ಅಂದರೆ 26ನೇ ಏಪ್ರಿಲ್ ಶುಕ್ರವಾರದಂದು, ಬೇಸ್ ಕ್ಯಾಂಪ್‌ನಿಂದ ನೇರವಾಗಿ ಎರಡನೆಯ ಕ್ಯಾಂಪ್‌ಗೆ ಒಂದೇ ದಿನದಲ್ಲಿ ಬಂದಿದ್ದೆವು. ಅದು ನಾವು ವಾತಾವರಣಕ್ಕೆ ಹೊಂದಿಕೊಳ್ಳುವ ಉದ್ದೇಶದ ಮೂರನೆಯ ಮತ್ತು ಕೊನೆಯ ಚಾರಣವಾಗಿತ್ತು. ಇನ್ನು ಶಿಖರಾಗ್ರದ

ಕಡೆಗೆ ನಡೆಯಬೇಕಿತ್ತು. ರಾಬ್ ಹಾಲ್ ನ ಮಹಾಯೋಜನೆಯಂತೆ ಈವತ್ತು ನಾವು ಎರಡನೆಯ ಕ್ಯಾಂಪಿನಿಂದ ಮೂರನೆಯ ಕ್ಯಾಂಪ್‌ಗೆ ಹೋಗಿ, 24,000 ಅಡಿ ಎತ್ತರದಲ್ಲಿ ಇಡೀ ರಾತ್ರಿಯನ್ನು ಕಳೆಯಬೇಕಿತ್ತು.

ಸರಿಯಾಗಿ 4:45ಕ್ಕೆಲ್ಲಾ ಹೊರಡುವುದಕ್ಕೆ ಸಿದ್ಧವಾಗಿರಬೇಕೆಂದು ರಾಬ್ ಹಾಲ್ ಹೇಳಿದ್ದ. ಅಂದರೆ ಇನ್ನೂ 45 ನಿಮಿಷವಿತ್ತು. ಅಷ್ಟರಲ್ಲಿ ಬಟ್ಟೆ ಧರಿಸಿ, ಹೊಟ್ಟೆಗೊಂದು ಕ್ಯಾಂಡಿ ಬಾರ್ ತುರುಕಿಕೊಂಡು, ಸ್ವಲ್ಪ ಟೀ ಕುಡಿದು, ನನ್ನ ಕ್ರಾಂಪನ್‌ಗಳನ್ನು ಕಟ್ಟಿಕೊಳ್ಳಬೇಕಿತ್ತು. ನಾನು ರಾತ್ರಿಯ ಹೊತ್ತು ತಲೆದಿಂಬಿನಂತೆ ಉಪಯೋಗಿಸುವ ನನ್ನ ಜಾಕೇಟ್‌ಗೆ ಒಂದು ಥರ್ಮಾಮೀಟರ್ ಲಗತ್ತಿಸಿದ್ದೆ. ಅದರ ಕಡೆಗೆ ಹೆಡ್‌ಲ್ಯಾಂಪ್‌ನ ಬೆಳಕನ್ನು ಹರಿಸಿ ನೋಡಿದಾಗ, ಆ ಕಿಷ್ಕಿಂದೆಯಂತಹ ಗುಡಾರದಲ್ಲಿ ಮೈನಸ್ 22 ಡಿಗ್ರಿ ಸೆಲ್ಸಿಯಸ್ ಎಂದು ತೋರಿಸುವುದನ್ನು ಕಂಡು ಗಾಬರಿಯಾದೆ. "ಡಹ್ಗ್!" ಎಂದು ನನ್ನ ಪಕ್ಕ ಸ್ವಲ್ಪ ದೂರದಲ್ಲಿ ಮತ್ತೊಂದು ನಿದ್ರಾಚೀಲದಲ್ಲಿ ಸುತ್ತಿಕೊಂಡು ಬಿದ್ದಿರುವ ಮಾಂಸರಾಶಿಯ ಕಡೆಗೆ ಕೂಗಿದೆ. "ಹೊರಡೋ ಹೊತ್ತಾಯ್ತು. ಎಚ್ಚರ ಆಗಿದೀಯಾ?" ಎಂದು ಕೇಳಿದೆ.

"ಎಚ್ಚರಾನಾ?" ನಡುಗುವ ಧ್ವನಿಯಲ್ಲಿ ಅವನು ಉದ್ಗರಿಸಿದ. "ನಾನು ನಿದ್ದೆ ಮಾಡಿದ್ದೆ ಅಂತ ನಿಂಗೆ ಯಾರು ಹೇಳಿದ್ರು? ಸಾಯೋ ಹಂಗೆ ಆಗ್ತಾ ಇದೆ. ನನ್ನ ಗಂಟಲಲ್ಲಿ ಏನೋ ಸಮಸ್ಯೆ ಆಗಿದೆ. ಇಂಥಾ ಸುಡುಗಾಡು ಸಾಹಸ ಮಾಡೋದಕ್ಕೆ ನಂಗೆ ವಯಸ್ಸಾಯ್ತು ಅನ್ನಿಸ್ತಿದೆ."

ರಾತ್ರಿಯ ನಮ್ಮ ಉಸಿರಾಟದ ತಂಪೆಲ್ಲವೂ ಘನೀಭರ್ವಿಸಿ, ಗುಡಾರದ ನೈಲಾನ್ ಬಟ್ಟೆಯ ಒಳಭಾಗದ ಮೇಲೆ, ಶಿಥಿಲವಾದ ಮಂಜಿನ ಪೊರೆಯಾಗಿ ಪರಿವರ್ತನೆಗೊಂಡಿತ್ತು. ಆ ಕತ್ತಲಿನಲ್ಲಿ ನನ್ನ ಬಟ್ಟೆಗಳಿಗಾಗಿ ತಡಕಾಡುವಾಗ ಅದು ಹೇಗೋ ನನ್ನ ಮೈ ನೈಲಾನ್ ಪರದೆಗೆ ತಾಕುತ್ತಿತ್ತು. ತಕ್ಷಣ ಮಂಜಿನ ತುಣುಕುಗಳೆಲ್ಲಾ ಗುಡಾರದೊಳಗೆ ಬೀಳುತ್ತಿದ್ದವು. ಆ ಚಳಿಗೆ ನಡುಗುತ್ತಾ, ಮೂರು ಜೊತೆ ಪಾಲಿಪ್ರೊಪ್ರೈಲೀನ್ ಧಿರಸಿನಲ್ಲಿ ದೇಹವನ್ನು ತೂರಿಸಿ, ಅದರ ಮೇಲೆ ವಿಂಡ್ ಪ್ರೂಫ್ ನೈಲಾನ್ ಜಾಕೆಟ್ ಧರಿಸಿ, ಆಮೇಲೆ ನನ್ನ ಪ್ಲಾಸ್ಟಿಕ್ ಬೂಟುಗಳನ್ನು ಹಾಕಿಕೊಂಡೆ. ಲೇಸ್‌ಗಳನ್ನು ಎಳೆದು ಕಟ್ಟುವಾಗ ನೋವಿನಿಂದ ಮುಖವನ್ನು ಕಿವಿಚಿದೆ. ಕಳೆದು ಎರಡು ವಾರಗಳಿಂದ ನನ್ನ ಬೆರಳುಗಳು ಒಡೆದು ರಕ್ತ ಸೋರುತ್ತಲಿದ್ದು, ಚಳಿಗಾಳಿಯಿಂದಾಗಿ ಇನ್ನಷ್ಟು ಹದಗೆಡುತ್ತಿದ್ದವು.

ತಲೆಗೆ ಲ್ಯಾಂಪನ್ನು ಕಟ್ಟಿಕೊಂಡು, ರಾಬ್ ಮತ್ತು ಫ್ರಾಂಕ್‌ರನ್ನು ಅನುಸರಿಸುತ್ತಾ ಭಾರವಾದ ಹೆಜ್ಜೆಯಿಂದ ಪಯಣ ಆರಂಭಿಸಿದೆ. ಮಂಜಿನ ಕಂಬಗಳು ಮತ್ತು ಬಂಡೆಗಳ ರಾಶಿಗಳ ನಡುವೆ ನುಸುಳುತ್ತಾ ಹಿಮಜಲಪಾತದ ಮುಖ್ಯಭಾಗಕ್ಕೆ

ಹೊರಟೆವು. ಮುಂದಿನ ಎರಡು ಗಂಟೆಗಳ ಕಾಲ ನಾವು ನಿಧಾನಕ್ಕೆ ದಿಬ್ಬವನ್ನು ಹತ್ತುತ್ತಾ, ಕುಂಭು ಹಿಮಜಲಪಾತದ ಮೇಲ್ಮೈಯನ್ನು ವಿಶೇಷವಾಗಿ ತೋರಿಸುವ, ಹಿಮಕುಣಿಗಳು ರಾಶಿಯಾಗಿರುವ ಜಾಗಕ್ಕೆ ಬಂದೆವು. ಲೋಟ್ ಪರ್ವತವು ಸಾಗರದಷ್ಟು ಹಿಮವನ್ನು ಮೈಮೇಲೆ ಹೇರಿಕೊಂಡು, ತುಸು ವಾಲಿದಂತೆ ನಮ್ಮ ಕಣ್ಣೆದುರಿಗೆ ನಿಂತಿತ್ತು. ಬೆಳಗಿನ ಸೂರ್ಯನ ಕಿರಣದಲ್ಲಿ ಪ್ರತಿಫಲನಗೊಂಡು, ಮಾಸಿದ ಬೆಳ್ಳಿಯ ಬಣ್ಣದಲ್ಲಿ ಕಾಣುತ್ತಿತ್ತು. ಆಕಾಶದಿಂದ ಇಳಿ ಬಿಟ್ಟ ಹಾವಿನಂತೆ ಒಂಬತ್ತು ಇಂಚಿನ ಹಗ್ಗವೊಂದು ಈ ಇಡೀ ಹಿಮರಾಶಿಯ ಮೇಲೆ ಬಿದ್ದಿತ್ತು. ಅದರ ತುದಿಯನ್ನು ಕೈಗೆ ತೆಗೆದುಕೊಂಡು, ಸ್ವಲ್ಪ ಮಟ್ಟಿಗೆ ಬಳಸಿ ಸವೆದಿದ್ದ ಅದಕ್ಕೆ ನನ್ನ ಲೋಹದ ಕೊಕ್ಕೆಯಾದ 'ಜೂಮರ್'[1] ಅನ್ನು ಸಿಕ್ಕಿಸಿ ಮೇಲಕ್ಕೆ ಹತ್ತಲಾರಂಭಿಸಿದೆ.

ಗುಡಾರವನ್ನು ಬಿಡುವಾಗ ಸಿಕ್ಕಾಪಟ್ಟೆ ಚಳಿಯನ್ನು ಅನುಭವಿಸಿದ್ದೆ. ಆದರೆ ಸೂರ್ಯನ ಕಿರಣವು ದಕ್ಷಿಣ ದಿಬ್ಬಕ್ಕೆ ಬಡಿದಿದ್ದೇ ಪ್ರತಿಫಲನದಿಂದಾಗಿ ಇಡೀ ಕಣಿವೆಯು ಗೂಡೊಲೆಯಂತಾಗುತ್ತದೆಂಬ ಅನುಭವವಿದ್ದುದ್ದರಿಂದ ಹೆಚ್ಚಿನ ಬಟ್ಟೆಗಳನ್ನು ಧರಿಸಿರಲಿಲ್ಲ. ಆದರೆ ಈ ದಿನ ಮಾತ್ರ ಮೇಲಿನ ಬೆಟ್ಟದಿಂದ ಜೋರಾಗಿ ಬೀಸುತ್ತಿದ್ದ ಗಾಳಿಯಿಂದಾಗಿ ಹವಾಮಾನದಲ್ಲಿ ವಿಪರೀತ ಚಳಿ ಉಳಿದುಕೊಂಡು ಬಿಟ್ಟಿತು. ಚಳಿಗಾಳಿಯಿಂದಾಗಿ ಹವಾಮಾನದಲ್ಲಿ ಮೈನಸ್ 40 ಡಿಗ್ರಿ ಸೆಲ್ಸಿಯಸ್ ಉಷ್ಣತೆ ಇತ್ತು. ನನ್ನ ಬೆನ್ನು ಚೀಲದಲ್ಲಿ ಮತ್ತೊಂದು ಸ್ವೆಟರ್ ಇತ್ತು. ಆದರೆ ಅದನ್ನು ತೆಗೆಯಲು ನೂರೆಂಟು ಒದ್ದಾಟಗಳನ್ನು ಅನುಭವಿಸಬೇಕಿತ್ತು. ಮೊದಲಿಗೆ ಕೈಗವಸುಗಳನ್ನು ಕಳಚಿ, ಸುರಕ್ಷಿತವಾಗಿ ಇಟ್ಟುಕೊಂಡು, ಅನಂತರ ಬೆನ್ನ ಚೀಲ ತೆಗೆದು, ಜಿಪ್ ಹಾಕಬೇಕಿತ್ತು. ಇವೆಲ್ಲವನ್ನೂ ಹಗ್ಗಕ್ಕೆ ಜೋತಾಡುತ್ತಲೇ ಮಾಡಬೇಕಿತ್ತು. ಇವೆಲ್ಲಾ ಮಾಡುವುದರಲ್ಲಿ ಖಂಡಿತವಾಗಿಯೂ ಏನಾದರೂ ವಸ್ತುವನ್ನು ಕೆಳಕ್ಕೆ ಬೀಳಿಸುವ ಸಾಧ್ಯತೆಯಿತ್ತು. ಆದ್ದರಿಂದ ಯಾವುದಾದರೂ ಸಮತಟ್ಟಾದ ಪ್ರದೇಶ ಬಂದರೆ, ಈ ಹಗ್ಗದ ಜೊತೆ ಹಾರಾಡುವುದನ್ನು ನಿಲ್ಲಿಸಿ, ಹಗೂರಕ್ಕೆ ಸ್ವೆಟರ್ ತೆಗೆದುಕೊಳ್ಳಬಹುದೆಂದು ಕಾದೆ. ಆದರೆ ಹಾಗೆ ಕಾಯುತ್ತಾ ಕಾಯುತ್ತಾ ಇನ್ನಷ್ಟು ಚಳಿಗೆ ಒದ್ದಾಡಲಾರಂಭಿಸಿದೆ.

ಹಿಮದ ತುಣುಕುಗಳ ರಾಶಿಯನ್ನು ಹೊಂದಿದ ಬಿರುಗಾಳಿಗಳು ಏಕಪ್ರಕಾರವಾಗಿ ಬೀಸುತ್ತಾ ನನ್ನ ಮೈತುಂಬಾ ಹಿಮದ ರಾಶಿಯನ್ನು ಸುರಿದು, ಬಟ್ಟೆಯ ಮೇಲೆಲ್ಲಾ ಹಿಮದ ಚಾದರವನ್ನು ನಿರ್ಮಿಸುತ್ತಿದ್ದವು. ಬಿಳಿಯ ಚಿಪ್ಪಿನಂತೆ ನನ್ನ ಕನ್ನಡಕದ

---

1 'ಜೂಮರ್' ಎಂದರೆ ಆರೋಹಣಕ್ಕಾಗಿ ಬಳಸುವ ಒಂದು ಪುಟ್ಟ ಲೋಹದ ಉಪಕರಣ. ಇದು ನಮ್ಮ ವಾಲೆಟ್ ಗಾತ್ರದಲ್ಲಿದ್ದು, ಹಗ್ಗವನ್ನು ಗಟ್ಟಿಯಾಗಿ ಬಿಗಿದುಕೊಳ್ಳುವ ಸೌಲಭ್ಯವನ್ನು ಹೊಂದಿರುತ್ತದೆ. ಇದನ್ನು ಸುಲಭವಾಗಿ ಹಗ್ಗದ ಗುಂಟ ಮೇಲಕ್ಕೆ ಸರಿಸಿಕೊಂಡು ಹೋಗಬಹುದು. ಆದರೆ ಇದರ ಮೇಲೆ ಭಾರ ಬಿದ್ದರೆ, ತಕ್ಷಣ ಹಗ್ಗವನ್ನು ಕಚ್ಚಿಕೊಂಡು ಜಾರದಂತೆ ನೋಡಿಕೊಳ್ಳುತ್ತದೆ. ಹಗ್ಗಕ್ಕೆ ಇದನ್ನು ಸಿಕ್ಕಿಸಿ, ಪರ್ವತಾರೋಹಿಯು ಸುರಕ್ಷತೆಯಿಂದ ಆರೋಹಣ ಮಾಡಬಹುದಾಗಿದೆ.

ಮೇಲೆ ಶೇಖರಗೊಳ್ಳುತ್ತಿದ್ದ ಹಿಮದಿಂದಾಗಿ ನನಗೆ ದಾರಿ ಅಸ್ಪಷ್ಟವಾಗಿ ಕಾಣುತ್ತಿತ್ತು. ನನ್ನ ಕಾಲುಗಳ ಸಂವೇದನೆ ಕಡಿಮೆಯಾಗಲಾರಂಭಿಸಿತು. ನನ್ನ ಕೈಗಳಂತೂ ಮರಗಟ್ಟಿ ಹೋಗಿದ್ದವು. ಈ ಪರಿಸ್ಥಿತಿಯಲ್ಲಿ ಮೇಲಕ್ಕೆ ಹೋಗುವುದು ನಿಜಕ್ಕೂ ಅಪಾಯಕಾರಿ ಎನ್ನಿಸಲಾರಂಭಿಸಿತು. ಸುಮಾರು 23,000 ಅಡಿ ಎತ್ತರದಲ್ಲಿ ನಾನೇ ಎಲ್ಲರಿಗಿಂತ ಮುಂದಿದ್ದೆ. ನನ್ನ ಹಿಂದಿದ್ದ ಮೈಕ್ ಗ್ರೂಮ್ ನನ್ನನ್ನು ಸೇರಲು ಇನ್ನೂ ಹದಿನೈದು ನಿಮಿಷಗಳಾದರೂ ಕ್ರಮಿಸಬೇಕಿತ್ತು. ಅವನಿಗಾಗಿ ಅಲ್ಲಿಯೇ ಕಾದು ಕುಳಿತು ಅನಂತರ ಏನಾದರೂ ನಿರ್ಧರಿಸುವುದು ಎಂದು ಅಂದುಕೊಂಡೆ. ಆದರೆ ಅವನು ನನ್ನನ್ನು ತಲುಪುವುದಕ್ಕೆ ಮುಂಚೆಯೇ, ಅತ್ತ ರಾಬ್ ಕಡೆಯಿಂದ ಬಂದ ಸಂದೇಶದಿಂದಾಗಿ ಅವನ ಜಾಕೇಟಿನಲ್ಲಿದ್ದ ರೇಡಿಯೋ ಅರಚಿಕೊಳ್ಳಲಾರಂಭಿಸಿತು. ಅವನು ಹತ್ತುವುದನ್ನು ನಿಲ್ಲಿಸಿ ಕರೆಯನ್ನು ಸ್ವೀಕರಿಸಿದ. "ನಾವೆಲ್ಲಾ ಕೆಳಗೆ ಇಳೀಬೇಕು ಅಂತ ರಾಬ್ ಆಜ್ಞೆ ಮಾಡಿದ್ದಾನೆ" ಎಂದು ಅವನು ಕೂಗಿ ಹೇಳಿದ. ವಿಪರೀತ ಗಾಳಿಯಿದ್ದರಿಂದ ಸರಿಯಾಗಿ ಕೇಳಿಸಲೆಂದು "ನಾವು ಕೆಳಗೆ ಇಳೀಬೇಕು" ಎಂದು ಇನ್ನಷ್ಟು ಜೋರಾಗಿ ಕೂಗಿದ.

ನಾವು ಮತ್ತೆ ಎರಡನೆಯ ಕ್ಯಾಂಪ್‌ಗೆ ವಾಪಾಸು ಬಂದು, ನಡೆದ ಸಂಗತಿಗಳ ಲೆಕ್ಕಾಚಾರ ಮಾಡುವ ಹೊತ್ತಿಗೆ ಮಧ್ಯಾಹ್ನವಾಗಿತ್ತು. ನನಗೆ ವಿಪರೀತ ಆಯಾಸವಾಗಿದ್ದರೂ ಆರೋಗ್ಯವಾಗಿದ್ದೆ. ಆಸ್ಟ್ರೇಲಿಯಾದ ಡಾಕ್ಟರ್ ಜಾನ್ ಟಾಸ್ಕ್‌ನ ಬೆರಳುಗಳ ತುದಿಯಲ್ಲಿ ಸಣ್ಣಗೆ ಹಿಮಕಡಿತ ಪ್ರಾರಂಭವಾಗಿತ್ತು. ಆದರೆ ಡಹ್‌ಗೆ ವಿಪರೀತ ತೊಂದರೆಯಾಗಿತ್ತು. ಅವನು ತನ್ನ ಬೂಟುಗಳನ್ನು ಕಳಚಿದಾಗ ಸಾಕಷ್ಟು ಬೆರಳುಗಳಿಗೆ ಹಿಮಕಡಿತವಾಗಿರುವುದು ಕಂಡು ಬಂತು. 1995ರ ಎವರೆಸ್ಟ್ ಆರೋಹಣದಲ್ಲಿ ಅವನಿಗೆ ಅದೆಷ್ಟು ಭೀಕರವಾಗಿ ಹಿಮಕಡಿತವಾಗಿತ್ತೆಂದರೆ, ಹೆಬ್ಬೆರಳಿನ ಸಾಕಷ್ಟು ಅಂಗಾಂಶ (ಟಿಶ್ಯೂ) ಕಳೆದುಹೋಗಿ, ಶಾಶ್ವತವಾಗಿ ರಕ್ತ ಸಂಚಾರಕ್ಕೆ ಬಾಧಕವಾಗುವಂತೆ ಮಾಡಿ, ಚಳಿಗೆ ಅವನು ವಿಪರೀತ ಒದ್ದಾಡುವಂತೆ ಮಾಡಿತ್ತು. ಈಗಿನ ಹಿಮಕಡಿತಗಳು ಇನ್ನಷ್ಟು ತೊಂದರೆಯನ್ನು ಮಾಡಿ, ಮೇಲಿನ ಪರ್ವತಗಳಲ್ಲಿನ ವಿಪರೀತ ಸ್ಥಿತಿಗಳನ್ನು ಸಹಿಸಿಕೊಳ್ಳುವುದನ್ನು ಕಷ್ಟಕರವಾಗಿಸಿದ್ದವು.

ಇವೆಲ್ಲಕ್ಕಿಂತಲೂ ಕೆಟ್ಟ ಸ್ಥಿತಿಯೆಂದರೆ ಡಹ್‌ನ ಶ್ವಾಸನಾಳದ್ದಾಗಿತ್ತು. ಎರಡು ವಾರಗಳ ಹಿಂದೆ ನೇಪಾಳಕ್ಕೆ ಹೊರಡುವುದಕ್ಕೆ ಮುಂಚೆ ಆತನ ಗಂಟಲಿಗೆ ಚಿಕ್ಕದೊಂದು ಶಸ್ತ್ರಕ್ರಿಯೆ ಮಾಡಲಾಗಿತ್ತು. ಇದು ಅವನ ಶ್ವಾಸಕೋಳವೆಯನ್ನು ಬಹುಸೂಕ್ಷ್ಮವಾಗಿಸಿತ್ತು. ಈ ಬೆಳಗಿನ ವಿಪರೀತ ವಾತಾವರಣದ ರೌದ್ರ ಹಿಮಗಾಳಿಯನ್ನು ಶ್ವಾಸಕೋಶದೊಳಕ್ಕೆ ತೆಗೆದುಕೊಂಡಿದ್ದರಿಂದ ಅವನ ಧ್ವನಿಪೆಟ್ಟಿಗೆ ಹಾಳಾಗಿತ್ತು. ಹತಾಶೆಯ ಮುಖಭಾವದಲ್ಲಿ "ನನ್ನ ಕತೆ ಮುಗೀತು" ಅಂತ ಡಹ್, ಗುಹಾಂತರ ಧ್ವನಿಯಲ್ಲಿ ಉದ್ಗರಿಸಿದ್ದು

ಸರಿಯಾಗಿ ಕೇಳಿಸುತ್ತಿರಲಿಲ್ಲ. "ಮಾತಾಡೋದಕ್ಕೂ ನಂಗೆ ಆಗ್ತಾ ಇಲ್ಲ. ಇನ್ನು ಬೆಟ್ಟ ಹತ್ತೋದಂತೂ ಸಾಧ್ಯವೇ ಇಲ್ಲ" ಅಂತಂದ.

"ಈಗಲೇ ಹತಾಶನಾಗಬೇಡ ಡಗ್ಲಾಸ್" ಎಂದು ರಾಬ್ ಸಲಹೆ ಕೊಟ್ಟ. "ಒಂದೆರಡು ದಿನ ಬಿಟ್ಟು ಹೇಗನ್ನಿಸುತ್ತೆ ಅಂತ ಹೇಳು. ನೀನು ಗಟ್ಟಿ ಮುಂಡೆಮಗ. ನಂಗೆ ಅನ್ನಿಸೋ ಮಟ್ಟಿಗೆ ನೀನು ಶಿಖರ ತಲುಪೋದಕ್ಕೆ ಇನ್ನೂ ಸಾಕಷ್ಟು ಅವಕಾಶ ಇದೆ" ಅಂತ ಹೇಳಿದ. ಅದನ್ನು ನಂಬಲು ಸಿದ್ಧನಿಲ್ಲದ ಡಹ್ಗ್, ಸೀದಾ ಗುಡಾರಕ್ಕೆ ಹೋಗಿದ್ದೆ, ನಿದ್ರಾಚೀಲದಲ್ಲಿ ದೇಹವನ್ನು ಸಂಪೂರ್ಣವಾಗಿ ತೂರಿಸಿಕೊಂಡ. ಅವನ ನಿರಾಸೆಯನ್ನು ನೋಡುವುದು ತುಂಬಾ ಕಷ್ಟಕರವಾಗಿತ್ತು. ಅವನು ನನಗೆ ಒಳ್ಳೆಯ ಗೆಳೆಯನಾಗಿ ಹೋಗಿದ್ದ. 1995ರಲ್ಲಿ ತನ್ನ ವಿಫಲ ಎವರೆಸ್ಟ್ ಪರ್ವತಾರೋಹಣದ ಅನುಭವವನ್ನು ಯಾವುದೇ ಸಂಕೋಚವಿಲ್ಲದೆ ನನ್ನೊಡನೆ ಹಂಚಿಕೊಳ್ಳುತ್ತಿದ್ದ. ನನ್ನ ಕೊರಳಲ್ಲಿ ಒಂದು ಅದೃಷ್ಟದ ಹರಳನ್ನು ಕಟ್ಟಿಕೊಂಡಿದ್ದೆ. ಪರ್ವತಾರೋಹಣದಲ್ಲಿ ಯಶಸ್ಸು ಸಿಗಲಿ ಎಂಬ ಕಾರಣದಿಂದ ಡಹ್ಗ್ ಅದನ್ನು ನನಗೆ ಕೊಟ್ಟಿದ್ದ. ನಮ್ಮ ಚಾರಣದ ಆರಂಭದಲ್ಲಿಯೇ ಬರುವ ಪಾಂಗ್ ಬೋಚೆ ಸ್ತೂಪದ ಪವಿತ್ರ ಬೌದ್ಧ ಲಾಮಾನಿಂದ ಮಂತ್ರಿಸಿ ಕೊಟ್ಟ ಹರಳದಾಗಿತ್ತು. ನಾನು ಉತ್ತುಂಗವನ್ನು ತಲುಪುವುದು ಎಷ್ಟು ಮುಖ್ಯವಾಗಿತ್ತೋ, ಅಷ್ಟೇ ಮುಖ್ಯವಾಗಿ ಡಹ್ಗ್ ಕೂಡಾ ಉತ್ತುಂಗವನ್ನು ತಲುಪಬೇಕೆಂಬುದು ನನ್ನ ಬಯಕೆಯಾಗಿತ್ತು.

ಇಡೀ ದಿನ ನಿರಾಸೆ ಮತ್ತು ಆತಂಕದ ವಾತಾವರಣ ನಮ್ಮ ಕ್ಯಾಂಪಿನಲ್ಲಿ ಮೂಡಿತ್ತು. ಇನ್ನು ಯಾವ ಅನಾಹುತಗಳನ್ನು ತಂದೊಡ್ಡಬಲ್ಲದೋ ಎಂಬ ಗೌಪ್ಯತೆಯನ್ನು ನೇಪಥ್ಯದಲ್ಲಿರಿಸಿ, ಎವರೆಸ್ಟ್ ಪರ್ವತವು ಅವಸರದಲ್ಲಿ ನಮ್ಮನ್ನು ಸುರಕ್ಷತೆಗೆ ಕಳುಹಿಸಿತ್ತು. ಈ ಬಗೆಯ ಹಿಂಜರಿಕೆ ಮತ್ತು ಅನುಮಾನಗಳು ಕೇವಲ ನಮ್ಮ ತಂಡಕ್ಕೆ ಮಾತ್ರ ಸೀಮಿತವಾಗಿರಲಿಲ್ಲ. ಎರಡನೆಯ ಕ್ಯಾಂಪ್‌ನಲ್ಲಿದ್ದ ಬಹುತೇಕ ಪರ್ವತಾರೋಹಿಗಳಲ್ಲಿ ಆತ್ಮಸ್ಥೈರ್ಯ ಕಡಿಮೆಯಾಗಿತ್ತು.

ಇವೆಲ್ಲದರ ಮಧ್ಯೆ ಕ್ರೂರ ವ್ಯಂಗ್ಯವೊಂದು ಹೊರಬಿದ್ದಿತು. ಲೋಟ್ ಫೇಸ್ ಪರ್ವತದ ತನಕ ಸುಮಾರು ಒಂದು ಮೈಲಿಯಷ್ಟು ಮಾರ್ಗದಲ್ಲಿ ಸುರಕ್ಷತೆಗಾಗಿ ಹಗ್ಗವನ್ನು ಹಾಕಬೇಕಿತ್ತು. ರಾಬ್ ಹಾಲ್, ಥೈವಾನಿ ತಂಡ ಮತ್ತು ದಕ್ಷಿಣ ಆಫ್ರಿಕಾ ತಂಡದ ಮಧ್ಯೆ ಸಮಾನ ಜವಾಬ್ದಾರಿಯಲ್ಲಿ ನಡೆಯಬೇಕಾದ ಈ ಕಾರ್ಯ ಸಂಪೂರ್ಣಗೊಳ್ಳದ್ದರಿಂದ, ಹಿನ್ನೆಲೆಯಲ್ಲಿದ್ದ ಅಸಮಾಧಾನಗಳು ಒಮ್ಮೆಲೆ ಹೊರಗೆ ಬಿದ್ದವು. ದಿಬ್ಬದ ತುದಿಯಿಂದ ಮೂರನೆಯ ಕ್ಯಾಂಪ್‌ವರೆಗೆ ಏಪ್ರಿಲ್ ಅಂತ್ಯದೊಳಗೆ ಆಗಲೇ ಹಗ್ಗಗಳನ್ನು ಕಟ್ಟಲಾಗಿತ್ತು. ಆದರೆ ಇದು ಕೇವಲ ಅರ್ಧದಾರಿಯಾಗಿತ್ತು. ಪೂರ್ತಿದಾರಿಯನ್ನು ಸುರಕ್ಷಿತಗೊಳಿಸಲು ಹಾಲ್, ಫಿಷರ್, ಇಯಾನ್ ವುಡ್‌ಆಲ್,

ಮಕಾಲು ಗೌ ಮತ್ತು ಟಾಡ್ ಬರ್ಲ್‌ಸನ್ (ಅಮೇರಿಕಾದಿಂದ ಬಂದಿದ್ದ ಪರ್ವತಾರೋಹಿ ತಂಡದ ನಾಯಕ) – ಪ್ರತಿಯೊಬ್ಬರೂ ತಮ್ಮ ತಂಡದಿಂದ ಒಬ್ಬಿಬ್ಬರನ್ನು ಕಳುಹಿಸಿ, ಮೂರನೆಯ ಕ್ಯಾಂಪ್ ಮತ್ತು 26,000 ಅಡಿ ಎತ್ತರದ ನಾಲ್ಕನೆಯ ಕ್ಯಾಂಪ್ ನಡುವಿನ ಸಂಪೂರ್ಣ ದಾರಿಯನ್ನು ಹಗ್ಗದಿಂದ ಕಟ್ಟುವುದಾಗಿ ಏಪ್ರಿಲ್ 26 ರಂದು ಒಪ್ಪಂದ ಮಾಡಿಕೊಂಡಿದ್ದರು. ಆದರೆ ಕೆಲಸವಾಗಿರಲಿಲ್ಲ.

ಏಪ್ರಿಲ್ 26ರಂದು ಮುಂಜಾನೆ ರಾಬ್ ಹಾಲ್ ತಂಡದ ಆಂಗ್ ದೋರ್ಜೆ, ಲಾಕ್ಪಾ ಶೆರ್ಪಾ, ಫಿಷರ್ ತಂಡದ ಮಾರ್ಗದರ್ಶಿಯಾದ ಎನಾಟೊಲಿ ಬೊಕ್ರೀವ್ ಮತ್ತು ಬರ್ಲ್‌ಸನ್ ತಂಡದಿಂದ ಮತ್ತೊಬ್ಬ ಶೆರ್ಪಾ – ಎಲ್ಲರೂ ಹೊರಟಾಗ, ಅವರ ಜೊತೆ ಹೊರಡಬೇಕಾದ ದಕ್ಷಿಣ ಆಫ್ರಿಕಾ ಮತ್ತು ಥೈವಾನಿನ ತಂಡದ ಶೆರ್ಪಾಗಳು ನಿದ್ರಾಚೀಲದಲ್ಲಿ ಮಲಗಿಕೊಂಡವರು ಮಿಸುಕಾಡದೆ ಬರಲು ನಿರಾಕರಿಸಿದರು. ಆ ದಿನ ಮಧ್ಯಾಹ್ನ ಎರಡನೆಯ ಕ್ಯಾಂಪ್‌ಗೆ ಬಂದ ರಾಬ್ ಹಾಲ್‌ಗೆ ಈ ವಿಷಯ ತಿಳಿದಿದ್ದೇ, ರೇಡಿಯೋ ಮೂಲಕ ಕರೆಗಳನ್ನು ಮಾಡಿ ಯೋಜನೆಯು ಮುರಿದು ಬೀಳಲು ಕಾರಣವೇನೆಂದು ವಿಚಾರಿಸತೊಡಗಿದ. ಥೈವಾನ್ ತಂಡದ ಸರದಾರ ಕಾಮಿ ದೋರ್ಜೆ ಶೆರ್ಪಾ ತಕ್ಷಣವೇ ಕ್ಷಮೆಯನ್ನು ಯಾಚಿಸಿ, ನಡೆದ ಪ್ರಮಾದವನ್ನು ಸರಿಪಡಿಸುವುದಾಗಿ ಹೇಳಿದ. ಆದರೆ ಅಸಹನೆಯ ವ್ಯಕ್ತಿತ್ವದ ದಕ್ಷಿಣ ಆಫ್ರಿಕಾ ತಂಡದ ನಾಯಕ ವುಡ್‌ಆಲ್ ಮಾತ್ರ ರಾಬ್ ಹಾಲ್ ಮೇಲೆ ಹರಿಹಾಯ್ದು ಅಸಹ್ಯದ ಮತ್ತು ಅವಮಾನಕರ ಮಾತುಗಳನ್ನು ಆಡತೊಡಗಿದ.

"ಪ್ಲೀಜ್, ಮರ್ಯಾದೆಯಾಗಿ ಮಾತಾಡೋಣ. ನಮ್ಮಲ್ಲಿ ಇದು ಮೊದಲೇ ಒಪ್ಪಂದ ಆಗಿತ್ತು" ಅಂತ ಹಾಲ್ ಬೇಡಿಕೊಂಡ. ತನ್ನ ಶೆರ್ಪಾಗಳ ಸಹಾಯ ಬೇಕೆಂದು ಕೇಳಲು ಯಾರೂ ಅವರಲ್ಲಿಗೆ ಹೋಗಿಲ್ಲವೆಂದೂ, ಆದ್ದರಿಂದಲೇ ಅವರು ಗುಡಾರದಲ್ಲಿಯೇ ಉಳಿದರೆಂದು ವುಡ್‌ಆಲ್ ಉತ್ತರಿಸಿದ. ಈ ಮಾತಿನಿಂದ ಸಿಟ್ಟಿಗೆದ್ದ ರಾಬ್ ಹಾಲ್, ತನ್ನ ಶೆರ್ಪಾ ಆಂಗ್ ದೋರ್ಜೆ ಹಲವಾರು ಬಾರಿ ಅವರನ್ನು ಎಬ್ಬಿಸಲು ಪ್ರಯತ್ನಿಸಿದರೂ ಅವರು ಆತನ ಬೇಡಿಕೆಯನ್ನು ನಿರ್ಲಕ್ಷಿಸಿದರೆಂದು ವಾದಿಸಿದ. "ಇಲ್ಲಾ ನೀನು ಮಹಾಸುಳ್ಳ ಅಥವಾ ನಿನ್ನ ಶೆರ್ಪಾ ಮಹಾಸುಳ್ಳ" ಎಂದು ವುಡ್‌ಆಲ್ ಘೋಷಿಸಿದ. ಅದಷ್ಟೇ ಸಾಲದೆಂಬಂತೆ, ತನ್ನ ಶೆರ್ಪಾಗಳನ್ನು ಆಂಗ್ ದೋರ್ಜೆ ಬಳಿ ಕಳುಹಿಸಿ, ಮುಷ್ಟಿಯಿಂದ ಗುದ್ದಿ ಬುದ್ಧಿ ಕಲಿಸಿ ಎಲ್ಲವನ್ನೂ ಸರಿ ಮಾಡಿಸುವುದಾಗಿ ಹೆದರಿಸಿದ.

ಈ ಅಪ್ರಿಯವಾದ ಮಾತುಕತೆಯ ನಂತರ ಸುಮಾರು ಎರಡು ದಿನಗಳ ಕಾಲ ನಮ್ಮ ತಂಡ ಮತ್ತು ದಕ್ಷಿಣ ಆಫ್ರಿಕಾದ ತಂಡದ ಮಧ್ಯೆ ರಸಿಕಸಿ ಜೋರಾಗಿಯೇ ಇತ್ತು. ಎರಡನೆಯ ಕ್ಯಾಂಪ್‌ನಲ್ಲಿದ್ದ ಈ ರಸಿಕಸಿಯನ್ನು ಇನ್ನಷ್ಟು ಹೆಚ್ಚಿಸುವಂತೆ

ನಾಗಾವಾಂಗ್ ತೋಪ್ಚೆಯ ಅವಸಾನದ ಸುದ್ದಿಯ ತುಣುಕುಗಳು ಬರುತ್ತಲೇ ಇದ್ದವು. ಎಷ್ಟೇ ಕೆಳಗಿನ ಪ್ರದೇಶಕ್ಕೆ ಹೋದರೂ ಅವನ ಆರೋಗ್ಯದಲ್ಲಿ ಪ್ರಗತಿಯಾಗದ್ದನ್ನು ಕಂಡ ಡಾಕ್ಟರರು, ಇದು ಕೇವಲ HAPE ಕಾಯಿಲೆ ಅಲ್ಲವೇ ಅಲ್ಲ; ಅದರ ಜೊತೆಯಲ್ಲಿ ಅವನ ದೇಹದಲ್ಲಿ ಮೊದಲೇ ಇದ್ದಿರಬಹುದಾದ ಕ್ಷಯದಂತಹ ಇತರ ಯಾವುದೋ ಪ್ರಾಣಾಂತಿಕ ಕಾಯಿಲೆ ಸೇರಿಕೊಂಡು ಇಂತಹ ಸ್ಥಿತಿ ಬಂದಿರಬೇಕು ಎಂದು ಅಭಿಪ್ರಾಯ ಪಡಲಾರಂಭಿಸಿದರು. ನಮ್ಮ ಜೊತೆಯಲ್ಲಿದ್ದ ಶೆರ್ಪಾಗಳು ಮಾತ್ರ ಬೇರೆಯದೇ ಕಾರಣವನ್ನು ಇದಕ್ಕೆ ಹೆಣೆಯಲಾರಂಭಿಸಿದರು. ಅವರ ಪ್ರಕಾರ ಫಿಷರ್ ತಂಡದಲ್ಲಿರುವ ಯಾರೋ ಒಬ್ಬರು ಎವರೆಸ್ಟ್ ಪರ್ವತವನ್ನು ಅಂದರೆ ಸಾಗರಮಾತಾ ದೇವತೆಯನ್ನು ಕೆರಳಿಸಿದ್ದಾರೆ. ಆದ್ದರಿಂದ ಆಕೆ ತನ್ನ ಸಿಟ್ಟನ್ನು ನಾಗಾವಾಂಗ್‌ನ ಮೇಲೆ ತೀರಿಸಿಕೊಳ್ಳುತ್ತಿದ್ದಾಳೆ.

ಇವರು ಹೇಳುವ ಆ ವ್ಯಕ್ತಿ, ಲೋಟ್ ಪರ್ವತವನ್ನು ಹತ್ತಲು ಬಂದಿದ್ದ ಮತ್ತೊಬ್ಬ ಪರ್ವತಾರೋಹಣ ತಂಡದ ವ್ಯಕ್ತಿಯೊಡನೆ ಸಂಬಂಧವಿಟ್ಟುಕೊಂಡಿದ್ದಾಳೆ. ಕ್ಯಾನ್‌ವಾಸ್ ಬಟ್ಟೆಯಿಂದ ಮಾಡಿದ ಗುಡಾರಗಳ ಈ ಕ್ಯಾಂಪ್‌ಗಳಲ್ಲಿ ವೈಯಕ್ತಿಕವೆನ್ನುವುದು ಸಾಧ್ಯವೇ ಇಲ್ಲದ ಕಾರಣ, ಆ ಮಹಿಳೆಯ ಗುಡಾರದಲ್ಲಿ ನಡೆದ ಪ್ರೀತಿಯ ಮಿಲನಗಳು ಆ ತಂಡದವರಿಗೆಲ್ಲಾ ಗೊತ್ತಾಗಿತ್ತು. ಅದರಲ್ಲಿಯೂ ಹೊರಗಡೆ ಕುಳಿತಿದ್ದ ಶೆರ್ಪಾಗಳು ಆ ಭೇಟಿಗಳನ್ನು ಕೈ ಸನ್ನೆ ಮಾಡಿ ತೋರಿಸುತ್ತಾ, ಮುಸಿಮುಸಿ ನಗುತ್ತಾ ಆಡಿಕೊಂಡಿದ್ದರು. “ಆತ ಮತ್ತು ಆಕೆ ಸೇರಿ ಚಟ್ಣಿ ಮಾಡುತ್ತಿದ್ದಾರೆ, ಚಟ್ಣಿ” ಎಂದು ಹಲ್ಲು ಕಿರಿಯುತ್ತಾ, ಬೆರಳುಗಳಿಂದ ಉಂಗುರುವನ್ನು ಮಾಡಿ ಅದರಲ್ಲಿ ಮತ್ತೊಂದು ಕೈಯ ಬೆರಳನ್ನು ವೇಗದಿಂದ ಹಿಂದೆ ಮುಂದೆ ಮಾಡಿ, ಸಂಭೋಗದ ಕ್ರಿಯೆಯನ್ನು ತೋರಿಸಿದ್ದರು.

ಶೆರ್ಪಾಗಳ ನಗುವಿನ ಸಂಗತಿ ಏನೇ ಇರಲಿ, (ಅವರ ಕುಖ್ಯಾತ ಅಸಭ್ಯ ಹವ್ಯಾಸಗಳ ಬಗ್ಗೆ ಇಲ್ಲಿ ಮಾತು ಬೇಡ) ಮೂಲತಃ ಶೆರ್ಪಾ ಸಮುದಾಯಕ್ಕೆ ಸಾಗರಮಾತೆಯ ದಿವ್ಯ ಅಂಗಳದಲ್ಲಿ ಮದುವೆಯಾಗದ ಹೆಣ್ಣು-ಗಂಡುಗಳು ಕೂಡುವುದಕ್ಕೆ ವಿರೋಧವಿತ್ತು. ಯಾವಾಗ ಆಕಾಶದಲ್ಲಿ ಮೋಡಗಳು ದಟ್ಟೈಸಿ ಆತಂಕ ಮೂಡಿಸಿದರೆ ಸಾಕು, ಶೆರ್ಪಾಗಳು ಒಬ್ಬರಿಗೊಬ್ಬರು ನೋಡಿಕೊಳ್ಳುತ್ತಾ, ಆಕಾಶದ ಕಡೆಗೆ ಕೈ ಮಾಡಿ ತೋರಿಸುತ್ತಾ “ಯಾರೋ ಚಟ್ಣಿ ಮಾಡ್ತಾ ಇದಾರೆ. ದುರಾದೃಷ್ಟ ಬಂದು ವಕ್ಕರಿಸುತ್ತೆ. ಈಗ ಚಂಡಮಾರುತ ಬರುತ್ತೆ” ಎನ್ನುತ್ತಿದ್ದರು.

ಸ್ಯಾಂಡಿ ಪಿಟ್‌ಮನ್‌ಳು ತನ್ನ 1994ರ ಎವರೆಸ್ಟ್ ಪರ್ವತಾರೋಹಣ ಸಂದರ್ಭದಲ್ಲಿ, ಈ ಮೂಢನಂಬಿಕೆಯ ಬಗ್ಗೆ ಬರೆದ ದಿನಚರಿಯನ್ನು 1996ರಲ್ಲಿ ಅಂತರ್ಜಾಲದಲ್ಲಿ ಪ್ರಕಟಿಸಿದ್ದಾಳೆ:

ಏಪ್ರಿಲ್ 29, 1994
ಎವರೆಸ್ಟ್ ಬೇಸ್ ಕ್ಯಾಂಪ್ (17,800 ಅಡಿ ಎತ್ತರ)
ಕಾಂಗ್ ಶುಂಗ್ ಫೇಸ್ ಪರ್ವತ, ಟಿಬೆಟ್

...ಆ ದಿನ ಮಧ್ಯಾಹ್ನ ಅಂಚೆಯವನು ಮನೆಯಿಂದ ಬಂದ ಪತ್ರಗಳನ್ನು ತಂದಿದ್ದ. ಅದರ ಜೊತೆಯಲ್ಲಿ ಒಂದು ವಯಸ್ಕರ ಪತ್ರಿಕೆಯನ್ನೂ ಯಾರೋ ಪರ್ವತಾರೋಹಣ ಗೆಳೆಯರು ತಮಾಷೆಯಾಗಿ ಕಳುಹಿಸಿದ್ದರು. ಅರ್ಧಕ್ಕರ್ಧ ಶೆರ್ಪಾಗಳು ಅದನ್ನು ಕೂಲಂಕಷವಾಗಿ ನೋಡಿ ಆನಂದಿಸಲು ತಮ್ಮ ಗುಡಾರಗಳಿಗೆ ತೆಗೆದುಕೊಂಡು ಹೋದರೆ, ಉಳಿದ ಶೆರ್ಪಾಗಳು ಅಂತಹ ಸಂಗತಿಗಳಿಂದ ನಡೆಯಬಹುದಾದ ಪ್ರಮಾದಗಳನ್ನು ಊಹಿಸಿ ನಡುಗಿದ್ದರು. ಅವರ ಪ್ರಕಾರ ಚೋಮೋಲುಂಗ್ಮಾ ದೇವತೆ ಇಂತಹ "ತೋಬಾ ತೋಬಾ" ಹೊಲಸು ಸಂಗತಿಗಳನ್ನು ತನ್ನ ಪವಿತ್ರ ಪರ್ವತಗಳಲ್ಲಿ ಸಹಿಸುವುದಿಲ್ಲ.

ಕುಂಭು ತರಹದ ಎತ್ತರದ ಪರ್ವತ ಪ್ರದೇಶಗಳ ಆಚರಣೆಯಲ್ಲಿರುವ ಬೌದ್ಧ ಧರ್ಮವು ನಿರ್ಜೀವದಲ್ಲೂ ಜೀವವನ್ನು ಕಾಣುತ್ತದೆ. ಪರ್ವತ, ನದಿ, ಶಿಖರಾಗ್ರ – ಪ್ರತಿಯೊಂದರಲ್ಲೂ ಅವರು ದೈವವೋ, ಭೂತವೋ ಇರುವುದಾಗಿ ನಂಬುತ್ತಾರೆ. ಈ ದುರ್ಗಮವಾದ ದಾರಿಗಳಲ್ಲಿ ಸುರಕ್ಷಿತವಾಗಿ ಸಾಗಲು ಈ ಎಲ್ಲಾ ಅತಿಮಾನುಷ ಶಕ್ತಿಗಳಿಗೆ ಗೌರವ ನೀಡುವುದು ಅತ್ಯಂತ ಅವಶ್ಯಕವೆಂಬುದು ಅವರ ನಂಬಿಕೆಯಾಗಿದೆ.

ಸಾಗರಮಾತೆಯನ್ನು ಸಂಪ್ರೀತಗೊಳಿಸಲು ಪ್ರತಿ ಎವರೆಸ್ಟ್ ಪ್ರವಾಸಕ್ಕೂ ಮುಂಚೆ ಒಂದು ಸುಂದರವಾದ ಕಲ್ಲಿನ ಸ್ತೂಪವನ್ನು ಅಚ್ಚುಕಟ್ಟಾಗಿ ಕಟ್ಟುತ್ತಾರೆ. ಬೇಸ್ ಕ್ಯಾಂಪಿನಲ್ಲಿ ಇಂತಹ ಹಲವಾರು ಸ್ತೂಪಗಳಿವೆ. ಐದು ಅಡಿಯ ಚೌಕದ ಕಟ್ಟೆಯ ಮೇಲೊಂದು ಗರ್ಭ ಗುಡಿ, ಅದಕ್ಕೊಂದು ಗೋಪುರ ಮಾಡಿ, ಆಯ್ಕೆ ಮಾಡಿಕೊಂಡ ವಿಶೇಷ ಕಲ್ಲುಗಳನ್ನು ಅದಕ್ಕೆ ಬಳಸುತ್ತಾರೆ. ಹತ್ತು ಅಡಿ ಎತ್ತರದ ಒಂದು ಕಂಬವನ್ನು ಇದರ ಮೇಲೆ ಸ್ಥಾಪಿಸಲಾಗಿರುತ್ತಿತ್ತು. ಅದರ ತುದಿಯಲ್ಲೊಂದು ಕಲಾತ್ಮಕ ಕಳಶ. ಐದು ಆಕರ್ಷಕ ಬಣ್ಣದ ಪವಿತ್ರ ಬಾವುಟಗಳನ್ನು[1] ಒಂದು ಹಗ್ಗಕ್ಕೆ

---

1 ಪ್ರಾರ್ಥನಾ ಬಾವುಟಗಳ ಮೇಲೆ ಬೌದ್ಧಧರ್ಮದ ಮಂತ್ರವನ್ನು ಬರೆದಿರುತ್ತಾರೆ. ಬಹುಮುಖ್ಯವಾಗಿ 'ಓಂ ಮಣಿ ಪದ್ಮೇ ಹಂ' ಎಂದು ಬರೆದಿರುತ್ತಾರೆ. ಪ್ರತಿ ಬಾರಿ ಬಾವುಟವು ಗಾಳಿಯಲ್ಲಿ ಅಲ್ಲಾಡಿದಾಗ, ಆ ಮಂತ್ರವನ್ನೊಮ್ಮೆ ದೇವರಿಗೆ ಅರ್ಪಿಸಿದಂತೆ ಭಾವಿಸಲಾಗುತ್ತದೆ. ಈ ಮಂತ್ರದ ಜೊತೆಗೆ, ರೆಕ್ಕೆಯುಳ್ಳ ಕುದುರೆಯ ಚಿತ್ರವನ್ನೂ ಅದರ ಮೇಲೆ ಮುದ್ರಿಸಿರುತ್ತಾರೆ. ಕುದುರೆಗಳು ಅತ್ಯಂತ ಪವಿತ್ರ ಜೀವಿಗಳಾಗಿದ್ದು, ಸ್ವರ್ಗದೆಡೆಗೆ ಈ ಮಂತ್ರವನ್ನು ಅತ್ಯಂತ ವೇಗದಿಂದ ತೆಗೆದುಕೊಂಡು ಹೋಗುತ್ತವೆಂದು ಶೆರ್ಪಾ ಧರ್ಮವು ನಂಬುತ್ತದೆ. ಈ ಬಾವುಟಗಳನ್ನು ಶೆರ್ಪಾ ಭಾಷೆಯಲ್ಲಿ 'ಲಂಗ್ ಟಾ' ಎಂದು ಕರೆಯುತ್ತಾರೆ. ಆ ಪದದ ವಾಚ್ಯಾರ್ಥವು 'ಗಾಳಿ ಕುದುರೆ' ಎಂಬುದಾಗಿದೆ.

ಕಟ್ಟಿ, ಅದರ ಒಂದು ತುದಿಯನ್ನು ಕಂಬದ ತುದಿಗೆ ಕಟ್ಟಿದ್ದರೆ, ಮತ್ತೊಂದನ್ನು ನಮ್ಮ ಗುಡಾರಕ್ಕೆ ಕಟ್ಟಿರುತ್ತಿದ್ದರು. ಇದು ಕ್ಯಾಂಪ್‌ನ ರಕ್ಷಣೆ ಮಾಡುತ್ತದೆನ್ನುವುದು ಅವರ ನಂಬಿಕೆಯಾಗಿತ್ತು. ಪ್ರತಿ ದಿನ ಸೂರ್ಯೋದಯಕ್ಕೆ ಮುಂಚೆ ನಮ್ಮ ತಂಡದ ಸರದಾರನು ಊದುಬತ್ತಿಗಳನ್ನು ಬೆಳಗಿ, ಸಾಕಷ್ಟು ಮಂತ್ರಗಳನ್ನು ಪಠಿಸುತ್ತಿದ್ದ. ನಲವತ್ತರ ಆಸುಪಾಸಿನ ಈ ಗೌರವಾನ್ವಿತ ಶೆರ್ಪಾನ ಹೆಸರು ಆಂಗ್ ತ್ಶೇರಿಂಗ್. ಹಿಮಜಲಪಾತದ ಕಡೆಗೆ ಚಾರಣಕ್ಕೆ ಹೊರಡುವಾಗ ಶೆರ್ಪಾಗಳು ಮತ್ತು ಪಾಶ್ಚಿಮಾತ್ಯರೆಲ್ಲರೂ ಈ ಪವಿತ್ರ ಸ್ತೂಪದ ಎಡಕ್ಕೆ ಹೋಗಬೇಕಿತ್ತು. ಆಂಗ್ ತ್ಶೇರಿಂಗ್ ಬೆಳಗಿಸಿದ ಊದುಬತ್ತಿಗಳ ಆಹ್ಲಾದಕರ ಪರಿಮಳ ಗಾಳಿಯಲ್ಲಿ ಸೇರಿರುತ್ತಿತ್ತು.

ಇಂತಹ ಆಚರಣೆಗಳೇನಿದ್ದರೂ, ಶೆರ್ಪಾಗಳು ಅನುಸರಿಸುವ ಬೌದ್ಧಧರ್ಮ ಅನುಕೂಲಸಿಂಧುವಾಗಿದ್ದು, ಕಾಠಿಣ್ಯತೆ ಅದರಲ್ಲಿರಲಿಲ್ಲ. ಸಾಗರಮಾತಾಳ ಕೃಪಾಕಟಾಕ್ಷದಲ್ಲಿ ಇರಬೇಕೆಂದರೆ, ಆಕೆಗಾಗಿ ಒಂದು ದೊಡ್ಡ ಪೂಜೆಯೊಂದನ್ನು ಮಾಡದೆ ಯಾವ ತಂಡದವರೂ ಹಿಮಜಲಪಾತದಲ್ಲಿ ಕಾಲಿಡುವಂತಿರಲಿಲ್ಲ. ಆದರೆ ಆ ಪೂಜೆಯನ್ನು ಮಾಡಿಸಬೇಕಾದ ತೆಳ್ಳನೆಯ ದುರ್ಬಲನಾದ ಲಾಮ ಆ ದಿನ ಬರಲು ಸಾಧ್ಯವೇ ಆಗದ ಕಾರಣ, ಆಂಗ್ ತ್ಶೇರಿಂಗ್ ಯಾವುದೇ ಕಠಿಣ ನಿರ್ಧಾರ ಹೇರದೆ ಪೂಜೆಯಿಲ್ಲದೆ ಹೋಗಲು ಅಡ್ಡಿಯಿಲ್ಲ ಎಂದು ಘೋಷಿಸಿದ. ಪೂಜೆ ಮಾಡಬೇಕೆಂಬ ನಮ್ಮ ಪ್ರಯತ್ನ ಸಾಗರಮಾತೆಗೆ ಹೇಗೂ ಗೊತ್ತಾಗಿರುತ್ತದೆ, ಅನಂತರ ಮಾಡಿದರೆ ಆಕೆ ತಪ್ಪು ತಿಳಿದುಕೊಳ್ಳುವುದಿಲ್ಲ ಎಂದು ಸಮಜಾಯಿಷಿ ಕೊಟ್ಟ.

ಅದರಂತೆಯೇ ಸಾಗರಮಾತೆಯ ಮಡಿಲಲ್ಲಿ ಮದುವೆಯಾಗದ ಜೋಡಿಯ ಸಮಾಗಮದ ಬಗ್ಗೆ ಶೆರ್ಪಾಗಳು ಮಾತನಾಡಿಕೊಂಡರೂ, ಯಾರೂ ಪ್ರಬಲವಾಗಿ ವಿರೋಧಿಸಲು ಹೋಗಲಿಲ್ಲ. 1996ರ ಬೇಸಿಗೆಯ ಈ ಚಾರಣದಲ್ಲಿ ಒಬ್ಬ ಶೆರ್ಪಾ ಮತ್ತು IMAX ತಂಡದ ಒಬ್ಬ ಅಮೇರಿಕಾದ ಮಹಿಳೆಯ ಮಧ್ಯೆ ಪ್ರೇಮವು ಅರಳಿ, ಸಾಕಷ್ಟು ರಾಸಲೀಲೆ ಎಗ್ಗಿಲ್ಲದಂತೆ ನಡೆಯಿತು. ಆದ್ದರಿಂದ ನಾಗಾವಾಂಗ್‌ನ ಕಾಯಿಲೆಗೂ, ಮೌಂಟೆನ್ ಮ್ಯಾಡ್‌ನೆಸ್ ಗುಡಾರದಲ್ಲಿ ನಡೆದ ಕಾಮಕೇಳಿಗೂ ಸಂಬಂಧ ಹಚ್ಚುವುದು ವಿಚಿತ್ರವೆನ್ನಿಸಿತು. ಸ್ಕಾಟ್ ಫಿಷರ್ ತಂಡದ ಸರದಾರ, 23 ವರ್ಷದ ಲೋಪ್ಸಾಂಗ್ ಜಂಗ್ಬು ಶೆರ್ಪಾ ಜೊತೆಯಲ್ಲಿ ನಾನು ಈ ವಿಚಾರವಾಗಿ ಮಾತನಾಡಿದೆ. ಫಿಷರ್ ತಂಡದ ಆ ಮಹಿಳೆ ಬೇಸ್ ಕ್ಯಾಂಪ್ ನಲ್ಲಿ 'ಚಟ್ನಿ' ಮಾಡ್ತಾ ಇದಾಳೆ ಅನ್ನೋದು ದೊಡ್ಡ ಸಮಸ್ಯೆ ಅಲ್ಲವೇ ಅಲ್ಲ. ಆದರೆ ಇದಕ್ಕೂ ಮೇಲೆ ಪರ್ವತ ಏರಿದರೂ ಕೂಡ ಆಕೆ ತನ್ನ ಪ್ರಿಯತಮನ ಜೊತೆ ಕೂಡುವ ಚಟವನ್ನು ನಿಲ್ಲಿಸುತ್ತಿಲ್ಲ.

"ಮೌಂಟ್ ಎವರೆಸ್ಟ್ ನನಗೆ ದೇವರು ಇದ್ದಂತೆ; ಅದು ಎಲ್ಲಾರಿಗೂ ದೇವರೇ ಬಿಡು" ಎಂದು ಹತ್ತು ದಿನಗಳ ನಂತರ ಲೋಪ್ಸಾಂಗ್ ಗಂಭೀರನಾಗಿ ನನ್ನ ಮುಂದೆ

ಹೇಳಿದ. "ಗಂಡ-ಹೆಂಡತಿ ಜೊತೆಗೂಡಿದ್ರೆ ಏನೂ ತಪ್ಪಿಲ್ಲ. ಆದರೆ ಮದುವೆಯಾಗದ ಜೋಡಿ ಕೂಡಿದ್ರೆ ನನ್ನ ತಂಡಕ್ಕೆ ಕೇಡು ಬರುತ್ತೆ. ನಾನು ಸ್ಕಾಟ್‌ಗೆ ಎಷ್ಟೊಂದು ಸಲ ಹೇಳಿದೀನಿ; ದಯವಿಟ್ಟು ಆಕೆ ಎರಡನೆಯ ಕ್ಯಾಂಪ್‌ನಲ್ಲಿ ಆ ಗೆಣೆಕಾರನ ಜೊತೆ ಸೇರೋ ಹಂಗಿಲ್ಲ ಅಂತ ನೇರವಾಗಿ ಹೇಳಿಬಿಡು ಅಂತ. ಆದರೆ ಸ್ಕಾಟ್ ನನ್ನ ಮಾತಿಗೆ ನಗ್ತಾನೆ. ಮೊದಲನೆ ದಿನ ಇವರಿಬ್ಬರೂ ಕೂಡಿದ್ರಲ್ಲ, ಆವತ್ತೇ ನಾಗಾವಾಂಗ್‌ಗೆ ಎರಡನೆಯ ಕ್ಯಾಂಪ್‌ನಲ್ಲಿ ಆರೋಗ್ಯ ಕೈಕೊಟ್ಟಿದ್ದು. ಈಗಂತೂ ಸತ್ತೇ ಹೋದ."

ನಾಗಾವಾಂಗ್ ಶೆರ್ಪಾನು ಲೋಪ್ಸಾಂಗ್ ಶೆರ್ಪಾನ ಮಾವ; ಅವರಿಬ್ಬರೂ ಅನ್ಯೋನ್ಯವಾಗಿದ್ದರಲ್ಲದೆ, ಏಪ್ರಿಲ್ 22ರ ರಾತ್ರಿ ನಾಗಾವಾಂಗ್‌ನ ರಕ್ಷಣಾ ಕಾರ್ಯದಲ್ಲಿ ಹಿಮಜಲಪಾತದಗುಂಟ ಅವನನ್ನು ಇಳಿಸಿಕೊಂಡು ಬಂದವರಲ್ಲಿ ಲೋಪ್ಸಾಂಗ್ ಕೂಡಾ ಒಬ್ಬನಾಗಿದ್ದ. ಫೆರಿಚೆಯಲ್ಲಿ ನಾಗಾವಾಂಗ್ ಉಸಿರಾಡುವುದನ್ನು ನಿಲ್ಲಿಸಿದಾಗ ಲೋಪ್ಸಾಂಗ್ ಬೇಸ್ ಕ್ಯಾಂಪಿನಿಂದ ಮಾವನ ಸಲುವಾಗಿ ಓಡಿದ್ದ. ಅದಕ್ಕೆ ಸ್ಕಾಟ್ ಫಿಷರ್‌ನ ಅನುಮತಿಯೂ ಇತ್ತು. ನಾಗಾವಾಂಗ್‌ನನ್ನು ಕಾಠ್ಮಂಡುವಿಗೆ ಕರೆದೊಯ್ಯುವ ಹೆಲಿಕಾಪ್ಟರಿನಲ್ಲಿ ಜೊತೆಯಾಗಿದ್ದ. ಹೀಗೆ ಕಾಠ್ಮಂಡುವಿಗೆ ಹೋಗಿ, ಮತ್ತೆ ಅಲ್ಲಿಂದ ತಕ್ಷಣವೇ ಬೇಸ್ ಕ್ಯಾಂಪಿಗೆ ಹೊರಟು ಬಂದಿದ್ದರಿಂದ ಲೋಪ್ಸಾಂಗ್ ವಿಪರೀತ ಸುಸ್ತಾಗಿದ್ದ ಮತ್ತು ವಾತಾವರಣಕ್ಕೆ ಅವನು ಮತ್ತೊಮ್ಮೆ ಹೊಂದಿಕೊಳ್ಳುವುದು ಸುಲಭವಾಗಿರಲಿಲ್ಲ. ಸ್ಕಾಟ್ ಫಿಷರ್‌ನ ತಂಡಕ್ಕೆ ಇದು ಒಳ್ಳೆಯ ಸಂಗತಿಯಂತೂ ಆಗಿರಲಿಲ್ಲ. ರಾಬ್ ಹಾಲ್‌ನು ಆಂಗ್ ದೋರ್ಜೆಯ ಮೇಲೆ ಅವಲಂಬಿತನಾದಷ್ಟೇ, ಸ್ಕಾಟ್ ಫಿಷರ್‌ನು ಲೋಪ್ಸಾಂಗ್ ಮೇಲೆ ಅವಲಂಬಿತನಾಗಿದ್ದ.

ಈ 1996ರ ನೇಪಾಳದ ಮೂಲಕ ಮಾಡುತ್ತಿದ್ದ ಎವರೆಸ್ಟ್ ಪರ್ವತಾರೋಹಣದಲ್ಲಿ ಸಾಕಷ್ಟು ಪ್ರಸಿದ್ಧ ಹಿಮಾಲಯ ಪರ್ವತ ಪ್ರವೀಣರು ಸೇರಿಕೊಂಡಿದ್ದರು. ನಿಪುಣರಾದ ರಾಬ್ ಹಾಲ್, ಸ್ಕಾಟ್ ಫಿಷರ್, ಬ್ರೇಷರ್ಸ್, ಪೀಟ್ ಶೋನಿಂಗ್, ಆಂಗ್ ದೋರ್ಜೆ, ಮೈಕ್ ಗ್ರೂಮ್ ಮತ್ತು IMAX ತಂಡದ ಆಸ್ಟ್ರಿಯನ್ ರಾಬರ್ಟ್ ಶೌರ್ ಮುಖ್ಯವಾದವರು. ಆದರೆ ಈ ಎಲ್ಲಾ ಸಮರ್ಥರ ನಡುವೆ ನಾಲ್ಕು ಜನ ನಕ್ಷತ್ರದಂತೆ ಹೊಳೆಯುತ್ತಿದ್ದರು. 26,000 ಅಡಿ ಎತ್ತರದ ಮೇಲೆ ತಮ್ಮದೇ ವೀರ್ಯವಂತಿಕೆಯನ್ನು ಮೆರೆದ ಈ ನಾಲ್ವರೂ ತಮಗೆ ತಾವೇ ಸಾಟಿಯಾಗಿದ್ದರು. IMAX ಸಿನಿಮಾದಲ್ಲಿ ನಟಿಸುತ್ತಿದ್ದ ಅಮೇರಿಕಾದ ಪ್ರಜೆ ಎಡ್ ವೈಸ್ಟಿಯುವರ್ಸ್, ಸ್ಕಾಟ್ ಫಿಷರ್ ತಂಡದಲ್ಲಿ ಮಾರ್ಗದರ್ಶಿಯಾಗಿ ಕೆಲಸ ಮಾಡುತ್ತಿದ್ದ ಕಝುಕಿಸ್ಥಾನದ ಎನಾಟೊಲಿ ಬೊಕ್ರೀವ್, ಆಂಗ್ ಬಾಬು ಶೆರ್ಪಾ ಮತ್ತು ಲೋಪ್ಸಾಂಗ್ ಶೆರ್ಪಾ.

ನೋಡಲು ಸುಂದರನಾದ, ಸ್ನೇಹ ಸ್ವಭಾವದ, ಕ್ಷಮಾಗುಣ ಹೊಂದಿದ ಲೋಪ್ಸಾಂಗ್ ಸ್ವಲ್ಪ ಜಂಭದ ವ್ಯಕ್ತಿತ್ವದವನಾದರೂ ಸಾಕಷ್ಟು ಇಷ್ಟವಾಗುತ್ತಿದ್ದ.

ತಂದೆ-ತಾಯಿಯರ ಒಬ್ಬನೇ ಮಗನಾದ ಈತ ರೋಲ್ವಾಲಿಂಗ್ ಪ್ರಾಂತದಲ್ಲಿಯೇ ಬೆಳೆದಿದ್ದ. ಈತ ಕುಡಿಯುತ್ತಲೂ ಇರಲಿಲ್ಲ, ಧೂಮಪಾನ ಮಾಡುತ್ತಲೂ ಇರಲಿಲ್ಲ. ಶೆರ್ಪಾಗಳ ಮಧ್ಯೆ ಇದು ಅತ್ಯಂತ ಅಸಹಜ ಸಂಗತಿಯಾಗಿತ್ತು. ಬಂಗಾರದ ಹಲ್ಲೊಂದನ್ನು ಕಟ್ಟಿಸಿಕೊಂಡಿದ್ದ ಈತ ಸಹಜವಾಗಿ ನಗುತ್ತಿದ್ದ. ಇವನ ಗಾತ್ರ ತುಸು ಚಿಕ್ಕದಾಗಿದ್ದರೂ, ಅವನ ಆಕರ್ಷಕ ನಡೆನುಡಿ, ಕಷ್ಟದ ಕೆಲಸಗಳನ್ನು ಮಾಡಲು ತೋರುವ ಉತ್ಸಾಹ ಮತ್ತು ವರದಾನವೆನ್ನುವಂತೆ ಅವನಿಗಿದ್ದ ಸ್ಪರ್ಧಾಳುವಿನ ದೇಹ ದಾರ್ಢ್ಯತೆಯಿಂದಾಗಿ ಪ್ರಸಿದ್ಧ ಫುಟ್‌ಬಾಲ್ ಆಟಗಾರನಂತೆ ಕಾಣುತ್ತಿದ್ದ. ಸ್ಕಾಟ್ ಫಿಷರ್ ಅವನ ಬಗ್ಗೆ ಮಾತನಾಡುವಾಗ "ಈತ ನಂಗೆ ರಿಯನ್ ಹೋಲ್ಡ್ ಮೆಸ್ನೆರ್‌ನ ಎರಡನೆಯ ಅವತಾರ ಅನ್ನಿಸ್ತದೆ" ಎಂದಿದ್ದ. ರಿಯನ್ ಹೋಲ್ಡ್ ಮೆಸ್ನೆರ್‌ನು ಟೈರೋಲಿನ್‌ನವನಾಗಿದ್ದು, ಸಾರ್ವಕಾಲಿಕ ಶ್ರೇಷ್ಠ ಪರ್ವತಾರೋಹಿ ಎಂದು ಹೆಸರು ಪಡೆದವನಾಗಿದ್ದಾನೆ.

1993ರಲ್ಲಿ ಭಾರತ ಮತ್ತು ನೇಪಾಳ ದೇಶಗಳೆರಡೂ ಸೇರಿ ಮಾಡಿದ ಪರ್ವತಾರೋಹಣ ತಂಡದಲ್ಲಿ ಇವನಿಗೆ ಪ್ರಥಮ ಅವಕಾಶ ಸಿಕ್ಕಿತ್ತು. ಆ ತಂಡದ ನಾಯಕತ್ವವನ್ನು ಭಾರತೀಯಳಾದ ಬಚೇಂದ್ರಿ ಪಾಲ್ ಸಿಂಗ್ ವಹಿಸಿಕೊಂಡಿದ್ದಳು. ಈ ತಂಡದಲ್ಲಿ ಹೆಚ್ಚಾಗಿ ಮಹಿಳೆಯರೇ ತುಂಬಿದ್ದರು. ತಂಡದ ಅತ್ಯಂತ ಕಿರಿಯನಾದ್ದರಿಂದ ಆರಂಭದಲ್ಲಿ ಅವನಿಗೆ ಕೂಲಿಯ ಕೆಲಸವನ್ನು ವಹಿಸಿದ್ದರು. ಆದರೆ ಅವನ ಶಕ್ತಿ ಸಾಮರ್ಥ್ಯಗಳು ಎಷ್ಟು ಕಣ್ಸೆಳೆಯುವಂತಿದ್ದವೆಂದರೆ, ಕಡೆಯ ಗಳಿಗೆಯಲ್ಲಿ ಅವನನ್ನು ಶಿಖರಾಗ್ರದ ತಂಡದಲ್ಲಿ ಸೇರಿಸಿಕೊಳ್ಳಲಾಯಿತು. ಮೇ 16ರಂದು ಅವನು ಯಾವುದೇ ಪೂರಕ ಆಮ್ಲಜನಕದ ಅವಶ್ಯಕತೆಯಿಲ್ಲದಂತೆ ಉತ್ತುಂಗವನ್ನು ಹತ್ತಿ ನಿಂತಿದ್ದ.

ಇದಾದ ಐದು ತಿಂಗಳ ನಂತರ ಲೋಪ್ಸಾಂಗ್, ಜಪಾನ್ ತಂಡದೊಂದಿಗೆ ಸೇರಿ ಚೋ ಓಯು ಪರ್ವತವನ್ನು ಏರಿ ಬಂದ. 1994ರ ಬೇಸಿಗೆಯಲ್ಲಿ, ಸ್ಕಾಟ್ ಫಿಷರ್‌ನ ಸಾಗರಮಾತಾ ಎನ್ವಿರಾನ್‌ಮೆಂಟಲ್ ಎಕ್ಸ್‌ಪೆಡಿಷನ್ ತಂಡವನ್ನು ಸೇರಿಕೊಂಡು, ಎರಡನೆಯ ಬಾರಿ ಎವರೆಸ್ಟ್ ತಲೆಯನ್ನು ಮುಟ್ಟಿ ಬಂದ. ಈ ಬಾರಿಯೂ ಅವನು ಯಾವುದೇ ಪೂರಕ ಆಮ್ಲಜನಕವನ್ನು ಬಳಸಿರಲಿಲ್ಲ. ಮುಂದಿನ ಸೆಪ್ಟಂಬರ್ ತಿಂಗಳಲ್ಲಿ ಒಂದು ನಾರ್ವೆ ತಂಡದ ಜೊತೆ ಸೇರಿಕೊಂಡು, ಪಶ್ಚಿಮ ದಿಬ್ಬದ ಮೂಲಕ ಎವರೆಸ್ಟ್ ಹತ್ತಲು ಪ್ರಯತ್ನಿಸುತ್ತಿದ್ದ. ಆದರೆ ಒಂದು ಬಲವಾದ ಹಿಮಪಾತದ ಹೊಡೆತಕ್ಕೆ ಸಿಕ್ಕಿ ಕಣಿವೆಯೊಳಕ್ಕೆ ಬಿದ್ದ. 200 ಅಡಿ ಬಿದ್ದ ನಂತರ ಅದು ಹೇಗೋ ಚಾಣಾಕ್ಷತನದಿಂದ ತನ್ನ ಹಿಮಗೊಡಲಿಯನ್ನು ಬಳಸಿ ಬೀಳುವುದನ್ನು ತಪ್ಪಿಸಿಕೊಂಡ. ಅವನ ಹಗ್ಗಕ್ಕೆ ಕಟ್ಟಿಕೊಂಡಿದ್ದ ಇನ್ನಿಬ್ಬರು ಪರ್ವತಾರೋಹಿಗಳ ಜೀವವೂ ಉಳಿದಿತ್ತು. ಆದರೆ ಅವನ

ಚಿಕ್ಕಪ್ಪ ಮಿಂಗ್‌ಮಾ ನೊರ್ಬು ಶೆರ್ಪಾ ಮಾತ್ರ ಈ ಹಗ್ಗಕ್ಕೆ ಕಟ್ಟಿಕೊಂಡಿರಲಿಲ್ಲ. ಆತನನ್ನು ಹಿಮಪಾತ ಸೆಳೆದುಕೊಂಡು ಹೋಯಿತು. ಈ ಘಟನೆ ಲೋಪ್ಸಾಂಗ್‌ನನ್ನು ಅಲ್ಲಾಡಿಸಿ ಬಿಟ್ಟಿತು. ಆದರೂ ಪರ್ವತಾರೋಹಣದ ಆಕರ್ಷಣೆಯನ್ನು ಅವನಲ್ಲಿ ಕಿಂಚಿತ್ತೂ ಕಡಿಮೆ ಮಾಡಲಿಲ್ಲ.

1995ರಲ್ಲಿ ಅವನು ಮೂರನೆಯ ಬಾರಿ ಪೂರಕ ಆಮ್ಲಜನಕದ ಅವಶ್ಯಕತೆಯಿಲ್ಲದೆ ಎವರೆಸ್ಟ್ ಏರಿ ಬಂದ. ಈ ಬಾರಿ ಅವನು ರಾಬ್ ಹಾಲ್‌ನ ಪರ್ವತಾರೋಹಣ ತಂಡದ ಕೆಲಸಗಾರನಾಗಿದ್ದ. ಅದಾದ ಮೂರೇ ತಿಂಗಳಿಗೆ ಪಾಕಿಸ್ತಾನದಲ್ಲಿರುವ 26,400 ಅಡಿ ಎತ್ತರದ ಬ್ರಾಡ್ ಪೀಕ್ ಎಂಬ ಪರ್ವತವನ್ನು, ಫಿಷರ್ ತಂಡದ ಕೆಲಸಗಾರನಾಗಿ ಹತ್ತಿ ಬಂದ. ಅವನು ಪರ್ವತಗಳನ್ನು ಹತ್ತಲು ಶುರು ಮಾಡಿ ಕೇವಲ ಮೂರು ವರ್ಷವಾಗಿತ್ತು. ಆದರೆ ಆ ಅಲ್ಪಾವಧಿಯಲ್ಲಿ ಹತ್ತಕ್ಕೂ ಹೆಚ್ಚು ಹಿಮಾಲಯದ ಶಿಖರಗಳನ್ನು ಏರಿ ಬಂದು, ಎತ್ತರ ಪರ್ವತಗಳ ಮಹತ್ವದ ಪರ್ವತಾರೋಹಿ ಎಂಬ ಖ್ಯಾತಿಯನ್ನು ಪಡೆದಿದ್ದ.

1994ರಲ್ಲಿ ಜೊತೆಯಲ್ಲಿಯೇ ಪರ್ವತಾರೋಹಣ ಮಾಡಿದ ಸ್ಕಾಟ್ ಫಿಷರ್ ಮತ್ತು ಲೋಪ್ಸಾಂಗ್ ಇಬ್ಬರೂ ಒಬ್ಬರನ್ನೊಬ್ಬರು ತುಂಬಾ ಮೆಚ್ಚಿಕೊಳ್ಳಲಾರಂಭಿಸಿದರು. ಇಬ್ಬರಿಗೂ ಸೀಮಾತೀತವಾದ ಶಕ್ತಿ, ಸೆಳೆಯುವಂತಹ ಚೆಲುವು ಮತ್ತು ಹುಡುಗಿಯರನ್ನು ಸುಲಭವಾಗಿ ಮರುಳು ಮಾಡುವ ನೈಪುಣ್ಯವಿತ್ತು. ಲೋಪ್ಸಾಂಗ್ ಫಿಷರ್‌ನಿಗೆ ಎಂತಹ ಶಿಷ್ಯನಾದನೆಂದರೆ, ಅವನಂತೆಯೇ ಕೂದಲನ್ನು ಪೋನಿಟೇಲ್ ಮಾಡಿಕೊಂಡ. "ಸ್ಕಾಟ್ ಸಿಕ್ಕಾಪಟ್ಟೆ ಗಟ್ಟಿಗ. ನಾನೂ ಗಟ್ಟಿಗ" ಎಂದು ಒಮ್ಮೆ ಲೋಪ್ಸಾಂಗ್ ಯಾವುದೇ ಸಂಕೋಚವಿಲ್ಲದಂತೆ ನನ್ನೊಡನೆ ಹೇಳಿಕೊಂಡ. "ನಾವಿಬ್ಬರೂ ಒಳ್ಳೆ ಜೋಡಿ ಆಗ್ತೀವಿ. ಸ್ಕಾಟ್ ನಂಗೆ ಅಷ್ಟೊಂದು ದುಡ್ಡು ಕೊಡಲ್ಲ. ರಾಬ್ ಹಾಲ್ ಅಥವಾ ಜಪನೀಸ್ ತಂಡ ಅವನಿಗಿಂತಲೂ ಹೆಚ್ಚು ಹಣ ಕೊಡುತ್ತೆ. ಆದರೆ ನಂಗೆ ದುಡ್ಡು ಬೇಡ. ನನ್ನ ಭವಿಷ್ಯ ನಂಗೆ ಮುಖ್ಯ. ಸ್ಕಾಟ್ ನನ್ನ ಭವಿಷ್ಯ. ಅವನು ನಂಗೆ ಏನು ಹೇಳ್ತಾನೆ ಗೊತ್ತಾ? 'ಲೋಪ್ಸಾಂಗ್, ನನ್ನ ಶಕ್ತಿವಂತ ಶೆರ್ಪಾ! ನಾನು ನಿನ್ನನ್ನು ಪ್ರಖ್ಯಾತ ಮಾಡ್ತೀನಿ'... ನನಗೆ ಏನನ್ನಿಸುತ್ತೆ ಅಂದ್ರೆ, ಸ್ಕಾಟ್ ನನ್ನ ಸಲುವಾಗಿ ತನ್ನ ಮೌಂಟನ್ ಮ್ಯಾಡ್‌ನೆಸ್‌ನಲ್ಲಿ ಸಾಕಷ್ಟು ಯೋಜನೆಗಳನ್ನು ಹಾಕಿಕೊಂಡಿದ್ದಾನೆ."

ಅಧ್ಯಾಯ 10

ಲೋಟ್ ಫೇಸ್ ಪರ್ವತ

29ನೇ ಏಪ್ರಿಲ್ 1996; 23,400 ಅಡಿ ಎತ್ತರ

ಮೂರನೆಯ ಕ್ಯಾಂಪನ್ನು ತಲುಪಬೇಕೆನ್ನುವ ನಮ್ಮ ಮೊದಲ ಪ್ರಯತ್ನವು ಬಿರುಗಾಳಿ ಮತ್ತು ಭೀಕರ ಚಳಿಯಿಂದಾಗಿ ವಿಫಲವಾದ ಮೇಲೆ, ರಾಬ್ ಹಾಲ್‌ನ ತಂಡದ ಸದಸ್ಯರೆಲ್ಲರೂ ಮರುದಿನ ಮತ್ತೊಂದು ಪ್ರಯತ್ನಕ್ಕೆ ಕೈ ಹಾಕಿದೆವು. (ಡಗ್ ಮಾತ್ರ ಬರಲಾಗಲಿಲ್ಲ. ತನ್ನ ಗಂಟಲಿನ ಗಾಯವು ಮಾಯಲೆಂದು ಬೇಸ್ ಕ್ಯಾಂಪಿನಲ್ಲಿಯೇ ಉಳಿದ.) ಲೋಟ್ ಫೇಸ್ ದಿಬ್ಬದ ಇಳಿಜಾರು ತೀಕ್ಷ್ಣವಾಗಿತ್ತು. ಅದರ ಗುಂಟ ಇಳೆಬಿಟ್ಟಿದ್ದ ಮಾಸಿದ ನೈಲಾನ್ ಹಗ್ಗವೊಂದನ್ನು ಹಿಡಿದುಕೊಂಡು ಸುಮಾರು ಒಂದು ಸಾವಿರ ಅಡಿಯಷ್ಟು ಮೇಲಕ್ಕೆ ಹತ್ತಿದೆ. ಹಗ್ಗ ಮುಗಿಯುವುದೇ ಇಲ್ಲವೇನೋ ಅನ್ನಿಸಿತು. ಮೇಲೆ ಮೇಲೆ ಹೋದಂತೆಲ್ಲಾ ನನ್ನ ಆರೋಹಣವೂ ನಿಧಾನವಾಗಲಾರಂಭಿಸಿತು. ಗವಸು ಧರಿಸಿದ ನನ್ನ ಕೈಗಳಿಂದ ಜೂಮರ್ ಅನ್ನು

ಮೇಲಕ್ಕೆ ಸರಿಸುತ್ತಾ, ಆಗೊಮ್ಮೆ ಈಗೊಮ್ಮೆ ಅದರ ಮೇಲೆ ಭಾರ ಹಾಕಿ ಕಷ್ಟ ಪಟ್ಟು ಒಂದೆರಡು ಕ್ಷಣ ಉಸಿರಾಡುತ್ತಿದ್ದೆ. ಅನಂತರ ನನ್ನ ಎಡಗಾಲನ್ನು ಮೇಲಕ್ಕೆತ್ತಿ, ಹಿಮಗಡ್ಡೆಯ ಮೇಲೆ ಕ್ರಾಂಪನ್ ಅನ್ನು ಒತ್ತಿ ಹಿಡಿದು, ಆಯಾಸದಿಂದ ಒದ್ದಾಡುತ್ತಾ ಮತ್ತೊಂದೆರಡು ಬೊಗಸೆ ಗಾಳಿಯಿಂದ ಶ್ವಾಸಕೋಶವನ್ನು ತುಂಬಿಸಿಕೊಂಡೆ. ಅನಂತರ ಬಲಗಾಲನ್ನು ಮೇಲಕ್ಕೆತ್ತಿ ಎಡಗಾಲಿನ ಪಕ್ಕಕ್ಕೆ ಒತ್ತಿ ಹಿಡಿದು, ಇನ್ನೊಮ್ಮೆ ಉಸಿರನ್ನು ದೀರ್ಘವಾಗಿ ಒಳಗೆಳೆದುಕೊಂಡು ಹೊರಬಿಟ್ಟೆ. ಆಮೇಲೆ ಜೂಮರ್ ಅನ್ನು ಮತ್ತಿಷ್ಟು ಮೇಲಕ್ಕೆ ಸರಿಸಿದೆ. ಮೂರು ಗಂಟೆಯಿಂದ ನಿರಂತರವಾಗಿ ನನ್ನೆಲ್ಲಾ ಶ್ರಮವನ್ನು ಹಾಕಿ ಮೇಲಕ್ಕೇರುತ್ತಿದ್ದೆ. ಇನ್ನೂ ಒಂದು ಗಂಟೆ ಹತ್ತುವುದನ್ನು ಮುಂದುವರೆಸಿ ಅನಂತರ ವಿಶ್ರಾಂತಿ ತೆಗೆದುಕೊಳ್ಳುವುದೆಂದು ನಿರ್ಧರಿಸಿದ್ದೆ. ಹೀಗೆ ಇಂಚಿಂಚೇ ಕಷ್ಟಪಟ್ಟು ಮೇಲೇರುತ್ತಾ, ಮುಂದೆಲ್ಲೋ ಒಂದಿಷ್ಟು ಗುಡಾರಗಳ ಸಮೂಹಗಳು ಆಯಕಟ್ಟಿನ ಸ್ಥಳದಲ್ಲಿ ಕಾಣಬಹುದೆಂಬ ನಿರೀಕ್ಷೆಯಲ್ಲಿ ಮುಂದುವರೆದೆ.

ಜಗತ್ತಿನಲ್ಲಿ ಸಾಕಷ್ಟು ಜನರು ಪರ್ವತಾರೋಹಣ ಮಾಡುವುದಿಲ್ಲ. ಆದರೆ ಈ ಸಾಹಸವನ್ನು ಒಂದು ಭಂಡ ಧೈರ್ಯದ, ರೋಮಾಂಚನವನ್ನು ಎಗ್ಗಿಲ್ಲದೆ ಅನುಭವಿಸಬೇಕೆನ್ನುವ ಹೊಟ್ಟೆಬಾಕತನದ ಹವ್ಯಾಸವೆಂದು ಭಾವಿಸಿದ್ದಾರೆ. ಬಿಸಿರಕ್ತದ ಮದದಿಂದಾಗಿ ಪಡ್ಡೆ ಹುಡುಗರು ಮಾಡುವ ಹುಂಬತನವಿದೆಂಬ ತಪ್ಪು ಕಲ್ಪನೆ ಜನರಲ್ಲಿದೆ. ಕೊನೆಯ ಪಕ್ಷ ಎವರೆಸ್ಟ್ ಪರ್ವತದ ವಿಷಯದಲ್ಲಂತೂ ಈ ಭಾವನೆ ತಪ್ಪು. ನಾನಲ್ಲಿ ಪರ್ವತ ಹತ್ತಲು ಒದ್ದಾಡುತ್ತಿದ್ದುದುದನ್ನು ಯಾವುದೇ ಭಂಗಿ ಜಿಗಿತಕ್ಕಾಗಲಿ, ಆಕಾಶ ಜಿಗಿತಕ್ಕಾಗಲಿ ಅಥವಾ ಮೋಟಾರ್ ಸೈಕಲ್ ಅನ್ನು ಗಂಟೆಗೆ 200 ಕಿ.ಮೀ. ವೇಗದಲ್ಲಿ ಓಡಿಸುವುದಕ್ಕಾಗಲಿ ಹೋಲಿಸುವಂತಿಲ್ಲ.

ಬೇಸ್ ಕ್ಯಾಂಪ್‌ನ ಸವಲತ್ತುಗಳನ್ನು ಬಿಟ್ಟು ಮೇಲಕ್ಕೆ ಹತ್ತುವಾಗ ಒಂದು ರೀತಿಯಲ್ಲಿ ಎಲ್ಲರೂ ದೈವದ ಮೇಲೆ ಭಾರ ಹಾಕಿ ಸಾಗುತ್ತಾರೆ. ನಮಗೆ ದಕ್ಕುವ ಖುಷಿಗೆ ಹೋಲಿಸಿದರೆ, ನಾವು ಪಡಬೇಕಾದ ಕಷ್ಟದ ಪ್ರಮಾಣವು ವಿಪರೀತ ಹೆಚ್ಚು. ನಾನು ಈ ಹಿಂದೆ ಹತ್ತಿದ ಎಲ್ಲಾ ಪರ್ವತಗಳನ್ನು ಗಣನೆಗೆ ತೆಗೆದುಕೊಂಡರೂ ಎವರೆಸ್ಟ್‌ನಲ್ಲಿ ಕಷ್ಟದ ಪ್ರಮಾಣ ಹೆಚ್ಚು. ಬಹುಶಃ ಎವರೆಸ್ಟ್ ಹತ್ತುವ ಮುಖ್ಯ ಉದ್ದೇಶ ನೋವನ್ನು ಗೆಲ್ಲುವುದೇ ಆಗಿರಬೇಕು ಎಂದು ನನಗೆ ಆ ಕ್ಷಣ ಅನ್ನಿಸಿಬಿಟ್ಟಿತು. ದಿನಂಪ್ರತಿ ದೇಹವನ್ನು ದಂಡಿಸುತ್ತಾ, ಏಕತಾನತೆಯನ್ನು ಸಹಿಸಿಕೊಳ್ಳುತ್ತಾ, ವಿಪರೀತ ಕಷ್ಟವನ್ನು ಅನುಭವಿಸುತ್ತಾ ಒದ್ದಾಡುವ ನಮ್ಮೆಲ್ಲರ ಉದ್ದೇಶವು ಬಹುಶಃ ಒಂದು ದಿವ್ಯ ಅನುಗ್ರಹವನ್ನು ಪಡೆಯುವುದೇ ಆಗಿರಬೇಕು ಎಂದು ನನಗನ್ನಿಸಿತು.

ಬಹುತೇಕರಿಗೆ ಕಡಿಮೆ ಮೌಲ್ಯದ ಉದ್ದೇಶಗಳಿರಬಹುದೆನ್ನುವುದನ್ನು ನಾನು ತಳ್ಳಿ ಹಾಕುವುದಿಲ್ಲ. ಕೀರ್ತಿಯ ಹಪಾಹಪಿ, ವೃತ್ತಿಯಲ್ಲಿ ಅಭಿವೃದ್ಧಿ, ಅಹಂಕಾರದ

ಆಲಿಂಗನ, ಆತ್ಮರತಿಯ ಸೆಳೆತ, ಹಣದ ಹುಚ್ಚು ಪ್ರದರ್ಶನ – ಎಲ್ಲವೂ ಇವೆ. ಆದರೆ ವಿಮರ್ಶಕರು ಭಾವಿಸುವಂತೆ ಈ ನಗಣ್ಯ ಸಂಗತಿಗಳೇ ಎಲ್ಲರಿಗೂ ಮುಖ್ಯವಾಗಿಲ್ಲ. ವಾರಗಳ ಕಾಲ ಈ ಕುರಿತು ಚಿಂತಿಸಿದಾಗ, ನನ್ನ ತಂಡದ ಸದಸ್ಯರ ಮೇಲಿದ್ದ ನನ್ನ ಪೂರ್ವಗ್ರಹ ಅಭಿಪ್ರಾಯಗಳೂ ನಿಧಾನಕ್ಕೆ ಬದಲಾಗುತ್ತಾ ಹೋಯಿತು.

ಉದಾಹರಣೆಗೆ ಬೆಕ್ ವೆದರ್ಸ್ ಸಂಗತಿಯನ್ನೇ ತೆಗೆದುಕೊಳ್ಳೋಣ. ಈ ಸದ್ಯ ಅವನು ನನಗಿಂತ 500 ಅಡಿ ಕೆಳಗಡೆ, ಸಾಲುಗಟ್ಟಿದ ಪರ್ವತಾರೋಹಿಗಳ ಕೊನೆಯಲ್ಲಿ ಕೆಂಪು ಚುಕ್ಕೆಯಾಗಿ ಕಾಣುತ್ತಿದ್ದ. ಅವನನ್ನು ಮೊದಲು ಭೇಟಿಯಾದಾಗ ಅಂತಹ ಒಳ್ಳೆಯ ಅಭಿಪ್ರಾಯವೇನೂ ನನ್ನಲ್ಲಿ ಮೂಡಿರಲಿಲ್ಲ. ವಿಪರೀತ ಉತ್ಸಾಹವನ್ನು ಪ್ರದರ್ಶಿಸುವ ಈ ಡಾಲಾಸಿನ ವೈದ್ಯ, ಸಾಧಾರಣ ಪರ್ವತಾರೋಹಿಯಾಗಿದ್ದ. ಮೊದಲ ಭೇಟಿಯಲ್ಲಿ ಅವನು ವಾಚಾಳಿಯಾದ ಶ್ರೀಮಂತನೆಂದು ಭಾಸವಾಗಿ, ಕೇವಲ ತನ್ನ ಶೋಕೇಸಿನಲ್ಲಿ ಎವರೆಸ್ಟ್ ಹತ್ತಿದ ಪದಕವೊಂದನ್ನು ಪ್ರದರ್ಶಿಸುವ ಆಸೆಯಿಂದ ಅದನ್ನು ಕೊಳ್ಳಲು ಬಂದವನಂತೆ ಕಂಡಿದ್ದ. ಆದರೆ ಅವನ ಪರಿಚಯ ಹೆಚ್ಚೆಚ್ಚು ಆದಂತೆಲ್ಲಾ, ಅವನ ಮೇಲೆ ನನ್ನ ಗೌರವ ಜಾಸ್ತಿಯಾಗಲಾರಂಭಿಸಿತು. ಅವನ ಒರಟಾದ ಹೊಸ ಬೂಟುಗಳು ಅವನ ಕಾಲನ್ನು ತಿಂದು ಹಾಕುತ್ತಿದ್ದರೂ, ಆ ಪ್ರಾಣಾಂತಿಕ ನೋವಿನ ಬಗ್ಗೆ ಹೆಚ್ಚಿಗೆ ಮಾತಾಡದೆ ಪ್ರತಿದಿನವೂ ಪರ್ವತವನ್ನು ಹತ್ತುತ್ತಿದ್ದ. ಆತನಿಗೆ ಅಂತಃಶಕ್ತಿ, ಸ್ವಯಂಪ್ರೇರಣೆ ಮತ್ತು ಸಮಾಧಾನಗಳಿದ್ದವು. ಯಾವುದನ್ನು ನಾನು ಮೊದಲಿಗೆ ಅಹಂಕಾರವೆಂದು ಭಾವಿಸಿದ್ದೆನೋ, ಈಗದು ಉತ್ಸಾಹವೆಂದು ಕಾಣುತ್ತಿತ್ತು. ಈತನಿಗೆ ಜಗತ್ತಿನ ಯಾರ ಮೇಲೂ ಕಹಿ ಭಾವನೆ ಇರಲಿಲ್ಲ. ಬೆಕ್‌ನ ಪುಟಿಯುವ ಉತ್ಸಾಹ ಮತ್ತು ಸೀಮಾತೀತ ಧನಾತ್ಮಕತೆ ಎಷ್ಟು ಸಫಲವಾಗಿದ್ದವೆಂದರೆ, ನನ್ನ ಪೂರ್ವಗ್ರಹಗಳನ್ನು ಮರೆತು ಆತನನ್ನು ಇಷ್ಟಪಡಲಾರಂಭಿಸಿದೆ.

ವಿಮಾನ ಅಧಿಕಾರಿಯ ಮಗನಾದ ಬೆಕ್, ಬಾಲ್ಯವನ್ನೆಲ್ಲಾ ಮಿಲಿಟರಿ ಕ್ಯಾಂಪ್‌ಗಳ ನಡುವೆ ಅಲೆಯುವುದರಲ್ಲಿ ಕಳೆದು, ಕೊನೆಗೆ ವಿಚಿತಾ ಫಾಲ್ಸ್ ಕಾಲೇಜಿನಲ್ಲಿ ಸೇರಿಕೊಂಡಿದ್ದ. ತನ್ನ ವೈದ್ಯಕೀಯ ಪದವಿಯನ್ನು ಪಡೆದು, ಮದುವೆಯಾಗಿ ಎರಡು ಮಕ್ಕಳನ್ನು ಪಡೆದು, ಡಾಲಸಿನಲ್ಲಿ ಒಳ್ಳೆಯ ಹಣ ಗಳಿಸುತ್ತಾ ಸುಖವಾಗಿದ್ದ. 1986ರಲ್ಲಿ ರಜೆಯನ್ನು ತೆಗೆದುಕೊಂಡು ಕೊಲರಾಡೋಗೆ ಹೋದಾಗ ಆತನಿಗೆ ನಲವತ್ತು ವರ್ಷ. ಪರ್ವತಗಳು ಕೂಗಿ ಕರೆಯಲಾರಂಭಿಸಿದವು. ತಕ್ಷಣ ರಾಕಿ ಮೌಂಟೆನ್ ನ್ಯಾಷನಲ್ ಪಾರ್ಕ್‌ನಲ್ಲಿ ಪರ್ವತಾರೋಹಣ ತರಬೇತಿಯ ಆರಂಭದ ಕೋರ್ಸ್‌ಗೆ ಸೇರಿಕೊಂಡ.

ವೃತ್ತಿಯಲ್ಲಿ ವಿಪರೀತ ಸಾಧನೆಯನ್ನು ಮಾಡಿದ ಡಾಕ್ಟರ್‌ಗಳಲ್ಲಿ ಇಂತಹ ವರ್ತನೆ ಅಪರೂಪವೇನೂ ಅಲ್ಲ. ಹೊಸ ಹವ್ಯಾಸವನ್ನು ಹುಡುಕಿಕೊಂಡು ಹೋಗುವ ಮೊದಲ ಡಾಕ್ಟರ್ ಅಂತೂ ಬೆಕ್ ಆಗಿರಲಿಲ್ಲ. ಆದರೆ ಪರ್ವತಾರೋಹಣ

ಎನ್ನುವುದು ಗೆಳೆಯರೊಡನೆ ಕಾಲಹರಣ ಮಾಡುವಂತಹ ಟೆನ್ನಿಸ್, ಗಾಲ್ಫ್ ಮತ್ತಿತರ ಹವ್ಯಾಸಗಳಂತಲ್ಲ. ಪರ್ವತಾರೋಹಣ ಹವ್ಯಾಸವು ಬೇಡುವ ಅಪಾಯಕರ ದೈಹಿಕ ಮತ್ತು ಮಾನಸಿಕ ಪರಿಶ್ರಮವು ಅದನ್ನು ಒಂದು ಆಟಕ್ಕಿಂತಲೂ ಬೇರೇನೋ ಹೆಚ್ಚಿನದಾಗಿಸಿವೆ. ಪರ್ವತಾರೋಹಣ ಎನ್ನುವುದು ಇನ್ನೊಂದು ಬದುಕಿನ ಕ್ರಮವೇ ಆಗಿದ್ದು, ಸದ್ಯದ ಬದುಕಿನ ಮೇಲೆ ತೀವ್ರ ಪ್ರಭಾವ ಬೀರುತ್ತದೆ. ಬೆಕ್ ಪರ್ವತಾರೋಹಣವನ್ನು ವಿಪರೀತ ಹಚ್ಚಿಕೊಂಡು ಬಿಟ್ಟ. ಅವನ ಪತ್ನಿ ಪೀಚ್‌ಗೆ ಈತನ ಪರ್ವತಗಳ ಹುಚ್ಚಿನಿಂದ ಸಾಕಷ್ಟು ಕಳವಳ ಉಂಟಾಯಿತು. ಇದರಿಂದಾಗಿ ಅವರ ಕುಟುಂಬ ಜೀವನದಲ್ಲಿ ಬೆಕ್‌ನ ಅನುಪಸ್ಥಿತಿ ಹೆಚ್ಚಾಗತೊಡಗಿತು. ಈ ಪರ್ವತಗಳ ಗೀಳನ್ನು ಹಚ್ಚಿಕೊಂಡ ಕೆಲವೇ ದಿನಗಳಲ್ಲಿ, ಜಗತ್ತಿನ ಸಪ್ತಪರ್ವತಗಳನ್ನು ಏರುವುದಾಗಿ ಬೆಕ್ ನಿರ್ಧರಿಸಿದಾಗ ಆಕೆಗೆ ನಿಜಕ್ಕೂ ಬೇಸರವಾಯ್ತು.

ಬೆಕ್‌ನ ಈ ವಿಪರೀತದ ಗೀಳು ಅವನ ಸ್ವಾರ್ಥ ಮತ್ತು ದುಂಧುತನವನ್ನು ತೋರಿಸುತ್ತಿತ್ತಾದರೂ, ಖಂಡಿತವಾಗಿಯೂ ಹುಡುಗಾಟಿಕೆಯ ಸಂಗತಿಯಾಗಿರಲಿಲ್ಲ. ಇದೇ ತರಹದ ಗಂಭೀರತೆಯನ್ನು ನಾನು ಬ್ಲೂಮ್ ಫೀಲ್ಡ್‌ಹಿಲ್ಸ್‌ನ ವಕೀಲ ಲೂಯಿ ಕಾಸಿಷ್ಕನಲ್ಲಿಯೂ ಗಮನಿಸಿದೆ; ದಿನಾ ಬೆಳಿಗ್ಗೆ ಉಪಹಾರವಾಗಿ ನೂಡಲ್ಸ್ ತಿನ್ನುವ ಸೌಮ್ಯ ಸ್ವಭಾವದ ಜಪಾನಿನ ಮಹಿಳೆ ಯಸುಕೊ ನಂಬಾಳಲ್ಲಿಯೂ ಗಮನಿಸಿದೆ. ಸೈನ್ಯದಿಂದ ನಿವೃತ್ತಿ ಹೊಂದಿದ ನಂತರ ಪರ್ವತಾರೋಹಣವನ್ನು ಹಚ್ಚಿಕೊಂಡ ಬ್ರಿಸ್ಬೇನಿನ ಐವತ್ತಾರು ವರ್ಷದ ಅರಿವಳಿಕೆ ತಜ್ಞ ಜಾನ್ ಟಾಸ್ಕ್‌ನಲ್ಲಿಯೂ ಗಮನಿಸಿದೆ.

"ಸೈನ್ಯದಿಂದ ಹೊರಗೆ ಬಂದಾಗ ನಂಗೆ ಮುಂದಿನ ದಾರಿಯೇ ಗೊತ್ತಾಗದಂತಾಗಿತ್ತು" ಎಂದು ಟಾಸ್ಕ್ ಆಸ್ಟ್ರೇಲಿಯಾದ ದಟ್ಟ ಉಚ್ಚಾರಣೆಯಲ್ಲಿ ವಿಷಾದದಿಂದ ಹೇಳುತ್ತಾನೆ. ಅವನಿಗೆ ಸೇನೆಯಲ್ಲಿ ಬಹುದೊಡ್ಡ ಹುದ್ದೆಯಿತ್ತು. ವಿಯೆಟ್ನಾಂನಲ್ಲಿ ಎರಡು ಬಾರಿ ತೀವ್ರವಾಗಿ ಯುದ್ಧದಲ್ಲಿ ಭಾಗವಹಿಸಿ ಬಂದ ಈತನಿಗೆ, ಸಮವಸ್ತ್ರವಿಲ್ಲದ ಸಪಾಟಾದ ನಾಗರೀಕ ಜೀವನವನ್ನು ಅರಗಿಸಿಕೊಳ್ಳಲಾಗಲಿಲ್ಲ. "ಸಾಮಾನ್ಯ ಜನರೊಡನೆ ನಂಗೆ ಮಾತಾಡೋದಕ್ಕೆ ಬರಲ್ಲ ಅಂತ ಗೊತ್ತಾಯ್ತು" ಎಂದು ಮುಂದುವರೆಸಿದ. "ನನ್ನ ಸಂಸಾರ ಕೂಡಾ ಮುರಿದು ಬಿದ್ದಿತ್ತು. ಅಂತ್ಯವೇ ಇಲ್ಲದಂತಹ ಉದ್ದಾನುದ್ದ ಕೊಳವೆಯ ಕತ್ತಲಿನಲ್ಲಿ ನಾನೊಬ್ಬನೇ ನಿಶ್ಶಕ್ತಿಯಿಂದ ನಡೆಯುತ್ತಿದ್ದೆ. ಜೊತೆಗೆ ಮುಪ್ಪು ಮತ್ತು ಸಾವಿನ ಭಯವಿತ್ತು. ಆ ಹೊತ್ತಿನಲ್ಲಿಯೇ ನಾನು ಪರ್ವತಾರೋಹಣವನ್ನು ಕಂಡು ಕೊಂಡೆ. ನಾಗರೀಕ ರಸ್ತೆಗಳಲ್ಲಿ ದಕ್ಕದ್ದು ನನಗೆ ಇಲ್ಲಿ ಸಿಗಲಾರಂಭಿಸಿತು – ಆ ಸವಾಲು, ಆ ಖಚಿತವಾದ ಗುರಿ, ಆ ಗಾಢ ಸ್ನೇಹ ಎಲ್ಲಾ ಸಿಗ್ತು."

ನನ್ನ ತಂಡದವರಾದ ಟಾಸ್ಕ್, ವೆದರ್ಸ್, ಮತ್ತಿತರರ ಮೇಲೆ ನನ್ನ ಸಾನುಭೂತಿ ಹೆಚ್ಚಾದಂತೆಲ್ಲಾ, ಪತ್ರಕರ್ತನಾಗಿ ಅಲ್ಲಿಗೆ ಹೋದ ನನಗೆ ಇನ್ನಿಲ್ಲದ ಕಳವಳ

ಶುರುವಾಯ್ತು. ರಾಬ್ ಹಾಲ್, ಸ್ಕಾಟ್ ಫಿಷರ್ ಅಥವಾ ಸ್ಯಾಂಡಿ ಪಿಟ್‌ಮನ್ ಬಗ್ಗೆ ಬರೆಯಲು ನನಗೆ ಯಾವ ಸಂಕೋಚವೂ ಇರಲಿಲ್ಲ. ಅವರೆಲ್ಲರೂ ವರ್ಷಗಳಿಂದಲೂ ಮಾಧ್ಯಮದಲ್ಲಿ ಮಿಂಚಲು ಹವಣಿಸುತ್ತಿದ್ದವರು. ಆದರೆ ಉಳಿದ ಸಹಚರರ ಸಂಗತಿ ಬೇರೆ. ರಾಬ್ ಹಾಲ್ ಜೊತೆಗೆ ಈ ಪರ್ವತಾರೋಹಣಕ್ಕೆ ಸಹಿ ಮಾಡಿದಾಗ ಅವರಲ್ಲಿ ಯಾರಿಗೂ ಪತ್ರಕರ್ತನೊಬ್ಬ ತಮ್ಮ ಜೊತೆಯಲ್ಲಿರುತ್ತಾನೆಂಬುದು ತಿಳಿದಿರಲಿಲ್ಲ. ಆಗಾಗ ಏನೇನೋ ಗುರುತು ಹಾಕಿಕೊಳ್ಳುತ್ತಾ, ಸದ್ದಿಲ್ಲದೆ ಅವರ ಮಾತುಗಳನ್ನು ಧ್ವನಿಮುದ್ರಿಸಿಕೊಳ್ಳುತ್ತಾ ಮತ್ತು ಅವರ ವಿಶಿಷ್ಟ ಸ್ವಭಾವಗಳನ್ನು ಗುರುತಿಸಿಕೊಂಡು, ಮುಂದೊಮ್ಮೆ ಸಂವೇದನಾಹೀನ ಓದುಗರ ಮುಂದೆ ಇಡುತ್ತಾನೆಂದು ಗೊತ್ತಿರಲಿಲ್ಲ.

ಈ ಪರ್ವತಾರೋಹಣ ಪೂರ್ತಿಗೊಂಡ ನಂತರ, ಟರ್ನಿಂಗ್ ಪಾಯಿಂಟ್ ಎನ್ನುವ ಕಾರ್ಯಕ್ರಮಕ್ಕಾಗಿ ಟಿವಿಯವರು ವೆದರ್ಸ್‌ನನ್ನು ಸಂದರ್ಶನ ಮಾಡಿದರು. ಸಾರ್ವಜನಿಕವಾಗಿ ಬಿತ್ತರಗೊಂಡ ಕಾರ್ಯಕ್ರಮದಲ್ಲಿ ಇಲ್ಲದ, ಆದರೆ ಮೂಲ ಸಂದರ್ಶನದಲ್ಲಿ ಮುದ್ರಿತಗೊಂಡಿರುವ ತುಣುಕೊಂದರಲ್ಲಿ, ಎಬಿಸಿ ನ್ಯೂಸ್ ಕಾರ್ಯಕ್ರಮದ ನಿರೂಪಕ ಫಾರೆಸ್ಟ್ ಸಾಯರ್ "ಪತ್ರಕರ್ತನೊಬ್ಬ ನಿಮ್ಮ ಜೊತೆಯಲ್ಲಿ ಇದ್ದಿದ್ದು ನಿಮಗೆ ಹೇಗನ್ನಿಸಿತು?" ಎಂದು ಬೆಕ್‌ನನ್ನು ಪ್ರಶ್ನೆ ಮಾಡಿದ. ಬೆಕ್ ಅದಕ್ಕೆ ಹೀಗೆ ಉತ್ತರಿಸಿದ್ದಾನೆ:

> "ಅದರಿಂದಾಗಿ ವಿಪರೀತ ಒತ್ತಡ ನಮ್ಮ ಮೇಲೆ ಬಿತ್ತು. ಈ ಮನುಷ್ಯ ವಾಪಾಸು ಬಂದ ಮೇಲೆ, ಏನೋ ಕತೆಯನ್ನು ಬರೆದು, ಅದನ್ನು ಕೋಟ್ಯಂತರ ಜನರು ಓದುತ್ತಾರೆನ್ನುವ ಸಂಗತಿ ನನ್ನಲ್ಲಿ ಸ್ವಲ್ಪ ಕಳವಳವನ್ನು ಉಂಟು ಮಾಡುತ್ತಿತ್ತು. ನಮ್ಮ ಸೋಲಿನಿಂದಾಗಿ ನಮ್ಮ ತಂಡದಲ್ಲಿಯೇ ಅವಮಾನಕ್ಕೊಳಗಾಗುವ ಸಂಗತಿಯೇ ಸಹಿಸಲು ಕಠಿಣವಾದದ್ದು. ಇನ್ನು ಮತ್ತೊಬ್ಬರು ಅದನ್ನೆಲ್ಲಾ ಯಾವುದೋ ವಾರಪತ್ರಿಕೆಯಲ್ಲಿ ಬರೆದು, ನಮ್ಮ ವ್ಯಕ್ತಿತ್ವವನ್ನು ಒಂದು ನಗೆಪಾಟಲಿನ ಸಂಗತಿಯಾಗಿ ಮಾಡಿಬಿಟ್ಟರೆ ಗತಿಯೇನು? ಈ ಅಂಜಿಕೆ ನಮ್ಮ ಮನಸ್ಸಿನ ಮೇಲೆ ಸಾಕಷ್ಟು ಪ್ರಭಾವವನ್ನು ಬೀರಿ, ನಾವು ಎಷ್ಟು ಮೇಲಕ್ಕೆ ಏರಬಲ್ಲೆವು, ಎಷ್ಟು ಕಷ್ಟ ಪಡಬಲ್ಲೆವು ಇತ್ಯಾದಿಗಳ ಮೇಲೆ ಪರೋಕ್ಷವಾಗಿ ಒತ್ತಡ ಹೇರುತ್ತಿತ್ತು. ಪರ್ವತಾರೋಹಿಗಳು ತಮ್ಮ ಸಾಮರ್ಥ್ಯಕ್ಕಿಂತಲೂ ಹೆಚ್ಚಿನದನ್ನು ಸಾಧಿಸಲು ಒದ್ದಾಡುತ್ತಾರೇನೋ ಎಂದು ನನಗೆ ಕಳವಳವಾಗುತ್ತಿತ್ತು. ಈ ಒತ್ತಡ ಕೇವಲ ನಮ್ಮ ಮೇಲಷ್ಟೇ ಅಲ್ಲ, ಮಾರ್ಗದರ್ಶಕರ ಮೇಲೂ ಬಿದ್ದಿತ್ತು. ಗ್ರಾಹಕರನ್ನು ಅವರು ಶಿಖರದ ಉತ್ತುಂಗದ ತನಕ ಕರೆದುಕೊಂಡು ಹೋಗಬೇಕು. ಇಲ್ಲದಿದ್ದರೆ, ಅವರ ಅಸಾಮರ್ಥ್ಯದ ಬಗ್ಗೆ ಲೇಖನದಲ್ಲಿ ತೀರ್ಪು ನೀಡಿ ಬಿಡುತ್ತಾರೆ."

ಒಂದು ಕ್ಷಣದ ನಂತರ ಸಾಯರ್ ಮತ್ತೊಂದು ಪ್ರಶ್ನೆ ಕೇಳಿದ. "ಪತ್ರಕರ್ತನೊಬ್ಬ ಜೊತೆಯಲ್ಲಿ ಇದ್ದಿದ್ದರಿಂದ ರಾಬ್ ಹಾಲ್ ಮೇಲೆ ಹೆಚ್ಚಿನ ಒತ್ತಡ ಬಿದ್ದಿತ್ತು ಅಂತ ನಿಮಗನ್ನಿಸುತ್ತಾ?"

ಅದಕ್ಕೆ ಬೆಕ್ ಈ ರೀತಿ ಉತ್ತರಿಸಿದ:

> "ಒತ್ತಡ ಇರಲಿಲ್ಲ ಅಂತ ಹೇಳಲಾರೆ. ಆದರೆ ಅದು ಅವನ ವೃತ್ತಿಯ ಅವಶ್ಯಕತೆ. ತಂಡದಲ್ಲಿ ಯಾರಿಗಾದ್ರೂ ಅಪಘಾತವಾದರೆ, ಅದಕ್ಕಿಂತಲೂ ದೊಡ್ಡ ತಲೆನೋವು ಮಾರ್ಗದರ್ಶಕನಿಗೆ ಮತ್ತೊಂದಿಲ್ಲ. ಎರಡು ವರ್ಷದ ಕೆಳಗೆ ರಾಬ್ ಹಾಲ್ ಖಂಡಿತವಾಗಿಯೂ ಒಳ್ಳೆಯ ದಿನಗಳನ್ನು ಕಂಡಿದ್ದ. ತಂಡದ ಎಲ್ಲರನ್ನೂ ಶಿಖರದ ಉತ್ತುಂಗಕ್ಕೆ ಕರೆದುಕೊಂಡು ಹೋಗಿದ್ದ. ಅದೊಂದು ಅಪರೂಪದ ಸಾಧನೆ. ಈ ಸಲದ ತಂಡದಲ್ಲಿಯೂ ಸಾಕಷ್ಟು ಸಮರ್ಥರೇ ಇದ್ದ ಕಾರಣ, ಮತ್ತೊಮ್ಮೆ ಅಂತಹದೇ ಸಾಧನೆ ಪುನರಾವರ್ತನೆ ಆಗುತ್ತೆ ಅಂತ ಆತ ಭಾವಿಸಿರಬೇಕು... ಅದೂ ಒಂದು ತರಹ ಒತ್ತಡ ಹೇರಿರಬೇಕು. ಚಾರಣ ಮುಗಿದ ಮೇಲೆ ಮತ್ತೊಮ್ಮೆ ಯಶಸ್ಸಿನ ವಿವರಗಳು ಎಲ್ಲಾ ಪತ್ರಿಕೆಗಳಲ್ಲೂ ಬರುತ್ತದಲ್ಲವೆ?"

III

ಮೂರನೆಯ ಕ್ಯಾಂಪ್‌ಗೆ ನಾನು ಕಾಲಿಟ್ಟಾಗ ಆಗಲೇ ಹೊತ್ತೇರಿತ್ತು. ಲೋಟ್ ಫೇಸ್ ಪರ್ವತದ ಭಯ ಮೂಡಿಸುವಂತಹ ಇಳಿಜಾರಿನಲ್ಲಿ, ಮೂರು ಪುಟ್ಟ ಹಳದಿ ಗುಡಾರಗಳು ಅಕ್ಕಪಕ್ಕ ಒತ್ತೊತ್ತಾಗಿ ನಿಂತಿದ್ದವು. ಮಂಜಿನ ತಳಹದಿಯ ಮೇಲೆ ಕುಣಿಗಳನ್ನು ತೋಡಿ ನಮ್ಮ ಶೆರ್ಪಾಗಳು ಅವನ್ನು ನಿರ್ಮಿಸಿದ್ದರು. ನಾನಲ್ಲಿಗೆ ತಲುಪಿದಾಗ ಲಕ್ಪಾ ಚಿರ್ರಿ ಮತ್ತು ಅರಿತಾ ಶೆರ್ಪಾಗಳು ನಾಲ್ಕನೆಯ ಗುಡಾರವನ್ನು ಸ್ಥಾಪಿಸಲು ಸಾಕಷ್ಟು ಪರಿಶ್ರಮ ಪಡುತ್ತಿದ್ದರು. ನನ್ನ ಬೆನ್ನ ಚೀಲವನ್ನು ಇಳಿಸಿ, ಕುಣಿ ತೋಡಲು ನಾನೂ ಸಹಾಯ ಮಾಡಿದೆ. 24,000 ಅಡಿ ಎತ್ತರದಲ್ಲಿದ್ದ ನನಗೆ, ಹಿಮಗುದ್ದಲಿಯಿಂದ ಏಳೆಂಟು ಹೊಡೆತ ಹಾಕುವುದರಲ್ಲಿ ಸುಸ್ತಾಗುತ್ತಿತ್ತು. ಮತ್ತೆ ಒಂದು ನಿಮಿಷ ವಿರಮಿಸಿ ಉಸಿರನ್ನು ಹೊಂದಿಸಿಕೊಳ್ಳಬೇಕಾಗುತ್ತಿತ್ತು. ನನ್ನಿಂದ ಅವರಿಗೆ ಅಂತಹ ದೊಡ್ಡ ಸಹಾಯವೇನೂ ಆಗಲಿಲ್ಲ. ಆದರೂ ಇಡೀ ಕೆಲಸ ಮುಗಿಯಲು ಒಂದು ತಾಸಿಗೂ ಹೆಚ್ಚು ಸಮಯ ಬೇಕಾಯ್ತು.

ನಮ್ಮ ಈ ಪುಟ್ಟ ಕ್ಯಾಂಪ್ ಉಳಿದ ಕ್ಯಾಂಪ್‌ಗಳಿಗಿಂತಲೂ ಸುಮಾರು ನೂರು ಅಡಿ ಎತ್ತರದಲ್ಲಿದ್ದು, ವಿಶಾಲ ಜಗತ್ತಿಗೆ ತೆರೆದುಕೊಂಡ ಮನಮೋಹಕ ಸ್ಥಳವಾಗಿತ್ತು.

ಇಲ್ಲಿಯವರೆಗೆ ನಮ್ಮ ಕ್ಯಾಂಪ್‌ಗಳೆಲ್ಲವೂ ಕಣಿವೆಯ ಇಕ್ಕಟ್ಟಿನ ಸ್ಥಳದಲ್ಲಿಯೇ ಇದ್ದು, ಬರೀ ಪರ್ವತದ ಗೋಡೆಗಳೇ ಕಣ್ಣಿಗೆ ಬೀಳುತ್ತಿದ್ದವು. ಪ್ರಥಮ ಬಾರಿ ಈಗ ವಿಶಾಲ ಆಕಾಶಕ್ಕೆ ತೆರೆದುಕೊಂಡಿತ್ತು. ಹತ್ತಿಯಂತಹ ನೂರಾರು ಮೋಡದ ತುಣುಕುಗಳು ಸೂರ್ಯನ ಕೆಳಗೆ ಓಡುತ್ತಿದ್ದರೆ, ನಮ್ಮ ಜಾಗದ ಮೇಲೆ ನೆರಳು ಬೆಳಕಿನ ಚಿತ್ತಾರ ಮೂಡಿಸುತ್ತಿದ್ದವು. ಪರ್ವತದ ಅಂಚಿನಲ್ಲಿ ಕುಳಿತು, ಕಾಲುಗಳನ್ನು ಇಳೆ ಬಿಟ್ಟುಕೊಂಡು, ನನ್ನ ಸಹಚರರಿಗಾಗಿ ಕಾಯತೊಡಗಿದೆ. ಕೆಳಕ್ಕೆ ಕಣ್ಣು ಹಾಯಿಸಿದರೆ, 22,000 ಅಡಿ ಎತ್ತರದ ಶಿಖರಾಗ್ರಗಳು ಕಾಣುತ್ತಿದ್ದವು. ಕೇವಲ ಒಂದು ತಿಂಗಳ ಕೆಳಗಷ್ಟೇ ಇವು ನಮ್ಮ ಕಣ್ಣಿಗೆ ನಿಲುಕದಷ್ಟು ಎತ್ತರದಲ್ಲಿದ್ದವು. ಅಂತೂ ಇಂತೂ, ಜಗತ್ತಿನ ಮೇಲ್ಛಾವಣಿಯ ಬಹು ಹತ್ತಿರ ಬಂದಿದ್ದೇನೆ ಎಂಬ ಭಾವನೆ ಮೂಡಲಾರಂಭಿಸಿತು.

ಶಿಖರದ ಉತ್ತುಂಗವಿನ್ನೂ ಊರ್ಧ್ವವಾಗಿ ಒಂದು ಮೈಲಿ ಎತ್ತರದಲ್ಲಿತ್ತು. ಭಯಾನಕ ಹಿಮಗಾಳಿಗಳ ಹೊಡೆತದ ಮಧ್ಯದಲ್ಲಿ ಅದು ನಿಂತಿತ್ತು. ಮೇಲಿನ ಪರ್ವತಗಳಲ್ಲಿ ನೂರು ಮೈಲಿಗೂ ಹೆಚ್ಚು ವೇಗದ ಹಿಮಗಾಳಿಯು ಬೀಸುತ್ತಿದ್ದರೂ, ಸದ್ಯಕ್ಕೆ ಈ ಮೂರನೆಯ ಕ್ಯಾಂಪಿನಲ್ಲಿ ಗಾಳಿಯು ನಿಶ್ಚಲವಾಗಿತ್ತು. ಮಧ್ಯಾಹ್ನವಾಗುತ್ತಿದ್ದಂತೆಯೇ ಸೂರ್ಯನ ಕಿರಣಗಳ ಪ್ರತಿಫಲನದಿಂದಾಗಿ ಬಿಸಿಯೇರಿ, ನನಗೆ ತಲೆ ಸುತ್ತಲಾರಂಭಿಸಿತು. ಈ ಬಿಸಿಲಿಂದಾಗಿ ನನಗೆ ತೊಂದರೆಯಾಗುತ್ತಿದೆಯೇ ಹೊರತು, ಯಾವುದೇ ಮೆದುಳಿಗೆ ಸಂಬಂಧಿಸಿದ ಕಾಯಿಲೆ ಇದಲ್ಲವೆಂದು ನಾನು ಸಮಾಧಾನ ಮಾಡಿಕೊಂಡೆ.

ಹೈ ಆಲ್ಟಿಟ್ಯೂಡ್ ಸೆರೆಬ್ರಲ್ ಎಡಿಮಾ(HACE) ಎನ್ನುವ ಕಾಯಿಲೆ, ಹೈ ಅಲ್ಟಿಟ್ಯೂಡ್ ಪಲ್ಮನರಿ ಎಡಿಮಾ(HAPE)ದಷ್ಟು ಸಾಮಾನ್ಯವಾಗಿ ಕಾಣಿಸಿಕೊಳ್ಳುವುದಿಲ್ಲ. ಆದರೆ HACE ಹೆಚ್ಚು ಅಪಾಯಕಾರಿಯಾದದ್ದು. ಮೆದುಳಿನ ರಕ್ತನಾಳಗಳಲ್ಲಿ ಆಮ್ಲಜನಕದ ಕೊರತೆಯುಂಟಾಗಿ ಅದು ದ್ರವವನ್ನು ಸುರಿಸಲಾರಂಭಿಸಿದಾಗ, ಮೆದುಳಿನಲ್ಲಿ ಸಾಕಷ್ಟು ಬಾವುಗಳು ಕಾಣಿಸಿಕೊಳ್ಳುತ್ತವೆ. ಈ ಆಘಾತ ಅಚಾನಕ್ಕಾಗಿ ಮುನ್ಸೂಚನೆಯಿಲ್ಲದೆ ಅಥವಾ ಸ್ವಲ್ಪ ಸೂಚನೆಯೊಂದಿಗೆ ದಾಳಿ ಮಾಡಬಹುದಾಗಿದೆ. ತಲೆಬುರುಡೆಯಲ್ಲಿ ಒತ್ತಡ ಹೆಚ್ಚಾಗುತ್ತಾ ಹೋದಂತೆಲ್ಲಾ, ಸಾಮಾನ್ಯವಾಗಿ ಒಂದೆರಡು ಗಂಟೆಯೊಳಗೆ ವ್ಯಕ್ತಿಯ ಯೋಚನಾ ಶಕ್ತಿ ಮತ್ತು ನಡೆಯುವ ಶಕ್ತಿ ನಿಂತು ಹೋಗುತ್ತದೆ. ಎಷ್ಟೋಬಾರಿ ಇದು ಆ ವ್ಯಕ್ತಿಗೆ ಗೊತ್ತಾಗುವುದೂ ಇಲ್ಲ. ಅನಂತರ ಕೋಮಾ ಸ್ಥಿತಿ ತಲುಪುತ್ತಾನೆ. ಅದೃಷ್ಟವಶಾತ್ ವ್ಯಕ್ತಿಯನ್ನು ಕಡಿಮೆ ಎತ್ತರದ ಸ್ಥಳಕ್ಕೆ ಕಳುಹಿಸಿದರೆ ಬದುಕಿ ಉಳಿಯುತ್ತಾನೆ, ಇಲ್ಲದಿದ್ದರೆ ಸಾವಿನಲ್ಲಿ ಕೊನೆಯಾಗುತ್ತಾನೆ.

HACE ಕಾಯಿಲೆ ನನ್ನ ಮನಸ್ಸಿನಲ್ಲಿ ಹೊಯ್ದಾಡುತ್ತಿರುವುದಕ್ಕೆ ಕಾರಣವೂ ಇತ್ತು. ಎರಡು ದಿನಗಳ ಕೆಳಗೆ ಸ್ಕಾಟ್ ಫಿಷರ್‌ನ ತಂಡದ ಸದಸ್ಯನಾದ, ಕೊಲರಾಡೋದ ನಲವತ್ತು ನಾಲ್ಕು ವರ್ಷದ ದಂತವೈದ್ಯ ಡೇಲ್ ಕ್ರೂಸ್, ಇದೇ ಮೂರನೆಯ ಕ್ಯಾಂಪಿನಲ್ಲಿ ಗಂಭೀರವಾಗಿ ಆ ಕಾಯಿಲೆಗೆ ಗುರಿಯಾಗಿದ್ದ. ಸ್ಕಾಟ್ ಫಿಷರ್‌ನ ಬಹು ಹಳೆಯ ಗೆಳೆಯನಾದ ಡೇಲ್ ಕ್ರೂಸ್ ಸಾಕಷ್ಟು ದೃಢಕಾಯನಾಗಿದ್ದು, ಪರ್ವತಾರೋಹಣದಲ್ಲಿ ವಿಶೇಷ ಪರಿಣತಿಯನ್ನು ಹೊಂದಿದ್ದ. ಏಪ್ರಿಲ್ 26 ರಂದು ಎರಡನೆಯ ಕ್ಯಾಂಪಿನಿಂದ ಮೂರನೆಯ ಕ್ಯಾಂಪಿಗೆ ಹತ್ತಿ ಬಂದ ಕ್ರೂಸ್, ತನಗೆ ಮತ್ತು ತನ್ನ ತಂಡಕ್ಕೆ ಟೀ ಮಾಡಿಕೊಟ್ಟು, ಅನಂತರ ಸ್ವಲ್ಪ ವಿರಾಮ ತೆಗೆದುಕೊಳ್ಳಲು ತನ್ನ ಗುಡಾರದೊಳಕ್ಕೆ ಹೋಗಿದ್ದ. "ನಂಗೆ ತಕ್ಷಣ ನಿದ್ದೆ ಬಂತು" ಎಂದು ಕ್ರೂಸ್ ಜ್ಞಾಪಿಸಿಕೊಳ್ಳುತ್ತಾನೆ. "ಮತ್ತೆ ಎಚ್ಚರವಾದಾಗ ಮರುದಿನ ಮಧ್ಯಾಹ್ನ 2 ಗಂಟೆಯಾಗಿತ್ತು. 24 ಗಂಟೆಗೂ ಹೆಚ್ಚು ಕಾಲ ನಿದ್ದೆ ಮಾಡಿದ್ದೆ. ಯಾರೋ ನನ್ನನ್ನು ಎಬ್ಬಿಸಿದರು. ಆದರೆ ಅಲ್ಲಿದ್ದವರಿಗೆಲ್ಲಾ ತಕ್ಷಣವೇ ನನ್ನ ಮೆದುಳು ಕೆಲಸ ಮಾಡುತ್ತಿಲ್ಲವೆಂದು ಅರ್ಥವಾಗಿ ಹೋಯ್ತು. ವಿಚಿತ್ರ ಅಂದ್ರೆ ನನಗೆ ಅದು ಗೊತ್ತಾಗಿರಲಿಲ್ಲ. ಸ್ಕಾಟ್ ತಕ್ಷಣ 'ನಿನ್ನನ್ನು ಈ ಕ್ಷಣವೇ ಕೆಳಕ್ಕೆ ಕರೆದುಕೊಂಡು ಹೋಗಬೇಕು' ಅಂತ ಅಪ್ಪಣೆ ಮಾಡಿದ."

ಕ್ರೂಸ್‌ಗೆ ತನ್ನ ಬಟ್ಟೆಯನ್ನು ಹಾಕಿಕೊಳ್ಳಲೂ ಸಾಧ್ಯವಾಗದಂತಹ ಅವಸ್ಥೆಯಾಗಿತ್ತು. ಪರ್ವತಾರೋಹಣದ ಧಿರಿಸನ್ನು ಉಲ್ಟಾ ಹಾಕಿಕೊಂಡು, ವಿಂಡ್ ಸೂಟಿನ ಲಾಡಿಗೆ ಅದನ್ನು ಕಟ್ಟಿಕೊಂಡಿದ್ದ. ಅವನಿಗೆ ಅಂಗಿಯ ಗುಂಡಿ ಹಾಕಿಕೊಳ್ಳಲೂ ಸಾಧ್ಯವಾಗಲಿಲ್ಲ. ಅದೃಷ್ಟವಶಾತ್ ಸ್ಕಾಟ್ ಫಿಷರ್ ಮತ್ತು ನೀಲ್ ಬೈಡಲ್‌ಮನ್ – ಅವನು ಕೆಳಗಿಳಿಯಲು ಪ್ರಾರಂಭಿಸುವುದಕ್ಕೆ ಮುಂಚೆಯೇ ಅವನ ಈ ಅವಸ್ಥೆಯನ್ನು ಗಮನಿಸಿದರು. "ಇದೇ ಅವತಾರದಲ್ಲಿ ಅವನೇನಾದರೂ ಹಗ್ಗದ ಮೂಲಕ ಕೆಳಕ್ಕೆ ಇಳಿದಿದ್ದರೆ, ಅವನ ಉಡುಪಿನಿಂದ ಕಳಚಿಕೊಂಡು, ಸೀದಾ ಲೋಟ್ ಫೇಸ್ ಪರ್ವತದ ತಳಕ್ಕೆ ಬೀಳುತ್ತಿದ್ದ" ಎಂದು ಬೈಡಲ್‌ಮನ್ ಹೇಳಿದ.

"ವಿಪರೀತ ಕುಡಿದ ಮತ್ತಿನಲ್ಲಿ ಇದ್ದ ಹಾಗೆ ಇತ್ತು" ಎಂದು ಕ್ರೂಸ್ ನೆನಪು ಮಾಡಿಕೊಳ್ಳುತ್ತಾನೆ. "ಎಡವದೇ ನಂಗೆ ನಡೆಯೋಕೆ ಬರ್ತಾನೇ ಇರಲಿಲ್ಲ. ಯೋಚನೆ ಮಾಡೋದಕ್ಕಾಗಲಿ, ನಡೆಯೋದಕ್ಕಾಗಲಿ ನನಗೆ ಸಾಧ್ಯವಾಗುತ್ತಿರಲಿಲ್ಲ. ಅದೊಂದು ವಿಚಿತ್ರ ಸ್ಥಿತಿ. ನನ್ನ ಮನಸ್ಸಿನಲ್ಲಿ ಏನೋ ಹೇಳಬೇಕು ಅಂತಿರೋದು, ಆದರೆ ಅದನ್ನು ಹೇಗೆ ವಾಕ್ಯದಲ್ಲಿ ಜೋಡಿಸಬೇಕು ಅನ್ನೋದು ಗೊತ್ತಾಗುತ್ತಿರಲಿಲ್ಲ. ಆದ್ದರಿಂದ ಸ್ಕಾಟ್ ಮತ್ತು ಬೈಡಲ್ ಇಬ್ಬರೂ ಸೇರಿ ನನಗೆ ಬಟ್ಟೆ ತೊಡಿಸಿದರು. ನನ್ನ ಉಡುಪನ್ನು ಗಟ್ಟಿಯಾಗಿ ಬಿಗಿದು ಕಟ್ಟಿದರು. ಅನಂತರ ಸ್ಕಾಟ್ ನನ್ನನ್ನು ಹಗ್ಗದ ಗುಂಟ ಕೆಳಕ್ಕೆ ಇಳಿಸಿದ." ಬೇಸ್ ಕ್ಯಾಂಪಿಗೆ ಸೇರಿದ ಮೇಲೆಯೂ ಕ್ರೂಸ್

ಮಾಮೂಲೀ ಸ್ಥಿತಿಗೆ ಬರಲು ಕೆಲ ಕಾಲ ಬೇಕಾಯ್ತು. "ನನ್ನ ಗುಡಾರದಿಂದ ಊಟದ ಗುಡಾರಕ್ಕೆ ಎಲ್ಲಿಯೂ ಎಡವದಂತೆ ನಡೆಯಲಿಕ್ಕೆ ಏನಿಲ್ಲವೆಂದರೂ ಮೂರು ನಾಲ್ಕು ದಿನ ಬೇಕಾಯ್ತು."

| | |

ಸಂಜೆಯ ವೇಳೆಗೆ ಪುಮೋರಿ ಪರ್ವತದ ಹಿಂದೆ ಸೂರ್ಯನು ಜಾರಲಾರಂಭಿಸಿದಾಗ, ಮೂರನೆಯ ಕ್ಯಾಂಪಿನ ಉಷ್ಣಾಂಶವು ಸುಮಾರು 50 ಡಿಗ್ರಿಯಷ್ಟು ಕುಸಿಯಿತು. ವಾತಾವರಣದಲ್ಲಿ ತಂಪು ಮೂಡಿ ನನ್ನ ತಲೆಯೂ ಶಾಂತವಾಯ್ತು. ನನಗೆ HACE ಕಾಯಿಲೆ ಬಂದಿರಬಹುದೆಂಬ ಭಯಕ್ಕೆ ಯಾವುದೇ ತಳಹದಿಯಿಲ್ಲವೆಂದು ಆ ಹೊತ್ತಿನಲ್ಲಂತೂ ಅನ್ನಿಸಿತು. ಆ 24,000 ಅಡಿ ಎತ್ತರದಲ್ಲಿ ರಾತ್ರಿಯೆಲ್ಲಾ ನಿದ್ರೆಯಿಲ್ಲದಂತೆ ಒದ್ದಾಡಿ, ಬೆಳಿಗ್ಗೆ ಎರಡನೆಯ ಕ್ಯಾಂಪ್‌ಗೆ ಇಳಿದು ಬಂದೆ. ಅನಂತರ ಒಂದು ದಿನ ಬಿಟ್ಟು, ಅಂದರೆ ಮೇ 1 ರಂದು, ಮತ್ತಿಷ್ಟು ಕೆಳಗಿಳಿದು ಬೇಸ್ ಕ್ಯಾಂಪ್ ತಲುಪಿದೆ. ಶಿಖರದ ಉತ್ತುಂಗವನ್ನು ತಲುಪಲು ನಮ್ಮೆಲ್ಲಾ ಶಕ್ತಿಯನ್ನು ಒಗ್ಗೂಡಿಸಿಕೊಳ್ಳಬೇಕಿತ್ತು.

ತೆಳುಗಾಳಿಯ ವಾತಾವರಣಕ್ಕೆ ಹೊಂದಿಕೊಳ್ಳುವ ಚಟುವಟಿಕೆಗಳು ಇಲ್ಲಿಗೆ ಮುಕ್ತಾಯವಾಗಿತ್ತು. ಮೂರು ವಾರಗಳ ಕಾಲ ಪರ್ವತದಲ್ಲಿ ಕಳೆದಿದ್ದೆವು. ರಾಬ್ ಹಾಲ್ ಈ ಹಿಂದೆ ಹೇಳಿದಂತೆ, ಮೇಲಿರುವ ಕ್ಯಾಂಪ್‌ಗಳಿಗೆ ಹೋಲಿಸಿದರೆ ಬೇಸ್ ಕ್ಯಾಂಪ್‌ನ ವಾತಾವರಣದಲ್ಲಿ ಈಗ ಆಮ್ಲಜನಕ ಯಥೇಚ್ಛವಾಗಿ ದಕ್ಕುತ್ತಿದೆಯೆಂದು ನನಗನ್ನಿಸಿ ಅಚ್ಚರಿ ಮತ್ತು ಸಂತೋಷವಾಯಿತು.

ಹಾಗಂತ ನನ್ನ ದೇಹದಲ್ಲಿ ಎಲ್ಲವೂ ಸರಿಯಾಗೇನೂ ಇರಲಿಲ್ಲ. ನನ್ನ ಭುಜ, ಬೆನ್ನು ಮತ್ತು ಕಾಲಿನ ಮಾಂಸಖಂಡಗಳು ತೆಳುವಾಗಿ ನನ್ನ ತೂಕ ಸುಮಾರು 9 ಕೆಜಿಯಷ್ಟು ಕಡಿಮೆಯಾಗಿತ್ತು. ನನ್ನ ದೇಹದ ಕೊಬ್ಬು ಸಾಕಷ್ಟು ಕರಗಿ ಹೋಗಿದ್ದರಿಂದ, ಚಳಿಯನ್ನು ತಾಳಿಕೊಳ್ಳುವ ಶಕ್ತಿಯೂ ಕಡಿಮೆಯಾಗಿತ್ತು. ಎಲ್ಲಕ್ಕಿಂತಲೂ ದೊಡ್ಡ ಸಮಸ್ಯೆಯೆಂದರೆ ನನ್ನ ಶ್ವಾಸಕೋಶದ್ದಾಗಿತ್ತು. ಕೆಲವು ವಾರಗಳ ಕೆಳಗೆ ಲೊಬುಜೆಯಲ್ಲಿ ನನಗೆ ತಗುಲಿಕೊಂಡ ಒಣಕೆಮ್ಮು ಈಗ ಎಂತಹ ಕೆಟ್ಟ ಸ್ಥಿತಿಗೆ ಬಂದಿತ್ತೆಂದರೆ, ಮೂರನೆಯ ಕ್ಯಾಂಪಿನಲ್ಲಿ ತಡೆಯಿಲ್ಲದಂತೆ ಕೆಮ್ಮಿದ್ದಕ್ಕಾಗಿ ಶ್ವಾಸಕೋಶದ ಮೂಳೆಗಳನ್ನೆಲ್ಲಾ ಹಿಂಡಿ ಹಾಕಿದಂತಾಗಿತ್ತು. ಕೆಮ್ಮು ನಿರಂತರವಾಗಿ ಮುಂದುವರೆದಿತ್ತು. ಪ್ರತಿ ಬಾರಿ ಕೆಮ್ಮಿದಾಗಲೂ ಪಕ್ಕೆಲುಬುಗಳ ಮಧ್ಯೆ ಯಾರೋ ಮುಷ್ಟಿಯಿಂದ ಗುದ್ದಿದಂತೆ ಭಾಸವಾಗುತ್ತಿತ್ತು.

ಬೇಸ್ ಕ್ಯಾಂಪ್‌ನಲ್ಲಿದ್ದ ಬಹುತೇಕರ ಸ್ಥಿತಿ ಅಧ್ವಾನವಾಗಿತ್ತು. ಇದು ಎವರೆಸ್ಟ್ ನೆಲದಲ್ಲಿ ಸರ್ವೇಸಾಮಾನ್ಯವಿರಬೇಕು ಅನ್ನಿಸಿತು. ಇನ್ನು ಐದು ದಿನಗಳಲ್ಲಿ ರಾಬ್ ಹಾಲ್ ಮತ್ತು ಸ್ಕಾಟ್ ಫಿಷರ್ ತಂಡದವರೆಲ್ಲಾ ಬೇಸ್ ಕ್ಯಾಂಪಿನಿಂದ ಶಿಖರಾಗ್ರದ ಕಡೆಗೆ ನಡೆಯಬೇಕಿತ್ತು. ನನ್ನ ಕ್ಷೀಣಿಸುತ್ತಿರುವ ಶಕ್ತಿಯನ್ನು ತಡೆಗಟ್ಟಲು, ವಿಶ್ರಾಂತಿಯನ್ನು ತೆಗೆದುಕೊಳ್ಳಲು ನಿರ್ಧರಿಸಿದೆ. ಸಾಕಷ್ಟು ನೋವು ನಿವಾರಕ ಗುಳಿಗೆಗಳನ್ನು ನುಂಗಿ, ಆ ಐದು ದಿನಗಳಲ್ಲಿ ಎಷ್ಟು ಸಾಧ್ಯವೋ ಅಷ್ಟು ಆಹಾರವನ್ನು ಸೇವಿಸಿ ಶಕ್ತಿ ಹೆಚ್ಚಿಸಿಕೊಳ್ಳಲು ಪ್ರಯತ್ನಿಸಿದೆ.

ಆರಂಭದಿಂದಲೂ ಮೇ 10 ನೇ ದಿನಾಂಕದಂದು ನಾವು ಶಿಖರಾಗ್ರಕ್ಕೆ ಹೊರಡುವುದೆಂದು ರಾಬ್ ಹಾಲ್ ಯೋಜಿಸಿದ್ದ. "ನಾಲ್ಕು ಸಲ ತುದಿ ಮುಟ್ಟಿ ಬಂದಿದ್ದೇನೆ. ಅದರಲ್ಲಿ ಎರಡು ಸಲ ಮೇ ಹತ್ತರಂದೇ ತಲುಪಿದ್ದು. ಶೆರ್ಪಾಗಳು ಹೇಳೋ ಹಾಗೆ ಮೇ 10 ನನ್ನ ಅದೃಷ್ಟದ ದಿನ" ಎಂದು ಹೇಳಿದ್ದ. ಆದರೆ ಈ ಅದೃಷ್ಟದ ಮಾತಿಗಿಂತಲೂ ನಿಖರವಾದ ಮತ್ತೊಂದು ಕಾರಣವೂ ಅದಕ್ಕೆ ತಳುಕು ಹಾಕಿಕೊಂಡಿತ್ತು. ಪ್ರತಿ ವರ್ಷದ ಮುಂಗಾರಿನ ಏರಿಳಿತಗಳ ಅಬ್ಬರವನ್ನು ಗಮನಿಸಿದರೆ, ಸಾಮಾನ್ಯವಾಗಿ ಮೇ 10 ರಂದು ಅತ್ಯಂತ ಅನುಕೂಲಕರ ವಾತಾವರಣವಿದ್ದು, ಶಿಖರಾಗ್ರ ತಲುಪಲು ಒಳ್ಳೆಯ ದಿನವಾಗಿರುತ್ತದೆ.

ಇಡೀ ಏಪ್ರಿಲ್ ತಿಂಗಳು ಶಿಖರಾಗ್ರದಲ್ಲಿ ಬಿರುಗಾಳಿ ಸಮೇತ ಮಳೆಯಾಗಿದ್ದು, ಅಲ್ಲಿಯ ಸ್ಥಿತಿಯನ್ನು ಸಾಕಷ್ಟು ಛಿದ್ರಗೊಳಿಸಿದ್ದವು. ಬೇಸ್ ಕ್ಯಾಂಪ್‌ನಲ್ಲಿ ಬಿಸಿಲಿನಿಂದ ಪ್ರಶಾಂತವಾಗಿದ್ದ ದಿನಗಳಲ್ಲಿಯೂ, ಶಿಖರಾಗ್ರದಿಂದ ಕೆಳಕ್ಕೆ ಹಿಮದ ರಾಶಿ ಹರಿದು ಬರುತ್ತಲೇ ಇತ್ತು. ಆದರೆ ಮೇ ಮೊದಲ ವಾರದಲ್ಲಿ ಬಂಗಾಳಕೊಲ್ಲಿಯಿಂದ ಬರುವ ಮುಂಗಾರು ಈ ಆರ್ಭಟವನ್ನು ಉತ್ತರ ಟಿಬೇಟಿನ ಕಡೆ ಸಾಗಿಸುತ್ತದೆಂದು ನಾವು ಆಶಿಸಿದೆವು. ಕಳೆದ ವರ್ಷಗಳಂತೆಯೇ ಈ ವರ್ಷವೂ ಹವಾಮಾನವಿದ್ದರೆ, ಈ ಬಿರುಗಾಳಿಯ ಅಂತ್ಯ ಮತ್ತು ಮುಂಗಾರಿನ ಆರಂಭದ ಮಧ್ಯದಲ್ಲಿ ಪ್ರಶಾಂತವಾದ, ಸ್ಪಷ್ಟವಾದ ವಾತಾವರಣ ಕೆಲವು ದಿನಗಳ ಕಾಲವಿರುತ್ತದೆ. ಈ ದಿನಗಳಲ್ಲಿ ನಾವು ಶೃಂಗ ತಲುಪಲು ಸುಲಭವಾಗುತ್ತದೆ.

ಎವರೆಸ್ಟ್‌ನ ಪ್ರತಿ ವರ್ಷದ ಹವಾಮಾನದ ವರ್ತನೆಯು ಯಾವುದೇ ರಹಸ್ಯವಲ್ಲ, ಎಲ್ಲರಿಗೂ ಗೊತ್ತಿರುವ ಸಂಗತಿ. ಪ್ರತಿಯೊಂದು ತಂಡವೂ ಅವೇ ಅನುಕೂಲಕರ ದಿನಗಳಲ್ಲಿ ಶಿಖರಾಗ್ರವನ್ನು ತಲುಪಲು ಪ್ರಯತ್ನಿಸುತ್ತಾರೆ. ಆದರೆ ದಾರಿಯಲ್ಲಿ ಅನವಶ್ಯಕವಾಗಿ ದಟ್ಟಣೆಯಾಗಬಾರದು ಎಂಬ ಮುಂದಾಲೋಚನೆಯಿಂದ ರಾಬ್ ಹಾಲ್, ಬೇಸ್ ಕ್ಯಾಂಪ್‌ನಲ್ಲಿ ಎಲ್ಲಾ ತಂಡದ ನಾಯಕರೊಡನೆ ಚಿಕ್ಕದೊಂದು ಮೀಟಿಂಗ್ ಮಾಡಿದ. ಶಿಖರಾಗ್ರಕ್ಕೆ ಹೊರಡುವ ಸರದಿಯನ್ನು ಕ್ರಮಬದ್ಧವಾಗಿ

ನಿರ್ಧರಿಸಲಾಯಿತು. ಸ್ವೀಡನ್‌ನ ಯುವಕ ಗೋರನ್ ಕ್ರಾಪ್ ಎನ್ನುವವನು ಸ್ಟಾಕ್‌ ಹೋಮ್‌ನಿಂದ ನೇಪಾಳದವರೆಗೆ ಸೈಕಲ್‌ನಲ್ಲಿ ಬಂದಿದ್ದ. ಅವನು ಮೇ 3 ರಂದು ಏಕಾಂಗಿಯಾಗಿ ಪ್ರಥಮ ಪ್ರಯತ್ನವನ್ನು ಮಾಡುತ್ತಾನೆ. ನಂತರ ಮಾಂಟೆನೆಗ್ರೊದ ತಂಡವು ಹೊರಡುತ್ತದೆ. ಮೇ 8 ಮತ್ತು 9 ರಂದು, IMAX ತಂಡದ ಸರದಿ.

ರಾಬ್ ಹಾಲ್ ನ ತಂಡವು, ಸ್ಕಾಟ್ ಫಿಷರ್ ತಂಡದೊಂದಿಗೆ ಸೇರಿಕೊಂಡು ಮೇ 10 ರಂದು ಹೊರಡುತ್ತದೆಂದು ನಿರ್ಧರಿಸಲಾಗಿತ್ತು. ನಾರ್ವೆಯಿಂದ ಪೀಟರ್ ನೆಬಿ ಎನ್ನುವ ಏಕಾಂಗಿ ಪರ್ವತಾರೋಹಿ ಬಂದಿದ್ದ. ಆದರೆ ನೈಋತ್ಯ ದಿಬ್ಬದ ಮೇಲೆ ಸಾಗುವಾಗ ದೊಡ್ಡ ಬಂಡೆಯೊಂದು ಉರುಳಿ, ಹೇಗೋ ಸಾಯುವುದನ್ನು ತಪ್ಪಿಸಿಕೊಂಡಿದ್ದ. ಒಂದು ದಿನ ಬೆಳಿಗ್ಗೆ ಯಾರಿಗೂ ಹೇಳದೆ ಅವನು ತನ್ನ ದೇಶಕ್ಕೆ ಹಿಂತಿರುಗಿ ಹೋಗಿದ್ದ. ಟಾಡ್ ಬರ್ಲ್‌ಸನ್ ಮತ್ತು ಪೀಟ್ ಅಥೆನ್ಸ್ ಅವರ ನಾಯಕತ್ವದಲ್ಲಿ ಬಂದಿದ್ದ ಅಮೇರಿಕಾದ ತಂಡ, ಮಾಲ್ ಡಫ್‌ನ ಜೊತೆಯಲ್ಲಿ ಬಂದ ತಂಡ, ಮತ್ತೊಂದು ಬ್ರಿಟಿಷ್ ತಂಡ ಹಾಗೂ ಥೈವಾನಿನ ತಂಡ – ಎಲ್ಲರೂ ಮೇ 10ನ್ನು ನಮಗಾಗಿ ಬಿಟ್ಟುಕೊಡಲು ಒಪ್ಪಿಕೊಂಡರು. ದಕ್ಷಿಣ ಆಫ್ರಿಕಾದ ಇವಾನ್ ವುಡ್‌ಆಲ್ ಮಾತ್ರ ತಮಗೆ ಯಾವಾಗ ಸರಿಯೆನ್ನಿಸುತ್ತೋ ಆವಾಗ ಹೊರಡುತ್ತೇವೆಂದೂ, ಮೇ 10ಕ್ಕೇ ಹೋಗುವ ಸಾಧ್ಯತೆಗಳಿವೆಯೆಂದೂ, ಯಾರಾದರೂ ವಿರೋಧಿಸುವವರಿದ್ದರೆ ಇಲ್ಲಿಂದ ತೊಲಗಿ ಎಂದು ಚಿತಾವಣೆ ಕೊಟ್ಟ.

ಸಾಮಾನ್ಯವಾಗಿ ಯಾವುದಕ್ಕೂ ಸಿಟ್ಟಾಗದ ರಾಬ್‌ನು ವುಡ್‌ಆಲ್‌ನ ಈ ಅಸಹಕಾರದ ಮಾತುಗಳಿಗೆ ಉರಿದು ಹೋದ. "ಈ ದರಿದ್ರ ನನ್ ಮಕ್ಕಳು ತುದಿಯಲ್ಲಿ ಇರುವಾಗ, ಅವರುಗಳ ಹತ್ತಿರ ಕೂಡಾ ಇರೋದಕ್ಕೆ ನಾನು ಇಷ್ಟ ಪಡಲ್ಲ" ಎಂದು ರೇಗಿದ.

ಅಧ್ಯಾಯ 11

ಬೇಸ್ ಕ್ಯಾಂಪ್

6ನೇ ಮೇ 1996; 17,600 ಅಡಿ ಎತ್ತರ

ಮೇ 6 ನೇ ತಾರೀಖು ಬೆಳಿಗ್ಗೆ 4:30ಕ್ಕೆ ನಾವು ಶಿಖರಾಗ್ರಕ್ಕೆ ತಲುಪುವ ಕೊನೆಯ ಚಾರಣವನ್ನು ಶುರು ಮಾಡಿದೆವು. ನೇರವಾಗಿ ಎರಡು ಮೈಲಿಗಳಷ್ಟು ಮೇಲಕ್ಕಿರುವ ಎವರೆಸ್ಟ್ ಪರ್ವತದ ತುದಿ ಅದೆಷ್ಟು ದೂರವೆನ್ನಿಸಿತೆಂದರೆ, ನಾನು ಕೇವಲ ಆ ದಿನದ ಗುರಿಯಾದ ಎರಡನೆಯ ಕ್ಯಾಂಪ್ ಅನ್ನು ಮಾತ್ರ ಮನಸ್ಸಿನಲ್ಲಿರಿಸಿಕೊಂಡು ಸಾಗಿದೆ. ದಿನದ ಮೊದಲನೆಯ ಸೂರ್ಯಕಿರಣ ತಾಕುವ ಹೊತ್ತಿಗೆ ನಾನು 20,000 ಅಡಿ ಎತ್ತರವನ್ನು ತಲುಪಿ, ಪಶ್ಚಿಮ ದಿಬ್ಬದ ದಾರಿಯಲ್ಲಿ ಸಾಗಿದ್ದೆ. ಹಿಮಜಲಪಾತವು ಈಗ ನನಗಿಂತಲೂ ಕೆಳಕ್ಕಿದ್ದು, ಕೇವಲ ಮರಳಿ ಹೋಗುವಾಗ ಮಾತ್ರ ಇನ್ನೊಮ್ಮೆ ಅದನ್ನು ದಾಟಬೇಕೆನ್ನುವ ಸಂಗತಿ ಮನಸ್ಸಿಗೆ ಸಮಾಧಾನ ನೀಡುತ್ತಿತ್ತು.

ಈ ದಿಬ್ಬದಗುಂಟ ಪ್ರತಿ ಬಾರಿ ನಡೆದಾಗಲೂ, ಸೂರ್ಯನ ವಿಕಿರಣದ ಹೊಡೆತಕ್ಕೆ ನಾನು ಸಾಕಷ್ಟು ಬಳಲುತ್ತಿದ್ದೆ. ಈ ಸಲ ವ್ಯತ್ಯಾಸವೇನೂ ಇರಲಿಲ್ಲ. ನಾನು ನಿರಂತರವಾಗಿ ನನ್ನ ಟೊಪ್ಪಿಗೆಯ ಕೆಳಕ್ಕೆ ಹಿಮವನ್ನು ಇಟ್ಟುಕೊಂಡು, ನನ್ನ ಕಾಲು ಮತ್ತು ಶ್ವಾಸಕೋಶಗಳಿಗೆ ಎಷ್ಟು ಭರಿಸಲು ಸಾಧ್ಯವೋ, ಅಷ್ಟು ವೇಗವಾಗಿ ಹೋಗುತ್ತಿದ್ದೆ. ಸೂರ್ಯನ ವಿಕಿರಣದ ಹೊಡೆತಕ್ಕೆ ಶರಣಾಗುವುದಕ್ಕೆ ಮುಂಚೆಯೇ ನಮ್ಮ ಗುಡಾರಗಳನ್ನು ತಲುಪಬೇಕೆನ್ನುವುದು ನನ್ನ ಉದ್ದೇಶವಾಗಿತ್ತು. ಈ ಬಾರಿ ನಮ್ಮ

ಗುಂಪಿನಲ್ಲಿ ಎಲ್ಲರಿಗಿಂತ ಮುಂದೆ ಆ್ಯಂಡಿ ಹ್ಯಾರಿಸ್ ಹೋಗುತ್ತಿದ್ದ. ಬೆಳಕು ಹರಿದು ಸೂರ್ಯ ಪ್ರಖರಗೊಂಡಂತೆಲ್ಲಾ ನನ್ನ ತಲೆ ತಿರುಗಲಾರಂಭಿಸಿತು. ನನ್ನ ನಾಲಿಗೆ ಎಷ್ಟು ಉಬ್ಬಿಕೊಂಡಿತೆಂದರೆ ನನಗೆ ಬಾಯಿಂದ ಉಸಿರಾಡುವುದೇ ಕಷ್ಟವಾಯ್ತು. ಸ್ಪಷ್ಟವಾಗಿ ಆಲೋಚಿಸುವುದು ವಿಪರೀತ ಕಷ್ಟವಾಗುತ್ತಿದೆಯೆನ್ನುವುದನ್ನು ಗಮನಿಸಿಕೊಂಡೆ.

ನಾನು ಮತ್ತು ಆ್ಯಂಡಿ ಎರಡನೆಯ ಕ್ಯಾಂಪನ್ನು ತಲುಪಿದಾಗ ಬೆಳಿಗ್ಗೆ 10:30 ಆಗಿತ್ತು. ಎರಡು ಲೀಟರ್‌ಗಳಷ್ಟು ಶಕ್ತಿಪೇಯವನ್ನು ಕುಡಿದ ನಂತರ ನಾನು ಸಹಜ ಸ್ಥಿತಿಗೆ ಬಂದೆ. "ಕೊನೆಗೂ ತುದಿ ಮುಟ್ಟೋದಕ್ಕೆ ಹೋಗ್ತಾ ಇದೀವಿ ಅನ್ನೋದು ಖುಷಿ ಕೊಡ್ತಾ ಇದೆ. ಅಲ್ವಾ?" ಎಂದು ಆ್ಯಂಡಿ ವಿಚಾರಿಸಿದ. ಚಾರಣದ ಬಹುಪಾಲು ಆತನ ಹೊಟ್ಟೆಯು ಕೆಟ್ಟು ಒದ್ದಾಡಿದ್ದರಿಂದ ಸಾಕಷ್ಟು ನಿರುತ್ಸಾಹಗೊಂಡಿದ್ದ. ಈಗ ಮತ್ತೆ ಆರೋಗ್ಯ ವೃದ್ಧಿಸಿಕೊಂಡಿದ್ದ. ಮೇಧಾವಿ ಶಿಕ್ಷಕನಾದ ಈತನಿಗೆ ವಿಶೇಷವಾದ ಸಹನೆಯಿತ್ತು. ಸಾಮಾನ್ಯವಾಗಿ ನಿಧಾನಕ್ಕೆ ಸಾಗುವ ಚಾರಣಿಗರನ್ನು ನೋಡಿಕೊಳ್ಳುವ ಜವಾಬ್ದಾರಿಯನ್ನು ಈತನಿಗೆ ವಹಿಸಲಾಗುತ್ತಿದ್ದುದ್ದರಿಂದ, ಯಾವತ್ತೂ ಗುಂಪಿನ ಕೊನೆಯವನಾಗಿ ಚಲಿಸುತ್ತಿದ್ದ. ಆದರೆ ಈ ದಿನ ರಾಬ್ ಅವನಿಗೆ ಸಂಪೂರ್ಣ ಸ್ವಾತಂತ್ರ್ಯವನ್ನು ಕೊಟ್ಟು, ಅವನು ತಂಡದ ಮುಂದೆ ಇರುವುದಕ್ಕೆ ಒಪ್ಪಿಕೊಂಡಿದ್ದರಿಂದ ಅವನು ಸಾಕಷ್ಟು ಸಂತೋಷದಲ್ಲಿದ್ದ. ರಾಬ್ ಹಾಲ್‌ನ ತಂಡದ ಕಿರಿಯ ಮಾರ್ಗದರ್ಶಿಯಾದ ಈತ, ಈವರೆಗೂ ಎವರೆಸ್ಟ್ ಪರ್ವತಾರೋಹಣದ ಪ್ರಯತ್ನವನ್ನು ಮಾಡಿರಲಿಲ್ಲ. ಆದ್ದರಿಂದ ಆ್ಯಂಡಿ ತನ್ನ ಸಾಮರ್ಥ್ಯವನ್ನು ಈ ಪರಿಣತ ಪರ್ವತಾರೋಹಿಗಳ ಮುಂದೆ ಸಮರ್ಥಿಸಿಕೊಳ್ಳುವುದಕ್ಕೆ ಉತ್ಸುಕನಾಗಿದ್ದ. "ಈ ದೈತ್ಯನ ತಲೆಯ ಮೇಲೆ ಕಾಲಿಟ್ಟೇ ಇಡ್ತೀನಿ" ಎಂದು ಪರ್ವತದ ತುದಿಯನ್ನು ನೋಡುತ್ತಾ, ನನ್ನ ಹತ್ತಿರ ಆತ್ಮವಿಶ್ವಾಸದಿಂದ ಹೇಳಿದ.

29 ವರ್ಷದ ಸ್ವೀಡನ್ ದೇಶದ ಏಕಾಂಗಿ ಪರ್ವತಾರೋಹಿ ಗೋರನ್ ಕ್ರಾಪ್, ಅದೇ ದಿನ ಸ್ವಲ್ಪ ಹೊತ್ತಿನ ನಂತರ ಎರಡನೆಯ ಕ್ಯಾಂಪ್ ಮೂಲಕ ಬೇಸ್ ಕ್ಯಾಂಪ್‌ಗೆ ಇಳಿದು ಹೋದ. ಅವನು ಸಾಕಷ್ಟು ದಣಿದಿದ್ದ. 16ನೇ ಅಕ್ಟೋಬರ್ 1995 ರಂದು ಸ್ವೀಡನ್ನಿನ ಸ್ಟಾಕ್ ಹೋಮ್‌ನಿಂದ ಪ್ರಯಾಣವನ್ನು ಆರಂಭಿಸಿದ್ದ ಆತ, ವಿಶೇಷವಾಗಿ ತಯಾರಿಸಿದ ಸೈಕಲ್ ಮೇಲೆ ಸುಮಾರು 110 ಕೆಜಿ ಭಾರದ ಪರ್ವತಾರೋಹಣದ ವಸ್ತುಗಳನ್ನು ಹೇರಿಕೊಂಡು ಬಂದಿದ್ದ. ಶೆರ್ಪಾಗಳ ಸಹಾಯವಿಲ್ಲದೆ, ಪೂರಕ ಆಮ್ಲಜನಕವನ್ನು ಬಳಸದೆ, ಕೇವಲ ಸ್ವಂತ ಸಾಮರ್ಥ್ಯದಿಂದ ಸ್ಟಾಕ್ ಹೋಮ್ ಸಮುದ್ರಮಟ್ಟದಿಂದ, ವಿಶ್ವದ ತುದಿಯನ್ನು ತಲುಪಿ ಹಿಂತಿರುಗುವ ಕನಸನ್ನು ಹೊಂದಿದ್ದ. ಇದು ಮಹತ್ವಾಕಾಂಕ್ಷೆಯ ಗುರಿಯಾಗಿದ್ದರೂ, ಕ್ರಾಪ್‌ಗೆ ಅಂತಹ ಸಾಹಸವನ್ನು ತೆಗೆದುಕೊಳ್ಳಲು ಬೇಕಾದ ಅರ್ಹತೆಗಳಿದ್ದವು. ಈಗಾಗಲೇ ಅವನು

ಆರು ಹಿಮಾಲಯ ಪರ್ವತಗಳನ್ನು ಹತ್ತಿ ಇಳಿದಿದ್ದ. ಬ್ರಾಡ್ ಪೀಕ್, ಚೊ ಓಯು ಮತ್ತು ಕೆ–2 ಪರ್ವತಗಳನ್ನು ಏಕಾಂಗಿಯಾಗಿ ಹತ್ತಿ ಬಂದಿದ್ದ.

ಸುಮಾರು 8,000 ಮೈಲುಗಳಷ್ಟು ದೂರವಿರುವ ಈ ಕಾಠ್ಮಂಡುವಿಗೆ ಸೈಕಲ್ಲಿನಲ್ಲಿ ಪ್ರಯಾಣಿಸುವಾಗ, ರೊಮಾನಿಯಾದಲ್ಲಿ ಶಾಲೆಯ ಮಕ್ಕಳು ಅವನ ವಸ್ತುಗಳನ್ನು ಕಳ್ಳತನ ಮಾಡಿದ್ದರು. ಪಾಕಿಸ್ತಾನದಲ್ಲಿ ಗುಂಪೊಂದು ಅವನ ಮೇಲೆ ಹಲ್ಲೆ ಮಾಡಿತ್ತು. ಇರಾನಿನಲ್ಲಿ ಯಾರೋ ತಲೆಕೆಟ್ಟ ಮೋಟಾರ್ ಸೈಕಲ್ ಸವಾರನೊಬ್ಬ, ಬೇಸ್‌ಬಾಲ್ ಬ್ಯಾಟಿನಿಂದ ಅವನ ತಲೆಗೆ ಹೊಡೆದಿದ್ದ. ಪುಣ್ಯಕ್ಕೆ ಈತ ಹೆಲ್ಮೆಟ್ ಧರಿಸಿದ್ದ. ಇಷ್ಟೆಲ್ಲಾ ಅಡೆತಡೆಗಳಾದರೂ ಕ್ರಾಪ್ ಏಪ್ರಿಲ್ ತಿಂಗಳ ಆರಂಭಕ್ಕೆಲ್ಲಾ ಎವರೆಸ್ಟ್‌ನ ತಪ್ಪಲಿಗೆ ಬಂದು ತಲುಪಿದ್ದ. ಇವನ ಹಿಂದೆ ಸಿನಿಮಾ ತೆಗೆಯುವ ತಂಡವೊಂದು ಬಂದಿತ್ತು. ಬಂದ ದಿನದಿಂದಲೇ ತೆಳುಗಾಳಿಗೆ ಹೊಂದಿಕೊಳ್ಳುವಂತಹ ಚಾರಣಗಳನ್ನು ಅವನು ಆರಂಭಿಸಿಬಿಟ್ಟ. ಅನಂತರ ಮೇ 1 ನೇ ತಾರೀಖು ಬುಧುವಾರ ಬೇಸ್ ಕ್ಯಾಂಪಿನಿಂದ ಶಿಖರಾಗ್ರವನ್ನು ತಲುಪಲು ಹೊರಟಿದ್ದ.

ದಕ್ಷಿಣ ಕಣಿವೆಯ ಮೂಲಕ ಸಾಗಿದ ಕ್ರಾಪ್, ಗುರುವಾರ ಮಧ್ಯಾಹ್ನಕ್ಕೆಲ್ಲಾ ಸುಮಾರು 26,000 ಅಡಿಯನ್ನು ಮುಟ್ಟಿದ್ದ. ಮರುದಿನ ಮಧ್ಯರಾತ್ರಿ ದಾಟಿದ ನಂತರ ಚಾರಣದ ಕೊನೆಯ ಘಟ್ಟವಾದ ಶಿಖರದ ತುದಿಯನ್ನು ಮುಟ್ಟಲು ಹೊರಟ. ಬೇಸ್ ಕ್ಯಾಂಪ್‌ಲ್ಲಿದ್ದವರೆಲ್ಲಾ ರೇಡಿಯೋ ಉಪಕರಣಕ್ಕೆ ಹತ್ತಿರವಿದ್ದು, ಅವನ ಪರಿಸ್ಥಿತಿಯನ್ನು ಅರ್ಥ ಮಾಡಿಕೊಳ್ಳುತ್ತಿದ್ದರು. ಹೆಲನ್ ವಿಲ್ಟನ್ ಅಂತೂ ನಮ್ಮ ಊಟದ ಗುಡಾರದಲ್ಲಿ "ಗೊ ಗೋರಾನ್, ಗೊ!" ಎಂದು ಬರೆದ ಫಲಕವನ್ನು ನೇತು ಹಾಕಿದ್ದಳು.

ಹಲವಾರು ತಿಂಗಳ ನಂತರ ಪ್ರಪ್ರಥಮ ಬಾರಿಗೆ ಪರ್ವತದ ತುದಿಯಲ್ಲಿ ಯಾವುದೇ ಭೀಕರ ಗಾಳಿಯ ಹೊಡೆತಗಳಿಲ್ಲದೆ ಪ್ರಶಾಂತವಾಗಿತ್ತು. ಆದರೆ ಪರ್ವತದ ತುದಿಗೆ ತಲುಪುವ ದಾರಿಯಲ್ಲಿ ತೊಡೆಯಷ್ಟು ಆಳದ ಹಿಮವು ಸುರಿದಿತ್ತು. ಇದರಿಂದಾಗಿ ಕ್ರಾಪ್ ಅತ್ಯಂತ ಶ್ರಮಪಟ್ಟರೂ ನಿಧಾನವಾಗಿ ಸಾಗಬೇಕಾಯ್ತು. ಆದರೂ ಧೈರ್ಯ ಕಳೆದುಕೊಳ್ಳದೆ ಕ್ರಾಪ್ ಎಲ್ಲ ಅಡೆತಡೆಗಳನ್ನು ನಿವಾರಿಸಿಕೊಳ್ಳುತ್ತಾ ಮೇಲಕ್ಕೆ ಹತ್ತಿದ. ಗುರುವಾರ ಮಧ್ಯಾಹ್ನ ಎರಡು ಗಂಟೆಯ ಹೊತ್ತಿಗೆ 28,700 ಅಡಿ ಎತ್ತರವನ್ನು ತಲುಪಿದ್ದ. ದಕ್ಷಿಣದ ತುದಿ ಇನ್ನೇನು ಕೇವಲ ಒಂದು ಗಂಟೆಯ ದೂರವಿತ್ತು. ಆದರೆ ಅವನು ಮತ್ತೆ ಸುರಕ್ಷಿತವಾಗಿ ಹಿಂತಿರುಗುವುದಕ್ಕೆ ತನ್ನಲ್ಲಿ ಶಕ್ತಿ ಉಳಿಯಲಿಕ್ಕಿಲ್ಲವೆಂದು ಮುಂದಾಲೋಚನೆ ಮಾಡಿ ಕೆಳಕ್ಕಿಳಿದು ಬಂದಿದ್ದ.

"ತುದಿಗೆ ಅಷ್ಟೊಂದು ಸಮೀಪ ಹೋಗಿ ವಾಪಾಸು ಬರೋದು ಅಂದ್ರೆ..." ರಾಬ್ ಹಾಲ್ ನಂಬಲಾರದವನಂತೆ ತಲೆಯನ್ನು ಅಲ್ಲಾಡಿಸಿ ಅಚ್ಚರಿಯನ್ನು ವ್ಯಕ್ತ

ಪಡಿಸಿದ. ಮೇ 6ನೇ ತಾರೀಖಿನಂದು ಕ್ರಾಪ್ ನಾವು ತಂಗಿದ್ದ ಎರಡನೆಯ ಕ್ಯಾಂಪ್ ದಾಟುವಾಗ ನಮಗೆ ಈ ವಿಷಯ ಗೊತ್ತಾಗಿತ್ತು. "ಅಷ್ಟು ಚಿಕ್ಕವನಾದ್ರೂ ಕ್ರಾಪ್ ಎಂತಹ ದಿಟ್ಟ ನಿರ್ಧಾರವನ್ನು ತೆಗೆದುಕೊಂಡ ಅಂತ ಅಚ್ಚರಿಯಾಗುತ್ತೆ. ನಂಗಂತೂ ಈ ನಿರ್ಧಾರ ಸಿಕ್ಕಾಪಟ್ಟೆ ಮೆಚ್ಚಿಗೆಯಾಗಿದೆ. ಅವನು ತುದಿ ಹತ್ತಿ ಬಂದಿದ್ರೂ ಇಷ್ಟೊಂದು ಮೆಚ್ಚುಗೆ ಆಗ್ತಾ ಇರಲಿಲ್ಲ" ಎಂದು ರಾಬ್ ಉದ್ಗರಿಸಿದ್ದ. "ನಾವು ತುದಿಗೆ ಎಷ್ಟೇ ಹತ್ತಿರದಲ್ಲಿದ್ದರೂ, ಮುಂಚೆಯೇ ನಿರ್ಧರಿಸಿದ ಸಮಯ ಹತ್ತಿರ ಬಂತೆಂದರೆ, ಯಾವುದೇ ಮೀನಮೇಷ ಎಣಿಸದೆ ಹಿಂತಿರುಗಿ ಬಿಡಬೇಕು" ಎಂದು ರಾಬ್ ಹಾಲ್ ನಮಗೆ ಉಪದೇಶಿಸಿದ್ದ. ಅದು ಬಹುಮುಖ್ಯ ನಿರ್ಧಾರವಾಗಿದ್ದು, ನಮ್ಮ ತಂಡದವರು ಮಧ್ಯಾಹ್ನ ಒಂದು ಗಂಟೆಗೆ, ಜಾಸ್ತಿಯೆಂದರೆ ಎರಡು ಗಂಟೆಗೆ ಎಂತಹ ಸಂದರ್ಭವಿದ್ದರೂ ಹಿಂತಿರುಗಬೇಕೆಂದು ಅಪ್ಪಣೆಯಾಗಿತ್ತು. "ಸಾಕಷ್ಟು ಭಂಡ ಧೈರ್ಯದಿಂದ ಯಾವುದೇ ಮೂರ್ಖನೂ ಪರ್ವತದ ತುದಿಯನ್ನು ಹತ್ತಬಹುದು, ಆದರೆ ವಾಪಾಸು ಜೀವಂತವಾಗಿ ಇಳಿದು ಬರೋದು ಅವನ ಸಾಮರ್ಥ್ಯವನ್ನು ತೋರಿಸುತ್ತೆ" ಎಂದು ರಾಬ್ ಹಾಲ್ ಹೇಳಿದ್ದ.

ಹೊರನೋಟಕ್ಕೆ ಅತ್ಯಂತ ಸಮಾಧಾನದ ಸ್ವಭಾವದವನಾಗಿ ರಾಬ್ ಹಾಲ್ ಕಂಡರೂ, ಆಂತರಿಕವಾಗಿ ಆತನಿಗೆ ಯಶಸ್ಸಿನ ಹಿರಿದಾಸೆಯಿತ್ತು. ಎಷ್ಟು ಸಾಧ್ಯವೋ ಅಷ್ಟು ಜನರನ್ನು ಶಿಖರದ ತುದಿಗೆ ಮುಟ್ಟಿಸುವುದೇ ಆತನ ಯಶಸ್ಸಿನ ತಾತ್ಪರ್ಯವಾಗಿತ್ತು. ಇಂತಹ ಯಶಸ್ಸಿಗಾಗಿ ಆತನು ವಹಿಸುತ್ತಿದ್ದ ಕಾಳಜಿ ಬಹಳ ಸೂಕ್ಷ್ಮವಾಗಿರುತ್ತಿತ್ತು. ಶೆರ್ಪಾಗಳ ಆರೋಗ್ಯ, ಸೋಲಾರ್ ವಿದ್ಯುತ್ ಉತ್ಪಾದನೆಯ ಪರಿಕರಗಳ ದಕ್ಷತೆ, ಗ್ರಾಹಕರ ಕ್ರಾಂಪನ್ ಮುಳ್ಳುಗಳ ತೀಕ್ಷ್ಣತೆ – ಪ್ರತಿಯೊಂದನ್ನೂ ಗಮನಿಸಿಕೊಳ್ಳುತ್ತಿದ್ದ. ಮಾರ್ಗದರ್ಶಕನ ಕೆಲಸವನ್ನು ರಾಬ್ ಹಾಲ್ ತುಂಬಾ ಪ್ರೀತಿಸುತ್ತಿದ್ದ. ಆದರೆ ಸಾಕಷ್ಟು ಪ್ರಸಿದ್ಧ ಪರ್ವತಾರೋಹಿಗಳು – ಸರ್ ಎಡ್ಮಂಡ್ ಹಿಲರಿಯೂ ಸೇರಿದಂತೆ – ಯಾರೂ ಈ ವೃತ್ತಿಯ ಘನತೆಯನ್ನು ಮೆಚ್ಚಿಕೊಳ್ಳುತ್ತಿರಲಿಲ್ಲ, ಅದಕ್ಕೆ ಸಲ್ಲಬೇಕಾದ ಗೌರವವನ್ನು ನೀಡುತ್ತಿರಲಿಲ್ಲ. ಈ ಸಂಗತಿ ಅವನಿಗೆ ಸಾಕಷ್ಟು ನೋವು ಕೊಡುತ್ತಿತ್ತು.

III

7ನೇ ಮೇ ಗುರುವಾರದಂದು ನಮಗೆಲ್ಲಾ ವಿಶ್ರಾಂತಿಯ ದಿನವೆಂದು ರಾಬ್ ಹಾಲ್ ಘೋಷಿಸಿದ. ಆದ್ದರಿಂದ ನಾವೆಲ್ಲಾ ನಿಧಾನಕ್ಕೆ ಎದ್ದು, ಎರಡನೆಯ ಕ್ಯಾಂಪಿನಲ್ಲಿ ಗುಂಪುಗೂಡಿ ಕುಳಿತು, ಮುಂದಿರುವ ತುದಿ ಮುಟ್ಟುವ ಸಾಹಸದ

ಕುರಿತು ಆತಂಕದಿಂದ ಮಾತನಾಡಿಕೊಂಡೆವು. ನನ್ನ ಕ್ರಾಂಪನ್ ಮತ್ತಿತರ ಪರ್ವತಾರೋಹಣ ಸಲಕರಣೆಗಳ ಪರಿಸ್ಥಿತಿಯನ್ನು ಒಂದಿಷ್ಟು ನೋಡಿಕೊಂಡೆ. ಅನಂತರ ಯಾವುದೋ ಪುಸ್ತಕವನ್ನು ಕೈಗೆತ್ತಿಕೊಂಡು ಓದಲು ಪ್ರಯತ್ನಿಸಿದೆ. ಆದರೆ ಶಿಖರಾರೋಹಣದ ಸಂಗತಿಯೇ ನನ್ನ ಮನಸ್ಸನ್ನು ಹೇಗೆ ಆಕ್ರಮಿಸಿತ್ತೆಂದರೆ, ಓದಿದ ವಾಕ್ಯವನ್ನೇ ಮತ್ತೆ ಮತ್ತೆ ಓದಿದರೂ ಯಾವುದೂ ತಲೆಗೆ ಹೋಗುತ್ತಿರಲಿಲ್ಲ.

ಅನಂತರ ಪುಸ್ತಕ ಓದುವುದನ್ನು ನಿಲ್ಲಿಸಿ, ಡಹ್ಗ್ ಬಳಿಯಿದ್ದ ಕೆಲವು ಫೋಟೋಗಳನ್ನು ತೆಗೆದುಕೊಂಡು ನೋಡಿದೆ. ಕೆಂಟ್ ಶಾಲೆಯ ಮಕ್ಕಳ ಜೊತೆಗೆ ಧ್ವಜವನ್ನು ಹಿಡಿದುಕೊಂಡು ತೆಗೆಸಿದ ಆ ಫೋಟೋಗಳನ್ನು ಪರ್ವತದ ತುದಿಗೆ ಕೊಂಡೊಯ್ಯಲು ಮಕ್ಕಳು ಡಹ್ಗ್‌ನನ್ನು ಬೇಡಿಕೊಂಡಿದ್ದರು. ಕಳೆದ ವರ್ಷ ಪರ್ವತಾರೋಹಣ ಮಾಡುವಾಗ ಎದುರಿಸಿದ ಸವಾಲುಗಳನ್ನು ಕುರಿತು ಮಾತನಾಡಲು ಡಹ್ಗ್‌ನನ್ನು ಪುಸಲಾಯಿಸಿದೆ. "ತುದಿಯನ್ನು ಮುಟ್ಟುವುದರಲ್ಲಿ ನೀನು ಸೋತು ಸುಣ್ಣವಾಗಿರ್ತೀಯ ಅಂತ ಖಚಿತವಾಗಿ ಹೇಳಬಲ್ಲೆ" ಹಿಂದಿನದನ್ನು ನೆನಪಿಸಿಕೊಂಡು ಹೇಳುವಾಗ ಅವನ ಮುಖದಲ್ಲಿ ಆತಂಕವಿತ್ತು. ಡಹ್ಗ್‌ನ ಗಂಟಲು ಇನ್ನೂ ತೊಂದರೆ ಕೊಡುತ್ತಿತ್ತು. ಅವನ ಶಕ್ತಿ ಇನ್ನೂ ಸಾಕಷ್ಟು ಚೇತರಿಸಿಕೊಂಡಿರಲಿಲ್ಲ. ಆದರೂ ತುದಿಯನ್ನು ಮುಟ್ಟುವುದಕ್ಕೆ ಅವನು ಕಾತುರದಿಂದ ಕಾಯುತ್ತಿದ್ದ. "ಇದಕ್ಕೋಸ್ಕರ ನಾನು ಸಾಕಷ್ಟು ತ್ಯಾಗ ಮಾಡಿದೀನಿ. ಈ ಹೊತ್ತಲ್ಲಿ ಹಿಂತಿರುಗೋದಕ್ಕೆ ಸಾಧ್ಯವೇ ಇಲ್ಲ. ನನ್ನ ಎಲ್ಲವನ್ನೂ ಇದಕ್ಕಾಗಿ ಸಮರ್ಪಿಸಿದೀನಿ" ಎಂದು ಹೇಳಿದ.

ಮಧ್ಯಾಹ್ನದ ಮೇಲೆ ಫಿಷರ್ ನಮ್ಮ ಕ್ಯಾಂಪ್ ಮೂಲಕವಾಗಿ ತನ್ನ ಗುಡಾರದ ಕಡೆಗೆ ಹೋಗುವಾಗ ಹಲ್ಲುಗಳನ್ನು ಒಂದಕ್ಕೊಂದು ಗಟ್ಟಿಯಾಗಿ ಅಮುಕಿಕೊಂಡು, ಅವನ ವ್ಯಕ್ತಿತ್ವಕ್ಕೆ ಸರಿಹೊಂದದ ನಿಧಾನದ ನಡಿಗೆಯಲ್ಲಿ ಸಾಗುತ್ತಿದ್ದ. ಅವನು ಯಾವಾಗಲೂ ಉತ್ಸಾಹದ ಸ್ವಭಾವವನ್ನೇ ಹೊಂದಿರುತ್ತಿದ್ದ. "ನೀನು ಹೆದರಿಕೊಂಡಿ ಅಂದ್ರೆ ಆಯ್ತು, ತುದಿ ಮುಟ್ಟೋದಕ್ಕೆ ಆಗಲ್ಲ. ಇಲ್ಲಿರೋ ತನಕ ಧೈರ್ಯದಿಂದ ಪ್ರಯತ್ನ ಮಾಡ್ತಾನೇ ಇರಬೇಕು" ಎಂದು ಮತ್ತೆ ಮತ್ತೆ ಹೇಳುತ್ತಿದ್ದ. ಆದರೆ ಈ ಹೊತ್ತಿನಲ್ಲಿ ಖಂಡಿತವಾಗಿಯೂ ಫಿಷರ್ ಧೈರ್ಯದಿಂದ ಇರುವಂತೆ ನನಗೆ ಕಾಣಲಿಲ್ಲ. ವಿಪರೀತ ದಣಿದವನಂತೆ, ಆತಂಕದಲ್ಲಿರುವವನಂತೆ ಕಂಡ.

ತೆಳುಗಾಳಿಗೆ ಹೊಂದಿಕೊಳ್ಳುವ ಸಲುವಾಗಿ ತನ್ನ ಗ್ರಾಹಕರಿಗೆ ಕ್ಯಾಂಪ್‌ಗಳ ನಡುವೆ ಹತ್ತಿ ಇಳಿಯಲು ಸಂಪೂರ್ಣ ಸ್ವಾತಂತ್ರ್ಯವನ್ನು ಅವನು ಕೊಟ್ಟಿದ್ದರಿಂದ ಸಾಕಷ್ಟು ಅನನುಕೂಲವಾಗಿತ್ತು. ಅನಿರೀಕ್ಷಿತವಾಗಿ ಯಾರಿಗೋ ತೊಂದರೆಯಾಗಿ ಇವನು ತಕ್ಷಣ ಬೇಸ್ ಕ್ಯಾಂಪ್‌ನಿಂದ ಅವರ ರಕ್ಷಣಾ ಕಾರ್ಯಕ್ಕೆ ತುರ್ತಾಗಿ ಹೊರಡಬೇಕಾಗುತ್ತಿತ್ತು. ತಂಡದ ಸಾಕಷ್ಟು ಸದಸ್ಯರು ಯಾವುದೋ ರೀತಿಯಲ್ಲಿ

ತೊಂದರೆಗೆ ಸಿಲುಕಿ ಹಾಕಿಕೊಂಡಿದ್ದರಿಂದ, ಹಲವಾರು ಬಾರಿ ಹತ್ತಿ ಇಳಿದು ಅವನು ಸೋತಿದ್ದ. ಟಿಮ್ ಮ್ಯಾಡ್‌ಸನ್, ಪೀಟ್ ಶೋನಿಂಗ್ ಮತ್ತು ಡೇಲ್ ಕ್ರೂಸ್ ಅವರ ರಕ್ಷಣೆಯ ಸಲುವಾಗಿ ಈಗಾಗಲೇ ಕ್ಯಾಂಪ್‌ಗಳ ನಡುವೆ ಹತ್ತಿ ಇಳಿದಿದ್ದ. ಮುಂದಿನ ಕಷ್ಟದ ಆರೋಹಣಕ್ಕಾಗಿ ಈವತ್ತು ವಿಶ್ರಾಂತಿ ತೆಗೆದುಕೊಳ್ಳುವುದು ಅತ್ಯಂತ ಅವಶ್ಯಕವಾಗಿತ್ತು. ಆದರೆ ಅವನ ಆತ್ಮೀಯ ಗೆಳೆಯ ಕ್ರೂಸ್‌ಗೆ ಮತ್ತೊಮ್ಮೆ HACE ಮರುಕಳಿಕೆ ಇರಬಹುದೇನೋ ಎನ್ನುವಂತೆ ಆರೋಗ್ಯ ಕೈಕೊಟ್ಟು, ಮತ್ತೊಮ್ಮೆ ಎರಡನೆಯ ಕ್ಯಾಂಪ್‌ನಿಂದ ಬೇಸ್ ಕ್ಯಾಂಪ್‌ಗೆ ಹೋಗಿ ಬರಬೇಕಾಯ್ತು.

ನಿನ್ನೆಯ ದಿನ ನಾನು ಮತ್ತು ಆ್ಯಂಡಿ ಎರಡನೆಯ ಕ್ಯಾಂಪ್‌ಗೆ ಬಂದ ಸ್ವಲ್ಪ ಹೊತ್ತಿಗೆಲ್ಲಾ ಫಿಷರ್ ಬಂದಿದ್ದ. ತನ್ನೆಲ್ಲಾ ತಂಡದ ಸದಸ್ಯರಿಗಿಂತಲೂ ಬಹುಬೇಗನೆ ಆತ ಎರಡನೆಯ ಕ್ಯಾಂಪ್ ತಲುಪಿದ್ದ. ತನ್ನ ತಂಡದ ಮಾರ್ಗದರ್ಶಿ ಎನಾಟೊಲಿ ಬೊಕ್ರೀವ್‌ಗೆ ತಂಡದ ಎಲ್ಲಾ ಸದಸ್ಯರ ಜೊತೆಯಿದ್ದು, ಸುರಕ್ಷಿತವಾಗಿ ಅವರನ್ನು ಕರೆದುಕೊಂಡು ಬರುವುದಕ್ಕೆ ಅಪ್ಪಣೆ ಕೊಟ್ಟಿದ್ದ. ಆದರೆ ಎನಾಟೊಲಿ ಈತನ ಮಾತುಗಳನ್ನು ನಿರ್ಲಕ್ಷಿಸಿದ. ತಂಡದ ಸದಸ್ಯರ ಜೊತೆಗೆ ಆರೋಹಣ ಮಾಡದೆ, ತುಂಬಾ ಹೊತ್ತು ಮಲಗಿದ್ದು, ಅನಂತರ ಸ್ನಾನ ಮಾಡಿ, ಬೇಸ್ ಕ್ಯಾಂಪ್‌ನಿಂದ ಅವನು ಹೊರಟಾಗ ತಂಡದ ಕೊನೆಯ ಸದಸ್ಯನೂ ಹೋಗಿ ಐದು ತಾಸು ಕಳೆದಿತ್ತು. ಆದ್ದರಿಂದ 20,000 ಅಡಿ ಎತ್ತರದಲ್ಲಿ ಕ್ರೂಸ್ ಭೀಕರ ತಲೆನೋವಿಂದ ಕುಸಿದು ಬಿದ್ದಾಗ, ಎನಾಟೊಲಿ ಬೊಕ್ರೀವ್ ಹತ್ತಿರದಲ್ಲೆಲ್ಲೂ ಇರಲಿಲ್ಲ. ಬೇರೆ ದಾರಿಯಿಲ್ಲದೆ ಫಿಷರ್ ಮತ್ತು ಬೈಡಲ್‌ಮನ್ ಆತನ ರಕ್ಷಣೆಗೆ ಧಾವಿಸಿದ್ದರು. ಪಶ್ಚಿಮ ದಿಬ್ಬದ ಮೂಲಕ ಅವನ ಜೊತೆಯಲ್ಲಿ ಹೊರಟ ಇತರ ತಂಡದ ಸದಸ್ಯರು ಬಂದು ಸುದ್ದಿ ಕೊಟ್ಟ ತಕ್ಷಣ ಅವರು ಕಾರ್ಯನಿರತರಾಗಿದ್ದರು.

ಫಿಷರ್ ಮತ್ತು ಬೈಡಲ್‌ಮನ್ ಕೆಳಗಿಳಿದು ಹೋಗಿ, ಕ್ರೂಸ್‌ನನ್ನು ಕಷ್ಟಪಟ್ಟು ಬೇಸ್ ಕ್ಯಾಂಪ್‌ಗೆ ಇಳಿಸುವಾಗ, ಸ್ವಲ್ಪ ಸಮಯಕ್ಕೆ ಬೊಕ್ರೀವ್ ಎದುರಾದ. ಹಿಮಜಲಪಾತದ ತುದಿಯಲ್ಲಿ ಏಕಾಂಗಿಯಾಗಿ ಹತ್ತುತ್ತಿದ್ದ ಅವನನ್ನು ಕಂಡು ಫಿಷರ್‌ಗೆ ಕೋಪ ಬಂದು, ಜವಾಬ್ದಾರಿಗಳನ್ನು ನಿರ್ಲಕ್ಷಿಸಿದ್ದಕ್ಕೆ ಕೂಗಾಡಿದ. ಕ್ರೂಸ್ ಹೇಳೋ ಪ್ರಕಾರ "ಸ್ಕಾಟ್ ಸಿಕ್ಕಾಪಟ್ಟೆ ಟೋಲಿಗೆ ಉಗಿದ. ಎಲ್ಲರಿಗಿಂತ ಅಷ್ಟು ಹಿಂದೆ ಯಾಕೆ ಉಳಿದೆ, ಅವರ ಜೊತೆ ಯಾಕೆ ಹತ್ತಲಿಲ್ಲ ಅಂತ ಕೇಳಿದ."

ಕ್ರೂಸ್ ಮತ್ತು ಇತರ ಫಿಷರ್‌ನ ಗ್ರಾಹಕರ ಪ್ರಕಾರ ಬೊಕ್ರೀವ್ ಮತ್ತು ಫಿಷರ್ ಮಧ್ಯೆ ವೈಮನಸ್ಸು ಇಡೀ ಪ್ರವಾಸದುದ್ದಕ್ಕೂ ಹೆಚ್ಚಾಗುತ್ತಲೇ ಹೋಗುತ್ತಿತ್ತು. ಪರ್ವತಾರೋಹಣದಲ್ಲಿ ಮಾರ್ಗದರ್ಶಿಯಾಗಿರಲು ಬೊಕ್ರೀವ್‌ಗೆ ಫಿಷರ್ ಧಾರಳವಾಗಿಯೇ ಹಣ ನೀಡಿದ್ದ. 25,000 ಡಾಲರ್ ಪಡೆದರೂ ಬೊಕ್ರೀವ್‌ನ ಕೆಲಸ

ಫಿಷರ್‌ನ ನಿರೀಕ್ಷೆಗೆ ತಕ್ಕಂತಿರಲಿಲ್ಲ. ಸಾಮಾನ್ಯವಾಗಿ ಪರ್ವತಗಳಲ್ಲಿ ಮಾರ್ಗದರ್ಶನ ಮಾಡಲು 10,000 ಅಥವಾ 15,000 ಡಾಲರ್ ಮಾತ್ರ ಕೊಡುತ್ತಾರೆ. ಅತ್ಯಂತ ದಕ್ಷ ಶೆರ್ಪಾಗೆ ಬರೀ 1,400 ಅಥವಾ 2,500 ಡಾಲರ್ ಸಿಗುತ್ತದೆ. "ಟೋಲಿ ಅತ್ಯಂತ ಗಟ್ಟಿಗ ಮತ್ತು ಚಾಣಾಕ್ಷ ಪರ್ವತಾರೋಹಿ" ಎಂದು ಕ್ರೂಸ್ ಒಪ್ಪಿಕೊಳ್ಳುತ್ತಾನೆ. "ಆದರೆ ಅವನು ಎಲ್ಲರ ಜೊತೆ ಬೆರೀತಾ ಇರಲಿಲ್ಲ. ತಂಡದ ಸದಸ್ಯರನ್ನು ಅವನು ಗಮನಿಸ್ತಾನೇ ಇರಲಿಲ್ಲ. ಅವನಿಗೆ ನಾಯಕತ್ವದ ಗುಣಗಳು ಇರಲಿಲ್ಲ. ನಾನು ಸ್ಕಾಟ್‌ಗೆ ಮೊದಲೇ ಹೇಳಿದ್ದೆ, ಟೋಲಿ ಜೊತೆಯಲ್ಲಿ ನಾನು ಮೇಲಿನ ಪರ್ವತಗಳನ್ನು ಏರೋದಕ್ಕೆ ಸಿದ್ಧ ಇಲ್ಲ ಅಂತ. ನಂಗೇನಾದ್ರೂ ತೊಂದ್ರೆ ಆದರೆ ಅವನಿಂದ ಸಹಾಯ ನಿರೀಕ್ಷಿಸಬಹುದು ಅನ್ನೋದರಲ್ಲಿ ನಂಗೆ ಅನುಮಾನ ಇತ್ತು."

ಮೂಲಭೂತ ಸಮಸ್ಯೆಯೇನಾಗಿತ್ತೆಂದರೆ, ಬೊಕ್ರೀವ್ ಅರ್ಥ ಮಾಡಿಕೊಂಡ ಜವಾಬ್ದಾರಿಗಳು ಮತ್ತು ಫಿಷರ್ ನಿರೀಕ್ಷೆ ಮಾಡುತ್ತಿದ್ದ ಜವಾಬ್ದಾರಿಗಳಲ್ಲಿ ಸಾಕಷ್ಟು ವ್ಯತ್ಯಾಸವಿತ್ತು. ರಷ್ಯಾದಿಂದ ಬಂದ ಬೊಕ್ರೀವ್‌ಗೆ ಗಡಸುತನದ, ಪ್ರತಿಷ್ಠೆಯ ಮತ್ತು ಕಠಿಣವಾದ ಪರ್ವತಾರೋಹಣದ ಹಿನ್ನೆಲೆಯಿತ್ತು. ದುರ್ಬಲರನ್ನು ಓಲೈಸಿ ಪರ್ವತ ಹತ್ತಿಸುವುದರಲ್ಲಿ ಆತನಿಗೆ ನಂಬಿಕೆ ಇರಲಿಲ್ಲ. ಪೂರ್ವ ಯೂರೋಪಿನಲ್ಲಿ ಮಾರ್ಗದರ್ಶಕರನ್ನು ಶೆರ್ಪಾಗಳಂತೆ ತರಬೇತುಗೊಳಿಸುತ್ತಾರೆ. ಸಾಕಷ್ಟು ಭಾರವನ್ನು ಹೊರುವ, ಹಗ್ಗಗಳನ್ನು ಕಟ್ಟುವ, ಮಾರ್ಗವನ್ನು ನಿಗದಿಗೊಳಿಸುವ ಕೆಲಸಗಳಿಗೆ ಒತ್ತು ಕೊಡುತ್ತಾರೆಯೆ ಹೊರತು, ಗ್ರಾಹಕರನ್ನು ಜೋಪಾನ ಮಾಡಿ ನೋಡಿಕೊಳ್ಳುವುದಕ್ಕೆ ಅಂತಹ ಮಹತ್ವ ನೀಡುವುದಿಲ್ಲ.

ನೀಳ ಕಾಯದ, ಬೆಳ್ಳಿ ಕೂದಲಿನ, ಸ್ಫುರದ್ರೂಪಿ ಅಂಗಸೌಷ್ಠವದ ಬೊಕ್ರೀವ್ ನಿಸ್ಸಂಶಯವಾಗಿ ಜಗತ್ತಿನ ಮೇಧಾವಿ ಪರ್ವತಾರೋಹಿಗಳಲ್ಲಿ ಒಬ್ಬನಾಗಿದ್ದ. ಅತಿ ಎತ್ತರದ ಪರ್ವತಗಳನ್ನು ಹತ್ತುವುದರಲ್ಲಿ ನಿಪುಣನಾದ ಈತನಿಗೆ ಇಪ್ಪತ್ತು ವರ್ಷಗಳ ಸುದೀರ್ಘ ಕಾಲದ ಹಿಮಾಲಯ ಪರ್ವತಗಳ ಒಡನಾಟವಿತ್ತು. ಎವರೆಸ್ಟ್ ಪರ್ವತವನ್ನು ಎರಡು ಬಾರಿ, ಪೂರಕ ಆಮ್ಲಜನಕವನ್ನು ಬಳಸದೆ ಯಶಸ್ವಿಯಾಗಿ ಹತ್ತಿದ್ದ. ತನ್ನ ಈ ವಿಶೇಷ ಅನುಭವಗಳಲ್ಲಿ ಈತ ತನ್ನದೇ ಆದ ಅಸಾಂಪ್ರದಾಯಿಕ ನಂಬಿಕೆಗಳನ್ನು ಬಲವಾಗಿ ರೂಢಿಸಿಕೊಂಡು, ಪರ್ವತಾರೋಹಣದ ಯಶಸ್ಸಿಗೆ ಅವು ಬಹುಮುಖ್ಯವೆಂದು ವಾದಿಸುತ್ತಿದ್ದ. ಗ್ರಾಹಕರನ್ನು ಓಲೈಸಿ ಪರ್ವತ ಹತ್ತಿಸುವುದು ದೊಡ್ಡ ತಪ್ಪೆಂದು ಯಾವುದೇ ಮುಲಾಜಿಲ್ಲದೆ ಎಲ್ಲರ ಮುಂದೆ ಹೇಳುತ್ತಿದ್ದ. "ಮಾರ್ಗದರ್ಶಿಯ ಬೆರಳು ಹಿಡಿದು ಹತ್ತುವ ಬಿನ್ನಾಣದ ಗ್ರಾಹಕ ಎವರೆಸ್ಟ್ ಹತ್ತೋದೇ ತಪ್ಪು. ಮೇಲೆ ತುಂಬಾ ಕಷ್ಟಗಳು ಎದುರಾಗ್ತವೆ" ಎಂದು ಬೊಕ್ರೀವ್ ನನ್ನ ಬಳಿ ಹೇಳಿದ್ದ.

ಪಾಶ್ಚಿಮಾತ್ಯ ವಿಧಾನಗಳಿಗೆ ತಕ್ಕಂತೆ ಸಾಂಪ್ರದಾಯಿಕ ಮಾರ್ಗದರ್ಶಿಯ ಪಾತ್ರವನ್ನು ಮಾಡಲು ಒಪ್ಪದ ಅಥವಾ ಸಾಧ್ಯವಾಗದ ಬೋಕ್ರೀವ್‌ನ ವರ್ತನೆ ಫಿಷರ್‌ಗೆ ತಲೆ ಕೆಡಿಸುತ್ತಿತ್ತು. ಇದರಿಂದಾಗಿ ಗ್ರಾಹಕರ ಬಹುತೇಕ ಜವಾಬ್ದಾರಿಯ ಕೆಲಸಗಳೆಲ್ಲಾ ಫಿಷರ್ ಮತ್ತು ಬೈಡಲ್‌ಮನ್ ಬೆನ್ನ ಮೇಲೆ ಕೂತಿದ್ದವು. ಮೇ ಮೊದಲ ವಾರದ ಹೊತ್ತಿಗೆ ಈ ಜವಾಬ್ದಾರಿಗಳು ಫಿಷರ್‌ನ ಆರೋಗ್ಯದ ಮೇಲೆ ಪರಿಣಾಮವನ್ನು ಬೀರಿದ್ದವು. ಮೇ 6ರ ಸಂಜೆ, ಅನಾರೋಗ್ಯದಿಂದ ಬಳಲುತ್ತಿದ್ದ ಕ್ರೂಸ್‌ನನ್ನು ಕರೆದುಕೊಂಡು ಬೇಸ್ ಕ್ಯಾಂಪ್‌ಗೆ ಬಂದಿದ್ದೇ ಫಿಷರ್ ಎರಡು ಸ್ಯಾಟಲೈಟ್ ಕರೆಗಳನ್ನು ಮಾಡಿದ. ಸಿಯಾಟೆಲ್‌ನಲ್ಲಿರುವ ಅವನ ಬಿಜಿನೆಸ್ ಪಾಲುದಾರಳಾದ ಕರೆನ್ ಡಿಕಿನ್‌ಸನ್‌ಗೆ ಮತ್ತು ತನ್ನ ಮಾಧ್ಯಮ ಪ್ರತಿನಿಧಿ ಜೇನ್ ಬ್ರೋಮೆಟ್‌ಗೆ[1] ಕರೆ ಮಾಡಿ, ಬೊಕ್ರೀವ್‌ನಿಂದಾಗುತ್ತಿರುವ ತೊಂದರೆಯ ಬಗ್ಗೆ ಆಪಾದನೆಯನ್ನು ಮಾಡಿದ್ದ. ಆದರೆ ಆ ಇಬ್ಬರೂ ಹೆಂಗಸರು ಫಿಷರ್ ಜೊತೆ ಅದೇ ಕೊನೆಯ ಮಾತುಕತೆಯಾಗುತ್ತದೆಂದು ಖಂಡಿತವಾಗಿಯೂ ಊಹಿಸಿರಲಿಲ್ಲ.

|||

ಮೇ 8 ರಂದು ರಾಬ್ ಹಾಲ್ ಮತ್ತು ಸ್ಕಾಟ್ ಫಿಷರ್ ತಂಡದವರೆಲ್ಲರೂ ಎರಡನೆಯ ಕ್ಯಾಂಪಿನಿಂದ ಹೊರಟರು. ಲೋಟ್ ಫೇಸ್ ಪರ್ವತದ ದುರ್ಗಮ ದಿಬ್ಬವನ್ನು ಹಗ್ಗಗಳ ಮೂಲಕ ಹತ್ತಬೇಕಿತ್ತು. ಪಶ್ಚಿಮ ದಿಬ್ಬದ ಸಮತಟ್ಟಿಗಿಂತಲೂ ಸುಮಾರು 2,000 ಅಡಿ ಎತ್ತರದಲ್ಲಿ, ಮೂರನೆಯ ಕ್ಯಾಂಪಿನ ಸ್ವಲ್ಪ ಕೆಳಕ್ಕೆ ಒಂದು ಅನಾಹುತ ನಡೆಯಿತು. ಒಂದು ಸಣ್ಣ ಟೆಲಿವಿಜನ್ ಗಾತ್ರದ ಬಂಡೆಯೊಂದು ಮೇಲಿನಿಂದ ಬುಡುಬುಡನೆ ಉರುಳಿ ಬಂದು ಆ್ಯಂಡಿ ಹೇರಿಸ್‌ನ ಎದೆಗೆ ಬಡೆಯಿತು. ಅವನು ಸಮತೋಲನವನ್ನು ಕಳೆದುಕೊಂಡು, ಆಘಾತದಿಂದ ಕೆಲವು ನಿಮಿಷಗಳ ಕಾಲ ಹಗ್ಗಕ್ಕೆ ನೇತಾಡುವಂತೆ ಮಾಡಿತು. ಜೂಮರ್ ಅನ್ನು ಹಗ್ಗಕ್ಕೆ ಅವನು ಸಿಕ್ಕಿಸದೆ ಬೆಟ್ಟವನ್ನು ಏರುತ್ತಿದ್ದರೆ ಈ ವೇಳೆಗಾಗಲೇ ಖಂಡಿತವಾಗಿಯೂ ಎಲ್ಲಿಯೋ ಬಿದ್ದು ಸಾವನ್ನು ಕಂಡಿರುತ್ತಿದ್ದ.

ಗುಡಾರಕ್ಕೆ ಅವನು ಬಂದಾಗ ಸಿಕ್ಕಾಪಟ್ಟೆ ಕಂಗಾಲಾಗಿದ್ದರೂ, ಯಾವುದೇ ಗಾಯಗಳಾಗಿಲ್ಲವೆಂದು ಹೇಳಿದ. "ಮಧ್ಯಾಹ್ನದ ತನಕ ಸುಸ್ತಾಗಿರ್ತೀನಿ ಅನ್ನಿಸ್ತದೆ. ಆ

1 ಏಪ್ರಿಲ್ ಮಧ್ಯದಲ್ಲಿಯೇ ಬ್ರೋಮೆಟ್ ಬೇಸ್ ಕ್ಯಾಂಪಿನಿಂದ ಸಿಯಾಟೆಲ್‌ಗೆ ಹೊರಟುಹೋಗಿದ್ದಳು. ಫಿಷರ್ ಒದಗಿಸುವ ಪರ್ವತಾರೋಹಣದ ಸುದ್ದಿಗಳನ್ನು ಆಕೆ 'ಔಟ್‌ಸೈಡ್ ಆನ್‌ಲೈನ್' ಪತ್ರಿಕೆಯಲ್ಲಿ ಪ್ರಕಟಿಸುತ್ತಿದ್ದಳು. ಫಿಷರ್ ಸ್ಯಾಟಲೈಟ್ ಫೋನ್ ಮೂಲಕ ಮಾಡುವ ಕರೆಗಳೇ ಆಕೆಯ ವರದಿಗಳಿಗೆ ಪ್ರಮುಖ ಆಕರವಾಗಿದ್ದವು.

ದರಿದ್ರ ಕಲ್ಲು ಒಂದಿಷ್ಟು ನೋವು ಮಾಡೋದಕ್ಕಿಂತಾ ಹೆಚ್ಚಿನದೇನೂ ಮಾಡಲಿಲ್ಲ" ಎಂದು ಹೇಳಿದ. ಕಲ್ಲು ಕೆಳಕ್ಕೆ ಉರುಳುವುದಕ್ಕೆ ಮುಂಚೆ ಅವನು ತಲೆಯನ್ನು ಬಗ್ಗಿಸಿ, ದೇಹವನ್ನು ಮುಂದೆ ಮಾಡಿದ್ದ. ಅದು ಬೀಳೋದಕ್ಕೆ ಸ್ವಲ್ಪ ಮುಂಚೆ ಅವನು ಅದನ್ನು ಗಮನಿಸಿದ್ದ. ಆದ್ದರಿಂದ ಆ ಕಲ್ಲು ಕೇವಲ ಅವನ ಕೆನ್ನೆಯನ್ನು ಸವರಿ, ಎದೆಗೂಡಿಗೆ ಬಡಿದು ಉರುಳಿ ಹೋಗಿತ್ತು. ಅದು ನೇರವಾಗಿ ಅವನ ತಲೆಬುರುಡೆಗೆ ಅಪ್ಪಳಿಸುವಷ್ಟು ಹತ್ತಿರ ಬಂದಿತ್ತು. "ಆ ಕಲ್ಲು ಏನಾದ್ರೂ ನನ್ನ ತಲೆಗೆ ಬಡಿದಿದ್ರೆ..." ಆ್ಯಂಡಿ ಮುಂದಿನ ವಾಕ್ಯವನ್ನು ಪೂರ್ಣಗೊಳಿಸದೆ ತಲ್ಲಣದ ಮುಖಭಾವದಲ್ಲಿ ತನ್ನ ಲಗೇಜನ್ನು ತೆಗೆಯಲಾರಂಭಿಸಿದ.

ಮೂರನೆಯ ಕ್ಯಾಂಪಿನಲ್ಲಿ ಗುಡಾರಗಳು ತುಂಬಾ ಚಿಕ್ಕವಿದ್ದರಿಂದ, ಇಲ್ಲಿ ಮಾತ್ರ ಶೆರ್ಪಾಗಳು ನಮ್ಮ ಜೊತೆ ಇರುತ್ತಿರಲಿಲ್ಲ. ಆದ್ದರಿಂದ ಇಲ್ಲಿ ನಮ್ಮ ಆಹಾರವನ್ನು ನಾವೇ ಮಾಡಿಕೊಳ್ಳಬೇಕಿತ್ತು. ಮಂಜುಗಡ್ಡೆಯನ್ನು ಕಾಯಿಸಿ ಕುಡಿಯುವ ನೀರನ್ನು ಮಾಡಿಕೊಳ್ಳುವುದೇ ಬಹು ದೊಡ್ಡ ಕಾಯಕವಾಗಿತ್ತು. ತೆಳುಗಾಳಿಯ ಕಾರಣದಿಂದಾಗಿ ನಮ್ಮ ಉಸಿರಾಟ ತುಂಬಾ ಭಾರವಾಗಿರುತ್ತಿತ್ತು. ಆದ್ದರಿಂದ ದೇಹಕ್ಕೆ ನೀರಿನ ಅವಶ್ಯಕತೆ ಹೆಚ್ಚಾಗುತ್ತಿತ್ತು. ಪ್ರತಿಯೊಬ್ಬರೂ ದಿನಕ್ಕೆ ನಾಲ್ಕು ಲೀಟರಿನಷ್ಟು ನೀರು ಕುಡಿಯುತ್ತಿದ್ದೆವು. ನಮ್ಮಲ್ಲಿದ್ದ ಎಂಟು ಜನ ಗ್ರಾಹಕರು ಮತ್ತು ಮೂವರು ಮಾರ್ಗದರ್ಶಿಗಳ ಸಲುವಾಗಿ ಕನಿಷ್ಟ 40 ಲೀಟರಿನಷ್ಟಾದರೂ ನೀರು ಬೇಕಾಗುತ್ತಿತ್ತು.

ಮೇ 8 ರಂದು ನಾನೇ ಗುಡಾರಗಳನ್ನು ಮೊದಲು ತಲುಪಿದ್ದ ಕಾರಣ, ಮಂಜುಗಡ್ಡೆಯನ್ನು ಕಡಿಯುವ ಕೆಲಸವನ್ನು ವಹಿಸಿಕೊಂಡೆ. ನನ್ನ ಜೊತೆಗಾರರು ಸುಸ್ತಾಗಿ ಬಂದು ಗುಡಾರಗಳನ್ನು ಹೊಕ್ಕು ನಿದ್ರಾಚೀಲದಲ್ಲಿ ತೂರಿಕೊಂಡರೂ, ಸುಮಾರು ಮೂರು ತಾಸುಗಳ ಕಾಲ ನಾನು ಹೊರಗಡೆಯೇ ಇದ್ದು ಮಂಜುಗಡ್ಡೆಯನ್ನು ನನ್ನ ಹಿಮಕೊಡಲಿಯಿಂದ ಕಡಿದು ಸಂಗ್ರಹಿಸುತ್ತಲೇ ಇದ್ದೆ. ಕಡಿದ ಹಿಮಗಡ್ಡೆಗಳನ್ನು ಪ್ಲಾಸ್ಟಿಕ್ ಚೀಲದಲ್ಲಿ ಶೇಖರಿಸಿ, ಪ್ರತಿಯೊಂದು ಗುಡಾರಕ್ಕೂ ಕರಗಿಸಿ ನೀರು ಮಾಡಿಕೊಳ್ಳಲು ಕೊಡುತ್ತಿದ್ದೆ. 24,000 ಅಡಿ ಎತ್ತರದಲ್ಲಿ ಅದು ಅತ್ಯಂತ ಕಷ್ಟದ ಕೆಲಸವಾಗಿತ್ತು. ಗುಡಾರದಲ್ಲಿರುವ ನನ್ನ ಜೊತೆಗಾರರು ಹೊರಗೆ ತಲೆ ಹಾಕಿ, "ಜಾನ್, ನೀನು ಇನ್ನೂ ಹೊರಗೇ ಇದೀಯಾ? ನಮಗೆ ಇನ್ನೂ ಸ್ವಲ್ಪ ಮಂಜುಗಡ್ಡೆ ಕೊಡೋದಕ್ಕೆ ಆಗುತ್ತಾ?" ಎಂದು ಕೇಳಿದಾಗಲೆಲ್ಲಾ, ಶೆರ್ಪಾಗಳು ನಮ್ಮ ಸಲುವಾಗಿ ಪ್ರತಿನಿತ್ಯ ಅದೆಷ್ಟು ಕಷ್ಟ ಪಡುತ್ತಿರಬೇಕೆನ್ನುವ ಕಲ್ಪನೆ ನನಗಾಗುತ್ತಿತ್ತು. ಅಂತಹ ಸೇವೆಗೆ ಪ್ರತಿಯಾಗಿ ನಾವೇನೂ ಅವರನ್ನು ಅಷ್ಟಾಗಿ ಪ್ರಶಂಸೆ ಮಾಡುತ್ತಲೂ ಇರಲಿಲ್ಲ.

ಸಂಜೆಯಾಗುತ್ತಲೇ ಸೂರ್ಯ ಕ್ಷಿತಿಜದೊಳಕ್ಕೆ ಮರೆಯಾಗಿ, ಉಷ್ಣಾಂಶ ಕುಸಿಯಲಾರಂಭಿಸಿತು. ಎಲ್ಲರೂ ಗುಡಾರಗಳನ್ನು ಸೇರಿಯಾಗಿತ್ತಾದರೂ,

ಲಿಯೊ ಕಾಸಿಷ್ಕ, ಫ್ರಾಂಕ್ ಫಿಷ್, ಬೆಕ್ ಮತ್ತು ರಾಬ್ ಬಂದಿರಲಿಲ್ಲ. ಗುಂಪಿನ ಕೊನೆಯವನಾಗಿ ಉಳಿದು, ಎಲ್ಲರೂ ಸುರಕ್ಷಿತವಾಗಿ ತಲುಪುವಂತೆ ನೋಡಿಕೊಳ್ಳುವ ಜವಾಬ್ದಾರಿಯನ್ನು ರಾಬ್ ವಹಿಸಿಕೊಂಡಿದ್ದ. ಸುಮಾರು ಸಂಜೆ 4:30ರ ಹೊತ್ತಿಗೆ ನಮ್ಮ ಮಾರ್ಗದರ್ಶಿ ಮೈಕ್ ಗ್ರೂಮ್‌ನ ವಾಕಿ-ಟಾಕಿಗೆ ರಾಬ್‌ನಿಂದ ಕರೆ ಬಂತು. ಲಿಯೊ ಮತ್ತು ಫ್ರಾಂಕ್ ಇಬ್ಬರೂ ನಾವಿರುವ ಸ್ಥಳಕ್ಕಿಂತಲೂ ಕೆಲವು ನೂರು ಮೀಟರ್‌ಗಳಷ್ಟು ಕೆಳಗೆ ಇದ್ದಾರೆಂದೂ, ತುಂಬಾ ನಿಧಾನಕ್ಕೆ ಹತ್ತುತ್ತಿದ್ದಾರೆಂದೂ ಹೇಳಿದ. ಮೈಕ್ ಕೆಳಗಿಳಿದು ಬಂದು ಅವರಿಗೆ ಸಹಾಯ ಮಾಡಲು ಸಾಧ್ಯವೇ ಎಂದು ಕೇಳಿಕೊಂಡ. ಮೈಕ್ ತಕ್ಷಣ ಕ್ರಾಂಪನ್‌ಗಳನ್ನು ಧರಿಸಿ, ಯಾವುದೇ ಗೊಣಗಾಟವಿಲ್ಲದೆ ಹಗ್ಗಗಳನ್ನು ಹಿಡಿದು ಕೆಳಕ್ಕೆ ಇಳಿದು ಹೋದ.

ಅವನು ಮತ್ತೆ ವಾಪಾಸು ಬಂದಾಗ ಒಂದು ಗಂಟೆಗಿಂತಲೂ ಹೆಚ್ಚು ಸಮಯ ಹಿಡಿಯಿತು. ಅವನ ಹಿಂದೆಯೇ ಇತರರೂ ಬಂದರು. ಲಹ್ಗ್ ವಿಪರೀತ ಸುಸ್ತಾಗಿದ್ದ. ತನ್ನ ಬೆನ್ನ ಚೀಲವನ್ನು ರಾಬ್‌ಗೆ ವರ್ಗಾಯಿಸಿದ್ದ. ಮುಖವೆಲ್ಲಾ ಬಿಳಿಚಿಕೊಂಡು, ಕಳಾಹೀನನಾಗಿದ್ದ ಲಹ್ಗ್, "ನನ್ನ ಕತೆ ಮುಗೀತು. ನನ್ನ ಕೈಯಲ್ಲಿ ಇನ್ನು ಸಾಧ್ಯ ಇಲ್ಲ" ಎಂದು ಬಡಬಡಿಸುತ್ತಲೇ ಬಂದ. ಸ್ವಲ್ಪ ಸಮಯದ ನಂತರ ಬಂದ ಫ್ರಾಂಕ್ ಅವನಿಗಿಂತಲೂ ಹೆಚ್ಚು ಸುಸ್ತಾಗಿದ್ದ. ಆದರೆ ತನ್ನ ಚೀಲವನ್ನು ಮೈಕ್‌ಗೆ ಕೊಡಲು ನಿರಾಕರಿಸಿದ್ದ. ಫ್ರಾಂಕ್‌ನ ಇಂತಹ ಸ್ಥಿತಿ ನನಗೆ ಅಚ್ಚರಿಯನ್ನು ತಂದಿತು. ನಮ್ಮಲ್ಲಿ ಯಾರಾದರೂ ಶಿಖರದ ತುದಿಯನ್ನು ಮುಟ್ಟುವುದೇ ಆದರೆ, ಅದು ಫ್ರಾಂಕ್ ಆಗಿರಲೇ ಬೇಕು ಎಂದು ನಾನು ಮೊದಲಿನಿಂದಲೂ ಭಾವಿಸಿದ್ದೆ. ಯಾವುದೇ ಸುಸ್ತು ಮತ್ತು ಚಡಪಡಿಕೆಗಳಿಲ್ಲದೆ ಈಗಾಗಲೇ ಮೂರು ಬಾರಿ ಈ ಎತ್ತರವನ್ನು ತಲುಪಿದ ಫ್ರಾಂಕ್, ಅಂತಹ ನಂಬಿಕೆಯನ್ನು ನನ್ನಲ್ಲಿ ಮೂಡಿಸಿದ್ದ.

| | |

ಕತ್ತಲು ನಿಧಾನಕ್ಕೆ ಕ್ಯಾಂಪನ್ನು ಆವರಿಸಿಕೊಳ್ಳಲು ಶುರು ಮಾಡಿದಾಗ, ನಮ್ಮ ಮಾರ್ಗದರ್ಶಕರು ನಮಗೆ ಆಮ್ಲಜನಕದ ಬಾಟಲಿ, ರೆಗುಲೇಟರ್ ಮತ್ತು ಮುಖಗವಸುಗಳನ್ನು ಪ್ರತಿಯೊಬ್ಬರಿಗೂ ಕೊಟ್ಟರು. ನಮ್ಮ ಉಳಿದ ಚಾರಣವನ್ನು ಈ ಪೂರಕ ಆಮ್ಲಜನಕದ ಉಸಿರಾಟದಿಂದಲೇ ಮಾಡಬೇಕೆಂದು ನಿರ್ಧಾರವಾಗಿತ್ತು.

1921ರಲ್ಲಿ ಬ್ರಿಟೀಷರು ಪ್ರಥಮ ಬಾರಿಗೆ ಇಂತಹ ಪೂರಕ ಆಮ್ಲಜನಕವನ್ನು ಬಳಸಿ ಎವರೆಸ್ಟ್ ಹತ್ತುವ ಪ್ರಯೋಗವನ್ನು ಶುರು ಮಾಡಿದಂದಿನಿಂದಲೂ, ಈ ವಿಧಾನ ವ್ಯಾಪಕ ಟೀಕೆಗೆ ಗುರಿಯಾಗಿದೆ. (ಇದರ ಬಗ್ಗೆ ಸಾಕಷ್ಟು ಅನುಮಾನ

ಹೊಂದಿದ್ದ ಶೆರ್ಪಾಗಳು ಈ ಆಮ್ಲಜನಕದ ಬಾಟಲಿಗಳನ್ನು 'ಇಂಗ್ಲಿಷ್ ಗಾಳಿ' ಎಂದು ಕರೆದರು.) ಪ್ರಪ್ರಥಮವಾಗಿ ಇಂತಹ ಬಾಟಲಿಯ ಆಮ್ಲಜನಕವನ್ನು ಬಳಸುವುದನ್ನು ವಿರೋಧಿಸಿದ್ದು ಜಾರ್ಜ್ ಲೇ ಮಲೋರಿ ಎನ್ನುವಾತ. ಈತನ ಪ್ರಕಾರ ಈ ಪದ್ಧತಿ "ಸ್ಪರ್ಧೆಗೆ ವಿರುದ್ಧವಾದದ್ದು, ಆದ್ದರಿಂದಲೇ ಅದು ಬ್ರಿಟೀಷ್ ಸಂಸ್ಕೃತಿಗೆ ವಿರೋಧಿಯಾದದ್ದು". ಆದರೆ 'ಸಾವಿನ ಪರಧಿ'ಯೆಂದೇ ಕರೆಯಲ್ಪಡುವ 25,000 ಅಡಿ ಎತ್ತರದಲ್ಲಿ ಪೂರಕ ಆಮ್ಲಜನಕದ ಸಹಾಯವಿಲ್ಲದೆ ಆರೋಹಣ ಮಾಡುವುದರಿಂದ ದೇಹಕ್ಕೆ HAPE, HACE, ಹೈಪೋಥರ್ಮಿಯಾ, ಹಿಮಕಡಿತ ಮತ್ತಿತರ ಪ್ರಾಣಾಂತಿಕ ಕಾಯಿಲೆಗಳು ಆಕ್ರಮಣ ಮಾಡುವ ಸಾಧ್ಯತೆಗಳು ಹೆಚ್ಚು ಎನ್ನುವುದು ಪರ್ವತಾರೋಹಿಗಳಿಗೆ ಅರ್ಥವಾಗತೊಡಗಿತು. ಆದರೆ 1924ರಲ್ಲಿ ಮಲೋರಿ ಮೂರನೆಯ ಬಾರಿ ಎವರೆಸ್ಟ್ ಆರೋಹಣಕ್ಕೆ ಹೊರಟಾಗ, ಪೂರಕ ಆಮ್ಲಜನಕವಿಲ್ಲದೆ ತುದಿಯನ್ನು ಮುಟ್ಟುವುದಕ್ಕೆ ಸಾಧ್ಯವೇ ಇಲ್ಲ ಎನ್ನುವ ನಿರ್ಧಾರಕ್ಕೆ ಬಂದಿದ್ದ. ಆದ್ದರಿಂದ ತನ್ನದೇ ವಾದಕ್ಕೆ ತಿಲಾಂಜಲಿ ಕೊಟ್ಟಿದ್ದ.

ಸಮುದ್ರ ತಟದಲ್ಲಿರುವ ವ್ಯಕ್ತಿಯನ್ನು ಎತ್ತಿಕೊಂಡು ನೇರವಾಗಿ ಎವರೆಸ್ಟ್ ಮೇಲೆ ಇಳಿಸಿದರೆ, ಅವನು ಕೆಲವೇ ಕ್ಷಣಗಳಲ್ಲಿ ಪ್ರಜ್ಞೆಯನ್ನು ಕಳೆದುಕೊಂಡು, ಅನಂತರ ಸಾಯುತ್ತಾನೆನ್ನುವುದು ಪ್ರಯೋಗಾಲಯದಲ್ಲಿ ದೃಢಪಟ್ಟಿತ್ತು. ಎವರೆಸ್ಟ್ ತುದಿಯಲ್ಲಿರುವ ಆಮ್ಲಜನಕದ ಪ್ರಮಾಣವು, ಸಮುದ್ರ ತಟಕ್ಕಿಂತಲೂ ಮೂರು ಪಟ್ಟು ಕಡಿಮೆಯಿರುತ್ತದೆ. ಆದರೆ ಬಹಳಷ್ಟು ಮಡಿವಂತ ಪರ್ವತಾರೋಹಿಗಳು ಇದನ್ನು ಒಪ್ಪದೆ, ಉತ್ತಮವಾದ ದೇಹಾರೋಗ್ಯವನ್ನು ಹೊಂದಿರುವ ಸ್ಪರ್ಧಾಳು, ಸಾಕಷ್ಟು ಸಮಯವನ್ನು ತೆಳುಗಾಳಿಗೆ ಹೊಂದಿಕೊಳ್ಳುವುದರಲ್ಲಿ ವಿನಯೋಗಿಸಿದರೆ, ಖಂಡಿತವಾಗಿಯೂ ಪೂರಕ ಆಮ್ಲಜನಕವಿಲ್ಲದೆ ಶಿಖರದ ತುದಿಯನ್ನು ಮುಟ್ಟಿಬರಬಹುದೆಂದು ವಾದಿಸತೊಡಗಿದರು. ಇದೇ ವಾದವನ್ನು ಇನ್ನಷ್ಟು ಹಿಂಜಿದ ಮಡಿವಂತ ಪರ್ವತಾರೋಹಿಗಳು, ಪೂರಕ ಆಮ್ಲಜನಕವನ್ನು ಬಳಸುವ ವಿಧಾನವನ್ನು ಮೋಸವೆಂದು ಜರಿಯತೊಡಗಿದರು.

1970ರಲ್ಲಿ ಟೈರೋಲ್ ಪ್ರಾಂತದ ಪರ್ವತಾರೋಹಿ ರೆನ್ ಹೋಲ್ಡ್ ಮೆಸ್ನರ್ ಎನ್ನುವಾತ ಪೂರಕ ಆಮ್ಲಜನಕ ಬಳಸುವುದರ ವಿರೋಧಿಗಳ ಮುಂದಾಳಾಗಿ ಬೆಳಕಿಗೆ ಬಂದ. ಎವರೆಸ್ಟ್ ಏರುವುದೇ ಆದರೆ ಅದು ಪೂರಕ ಆಮ್ಲಜನಕ ಇಲ್ಲದೆಯೇ "ಸರಿಯಾದ ರೀತಿಯಲ್ಲಿ" ಏರುವೆನೆಂದು ಘೋಷಣೆ ಮಾಡಿದ. ಇದಾದ ಕೆಲವೇ ದಿನಗಳಲ್ಲಿ ಆತ ಮತ್ತು ಆತನ ಬಹುಕಾಲದ ಜೊತೆಗಾರ, ಆಸ್ಟ್ರಿಯಾ ದೇಶದ ಪೀಟರ್ ಹೆಬೆಲೆರ್, ಇಬ್ಬರೂ ಸೇರಿ ಆಡಿದ ಮಾತಿಗೆ ತಕ್ಕಂತೆ ನಿರೂಪಿಸಿ ಇಡೀ ಜಗತ್ತೇ ನಿಬ್ಬೆರಗಾಗುವಂತೆ ಮಾಡಿಬಿಟ್ಟರು. 1978ರ ಮೇ 8ರಂದು

ಮಧ್ಯಾಹ್ನ 1 ಗಂಟೆಗೆ ಅವರು ದಕ್ಷಿಣ ಕಣಿವೆ ಮತ್ತು ಆಜ್ಞೇಯ ದಿಬ್ಬದ ಮೂಲಕ ಸಾಗಿ, ಯಾವುದೇ ಪೂರಕ ಆಮ್ಲಜನಕವನ್ನು ಬಳಸದೆ ತುದಿಯನ್ನು ಮುಟ್ಟಿ ಬಂದರು. ಸಾಕಷ್ಟು ಪರ್ವತಾರೋಹಿಗಳು ಇದೇ ನಿಜವಾದ ಮೊದಲ ಎವರೆಸ್ಟ್ ಆರೋಹಣವೆಂದು ಕೊಂಡಾಡಿದರು.

ಆದರೆ ಸಾಕಷ್ಟು ಪರ್ವತಾರೋಹಣ ಗುಂಪುಗಳು, ಅದರಲ್ಲೂ ಪ್ರಮುಖವಾಗಿ ಶೆರ್ಪಾಗಳು, ಮೆಸ್ನರ್ ಮತ್ತು ಹೆಬಲರ್ ಮಾಡಿದ ವಿಕ್ರಮವನ್ನು ಕೊಂಡಾಡಲು ಸಿದ್ಧರಿರಲಿಲ್ಲ. ಅತ್ಯಂತ ಶಕ್ತಿವಂತ ಶೆರ್ಪಾಗೇ ಸಾಧ್ಯವಾಗದ ಇಂತಹ ಸಾಧನೆ, ಪಾಶ್ಚಿಮಾತ್ಯರಿಗೆ ಸಾಧ್ಯವಾಗುತ್ತದೆನ್ನುವುದನ್ನು ನಂಬಲು ಬಹಳಷ್ಟು ಜನ ಸಿದ್ಧರಿರಲಿಲ್ಲ. ಮೆಸ್ನರ್ ಮತ್ತು ಹೆಬಲರ್ ತಮ್ಮ ಬಟ್ಟೆಯಲ್ಲೆಲ್ಲೋ ಸಣ್ಣದಾದ ಆಮ್ಲಜನಕದ ಬಾಟಲಿಗಳನ್ನು ಅಡಗಿಸಿಟ್ಟುಕೊಂಡು ಮೋಸ ಮಾಡಿದ್ದಾರೆನ್ನುವ ವದಂತಿ ಎಲ್ಲೆಡೆ ಹಬ್ಬಲಾರಂಭಿಸಿತು. ತೇನ್‌ಸಿಂಗ್ ನಾರ್ವೆ ಮತ್ತು ಇತರ ಪ್ರಮುಖ ಶೆರ್ಪಾಗಳು ಅರ್ಜಿಯೊಂದನ್ನು ನೇಪಾಳಿ ಸರಕಾರಕ್ಕೆ ಬರೆದು, ಈ ಅನುಮಾನದ ಪರ್ವತಾರೋಹಣದ ಅಧಿಕೃತ ವಿಚಾರಣೆಯನ್ನು ನಡೆಸಬೇಕೆಂದು ಒತ್ತಾಯಿಸಿದರು.

ಆದರೆ ಪೂರಕ ಆಮ್ಲಜನಕವಿಲ್ಲದೆ ಪರ್ವತವೇರಿದ ಸಾಧನೆಯನ್ನು ನಿರಾಕರಿಸುವುದಕ್ಕೆ ಸಾಧ್ಯವೇ ಇರಲಿಲ್ಲ. ಎರಡು ವರ್ಷಗಳ ನಂತರ ಮೆಸ್ನರ್ ಮತ್ತೊಮ್ಮೆ ಇಂತಹದೇ ಸಾಧನೆಯನ್ನು ಮಾಡಿ ಎಲ್ಲರ ಬಾಯಿ ಮುಚ್ಚಿಸಿದ. ಈ ಬಾರಿ ಅವನು ಮತ್ತೊಮ್ಮೆ ಪೂರಕ ಆಮ್ಲಜನಕವನ್ನು ಬಳಸದೆ, ಯಾವುದೇ ಶೆರ್ಪಾ ಅಥವಾ ಇನ್ನಿತರರ ಸಹಾಯವಿಲ್ಲದೆ, ಏಕಾಂಗಿಯಾಗಿ ಟಿಬೆಟ್ ಕಡೆಯಿಂದ ಎವರೆಸ್ಟ್ ಪರ್ವತವನ್ನು ಏರಿದ್ದ. 1980ರ ಆಗಸ್ಟ್ 20 ರಂದು ಮಧ್ಯಾಹ್ನ 3 ಗಂಟೆಗೆ ಅವನು ತುದಿಯನ್ನು ಮುಟ್ಟಿದಾಗ ಸಾಕಷ್ಟು ಮೋಡಗಳು ದಟ್ಟೈಸಿದ್ದವು ಮತ್ತು ಹಿಮವು ಸುರಿಯುತ್ತಿತ್ತು. ಮೆಸ್ನರ್ ತನ್ನ ಆತ್ಮಚರಿತ್ರೆ 'ದಿ ಕ್ರಿಸ್ಟಲ್ ಹಾರಿಜಾನ್'ನಲ್ಲಿ "ನಾನು ನಿರಂತರವಾಗಿ ಸುಸ್ತಾಗುತ್ತಿದ್ದೆ. ನನ್ನ ಇಡೀ ಜೀವನದಲ್ಲಿ ನಾನು ಯಾವತ್ತೂ ಇಷ್ಟು ಸುಸ್ತಾಗಿರಲಿಲ್ಲ" ಎಂದು ಹೇಳಿಕೊಂಡಿದ್ದಾನೆ. ಕೊನೆಯ ಕೆಲವು ಮೀಟರ್‌ಗಳನ್ನು ಹತ್ತುವಾಗ ತನ್ನ ಹೋರಾಟವನ್ನು ಹೀಗೆ ವಿವರಿಸಿದ್ದಾನೆ:

> ನಾನು ವಿಶ್ರಾಂತಿಗೆಂದು ಕುಳಿತುಕೊಂಡರೆ ಉಸಿರಾಡುವಾಗ ಗಂಟಲು ಉರಿಯುತ್ತದೆನ್ನುವುದನ್ನು ಬಿಟ್ಟರೆ ನನ್ನಲ್ಲಿ ಜೀವವಿದೆ ಎಂದು ಅನ್ನಿಸುತ್ತಿಲ್ಲ... ಮುಂದುವರೆಯಲು ತುಂಬಾ ಕಷ್ಟವಾಗುತ್ತಿದೆ. ಯಾವುದೇ ನಿರಾಸೆಯಿಲ್ಲ. ಯಾವುದೇ ಸಂತೋಷವಿಲ್ಲ. ಯಾವುದೇ ಆತಂಕವೂ ಇಲ್ಲ. ಭಾವನೆಗಳನ್ನು ಅನುಭವಿಸುವ ಶಕ್ತಿಯನ್ನೇ ಕಳೆದುಕೊಂಡಿದ್ದೇನೆಂದಲ್ಲ, ಇಲ್ಲಿ ನನಗೆ ಯಾವ ಭಾವನೆಗಳೂ ಇಲ್ಲ. ಕೇವಲ

> ಗುರಿಯೊಂದೇ ನನ್ನಲ್ಲಿ ಉಳಿದುಕೊಂಡಿದೆ. ಕೆಲವು ಮೀಟರ್‌ಗಳಷ್ಟು ನಡೆಯುವುದರಲ್ಲಿ ಇದೂ ಕ್ಷೀಣಿಸುತ್ತದೆ. ಆಮೇಲೆ ನನಗೆ ಏನೂ ಯೋಚಿಸಲೂ ಸಾಧ್ಯವಾಗುವುದಿಲ್ಲ. ಸುಮ್ಮನೇ ಅಲ್ಲಿಯೇ ಕುಸಿದು ಕುಳಿತು ಬಿಡುತ್ತೇನೆ. ತುಂಬಾ ಹೊತ್ತು ನನಗೆ ಮುಂದೇನು ಮಾಡಬೇಕೆಂದು ತೋಚುವುದಿಲ್ಲ. ಆಮೇಲೆ ಮತ್ತೆ ಕೆಲವು ಹೆಜ್ಜೆಗಳನ್ನಿಡುತ್ತೇನೆ.

ಮೆಸ್ನರ್ ವಾಪಾಸು ನಾಗರಿಕ ಜಗತ್ತಿಗೆ ಬಂದ ಮೇಲೆ, ಅವನ ಈ ಸಾಧನೆಯನ್ನು ಅಭೂತಪೂರ್ವ ಪರ್ವತಾರೋಹಣ ಎಂದು ಎಲ್ಲರೂ ಪ್ರಶಂಸಿದರು.

ಮೆಸ್ನರ್ ಮತ್ತು ಹೆಬೆಲೆರ್ ಎವರೆಸ್ಟ್ ಪರ್ವತವನ್ನು ಯಾವುದೇ ಪೂರಕ ಆಮ್ಲಜನಕವಿಲ್ಲದೆ ಹತ್ತಿ ನಿರೂಪಿಸಿದ ನಂತರ, ಸಾಕಷ್ಟು ಮಹತ್ವಾಕಾಂಕ್ಷೆಯ ಪರ್ವತಾರೋಹಿಗಳು, ಎವರೆಸ್ಟ್ ಹತ್ತಿದರೆ ಪೂರಕ ಆಮ್ಲಜನಕವಿಲ್ಲದೆಯೇ ಹತ್ತಬೇಕೆಂದು ಒಪ್ಪಿಕೊಂಡರು. ಅನಂತರದ ದಿನಗಳಲ್ಲಿ ಯಾರಾದರೂ ಹಿಮಾಲಯದ ಪರ್ವತಾರೋಹಿ ಎಂದು ಹೆಮ್ಮೆಯಿಂದ ಹೇಳಿಕೊಳ್ಳಬೇಕೆಂದರೆ, ಬಾಟಲಿಯ ಆಮ್ಲಜನಕವನ್ನು ಬಳಸದಿರುವುದು ಅವಶ್ಯಕವಾಗಿತ್ತು. 1996ರ ವೇಳೆಗಾಗಲೇ ಸುಮಾರು ಅರವತ್ತು ಜನ ಗಂಡಸರು ಮತ್ತು ಹೆಂಗಸರು ಪೂರಕ ಆಮ್ಲಜನಕವಿಲ್ಲದೆ ಎವರೆಸ್ಟ್ ತುದಿಯನ್ನು ತಲುಪಿದ್ದರು – ಆದರೆ ಐದು ಜನಕ್ಕೆ ವಾಪಾಸು ಬರಲು ಸಾಧ್ಯವಾಗಿರಲಿಲ್ಲ.

ನಮ್ಮ ವೈಯಕ್ತಿಕ ಆಶೋತ್ತರಗಳೇನೇ ಇರಲಿ, ರಾಬ್ ಹಾಲ್‌ನ ತಂಡದಲ್ಲಿ ಎಲ್ಲರೂ ಬಾಟಲಿ ಆಮ್ಲಜನಕವನ್ನು ಬಳಸಿಯೇ ತುದಿಯನ್ನು ತಲುಪಬೇಕೆಂದು ನಿರ್ಧರಿಸಿಯಾಗಿತ್ತು. ಮೂರು ವರ್ಷದ ಹಿಂದೆ ಯಾವುದೇ ಪೂರಕ ಆಮ್ಲಜನಕವಿಲ್ಲದೆ ಎವರೆಸ್ಟ್ ಹತ್ತಿ ಬಂದಿದ್ದ ಮೈಕ್ ಗ್ರೂಮ್ ಕೂಡಾ ಬಾಟಲಿ ಆಮ್ಲಜನಕವನ್ನು ಬಳಸಲು ನಿರ್ಧರಿಸಿದ್ದ. ತಾನು ಈ ಬಾರಿ ತಂಡದ ಮಾರ್ಗದರ್ಶಿಯಾಗಿ ಬಂದಿರುವುದರಿಂದ, ಗ್ರಾಹಕರ ಯೋಗಕ್ಷೇಮವನ್ನು ನೋಡಿಕೊಳ್ಳುವುದು ತನ್ನ ಪ್ರಮುಖ ಜವಾಬ್ದಾರಿ ಎಂದು ಹೇಳಿದ. ತನ್ನ ಹಿಂದಿನ ಅನುಭವದಿಂದಾಗಿ, ಬಾಹ್ಯ ಆಮ್ಲಜನಕವಿಲ್ಲದೆ ಹತ್ತಿದರೆ ತಾನು ದೈಹಿಕವಾಗಿ ಮತ್ತು ಮಾನಸಿಕವಾಗಿ ಅದೆಷ್ಟು ಸೋತು ಹೋಗುತ್ತೇನೆಂದು ಗೊತ್ತು. ಅಂತಹ ಸ್ಥಿತಿಯಲ್ಲಿ ತನ್ನ ಪಾತ್ರದ ಕರ್ತವ್ಯಗಳನ್ನು ನಿರ್ವಹಿಸಲು ಸಾಧ್ಯವಾಗುವುದಿಲ್ಲ ಎಂದು ತಿಳಿಸಿದ. ಪೂರಕ ಆಮ್ಲಜನಕವಿಲ್ಲದೆ ಎವರೆಸ್ಟ್ ಹತ್ತುವುದು ಧೀರೋದಾತ್ತವಾಗಿಯೂ, ರೋಚಕವಾಗಿಯೂ ಇರುತ್ತದಾದರೂ, ಒಬ್ಬ ಮಾರ್ಗದರ್ಶಿಯಾಗಿ ಬಂದವನು ಆ ರೀತಿ ಮಾಡುವುದು ಬೇಜವಾಬ್ದಾರಿಯಾಗುತ್ತದೆಂದು ಹೇಳಿದ. ಬಹುತೇಕ ಪರಿಣತ ಎವರೆಸ್ಟ್ ಮಾರ್ಗದರ್ಶಿಗಳೂ ಇದೇ ಅಭಿಪ್ರಾಯವನ್ನು ವ್ಯಕ್ತಪಡಿಸುತ್ತಾರೆ.

ರಾಬ್ ಹಾಲ್ ತಂಡದಲ್ಲಿ ಉಪಯೋಗಿಸಲು ಕೊಟ್ಟ ಈ ಆಮ್ಲಜನಕದ ಬಾರಲಿಗಳು ರಷ್ಯಾದಲ್ಲಿ ತಯಾರಾದ ಅತ್ಯಾಧುನಿಕ ಉಪಕರಣಗಳಾಗಿದ್ದವು. MiG ವಿಮಾನ ಯೋಧರು ವಿಯೆಟ್ನಾಂ ಯುದ್ಧದಲ್ಲಿ ಬಳಸಿದಂತಹ ಬಿರುಸಾದ ಪ್ಲಾಸ್ಟಿಕ್ ಮುಖಗವಸು, ಅದನ್ನು ಒಂದು ರಬ್ಬರ್ ಪೈಪ್ ಮತ್ತು ಒರಟಾದ ರೆಗುಲೇಟರ್ ಮೂಲಕ, ಕೇಸರಿ ಬಣ್ಣದ ಸ್ಟೀಲ್ ಮತ್ತು ಕೆವ್ಲಾರ್‌ನಿಂದ ತಯಾರಿಸಿದ ಬಾಟಲಿಗೆ ಸಂಪರ್ಕ ಮಾಡಲಾಗಿತ್ತು. (ಸ್ಕೂಬಾ ಡೈವ್‌ನಲ್ಲಿ ಉಪಯೋಗಿಸುವ ಬಾಟಲಿಗಿಂತಲೂ ಚಿಕ್ಕದಾದ ಮತ್ತು ಹಗುರವಾದ ಈ ಬಾಟಲಿ, ಆಮ್ಲಜನಕ ಪೂರ್ತಿಯಾಗಿ ತುಂಬಿಕೊಂಡಾಗ ಸುಮಾರು 3 ಕೆಜಿ ಭಾರವಿರುತ್ತಿತ್ತು.) ಈ ಹಿಂದೆ ಮೂರನೆಯ ಕ್ಯಾಂಪಿನಲ್ಲಿ ಮಲಗಿಕೊಂಡಾಗ ಈ ಪೂರಕ ಆಮ್ಲಜನಕವನ್ನು ಬಳಸಿಲ್ಲವಾದರೂ, ಈಗ ತುದಿ ತಲುಪಲು ಹೊರಟಿರುವುದರಿಂದ ಪ್ರತಿಯೊಬ್ಬರೂ ಬಾಟಲಿ ಆಮ್ಲಜನಕದಿಂದಲೇ ಉಸಿರಾಡುತ್ತಾ ಮಲಗಬೇಕೆಂದು ರಾಬ್ ಹಾಲ್ ಕಟ್ಟಾಜ್ಞೆ ಮಾಡಿದ. “ಇಂತಹ ಎತ್ತರದಲ್ಲಿ ಇರುವಾಗ ಪ್ರತಿಯೊಂದು ನಿಮಿಷಕ್ಕೂ ನಮ್ಮ ದೇಹ ಮತ್ತು ಮನಸ್ಸು ಕ್ಷೀಣಿಸ್ತಾ ಇರ್ತವೆ” ಎಂದು ಎಚ್ಚರಿಸಿದ. ಮೆದುಳಿನ ಕೋಶಗಳು ಸಾಯುತ್ತಿರುತ್ತವೆ. ದೇಹದಲ್ಲಿನ ರಕ್ತ ಅಪಾಯಕಾರಿ ಎನ್ನುವಷ್ಟು ಗಟ್ಟಿಯಾಗಿ, ಕೆಸರಿನಂತಾಗುತ್ತದೆ. ಕಣ್ಣಿನ ರಕ್ತನಾಳಗಳು ಒಡೆದು ರಕ್ತ ಹೊರಹೊಮ್ಮುತ್ತದೆ. ವಿಶ್ರಾಂತಿ ತೆಗೆದುಕೊಳ್ಳುವಾಗಲೂ ಸಹ ನಮ್ಮ ಹೃದಯದ ಬಡಿತ ಹೆದರಿಕೆಯಾಗುವಷ್ಟು ಕಡಿಮೆಯಿರುತ್ತದೆ. “ಬಾಟಲಿ ಆಮ್ಲಜನಕ ತೆಗೆದುಕೊಳ್ಳೋದರಿಂದ ಆರೋಗ್ಯನೂ ನಿಯಂತ್ರಣಕ್ಕೆ ಬರುತ್ತೆ, ನಿದ್ದೆಯೂ ಚೆನ್ನಾಗಿ ಬರುತ್ತೆ” ಎಂದು ರಾಬ್ ಖಚಿತವಾಗಿ ಹೇಳಿದ.

ನಾನು ರಾಬ್‌ನ ಮಾತನ್ನು ಪಾಲಿಸಲು ಪ್ರಯತ್ನಿಸಿದೆ. ಆದರೆ ನನ್ನ ಕ್ಲಾಸ್ಟ್ರೋಫೋಬಿಯಾದಿಂದಾಗಿ ಅದು ಸಾಧ್ಯವಾಗಲಿಲ್ಲ. ನನ್ನ ಮೂಗು ಮತ್ತು ಬಾಯಿಯ ಮೇಲೆ ಆ ಮುಖಗವಸನ್ನು ಹಾಕಿಕೊಂಡ ತಕ್ಷಣ ನನಗೆ ಉಸಿರುಗಟ್ಟುತ್ತಿದೆ ಎಂದು ಕಲ್ಪಿಸಿಕೊಳ್ಳಲಾರಂಭಿಸಿದೆ. ಒಂದು ಗಂಟೆಗೂ ಹೆಚ್ಚು ಕಾಲ ಆ ಒದ್ದಾಟವನ್ನು ಅನುಭವಿಸಿ, ಕೊನೆಗೆ ಅದನ್ನು ತೆಗೆದುಬಿಟ್ಟೆ. ಇಡೀ ರಾತ್ರಿ ಸರಿಯಾದ ಆಮ್ಲಜನಕವಿಲ್ಲದ ಕಾರಣ ನಿದ್ರಾಚೀಲದಲ್ಲಿ ಹೊರಳಾಡುತ್ತಾ ನರಳಿದೆ. ಪ್ರತಿ ಇಪ್ಪತ್ತು ನಿಮಿಷಕ್ಕೊಮ್ಮೆ ಕೈಗಡಿಯಾರವನ್ನು ನೋಡಿಕೊಂಡು, ಏಳುವ ಹೊತ್ತಾಯಿತಾ ಎಂದು ನಿರೀಕ್ಷಿಸುತ್ತಿದ್ದೆ.

ಪರ್ವತದ ಇಳಿಜಾರಿನಲ್ಲಿ ಸುಮಾರು ನೂರು ಅಡಿಗಳಷ್ಟು ಕೆಳಗೆ, ನಮ್ಮಷ್ಟೇ ಅಪಾಯಕಾರಿ ಸ್ಥಳದಲ್ಲಿ, ಉಳಿದ ತಂಡಗಳವರ ಗುಡಾರಗಳನ್ನು ನಿರ್ಮಿಸಲಾಗಿತ್ತು – ಸ್ಕಾಟ್ ಫಿಷರ್‌ನ ತಂಡ, ದಕ್ಷಿಣ ಆಫ್ರಿಕಾದವರ ತಂಡ ಮತ್ತು ಥೈವಾನಿನವರ

ತಂಡ. ಮರುದಿನ ಗುರುವಾರ ಮೇ 9ನೇ ತಾರೀಖು ಮುಂಜಾನೆ, ನಾನು ನಾಲ್ಕನೆಯ ಕ್ಯಾಂಪ್‌ಗೆ ಹೊರಡಲೆಂದು ಬೂಟುಗಳನ್ನು ಗಟ್ಟಿಮಾಡಿಕೊಳ್ಳುತ್ತಿದ್ದೆ. ಆ ಹೊತ್ತಿನಲ್ಲಿ ಮೂವತ್ತಾರು ವರ್ಷ ವಯಸ್ಸಿನ, ಥೈಪೇಯಿಯ ಸ್ಟೀಲ್ ಕಂಪನಿಯಲ್ಲಿ ಕೆಲಸ ಮಾಡುವ, ಚೆನ್ ಯು–ನನ್ ಎನ್ನುವ ಥೈವಾನೀಸ್ ತಂಡದ ಪರ್ವತಾರೋಹಿ ಬಹಿರ್ದೆಶೆಗೆಂದು ತನ್ನ ಗುಡಾರದಿಂದ ತೆವಳಿಕೊಂಡು ಹೊರಬಂದ. ಆದರೆ ಮೃದು ತಳದ ಬೂಟುಗಳಲ್ಲೇ ಹೊರಗಡಿ ಇಟ್ಟಿದ್ದ; ಅದೊಂದು ಗಂಭೀರವಾದ ತಪ್ಪು ನಿರ್ಣಯವಾಗಿತ್ತು.

ಬಹಿರ್ದೆಶೆಗೆಂದು ಕಾಲಗಲಿಸಿ ಕುಳಿತನೋ ಇಲ್ಲವೋ, ಹಿಮದ ಮೇಲೆ ಕಾಲು ಜಾರಿ ಆಯ ತಪ್ಪಿದ್ದೇ ಲೋಟ್ ಪರ್ವತದ ಉದ್ದಕ್ಕೆ ಉರುಳುರುಳಿ ಬಿದ್ದ. ಆಶ್ಚರ್ಯಕರವಾಗಿ 70 ಅಡಿ ಉರುಳಿದ ಮೇಲೆ, ಅವನ ತಲೆಯು ಒಂದು ಹಿಮಕುಣಿಯಲ್ಲಿ ಸಿಕ್ಕಿ ಹಾಕಿಕೊಂಡು ಬಿಟ್ಟು ಜಾರುವುದು ನಿಂತು ಹೋಯ್ತು. ಇದನ್ನು ನೋಡಿದ ಶೆರ್ಪಾಗಳು ತಕ್ಷಣ ಕಾರ್ಯ ನಿರತರಾಗಿ, ಹಗ್ಗವನ್ನು ಕೆಳಕ್ಕೆ ಬಿಟ್ಟು, ಅವನನ್ನು ಕುಣಿಯಿಂದ ಮೇಲಕ್ಕೆ ಎಳೆದುಕೊಂಡು, ಅವನ ಗುಡಾರವನ್ನು ತಲುಪಿಸಿದರು. ಅವನ ದೇಹಕ್ಕೆಲ್ಲಾ ಸಾಕಷ್ಟು ಹೊಡೆತಗಳು ಬಿದ್ದಿದ್ದು, ವಿಪರೀತ ಹೆದರಿಕೊಂಡಿದ್ದನಾದರೂ, ಗಂಭೀರವಾದ ಗಾಯಗಳಾದಂತೆ ಕಾಣಲಿಲ್ಲ. ಮೇಲಿನ ಗುಡಾರಗಳಲ್ಲಿದ್ದ ರಾಬ್ ಹಾಲ್‌ನ ತಂಡದ ನಮಗ್ಯಾರಿಗೂ ಅಂತಹ ಭೀಕರ ಘಟನೆಯೊಂದು ಆ ಹೊತ್ತಿನಲ್ಲಿ ನಡೆಯುತ್ತಿದೆಯೆಂಬ ಅರಿವೇ ಇರಲಿಲ್ಲ.

ಇದಾದ ಸ್ವಲ್ಪೇ ಸಮಯದಲ್ಲಿ ಮಾಕಾಲು ಗೌ ಮತ್ತು ಉಳಿದ ಥೈವಾನಿನ ತಂಡದವರು, ಚೆನ್‌ನನ್ನು ಏಕಾಂಗಿಯಾಗಿ ಒಂದು ಗುಡಾರದಲ್ಲಿ ಸುಧಾರಿಸಿಕೊಳ್ಳಲೆಂದು ಬಿಟ್ಟು, ಸೌತ್ ಕೋಲ್ ಪರ್ವತದ ಕಡೆಗೆ ಹೊರಟು ಬಿಟ್ಟರು. ರಾಬ್ ಮತ್ತು ಸ್ಕಾಟ್ ಇಬ್ಬರಿಗೂ ಮೇ 10 ರಂದು ತನ್ನ ತಂಡ ಶಿಖರದ ತುದಿಯಲ್ಲಿ ಇರುವುದಿಲ್ಲ ಎಂದು ಮಾತು ಕೊಟ್ಟಿದ್ದರೂ, ಈಗ ಮಕಾಲು ತನ್ನ ನಿರ್ಧಾರವನ್ನು ಬದಲಿಸಿ ಬಿಟ್ಟು, ಅದೇ ದಿನ ಶಿಖರದ ತುದಿಯಲ್ಲಿರುವುದಾಗಿ ನಿರ್ಧರಿಸಿದ್ದಾಗಿ ತಿಳಿಸಿದ.

ಅದೇ ದಿನ ಮಧ್ಯಾಹ್ನ ಜಂಗ್ಬೂ ಎಂಬ ಶೆರ್ಪಾ, ಲಗೇಜುಗಳನ್ನೆಲ್ಲಾ ಸೌತ್ ಕೋಲ್‌ನಲ್ಲಿ ಇಳಿಸಿ, ಎರಡನೆಯ ಕ್ಯಾಂಪ್‌ಗೆ ಹೋಗುವ ಸಲುವಾಗಿ ಇಳಿಯುತ್ತಿರುವಾಗ, ಥೈವಾನಿ ಪರ್ವತಾರೋಹಿಯ ಪರಿಸ್ಥಿತಿ ಏನಾಗಿರಬಹುದೆಂದು ಕುತೂಹಲದಿಂದ ಮೂರನೆಯ ಕ್ಯಾಂಪಿನ ಟೆಂಟಿನಲ್ಲಿ ಇಣುಕಿ ಹಾಕಿ ನೋಡಿದ. ಚೆನ್‌ನ ಸ್ಥಿತಿ ಪೂರ್ತಿ ಹದಗೆಟ್ಟಿತ್ತು. ಅತ್ಯಂತ ವೇದನೆಯನ್ನು ಅನುಭವಿಸುತ್ತಿದ್ದ ಚೆನ್ ವಿರೂಪಗೊಂಡಿದ್ದ. ಅವನನ್ನು ಹೇಗಾದರೂ ಮಾಡಿ ರಕ್ಷಣೆ ಮಾಡಬೇಕೆಂದು ನಿರ್ಧರಿಸಿದ ಜಂಗ್ಬು, ಇಬ್ಬರು ಶೆರ್ಪಾಗಳನ್ನು ಬಾಡಿಗೆಗೆ ಗೊತ್ತು ಮಾಡಿ, ಚೆನ್‌ನನ್ನು ಲೋಟ್ ಫೇಸ್

ಪರ್ವತದಿಂದ ಇಳಿಸಲಾರಂಭಿಸಿದ. ಹಿಮದ ಗುಂಟ 300 ಮೀಟರ್ ಸಾಗಿದ್ದರೋ ಇಲ್ಲವೋ, ಚೆನ್ ಇದ್ದಕ್ಕಿದ್ದಂತೆಯೇ ಸ್ವಾಧೀನ ಕಳೆದುಕೊಂಡು ಪ್ರಜ್ಞೆ ತಪ್ಪಿದ. ಕೆಲವೇ ಕ್ಷಣಗಳಲ್ಲಿ ಎರಡನೆಯ ಕ್ಯಾಂಪ್‌ನಲ್ಲಿದ್ದ ಡೇವಿಡ್ ಬ್ರೇಷರ್ಸ್ ರೇಡಿಯೋ ಸದ್ದು ಮಾಡಲಾರಂಭಿಸಿತು. ಚೆನ್ ಉಸಿರಾಡುವುದನ್ನು ನಿಲ್ಲಿಸಿದ್ದಾನೆಂದು ಜಂಗ್ಬು ಅತ್ಯಂತ ಆತಂಕದಿಂದ ವರದಿ ಒಪ್ಪಿಸಿದ.

ಬ್ರೇಷರ್ಸ್ ಮತ್ತು ಆತನ IMAX ತಂಡದ ಎಡ್ ವೈಸ್ಟಿಯುವರ್ಸ್ ತಕ್ಷಣ ಅವನನ್ನು ಉಳಿಸಿಕೊಳ್ಳಲು ಸಾಧ್ಯವೋ ಎಂದು ಧಾವಿಸಿದರು. ಆದರೆ 40 ನಿಮಿಷಗಳ ನಂತರ ಅವರು ಚೆನ್‌ನನ್ನು ಸೇರಿಕೊಂಡಾಗ, ಯಾವುದೇ ಜೀವಂತಿಕೆಯ ಕುರುಹುಗಳೂ ಅವನಲ್ಲಿ ಇರಲಿಲ್ಲ. ಆ ಸಂಜೆ ಮಕಾಲು ಗೌ ವಾಪಾಸು ಸೌತ್ ಕೋಲ್‌ಗೆ ಬಂದಾಗ, ಬ್ರೇಷರ್ಸ್ ಆತನಿಗೆ ಕರೆ ಮಾಡಿ "ಮಕಾಲು, ಚೆನ್ ತೀರಿಕೊಂಡ" ಎಂದು ಆ ಥೈವಾನಿ ನಾಯಕನಿಗೆ ಹೇಳಿದ.

"ಓಕೆ" ಎಂದು ಉತ್ತರಿಸಿದ ಗೌ, "ವಿಷಯ ತಿಳಿಸಿದ್ದಕ್ಕೆ ಧನ್ಯವಾದಗಳು" ಎಂದು ಕರೆಯನ್ನು ಮುಗಿಸಿದ. ತನ್ನ ತಂಡದ ಎಲ್ಲರಿಗೂ ಚೆನ್ ಸಾವಿನಿಂದಾಗಿ ಪರ್ವತಾರೋಹಣದ ಯೋಜನೆ ಯಾವ ರೀತಿಯಿಂದಲೂ ಬದಲಾಗುವುದಿಲ್ಲವೆಂದು ಅಭಯವನ್ನು ಕೊಟ್ಟು, ಆ ರಾತ್ರಿಯೇ ಶಿಖರದ ತುದಿಗೆ ಪಯಣ ಶುರುವಾಗುವುದೆಂದು ಹೇಳಿದ. ಬ್ರೇಷರ್ಸ್ ಕಂಗೆಟ್ಟು ಹೋದ. "ಇನ್ನೂ ಅದೇ ತಾನೆ ಅವನ ತಂಡದ ಸದಸ್ಯನ ಕಣ್ಣುಗಳನ್ನು ನಾನೇ ಕೈಯಾರೆ ಮುಚ್ಚಿದೀನಿ. ಆದರೆ ಮಕಾಲು 'ಓಕೆ' ಎಂದು ಹೇಳಿ ಕೈತೊಳೆದುಕೊಂಡ. ಬಹುಶಃ ಇದು ನಮ್ಮ ಸಂಸ್ಕೃತಿಯ ವ್ಯತ್ಯಾಸವೋ ಗೊತ್ತಿಲ್ಲ. ಚೆನ್‌ನ ಸಾವಿಗೆ ಶ್ರದ್ಧಾಂಜಲಿಯನ್ನು ಅರ್ಪಿಸಲು ಶಿಖರಾಗ್ರವನ್ನು ತಲುಪುವುದೇ ಸರಿಯಾದ ಕ್ರಮ ಎಂಬುದು ಅವನ ನಂಬಿಕೆಯಾಗಿರಬಹುದು" ಎಂದು ಬ್ರೇಷರ್ಸ್ ಸ್ವಲ್ಪ ಸಿಟ್ಟಿನಲ್ಲಿಯೇ ಹೇಳಿದ.

ಕಳೆದ ಆರು ವಾರಗಳಿಂದ ಸಾಕಷ್ಟು ಗಂಭೀರ ಅಪಘಾತಗಳು ಸಂಭವಿಸಿದ್ದವು. ನಾವು ಬೇಸ್ ಕ್ಯಾಂಪ್‌ಗೆ ಬರುವುದಕ್ಕೆ ಮುಂಚೆಯೇ ತೇನ್‌ಸಿಂಗ್ ಹಿಮಕುಣಿಯಲ್ಲಿ ಬಿದ್ದಿದ್ದ. ನಾಗಾವಾಂಗ್‌ನ HAPE ಕಾಯಿಲೆ ಮತ್ತದರ ದುಷ್ಪರಿಣಾಮಗಳು ಇನ್ನೂ ಮುಂದುವರೆಯುತ್ತಲೇ ಇದ್ದವು. ಮಾಲ್ ಡಫ್‌ನ ತಂಡದ ಯುವ ಇಂಗ್ಲಿಷ್ ಪರ್ವತಾರೋಹಿ ಗಿಂಜ್ ಫುಲ್ಲನ್ ಎನ್ನುವವನು ಹಿಮಜಲಪಾತದ ಮೇಲೆ ಹೃದಯಾಘಾತವಾಗಿ ಒದ್ದಾಡುತ್ತಿದ್ದಾನೆಂದು ತಿಳಿಯಿತು. ಡೆನ್ಮಾರ್ಕಿನ ಪ್ರಜೆ ಕಿಮ್ ಸೆಜ್‌ಬರ್ಗ್ ಎನ್ನುವ ಮಾಲ್ ಡಫ್‌ನ ಮತ್ತೊಬ್ಬ ಸದಸ್ಯನ ಮೈಮೇಲೆ ದೊಡ್ಡ ಹಿಮಬಂಡೆಯೊಂದು ಜಾರಿ ಬಿದ್ದು ಅವನ ಪಕ್ಕೆಲುಬುಗಳು ಮುರಿದಿದ್ದವು. ಆದರೆ ಆ ಕ್ಷಣದವರೆಗೆ ಯಾರೂ ತೀರಿಕೊಂಡಿರಲಿಲ್ಲ.

ಚೆನ್‌ನ ಸಾವಿನ ಸುದ್ದಿ ಗುಡಾರದಿಂದ ಗುಡಾರಕ್ಕೆ ಬಿಸಿಸುದ್ದಿಯಾಗಿ ಹಬ್ಬಿ ನಿರುತ್ಸಾಹವನ್ನು ಮೂಡಿಸಿತ್ತು. ಆದರೆ ಮೂವತ್ತು ಮೂರು ಜನ ಪರ್ವತಾರೋಹಿಗಳು ಶಿಖರಾಗ್ರದ ಚಾರಣಕ್ಕೆ ಇನ್ನೇನು ಕೆಲವೇ ಗಂಟೆಗಳಲ್ಲಿ ಹೊರಡಲಿದ್ದರು. ತುದಿಯನ್ನು ತಲುಪಬೇಕೆನ್ನುವ ಭಯವೇ ನಮ್ಮನ್ನು ಹೇಗೆ ಸುತ್ತಿಕೊಂಡಿತ್ತೆಂದರೆ, ನಮ್ಮ ಮಧ್ಯೆಯೇ ನಡೆದ ಈ ಸಾವಿನ ಬಗ್ಗೆ ಚರ್ಚೆ ಮಾಡುವಷ್ಟು ವ್ಯವಧಾನವೂ ನಮ್ಮಲ್ಲಿ ಇರಲಿಲ್ಲ. ತುದಿಯನ್ನು ಮುಟ್ಟಿ ಬಂದ ನಂತರ ಅದನ್ನು ಚರ್ಚಿಸಲು ಸಾಕಷ್ಟು ಸಮಯವಿರುತ್ತದೆನ್ನುವುದು ನಮ್ಮ ಭಾವನೆಯಾಗಿತ್ತು.

ಅಧ್ಯಾಯ 12

ಮೂರನೆಯ ಕ್ಯಾಂಪ್

9ನೇ ಮೇ 1996, 24,000 ಅಡಿ ಎತ್ತರ

ಮೂರನೆಯ ಕ್ಯಾಂಪಿನಲ್ಲಿ ನಿದ್ರೆಯಿಲ್ಲದೆ ರಾತ್ರಿ ಕಳೆದು, ಬೆಳಿಗ್ಗೆ ಏಳುವಾಗ ತಡವಾಗಿತ್ತು ಮತ್ತು ಮೈಭಾರವಾಗಿತ್ತು. ಬಟ್ಟೆಗಳನ್ನು ಹಾಕಿಕೊಂಡು, ನೀರು ಕಾಸಿಕೊಂಡು, ಮೇ 9ರ ಗುರುವಾರದಂದು ಗುಡಾರದಿಂದ ಹೊರ ಬೀಳುವುದರಲ್ಲಿ ನನ್ನದು ತಡವಾಗಿತ್ತು. ನನ್ನ ಬೆನ್ನಚೀಲವನ್ನು ಏರಿಸಿಕೊಂಡು, ಕ್ರಾಂಪನ್‌ಗಳನ್ನು ಬಿಗಿದುಕೊಳ್ಳುವುದರಲ್ಲಿ, ರಾಬ್ ಹಾಲ್ ತಂಡದ ಬಹುತೇಕರು ಆಗಲೇ ಹಗ್ಗವನ್ನು ಹಿಡಿದು ನಾಲ್ಕನೆಯ ಕ್ಯಾಂಪಿನ ಕಡೆಗೆ ನಡೆಯಲು ಪ್ರಾರಂಭಿಸಿದ್ದರು. ಆಶ್ಚರ್ಯದ ವಿಷಯವೆಂದರೆ ಲೂಹಿ ಕಾಸಿಷ್ಕ ಮತ್ತು ಫ್ರಾಂಕ್ ಫಿಷ್‌ಬೆಕ್ ಕೂಡಾ ಅವರ ಜೊತೆಯಲ್ಲಿದ್ದರು. ನಿನ್ನೆ ಅವರು ಕ್ಯಾಂಪಿಗೆ ಬಂದಾಗಿನ ಪರಿಸ್ಥಿತಿಯನ್ನು ಜ್ಞಾಪಿಸಿಕೊಂಡರೆ, ಖಂಡಿತವಾಗಿಯೂ ಅವರು ಇವತ್ತು ರಜೆಯನ್ನು ಘೋಷಿಸುತ್ತಾರೆಂದು ನಾನು ಊಹಿಸಿದ್ದೆ. ಆದರೆ ಈಗಿನ ಸಂಪೂರ್ಣ ವಿರುದ್ಧದ ಸ್ಥಿತಿಯನ್ನು ನೋಡಿ ಬಹಳಷ್ಟು ಅಚ್ಚರಿಗೊಂಡು "ಅದ್ಭುತ ಕಣ್ರೀ" ಎಂದು ಮೆಚ್ಚುಗೆಯನ್ನು ವ್ಯಕ್ತಪಡಿಸಿದೆ. ನಿನ್ನೆಯ ಎಲ್ಲಾ ವೇದನೆಗಳನ್ನು ನುಂಗಿ, ಈ ದಿನ ಮತ್ತೆ ಆರೋಹಣಕ್ಕೆ ತಯಾರಾಗಿರುವ ನನ್ನ ಸಹಚಾರಣಿಗರ ಬಗ್ಗೆ ಹೆಮ್ಮೆಯಾಯ್ತು.

ನನ್ನ ಸಹಚಾರಣಿಗರನ್ನು ಕೂಡಿಕೊಳ್ಳಲೆಂದು ನಾನು ಮುನ್ನುಗ್ಗಿದಾಗ, ಕೆಳಗೆ ನೋಡಿದರೆ ಇತರ ತಂಡದ ಐವತ್ತಕ್ಕೂ ಹೆಚ್ಚು ಜನ ಆಗಲೇ ಸರಣಿಯಲ್ಲಿ ಹಗ್ಗವನ್ನು ಹಿಡಿದು ಹತ್ತುತ್ತಿದ್ದರು. ಅದರಲ್ಲಿ ಮೊದಲನೆಯವನಂತೂ ನನ್ನ ಕೆಳಗೇ ಇದ್ದ. ಖಂಡಿತವಾಗಿಯೂ ಜನದಟ್ಟಣೆಯಾಗುತ್ತದೆಂದು ಗ್ರಹಿಸಿ, ಅದರ ಮಧ್ಯೆ ನಾನು ಸಿಕ್ಕಿ ಬೀಳಬಾರದೆಂದು ಸ್ವಲ್ಪ ವೇಗವಾಗಿ ಹತ್ತಿ ಎಲ್ಲರಿಗಿಂತಲೂ ಮುಂದೆ ಹೋಗಿ ಬಿಟ್ಟೆ. (ನಿಧಾನಕ್ಕೆ ಹತ್ತಿದರೆ ಮೇಲಿನಿಂದ ಬುಲೆಟ್ಟಿನಂತೆ ಧುಮ್ಮಿಕ್ಕುವ

ಕಲ್ಲುಗಳಿಗೆ ಬಲಿಯಾಗಲು ಹೆಚ್ಚು ಅವಕಾಶವನ್ನು ನೀಡುವ ಅಪಾಯವಿತ್ತು.) ಆದರೆ ಕೇವಲ ಒಂದೇ ಹಗ್ಗವನ್ನು ಲೋಟ್ ಫೇಸ್ ಮೂಲಕ ಇಳಿ ಬಿಟ್ಟಿದ್ದರಿಂದ, ನಿಧಾನಕ್ಕೆ ಚಲಿಸುವ ಪರ್ವತಾರೋಹಿಗಳನ್ನು ದಾಟಿ ಹೋಗುವುದು ಅಷ್ಟೊಂದು ಸುಲಭವಾಗಿರಲಿಲ್ಲ.

ಉರುಳುವ ಕಲ್ಲೊಂದು ಆ್ಯಂಡಿಯನ್ನು ಗಾಯ ಮಾಡಿದ ಸಂಗತಿ ನನ್ನ ಮನಸ್ಸಿನಲ್ಲಿತ್ತು. ಪ್ರತಿಬಾರಿ ನನ್ನ ಜೂಮರ್ ಅನ್ನು ಹಗ್ಗದಿಂದ ಕಿತ್ತು, ನಿಧಾನವಾಗಿ ನಡೆಯುವ ವ್ಯಕ್ತಿಯನ್ನು ದಾಟಿ, ಮತ್ತೆ ಹಗ್ಗಕ್ಕೆ ಜೂಮರ್ ಅನ್ನು ಕೊಕ್ಕೆ ಹಾಕಿಕೊಳ್ಳುವಾಗ ಆ ಘಟನೆ ನೆನಪಾಗಿ ಹೆದರಿಕೆಯಾಗುತ್ತಿತ್ತು. ನಾನು ಹಗ್ಗಕ್ಕೆ ಜೂಮರ್ ಬಿಗಿದಿಲ್ಲದ ಹೊತ್ತಿನಲ್ಲಿ, ಒಂದು ಚಿಕ್ಕ ಕಲ್ಲು ನನ್ನನ್ನು ತಾಕಿದರೂ ಸಾಕು, ಪರ್ವತದ ಕೆಳಕ್ಕೆ ಉರುಳಿ ಹೋಗುತ್ತಿದ್ದೆ. ಹೀಗೆ ಒಬ್ಬೊಬ್ಬರನ್ನೇ ದಾಟಿ ಹೋಗುವುದು ಕೇವಲ ಭಯಾನಕ ಸಂಗತಿ ಮಾತ್ರವಾಗಿರಲಿಲ್ಲ, ಅತ್ಯಂತ ಆಯಾಸದಾಯಕವೂ ಆಗಿತ್ತು. ಒಂದು ಏರು ದಿಬ್ಬದ ರಸ್ತೆಯ ಮೇಲೆ ಚಿಕ್ಕ ಕಾರೊಂದು ಮುಂದಿರುವ ಇತರ ಕಾರುಗಳನ್ನು ಹಿಂದಿಕ್ಕಲು, ಇಡೀ ಆಕ್ಸಲರೇಟರ್ ಅನ್ನು ಬಹುಕಾಲ ಒತ್ತಿ ಹಿಡಿದು ಓವರ್ ಟೇಕ್ ಮಾಡುವ ಅನುಭವ ಅದಾಗಿತ್ತು. ಪ್ರತಿಯೊಬ್ಬರನ್ನು ದಾಟಿದಾಗಲೂ ನಾನು ಅದೆಷ್ಟು ಜೋರಾಗಿ ಉಸಿರಾಡಲು ಒದ್ದಾಡುತ್ತಿದ್ದೆ ಎಂದರೆ, ಆಮ್ಲಜನಕದ ಮುಖಗವಸಿನಲ್ಲಿ ವಾಂತಿ ಮಾಡಿಕೊಳ್ಳುತ್ತೀನೇನೋ ಎಂದು ಚಿಂತೆಯಾಗುತ್ತಿತ್ತು.

ಜೀವನದಲ್ಲಿ ಪ್ರಪ್ರಥಮ ಬಾರಿಗೆ ಪೂರಕ ಆಮ್ಲಜನಕವನ್ನು ಬಳಸಿಕೊಂಡು ಪರ್ವತಾರೋಹಣ ಮಾಡುತ್ತಿದ್ದೆನಾದ ಕಾರಣ, ಅದಕ್ಕೆ ಹೊಂದಿಕೊಳ್ಳಲು ಸಾಕಷ್ಟು ಸಮಯ ಬೇಕಾಯ್ತು. ಈ 24,000 ಅಡಿ ಎತ್ತರದಲ್ಲಿ ಹೀಗೆ ಪೂರಕ ಆಮ್ಲಜನಕವನ್ನು ಬಳಸುವುದರಿಂದ ಸಾಕಷ್ಟು ಉಪಯೋಗವಿದೆಯೆನ್ನುವುದು ಸತ್ಯವೇ ಆದರೂ, ಆ ಲಾಭಗಳನ್ನು ಈಗಲೇ ಗುರುತಿಸುವುದು ಕಷ್ಟವಾಗಿತ್ತು. ಮೂರು ಜನ ಆರೋಹಿಗಳನ್ನು ದಾಟಿಕೊಂಡು ಹೋದ ಮೇಲೆ ನನಗೆ ಉಸಿರಾಡುವುದು ತುಂಬಾ ಕಷ್ಟವಾಗಿ, ಅದಕ್ಕೆ ಆ ಮುಖಗವಸೇ ಕಾರಣವೆಂಬ ಭಾವನೆ ದಟ್ಟವಾಗಿ ಮೂಡಿತು. ತಕ್ಷಣ ಅದನ್ನು ತೆಗೆದುಬಿಟ್ಟೆ. ಆಗ ಉಸಿರಾಟ ಇನ್ನೂ ಕಷ್ಟವೆಂಬುದು ಅರಿವಾಗಿ ತಕ್ಷಣ ಅದನ್ನು ಮತ್ತೆ ಹಾಕಿಕೊಂಡೆ.

'ಯೆಲ್ಲೋ ಬ್ಯಾಂಡ್' ಎಂದು ಕರೆಯುವ ಒಂದು ಗಡುಸಾದ, ಮಾಸಿದ ಹಳದಿ ಬಣ್ಣಕ್ಕೆ ತಿರುಗಿದ ಸುಣ್ಣದ ಕಲ್ಲಿನ ಗುಡ್ಡವೊಂದನ್ನು ನಾನು ಹತ್ತಿ ನಿಂತಾಗ, ನಾನಾಗಲೇ ಎಲ್ಲರಿಂದಲೂ ತುಂಬಾ ದೂರ ಸಾಗಿದ್ದೆ ಮತ್ತು ನನ್ನದೇ ಒಂದು ನಡಿಗೆಯ ವೇಗವನ್ನು ರೂಢಿಸಿಕೊಂಡಿದ್ದೆ. ನಿಧಾನವಾಗಿ ಮತ್ತು ನಿರಂತರವಾಗಿ ನಡೆಯುತ್ತಾ ಲೋಟ್ ಫೇಸ್ ಪರ್ವತದ ಎಡಭಾಗವನ್ನು ಕ್ರಮಿಸಿ, ಅನಂತರ ಜಿನಿವಾ ಸ್ಪರ್

ಎನ್ನುವ ಕಪ್ಪನೆಯ ಪದರು ಪದರಾದ, ಮುಖ ಊದಿಸಿಕೊಂಡಂತೆ ಕಾಣುವ ಕಲ್ಲನ್ನು ಹತ್ತಿದೆ. ಈ ವೇಳೆಗಾಗಲೇ ನನಗೆ ಪೂರಕ ಆಮ್ಲಜನಕವನ್ನು ಉಪಯೋಗಿಸುವ ವಿಧಾನ ಅಭ್ಯಾಸವಾಗಿತ್ತು. ನನ್ನ ಅತ್ಯಂತ ಹತ್ತಿರದ ವ್ಯಕ್ತಿಗಿಂತಲೂ ಏನಿಲ್ಲವೆಂದರೂ ಸುಮಾರು ಒಂದು ತಾಸು ಮುಂದಿದ್ದೆ. ಪರ್ವತಾರೋಹಿ ತಂಡಗಳಲ್ಲಿ ಇರುವಾಗ ಹಿಮಾಲಯದಲ್ಲಿ ಏಕಾಂತವೆನ್ನುವುದು ಬಹಳ ಅಪರೂಪದ ಅವಕಾಶ. ಈ ದಿನ ಅಂತಹ ಒಂದು ಸೊಗಸಾದ ಅವಕಾಶವು ಇಂತಹ ಅದ್ಭುತ ಸ್ಥಳದಲ್ಲಿ ನನಗೆ ದಕ್ಕಿರುವುದು ನನ್ನ ಅದೃಷ್ಟವೆಂದೇ ಭಾವಿಸಿದೆ.

25,900 ಅಡಿ ಎತ್ತರದಲ್ಲಿ ಒಂದು ಚಿಕ್ಕ ದಿನ್ನೆಯ ಮೇಲೆ ನಿಂತು ಸ್ವಲ್ಪ ನೀರು ಕುಡಿದು, ಸುತ್ತಲೂ ಒಮ್ಮೆ ಕಣ್ಣಾಡಿಸಿದೆ. ಹಗುರವಾದ ಮತ್ತು ಹುಡಿಯಾದ ಗಾಳಿಯಿಂದಾಗಿ ದೂರದ ಬೆಟ್ಟಗಳೂ ಕೈಗೆಟುಕುವಷ್ಟು ಸ್ಪಷ್ಟವಾಗಿ ಕಾಣುತ್ತಿದ್ದವು. ಮಧ್ಯಾಹ್ನದ ಸೂರ್ಯನಿಂದಾಗಿ ಬೆಟ್ಟಗಳು ಸೊಗಸಾಗಿ ಹೊಳೆಯುತ್ತಿದ್ದವು. ಎವರೆಸ್ಟ್ ಶೃಂಗವು ಆಗೀಗ ಸಾಗುತ್ತಿದ್ದ ಮೋಡಗಳ ಜೊತೆ ಕಣ್ಣಾಮುಚ್ಚಾಲೆ ಆಟವಾಡುತ್ತಿತ್ತು. ನನ್ನ ಕ್ಯಾಮೆರಾದ ಟೆಲಿಫೋಟೋ ಲೆನ್ಸಿನ ಮೂಲಕ ಎವರೆಸ್ಟ್ ಶೃಂಗವನ್ನು ತಲುಪುವ ಆಜ್ಞೇಯ ದಿಬ್ಬವನ್ನು ನೋಡಿದಾಗ, ನಾಲ್ಕು ಇರುವೆಯಂತಹ ಜೀವಗಳು ದಕ್ಷಿಣ ಶೃಂಗದ ಕಡೆಗೆ ಚಲಿಸುತ್ತಿರುವುದನ್ನು ಕಂಡು ಅಚ್ಚರಿಗೊಂಡೆ. ಅವರು ಮೌಂಟೇನೇಗ್ರಿನ್ ತಂಡದವರಾಗಿರಬೇಕೆಂದು ಅರ್ಥ ಮಾಡಿಕೊಂಡೆ. ಅವರೇನಾದರೂ ಯಶಸ್ವಿಯಾದರೆ, ಈ ವರ್ಷ ಪ್ರಥಮ ಬಾರಿ ಎವರೆಸ್ಟ್ ತುದಿಯನ್ನು ಮುಟ್ಟಿದ ಕೀರ್ತಿ ಅವರಿಗೆ ಸಲ್ಲುತ್ತದೆ. ಶಿಖರದ ತುದಿಯಲ್ಲಿ ವಿಪರೀತ ಮಂಜು ಶೇಖರಣೆಗೊಂಡು ತುದಿ ಮುಟ್ಟುವುದು ಅಸಾಧ್ಯವಾಗಿದೆ ಎನ್ನುವ ನಮ್ಮ ಮಧ್ಯದಲ್ಲಿರುವ ವದಂತಿಯೊಂದು ಆಧಾರವಿಲ್ಲದಂತೆ ಕುಸಿದು ಬೀಳುತ್ತದೆ. ಅವರು ತುದಿ ಮುಟ್ಟಿ ಬಂದರೆಂದರೆ, ನಮಗೂ ತುದಿ ಮುಟ್ಟುವ ಅವಕಾಶವಿರುತ್ತದೆ. ಆದರೆ ಶಿಖರದ ತುದಿಯ ದಿಬ್ಬದ ಬಳಿ ದಟ್ಟವಾಗಿ ಚಲಿಸುತ್ತಿರುವ ಹಿಮದ ಮೋಡಗಳು ಶುಭಸೂಚನೆಯೇನೂ ಆಗಿರಲಿಲ್ಲ. ಮೌಂಟೇನೇಗ್ರಿನ್‌ನವರು ಬಿರುಗಾಳಿಗೆ ಎದುರಾಗಿ ಮೇಲೆ ಚಲಿಸಲು ಸಾಧ್ಯವಿಲ್ಲದಂತೆ ಒದ್ದಾಡುತ್ತಿದ್ದರು.

ನಾವು ತುದಿಗೆ ಹೊರಡುವ ಸ್ಥಳವಾದ ಸೌತ್ ಕೋಲ್ ಅನ್ನು ನಾನು ಸೇರಿದಾಗ ಮಧ್ಯಾಹ್ನ 1 ಗಂಟೆಯಾಗಿತ್ತು. 26,000 ಅಡಿ ಎತ್ತರದಲ್ಲಿ, ಎವರೆಸ್ಟ್ ತುದಿಗೂ ಮತ್ತು ಲೋಟ್ ಫೇಸ್ ಮಧ್ಯದಲ್ಲಿಯೂ ಇರುವ ಈ ಸ್ಥಳ, ಬುಲೆಟ್ ಹೊಡೆತಕ್ಕೂ ಮಿಸುಕಾಡದಂತಹ ದಟ್ಟ ಮಂಜುಗಡ್ಡೆಯನ್ನು ಹೊಂದಿದ್ದು, ಹಿಮಬಂಡೆಗಳನ್ನು ಹಾರಿಸುವಂತಹ ಭೀಕರ ಬಿರುಗಾಳಿಯಿತ್ತು. ಸುಮಾರು ನಾಲ್ಕು ಫೂಟ್‌ಬಾಲ್ ಮೈದಾನಗಳನ್ನು ಎರಡು ಬೈ ಎರಡರಂತೆ ಸೇರಿಸಿಟ್ಟ ಆಯತಾಕಾರದ ಜಾಗವುದಾಗಿತ್ತು.

ಸೌತ್ ಕೋಲ್‌ನ ಪೂರ್ವ ಭಾಗದ ತುದಿಯು ಸುಮಾರು 7,000 ಅಡಿ ಆಳದ ಕಣಿವೆಯನ್ನು ಹೊಂದಿದ್ದು, ಟಿಬೇಟಿನ ಕಾಂಗ್ ಶುಂಗ್ ಫೇಸ್ ಪರ್ವತವನ್ನು ತೋರಿಸುತ್ತಿತ್ತು. ಮತ್ತೊಂದು ಬದಿಯು 4,000 ಅಡಿ ಆಳದ ಕಣಿವೆಯನ್ನು ಹೊಂದಿದ್ದು, ಪಶ್ಚಿಮ ಕಾಮ್ ಪರ್ವತವನ್ನು ತೋರಿಸುತ್ತಿತ್ತು. ಈ ಜಾಗದ ಸ್ವಲ್ಪ ಹಿಂದೆ, ಪಶ್ಚಿಮದ ತುದಿಯಲ್ಲಿ, ನಮ್ಮ ನಾಲ್ಕನೆಯ ಕ್ಯಾಂಪ್‌ನ ಗುಡಾರಗಳು ಕಂಡವು. ಅವುಗಳ ಸುತ್ತಲೂ ಬಿಸುಟು ಹೋದ ಸಾವಿರಾರು ಆಮ್ಲಜನಕದ ಬಾಟಲಿಗಳು[1] ಬಿದ್ದಿದ್ದವು. ಈ ತರಹದ ತಿರಸ್ಕೃತವಾದ, ಬೇಜವಾಬ್ದಾರಿಯ, ಆತಿಥ್ಯರಹಿತವಾದ ತಂಗುದಾಣಗಳು ಜಗತ್ತಿನಲ್ಲಿ ಮತ್ತೆಲ್ಲಿಯಾದರೂ ಇದ್ದರೆ, ಖಂಡಿತವಾಗಿಯೂ ನಾನು ಅದನ್ನು ನೋಡಲು ಇಷ್ಟ ಪಡುವುದಿಲ್ಲ.

ಗಾಳಿಯ ಧಾರೆಗಳು ವೇಗವಾಗಿ ಎವರೆಸ್ಟ್ ದೈತ್ಯನನ್ನು ಬಡಿದು, ಅನಂತರ ಇಂಗ್ಲಿಷ್‌ನ "ವಿ" ಆಕಾರದಲ್ಲಿರುವ ಸೌತ್ ಕೋಲ್ ಪರ್ವತದ ಕಡೆಗೆ ಒತ್ತಡದಿಂದ ಧಾವಿಸುವಾಗ ಊಹಿಸಲಾಗದ ವೇಗವನ್ನು ಪಡೆಯುತ್ತವೆ. ಆದ್ದರಿಂದ ಎವರೆಸ್ಟ್ ತುದಿಯಲ್ಲಿರುವ ಗಾಳಿಯ ವೇಗಕ್ಕಿಂತಲೂ ಸೌತ್ ಕೋಲ್‌ನಲ್ಲಿರುವ ಗಾಳಿಯ ವೇಗ ಹೆಚ್ಚಾಗಿರುತ್ತದೆ ಎನ್ನುವುದು ಅಸಹಜವೇನೂ ಅಲ್ಲ. ಬೇಸಿಗೆಯ ಆರಂಭದಲ್ಲಿ ನಿರಂತರವಾಗಿ ಭೋರಿಕ್ಕುವ ಬಿರುಗಾಳಿಗಳು ಬೀಸುತ್ತಲೇ ಇರುವುದರಿಂದ, ಸೌತ್ ಕೋಲ್ ಯಾವಾಗಲೂ ಕಲ್ಲು ಮತ್ತು ಮಂಜುಗಡ್ಡೆಯಿಂದ ಮಾತ್ರ ಕೂಡಿರುತ್ತದೆ. ಅದರ ಇಳಿಜಾರುಗಳಲ್ಲಿ ಸಾಕಷ್ಟು ಹಿಮದ ಚಾದರಗಳಿದ್ದರೂ, ಸೌತ್ ಕೋಲ್ ತುದಿಯಲ್ಲಿ ಅದು ಯಾಕೆ ಹಿಮವಿರುವುದಿಲ್ಲ ಎನ್ನುವುದಕ್ಕೆ ಸಮರ್ಥವಾದ

---

1 ಖಾಲಿಯಾದ ಆಮ್ಲಜನಕದ ಬಾಟಲಿಗಳು ದಕ್ಷಿಣ ದಿಬ್ಬದಲ್ಲಿ ಕಸವೆನ್ನುವಷ್ಟು ಯಥೇಚ್ಛವಾಗಿ 1950ರಿಂದಲೇ ಶೇಖರಣೆಯಾಗುತ್ತಾ ಬಂದಿವೆ. ಆದರೆ 1994ರಲ್ಲಿ ಸ್ಕಾಟ್ ಫಿಷರ್ ಪ್ರಾರಂಭಿಸಿದ 'ಸಾಗರಮಾತಾ ಪರಿಸರ ಪರ್ವತಾರೋಹಣ' ತಂಡದ ಸ್ವಚ್ಛತಾ ಆಂದೋಲನದಿಂದಾಗಿ ಈಗ ಮೊದಲಿಗಿಂತಲೂ ಸಾಕಷ್ಟು ಕಡಿಮೆ ಇವೆ. ಬ್ರೆಂಟ್ ಬಿಷಪ್ (ಈತನು 'ನ್ಯಾಷನಲ್ ಜಿಯಾಗ್ರಫಿಕ್'ನಲ್ಲಿ ಪ್ರಖ್ಯಾತ ಛಾಯಾಗ್ರಾಹಕನಾಗಿ ಕಾರ್ಯನಿರ್ವಹಿಸಿದ ದಿವಂಗತ ಬ್ಯಾರಿ ಬಿಷಪ್‌ನ ಮಗ. ಬ್ಯಾರಿ ಬಿಷಪ್ 1963ರಲ್ಲಿಯೇ ಎವರೆಸ್ಟ್ ಪರ್ವತಾರೋಹಣವನ್ನು ಮಾಡಿದ್ದ.) ಎನ್ನುವ ಈ ತಂಡದ ಸದಸ್ಯನೊಬ್ಬ ಯಶಸ್ವೀ ಪ್ರೋತ್ಸಾಹಕರ ಯೋಜನೆಯೊಂದನ್ನು ರೂಪಿಸಿದ. ಈ ಯೋಜನೆಗೆ ನೈಕ್ ಕಂಪನಿಯು ಧನಸಹಾಯವನ್ನು ಮಾಡಿದೆ. ಅದರ ಪ್ರಕಾರ ದಕ್ಷಿಣ ದಿಬ್ಬದಲ್ಲಿ ಸಿಗುವ ಖಾಲಿ ಬಾಟಲಿಗಳನ್ನು ಶೆರ್ಪಾಗಳು ಹೆಕ್ಕಿ ತಂದರೆ, ಪ್ರತಿಯೊಂದು ಬಾಟಲಿಗೆ ಇಂತಿಷ್ಟು ಹಣವೆಂದು ಕೊಡಲಾಗುತ್ತದೆ. ಎವರೆಸ್ಟ್ ಪರ್ವತಾರೋಹಣವನ್ನು ನಡೆಸುವ ಪ್ರಮುಖ ಸಂಸ್ಥೆಗಳಾದ ರಾಬ್ ಹಾಲ್‌ನ ಅಡ್ವೆಂಚರ್ ಕನ್ಸಲ್ಟಂಟ್ಸ್, ಸ್ಕಾಟ್ ಫಿಷರ್‌ನ ಮೌಂಟೆನ್ ಮ್ಯಾಡ್‌ನೆಸ್ ಮತ್ತು ಟಾಡ್ ಬರ್ಲ್‌ಸನ್‌ನ ಆಲ್ಪೈನ್ ಅಸೆಂಟ್ ಇಂಟರ್‌ನ್ಯಾಷನಲ್‌ಗಳು ಅತ್ಯಂತ ಉತ್ಸಾಹದಿಂದ ಬಿಷಪ್‌ನ ಈ ಯೋಜನೆಗೆ ಕೈ ಜೋಡಿಸಿವೆ. ಈ ಕಾರಣದಿಂದಾಗಿಯೇ 1994 ಮತ್ತು 1996ರ ನಡುವೆ ಸುಮಾರು ಎಂಟು ನೂರು ಖಾಲಿ ಬಾಟಲಿಗಳನ್ನು ದಕ್ಷಿಣ ದಿಬ್ಬದಿಂದ ಕೆಳಕ್ಕೆ ತರಲಾಗಿದೆ.

ಕಾರಣವನ್ನು ಕೊಡುತ್ತದೆ. ಮಂಜುಗಡ್ಡೆಯಾಗಿ ಪರಿವರ್ತನೆಗೊಳ್ಳದ ಇಲ್ಲಿಯ ಹಿಮವನ್ನೆಲ್ಲಾ, ಬಿರುಗಾಳಿಗಳು ಟಿಬೆಟ್‌ಗೆ ಕೊಂಡೊಯ್ಯುತ್ತವೆ.

ನಾನು ನಾಲ್ಕನೆಯ ಕ್ಯಾಂಪ್‌ಗೆ ಕಾಲಿರಿಸಿದಾಗ, ಆರು ಜನ ಶೆರ್ಪಾಗಳು ಆ ಭೀಕರ ಬಿರುಗಾಳಿಯಲ್ಲಿ ರಾಬ್ ಹಾಲ್‌ನ ಗುಡಾರವನ್ನು ಎಬ್ಬಿಸಲು ಪ್ರಯತ್ನಿಸುತ್ತಿದ್ದರು. ನನ್ನ ಗುಡಾರವನ್ನು ಎಬ್ಬಿಸಲು ಅವರಿಗೆ ಸಹಾಯ ಮಾಡಿದೆ. ಖಾಲಿಯಾದ ಆಮ್ಲಜನಕದ ಬಾಟಲಿಗಳನ್ನು ತೆಗೆದುಕೊಂಡು, ನಾನು ಎತ್ತಬಹುದಾದ ದೊಡ್ಡ ಕಲ್ಲುಗಳ ಮಧ್ಯ ಅದನ್ನು ಸಿಕ್ಕಿಸಿ, ಅದಕ್ಕೆ ಗುಡಾರದ ಹಗ್ಗವನ್ನು ಕಟ್ಟಿದೆವು. ಅನಂತರ ಇತರ ಸಹಚರರಿಗಾಗಿ ಕಾಯಲೆಂದು ಮತ್ತು ಕೊರೆಯುತ್ತಿದ್ದ ಕೈಗಳನ್ನು ಕಾಯಿಸಿಕೊಳ್ಳಲೆಂದು ಗುಡಾರದೊಳಕ್ಕೆ ಸೇರಿಕೊಂಡೆ.

ಮಧ್ಯಾಹ್ನ ಸವೆಯುತ್ತಿದ್ದ ಹಾಗೆಲ್ಲಾ ಹವಾಮಾನ ಇನ್ನಷ್ಟು ಹದಗೆಡಲಾರಂಭಿಸಿತು. ಫಿಷರ್‌ನ ಸರ್ದಾರ, ಲೋಪ್ಸಂಗ್ ಜಂಗ್ಬು ಕಾಣಿಸಕೊಂಡ. 36 ಕೆಜಿಯಷ್ಟು ಭಾರವಾದ ಲಗೇಜನ್ನು ಬೆನ್ನು ಬಾಗುವಂತೆ ಹೊತ್ತುಕೊಂಡು ಬಂದ. ಅದರಲ್ಲಿ ಸುಮಾರು 13 ಕೆಜಿಯಷ್ಟು ಭಾರವು ಸ್ಯಾಟಲೈಟ್ ಫೋನ್ ಮತ್ತು ಅದಕ್ಕೆ ಸಂಬಂಧಿಸಿದ ಹಾರ್ಡ್‌ವೇರ್‌ಗಳದೇ ಆಗಿತ್ತು. ಸ್ಯಾಂಡಿ ಪಿಟ್‌ಮನ್ ಆ 26,000 ಅಡಿ ಎತ್ತರದಿಂದ ಇಂಟರ್ನೆಟ್‌ಗೆ ಲೇಖನಗಳನ್ನು ಕಳುಹಿಸುವುದಕ್ಕೆ ಮಾಡಿಕೊಂಡ ತಯಾರಿ ಅದಾಗಿತ್ತು. ನಮ್ಮ ತಂಡದ ಕೊನೆಯ ಸದಸ್ಯ ಬಂದಾಗ ಸಂಜೆ 4:30 ಆಗಿತ್ತು. ಫಿಷರ್‌ನ ತಂಡದ ಕೊನೆಯ ಸದಸ್ಯನಂತೂ ಇನ್ನೂ ತಡವಾಗಿ ಬಂದನು. ಆಗಲೇ ಭೀಕರ ಬಿರುಗಾಳಿಗಳು ವೇಗವಾಗಿ ಬೀಸಲಾರಂಭಿಸಿದ್ದವು. ಕತ್ತಲಾಗುತ್ತಿದ್ದಂತೆಯೇ ಮಾಂಟೇನಿಗ್ರಿನ್ಸ್ ಪರ್ವತಾರೋಹಿಗಳು ವಾಪಾಸಾದರು. ತುದಿಯನ್ನು ಮುಟ್ಟುವುದು ತಮಗೆ ಸಾಧ್ಯವಾಗಲಿಲ್ಲವೆಂದೂ, ಕೇವಲ ಹಿಲರಿ ಸ್ಟೆಪ್ ತನಕ ಮಾತ್ರ ಹೋಗಲು ಸಾಧ್ಯವಾಯ್ತೆಂದು ಹೇಳಿದರು.

ಇನ್ನು ಆರು ಗಂಟೆಯೊಳಗೆ ನಮ್ಮ ಕೊನೆಯ ಭಾಗದ ಚಾರಣ ಶುರುವಾಗಬೇಕು ಎನ್ನುವ ಹೊತ್ತಿನಲ್ಲಿ, ಹದಗೆಟ್ಟಿರುವ ಹವಾಮಾನ ಮತ್ತು ಮಾಂಟೇನಿಗ್ರಿನ್ಸ್‌ರವರ ಸೋಲು ಶುಭಸೂಚಕವಾಗಿ ಕಾಣಿಸಲಿಲ್ಲ. ಕ್ಯಾಂಪ್ ತಲುಪಿದ ಪ್ರತಿಯೊಬ್ಬರೂ ತಮ್ಮ ನೈಲಾನ್ ಗುಡಾರದೊಳಗೆ ತೂರಿಕೊಂಡು, ಎಷ್ಟು ಸಾಧ್ಯವೋ ಅಷ್ಟು ನಿದ್ದೆ ಮಾಡಲು ಪ್ರಯತ್ನಿಸಿದರು. ಆದರೆ ಮಷಿನ್ ಗನ್‌ನಂತೆ ಹೊಡೆದುಕೊಳ್ಳುತ್ತಿದ್ದ ಗುಡಾರಗಳ ಬಟ್ಟೆಗಳ ತುದಿಗಳು ಮತ್ತು ಮುಂದೇನು ಕಾದಿದೆಯೋ ಎಂಬ ಆತಂಕ ನಮ್ಮಲ್ಲಿ ಬಹುತೇಕರಿಗೆ ನಿದ್ದೆಯ ಪ್ರಶ್ನೆಯೇ ಇಲ್ಲದಂತೆ ಮಾಡಿದವು.

ಕೆನಡಾದ ಯುವ ಹೃದಯತಜ್ಞ ಸ್ಟೂಅರ್ಟ್ ಹಚಿಸನ್ ಮತ್ತು ನಾನು ಒಂದು ಗುಡಾರದಲ್ಲಿರುವ ಏರ್ಪಾಡು ಮಾಡಿದರು. ರಾಬ್, ಫ್ರಾಂಕ್, ಮೈಕ್

ಗ್ರೂಮ್, ಜಾನ್ ಟಾಸ್ಕ್ ಮತ್ತು ಯಸುಕೊ ನಂಬಾ ಮತ್ತೊಂದು ಗುಡಾರದಲ್ಲಿ ಉಳಿದುಕೊಂಡರು. ಲೂಯಿ, ಬೆಕ್ ವೆದರ್ಸ್, ಆ್ಯಂಡಿ ಹೇರಿಸ್ ಮತ್ತು ಡಹ್ಗ ಹಾನ್‌ಸೆನ್ ಮೂರನೆಯ ಗುಡಾರದಲ್ಲಿ ಉಳಿದರು. ಡಹ್ಗ ಮತ್ತು ಅವನ ಜೊತೆಗಾರರು ತಮ್ಮ ಗುಡಾರದಲ್ಲಿ ನಿದ್ದೆ ಮಾಡುತ್ತಿರುವಾಗ ಇದ್ದಕ್ಕಿದ್ದಂತೆಯೇ ಅಪರಿಚಿತ ಧ್ವನಿಯೊಂದು ಗಾಳಿಯ ಮೂಲಕ ಕೇಳಿಸಿದಂತಾಯ್ತು. "ಅವನು ಒಳಗೆ ಬೇಗನೆ ಹೋಗಲಿ, ಇಲ್ಲಾ ಅಂದ್ರೆ ಇಲ್ಲೇ ಸತ್ತು ಹೋಗ್ತಾನೆ!" ಎಂದಂತಾಯ್ತು. ಡಹ್ಗ ತಕ್ಷಣ ಗುಡಾರದ ಜಿಪ್ಪನ್ನು ಇಳಿಸಿ ನೋಡಿದ. ಒಂದೆರಡು ಕ್ಷಣದಲ್ಲಿ ಗಡ್ಡದಾರಿ ವ್ಯಕ್ತಿಯೊಬ್ಬ ದೊಪ್ಪನೆ ಅವನ ತೊಡೆಯ ಮೇಲೆಯೇ ಬಿದ್ದ. ಅದು ಬ್ರೂಸ್ ಹೆರಾಡ್. ಮೂವತ್ತೇಳು ವರ್ಷದ, ಸ್ನೇಹಮಯ ವ್ಯಕ್ತಿತ್ವದ ಆತ ದಕ್ಷಿಣ ಆಫ್ರಿಕಾ ಪರ್ವತಾರೋಹಣ ತಂಡದಲ್ಲಿ ಮೇಲೇರಿದ ಏಕೈಕ ಸದಸ್ಯನಾಗಿದ್ದ. ತಂಡದ ಹಂಗಾಮಿ ನಾಯಕನಾಗಿದ್ದ ಆತನಿಗೆ ಸಾಕಷ್ಟು ಪರ್ವತಾರೋಹಣದ ಅನುಭವ ಮತ್ತು ಅರ್ಹತೆಗಳಿದ್ದವು.

"ಬ್ರೂಸ್ ನಿಜಕ್ಕೂ ಶೋಚನೀಯ ಸ್ಥಿತಿಯಲ್ಲಿದ್ದ. ತಡ್ಕೊಳ್ಳೋದಕ್ಕೆ ಆಗದಷ್ಟು ನಡಗುತ್ತಿದ್ದ. ತೂರಾಡ್ತಾ ಹುಚ್ಚುಚ್ಚಾಗಿ ವರ್ತಿಸುತ್ತಿದ್ದ. ನಿಜ ಹೇಳಬೇಕಂದ್ರೆ ಅವನಾಗಿಯೇ ಏನೂ ಮಾಡಲಿಕ್ಕೆ ಸಾಧ್ಯವಿಲ್ಲದ ಸ್ಥಿತಿಯಲ್ಲಿದ್ದ. ಅದೆಷ್ಟು ಮೈ ಸುಡುತ್ತಿತ್ತೆಂದರೆ ಅವನಿಗೆ ಮಾತನಾಡಲೂ ಕಷ್ಟವಾಗುತ್ತಿತ್ತು. ಅವನ ಉಳಿದ ತಂಡದವರು ಎಲ್ಲೋ ಕೆಳಗೆ ಸೌತ್ ಕೋಲ್ ಮೇಲಿರಬೇಕು, ಅಥವಾ ಆ ದಾರಿಯಲ್ಲಿರಬೇಕು ಎಂದ. ಆದರೆ ಅವನಿಗೆ ಖಚಿತವಾಗಿ ಗೊತ್ತಿರಲಿಲ್ಲ. ಅವನ ಗುಡಾರವನ್ನು ಹುಡುಕುವುದು ಹೇಗೆಂಬುದೂ ಅವನಿಗೆ ಆಲೋಚಿಸುವುದು ಶಕ್ಯವಿರಲಿಲ್ಲ. ಆದ್ದರಿಂದ ನಾವೇ ಅವನಿಗೆ ಕುಡಿಯಲು ಕೊಟ್ಟು, ಬೆಚ್ಚಗಿಡಲು ಪ್ರಯತ್ನಿಸಿದೆವು" ಎಂದು ಲೂಯಿ ಜ್ಞಾಪಿಸಿಕೊಳ್ಳುತ್ತಾನೆ.

ಡಹ್ಗ ಕೂಡಾ ಅಂತಹ ಒಳ್ಳೆಯ ಸ್ಥಿತಿಯಲ್ಲಿ ಇರಲಿಲ್ಲ. "ಡಹ್ಗ ಆರೋಗ್ಯವಾಗಿ ಕಾಣಿಸ್ತಿರಲಿಲ್ಲ" ಎಂದು ಬೆಕ್ ನೆನಪಿಸಿಕೊಳ್ಳುತ್ತಾನೆ. "ಎರಡು ದಿನದಿಂದ ಊಟ, ನಿದ್ದೆ ಎರಡೂ ಆಗಿಲ್ಲ ಅಂತ ಹೇಳ್ತಾ ಇದ್ದ. ನನಗದು ಚಿಂತೆಗೀಡು ಮಾಡಿತ್ತು. ಡಹ್ಗನ ಪರಿಸ್ಥಿತಿ ನನಗೆ ಚೆನ್ನಾಗಿ ಗೊತ್ತಿತ್ತು. ಕಳೆದ ವರ್ಷ ತುಟ್ಟತುದಿಗೆ ಇನ್ನೇನು ಮುನ್ನೂರು ಮೀಟರ್ ದೂರವಿದೆ ಎನ್ನುವ ತನಕ ಹೋಗಿ ವಾಪಾಸು ಬಂದಿದ್ದ. ಇಡೀ ವರ್ಷ ಅವನನ್ನು ಆ ಸೋಲು ಕಾಡುತ್ತಲೇ ಇತ್ತು. ನಿಜ ಹೇಳಬೇಕೆಂದರೆ ಪ್ರತಿದಿನ ಅವನನ್ನು ಆ ಚಿಂತೆ ಹಿಂಡಿ ಹಿಪ್ಪೆ ಮಾಡಿತ್ತು. ಎರಡನೆಯ ಸಲ ಅವನು ಸೋಲನ್ನು ಸ್ವೀಕರಿಸಲಿಕ್ಕೆ ಸಿದ್ಧ ಇರಲಿಲ್ಲ ಅನ್ನೋದು ಸ್ಪಷ್ಟವಾಗಿತ್ತು. ಸುಮ್ಮನೆ ಅವನು ಉಸಿರಾಡ್ತಾ ಇದ್ರೆ ಸಾಕು, ತುದಿ ಮುಟ್ಟೋತನಕ ಬೆಟ್ಟ ಹತ್ತದೇ ಬಿಡ್ತಿರಲಿಲ್ಲ."

ಆ ರಾತ್ರಿ ಸುಮಾರು ಐವತ್ತು ಜನ ನಾಲ್ಕನೆಯ ಕ್ಯಾಂಪಿನಲ್ಲಿ ವಾಸ ಹೂಡಿದ್ದರು. ಒತ್ತೊತ್ತಾಗಿ ನಿರ್ಮಿಸಿದ ಗುಡಾರಗಳಲ್ಲಿ ಅವರು ನಿದ್ರೆ ಮಾಡುತ್ತಿದ್ದರೂ, ಯಾಕೋ ಕಾಡುವ ಏಕಾಂಗಿತನ ಗಾಳಿಯಲ್ಲಿ ಹರಡಿಕೊಂಡಿತ್ತು. ಗಾಳಿಯ ಆರ್ಭಟದಿಂದಾಗಿ ಒಂದು ಗುಡಾರದಿಂದ ಮತ್ತೊಂದು ಗುಡಾರದ ಜನರ ಜೊತೆಗೆ ಮಾತನಾಡುವುದು ಸಾಧ್ಯವಿರಲಿಲ್ಲ. ನಾನು ಈ ಹಿಂದೆ ಯಾವ ಪರ್ವತಾರೋಹಣದಲ್ಲೂ ಅನುಭವಿಸದ ಏಕಾಂಗಿತನ – ಭಾವನಾತ್ಮಕವಾಗಿ, ಆಧ್ಯಾತ್ಮಿಕವಾಗಿ ಮತ್ತು ದೈಹಿಕವಾಗಿ – ಈ ವಿಶಿಷ್ಟ ಸ್ಥಳದಲ್ಲಿ ನನ್ನನ್ನು ವಿಪರೀತವಾಗಿ ಕಾಡುತ್ತಿತ್ತು. ನಾವು ಕೇವಲ ಹೆಸರಿನಿಂದ ಮಾತ್ರ ಒಂದು ತಂಡಕ್ಕೆ ಸೇರಿದವರೆಂಬ ಭಾವನೆ ನನ್ನನ್ನು ದುಃಖಿತನನ್ನಾಗಿ ಮಾಡುತ್ತಿತ್ತು. ಇನ್ನೇನು ಕೆಲವೇ ಗಂಟೆಗಳಲ್ಲಿ ನಾವೆಲ್ಲಾ ಒಂದೇ ಗುಂಪಾಗಿ ಹೊರಡುವುದು ಸತ್ಯವಾದರೂ, ಇಲ್ಲಿ ಪ್ರತಿಯೊಬ್ಬರೂ ಅವರ ಪಾಡಿಗವರು ಪರ್ವತ ಹತ್ತುತ್ತಾರೆನ್ನಿಸುತ್ತಿತ್ತು. ಬೆಟ್ಟ ಹತ್ತುವ ಹೊತ್ತಿನಲ್ಲಿ ಒಬ್ಬರನ್ನೊಬ್ಬರು ಹಗ್ಗದಿಂದಲೂ ಕಟ್ಟಿಕೊಳ್ಳುತ್ತಿರಲಿಲ್ಲ ಅಥವಾ ನಂಬಿಕೆಯಿಂದಲೂ ಕಟ್ಟಿಕೊಳ್ಳುತ್ತಿರಲಿಲ್ಲ. ಸತ್ಯ ಹೇಳಬೇಕು ಅಂದ್ರೆ ಪ್ರತಿಯೊಬ್ಬ ಸದಸ್ಯನೂ ಅವನ ಪಾಡಿಗೆ ಅವನು ಅಥವಾ ಅವಳ ಪಾಡಿಗೆ ಅವಳಾಗಿರುತ್ತಿದ್ದರು. ಹಾಗಂತ ನಾನೇನೂ ಅವರಿಗಿಂತ ಭಿನ್ನವಾಗಿರಲಿಲ್ಲ. ಡಹ್ಗ ಖಂಡಿತವಾಗಿಯೂ ತುದಿಯನ್ನು ಮುಟ್ಟಲಿ ಎಂದು ಆ ಹೊತ್ತಿನಲ್ಲಿ ಆರ್ದ್ರನಾಗಿ ಪ್ರಾರ್ಥಿಸಿದೆ. ಅವನು ಹಿಂತಿರುಗಲು ನೋಡಿದರೆ, ನನಗೆ ಸಾಧ್ಯವಾದಷ್ಟು ಅವನನ್ನು ಹುರಿದುಂಬಿಸಿ ಮೇಲೆ ಹತ್ತಿಸಲು ಪ್ರಯತ್ನಿಸಬೇಕು ಎಂದುಕೊಂಡೆ.

ಬೇರೆ ಸಂದರ್ಭದಲ್ಲಿ ಆಗಿದ್ದರೆ ಇಂತಹ ಆಲೋಚನೆ ಅಷ್ಟೇನೂ ಸಮಂಜಸವೆನ್ನಿಸುತ್ತಿರಲಿಲ್ಲ. ಈಗಂತೂ ನಾನು ಪೂರ್ತಿಯಾಗಿ ನಾವು ಎದುರಿಸಬೇಕಾದ ಭೀಕರ ಹವಾಮಾನದ ಕುರಿತು ಚಿಂತಿತನಾಗಿದ್ದೆ. ಈ ಹವಾಮಾನದ ಆರ್ಭಟ ಕಡಿಮೆಯಾಗದಿದ್ದರೆ, ಅದೂ ಶೀಘ್ರದಲ್ಲಿಯೇ ಕಡಿಮೆಯಾಗದಿದ್ದರೆ ನಾವು ಯಾರೂ ತುದಿಯನ್ನು ಮುಟ್ಟುವುದು ಶಕ್ಯವೇ ಇರಲಿಲ್ಲ. ಕಳೆದ ವಾರಗಳಲ್ಲಿ ರಾಬ್ ಹಾಲ್‌ನ ಶೆರ್ಪಾಗಳು ಸುಮಾರು 55 ಆಮ್ಲಜನಕದ ಬಾಟಲಿಗಳನ್ನು, ಅಂದರೆ 165 ಕೆಜಿ ಭಾರದವುಗಳನ್ನು ಈ ಕ್ಯಾಂಪ್‌ನಲ್ಲಿ ಪೇರಿಸಿಟ್ಟಿದ್ದರು. ಅದು ಜಾಸ್ತಿ ಆಯಿತೇನೋ ಅನ್ನಿಸುತ್ತಾದರೂ, ಕೇವಲ ಮೂವರು ಮಾರ್ಗದರ್ಶಿಗಳು, ಎಂಟು ಗ್ರಾಹಕರು ಮತ್ತು ನಾಲ್ಕು ಶೆರ್ಪಾಗಳಿಗೆ ಒಂದು ಬಾರಿ ತುದಿಯನ್ನು ಹತ್ತಲು ಪ್ರಯತ್ನಿಸುವುದಕ್ಕೆ ಮಾತ್ರ ಅದು ಸಾಕಾಗುತ್ತಿತ್ತು. ಅವಶ್ಯಕತೆ ಬಂದರೆ ನಾವು ಇಲ್ಲಿಯೇ ಪೂರಕ ಆಮ್ಲಜನಕ ಇಲ್ಲದೆಯೇ ಇಪ್ಪತ್ನಾಲ್ಕು ಗಂಟೆಗಳ ಕಾಲವಿದ್ದು ವಾತಾವರಣಕ್ಕೆ ಹೊಂದಿಕೊಂಡು, ಅನಂತರ ಮೇಲಕ್ಕಾದರೂ ಅಥವಾ ಕೆಳಕ್ಕಾದರೂ ಹೋಗಬಹುದಿತ್ತು.

ದೇವರ ಪವಾಡವೇ ಇರಬೇಕು, ರಾತ್ರಿ 7:30ರ ಹೊತ್ತಿಗೆಲ್ಲಾ ಬಿರುಗಾಳಿ ಇದ್ದಕ್ಕಿದ್ದಂತೆಯೇ ತಟಸ್ಥವಾಯಿತು. ಹೆರಾಡ್‌ನು ಲೂಯಿಯ ಗುಡಾರದಿಂದ ಹಗೂರಕ್ಕೆ ಅಂಬೆಗಾಲಿಟ್ಟುಕೊಂಡು ಬಂದು, ತನ್ನ ತಂಡದವರನ್ನು ಹುಡುಕಲು ಪ್ರಾರಂಭಿಸಿದ. ಉಷ್ಣಾಂಶ ಮೈನಸ್ 18 ಡಿಗ್ರಿಗಿಂತಲೂ ಕಡಿಮೆಯಿತ್ತು. ಇದು ತುದಿಯನ್ನು ಮುಟ್ಟಲು ಸೊಗಸಾದ ಹವಾಮಾನವಾಗಿತ್ತು. ರಾಬ್ ಹಾಲ್‌ನ ಅಂತರಂಗದ ಅನಿಸಿಕೆಗಳು ನಿಜವಾಗಲಾರಂಭಿಸಿದ್ದವು. ಅವನು ನಮ್ಮ ಕೊನೆಯ ಆರೋಹಣದ ದಿನವನ್ನು ನಿಖರವಾಗಿ ನಿಶ್ಚಯ ಮಾಡಿದ್ದ ಎನ್ನಿಸಲಾರಂಭಿಸಿತು. “ಜಾನ್! ಸ್ಟೂಅರ್ಟ್!” ಎಂದು ಪಕ್ಕದ ಗುಡಾರದಿಂದ ಅವನು ಕೂಗತೊಡಗಿದ. “ನಾವು ತುದಿ ಮುಟ್ಟುತೀವಿ ಅನ್ನಿಸ್ತಾ ಇದೆ ಕಣ್ರೋ... ರಾತ್ರಿ ಹನ್ನೊಂದೂವರೆಗೆ ಸರಿಯಾಗಿ ರಾಕ್ ಅಂಡ್ ರೋಲ್ ಮಾಡೋದಕ್ಕೆ ತಯಾರಾಗ್ರಿ!” ಎಂದು ಉತ್ಸಾಹದಲ್ಲಿ ಕೂಗಿದ.

ನಾವು ನಮ್ಮ ಪರ್ವತಾರೋಹಣದ ಧಿರಿಸನ್ನು ಹಾಕಿಕೊಂಡು, ಟೀ ಕುಡಿದರೂ, ಯಾರೂ ಹೆಚ್ಚಿಗೆ ಮಾತನಾಡಲಿಲ್ಲ. ಈ ಕ್ಷಣಕ್ಕಾಗಿ ನಾವೆಲ್ಲರೂ ಸಾಕಷ್ಟು ಶ್ರಮ ಪಟ್ಟಿದ್ದೆವು. ಡಹ್ಗ್‌ನಂತೆಯೇ ನಾನು ಕೂಡಾ ಎರಡನೆಯ ಕ್ಯಾಂಪ್ ಬಿಟ್ಟ ನಂತರ, ಅಂದರೆ ಎರಡು ದಿನದಿಂದ, ಒಂದಿಷ್ಟೂ ನಿದ್ದೆಯನ್ನು ಮಾಡಿರಲಿಲ್ಲ ಮತ್ತು ಒಂದು ಚೂರು ಆಹಾರವನ್ನು ಮಾತ್ರ ಸೇವಿಸಿದ್ದೆ. ಪ್ರತಿ ಬಾರಿ ನಾನು ಕೆಮ್ಮಿದಾಗಲೂ ನನ್ನ ಗಾಯಗೊಂಡ ಶ್ವಾಸಕೋಶಗಳು ಅದೆಷ್ಟು ವೇದನೆಯನ್ನು ಕೊಡುತ್ತಿದ್ದವೆಂದರೆ, ಯಾರೋ ಚೂರಿಯೊಂದನ್ನು ನನ್ನ ಪಕ್ಕೆಲುಬುಗಳಲ್ಲಿ ತೂರಿಸಿದಂತಾಗಿ, ನನ್ನ ಕಣ್ಣಲ್ಲಿ ನೀರು ಬರುತ್ತಿತ್ತು. ಆದರೆ ನನಗೆ ತುದಿಯನ್ನು ತಲುಪಲೇ ಬೇಕಿತ್ತು. ಅದಕ್ಕಾಗಿ ಈ ಎಲ್ಲಾ ವೇದನೆಗಳನ್ನು ನಿರ್ಲಕ್ಷಿಸದೆ ಬೇರೆ ದಾರಿಯೇ ಇಲ್ಲವೆಂಬ ಅರಿವು ನನಗಿತ್ತು.

ಮಧ್ಯರಾತ್ರಿಗೆ ಇಪ್ಪತ್ತೈದು ನಿಮಿಷಗಳಿರುವಾಗ, ನನ್ನ ಆಮ್ಲಜನಕದ ಮುಖಗವಸನ್ನು ಹಾಕಿಕೊಂಡು, ಹೆಡ್ ಲ್ಯಾಂಪ್ ಅನ್ನು ಬೆಳಗಿಸಿಕೊಂಡು ಕತ್ತಲಿನಲ್ಲಿ ಹೊರನಡೆದೆ. ನಮ್ಮ ತಂಡದಲ್ಲಿ ಒಟ್ಟಾರೆ ಹದಿನೈದು ಜನರಿದ್ದೆವು; ಮೂವರು ಮಾರ್ಗದರ್ಶಕರು, ಎಲ್ಲಾ ಎಂಟು ಗ್ರಾಹಕರು, ಮತ್ತು ಶೆರ್ಪಾಗಳಾದ ಆಂಗ್ ದೋರ್ಜೆ, ಲಕ್ಪಾ ಚಿರ್ರಿ, ನಾಗಾವಾಂಗ್ ನೊರ್ಬು ಮತ್ತು ಕಾಮಿ. ಇನ್ನುಳಿದ ಇಬ್ಬರು ಶೆರ್ಪಾಗಳಾದ ಅರಿತ ಮತ್ತು ಚುಲ್ಡಮ್ ಇಬ್ಬರೂ ಅಲ್ಲಿಯೇ ಇದ್ದು, ಏನಾದರೂ ತೊಂದರೆಯಾದರೆ ತಕ್ಷಣ ಸಹಾಯಕ್ಕೆ ಬರಬೇಕೆಂದು ರಾಬ್ ಹಾಲ್ ಹೇಳಿದ.

ಮೌಂಟೆನ್ ಮ್ಯಾಡ್‌ನೆಸ್ ತಂಡದಲ್ಲಿ ಮಾರ್ಗದರ್ಶಿಗಳಾದ ಸ್ಕಾಟ್ ಫಿಷರ್, ಬೈಡಲ್‌ಮನ್ ಮತ್ತು ಬೊಕ್ರೀವ್; ಆರು ಜನ ಶೆರ್ಪಾಗಳು; ಮತ್ತು ಗ್ರಾಹಕರಾದ

ಶಾರ್ಲೆ ಫಾಕ್ಸ್, ಟಿಮ್ ಮ್ಯಾಡ್‌ಸನ್, ಕ್ಲೆವ್ ಶೋನಿಂಗ್, ಸಾಂಡಿ ಪಿಟ್‌ಮನ್, ಲೀನ್ ಗ್ಯಾಮಲ್‌ಗಾರ್ಡ್ ಮತ್ತು ಮಾರ್ಟಿನ್ ಆಡಮ್ಸ್ – ಎಲ್ಲರೂ ನಾವು ಹೊರಟ ಅರ್ಧ ಗಂಟೆಯ ತರುವಾಯ ಹೊರಟರು.[1] ಲೋಪ್ಸಾಂಗ್‌ಗೆ ಕೇವಲ ಐದು ಜನ ಶೆರ್ಪಾಗಳನ್ನು ಮಾತ್ರ ಕರೆದುಕೊಂಡು ಹೋಗಿ, ಉಳಿದ ಇಬ್ಬರನ್ನು ಇಲ್ಲೇ ಕ್ಯಾಂಪಿನಲ್ಲಿ ಉಳಿಸಬೇಕೆನ್ನುವ ಉದ್ದೇಶವಿತ್ತು. ಆದರೆ ಅವನು ಹೇಳೋ ಪ್ರಕಾರ "ಸ್ಕಾಟ್ ತನ್ನ ಹೃದಯವಂತಿಕೆಯನ್ನ ಪ್ರದರ್ಶಿಸಿಬಿಟ್ಟ. ಎಲ್ಲಾ ಶೆರ್ಪಾಗಳು ಹೋಗಬಹುದು[2] ಅಂತ ಹೇಳಿಬಿಟ್ಟ" ಎಂದು ಜ್ಞಾಪಿಸಿಕೊಳ್ಳುತ್ತಾನೆ. ಆದರೂ ಲೋಪ್ಸಾಂಗ್ ಬಿಡಲಿಲ್ಲ. ಫಿಷರ್‌ನ ಬೆನ್ನ ಹಿಂದೆಯೇ ಉಪಾಯವನ್ನು ಮಾಡಿದ. ತನ್ನ ಸೋದರ ಸಂಬಂಧಿ ದೊಡ್ಡ ಪೆಂಬಾಗೆ ಅಲ್ಲಿಯೇ ಕ್ಯಾಂಪಿನಲ್ಲಿರಲು ಆಜ್ಞೆ ಮಾಡಿದ. "ಪೆಂಬಾಗೆ ನನ್ನ ಮೇಲೆ ಸಿಟ್ಟು ಬಂತು" ಎಂದು ಲೋಪ್ಸಾಂಗ್ ಒಪ್ಪಿಕೊಳ್ಳುತ್ತಾನೆ. "ಆದರೆ ನಾನು ಬಿಡಲಿಲ್ಲ. ನೀನು ಇಲ್ಲಿ ಇರಲೇ ಬೇಕು. ಇಲ್ಲಾ ಅಂದ್ರೆ ಮುಂದಿನ ಸಲ ನಿಂಗೆ ನಾನು ಕೆಲಸ ಕೊಡಲ್ಲ ಅಂತ ದಬಾಯಿಸಿದೆ. ಅದಕ್ಕೇ ನಾಲ್ಕನೆಯ ಕ್ಯಾಂಪಿನಲ್ಲಿ ಉಳಿದ."

ಫಿಷರ್‌ನ ತಂಡ ಹೊರಟ ಕೆಲವೇ ಕ್ಷಣಗಳಲ್ಲಿ ಮಕಾಲು ಗೌ ಹೊರಟ; ಅವನ ಜೊತೆಯಲ್ಲಿ ಇಬ್ಬರು ಶೆರ್ಪಾಗಳು. ನಾವು ತುದಿಯನ್ನು ಮುಟ್ಟುವ ದಿನವೇ ತಾನು ಪ್ರಯಾಣ ಮಾಡುವುದಿಲ್ಲ ಎನ್ನುವ ತನ್ನ ಮಾತನ್ನು ಆತ ಉಳಿಸಿಕೊಳ್ಳಲಿಲ್ಲ. ದಕ್ಷಿಣ ಆಫ್ರಿಕಾದ ತಂಡದವರೂ ಆ ದಿನವೇ ಮೇಲಕ್ಕೆ ಹೊರಡುವ ಯೋಜನೆಯನ್ನು ಹಾಕಿಕೊಂಡಿದ್ದರು. ಆದರೆ ಮೂರನೆಯ ಕ್ಯಾಂಪಿನಿಂದ ನಾಲ್ಕನೆಯ ಕ್ಯಾಂಪಿಗೆ ಬರುವಷ್ಟರಲ್ಲಿ ಅವರು ಅದೆಷ್ಟು ಸುಸ್ತು ಹೊಡೆದಿದ್ದರೆಂದರೆ, ಗುಡಾರದಿಂದ ಹೊರಕ್ಕೆ ಯಾರೂ ತಲೆ ಹಾಕಲಿಲ್ಲ.

1 ಫಿಷರ್ ತಂಡದಲ್ಲಿ ಡೇಲ್ ಕ್ರೂಸ್ ಮತ್ತು ಪೀಟ್ ಶೋನಿಂಗ್ ಶಿಖರಾಗ್ರದ ಪಯಣದಲ್ಲಿ ಸೇರಿಕೊಳ್ಳಲಿಲ್ಲ. ಇತ್ತೀಚಿನ HACE ಆಕ್ರಮಣದಿಂದಾಗಿ ಬಳಲುತ್ತಿದ್ದ ಡೇಲ್ ಕ್ರೂಸ್‌ನು ಬೇಸ್ ಕ್ಯಾಂಪ್‌ನಲ್ಲಿಯೇ ಉಳಿದುಕೊಂಡ. ಅರವತ್ತೆಂಟು ವರ್ಷದ ಹಿರಿಯ ಪರ್ವತಾರೋಹಿ ಪೀಟ್ ಶೋನಿಂಗ್‌ನನ್ನು ಪರೀಕ್ಷೆ ಮಾಡಿದ ಡಾ. ಹಚಿಸನ್, ಟಾಸ್ಕ್ ಮತ್ತು ಮೆಕೆಂಜೆಯವರು, ಆತನ ಹೃದಯ ಬಡಿತದಲ್ಲಿರುವ ಅಪಾಯಕರ ಬದಲಾವಣೆಯನ್ನು ಗಮನಕ್ಕೆ ತಂದಿದ್ದರು. ಆದ್ದರಿಂದ ಅವರು ಮೂರನೆಯ ಕ್ಯಾಂಪಿಗಿಂತಲೂ ಮೇಲಕ್ಕೆ ಹತ್ತಲು ಇಷ್ಟಪಡಲಿಲ್ಲ.

2 1996ರ ಎವರೆಸ್ಟ್ ತಂಡಗಳಲ್ಲಿದ್ದ ಬಹುತೇಕ ಶೆರ್ಪಾಗಳು ಶಿಖರದ ತುದಿಯನ್ನು ಮುಟ್ಟಲು ಉತ್ಸುಕರಾಗಿದ್ದರು. ಅವರ ಈ ಆಸೆಯು, ಪಾಶ್ಚಿಮಾತ್ಯ ಪರ್ವತಾರೋಹಿಗಳ ಶಿಖರಾರೋಹಣದ ಆಸೆಗಿಂತಲೂ ಯಾವ ರೀತಿಯಿಂದಲೂ ಭಿನ್ನವಾಗಿರಲಿಲ್ಲ. ಆದರೆ ಅವರಿಗೆ ಈ ಸಾಧನೆಯಿಂದ ತಮ್ಮ ವೃತ್ತಿಯ ಸುರಕ್ಷತೆಯನ್ನು ಕಾಯ್ದುಕೊಳ್ಳುವ ಆಸೆಯೂ ಇತ್ತು. "ಒಂದು ಸಲ ಎವರೆಸ್ಟ್ ಹತ್ತಿ ಬಂದನೆಂದರೆ, ಮತ್ತೊಮ್ಮೆ ಕೆಲಸ ಹುಡುಕುವುದು ತುಂಬಾ ಸುಲಭ. ಪ್ರತಿಯೊಬ್ಬರು ಎವರೆಸ್ಟ್ ತುದಿಯನ್ನು ಮುಟ್ಟಿಬಂದ ಶೆರ್ಪಾನನ್ನೇ ಕೇಳುತ್ತಾರೆ" ಎಂದು ಲೋಪ್ಸಾಂಗ್ ವಿವರಿಸಿದ್ದ.

ಒಟ್ಟಾರೆಯಾಗಿ ಮೂವತ್ಮೂರು ಜನ ಶಿಖರದ ತುದಿಯನ್ನು ತಲುಪಲು ಆ ಮಧ್ಯರಾತ್ರಿ ಹೊರಟೆವು. ನಾವೆಲ್ಲರೂ ಮೂರು ವಿಭಿನ್ನ ತಂಡದ ಸದಸ್ಯರಾಗಿ ಹೊರಟರೂ, ವಿಧಿ ಒಬ್ಬರನ್ನೊಬ್ಬರಿಗೆ ಹೆಣಿಗೆ ಹಾಕಲು ಪ್ರಾರಂಭಿಸಿತ್ತು – ಆ ಹೆಣಿಗೆ ನಾವು ಒಂದೊಂದು ಮೀಟರ್ ಮೇಲಕ್ಕೆ ಹತ್ತಿದಾಗಲೂ ಹೆಚ್ಚು ಬಿಗಿಯಾಗುವುದರಲ್ಲಿತ್ತು.

| | |

ಆ ರಾತ್ರಿ ಸಾಕಷ್ಟು ಚಳಿಯಿಂದ ಕೂಡಿತ್ತು. ಫ್ಯಾಂಟಮ್ ಚಿತ್ರಗಳಂತಹ ಬಣ್ಣದ ಬೆರಗು ನಾವು ಪರ್ವತ ಹತ್ತುತ್ತಾ ಹೋದಂತೆ ದಟ್ಟವಾಗುತ್ತಾ ಹೋಯಿತು. ನಾನು ಈ ಹಿಂದೆಂದೂ ಕಂಡಿರದಷ್ಟು ನಕ್ಷತ್ರಗಳು ನಿಶ್ಚಲ ಆಗಸದಲ್ಲಿ ಹರಡಿಕೊಂಡಿದ್ದವು. ಮುಕ್ಕಾಲು ಪ್ರಭೆಯ ಚಂದಿರ 27,824 ಅಡಿ ಎತ್ತರದ ಮಕಾಲು ಪರ್ವತದ ಬೆನ್ನ ಹಿಂದೆ ಏರಿದಂತೆಲ್ಲಾ, ನನ್ನ ಕಾಲ ಕೆಳಗಿನ ಹಿಮವನ್ನು ದೈವೀ ಬೆಳಕಿನಲ್ಲಿ ಹೊಳೆಯಿಸಿ, ಹೆಡ್ ಲ್ಯಾಂಪ್‌ನ ಅವಶ್ಯಕತೆಯೇ ಇಲ್ಲದಂತಾಗಿತ್ತು. ದೂರ ಆಗ್ನೇಯ ದಿಕ್ಕಿನಲ್ಲಿ, ನೇಪಾಲ ಮತ್ತು ಭಾರತದ ಗಡಿ ಪ್ರದೇಶದಲ್ಲಿ, ಬೆಳ್ಳಿಯ ಮೋಡಗಳು ಮಲೇರಿಯಾ ಪೀಡಿತ ತಪ್ಪಲಿನ ಮೇಲೆ ಸಾಗುತ್ತಿತ್ತು. ಇಡೀ ಆಗಸವು ನೀಲಿ ಮತ್ತು ಕೇಸರಿ ಬಣ್ಣದ ಪ್ರಭೆಯಲ್ಲಿ ಬೆಳಗಿ ದಿವ್ಯ ಅನುಭೂತಿಯನ್ನು ನೀಡುತ್ತಿತ್ತು.

ಸೌತ್ ಕೋಲ್‌ನಿಂದ ಹೊರಟ ಮೂರು ತಾಸೊಳಗೆ ಫ್ರಾಂಕ್ ಹಿಂತಿರುಗಿ ಬಿಟ್ಟ. ಶಕುನಗಳು ಅವನಿಗೆ ಯಾಕೋ ಸರಿ ಅನ್ನಿಸಲಿಲ್ಲ. ಹತ್ತುತ್ತಿರುವ ಜನರ ಸರಣಿಯಿಂದ ಹೊರಬಂದು, ಹಿಂದಕ್ಕೆ ತಿರುಗಿ ಮತ್ತೆ ಗುಡಾರಗಳ ಕಡೆಗೆ ಹೋಗಿಬಿಟ್ಟ. ಎವರೆಸ್ಟ್ ಹತ್ತಬೇಕೆನ್ನುವ ಅವನ ನಾಲ್ಕನೆಯ ಕನಸೂ ಮುರಿದು ಹೋಗಿತ್ತು.

ಅವನು ಹಿಂತಿರುಗಿ ಹೆಚ್ಚಿಗೆ ಸಮಯವೇನೂ ಆಗಿರಲಿಲ್ಲ, ಡಹ್ಗ್ ಕೂಡಾ ಸರಣಿಯಿಂದ ಹೊರ ಬಂದ. “ಅವನು ನನಗಿಂತ ಸ್ವಲ್ಪ ಮುಂದೇನೇ ಇದ್ದ” ಎಂದು ಲಹ್ಗ್ ಈಗ ನೆನಪಿಸಿಕೊಳ್ಳುತ್ತಾನೆ. “ಇದ್ದಕ್ಕಿದ್ದಂತೆಯೇ ಸರಣಿಯಿಂದ ಹೊರ ಸರಿದು ದೂರ ನಿಂತ. ನಾನು ಅವನ ಹತ್ತಿರ ಹೋದಾಗ ತುಂಬಾ ಚಳಿಯಾಗುತ್ತಿದೆಯೆಂದೂ, ತುಂಬಾ ಕಷ್ಟವಾಗುತ್ತಿದೆಯೆಂದೂ ಹೇಳಿ ಹಿಂತಿರುಗಿದ.” ಆದರೆ ಎಲ್ಲರಿಗಿಂತಲೂ ಕೊನೆಯಲ್ಲಿ ಬರುತ್ತಿದ್ದ ರಾಬ್, ಡಹ್ಗ್‌ನನ್ನು ಭೇಟಿ ಮಾಡಿ, ಅವನ ಜೊತೆ ಸ್ವಲ್ಪ ಹೊತ್ತು ಮಾತಾಡಿದ. ಯಾರೂ ಆ ಮಾತುಗಳನ್ನು ಕೇಳಿಸಿಕೊಂಡಿಲ್ಲದ ಕಾರಣ, ಅವರು ಏನು ಮಾತನಾಡಿರಬಹುದು ಎನ್ನುವುದು ರಹಸ್ಯವಾಗಿಯೇ ಉಳಿದಿದೆ. ಆದರೆ ಡಹ್ಗ್ ಮತ್ತೆ ಮನಸ್ಸು ಬದಲಾಯಿಸಿ ಪರ್ವತವನ್ನು ಹತ್ತಲಾರಂಭಿಸಿದ.

| | |

ಬೇಸ್ ಕ್ಯಾಂಪ್ ಅನ್ನು ಬಿಡುವ ಹಿಂದಿನ ರಾತ್ರಿ, ನಮ್ಮೆಲ್ಲರನ್ನೂ ಊಟದ ಗುಡಾರದಲ್ಲಿ ಕೂಡಿಸಿಕೊಂಡ ರಾಬ್, ಶಿಖರದ ತುದಿಯನ್ನು ತಲುಪುವ ದಿನ ತನ್ನ ಆಜ್ಞೆಯನ್ನು ಕಡ್ಡಾಯವಾಗಿ ಪರಿಪಾಲಿಸಲೇಬೇಕಾದ ಮಹತ್ವದ ಕುರಿತು ಒಂದು ಉಪನ್ಯಾಸವನ್ನೇ ಕೊಟ್ಟಿದ್ದ. ನನ್ನೆಡೆಗೆ ದುರುಗುಟ್ಟಿಕೊಂಡು ನೋಡುತ್ತಾ, "ಅಲ್ಲಿ ಯಾರದೇ ಹಿರಿತನವನ್ನ ನಾನು ಸಹಿಸಲ್ಲ" ಎಂದು ಹೇಳಿದ್ದ. "ನನ್ನ ಮಾತೇ ಅಲ್ಲಿ ನಡೆಯೋ ಕಾನೂನು, ಯಾವುದೇ ಅಪೀಲು ಮಾಡೋ ಹಂಗಿಲ್ಲ. ನಾನು ಮಾಡೋ ಯಾವುದಾದರೂ ನಿರ್ಧಾರ ನಿಮಗೆ ಇಷ್ಟ ಆಗಲಿಲ್ಲ ಅಂದ್ರೆ, ಅನಂತರ ನಾನು ನಿಮ್ಮ ಜೊತೆ ಅದರ ಬಗ್ಗೆ ಸಂತೋಷದಿಂದ ಚರ್ಚೆ ಮಾಡ್ತೀನಿ; ಆದರೆ ಪರ್ವತದ ಮೇಲೆ ಇದ್ದಾಗ ಅಲ್ಲ" ಎಂದು ಕಟ್ಟುನಿಟ್ಟಾಗಿ ಹೇಳಿದ್ದ.

ಶಿಖರದ ತುದಿಯನ್ನು ತಲುಪುವುದಕ್ಕೆ ಮುಂಚೆಯೇ ಯಾವುದೋ ಕಾರಣಕ್ಕೆ ವಾಪಾಸು ಹೊರಡಿರಿ ಎಂದು ಹೇಳಿದರೆ ಪ್ರತಿರೋಧಿಸದೆ ಇರುವುದು ಹೇಗೆ ಎಂಬುದೇ ನಮ್ಮಲ್ಲಿ ಸಹಜವಾಗಿ ಮೂಡಿದ ಆತಂಕವಾಗಿತ್ತು. ಆದರೆ ಮತ್ತೊಂದು ಅಂಶದ ಬಗ್ಗೆ ಆತ ಕಟ್ಟುನಿಟ್ಟಾಗಿ ಎಚ್ಚರಿಕೆಯನ್ನು ಕೊಟ್ಟಿದ್ದ. ಆರಂಭದ ದಿನಗಳಲ್ಲಿ ಪರ್ವತದ ತೆಳುಗಾಳಿಗೆ ಹೊಂದಾಣಿಕೆ ಮಾಡಿಕೊಳ್ಳುವುದಕ್ಕಾಗಿ ನಾವು ದಿನನಿತ್ಯ ಮಾಡುತ್ತಿದ್ದ ಚಾರಣಕ್ಕೆ ಸ್ವಲ್ಪಮಟ್ಟಿಗೆ ಸ್ವಾತಂತ್ರ್ಯವನ್ನು ನಮಗೆ ಕೊಟ್ಟಿದ್ದ. ಉದಾಹರಣೆಗೆ ನಮ್ಮ ಗುಂಪಿಗಿಂತಲೂ ಎರಡು ತಾಸು ಅಥವಾ ಅದಕ್ಕೂ ಹೆಚ್ಚು ಮುಂದಕ್ಕೆ ಹೋಗುವುದಕ್ಕೆ ನನಗೆ ಒಪ್ಪಿಗೆ ನೀಡಿದ್ದ. ಆದರೆ ಶಿಖರದ ತುದಿಯನ್ನು ತಲುಪುವ ಕೊನೆಯ ದಿನದ ಚಾರಣದಲ್ಲಿ, ದಿನದ ಮೊದಲ ಅರ್ಧ ಭಾಗವಂತೂ ಎಲ್ಲರೂ ಹತ್ತಿರ ಹತ್ತಿರದಲ್ಲಿಯೇ ಸಾಗಬೇಕೆಂದು ಹೇಳಿದ್ದ. 27,600 ಅಡಿ ಎತ್ತರದಲ್ಲಿದ್ದ ಆಜ್ಞೆಯ ತುದಿಯನ್ನು ಬಾಲ್ಕನಿ ಎಂದು ಕರೆಯುತ್ತಾರೆ. "ನಾವೆಲ್ಲಾ ಬಾಲ್ಕನಿ ತಲುಪುವವರೆಗಾದರೂ ಜೊತೆಯಲ್ಲಿರಬೇಕು" ಎಂದು ಹೇಳಿದ್ದ. "ಒಬ್ಬರಿಂದ ಮತ್ತೊಬ್ಬರಿಗೆ ನೂರು ಅಡಿಗಿಂತಲೂ ಹೆಚ್ಚು ದೂರ ಇರಬಾರದು. ಇದು ಬಹಳ ಮುಖ್ಯ. ನಾವು ರಾತ್ರಿಯ ಹೊತ್ತು ಪರ್ವತ ಹತ್ತುತ್ತೇವೆ. ಮಾರ್ಗದರ್ಶಿಗಳ ಕಣ್ಣಳತೆಯಲ್ಲಿಯೇ ನೀವಿರಬೇಕು" ಎಂದಿದ್ದ.

ಮೇ 10 ರಂದು ಬೆಳಕು ಹರಿಯುವುದಕ್ಕೆ ಮುಂಚೆಯೇ ಹೊರಟೆವು. ನಾನು ಮತ್ತು ಕೆಲವರು ಗುಂಪಿಗಿಂತಲೂ ಬಹಳ ಬೇಗ ಮುಂದೆ ಹೋಗಿಬಿಡುತ್ತಿದ್ದೆವು. ಆದರೆ ಮತ್ತೆ ಇಡೀ ಗುಂಪು ಸೇರಿಕೊಳ್ಳುವುದಕ್ಕಾಗಿ ಕಾಯಬೇಕಿತ್ತು. ನಿಧಾನಕ್ಕೆ ಪರ್ವತ ಹತ್ತುವ ಸಹಚರರಿಗೋಸ್ಕರ, ಮೈ ಕೊರೆಯುವ ಚಳಿಯಲ್ಲಿ ಕಾಯುವುದು ತುಂಬಾ ಕಷ್ಟವೆನ್ನಿಸುತ್ತಿತ್ತು. ಒಂದು ಹಂತದಲ್ಲಂತೂ ನಾನು, ಮೈಕ್ ಗ್ರೂಮ್ ಮತ್ತು ಸರ್ದಾರ ಆಂಗ್ ದೋರ್ಜೆ, ಮೂರೂ ಜನ ಹಿಮ ತುಂಬಿದ ಒಂದು ಬಂಡೆಯ

ಅಂಚಿನಲ್ಲಿ ನಲವತ್ತೈದು ನಿಮಿಷಕ್ಕೂ ಹೆಚ್ಚು ಕಾಲ ಕಾಯಬೇಕಾಯ್ತು. ಯಾವುದೇ ಹಿಮಹುಣ್ಣುಗಳು ಆಗದಂತೆ ನಮ್ಮ ಕೈಕಾಲುಗಳನ್ನು ಗಸಗಸನೆ ತಿಕ್ಕಿಕೊಳ್ಳುತ್ತಾ, ಆ ಚಳಿಗೆ ಗಡಗಡನೆ ನಡುಗುತ್ತಾ ಇತರರಿಗಾಗಿ ಕಾದೆವು. ಆದರೆ ಪೋಲಾಗುತ್ತಿದ್ದ ಸಮಯ ಆ ಚಳಿಗಿಂತಲೂ ಹೆಚ್ಚು ಬಾಧಿಸುತ್ತಿತ್ತು.

ಬೆಳಿಗ್ಗೆ ಸುಮಾರು 3:45ರ ಹೊತ್ತಿಗೆ ರಾಬ್ ನಮಗೆ ಕರೆ ಮಾಡಿ, ನಾವು ತುಂಬಾ ದೂರ ಹೋಗಿ ಬಿಟ್ಟಿರುವೆವೆಂದೂ, ಅಲ್ಲಿಯೇ ನಿಂತು ಉಳಿದವರಿಗಾಗಿ ಕಾಯಬೇಕೆಂದು ಹೇಳಿದ. ಪದರ ಪದರಗಳಿಂದ ಕೂಡಿದ ಒಂದು ಕಲ್ಲಿನ ಹೊರಚಾಚಿಗೆ ಆತುಕೊಂಡು ನಾನು ಕಾಯತೊಡಗಿದೆ. ಪಶ್ಚಿಮದಿಂದ ಮೈನಸ್ 18 ಡಿಗ್ರಿಗಿಂತಲೂ ಕಡಿಮೆ ಉಷ್ಣದ ಗಾಳಿಯಿಂದ ತಪ್ಪಿಸಿಕೊಳ್ಳಲು ಇದು ಮರೆ ನೀಡುತ್ತಿತ್ತು. ಬೆಳದಿಂಗಳಿನಲ್ಲಿ ಮೇಲಕ್ಕೆ ಇಂಚಿಂಚಾಗಿ ಹತ್ತುತ್ತಿರುವ ಸಹಚರರನ್ನು ಇಳಿಜಾರಿನಗುಂಟ ನೋಡಿ, ಯಾರಿರಬಹುದು ಎಂದು ಊಹಿಸತೊಡಗಿದೆ. ಅವರು ಮುಂದೆ ಬಂದಂತೆಲ್ಲ, ಫಿಷರ್ ಗುಂಪಿನ ಸದಸ್ಯರೂ ನಮ್ಮ ಗುಂಪಿನೊಡನೆ ಆಗಲೇ ಸೇರಿಹೋಗಿದ್ದಾರೆಂಬುದು ಅರ್ಥವಾಯ್ತು. ರಾಬ್ ಹಾಲ್‌ನ ತಂಡ, ಸ್ಕಾಟ್ ಫಿಷರ್‌ನ ಮೌಂಟೆನ್ ಮ್ಯಾಡ್‌ನೆಸ್ ತಂಡ ಮತ್ತು ಥೈವಾನಿನ ತಂಡದವರೆಲ್ಲಾ ಬೆರತು ಹೋಗಿ, ತುಂಡು ತುಂಡು ಸರಣಿಗಳಾಗಿದ್ದವು. ಆಗ ಒಂದು ವಿಚಿತ್ರ ದೃಶ್ಯ ನನ್ನ ಕಣ್ಣನ್ನು ಸೆಳೆಯಿತು.

ಅರವತ್ತೈದು ಅಡಿ ಕೆಳಗೆ, ಹಳದಿ ಜಾಕೆಟ್ ಮತ್ತು ಪ್ಯಾಂಟನ್ನು ಧರಿಸಿದ ವ್ಯಕ್ತಿಯೊಬ್ಬರನ್ನು, ಅವರಿಗಿಂತಲೂ ಕುಳ್ಳನೆಯ ಶೆರ್ಪಾ ಒಬ್ಬನು, ಮೂರಡಿ ಹಗ್ಗದಿಂದ ಕಟ್ಟಿಕೊಂಡು ಎಳೆದುಕೊಂಡು ಬರುತ್ತಿದ್ದುದು ಕಂಡಿತು. ಪೂರಕ ಆಮ್ಲಜನಕದ ಹಂಗಿಲ್ಲದೆ, ಗಟ್ಟಿಯಾಗಿ ಉಸಿರಾಡುತ್ತಿದ್ದ ಆ ಶೆರ್ಪಾ, ತನ್ನ ಜೊತೆಗಾರನನ್ನು ಹೇಗೆ ಎಳೆದುಕೊಂಡು ಬರುತ್ತಿದ್ದನೆಂದರೆ, ಎತ್ತು ನೇಗಿಲನ್ನು ಎಳೆದುಕೊಂಡು ಹೋದಂತೆ ಕಾಣುತ್ತಿತ್ತು. ಯಾರಾದರೂ ತುಂಬಾ ನಿತ್ರಾಣವಾಗಿದ್ದರೆ ಅಥವಾ ಗಾಯಗೊಂಡಿದ್ದರೆ ಈ ರೀತಿ ಬೆಟ್ಟ ಹತ್ತಿಸುವ ವಿಧಾನ ಬಳಕೆಯಲ್ಲಿದೆ. ಇದಕ್ಕೆ 'ಶಾರ್ಟ್ ರೋಪಿಂಗ್' ಎಂದು ಕರೆಯುತ್ತಾರೆ. ಅವರಿಬ್ಬರೂ ಇತರರಿಗಿಂತಲೂ ವೇಗವಾಗಿ ಪರ್ವತವನ್ನು ಹತ್ತುತ್ತಿದ್ದಾರೆಂದು ಅನ್ನಿಸಿದರೂ, ಯಾಕೋ ಈ ವಿಧಾನ ಇಬ್ಬರಿಗೂ ಅಪಾಯಕಾರಿಯಾಗಿಯೂ, ತುಂಬಾ ಅನನುಕೂಲಕರವಾಗಿಯೂ ನನಗೆ ಕಂಡಿತು. ಅಂದ ಹಾಗೆ, ಅವರು ಹತ್ತಿರ ಬಂದಂತೆಲ್ಲಾ ಗುರುತು ಸಿಗಲಾರಂಭಿಸಿತು. ಸ್ಕಾಟ್ ಫಿಷರ್‌ನ ಪ್ರೀತಿಯ ಶಿಷ್ಯ ಲೋಪ್ಸಾಂಗ್ ಜುಂಗ್ಬು ಆ ಶೆರ್ಪಾ ಎಂದೂ, ಹಳದಿ ಧಿರಿಸನ್ನು ತೊಟ್ಟ ಆ ಪರ್ವತಾರೋಹಿ ಸ್ಯಾಂಡಿ ಪಿಟ್‌ಮನ್ ಎಂದೂ ಗೊತ್ತಾಯಿತು.

ಲೋಪ್ಸಾಂಗ್ ಈ ರೀತಿಯಲ್ಲಿ ಪಿಟ್‌ಮನ್‌ಳನ್ನು ಎಳೆದುಕೊಂಡು ಬರುತ್ತಿರುವುದನ್ನು ಮಾರ್ಗದರ್ಶಿ ನೀಲ್ ಬೈಡಲ್‌ಮನ್ ಕೂಡಾ ಗಮನಿಸಿದ್ದ. "ನಾನು ಮೇಲಕ್ಕೆ ಹತ್ತುತ್ತಿದ್ದೆ. ಒಂದು ಕಲ್ಲನ್ನು ಜೇಡನಂತೆ ಬಳಸಿ ಹಿಡಿದಿದ್ದ ಲೋಪ್ಸಾಂಗ್, ಸ್ಯಾಂಡಿಯನ್ನು ಗಟ್ಟಿಯಾಗಿ ಬಿಗಿದ ಹಗ್ಗದಿಂದ ಮೇಲಕ್ಕೆ ಎಳೆಯುತ್ತಿದ್ದ. ಅದು ತುಂಬಾ ಅಪಾಯಕಾರಿಯಾಗಿಯೂ, ವಿಚಿತ್ರವಾಗಿಯೂ ನನಗೆ ಕಂಡಿತು. ಏನಾಗ್ತಾ ಇದೆ ಅಂತ ಅರ್ಥಾನೇ ಆಗಲಿಲ್ಲ" ಎಂದು ಜ್ಞಾಪಿಸಿಕೊಳ್ಳುತ್ತಾನೆ.

ಸುಮಾರು 4:15ರ ಹೊತ್ತಿಗೆ ಮೈಕ್ ಗ್ರೂಮ್ ನಮಗೆ ಮುಂದುವರೆಯಲು ಅಪ್ಪಣೆ ಕೊಟ್ಟ. ನಾನು ಮತ್ತು ಆಂಗ್ ದೋರ್ಜೆ ಆದಷ್ಟು ವೇಗವಾಗಿ ಪರ್ವತವನ್ನು ಹತ್ತುತ್ತಾ ಮೈ ಬೆಚ್ಚಗಾಗಿಸಿಕೊಳ್ಳಲು ಪ್ರಯತ್ನಿಸಿದೆವು. ದಿನ ಮೂಡುವುದರ ಮೊದಲ ಸೂಚನೆಯು ಪೂರ್ವದ ಕ್ಷಿತಿಜದಲ್ಲಿ ಕಾಣಿಸತೊಡಗಿದಾಗ, ನಾವು ಏರುತ್ತಿದ್ದ ಸೋಪಾನದಂತಹ ಕಲ್ಲಿನ ಪರ್ವತವು ಒಂದು ಅಗಲವಾದ ಹಿಮಭರಿತ ಮೈದಾನಕ್ಕೆ ನಮ್ಮನ್ನು ತಂದು ನಿಲ್ಲಿಸಿತು. ಮೊಣಕಾಲಿನ ಎತ್ತರದಷ್ಟಿದ್ದ ಆ ಹಿಮದಲ್ಲಿ ಒಬ್ಬರ ನಂತರ ಒಬ್ಬರು ದಾರಿ ಮಾಡುತ್ತಾ, ಆಂಗ್ ದೋರ್ಜೆ ಮತ್ತು ನಾನು ಆಗ್ನೇಯ ದಿಬ್ಬದ ತುದಿಯನ್ನು ತಲುಪಿದಾಗ ಆಗಲೇ ಬೆಳಿಗ್ಗೆ 5:30 ಆಗಿತ್ತು. ಸೂರ್ಯನು ಅದೇ ತಾನೆ ಚೂರು ತುಣುಕನ್ನು ಪಡುವಣದಲ್ಲಿ ಕಾಣಿಸಿದ್ದ. ಜಗತ್ತಿನ ಐದು ಎತ್ತರದ ಪರ್ವತಗಳಲ್ಲಿ ಮೂರು ಪರ್ವತಗಳ ತುದಿಗಳು ಆ ಬೆಳಗಿನ ಮಬ್ಬಿನಲ್ಲಿ ಸಾವಧಾನದಿಂದ ತೆರೆದುಕೊಳ್ಳುತ್ತಿದ್ದವು. ನನ್ನ ಎತ್ತರ ಸೂಚಕ ಮಾಪನವು 27,600 ಅಡಿ ಎಂದು ತೋರಿಸಿತು.

ಈ ಜಾಗಕ್ಕೆ ಎಲ್ಲರೂ ಬಂದು ಸೇರುವ ತನಕ ನಾನು ಮುಂದಕ್ಕೆ ಏರಬಾರದೆಂದು ಹಾಲ್ ಕಟ್ಟಪ್ಪಣೆ ಮಾಡಿದ್ದ. ಬಾಲ್ಕನಿಯಂತಹ ಈ ಅಡಗುತಾಣದಲ್ಲಿ ನಾನು ಲಗೇಜನ್ನು ಕೆಳಕ್ಕಿಳಿಸಿ, ಅದರ ಮೇಲೆ ಕುಳಿತೆ. ರಾಬ್ ಮತ್ತು ಬೆಕ್ ಎಲ್ಲರಿಗಿಂತಲೂ ಹಿಂದಿದ್ದರು. ಅವರು ಬರುವ ಹೊತ್ತಿಗೆ ನಾನಾಗಲೇ ತೊಂಬತ್ತು ನಿಮಿಷಕ್ಕೂ ಹೆಚ್ಚು ಕಾಲ ಅಲ್ಲಿ ಕುಳಿತು ಕಾದಿದ್ದೆ. ನಾನು ಕಾಯುತ್ತಿರುವಾಗ ಫಿಷರ್ ತಂಡ ಮತ್ತು ಥೈವಾನಿ ತಂಡದ ಸದಸ್ಯರು ನನ್ನನ್ನು ಭೇಟಿಯಾಗಿ ಮುಂದುವರೆದಿದ್ದರು. ಅಷ್ಟೊಂದು ಸಮಯವನ್ನು ಹಾಳು ಮಾಡುತ್ತಿರುವುದಕ್ಕಾಗಿ ನನಗೆ ಸಿಟ್ಟು ಬರುತ್ತಿತ್ತು. ಎಲ್ಲರಿಗಿಂತಲೂ ಹಿಂದೆ ಉಳಿದು ಬಿಡುತ್ತೇನೆಂಬ ಆತಂಕವೂ ಕಾಡುತ್ತಿತ್ತು. ಆದರೆ ರಾಬ್ ಹಾಲ್‌ನ ಅನುಭವ ಮತ್ತು ನಿರ್ಧಾರಗಳ ಬಗ್ಗೆ ನನಗೆ ಗೌರವವಿತ್ತು. ಆದ್ದರಿಂದ ನನ್ನ ಸಿಟ್ಟಿಗೆ ತೇಪೆ ಹಾಕಿಕೊಂಡು ತೆಪ್ಪಗೆ ಕುಳಿತಿದ್ದೆ.

ನನ್ನ ಮೂವತ್ನಾಲ್ಕು ವರ್ಷಗಳ ಪರ್ವತಾರೋಹಣ ಅನುಭವದಲ್ಲಿ ಕಂಡುಕೊಂಡ ಸತ್ಯವೇನೆಂದರೆ, ಈ ಹವ್ಯಾಸದ ಸುಖವಿರುವುದೇ ಸ್ವಂತ ನಿರ್ಧಾರಗಳನ್ನು

ತೆಗೆದುಕೊಳ್ಳುವುದು ಮತ್ತು ಅದರ ಫಲಾನುಫಲವನ್ನು ಎದುರಿಸುವುದರಲ್ಲಿ. ವೈಯಕ್ತಿಕ ಜವಾಬ್ದಾರಿಯನ್ನು ನಿರ್ವಹಿಸುತ್ತಾ ಸ್ವಾವಲಂಬಿಗಳಾಗಿರುವುದರಲ್ಲಿ ಅದರ ಆಕರ್ಷಣೆಯಿರುತ್ತದೆ. ಆದರೆ ತಂಡವೊಂದಕ್ಕೆ ಗ್ರಾಹಕನಾಗಿರಲು ಒಪ್ಪಿ ಸಹಿ ಮಾಡಿದ ಮೇಲೆ, ನಾವು ಅಂತಹ ಸುಖಗಳನ್ನು ಮತ್ತು ಅದಕ್ಕೂ ಹೆಚ್ಚಿನದನ್ನು ಬಿಟ್ಟುಕೊಡುವ ಒತ್ತಡವನ್ನು ಕಂಡುಕೊಂಡೆ. ಯಾವುದೇ ಜವಾಬ್ದಾರಿಯುತ ಮಾರ್ಗದರ್ಶಿಯು ಸುರಕ್ಷತೆಯ ದೆಸೆಯಿಂದಾಗಿ ತಾನೇ ನಿರ್ಧಾರಗಳನ್ನು ತೆಗೆದುಕೊಳ್ಳಲು ಇಷ್ಟಪಡುತ್ತಾನೆ. ಪ್ರತಿಯೊಬ್ಬ ಗ್ರಾಹಕನೂ ತನ್ನ ಮನಸ್ಸಿಗೆ ತೋಚಿದಂತೆ ವೈಯಕ್ತಿಕ ನಿರ್ಧಾರಗಳನ್ನು ತೆಗೆದುಕೊಂಡರೆ ಇಡೀ ತಂಡವನ್ನು ನಿರ್ವಹಿಸುವುದು ಕಷ್ಟವಾಗುತ್ತದೆ.

ಗ್ರಾಹಕರು ಹೇಳಿದ್ದನ್ನು ಕೇಳಿಕೊಂಡು ತೆಪ್ಪಗಿರುವುದಕ್ಕೆ ಇಡೀ ಚಾರಣದುದ್ದಕ್ಕೂ ಒತ್ತು ಕೊಡಲಾಗುತ್ತದೆ. ಶೆರ್ಪಾಗಳು ರಸ್ತೆಯನ್ನು ನಿರ್ಮಿಸುತ್ತಾರೆ, ನಮ್ಮ ಗುಡಾರಗಳನ್ನು ಹಾಕಿ ಕೊಡುತ್ತಾರೆ, ಅಡಿಗೆ ಮಾಡುತ್ತಾರೆ, ನಮ್ಮೆಲ್ಲಾ ಲಗೇಜುಗಳನ್ನು ಹೊತ್ತುಕೊಂಡು ಬರುತ್ತಾರೆ. ಇದು ನಮ್ಮ ಶಕ್ತಿ ಹಾಳಾಗದಂತೆ ತಡೆದು, ಬಹುತೇಕ ನಮ್ಮ ಶಿಖರದ ತುದಿ ಮುಟ್ಟುವುದಕ್ಕೆ ಕಾರಣವಾಗುತ್ತದೆ; ಆದರೆ ನನಗಿದು ತುಂಬಾ ಅಸಮಾಧಾನದ ಸಂಗತಿಯಾಗಿ ಕಾಣುತ್ತದೆ. ಎಷ್ಟೋಬಾರಿ ನಾನು ಪರ್ವತವನ್ನು ಹತ್ತುತ್ತಲೇ ಇಲ್ಲ, ಬದಲಿಗೆ ಬಾಡಿಗೆಯವರು ಯಾರೋ ನನ್ನ ಪರವಾಗಿ ಹತ್ತುತ್ತಿದ್ದಾರೆ ಎಂಬ ಭಾವನೆ ಬರುತ್ತಿತ್ತು. ಇವೆಲ್ಲಾ ನಿಯಮಗಳನ್ನು ಒಪ್ಪಿಕೊಂಡೇ ನಾನು ರಾಬ್ ಹಾಲ್ ಜೊತೆಯಲ್ಲಿ ಎವರೆಸ್ಟ್ ಆರೋಹಣಕ್ಕೆ ಸಹಿ ಹಾಕಿದ್ದೆನಾದರೂ, ಇಂತಹ ಅನುಭವಗಳಿಗೆ ನಾನು ಈ ಹಿಂದೆ ಒಳಗಾಗಿರಲಿಲ್ಲ. ಆದ್ದರಿಂದಲೇ ರಾಬ್ ಹಾಲ್ ಬೆಳಿಗ್ಗೆ 7:10ಕ್ಕೆ ಬಾಲ್ಕನಿಯನ್ನು ತಲುಪಿ, ನನಗೆ ಮುಂದಕ್ಕೆ ಹೋಗಲು ಪರವಾನಿಗೆ ಕೊಟ್ಟ ತಕ್ಷಣ ಭಯಂಕರ ಖುಷಿಯಾಯಿತು.

ನಾನು ಮೇಲಕ್ಕೆ ಹೋಗಲು ಪ್ರಾರಂಭಿಸಿದ ತಕ್ಷಣ ಮೊದಲಿಗೆ ಲೋಪ್ಸಾಂಗ್ ಸಿಕ್ಕ. ಹಿಮದ ಮೇಲೆ ಮೊಣಕಾಲೂರಿ ಕುಳಿತು ವಾಂತಿ ಮಾಡಿಕೊಳ್ಳುತ್ತಿದ್ದ. ಯಾವುದೇ ತಂಡದ ಜತೆಗೆ ಪರ್ವತಾರೋಹಣ ಮಾಡಿದರೂ, ಪೂರಕ ಆಮ್ಲಜನಕ ಉಪಯೋಗಿಸದೆ ಪರ್ವತ ಹತ್ತಿದರೂ, ಅವನೇ ಅತ್ಯಂತ ಶಕ್ತಿವಂತನಾಗಿ ಹೊರಹೊಮ್ಮುತ್ತಿದ್ದ. ಪರ್ವತಾರೋಹಣ ಮುಗಿದ ನಂತರ ಅವನೇ ನನ್ನೊಡನೆ ಅತ್ಯಂತ ಹೆಮ್ಮೆಯಿಂದ ಹೇಳಿಕೊಂಡಿದ್ದ. "ಯಾವ ಪರ್ವತ ಹತ್ತಿದರೂ ನಾನೇ ಮೊದಲಿಗೆ ಹತ್ತಿ ದಾರಿ ಗುರುತಿಸಿ ಬರ್ತೀನಿ. ರಾಬ್ ಹಾಲ್ ಜೊತೆಯಲ್ಲಿ 1995ರಲ್ಲಿ ಎವರೆಸ್ಟ್ ಏರಿದಾಗಲೂ ಬೇಸ್ ಕ್ಯಾಂಪಿಂದ ನಾನೇ ಮೊದಲಿಗೆ ತುದಿಮುಟ್ಟಿದ್ದು. ಹಗ್ಗ ಎಲ್ಲಾ ನಾನೇ ಕಟ್ಟಿದ್ದೆ". ಸ್ಕಾಟ್ ಫಿಷರ್ ತಂಡದ ಬೆನ್ನೆಲುಬಾಗಿರುವ ಈತ,

ಮೇ 10ರ ಬೆಳಿಗ್ಗೆ ಈ ರೀತಿ ವಾಂತಿಮಾಡಿಕೊಳ್ಳುತ್ತಿರುವುದು, 'ಯಾಕೋ ಏನೋ ಸರಿಯಿಲ್ಲ' ಎಂದು ನನಗನ್ನಿಸಿತು.

ಹಿಂದಿನ ದಿನ ಮಧ್ಯಾಹ್ನ, ಮೂರನೆಯ ಕ್ಯಾಂಪಿನಿಂದ ನಾಲ್ಕನೆಯ ಕ್ಯಾಂಪಿಗೆ ತನ್ನೆಲ್ಲಾ ಲಗೇಜನ್ನು ತರುವುದರ ಜೊತೆಗೆ, ಸ್ಯಾಂಡಿ ಪಿಟ್‌ಮನ್‌ಳ ಸ್ಯಾಟಲೈಟ್ ಫೋನನ್ನು ತರುವುದರಲ್ಲಿ ಆತ ಸುಸ್ತು ಹೊಡೆದು ಹೋಗಿದ್ದ. ಮೂರನೆಯ ಕ್ಯಾಂಪಿನಲ್ಲಿ ಅವನು ಈ ರೀತಿ 36 ಕೆಜಿಯಷ್ಟು ಹೆಣಭಾರವನ್ನು ಹೊತ್ತು ನಿಂತಿದ್ದನ್ನು ಕಂಡ ಬೈಡಲ್‌ಮನ್, ಈ ಟೆಲಿಫೋನನ್ನು ಸೌತ್ ಕೋಲ್ ತನಕ ಒಯ್ಯುವ ಅವಶ್ಯಕತೆಯಿಲ್ಲವೆಂದೂ, ಅಲ್ಲಿಯೇ ಬಿಟ್ಟು ಹೋಗಬಹುದೆಂದು ಸಲಹೆ ಕೊಟ್ಟಿದ್ದ. "ನನಗೆ ಆ ಟೆಲಿಫೋನ್ ತೆಗೆದುಕೊಂಡು ಹೋಗಲಿಕ್ಕೆ ಇಷ್ಟ ಇರಲಿಲ್ಲ" ಅಂತ ಅನಂತರ ಲೋಪ್ಸಾಂಗ್ ಒಪ್ಪಿಕೊಂಡಿದ್ದ. ಮೂರನೆಯ ಕ್ಯಾಂಪಿನಲ್ಲಿಯೇ ಅದು ಅಷ್ಟು ಸರಿಯಾಗಿ ಕೆಲಸ ಮಾಡಿರಲಿಲ್ಲ, ಇನ್ನು ಅದಕ್ಕಿಂತಲೂ ಭೀಕರ ಚಳಿ ಮತ್ತು ದುರ್ಗಮ ಸ್ಥಿತಿಯನ್ನು ಹೊಂದಿರುವ ನಾಲ್ಕನೆಯ ಕ್ಯಾಂಪಿನಲ್ಲಿ ಅದು ಕೆಲಸ ಮಾಡುವುದು ಅನುಮಾನಾಸ್ಪದವೇ ಆಗಿತ್ತು.[1] "ಆದರೆ ಸ್ಕಾಟ್ ನಂಗೆ ತೊಗೊಂಡು ಹೋಗಲೇಬೇಕು ಅಂತ ಅಪ್ಪಣೆ ಮಾಡಿದ್ದ... 'ನೀನು ಒಯ್ಯಲ್ಲ ಅಂದ್ರೆ ನಾನು ತೊಗೊಂಡು ಹೋಗ್ತೀನಿ' ಅಂತ ಬೆದರಿಸಿದ್ದ. ಅದಕ್ಕೇ ನಾನು ಟೆಲಿಫೋನ್ ತೊಗೊಂಡು ಹೋಗಿದ್ದು. ನನ್ನ ಬೆನ್ನಚೀಲಕ್ಕೆ ಅದನ್ನು ಕಟ್ಟಿಕೊಂಡು ಒಯ್ದೆ. ನಂಗೆ ತುಂಬಾ ಸುಸ್ತಾಯ್ತು."

ಅದೂ ಅಲ್ಲದೆ ಲೋಪ್ಸಾಂಗ್ ಕೆಲವೇ ಗಂಟೆಗಳ ಕೆಳಗೆ ಸೌತ್ ಕೋಲ್‌ನಿಂದ ಸ್ಯಾಂಡಿ ಪಿಟ್‌ಮನ್‌ಳನ್ನು ಸುಮಾರು ನಾಲ್ಕರಿಂದ ಐದು ಗಂಟೆಗಳ ಕಾಲ ಎಳೆದುಕೊಂಡು ಹೋಗಿದ್ದ. ಇದು ಅವನನ್ನು ಮತ್ತಷ್ಟು ನಿತ್ರಾಣಗೊಳಿಸಿತ್ತು. ಪ್ರತಿ ಬಾರಿಯಂತೆ ಈ ಸಲವೂ ಮೊದಲಿಗೇ ತುದಿಯನ್ನು ತಲುಪಿ, ಹಗ್ಗವನ್ನು ಕಟ್ಟಿ ದಾರಿಯನ್ನು ಗುರುತಿಸುವುದು ಸಾಧ್ಯವಾಗಿರಲಿಲ್ಲ. ತಂಡದಲ್ಲಿ ಎಲ್ಲರಿಗಿಂತಲೂ ಮುಂದಿರಬೇಕಾದ ಈತನ ಅನುಪಸ್ಥಿತಿ ಇಡೀ ದಿನದ ಫಲಿತಾಂಶದ ಮೇಲೆ ಪ್ರಭಾವ ಬೀರಿತ್ತು. ಜೊತೆಗೆ ಸ್ಯಾಂಡಿ ಪಿಟ್‌ಮನ್‌ಳನ್ನು ಹಗ್ಗದಿಂದ ಕಟ್ಟಿಕೊಂಡು ಎಳೆದು ತಂದಿದ್ದು ಬಹಳ ತೀವ್ರ ಟೀಕೆಗೆ ಗುರಿಯಾಗಿಸಿತ್ತು. "ಸ್ಯಾಂಡಿಯನ್ನು ಅವನ್ಯಾಕೆ ಹಾಗೆ ಎಳೆದುಕೊಂಡು ಬಂದ ಅಂತ ನಂಗೆ ನಿಜಕ್ಕೂ ಗೊತ್ತಿಲ್ಲ" ಎಂದು ಬೈಡಲ್‌ಮನ್ ಹೇಳುತ್ತಾನೆ; "ಅಲ್ಲಿ ಅವನ ಜವಾಬ್ದಾರಿಗಳೇನು, ಆದ್ಯತೆಗಳೇನು ಅನ್ನೋದನ್ನ ಅವನು ಸಂಪೂರ್ಣವಾಗಿ ಮರೆತು ಹೋಗಿದ್ದ."

ಸ್ಯಾಂಡಿ ಪಿಟ್‌ಮನ್‌ಳ ಪ್ರಕಾರ ಆಕೆಯೇನೂ ತನ್ನನ್ನು ಎಳೆದುಕೊಂಡು ಹೋಗಲು ಲೋಪ್ಸಾಂಗ್‌ನನ್ನು ಕೇಳಿಕೊಂಡಿರಲಿಲ್ಲ. ನಾಲ್ಕನೆಯ ಕ್ಯಾಂಪನ್ನು ಬಿಟ್ಟು

---

1 ಆ ಫೋನ್ ನಾಲ್ಕನೆಯ ಕ್ಯಾಂಪಿನಲ್ಲಿ ಕೆಲಸ ಮಾಡಲೇ ಇಲ್ಲ.

ಫಿಷರ್ ತಂಡದಲ್ಲಿ ಎಲ್ಲರಿಗಿಂತ ಮುಂದಾಗಿ ಆಕೆ ಹೋಗುತ್ತಿರುವಾಗ, ಲೋಪ್ಸಾಂಗ್ ಆಕೆಯನ್ನು ಇದ್ದಕ್ಕಿದ್ದಂತೆ ತನ್ನೆಡೆಗೆ ಎಳೆದುಕೊಂಡು, ಆಕೆಯ ಧಿರಿಸಿನಲ್ಲಿದ್ದ ಕೊಕ್ಕೆಗೆ ಹಗ್ಗದ ತುದಿಯೊಂದನ್ನು ಗಂಟು ಹಾಕಿದ್ದ. ಆಕೆಯ ಅಪ್ಪಣೆಯನ್ನೂ ಪಡೆಯದೆ ತನ್ನ ಧಿರಿಸಿನ ಕೊಕ್ಕೆಗೆ ಮತ್ತೊಂದು ತುದಿಯನ್ನು ಗಂಟು ಹಾಕಿ, ಎಳೆದುಕೊಂಡು ಹೊರಟಿದ್ದ. ತನ್ನ ಇಚ್ಛೆಗೆ ವಿರುದ್ಧವಾಗಿಯೇ ಲೋಪ್ಸಾಂಗ್ ತನ್ನನ್ನು ಏರಿಯ ಮೇಲೆ ಎಳೆದುಕೊಂಡು ಹೋದ ಎಂಬುದನ್ನೇ ಆಕೆ ಮತ್ತೆ ಮತ್ತೆ ಹೇಳುತ್ತಾಳೆ. ಇದು ಒಂದು ಪ್ರಶ್ನೆಯನ್ನು ನಮ್ಮ ಮುಂದಿಡುತ್ತದೆ. ಅತ್ಯಂತ ಗಟ್ಟಿಗಿತ್ತಿ ಎಂದು ಕುಖ್ಯಾತಿ ಹೊಂದಿರುವ ಈ ನ್ಯೂಯಾರ್ಕ್ ಮಹಿಳೆ, (ಬೇಸ್ ಕ್ಯಾಂಪಿನಲ್ಲಿ ಯಾರೋ ಒಂದಿಷ್ಟು ನ್ಯೂಜಿಲೆಂಡ್ ಪಡ್ಡೆಗಳು ಆಕೆಗೆ 'ಸ್ಯಾಂಡಿ ಪಿಟ್‌ಬುಲ್' ಎಂದು ಅಡ್ಡ ಹೆಸರು ಹಿಡಿದು ಕರೆದಿದ್ದಕ್ಕೆ ಎರ್ರಾಬಿರ್ರಿ ರೇಗಾಡಿದ್ದಳು.) ಅದು ಯಾಕೆ ತನ್ನನ್ನು ಕಟ್ಟಿದ ಆ ಹಗ್ಗದಿಂದ ಬಿಡಿಸಿಕೊಳ್ಳಲಿಲ್ಲ? ಅದೇನೂ ಅಂತಹ ಕಷ್ಟದ ಕೆಲಸವಾಗಿರಲಿಲ್ಲ. ತನ್ನ ಕೊಕ್ಕೆಗೆ ಹಾಕಿದ್ದ ಮೂರು ಗಂಟುಗಳನ್ನು ಬಿಡಿಸಿದ್ದರೆ ಸಾಕಿತ್ತು.

ಸ್ಯಾಂಡಿ ಅದಕ್ಕೆ ಕೊಡೋ ಕಾರಣಾನೇ ಬೇರೆ. "ಶೆರ್ಪಾನ ಅನುಭವ ಮತ್ತು ಅಧಿಕಾರಕ್ಕೆ ಗೌರವಕೊಟ್ಟು ನಾನು ಬಿಡಿಸಿಕೊಳ್ಳಲಿಲ್ಲ. ಅವನ ಭಾವನೆಗಳನ್ನ ನೋಯಿಸೋಕೆ ನಂಗೆ ಇಷ್ಟ ಇರಲಿಲ್ಲ" ಎಂದು ಹೇಳುತ್ತಾಳೆ. ಮತ್ತೊಂದು ಸಂಗತಿಯನ್ನೂ ಆಕೆ ಜ್ಞಾಪಿಸಿಕೊಳ್ಳುತ್ತಾಳೆ. ತಾನೇನೂ ಕೈಗಡಿಯಾರವನ್ನು ಸರಿಯಾಗಿ ನೋಡಿಕೊಂಡಿಲ್ಲದಿದ್ದರೂ, ಲೋಪ್ಸಾಂಗ್ ತನ್ನನ್ನು ಎಳೆದುಕೊಂಡು ಹೋಗಿದ್ದು ಕೇವಲ ಒಂದು ಅಥವಾ ಒಂದೂವರೆ ಗಂಟೆ ಮಾತ್ರ.[1] ಉಳಿದವರು ಕಂಡಂತೆ ಅಥವಾ ಲೋಪ್ಸಾಂಗ್ ಹೇಳಿದಂತೆ ಐದಾರು ಗಂಟೆಗಳಷ್ಟು ದೀರ್ಘ ಸಮಯ ಖಂಡಿತಾ ಅಲ್ಲ.

ಆಕೆಯನ್ನು ಹಾಗೆ ಎಳೆದುಕೊಂಡು ಹೋಗಿದ್ದಕ್ಕೆ ಲೋಪ್ಸಾಂಗ್ ಕೊಡುವ ಕಾರಣವೇ ಬೇರೆ. ಹಲವಾರು ಸಂದರ್ಭಗಳಲ್ಲಿ ಆಕೆಯ ವರ್ತನೆಯನ್ನು ಎಲ್ಲರೆದುರಿಗೆ ಜರಿದಿದ್ದ ಈತ ಅನುಮಾನಾಸ್ಪದವಾಗಿ ಇಬ್ಬಗೆಯ ಕಾರಣಗಳನ್ನು ನೀಡುತ್ತಾನೆ. ಸಿಯಾಟೆಲ್‌ನ ವಕೀಲ ಪೀಟರ್ ಗೋಲ್ಡ್‌ಮನ್‌ಗೆ ಈತ ನೀಡುವ ಕಾರಣವೇ ಬೇರೆ. ಕತ್ತಲಿನಲ್ಲಿ ತಾನು ಪಿಟ್‌ಮನ್‌ಳನ್ನು ಡ್ಯಾನಿಷ್ ಗ್ರಾಹಕ ಲೀನ್ ಗ್ಯಾಮೆಲ್‌ಗಾರ್ಡ್ ಎಂದು ತಪ್ಪಾಗಿ ತಿಳಿದುಕೊಂಡೆನೆಂದೂ, ಆದರೆ ಬೆಳಕು ಹರಿದು

1 ಎವರೆಸ್ಟ್‌ನಿಂದ ಹಿಂತಿರುಗಿ ಆರು ತಿಂಗಳಾದ ಮೇಲೆ, ನಾನು ಮತ್ತು ಪಿಟ್‌ಮನ್ ಈ ವಿಷಯವಾಗಿ ಮತ್ತು ಇತರ ಘಟನೆಗಳ ಬಗ್ಗೆ ಎಪ್ಪತ್ತು ನಿಮಿಷದ ಸುದೀರ್ಘ ಫೋನ್ ಕರೆಯಲ್ಲಿ ಮಾತಾಡಿದ್ದೇವೆ. ಶಾರ್ಟ್-ರೋಪಿಂಗ್ ಘಟನೆಯ ಕೆಲವು ಸ್ಪಷ್ಟೀಕರಣದ ಹೊರತಾಗಿ ಬೇರೇನನ್ನೂ ಈ ಪುಸ್ತಕದಲ್ಲಿ ದಾಖಲಿಸಬಾರದಾಗಿ ಆಕೆ ಕೋರಿಕೊಂಡಳು. ಆಕೆಯ ಕೋರಿಕೆಯನ್ನು ನಾನು ಗೌರವಿಸಿದ್ದೇನೆ.

ತನ್ನ ತಪ್ಪು ಗೊತ್ತಾದ ತಕ್ಷಣ ಆಕೆಯನ್ನು ಎಳೆಯುವುದನ್ನು ನಿಲ್ಲಿಸಿದೆನೆಂದು ಹೇಳಿದ್ದಾನೆ. ಈ ಸಿಯಾಟೆಲ್‌ನ ವಕೀಲ ಸ್ಕಾಟ್ ಫಿಷರ್‌ನ ಅತ್ಯಂತ ನಂಬಿಗಸ್ಥ ಗೆಳೆಯ. 1995ರಲ್ಲಿ ಈತನು ಸ್ಕಾಟ್ ಮತ್ತು ಲೋಪ್ಸಾಂಗ್ ಇಬ್ಬರೊಡನೆ ಸೇರಿ ಬ್ರಾಡ್ ಪೀಕ್ ಪರ್ವತವನ್ನು ಹತ್ತಿದ್ದಾನೆ.

ಆದರೆ ನನ್ನ ಜೊತೆಯಲ್ಲಿ ಮಾಡಿದ ಧ್ವನಿಮುದ್ರಿತ ಸುದೀರ್ಘ ಸಂದರ್ಶನದಲ್ಲಿ ಲೋಪ್ಸಾಂಗ್ ತನಗೆ ಮೊದಲಿಂದಲೂ ಆಕೆ ಸ್ಯಾಂಡಿ ಎನ್ನುವುದು ಗೊತ್ತಿತ್ತೆಂದು ಖಚಿತವಾಗಿ ಹೇಳುತ್ತಾನೆ. ಆದರೆ ಆಕೆಯನ್ನು ಎಳೆದುಕೊಂಡು ಹೋಗುವುದಕ್ಕೆ ಆತ ಮೊದಲೇ ನಿಶ್ಚಯಿಸಿದ್ದ. "ಯಾಕಂದ್ರೆ ಸ್ಕಾಟ್‌ಗೆ ತಂಡದ ಎಲ್ಲಾ ಸದಸ್ಯರೂ ತುದಿಯನ್ನು ತಲುಪಬೇಕು ಅನ್ನೋ ಆಸೆ ಇತ್ತು. ಆದರೆ ಸ್ಯಾಂಡಿ ತುಂಬಾ ದುರ್ಬಲ ಪರ್ವತಾರೋಹಿ ಆಗಿದ್ದಳು. ಆಕೆ ತುಂಬಾ ತಡ ಮಾಡ್ತಾಳೆ ಅಂತ ನಂಗೆ ಅನ್ನಿಸ್ತು. ಅದಕ್ಕೇ ಆಕೆಯನ್ನು ಎಳೆದುಕೊಂಡು ಹೊರಟೆ."

ಸ್ಕಾಟ್ ಫಿಷರ್‌ನಿಗೆ ಭಕ್ತನಂತೆ ನಡೆದುಕೊಳ್ಳುತ್ತಿದ್ದ ಲೋಪ್ಸಾಂಗ್, ಅವನ ಆಜ್ಞಾಪಾಲಕನಾಗಿದ್ದ. ತನ್ನ ಗೆಳೆಯನ ಯಶಸ್ಸಿಗೆ ಸ್ಯಾಂಡಿ ಪಿಟ್‌ಮನ್‌ಳನ್ನು ಎವರೆಸ್ಟ್ ತುದಿಗೆ ಮುಟ್ಟಿಸುವುದು ಎಷ್ಟು ಮಹತ್ವದ್ದು ಎಂಬುದನ್ನು ಈ ಶೆರ್ಪಾ ಅರ್ಥ ಮಾಡಿಕೊಂಡಿದ್ದ. ಬೇಸ್ ಕ್ಯಾಂಪಿನಲ್ಲೊಮ್ಮೆ ಫಿಷರ್ ಕಟ್ಟಕಡೆಯದಾಗಿ ಜೇನ್ ಬ್ರೋಮೆಟ್ ಜೊತೆಗೆ ಸಹಜವಾಗಿ "ನಾನೇನಾದ್ರೂ ಸ್ಯಾಂಡಿ ಪಿಟ್‌ಮನ್‌ಳನ್ನು ಪರ್ವತದ ತುದಿಗೆ ಕರೆದುಕೊಂಡು ಹೋದೆ ಅಂದ್ರೆ ಆಯ್ತು, ಆಕೆ ಎಲ್ಲಾ ಟಿವಿ ಷೋಗಳಲ್ಲಿ ಬಂದೇ ಬರ್ತಾಳೆ. ಆಕೆಯ ಕೀರ್ತಿ ಮತ್ತು ಅಭಿಮಾನಿ ಬಳಗದಲ್ಲಿ ನನಗೂ ಪಾಲು ಕೊಡೋದಿಲ್ಲ ಅಂತೀಯ?" ಎಂದು ಕೇಳಿದ್ದ.

ವಕೀಲ ಗೋಲ್ಡ್‌ಮನ್ ಅದನ್ನು ಈ ರೀತಿಯಾಗಿ ಅರ್ಥೈಸುತ್ತಾನೆ. "ಲೋಪ್ಸಾಂಗ್ ಸಂಪೂರ್ಣವಾಗಿ ಸ್ಕಾಟ್‌ನ ಶಿಷ್ಯ ಆಗಿದ್ದ. ಸ್ಕಾಟ್ ಹೇಳದೇ ಹೋಗಿದ್ರೆ ಅವನಾಗಿಯೇ ನಿರ್ಧಾರ ತೊಗೊಂಡು ಸ್ಯಾಂಡಿಯನ್ನು ಶಾರ್ಟ್-ರೋಪ್‌ನಲ್ಲಿ ಕರೆದುಕೊಂಡು ಹೋಗ್ತಿದ್ದ ಅಂತ ನಂಗೆ ಅನ್ನಿಸೋಲ್ಲ."

ಲೋಪ್ಸಾಂಗ್‌ನ ಆ ನಿರ್ಧಾರಕ್ಕೆ ಕಾರಣ ಯಾವುದೇ ಇರಲಿ, ಒಬ್ಬ ಗ್ರಾಹಕಳನ್ನು ಆ ರೀತಿಯಾಗಿ ಎಳೆದುಕೊಂಡು ಹೋಗಿದ್ದು ಆ ಸಮಯದಲ್ಲಿ ಅಂತಹ ದೊಡ್ಡ ತಪ್ಪೇನೂ ಆಗಿರಲಿಲ್ಲ. ಆದರೆ ಮುಂದೆ ನಡೆಯಲಿರುವ ದೊಡ್ಡ ದುರಂತಕ್ಕೆ ಈ ತರಹದ ಚಿಕ್ಕ ಚಿಕ್ಕ ತಪ್ಪುಗಳೆಲ್ಲಾ ನಿಧಾನಕ್ಕೆ, ಯಾರ ಅರಿವಿಗೂ ಸಿಗದಂತೆ ಸೇರಿಕೊಳ್ಳಲು ಪ್ರಾರಂಭಿಸಿದ್ದವು.

ಹಿಮ ಕುಣಿಗಳನ್ನು
ದಾಟುತ್ತಿರುವ
ಪರ್ವತಾರೋಹಿ

ಹಿಲರಿ ಸ್ಟೆಪ್ ಬಳಿ
ಸೇರಿದ ಜನದಟ್ಟಣೆ

ಇನ್ನೇನು ತುದಿ
ಸಿಕ್ಕೇಬಿಟ್ಟಿತು!

ಯಸುಕೋ ನಂಬಾ

ರಾಬ್ ಹಾಲ್

ಅನಾಟೋಲಿ ಬೋಕ್ರೀವ್

ಸ್ಕಾಟ್ ಫಿಷರ್

ನೀಲ್ ಬೈಡಲ್‌ಮನ್

ಸ್ಯಾಂಡಿ ಪಿಟ್ ಹಿಲ್‌ಮನ್

ರಾಬ್ ಹಾಲ್ ತಂಡ

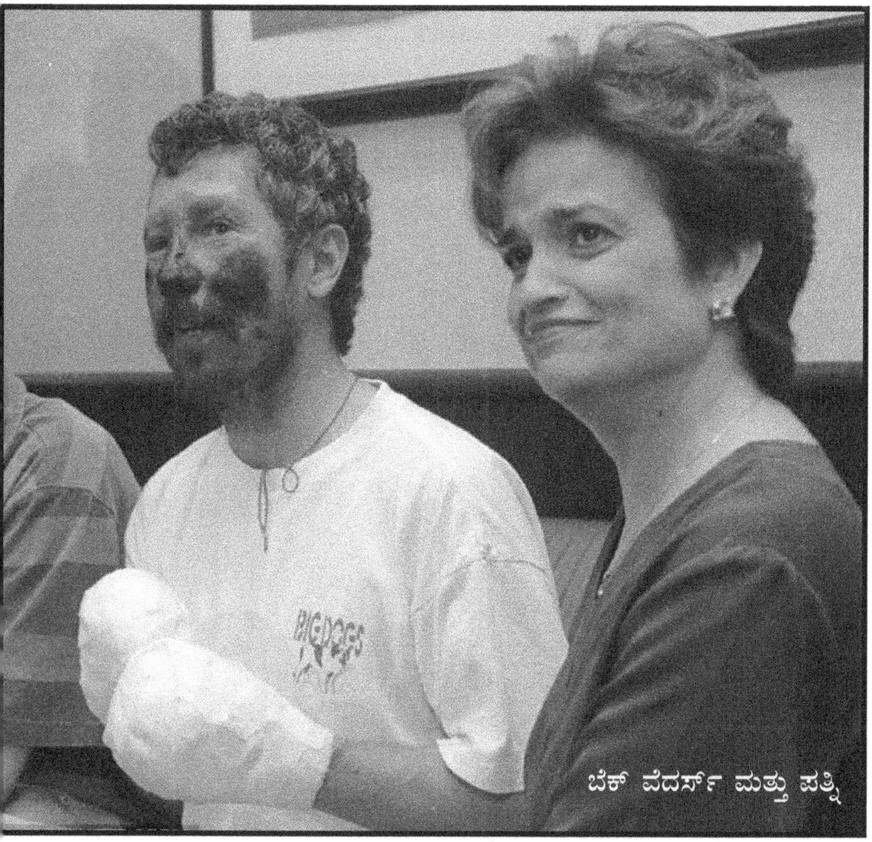

ಬೆಕ್ ವೆದರ್ಸ್ ಮತ್ತು ಪತ್ನಿ

ಸಾಗರಮಾತಾಜೀ

ಲೇಖಕ ಜಾನ್ ಕ್ರಾಕೌರ್

ಅಧ್ಯಾಯ 13

ಆಜ್ಞೇಯ ದಿಬ್ಬ

10ನೇ ಮೇ 1996; 27,600 ಅಡಿ ಎತ್ತರ

ಸೌತ್ ಕೋಲ್‌ನ ಮೇಲೆ, ಅಂದರೆ 'ಸಾವಿನ ಪರಿಧಿ'ಯ ಒಳಗೆ, ಬದುಕುಳಿಯುವುದಕ್ಕೆ ಗಡಿಯಾರದ ಮುಳ್ಳಿನ ಜೊತೆಗೆ ಸ್ಪರ್ಧಿಸಲೇಬೇಕಾಗುತ್ತದೆ. ಮೇ 10 ರಂದು ನಾಲ್ಕನೆಯ ಕ್ಯಾಂಪಿನಿಂದ ಹೊರಟ ನಂತರ, ಪ್ರತಿಯೊಬ್ಬರೂ 3 ಕೆಜಿ ಭಾರದ ಎರಡು ಆಮ್ಲಜನಕದ ಬಾಟಲಿಗಳನ್ನು ತಮ್ಮೊಡನೆ ತೆಗೆದುಕೊಂಡಿದ್ದರು. ಮೂರನೆಯದನ್ನು ಮುಂದೆ ಸಿಗುವ ದಕ್ಷಿಣ ತುದಿಯಲ್ಲಿ ಈಗಾಗಲೇ ಶೆರ್ಪಾಗಳು ಶೇಖರಿಸಿಟ್ಟಿದ್ದ ಉಗ್ರಾಣದಿಂದ ತೆಗೆದುಕೊಳ್ಳಬೇಕಿತ್ತು. ಕಡಿಮೆಯೆಂದರೂ ಪ್ರತಿ ನಿಮಿಷಕ್ಕೆ ಎರಡು ಲೀಟರ್ ಆಮ್ಲಜನಕ ಬೇಕಾಗಬಹುದು ಎಂದು ಲೆಕ್ಕ ಹಾಕಿದರೂ, ಪ್ರತಿಯೊಂದು ಬಾಟಲಿಯನ್ನು ಐದರಿಂದ ಆರು ಗಂಟೆಗಳ ಕಾಲ ಉಪಯೋಗಿಸಬಹುದಾಗಿತ್ತು. ಅಂದರೆ ಸಂಜೆ 4 ಅಥವಾ 5 ಗಂಟೆಗೆಲ್ಲಾ ಪ್ರತಿಯೊಬ್ಬರ ಆಮ್ಲಜನಕದ ಕೋಟಾವೂ ಮುಕ್ತಾಯವಾಗಿರುತ್ತದೆ.

ನಾವು ಎಷ್ಟರಮಟ್ಟಿಗೆ ತೆಳುಗಾಳಿಗೆ ಹೊಂದಿಕೊಂಡಿದ್ದೇವೆ ಮತ್ತು ನಮ್ಮ ದೈಹಿಕ ಆರೋಗ್ಯ ಹೇಗಿದೆ ಎನ್ನುವುದರ ಮೇಲೆ ನಾವು ಸೌತ್ ಕೋಲ್ ಮೇಲೆಯೂ ಆಮ್ಲಜನಕವಿಲ್ಲದೆ ಇರಬಹುದಾದರೂ, ಅದು ಸುಲಭವೂ ಅಲ್ಲ ಮತ್ತು ಬಹಳ ಹೊತ್ತು ಸಾಧ್ಯವಾಗುವುದೂ ಇಲ್ಲ. HAPE, HACE, ಹೈಪೋಥರ್ಮಿಯಾ, ಮನೋವೇದನೆ ಮತ್ತು ಹಿಮಕಡಿತಗಳು ತಕ್ಷಣವೇ ನಮ್ಮನ್ನು ಆಕ್ರಮಣ ಮಾಡಲು ಸುಲಭದ ದಾರಿ ಮಾಡಿಕೊಟ್ಟಂತಾಗುತ್ತದೆ. ಸಾಯುವ ಸಾಧ್ಯತೆ ರಾಕೆಟ್ಟಿನಂತೆ ಮೇಲಕ್ಕೆ ಜಿಗಿಯುತ್ತದೆ.

ನಾಲ್ಕು ಬಾರಿ ಎವರೆಸ್ಟ್ ಹತ್ತಿ ಇಳಿದ ರಾಬ್ ಹಾಲ್‌ಗೆ ಆದಷ್ಟು ಬೇಗನೆ ಶಿಖರದ ತುದಿಯನ್ನು ಹತ್ತಿ ಇಳಿದು ಬಿಡಬೇಕು ಎನ್ನುವ ವಿಷಯ ಚೆನ್ನಾಗಿ ಗೊತ್ತಿತ್ತು. ತನ್ನ ತಂಡದ ಕೆಲವು ಸದಸ್ಯರ ಪರ್ವತಾರೋಹಣದ ಕೌಶಲ್ಯವು ತುಂಬಾ ಅನುಮಾನಾಸ್ಪದವಾದ್ದರಿಂದ, ರಕ್ಷಣೆಗಾಗಿ ಹಗ್ಗವನ್ನು ಬಳಸುವುದೆಂದು ರಾಬ್ ನಿರ್ಧರಿಸಿದ್ದ. ತನ್ನ ತಂಡದ ಮತ್ತು ಫಿಷರ್ ತಂಡದ ಎಲ್ಲರನ್ನೂ ಕಷ್ಟದ ಮಾರ್ಗದಲ್ಲಿ ಆದಷ್ಟು ಬೇಗನೆ ದಾಟಿಸಬೇಕೆಂಬುದು ಆತನ ಯೋಜನೆಯಾಗಿತ್ತು. ಆದರೆ ಈ ವರ್ಷ ಇನ್ನೂ ಯಾರೂ ಯಶಸ್ವಿಯಾಗಿ ಪರ್ವತದ ತುದಿಯನ್ನು ಮುಟ್ಟಿ ಬಂದಿಲ್ಲ ಎನ್ನುವ ಸಂಗತಿ ಆತನನ್ನು ಕೊರೆಯುತ್ತಿತ್ತು. ಅದರಿಂದಾಗಿ ಯಾವುದೇ ಹಗ್ಗವನ್ನು ತುದಿಯ ತನಕ ಈ ವರ್ಷ ಯಾರೂ ಇನ್ನೂ ಕಟ್ಟಿಲ್ಲವೆಂಬ ಕಹಿಸತ್ಯ ಅವನಿಗೆ ಗೊತ್ತಿತ್ತು.

ಸ್ವೀಡನ್ ದೇಶದ ಏಕಾಂಗಿ ಪರ್ವತಾರೋಹಿ ಗೋರಾನ್ ಕ್ರಾಪ್ ಮೇ 3 ರಂದು ತುದಿ ತಲುಪಲು 350 ಅಡಿಗಳು ಬಾಕಿ ಇವೆ ಅನ್ನುವ ತನಕ ಹತ್ತಿದ್ದನಾದರೂ ಆತ ಯಾವುದೇ ಹಗ್ಗವನ್ನು ಹಾಕುವ ಗೊಡವೆಗೆ ಹೋಗಿರಲಿಲ್ಲ. ಅವನಿಗಿಂತಲೂ ಹೆಚ್ಚು ಎತ್ತರಕ್ಕೆ ಹೋಗಿದ್ದ ಮಾಂಟೇನೇಗ್ರಿನ್‌ನವರು ಸ್ವಲ್ಪ ಹಗ್ಗವನ್ನು ಹಾಕಿದ್ದರಾದರೂ, ಅವರ ಅನನುಭವದಿಂದಾಗಿ ಒಯ್ದ ಹಗ್ಗವನ್ನೆಲ್ಲಾ ಸೌತ್ ಕೋಲ್‌ನಿಂದ 1400 ಅಡಿ ಎತ್ತರದ ಸುಲಭದ ದಾರಿಯಲ್ಲಿ ವ್ಯಯ ಮಾಡಿ, ಕಠಿಣದ ಹಾದಿಯನ್ನು ಹಾಗೆಯೇ ಬಿಟ್ಟು ಬಂದಿದ್ದರು. ಈ ಎಲ್ಲಾ ಕಾರಣದಿಂದಾಗಿ, ನಾವು ಶಿಖರದ ತುದಿಯನ್ನು ಹತ್ತುವ ಹೊತ್ತಿಗೆ, ಆಜ್ಞೇಯ ದಿಬ್ಬದ ಒರಟೊರಟು ದಾರಿಯಗುಂಟ ಈ ಹಿಂದಿನ ವರ್ಷಗಳಲ್ಲಿ ಉಪಯೋಗಿಸಿ ಬಿಟ್ಟಿದ್ದ ಹಳೆಯದಾದ, ಕ್ಷೀಣಗೊಂಡ ಹಗ್ಗ ಮಾತ್ರವಿತ್ತು. ಅದು ಆಗೊಮ್ಮೆ ಈಗೊಮ್ಮೆ ಹಿಮದಿಂದ ಮೇಲಕ್ಕೆ ಕಾಣಿಸಿಕೊಳ್ಳುತ್ತಿತ್ತು.

ಇಂತಹ ಸಂದರ್ಭ ಬರಬಹುದೆಂದು ರಾಬ್ ಹಾಲ್ ಮತ್ತು ಸ್ಕಾಟ್ ಫಿಷರ್ ಇಬ್ಬರೂ ಊಹಿಸಿದ್ದರು. ಆದ್ದರಿಂದ ಬೇಸ್ ಕ್ಯಾಂಪ್ ಬಿಡುವುದಕ್ಕೆ ಮುಂಚೆಯೇ ಎರಡೂ ತಂಡದ ಮಾರ್ಗದರ್ಶಿಗಳನ್ನು ಒಂದೆಡೆ ಸೇರಿಸಿ ಒಂದು ತೀರ್ಮಾನಕ್ಕೆ

ಬಂದಿದ್ದರು. ನಾಲ್ಕನೆಯ ಕ್ಯಾಂಪಿನಿಂದ ಬೇರೆಲ್ಲರೂ ಹೊರಡುವುದಕ್ಕೆ ಒಂದೂವರೆ ಗಂಟೆ ಮುಂಚೆ, ಪ್ರತಿ ತಂಡದಿಂದಲೂ ಇಬ್ಬರು ಶೆರ್ಪಾಗಳನ್ನು ಮೊದಲೇ ಕಳುಹಿಸಿಕೊಡುವುದಾಗಿ ನಿರ್ಧರಿಸಿದ್ದರು. ಅವರ ಜೊತೆಯಲ್ಲಿ ಎರಡೂ ತಂಡದ ಸರ್ದಾರರಾದ ಆಂಗ್ ದೋರ್ಜೆ ಮತ್ತು ಲೋಪ್ಸಾಂಗ್ ಕೂಡಾ ಹೋಗಬೇಕೆಂದು ಮಾತುಕತೆಯಾಗಿತ್ತು. ಇದರಿಂದಾಗಿ ಅತ್ಯಂತ ಕಠಿಣವಾದ ದಾರಿಯಲ್ಲಿ ಹಗ್ಗವನ್ನು ಹಾಕಲು ಶೆರ್ಪಾಗಳಿಗೆ ಸಾಕಷ್ಟು ಸಮಯಾವಕಾಶ ಸಿಗುತ್ತದೆಂಬುದು ಅವರ ಯೋಜನೆಯಾಗಿತ್ತು. "ರಾಬ್ ತನಗಿದು ಅತ್ಯಂತ ಮುಖ್ಯವಾದ ಸಂಗತಿಯೆಂಬುದನ್ನು ಸ್ಪಷ್ಟಪಡಿಸಿದ್ದ. ಅನಂತರ ಅನವಶ್ಯಕವಾಗಿ ಇಕ್ಕಟ್ಟಿಗೆ ಸಿಲುಕುವುದು ಯಾವುದೇ ಕಾರಣಕ್ಕೂ ಬೇಡವೆಂದು ಅವನು ಹೇಳಿದ್ದ" ಎಂದು ಬೈಡಲ್‌ಮನ್ ಜ್ಞಾಪಿಸಿಕೊಳ್ಳುತ್ತಾನೆ.

ಆದರೆ ಯಾವ ಕಾರಣವೋ ಗೊತ್ತಿಲ್ಲ, ಮೇ 9ರ ರಾತ್ರಿ ಯಾವುದೇ ಶೆರ್ಪಾ ಕೂಡಾ ನಮಗಿಂತಲೂ ಮುಂಚೆ ಸೌತ್ ಕೋಲ್ ಬಿಟ್ಟು ಕದಲಲಿಲ್ಲ. ಬಹುಶಃ ಸುಮಾರು ಸಂಜೆಯ 7:30ರ ತನಕ ಜೋರಾಗಿ ಬೀಸುತ್ತಿದ್ದ ಬಿರುಗಾಳಿಯಿಂದಾಗಿ ಅವರಿಗೆ ನಿಗದಿತ ಸಮಯಕ್ಕೆ ಹೊರಡುವುದು ಸಾಧ್ಯವಾಗಿರಲಿಕ್ಕಿಲ್ಲ. ಪರ್ವತಾರೋಹಣ ಮುಗಿದ ನಂತರ ಲೋಪ್ಸಾಂಗ್ ಬೇರೆಯದೇ ಕತೆಯೊಂದನ್ನು ಒಪ್ಪಿಸಿದ. ಕೊನೆಯ ಗಳಿಗೆಯಲ್ಲಿ ರಾಬ್ ಮತ್ತು ಸ್ಕಾಟ್ ಇಬ್ಬರೂ ಈ ಕೆಲಸ ಮಾಡುವುದು ಬೇಡವೆಂದು ಹೇಳಿದರೆಂದೂ, ಯಾಕೆಂದರೆ ಮಾಂಟೇನೀಗ್ರಿನ್‌ನವರು ಈಗಾಗಲೇ ದಕ್ಷಿಣ ಉತ್ತುಂಗದ ತನಕ ಹಗ್ಗವನ್ನು ಹಾಕಿ ಬಿಟ್ಟಿದ್ದಾರೆಂಬ ತಪ್ಪು ಮಾಹಿತಿ ಅವರಿಗೆ ಸಿಕ್ಕಿತ್ತೆಂದೂ ಹೇಳುತ್ತಾನೆ.

ಲೋಪ್ಸಾಂಗ್ ಹೇಳುವ ಮಾತೇ ಸತ್ಯವಾದರೆ, ತಂಡದಲ್ಲಿ ಬದುಕುಳಿದ ಇತರ ಮಾರ್ಗದರ್ಶಿಗಳಾದ ಬೈಡಲ್‌ಮನ್, ಗ್ರೂಮ್ ಮತ್ತು ಬೊಕ್ರೀವ್ ಯಾರಿಗೂ ಈ ಬದಲಾವಣೆಯ ಸಂಗತಿಯನ್ನು ಯಾಕೆ ಹೇಳಿರಲಿಲ್ಲ ಎಂಬ ಅನುಮಾನವಾಗುತ್ತದೆ. ಹಗ್ಗ ಹಾಕುವ ಕೆಲಸವೇ ರದ್ದಾಗಿದ್ದರೆ, ಆ ದಿನ ಬೆಳಿಗ್ಗೆ ಲೋಪ್ಸಾಂಗ್ ಮತ್ತು ಆಂಗ್ ದೋರ್ಜೆ ಇಬ್ಬರೂ ಎಲ್ಲರಿಗಿಂತಲೂ ಮುಂಚೆ 300 ಅಡಿ ಹಗ್ಗವನ್ನು ಹಿಡಿದುಕೊಂಡು ನಾಲ್ಕನೆಯ ಕ್ಯಾಂಪಿನಿಂದ ಹೊರಡುವ ಅವಶ್ಯಕತೆಯಿರಲಿಲ್ಲ.

ವಿಷಯ ಏನೇ ಇರಲಿ, 27,400 ಅಡಿ ಎತ್ತರದ ಮೇಲೆ ಹಗ್ಗವನ್ನು ಸರಿಯಾದ ಹೊತ್ತಿನಲ್ಲಿ ಹಾಕಿರಲಿಲ್ಲ. ಆಂಗ್ ದೋರ್ಜೆ ಮತ್ತು ನಾನು ಮೊದಲಿಗೆ ಬಾಲ್ಕನಿಗೆ ಬೆಳಗಿನ 5:30ರ ವೇಳೆಗೆ ಬಂದಾಗ, ರಾಬ್ ಹಾಲ್‌ನ ಉಳಿದ ತಂಡದವರಿಗಿಂತಲೂ ನಾವು ಒಂದು ಗಂಟೆಗೂ ಹೆಚ್ಚು ಮುಂದಿದ್ದೆವು. ಆ ಹೊತ್ತಿನಲ್ಲಿ ನಾವಿಬ್ಬರೂ ಆರಾಮಾಗಿ ಮೇಲೆ ಹೋಗಿ ಹಗ್ಗಗಳನ್ನು ಕಟ್ಟಿ ಬರಬಹುದಿತ್ತು. ಆದರೆ ರಾಬ್

ಹಾಲ್ ಖಡಾಖಂಡಿತವಾಗಿ ನಾನು ಮುಂದಕ್ಕೆ ಹೋಗುವಂತಿಲ್ಲ ಎಂದು ಹೇಳಿದ್ದ. ಲೋಪ್ಸಾಂಗ್ ಇನ್ನೂ ಕೆಳಗೆ ಸ್ಯಾಂಡಿ ಪಿಟ್‌ಮನ್‌ಳನ್ನು ಎಳೆದುಕೊಂಡು ಬರುವುದರಲ್ಲಿ ನಿರತನಾಗಿದ್ದ. ಆದ್ದರಿಂದ ಆಂಗ್ ದೋರ್ಜೆ ಜೊತೆಗೆ ಹೋಗಲು ಯಾರೂ ಇರಲಿಲ್ಲ.

ಹೆಚ್ಚಿಗೆ ಮಾತನ್ನು ಬಯಸದ ಮತ್ತು ತನ್ನದೇ ಲೋಕದಲ್ಲಿ ಇರಲು ಬಯಸುವ ಆಂಗ್ ದೋರ್ಜೆ ಆ ದಿನ ವಿಶೇಷವಾಗಿ ಬೇಸರದಲ್ಲಿ ಇರುವಂತೆ ಕಂಡ. ಸೂರ್ಯ ಮೂಡುವುದನ್ನೇ ನೋಡುತ್ತಾ ಕುಳಿತಿದ್ದಾಗ, ಅವನನ್ನು ಮಾತಿನಲ್ಲಿ ಎಳೆಯುವ ನನ್ನ ಎಲ್ಲಾ ಪ್ರಯತ್ನಗಳೂ ವಿಫಲವಾದವು. ಬಹುಶಃ ಕಳೆದು ಎರಡು ವಾರಗಳಿಂದ ಹಲ್ಲು ನೋವಿನಿಂದ ಅವನು ಒದ್ದಾಡುತ್ತಿದ್ದರಿಂದಾಗಿ ಅವನಿಗೆ ಏನೂ ಬೇಡವಾಗಿತ್ತೇನೋ ಎಂದು ನಾನು ಭಾವಿಸಿದೆ. ಅಥವಾ ನಾಲ್ಕು ದಿನಗಳ ಕೆಳಗೆ ಅವನನ್ನು ಗೊಂದಲಗೊಳಿಸಿದ ದೃಶ್ಯಗಳಿಂದಾಗಿ ಅವನು ಗಂಭೀರನಾಗಿದ್ದಿರಬಹುದು. ಬೇಸ್ ಕ್ಯಾಂಪ್‌ನಲ್ಲಿ ಕೊನೆಯ ದಿನ ಅವನು ಮತ್ತು ಇತರ ಶೆರ್ಪಾಗಳು, ಶಿಖರದ ತುದಿಯನ್ನು ಹತ್ತಲು ಹೊರಡುವ ಸಂಭ್ರಮಕ್ಕಾಗಿ ಸಾಕಷ್ಟು ಪ್ರಮಾಣದಲ್ಲಿ ಚಾಂಗ್ ಎನ್ನುವ ಸಿಹಿಯಾದ ಬಿಯರನ್ನು ಕುಡಿದಿದ್ದರು. ಅಕ್ಕಿ ಮತ್ತು ಬಾರ್ಲಿಯಿಂದ ತಯಾರಿಸುವ ಈ ಪೇಯ ಗಟ್ಟಿಯಾಗಿರುತ್ತದೆ. ಮರುದಿನ ಸಿಕ್ಕಾಪಟ್ಟೆ ಹ್ಯಾಂಗೋವರ್‌ನಲ್ಲಿ ಒದ್ದಾಡುತ್ತಿದ್ದ ಆಂಗ್ ದೋರ್ಜೆ ಬಹಳ ಸುಸ್ತಾಗಿದ್ದ. ಹಿಮಜಲಪಾತವನ್ನು ಹತ್ತುವುದಕ್ಕೆ ಮುಂಚೆ ತನ್ನ ಗೆಳೆಯನೊಬ್ಬನಿಗೆ ಹಿಂದಿನ ರಾತ್ರಿ ದೆವ್ವಗಳನ್ನು ಕಂಡಿದ್ದಾಗಿ ಹೇಳಿದ್ದ. ಧರ್ಮದಲ್ಲಿ ಸಾಕಷ್ಟು ನಂಬಿಕೆಯುಳ್ಳ ಈ ಯುವಕ ಅಂತಹ ಸಂಗತಿಗಳನ್ನು ಸುಲಭವಾಗಿ ನಿರ್ಲಕ್ಷಿಸುವುದು ಸಾಧ್ಯವಿರಲಿಲ್ಲ.

ಮತ್ತೊಂದು ಸಾಧ್ಯತೆಯೂ ಇದೆ. ಎಲ್ಲರ ಕಣ್ಣಿನಲ್ಲಿಯೂ ಮಿಂಚುವ ಲೋಪ್ಸಾಂಗ್ ಬಗ್ಗೆ ಅವನ ಕೋಪ ಹುಟ್ಟಿರಬಹುದು. 1995ರ ಎವರೆಸ್ಟ್ ಪರ್ವತಾರೋಹಣದಲ್ಲಿ ರಾಬ್ ಹಾಲ್ ಇವರಿಬ್ಬರನ್ನೂ ತನ್ನ ತಂಡದಲ್ಲಿ ಸೇರಿಸಿಕೊಂಡಿದ್ದ. ಆದರೆ ಇಬ್ಬರೂ ಶೆರ್ಪಾಗಳು ಹೊಂದಾಣಿಕೆಯಿಂದ ವರ್ತಿಸಿರಲೇ ಇಲ್ಲ.

ಆ ವರ್ಷ ಶಿಖರದ ತುದಿಯನ್ನು ತಲುಪುವ ದಿನ, ರಾಬ್ ಹಾಲ್‌ನ ತಂಡವು ದಕ್ಷಿಣದ ತುದಿಯನ್ನು ಸ್ವಲ್ಪ ತಡವಾಗಿ ಅಂದರೆ ಮಧ್ಯಾಹ್ನ 1:30ಕ್ಕೆ ತಲುಪಿತ್ತು. ಮುಂದಿರುವ ಕೊನೆಯ ಶಿಖರದ ತುದಿಗೆ ಸೇರಿದ ದಿಬ್ಬದಲ್ಲಿ ಎಷ್ಟು ಎತ್ತರದಲ್ಲಿ ಮಂಜು ಹಾಸಿಕೊಂಡಿದೆ ಮತ್ತು ಮುಂದೆ ಹತ್ತಲು ಯೋಗ್ಯವಾಗಿದೆಯೆ ಎಂಬುದನ್ನು ತಿಳಿದುಕೊಂಡು ಬರಲು ಹಾಲ್, ನ್ಯೂಜಿಲೆಂಡಿನ ಗೈ ಕಾಟರ್ ಎನ್ನುವ ಒಬ್ಬ ಮಾರ್ಗದರ್ಶಿಯನ್ನೂ, ಜೊತೆಗೆ ಲೋಪ್ಸಾಂಗ್ ಅನ್ನು ಕಳುಹಿಸಿದ್ದ. ಆದರೆ ಆ ಸಲ ತಂಡದ ಸರ್ದಾರನಾಗಿ ನೇಮಕಗೊಂಡಿದ್ದ ಆಂಗ್ ದೋರ್ಜೆ ಅದು ತನಗಾದ

ಅವಮಾನ ಎಂದು ತಿಳಿದುಕೊಂಡ. ಸ್ವಲ್ಪ ಸಮಯದ ನಂತರ ಲೋಪ್ಸಾಂಗ್‌ನು ಹಿಲರಿ ಸ್ಟೆಪ್ ಎನ್ನುವ ದೊಡ್ಡ ಬಂಡೆಯನ್ನು ತಲುಪಿದ. ಆ ಹೊತ್ತಿಗೆಲ್ಲಾ ರಾಬ್ ಹಾಲ್ ವಾಪಾಸು ಹೋಗುವುದಾಗಿ ನಿರ್ಧರಿಸಿಬಿಟ್ಟು, ಲೋಪ್ಸಾಂಗ್ ಮತ್ತು ಕಾಟರ್‌ಗೆ ಹಿಂತಿರುಗಲು ಆಜ್ಞೆ ಮಾಡಿದ. ಆದರೆ ಲೋಪ್ಸಾಂಗ್ ಆ ಆಜ್ಞೆಯನ್ನು ಧಿಕ್ಕರಿಸಿ, ಕಾಟರ್‌ನನ್ನು ಅವನ ಪಾಡಿಗೆ ಬಿಟ್ಟು, ಶಿಖರದ ತುದಿಗೆ ಏಕಾಂಗಿಯಾಗಿ ಹೊರಟು ಹೋಗಿದ್ದ. ಹಾಲ್‌ಗೆ ಈ ಮೊಂಡುತನ ಸಿಕ್ಕಾಪಟ್ಟೆ ಸಿಟ್ಟನ್ನು ತರಿಸಿತ್ತು. ಹಾಲ್‌ಗೆ ಸಿಟ್ಟು ತಂದ ಸಂಗತಿಯನ್ನು ಆಂಗ್ ದೋರ್ಜೆ ಎಲ್ಲರೊಡನೆ ಹಂಚಿಕೊಂಡಿದ್ದ.

ಈ ವರ್ಷ ಅವರಿಬ್ಬರೂ ಬೇರೆ ಬೇರೆ ತಂಡದಲ್ಲಿ ಇದ್ದರೂ, ಶಿಖರದ ತುದಿಯನ್ನು ತಲುಪಬೇಕಾದ ಕಡೆಯ ದಿನ ಆಂಗ್ ದೋರ್ಜೆ ಮತ್ತು ಲೋಪ್ಸಾಂಗ್ ಜೊತೆಯಲ್ಲಿ ಕೆಲಸ ಮಾಡಬೇಕಿತ್ತು. ಆದರೆ ಮತ್ತೊಮ್ಮೆ ಲೋಪ್ಸಾಂಗ್ ತನ್ನ ಮೊಂಡುತನವನ್ನು ಶುರು ಮಾಡಿಕೊಂಡಿದ್ದ. ಕಳೆದ ಆರು ವಾರಗಳಿಂದ ಆಂಗ್ ದೋರ್ಜೆ ತನ್ನ ಶಕ್ತಿ ಮೀರಿ ಕೆಲಸ ಮಾಡುತ್ತಲೇ ಇದ್ದ. ಈಗ ನೋಡಿದರೆ ಹೆಚ್ಚಿನ ಕೆಲಸವನ್ನು ಮೈಮೇಲೆ ಹಾಕಿಕೊಂಡು ಸುಸ್ತಾದವನಂತೆ ಕಾಣುತ್ತಿದ್ದ. ಸಪ್ಪೆ ಮುಖದಲ್ಲಿ ನನ್ನ ಪಕ್ಕ ಕುಳಿತ ಆಂಗ್ ದೋರ್ಜೆ, ಲೋಪ್ಸಾಂಗ್ ಬರುವಿಗಾಗಿ ಕಾಯುತ್ತಿದ್ದ. ಹಗ್ಗವನ್ನು ಹಾಕುವುದಂತೂ ಒಬ್ಬನಿಂದಲೇ ಸಾಧ್ಯವಾಗಿರಲಿಲ್ಲ.

ಆ ಕಾರಣದಿಂದಾಗಿಯೇ ನಾನು ಬಾಲ್ಕನಿಯಿಂದ ಹೊರಟು 90 ನಿಮಿಷಗಳಲ್ಲಿ 28,000 ಅಡಿಯನ್ನು ತಲುಪಿದಾಗ ಇಕ್ಕಟ್ಟಿನ ಪರಿಸ್ಥಿತಿ ಎದುರಾಯ್ತು. ಅಲ್ಲಿ ಹಲವಾರು ದೊಡ್ಡ ದೊಡ್ಡ ಬಂಡೆಗಳಿದ್ದು, ಅವುಗಳನ್ನು ಹತ್ತಲು ಹಗ್ಗದ ಅವಶ್ಯಕತೆ ಇತ್ತು. ಎಲ್ಲಾ ತಂಡದ ಸದಸ್ಯರು ದಾರಿಗಾಣದೆ ನಿಂತು ಬಿಟ್ಟರು. ಆಗ ಬೈಡಲ್‌ಮನ್ ತಾನೇ ಹಗ್ಗವನ್ನು ತೆಗೆದುಕೊಂಡು ಅತ್ಯಂತ ಕಷ್ಟದಿಂದ ಆ ಕಲ್ಲುಗಳ ಮೇಲೆ ಹಾಕಿದ. ಆತನ ಕೆಲಸ ಮುಗಿಯುವವರೆಗೂ ಸುಮಾರು ಒಂದು ಗಂಟೆಗಳ ಕಾಲ ಅಲ್ಲಿ ಬಂಡೆಯ ಕೆಳಗೆ ಜಮಾಯಿಸಿದವರೆಲ್ಲರೂ ಅಸಹನೆಯಿಂದ ಒದ್ದಾಡಿದರು.

ಇಂತಹ ಹೊತ್ತಿನಲ್ಲಿ, ಹಾಲ್‌ನ ಗ್ರಾಹಕಳಾದ ಯಸುಕೋ ನಂಬಾಳ ಅಸಹನೆ ಮತ್ತು ತಾಂತ್ರಿಕ ಅನನುಭವದಿಂದಾಗಿ ಒಂದು ದೊಡ್ಡ ಅನಾಹುತವೇ ಆಗುವುದರಲ್ಲಿತ್ತು. ಉದ್ಯೋಗದಲ್ಲಿ ಸಾಕಷ್ಟು ಪ್ರಗತಿಯನ್ನು ಕಂಡ ಈಕೆ ಟೋಕಿಯೋದಲ್ಲಿ ಫೆಡರಲ್ ಎಕ್ಸ್‌ಪ್ರೆಸ್‌ನಲ್ಲಿ ಕೆಲಸ ಮಾಡುತ್ತಿದ್ದಳು. ಸಾಮಾನ್ಯವಾಗಿ ಮಧ್ಯವಯಸ್ಕ ಜಪಾನಿ ಹೆಂಗಸರಂತೆ ಸೌಮ್ಯವಾಗಿ ಇರದೆ ತುಸು ಬೇರೆಯಿದ್ದಳು. ತನ್ನ ಮನೆಯಲ್ಲಿ ಗಂಡನೇ ಅಡಿಗೆಯನ್ನೂ ಮತ್ತೂ ಪಾತ್ರೆ ತೊಳೆಯುವುದನ್ನೂ ಮಾಡುತ್ತಾನೆಂದು ನಗುತ್ತಾ ಹೇಳಿದ್ದಳು. ಆಕೆಯ ಎವರೆಸ್ಟ್ ಆರೋಹಣದ ಮಹತ್ವಾಕಾಂಕ್ಷೆ ಜಪಾನಿನಲ್ಲಿ ಸ್ವಲ್ಪಮಟ್ಟಿಗೆ ಜನಪ್ರಿಯತೆಯನ್ನು ತಂದುಕೊಟ್ಟಿತ್ತು. ಈ

ಹಿಂದೆಲ್ಲಾ ಆಕೆ ನಿಧಾನಕ್ಕೆ ನಡೆಯುತ್ತಲೂ, ಆತ್ಮವಿಶ್ವಾಸವಿಲ್ಲದಂತೆ ಇರುತ್ತಿದ್ದಳು. ಆದರೆ ಶಿಖರ ತಲುಪುವ ಈ ದಿನ ಮಾತ್ರ ವಿಶೇಷ ಶಕ್ತಿಯೇ ಆಕೆಯಲ್ಲಿ ಸೇರಿಕೊಂಡು ಬಿಟ್ಟಿತ್ತು. ನಾಲ್ಕನೆಯ ಕ್ಯಾಂಪಿನಲ್ಲಿ ಜಾನ್ ಟಾಸ್ಕ್ ಆಕೆಯೊಡನೆ ಗುಡಾರವನ್ನು ಹಂಚಿಕೊಂಡಿದ್ದ. "ನಾವು ಸೌತ್ ಕೋಲ್ ಸೇರಿದಾಗಿನಿಂದಲೇ ಆಕೆಗೆ ಶಿಖರದ ತುದಿಯನ್ನು ಮುಟ್ಟುವ ಹೆಬ್ಬಯಕೆ ವಿಪರೀತವಾಗಿತ್ತು. ನಿಜ ಹೇಳಬೇಕು ಅಂದ್ರೆ ಆಕೆ ಮೈಯಲ್ಲಿ ಯಾವುದೋ ಶಕ್ತಿ ಸೇರಿಕೊಂಡಂತೆ ಕಾಣಿಸುತ್ತಿದ್ದಳು" ಎಂದು ತನ್ನ ಅನುಭವವನ್ನು ಹಂಚಿಕೊಂಡಿದ್ದ. ಸೌತ್ ಕೋಲ್‌ನಿಂದ ಹೊರಟಾಗಿನಿಂದಲೂ ಆಕೆ ವಿಶೇಷ ಪರಿಶ್ರಮವನ್ನು ಹಾಕುತ್ತಿದ್ದಳಲ್ಲದೆ, ಸರಣಿಯಲ್ಲಿ ಎಲ್ಲರಿಗಿಂತಲೂ ಮುಂದಿರುವುದಕ್ಕೆ ಒದ್ದಾಡುತ್ತಿದ್ದಳು.

ನಮಗಿಂತಲೂ ನೂರು ಅಡಿ ಎತ್ತರದಲ್ಲಿದ್ದ ಕಲ್ಲಿಗೆ ಅತ್ಯಂತ ಜಾಗ್ರತೆಯಿಂದ ಲಂಗರು ಹಾಕುವುದಕ್ಕೆ ಮುಂಚೆಯೇ, ಅತ್ಯುತ್ಸಾಹದಲ್ಲಿದ್ದ ಯಸುಕೊ, ತನ್ನ ಜೂಮರ್ ಅನ್ನು ಅಲ್ಲಾಡುತ್ತಿರುವ ಆ ಹಗ್ಗಕ್ಕೆ ಸಿಕ್ಕಿಸಿ ಬಿಟ್ಟಳು. ಇನ್ನೇನು ತನ್ನ ಇಡೀ ಭಾರವನ್ನು ಆ ಹಗ್ಗದ ಮೇಲೆ ಹಾಕಿ ಬಿಟ್ಟು, ಮೇಲಿರುವ ಬೈಡಲ್‌ಮನ್ ಹತೋಟಿ ತಪ್ಪಿ ಕೆಳಕ್ಕೆ ಉರುಳಿ ಹೋಗಿ ಬಿಡಬೇಕು ಎನ್ನುವ ಹೊತ್ತಿನಲ್ಲಿ, ಮೈಕ್ ಗ್ರೂಮ್ ಸರಿಯಾದ ಸಮಯದಲ್ಲಿ ಅಪಾಯವನ್ನು ಗುರುತಿಸಿ, ಆಕೆಯನ್ನು ತಡೆದು, ಆಕೆಯ ಅವಸರದ ಸ್ವಭಾವಕ್ಕೆ ಮೃದುವಾಗಿ ಬೈಯ್ದ.

ತಂಡದ ಸದಸ್ಯರು ಒಬ್ಬೊಬ್ಬರಾಗಿ ಬರತೊಡಗಿದಂತೆಲ್ಲಾ ಸಾಕಷ್ಟು ದಟ್ಟಣೆಯಾಗಲಾರಂಭಿಸಿತು. ಗುಂಪು ಹೆಚ್ಚಾದಂತೆಲ್ಲಾ ಹಿಂದಿದ್ದವರು ಇನ್ನಷ್ಟು ಹಿಂದಕ್ಕೆ ಉಳಿಯಲಾರಂಭಿಸಿದರು. ಹಾಲ್ ಜೊತೆಗೂಡಿ ಕೊನೆಯಲ್ಲಿ ಬಂದ ಸ್ಟೂವರ್ಟ್ ಹಚಿಸನ್, ಜಾನ್ ಟಾಸ್ಕ್ ಮತ್ತು ಲೂಯಿ ಕಾಸಿಷ್ಕ ಅವರಿಗೆ ಗುಂಪಿನಿಂದಾಗಿ ತಡವಾಗುತ್ತದೆ ಎಂಬ ಆತಂಕವಾಯಿತು. ಅವರ ಎದುರಿಗೆ ಸರಿಯಾಗಿ ಥೈವಾನಿ ತಂಡವಿದ್ದು, ಅತ್ಯಂತ ನಿಧಾನವಾಗಿ ಪರ್ವತ ಹತ್ತುತ್ತಿದ್ದರು. ಹಚಿಸನ್ ಅದನ್ನು ಜ್ಞಾಪಿಸಿಕೊಳ್ಳುತ್ತಾನೆ – "ಅವರು ವಿಚಿತ್ರ ಶೈಲಿಯಲ್ಲಿ ಪರ್ವತ ಹತ್ತುತ್ತಿದ್ದರು. ಎಲ್ಲರೂ ತುಂಬಾ ಒತ್ತೊತ್ತಾಗಿ ನಡೆಯುತ್ತಿದ್ದರು. ಅಂದರೆ ಬ್ರೆಡ್‌ನಲ್ಲಿ ಒಂದರ ಹಿಂದೆ ಮತ್ತೊಂದು ಹೋಳುಗಳಿರ್ತಾವಲ್ಲ, ಹಾಗೆ. ಆ ಕಾರಣದಿಂದಾಗಿ ಅವರನ್ನು ದಾಟಿ ಹೋಗೋದು ತುಂಬಾ ಕಷ್ಟ ಇತ್ತು. ಅವರ ದೆಸೆಯಿಂದಾಗಿ ನಾವು ತುಂಬಾ ಹೊತ್ತು ಕಾಯಬೇಕಾಯ್ತು."

ಬೇಸ್ ಕ್ಯಾಂಪಿನಲ್ಲಿ ನಮಗೆ ಉಪನ್ಯಾಸ ಕೊಡುವಾಗ ರಾಬ್ ಹಾಲ್ ನಾವು ವಾಪಸ್ಸು ಬರಲೇ ಬೇಕಾದ ಕಟ್ಟಕಡೆಯ ಸಮಯವನ್ನು ಸ್ವಲ್ಪ ಗೊಂದಲ ಮಾಡಿಟ್ಟಿದ್ದ. ಮಧ್ಯಾಹ್ನ 1 ಅಥವಾ 2 ಗಂಟೆಗೆ ವಾಪಾಸಾಗುವುದು ಎಂದು

ಹೇಳಿದ್ದ. ನಿಖರವಾಗಿ ಎಷ್ಟು ಗಂಟೆಗೆ ಎಂದು ಹೇಳಿರಲಿಲ್ಲ. ಸಮಯಕ್ಕೆ ಮತ್ತು ಯೋಜನೆಗಳಿಗೆ ಅವನು ಕೊಡುತ್ತಿದ್ದ ಮಹತ್ವವನ್ನು ಗಮನಿಸಿದರೆ ಇದು ಸ್ವಲ್ಪ ಗೊಂದಲವಾಗಿಯೇ ಉಳಿಯಿತು. ನಮ್ಮ ಪಾಡಿಗೆ ನಾವು ರಾಬ್ ಹಾಲ್ ಕೊನೆಯ ದಿನ ಸರಿಯಾದ ಸಮಯವನ್ನು ಎಲ್ಲರಿಗೂ ತಿಳಿಸುತ್ತಾನೆ ಎಂದುಕೊಂಡು ಬಿಟ್ಟಿದ್ದೆವು. ಆಗಿನ ಹವಾಮಾನ ಮತ್ತು ಇತರ ಸಂಗತಿಗಳನ್ನು ಗಮನಿಸಿಕೊಂಡು, ವೈಯಕ್ತಿಕ ಜವಾಬ್ದಾರಿಯನ್ನು ತೆಗೆದುಕೊಂಡು ಎಲ್ಲರನ್ನೂ ಸರಿಯಾದ ಸಮಯಕ್ಕೆ ಹಿಂತಿರುಗಲು ಹೇಳುತ್ತಾನೆ ಎಂದುಕೊಂಡಿದ್ದೆವು.

ಮೇ 10ರ ಮುಂಜಾನೆ ತಡವಾದರೂ ನಾವು ಎಷ್ಟು ಗಂಟೆಗೆ ಕರಾರುವಕ್ಕಾಗಿ ಹಿಂದಿರುಗಬೇಕೆಂದು ಹೇಳಿರಲಿಲ್ಲ. ಸ್ವಲ್ಪ ಅವಸರದ ಮನುಷ್ಯನಾದ ಹಚಿಸನ್ ಮಧ್ಯಾಹ್ನ 1 ಗಂಟೆಗೆ ವಾಪಾಸಾಗಬೇಕು ಎಂದು ಅಂದುಕೊಂಡು ಪರ್ವತ ಹತ್ತುತ್ತಿದ್ದ. ಸುಮಾರು ಶಿಖರದ ತುದಿ ಮುಟ್ಟಲು ಇನ್ನೂ ಮೂರು ತಾಸು ಬೇಕು ಎಂದು ರಾಬ್ ಹಾಲ್ ಬೆಳಿಗ್ಗೆ 11 ಗಂಟೆಯ ಹೊತ್ತಿಗೆ ಹಚಿಸನ್ ಮತ್ತು ಟಾಸ್ಕ್‌ಗೆ ಹೇಳಿದ್ದ. ಥೈವಾನಿಗಳನ್ನು ಹಿಂದೆ ಹಾಕುವ ಸಲುವಾಗಿ ಸ್ವಲ್ಪ ಜೋರಾಗಿ ಓಡು ನಡಿಗೆಯನ್ನು ಹಾಕಿ ಪ್ರಯತ್ನಿಸಿದ್ದ. ಹಚಿಸನ್ ಈಗ ಜ್ಞಾಪಿಸಿಕೊಳ್ಳುವ ಪ್ರಕಾರ "ಮಧ್ಯಾಹ್ನ 1 ಗಂಟೆಗೂ ಮೊದಲು ನಾವು ಶಿಖರದ ತುದಿಯನ್ನು ತಲುಪಿರುತ್ತೇವೆನ್ನುವುದು ನಂಬಲಿಕ್ಕೆ ಕಷ್ಟ ಎನ್ನುವಂತಾಗಿತ್ತು." ಅವರ ಮಧ್ಯದಲ್ಲಿಯೇ ಮಾತುಕತೆಯಾಯ್ತು. ಕಾಸಿಷ್ಕ್‌ಗೆ ಸೋಲನ್ನು ಒಪ್ಪಿಕೊಳ್ಳಲು ಮೊದಲಿಗೆ ಇಷ್ಟವಿರಲಿಲ್ಲ. ಆದರೆ ಟಾಸ್ಕ್ ಮತ್ತು ಹಚಿಸನ್ ಒತ್ತಾಯ ಮಾಡತೊಡಗಿದರು. ಸರಿಯಾಗಿ ಬೆಳಿಗ್ಗೆ 11:30 ಯ ಹೊತ್ತಿಗೆ ಅವರು ಶಿಖರಕ್ಕೆ ಬೆನ್ನು ತಿರುಗಿಸಿ ಕೆಳಕ್ಕೆ ಇಳಿಯಲಾರಂಭಿಸಿದರು. ಅವರ ಜೊತೆಯಲ್ಲಿ ಕಾಮಿ ಮತ್ತು ಲಕ್ಪಾ ಚಿರಿ ಶೆರ್ಪಾಗಳನ್ನು ರಾಬ್ ಹಾಲ್ ಕಳುಹಿಸಿ ಕೊಟ್ಟ.

ವಾಪಾಸು ಹಿಂತಿರುಗುವ ನಿರ್ಧಾರವನ್ನು ತೆಗೆದುಕೊಳ್ಳಲು ಮೂವರಿಗೂ ತುಂಬಾ ಕಷ್ಟವಾಗಿರಬೇಕು. ಇವರಿಗಿಂತಲೂ ಒಂದು ತಾಸು ಮುಂಚೆಯೇ ಹಿಂತಿರುಗಿದ ಫ್ರಾಂಕ್ ಫಿಷ್ ಬೆಕ್‌ಗೂ ಅದು ಕಷ್ಟದ ನಿರ್ಧಾರವೇ ಆಗಿರಬೇಕು. ಪರ್ವತಾರೋಹಣವು ಅಷ್ಟೊಂದು ಸುಲಭವಾಗಿ ನಮ್ಮ ಗುರಿಗಳಿಂದ ವಿಮುಖವಾಗಲು ಬಿಡುವುದಿಲ್ಲ. ಈ ಕೊನೆಯ ಹಂತದಲ್ಲಿ ನಾವು ಪಡುತ್ತಿರುವ ಶ್ರಮ ಮತ್ತು ಅಪಾಯಗಳನ್ನು ಗಮನಿಸಿದರೆ, ಬುದ್ಧಿ ಸ್ಥಿಮಿತದಲ್ಲಿರುವ ಯಾರೇ ಆಗಲಿ ಬಹುಹಿಂದೆಯೇ ಗಂಟು ಮೂಟೆ ಕಟ್ಟಿ ವಾಪಾಸು ಹೊರಟು ಬಿಡುತ್ತಿದ್ದರು. ಈ ಮಟ್ಟದ ತನಕ ಬರುವುದಕ್ಕೆ ಅಸಾಧಾರಣವಾದ ಮನೋಸ್ಥೈರ್ಯ ಇರುವ ವ್ಯಕ್ತಿಗಳಿಗೆ ಮಾತ್ರ ಸಾಧ್ಯವಿತ್ತು.

ಆದರೆ ವೈಯಕ್ತಿಕ ಸುಸ್ತನ್ನು ತಿರಸ್ಕರಿಸಿ, ದೇಹವನ್ನು ಇನ್ನಷ್ಟು ಕಠಿಣತೆಗೆ ಒಡ್ಡುತ್ತಲೇ ಹೋಗುವ ವ್ಯಕ್ತಿತ್ವಗಳು ಮುಂದೆ ಬರುವ ದೊಡ್ಡ ಅಪಾಯದ ಯಾವ ಕುರುಹನ್ನೂ ಗಮನಿಸದೆ ಮುಂದುವರೆದು ಬಿಡುವುದು ದುರದೃಷ್ಟದ ಸಂಗತಿಯೇ ಆಗಿರುತ್ತದೆ. ಎಲ್ಲಾ ಎವರೆಸ್ಟ್ ಪರ್ವತಾರೋಹಿಗಳಿಗೂ ಇಂತಹ ಸಂದಿಗ್ಧತೆ ಎದುರಿಸುವ ಸಂದರ್ಭಗಳು ಬರುತ್ತಲೇ ಇರುತ್ತವೆ. ಯಶಸ್ವಿಯಾಗಲು ನಮ್ಮೆಲ್ಲಾ ಪರಿಶ್ರಮವನ್ನು ಹಾಕಬೇಕೆನ್ನುವುದು ಸತ್ಯ, ಆದರೆ ಒಂದು ಮಿತಿಯನ್ನು ದಾಟಿಬಿಟ್ಟರೆ ಜೀವ ನೀಗುವುದೂ ಅಷ್ಟೇ ಕಠೋರ ಸತ್ಯವಾಗಿದೆ. 26,000 ಅಡಿ ಎತ್ತರವನ್ನು ದಾಟಿದ ಮೇಲೆ ಯಾವುದು ಸಾಧಿಸಬಹುದಾದ ಸಾಹಸ ಮತ್ತು ಯಾವುದು ಭಂಡ ಧೈರ್ಯ ಎನ್ನುವುದರ ನಡುವಿನ ರೇಖೆ ಬಹಳ ತೆಳುವಾಗುತ್ತಾ ಹೋಗುತ್ತದೆ. ಆದ್ದರಿಂದಲೇ ಎವರೆಸ್ಟ್ ಅಂಗಳವೆಲ್ಲಾ ಹೆಣಗಳ ರಾಶಿಯಿಂದ ತುಂಬಿ ಹೋಗಿದೆ.

ಟಾಸ್ಕ್, ಹಚಿಸನ್, ಕಾಸಿಷ್ಕ ಮತ್ತು ಫಿಷ್ ಬೆಕ್ - ನಾಲ್ವರೂ ಈ ಪರ್ವತಾರೋಹಣಕ್ಕಾಗಿ ಸುಮಾರು 70,000 ಡಾಲರನ್ನು ವ್ಯಯ ಮಾಡಿದ್ದರು. ಎವರೆಸ್ಟ್ ತುದಿಯ ಮೇಲೆ ಕಾಲಿಡಬೇಕೆನ್ನುವ ಏಕೈಕ ಉದ್ದೇಶದಿಂದ ವಾರಗಟ್ಟಲೆ ಕಷ್ಟಪಟ್ಟಿದ್ದರು. ಎಲ್ಲರದೂ ಮಹತ್ವಾಕಾಂಕ್ಷೆಯ ವ್ಯಕ್ತಿತ್ವವೇ ಆಗಿತ್ತು. ಸೋಲುವುದಾಗಲಿ, ಅರ್ಧಕ್ಕೆ ಬಿಟ್ಟು ಓಡುವುದಾಗಲಿ ಅವರ ಸ್ವಭಾವವಲ್ಲ. ಆದರೆ, ಅಂದಿನ ದುರ್ಗಮ ಪರಿಸ್ಥಿತಿಯನ್ನು ಗಮನಿಸಿದರೆ, ಸರಿಯಾದ ನಿರ್ಧಾರವನ್ನು ತೆಗೆದುಕೊಂಡ ಕೆಲವೇ ಕೆಲವರಲ್ಲಿ ಅವರೂ ಒಬ್ಬರಾಗಿದ್ದರು.

ಜಾನ್, ಸ್ಟೂಅರ್ಟ್ ಮತ್ತು ಲೂಯಿ ನಿರ್ಧಾರ ತೆಗೆದುಕೊಂಡು ಹಿಂದಿರುಗಿದರಲ್ಲ, ಆ ಸ್ಥಳದಲ್ಲಿದ್ದ ಪದರುಪದರಾದ ಬಂಡೆಕಲ್ಲಿನ ಮೇಲಕ್ಕೆ ಯಾವುದೇ ಹಗ್ಗವನ್ನು ಕಟ್ಟಿರಲಿಲ್ಲ. ಇಲ್ಲಿಂದ ದಾರಿಯು ಕ್ಷಿಪ್ರವಾದ ತಿರುವನ್ನು ತೆಗೆದುಕೊಂಡು, ಗಾಳಿಯ ಹೊಡೆತಕ್ಕೆ ನಿರಂತರವಾಗಿ ಸಿಕ್ಕುವುದರಿಂದ ಗಟ್ಟಿಯಾದ ಮಂಜುಗಡ್ಡೆಯ ಹಾಸಿತ್ತು. ಆ ದಾರಿ ದಕ್ಷಿಣ ತುದಿಯಲ್ಲಿ ಕೊನೆಗೊಂಡಿತ್ತು. ನಾನಲ್ಲಿಗೆ ಬಂದಾಗ ಆಗಲೇ ಬೆಳಗಿನ 11 ಗಂಟೆಯಾಗಿತ್ತು. ಅಲ್ಲಿಯೂ ಸಾಕಷ್ಟು ಜನದಟ್ಟಣೆ ಸೇರಿಕೊಂಡಿತ್ತು. ಅಲ್ಲಿಂದ ಸ್ವಲ್ಪ ಮೇಲೆ, ಹೇಳಬೇಕೆಂದರೆ ಒಂದು ಕಲ್ಲು ಒಗೆಯುವಷ್ಟು ದೂರದಲ್ಲಿ, ಊರ್ಧ್ವವಾಗಿ ನಿಂತ ಬೃಹತ್ತಾದ ಹಿಲರಿ ಸ್ಟೆಪ್ ಎಂಬ ಬೃಹತ್ತಾದ ಬಂಡೆಯಿತ್ತು. ಅದರಿಂದ ಸ್ವಲ್ಪ ದೂರ ಹೋದರೆ ಸಾಕು, ಎವರೆಸ್ಟ್ ತುದಿಯೇ ಸಿಗುತ್ತಿತ್ತು. ಸುಸ್ತಿನಿಂದಲೂ, ಖುಷಿಯಿಂದಲೂ ನಾನು ಮೂಕನಾಗಿ ಕೆಲಕಾಲ ನಿಂತಿದ್ದು, ಅನಂತರ ಒಂದಿಷ್ಟು ಫೋಟೋಗಳನ್ನು ಕ್ಲಿಕ್ಕಿಸಿದೆ. ಆಮೇಲೆ ನಮ್ಮ ಮಾರ್ಗದರ್ಶಿಗಳಾದ ಆ್ಯಂಡಿ ಹೇರೀಸ್, ನೀಲ್ ಬೈಡಲ್‌ಮನ್ ಮತ್ತು

ಎನಾಟೊಲಿ ಬೊಕ್ರೀವ್ ಜೊತೆಯಲ್ಲಿ ಕಾಯುತ್ತಾ ಕುಳಿತೆ. ಶೆರ್ಪಾಗಳು ಪರ್ವತದ ತುದಿಯ ತನಕ ಹಗ್ಗವನ್ನು ಕಟ್ಟುವುದರಲ್ಲಿ ನಿರತರಾಗಿದ್ದರು.

ಲೋಪ್ಸಾಂಗ್‌ನಂತೆ ಬೊಕ್ರೀವ್ ಕೂಡಾ ಪೂರಕ ಆಮ್ಲಜನಕವನ್ನು ಉಪಯೋಗಿಸುತ್ತಿಲ್ಲವೆಂಬುದನ್ನು ಗಮನಿಸಿದೆ. ಲೋಪ್ಸಾಂಗ್ ಈಗಾಗಲೇ ಮೂರು ಬಾರಿ ಪೂರಕ ಆಮ್ಲಜನಕವಿಲ್ಲದೆ ಶಿಖರದ ತುದಿಯನ್ನು ಮುಟ್ಟಿದ್ದ, ಬೊಕ್ರೀವ್ ಕೂಡಾ ಎರಡು ಬಾರಿ ಬಾಹ್ಯ ಆಮ್ಲಜನಕವಿಲ್ಲದೆ ಎರಡು ಬಾರಿ ಶಿಖರದ ತುದಿಯನ್ನು ಮುಟ್ಟಿದ್ದ. ಆದರೆ ಗ್ರಾಹಕರ ಹಿತದೃಷ್ಟಿಯಿಂದ ಗಮನಿಸಿದರೆ, ಇವರಿಬ್ಬರಿಗೂ ಅಂತಹ ಅವಕಾಶವನ್ನು ಸ್ಕಾಟ್ ಫಿಷರ್ ಕೊಟ್ಟಿದ್ದು ಸರಿಯಲ್ಲವೇನೋ ಎಂದು ನನಗನ್ನಿಸಿತು. ಮತ್ತೊಂದು ಅಚ್ಚರಿಯ ಸಂಗತಿಯೆಂದರೆ ಬೊಕ್ರೀವ್ ಯಾವುದೇ ಬೆನ್ನುಚೀಲವನ್ನು ಧರಿಸಿರಲಿಲ್ಲ. ಯಾವುದೇ ಮಾರ್ಗದರ್ಶಿಯು ಕಟ್ಟುನಿಟ್ಟಾಗಿ ಹಗ್ಗ, ಪ್ರಥಮ ಚಿಕಿತ್ಸೆಗೆ ಬೇಕಾದ ಸಾಮಾನುಗಳು, ಹಿಮಕುಣಿಯ ಅಪಾಯದಿಂದ ರಕ್ಷಿಸುವ ಸಾಮಗ್ರಿಗಳು, ಹೆಚ್ಚುವರಿ ಬಟ್ಟೆ ಮತ್ತಿತರ ವಸ್ತುಗಳನ್ನು ತುರ್ತುಪರಿಸ್ಥಿತಿಗೆಂದೇ ಕಡ್ಡಾಯವಾಗಿ ತಮ್ಮ ಬೆನ್ನ ಚೀಲದಲ್ಲಿ ಇಟ್ಟುಕೊಂಡಿರುತ್ತಾರೆ. ಇವೆಲ್ಲವನ್ನೂ ನಿರ್ಲಕ್ಷಿಸಿದ ಬೊಕ್ರೀವ್, ನನ್ನ ಪರ್ವತಾರೋಹಣದ ಅನುಭವದಲ್ಲಿ ಕಂಡ ಮೊದಲ ಮಾರ್ಗದರ್ಶಿ.

ಅನಂತರ ನನಗೆ ತಿಳಿದು ಬಂದ ಸಂಗತಿಯೇನೆಂದರೆ, ನಾಲ್ಕನೆಯ ಕ್ಯಾಂಪಿನಿಂದ ಬೊಕ್ರೀವ್ ಬೆನ್ನಚೀಲ ಮತ್ತು ಆಮ್ಲಜನಕದ ಬಾಟಲಿಯನ್ನು ತೆಗೆದುಕೊಂಡೇ ಹೊರಟಿದ್ದ. ಆಮೇಲೆ ನನಗೆ ಅವನು ಹೇಳಿದ್ದೇನೆಂದರೆ, ಪೂರಕ ಆಮ್ಲಜನಕ ಬಳಸುವ ಉದ್ದೇಶವೇ ಆತನಿಗಿರಲಿಲ್ಲವಾದರೂ, ಏನಾದರೂ ತನ್ನ ಶಕ್ತಿಗುಂದಿದರೆ ಕೈಗೆಟುಕುವಂತಿರಲಿ ಅಥವಾ ಮೇಲೆ ತುದಿಯಲ್ಲಿ ಬೇಕಾಗಬಹುದು ಎಂದು ಒಂದು ಬಾಟಲಿಯನ್ನು ತೆಗೆದುಕೊಂಡಿದ್ದ. ಆದರೆ ಬಾಲ್ಕನಿಯನ್ನು ತಲುಪಿದ ಮೇಲೆ ತನ್ನ ಬೆನ್ನ ಚೀಲವನ್ನು ಬಿಸುಟು, ಆಮ್ಲಜನಕದ ಬಾಟಲಿ, ರೆಗುಲೇಟರ್ ಮತ್ತು ಮುಖಗವಸನ್ನು ತೆಗೆದುಕೊಂಡು ಬರಲು ಬೈಡಲ್‌ಮನ್‌ಗೆ ಕೊಟ್ಟುಬಿಟ್ಟಿದ್ದ. ಏಕೆಂದರೆ ತಾನು ಹೇಗೂ ಬಾಹ್ಯ ಆಮ್ಲಜನಕವನ್ನು ಬಳಸುವುದಿಲ್ಲ ಮತ್ತು ಆದಷ್ಟು ಕಡಿಮೆ ಲಗೇಜನ್ನು ಮಾಡಿಕೊಂಡರೆ ತೆಳುಗಾಳಿಯನ್ನು ನಿಯಂತ್ರಿಸುವ ಶಕ್ತಿ ಇನ್ನಷ್ಟು ಹೆಚ್ಚಾಗುತ್ತದೆ ಎನ್ನುವುದು ಆತನ ಯೋಜನೆಯಾಗಿತ್ತು.

ಕಾನ್ ಶುಂಗ್ ಫೇಸ್ ಪರ್ವತದ ಮೇಲೆಲ್ಲಾ ಭೀಕರವಾಗಿ ಸುಂಟರಗಾಳಿ ಸುಳಿಯುತ್ತಿದ್ದರೂ, ಮೇಲೆ ನೋಡಿದರೆ ಆಕಾಶವು ಕಣ್ಣಿಗೆ ಹೊಡೆಯುವಷ್ಟು ಸೊಗಸಾದ ನೀಲಿಯಿಂದ ಕೂಡಿತ್ತು. ದಪ್ಪನೆಯ ಧಿರಿಸನ್ನು ಹಾಕಿಕೊಂಡು, ಆ 28,700 ಅಡಿಗಳ ಮೇಲೆ ಆಕಾಶವನ್ನು ನೋಡುತ್ತಾ, ಪ್ರಪಂಚದ ಮೇಲ್ಛಾವಣಿಯ ಮೇಲಿಂದ ಇಡೀ ಜಗತ್ತಿನ ಅದ್ಭುತ ಸೌಂದರ್ಯವನ್ನು ನೋಡುತ್ತಾ ನಾನು

ಸಮಯವನ್ನೇ ಮರೆತುಬಿಟ್ಟಿದ್ದೆ. ಆಂಗ್ ದೋರ್ಜೆ ಮತ್ತು ನಾಗಾವಾಂಗ್ ನೊರ್ಬು ಎನ್ನುವ ಇಬ್ಬರು ರಾಬ್ ಹಾಲ್ ತಂಡದ ಶೆರ್ಪಾಗಳು ನಮ್ಮ ಪಕ್ಕವೇ ಕುಳಿತು, ಫ್ಲಾಸ್ಕಿನಿಂದ ಬಿಸಿ ಟೀ ಕುಡಿಯುತ್ತಾ, ಮೇಲಕ್ಕೆ ಹೋಗುವ ಯಾವುದೇ ತರಾತುರಿಯಿಲ್ಲದೆ ಇರುವುದನ್ನು ನಾವಾರೂ ಅಷ್ಟಾಗಿ ಗಮನಿಸಲೇ ಇಲ್ಲ. ಸುಮಾರು 11:40ರ ಹೊತ್ತಿಗೆ ಇದ್ದಕ್ಕಿದ್ದಂತೆಯೇ ಬೈಡಲ್‌ಮನ್ "ಹೇ ಆಂಗ್ ದೋರ್ಜೆ, ನೀನು ಹಗ್ಗ ಕಟ್ಟುತೀಯೋ ಇಲ್ಲವೋ?" ಎಂದು ಕೇಳಿದ. ಅದಕ್ಕೆ ಯಾವುದೇ ಅನುಮಾನವಿಲ್ಲದಂತೆ ತಕ್ಷಣವೇ "ಇಲ್ಲ" ಎಂದು ಹೇಳಿದ. ಬಹುಶಃ ಸ್ಕಾಟ್ ಫಿಷರ್‌ನ ತಂಡದಿಂದ ಯಾವುದೇ ಶೆರ್ಪಾ ಕೆಲಸವನ್ನು ಹಂಚಿಕೊಳ್ಳಲಿಕ್ಕೆ ಬಂದಿಲ್ಲವೆನ್ನುವುದು ಈ ಖಡಾಖಂಡಿತವಾದ ನಿರಾಕರಣಕ್ಕೆ ಕಾರಣವಾಗಿತ್ತು.

ದಕ್ಷಿಣದ ತುದಿಯಲ್ಲಿ ಜನರು ಜಮಾಯಿಸುತ್ತಿರುವುದನ್ನು ಕಂಡು ಎಚ್ಚರಗೊಂಡ ಬೈಡಲ್‌ಮನ್, ಇನ್ನುಳಿದ ಮಾರ್ಗದರ್ಶಿಗಳಾದ ಹೇರಿಸ್ ಮತ್ತು ಬೊಕ್ರೀವ್‌ರನ್ನು ಎಚ್ಚರಿಸಿ, ತಾವು ಮೂರು ಜನರೇ ಸೇರಿ ಹಗ್ಗವನ್ನು ಕಟ್ಟುವುದು ಈಗ ಉಳಿದಿರುವ ಮಾರ್ಗ ಎಂದು ಹೇಳಿದ. ಈ ಮಾತನ್ನು ಕೇಳಿದ ನಾನು ತಕ್ಷಣವೇ ನನ್ನಿಂದಾಗುವ ಸಹಾಯವನ್ನು ಮಾಡುವುದಾಗಿ ತಿಳಿಸಿದೆ. ಬೈಡಲ್‌ಮನ್ 150 ಅಡಿ ಉದ್ದದ ಹಗ್ಗವನ್ನು ತನ್ನ ಬೆನ್ನ ಚೀಲದಿಂದ ಹೊರತೆಗೆದ. ಆಂಗ್ ದೋರ್ಜೆಯಿಂದ ಮತ್ತೊಂದು ಹಗ್ಗವನ್ನು ನಾನು ತೆಗೆದುಕೊಂಡೆ. ಬೊಕ್ರೀವ್ ಮತ್ತು ಹೇರಿಸ್ ಸಹಾಯದಿಂದ ನಾವು ಮಧ್ಯಾಹ್ನದ ವೇಳೆಗೆ ತುದಿಯ ತನಕದ ದಿಬ್ಬದವರೆಗೆ ಹಗ್ಗವನ್ನು ಹಾಕುವುದರಲ್ಲಿ ಯಶಸ್ವಿಯಾದೆವು. ಆದರೆ ಆ ವೇಳೆಗಾಗಲೇ ಮತ್ತೊಂದು ತಾಸು ಕಳೆದು ಹೋಗಿತ್ತು.

| | |

ಬಾಟಲಿಯಲ್ಲಿನ ಆಮ್ಲಜನಕವನ್ನು ಬಳಸುವ ಕಾರಣಕ್ಕಾಗಿ ಎವರೆಸ್ಟ್ ಮೇಲಿದ್ದಾಗ ಸಮುದ್ರದ ತಟದಲ್ಲಿದ್ದಂತೆಯೇನೂ ಅನ್ನಿಸುವುದಿಲ್ಲ. ದಕ್ಷಿಣ ತುದಿಯಿಂದ ಮೇಲಕ್ಕೇರುತ್ತಾ, ನನ್ನ ಬಾಟಲಿ ನಿಮಿಷಕ್ಕೆ ಸುಮಾರು ಎರಡು ಲೀಟರ್ ಆಮ್ಲಜನಕವನ್ನು ಕೊಡುತ್ತಿದ್ದರೂ, ಪ್ರತಿಯೊಂದು ಹೆಜ್ಜೆ ಇಟ್ಟಾಗಲೂ ಮೂರು ನಾಲ್ಕು ದೀರ್ಘ ಶ್ವಾಸವನ್ನು ಎದೆ ತುಂಬಾ ತುಂಬಿಕೊಂಡು, ಮುಂದಿನ ಭಾರದ ಹೆಜ್ಜೆಯನ್ನು ಇಡಬೇಕಿತ್ತು. ಮತ್ತೆ ಮೂರು ನಾಲ್ಕು ಬಾರಿ ಉಸಿರಾಡಿ ಮುಂದಿನ ಹೆಜ್ಜೆ ಹಾಕಬೇಕು. ಇದೇ ನನಗೆ ಸಾಧ್ಯವಾದ ಅತ್ಯಂತ ವೇಗದ ನಡಿಗೆಯಾಗಿತ್ತು. ನಾವು ಬಳಸುತ್ತಿದ್ದ ಪೂರಕ ಆಮ್ಲಜನಕದ ಸಿಲಿಂಡರ್, ಘನೀಕರಿಸಿದ ಗಾಳಿ ಮತ್ತು

ವಾತಾವರಣದ ಗಾಳಿ – ಎರಡನ್ನೂ ಮಿಶ್ರಣ ಮಾಡಿ ನಮಗೆ ಕೊಡುತ್ತಿತ್ತು. ಆದ್ದರಿಂದ 29,000 ಅಡಿ ಎತ್ತರದಲ್ಲಿ ಬಾಹ್ಯ ಆಮ್ಲಜನಕ ಉಪಯೋಗಿಸುವುದರಿಂದ, ನಮಗೆ 26,000 ಅಡಿ ಎತ್ತರದಲ್ಲಿ ಬಾಟಲಿ ಆಮ್ಲಜನಕವಿಲ್ಲದೆ ಸಿಗುವ ವಾತಾವರಣ ದಕ್ಕುತ್ತಿತ್ತು. ಆದರೆ ಬಾಟಲಿಯ ಆಮ್ಲಜನಕವು ಅಳತೆ ಮಾಡಿ ಹೇಳಲಾಗದ ಇತರ ಹಲವು ಅನುಕೂಲಗಳನ್ನೂ ಕೊಡುತ್ತಿತ್ತು.

ಉತ್ತುಂಗದ ದಿಬ್ಬದ ಬ್ಲೇಡಿನಂತಹ ಅಂಚಿನಗುಂಟ ನಡೆಯುವಾಗ, ಬಾಹ್ಯ ಆಮ್ಲಜನಕವನ್ನು ನನ್ನ ಸೋತು ಹೋದ ಶ್ವಾಸಕೋಶಗಳಿಗೆ ಎಳೆದುಕೊಳ್ಳುತ್ತಾ, ನನಗೆ ಒಂದು ವಿಶೇಷವಾದ ಮತ್ತು ವಿವರಿಸಲಾಗದ ಶಾಂತಿಯ ಅನುಭವವಾಯಿತು. ರಬ್ಬರಿನ ಮುಖಗವಸಿನ ಆಚೆಯ ಜಗತ್ತು ಅದ್ಭುತ ವೈವಿಧ್ಯಗಳಿಂದ ಕೂಡಿದ್ದು, ಅವಾಸ್ತವ ಎನ್ನಿಸುತ್ತಿತ್ತು. ನನ್ನ ಗಾಗಲ್‌ನ ಮುಂದೆ ಯಾರೋ ಸ್ಲೋ ಮೋಷನ್‌ನಲ್ಲಿ ಸಿನಿಮಾವನ್ನು ತೋರಿಸುತ್ತಿರುವಂತೆ ಭಾಸವಾಗುತ್ತಿತ್ತು. ಯಾವುದೋ ಗಾಢವಾದ ಅಮಲಿನ ಪದಾರ್ಥವನ್ನು ತಿಂದಂತೆ, ಎಲ್ಲದರಿಂದಲೂ ಕಳಚಿಕೊಂಡಂತೆ, ಬಾಹ್ಯ ಪ್ರಚೋದನೆಗಳಿಂದ ಒಂದಿಷ್ಟೂ ವಿಚಲಿತಗೊಳ್ಳದ ಅನುಭವವಾಯ್ತು. ನನ್ನ ದಾರಿಯ ಅಕ್ಕ–ಪಕ್ಕ 7,000 ಅಡಿಯ ಕಂದಕವಿದೆಯೆಂದೂ, ಸ್ವಲ್ಪ ಯಾಮಾರಿದರೂ ಜೀವದ ಬೆಲೆ ತೆರಬೇಕಾಗುತ್ತದೆಂದು ನನಗೆ ನಾನು ಮತ್ತೆ ಮತ್ತೆ ಹೇಳಿಕೊಳ್ಳುತ್ತಿದ್ದೆ.

ದಕ್ಷಿಣ ತುದಿಯಿಂದ ಅರ್ಧ ಗಂಟೆ ಸಾಗಿದ ಮೇಲೆ ಪ್ರಸಿದ್ಧವಾದ ಹಿಲರಿ ಸ್ಟೆಪ್ ಕೆಳಕ್ಕೆ ಬಂದು ನಿಂತಿದ್ದೆ. ಪರ್ವತಾರೋಹಣದಲ್ಲಿಯೇ ಅತ್ಯಂತ ಪ್ರಸಿದ್ಧವಾದ ಈ ಬಂಡೆ ಹೆಚ್ಚು ಕಡಿಮೆ ನೇರವಾಗಿ ನಲವತ್ತು ಅಡಿ ಎತ್ತರವಿದ್ದು, ಕಲ್ಲು ಮತ್ತು ಮಂಜಿನಿಂದ ಕೂಡಿದ್ದು ಹೆದರಿಸುತ್ತಿತ್ತು. ಯಾವುದೇ ಗಂಭೀರ ಪರ್ವತಾರೋಹಿಯೊಬ್ಬ ಯೋಚಿಸುವಂತೆ ನನಗೂ ಹಗ್ಗದ ತುದಿಯನ್ನು ಹಿಡಿದು, ಎಲ್ಲರಿಗಿಂತಲೂ ಮೊದಲೇ ಹತ್ತಬೇಕೆಂಬ ಬಯಕೆಯಾಯ್ತು. ಆದರೆ ಬೊಕ್ರೀವ್, ಬೈಡಲ್‌ಮನ್ ಮತ್ತು ಹೇರಿಸ್‌ಗೂ ಅದೇ ಬಯಕೆ ಇದೆಯೆಂಬುದು ನನಗೆ ಅರ್ಥವಾಯ್ತು. ಮೊದಲು ಗ್ರಾಹಕನಿಗೆ ಅವಕಾಶ ಕೊಟ್ಟು ಅನಂತರ ಮಾರ್ಗದರ್ಶಿಗಳು ಹತ್ತುತ್ತಾರೆಂದು ಕಲ್ಪಿಸುವುದು ನನ್ನ ಹುಚ್ಚುತನವೇ ಆಗಿತ್ತು.

ಎಲ್ಲಾ ಮಾರ್ಗದರ್ಶಿಗಳಿಗೂ ಹಿರಿಯನಾದ ಮತ್ತು ಈಗಾಗಲೇ ಒಮ್ಮೆ ಎವರೆಸ್ಟ್ ಹತ್ತಿ ಬಂದಿರುವ ಬೊಕ್ರೀವ್ ಮೊದಲಿಗೆ ಹತ್ತಿದ. ಅನಂತರ ಬೈಡಲ್‌ಮನ್ ಹಗ್ಗವನ್ನು ಹಿಡಿದುಕೊಂಡು, ಅದ್ಭುತವಾಗಿ ದಾರಿಯನ್ನು ಗೊತ್ತು ಪಡಿಸಿದ. ಆದರೆ ಅದು ತುಂಬಾ ನಿಧಾನದ ಆರೋಹಣವಾಗಿತ್ತು. ಆತ ಅತ್ಯಂತ ಕಷ್ಟಪಟ್ಟು ಬಂಡೆಯ ಮೇಲಕ್ಕೆ ತಲುಪುವಾಗ, ನಾನು ಹೆದರಿಕೆಯಿಂದ ನನ್ನ ಕೈಗಡಿಯಾರವನ್ನು ನೋಡಿಕೊಳ್ಳುತ್ತಾ ನನ್ನ ಬಾಟಲಿಯ ಆಮ್ಲಜನಕ ಮುಗಿದು

ಹೋಗಿ ಬಿಡುತ್ತದೇನೋ ಎಂದು ಕಂಗಾಲಾಗುತ್ತಿದ್ದೆ. ನನ್ನ ಮೊದಲ ಬಾಟಲಿಯು ಬೆಳಿಗ್ಗೆ 7 ಗಂಟೆಗೆ ಬಾಲ್ಕನಿಯ ಹತ್ತಿರ ಮುಗಿದು ಹೋಗಿತ್ತು. ಸುಮಾರು 7 ತಾಸುಗಳ ಕಾಲ ಅದನ್ನು ಉಪಯೋಗಿಸಿದ್ದೆ. ಇದೇ ಲೆಕ್ಕವನ್ನು ಹಿಡಿದು, ದಕ್ಷಿಣದ ತುದಿಯಲ್ಲಿರುವಾಗ ನನ್ನ ಎರಡನೆಯ ಬಾಟಲಿಯು ಮಧ್ಯಾಹ್ನ 2 ಗಂಟೆಗೆ ಖಾಲಿಯಾಗಬಹುದು ಎಂದು ಊಹಿಸಿದ್ದೆ. ಈ ಅವಧಿಯಲ್ಲಿ ನಾನು ಶಿಖರದ ತುದಿಯನ್ನು ತಲುಪಿ, ಮತ್ತೆ ದಕ್ಷಿಣ ತುದಿಗೆ ಬಂದು ಇನ್ನೊಂದು ಬಾಟಲಿಯನ್ನು ತೆಗೆದುಕೊಳ್ಳಬಹುದು ಎಂದು ದಡ್ಡತನದಲ್ಲಿ ಆಲೋಚಿಸಿದ್ದೆ. ಆದರೆ ಈಗಾಗಲೇ 1 ಗಂಟೆಯಾಗಿತ್ತು. ನನಗೆ ಗಂಭೀರವಾದ ಅನುಮಾನಗಳು ಕಾಡಲಾರಂಭಿಸಿದವು.

ಬಂಡೆಯನ್ನು ಏರಿದ ಮೇಲೆ ಬೈಡಲ್‌ಮನ್ ಜೊತೆ ನನ್ನ ಆತಂಕವನ್ನು ವ್ಯಕ್ತಪಡಿಸಿದೆ. ಅವನು ಇನ್ನೂ ಹಗ್ಗವನ್ನು ತುದಿಯ ತನಕ ಹಾಕುವುದರಲ್ಲಿ ನಿರತನಾಗಿದ್ದ. ನಾನು ಆ ಕೆಲಸದಲ್ಲಿ ಸಹಾಯ ಮಾಡಬೇಕಿತ್ತು. ಆದರೆ ಪರಿಸ್ಥಿತಿಯ ಒತ್ತಡದಿಂದಾಗಿ ಮುಂಚೆಯೇ ಶಿಖರದ ತುದಿಯನ್ನು ತಲುಪಿ ಬಂದರೆ ಆದೀತೆ ಎಂದು ಬೇಡಿಕೊಂಡೆ. "ಹಾಗೇ ಆಗಲಿ, ಹೋಗು. ನಾನು ಹಗ್ಗದ ಕೆಲಸವನ್ನು ನೋಡಿಕೊಳ್ಳುತ್ತೇನೆ" ಎಂದು ಆತ ಉದಾರತನದಿಂದ ಒಪ್ಪಿಗೆಯನ್ನು ಕೊಟ್ಟ.

ಅತ್ಯಂತ ಭಾರದ ಹೆಜ್ಜೆಗಳನ್ನಿಡುತ್ತ ಕೊನೆಗುಳಿದ ಸ್ವಲ್ಪ ದೂರವನ್ನು ಕ್ರಮಿಸಲಾರಂಭಿಸಿದೆ. ನೀರಿನ ಒಳಗೆಲ್ಲೋ ಇದ್ದಂತಹ ಅನುಭವ ನನಗಾಗುತ್ತಿತ್ತು. ಇಡೀ ಜಗತ್ತು ಬಲು ನಿಧಾನಕ್ಕೆ ಚಲಿಸುತ್ತಿರುವಂತೆ ಭಾಸವಾಗುತ್ತಿತ್ತು. ನನ್ನ ದಾರಿಯಲ್ಲಿ ಒಂದು ಆಕರ್ಷಕವಾದ ರಚನೆಯುಳ್ಳ ಮಂಜುಗಡ್ಡೆಯ ಬಂಡೆ, ಅದಕ್ಕೆ ತಗಲಿಕೊಂಡು ಅನಾಥವಾಗಿ ಬಿಸುಟ ಆಮ್ಲಜನಕದ ಸಿಲಿಂಡರ್ ಕಂಡುಬಂತು. ಗಾಳಿಗೆ ಅಲ್ಲೊಂದು ಅಲ್ಯೂಮಿನಿಯಂ ಸರ್ವೇ ಕಂಬ ಅಲುಗಾಡುತ್ತಿತ್ತು. ಮೇಲಕ್ಕೆ ಏರಲು ಇನ್ನೇನೂ ಉಳಿದಿರಲಿಲ್ಲ. ಬೌದ್ಧ ಧರ್ಮದವರು ಹಗ್ಗವೊಂದಕ್ಕೆ ಕಟ್ಟಿದ ಬಣ್ಣಬಣ್ಣದ ಪತಾಕೆಗಳು ಗಾಳಿಯಲ್ಲಿ ಪಟಪಟನೆ ಬಡಿದುಕೊಳ್ಳುತ್ತಿದ್ದವು. ದೂರ ಪರ್ವತದ ಕೆಳಕ್ಕೆ ಕಣ್ಣು ಹಾಯಿಸಿದೆ. ಟಿಬೇಟಿನ ಉದ್ದಾನುದ್ದಕ್ಕೆ ಬೂದು ಬಣ್ಣದ ಸೀಮಾತೀತ ಭೂಮಿ ಚಾಚಿಕೊಂಡಿತ್ತು.

ಎವರೆಸ್ಟ್ ತುದಿಯನ್ನು ಮುಟ್ಟಿದಾಗ ವ್ಯಕ್ತಿಯಲ್ಲಿ ಸಂತೋಷದ ಚಿಲುಮೆಯೊಂದು ರಭಸದಿಂದ ಚಿಮ್ಮಬೇಕು. ಬಾಲ್ಯದಲ್ಲಿ ಕಂಡ ಕನಸೊಂದನ್ನು, ಎಷ್ಟೆಲ್ಲಾ ಕಷ್ಟಗಳನ್ನು ಎದುರಿಸಿ ಕೊನೆಗೆ ಸಾಕಾರಗೊಳಿಸಿಕೊಂಡಿದ್ದೆ. ಆದರೆ ಶಿಖರದ ತುದಿ ಮುಟ್ಟುವುದು ಕೇವಲ ಅರ್ಧ ಗುರಿಯನ್ನು ತಲುಪಿದಂತೆ. ಇನ್ನೂ ಬಾಕಿಯಿರುವ ಉದ್ದಾನುದ್ದ ಅಪಾಯಕರ ಅವರೋಹಣವನ್ನು ನೆನಸಿಕೊಂಡರೆ, ನನಗೆ ನಾನೇ ಹೆಮ್ಮೆಯಿಂದ ಅಭಿನಂದನೆಗಳನ್ನು ಸಲ್ಲಿಸಿಕೊಳ್ಳುವ ಆವೇಶಕ್ಕೆ ತಡೆ ಹಾಕುತ್ತಿತ್ತು.

ಅಧ್ಯಾಯ 14

ಶಿಖರದ ತುದಿ

10ನೇ ಮೇ 1996, ಮಧ್ಯಾಹ್ನ 1:12; 29,028 ಅಡಿ ಎತ್ತರ

ನನ್ನ ಬೆನ್ನ ಚೀಲದಲ್ಲಿ ಔಟ್‌ಸೈಡ್ ಪತ್ರಿಕೆಯ ಒಂದು ಬ್ಯಾನರ್, ನನ್ನ ಮಡದಿ ಲಿಂಡಾಳು ಹಲ್ಲಿಯ ಒಂದು ಅಮೂರ್ತ ಚಿತ್ರವನ್ನು ಹೆಣೆದು ಕೊಟ್ಟ ಒಂದು ದೊಡ್ಡ ಬಾವುಟ ಮತ್ತು ಇತರ ಉಡುಗೊರೆಗಳಿದ್ದವು. ಅವೆಲ್ಲವನ್ನೂ ಹಿಡಿದುಕೊಂಡು ಹತ್ತಾರು ಫೋಟೋಗಳನ್ನು ತೆಗೆದುಕೊಳ್ಳುವ ಇರಾದೆಯಿಂದ ಬಂದಿದ್ದೆ. ಆದರೆ ಬಾಟಲಿಯಲ್ಲಿ ಮುಗಿಯುತ್ತಿರುವ ಆಮ್ಲಜನಕದ ವಿಚಾರವೇ ತಲೆಯಲ್ಲಿ ತುಂಬಿದ್ದರಿಂದ, ಅವೇನನ್ನೂ ಮಾಡಲಿಲ್ಲ. ಆ್ಯಂಡಿ ಹೇರಿಸ್ ಮತ್ತು ಎನಾಟೊಲಿ ಬೊಕ್ರೀವ್ ಅವರು ಶಿಖರಶೃಂಗದ ಸರ್ವೇ ಕಂಬಕ್ಕೆ ನಿಂತು ಕೊಟ್ಟ ಪೋಜಿನ ನಾಲ್ಕು ತ್ವರಿತ ಫೋಟೋಗಳನ್ನು ಮಾತ್ರ ಕ್ಲಿಕ್ಕಿಸುವಷ್ಟು ಹೊತ್ತು ಅಲ್ಲಿದ್ದೆ. ಅನಂತರ ವಾಪಾಸು ಇಳಿಯಲು ಶುರುವಿಟ್ಟೆ. ಶಿಖರಶೃಂಗಕ್ಕಿಂತಾ ಇಪ್ಪತ್ತು ಅಡಿ ಕೆಳಕ್ಕೆ ಬಂದಾಗ ಶಿಖರವನ್ನು ಹತ್ತುತ್ತಿದ್ದ ನೀಲ್ ಬೈಡಲ್‌ಮನ್ ಮತ್ತು ಸ್ಕಾಟ್ ಫಿಷರ್‌ನ ಗ್ರಾಹಕ ಮಾರ್ಟಿನ್ ಅಡಮ್ಸ್‌ರನ್ನು ಭೇಟಿಯಾದೆ. ನೀಲ್ ಜೊತೆ ಐದು ಬೆರಳಿನ ಅಂಗೈ ಚಪ್ಪಾಳೆ ತಟ್ಟಿ, ಅಲ್ಲೇ ಇದ್ದ ಒಂದು ಪದರು ಪದರು ಶಿಲೆಯ ಹತ್ತಿರದಿಂದ

ಹಲವಾರು ಚಿಕ್ಕಚಿಕ್ಕ ಕಲ್ಲುಗಳನ್ನು ನೆನಪಿಗಾಗಿ ಹಿಡಿತುಂಬಾ ಆಯ್ದುಕೊಂಡೆ. ನನ್ನ ಧರಿಸಿನ ಜೇಬಿನಲ್ಲಿ ಅವನ್ನು ಭದ್ರಮಾಡಿಕೊಂಡು, ದಿಬ್ಬವನ್ನು ಇಳಿಯಲಾರಂಭಿಸಿದೆ.

ಸ್ವಲ್ಪ ಸಮಯದ ನಂತರ ತುಣುಕು ತುಣುಕು ಮೋಡಗಳು ದಕ್ಷಿಣ ಕಣಿವೆಯನ್ನು ಆಕ್ರಮಿಸಿಕೊಂಡು, ಕೇವಲ ಗಿರಿಶಿಖರಗಳು ಮಾತ್ರ ಕಾಣುತ್ತಿದ್ದು, ಉಳಿದೆಲ್ಲಾ ಮಸುಕಾದವು. ಟೆಕ್ಸಾಸ್‌ನಿಂದ ಬಂದ, ಚಿಕ್ಕ ಗಾತ್ರದ ಆದರೆ ಗಟ್ಟಿಮುಟ್ಟಿ ದೇಹದ ಆ್ಯಂಡಿ ಈ ತುಣುಕು ಮೋಡಗಳನ್ನು ಗಮನಿಸಿದ್ದ. 1980ರ ಸ್ಟಾಕ್ ಮಾರ್ಕೆಟ್ ಅಬ್ಬರದಲ್ಲಿ ತನ್ನ ಬಾಂಡ್‌ಗಳನ್ನು ಮಾರಿ ಈತ ಸಾಕಷ್ಟು ಶ್ರೀಮಂತನಾಗಿದ್ದ. ಈ ಹಿಂದೆ ವಿಮಾನ ಚಾಲಕನಾಗಿದ್ದ ಈತನಿಗೆ ಮೋಡಗಳ ಗುಣಾವಗುಣಗಳನ್ನು ಗುರುತಿಸುವ ಶಕ್ತಿಯಿತ್ತು. ಅನಂತರ ಆತ ಈ ಮೋಡಗಳ ಕುರಿತು ನನ್ನೊಡನೆ ಮಾತನಾಡಿದ. ಮುಗ್ಧವಾಗಿ ಕಾಣುವ ಈ ಪುಟ್ಟ ಮೋಡಗಳು, ಅದರ ಹಿಂದೆಯೇ ಬರುತ್ತಿರುವ ಭೀಕರ ಮೇಘಗಳ ಮುನ್ಸೂಚನೆಗಳಾಗಿದ್ದವು. "ವಿಮಾನವನ್ನು ಚಾಲನೆ ಮಾಡುವಾಗ, ಅಂತಹ ದೊಡ್ಡ ಮೇಘಸ್ಫೋಟ ಬರ್ತಾ ಇದೆ ಅಂತ ಗೊತ್ತಾದ ತಕ್ಷಣ, ಅಲ್ಲಿಂದ ಸಾಧ್ಯವಾದಷ್ಟು ದೂರ ಹೋಗೋದು ನಮ್ಮ ಮೊದಲ ಪ್ರತಿಕ್ರಿಯೆ ಆಗಿರುತ್ತೆ" ಎಂದು ವಿವರಿಸಿದ.

ಆದರೆ ಆಡಂನ ಅನುಭವ ನನಗಿರಲಿಲ್ಲ. 29,000 ಅಡಿ ಎತ್ತರದಿಂದ ಈ ತುಣುಕು ಮೋಡಗಳನ್ನು ನೋಡಿ ಅದರ ಹಿಂದಿರುವ ಅಪಾಯವನ್ನು ಗುರುತಿಸುವ ಶಕ್ತಿ ನನಗಿರಲಿಲ್ಲ. ಆಗ ನನ್ನನ್ನು ಆವರಿಸಿದ ಚಿಂತೆ ಕೇವಲ ಬಾಟಲಿಯಲ್ಲಿ ಆಮ್ಲಜನಕ ಮುಗಿದು ಹೋದರೆ ಗತಿಯೇನು ಎನ್ನುವುದು ಮಾತ್ರವಾಗಿತ್ತು.

ತುದಿಯನ್ನು ಬಿಟ್ಟ ಹದಿನೈದು ನಿಮಿಷಕ್ಕೆ ನಾನು ಹಿಲರಿ ಸ್ಟೆಪ್ ಬಂಡೆಯ ತುದಿಗೆ ಬಂದೆ. ಅಲ್ಲಿ ಆಗಲೇ ಹತ್ತಾರು ಜನರು ಏದುಸಿರು ಬಿಡುತ್ತಾ, ಇದ್ದ ಒಂದೇ ಒಂದು ಹಗ್ಗವನ್ನು ಹಿಡಿದುಕೊಂಡು ಬಂಡೆಯನ್ನು ಹತ್ತಲು ಪ್ರಯತ್ನಿಸುತ್ತಿದ್ದರು. ಎಲ್ಲಾ ಗುಂಪು ಬಂಡೆ ಹತ್ತಿ ಹೊರಟು ಹೋಗುವ ತನಕ ನಾನು ಕಾಯಬೇಕಾಯ್ತು. ಆಗ ಆ್ಯಂಡಿ ಕೆಳಕ್ಕಿಳಿದು ಬಂದು ಜೊತೆಯಾದ. "ಜಾನ್, ಯಾಕೋ ನಂಗೆ ಬಾಟಲಿಯಿಂದ ಸರಿಯಾಗಿ ಗಾಳಿ ಬರ್ತಾ ಇಲ್ಲ ಅಂತ ಅನ್ನಿಸ್ತಾ ಇದೆ. ಒಂದು ಸಲ ರೆಗ್ಯುಲೇಟರ್ ಹತ್ತಿರ ಮಂಜು ಕಟ್ಟಿದೆಯೇನೋ ನೋಡ್ತೀಯಾ?" ಎಂದು ಕೇಳಿದ.

ಹಿಡಿಯಷ್ಟು ಮಂಜುಗಡ್ಡೆ ಅಲ್ಲಿ ಶೇಖರಗೊಂಡಿದ್ದು ರೆಗ್ಯುಲೇಟರ್ ನೋಡಿದ ತಕ್ಷಣ ಗೊತ್ತಾಯಿತು. ಇದರಿಂದಾಗಿ ಹೊರಗಿನ ವಾತಾವರಣದಿಂದ ಸೇರಿಕೊಳ್ಳಬೇಕಾದ ಗಾಳಿಯು ಮುಖಗವಸನ್ನು ತಲುಪುತ್ತಿರಲಿಲ್ಲ. ನನ್ನ ಹಿಮಕೊಡಲಿಯ ತುದಿಯಿಂದ ಆ ಮಂಜುಗಡ್ಡೆಯನ್ನು ಕೆತ್ತಿ ಬೀಳಿಸಿ ಸ್ವಚ್ಛಗೊಳಿಸಿದೆ. ಆ ಸಹಾಯಕ್ಕೆ ಪ್ರತಿಫಲವಾಗಿ ನಾನು ಆ್ಯಂಡಿಯನ್ನು ನನ್ನ ಆಮ್ಲಜನಕದ ಸಿಲಿಂಡರ್ ಬಂದ್ ಮಾಡಬೇಕೆಂದೂ,

ಹಿಲರಿ ಸ್ಟೆಪ್ ಖಾಲಿಯಾಗುವ ತನಕ ಬಾಹ್ಯ ಆಮ್ಲಜನಕವಿಲ್ಲದೆ ಇರುವುದಾಗಿಯೂ ಹೇಳಿದೆ. ಅವನು ಅದನ್ನು ಬಂದ್ ಮಾಡುವುದಕ್ಕೆ ಬದಲಾಗಿ ಪೂರ್ತಿ ತೆರೆದಿಟ್ಟ. ಹತ್ತು ನಿಮಿಷದಲ್ಲಿ ನನ್ನ ಎಲ್ಲಾ ಆಮ್ಲಜನಕ ತೀರಿ ಹೋಗಿತ್ತು. ಅಲ್ಲಿಯವರೆಗೆ ಸ್ವಲ್ಪಾದರೂ ಕೆಲಸ ಮಾಡುತ್ತಿದ್ದ ನನ್ನ ಮೆದುಳು, ಇದ್ದಕ್ಕಿದ್ದಂತೆಯೇ ಪಾತಾಳವನ್ನು ಸೇರಿಕೊಂಡಂತಾಯ್ತು. ಯಾವುದೋ ಉನ್ಮತ್ತ ಮಾದಕ ಪದಾರ್ಥವನ್ನು ತೆಗೆದುಕೊಂಡು ಜಾರಿ ಹೋದ ಭಾವ ನನಗಾಯ್ತು.

ಮಸುಕುಮಸುಕಾಗಿ ಕೆಲವು ಸಂಗತಿಗಳು ನೆನಪಾಗುತ್ತಿವೆ. ನಾನು ಕಾಯುತ್ತಿರುವಾಗ ಸ್ಯಾಂಡಿ ಪಿಟ್‌ಮನ್ ಬಂಡೆಯನ್ನು ಹತ್ತುತ್ತಿದ್ದಳು. ಅವಳ ಹಿಂದೆ ಶಾರ್ಲೆ ಫಾಕ್ಸ್, ಅನಂತರ ಲೋಪ್ಸಾಂಗ್ ಜಂಗ್ಬು. ಅನಂತರ ಯಸುಕೋ ಪ್ರಯತ್ನಿಸಿದಳು. ನಾನು ನಿಂತ ಸ್ಥಳದಿಂದ ಸ್ವಲ್ಪ ಕೆಳಗಿನ ತನಕ ಬಂದಳು. ಆದರೆ ಕೊನೆಯಲ್ಲಿದ್ದ ಕಡಿದಾದ ಭಾಗವನ್ನು ಹತ್ತುವುದಕ್ಕೆ ಬಹಳ ಪ್ರಯತ್ನಪಟ್ಟಳು. ಸುಮಾರು ಹದಿನೈದು ನಿಮಿಷಗಳ ಕಾಲ ತಾನಾಗಿಯೇ ಅದನ್ನು ಹತ್ತಿ ಬಿಡುವುದಕ್ಕೆ ಇನ್ನಿಲ್ಲದ ಸಾಹಸವನ್ನು ಮಾಡಿದಳು. ಕೊನೆಗೆ ಅವಳ ಹಿಂದೆಯೇ ಅಸಹನೆಯಿಂದ ಕಾಯುತ್ತಿದ್ದ ಟಿಮ್ ಮಾಡ್‌ಸೆನ್, ಆಕೆಯ ಜಘನದ ಭಾಗಕ್ಕೆ ಕೈಗಳ ಸಹಾಯವನ್ನು ಕೊಟ್ಟು ಮೇಲಕ್ಕೆ ದಬ್ಬಿದ.

ಆಮೇಲೆ ಹೆಚ್ಚು ಸಮಯ ತೆಗೆದುಕೊಳ್ಳದೆ ರಾಬ್ ಹಾಲ್ ಬಂದ. ನನ್ನ ಆತಂಕದ ಒದ್ದಾಟವನ್ನು ಹತ್ತಿಕ್ಕಿಕೊಂಡು, ಎವರೆಸ್ಟ್ ತುದಿಯನ್ನು ತಲುಪಿಸಿದ್ದಕ್ಕೆ ಅವನಿಗೆ ಧನ್ಯವಾದಗಳನ್ನು ಅರ್ಪಿಸಿದೆ. “ಹೌದು, ಈ ಸಲ ಒಳ್ಳೆ ಪರ್ವತಾರೋಹಣವಾಯ್ತು” ಎಂದು ಉತ್ತರಿಸಿದ. ಅನಂತರ ಫ್ರಾಂಕ್ ಫಿಶ್ ಬೆಕ್, ಬೆಕ್ ವೆದರ್ಸ್, ಲೂಯಿ ಕಾಸಿಷ್ಕ, ಸ್ಟೂಅರ್ಟ್ ಹಚಿಸನ್ ಮತ್ತು ಜಾನ್ ಟಾಸ್ಕ್ – ಎಲ್ಲರೂ ಹಿಂತಿರುಗಿ ಹೋಗಿದ್ದನ್ನು ಹೇಳಿದ. ನನ್ನ ಅಂತಹ ನಿಶ್ಶಕ್ತ ಪರಿಸ್ಥಿತಿಯಲ್ಲೂ, ಹಾಲ್‌ನ ಎಂಟು ಗ್ರಾಹಕರಲ್ಲಿ ಐದು ಜನ ತುದಿ ತಲುಪದೆ ವಾಪಾಸು ಹೋಗಿರುವುದು ಅವನಿಗೆ ಸಾಕಷ್ಟು ನೋವನ್ನು ತಂದಿದೆಯೆಂಬುದು ಅರ್ಥವಾಯ್ತು. ಫಿಷರ್ ತಂಡದ ಪ್ರತಿಯೊಬ್ಬ ಸದಸ್ಯನೂ ಶಿಖರದ ತುದಿಯನ್ನು ಮುಟ್ಟುವ ಹಾದಿಯಲ್ಲಿದ್ದಾನೆಂಬ ಸಂಗತಿ ಆ ನೋವನ್ನು ಇನ್ನಷ್ಟು ಗಾಢವಾಗಿಸಿತ್ತು. “ನಮ್ಮ ತಂಡದವರು ಇನ್ನೊಂದಿಷ್ಟು ಜನ ಮೇಲಕ್ಕೆ ಹತ್ತಿದ್ರೆ ನಂಗೆ ಖುಷಿ ಆಗ್ತಾ ಇತ್ತು” ಎಂದು ರಾಬ್ ಪೇಚಾಡಿ ಮುಂದಕ್ಕೆ ಹೊರಟು ಹೋದ.

ಅದಾದ ನಂತರ ಆಡಮ್ಸ್ ಮತ್ತು ಬೊಕ್ರೀವ್ ಮೇಲಿಂದ ಕೆಳಗಿಳಿದು ಬಂದು ನನ್ನ ಹಿಂದೆ ನಿಂತರು. ಹಿಲರಿ ಸ್ಟೆಪ್‌ನ ದಟ್ಟಣೆ ಪೂರ್ತಿಯಾಗಿ ಮುಗಿಯಬೇಕಿತ್ತು. ಒಂದು ನಿಮಿಷದಲ್ಲಿ ಮಕಾಲು ಗೌ, ಆಂಗ್ ದೋರ್ಜೆ ಮತ್ತು ಹಲವಾರು ಶೆರ್ಪಾಗಳು

ಹಗ್ಗ ಹತ್ತಿ ಮೇಲಕ್ಕೆ ಬರಲಾರಂಭಿಸಿದರು. ಅನಂತರ ಡಹ್ಗ್ ಹಾನ್‌ಸೆನ್ ಮತ್ತು ಸ್ಕಾಟ್ ಫಿಷರ್ ಬಂದರು. ಇಷ್ಟೆಲ್ಲಾ ಆದ ಮೇಲೆ ಹಿಲರಿ ಸ್ಟೆಪ್ ಖಾಲಿಯಾಗಿ, ನಮಗೆ ಇಳಿಯುವುದಕ್ಕೆ ಅನುವಾಯ್ತು. ಆದರೆ ಇಷ್ಟೆಲ್ಲಾ ಮುಗಿಯಲು ಸುಮಾರು ಒಂದು ಗಂಟೆಗೂ ಹೆಚ್ಚು ಕಾಲವನ್ನು ನಾನು ಆ 28,900 ಅಡಿ ಎತ್ತರದ ಮೇಲೆ ಆಮ್ಲಜನಕವಿಲ್ಲದೆ ಕಳೆದಿದ್ದೆ.

ಈ ಹೊತ್ತಿಗಾಗಲೇ ನನ್ನ ಮೆದುಳಿನ ಕೋಶಗಳೆಲ್ಲಾ ಕೆಲಸ ಮಾಡುವುದನ್ನೇ ನಿಲ್ಲಿಸಿಬಿಟ್ಟಂತೆ ಭಾಸವಾಗುತ್ತಿತ್ತು. ತಲೆಸುತ್ತು, ಪ್ರಜ್ಞೆತಪ್ಪಿ ಎಲ್ಲಿ ಬೀಳುತ್ತೀನೋ ಎನ್ನುವ ಗಾಬರಿ, ಹೇಗಾದರೂ ಮಾಡಿ ದಕ್ಷಿಣ ತುದಿಯನ್ನು ಮುಟ್ಟಲು ಇನ್ನಿಲ್ಲದಂತೆ ಒದ್ದಾಡುತ್ತಿದ್ದೆ. ಅಲ್ಲಿ ಮೂರನೆಯ ಆಮ್ಲಜನಕದ ಬಾಟಲಿ ಲಭ್ಯವಿತ್ತು. ಹೆದರಿಕೆಯಿಂದ ಕಟ್ಟಿಗೆಯಂತಾದ ನಾನು, ಕುಸಿದ ಆತ್ಮವಿಶ್ವಾಸದಲ್ಲಿ ಹಗ್ಗವನ್ನು ಹಿಡಿದು ಇಳಿಯತೊಡಗಿದೆ. ಸಾಧ್ಯವಾದಷ್ಟು ಎಚ್ಚರಿಕೆಯನ್ನು ವಹಿಸುತ್ತಾ, ಹಗ್ಗವನ್ನು ಹಿಡಿದು ದಿಬ್ಬವನ್ನು ಇಳಿಯತೊಡಗಿದೆ. ಆದರೆ ನಮ್ಮ ಬಾಟಲಿಗಳು ದಾಸ್ತಾನು ಮಾಡಿದ ದಕ್ಷಿಣ ದಿಬ್ಬಕ್ಕಿನ್ನೂ ಐವತ್ತು ಅಡಿ ಇದೆ ಎನ್ನುವಾಗ ಹಗ್ಗಮುಗಿದು ಹೋಗಿತ್ತು. ಪೂರಕ ಆಮ್ಲಜನಕದ ಸಹಾಯವಿಲ್ಲದೆ ಹೆಜ್ಜೆ ಮುಂದಿಡಲಾಗದೆ ಅಲ್ಲಿಯೇ ನಿಂತೆ.

ದಕ್ಷಿಣದ ತುದಿಯಲ್ಲಿ ಆ್ಯಂಡಿ ಹೇರಿಸ್ ಕೇಸರಿ ಬಣ್ಣದ ಆಮ್ಲಜನಕದ ಬಾಟಲಿಗಳನ್ನು ಎಳೆದಾಡುತ್ತಿದ್ದುದು ಕಾಣಿಸಿತು. "ಯೋ, ಹೆರಾಲ್ಡ್!" ಎಂದು ಕೂಗಿದೆ. "ನಂಗೊಂದು ತುಂಬಿದ ಬಾಟಲಿ ತಂದು ಕೊಡ್ತೀಯಾ?"

"ಇಲ್ಲಿ ಯಾವುದೇ ಬಾಟಲಿನಲ್ಲೂ ಆಮ್ಲಜನಕ ಇಲ್ಲ. ಎಲ್ಲವೂ ಖಾಲಿ" ಎಂದು ಮಾರ್ಗದರ್ಶಿ ಆ್ಯಂಡಿ ಕೂಗಿ ಹೇಳಿದ. ಈ ಸುದ್ದಿ ನನ್ನನ್ನು ಕಂಗೆಡಿಸಿತು. ನನ್ನ ಮೆದುಳೂ ಆಮ್ಲಜನಕಕ್ಕಾಗಿ ಚೀರುತ್ತಿತ್ತು. ಅದೇ ಸಮಯಕ್ಕೆ ಸರಿಯಾಗಿ ಮೈಕ್ ಗ್ರೂಮ್ ಕೆಳಗಿಳಿಯುತ್ತಾ ಬಂದವನು ನನ್ನನ್ನು ಸೇರಿಕೊಂಡ. 1993 ರಲ್ಲಿ ಮೈಕ್ ಪೂರಕ ಆಮ್ಲಜನಕವಿಲ್ಲದೆ ಎವರೆಸ್ಟ್ ಆರೋಹಣ ಮಾಡಿದ್ದ. ಆದ್ದರಿಂದ ಅವನು ಈ ಬಾಟಲಿ ಆಮ್ಲಜನಕದ ಬಗ್ಗೆ ತುಂಬಾ ಹಚ್ಚಿಕೊಂಡಿರಲಿಲ್ಲ. ಅದಿಲ್ಲದಿದ್ದರೂ ಅವನಿಗೆ ನಡೆಯುತ್ತಿತ್ತು. ಆದ್ದರಿಂದ ಅವನು ತನ್ನ ಆಮ್ಲಜನಕದ ಬಾಟಲಿಯನ್ನು ನನಗೆ ಕೊಟ್ಟ, ಅನಂತರ ನಾವಿಬ್ಬರೂ ದಕ್ಷಿಣ ದಿಬ್ಬದ ತುದಿಯ ಕಡೆಗೆ ನಡೆದೆವು.

ಅಲ್ಲಿದ್ದ ಆಮ್ಲಜನಕದ ಬಾಟಲಿಗಳ ರಾಶಿಯನ್ನು ಪರಿಶೀಲಿಸಿದಾಗ ಏನಿಲ್ಲವೆಂದರೂ ಸುಮಾರು ಆರು ತುಂಬಿದ ಬಾಟಲಿಗಳು ಇರುವುದು ನಮಗೆ ಗೊತ್ತಾಯಿತು. ಆದರೆ ಆ್ಯಂಡಿ ಮಾತ್ರ ಅದನ್ನು ನಂಬಲು ಸಿದ್ಧನಿರಲಿಲ್ಲ. ಅವೆಲ್ಲವೂ ಖಾಲಿ ಬಾಟಲಿಗಳೆಂದೂ, ನಾನು ಮತ್ತು ಮೈಕ್ ಎಷ್ಟೇ ತಿಳಿಸಿ ಹೇಳಲು ಪ್ರಯತ್ನಿಸಿದರೂ ಒಪ್ಪಲು ತಯಾರಿರಲಿಲ್ಲ.

ಬಾಟಲಿಯಲ್ಲಿ ಎಷ್ಟು ಆಮ್ಲಜನಕವಿದೆ ಎಂದು ತಿಳಿಯಲು ಅದಕ್ಕೆ ನಮ್ಮ ರೆಗುಲೇಟರ್ ಅನ್ನು ಹಾಕಿ ಪರೀಕ್ಷಿಸುವುದೇ ಏಕೈಕ ಮಾರ್ಗವಾಗಿದೆ. ಇದೇ ರೀತಿಯಲ್ಲಿಯೇ ಆ್ಯಂಡಿ ಬಾಟಲಿಗಳನ್ನು ಪರೀಕ್ಷಿಸಿರುವುದಾಗಿ ಹೇಳಿದ. ಪರ್ವತಾರೋಹಣ ಮುಗಿದ ಮೇಲೆ ನೀಲ್ ಬೈಡಲ್‌ಮನ್ ಒಂದು ತರ್ಕವನ್ನು ಮುಂದಿಟ್ಟ. ಬಹುಶಃ ಆ್ಯಂಡಿಯ ರೆಗುಲೇಟರ್ ಮಂಜುಗಡ್ಡೆಯಿಂದ ಮುಚ್ಚಿಕೊಂಡು ಕೆಲಸ ಮಾಡುವುದನ್ನು ನಿಲ್ಲಿಸಿರಬೇಕು. ಆದ್ದರಿಂದಲೇ ತುಂಬಿದ ಬಾಟಲಿಗಳೂ ಖಾಲಿ ಎಂದು ತೋರಿಸಿವೆ. ಆ ಕಾರಣದಿಂದಲೇ ಅವನು ಅಷ್ಟೊಂದು ವಿಚಿತ್ರವಾಗಿ ವರ್ತಿಸಿರಬೇಕು. ಅಥವಾ ಅವನ ಪೂರಕ ಆಮ್ಲಜನಕವನ್ನು ಸರಬರಾಜು ಮಾಡುವ ರೆಗುಲೇಟರ್ ಕೆಟ್ಟುಹೋಗಿ, ಅವನಿಗೇ ಆ ಹೊತ್ತಿಗೆ ಸರಿಯಾದ ಗಾಳಿಯಿಲ್ಲದೆ, ಮೆದುಳೂ ಸರಿಯಾಗಿ ಕೆಲಸ ಮಾಡುವುದನ್ನು ನಿಲ್ಲಿಸಿರಬೇಕು.

ಇಷ್ಟು ಸರಿಯಾದ ಮತ್ತು ಸರಳವಾದ ತರ್ಕ ಅಲ್ಲಿ ನನಗಾಗಲೀ ಅಥವಾ ಮಾರ್ಕ್‌ಗಾಗಲಿ ಹೊಳೆಯಲೇ ಇಲ್ಲ. ಆ್ಯಂಡಿ ಎಷ್ಟೊಂದು ವಿಚಾರಹೀನನಾಗಿ ವರ್ತಿಸುತ್ತಿದ್ದನೆಂದರೆ, ಆ ವೇಳೆಗೆ ಅವನು ಹೈಪಾಕ್ಸಿಯಾಗಿಂತಲೂ ಹೀನಸ್ಥಿತಿಗೆ ಜಾರಿರಬೇಕು. ಆದರೆ ಆವಾಗ ನಾನು ಕೇವಲ ನನ್ನ ಸುರಕ್ಷತೆಯ ಕುರಿತಾಗಿಯೇ ಎಷ್ಟು ಮುಳುಗಿ ಹೋಗಿದ್ದೆನೆಂದರೆ ಅಂತಹ ಯಾವ ಸಂಗತಿಯೂ ನನಗೆ ಹೊಳೆಯಲಿಲ್ಲ.

ಸಹಜವಾಗಿ ಅವನ ಸ್ಥಿತಿಯನ್ನು ಗುರುತಿಸಬಹುದಾಗಿದ್ದರೂ ಸಾಧ್ಯವಾಗದ್ದಕ್ಕೆ ನಮ್ಮಿಬ್ಬರ ಮಧ್ಯೆ ಇದ್ದ ಮಾರ್ಗದರ್ಶಿ ಮತ್ತು ಗ್ರಾಹಕ ಎನ್ನುವ ತಾರತಮ್ಯವೂ ಕಾರಣವಾಗಿರಬಹುದು. ಪರ್ವತಾರೋಹಣಕ್ಕೆ ಸಂಬಂಧಿಸಿದಂತೆ ಆ್ಯಂಡಿ ಮತ್ತು ನಾನು, ದೈಹಿಕವಾಗಿಯಾಗಲಿ ಅಥವಾ ತಾಂತ್ರಿಕವಾಗಿಯಾಗಲಿ ಸಮಾನರಾಗಿದ್ದೆವು. ಯಾವುದೇ ಮಾರ್ಗದರ್ಶಿಗಳಿಲ್ಲದೆ ಸ್ವತಂತ್ರವಾಗಿ ನಾವಿಬ್ಬರೇ ಎಷ್ಟೋ ಪರ್ವತಾರೋಹಣಗಳನ್ನು ಮಾಡಿದ್ದೆವಾದ್ದರಿಂದ, ಅವನ ಪರಿಸ್ಥಿತಿಯನ್ನು ನಾನು ಗುರುತಿಸಲಾರದೆ ಹೋಗುವೆ ಎಂದು ನಂಬುವುದೂ ಕಷ್ಟ. ಆದರೆ ಈ ಪರ್ವತಾರೋಹಣದಲ್ಲಿ ಅವನು ಮಾರ್ಗದರ್ಶಿಯ ಪಾತ್ರವನ್ನು ವಹಿಸಿಕೊಂಡಿದ್ದ. ನನ್ನ ಮತ್ತು ಉಳಿದ ಗ್ರಾಹಕರ ಜವಾಬ್ದಾರಿಯನ್ನು ವಹಿಸುವುದು ಅವನ ಕರ್ತವ್ಯವಾಗಿತ್ತು. ಮಾರ್ಗದರ್ಶಿಗಳ ಆಜ್ಞೆಗಳನ್ನು ಯಾರೂ ಮೀರುವಂತಿಲ್ಲವೆಂದು ನಮಗೆ ವಿಶೇಷವಾಗಿ ತಲೆಯಲ್ಲಿ ತುಂಬಿಸಲಾಗಿತ್ತು. ಆ್ಯಂಡಿ ಅಂತಹ ಕೆಟ್ಟ ಪರಿಸ್ಥಿತಿಯಲ್ಲಿದ್ದ ಎನ್ನುವುದು ನನ್ನ ಮಂದ ಬುದ್ಧಿಗೆ ಖಂಡಿತಾ ಹೊಳೆಯಲಿಲ್ಲ. ಮಾರ್ಗದರ್ಶಿಯೊಬ್ಬ ಗ್ರಾಹಕನಿಂದ ಸಹಾಯ ಬಯಸಿದ್ದ ಎಂದು ಊಹಿಸಲು ಕಷ್ಟವಾಗಿತ್ತು.

ಯಾವ ಬಾಟಲಿಯಲ್ಲಿಯೂ ಆಮ್ಲಜನಕವಿಲ್ಲವೆಂದು ಆ್ಯಂಡಿ ವಿಪರೀತವಾಗಿ ವಾದಿಸಲು ಶುರು ಮಾಡಿದಾಗ, ಮಾರ್ಕ್ ನನ್ನ ಕಡೆಗೆ ಪ್ರಶ್ನಾರ್ಥಕವಾಗಿ ನೋಡಿದ್ದ.

ನಾನು ಅವನೆಡೆಗೆ ನೋಡಿ, ಹೆಗಲು ಕುಣಿಸಿದ್ದೆ. ಆ್ಯಂಡಿ ಕಡೆಗೆ ತಿರುಗಿ "ಹೋಗಲಿ ಬಿಡು ಆ್ಯಂಡಿ. ಅದೇನೂ ದೊಡ್ಡ ವಿಷಯವಲ್ಲ. ಸುಮ್ಮನೆ ಯಾಕೆ ಜಗಳ" ಅಂತ ಮಾತು ಮುಗಿಸಿದ್ದೆ. ಅನಂತರ ತುಂಬಿದ ಒಂದು ಬಾಟಲಿಯನ್ನು ಎತ್ತಿಕೊಂಡು, ನನ್ನ ರೆಗುಲೇಟರಿಗೆ ಸಿಕ್ಕಿಸಿಕೊಂಡು, ಪರ್ವತವನ್ನು ಇಳಿಯುವುದಕ್ಕೆ ಮೊದಲು ಮಾಡಿದೆ. ಮುಂದಿನ ಕೆಲವೇ ಗಂಟೆಗಳಲ್ಲಿ ಏನು ನಡೆಯಿತೆಂದೂ, ಎಷ್ಟು ಸುಲಭವಾಗಿ ನಾನು ಜವಾಬ್ದಾರಿಯಿಂದ ನುಣುಚಿಕೊಂಡೆನೆಂದೂ, ಆ್ಯಂಡಿಯ ಅತ್ಯಂತ ಸಂಕಷ್ಟದ ಪರಿಸ್ಥಿತಿಯನ್ನು ನನಗೆ ಗುರುತಿಸಲೇ ಆಗದೇ ಹೋಯ್ತೆಂಬ ವಿಚಾರವು – ನನ್ನ ಬಾಳಿನುದ್ದಕ್ಕೂ ನನ್ನನ್ನು ಪಾಪಪ್ರಜ್ಞೆಯಿಂದ ಕಾಡುತ್ತಲೇ ಹೋಗುವಂತೆ ಮಾಡಿತ್ತು.

ಸುಮಾರು ಮಧ್ಯಾಹ್ನ 3:30ರ ಹೊತ್ತಿಗೆ ನಾನು ದಕ್ಷಿಣ ತುದಿಯನ್ನು ಬಿಟ್ಟು ಹೊರಟೆ. ಮೈಕ್, ಯಸುಕೊ ಮತ್ತು ಆ್ಯಂಡಿ ಇನ್ನೂ ಹಿಂದೆಯೇ ಉಳಿದಿದ್ದರು. ದಟ್ಟನೆಯ ಮೋಡಗಳು ನನ್ನನ್ನು ಆವರಿಸಿಕೊಳ್ಳಲಾರಂಭಿಸಿದವು. ಸಣ್ಣಗೆ ಹಿಮಮಳೆಯೂ ಪ್ರಾರಂಭವಾಯ್ತು. ಎಲ್ಲಿ ಭೂಮಿ ಮುಗಿದಿದೆಯೋ, ಎಲ್ಲಿ ಆಕಾಶ ಪ್ರಾರಂಭವಾಗಿದೆಯೋ ಎಂದು ಆ ಮಂದವಾದ ಮತ್ತು ಕ್ಷೀಣಿಸುತ್ತಿರುವ ಬೆಳಕಿನಲ್ಲಿ ಹೇಳುವುದು ತುಂಬಾ ಕಷ್ಟವಾಗಿತ್ತು. ದಿಬ್ಬದ ತುದಿಯ ಕಡೆ ತಪ್ಪಾಗಿ ಕಾಲಿಟ್ಟು, ಮತ್ತೆಂದೂ ನಮ್ಮ ಧ್ವನಿ ಕೇಳದಂತೆ ಆಗುವ ಸಾಧ್ಯತೆ ಬಹಳ ಹೆಚ್ಚಿತ್ತು. ನಾನು ಕೆಳಕ್ಕೆ ಇಳಿದಂತೆಲ್ಲಾ ಪರಿಸ್ಥಿತಿ ಇನ್ನಷ್ಟು ಬಿಗಡಾಯಿಸಲು ಶುರುವಿಟ್ಟಿತು.

ದಕ್ಷಿಣ ದಿಬ್ಬದಲ್ಲಿ ಬರುವ ಪದರು ಶಿಲೆಗಳ ತಳದಲ್ಲಿ ನಾನು ಮತ್ತು ಮೈಕ್ ಮತ್ತೆ ಜೊತೆಗೂಡಿ ಸ್ವಲ್ಪ ಹೊತ್ತು ಯಸುಕೊ ಸಲುವಾಗಿ ಕಾಯಲಾರಂಭಿಸಿದೆವು. ಆಕೆಗೆ ಹಗ್ಗವನ್ನು ಹಿಡಿದುಕೊಂಡು ಇಳಿಯುವುದು ಕಷ್ಟವಾಗುತ್ತಿತ್ತು. ಮೈಕ್ ತನ್ನ ರೇಡಿಯೋ ಬಳಸಿ ರಾಬ್ ಹಾಲ್‌ನನ್ನು ಸಂಪರ್ಕಿಸಲು ಪ್ರಯತ್ನಿಸಿದ. ಆದರೆ ಅವನ ಟ್ರಾನ್ಸ್‌ಮೀಟರ್ ಆಗೊಮ್ಮೆ ಈಗೊಮ್ಮೆ ಕೆಲಸ ಮಾಡುತ್ತಿತ್ತೇ ಹೊರತು, ಯಾರನ್ನೂ ಸಂಪರ್ಕಿಸಲು ಆಗಲಿಲ್ಲ. ಮೈಕ್‌ನು ಯಸುಕೊ ಸಲುವಾಗಿ ಕಾಯುತ್ತಿದ್ದ, ಮತ್ತು ಉಳಿದ ಮತ್ತೊಬ್ಬ ಗ್ರಾಹಕ ಡಫ್ ಹಾನ್‌ಸನ್ ರಕ್ಷಣೆಗೆ ರಾಬ್ ಮತ್ತು ಆ್ಯಂಡಿ ಇಬ್ಬರೂ ಇರುವುದರಿಂದ ಪರಿಸ್ಥಿತಿ ಹತೋಟಿಯಲ್ಲಿದೆ ಎಂದು ನಾನು ಭಾವಿಸಿದೆ. ಯಸುಕೊ ನಮ್ಮನ್ನು ತಲುಪಿದ ನಂತರ, ನಾನು ಮುಂದಕ್ಕೆ ಹೊರಡಬಹುದೆ ಎಂದು ಮೈಕ್‌ನ ಅಪ್ಪಣೆಯನ್ನು ಕೇಳಿದೆ. "ಹಾಗೇ ಆಗಲಿ. ಆದರೆ ತುದಿಯ ಬಳಿ ಮಾತ್ರ ನಡೆಯಬೇಡ" ಎಂದು ಎಚ್ಚರಿಸಿದ.

ಸುಮಾರು ಸಂಜೆ 4:45ರ ಹೊತ್ತಿಗೆ ನಾನು ಬಾಲ್ಕನಿ ಜಾಗವನ್ನು ತಲುಪಿದೆ. 27,600 ಅಡಿ ಎತ್ತರದ ದಕ್ಷಿಣ ದಿಬ್ಬದ ಈ ಭಾಗದಿಂದಲೇ ದಕ್ಷಿಣ ದಿಬ್ಬದ ಈ ಹಿಂದೆ ಆಂಗ್ ದೋರ್ಜೆ ಜೊತೆಯಲ್ಲಿ ಕುಳಿತು ಸೂರ್ಯೋದಯವನ್ನು ವೀಕ್ಷಿಸಿದ್ದೆ.

ಇಲ್ಲಿ ಹಿಮದ ಮಧ್ಯದಲ್ಲಿ ಒಬ್ಬನೇ ನಡುಗುತ್ತಾ ನಿಂತ ಬೆಕ್ ವೆದರ್ಸ್ ಅನ್ನು ಕಂಡು ನನಗೆ ಗಾಬರಿಯಾಯ್ತು. ಹಲವು ಗಂಟೆಗಳ ಮೊದಲೇ ಅವನು ನಾಲ್ಕನೆಯ ಕ್ಯಾಂಪಿಗೆ ಹೋಗಿಯಾಗಿದೆಯೆಂದು ನಾನು ಭಾವಿಸಿದ್ದೆ. “ಬೆಕ್! ಇನ್ನೂ ಇಲ್ಲಿ ನಿಂತು ಏನು ಮಾಡ್ತಿದೀಯ?” ಎಂದು ಕೂಗಿ ಕೇಳಿದೆ.

ಹಲವು ವರ್ಷಗಳ ಕೆಳಗೆ ಬೆಕ್ ವೆದರ್ಸ್ ಕಣ್ಣಿನ ಒಂದು ಆಪರೇಷನ್‌ಗೆ ಒಳಪಟ್ಟಿದ್ದ. ರೇಡಿಯಲ್ ಕೆರಟೊಟಮಿ[1] ಎಂದು ಅದರ ಹೆಸರು. ಅದರ ಒಂದು ಅಡ್ಡ ಪರಿಣಾಮವೊಂದು ಎವರೆಸ್ಟ್ ಆರೋಹಣ ಮಾಡುವಾಗ ಅವನು ಕಂಡುಕೊಂಡ. ಪರ್ವತದ ಮೇಲೆ ಏರಿದಾಗ ವಾತಾವರಣದ ಒತ್ತಡ ಕಡಿಮೆಯಾದಾಗ ಆತನ ದೃಷ್ಟಿಯೂ ಮಂದವಾಗುತ್ತಿತ್ತು. ಹೆಚ್ಚು ಹೆಚ್ಚು ಎತ್ತರ ಏರಿದಂತೆಲ್ಲಾ, ವಾತಾವರಣದ ಒತ್ತಡ ಮತ್ತಷ್ಟು ಕಡಿಮೆಯಾಗಿ, ಅವನ ದೃಷ್ಟಿ ಸಂಪೂರ್ಣವಾಗಿ ಅಳಿಸಿಹೋಗುತ್ತಿತ್ತು.

ಬೆಕ್ ವೆದರ್ಸ್ ಅನಂತರ ನನ್ನೊಡನೆ ನಿಜಸಂಗತಿಯನ್ನು ಹೇಳಿಕೊಂಡ. ಹಿಂದಿನ ದಿನ ಮಧ್ಯಾಹ್ನ ಮೂರನೆಯ ಕ್ಯಾಂಪಿನಿಂದ ನಾಲ್ಕನೆಯ ಕ್ಯಾಂಪಿಗೆ ಹೋಗುವಾಗ “ನನ್ನ ದೃಷ್ಟಿ ಎಷ್ಟು ಹಾಳಾಗಿತ್ತೆಂದರೆ, ನನಗೆ ಕೆಲವು ಅಡಿಗಳಿಗಿಂತ ಹೆಚ್ಚು ದೂರದ್ದೇನೂ ಕಾಣುತ್ತಿರಲಿಲ್ಲ. ಆದ್ದರಿಂದ ನಾನು ಸುಮ್ಮನೆ ಜಾನ್ ಟಾಸ್ಕ್ ಅನ್ನು ಅನುಕರಣೆ ಮಾಡಿದೆ. ಅವನು ಎಲ್ಲಿ ಕಾಲಿಡುತ್ತಾನೋ, ಆ ಭಾಗದಲ್ಲಿಯೇ ನಾನೂ ಕಾಲಿಟ್ಟು ನಡೆಯಲಾರಂಭಿಸಿದೆ.”

ಬೆಕ್ ವೆದರ್ಸ್ ಈಗಾಗಲೇ ಎಲ್ಲರ ಮುಂದೆಯೂ ತನ್ನ ಕಣ್ಣಿನ ದೃಷ್ಟಿಯ ಸಮಸ್ಯೆಯನ್ನು ಸಂಕೋಚವಿಲ್ಲದೆ ಹೇಳಿಕೊಂಡಿದ್ದ. ಆದರೆ ಪರ್ವತದ ಎತ್ತರ ಏರಿದಂತೆಲ್ಲಾ, ಅದು ಇನ್ನಷ್ಟು ಮಸುಕಾಗುತ್ತದೆ ಎನ್ನುವ ಸಂಗತಿಯನ್ನು ರಾಬ್‌ನಿಂದಲೂ ಮತ್ತಿತರರಿಂದಲೂ ಮುಚ್ಚಿಟ್ಟಿದ್ದ. ಆರಂಭದಲ್ಲಿ ಆತ ಅತ್ಯಂತ ಸೊಗಸಾಗಿ ಪರ್ವತಾರೋಹಣ ಮಾಡುತ್ತಿದ್ದ. ತಾನು ಸಾಕಷ್ಟು ಬಲಾಢ್ಯ ಎನ್ನುವ ಭಾವನೆಯೂ ಅವನಿಗೆ ಬಂದಿತ್ತು. “ಆರಂಭಕ್ಕೇ ಸೋತು ಹೋಗೋದು ನಂಗೆ ಇಷ್ಟ ಇರಲಿಲ್ಲ” ಎಂದು ಹೇಳಿದ.

ಸೌತ್ ಕೋಲ್ ಮೇಲೆ ರಾತ್ರಿಯ ಹೊತ್ತು ಚಾರಣ ಮಾಡುವಾಗ ಈ ಹಿಂದೆ ಮಾಡಿದ ತಂತ್ರವನ್ನೇ ಮಾಡಿಕೊಂಡು ಬಂದಿದ್ದ. ಮುಂದೆ ಇರುವ ವ್ಯಕ್ತಿ ಎಲ್ಲಿ ಹೆಜ್ಜೆ ಇಡುತ್ತಾನೋ, ಅಲ್ಲಿಯೇ ತನ್ನ ಹೆಜ್ಜೆಯನ್ನು ಇರಿಸುತ್ತಿದ್ದ. ಆದರೆ ಬಾಲ್ಕನಿ ತಲುಪುವ ಹೊತ್ತಿಗೆ ಸೂರ್ಯ ಮೂಡಿ ಬಂದಿದ್ದ. ತನ್ನ ದೃಷ್ಟಿ ತೀರಾ ಹದಗೆಟ್ಟು

1 ರೇಡಿಯಲ್ ಕೆರಟೊಟಮಿ ಎಂಬುದು ಸಮೀಪದೃಷ್ಟಿಯನ್ನು ಸರಿಪಡಿಸುವ ಒಂದು ವಿಶೇಷ ಶಸ್ತ್ರಚಿಕಿತ್ಸೆ. ಹತ್ತಾರು ಸೂಜಿಯಂತಹ ಚೂಪಾದ ವಸ್ತುಗಳನ್ನು ಕಾರ್ನಿಯಾದ ಸುತ್ತಲೂ ಚುಚ್ಚಿ, ಅದರ ಮಧ್ಯಭಾಗಕ್ಕೆ ಒತ್ತಡ ಹಾಕಿ, ಅದನ್ನು ಸಪಾಟುಗೊಳಿಸುತ್ತಾರೆ.

ಹೋಗುತ್ತಿದೆಯೆಂದು ಅವನಿಗೆ ಆಗ ಗೊತ್ತಾಯ್ತು. ಅದೂ ಸಾಲದೆಂಬಂತೆ, ಅವನಿಗೆ ಗೊತ್ತಿಲ್ಲದಂತೆ ತನ್ನ ಎರಡೂ ಕಣ್ಣುಗಳನ್ನು ಹಿಮಗೂಡಿದ ಕೈಯಿಂದ ಉಜ್ಜಿಕೊಂಡಿದ್ದ. ಕಣ್ಣಿನ ಪಾಪೆಗಳು ಅಗಲಗೊಂಡು ಇನ್ನಷ್ಟು ತೊಂದರೆಯಾಗಿತ್ತು.

"ಆ ಹೊತ್ತಿನಲ್ಲಿ ಒಂದು ಕಣ್ಣು ಪೂರ್ತಿ ಮಸುಕಾಗಿ ಹೋಗಿತ್ತು. ಇನ್ನೊಂದರಿಂದ ಜಾಸ್ತಿಯೇನೂ ಕಾಣುತ್ತಿರಲಿಲ್ಲ. ಉದ್ದ ಮತ್ತು ಅಗಲ ಗೋಚರಿಸುತ್ತಿತ್ತೇ ಹೊರತು, ಆಳದ ಪ್ರಮಾಣವೇ ಗೊತ್ತಾಗುತ್ತಿರಲಿಲ್ಲ. ಇನ್ನೂ ಮುಂದೆ ಪರ್ವತಾರೋಹಣ ಮಾಡಿದ್ರೆ ನಂಗೆ ನಾನೇ ಅಪಾಯವನ್ನು ತಂದುಕೊಳ್ತೀನಿ ಅಥವಾ ಇನ್ನೊಬ್ಬರ ಮೇಲೆ ಹೊರೆಯಾಗ್ತೀನಿ ಅಂತ ಅನ್ನಿಸಲಾರಂಭಿಸಿತು. ಕೊನೆಗೆ ರಾಬ್‌ಗೆ ಎಲ್ಲಾ ಹೇಳಿಬಿಟ್ಟೆ" ಎಂದು ಜ್ಞಾಪಿಸಿಕೊಳ್ಳುತ್ತಾನೆ.

"ಸಾರಿ ಗೆಳೆಯ" ಎಂದು ರಾಬ್ ತಕ್ಷಣ ಪ್ರತಿಕ್ರಿಯಿಸಿದ್ದ. "ನೀನೀಗ ತಕ್ಷಣ ಕೆಳಕ್ಕೆ ಹೋಗಬೇಕು. ನಾನು ಯಾರಾದ್ರೂ ಶೆರ್ಪಾನ್ನ ನಿನ್ನ ಜೊತೆ ಕಳುಹಿಸಿ ಕೊಡ್ತೀನಿ" ಎಂದಿದ್ದ. ಆದರೆ ಬೆಕ್‌ಗೆ ಅಷ್ಟೊಂದು ಸುಲಭವಾಗಿ ಪರ್ವತಾರೋಹಣದ ಕನಸನ್ನು ನಷ್ಟ ಮಾಡಿಕೊಳ್ಳಲು ಇಷ್ಟವಿರಲಿಲ್ಲ. "ರಾಬ್‌ಗೆ ನಾನು ನಿಧಾನಕ್ಕೆ ವಿವರಿಸಿದೆ. ಸೂರ್ಯ ಮೇಲಕ್ಕೆ ಚಲಿಸಿದ ಮೇಲೆ, ನನ್ನ ಕಣ್ಣ ಪಾಪೆಗಳು ಮತ್ತೆ ಕುಗ್ಗಿ, ದೃಷ್ಟಿ ಸ್ವಲ್ಪ ಚೆನ್ನಾಗಿ ಆಗಬಹುದು ಅಂತ ಅನ್ನಿಸುತ್ತೆ. ನಂಗೆ ಅದರ ಬಗ್ಗೆ ತುಂಬಾ ನಂಬಿಕೆ ಇದೆ. ಆದ್ದರಿಂದ ಒಂದು ಸ್ವಲ್ಪ ಹೊತ್ತು ಕಾಯ್ತೇನೆ. ಆಮೇಲಕ್ಕೆ ಸ್ವಲ್ಪ ದೃಷ್ಟಿ ಸರಿ ಹೋಯ್ತು ಅಂದ್ರೆ ಎಲ್ಲಾರೂ ಹೋದ ಮೇಲೆ ನಿಧಾನಕ್ಕೆ ಬರ್ತೀನಿ" ಎಂದು ಸಮಾಧಾನ ಪಡಿಸಿದ್ದ.

ರಾಬ್ ಅವನ ಸಲಹೆಯನ್ನು ಪರಿಗಣಿಸಿ, ಆಜ್ಞೆಯೊಂದನ್ನು ಮಾಡಿದ್ದ. "ಸರಿ ಹಾಗಿದ್ರೆ, ಒಪ್ಪಿಕೊಳ್ತೀನಿ. ನಾನು ನಿಂಗೆ ಅರ್ಧಗಂಟೆ ಕಾಲಾವಕಾಶ ಕೊಡ್ತೀನಿ. ಆದರೆ ಮತ್ತೆ ವಾಪಾಸು ನಾಲ್ಕನೆಯ ಕ್ಯಾಂಪಿಗೆ ಒಬ್ಬನೇ ಹೋಗೋದಕ್ಕೆ ನಾನು ಒಪ್ಪಲ್ಲ. ನಿನ್ನ ದೃಷ್ಟಿ ಸರಿ ಹೋಗಲಿಲ್ಲ ಅಂದ್ರೆ, ನಾನು ತುದಿ ತಲುಪಿ ವಾಪಾಸು ಬರುವ ತನಕ ನೀನು ಇಲ್ಲಿಯೇ ನಿಂತುಕೊಂಡಿರಬೇಕು. ಕೊನೆಯ ಪಕ್ಷ ನೀನು ಎಲ್ಲಿದೀಯ ಅನ್ನೋದಾದ್ರೂ ನಂಗೆ ಗೊತ್ತಾಗುತ್ತೆ. ಅನಂತರ ಇಬ್ಬರೂ ಜೊತೆಯಲ್ಲಿ ಕೆಳಗೆ ಇಳಿಯಬಹುದು. ಈ ಮಾತನ್ನು ನೀನು ಖಡಾಖಂಡಿತವಾಗಿ ಪಾಲಿಸಬೇಕು. ಇಲ್ಲಾ ನೀನು ಈಗಲೇ ನಾಲ್ಕನೆಯ ಕ್ಯಾಂಪಿಗೆ ಹೋಗಬೇಕು ಅಥವಾ ನಾನು ಬರೋತನಕ ಇಲ್ಲೇ ಇರ್ತೀನಿ ಅಂತ ಪ್ರಮಾಣ ಮಾಡಬೇಕು" ಎಂದು ಹೇಳಿದ್ದ.

"ದೇವರ ದಯೆ ಇದ್ದ ಹಾಗೆ ಆಗಲಿ ಅಂತ ಧೈರ್ಯ ತೊಗೊಂಡು ಇಲ್ಲಿಯೇ ನಿಂತೀನಿ" ಎಂದು ಆ ಕ್ಷಣದಲ್ಲೂ ತಮಾಷೆಯಲ್ಲಿ ಹೇಳಿದ್ದ. ಆ ಹೊತ್ತಿನಲ್ಲಿ ಹಿಮ ಜೋರಾಗಿಯೇ ಸುರಿಯುತ್ತಿತ್ತು ಮತ್ತು ಬೆಳಕು ಕ್ಷೀಣಿಸುತ್ತಿತ್ತು. "ನಾನು ಕೊಟ್ಟ

ಮಾತನ್ನು ಉಳಿಸಿಕೊಂಡಿದ್ದೀನಿ. ಅದಕ್ಕಾಗಿಯೇ ಇನ್ನೂ ಇಲ್ಲೇ ನಿಂತಿದೀನಿ" ಎಂದು ಹೇಳಿದ.

ನಡುಹಗಲು ಮೀರಿದ ಸ್ವಲ್ಪ ಸಮಯಕ್ಕೇ ಸ್ಟೂವರ್ಟ್ ಹಚಿಸನ್, ಜಾನ್ ಟಾಸ್ಕ್ ಮತ್ತು ಲೂಯಿ ಕಾಸಿಷ್ಕ – ಮೂವರೂ ಶೆರ್ಪಾಗಳಾದ ಕಾಮಿ ಮತ್ತು ಲಕ್ಪಾ ಜೊತೆಯಲ್ಲಿ ಹಾದು ಹೋಗಿದ್ದರು. ಆದರೆ ವೆದರ್ಸ್ ಅಲ್ಲೇ ಸ್ವಲ್ಪ ಹೊತ್ತು ಉಳಿಯುವುದಾಗಿ ನಿರ್ಧರಿಸಿದ್ದ. "ವಾತಾವರಣ ಆಗ ಇನ್ನೂ ಚೆನ್ನಾಗಿಯೇ ಇತ್ತು. ರಾಬ್‌ಗೆ ಕೊಟ್ಟ ಮಾತನ್ನು ಸುಮ್ಮನೆ ಮುರಿಯೋದಕ್ಕೆ ನಂಗೆ ಆ ಹೊತ್ತಿನಲ್ಲಿ ಇಷ್ಟವಾಗಲಿಲ್ಲ" ಎಂದು ತಿಳಿಸಿದ.

ಆದರೆ ಈಗ ಹವಾಮಾನ ಹದಗೆಡುತ್ತಿತ್ತು ಮತ್ತು ಕತ್ತಲೇರುತ್ತಿತ್ತು. "ನನ್ನ ಜೊತೆ ಬಂದು ಬಿಡು" ಎಂದು ಆಹ್ವಾನಿಸಿದೆ. "ರಾಬ್ ಬರೋದಕ್ಕೆ ಏನಿಲ್ಲಾ ಅಂದ್ರೂ ಇನ್ನೂ ಎರಡು ಅಥವಾ ಮೂರು ಗಂಟೆ ಬೇಕು. ನಾನು ನಿನ್ನ ಕಣ್ಣಾಗ್ತೀನಿ. ನಿನ್ನ ಕೆಳಗೆ ಕರೆದುಕೊಂಡು ಹೋಗ್ತೀನಿ. ಏನೂ ಸಮಸ್ಯೆ ಇಲ್ಲ" ಎಂದೆ. ಬೆಕ್ ವೆದರ್ಸ್ ಹೆಚ್ಚೂ ಕಡಿಮೆ ನನ್ನ ಮಾತಿಗೆ ಒಪ್ಪಿಕೊಂಡಿದ್ದ. ಆದರೆ ನಾನು ಆ ಹೊತ್ತಿನಲ್ಲಿ ಮೈಕ್ ಗ್ರೂಮ್ ನನ್ನ ಹಿಂದೆಯೇ ಬರುತ್ತಿದ್ದಾನೆಂದೂ, ಅವನ ಜೊತೆಗೆ ಯಸುಕೊ ಇದ್ದಾಳೆಂದು ಹೇಳಿ ತಪ್ಪು ಮಾಡಿದೆ. ಆ ದಿನದ ಹಲವಾರು ತಪ್ಪುಗಳಲ್ಲಿ ಇದು ಒಂದು ದೊಡ್ಡ ತಪ್ಪೇ ಆಗಿತ್ತು.

"ಥ್ಯಾಂಕ್ಸ್ ಜಾನ್. ಹಾಗಿದ್ರೆ ನಾನು ಮೈಕ್ ಬರೋ ತನಕ ಕಾಯ್ತೀನಿ. ಅವನ ಬಳಿ ಹಗ್ಗ ಇದೆ. ನನ್ನ ಶಾರ್ಟ್ ರೋಪ್ ಮಾಡಿಕೊಂಡು ಅವನು ಎಳೆದುಕೊಂಡು ಹೋಗಬಹುದು" ಎಂದು ಹೇಳಿದ.

"ಸರಿ ಬೆಕ್. ನಿನ್ನಿಷ್ಟ. ಹಾಗಿದ್ರೆ ನಿನ್ನ ಕ್ಯಾಂಪಿನಲ್ಲಿ ಮತ್ತೆ ಕಾಣ್ತೀನಿ" ಎಂದು ಉತ್ತರಿಸಿದೆ. ಆದರೆ ಮನಸ್ಸಿನೊಳಗೆ ಅವನು ಬರಲು ನಿರಾಕರಿಸಿದ್ದಕ್ಕೆ ಸಮಾಧಾನವಾಗಿತ್ತು. ಮುಂದೆ ಕಡಿದಾದ ಇಳಿಜಾರುಗಳಿದ್ದು, ಸಾಕಷ್ಟು ಕಡೆಯಲ್ಲಿ ಹಗ್ಗಗಳು ಇರಲಿಲ್ಲ. ಅವನ ಜವಾಬ್ದಾರಿಯನ್ನು ಹೊರಲು ಮನಸ್ಸು ಸಿದ್ಧವಾಗಿರಲಿಲ್ಲ. ದಿನದ ಬೆಳಕು ನಿಧಾನಕ್ಕೆ ಮರೆಯಾಗುತ್ತಿತ್ತು, ಹವಾಮಾನ ಹದಗೆಡುತ್ತಿತ್ತು, ನನ್ನ ಧೈರ್ಯವೂ ಹಗೂರಕ್ಕೆ ಉಡುಗುತ್ತಿತ್ತು. ಆದರೂ ದೊಡ್ಡ ಕೇಡೊಂದು ಹತ್ತಿರದಲ್ಲಿಯೇ ಸುಳಿಯುತ್ತಿದೆ ಎಂಬ ಅರಿವಿರಲಿಲ್ಲ. ಎಷ್ಟರಮಟ್ಟಿಗೆ ಎಂದರೆ, ಈ ಹಿಂದೆ ಹತ್ತು ತಾಸುಗಳ ಮೊದಲು ಪರ್ವತ ಏರುವಾಗ ನಾನು ಬಿಸುಟಿದ್ದ ಖಾಲಿ ಆಮ್ಲಜನಕದ ಬಾಟಲಿಯನ್ನು ಪತ್ತೆ ಹಚ್ಚಿ, ಪರಿಸರದ ಕಾಳಜಿಯ ದೃಷ್ಟಿಯಿಂದ ನಾನು ಬಿಸುಟ ಎಲ್ಲಾ ಕಸವನ್ನು ವಾಪಾಸು ಒಯ್ಯಬೇಕೆಂದು ಅದನ್ನು ನನ್ನ ಬೆನ್ನಚೀಲದಲ್ಲಿ ಸೇರಿಸಿಕೊಂಡೆ. ಈಗಾಗಲೇ ಅದರಲ್ಲಿ ಎರಡು ಬಾಟಲಿಗಳಿದ್ದವು,

ಒಂದು ಪೂರ್ತಿ ಖಾಲಿ ಮತ್ತೊಂದು ಅರ್ಧ ತುಂಬಿತ್ತು. ಅನಂತರ 1,600 ಅಡಿ ಕೆಳಕ್ಕೆ ಇರುವ ಸೌತ್ ಕೋಲ್ ಕಡೆಗೆ ವೇಗವಾಗಿ ಇಳಿಯಲಾರಂಭಿಸಿದೆ.

|||

ಬಾಲ್ಕನಿಯಿಂದ ಕೆಲವು ನೂರು ಅಡಿಗಳ ತನಕ ಸ್ವಲ್ಪ ಅಗಲವಾದ, ಅಷ್ಟೇನೂ ಆಳವಲ್ಲದ ಹಿಮದ ದಾರಿಗುಂಟ ಯಾವುದೇ ದುರ್ಘಟನೆ ನಡೆಯದಂತೆ ಸಾಗಿದೆ. ಆದರೆ ನಂತರ ರಸ್ತೆ ಸೂಕ್ಷ್ಮವಾಗತೊಡಗಿತು. ಪದರು ಶಿಲೆಗಳನ್ನು ಕಡಿದು ಮಾಡಿದ ದಾರಿಯ ಮೇಲೆ ಆರು ಇಂಚುಗಳಷ್ಟು ತಾಜಾ ಹಿಮವು ಚಾದರದಂತೆ ಹಾಸಿತ್ತು. ಗಟ್ಟಿ ತಳವಿಲ್ಲದ, ಒಗಟಿನಂತಹ ಈ ರಸ್ತೆಯಲ್ಲಿ ಅತ್ಯಂತ ಜಾಗ್ರತೆಯಿಂದ ನಡೆಯುವುದಕ್ಕೆ ಏಕಾಗ್ರತೆಯ ಅವಶ್ಯಕತೆಯಿತ್ತು. ಆದರೆ ಕುಡಿದು ಮತ್ತೇರಿದ ಸ್ಥಿತಿಯಂತಹ ನನ್ನ ಈ ಅವಸ್ಥೆಯಲ್ಲಿ ಅದನ್ನು ಸಾಧಿಸುವುದು ಬಹಳ ಕಠಿಣವಾಗಿತ್ತು.

ಈ ಹಿಂದೆ ಚಾರಣಿಗರು ನಡದು ಮೂಡಿಸಿದ ಹೆಜ್ಜೆ ಗುರುತುಗಳನ್ನು ಹಿಮದ ಗಾಳಿಯು ಈಗಾಗಲೇ ಅಳಿಸಿ ಹಾಕಿದ್ದರಿಂದ ಸರಿಯಾದ ದಾರಿಯನ್ನು ಕಂಡು ಹಿಡಿದುಕೊಳ್ಳುವುದು ಬಹುಕಠಿಣವಾಗಿತ್ತು. 1993ರಲ್ಲಿ ಮೈಕ್ ಗ್ರೂಮ್ ಜೊತೆಯಲ್ಲಿ ಲೋಪ್ಸಾಂಗ್ ತ್ಶೇರಿಂಗ್ ಭುಟಿಯಾ ಎನ್ನುವ ನುರಿತ ಹಿಮಾಲಯದ ಪರ್ವತಾರೋಹಿ ಎವರೆಸ್ಟ್ ಹತ್ತಲು ಬಂದಿದ್ದ. ಈತ ತೇನ್‌ಸಿಂಗ್ ನಾರ್ಗೆಯ ಸಹೋದರನ ಮಗ. ಆತ ಇದೇ ಹಾದಿಯಲ್ಲಿ ಚಲಿಸುವಾಗ ತಪ್ಪು ತಿರುವನ್ನು ತೆಗೆದುಕೊಂಡು ಪ್ರಪಾತದಲ್ಲಿ ಬಿದ್ದು ಅಸುನೀಗಿದ್ದ. ವಾಸ್ತವದೊಂದಿಗೆ ಗಟ್ಟಿ ಹಿಡಿತವನ್ನು ಇಟ್ಟುಕೊಳ್ಳುವ ಸಲುವಾಗಿ ನನ್ನ ಪಾಡಿಗೆ ನಾನು ಮಾತನಾಡಿಕೊಳ್ಳುತ್ತಾ ಸಾಗತೊಡಗಿದೆ. "ಎದೆಗುಂದಬೇಡ, ಎದೆಗುಂದಬೇಡ, ಎದೆಗುಂದಬೇಡ" ಎಂದು ಮಂತ್ರದಂತೆ ಪಠಿಸುತ್ತಾ ಸಾಗಿದೆ. "ಇಲ್ಲೀ ತನಕ ಬಂದು ಹಾಳು ಮಾಡಿಕೊಳ್ಳುವಂತಿಲ್ಲ. ಇದು ತುಂಬಾ ಅಪಾಯಕಾರಿ ದಾರಿ. ಎದೆಗುಂದಬೇಡ" ಎನ್ನುತ್ತಲೇ ಇದ್ದೆ.

ಒಂದು ಅಗಲವಾಗಿ ಚಾಚಿಕೊಂಡ ಕಲ್ಲಿನ ತುದಿಯಲ್ಲಿ ಕುಳಿತು ವಿಶ್ರಾಂತಿ ತೆಗೆದುಕೊಳ್ಳತೊಡಗಿದೆ. ಆದರೆ ಕೆಲವೇ ನಿಮಿಷಗಳಲ್ಲಿ ಕಿವಿಗಡಚಿಕ್ಕುವಂತೆ "ಭೂಂ" ಎನ್ನುವ ಸದ್ದು ಕೇಳಿಸಿತು! ಈ ಸದ್ದು ನಖಶಿಖಾಂತ ನನ್ನನ್ನು ಹೆದರಿಸಿತು. ಬಹುಶಃ ದೊಡ್ಡ ಹಿಮಪಾತವೇ ಶುರುವಾಗಿ ಮೇಲಿನಿಂದ ಹಿಮಬಂಡೆಗಳು ಜಾರುತ್ತ ಬರುತ್ತಿರಬೇಕು ಎಂದು ಹೆದರಿ ಹಿಂತಿರುಗಿ ನೋಡಿದೆ. ಆದರೆ ನನಗೇನೂ ಅಂತಹದ್ದು ಕಾಣಿಸಲಿಲ್ಲ. ಆಗ ಮತ್ತೊಮ್ಮೆ ಅಂತಹದೇ "ಭೂಂ" ಎನ್ನುವ

ಸದ್ದು ಕೇಳಿಸಿತು! ಅದರ ಜೊತೆಯಲ್ಲಿ ಮಿಂಚೊಂದು ಆಗಸದುದ್ದಕ್ಕೂ ಬೆಳಗಿ ಮರೆಯಾಯ್ತು. ಆಗ ನನಗೆ ಅದು ಗುಡುಗಿನ ಸದ್ದೆಂಬುದು ಅರ್ಥವಾಯ್ತು.

ಬೆಳಿಗ್ಗೆ ಪರ್ವತ ಹತ್ತುವಾಗ ನಾನು ಈ ಭಾಗದ ರಸ್ತೆಯನ್ನು ನಿರಂತರವಾಗಿ ಅಭ್ಯಾಸ ಮಾಡುತ್ತಾ, ಮನಸ್ಸಿನಲ್ಲಿಯೇ ಗುರುತಿಸಿಕೊಳ್ಳುತ್ತಾ ಹೋಗಿದ್ದೆ. ಕೆಲವೊಂದು ನಿರ್ದಿಷ್ಟ ವಸ್ತು, ಬಾಗು, ಬಳುಕುಗಳನ್ನು ಕರಾರುವಾಕ್ಕಾಗಿ ಗ್ರಹಿಸಿಕೊಂಡಿದ್ದೆ. "ಹಡಗಿನ ಮೂತಿಯಂತೆ ಕಾಣುವ ಆ ದೊಡ್ಡ ಕಲ್ಲಿನ ಎಡಕ್ಕೆ ತಿರುಗು. ಅನಂತರ ಹಿಮದ ಕಿರುದಾರಿಯಲ್ಲಿ ನಡೆಯುತ್ತಾ ಹೋಗು. ಅದು ಅಚಾನಕ್ಕಾಗಿ ತಿರುಗಿಕೊಂಡಾಗ ಬಲಕ್ಕೆ ತಿರುಗು" – ಈ ರೀತಿ ಗುರುತು ಹಾಕಿಕೊಳ್ಳುವುದು ನನಗೆ ಹಲವಾರು ವರ್ಷಗಳಿಂದಲೂ ಅಭ್ಯಾಸವಾಗಿತ್ತು. ಪ್ರತಿ ಬಾರಿ ಪರ್ವತಾರೋಹಣ ಮಾಡಿದಾಗಲೂ ಬಲವಂತವಾಗಿ ನಾನು ಈ ಅಭ್ಯಾಸವನ್ನು ರೂಢಿಮಾಡಿಕೊಂಡಿದ್ದೆ. ಬಹುಶಃ ಎವರೆಸ್ಟ್‌ನಲ್ಲಿ ಆ ಅಭ್ಯಾಸ ನನ್ನ ಜೀವವನ್ನು ಕಾಯ್ದಿರಬಹುದು. ಸಾಯಂಕಾಲ ಆರು ಗಂಟೆಯ ಹೊತ್ತಿಗೆ ಹಿಮದ ಗಾಳಿಯ ಆರ್ಭಟ ವಿಪರೀತ ಜೋರಾಯಿತು. ಆ ಹೊತ್ತಿನಲ್ಲಿ ಮಾಂಟೇನೋಗ್ರಿನ್‌ನವರು ಹಾಕಿದ್ದ ಹಗ್ಗ ನನ್ನ ಕಣ್ಣಿಗೆ ಬಿತ್ತು. ಅಲ್ಲಿಂದ ನಾನು ತಲುಪಬೇಕಾದ ಸೌತ್ ಕೋಲ್ ಕೇವಲ 600 ಅಡಿ ಕೆಳಗಿತ್ತು. ಅತ್ಯಂತ ಕ್ಲಿಷ್ಟದ ಹಾದಿಯನ್ನು, ಈ ಬಿರುಗಾಳಿಯ ಆರ್ಭಟತೆ ಮೀರುವ ಹೊತ್ತಿಗೆ ಇಳಿದು ಬಿಟ್ಟಿದ್ದೆ ಎಂದು ಸಮಾಧಾನವಾಯ್ತು.

ಹಗ್ಗವನ್ನು ನನ್ನ ಭುಜಕ್ಕೆ ಸುತ್ತಿಕೊಂಡು, ಆ ಭೀಕರ ಹಿಮಗಾಳಿಯಲ್ಲಿಯೇ ಕೆಳಗಿಳಿದೆ. ಸ್ವಲ್ಪ ಸಮಯದ ನಂತರ ಇದ್ದಕ್ಕಿದ್ದಂತೆಯೇ ಪರಿಚಿತವಾದ ಒಂದು ಒದ್ದಾಟವನ್ನು ಅನುಭವಿಸಲಾರಂಭಿಸಿ, ಉಸಿರುಗಟ್ಟಿದಂತಾಯ್ತು. ತಕ್ಷಣ ಬಾಹ್ಯ ಆಮ್ಲಜನಕ ಮುಗಿದು ಹೋಗಿದೆಯೆಂದು ಅರ್ಥವಾಯ್ತು. ಮೂರು ಗಂಟೆಗೆ ಮುಂಚೆ ನಾನು ಮೂರನೆಯ ಮತ್ತು ಕೊನೆಯ ಆಮ್ಲಜನಕದ ಬಾಟಲಿಗೆ ರೆಗ್ಯುಲೇಟರ್ ಅನ್ನು ಹಾಕಿದಾಗ, ಅದರಲ್ಲಿ ಕೇವಲ ಅರ್ಧದಷ್ಟು ಆಮ್ಲಜನಕ ಇದೆ ಎನ್ನುವುದನ್ನು ಗ್ರಹಿಸಿದ್ದೆ. ಕೆಳಗೆ ಇಳಿದು ಹೋಗಲು ಅದು ಸಾಕಾಗುತ್ತೆಂದು ಭಾವಿಸಿದ್ದರಿಂದ, ಪೂರ್ತಿ ತುಂಬಿದ ಬಾಟಲಿ ಆಯ್ದುಕೊಳ್ಳುವ ಗೋಜಿಗೆ ಹೋಗಿರಲಿಲ್ಲ. ಆದರೆ ಈಗ ಆಮ್ಲಜನಕ ಮುಗಿದುಹೋಗಿತ್ತು.

ನಾನು ಮುಖಗವಸನ್ನು ಕಿತ್ತು, ಕೊರಳಿನ ಸುತ್ತ ಹಾಕಿಕೊಂಡೆ. ಅಚ್ಚರಿಯೆನ್ನುವಂತೆ ಹೆಚ್ಚಿಗೆ ತಲೆಕೆಡಿಸಿಕೊಳ್ಳದೆ ಮುಂದುವರೆದೆ. ಆದರೆ ನನ್ನ ನಡಿಗೆ ಬಹು ನಿಧಾನವಾಗಿತ್ತು. ಬಹಳಷ್ಟು ಬಾರಿ ಕೂತು ಸುಧಾರಿಸಿಕೊಂಡು ಮುಂದುವರೆಯಬೇಕಾಗಿತ್ತು.

ಎವರೆಸ್ಟ್ ಬಗ್ಗೆ ಬರೆದ ಸಾಹಿತ್ಯದಲ್ಲಿ ಪರ್ವತಾರೋಹಿಗಳು ಆಮ್ಲಜನಕದ ಕೊರತೆಯಿಂದಾಗಿ ಮತ್ತು ಸುಸ್ತಿನಿಂದಾಗಿ ಚಿತ್ರ-ವಿಚಿತ್ರ ಸಂಗತಿಗಳನ್ನು ಕಲ್ಪಿಸಿಕೊಂಡ

ವಿವರಗಳಿವೆ. 1933 ರಲ್ಲಿ ಪರ್ವತಾರೋಹಣ ಮಾಡಿದ ಇಂಗ್ಲಿಷ್ ಪರ್ವತಾರೋಹಿ ಫ್ರಾಂಕ್ ಸ್ಮೈತ್ "ಎರಡು ವಿಶಿಷ್ಟವಾದ ವಸ್ತುಗಳು ಆಕಾಶದಲ್ಲಿ ಹಾರಾಡುವುದನ್ನು ಕಂಡೆ" ಎಂದು ದಾಖಲಿಸಿದ್ದಾನೆ. 27,000 ಅಡಿಯ ಎತ್ತರದಲ್ಲಿ ನೇರವಾಗಿ ತನ್ನ ತಲೆಯ ಮೇಲೆ "ಒಂದಕ್ಕೆ ಇನ್ನೂ ಪೂರ್ತಿಯಾಗಿ ಬೆಳೆಯದಂತಹ ರೆಕ್ಕೆಗಳಿದ್ದವು, ಮತ್ತೊಂದಕ್ಕೆ ಉದ್ದ ಹೊರಚಾಚಿದ ಕೊಕ್ಕಿನಂತಹದಿತ್ತು. ಎರಡೂ ಯಾವುದೇ ಚಲನೆಯಿಲ್ಲದಂತೆ ನನ್ನ ಮೇಲೆ ಬಹು ಕಾಲ ಇದ್ದವು. ಆಗೊಮ್ಮೆ ಈಗೊಮ್ಮೆ ಅವುಗಳಲ್ಲಿ ಕಂಪನವು ಕಾಣಿಸುತ್ತಿತ್ತು" ಎಂದಿದ್ದಾನೆ. 1980ರಲ್ಲಿ ತನ್ನ ಏಕಾಂಗಿ ಪರ್ವತಾರೋಹಣದಲ್ಲಿ ರೆನಾಲ್ಡ್ ಮೆಸ್ನೆರ್ ತನ್ನ ಜೊತೆಗೆ ಯಾರೋ ಅವ್ಯಕ್ತ ಮನುಷ್ಯನೊಬ್ಬ ಚಲಿಸುತ್ತಿದ್ದ ಎಂದು ಹೇಳಿದ್ದಾನೆ. ನಿಧಾನಕ್ಕೆ ನನ್ನ ಮನಸ್ಸೂ ಅಂತಹದೇ ವಿಚಿತ್ರ ಅಯೋಮಯ ಕಲ್ಪನಾಲೋಕಕ್ಕೆ ಸಾಗುತ್ತಿರುವುದನ್ನು ಗ್ರಹಿಸಿಕೊಳ್ಳಲಾರಂಭಿಸಿದೆ. ಮನಸ್ಸು ವಾಸ್ತವ ಜಗತ್ತಿನಿಂದ ಕಲ್ಪನೆಯ ಕಡೆಗೆ ಜಾರುತ್ತಿರುವುದನ್ನು ಭಯ ಮತ್ತು ರೋಚಕತೆಯಿಂದ ಗಮನಿಸಿದೆ.

ಮಾಮೂಲೀ ಸುಸ್ತಿಗಿಂತಲೂ ನನ್ನ ಈ ಸುಸ್ತು ಎಷ್ಟೊಂದು ಹೆಚ್ಚಿತ್ತೆಂದರೆ, ನನ್ನ ದೇಹವು ನನ್ನಿಂದ ಬೇರೆಯಾಗಿ, ನಾನು ಎಷ್ಟೋ ಎತ್ತರದಲ್ಲಿ ನಿಂತು ನನ್ನ ದೇಹವು ಇಳಿಯುತ್ತಿರುವುದನ್ನು ನೋಡುತ್ತಿರುವಂತಹ ವಿಕ್ಷಿಪ್ತ ಅನುಭವ ನನಗಾಗುತ್ತಿತ್ತು. ಚೂಪಾದ ಭುಜಗಳುಳ್ಳ ಹಸಿರಾದ ಸ್ವೆಟರ್ ಒಂದನ್ನು ಹಾಕಿಕೊಂಡು ನಡೆಯುತ್ತಿರುವಂತೆ ಭಾಸವಾಗುತ್ತಿತ್ತು. ರಭಸವಾಗಿ ಬೀಸುತ್ತಿದ್ದ ಹಿಮಗಾಳಿಯಿಂದಾಗಿ ವಾತಾವರಣದ ಉಷ್ಣಾಂಶ ಮೈನಸ್ 50ಕ್ಕೂ ಕಡಿಮೆಯಿದ್ದರೂ, ನನಗೆ ಗೊಂದಲವಾಗುವಷ್ಟು ಬಿಸಿಯಾಗುತ್ತಿತ್ತು.

ಸಂಜೆಯ ಸೂರ್ಯನ ಕೊನೆಯ ಕಿರಣವೂ ಮರೆಯಾಗುವ ಹೊತ್ತಿಗೆ 6:30 ಆಗಿತ್ತು. ನಾನು ಇನ್ನೇನು ನಾಲ್ಕನೆಯ ಕ್ಯಾಂಪಿನಿಂದ 200 ಅಡಿ ಎತ್ತರದಲ್ಲಿದ್ದೆ. ನನ್ನ ಮತ್ತು ಸುರಕ್ಷತೆಯ ಮಧ್ಯದಲ್ಲಿ ಕೇವಲ ಒಂದೇ ಒಂದು ಅಡ್ಡಿ ಬಂದು ನಿಂತಿತ್ತು. ಒಂದು ದೊಡ್ಡದಾದ, ಗಾಜಿನಂತೆ ಹೊಳೆಯುವ, ಗಟ್ಟಿಯಾದ, ತೀರಾ ಕಡಿದಾದ ಮಂಜುಗಡ್ಡೆಯ ಬಂಡೆಯೊಂದನ್ನು ಹಗ್ಗವಿಲ್ಲದೆ ಜಾರಿ ಇಳಿಯಬೇಕಿತ್ತು. 70 ನಾಟ್ (ಗಾಳಿಯ ವೇಗವನ್ನು ಅಳೆಯುವ ಒಂದು ಪ್ರಮಾಣ) ವೇಗದಲ್ಲಿ ಬೀಸುತ್ತಿದ್ದ ಗಾಳಿಯಲ್ಲಿ ತೂರಿ ಬರುತ್ತಿದ್ದ ಮಂಜಿನ ತುಣುಕುಗಳು ನನ್ನ ಮುಖಕ್ಕೆ ಬಡಿಯುತ್ತಿದ್ದವು. ಯಾವುದಾದರೂ ದೇಹದ ಭಾಗ ತೆರೆದಿದ್ದರೆ ಅದು ತಕ್ಷಣ ಹಿಮಗಟ್ಟಿ ಹೋಗುತ್ತಿತ್ತು. ಸುಮಾರು 650 ಅಡಿ ಸಮತಟ್ಟು ದೂರದಲ್ಲಿರುವ ನಮ್ಮ ಗುಡಾರಗಳು, ಮಂಜಿನ ಮುಸುಕಿನಲ್ಲಿ ಆಗೊಮ್ಮೆ ಈಗೊಮ್ಮೆ ಕಾಣುತ್ತಿದ್ದವು. ಈ ಹೊತ್ತಿನಲ್ಲಿ ಯಾವುದೇ ತಪ್ಪುಗಳನ್ನು ಮಾಡುವುದಕ್ಕೂ ಆಸ್ಪದವಿರಲಿಲ್ಲ. ಏನಾದರು

ತಪ್ಪು ಮಾಡಿಯೇ ಬಿಡುತ್ತೀನೇನೋ ಎಂಬ ಭಯದಲ್ಲಿ, ಅಲ್ಲಿಯೇ ಸಾಕಷ್ಟು ಹೊತ್ತು ಕುಳಿತು, ಕೆಳಗಿಳಿಯುವುದಕ್ಕೆ ನನ್ನೆಲ್ಲಾ ಧೈರ್ಯವನ್ನು ಒಗ್ಗೂಡಿಸಿಕೊಳ್ಳಲಾರಂಭಿಸಿದೆ.

ಒಮ್ಮೆ ಕುಳಿತು ಕಾಲಿಗೆ ವಿಶ್ರಾಂತಿ ಕೊಟ್ಟ ತಕ್ಷಣ, ಆತಂಕ ತಹಬಂದಿಗೆ ಬಂತು. ಧೈರ್ಯವನ್ನು ಒಗ್ಗೂಡಿಸಿ ಅಂತಹ ದೊಡ್ಡ ಹಿಮಬಂಡೆಯನ್ನು ಜಾರುವುದಕ್ಕಿಂತಲೂ, ಸುಮ್ಮನೆ ಹೀಗೆ ಆರಾಮಾಗಿ ಕುಳಿತುಕೊಳ್ಳುವುದು ಎಷ್ಟೋ ಹಿತವೆನ್ನಿಸತೊಡಗಿತು. ಗಾಳಿ ಎಷ್ಟೇ ವೇಗವಾಗಿ ಬೀಸಿ ನನ್ನನ್ನು ಬಡಿಯುತ್ತಿದ್ದರೂ ಸುಮ್ಮನೆ ಅಲ್ಲಿ ಕುಳಿತು ಮನಸ್ಸನ್ನು ಹರಿಯಬಿಟ್ಟೆ. ಏನನ್ನೂ ಮಾಡದೆ ಸುಮಾರು ನಲವತ್ತೈದು ನಿಮಿಷ ಅಲ್ಲಿ ಕುಳಿತಿದ್ದೆ.

ನನ್ನ ಟೊಪ್ಪಿಗೆಯ ಲಾಡಿಯನ್ನು ಎಷ್ಟು ಗಟ್ಟಿಯಾಗಿ ಎಳೆದು ಕಟ್ಟಿಕೊಂಡಿದ್ದೆನೆಂದರೆ, ನನ್ನ ಕಣ್ಣುಗಳ ಭಾಗದಲ್ಲಿ ಒಂದು ಚೂರು ಕಿಂಡಿಗಳನ್ನು ಹೊರತು ಪಡಿಸಿದರೆ ಬೇರೆಲ್ಲಾ ಭಾಗಗಳೂ ಮುಚ್ಚಿದ್ದವು. ಈಗ ಕೆಲಸಕ್ಕೆ ಬಾರದಂತಾಗಿದ್ದ ಆಮ್ಲಜನಕದ ಮುಖಗವಸನ್ನು ನನ್ನ ಮುಖದಿಂದ ಕಳಚುವಾಗ, ಇದ್ದಕ್ಕಿದ್ದಂತೆಯೇ ಎಲ್ಲೋ ಕತ್ತಲಿನಿಂದ ಆ್ಯಂಡಿ ಹೇರಿಸ್ ನನ್ನ ಪಕ್ಕ ಬಂದು ನಿಂತಿದ್ದ. ನನ್ನ ಹೆಡ್ ಲೈಟ್ ಅನ್ನು ಅವನ ಮುಖಕ್ಕೆ ಬಿಟ್ಟು, ಅತ್ಯಂತ ಕಳಾಹೀನವಾಗಿದ್ದ ಅವನ ಮುಖವನ್ನು ಗಮನಿಸಿ ಒಂದು ಕ್ಷಣ ಹಿಂಜರಿದೆ. ಅವನ ಕೆನ್ನೆಗಳು ಮಂಜಿನಿಂದ ಮೆತ್ತಿಕೊಂಡಿದ್ದವು. ಒಂದು ಕಣ್ಣಂತೂ ಪೂರ್ತಿ ಮುಚ್ಚಿಕೊಂಡು ಹೋಗಿತ್ತು. ಅವನು ಪದಗಳನ್ನು ನುಂಗಿ ಮಾತನಾಡುತ್ತಿದ್ದ. ಅವನು ವಿಪರೀತ ಆಪತ್ತಿನಲ್ಲಿರುವಂತೆ ನನಗೆ ಕಂಡ. "ಗುಡಾರಕ್ಕೆ ಯಾವ ಕಡೆಗೆ ಹೋಗಬೇಕು?" ಎಂದು ಬಡಬಡಿಸಿದ. ಆದಷ್ಟು ಬೇಗನೆ ಗೂಡು ಸೇರುವ ಒದ್ದಾಟವಲ್ಲಿತ್ತು.

ನಾನು ನಾಲ್ಕನೆಯ ಕ್ಯಾಂಪಿನ ಕಡೆಗೆ ಬೆರಳು ಮಾಡಿ ತೋರಿಸಿ, ನಮ್ಮ ದಾರಿಗೆ ಅಡ್ಡ ನಿಂತಿರುವ ದೊಡ್ಡ ಹಿಮಬಂಡೆಯ ಕುರಿತು ಎಚ್ಚರಿಸಿದೆ. "ಅದು ಕಾಣಿಸೋದಕ್ಕಿಂತಾ ಹೆಚ್ಚು ಕಡಿದಾಗಿದೆ!" ಎಂದು ಕೂಗಿದೆ. ಆ ಭೀಕರ ಗಾಳಿಯಲ್ಲಿ ನನ್ನ ಮಾತುಗಳು ನನಗಾದರೂ ಕೇಳಿಸುವಷ್ಟು ಜೋರಾಗಿ ಕಿರುಚಿದೆ. "ಬಹುಶಃ ನಾನು ಮೊದಲಿಗೆ ಹೋಗಿ, ಕ್ಯಾಂಪಿನಿಂದ ಒಂದು ಹಗ್ಗವನ್ನು ತರ್ತೀನಿ..." ನಾನಿನ್ನೂ ನನ್ನ ವಾಕ್ಯವನ್ನು ಪೂರ್ತಿಗೊಳಿಸಿರಲಿಲ್ಲ, ಆ್ಯಂಡಿ ನನ್ನಿಂದ ದೂರ ಹೋಗಿದ್ದ, ಆ ಮಂಜುಬಂಡೆಯ ತುದಿಯಲ್ಲಿ ಕುಳಿತು ಜಾರಿಬಿಟ್ಟ. ನಾನು ಹೆದರಿಕೆಯಿಂದ ನೋಡತೊಡಗಿದೆ.

ಸರಿಯಾಗಿ ಕುಳಿತುಕೊಂಡೇ ಜಾರುವುದಕ್ಕೆ ಪ್ರಾರಂಭಿಸಿದ. "ಆ್ಯಂಡಿ! ಹಾಗೆಲ್ಲಾ ಜಾರೋದು ಹುಚ್ಚುತನವಾಗಿತ್ತೆ. ನೀನು ಏನಾದರೂ ಅನಾಹುತ ಮಾಡಿಕೊಳ್ತೀಯ" ಎಂದು ಕೂಗಿದೆ. ಅದಕ್ಕೆ ಪ್ರತಿಯಾಗಿ ಅವನೇನೋ ಕೂಗಿ ಹೇಳಿದ. ಆದರೆ

ಗಾಳಿಯ ಹೊಡೆತದಲ್ಲಿ ಆ ಮಾತುಗಳು ತೂರಿ ಹೋದವು. ಒಂದು ಕ್ಷಣದಲ್ಲಿ ಅವನು ತನ್ನ ಸಮತೋಲನವನ್ನು ಕಳೆದುಕೊಂಡು, ತಲೆಕೆಳಗಾಗಿ, ನೇರವಾಗಿ ಆ ಮಂಜುಬಂಡೆಯ ಉದ್ದಕ್ಕೆ ಜಾರಿ ಬೀಳಲಾರಂಭಿಸಿದ.

200 ಅಡಿ ಕೆಳಕ್ಕೆ ಅವನು ವೇಗವಾಗಿ ನೆಲಕ್ಕೆ ಬಿದ್ದನೆಂಬುದು ಗೊತ್ತಾಯ್ತು. ಯಾವುದೇ ಚಲನೆಯಿಲ್ಲದಂತೆ ತಟಸ್ಥವಾಗಿದ್ದ ಅವನ ದೇಹವನ್ನು ನಾನು ಗುರುತಿಸಿದೆ. ಖಂಡಿತವಾಗಿಯೂ ಒಂದು ಕಾಲನ್ನೋ ಅಥವಾ ಕುತ್ತಿಗೆಯನ್ನೋ ಮುರಿದುಕೊಂಡಿರುತ್ತಾನೆಂದು ಭಾವಿಸಿದೆ. ಆದರೆ ಅವನು ಅಸಾಧ್ಯ ವ್ಯಕ್ತಿ. ಎದ್ದು ನಿಂತು, ತಾನು ಸುರಕ್ಷಿತವಾಗಿರುವೆ ಎನ್ನುವಂತೆ ಕೈ ಬೀಸಿ, ನಾಲ್ಕನೆಯ ಕ್ಯಾಂಪ್ ಕಡೆಗೆ ನಡೆಯಲಾರಂಭಿಸಿದ. ಆ ಗುಡಾರಗಳು ಕೇವಲ 500 ಅಡಿ ದೂರದಲ್ಲಿ ಇದ್ದವು.

ಸುಮಾರು ಮೂರು ನಾಲ್ಕು ಜನರು ಗುಡಾರಗಳ ಹೊರಗೆ ನಿಂತಿರುವ ಚಹರೆಗಳು ನನಗೆ ಕಾಣಿಸುತ್ತಿದ್ದವು. ಅವರ ಹೆಡ್ ಲೈಟ್‌ಗಳು ಮಂಜಿನ ಪರದೆಯ ಮೂಲಕ ಆಗೊಮ್ಮೆ ಈಗೊಮ್ಮೆ ಹೊಳೆಯುತ್ತಿದ್ದವು. ಹೇರೀಸ್ ಅವರೆಡೆಗೆ ನಡೆಯುವುದನ್ನು ಗಮನಿಸಿದೆ. ಆ ದೂರವನ್ನು ಅವನು ಕೇವಲ ಹತ್ತು ನಿಮಿಷದಲ್ಲಿ ಪೂರ್ತಿಗೊಳಿಸಿದ. ಅನಂತರ ಮೋಡಗಳು ಮೂಡಿ, ದೃಶ್ಯವು ಮಸುಕಾಗಿ ಹೋಯ್ತು. ಮತ್ತೆ ಸ್ವಲ್ಪ ತೆರೆವು ಕಂಡು ನೋಡಿದಾಗ ಅವನು ಕೇವಲ 60 ಅಡಿ ದೂರದಲ್ಲಿ ಅಥವಾ ಅದಕ್ಕೂ ಕಡಿಮೆ ದೂರದಲ್ಲಿ ಇದ್ದ. ಮತ್ತೆ ಅವನನ್ನು ನಾನು ನೋಡಲಿಲ್ಲ, ಆದರೆ ಅವನು ಖಂಡಿತವಾಗಿಯೂ ಕ್ಯಾಂಪಿನ ಸುರಕ್ಷತೆಯಲ್ಲಿ ಸೇರಿದ್ದಾನೆಂದು ಅರ್ಥ ಮಾಡಿಕೊಂಡೆ. ಅಲ್ಲಿದ್ದ ಶೆರ್ಪಾಗಳಾದ ಚೂಲ್‌ಡಮ್ ಮತ್ತು ಅರಿತಾ ನಿಸ್ಸಂಶಯವಾಗಿ ಬಿಸಿಯಾದ ಚಹಾವನ್ನು ಅವನಿಗಾಗಿ ಮಾಡಿಕೊಂಡು ಕಾಯುತ್ತಿರುತ್ತಾರೆ. ಭೀಕರ ಹಿಮಗಾಳಿಯಲ್ಲಿ ಕುಳಿತು, ಮುಂದಿದ್ದ ದೊಡ್ಡ ಮಂಜಿನ ಬಂಡೆಯನ್ನು ವೀಕ್ಷಿಸುತ್ತಾ, ಕ್ಯಾಂಪ್ ಸೇರಲಾಗದೆ ಒದ್ದಾಡುತ್ತಿರುವ ನನಗೆ ಸ್ವಲ್ಪ ಅಸೂಯೆಯಾಯ್ತು. ನನ್ನ ಮಾರ್ಗದರ್ಶಿಯಾದರೂ ಹೇರಿಸ್ ನನಗಾಗಿ ಕಾಯಲಿಲ್ಲ ಎಂದು ನನಗೆ ಸಿಟ್ಟು ಬಂದಿತ್ತು.

ನನ್ನ ಬೆನ್ನಚೀಲದಲ್ಲಿ ಮೂರು ಖಾಲಿ ಆಮ್ಲಜನಕದ ಬಾಟಲಿಗಳು ಮತ್ತು ಒಂದಿಷ್ಟು ಹಿಮಗಟ್ಟಿದ ಲಿಂಬೆ ಶರಬತ್ತು ಇತ್ತು. ಅವೆಲ್ಲವೂ ಸೇರಿ ಅಬ್ಬಬ್ಬಾ ಎಂದರೆ ಆರರಿಂದ ಎಂಟು ಕೆಜಿ ಭಾರವಿತ್ತು. ಆದರೆ ನಾನು ಸುಸ್ತಾಗಿದ್ದೆ. ಹಿಮಬಂಡೆಯನ್ನು ಜಾರಿದರೆ ಖಂಡಿತವಾಗಿಯೂ ಕಾಲೊಂದನ್ನು ಮುರಿದುಕೊಳ್ಳುತ್ತೇನೆಂದು ಅನ್ನಿಸುತ್ತಿತ್ತು. ಕೊನೆಗೆ ನನ್ನ ಬೆನ್ನಚೀಲವನ್ನು ನಿಧಾನಕ್ಕೆ ಹಿಮಬಂಡೆಯ ಮೂಲಕ ಜಾರಿಸಿದೆ. ನಾನು ಜಾರಿದಾಗ ಅದರ ಬಳಿಯೇ ಹೋಗುವೆನೆಂಬ ಭರವಸೆ

ನನಗಿತ್ತು. ನಂತರ ಒಮ್ಮೆ ನಿಂತು, ನಿಧಾನಕ್ಕೆ ಬಂಡೆಯನ್ನು ಜಾರಲಾರಂಭಿಸಿದೆ. ಅದು ಎಷ್ಟು ಗಟ್ಟಿಯಾಗಿ ಮತ್ತು ನುಣುಪಾಗಿತ್ತೆಂದರೆ, ಬೌಲಿಂಗ್ ಮಾಡುವ ಚೆಂಡಿನ ಹೊರಮೈಯನ್ನು ಜ್ಞಾಪಿಸುತ್ತಿತ್ತು.

ಹದಿನೈದು ನಿಮಿಷಗಳ ಕಾಲ ಅತ್ಯಂತ ಅಪಾಯಕಾರಿಯಾಗಿ ಮತ್ತು ಬಹು ಪರಿಶ್ರಮದಿಂದ ನನ್ನ ಕ್ರಾಂಪನ್‌ಗಳನ್ನು ಬಳಸಿ ಸುರಕ್ಷಿತವಾಗಿ ಬಂಡೆಯ ಕೆಳಕ್ಕೆ ಬಂದು ನಿಂತೆ. ನನ್ನ ಬೆನ್ನಚೀಲವನ್ನು ಸುಲಭವಾಗಿ ಗುರುತಿಸಿಕೊಂಡೆ. ಮುಂದಿನ ಹತ್ತು ನಿಮಿಷದಲ್ಲಿ ನಾನು ಕ್ಯಾಂಪಿನಲ್ಲಿದ್ದೆ. ಕ್ರಾಂಪನ್ ಹಾಕಿಕೊಂಡೇ ಗುಡಾರದೊಳಕ್ಕೆ ನುಗ್ಗಿದೆ. ನೆಲದ ಮೇಲೆ ಸಾಕಷ್ಟು ಮಂಜು ಕವಿದಿದ್ದರೂ ಅದನ್ನು ಗಣನೆಗೆ ತೆಗೆದುಕೊಳ್ಳದೆ, ಕುಳಿತುಕೊಳ್ಳಲೂ ಆಗದಂತೆ ಕುಸಿದು ಮಲಗಿದೆ. ಪ್ರಥಮ ಬಾರಿಗೆ ನಾನು ಅದೆಷ್ಟು ದೇಹವನ್ನು ದಂಡಿಸಿದ್ದೇನೆಂಬುದರ ಅರಿವು ನನಗಾಗುತ್ತಿತ್ತು. ನನ್ನ ಬದುಕಿನಲ್ಲಿ ಕಂಡ ಎಲ್ಲ ಬವಣೆಗಿಂತಲೂ ಇದು ಅಧಿಕವಾಗಿತ್ತು. ಆದರೆ ನಾನು ಸುರಕ್ಷಿತವಾಗಿದ್ದೆ. ಆ್ಯಂಡಿ ಕೂಡಾ ಸುರಕ್ಷಿತವಾಗಿದ್ದ. ಉಳಿದವರು ಶೀಘ್ರದಲ್ಲಿಯೇ ಕ್ಯಾಂಪ್‌ಗೆ ಬರುವವರಿದ್ದರು. ನಾವು ಸಾಧಿಸಿಬಿಟ್ಟಿವು ಎಂಬ ಭಾವ ಬಂತು. ಎವರೆಸ್ಟ್ ಹತ್ತಿಯಾಗಿತ್ತು. ಮಧ್ಯದಲ್ಲಿ ಒಂದಿಷ್ಟು ಅಪಾಯದ ದಾರಿಯಿತ್ತು ನಿಜ, ಆದರೆ ಕೊನೆಯಲ್ಲಿ ಎಲ್ಲವೂ ಸುಖಾಂತ್ಯವಾಗಿತ್ತು.

| | |

ಎಲ್ಲವೂ ಸುಖಾಂತ್ಯವನ್ನು ಕಂಡಿಲ್ಲವೆಂಬುದು ನನಗೆ ಅರ್ಥವಾಗಲು ತುಂಬಾ ತಾಸುಗಳು ಬೇಕಾಯ್ತು. ಭೀಕರವಾದ ಬಿರುಗಾಳಿಯಲ್ಲಿ ಹತ್ತೊಂಬತ್ತು ಜನರು ಮೇಲೆ ಜೀವಕ್ಕಾಗಿ ಹೋರಾಡುತ್ತಾ ಸಿಕ್ಕಿಹಾಕಿಕೊಂಡಿದ್ದರು.

ಅಧ್ಯಾಯ 15

ಶಿಖರದ ತುದಿ

10ನೇ ಮೇ 1996, ಮಧ್ಯಾಹ್ನ 1:15, 29,028 ಅಡಿ ಎತ್ತರ

ನೀಲ್ ಬೈಡಲ್‌ಮನ್ ಶಿಖರದ ತುದಿಯನ್ನು ತಲುಪಿದಾಗ ಮಧ್ಯಾಹ್ನ 1:25 ಆಗಿತ್ತು. ಜೊತೆಯಲ್ಲಿ ಗ್ರಾಹಕ ಮಾರ್ಟಿನ್ ಆಡಮ್ಸ್ ಇದ್ದ. ಅವರು ಅಲ್ಲಿಗೆ ತಲುಪಿದಾಗ, ಆಗಲೇ ಆ್ಯಂಡಿ ಹೇರೀಸ್ ಮತ್ತು ಎನಾಟೋಲಿ ಬೊಕ್ರೀವ್ ಅಲ್ಲಿದ್ದರು. ನಾನು ಎಂಟು ನಿಮಿಷಗಳ ಮುಂಚೆ ಅಲ್ಲಿಂದ ಹೊರಟಿದ್ದೆ. ತನ್ನ ಉಳಿದ ತಂಡದವರು ಬೇಗನೆ ಬರುತ್ತಾರೆಂದು ಭಾವಿಸಿ, ಬೈಡಲ್‌ಮನ್ ಕೆಲವೊಂದು ಫೋಟೋಗಳನ್ನು ತೆಗೆದ. ಬೊಕ್ರೀವ್ ಜೊತೆಯಲ್ಲಿ ಒಂದಿಷ್ಟು ತಮಾಷೆ ಮಾಡಿದ. ಕೊನೆಗೆ ಕಾಯುತ್ತಾ ಕುಳಿತ. ಆಮೇಲೆ ಕ್ಲೆವ್ ಶೋನಿಂಗ್ ಮೇಲೇರಿ ಬಂದ. ತನ್ನ ಹೆಂಡತಿ ಮತ್ತು ಮಕ್ಕಳ ಫೋಟೋವನ್ನು ಹೊರತೆಗೆದ. ಸಂತೋಷದ ಕಣ್ಣೀರಿನಲ್ಲಿ ತನ್ನ ಸಾಹಸವನ್ನು ಸಂಭ್ರಮಿಸಿದ.

ತುದಿಯಲ್ಲಿರುವ ಒಂದು ದೊಡ್ಡ ಬಂಡೆಯಿಂದಾಗಿ, ಉಳಿದ ಹಾದಿಯೆಲ್ಲವೂ ಎಲ್ಲರಿಗೂ ಕಾಣಿಸದಂತಾಗುತ್ತದೆ. ಈಗಾಗಲೇ ಹಿಂತಿರುಗುವ ಕೊನೆಯ ಸಮಯವೆಂದು ನಿರ್ಧರಿಸಿದ. ಮಧ್ಯಾಹ್ನದ ಎರಡು ಗಂಟೆಯಾದರೂ ಇನ್ನೂ

ಫಿಷರ್ ಅಥವಾ ಇತರ ಗ್ರಾಹಕರು ಬರುವ ಸಂಜ್ಞೆಗಳು ಕಾಣುತ್ತಿರಲಿಲ್ಲ. ತಡವಾಗುತ್ತಿರುವುದಕ್ಕೆ ಬೈಡಲ್‌ಮನ್‌ಗೆ ಆತಂಕವಾಗಲಾರಂಭಿಸಿತು.

ಮೂವತ್ತಾರು ವರ್ಷ ವಯಸ್ಸಿನ, ವೈಮಾನಿಕ ತಂತ್ರಜ್ಞಾನದಲ್ಲಿ ತರಬೇತಿಯನ್ನು ಹೊಂದಿರುವ, ನೀಲ್ ಬೈಡಲ್‌ಮನ್ ಅತ್ಯಂತ ಸಂಯಮದ, ಮುಂದಾಲೋಚನೆಯುಳ್ಳ, ಸಾಕಷ್ಟು ಕಾಳಜಿಯನ್ನು ವಹಿಸುವ ಮಾರ್ಗದರ್ಶಿಯಾಗಿದ್ದ. ಅವನನ್ನು ಕಂಡರೆ ಕೇವಲ ಫಿಷರ್ ತಂಡದವರು ಮಾತ್ರವಲ್ಲ, ಹಾಲ್‌ನ ತಂಡದವರಿಗೂ ಸಂತೋಷವಾಗುತ್ತಿತ್ತು. ಬೈಡಲ್‌ಮನ್ ಅತ್ಯಂತ ಬಲಾಢ್ಯ ಪರ್ವತಾರೋಹಿಯೂ ಆಗಿದ್ದ. ಎರಡು ವರ್ಷದ ಕೆಳಗೆ ತನ್ನ ಗೆಳೆಯನಾದ ಬೊಕ್ರೀವ್ ಜೊತೆಯಲ್ಲಿ, 27,824 ಅಡಿ ಎತ್ತರದ ಮಕಾಲು ಪರ್ವತವನ್ನು ದಾಖಲೆ ಸಮಯದಲ್ಲಿ ಏರಿದ್ದ. ಯಾವುದೇ ಪೂರಕ ಆಮ್ಲಜನಕವನ್ನೂ ಬಳಸಿರಲಿಲ್ಲ ಮತ್ತು ಯಾವುದೇ ಶೆರ್ಪಾನ ಸಹಾಯವನ್ನೂ ಪಡೆದಿರಲಿಲ್ಲ. 1992ರ ಕೆ–2 ಪರ್ವತಾರೋಹಣದಲ್ಲಿ ಆತ ಪ್ರಥಮ ಬಾರಿಗೆ ಫಿಷರ್ ಮತ್ತು ರಾಬ್ ಹಾಲ್‌ರನ್ನು ಭೇಟಿಯಾಗಿದ್ದ. ಅವನ ಸಾಮರ್ಥ್ಯ ಮತ್ತು ಸೌಮ್ಯ ಸ್ವಭಾವ ಇಬ್ಬರ ಮೇಲೂ ಒಳ್ಳೆಯ ಪರಿಣಾಮವನ್ನು ಬೀರಿತ್ತು. ಆದರೆ ಬೈಡಲ್‌ಮನ್‌ನ ಅತಿ ಎತ್ತರದ ಪರ್ವತದ ಅನುಭವ ಕಡಿಮೆಯಿತ್ತು. (ಮಕಾಲು ಪರ್ವತವೇ ಅವನು ಏರಿದ ಅತ್ಯಂತ ಎತ್ತರದ ಹಿಮಾಲಯ ಪರ್ವತ.) ಆದ್ದರಿಂದಲೇ ಅವನ ಪಾತ್ರದ ಜವಾಬ್ದಾರಿ ಫಿಷರ್ ಮತ್ತು ಬೊಕ್ರೀವ್‌ಗಿಂತಲೂ ಕಡಿಮೆಯದಾಗಿತ್ತು. ಆ ಕಾರಣದಿಂದಾಗಿಯೇ ಅವನು ತೆಗೆದುಕೊಳ್ಳುತ್ತಿದ್ದ ಹಣವೂ ಕಡಿಮೆಯಾಗಿತ್ತು. ಬೊಕ್ರೀವ್‌ಗೆ ಕೊಡಲು ಒಪ್ಪಿಕೊಂಡ 25,000 ಡಾಲರ್‌ಗಳಿಗೆ ಹೋಲಿಸಿದರೆ ಇವನ 10,000 ಡಾಲರ್ ತುಂಬಾ ಕಡಿಮೆಯೆಂದೇ ಹೇಳಬಹುದಾಗಿತ್ತು.

ಅತ್ಯಂತ ಸೂಕ್ಷ್ಮ ಸ್ವಭಾವದ ಬೈಡಲ್‌ಮನ್, ತಂಡದಲ್ಲಿ ತನ್ನ ಪಾತ್ರದ ಮಹತ್ವವನ್ನು ಚೆನ್ನಾಗಿಯೇ ಅರಿತುಕೊಂಡಿದ್ದ. "ನಾನು ಖಂಡಿತವಾಗಿಯೂ ಮೂರನೆಯ ಮಾರ್ಗದರ್ಶಿ ಎನ್ನುವುದು ನನಗೆ ಗೊತ್ತಿತ್ತು. ಆದ್ದರಿಂದ ನಾನು ಯಾವುದಕ್ಕೂ ತೀರಾ ಹೆಚ್ಚು ಒತ್ತಡವನ್ನು ಹೇರುತ್ತಿರಲಿಲ್ಲ. ಆದ್ದರಿಂದ ನಾನು ಮಾತನಾಡಬೇಕಾದ ಕಾಲಕ್ಕೆ ಗಟ್ಟಿಯಾಗಿ ಮಾತನಾಡಲಿಲ್ಲ. ಆ ಕಾರಣಕ್ಕಾಗಿ ಈಗ ನಾನು ನನ್ನನ್ನು ಬೈಯ್ದುಕೊಳ್ಳುತ್ತೇನೆ" ಎಂದು ಪರ್ವತಾರೋಹಣ ಮುಗಿದ ನಂತರ ನನ್ನೊಡನೆ ಹೇಳಿದ.

ಬೈಡಲ್‌ಮನ್ ಪ್ರಕಾರ ಶಿಖರದ ತುದಿಯನ್ನು ಹತ್ತುವ ದಿನಕ್ಕೆ ಫಿಷರ್ ಒಂದು ಜಾಳಾದ ಯೋಜನೆಯನ್ನು ಮಾಡಿದ್ದ. ಅದರ ಪ್ರಕಾರ ಲೋಪ್ಸಂಗ್ ಜಂಗ್ಬೂ ಎಲ್ಲರಿಗಿಂತಲೂ ಮುಂದೆ ಇರಬೇಕೆಂದೂ, ಜೊತೆಯಲ್ಲಿ ಒಂದು ರೇಡಿಯೋ ಮತ್ತು

ಎರಡು ಹಗ್ಗಗಳನ್ನು ತೆಗೆದುಕೊಂಡು ಹೋಗಬೇಕೆಂದು ಮಾತಾಗಿತ್ತು. ಬೊಕ್ರೀವ್ ಮತ್ತು ಬೈಡಲ್‌ಮನ್ ಇಬ್ಬರಿಗೂ ರೇಡಿಯೋ ಕೊಟ್ಟಿರಲಿಲ್ಲ. ಅವರಿಬ್ಬರೂ ಗ್ರಾಹಕರ ಪರಿಸ್ಥಿತಿಯನ್ನು ಗ್ರಹಿಸಿಕೊಂಡು ಮಧ್ಯದಲ್ಲಿಯೋ ಅಥವಾ ಸ್ವಲ್ಪ ಮುಂದೋ ಇರಬೇಕೆಂದು ಅಪ್ಪಣೆಯಾಗಿತ್ತು. ಸ್ಕಾಟ್ ಫಿಷರ್ ಎರಡನೆಯ ರೇಡಿಯೋವನ್ನು ತೆಗೆದುಕೊಂಡಿದ್ದ. ಅವನು ಎಲ್ಲರಿಗಿಂತಲೂ ಹಿಂದಿದ್ದು, ಕೊನೆಯ ಜವಾಬ್ದಾರಿಗಳನ್ನು ವಹಿಸಿಕೊಳ್ಳುವುದಾಗಿ ಹೇಳಿದ್ದ. ರಾಬ್‌ನ ಸಲಹೆಯಂತೆ ಎರಡು ಗಂಟೆಗೆ ಖಡಾಖಂಡಿತವಾಗಿ ಎಲ್ಲರೂ ಹಿಂತಿರುಗಬೇಕೆಂದು ನಾವು ಮಾತಾಡಿಕೊಂಡಿದ್ದೆವು. ಯಾರಾದರೂ ಮಧ್ಯಾಹ್ನ ಎರಡು ಗಂಟೆಯ ವೇಳೆಗೆ ಕೈಯಳತೆಯ ದೂರದಲ್ಲಿ ಇರದಿದ್ದರೆ ಮುಲಾಜಿಲ್ಲದೆ ವಾಪಾಸು ಹೋಗಬೇಕೆಂದು ಮಾತಾಗಿತ್ತು.

"ಗ್ರಾಹಕರನ್ನು ಹಿಂದಕ್ಕೆ ಕಳುಹಿಸುವುದು ಸ್ಕಾಟ್‌ನ ಜವಾಬ್ದಾರಿಯಾಗಿತ್ತು" ಎಂದು ಬೈಡಲ್‌ಮನ್ ಅಭಿಪ್ರಾಯಪಟ್ಟ. "ನಾವು ಇದರ ಬಗ್ಗೆ ಈಗಾಗಲೇ ಮಾತನಾಡಿದ್ದೆವು. ತಂಡದಲ್ಲಿ ಮೂರನೆಯ ಮಾರ್ಗದರ್ಶಿಯಾದ ನಾನು, ಅರವತ್ತೈದು ಸಾವಿರ ಡಾಲರ್ ಹಣವನ್ನು ಕೊಟ್ಟು ಬಂದ ಗ್ರಾಹಕರಿಗೆ ಹಿಂತಿರುಗಿ ಹೋಗೆಂದು ಹೇಳಲು ಸಂಕೋಚವಾಗುತ್ತದೆಂದಿದ್ದೆ. ಅದಕ್ಕೆ ಸ್ಕಾಟ್ ಒಪ್ಪಿಕೊಂಡು ಅದನ್ನು ತನ್ನ ಜವಾಬ್ದಾರಿಯಾಗಿಸಿಕೊಂಡಿದ್ದ. ಆದರೆ ಯಾವ ಕಾರಣಕ್ಕೋ ಗೊತ್ತಿಲ್ಲ, ಅದು ಮಾತ್ರ ನಡೆಯಲಿಲ್ಲ." ನಿಜ ಹೇಳಬೇಕೆಂದರೆ ಮಧ್ಯಾಹ್ನ 2 ಗಂಟೆಗೂ ಮುಂಚೆ ಶಿಖರದ ತುದಿಯನ್ನು ತಲುಪಿದವರು ಕೇವಲ ಬೊಕ್ರೀವ್, ಹೇರಿಸ್, ಬೈಡಲ್‌ಮನ್, ಅಡಮ್ಸ್, ಶೋನಿಂಗ್ ಮತ್ತು ನಾನು. ಒಂದು ವೇಳೆ ಫಿಷರ್ ಮತ್ತು ಹಾಲ್ ತಮ್ಮ ಮಾತಿಗೆ ತಕ್ಕಂತೆ ನಡೆದಿದ್ದರೆ ಉಳಿದವರೆಲ್ಲರೂ ಈ ವೇಳೆಗಾಗಲೇ ಶಿಖರದ ತುದಿಯ ಆಸೆಯನ್ನು ಮರೆತು ಹಿಂತಿರುಗಬೇಕಿತ್ತು.

ಸಮಯ ಮೀರುತ್ತಿದೆಯೆಂದು ಬೈಡಲ್‌ಮನ್‌ಗೆ ಆತಂಕವಾದರೂ, ಅವನ ಬಳಿ ರೇಡಿಯೋ ಇರಲಿಲ್ಲ. ಆದ್ದರಿಂದ ಫಿಷರ್ ಜೊತೆಯಲ್ಲಿ ಅದನ್ನು ಚರ್ಚಿಸಲು ಸಾಧ್ಯವಿರಲಿಲ್ಲ. ಲೋಪ್ಸಾಂಗ್ ಬಳಿ ರೇಡಿಯೋ ಇತ್ತಾದರೂ, ಅವನು ಎಲ್ಲೋ ಕಾಣದಷ್ಟು ದೂರದಲ್ಲಿ ಕೆಳಗಿದ್ದ. ಆ ದಿನ ಬೆಳಿಗ್ಗೆ ಬಾಲ್ಕನಿಯ ಬಳಿ ಲೋಪ್ಸಾಂಗ್ ತನ್ನೆರಡು ಮೊಣಕಾಲಿನ ಮಧ್ಯ ತಲೆಯಿಟ್ಟು ಹಿಮದ ಮೇಲೆ ವಾಂತಿ ಮಾಡಿಕೊಳ್ಳುತ್ತಿರುವುದನ್ನು ನೋಡಿದ ಬೈಡಲ್‌ಮನ್, ಅವನ ಬಳಿಯಿದ್ದ ಎರಡು ಹಗ್ಗದ ಸಿಂಬೆಗಳನ್ನು ತೆಗೆದುಕೊಂಡಿದ್ದ. ಆದರೆ "ಅವನಿಂದ ರೇಡಿಯೋ ತೊಗೋಬೇಕು ಅನ್ನೋದು ಗೊತ್ತೇ ಆಗಲಿಲ್ಲ" ಅಂತ ಈಗ ಪಶ್ಚಾತ್ತಾಪ ಪಡುತ್ತಾನೆ.

ನಡೆದ ಸಂಗತಿಗಳನ್ನು ಮೆಲುಕು ಹಾಕುವ ಬೈಡಲ್‌ಮನ್ "ನಾನು ಪರ್ವತದ ತುದಿಯ ಮೇಲೆ ತುಂಬಾ ಹೊತ್ತು ಕುಳಿತುಕೊಳ್ಳಬೇಕಾಯ್ತು. ಸ್ಕಾಟ್ ಸಲುವಾಗಿ

ಕಾಯುತ್ತಾ, ನನ್ನ ವಾಚನ್ನು ನೋಡಿಕೊಳ್ಳುತ್ತಾ, ಕೆಳಗಿಳಿದು ಬಿಡಲಾ ಎಂದು ಆಲೋಚಿಸುತ್ತಾ ಉಳಿದುಬಿಟ್ಟೆ. ಪ್ರತಿ ಬಾರಿ ಕೆಳಗಿಳಿಯೋಣ ಎಂದು ನಾನು ಹೊರಟ ತಕ್ಷಣ ನಮ್ಮ ಒಬ್ಬ ಗ್ರಾಹಕ ಮೇಲಕ್ಕೆ ಪ್ರತ್ಯಕ್ಷನಾಗುತ್ತಿದ್ದ. ಅವರಿಗಾಗಿ ಮತ್ತಷ್ಟು ಹೊತ್ತು ಕುಳಿತುಕೊಳ್ಳುತ್ತಿದ್ದೆ" ಎನ್ನುತ್ತಾನೆ.

ಸ್ಯಾಂಡಿ ಪಿಟ್‌ಮನ್ ಬಂದಾಗ ಸುಮಾರು 2:10 ಆಗಿತ್ತು. ಆಕೆಯ ಹಿಂದೆಯೇ ಶಾರ್ಲೆ ಫಾಕ್ಸ್, ಲೋಪ್ಸಾಂಗ್ ಜಂಗ್ಬು, ಟಿಮ್ ಮ್ಯಾಡ್‌ಸನ್ ಮತ್ತು ಲೀನ್ ಗ್ಯಾಮಲ್‌ಗಾರ್ಡ್ ಬಂದರು. ಸ್ಯಾಂಡಿ ಮಾತ್ರ ಅತ್ಯಂತ ನಿಧಾನವಾಗಿ ನಡೆಯುತ್ತಿದ್ದು, ತುದಿಯನ್ನು ಮುಟ್ಟುವುದಕ್ಕೆ ಸ್ವಲ್ಪ ಮೊದಲು ಇದ್ದಕ್ಕಿದ್ದಂತೆಯೇ ಹಿಮದಲ್ಲಿ ಕುಸಿದು ಕುಳಿತುಬಿಟ್ಟಳು. ಲೋಪ್ಸಾಂಗ್ ಆಕೆಯ ಸಹಾಯಕ್ಕಾಗಿ ಧಾವಿಸಿ ಬಂದಾಗ, ಆಕೆಯ ಮೂರನೆಯ ಆಮ್ಲಜನಕದ ಬಾಟಲಿ ಕೂಡಾ ಖಾಲಿಯಾಗಿರುವುದು ಗೊತ್ತಾಯಿತು. ಬೆಳಿಗ್ಗೆ ಆಕೆಯನ್ನು ಶಾರ್ಟ್ ರೋಪ್ ಮಾಡಿ ಎಳೆದುಕೊಂಡು ಬರುವಾಗ, ಆಕೆಯ ಆಮ್ಲಜನಕದ ಹರಿವನ್ನು ಎಷ್ಟು ಜಾಸ್ತಿ ಸಾಧ್ಯವೋ ಅಷ್ಟು ಜಾಸ್ತಿ ಮಾಡಿಟ್ಟಿದ್ದ – ನಿಮಿಷಕ್ಕೆ ನಾಲ್ಕು ಲೀಟರ್ ಹರಿದು ಹೋಗಿತ್ತು. ಆದ್ದರಿಂದ ಆಕೆ ತನ್ನೆಲ್ಲಾ ಆಮ್ಲಜನಕವನ್ನು ಆದಷ್ಟು ಬೇಗನೆ ಖರ್ಚು ಮಾಡಿಕೊಂಡುಬಿಟ್ಟಿದ್ದಳು. ಅದೃಷ್ಟವಶಾತ್ ಪೂರಕ ಆಮ್ಲಜನಕವನ್ನು ಬಳಸದ ಲೋಪ್ಸಾಂಗ್, ತನ್ನ ಬೆನ್ನಚೀಲದಲ್ಲಿ ಒಂದು ಆಮ್ಲಜನಕದ ಬಾಟಲಿಯನ್ನು ಹೆಚ್ಚಿಗೆ ಇಟ್ಟುಕೊಂಡಿದ್ದ. ಅವನು ಹೊಸ ಆಮ್ಲಜನಕದ ಬಾಟಲಿಯನ್ನು ಆಕೆಯ ರೆಗ್ಯುಲೇಟರ್‌ಗೆ ಸೇರಿಸಿದ ಮೇಲೆ, ಅಳಿದುಳಿದ ದಾರಿಯನ್ನು ಅವರಿಬ್ಬರೂ ಕ್ರಮಿಸಿ, ಸಂತೋಷದ ಸಂಭ್ರಮದಲ್ಲಿ ಸೇರಿಕೊಂಡಿದ್ದರು.

ರಾಬ್ ಹಾಲ್, ಮೈಕ್ ಗ್ರೂಮ್ ಮತ್ತು ಯಸುಕೊ ನಂಬಾ – ಸರಿಸುಮಾರು ಇದೇ ಹೊತ್ತಿಗೆ ಶಿಖರದ ತುದಿಯನ್ನು ತಲುಪಿದರು. ಹಾಲ್ ತಕ್ಷಣ ರೇಡಿಯೋ ಮೂಲಕ ಬೇಸ್ ಕ್ಯಾಂಪಿನಲ್ಲಿದ್ದ ಹೆಲನ್ ವಿಲ್ಟನ್‌ಗೆ ಫೋನ್ ಮಾಡಿ ಒಳ್ಳೆಯ ಸುದ್ದಿಯನ್ನು ತಲುಪಿಸಿದ್ದ. "ಅಲ್ಲಿ ತುಂಬಾ ಚಳಿ ಮತ್ತು ಗಾಳಿ ಇದೆ ಅಂತ ರಾಬ್ ಹೇಳಿದ್ದ" ಎಂದು ವಿಲ್ಟನ್ ನೆನಪಿಸಿಕೊಳ್ಳುತ್ತಾಳೆ. "ಆದರೆ ಅವನು ಧ್ವನಿಯಲ್ಲಿ ಧೈರ್ಯವಿತ್ತು. 'ಇನ್ನೇನು ಡಗ್ ಮೇಲಕ್ಕೆ ಬರ್ತಾ ಇದಾನೆ. ಅದಾದ ತಕ್ಷಣ ನಾವು ಹೊರಟು ಬಿಡ್ತೀವಿ... ನನ್ನಿಂದ ನೀನು ಮತ್ತೆ ಏನೂ ಸುದ್ದಿ ಕೇಳಲಿಲ್ಲ ಅಂದ್ರೆ, ಎಲ್ಲಾ ಸುರಕ್ಷಿತವಾಗಿದೆ ಅಂತ ಅಂದ್ಕೋ' ಎಂದಿದ್ದ." ನ್ಯೂಜಿಲೆಂಡಿನಲ್ಲಿರುವ ಅಡ್ವೆಂಚರ್ ಕನ್ಸಲ್ಟಂಟ್ ಕಛೇರಿಗೆ ವಿಲ್ಟನ್ ಮಾಹಿತಿ ತಿಳಿಸಿದಳು. ತಕ್ಷಣವೇ ನೂರಾರು ಫ್ಯಾಕ್ಸ್ ಮತ್ತು ಇ–ಮೇಲ್ ಗಳು ಗೆಳೆಯರಿಗೆ ಮತ್ತು ಕುಟುಂಬದವರಿಗೆ ಹರಿದಾಡಿದವು. ಪರ್ವತಾರೋಹಣದ ಯಶಸ್ಸು ಎಲ್ಲಡೆಗೂ ತಲುಪಿತು.

ಆದರೆ ರಾಬ್ ಹಾಲ್ ಅಂದಾಜು ಮಾಡಿದಂತೆ ಡಹ್ಗ್ ಹಾನ್‌ಸೆನ್ ಆ ಹೊತ್ತಿನಲ್ಲಿ ಶಿಖರದ ತುದಿಯ ಕೆಳಗೇನೂ ಇರಲಿಲ್ಲ, ಫಿಷರ್ ಕೂಡಾ ಹತ್ತಿರದಲ್ಲಿರಲಿಲ್ಲ. ಫಿಷರ್ ತುದಿ ತಲುಪಿದಾಗ 3:40 ಆಗಿತ್ತು. ಡಹ್ಗ್ ಹಾನ್‌ಸೆನ್ ತುದಿಯನ್ನು ತಲುಪಿದಾಗ ಆಗಲೇ 4:00 ಗಂಟೆಯಾಗಿತ್ತು.

|||

ಹಿಂದಿನ ದಿನ ಮಧ್ಯಾಹ್ನ ಅಂದರೆ, ಮೇ 9ನೇ ಗುರುವಾರ, ನಾವೆಲ್ಲಾ ಮೂರನೆಯ ಕ್ಯಾಂಪಿನಿಂದ ನಾಲ್ಕನೆಯ ಕ್ಯಾಂಪಿಗೆ ಹತ್ತಿದ್ದೆವು. ಆದರೆ ಫಿಷರ್ ಸಂಜೆ 5 ಗಂಟೆಯಾದರೂ ಕ್ಯಾಂಪ್ ತಲುಪಿರಲಿಲ್ಲ. ಅವನನ್ನು ನೋಡಿದರೆ ಸಾಕು, ಸಿಕ್ಕಾಪಟ್ಟೆ ಸುಸ್ತಾಗಿರುವುದು ತಿಳಿಯುತ್ತಿತ್ತು. ಆದರೆ ಅದು ತನ್ನ ಗ್ರಾಹಕರಿಗೆ ತಿಳಿಯದಂತೆ ಅವನು ಮರೆಮಾಚುತ್ತಿದ್ದ. ಅವನ ಗುಡಾರವನ್ನು ಹಂಚಿಕೊಳ್ಳುತ್ತಿದ್ದ ಶಾರ್ಲೆ ಫಾಕ್ಸ್ ಪ್ರಕಾರ "ಆ ಸಂಜೆ ನಂಗೆ ಸ್ಕಾಟ್ ಸುಸ್ತಾಗಿದಾನೆ ಅಂತ ಗೊತ್ತೇ ಆಗಿರಲಿಲ್ಲ. ಒಳ್ಳೆ ಆವೇಶದಲ್ಲಿರೋ ಫುಟ್‌ಬಾಲ್ ನಾಯಕನಂತೆ, ತನ್ನೆಲ್ಲಾ ಗ್ರಾಹಕರನ್ನು ಮುಂದಿರುವ ದೊಡ್ಡ ಆಟಕ್ಕಾಗಿ ಹುರಿದುಂಬಿಸುತ್ತಾ, ಮಾನಸಿಕ ಭಯವನ್ನೂ ಹುಟ್ಟಿಸುತ್ತಿದ್ದ."

ನಿಜದಲ್ಲಿ ಸ್ಕಾಟ್ ಈ ಹಿಂದಿನ ವಾರಗಳ ಕೆಲಸಗಳಿಂದಾಗಿ ಮಾನಸಿಕವಾಗಿ ಮತ್ತು ದೈಹಿಕವಾಗಿ ಕುಸಿದು ಹೋಗಿದ್ದ. ಅವನದು ಶಕ್ತಿಯುತವಾದ ಸಮೃದ್ಧ ದೇಹವಾದರೂ, ಅನವಶ್ಯಕವಾಗಿ ಶಕ್ತಿವ್ಯಯವಾಗಿ, ನಾಲ್ಕನೆಯ ಕ್ಯಾಂಪಿಗೆ ಬರುವ ಹೊತ್ತಿಗೆ ಸೋತು ಹೋಗಿದ್ದ. "ಸ್ಕಾಟ್ ಗಟ್ಟಿ ಮನುಷ್ಯ" ಎಂದು ಪರ್ವತಾರೋಹಣ ಮುಗಿದ ಮೇಲೆ ಬೊಕ್ರೀವ್ ಖಚಿತವಾಗಿ ಹೇಳಿದ. "ಆದರೆ ಶಿಖರದ ತುದಿ ತಲುಪೋದಕ್ಕೆ ಮುಂಚೆ ಸಾಕಷ್ಟು ಸುಸ್ತಾಗಿ ಬಿಟ್ಟ. ಸಾಕಷ್ಟು ಸಮಸ್ಯೆಗಳನ್ನು ಎದುರಿಸಿದ್ದ. ಎಲ್ಲಾದಕ್ಕೂ ಒದ್ದಾಡಿದ್ದ. ಚಿಂತೆ, ಚಿಂತೆ, ಚಿಂತೆ. ಸ್ಕಾಟ್ ಸಾಕಷ್ಟು ಎದೆಗುಂದಿದ್ದ, ಆದರೆ ಹೆದರಿಕೆಯನ್ನು ಒಳಗೇ ಇಟ್ಟುಕೊಂಡಿದ್ದ."

ಪರ್ವತಾರೋಹಣದ ಸಮಯದಲ್ಲಿ ತಾನು ಅನಾರೋಗ್ಯವಾಗಿರುವೆನೆಂಬ ವಿಷಯವನ್ನು ಸ್ಕಾಟ್ ಎಲ್ಲರಿಂದಲೂ ಮುಚ್ಚಿಟ್ಟಿದ್ದ. 1984ರಲ್ಲೊಮ್ಮೆ ಅವನು ಅನ್ನಪೂರ್ಣ ಪರ್ವತವನ್ನು ಹತ್ತಿದ್ದ. ಆಗ ಒಂದು ವಿಚಿತ್ರ ಕಾಯಿಲೆ ಅವನಿಗೆ ಅಂಟಿಕೊಂಡಿತ್ತು. ಅದು ನಿಧಾನಕ್ಕೆ ಬೆಳೆದು ಯಕೃತ್ತಿನ ಸಮಸ್ಯೆಯಾಗಿ ಪರಿವರ್ತನೆಗೊಂಡಿತ್ತು. ಕಳೆದ ಕೆಲವು ವರ್ಷಗಳಿಂದ ಹಲವಾರು ವೈದ್ಯರಿಗೆ ತನ್ನ ಸಮಸ್ಯೆಯನ್ನು ಹೇಳಿಕೊಂಡಿದ್ದ, ನೂರಾರು ದೈಹಿಕ ಪರೀಕ್ಷೆಗಳನ್ನು

ಮಾಡಿಸಿಕೊಂಡಿದ್ದ. ಆದರೆ ರೋಗದ ಸರಿಯಾದ ಕಾರಣವನ್ನು ಯಾರಿಗೂ ಪತ್ತೆ ಹಚ್ಚಲು ಆಗಿರಲಿಲ್ಲ. ತನ್ನ ಈ ಸಮಸ್ಯೆಯನ್ನು ಸ್ಕಾಟ್ ಸರಳವಾಗಿ ಯಕೃತ್ತಿನ ಮೇಲೆ ಬೆಳೆದ ದುರ್ಮಾಂಸ ಎಂದು ಕೆಲವರ ಮುಂದೆ ಹೇಳಿದ್ದ. ಅದಕ್ಕಾಗಿ ತಲೆ ಬಿಸಿ ಮಾಡಿಕೊಳ್ಳುವ ಅವಶ್ಯಕತೆಯೇ ಇಲ್ಲ ಎನ್ನುವಂತೆ ವರ್ತಿಸುತ್ತಿದ್ದ.

ಅವನ ಕೆಲವೇ ಆಪ್ತರಿಗೆ ಮಾತ್ರ ಈ ಸಮಸ್ಯೆಯ ವಿಷಯ ಗೊತ್ತಿತ್ತು. ಅವರಲ್ಲಿ ಒಬ್ಬಳಾದ ಜೇನ್ ಬ್ರೋಮೆಟ್ ಹೇಳುವ ಪ್ರಕಾರ, "ಅದೇನೋ ಗೊತ್ತಿಲ್ಲ. ಆದರೆ ಮಲೇರಿಯಾ ತರಹ ಲಕ್ಷಣಗಳನ್ನು ತೋರಿಸ್ತಿತ್ತು. ಆದರೆ ಅದು ಮಲೇರಿಯಾ ಆಗಿರಲಿಲ್ಲ. ಒಮ್ಮೊಮ್ಮೆ ಇದ್ದಕ್ಕಿದ್ದಂತೆ ವಿಪರೀತವಾಗಿ ಬೆವರೋದು, ನಡುಗೋದು ಮಾಡ್ತಿದ್ದ. ಈ ಅವಸ್ಥೆ ಅವನನ್ನ ಹೆದರಿಸ್ತಾ ಇತ್ತು. ಆದರೆ ಕೇವಲ ಹತ್ತು, ಹದಿನೈದು ನಿಮಿಷ ಅವನನ್ನು ಕಾಡಿ ಮರೆಯಾಗಿ ಬಿಡ್ತಿತ್ತು. ಸಿಯಾಟಲ್‌ನಲ್ಲಿ ಇದ್ದಾಗ ವಾರಕ್ಕೆ ಒಮ್ಮೆ ಮಾತ್ರ ಬರೋದು. ಆದರೆ ಅವನು ಒತ್ತಡದಲ್ಲಿದ್ದ ಅಂದ್ರೆ ಸಾಕಷ್ಟು ಸಾರಿ ಬರ್ತಿತ್ತು. ಬೇಸ್ ಕ್ಯಾಂಪಿನಲ್ಲಂತೂ ಸಿಕ್ಕಾಪಟ್ಟೆ ಬರ್ತಿತ್ತು. ದಿನ ಬಿಟ್ಟು ದಿನ, ಕೆಲವೊಮ್ಮೆ ಪ್ರತೀ ದಿನ ಬರೋದು."

ನಾಲ್ಕನೆಯ ಕ್ಯಾಂಪ್ ಅಥವಾ ಅದಕ್ಕೂ ಮೇಲೆ ಅಂತಹ ತೊಂದರೆಗಳನ್ನು ಅನುಭವಿಸಿದ ಬಗ್ಗೆ ಸ್ಕಾಟ್ ಯಾರ ಮುಂದೆಯೂ ಹೇಳಿರಲಿಲ್ಲ. ಫಾಕ್ಸ್ ನೆನಪಿಸಿಕೊಳ್ಳೋ ಪ್ರಕಾರ, "ಆ ದಿನ ಗುರುವಾರ ಸಂಜೆ ಅವನು ಗುಡಾರದೊಳಕ್ಕೆ ನುಸುಳಿಕೊಂಡ ತಕ್ಷಣ ದಪ್ಪಂತ ನಿದ್ರಾಚೀಲದಲ್ಲಿ ನುಸುಳಿಕೊಂಡು, ಎರಡು ಗಂಟೆ ಮೈಮೇಲೆ ಎಚ್ಚರ ಇಲ್ಲದಂಗೆ ನಿದ್ದೆ ಮಾಡಿದ." ರಾತ್ರಿ ಹತ್ತು ಗಂಟೆಗೆ ಅವನು ಎದ್ದಾಗ, ತಯಾರಾಗೋದರಲ್ಲಿ ತುಂಬಾ ತಡ ಮಾಡ್ತಾ ಇದ್ದ. ಅವನ ಗ್ರಾಹಕರು, ಮಾರ್ಗದರ್ಶಿಗಳು ಮತ್ತು ಶೆರ್ಪಾಗಳೆಲ್ಲರೂ ಶಿಖರದ ತುದಿಗಂತ ಹೊರಟು ಹೋದ ಮೇಲೆ ಕೂಡಾ ತುಂಬಾ ಹೊತ್ತು ಗುಡಾರದಲ್ಲಿಯೇ ಉಳಿದಿದ್ದ.

ಫಿಷರ್ ಆ ದಿನ ನಿಜಕ್ಕೂ ಎಷ್ಟು ಗಂಟೆಗೆ ಹೊರಟ ಎನ್ನುವುದು ಯಾರಿಗೂ ಸರಿಯಾಗಿ ತಿಳಿದಿಲ್ಲ. ಮೇ 10ರ ಶುಕ್ರವಾರ ಬೆಳಿಗ್ಗೆ 1 ಗಂಟೆಗೆ ತುಂಬಾ ತಡವಾಗಿ ಬಿಟ್ಟಿರುವ ಸಾಧ್ಯತೆಯಿದೆ. ಎಲ್ಲರಿಗಿಂತಲೂ ಅವನು ಆ ದಿನ ತುಂಬಾ ಹಿಂದೆ ಉಳಿದಿದ್ದ. ಅವನು ದಕ್ಷಿಣ ತುದಿಗೆ ಬರುವ ಹೊತ್ತಿಗಾಗಲೇ ಮಧ್ಯಾಹ್ನ 1 ಗಂಟೆಯಾಗಿ ಹೋಗಿತ್ತು. ನಾನು ಪರ್ವತವನ್ನು ಇಳಿಯಲೆಂದು ಹಿಲರಿ ಸ್ಟೆಪ್‌ನ ಮೇಲೆ ಆ್ಯಂಡಿ ಹೇರಿಸ್ ಜೊತೆಗೆ ಕೆಳಗಿನವರೆಲ್ಲಾ ಮೇಲೇರಿ ಹೋಗುವುದಕ್ಕಾಗಿ ಕಾಯುತ್ತಿರುವಾಗ, ಸುಮಾರು ಮಧ್ಯಾಹ್ನ 2:45ರ ಹೊತ್ತಿಗೆ ಮೊಟ್ಟ ಮೊದಲಿಗೆ ನಾನು ಆ ದಿನ ಅವನನ್ನು ನೋಡಿದ್ದು. ಅವನೇ ಕಡೆಯದಾಗಿ ಹಿಲರಿ ಸ್ಟೆಪ್ ಅನ್ನು ಹಗ್ಗದ ಮೂಲಕ ಹತ್ತಿದವನು. ಅವನ ಮುಖದಲ್ಲಿ ಸುಸ್ತು ಎದ್ದು ಕಾಣುವಷ್ಟಿತ್ತು.

ನಾವಿಬ್ಬರೂ ಶುಭಾಶಯಗಳನ್ನು ಕೋರಿಯಾದ ಮೇಲೆ, ನಮ್ಮ ಹಿಂದೆ ನಿಂತಿದ್ದ ಮಾರ್ಟಿನ್ ಮತ್ತು ಎನಾಟೊಲಿ ಜೊತೆಯಲ್ಲಿ ಸ್ಕಾಟ್ ಮಾತನಾಡಿದ. ತನ್ನ ಮುಖಗವಸಿನ ಮೂಲಕ ತಮಾಷೆಯ ಧ್ವನಿಯಲ್ಲಿ "ಹೇ ಮಾರ್ಟಿನ್, ನಿಜಕ್ಕೂ ನೀನು ಎವರೆಸ್ಟ್ ಹತ್ತ ಬಲ್ಲೆ ಅನ್ನಿಸುತ್ತಾ?" ಎಂದು ಮಾರ್ಟಿನ್‌ನ ಕಾಲೆಳೆದಿದ್ದ. ತನಗೆ ಅಭಿನಂದನೆಗಳನ್ನು ಹೇಳುವುದನ್ನು ಮರೆತು ಹೀಗೆ ತಮಾಷೆ ಮಾಡುತ್ತಿರುವುದಕ್ಕೆ ಸಿಟ್ಟಾದ ಮಾರ್ಟಿನ್ "ಹೇ ಸ್ಕಾಟ್, ನಾನಾಗಲೇ ಹತ್ತಿ ಬಂದೆ" ಎಂದಿದ್ದ.

ಆಮೇಲೆ ಫಿಷರ್ ಒಂದೆರಡು ಮಾತುಗಳನ್ನು ಬೊಕ್ರೀವ್ ಜೊತೆಯಲ್ಲಿ ಆಡಿದ. ಅಡಮ್‌ಗೆ ನೆನಪಿರುವಂತೆ ಆಗ ಬೊಕ್ರೀವ್‌ನು ಮಾರ್ಟಿನ್ ಜೊತೆಯಲ್ಲಿ ಕೆಳಕ್ಕೆ ಹೋಗ್ತೇನೆ ಎಂದು ಹೇಳಿದ. ಅನಂತರ ಸ್ಕಾಟ್ ಫಿಷರ್ ಒಂದೊಂದೇ ಭಾರವಾದ ಹೆಜ್ಜೆಗಳನ್ನು ಇಡುತ್ತಾ ಮೇಲಕ್ಕೆ ಏರಲಾರಂಭಿಸಿದ. ಹ್ಯಾರೀಸ್, ಬೊಕ್ರೀವ್, ಅಡಮ್ಸ್ ಮತ್ತು ನಾನು – ಹಗ್ಗವನ್ನು ಹಿಡಿದುಕೊಂಡು ಕೆಳಕ್ಕೆ ಇಳಿಯಲಾರಂಭಿಸಿದೆವು. ಆಗ ಯಾರೂ ಸ್ಕಾಟ್‌ನ ದೈಹಿಕ ಸುಸ್ತಿನ ಬಗ್ಗೆ ಮಾತನಾಡಲೇ ಇಲ್ಲ. ನಮಗೆ ಯಾರಿಗೂ ಅವನು ಅಪಾಯದಲ್ಲಿ ಇರಬಹುದೆಂದು ಗೊತ್ತಾಗಲೇ ಇಲ್ಲ.

III

ಬೈಡಲ್‌ಮನ್ ಹೇಳುವ ಪ್ರಕಾರ, ಶುಕ್ರವಾರ ಮಧ್ಯಾಹ್ನ 3:10ರ ಹೊತ್ತಿಗೂ ಫಿಷರ್ ಪರ್ವತದ ತುದಿಗೆ ಬಂದಿರಲಿಲ್ಲ. "ಸ್ಕಾಟ್ ಬರಲಿ ಬಿಡಲಿ, ಇನ್ನು ಈ ಅಪಾಯದ ಸ್ಥಳದಿಂದ ಕೆಳಗಿಳಿಯೋದು ಒಳ್ಳೇದು ಅಂತ ನಿರ್ಧಾರ ಮಾಡಿಬಿಟ್ಟೆ" ಎಂದು ಜ್ಞಾಪಿಸಿಕೊಳ್ಳುತ್ತಾನೆ. ಪಿಟ್‌ಮನ್, ಗ್ಯಾಮೆಲ್‌ಗಾರ್ಡ್, ಫಾಕ್ಸ್ ಮತ್ತು ಮ್ಯಾಡ್‌ಸನ್‌ರನ್ನು ಪರ್ವತದಿಂದ ಕೆಳಗಿಳಿಸಲು ಶುರು ಮಾಡಿದ. ಇಪ್ಪತ್ತು ನಿಮಿಷಗಳ ನಂತರ ಹಿಲರಿ ಸ್ಟೆಪ್ ಹತ್ತಿರ ಬಂದಾಗ ಅವರು ಸ್ಕಾಟ್ ಫಿಷರ್‌ನನ್ನು ಭೇಟಿಯಾದರು. "ನಾನು ಅವನಿಗೆ ಏನೂ ಹೇಳಲಿಲ್ಲ" ಎಂದು ಬೈಡಲ್‌ಮನ್ ನೆನಪಿಸಿಕೊಳ್ಳುತ್ತಾನೆ. "ಅವನು ಸುಮ್ಮನೆ ಎರಡೂ ಕೈಗಳನ್ನು ಎತ್ತಿ ನಮ್ಮನ್ನು ನೋಡಿದ. ಅವನು ತುಂಬಾ ಕಷ್ಟಪಡ್ತಾ ಇದ್ದಾನೆ ಅಂತ ನಂಗೆ ಅನ್ನಿಸ್ತು. ಆದರೆ ಎಷ್ಟಾದ್ರೂ ಅವನು ಸ್ಕಾಟ್, ಆದ್ದರಿಂದ ನಾನು ಹೆಚ್ಚಾಗಿ ತಲೆ ಕೆಡಿಸಿಕೊಳ್ಳಲಿಲ್ಲ. ಅವನು ಬೇಗನೆ ತುದಿ ಮುಟ್ಟಿ ಬಂದು, ಗ್ರಾಹಕರನ್ನು ಕೆಳಕ್ಕೆ ಕರೆದುಕೊಂಡು ಹೋಗಲಿಕ್ಕೆ ಸಹಾಯ ಮಾಡ್ತಾನೆ ಅಂತ ಅಂದ್ಕೊಂಡೆ."

ಬೈಡಲ್‌ಮನ್‌ನನ್ನು ಆಗ ಕಾಡುತ್ತಿದ್ದ ಪ್ರಮುಖ ಸಮಸ್ಯೆಯೇ ಸ್ಯಾಂಡಿ ಪಿಟ್‌ಮನ್‌ಳದಾಗಿತ್ತು. "ಆ ಹೊತ್ತಿಗೆ ಹೆಚ್ಚು ಕಡಿಮೆ ಎಲ್ಲರೂ ಸುಸ್ತು ಹೊಡೆದು

ಹೋಗಿದ್ರು, ಆದರೆ ಸ್ಯಾಂಡಿ ಮಾತ್ರ ತುಂಬಾ ಸೂಕ್ಷ್ಮದ ಸ್ಥಿತಿಯಲ್ಲಿದ್ದಳು. ಅವಳ ಮೇಲೆ ಸರಿಯಾದ ನಿಗಾ ಇಡದೇ ಹೋದರೆ, ಖಂಡಿತಾ ದಾರಿಯ ತುದಿಯಿಂದ ಜಾರಿ ಕಣಿವೆಗೆ ಬಿದ್ದು ಬಿಡುತ್ತಾಳೆ ಎಂದು ನನಗನ್ನಿಸುತ್ತಿತ್ತು. ಆದ್ದರಿಂದ ಆಕೆಗೆ ಅಲ್ಲಿ ಕಟ್ಟಿದ್ದ ಹಗ್ಗಕ್ಕೆ ಜೂಮರ್ ಮೂಲಕ ಸಿಕ್ಕಿಸಿಯೇ ಮುಂದೆ ನಡೆಯಲು ಹೇಳುತ್ತಿದ್ದ. ಕೆಲವೊಂದು ಕಡೆ ಹಗ್ಗ ಇರ್ತಾ ಇರಲಿಲ್ಲ. ಆಗ ಮತ್ತೊಮ್ಮೆ ಹಗ್ಗ ಸಿಗುವ ತನಕ ನಾನೇ ಆಕೆಯನ್ನು ನನ್ನ ದೇಹಕ್ಕೆ ಹಗ್ಗದ ಮೂಲಕ ಶಾರ್ಟ್ ರೋಪ್ ಮಾಡಿಕೊಂಡು ಹಿಂದಕ್ಕೆ ಕಟ್ಟಿಕೊಂಡು, ಕೆಳಕ್ಕೆ ಇಳಿಸುತ್ತಿದ್ದೆ. ಆಕೆ ಅದೆಂತಹ ಸ್ಥಿತಿಯಲ್ಲಿದ್ದಳೆಂದರೆ, ನಾನು ಅಲ್ಲಿದೀನಿ ಅನ್ನೋದು ಆಕೆಗೆ ಗೊತ್ತಾಗುತ್ತಿತ್ತೋ ಇಲ್ಲವೋ ಅನ್ನೋದೇ ನಂಗೆ ಅನುಮಾನ."

ದಕ್ಷಿಣ ದಿಬ್ಬದ ತುದಿಯನ್ನು ಎಲ್ಲರೂ ಇಳಿದಿದ್ದರೋ ಇಲ್ಲವೋ, ಸಿಕ್ಕಾಪಟ್ಟೆ ಮೋಡಗಳು ದಟ್ಟೈಸಿದವು. ಹಿಮ ಸುರಿಯಲಾರಂಭಿಸಿತು. ಅಂತಹ ಕಷ್ಟದ ವಾತಾವರಣದಲ್ಲಿಯೇ ಅದು ಹೇಗೋ ಎಲ್ಲರೂ ಇಳಿಯಲಾರಂಭಿಸಿದರು. ಆ ಹೊತ್ತಿನಲ್ಲಿ ಸ್ಯಾಂಡಿ ಪಿಟ್‌ಮನ್ ಕುಸಿದುಬಿದ್ದಳು. ಡೆಕ್ಸಾಮೆಥಾಜೋನ್ ಎನ್ನುವ ಅತ್ಯಂತ ತೀವ್ರವಾದ ಸ್ಟೆರಾಯಿಡ್ ಒಂದಿದೆ. ಅದನ್ನು ಇಂಜೆಕ್ಷನ್ ಮೂಲಕ ಕೊಡುವಂತೆ ಫಾಕ್ಸ್‌ನನ್ನು ಬೇಡಿಕೊಂಡಳು. "ಡೆಕ್ಸ್" ಎಂದು ಸಾಮಾನ್ಯವಾಗಿ ಕರೆಯಲ್ಪಡುವ ಈ ಸ್ಟಿರಾಯಿಡ್, ಪರ್ವತದ ಎತ್ತರದ ಪ್ರದೇಶದಲ್ಲಿನ ತೆಳುಗಾಳಿಯಿಂದಾಗಿ ಉಂಟಾದ ಅಪಾಯದ ಸನ್ನಿವೇಶವನ್ನು ತಾತ್ಕಾಲಿಕವಾಗಿ ಶಮನ ಮಾಡಬಲ್ಲದು. ಫಿಷರ್‌ನ ತಂಡದ ಪ್ರತಿಯೊಬ್ಬ ಸದಸ್ಯನೂ ಡೆಕ್ಸ್ ಸಿರೆಂಜನ್ನು ಸಿದ್ಧಗೊಳಿಸಿಗೊಂಡು, ಯಾವುದೇ ತುರ್ತು ಪರಿಸ್ಥಿತಿಗೆ ಇರಲಿ ಎಂದು, ಒಂದು ಟೂತ್ ಬ್ರಷ್‌ನ ಕೇಸಿನಲ್ಲಿ ಇಟ್ಟು, ತಮ್ಮ ಒಳ ಉಡುಪಿನಲ್ಲಿ ಅದು ಹಿಮಗಟ್ಟದಂತೆ ಕಾಪಾಡಿಕೊಂಡಿರುತ್ತಿದ್ದರು. ಫಾಕ್ಸ್ "ಸ್ಯಾಂಡಿಯ ಪ್ಯಾಂಟನ್ನು ಸ್ವಲ್ಪ ಸಡಿಲ ಮಾಡಿ, ಆಕೆಯ ಒಳ ಉಡುಪಿನ ಮೂಲಕವೇ, ಪಿರ್ರೆಗೆ ಆ ಸಿರೆಂಜನ್ನು ಜೋರಾಗಿ ಚುಚ್ಚಿದೆ" ಎಂದು ನೆನಪಿಸಿಕೊಳ್ಳುತ್ತಾನೆ.

ದಕ್ಷಿಣ ದಿಬ್ಬದ ತುದಿಯಲ್ಲಿರುವ ಆಮ್ಲಜನಕದ ಬಾಟಲಿಗಳ ಲಭ್ಯತೆಯನ್ನು ಲೆಕ್ಕಾಚಾರ ಮಾಡಲೆಂದು ಸ್ವಲ್ಪ ಕಾಲ ಅಲ್ಲೇ ಕಳೆದ ಬೈಡಲ್‌ಮನ್ ಇವರನ್ನು ಸೇರಿಕೊಂಡಾಗ, ಹಿಮದ ಮೇಲೆ ಅಂಗಾತ ಮಲಗಿಕೊಂಡ ಸ್ಯಾಂಡಿ ಪಿಟ್‌ಮನ್‌ಳಿಗೆ ಫಾಕ್ಸ್ ಇಂಜೆಕ್ಷನ್ ಚುಚ್ಚುತ್ತಿದ್ದ. "ನಾನು ಅಲ್ಲಿಗೆ ಬಂದಾಗ, ಇಂಜೆಕ್ಷನ್ ಮಾಡಲೆಂದು ಫಾಕ್ಸ್ ಸಿರೆಂಜನ್ನು ಗಾಳಿಯಲ್ಲಿ ಆಡಿಸುತ್ತಾ, ಸ್ಯಾಂಡಿ ಹಿಮದ ಮೇಲೆ ಮಲಗಿದ್ದನ್ನು ಕಂಡಾಗ 'ದೇವರೆ, ಇದು ಯಾಕೋ ಸರಿ ಕಾಣ್ತಾ ಇಲ್ಲ' ಅಂತ ಅಂದುಕೊಂಡೆ. ಸ್ಯಾಂಡಿಯನ್ನು ಏನಾಗುತ್ತಿದೆ ಎಂದು ವಿಚಾರಿಸಿದೆ. ಆಕೆ ಅದಕ್ಕೆ ಉತ್ತರಿಸಿದರೆ,

ಆಕೆಯ ಬಾಯಿಂದ ಬರೀ ಅಸಂಬದ್ಧ ಪದಗುಚ್ಛಗಳೇ ಹೊರಬಂದವು" ಎಂದು ಹೇಳುತ್ತಾನೆ. ಈ ಘಟನೆಯಿಂದ ಸಾಕಷ್ಟು ವಿಚಲಿತನಾದ ಬೈಡಲ್‌ಮನ್‌ನು ಗ್ಯಾಮಲ್‌ಗಾರ್ಡ್ ಹತ್ತಿರವಿದ್ದ ತುಂಬಿದ ಆಮ್ಲಜನಕದ ಬಾಟಲಿಯನ್ನು ಸ್ಯಾಂಡಿಗೆ ರವಾನಿಸಿ, ಆಕೆಯ ಖಾಲಿಯಾಗುತ್ತಿರುವ ಬಾಟಲಿಯನ್ನು ಅವನಿಗೆ ಕೊಡಿಸಿದ. ಸ್ಯಾಂಡಿ ಬಾಟಲಿಯ ರೆಗ್ಯುಲೇಟರನ್ನು ಪೂರ್ತಿಯಾಗಿ ತಿರುಗಿಸಿಟ್ಟ. ಅನಂತರ ಆಕೆಯನ್ನು ಶಾರ್ಟ್ ರೋಪ್ ಮಾಡಿಕೊಂಡು, ಇಳಿಜಾರಿನ ಗುಂಟ ಎಳೆಯುತ್ತಾ ಕರೆದೊಯ್ಯಲಾರಂಭಿಸಿದ. "ನಾನು ಒಂದು ಚೂರು ದೂರ ಜಾರುತ್ತಿದ್ದೆ, ಆಗ ಆಕೆಯೂ ಜಾರಿ ಹಿಂದಕ್ಕೆ ಬರುತ್ತಿದ್ದಳು. ಹದಿನೈದು ಮೀಟರ್‌ಗೆ ಒಮ್ಮೆ ಜಾರುವುದನ್ನು ನಿಲ್ಲಿಸಿ, ಎರಡೂ ಕೈಗಳನ್ನು ಅಗಲಿಸಿ, ಆಕೆ ಹಿಂದೆ ಜಾರಿ ಬಂದಿದ್ದಾಳೋ ಇಲ್ಲವೋ ಎಂದು ಖಚಿತ ಪಡಿಸಿಕೊಳ್ಳುತ್ತಿದ್ದೆ. ಮೊದಲನೇ ಸಲ ಆಕೆ ಉರುಳುರುತ್ತಾ ನನ್ನ ಹಿಂದೆ ಬಂದಳು. ಆಕೆಯ ಕ್ರಾಂಪನ್‌ನ ಮುಳ್ಳುಗಳು ನನ್ನ ಧಿರಿಸನ್ನು ಹರಿದು, ಅದರಲ್ಲಿದ್ದ ಹತ್ತಿಯಂತಹ ವಸ್ತುವು ಎಲ್ಲಾ ಕಡೆಗೂ ಹಾರಾಡಲಾರಂಭಿಸಿತು" ಎಂದು ಬೈಡಲ್‌ಮನ್ ನೆನಪಿಸಿಕೊಳ್ಳುತ್ತಾನೆ. ಆದರೆ ಅದೃಷ್ಟದ ಸಂಗತಿಯೆಂದರೆ, ಸುಮಾರು ಇಪ್ಪತ್ತು ನಿಮಿಷಗಳಾದ ಮೇಲೆ, ಇಂಜೆಕ್ಷನ್ ಮತ್ತು ಆಮ್ಲಜನಕದ ಪ್ರಭಾವದಿಂದಾಗಿ ಸ್ಯಾಂಡಿ ಪಿಟ್‌ಮನ್ ಚೇತರಿಸಿಕೊಂಡು, ತನ್ನ ಸ್ವಸಾಮರ್ಥ್ಯದಿಂದಲೇ ದಿಬ್ಬವನ್ನು ಇಳಿಯತೊಡಗಿದಳು.

ಅತ್ತ ಬೈಡಲ್‌ಮನ್ ತನ್ನ ಗ್ರಾಹಕರನ್ನು ಕರೆದುಕೊಂಡು ದಿಬ್ಬವನ್ನು ಇಳಿಯುತ್ತಿರುವಾಗ, ಇತ್ತ ಅವರಿಗಿಂತಲೂ 500 ಅಡಿ ಕೆಳಗೆ ಬಾಲ್ಕನಿಯ ಹತ್ತಿರ ಮೈಕ್ ಗ್ರೂಮ್ ಮತ್ತು ಯಸುಕೊ ನಂಬಾ ಇಳಿಯುತ್ತಿದ್ದರು. ಆಗ ಸಂಜೆ ಸುಮಾರು 5:00 ಗಂಟೆ. 27,600 ಅಡಿ ಎತ್ತರದ ಬಾಲ್ಕನಿಯ ಬಳಿ ಕಿರಿದಾದ ದಾರಿಯು ಇದ್ದಕ್ಕಿದ್ದಂತೆಯೇ ತೀಕ್ಷ್ಣ ತಿರುವೊಂದನ್ನು ದಕ್ಷಿಣಕ್ಕೆ ತೆಗೆದುಕೊಂಡು ನಾಲ್ಕನೆಯ ಕ್ಯಾಂಪ್ ಕಡೆಗೆ ಸಾಗುತ್ತದೆ. ಆದರೆ ಗ್ರೂಮ್ ಮತ್ತೊಂದು ದಿಕ್ಕಿನ ಕಡೆಗೆ ನೋಡಿದಾಗ, ಸುರಿಯುತ್ತಿರುವ ಹಿಮ ಮತ್ತು ಹೆಚ್ಚುತ್ತಿರುವ ಕತ್ತಲೆಯಲ್ಲಿ ಯಾರೋ ವ್ಯಕ್ತಿ ಉತ್ತರ ಕಡೆಗೆ ಹೋಗುತ್ತಿರುವುದು ಕಂಡು ಬಂತು. ಅದು ಮಾರ್ಟಿನ್ ಆಡಮ್ಸ್ ಆಗಿದ್ದ. ಆ ಭೀಕರ ಹವಾಮಾನದಲ್ಲಿ ದಾರಿ ತಪ್ಪಿಸಿಕೊಂಡು, ಕಾಂಗ್ ಶುಂಗ್ ಫೇಸ್ ಪರ್ವತದ ಕಡೆಯಿಂದ ಟಿಬೆಟ್ ದಾರಿಯತ್ತ ಇಳಿಯತೊಡಗಿದ್ದ.

ಆದರೆ ಗ್ರೂಮ್ ಮತ್ತು ಯಸುಕೊರನ್ನು ಮೇಲೆ ನೋಡಿದ್ದೆ ಆಡಮ್‌ಗೆ ತನ್ನ ತಪ್ಪಿನ ಅರಿವಾಯ್ತು. ತಕ್ಷಣ ಮೇಲಕ್ಕೆ ಹತ್ತಿ ಬಾಲ್ಕನಿಯ ಕಡೆಗೆ ಬರಲಾರಂಭಿಸಿದ. "ಆಡಮ್ ನಮ್ಮಿಬ್ಬರ ಕಡೆಗೆ ಬರುವಷ್ಟರಲ್ಲಿ ಆಗಲೇ ಅವನ ಬಾಟಲಿನಲ್ಲಿ ಆಮ್ಲಜನಕ

ಮುಗಿದು ಹೋಗಿತ್ತು. ಅವನ ಮುಖ ಪೂರ್ತಿ ಹಿಮದಿಂದ ಆವರಿಸಿಕೊಂಡಿತ್ತು" ಎಂದು ಗ್ರೂಮ್ ನೆನಪಿಸಿಕೊಳ್ಳುತ್ತಾನೆ. ಬಂದ ತಕ್ಷಣ "ಗುಡಾರದ ಕಡೆಗೆ ಹೇಗೆ ಹೋಗಬೇಕು?" ಅಂತ ಆಡಮ್ ಕೇಳಿದ. ಗ್ರೂಮ್ ಸರಿಯಾದ ದಿಕ್ಕಿನ ಕಡೆಗೆ ಕೈ ತೋರಿಸಿದ. ತಕ್ಷಣ ಆಡಮ್ ಆ ದಿಕ್ಕಿನ ಕಡೆಗೆ ನಡೆಯಲಾರಂಭಿಸಿದ. ಬಹುಶಃ ಹತ್ತು ನಿಮಿಷದ ಕೆಳಗೆ ನಾನು ಮೂಡಿಸಿದ ಹೆಜ್ಜೆ ಗುರುತುಗಳನ್ನು ಅನುಸರಿಸಲಾರಂಭಿಸಿದ.

ಆಡಮ್ ಬಾಲ್ಕನಿಯ ತನಕ ಹತ್ತಿ ಬರುವ ಹೊತ್ತಿನಲ್ಲಿ, ಗ್ರೂಮ್ ತನ್ನ ಕಳೆದು ಹೋದ ಕ್ಯಾಮೆರಾ ಕೇಸಿಗಾಗಿ ಹುಡುಕಾಡುತ್ತಿದ್ದ. ಸುಮ್ಮನೆ ಕಾಯುವುದು ಬೇಡವೆಂದು ಯಸೂಕೊಳನ್ನು ಕೆಳಕ್ಕೆ ಕಳುಹಿಸಿ ಬಿಟ್ಟಿದ್ದ. ಅವನು ಹುಡುಕುತ್ತಾ ಇರುವಾಗ ಪ್ರಥಮ ಬಾರಿಗೆ ಮತ್ತೊಬ್ಬ ವ್ಯಕ್ತಿಯನ್ನು ಬಾಲ್ಕನಿಯಲ್ಲಿ ಗಮನಿಸಿದ. "ಅವನು ಪೂರ್ತಿ ಹಿಮದಲ್ಲಿ ಮುಚ್ಚಿಹೋಗಿ ಗುರುತೇ ಸಿಗದಂತಿದ್ದ ಕಾರಣ, ನಾನು ಬಹುಶಃ ಸ್ಕಾಟ್ ತಂಡಕ್ಕೆ ಸೇರಿದವನಿರಬೇಕು ಎಂದು ಸುಮ್ಮನಾಗಿ ಬಿಟ್ಟಿದ್ದೆ. ಆದರೆ ಆ ವ್ಯಕ್ತಿ ನೇರವಾಗಿ ನನ್ನ ಮುಂದೆ ಬಂದು ನಿಂತ. 'ಹಾಯ್ ಮೈಕ್' ಅಂದ. ಆಗ ನಂಗೆ ಅವನು ಬೆಕ್ ವೆದರ್ಸ್ ಎಂದು ಗೊತ್ತಾಯ್ತು."

ನಾನು ಬೆಕ್ ವೆದರ್ಸ್‌ನನ್ನು ನೋಡಿ ಎಷ್ಟು ಆಶ್ಚರ್ಯ ಪಟ್ಟಿದ್ದೆನೋ, ಗ್ರೂಮ್ ಕೂಡಾ ಅಷ್ಟೇ ಆಶ್ಚರ್ಯ ಪಟ್ಟ. ತಕ್ಷಣ ತನ್ನಲ್ಲಿದ್ದ ಹಗ್ಗವನ್ನು ಹೊರ ತೆಗೆದು, ಶಾರ್ಟ್ ರೋಪ್ ಮಾಡಿಕೊಂಡು, ಟೆಕ್ಸಾಸ್ ರಾಜ್ಯದ ಬೆಕ್ ವೆದರ್ಸ್‌ನನ್ನು ಕೆಳಕ್ಕೆ ಎಳೆದುಕೊಂಡು ಬರಲಾರಂಭಿಸಿದ. "ಆ ಹೊತ್ತಿನಲ್ಲಿ ಬೆಕ್‌ನ ದೃಷ್ಟಿ ಪೂರ್ತಿಯಾಗಿ ಹೊರಟು ಹೋಗಿತ್ತು" ಎಂದು ಗ್ರೂಮ್ ವರದಿ ಒಪ್ಪಿಸುತ್ತಾನೆ. "ಹತ್ತು ನಿಮಿಷಕ್ಕೊಮ್ಮೆ ಅವನ ಹೆಜ್ಜೆ ಗಾಳಿಯಲ್ಲಿ ಹೋಗುತ್ತಿತ್ತು. ನಾನು ಮತ್ತೆ ಹಗ್ಗದಿಂದ ಅವನನ್ನು ಎಳೆದುಕೊಳ್ಳಬೇಕಾಗುತ್ತಿತ್ತು. ನನ್ನನ್ನು ಎಲ್ಲಿ ಕಣಿವೆಯಲ್ಲಿ ಬೀಳಿಸಿ ಬಿಡ್ತಾನೋ ಅಂತ ನಂಗೆ ಸಾಕಷ್ಟು ಗಾಬರಿ ಆಯ್ತು. ನೆನಸಿಕೊಂಡರೆ ಮೈಯೆಲ್ಲಾ ನಡುಗುತ್ತೆ. ನನ್ನ ಹತ್ತಿರ ಇರೋ ಹಿಮಕೊಡಲಿಯಿಂದ ಸರಿಯಾದ ಗಟ್ಟಿ ಜಾಗಕ್ಕೆ ಏಟು ಹಾಕಿ ಸುರಕ್ಷತೆಯನ್ನು ಕಾಪಾಡಿಕೊಳ್ಳಬೇಕಿತ್ತು."

ಬಿರುಗಾಳಿ ವಿಪರೀತವಾಗುತ್ತಿತ್ತು. ಒಬ್ಬರ ಹಿಂದೆ ಮತ್ತೊಬ್ಬರು, ನಮ್ಮ ತಂಡದವರೂ ಮತ್ತು ಸ್ಕಾಟ್‌ನ ತಂಡದವರೂ, ನಾನು ಈ ಹಿಂದೆ ಇಪ್ಪತ್ತು ನಿಮಿಷದ ಮುಂಚೆ ಮಾಡಿದ ದಾರಿಗುಂಟಾ ಸಾಗುತ್ತಾ ಬಂದರು. ಅಡಮ್ ನನ್ನ ಹಿಂದೆಯೇ ಬಂದಿದ್ದ. ಉಳಿದವರಿಗಿಂತಲೂ ಹೆಚ್ಚು ವೇಗವಾಗಿ ಧಾವಿಸಿದ್ದ. ಆಮೇಲೆ ಯಸುಕೊ ನಂಬಾ, ಗ್ರೂಮ್ ಮತ್ತು ವೆದರ್ಸ್, ಶೋನಿಂಗ್ ಮತ್ತು ಗ್ಯಾಮಲ್‌ಗಾರ್ಡ್, ಬೈಡಲ್‌ಮನ್ ಮತ್ತು ಕೊನೆಯದಾಗಿ ಸ್ಯಾಂಡಿ ಪಿಟ್‌ಮನ್, ಫಾಕ್ಸ್ ಹಾಗೂ ಮ್ಯಾಡ್‌ಸೆನ್.

ಸೌತ್ ಕೋಲ್‌ಗಿಂತಲೂ 500 ಅಡಿ ಮೇಲೆ, ಕಡಿದಾದ ಪದರು ಶಿಲೆಗಳು ಹಿಮ ತುಂಬಿದ ರಸ್ತೆಯಾಗಿ ಮಾರ್ಪಟ್ಟಿರುವಲ್ಲಿ, ಕುಳ್ಳನೆಯ ಜಪಾನೀ ಹೆಣ್ಣು ಮಗಳಾದ ಯಸುಕೊ ನಂಬಾಳ ಪೂರಕ ಆಮ್ಲಜನಕ ಖಾಲಿಯಾಗಿ, ಇನ್ನು ಮುಂದೆ ಚಲಿಸಲು ಸಾಧ್ಯವೇ ಇಲ್ಲ ಎನ್ನುವಂತೆ ಕುಸಿದು ಕುಳಿತುಬಿಟ್ಟಳು. ಗ್ರೂಮ್ ಹೇಳುವ ಪ್ರಕಾರ "ನಾನು ಆಕೆಯ ಮುಖಗವಸನ್ನು ತೆಗೆದರೆ, ಆಕೆ ಉಸಿರಾಟ ಸ್ವಲ್ಪ ಸುಲಭವಾಗಬಹುದು ಎಂದು ಆಲೋಚಿಸಿ ಅದನ್ನು ಕಿತ್ತಲು ಹೋದರೆ ಆಕೆ ಒಪ್ಪಲೇ ಇಲ್ಲ. ಅದನ್ನು ಮತ್ತೆ ಇದ್ದಲ್ಲಿಯೇ ಇಡಬೇಕೆಂದು ಹಟ ಹಿಡಿದುಬಿಟ್ಟಳು. ಬಾಟಲಿಯಲ್ಲಿ ಆಮ್ಲಜನಕ ಮುಗಿದು ಹೋಗಿದೆ ಎಂದು ಎಷ್ಟೇ ತಿಳಿಸಿ ಹೇಳಿದರೂ ಆಕೆ ಒಪ್ಪಿಕೊಳ್ಳಲು ತಯಾರಿರಲಿಲ್ಲ. ಆ ಮುಖಗವಸು ಆಕೆಯ ಉಸಿರಾಟಕ್ಕೆ ನಿಜಕ್ಕೂ ತೊಂದರೆ ಮಾಡುತ್ತಿತ್ತು. ಈ ವೇಳೆಗಾಗಲೇ ಬೆಕ್ ಅದೆಷ್ಟು ಕುಸಿದು ಹೋಗಿದ್ದನೆಂದರೆ ಅವನಿಗೆ ನಡೆಯಲೂ ಸಾಧ್ಯವಿರಲಿಲ್ಲ. ನನ್ನ ಹೆಗಲ ಆಸರೆಯನ್ನು ಅವನಿಗೆ ಕೊಟ್ಟು ನಡೆಸಿಕೊಂಡು ಬರಬೇಕಿತ್ತು. ಪುಣ್ಯಕ್ಕೆ ಇದೇ ಹೊತ್ತಿಗೆ ಸರಿಯಾಗಿ ನೀಲ್ ನಮ್ಮ ಹತ್ತಿರ ಬಂದ". ಗ್ರೂಮ್‌ನ ಕಠಿಣ ಪರಿಸ್ಥಿತಿಯನ್ನು ಅರ್ಥ ಮಾಡಿಕೊಂಡ ಬೈಡಲ್‌ಮನ್, ಯಾಸುಕೊ ನಂಬಾಳನ್ನು ಶಾರ್ಟ್ ರೋಪ್ ಮಾಡಿಕೊಂಡು ಎಳೆದುಕೊಂಡು ಇಳಿಯಲಾರಂಭಿಸಿದ. ಬೈಡಲ್‌ಮನ್ ನಮ್ಮ ತಂಡದ ಮಾರ್ಗದರ್ಶಿ ಅಲ್ಲದಿದ್ದರೂ ಸಹಾಯ ಮಾಡಲು ಮುಂದೆ ಬಂದಿದ್ದ.

ಈಗಾಗಲೇ ಸಂಜೆ 6:45 ಆಗಿ, ಪೂರ್ತಿಯಾಗಿ ಕತ್ತಲಾವರಿಸಿತ್ತು. ಬೈಡಲ್‌ಮನ್, ಗ್ರೂಮ್, ಅವರ ಗ್ರಾಹಕರು, ತುಂಬಾ ತಡವಾಗಿ ದಟ್ಟ ಮಂಜಿನ ಮಸುಕಿನಲ್ಲಿ ದಾರಿಯಲ್ಲಿ ಪತ್ತೆ ಹಚ್ಚಿಕೊಂಡ ಫಿಷರ್ ತಂಡದ ಇಬ್ಬರು ಶೆರ್ಪಾಗಳಾದ ತಾಶಿ ಶೇರಿಂಗ್ ಮತ್ತು ನಾಗಾವಾಂಗ್ ದೋರ್ಜೆ - ಎಲ್ಲರೂ ಈಗ ಒಂದು ಗುಂಪಾಗಿ ಸೇರಿದ್ದರು. ಅವರು ನಿಧಾನಕ್ಕೆ ನಡೆಯುತ್ತಿದ್ದರೂ, ನಾಲ್ಕನೆಯ ಕ್ಯಾಂಪಿನಿಂದ ಸುಮಾರು 200 ಅಡಿಯಷ್ಟು ಮೇಲಕ್ಕೆ ಬಂದಿದ್ದರು. ಆ ಹೊತ್ತಿಗೆ ನಾನು ಗುಡಾರದೊಳಕ್ಕೆ ಆಗಷ್ಟೇ ಬಂದಿರಬೇಕು. ಬೈಡಲ್‌ಮನ್‌ನ ಗುಂಪಿನ ಅತ್ಯಂತ ಮುಂದಿರುವ ವ್ಯಕ್ತಿಗಿಂತಲೂ ಹದಿನೈದು ನಿಮಿಷದಷ್ಟು ದೂರ ನಾನು ಚಲಿಸಿರಬಹುದು. ಆದರೆ ಈ ಅಲ್ಪಾವಧಿಯಲ್ಲಿ ಬಿರುಗಾಳಿ ಇದ್ದಕ್ಕಿದ್ದಂತೆಯೇ ರೌದ್ರಾವತಾರವನ್ನು ತೆಗೆದುಕೊಂಡು ದೊಡ್ಡ ಸುಂಟರಗಾಳಿಯಾಗಿ ಮಾರ್ಪಟ್ಟು, 20 ಅಡಿಗಿಂತಲೂ ಮುಂದಿನದೇನೂ ಕಾಣದಂತಾಯ್ತು.

ಅತ್ಯಂತ ಅಪಾಯಕಾರಿಯಾದ ಹಿಮಗಡ್ಡೆಯ ದಾರಿಯನ್ನು ಬೇಡವೆಂದು ನಿರ್ಧರಿಸಿ, ಬೈಡಲ್‌ಮನ್ ಸ್ವಲ್ಪ ಬಳಸಿನ ದಾರಿಯಲ್ಲಿ ಎಲ್ಲರನ್ನೂ ಕರೆದುಕೊಂಡು ಹೊರಟ. ಅಷ್ಟೇನೂ ಕಡಿದಾಗಿಲ್ಲದ ಈ ದಾರಿ ಪೂರ್ವ ದಿಕ್ಕಿಗಿದ್ದರೂ, ಸುರಕ್ಷಿತವಾಗಿತ್ತು.

ಸುಮಾರು ಸಂಜೆ 7:30ರ ಹೊತ್ತಿಗೆ ಅವರು ವಿಶಾಲವಾದ ಸೌತ್ ಕೋಲ್‌ಗೆ ಬಂದು ಸೇರಿದರು. ಆದರೆ ಆ ವೇಳೆಗಾಗಲೇ ಕೇವಲ ಮೂರು ಅಥವಾ ನಾಲ್ಕು ಜನರ ಹೆಡ್ ಲ್ಯಾಂಪಿನಲ್ಲಿ ಮಾತ್ರ ಬ್ಯಾಟರಿ ಇನ್ನೂ ಜೀವಂತವಾಗಿ ಉಳಿದಿತ್ತು. ಪ್ರತಿಯೊಬ್ಬರೂ ಯಾವುದೇ ಕ್ಷಣದಲ್ಲಿಯೂ ದೈಹಿಕವಾಗಿ ಕುಸಿದು ಬೀಳುವ ಸ್ಥಿತಿಯಲ್ಲಿದ್ದರು. ಫಾಕ್ಸ್ ಅಂತೂ ಮ್ಯಾಡ್ ಸನ್‌ನ ಸಹಾಯದ ಮೇಲೆ ಹೆಚ್ಚು ಹೆಚ್ಚು ಅವಲಂಬಿತನಾಗುತ್ತಿದ್ದ. ಬೆಕ್ ವೆದರ್ಸ್ ಮತ್ತು ಯಸುಕೊ ನಂಬಾ ಇಬ್ಬರೂ ಗ್ರೂಮ್ ಮತ್ತು ಬೈಡಲ್‌ಮನ್‌ನ ಸಹಾಯವಿಲ್ಲದೆ ನಡೆಯಲೇ ಸಾಧ್ಯವಿಲ್ಲದಂತಾಗಿತ್ತು.

ಬಳಸು ದಾರಿಯನ್ನು ಆಯ್ದುಕೊಂಡದ್ದಕ್ಕಾಗಿ ಇಡೀ ಗುಂಪು ಪೂರ್ವದಲ್ಲಿರುವ ಟಿಬೇಟಿನ ಕಡೆಗೆ ಚಲಿಸುತ್ತಿದೆಯೆಂದೂ, ಆದರೆ ನಮ್ಮ ನಾಲ್ಕನೆಯ ಕ್ಯಾಂಪಿನ ಗುಡಾರಗಳು ಪಶ್ಚಿಮ ದಿಕ್ಕಿನಲ್ಲೆಲ್ಲೋ ಇವೆಯೆಂಬುದು ಬೈಡಲ್‌ಮನ್‌ಗೆ ಗೊತ್ತಿತ್ತು. ಆದರೆ ಆ ದಿಕ್ಕಿನಲ್ಲಿ ನಡೆಯುತ್ತಿರುವುದರಿಂದ ಬಿರುಗಾಳಿಯ ಬಾಯಿಗೆ ಸೀದಾ ಹೋಗುತ್ತಿರುವಂತಹ ಅನುಭವವಾಗುತ್ತಿತ್ತು. ಹಿಮಗಡ್ಡೆಗಳು ಮತ್ತು ಹಿಮವು ಒಂದೇ ಸವನೆ ಅತ್ಯಂತ ವೇಗದಿಂದ ಅವರಿಗೆ ನೋವಾಗುವಂತೆ ಬಡಿಯುತ್ತಿದ್ದವು. ಎಲ್ಲರ ಮುಖಗಳೂ ಹಿಮದಿಂದ ಆವೃತವಾಗಿ ಬಿಟ್ಟಿದ್ದವು. ಕಣ್ಣುಗಳಿಗೂ ಹಿಮ ತುಂಬಿಕೊಳ್ಳುತ್ತಿದ್ದರಿಂದ ಯಾವ ದಿಕ್ಕಿಗೆ ನಡೆಯುತ್ತಿದ್ದೇವೆಂಬುದೇ ತಿಳಿಯದಂತಾಗುತ್ತಿತ್ತು. “ಅದು ಎಷ್ಟೊಂದು ಕಷ್ಟ ಮತ್ತು ಸಂಕಟದ ಸ್ಥಿತಿಯಾಗಿತ್ತೆಂದರೆ, ಹೇಗಾದರೂ ಮಾಡಿ ಆ ಬಿರುಗಾಳಿ ಹೊಡೆತವನ್ನು ತಪ್ಪಿಸಿಕೊಳ್ಳುವ ದಿಕ್ಕಿನತ್ತ ಚಲಿಸಬೇಕೆಂದು ಮನಸ್ಸು ತುಡಿಯುತ್ತಿತ್ತು. ಆ ಕಾರಣದಿಂದಲೇ ನಾವೆಲ್ಲಾ ದಾರಿ ತಪ್ಪಿದ್ದು” ಎಂದು ಷೂನಿಂಗ್ ವಿವರಿಸುತ್ತಾನೆ.

“ಕೆಲವು ಸಲ ನಮ್ಮ ಕಾಲುಗಳೇ ನಮಗೆ ಕಾಣಿಸ್ತಾ ಇದ್ದಿಲ್ಲ. ಅಷ್ಟೊಂದು ಜೋರಾಗಿ ಗಾಳಿ ಬೀಸ್ತಾ ಇತ್ತು. ಯಾರಾದ್ರೂ ಅಲ್ಲೇ ಕುಸಿದು ಕೂತು ಬಿಡ್ತಾರೆ ಅಥವಾ ಗುಂಪಿನಿಂದ ಬೇರೆಯಾಗಿ ನಮಗೆಂದೂ ಮತ್ತೆ ಸಿಗದಂತೆ ಆಗುತ್ತಾರೆ ಎಂದು ನನಗೆ ಆತಂಕವಾಗುತ್ತಿತ್ತು. ಆದರೆ ಒಮ್ಮೆ ಸೌತ್ ಕೋಲ್‌ನ ವಿಶಾಲ ಬಯಲಿಗೆ ಬಂದ ತಕ್ಷಣ ನಾವು ಶೆರ್ಪಾಗಳನ್ನು ಅನುಸರಿಸಲಾರಂಭಿಸಿದೆವು. ಅವರಿಗೆ ಕ್ಯಾಂಪ್ ಎಲ್ಲಿದೆಯೆಂಬುದು ಚೆನ್ನಾಗಿ ಗೊತ್ತೆಂದು ನನಗೆ ವಿಶ್ವಾಸವಿತ್ತು. ಆದರೆ ಸ್ವಲ್ಪೇ ಹೊತ್ತಿಗೆ ಅವರು ನಿಂತು ಬಿಟ್ಟು, ತಿರುಗಿ ನಮ್ಮ ಕಡೆಗೆ ನೋಡಲಾರಂಭಿಸಿದರು. ಅವರಿಗೂ ಎಲ್ಲಿ ಇದೀವಿ ಅನ್ನೋದು ಗೊತ್ತಾಗ್ತಾ ಇಲ್ಲ ಅನ್ನೋದು ಸ್ಪಷ್ಟ ಆಯ್ತು. ಆ ಹೊತ್ತಿನಲ್ಲಿ ನಿಜಕ್ಕೂ ವಾಂತಿಯಾಗುವಂತಹ ವಿಚಿತ್ರ ವೇದನೆ ನನ್ನ ಹೊಟ್ಟೆಯಲ್ಲಿ ಶುರುವಾಯ್ತು. ಆಗ ನನಗೆ ನಾವು ನಿಜವಾಗಿಯೂ ಅಪಾಯದಲ್ಲಿದ್ದೇವೆ ಅಂತ ಅನ್ನಿಸಲಾರಂಭಿಸಿತು” ಎಂದು ಶೋನಿಂಗ್ ವಿವರವಾಗಿ ಹೇಳುತ್ತಾನೆ.

ಮುಂದಿನ ಎರಡು ಗಂಟೆಗಳ ಕಾಲ ಬೈಡಲ್‌ಮನ್, ಗ್ರೂಮ್, ಇಬ್ಬರು ಶೆರ್ಪಾಗಳು ಮತ್ತು ಏಳು ಗ್ರಾಹಕರು ಆ ಬಿರುಗಾಳಿಯಲ್ಲಿ ಅಲ್ಲಲ್ಲಿಯೇ ಸುತ್ತಾಡಿದ್ದಾರೆ. ಕ್ಷಣಕ್ಷಣಕ್ಕೂ ಅವರ ಶಕ್ತಿ ಕ್ಷೀಣವಾಗುತ್ತಿತ್ತು ಮತ್ತು ತೆಳುಗಾಳಿಯ ಪ್ರಭಾವದಿಂದಾಗಿ ಹೈಪೋಥರ್ಮಿಕ್‌ಗೆ ಜಾರುತ್ತಿದ್ದರು. ಹೇಗಾದರೂ ಪವಾಡವಾಗಿ ಕ್ಯಾಂಪ್ ಸಿಕ್ಕಿಬಿಟ್ಟರೆ ಸಾಕೆಂದು ಅನ್ನಿಸುತ್ತಿತ್ತು. ಒಂದು ಸಲ ಉಪಯೋಗಿಸಿ ಬಿಟ್ಟ ಸಾಕಷ್ಟು ಆಮ್ಲಜನಕದ ಬಾಟಲಿಗಳು ಅವರ ಕಣ್ಣಿಗೆ ಬಿದ್ದವು. ಹಾಗಿದ್ದರೆ ಕ್ಯಾಂಪ್ ಅಲ್ಲೇ ಹತ್ತಿರದಲ್ಲೆಲ್ಲೋ ಇರಬೇಕು ಎಂದು ಆಸೆ ಮೂಡಿತು. ಆದರೆ ಯಾರಿಗೂ ಕ್ಯಾಂಪ್ ಪತ್ತೆಯಾಗಲಿಲ್ಲ. “ಪೂರ್ತಿ ಗೊಂದಲಮಯವಾಗಿ ಹೋಯ್ತು. ಜನ ಎಲ್ಲಿ ಬೇಕಂದ್ರೆ ಅಲ್ಲಿ ಓಡಾಡೋದಕ್ಕೆ ಶುರುವಿಟ್ಟರು. ನಾನು ಕೂಗಿ ಕೂಗಿ, ನಾಯಕನನ್ನು ಮಾತ್ರ ಅನುಸರಿಸಬೇಕು ಅಂತ ಹೇಳ್ತಾನೇ ಇದ್ದೆ. ಕೊನೆಗೆ, ಬಹುಶಃ ಆಗಲೇ ರಾತ್ರಿ 10 ಗಂಟೆ ಆಗಿರಬೇಕು, ಆಗ ಈ ಚಿಕ್ಕ ದಿಬ್ಬ ಇದೆಯಲ್ಲ, ಅದರ ಮೇಲೆ ನಾನು ಹೆಜ್ಜೆ ಇಟ್ಟೆ. ಯಾಕೋ ಇಡೀ ಭೂಮಿಯ ತುದಿಯಲ್ಲಿ ನಿಂತಂತೆ ನನಗೆ ಭಾಸವಾಯ್ತು. ಅದರ ಹಿಂದೆ ಒಂದು ದೊಡ್ಡ ಪ್ರಪಾತವೇ ಇದೆ ಅನ್ನೋದು ನನಗೆ ಗೊತ್ತಾಯ್ತು” ಎಂದು ಬೈಡಲ್‌ಮನ್ ವಿವರಿಸಿದ.

ಇಡೀ ತಂಡ ಗೊತ್ತೇ ಆಗದಂತೆ ಪೂರ್ವದ ಕಡೆಗೇ ನಡೆದು, ದಿಬ್ಬದ ತುದಿಯನ್ನು ತಲುಪಿ, ಕಾಂಗ್ ಶುಂಗ್ ಫೇಸ್ ಪರ್ವತದ 7,000 ಅಡಿ ಆಳದ ಕಣಿವೆಯ ಅಂಚನ್ನು ತಲುಪಿ ಬಿಟ್ಟಿದ್ದರು.[1] ನಾಲ್ಕನೆಯ ಕ್ಯಾಂಪಿಗೆ ಸಮತಟ್ಟಾದ ಮೇಲ್ಮೈನಲ್ಲಿ ಅವರಿದ್ದರಾದರೂ ಸುಮಾರು 1000 ಅಡಿ ದೂರದಲ್ಲಿ ಅಸುರಕ್ಷಿತವಾದ ಜಾಗದಲ್ಲಿ ಸೇರಿದ್ದರು. “ಈ ಬಿರುಗಾಳಿಯಲ್ಲಿ ನಡೀತಾ ಹೋದರೆ ಸದ್ಯದಲ್ಲಿಯೇ ಯಾರನ್ನಾದರೂ ಕಳೆದು ಕೊಳ್ತೇವೆ ಅಂತ ನಂಗೆ ಗೊತ್ತಿತ್ತು. ಯಸುಕೊಳನ್ನು ಎಳೆದುಕೊಂಡು ಬಂದು ನಾನು ಪೂರ್ತಿ ಸುಸ್ತಾಗಿದ್ದೆ. ಶಾರ್ಲೆ ಮತ್ತು ಸ್ಯಾಂಡಿಗೆ ನಿಲ್ಲಲೂ ಸಾಧ್ಯವಾಗುತ್ತಿರಲಿಲ್ಲ. ಆದ್ದರಿಂದ ಎಲ್ಲರೂ ಒಂದು ಕಡೆ ಗುಂಪು ಕೂಡಿ, ಸ್ವಲ್ಪ ಹೊತ್ತು ಆ ಬಿರುಗಾಳಿಯಲ್ಲಿಯೇ ನಿಲ್ಲಬೇಕು ಅಂತ ಕೂಗಿ ಹೇಳಿದೆ” ಎಂದು ಬೈಡಲ್‌ಮನ್ ನೆನಪಿಸಿಕೊಳ್ಳುತ್ತಾನೆ.

ಬೈಡಲ್‌ಮನ್ ಮತ್ತು ಶೋನಿಂಗ್ ಇಬ್ಬರೂ ಸೇರಿ ಬಿರುಗಾಳಿಯಿಂದ ತಪ್ಪಿಸಿಕೊಳ್ಳುವಂತಹ ಯಾವುದಾದರೂ ಸುರಕ್ಷಿತ ಜಾಗಕ್ಕಾಗಿ ಹುಡುಕಾಡಿದರು. ಆದರೆ ಅಂತಹ ಅಡಗುದಾಣ ಇಬ್ಬರಿಗೂ ಸಿಗಲಿಲ್ಲ. ಪ್ರತಿಯೊಬ್ಬರ ಪೂರಕ

1 ಒಬ್ಬ ಸದೃಢ ಪರ್ವತಾರೋಹಿಗೆ ಸಾವಿರ ಅಡಿ ಎತ್ತರದ ಪರ್ವತವನ್ನು ಊರ್ಧ್ವವಾಗಿ ಏರಲು ಸುಮಾರು ಮೂರು ಗಂಟೆ ಬೇಕಾಗುತ್ತದೆ. ಆದರೆ ಇಲ್ಲಿ ದಾರಿಯು ಹೆಚ್ಚೂಕಡಿಮೆ ಸಪಾಟಾಗಿತ್ತು. ತಮ್ಮ ಗುಡಾರಗಳನ್ನು ಮುಟ್ಟುವ ಸರಿಯಾದ ದಾರಿ ತಂಡಕ್ಕೆ ಗೊತ್ತಿದ್ದರೆ, ಹದಿನೈದು ನಿಮಿಷದಲ್ಲಿ ಅದನ್ನು ಪರಿಕ್ರಮಿಸಿಬಿಡುತ್ತಿದ್ದರು

ಆಮ್ಲಜನಕ ಯಾವಾಗಲೋ ಖಾಲಿಯಾಗಿತ್ತು. ಆದ್ದರಿಂದ ಆ ಹಿಮಗಾಳಿಗೆ ಇನ್ನಷ್ಟು ಚಳಿಯಿಂದ ನಡುಗುತ್ತಿದ್ದರು. ವಾತಾವರಣದ ಉಷ್ಣಾಂಶ ಮೈನಸ್ 70 ಡಿಗ್ರಿ ಸೆಲ್ಸಿಯಸ್ ಆಗಿತ್ತು. ಒಂದು ಡಿಶ್ ವಾಷರ್‌ಗೂ ದೊಡ್ಡದಲ್ಲದ ಹಿಮಬಂಡೆಯ ಆಶ್ರಯದಲ್ಲಿ ಅಷ್ಟೂ ಜನರು ಕುಕ್ಕರುಗಾಗಲಿನಲ್ಲಿ ಕುಳಿತು ಬಿರುಗಾಳಿಯಿಂದ ರಕ್ಷಣೆ ಪಡೆಯಲು ನೋಡಿದರು. "ಅಷ್ಟೊತ್ತಿಗಾಗಲೇ ಥಂಡಿ ನನ್ನ ಮುಗಿಸೋದಕ್ಕೆ ಸಿದ್ಧ ಆಗಿತ್ತು" ಅಂತ ಶಾರ್ಲೆ ಫಾಕ್ಸ್ ಹೇಳ್ತಾನೆ. "ನನ್ನ ಕಣ್ಣುಗಳು ಶೀತಕ್ಕೆ ಹಿಮಗಟ್ಟಿ ಬಿಟ್ಟಿದ್ದವು. ಜೀವಂತವಾಗಿ ಆ ಪರಿಸ್ಥಿತಿಯಿಂದ ತಪ್ಪಿಸಿಕೊಳ್ಳುವುದು ಹೇಗೆಂದು ನನಗೆ ಖಂಡಿತಾ ತಿಳಿದಿರಲಿಲ್ಲ. ಚಳಿ ತುಂಬಾ ಹಿಂಸೆ ಕೊಡ್ತಾ ಇತ್ತು. ಇನ್ನೂ ಭರಿಸೋದಕ್ಕೆ ನನ್ನ ಕೈಯಿಂದ ಸಾಧ್ಯಾನೇ ಇಲ್ಲ ಅನ್ನಿಸ್ತಾ ಇತ್ತು. ಮೈಕೈಯೆಲ್ಲಾ ಮುದುರಿಕೊಂಡು ಕುಳಿತು, ಬೇಗನೆ ಸಾವು ಬಂದು ಬಿಡಲಿ ಎಂದು ಕಾಯಲಾರಂಭಿಸಿದೆ."

"ಒಬ್ಬರಿಗೊಬ್ಬರು ಮುಂಗೈಯಿಂದ ಹೊಡೆದುಕೊಳ್ಳುತ್ತಾ ಬೆಚ್ಚಗಿರಲು ಪ್ರಯತ್ನಿಸಿದೆವು" ಎಂದು ವೆದರ್ಸ್ ಹೇಳುತ್ತಾನೆ. "ಕೈ ಕಾಲು ಅಲ್ಲಾಡಿಸ್ತಾ ಇರಿ ಎಂದು ಯಾರೋ ಕೂಗಿದರು. ಸ್ಯಾಂಡಿ ಅರೆಹುಚ್ಚಿಯಂತಾಗಿ ಬಿಟ್ಟಿದ್ದಳು. 'ನಂಗೆ ಸಾಯೋದಕ್ಕೆ ಇಷ್ಟ ಇಲ್ಲ! ನಂಗೆ ಸಾಯೋದಕ್ಕೆ ಇಷ್ಟ ಇಲ್ಲ!' ಅಂತ ಒಂದೇ ಸವನೆ ಅರಚುತ್ತಿದ್ದಳು. ಆದರೆ ಮತ್ತೆ ಯಾರೂ ಅದಕ್ಕೆ ಪ್ರತಿಕ್ರಿಯಿಸುತ್ತಿರಲಿಲ್ಲ, ಮಾತನಾಡತ್ತಲೂ ಇರಲಿಲ್ಲ."

| | |

ಪಶ್ಚಿಮ ದಿಕ್ಕಿಗೆ 900 ಅಡಿ ದೂರದಲ್ಲಿರುವ ಗುಡಾರದಲ್ಲಿ ನಾನು ನಿದ್ರಾಚೀಲದಲ್ಲಿ ಹುದುಗಿಕೊಂಡಿದ್ದರೂ, ನಿಯಂತ್ರಿಸಿಕೊಳ್ಳಲಾರದಷ್ಟು ನಡುಗುತ್ತಿದ್ದೆ. ನನ್ನ ಬಳಿಯಿದ್ದ ಪ್ರತಿಯೊಂದು ಬಟ್ಟೆಯನ್ನೂ ಚಳಿಯನ್ನು ತಡೆಯುವ ಸಲುವಾಗಿ ಹಾಕಿಕೊಂಡಿದ್ದೆ. ಬಿರುಗಾಳಿಯ ರಭಸ ಇಡೀ ಗುಡಾರವನ್ನೇ ಎತ್ತಿಕೊಂಡು ಒಯ್ಯುವಷ್ಟು ಜೋರಾಗಿತ್ತು. ಪ್ರತಿಬಾರಿ ಗುಡಾರದ ಬಾಗಿಲು ತೆರೆದಾಗಲೂ, ಗಾಳಿಯ ರಭಸಕ್ಕೆ ಅದರ ಮೇಲ್ಮೈ ಉಬ್ಬಿ ನಿಲ್ಲುತ್ತಿತ್ತು. ಒಳಗಡೆಗೆ ಏನಿಲ್ಲವೆಂದರೂ ಒಂದು ಇಂಚಿನಷ್ಟು ದಪ್ಪ ಹಿಮದಿಂದ ಆವೃತವಾಗಿತ್ತು. ಹೊರಗಡೆಗೆ ಬಿರುಗಾಳಿಗೆ ತೆರೆದುಕೊಳ್ಳುತ್ತಿದ್ದ ದುರಂತಕ್ಕೆ ತಕ್ಕಂತೆ, ನಾನು ಸ್ವಲ್ಪ ಎಚ್ಚರಗೊಳ್ಳುವುದು ಮತ್ತು ನಿದ್ರೆಗೆ ಜಾರುವುದು ನಡೆದಿತ್ತು. ಹತ್ತಿಕ್ಕಲಾರದ ಸುಸ್ತು, ಡಿಹೈಡ್ರೇಷನ್ ಮತ್ತು ಆಮ್ಲಜನಕದ ಕೊರತೆಯ ಒದ್ದಾಟಗಳೆಲ್ಲವೂ ನನ್ನನ್ನು ಹಿಂಸಿಸುತ್ತಿದ್ದವು.

ಸಂಜೆಯ ಯಾವುದೋ ಒಂದು ಹೊತ್ತಿನಲ್ಲಿ, ನನ್ನ ಗುಡಾರದ ಜೊತೆಗಾರ ಸ್ಟೂಅರ್ಟ್ ಹಚಿಸನ್ ಒಳಗೆ ಬಂದು ಜೋರಾಗಿ ನನ್ನನ್ನು ಅಲ್ಲಾಡಿಸಿ ಎಬ್ಬಿಸಿದ. ಹೊರಗಡೆಗೆ ಹೋಗಿ ಒಂದಿಷ್ಟು ದೀಪಗಳನ್ನು ಬೆಳಗಿಸಿ, ಪಾತ್ರೆಗಳನ್ನು ಹೊಡೆದು ಸದ್ದು ಮಾಡಿ, ಕಳೆದುಹೋದ ಪರ್ವತಾರೋಹಿಗಳಿಗೆ ಸುಳಿವು ಕೊಡುವುದಕ್ಕೆ ಬರುವೆಯಾ ಎಂದು ಕೇಳಿದ. ಆದರೆ ನಾನೆಷ್ಟು ಬಲಹೀನನಾಗಿದ್ದೆನೆಂದರೆ ನನಗೆ ಉತ್ತರ ಕೊಡಲೂ ಸಾಧ್ಯವಿರಲಿಲ್ಲ. ಮಧ್ಯಾಹ್ನ 2 ಗಂಟೆಗೆಲ್ಲಾ ವಾಪಾಸಾದ ಹಚಿಸನ್ ನನ್ನಷ್ಟು ಸುಸ್ತಾಗಿರಲಿಲ್ಲ. ಅವನು ಉಳಿದ ಗ್ರಾಹಕರು ಮತ್ತು ಶೆರ್ಪಾಗಳನ್ನು ಅವರ ಗುಡಾರದಿಂದ ಎಬ್ಬಿಸಲು ಪ್ರಯತ್ನಿಸಿದ. ಪ್ರತಿಯೊಬ್ಬರೂ ವಿಪರೀತ ಚಳಿಯಿಂದ ನಡುಗುತ್ತಿದ್ದರು ಇಲ್ಲವೇ ಅತಿಯಾಗಿ ದಣಿದಿದ್ದರು. ಕೊನೆಗೆ ಅವನೊಬ್ಬನೆ ಹೊರಗೆ ಹೋದ.

ಸುಮಾರು ಆರು ಬಾರಿ ಅವನು ಗುಡಾರದಿಂದ ಹೊರಗೆ ಹೋಗಿ, ಕಳೆದು ಹೋದ ಸಹಚರರಿಗಾಗಿ ಹುಡುಕಾಡಿದ. ಆದರೆ ಬಿರುಗಾಳಿ ಎಷ್ಟು ಜೋರಾಗಿತ್ತೆಂದರೆ, ಅವನು ಕ್ಯಾಂಪಿನಿಂದ ಕೆಲವು ಅಡಿಗಳಷ್ಟು ದೂರ ಹೋಗಲೂ ಧೈರ್ಯ ಮಾಡಲಿಲ್ಲ. "ಬಿರುಗಾಳಿಯ ಹೊಡೆತ ಅದೆಷ್ಟು ಜೋರಾಗಿತ್ತೆಂದರೆ, ಯಾವುದೋ ಸ್ಯಾಂಡ್ ಬ್ಲಾಷ್ಟ್‌ಗೆ ಮೈ ಒಡ್ಡಿದಂತೆ ಭಾಸವಾಗುತ್ತಿತ್ತು. ಬರೀ ಹದಿನೈದು ನಿಮಿಷ ಮಾತ್ರ ನಂಗೆ ಹೊರಗಡೆ ನಿಲ್ಲುವುದಕ್ಕೆ ಸಾಧ್ಯವಾಗುತ್ತಿತ್ತು. ಅನಂತರ ಚಳಿಯನ್ನು ತಾಳಲಾರದೆ ಗುಡಾರದೊಳಕ್ಕೆ ಬಂದು ಸೇರಿಕೊಳ್ಳುತ್ತಿದ್ದೆ" ಎಂದು ಹೇಳುತ್ತಾನೆ.

| | |

ಈ ಎಲ್ಲಾ ಪರ್ವತಾರೋಹಿಗಳು ದಿಬ್ಬದ ಪೂರ್ವ ದಿಕ್ಕಿನಲ್ಲಿ ಜಮಾಯಿಸಿರುವಾಗ, ಬೈಡಲ್‌ಮನ್ ಬಿರುಗಾಳಿ ನಿಲ್ಲುವಂತಹ ಏನಾದರೂ ಸಂಜ್ಞೆಗಳು ಸಿಗಲಿ ದೇವರೆ ಎಂದು ಆಶಿಸುತ್ತಿದ್ದ. ಮಧ್ಯರಾತ್ರಿಗೂ ಮುಂಚೆ, ಅವನ ನಿರೀಕ್ಷೆ ಫಲ ಕೊಡುವಂತೆ ಆಕಾಶದಲ್ಲಿ ಒಂದೆರಡು ನಕ್ಷತ್ರಗಳು ಕಂಡು ಪುಳಕಿತನಾಗಿ ಉಳಿದವರಿಗೂ ಅವನ್ನು ನೋಡಲು ಕೂಗಿ ಹೇಳಿದ. ಬಿರುಗಾಳಿಯೇನೂ ಇನ್ನೂ ಜೋರಾಗಿಯೇ ಬೀಸುತ್ತಿತ್ತಾದರೂ, ಮೇಲೆ ಹವಾಮಾನ ಶಾಂತವಾಗುತ್ತಿರುವ ಸೂಚನೆ ಸಿಕ್ಕಿತ್ತು. ದೈತ್ಯ ಪರ್ವತಗಳಾದ ಎವರೆಸ್ಟ್ ಮತ್ತು ಲೋಟ್ ಪರ್ವತದ ಕಪ್ಪು ಆಕಾರಗಳು ಕಾಣಿಸಲಾರಂಭಿಸಿದವು. ಈ ಎರಡೂ ಪರ್ವತಗಳು ಕಂಡಿದ್ದೆ, ಕ್ಲೆವ್ ಶೋನಿಂಗ್ ತಕ್ಷಣವೇ ತಾವು ನಾಲ್ಕನೆಯ ಕ್ಯಾಂಪ್‌ನ ಯಾವ ದಿಕ್ಕಿಗಿದ್ದೇವೆಂಬುದು ಗುರುತಾಗುತ್ತಿದೆ ಎಂದು ಹೇಳಿದ. ಬೈಡಲ್‌ಮನ್ ಜೊತೆಗೆ ಸ್ವಲ್ಪ ಏರುಸ್ವರದಲ್ಲಿ

ಮಾತುಕತೆಯಾದರೂ, ಗುಡಾರಗಳು ಯಾವ ದಿಕ್ಕಿಗಿವೆ ಎನ್ನುವುದನ್ನು ತನ್ನ ಮಾರ್ಗದರ್ಶಿಗೆ ಮನದಟ್ಟು ಮಾಡಿದ.

ಪ್ರತಿಯೊಬ್ಬರೂ ಶೋನಿಂಗ್ ಹೇಳುವ ದಿಕ್ಕಿನತ್ತ ನಡೆಯಲು ಬೈಡಲ್‌ಮನ್ ಒಪ್ಪಿಸಲು ಪ್ರಯತ್ನಪಟ್ಟ. ಆದರೆ ಪಿಟ್‌ಮನ್, ಫಾಕ್ಸ್, ವೆದರ್ಸ್ ಮತ್ತು ನಂಬಾ ನಡೆಯಲು ಶಕ್ಯವೇ ಇಲ್ಲ ಎನ್ನುವ ಸ್ಥಿತಿಯಲ್ಲಿದ್ದರು. ಪ್ರಯತ್ನಪಟ್ಟು ಮುಂದುವರೆಯದೆ ಇಲ್ಲಿಯೇ ನಿಂತರೆ ಸಾವು ನಿಶ್ಚಯವೆನ್ನುವ ಸಂಗತಿ ಈ ವೇಳೆಗಾಗಲೇ ಬೈಡಲ್‌ಮನ್‌ಗೆ ಮನದಟ್ಟಾಗಿತ್ತು. ಆದ್ದರಿಂದ ನಡೆಯಲು ಸಾಧ್ಯವೇ ಆಗದ ಆ ನಾಲ್ವರನ್ನು ಟಿಮ್ ಮ್ಯಾಡ್‌ಸನ್ ಜವಾಬ್ದಾರಿಯಲ್ಲಿ ಬಿಟ್ಟು, ಬೈಡಲ್‌ಮನ್, ಶೋನಿಂಗ್, ಗ್ಯಾಮೆಲ್‌ಗಾರ್ಡ್, ಗ್ರೂಮ್ ಮತ್ತು ಇಬ್ಬರು ಶೆರ್ಪಾಗಳು ಆ ಬಿರುಗಾಳಿಯಲ್ಲಿಯೇ ಭಾರದ ಹೆಜ್ಜೆಗಳನ್ನಿಡುತ್ತಾ ಮುಂದೆ ಸಾಗಿದರು. ಅವನ ಗೆಳತಿಯನ್ನು ನಿರ್ಗತಿಕರಾಗಿ ಬಿಟ್ಟು ಹೋಗಲು ಮನಸ್ಸು ಒಪ್ಪದೆ, ಫಾಕ್ಸ್ ಮತ್ತು ಮಾಡ್‌ಸನ್ ಇಬ್ಬರೂ ನಿಸ್ವಾರ್ಥದಿಂದ ಅಲ್ಲಿಯೇ ಇದ್ದು, ಅವರಿಂದ ವಾಪಾಸು ಸಹಾಯ ಬರುವ ತನಕ ಉಳಿದ ಎಲ್ಲರ ಕಾವಲು ಕಾಯುವುದಾಗಿ ಒಪ್ಪಿಕೊಂಡರು.

ಇಪ್ಪತ್ತು ನಿಮಿಷಗಳ ತರುವಾಯ, ಬೈಡಲ್‌ಮನ್ ನೇತೃತ್ವದ ಗುಂಪು ಗುಡಾರಗಳನ್ನು ತಲುಪಿ, ಅಲ್ಲಿ ಅತ್ಯಂತ ಆತಂಕದಲ್ಲಿದ್ದ ಎನಾಟೊಲಿ ಬೊಕ್ರೀವ್ ಜೊತೆ ಭಾವನಾತ್ಮಕವಾಗಿ ಒಂದಾದರು. ಶೋನಿಂಗ್ ಮತ್ತು ಬೈಡಲ್‌ಮನ್‌ಗೆ ಮಾತನಾಡಲು ಕಷ್ಟವೆನ್ನಿಸುವ ಭಾವವೇಶದಲ್ಲಿ, ಹಿಂದೆಯೇ ಉಳಿದ ಐವರು ಎಲ್ಲಿರುವರೆಂದು ರಷ್ಯಾದ ಆ ಮಾರ್ಗದರ್ಶಿಗೆ ತಿಳಿಸಿ ಹೇಳಿ, ಅನಂತರ ತಮ್ಮ ತಮ್ಮ ಗುಡಾರಗಳಲ್ಲಿ ಸುಸ್ತಾಗಿ ಕುಸಿದು ಬಿದ್ದರು.

ಫಿಷರ್ ಟೀಮಿನ ಎಲ್ಲರಿಗಿಂತಲೂ ತಾಸುಗಟ್ಟಲೆ ಬೇಗನೆ ಎನಾಟೊಲಿ ಬೊಕ್ರೀವ್ ಕ್ಯಾಂಪನ್ನು ಸೇರಿಕೊಂಡಿದ್ದ. ಸುಮಾರು ಸಂಜೆ 5 ಗಂಟೆಗಾಗಲೇ ಅವನು ಗುಡಾರದಲ್ಲಿ ಆರಾಮು ತೆಗೆದುಕೊಳ್ಳುತ್ತಾ ಟೀ ಕುಡಿಯುತ್ತಿದ್ದ. ಆ ಹೊತ್ತಿನಲ್ಲಿ ಅವನ ತಂಡದವರು 28,000 ಅಡಿಯ ಎತ್ತರದಲ್ಲಿ ಬಿರುಗಾಳಿ ಮತ್ತು ಹಿಮದ ಜೊತೆಗೆ ಗುದ್ದಾಡುತ್ತಾ ಕೆಳಕ್ಕಿಳಿಯುತ್ತಿದ್ದರು. ಯಾವುದೇ ಅನುಭವಿ ಮಾರ್ಗದರ್ಶಿ ಈತನ ಇಂತಹ ಅಸಾಂಪ್ರದಾಯಿಕ ನಿರ್ಧಾರವನ್ನು ಖಂಡಿತವಾಗಿಯೂ ಮುಂದೆ ಪ್ರಶ್ನೆ ಮಾಡುವುದು ಸಹಜವಾಗಿತ್ತು. ತಂಡದ ಒಬ್ಬ ಸದಸ್ಯನಿಗಂತೂ ಬೊಕ್ರೀವ್ ಮೇಲೆ ಇನ್ನಿಲ್ಲದ ಸಿಟ್ಟಿತ್ತು. ಯಾವಾಗ ಮಾರ್ಗದರ್ಶಿಯ ಅವಶ್ಯಕತೆಯಿತ್ತೋ ಆಗ ಈ ಮನುಷ್ಯ ಎಲ್ಲವನ್ನು ಬಿಟ್ಟುಕೊಟ್ಟು ಓಡಿ ಬಂದಿದ್ದ.

ಎನಾಟೊಲಿ ಸುಮಾರು ಮಧ್ಯಾಹ್ನ 2 ಗಂಟೆಯ ಹೊತ್ತಿಗೆ ಪರ್ವತದ ತುದಿಯಿಂದ ಹೊರಟಿದ್ದ. ಅನಂತರ ಹಿಲರಿ ಸ್ಟೆಪ್ ಬಳಿ ಅವನು ಜನದಟ್ಟಣೆಯನ್ನು ಎದುರಿಸಿದ್ದ.

ಆದರೆ ದಟ್ಟಣೆ ಮುಗಿದ ತಕ್ಷಣ ಅತ್ಯಂತ ವೇಗವಾಗಿ ದಕ್ಷಿಣ ದಿಬ್ಬವನ್ನು ಇಳಿದು, ಕ್ಯಾಂಪನ್ನು ತಲುಪಿಕೊಂಡಿದ್ದ. ಮಾರ್ಗಮಧ್ಯದಲ್ಲಿ ಮಾರ್ಟಿನ್ ಅಡಮ್ಸ್‌ನನ್ನು ಜೊತೆಯಲ್ಲಿ ಕರೆದುಕೊಂಡು ಹೋಗುವುದಾಗಿ ಸ್ಕಾಟ್ ಫಿಷರ್‌ಗೆ ಹೇಳಿದ್ದರೂ, ಯಾವುದೇ ಗ್ರಾಹಕನಿಗೆ ಕಾಯದೆ ಹೊರಟು ಹೋಗಿದ್ದ. ಆದ್ದರಿಂದ ಬಿರುಗಾಳಿ ಶುರುವಾಗುವುದಕ್ಕಿಂತಲೂ ಬಹುಬೇಗನೆ ಬೊಕ್ರೀವ್ ಕ್ಯಾಂಪನ್ನು ಸೇರಿಕೊಂಡಿದ್ದ.

ಪರ್ವತಾರೋಹಣವೆಲ್ಲಾ ಮುಗಿದ ನಂತರ, ನಾನು ಎನಾಟೋಲಿಯನ್ನು ಅಷ್ಟು ಅವಸರವಾಗಿ ಏಕೆ ಇಳಿದು ಬಂದೆ ಎಂದು ಕೇಳಿದೆ. ಅದಕ್ಕೆ ಉತ್ತರವಾಗಿ ಅವನು ಕೆಲವು ದಿನಗಳ ಹಿಂದೆ ಬಿಡುಗಡೆಯಾದ ಮೆನ್ಸ್ ಪತ್ರಿಕೆಯನ್ನು ನನಗೆ ಕೊಟ್ಟ. ಅದರಲ್ಲಿ ಅವನು ರಷ್ಯಾ ಮತ್ತು ಇಂಗ್ಲಿಷ್ ಬಲ್ಲ ದ್ವಿಭಾಷಿಯೊಬ್ಬನನ್ನು ಬಳಸಿಕೊಂಡು ಸಂದರ್ಶನವನ್ನು ಕೊಟ್ಟಿದ್ದ. ಅದರ ಸಂಪೂರ್ಣ ಹಸ್ತಪ್ರತಿಯನ್ನು ತಾನು ಓದಿರುವುದಾಗಿಯೂ ಮತ್ತು ಅದು ಅತ್ಯಂತ ನಿಖರವಾದ ಮಾಹಿತಿಯೆಂದೂ ಬೊಕ್ರೀವ್ ನನಗೆ ಹೇಳಿದ. ತಕ್ಷಣವೇ ಓದಿದೆ; ನನ್ನ ಮನಸ್ಸಿನಲ್ಲಿದ್ದ ಹಲವಾರು ಪ್ರಶ್ನೆಗಳಿಗೆ ಅಲ್ಲಿ ಉತ್ತರಗಳನ್ನು ಕೊಟ್ಟಿದ್ದ:

> ನಾನು ಪರ್ವತದ ತುದಿಯಲ್ಲಿ ಸುಮಾರು ಒಂದು ತಾಸು ಕಳೆದೆ... ಸಹಜವಾಗಿಯೇ ಅಲ್ಲಿ ಅತ್ಯಂತ ಚಳಿಯಿದ್ದು, ಅದು ನಿಮ್ಮ ಶಕ್ತಿಯನ್ನು ನುಂಗಿ ಹಾಕುತ್ತದೆ... ಅಲ್ಲಿಯೇ ಸುಮ್ಮನೆ ನಿಂತು ಉಳಿದವರಿಗಾಗಿ ಚಳಿಯಲ್ಲಿ ಹಿಮಗಟ್ಟುತ್ತಾ ಕಾಯುವುದರಿಂದ ಅಷ್ಟೇನೂ ಉಪಯೋಗವಾಗುವುದಿಲ್ಲ ಎಂದು ನಿರ್ಧರಿಸಿದೆ. ಅದರ ಬದಲು ನಾನು ಆದಷ್ಟು ಬೇಗನೆ ನಾಲ್ಕನೆಯ ಕ್ಯಾಂಪಿಗೆ ಹೋಗಿ, ಅಲ್ಲಿಂದ ಹೆಚ್ಚುವರಿ ಆಮ್ಲಜನಕದ ಬಾಟಲಿಗಳನ್ನು ಹೊತ್ತು ಮೇಲಕ್ಕೆ ತಂದರೆ ನಿಧಾನಕ್ಕೆ ಇಳಿಯುವವರಿಗೆ ಉಪಯೋಗವಾಗುತ್ತದೆ ಎಂದುಕೊಂಡೆ. ಅಥವಾ ಇಳಿಯುವುದರಲ್ಲಿ ಸೋತುಹೋದ ಯಾರಿಗಾದರೂ ಸಹಾಯ ಮಾಡಿ ಕರೆದುಕೊಂಡು ಬರಬಹುದು ಎಂದು ಅಂದಾಜು ಮಾಡಿದೆ... ಅಂತಹ ಚಳಿಯಲ್ಲಿ ನೀವು ನಡೆಯದೆ ನಿಂತು ಬಿಟ್ಟರೆ, ನಿಮ್ಮ ಶಕ್ತಿ ಆ ಚಳಿಯಲ್ಲಿ ಕರಗಿ ಹೋಗುತ್ತದೆ. ಆಮೇಲೆ ನಿಮಗೆ ಏನೂ ಮಾಡಲು ಸಾಧ್ಯವಾಗುವುದಿಲ್ಲ.

ಬೊಕ್ರೀವ್ ಪೂರಕ ಆಮ್ಲಜನಕವನ್ನು ಬಳಸುತ್ತಿದ್ದಿಲ್ಲ ಎಂಬುದನ್ನು ಗಮನಕ್ಕೆ ತೆಗೆದುಕೊಂಡರೆ, ಚಳಿಯ ತೀವ್ರ ದುಷ್ಪರಿಣಾಮವನ್ನು ಖಂಡಿತವಾಗಿಯೂ ತಳ್ಳಿ ಹಾಕುವಂತಿಲ್ಲ. ಪೂರಕ ಆಮ್ಲಜನಕವಿಲ್ಲದೆ ಪರ್ವತದ ತುದಿಯಲ್ಲಿ ಆ ಕಡುಚಳಿಯಲ್ಲಿ ನಿಧಾನಕ್ಕೆ ಚಲಿಸುವ ತಂಡದ ಇತರ ಸದಸ್ಯರಿಗಾಗಿ ಕಾಯುತ್ತಾ, ಹಿಮಕಡಿತ ಮತ್ತು ಹೈಪೋಥರ್ಮಿಯಾಕ್ಕೆ ಗುರಿಯಾಗುವುದು ಸಾಧುವಲ್ಲ. ಕಾರಣವೇನೇ

ಇರಲಿ, ಆತನಂತೂ ಶಿಖರಶೃಂಗದಿಂದ ಎಲ್ಲರಿಗಿಂತಲೂ ಬಹುಬೇಗನೆ ಕ್ಯಾಂಪನ್ನು ತಲುಪಿದ್ದ; ಒಂದು ರೀತಿಯಲ್ಲಿ ಅವನ ಈ ಸ್ವಭಾವ ಪರ್ವತಾರೋಹಣದುದ್ದಕ್ಕೂ ಕಂಡು ಬಂದಿತ್ತು. ಫಿಷರ್‌ನು ಬೇಸ್ ಕ್ಯಾಂಪ್‌ನಿಂದ ಸಿಯಾಟೆಲ್‌ಗೆ ಕಳುಹಿಸಿದ ಕೊನೆಯ ಪತ್ರ ಮತ್ತು ದೂರವಾಣಿಯ ಮಾತುಗಳಲ್ಲಿ ಇದು ಸ್ಪಷ್ಟವಾಗಿ ವ್ಯಕ್ತವಾಗಿದೆ.

ತನ್ನ ಗ್ರಾಹಕರನ್ನೆಲ್ಲಾ ಶಿಖರ ತುದಿಯಲ್ಲಿ ಬಿಟ್ಟು ಓಡಿ ಬರುವುದಕ್ಕೆ ಕಾರಣವೇನೆಂದು ಮತ್ತೊಮ್ಮೆ ಕೆದಕಿ ಕೇಳಿದಾಗ, ಎನಾಟೊಲಿ ಮಾತ್ರ ತಾನು ಹಾಗೆ ಮಾಡಿದ್ದು ಅವರ ಒಳ್ಳೆಯದಕ್ಕಾಗಿಯೇ ಎಂದು ಹೇಳಿ, "ನಾನು ಸೌತ್ ಕೋಲ್‌ನ ಗುಡಾರದಲ್ಲಿ ಸ್ವಲ್ಪ ಬೆಚ್ಚಗಾಗಿ, ಗ್ರಾಹಕರಿಗೆ ಅಗತ್ಯ ಬಿದ್ದರೆ ಆಮ್ಲಜನಕದ ಬಾಟಲಿಯನ್ನು ಒಯ್ಯುವುದಕ್ಕೆ ಸಿದ್ಧವಾಗಿದ್ದೆ" ಪೂರ್ಣ ಆತ್ಮವಿಶ್ವಾಸವನ್ನು ತೋರುತ್ತಾನೆ. ನಿಜ ಹೇಳಬೇಕೆಂದರೆ, ಆ ದಿನ ಕತ್ತಲು ಮೂಡಿದ ಸ್ವಲ್ಪ ಹೊತ್ತಾದರೂ ಬೈಡಲ್‌ಮನ್ ಗುಂಪು ಕ್ಯಾಂಪಿಗೆ ಬರದೇ ಇದ್ದಾಗ ಬೊಕ್ರೀವ್ ಅವರು ತೊಂದರೆಯಲ್ಲಿರಬೇಕೆಂದು ಗ್ರಹಿಸಿದ್ದ. ತಕ್ಷಣವೇ ಅವರಿಗೆ ಆಮ್ಲಜನಕ ಕೊಂಡೊಯ್ಯುವ ಧೈರ್ಯದ ಕೆಲಸಕ್ಕೆ ಕೈ ಹಾಕಿದ್ದ. ಆದರೆ ಅವನು ಕಾರ್ಯ ಕೈಗೂಡುವಲ್ಲಿ ಒಂದು ದೊಡ್ಡ ಅಡಚಣೆಯಿತ್ತು; ಏಕೆಂದರೆ ಅವನ ಬಳಿಯಾಗಲಿ ಅಥವಾ ಬೈಡಲ್‌ಮನ್ ಬಳಿಯಾಗಲಿ ರೇಡಿಯೋ ಇರಲಿಲ್ಲ. ಎನಾಟೊಲಿಗೆ ಅವರು ಎಲ್ಲಿರಬಹುದೆಂಬ ಕಲ್ಪನೆಯಾಗಲಿ, ಅವರ ಸ್ಥಿತಿಗತಿಗಳೇನು ಎಂಬ ಊಹೆಯಾಗಲಿ, ಅಂತಹ ದೈತ್ಯ ಪರ್ವತದ ಯಾವ ಮೂಲೆಯಲ್ಲಿ ಅವರು ಅಡಗಿರಬಹುದು ಎನ್ನುವ ಸಂಗತಿಯಾಗಲಿ ಗೊತ್ತಾಗುವುದು ಸಾಧ್ಯವೇ ಇರಲಿಲ್ಲ.

ಆದರೂ ಸಂಜೆ 7:30ರ ಹೊತ್ತಿಗೆ ಅವರನ್ನು ಹುಡುಕಿಕೊಂಡು ಬೊಕ್ರೀವ್ ನಾಲ್ಕನೆಯ ಕ್ಯಾಂಪ್ ಬಿಟ್ಟು ಹೊರಟ. ಆ ಗಳಿಗೆಯನ್ನವನು ಹೀಗೆ ಪ್ರಸ್ತಾಪಿಸಿದ್ದಾನೆ:

> ದೃಷ್ಟಿ ಒಂದು ಮೀಟರ್‌ಗೂ ಹೆಚ್ಚಿರಲಿಲ್ಲ. ಆಮೇಲೆ ಅದೂ ಇಲ್ಲದಾಯ್ತು. ನನ್ನ ಬಳಿ ಒಂದು ದೀಪ ಇತ್ತು. ನಾನು ಪೂರಕ ಆಮ್ಲಜನಕವನ್ನು ಬಳಸಿಕೊಂಡು ಆದಷ್ಟು ಬೇಗನೆ ಮೇಲೇರಲಾರಂಭಿಸಿದೆ. ಮೂರು ಆಮ್ಲಜನಕದ ಬಾಟಲಿಗಳನ್ನು ಒಯ್ಯುತ್ತಿದ್ದೆ. ಆದಷ್ಟು ಬೇಗನೆ ನಡೆಯಲು ಪ್ರಯತ್ನಿಸುತ್ತಿದ್ದೆ, ಆದರೆ ಏನೂ ಕಾಣುತ್ತಲೇ ಇರಲಿಲ್ಲ... ಅದೊಂದು ರೀತಿಯಲ್ಲಿ ಕಣ್ಣೇ ಇಲ್ಲದಂತಹ ಪರಿಸ್ಥಿತಿಯಾಗಿತ್ತು. ಏನೂ ಕಾಣುವುದು ಸಾಧ್ಯವಿಲ್ಲದಂತಿತ್ತು. ಇದು ಅತ್ಯಂತ ಅಪಾಯದ ಪರಿಸ್ಥಿತಿಯಾಗಿತ್ತು. ಯಾವುದೇ ಹಿಮಕುಣಿಯಲ್ಲಿಯಾದರೂ ನಾನು ಬೀಳಬಹುದಾಗಿತ್ತು. ಅಥವಾ ದಕ್ಷಿಣ ದಿಕ್ಕಿನಲ್ಲಿರುವ ಲೋಟ್ ಪರ್ವತದ 9,842 ಅಡಿ ಆಳದ ಕಣಿವೆಯಲ್ಲಿ ನೇರವಾಗಿ ಬೀಳಬಹುದಾಗಿತ್ತು. ಮೇಲೇರೋದಕ್ಕೆ ಪ್ರಯತ್ನಪಟ್ಟೆ, ಆದರೆ ತುಂಬಾ ಕತ್ತಲಿತ್ತು. ಏರುವ ಸಹಾಯಕ್ಕಾಗಿ ಕಟ್ಟಿದ ಹಗ್ಗ ನನಗೆ ಸಿಗಲಿಲ್ಲ.

ಸೌತ್ ಕೋಲ್‌ನಿಂದ ಸುಮಾರು 600 ಅಡಿ ಎತ್ತರದಲ್ಲಿ, ತನ್ನ ಪ್ರಯತ್ನದ ನಿಷ್ಪ್ರಯೋಜಕತೆಯನ್ನು ಬೊಕ್ರೀವ್ ಕಂಡುಕೊಂಡ. ಆದ್ದರಿಂದ ಕ್ಯಾಂಪ್‌ಗೆ ವಾಪಾಸು ಬಂದು ಬಿಟ್ಟ. ನಾನೇ ಎಲ್ಲಿ ಕಳೆದು ಹೋಗಿ ಬಿಡುತ್ತೇನೋ ಎನ್ನುವ ಸ್ಥಿತಿಯನ್ನು ತಲುಪಿದ್ದೆ ಎಂದು ಅವನು ಒಪ್ಪಿಕೊಳ್ಳುತ್ತಾನೆ. ಅದೇನೇ ಇರಲಿ, ತನ್ನ ರಕ್ಷಣಾ ಚಟುವಟಿಕೆಯನ್ನು ಬೊಕ್ರೀವ್ ಕೈ ಬಿಟ್ಟ. ಆ ಹೊತ್ತಿನಲ್ಲಿ ಅವನು ಹುಡುಕುತ್ತಿದ್ದ ತಂಡದ ಸದಸ್ಯರು ಅವನಿದ್ದ ಜಾಗಕ್ಕಿಂತಲೂ 600 ಅಡಿ ಕೆಳಕ್ಕೆ ಸೌತ್ ಕೋಲ್‌ನ ಬಯಲಿನಲ್ಲಿ ಒದ್ದಾಡುತ್ತಿದ್ದರು. ಅವನಿಗೆ ಅವರು ಸಿಕ್ಕುವ ಸಾಧ್ಯತೆಯೇ ಇರಲಿಲ್ಲ.

ಸುಮಾರು ರಾತ್ರಿ 9ರ ಹೊತ್ತಿಗೆ ಬೊಕ್ರೀವ್ ಕ್ಯಾಂಪ್‌ಗೆ ವಾಪಾಸು ಬಂದ. ಹತ್ತೊಂಬತ್ತು ಜನ ಕಾಣೆಯಾಗಿದ್ದರ ಬಗ್ಗೆ ಆತ ತುಂಬಾ ಗಾಬರಿಯಾಗಿದ್ದ. ಆದರೆ ಅವರು ಎಲ್ಲಿದ್ದಾರೆ ಎನ್ನುವ ಕಲ್ಪನೆಯೇ ಇಲ್ಲದ ಕಾರಣ ಅವನಿಗೆ ಸುಮ್ಮನೆ ಸಮಯವನ್ನು ತಳ್ಳುತ್ತಾ ಕಾಯುವುದರ ಹೊರತಾಗಿ ಏನೂ ಮಾಡಲು ಸಾಧ್ಯವಿರಲಿಲ್ಲ. ಆಮೇಲೆ ಬೆಳಗಾಮುಂಜಾನೆ 12:45ರ ಹೊತ್ತಿಗೆ ಬೈಡಲ್‌ಮನ್, ಗ್ರೂಮ್, ಷೂನಿಂಗ್ ಮತ್ತು ಗ್ಯಾಮಲ್‌ಗಾರ್ಡ್ ಸುಸ್ತಾಗಿ ಕ್ಯಾಂಪಿನೊಳಕ್ಕೆ ಬಂದರು. "ಕ್ಲೆವ್ ಮತ್ತು ನೀಲ್ ಇಬ್ಬರೂ ಸಂಪೂರ್ಣ ಶಕ್ತಿಯನ್ನು ಕಳೆದುಕೊಂಡು, ಮಾತನಾಡಲೂ ಸಾಧ್ಯವಿಲ್ಲದಂತಾಗಿದ್ದರು. ಶಾರ್ಲೆ, ಸ್ಯಾಂಡಿ ಮತ್ತು ಟಿಮ್‌ಗೆ ತಕ್ಷಣವೇ ಸಹಾಯ ಬೇಕಾಗಿದೆ. ಸ್ಯಾಂಡಿ ಅಂತೂ ಸಾಯುವ ಸ್ಥಿತಿಯಲ್ಲಿದ್ದಾಳೆ ಎಂದು ಹೇಳಿದರು. ಅನಂತರ ಅವರು ಇರಬಹುದಾದ ಅಂದಾಜು ಜಾಗವನ್ನು ನನಗೆ ತಿಳಿಸಿದರು" ಎಂದು ಬೊಕ್ರೀವ್ ನೆನಪಿಸಿಕೊಳ್ಳುತ್ತಾನೆ.

ಪರ್ವತಾರೋಹಿಗಳು ವಾಪಾಸು ಬಂದ ಸಂಗತಿ ತಿಳಿಯುತ್ತಿದ್ದಂತೆಯೇ, ಗ್ರೂಮ್‌ಗೆ ಸಹಾಯ ಮಾಡಲೆಂದು ಸ್ಟೂವರ್ಟ್ ಹಚಿಸನ್ ಹೊರಗೆ ಹೋದ. "ಮೈಕ್ ತನ್ನ ಗುಡಾರದೊಳಕ್ಕೆ ಸೇರಿಕೊಳ್ಳಲು ಸಹಾಯ ಮಾಡಿದೆ. ಅವನು ವಿಪರೀತ ಸುಸ್ತಾಗಿ ಹೋಗಿದ್ದ. ಅವನು ಮಾತಾಡಿದ್ದು ಸ್ಪಷ್ಟವಾಗಿಯೇ ಇದ್ದರೂ, ಅದಕ್ಕಾಗಿ ಅವನು ವಿಪರೀತ ಪರಿಶ್ರಮ ಪಡಬೇಕಾಗುತ್ತಿತ್ತು. ಸಾಯುವ ಮನುಷ್ಯ ಮಾತನಾಡಲು ಕಷ್ಟಪಡುತ್ತಾನಲ್ಲ, ಹಾಗೆ. 'ನೀನು ಯಾರಾದರೂ ಶೆರ್ಪಾಗಳನ್ನು ಹುಡುಕು. ಬೆಕ್ ಮತ್ತು ಯಸುಕೊ ಸಲುವಾಗಿ ತಕ್ಷಣವೇ ಕಳುಹಿಸಿ ಕೊಡು' ಎಂದು ಹೇಳಿದ. ಅಮೇಲೆ ಕಾಂಗ್ ಶುಂಗ್ ಪರ್ವತದ ಕಡೆಗೆ ಕೈ ಮಾಡಿ ತೋರಿಸಿದ" ಎಂದು ಹಚಿಸನ್ ಹೇಳುತ್ತಾನೆ.

ಆದರೆ ಹಚಿಸನ್ ಒಂದು ರಕ್ಷಣಾ ತಂಡವನ್ನು ತಯಾರುಮಾಡುವಲ್ಲಿ ಸಫಲನಾಗಲಿಲ್ಲ. ಹಾಲ್ ತಂಡದ ಇಬ್ಬರು ಶೆರ್ಪಾಗಳಾದ ಚುಲ್‌ಡಮ್ ಮತ್ತು ಅರಿತಾ ಕ್ಯಾಂಪಿನಲ್ಲಿಯೇ ಉಳಿದು, ಶಿಖರವೇರಲು ಬಂದಿರಲಿಲ್ಲ. ಆದರೆ

ಸರಿಯಾದ ಹೊಗೆಕಿಂಡಿಗಳಿಲ್ಲದ ಟೆಂಟಿನಲ್ಲಿ ಅಡಿಗೆ ಮಾಡಲು ಹೋಗಿ, ವಿಪರೀತವಾಗಿ ಕಾರ್ಬನ್ ಮೋನಾಕ್ಸೈಡ್ ಸೇವಿಸಿದ್ದರಿಂದಾಗಿ ಅವರ ಪರಿಸ್ಥಿತಿ ಚಿಂತಾಜನಕವಾಗಿತ್ತು. ಚುಲ್‌ಡಮ್ ಅಂತೂ ರಕ್ತವನ್ನು ಕಾರಿಕೊಳ್ಳುತ್ತಿದ್ದ. ನಮ್ಮ ಜೊತೆಗೆ ಬಂದಿದ್ದ ಉಳಿದ ನಾಲ್ವರು ಶೆರ್ಪಾಗಳು ವಿಪರೀತ ಚಳಿಗೆ ನಡಗುತ್ತಿದ್ದು, ಮೇಲೆ ಹೋಗಿ ಬಂದಿದ್ದರಿಂದ ಬಳಲಿ ಹೋಗಿದ್ದರು.

ಪರ್ವತಾರೋಹಣ ಮುಗಿದ ನಂತರ ಹಚಿಸನ್ ಜೊತೆಗೆ ನಾನು ಮಾತಾಡಿದೆ. ಶೆರ್ಪಾಗಳು ಯಾರೂ ರಕ್ಷಣಾ ಕಾರ್ಯಕ್ಕೆ ಹೊರಡಲು ಸಿದ್ಧವಿಲ್ಲವೆಂದು ಗೊತ್ತಾದ ಮೇಲೆ, ಫ್ರಾಂಕ್ ಫಿಷ್‌ಬೆಕ್, ಲೂಯಿ ಕಾಸಿಷ್ಕ ಅಥವಾ ಜಾನ್ ಟಾಸ್ಕ್, ಇಲ್ಲದಿದ್ದರೆ ನನ್ನನ್ನೇ ಇನ್ನೊಮ್ಮೆ ಎಬ್ಬಿಸಿ ರಕ್ಷಣಾ ಕಾರ್ಯದ ಸಹಾಯಕ್ಕಾಗಿ ಯಾಕೆ ಕೇಳಲಿಲ್ಲ ಎಂದು ಪ್ರಶ್ನಿಸಿದೆ. "ನೀವೆಲ್ಲಾ ಎಷ್ಟು ಸುಸ್ತಾಗಿದ್ದಿರೆಂದರೆ ನಿಮ್ಮನ್ನು ಕೇಳುವ ಆಲೋಚನೆಯೇ ನನಗೆ ಬರಲಿಲ್ಲ. ಸಾಮಾನ್ಯವಾಗಿ ಆಗುವ ಸುಸ್ತಿಗಿಂತಲೂ ಎಷ್ಟೊಂದು ಪಟ್ಟು ಹೆಚ್ಚು ನೀವು ಸುಸ್ತಾಗಿದ್ದಿರೆಂದರೆ, ನಿಮ್ಮನ್ನು ರಕ್ಷಣಾ ಕಾರ್ಯಕ್ಕೆ ನಿಯಮಿಸಿದರೆ ಸಹಾಯಕ್ಕಿಂತಲೂ ಹೆಚ್ಚಾಗಿ ಪರಿಸ್ಥಿತಿ ಬಿಗಡಾಯಿಸುತ್ತದೆ ಎನ್ನಿಸಿತು. ನೀವು ಅಲ್ಲಿಗೆ ಹೋದರೆ ನಿಮ್ಮನ್ನು ನೀವು ಕಾಪಾಡಿಕೊಳ್ಳೋದೇ ದೊಡ್ಡ ಸಂಗತಿ ಆಗಬಹುದು ಅನ್ನಿಸಿತು" ಎಂದು ಉತ್ತರಿಸಿದ.

ಆದರೆ ಅದೇ ಸಮಯದಲ್ಲಿ ಬೊಕ್ರೀವ್ ಕೂಡಾ ರಕ್ಷಣಾ ತಂಡವನ್ನು ಕಟ್ಟಲು ಪ್ರಯತ್ನಪಡುತ್ತಿದ್ದ. ಆದರೆ ಅವನೂ ಹಚಿಸನ್ ಜೊತೆ ಮಾತಾಡಲಿಲ್ಲ ಅಥವಾ ನನ್ನನ್ನೂ ಎಬ್ಬಿಸಲಿಲ್ಲ. ಒಟ್ಟಾರೆಯಾಗಿ ಅವರಿಬ್ಬರ ಮಧ್ಯೆ ಸಂವಹನವೇ ನಡೆಯದೇ ಎರಡೂ ಪ್ರಯತ್ನಗಳು ಸಮಾನಾಂತರವಾಗಿ ಸಾಗಿ ಉಪಯೋಗವಿಲ್ಲದಂತಾಗಿತ್ತು. ಹಚಿಸನ್ ತರಹವೇ ಬೊಕ್ರೀವ್ ಕೂಡಾ ಯಾರನ್ನೂ ಎಬ್ಬಿಸಲು ಪ್ರಯತ್ನಿಸಿದರೂ ಅವರು ತುಂಬಾ ಸುಸ್ತಾಗಿದ್ದರು ಅಥವಾ ಅನಾರೋಗ್ಯ ಪೀಡಿತರಾಗಿದ್ದರು. ಕೆಲವೊಬ್ಬರು ಸಹಾಯ ಮಾಡಲು ತುಂಬಾ ಹೆದರಿಕೊಂಡರು. ಕೊನೆಗೆ ಬೊಕ್ರೀವ್ ತಾನೊಬ್ಬನೇ ಹೋಗಿ ಇಡೀ ತಂಡವನ್ನು ಕರೆದುಕೊಂಡು ಬರುವುದಕ್ಕೆ ನಿಶ್ಚಯಿಸಿದ. ಆ ರಾಕ್ಷಸ ಬಿರುಗಾಳಿಯ ಬಾಯಲ್ಲಿ ಧೈರ್ಯದಿಂದ ನುಗ್ಗಿ, ಇಡೀ ಸೌತ್ ಕೋಲ್‌ನ ಬಯಲಿನಲ್ಲಿ ಸುಮಾರು ಒಂದು ತಾಸು ಕಾಲ ಹುಡುಕಾಡಿದ. ಆದರೆ ಅವನಿಗೆ ಯಾರೂ ಸಿಗಲಿಲ್ಲ.

ಆದರೆ ಬೊಕ್ರೀವ್ ಅಷ್ಟಕ್ಕೇ ಕೈಬಿಡಲು ಸಿದ್ಧನಿರಲಿಲ್ಲ. ಕ್ಯಾಂಪ್‌ಗೆ ವಾಪಾಸು ಬಂದು, ಬೈಡಲ್‌ಮನ್ ಮತ್ತು ಷೂನಿಂಗ್‌ನಿಂದ ಇನ್ನಷ್ಟು ವಿವರವಾಗಿ ಸ್ಥಳದ ವಿವರಗಳನ್ನು ಪಡೆದುಕೊಂಡು, ಮತ್ತೊಮ್ಮೆ ಆ ರಕ್ಕಸ ಬಿರುಗಾಳಿಯಲ್ಲಿ ಹುಡುಕಲು ಹೊರಟ. ಆದರೆ ಈ ಬಾರಿ ಮ್ಯಾಡ್‌ಸನ್‌ನ ಕಳೆಗುಂದುತ್ತಿರುವ ಹೆಡ್ ಲ್ಯಾಂಪ್‌ನ

ಕ್ಷೀಣ ಬೆಳಕು ಅಸ್ಪಷ್ಟವಾಗಿ ಅವನ ಕಣ್ಣಿಗೆ ಬಿತ್ತು. ಆದ್ದರಿಂದ ಅವನಿಗೆ ಮರೆಯಾದ ತಂಡದ ಸದಸ್ಯರನ್ನೆಲ್ಲಾ ಗುರುತಿಸಲು ಸಾಧ್ಯವಾಯ್ತು. "ಅವರೆಲ್ಲಾ ಮಂಜಿನ ಮೇಲೆ ಮಲಗಿಕೊಂಡು ಬಿಟ್ಟಿದ್ದರು. ದೇಹದಲ್ಲಿ ಚಲನೆಯೇ ಇರಲಿಲ್ಲ. ಅವರಿಗೆ ಮಾತಾಡೋದಕ್ಕೂ ಸಾಧ್ಯವಾಗ್ತಾ ಇರಲಿಲ್ಲ" ಎಂದು ಬೊಕ್ರೀವ್ ಹೇಳುತ್ತಾನೆ. ಮ್ಯಾಡ್‌ಸನ್ ಮಾತ್ರ ಇನ್ನೂ ಎಚ್ಚರಿಕೆಯ ಸ್ಥಿತಿಯಲ್ಲಿದ್ದು, ಬಹುಪಾಲು ತನ್ನನ್ನು ತಾನು ನಿಭಾಯಿಸಿಕೊಳ್ಳಲು ಶಕ್ತನಾಗಿದ್ದ. ಆದರೆ ಪಿಟ್‌ಮನ್, ಫಾಕ್ಸ್ ಮತ್ತು ವೆದರ್ಸ್ ಅತ್ಯಂತ ಅಸಹಾಯಕ ಸ್ಥಿತಿಯಲ್ಲಿದ್ದರು. ಯಸುಕೊ ನಂಬಾ ಆಗಲೇ ಸತ್ತು ಹೋಗಿರುವಂತೆ ಭಾಸವಾಯ್ತು.

ಬೈಡಲ್‌ಮನ್ ಮತ್ತು ಇತರರು ಸಹಾಯವನ್ನು ಕಳುಹಿಸಲೆಂದು ಗುಂಪನ್ನು ತೊರೆದು ಹೋದ ನಂತರ, ಮ್ಯಾಡ್‌ಸನ್ ಇಡೀ ಗುಂಪನ್ನು ಒಂದೆಡೆ ಸೇರಿಸಿ, ಮೈ ಬಿಸಿಯನ್ನು ಕಾಪಾಡಿಕೊಳ್ಳುವ ಸಲುವಾಗಿ ಅಲ್ಲಿಯೇ ಓಡಾಡುತ್ತಿರುವಂತೆ ಆಜ್ಞಾಪಿಸಿದ. "ಯಸುಕೊಳನ್ನು ಬೆಕ್‌ನ ತೊಡೆಯ ಮೇಲೆ ಕುಳ್ಳಿರಿಸಿದೆ. ಆ ವೇಳೆಗಾಗಲೇ ಅವನು ಯಾವ ಪ್ರತಿಕ್ರಿಯೆಯನ್ನೂ ತೋರುತ್ತಿರಲಿಲ್ಲ. ಸ್ವಲ್ಪ ಸಮಯದ ನಂತರ ಆಕೆ ತನ್ನ ಬೆನ್ನ ಮೇಲೆ ಸಪಾಟಾಗಿ ಮಲಗಿಕೊಂಡು ಬಿಟ್ಟಿದ್ದಳು. ರಾಶಿ ರಾಶಿ ಹಿಮವು ಆಕೆಯ ಟೊಪ್ಪಿಗೆಯ ಮೇಲೆ ಬೀಳುತ್ತಿತ್ತು. ಅದು ಹೇಗೋ ಆಕೆ ತನ್ನ ಒಂದು ಕೈಗವಸನ್ನು ಕಳೆದುಕೊಂಡು ಬಿಟ್ಟಿದ್ದಳು. ಆದ್ದರಿಂದ ಆಕೆಯ ಬಲಗೈ ಪೂರ್ತಿಯಾಗಿ ಹವಾಮಾನಕ್ಕೆ ತೆರೆದುಕೊಂಡಿತ್ತು. ಆಕೆಯ ಬೆರಳುಗಳು ಎಷ್ಟು ಗಟ್ಟಿಯಾಗಿ ಮಡಚಿಕೊಂಡಿದ್ದವೆಂದರೆ, ಅವನ್ನು ನೇರ ಮಾಡಲು ಸಾಧ್ಯವೇ ಇರಲಿಲ್ಲ. ಅವು ಮೂಳೆಯ ತನಕ ಹಿಮಗಟ್ಟಿ ಹೋಗಿವೆ ಎಂದು ನನಗನ್ನಿಸಿತು. ಬಹುಶಃ ಆಕೆ ಸತ್ತಿರಬೇಕು ಎಂದು ನನಗನ್ನಿಸಿತು" ಎಂದು ಮ್ಯಾಡ್‌ಸನ್ ಜ್ಞಾಪಿಸಿಕೊಳ್ಳುತ್ತಾನೆ.

"ಆದರೆ ಒಂದು ಸ್ವಲ್ಪ ಹೊತ್ತಿಗೆ ಆಕೆಯಲ್ಲಿ ಚಲನೆ ಕಂಡು ಬಂತು. ನಂಗೆ ನಿಜಕ್ಕೂ ಖುಷಿಯಾಯ್ತು. ಆಕೆ ತನ್ನ ಕತ್ತನ್ನು ತುಸು ವಾಲಿಸಿ, ಕೂತುಕೊಳ್ಳಲು ಪ್ರಯತ್ನಿಸುತ್ತಿರುವಂತೆ ಕಂಡಳು. ಆಮೇಲೆ ಆಕೆಯ ಬಲಗೈ ಮೇಲಕ್ಕೆ ಬಂತು. ಅಷ್ಟೇ! ಯಸುಕೊ ಮಲಗಿಕೊಂಡವಳು ಮತ್ತೆ ಚಲಿಸಲೇ ಇಲ್ಲ" ಎಂದು ಮ್ಯಾಡ್‌ಸನ್ ಪೂರ್ತಿ ವಿವರ ಕೊಡುತ್ತಾನೆ.

ಗುಂಪನ್ನು ಗುರುತಿಸಿದ ತಕ್ಷಣ ಬೊಕ್ರೀವ್‌ಗೆ ಒಂದು ಸಲಕ್ಕೆ ಒಬ್ಬರನ್ನು ಮಾತ್ರ ಹೊತ್ತು ತರಬಹುದು ಎಂದು ಅರಿವಾಯ್ತು. ಒಂದು ಆಮ್ಲಜನಕದ ಸಿಲಿಂಡರ್ ಅನ್ನು ತಕ್ಷಣವೇ ಸ್ಯಾಂಡಿ ಪಿಟ್‌ಮನ್‌ಳ ರೆಗ್ಯುಲೇಟರ್‌ಗೆ ಸಿಕ್ಕಿಸಿದರು. ನಂತರ ಬೊಕ್ರೀವ್ ಫಾಕ್ಸ್‌ನನ್ನು ಗುಡಾರಕ್ಕೆ ಆದಷ್ಟು ಬೇಗನೆ ಸೇರಿಸಿ ಬರುವುದಾಗಿ ಮ್ಯಾಡ್‌ಸನ್‌ಗೆ ಹೇಳಿದ. "ಆತ ಆ ಕಡೆಗೆ ಹೋದ ತಕ್ಷಣ ಬೆಕ್ ವೆದರ್ಸ್ ಗರ್ಭದಲ್ಲಿನ ಮಗುವಿನಂತೆ

ಮುದುರಿಕೊಂಡ. ಒಂಚೂರೂ ಮಿಸುಕಾಡುತ್ತಿರಲಿಲ್ಲ. ಸ್ಯಾಂಡಿ ಮುದುರಿಕೊಂಡು ನನ್ನ ತೊಡೆಯ ಮೇಲೆ ಕುಳಿತುಕೊಂಡಳು. ಆಕೆಯಲ್ಲೂ ಚಲನೆಯಿರಲಿಲ್ಲ. 'ಹೇ, ಕೈಗಳನ್ನು ಅಲ್ಲಾಡಿಸ್ತಾ ಇರು! ನಿನ್ನ ಕೈ ನೋಡೋಣ ತೋರಿಸು' ಅಂತೆಲ್ಲಾ ಕಿರುಚಾಡುತ್ತಿದ್ದೆ. ಆಕೆ ಕುಳಿತುಕೊಂಡು ತನ್ನ ಕೈಗಳನ್ನು ಚಾಚಿದಾಗ, ಕೈಗವಸುಗಳು ಇಲ್ಲದ್ದು ಗೊತ್ತಾಯಿತು. ಅವು ಆಕೆಯ ಮುಂಗೈಗೆ ಜೋತಾಡುತ್ತಿದ್ದವು" ಎಂದು ಮ್ಯಾಡ್‌ಸನ್ ನೆನಪಿಸಿಕೊಳ್ಳುತ್ತಾನೆ.

"ಆದ್ದರಿಂದ ನಾನು ಆಕೆಯ ಕೈಗಳನ್ನು ಮತ್ತೆ ಗವಸಿನೊಳಗೆ ತೂರಿಸಲು ಪ್ರಯತ್ನ ಪಡಲಾರಂಭಿಸಿದೆ. ಆಗ ಇದ್ದಕ್ಕಿದ್ದಂತೆಯೇ ಬೆಕ್ 'ಹೇ, ನಂಗೀಗ ಎಲ್ಲಾ ಗೊತ್ತಾಯ್ತು' ಎಂದು ಬಡಬಡಿಸಲಾರಂಭಿಸಿದ. ಆಮೇಲೆ ಅವನು ಸ್ವಲ್ಪ ದೂರ ಉರುಳಿ, ಒಂದು ದೊಡ್ಡ ಬಂಡೆಯನ್ನು ಅವುಚಿಕೊಂಡ. ಅನಂತರ ತನ್ನೆರಡೂ ಕೈಗಳನ್ನು ಅಗಲಿಸಿ ಬಿರುಗಾಳಿಗೆ ಎದುರಾಗಿ ಎದ್ದು ನಿಂತ. ಒಂದು ಕ್ಷಣದೊಳಗೆ ದೊಡ್ಡ ಗಾಳಿ ಬಂದಿದ್ದೇ ಅವನನ್ನು ಹಿಂದಕ್ಕೆ ಬೀಳಿಸಿತು. ನನ್ನ ಹೆಡ್ ಲ್ಯಾಂಪಿನ ಬೆಳಕಿಗೂ ಸಿಗದಂತೆ ಆ ನಿಶರಾತ್ರಿಯ ಕತ್ತಲಿನಲ್ಲಿ ಅವನು ಕಣ್ಮರೆಯಾದ. ಅದೇ ಕೊನೆ, ನಾನು ಮತ್ತವನನ್ನು ನೋಡಲಿಲ್ಲ.

"ಅನಂತರ ಎನಾಟೊಲಿ ಬೊಕ್ರೀವ್ ಹಿಂತಿರುಗಿ ಬಂದ. ಸ್ಯಾಂಡಿಯನ್ನು ಎತ್ತಿಕೊಂಡ. ನನ್ನ ಸಾಮಾನುಗಳನ್ನೆಲ್ಲಾ ನಾನು ಎತ್ತಿಕೊಂಡು ಅವರಿಬ್ಬರನ್ನು ಹಿಂಬಾಲಿಸಿದೆ. ಅವರಿಬ್ಬರ ಹೆಡ್ ಲ್ಯಾಂಪ್ ಬೆಳಕು ದಟ್ಟವಾದ್ದರಿಂದ ಅದನ್ನೇ ಅನುಸರಿಸಿದೆ. ಆ ವೇಳೆಗಾಗಲೇ ಯಸುಕೊ ಸತ್ತು ಹೋಗಿರುವಳೆಂದೂ, ಬೆಕ್ ಕಣ್ಮರೆಯಾದನೆಂದು ನಾನು ನಿಶ್ಚಯಿಸಿದೆ" ಎಂದು ಮ್ಯಾಡ್‌ಸನ್ ಪೂರ್ತಿ ಮಾಡುತ್ತಾನೆ. ಅವರು ಕೊನೆಗೆ ಕ್ಯಾಂಪ್ ಸೇರಿದಾಗ ಬೆಳಗಿನ 4:30 ಆಗಿತ್ತು. ಪೂರ್ವ ಕ್ಷಿತಿಜದಲ್ಲಿ ಆಕಾಶ ಬೆಳಗಲು ಶುರುವಾಗಿತ್ತು. ಮ್ಯಾಡ್‌ಸನ್ ಮೂಲಕ ಯಸುಕೊಗೆ ಕ್ಯಾಂಪ್‌ಗೆ ಬರಲು ಸಾಧ್ಯವಾಗಲಿಲ್ಲ ಎಂಬುದು ತಿಳಿದ ತಕ್ಷಣ, ಬೈಡಲ್‌ಮನ್ ದುಃಖದಿಂದ ಕುಸಿದುಹೋದ. ಸುಮಾರು ನಲವತ್ತೈದು ನಿಮಿಷಗಳ ಕಾಲ ಅಳುತ್ತಿದ್ದ.

ಅಧ್ಯಾಯ 16

ಸೌತ್ ಕೋಲ್

11ನೇ ಮೇ 1996, ಬೆಳಿಗ್ಗೆ 6 ಗಂಟೆ; 26,000 ಅಡಿ ಎತ್ತರ

ಮೇ 11 ರಂದು ಬೆಳಿಗ್ಗೆ 6 ಗಂಟೆಗೆ ಕೊನೆಗೂ ಸ್ಟೂಅರ್ಟ್ ಹಚಿಸನ್ ನನ್ನನ್ನು ಅಲುಗಾಡಿಸಿ ಎಬ್ಬಿಸುವುದರಲ್ಲಿ ಯಶಸ್ವಿಯಾದ. "ಆ್ಯಂಡಿ ಗುಡಾರದಲ್ಲಿ ಇಲ್ಲ" ಎಂದು ವಿಷಾದದಿಂದ ತಿಳಿಸಿದ. "ಬೇರೆ ಗುಡಾರಗಳಲ್ಲೂ ಅವನು ಇಲ್ಲ. ಬಹುಶಃ ಅವನಿಗೆ ಕೆಳಕ್ಕೆ ಇಳಿಯೋದಕ್ಕೆ ಆಗಲಿಲ್ಲ ಅನ್ನಿಸುತ್ತೆ" ಎಂದ.

"ಹೆರಾಲ್ಡ್ ಇಲ್ವಾ?" ಎಂದು ಕೇಳಿದೆ. "ಹಾಗಾಗೋದಕ್ಕೆ ಸಾಧ್ಯಾನೇ ಇಲ್ಲ. ನಿನ್ನ ಕ್ಯಾಂಪಿನ ಕಡೆಗೆ ಅವನು ನಡೆದು ಹೋಗುವುದನ್ನು ನಾನು ಕಣ್ಣಾರೆ ಕಂಡಿದೀನಿ" ಎಂದು ಆಘಾತದಿಂದ ಮತ್ತು ಗೊಂದಲದಿಂದ ಹೇಳಿದೆ. ಅನಂತರ ನನ್ನ ಬೂಟ್‌ಗಳನ್ನು ಹಾಕಿಕೊಂಡು, ಹೇರಿಸ್ ಅನ್ನು ಹುಡುಕಲು ಹೊರಕ್ಕೆ ನಡೆದೆ. ಗಾಳಿ ಇನ್ನೂ ಜೋರಾಗಿಯೇ ಇತ್ತು. ನಾನು ನಡೆಯುವಾಗ ಹಲವಾರು ಸಲ ಬೀಳಬೇಕಾಯ್ತು. ಆದರೆ ಆಕಾಶ ತಿಳಿಯಾಗಿತ್ತು. ಸ್ವಚ್ಛ ಮುಂಜಾವಿನಲ್ಲಿ ಎಲ್ಲವೂ ಸ್ಪಷ್ಟವಾಗಿ ಕಾಣುತ್ತಿದ್ದವು. ನಾನು ಪಶ್ಚಿಮ ಕೋಲ್‌ನ ಇಡೀ ಪ್ರದೇಶವನ್ನು ಒಂದು ಗಂಟೆಗೂ ಹೆಚ್ಚು ಕಾಲ ಹುಡುಕಿದೆ. ಬಂಡೆಗಳ ಆಚೆ ಈಚೆ ಕಣ್ಣು ಹಾಯಿಸಿದೆ. ಹಲವಾರು ದಿನಗಳ ಹಿಂದೆ ಬೀಳುಬಿಟ್ಟ ಹರಿದ ಗುಡಾರಗಳಲ್ಲೂ ಇಣುಕಿ ಹಾಕಿ ನೋಡಿದೆ. ಎಲ್ಲಿಯೂ ಹೇರಿಸ್‌ನ ಸುಳಿವು ಕಾಣಲಿಲ್ಲ. ನನ್ನ ನರಗಳಲ್ಲಿ ಭಯದ

ತರಂಗವೊಂದು ಹರಿದುಹೋಯ್ತು. ಕಣ್ಣುಗಳು ನೀರಿಂದ ತುಂಬಿಕೊಂಡು, ತಕ್ಷಣ ರೆಪ್ಪೆಗಳನ್ನು ಮುಚ್ಚಿಕೊಂಡೆ. ಆ್ಯಂಡಿ ತಪ್ಪಿಸಿಕೊಂಡಿರಲು ಹೇಗೆ ಸಾಧ್ಯ? ಹಾಗಾಗಲು ಸಾಧ್ಯವೇ ಇಲ್ಲ.

ಸೌತ್ ಕೋಲ್‌ನ ಸ್ವಲ್ಪ ಮೇಲೆ ಇದ್ದ ಇಳಿಜಾರಿನ ಹಿಮಬಂಡೆಯ ಮೇಲೆ ಆ್ಯಂಡಿ ಹೇರಿಸ್ ಜಾರಿದ ಸ್ಥಳಕ್ಕೊಮ್ಮೆ ಭೇಟಿಕೊಟ್ಟೆ. ಅನಂತರ ಅತ್ಯಂತ ಕಾಳಜಿಯಿಂದ ಅವನು ಕ್ಯಾಂಪ್ ಕಡೆಗೆ ನಡೆದು ಹೋಗಿರಬಹುದಾದ ದಾರಿಯನ್ನು ಗಮನಿಸಿದೆ. ಅದು ಅತ್ಯಂತ ಅಗಲವಾದ ಸಪಾಟಾದ ಮಂಜಿನ ದಾರಿಯಾಗಿತ್ತು. ಮೋಡಗಳು ದಟ್ಟೈಸುವುದಕ್ಕೆ ಮುಂಚೆ ಯಾವ ಭಾಗದಲ್ಲಿ ಅವನನ್ನು ಕಡೆಯದಾಗಿ ಕಂಡಿದ್ದೆನೋ, ಅಲ್ಲಿಂದ ಒಂದು ಕಡಿದಾದ ಎಡ ತಿರುವಿನಲ್ಲಿ ನಲವತ್ತು, ಐವತ್ತು ಅಡಿ ನಡೆದಿದ್ದರೆ ಕ್ಯಾಂಪಿನ ಗುಡಾರಗಳು ಸಿಗುತ್ತಿದ್ದವು.

ಆದರೆ ಅವನು ಹಾಗೆ ಎಡಕ್ಕೆ ತಿರುಗದೆ, ಅದೇ ದಾರಿಯಲ್ಲಿ ಸೀದಾ ನಡೆದಿದ್ದರೆ, ಸೌತ್ ಕೋಲ್‌ನ ಪಶ್ಚಿಮದ ಅಂಚಿಗೆ ಬಂದು ಬಿಡುವ ಸಾಧ್ಯತೆಯಿತ್ತು. ಆ ಕತ್ತಲಿನಲ್ಲಿ ಸುಸ್ತಾದ ವ್ಯಕ್ತಿಯಿರಲಿ, ತೆಳುಗಾಳಿಯ ಪ್ರಭಾವಕ್ಕೆ ಒಳಗಾದ ವ್ಯಕ್ತಿ ಕೂಡಾ ದಡ್ಡತನದಿಂದ ಅಂತಹ ಪ್ರಮಾದವನ್ನು ಎಸಗಬಹುದಾಗಿತ್ತು. ಆ ಅಂಚಿನಿಂದ ಕೆಳಕ್ಕೆ 4,000 ಅಡಿ ಆಳದಲ್ಲಿ, ಕಡಿದಾದ ಲೋಟ್ ಫೇಸ್ ಪರ್ವತದ ಪಶ್ಚಿಮ ದಿಬ್ಬವಿತ್ತು. ಅಂಚಿನ ಬಳಿ ಹೆಜ್ಜೆಯಿಡಲು ಹೆದರಿಕೊಂಡು, ಅಲ್ಲಿಯೇ ನಿಂತು ಗಮನಿಸಿದೆ. ಒಂದು ಜೊತೆ ಕ್ರಾಂಪನ್‌ನ ಗುರುತುಗಳು ಆ ದಾರಿಗುಂಟ ಹೋಗಿರುವುದನ್ನು ಗಮನಿಸಿದೆ. ಆ ಹೆಜ್ಜೆಯ ಗುರುತುಗಳು ಆ್ಯಂಡಿಯವೇ ಆಗಿರಬೇಕೆಂದು ಭಯದಲ್ಲಿ ನಿಶ್ಚಯಿಸಿದೆ.

ನಿನ್ನೆ ಸಂಜೆ ಕ್ಯಾಂಪಿನೊಳಕ್ಕೆ ಬಂದ ಮೇಲೆ, ಹಚಿಸನ್ ಜೊತೆ ಮಾತಾಡುತ್ತಾ, ಆ್ಯಂಡಿ ಸುರಕ್ಷಿತವಾಗಿ ಗುಡಾರವನ್ನು ತಲುಪಿದ್ದಾನೆ ಎಂದು ಹೇಳಿದ್ದೆ. ಹಚಿಸನ್ ಈ ವಿಷಯವನ್ನು ರೇಡಿಯೋ ಮೂಲಕ ಬೇಸ್ ಕ್ಯಾಂಪ್‌ಗೆ ತಿಳಿಸಿದ್ದ. ನ್ಯೂಜಿಲೆಂಡಿನಲ್ಲಿ ಫಿಯೋನಾ ಮ್ಯಾಕ್ ಫರ್ಸನ್ ಎನ್ನುವ ಮಹಿಳೆಯ ಜೊತೆ ಆ್ಯಂಡಿ ಹೇರಿಸ್ ವಾಸ ಮಾಡುತ್ತಿದ್ದ. ಬೇಸ್ ಕ್ಯಾಂಪಿನಿಂದ ಸ್ಯಾಟಲೈಟ್ ಫೋನಿನ ಮೂಲಕ ಆಕೆಗೂ ವಿಷಯ ತಲುಪಿಸಲಾಗಿತ್ತು. ನಾಲ್ಕನೆಯ ಕ್ಯಾಂಪ್‌ಗೆ ಹೇರಿಸ್ ಸುರಕ್ಷಿತವಾಗಿ ತಲುಪಿದನೆಂಬ ಸಂಗತಿ ಆಕೆಗೆ ಅತ್ಯಂತ ಸಮಾಧಾನವನ್ನು ತಂದಿತ್ತು. ಆದರೀಗ ಕ್ರೈಸ್ಟ್ ಚರ್ಚ್‌ನಲ್ಲಿರುವ ರಾಬ್ ಹಾಲ್‌ನ ಪತ್ನಿ ಜೇನ್ ಅರ್ನಾಲ್ಡ್ ಯೋಚಿಸಲೂ ಭಯವಾಗುವಂತಹ ಕೆಲಸವನ್ನು ಮಾಡಬೇಕಿತ್ತು. ಮ್ಯಾಕ್ ಫರ್ಸನ್‌ಳಿಗೆ ಕರೆ ಮಾಡಿ, ಒಂದು ಬಹು ದೊಡ್ಡ ತಪ್ಪಾಗಿದೆಯೆಂದೂ, ಆ್ಯಂಡಿ ಹೇರಿಸ್ ಕಳೆದು ಹೋಗಿದ್ದಾನೆಂದೂ, ಬಹುಶಃ ಜೀವದಿಂದಿರಲಿಕ್ಕಿಲ್ಲವೆಂದೂ ಹೇಳಬೇಕಿತ್ತು. ನನ್ನ ತಪ್ಪು ಮಾಹಿತಿಯಿಂದ

ನಡೆಯಬೇಕಾದ ಈ ಎಲ್ಲಾ ದೂರವಾಣಿ ಕರೆಗಳನ್ನು ನೆನೆದು ನೆನೆದು, ಮೊಣಕಾಲ ಮೇಲೆ ಕುಸಿದು ಕುಳಿತು, ನಾನು ಮತ್ತೆ ಮತ್ತೆ ವಾಂತಿ ಮಾಡಿಕೊಂಡೆ. ಹಿಮದ ಗಾಳಿಯು ಒಂದೇ ಸಮನೆ ನನ್ನ ಬೆನ್ನಿಗೆ ಬಡಿಯುತ್ತಲೇ ಇತ್ತು.

ಸುಮಾರು ಅರವತ್ತು ನಿಮಿಷಗಳ ಕಾಲ ಆ್ಯಂಡಿಗಾಗಿ ಹುಡುಕಾಡಿ, ನನ್ನ ಗುಡಾರಕ್ಕೆ ವಾಪಾಸು ಬಂದೆ. ಅದೇ ಹೊತ್ತಿಗೆ ಸರಿಯಾಗಿ ರಾಬ್ ಹಾಲ್ ಮತ್ತು ಬೇಸ್ ಕ್ಯಾಂಪ್‌ನ ನಡುವೆ ರೇಡಿಯೋ ಕರೆಯಾಗುತ್ತಿರುವುದನ್ನು ಕೇಳಿಸಿಕೊಂಡೆ. ಅವನಿನ್ನೂ ಪರ್ವತದ ತುದಿಯಲ್ಲಿಯೇ ಇರುವನೆಂದೂ, ಸಹಾಯವನ್ನು ಕಳುಹಿಸಬೇಕೆಂದು ಕೇಳಿಕೊಂಡನೆಂಬುದೂ ನನಗೆ ತಿಳಿಯಿತು. ಆಗ ಹಚಿಸನ್, ಬೆಕ್ ಮತ್ತು ಯಸುಕೊ ತೀರಿಕೊಂಡಿದ್ದಾರೆಂದೂ, ಸ್ಕಾಟ್ ಫಿಷರ್ ಎಲ್ಲಿಯೋ ಮೇಲೆ ತಪ್ಪಿಸಿಕೊಂಡಿರುವುದಾಗಿಯೂ ನನಗೆ ತಿಳಿಸಿದ. ಅದಾದ ಸ್ವಲ್ಪೇ ಹೊತ್ತಿಗೆ ನಮ್ಮ ರೇಡಿಯೋಗಳ ಬ್ಯಾಟರಿಗಳು ನಿಷ್ಫಲವಾದವು. ಇದರಿಂದಾಗಿ ಪರ್ವತದ ಮೇಲಿರುವ ಇತರರ ಜೊತೆಗೆ ಸಂಪೂರ್ಣವಾಗಿ ಸಂಪರ್ಕ ಕಡಿದುಹೋಯ್ತು. ನಮ್ಮೊಡನೆ ಸಂಪರ್ಕ ಕಳೆದು ಹೋಯ್ತೆಂದು ಅರ್ಥ ಮಾಡಿಕೊಂಡ IMAX ತಂಡದ ಸದಸ್ಯರು ಆಗ ಎರಡನೆಯ ಕ್ಯಾಂಪ್‌ನಲ್ಲಿ ಇದ್ದರು. ಅವರು ತಕ್ಷಣ ನಮ್ಮ ಕ್ಯಾಂಪಿಗೆ ಹತ್ತಿರದಲ್ಲೇ ಇರುವ ದಕ್ಷಿಣ ಆಫ್ರಿಕಾ ತಂಡದವರನ್ನು ಕರೆ ಮಾಡಿದರು. ನನಗೆ ಇಪ್ಪತ್ತು ವರ್ಷಗಳಿಂದ ಪರಿಚಯವಿರುವ IMAX ತಂಡದ ನಾಯಕನಾದ ಡೇವಿಡ್ ಬ್ರೇಷರ್ಸ್ ಪ್ರಕಾರ "ದಕ್ಷಿಣ ಆಫ್ರಿಕಾದವರ ಬಳಿ ಅತ್ಯಂತ ಶಕ್ತಿಯುತವಾದ ರೇಡಿಯೋ ಇದೆ ಎಂದು ನಮಗೆ ಗೊತ್ತಿತ್ತು. ಅದು ಸೊಗಸಾಗಿ ಕೆಲಸ ಮಾಡುತ್ತಿತ್ತು. ಆದ್ದರಿಂದ ಅವರ ತಂಡದ ಒಬ್ಬ ಸದಸ್ಯನನ್ನು ಎರಡನೆಯ ಕ್ಯಾಂಪ್‌ನಲ್ಲಿ ಭೇಟಿಯಾಗಿ, ಸೌತ್ ಕೋಲ್‌ನಲ್ಲಿರುವ ವುಡ್‌ಆಲ್‌ನಿಗೆ ಕರೆ ಮಾಡಿ, 'ಎಲ್ಲರೂ ತುರ್ತು ಪರಿಸ್ಥಿತಿಯನ್ನು ಎದುರಿಸುತ್ತಿದ್ದಾರೆ. ಅಲ್ಲಿ ಮೇಲೆ ಸಾಕಷ್ಟು ಜನರು ಸಾಯುತ್ತಿದ್ದಾರೆ. ಹಾಲ್ ತಂಡದ ಬದುಕುಳಿದ ಸದಸ್ಯರನ್ನು ರಕ್ಷಣೆ ಮಾಡಲೋಸ್ಕರ ನಾವು ಅವರೊಡನೆ ರೇಡಿಯೋ ಮೂಲಕ ಮಾತನಾಡುವ ಅವಶ್ಯಕತೆಯಿದೆ. ದಯವಿಟ್ಟು ನಿನ್ನ ರೇಡಿಯೋವನ್ನು ಜಾನ್ ಕ್ರಾಕರ್‌ಗೆ ಕೊಡು' ಎಂದು ಹೇಳಲು ಕೇಳಿಕೊಂಡೆವು. ಆದರೆ ಆ ಕೋರಿಕೆಗೆ ವುಡ್‌ಆಲ್ ಸಾಧ್ಯವಿಲ್ಲ ಎಂದುಬಿಟ್ಟ. ರೇಡಿಯೋದ ಅವಶ್ಯಕತೆ ಎಷ್ಟು ಮುಖ್ಯವಾಗಿತ್ತೆಂದು ನಮಗೆಲ್ಲರಿಗೂ ಗೊತ್ತಿತ್ತು, ಆದರೆ ಅದನ್ನು ಕೊಡಲು ಆತ ಸುತಾರಾಂ ಒಪ್ಪಲಿಲ್ಲ."

| | |

ಪರ್ವತಾರೋಹಣ ಮುಗಿದ ನಂತರ, ನಾನು ಔಟ್‌ಸೈಡ್ ಪತ್ರಿಕೆಗಾಗಿ ಬರೆಯುತ್ತಿರುವ ಲೇಖನಕ್ಕಾಗಿ, ಹಾಲ್ ಮತ್ತು ಫಿಷರ್ ತಂಡದ ಸಾಧ್ಯವಾದಷ್ಟು ಸದಸ್ಯರ ಜೊತೆಗೆ ಸಂದರ್ಶನ ಮಾಡಿದೆ. ಪ್ರತಿಯೊಬ್ಬರ ಬಳಿಯೂ ಹಲವಾರು ಬಾರಿ ಮಾತನಾಡಿದೆ. ಆದರೆ ಪತ್ರಕರ್ತರ ಬಗ್ಗೆ ವಿಶ್ವಾಸವಿಲ್ಲದ ಮಾರ್ಟಿನ್ ಆಡಮ್ಸ್ ಮಾತ್ರ ನನ್ನ ಕೋರಿಕೆಯನ್ನು ಹೇಗೋ ಮಾಡಿ ತಪ್ಪಿಸಿಕೊಳ್ಳುತ್ತಿದ್ದ. ಈ ದುರಂತದ ನಂತರ ಸಾಕಷ್ಟು ಮೌನ ವಹಿಸಿದ ಮಾರ್ಟಿನ್, ನನ್ನ ನಿರಂತರ ಪ್ರಯತ್ನಗಳನ್ನು ತಳ್ಳಿ ಹಾಕಿದ್ದ. ಕೊನೆಗೆ ಅವನ ಸಂದರ್ಶನವಿಲ್ಲದೆ ಲೇಖನವು ಪತ್ರಿಕೆಯ ಪ್ರಕಟಣೆಗೆ ಹೊರಟು ಹೋಯಿತು.

ಕೊನೆಗೊಮ್ಮೆ ಜುಲೈ ತಿಂಗಳಿನಲ್ಲಿ ದೂರವಾಣಿಯ ಮೂಲಕ ಆಡಮ್ಸ್‌ನನ್ನು ಸಂಪರ್ಕಿಸಿ, ಮತ್ತೊಮ್ಮೆ ಭಿನ್ನವಿಸಿಕೊಂಡಾಗ ಮಾತನಾಡಲು ಒಪ್ಪಿಕೊಂಡ. ಶಿಖರಶೃಂಗದಿಂದ ಕೆಳಕ್ಕೆ ಇಳಿಯುವಾಗಿನ ಎಲ್ಲ ಘಟನೆಗಳನ್ನೂ, ಎಷ್ಟು ನೆನಪಿದೆಯೋ ಅಷ್ಟು ನನ್ನೊಡನೆ ಹಂಚಿಕೊಳ್ಳಲು ಕೇಳಿಕೊಂಡೆ. ತಂಡದ ಸದಸ್ಯರಲ್ಲಿಯೇ ಸಾಕಷ್ಟು ಬಲಾಢ್ಯನಾದ ಮಾರ್ಟಿನ್, ಅವರೋಹಣದ ಸಮಯದಲ್ಲಿ ಸಾಮಾನ್ಯವಾಗಿ ಎಲ್ಲರಿಗಿಂತಲೂ ಮುಂದಿದ್ದ. ಒಮ್ಮೊಮ್ಮೆ ನನಗಿಂತ ಸ್ವಲ್ಪ ಹಿಂದೆಯೋ, ಇಲ್ಲವೇ ನನಗಿಂತ ಸ್ವಲ್ಪ ಮುಂದೆಯೋ ಇರುತ್ತಿದ್ದ. ಅವನ ಜ್ಞಾಪಕಶಕ್ತಿ ಅದ್ಭುತವಾಗಿತ್ತು, ಅಸಾಮಾನ್ಯ ವಿವರಗಳಿಂದ ಕೂಡಿತ್ತು. ಆದ್ದರಿಂದ ಆತನ ಹೇಳಿಕೆಯು, ನನ್ನ ಅನುಭವದೊಂದಿಗೆ ಹೇಗೆ ತಾಳೆಯಾಗುತ್ತದೆಂಬುದನ್ನು ಕಂಡುಕೊಳ್ಳಲು ನನಗೆ ವಿಶೇಷ ಕುತೂಹಲವಿತ್ತು.

ಆಗಲೇ ಮಧ್ಯಾಹ್ನ ಮೀರುತ್ತಿರುವ ಹೊತ್ತಿನಲ್ಲಿ, ಆಡಮ್ಸ್ 27,600 ಅಡಿ ಎತ್ತರದ ಬಾಲ್ಕನಿಯಿಂದ ಕೆಳಕ್ಕಿಳಿಯುವಾಗ, ನಾನು ಅವನಿಗಿಂತಲೂ ಸುಮಾರು ಹದಿನೈದು ನಿಮಿಷದ ಹಾದಿಯಷ್ಟು ಮುಂದೆ ಕಾಣುತ್ತಿದ್ದೆ ಎಂದು ಹೇಳಿದ. ಬಹುಶಃ ನಾನು ಅವನಿಗಿಂತಲೂ ವೇಗವಾಗಿ ಇಳಿಯುತ್ತಿದ್ದೆ. ಆದರೆ ಕೆಲವೇ ಸಮಯದಲ್ಲಿ ಮಾರ್ಟಿನ್‌ಗೆ ನಾನು ಕಾಣದಾದೆ. ಅವನು ಹೇಳಿದ ಪ್ರಕಾರ "ಮತ್ತೆ ನಾನು ನಿನ್ನನ್ನು ನೋಡುವಾಗ ಆಗಲೇ ಕತ್ತಲೆ ಆವರಿಸುತ್ತಿತ್ತು. ನೀನು ಸೌತ್ ಕೋಲ್‌ನ ಬಯಲಿನಲ್ಲಿ ಗುಡಾರದ ಕಡೆಗೆ ನಡೆಯುತ್ತಿದ್ದೆ. ಬಹುಶಃ ಗುಡಾರಗಳಿಂದ ನೀನು ಸುಮಾರು ನೂರು ಅಡಿ ದೂರದಲ್ಲಿದ್ದೆ. ನಿನ್ನ ದಟ್ಟ ಕೆಂಪು ಧಿರಿಸಿನಿಂದಾಗಿ ಅದು ನೀನೇ ಇರಬೇಕೆಂದು ನಾನು ಅಂದಾಜು ಮಾಡಿದೆ."

ಅದಾದ ಸ್ವಲ್ಪ ಹೊತ್ತಿಗೆ, ಅಡಮ್ಸ್ ಒಂದು ಸಪಾಟಾದ ಕಲ್ಲಿನ ಬೆಂಚಿನಂತಹ ಸ್ಥಳಕ್ಕೆ ಬಂದ. ನನಗೆ ಬಹಳ ಕಷ್ಟ ಕೊಟ್ಟಿದ್ದ ಕಡಿದಾದ ಮಂಜಿನ ಬಂಡೆಗಿಂತಲೂ ಆ ಜಾಗ ಸ್ವಲ್ಪ ಮೇಲಿತ್ತು. ಆಗವನು ಒಂದು ಸಣ್ಣದಾದ ಹಿಮಕುಣಿಯಲ್ಲಿ ಜಾರಿ

ಬಿದ್ದ. ಅದರಿಂದ ಹೇಗೋ ಸಂಭಾಳಿಸಿಕೊಂಡು ಮೇಲೆದ್ದು ಮುಂದುವರೆದ. ಆದರೆ ಇನ್ನೊಂದು ದೊಡ್ಡ ಹಿಮಕುಣಿಯಲ್ಲಿ ಬಿದ್ದುಬಿಟ್ಟ. ಅದು ಆಳವಾಗಿತ್ತು. "ಆ ದೊಡ್ಡ ಕುಣಿಯಲ್ಲಿ ಬಿದ್ದ ನಾನು 'ಇನ್ನು ನನ್ನ ಕತೆ ಮುಗಿಯಿತು' ಎಂದು ಆಲೋಚಿಸುತ್ತಿದ್ದೆ" ಎಂದು ತನಗೆ ತಾನೇ ಹೇಳಿಕೊಳ್ಳುವಂತೆ ಹೇಳಿದ. "ಅದು ಸ್ವಲ್ಪ ಸಮಯ ಹಿಡೀತು. ಆದರೆ ಕಡೆಗೆ ಅದನ್ನೂ ಏರಿ ಬರುವುದಕ್ಕೆ ನಂಗೆ ಸಾಧ್ಯವಾಯ್ತು. ನಾನು ಹೊರಬಂದಾಗ ನನ್ನ ಮುಖವೆಲ್ಲಾ ಹಿಮದಿಂದ ಆವರಿಸಿಕೊಂಡಿತ್ತು. ಸ್ವಲ್ಪೇ ಸಮಯದಲ್ಲಿ ಅದು ಮಂಜಾಗಿ ಗಟ್ಟಿಯಾಗಿ ಹೋಯ್ತು. ಆಗ ನಾನು ಒಂದು ಕಡಿದಾದ ಹಿಮಬಂಡೆಯ ಎಡತುದಿಯಲ್ಲಿ, ಹೆಡ್ ಲ್ಯಾಂಪ್ ಧರಿಸಿದ ವ್ಯಕ್ತಿಯೊಬ್ಬ ಕುಳಿತಿರುವುದು ಕಾಣಿಸಿತು. ತಕ್ಷಣ ನಾನು ಆ ದಿಕ್ಕಿನ ಕಡೆಗೆ ನಡೆದೆ. ಇನ್ನೂ ಪೂರ್ತಿ ಕತ್ತಲಾಗಿರಲಿಲ್ಲ, ಆದರೆ ನನಗೆ ಗುಡಾರಗಳು ಕಾಣಿಸದಷ್ಟು ಎಲ್ಲವೂ ಮಸುಕಾಗಿದ್ದವು.

"ನಾನು ಆ ಮನುಷ್ಯನ ಬಳಿಗೆ ಹೋಗಿ 'ಗುಡಾರಗಳು ಯಾವ ಕಡೆಗಿವೆ?' ಎಂದು ಕೇಳಿದೆ. ಆತ ಯಾರೋ ನಂಗೆ ಗೊತ್ತಿಲ್ಲ. ಆದರೆ ಗುಡಾರಗಳಿರುವ ದಿಕ್ಕನ್ನು ನನಗೆ ತೋರಿಸಿದ. ಆಗ ನಾನು 'ಹಾ, ನಾನೂ ಅವೇ ಇರಬೇಕು ಅಂದುಕೊಂಡೆ' ಎಂದು ಹೇಳಿದೆ. ಆಮೇಲೆ ಆ ವ್ಯಕ್ತಿ 'ಜಾಗ್ರತನಾಗಿರು. ಈ ಬಂಡೆ ನಾವು ಊಹಿಸೋದಕ್ಕಿಂತಲೂ ಕಡಿದಾಗಿದೆ. ಬಹುಶಃ ನಾವು ಕೆಳಕ್ಕೆ ಹೋಗಿ ಒಂದಿಷ್ಟು ಹಗ್ಗ, ಕೆಲವು ಹಿಮ ಸ್ಕ್ರೂಗಳನ್ನು ತರಬೇಕಾಗಬಹುದು' ಎನ್ನುವ ಅರ್ಥದಲ್ಲಿ ಹೇಳಿದ. ನಾನು 'ಸಾಯಲಿ, ನಾನಂತೂ ಇಲ್ಲಿಂದ ಹೊರಟೆ' ಎಂದುಕೊಂಡೆ. ನಾನು ಒಂದೆರಡು ಹೆಜ್ಜೆ ಹಾಕಿದೆನೋ ಇಲ್ಲವೋ, ಉರಳಿಬಿದ್ದೆ. ತಲೆಕೆಳಕಾಗಿ ಹಿಮಬಂಡೆಯ ಉದ್ದಕ್ಕೆ ಜಾರತೊಡಗಿದೆ. ನಾನು ಹಾಗೆ ಜಾರುತ್ತಿರುವಾಗ ಅದು ಹೇಗೋ ನನ್ನ ಹಿಮಗೊಡಲಿಯ ತುದಿಯು ಯಾವುದಕ್ಕೋ ಸಿಕ್ಕಿ ಹಾಕಿಕೊಂಡಿತು. ನಾನು ಅದರ ಸುತ್ತ ಜೋತಾಡಲಾರಂಭಿಸಿದೆ. ಅನಂತರ ನಿಧಾನಕ್ಕೆ ಕೆಳಕ್ಕೆ ಬಂದು ಸೇರಿದೆ. ಸುಧಾರಿಸಿಕೊಂಡು ಎದ್ದು, ಎಡವುತ್ತೆಡವುತ್ತಾ ಗುಡಾರದ ಕಡೆಗೆ ನಡೆದೆ. ಆ ಗುಡಾರದಷ್ಟೇ ದೊಡ್ಡ ಬಂಡೆ ಅದಾಗಿತ್ತು."

ಅಪರಿಚಿತ ವ್ಯಕ್ತಿಯೊಡನೆ ತನಗಾದ ಅನುಭವವನ್ನು ಮತ್ತು ಹಿಮಬಂಡೆಯಿಂದ ಜಾರಿದ ಸಂಗತಿಯನ್ನು ಆಡಮ್ಸ್ ವಿವರಿಸುವಾಗ ನನ್ನ ಬಾಯಿ ಒಣಗುತ್ತಿತ್ತು. ನನ್ನ ಕತ್ತಿನ ಹಿಂದಿನ ಕೂದಲುಗಳು ನಿಮಿರಿದ್ದವು. ಅವನು ಮಾತನಾಡುವುದು ಮುಗಿದ ಮೇಲೆ "ಮಾರ್ಟಿನ್, ನೀನು ಭೇಟಿಯಾದ ಆ ಅಪರಿಚಿತ ಪರ್ವತಾರೋಹಿ ನಾನು ಆಗಿರಬಹುದು ಅಂತ ನಿಂಗೆ ಅನ್ನಿಸುತ್ತಾ?" ಎಂದು ಕೇಳಿದೆ.

"ಏಯ್, ಸಾಧ್ಯನೇ ಇಲ್ಲ" ಎಂದು ನಕ್ಕುಬಿಟ್ಟ. "ಅದು ಯಾರು ಅಂತ ನಂಗೆ ಖಂಡಿತಾ ಗೊತ್ತಿಲ್ಲ. ಆದರೆ ನೀನಂತೂ ಅಲ್ಲವೇ ಅಲ್ಲ" ಎಂದ. ಆದರೆ ನಾನು

ಆ್ಯಂಡಿ ಹೇರಿಸ್ ಜೊತೆಗೆ ಆದ ಭೇಟಿ, ಆಡಮ್ಸ್ ನಿರೂಪಿಸಿದಂತಹುದೇ ಘಟನೆ ಮತ್ತು ಮಾತುಗಳನ್ನು ವಿವರಿಸಿದೆ. ನೀನು ಆ ಅಪರಿಚಿತ ವ್ಯಕ್ತಿಯನ್ನು ಭೇಟಿಯಾದ ಸಮಯಕ್ಕೆ ಸರಿಯಾಗಿ ನಾನೂ ಆ್ಯಂಡಿ ಹೇರಿಸ್‌ನ ಭೇಟಿಯಾಗಿದ್ದೆ. ಅದೂ ನೀನು ಹೇಳುವ ಜಾಗದಲ್ಲಿಯೇ! ವಿಚಿತ್ರವೆಂದರೆ ಆಡಮ್ಸ್ ಹೇಳಿದ ಸಂಭಾಷಣೆ ಮತ್ತು ನಾನು ಆ್ಯಂಡಿ ಹೇರಿಸ್ ಜೊತೆ ಆಡಿದ ಮಾತುಕತೆ ಒಂದೇ ಆಗಿತ್ತು. ಅನಂತರ ಹೇರಿಸ್ ತಲೆಕೆಳಗಾಗಿ ಜಾರಿದಂತೆಯೇ, ಆಡಮ್ಸ್ ಕೂಡಾ ತಲೆಕೆಳಗಾಗಿ ಹಿಮಬಂಡೆಯನ್ನು ಜಾರಿದ್ದ.

ಕೆಲವು ನಿಮಿಷಗಳ ಕಾಲ ಮಾತನಾಡಿದ ಮೇಲೆ, ಆಡಮ್ಸ್‌ಗೆ ನನ್ನ ಮಾತಿನಲ್ಲಿ ನಂಬಿಕೆ ಬರಲಾರಂಭಿಸಿತು. “ಹಾಗಿದ್ರೆ ನಾನು ಮಾತನಾಡಿಸಿದ, ಆ ಹಿಮಬಂಡೆಯ ಮೇಲೆ ಕುಳಿತ ವ್ಯಕ್ತಿ ನೀನು!” ಎಂದು ಅಚ್ಚರಿಯಲ್ಲಿ ಉದ್ಗರಿಸಿದ. ಅದಕ್ಕೂ ಮೊದಲು ನಾನು ಸೌತ್ ಕೋಲ್‌ನ ಬಯಲಿನಲ್ಲಿ ಹೋಗುತ್ತಿದ್ದುದನ್ನು ತಾನು ಗಮನಿಸಿದ್ದು ಬಹುಶಃ ತಪ್ಪಾಗಿರಬೇಕು ಎಂದು ಒಪ್ಪಿಕೊಂಡ. “ಅಂದ್ರೆ ನೀನು ಮಾತಾಡಿದ್ದು ನನ್ನ ಜೊತೆ. ಹಾಗಿದ್ರೆ ಅದು ಆ್ಯಂಡಿ ಹೇರಿಸ್ ಅಲ್ಲವೇ ಅಲ್ಲ. ಓಹ್! ಗೆಳೆಯ, ನೀನು ನನಗೆ ಇನ್ನೊಂದಿಷ್ಟು ವಿವರಗಳನ್ನು ಕೊಡಬೇಕು” ಎಂದ.

ನಾನು ದಿಗ್ಮೂಢನಾಗಿದ್ದೆ. ಎರಡು ತಿಂಗಳಿನಿಂದ ಎಲ್ಲರ ಮುಂದೆಯೂ ಹೇರಿಸ್‌ನು ಸೌತ್ ಕೋಲ್‌ನ ತುದಿಯ ಕಡೆಗೆ ನಡೆದು, ಆಳವಾದ ಕಣಿವೆಯಲ್ಲಿ ಬಿದ್ದು ಸತ್ತು ಹೋದನೆಂದು ಹೇಳಿಕೊಂಡು ಬಂದಿದ್ದೆ. ಆದರೆ ಅವನು ಅಲ್ಲಿಯ ತನಕ ಬಂದಿರಲೇ ಇಲ್ಲ. ನನ್ನ ತಪ್ಪು ತರ್ಕದಿಂದ ಅನವಶ್ಯಕವಾಗಿ ಫಿಯೋನಾ ಮೆಕ್ ಫರ್ಸನ್‌ಳ ನೋವನ್ನು ಅಧಿಕಗೊಳಿಸಿದ್ದೆ. ಅಷ್ಟೇ ಅಲ್ಲದೆ ಆ್ಯಂಡಿಯ ತಂದೆ–ತಾಯಿಯರಾದ ರಾನ್ ಮತ್ತು ಮೇರಿ ಹೇರಿಸ್, ತಮ್ಮನಾದ ಡೇವಿಡ್ ಹೇರಿಸ್ ಮತ್ತು ಅವನ ಅನೇಕ ಗೆಳೆಯರಿಗೆ ತಪ್ಪು ಮಾಹಿತಿ ನೀಡಿ ನೋವು ಕೊಟ್ಟಿದ್ದೆ.

ಆ್ಯಂಡಿ ದೈತ್ಯ ಮನುಷ್ಯ. ಆರು ಅಡಿಗಿಂತಲೂ ಎತ್ತರವಿದ್ದು, 90 ಕೆಜಿಗಿಂತಲೂ ಹೆಚ್ಚು ತೂಕವಿರುವ ವ್ಯಕ್ತಿ. ಅವನ ಮಾತಿನಲ್ಲಿ ನ್ಯೂಜಿಲೆಂಡಿನ ಇಂಗ್ಲಿಷಿನ ದಟ್ಟ ಉಚ್ಚಾರವಿತ್ತು. ಆದರೆ ಮಾರ್ಟಿನ್ ಅವನಿಗಿಂತಲೂ ಆರು ಇಂಚು ಕುಳ್ಳ. ಅಬ್ಬಬ್ಬಾ ಎಂದರೂ 60 ಕೆಜಿ ತೂಕ ಅವನಿಗಿಲ್ಲ. ಜೊತೆಗೆ ಟೆಕ್ಸಾಸ್ ಇಂಗ್ಲಿಷಿನ ದಟ್ಟ ಉಚ್ಚಾರ ಅವನಿಗಿತ್ತು. ಹಾಗಿದ್ದರೆ ನಾನು ಅಂತಹ ಭೀಕರ ತಪ್ಪನ್ನು ಮಾಡಲು ಸಾಧ್ಯವಾದದ್ದಾದರೂ ಹೇಗೆ? ನನ್ನೊಡನೆ ಆರು ವಾರಗಳ ಕಾಲ ಕಳೆದ ಗೆಳೆಯನನ್ನು, ಬೇರೆ ಒಬ್ಬನನ್ನು ನೋಡಿ ಅವನೆಂದೇ ಗೊಂದಲ ಮಾಡಿಕೊಳ್ಳುವಷ್ಟು ನಾನು ಸುಸ್ತಾಗಿದ್ದೆನೆ? ಪರ್ವತದ ತುದಿಯಿಂದ ಆ್ಯಂಡಿ ನಾಲ್ಕನೆಯ ಕ್ಯಾಂಪ್ ಕಡೆಗೆ ಬರಲೆ ಇಲ್ಲವೆಂದಾದರೆ, ದೇವರೆ ಅವನಿಗಾದದ್ದಾದರೂ ಏನು?

ಅಧ್ಯಾಯ 17

ಶಿಖರದ ತುದಿ

10ನೇ ಮೇ 1996 ಮಧ್ಯಾಹ್ನ 3:40, 29,028 ಅಡಿ

ಮೇ 10 ರಂದು ಸ್ಕಾಟ್ ಫಿಷರ್ ಶಿಖರದ ತುದಿಯನ್ನು ಮುಟ್ಟಿದಾಗ ಸುಮಾರು ಮಧ್ಯಾಹ್ನ 3:40 ಆಗಿತ್ತು. ಅವನ ದಾಸಾನುದಾಸ ಗೆಳೆಯ ಮತ್ತು ಸರ್ದಾರನಾದ ಲೋಪ್ಸಾಂಗ್ ಜಂಗ್ಬು ಅವನಿಗಾಗಿ ಕಾಯುತ್ತಿದ್ದ. ತನ್ನ ಕೆಳ ಉಡುಪಿನಿಂದ ರೇಡಿಯೋವನ್ನು ಹೊರ ತೆಗೆದ ಶೆರ್ಪಾ, ಬೇಸ್ ಕ್ಯಾಂಪ್‌ನಲ್ಲಿರುವ ಇಂಗ್ರಿಡ್ ಹಂಟ್‌ನೊಂದಿಗೆ ಸಂಪರ್ಕವನ್ನು ಏರ್ಪಡಿಸಿ, ಆ ವಾಕಿ-ಟಾಕಿಯನ್ನು ಫಿಷರ್‌ಗೆ ಕೊಟ್ಟ. 11,400 ಅಡಿ ಕೆಳಗಿರುವ ಬೇಸ್ ಕ್ಯಾಂಪ್‌ಗೆ "ನಾವೆಲ್ಲರೂ ಯಶಸ್ವಿಯಾಗಿ ಪರ್ವತದ ತುದಿಯನ್ನು ತಲುಪಿದೆವು" ಎಂದು ಹಂಟ್‌ಗೆ ಫಿಷರ್ ವಿಷಯ ತಿಳಿಸಿದ. "ದೇವರೇ, ಸಾಕಾಯ್ತಪ್ಪ" ಎಂದು ಆಮೇಲೆ ಉದ್ಗಾರವನ್ನು ಮಾಡಿದ. ಕೆಲವು ನಿಮಿಷಗಳ ತರುವಾಯ ಇಬ್ಬರು ಶೆರ್ಪಾಗಳೊಂದಿಗೆ ಮಕಾಲು ಗೌ ಬಂದ. ರಾಬ್ ಹಾಲ್ ಆಗಲೇ ಅಲ್ಲಿದ್ದ. ಡಹ್ಗ್ ಹಾನ್‌ಸೆನ್ ಬರುವುದಕ್ಕಾಗಿ ಅಸಹನೆಯಿಂದ ಕಾಯುತ್ತಿದ್ದ. ಆಗಲೇ ಕರಿಮೋಡಗಳು ಸರ್ವದಿಕ್ಕಿನಲ್ಲೂ ಹರಡಿಕೊಳ್ಳುತ್ತಿದ್ದವು.

ಲೋಪ್ಸಾಂಗ್ ಹೇಳುವ ಪ್ರಕಾರ, ಫಿಷರ್ ತುದಿಯಲ್ಲಿದ್ದ ಹತ್ತು ಹದಿನೈದು ನಿಮಿಷಗಳ ಕಾಲದಲ್ಲಿ ಮತ್ತೆ ಮತ್ತೆ ತನ್ನ ಆರೋಗ್ಯ ಸರಿಯಿಲ್ಲವೆಂದು ಹೇಳುತ್ತಲೇ ಇದ್ದ. ಹುಟ್ಟಿನಿಂದಲೇ ಯಾವತ್ತೂ ತೊಂದರೆಗಳನ್ನು ತೋಡಿಕೊಳ್ಳದ ಸ್ಕಾಟ್ ಫಿಷರ್

ಈಗ ಹೇಳಿಕೊಂಡಿದ್ದ. "ಸ್ಕಾಟ್ ನನ್ನ ಮುಂದೆ ಹೇಳ್ತಾನೆ ಇದ್ದ. 'ನಂಗೆ ತುಂಬಾ ಸುಸ್ತಾಗಿದೆ. ಮೈಯಲ್ಲಿ ಸರಿಯಿಲ್ಲ. ನನ್ನ ಹೊಟ್ಟೆಗೆ ಏನಾದ್ರೂ ಔಷಧಿ ಬೇಕು'" ಎಂದು ಬಡಬಡಿಸುತ್ತಿದ್ದುದನ್ನು ಶೆರ್ಪಾ ಜ್ಞಾಪಿಸಿಕೊಳ್ಳುತ್ತಾನೆ. "ನಾನವನಿಗೆ ಟೀ ಕೊಟ್ಟೆ. ಆದರೆ ಅವನು ಅರ್ಧಕಪ್ಪು ಕೂಡಾ ಕುಡಿಯಲಿಲ್ಲ. ಆದ್ದರಿಂದ ನಾನವನಿಗೆ 'ಸ್ಕಾಟ್, ಬೇಗನೆ ಕೆಳಕ್ಕೆ ಹೋಗೋಣ' ಅಂತಂದೆ. ನಾವಿಬ್ಬರೂ ಇಳಿಯಲಾರಂಭಿಸಿದೆವು."

ಸುಮಾರು ಮಧ್ಯಾಹ್ನ 3:55ರ ಹೊತ್ತಿಗೆ ಫಿಷರ್ ಮೊದಲು ಇಳಿಯಲು ಶುರು ಮಾಡಿದ. "ಸ್ಕಾಟ್ ಇಡೀ ಪರ್ವತಾರೋಹಣದುದ್ದಕ್ಕೂ ಪೂರಕ ಆಮ್ಲಜನಕವನ್ನು ಉಪಯೋಗಿಸಿದ್ದ. ಆದರೆ ಅದೇಕೋ ಗೊತ್ತಿಲ್ಲ, ಇಳಿಯಲು ಶುರು ಮಾಡಿದಾಗ ತನ್ನ ಮುಖಗವಸನ್ನು ತೆಗೆದುಬಿಟ್ಟ. ಆಗಲೂ ಅವನ ಮೂರನೆಯ ಆಮ್ಲಜನಕದ ಬಾಟಲಿ ಮುಕ್ಕಾಲು ಭಾಗ ತುಂಬಿಯೇ ಇತ್ತು" ಎಂದು ಲೋಪ್ಸಾಂಗ್ ನೆನಪಿಸಿಕೊಳ್ಳುತ್ತಾನೆ.

ಸ್ಕಾಟ್ ಹೊರಟ ಸ್ವಲ್ಪ ಸಮಯಕ್ಕೆ, ಗೌ ಮತ್ತು ಅವನ ಇಬ್ಬರು ಶೆರ್ಪಾಗಳು ಇಳಿಯಲು ಪ್ರಾರಂಭಿಸಿದರು. ಕೊನೆಯಲ್ಲಿ ಲೋಪ್ಸಾಂಗ್ ಕೂಡಾ ಇಳಿದು ಬಿಟ್ಟ. ತುದಿಯಲ್ಲಿ ಕೇವಲ ರಾಬ್ ಹಾಲ್ ಮಾತ್ರ ಉಳಿದುಕೊಂಡ. ಅವನು ಹಾನ್‌ಸೆನ್‌ಗಾಗಿ ಕಾಯುತ್ತಿದ್ದ. ಲೋಪ್ಸಾಂಗ್ ಇಳಿದ ಸ್ವಲ್ಪ ಸಮಯದ ನಂತರ, ಅಂದರೆ ಸುಮಾರು ಸಂಜೆ 4:00ರ ಹೊತ್ತಿಗೆ ಕೊನೆಗೂ ಹಾನ್‌ಸೆನ್ ಬಂದ. ಅವನು ಅತ್ಯಂತ ಕಷ್ಟದಿಂದ, ಬಹು ನಿಧಾನಕ್ಕೆ, ಶಿಖರದ ಕೊನೆಯ ದಿಬ್ಬವನ್ನು ಹತ್ತಿ ಬಂದಿದ್ದ. ಹಾನ್‌ಸೆನ್‌ನನ್ನು ನೋಡಿದ್ದೆ, ರಾಬ್ ಹಾಲ್ ಅವನ ಬಳಿ ಅವಸರದಿಂದ ಬಂದ.

ರಾಬ್ ಕಡ್ಡಾಯವಾಗಿ ಹಿಂತಿರುಗಲು ನಿಶ್ಚಯಿಸಿದ ಸಮಯವಾಗಲೇ ಎರಡು ಗಂಟೆ ಮೀರಿತ್ತು. ಯಾವತ್ತೂ ಕಟ್ಟುನಿಟ್ಟಾಗಿ ಯೋಜನೆಯನ್ನು ಪಾಲಿಸುವ, ಎಲ್ಲ ಕೆಲಸಗಳನ್ನು ಅತ್ಯಂತ ಕ್ರಮಬದ್ಧವಾಗಿ ನಡೆಸುವ ರಾಬ್ ಹಾಲ್ ಅದು ಹೇಗೆ ಇಷ್ಟು ತಡವಾಗಿ ಇಳಿಯುವ ನಿರ್ಧಾರವನ್ನು ಕೈಕೊಂಡ ಎಂದು ಅವನನ್ನು ಬಲ್ಲ ಗೆಳೆಯರೆಲ್ಲರೂ ಅವನಿಗೆ ಹೊಂದದ ಈ ವರ್ತನೆಯನ್ನು ಕುರಿತು ಅಚ್ಚರಿಯನ್ನು ವ್ಯಕ್ತಪಡಿಸುತ್ತಾರೆ. ಅಮೆರಿಕಾದ ಹಾನ್‌ಸೆನ್ ತಡಮಾಡುತ್ತಿದ್ದಾನೆ ಎಂದು ಗೊತ್ತಾದ ತಕ್ಷಣ, ಮೊದಲೇ ನಿಶ್ಚಯಿಸಿದ ಸಮಯಕ್ಕೆ ಸರಿಯಾಗಿ ಕೆಳಕ್ಕೆ ಇಳಿಯಲು ಪ್ರಾರಂಭಿಸಿ, ಅರ್ಧ ದಾರಿಯಿಂದಲೇ ಅವನನ್ನು ಕೆಳಗಿಳಿಸುವ ಕಠಿಣ ನಿರ್ಧಾರವನ್ನು ಅವನೇಕೆ ತೆಗೆದುಕೊಳ್ಳಲಿಲ್ಲ?

ಸರಿಯಾಗಿ ಒಂದು ವರ್ಷಕ್ಕೆ ಮೊದಲು ರಾಬ್ ಹಾಲ್ ಎವರೆಸ್ಟ್ ಪರ್ವತಾರೋಹಣದಲ್ಲಿ ಹಾನ್‌ಸೆನ್‌ನನ್ನು ಶಿಖರ ಮುಟ್ಟುವುದಕ್ಕೆ ಮುಂಚೆ, ಅಂದರೆ ಸರಿಯಾಗಿ ಮಧ್ಯಾಹ್ನ 2:30ಕ್ಕೆಲ್ಲಾ ಬಲವಂತದಿಂದ ಅರ್ಧದಾರಿಯಿಂದಲೇ ವಾಪಾಸು

ಹೊರಡಿಸಿದ್ದ. ಅಷ್ಟೆಲ್ಲಾ ಕಷ್ಟಪಟ್ಟು ಮೇಲಕ್ಕೇರಿ, ಕೊನೆಗೆ ಶಿಖರದ ತುದಿಯನ್ನು ಮುಟ್ಟದೇ ಬರಬೇಕಾದ ಸ್ಥಿತಿಗೆ ಹಾನ್‌ಸೆನ್ ವಿಪರೀತ ನಿರಾಶೆ ಹೊಂದಿದ್ದ. ಆದರೂ 1996ರ ಪರ್ವತಾರೋಹಣಕ್ಕೆ ಮತ್ತೆ ಸೇರಿಕೊಂಡಿದ್ದಕ್ಕೆ ರಾಬ್ ಹಾಲ್‌ನ ಬಲವಂತದ ಪ್ರೋತ್ಸಾಹವೇ ಕಾರಣವೆಂದು ಹಾನ್‌ಸೆನ್ ನನ್ನೊಡನೆ ಹತ್ತು ಹನ್ನೆರಡು ಬಾರಿ ಹೇಳಿಕೊಂಡಿದ್ದ. ನ್ಯೂಜಿಲೆಂಡ್‌ನಿಂದ ರಾಬ್ ಹಾಲ್ ಏನಿಲ್ಲವೆಂದರೂ ಹನ್ನೆರಡು ಬಾರಿ ಕರೆ ಮಾಡಿ, ಮತ್ತೊಮ್ಮೆ ಪ್ರಯತ್ನ ಮಾಡಲು ಹುರಿದುಂಬಿಸಿದ್ದ. ಈ ಬಾರಿ ಖಂಡಿತವಾಗಿಯೂ ಶಿಖರದ ತುದಿಯನ್ನು ಮುಟ್ಟುವುದಾಗಿ ಡಗ್ ಹಾನ್‌ಸೆನ್ ಬಹು ಆತ್ಮವಿಶ್ವಾಸದಿಂದ ಹೇಳಿಕೊಳ್ಳುತ್ತಿದ್ದ. "ಇದೊಂದು ಸಾಧನೆ ಮುಗಿಸಿ ಕೈ ತೊಳ್ಕೊತೀನಿ" ಅಂತ ಮೂರು ದಿನದ ಹಿಂದೆ ಎರಡನೆಯ ಕ್ಯಾಂಪ್‌ನಲ್ಲಿ ನನ್ನ ಮುಂದೆ ಹೇಳಿದ್ದ. "ನಾನು ಮತ್ತೆ ಇಲ್ಲಿಗೆ ಬರೋದು ಬೇಕಿಲ್ಲ. ಈ ಕಷ್ಟಕ್ಕೆಲ್ಲಾ ಸರಿ ಹೊಂದದಷ್ಟು ವಯಸ್ಸು ನನಗಾಗ್ತಾ ಇದೆ" ಎಂದಿದ್ದ.

ಕಳೆದ ಬಾರಿ ನಿರಾಸೆ ಪಡಿಸಿ, ಈ ಬಾರಿ ಸಾಕಷ್ಟು ಹುರುಪುಗೊಳಿಸಿ ಹಾನ್‌ಸೆನ್‌ನನ್ನು ಕರೆದುಕೊಂಡು ಬಂದಿದ್ದರಿಂದಲೇ, ಈ ಬಾರಿಯೂ ಅವನನ್ನು ನಿರಾಸೆಗೊಳಿಸುವ ಕಠಿಣತೆಗೆ ಮನಸ್ಸೊಪ್ಪದೆ, ರಾಬ್ ಹಾಲ್ ಅವನು ಬರುವ ತನಕ ಪರ್ವತದ ತುದಿಯಲ್ಲಿ ಕಾಯ್ದಿದ್ದ ಎಂದು ಸುಲಭವಾಗಿ ಊಹಿಸಬಹುದಾಗಿದೆ. 1992ರಲ್ಲಿ ಎವರೆಸ್ಟ್ ತುದಿಯನ್ನು ತಲುಪಿದ ನ್ಯೂಜಿಲೆಂಡಿನ ಮಾರ್ಗದರ್ಶಿ ಗೈ ಕಾಟರ್ ಪ್ರಕಾರ "ಅಷ್ಟು ಎತ್ತರಕ್ಕೆ ಹತ್ತಿದ ಗ್ರಾಹಕನನ್ನು ತಿರುಗಿ ಹೋಗಲು ಒಪ್ಪಿಸುವುದು ಬಹು ಕಷ್ಟದ ಕೆಲಸ" ಎಂದು ಹೇಳುತ್ತಾನೆ. 1995 ರಲ್ಲಿ ಹಾನ್‌ಸೆನ್ ಪ್ರಥಮ ಬಾರಿ ಎವರೆಸ್ಟ್ ಆರೋಹಣಕ್ಕೆ ಬಂದಾಗ, ಅವನ ಮಾರ್ಗದರ್ಶಿಯಾಗಿ ರಾಬ್ ಹಾಲ್ ತಂಡದಲ್ಲಿ ಗೈ ಕಾಟರ್ ಇದ್ದ. "ಇನ್ನೇನು ಪರ್ವತದ ತುದಿ ಹತ್ತಿರದಲ್ಲೇ ಇದೆ ಎನ್ನುವುದು ತಿಳಿದಾಗ, ಪ್ರತಿ ಗ್ರಾಹಕನು ಅದನ್ನು ತಲುಪಲೇ ಬೇಕೆಂಬ ಹಟಕ್ಕೆ ಬೀಳುತ್ತಾನೆ. ನಾವು ಏನಾದರೂ ಹೇಳಲು ಹೋದರೆ ಸುಮ್ಮನೆ ನಕ್ಕು ತಮ್ಮ ಪಾಡಿಗೆ ತಾವು ಮೇಲಕ್ಕೆ ಏರುವುದನ್ನು ಮುಂದುವರೆಸುತ್ತಾರೆ" ಎನ್ನುತ್ತಾನೆ. ನಮ್ಮ ಪರ್ವತಾರೋಹಣದ ದುರಂತವೆಲ್ಲಾ ನಡೆದ ಮೇಲೆ, ಅಮೆರಕಾದ ಹಿರಿಯ ಪರ್ವತಾರೋಹಿ ಮತ್ತು ಮಾರ್ಗದರ್ಶಿಯಾದ ಪೀಟರ್ ಲಿವ್, 'ಕ್ಲೈಂಬಿಂಗ್' ಎಂಬ ಪತ್ರಿಕೆಗೆ ನೀಡಿದ ಸಂದರ್ಶನದಲ್ಲಿ "ನಾವು ಸರಿಯಾದ ನಿರ್ಧಾರಗಳನ್ನು ಮಾಡುತ್ತೇವೆನ್ನುವ ಕಾರಣಕ್ಕೆ ಗ್ರಾಹಕರು ನಮಗೆ ಹಣ ನೀಡುತ್ತಾರೆ ಎಂದು ಭಾವಿಸುತ್ತೇವೆ. ಆದರೆ ಗ್ರಾಹಕರು ತಮ್ಮನ್ನು ಶಿಖರದ ತುದಿಗೆ ಕೊಂಡೊಯ್ಯುವುದಕ್ಕಾಗಿ ನಮಗೆ ಹಣ ನೀಡುತ್ತಿದ್ದೇವೆಂದು ತಿಳಿದುಕೊಂಡಿರುತ್ತಾರೆ" ಎಂದು ಹೇಳಿದ್ದಾನೆ.

ಏನೇ ಆಗಲಿ, ರಾಬ್ ಹಾಲ್ ಈ ಬಾರಿಯಂತೂ ತನ್ನ ಗ್ರಾಹಕನನ್ನು ನಿಗದಿತ ವೇಳೆಯಾದ ಮಧ್ಯಾಹ್ನ 2:00 ಗಂಟೆಗೆ ವಾಪಾಸು ಕರೆದುಕೊಂಡು ಬರಲಿಲ್ಲ. ಸುಮಾರು 4:00 ಗಂಟೆಯ ಹೊತ್ತಿಗೆ ಅವನು ತುದಿಗಿಂತಲೂ ಸ್ವಲ್ಪ ಕೆಳಕ್ಕೆ ಕಷ್ಟ ಪಡುತ್ತಿರುವುದನ್ನು ನೋಡಿದ ತಕ್ಷಣ, ಅವನು ಕೆಳಗಿಳಿದು ಹೋಗಿ, ಅವನ ಹೆಗಲ ಮೇಲೆ ಕೈ ಹಾಕಿ, ಆ ಸಣ್ಣ ಎತ್ತರವನ್ನು ಸುಸ್ತಾಗಿದ್ದ ಹಾನ್‌ಸೆನ್ ಹತ್ತುವುದಕ್ಕೆ ಸಹಾಯ ಮಾಡಿದ್ದನ್ನು ಲೋಪ್ಸಾಂಗ್ ನೋಡಿದ್ದ. ಅವರು ತುದಿಯಲ್ಲಿ ಇದ್ದಿದ್ದು ಒಂದೋ ಎರಡೋ ನಿಮಿಷ ಮಾತ್ರ, ತಕ್ಷಣ ಕೆಳಕ್ಕೆ ಇಳಿಯಲು ಪ್ರಾರಂಭಿಸಿದರು. ಅವರೋಹಣ ಸುಲಭದ್ದೇನೂ ಆಗಿರಲಿಲ್ಲ.

ಹಾನ್‌ಸೆನ್ ತಪ್ಪು ಹೆಜ್ಜೆಗಳನ್ನು ಕಷ್ಟಪಟ್ಟು ಇಡುತ್ತಾ ಹಿಲರಿ ಸ್ಟೆಪ್ ಹತ್ತುವುದನ್ನು ಕಂಡ ಲೋಪ್ಸಾಂಗ್, ತಾನು ಕೆಳಕ್ಕೆ ಇಳಿಯುವುದನ್ನು ಸಾಕಷ್ಟು ಹೊತ್ತು ಮುಂದೂಡಿದ. ಅತ್ಯಂತ ಕಠಿಣವಾದ ಮತ್ತು ಕಡಿದಾದ ಆ ಕೊನೆಯ ಆರೋಹಣವನ್ನು ಡಹ್ಗ್ ಮತ್ತು ರಾಬ್ ಸುರಕ್ಷಿತವಾಗಿ ಮಾಡುವ ತನಕ ಕಾಯುತ್ತಿದ್ದ. ಅನಂತರ ಸ್ಕಾಟ್ ಫಿಷರ್‌ನನ್ನು ಸೇರಿಕೊಳ್ಳುವ ನಿರೀಕ್ಷೆಯಿಂದ ಲೋಪ್ಸಾಂಗ್ ಇಳಿಯಲು ಪ್ರಾರಂಭಿಸಿದ. ಈ ವೇಳೆಗಾಗಲೇ ಸ್ಕಾಟ್ ಸುಮಾರು ಮೂವತ್ತು ನಿಮಿಷಕ್ಕೂ ಹೆಚ್ಚು ದೂರ ಚಲಿಸಿದ್ದ. ಹಾನ್‌ಸೆನ್ ಮತ್ತು ರಾಬ್ ಹಾಲ್‌ರನ್ನು ಹಿಲರಿ ಸ್ಟೆಪ್ ತುದಿಯ ಮೇಲೆ ಬಿಟ್ಟು, ಶೆರ್ಪಾ ಸರಸರನೆ ಪರ್ವತವನ್ನು ಇಳಿಯುವುದಕ್ಕೆ ಶುರು ಮಾಡಿದ.

ಲೋಪ್ಸಾಂಗ್ ಹಿಲರಿ ಸ್ಟೆಪ್ ಇಳಿದು ಹೋದ ಸ್ವಲ್ಪ ಹೊತ್ತಿಗೆ ಹಾನ್‌ಸೆನ್‌ನ ಪೂರಕ ಆಮ್ಲಜನಕ ತೀರಿಹೋಗಿ, ಕಂಗಾಲಾಗಿ ಕುಸಿದು ಕುಳಿತ. ಅವನು ತನ್ನಲ್ಲಿದ್ದ ಪ್ರತಿಯೊಂದು ಶಕ್ತಿಯ ಕಣವನ್ನೂ ಪರ್ವತದ ತುದಿಯನ್ನು ಮುಟ್ಟುವುದಕ್ಕಾಗಿ ವಿನಿಯೋಗಿಸಿದ್ದ. ಈಗ ಅವರೋಹಣಕ್ಕೆ ಏನೂ ಉಳಿಯದೆ ಖಾಲಿಯಾಗಿಬಿಟ್ಟಿದ್ದ. "1995ರಲ್ಲೂ ಡಹ್ಗ್‌ಗೆ ಇದೇ ತರಹ ಆಗಿತ್ತು" ಎಂದು ಎಡ್ ವೈಸ್ಟಿಯುವರ್ಸ್ ಹೇಳುತ್ತಾನೆ. ಈತ ಕಾಟರ್‌ನಂತಯೇ ರಾಬ್ ಹಾಲ್‌ನ 1995ರ ತಂಡದಲ್ಲಿ ಮಾರ್ಗದರ್ಶಿಯಾಗಿದ್ದ. "ಪರ್ವತ ಹತ್ತೋತನಕ ಚೆನ್ನಾಗಿಯೇ ಇದ್ದ. ಆದರೆ ಒಮ್ಮೆ ಇಳಿಯೋದಕ್ಕೆ ಶುರು ಮಾಡಿದ ತಕ್ಷಣ ಅವನ ದೈಹಿಕ ಮತ್ತು ಮಾನಸಿಕ ಶಕ್ತಿಗಳೆಲ್ಲವೂ ಇಲ್ಲವಾದವು. ಒಂದು ತರಹ ಸತ್ತ ಹೆಣದಂತೆ ಆಗಿ ಹೋಗಿದ್ದ. ದೇಹದಲ್ಲಿನ ಜೀವಶಕ್ತಿಯೇ ಮಾಯವಾದಂತೆ ಕಾಣುತ್ತಿದ್ದ."

ಸುಮಾರು 4:30ರ ಹೊತ್ತಿಗೆ ಮತ್ತು ಇನ್ನೊಮ್ಮೆ 4:41ರ ಹೊತ್ತಿಗೆ, ಎರಡು ಬಾರಿ ರಾಬ್ ರೇಡಿಯೋ ಮೂಲಕ ಕರೆ ಮಾಡಿ, ತಾನು ಮತ್ತು ಡಹ್ಗ್ ಹಾನ್‌ಸೆನ್ ಪರ್ವತದ ತುದಿಯಲ್ಲಿ ತೊಂದರೆಯಲ್ಲಿರುವುದಾಗಿಯೂ, ದಯವಿಟ್ಟು ಆಮ್ಲಜನಕದ ಬಾಟಲಿಗಳನ್ನು ಕಳುಹಿಸಬೇಕೆಂದೂ ಕೇಳಿಕೊಂಡಿದ್ದ. ದಕ್ಷಿಣದ ತುದಿಯಲ್ಲಿ ಎರಡು

ತುಂಬಿದ ಆಮ್ಲಜನಕದ ಬಾಟಲಿಗಳು ಅವರಿಗಾಗಿಯೇ ಎನ್ನುವಂತೆ ಇದ್ದವು. ಈ ವಿಷಯ ರಾಬ್ ಹಾಲ್‌ಗೆ ಗೊತ್ತಾಗಿದ್ದರೆ, ಅವನೇ ದಕ್ಷಿಣ ತುದಿಗೆ ಬೇಗನೆ ಇಳಿದು ಹೋಗಿ, ಅವೆರಡೂ ಬಾಟಲಿಗಳನ್ನು ಮೇಲಕ್ಕೆ ತಂದು, ಹಾನ್‌ಸೆನ್‌ಗೆ ತುಂಬಿದ ಬಾಟಲಿಯನ್ನು ಕೊಟ್ಟುಬಿಡುತ್ತಿದ್ದ. ಆದರೆ ಆಮ್ಲಜನಕದ ಬಾಟಲಿಗಳ ಉಗ್ರಾಣದ ಬಳಿ ಇನ್ನೂ ಇದ್ದ ಆ್ಯಂಡಿ ಹೇರಿಸ್, ತನ್ನ ಹೈಪಾಕ್ಸಿಕ್ ಅಯೋಮಯ ಸ್ಥಿತಿಯಲ್ಲಿ ರೇಡಿಯೋ ಮೂಲಕ ಈ ಸಂಭಾಷಣೆಯನ್ನು ಕೇಳಿಸಿಕೊಂಡ. ನನಗೆ ಮತ್ತು ಮೈಕ್ ಗ್ರೂಮ್‌ಗೆ ಹೇಗೆ ತಪ್ಪು ಮಾಹಿತಿಯನ್ನು ಕೊಟ್ಟಿದ್ದನೋ, ಹಾಗೆಯೇ, ರಾಬ್ ಹಾಲ್‌ಗೂ ದಕ್ಷಿಣ ತುದಿಯಲ್ಲಿರುವ ಎಲ್ಲಾ ಆಮ್ಲಜನಕದ ಬಾಟಲಿಗಳು ಖಾಲಿಯಾಗಿವೆ ಎಂದು ತಿಳಿಸಿದ.

ಗ್ರೂಮ್ ತನ್ನ ರೇಡಿಯೋದಲ್ಲಿ ಹೇರಿಸ್ ಮತ್ತು ರಾಬ್ ಹಾಲ್ ನಡುವಿನ ಸಂಭಾಷಣೆಯನ್ನು ಕೇಳಿಸಿಕೊಂಡ. ಆ ಹೊತ್ತಿನಲ್ಲಿ ಅವನು ಬಾಲ್ಕನಿಗಿಂತಲೂ ಸ್ವಲ್ಪ ಮೇಲೆ ಆಜ್ಞೇಯ ದಿಬ್ಬದಲ್ಲಿ ಯಸುಕೊ ನಂಬಾಳನ್ನು ಕರೆದುಕೊಂಡು ಇಳಿಯುತ್ತಿದ್ದ. ತಕ್ಷಣವೇ ರಾಬ್ ಹಾಲ್‌ನನ್ನು ರೇಡಿಯೋ ಮೂಲಕ ಸಂಪರ್ಕಿಸಿ, ದಕ್ಷಿಣ ದಿಬ್ಬದಲ್ಲಿ ಸಾಕಷ್ಟು ತುಂಬಿದ ಆಮ್ಲಜನಕದ ಬಾಟಲಿಗಳಿವೆ ಎಂದು ಸರಿಯಾದ ಮಾಹಿತಿಯನ್ನು ಕೊಡಲೆಂದು ತುಂಬಾ ಪ್ರಯತ್ನಿಸಿದ. ಆದರೆ ಗ್ರೂಮ್ ಹೇಳುವ ಪ್ರಕಾರ "ನನ್ನ ರೇಡಿಯೋ ಸರಿಯಾಗಿ ಕೆಲಸ ಮಾಡುತ್ತಿರಲಿಲ್ಲ. ನನಗೆ ಎಲ್ಲಾ ಕರೆಗಳು ಕೇಳಿಸುತ್ತಿದ್ದವು, ಆದರೆ ನಾನು ಮಾಡಿದ ಯಾವ ಕರೆಯೂ ಮತ್ತೊಬ್ಬರಿಗೆ ಕೇಳಿಸುತ್ತಿರಲಿಲ್ಲ. ಒಂದೆರಡು ಸಲ ನನಗೆ ರಾಬ್ ಜೊತೆ ಮಾತನಾಡಲಿಕ್ಕೆ ಸಾಧ್ಯ ಆಯ್ತು. ಆಮ್ಲಜನಕದ ಬಾಟಲಿಗಳು ಎಲ್ಲಿವೆಯೆಂದು ಹೇಳಲು ನಾನು ಪ್ರಯತ್ನಿಸಿದೆ. ಆದರೆ ನನಗೆ ಮಾತನಾಡಲೂ ಬಿಡದಂತೆ ಆ್ಯಂಡಿ ಹೇರಿಸ್ ಅಡ್ಡ ಬಂದು, ದಕ್ಷಿಣ ದಿಬ್ಬದಲ್ಲಿ ಯಾವುದೇ ತುಂಬಿದ ಆಮ್ಲಜನಕದ ಬಾಟಲಿಗಳಿಲ್ಲ ಎಂದು ಹೇಳಿಬಿಡುತ್ತಿದ್ದ."

ದಕ್ಷಿಣ ದಿಬ್ಬದಲ್ಲಿ ಆಮ್ಲಜನಕದ ಬಾಟಲಿಗಳು ಇವೆಯೋ ಇಲ್ಲವೋ ಎಂಬುದನ್ನು ಸರಿಯಾಗಿ ನಿರ್ಧರಿಸಲಾಗದ ರಾಬ್ ಹಾಲ್, ಕೊನೆಗೆ ತನ್ನ ಗ್ರಾಹಕನಾದ ಹಾನ್‌ಸೆನ್‌ನ ಜೊತೆಯಲ್ಲಿಯೇ ಉಳಿದು, ಭಾಗಶಃ ಅಸಹಾಯಕನಾದ ಅವನನ್ನು ಪೂರಕ ಆಮ್ಲಜನಕವಿಲ್ಲದೆಯೇ ಹೇಗೋ ಕಷ್ಟಪಟ್ಟು ಕೆಳಕ್ಕೆ ಕರೆದುಕೊಂಡು ಬರಲು ನಿರ್ಧರಿಸಿದ. ಆದರೆ ಅವರು ಹಿಲರಿ ಸ್ಟೆಪ್ ಮೇಲೆ ಬಂದ ತಕ್ಷಣ, 40 ಅಡಿ ಊರ್ಧ್ವವಾಗಿ ನಿಂತಿರುವ ಆ ಬಂಡೆಯಿಂದ ಆತನನ್ನು ಕೆಳಗಿಳಿಸುವುದು ಅಸಾಧ್ಯ ಕೆಲಸವಾಗಿ, ಅವರಿಬ್ಬರ ಅವರೋಹಣ ಅಲ್ಲಿಯೇ ಪೂರ್ಣವಿರಾಮಕ್ಕೆ ಬಂತು.

ಸಂಜೆ 5:00 ಗಂಟೆಗೂ ಮುಂಚೆ, ಅದು ಹೇಗೋ ಗ್ರೂಮ್ ತನ್ನ ರೇಡಿಯೋ ಮೂಲಕ ರಾಬ್ ಹಾಲ್‌ನನ್ನು ಸಂಪರ್ಕಿಸಿ ದಕ್ಷಿಣ ದಿಬ್ಬದಲ್ಲಿ ಖಂಡಿತವಾಗಿಯೂ

ತುಂಬಿದ ಆಮ್ಲಜನಕದ ಬಾಟಲಿಗಳು ಇವೆ ಎನ್ನುವ ಸಂಗತಿಯನ್ನು ತಿಳಿಸಿದ. ಹದಿನೈದು ನಿಮಿಷಗಳ ನಂತರ ಲೋಪ್ಸಾಂಗ್ ಕೆಳಕ್ಕೆ ಇಳಿಯುತ್ತಾ ದಕ್ಷಿಣ ದಿಬ್ಬಕ್ಕೆ ಬಂದು, ಆ್ಯಂಡಿ ಹೇರಿಸ್‌ನನ್ನು ಭೇಟಿಯಾದ.[1] ಲೋಪ್ಸಾಂಗ್ ಹೇಳಿಕೆಯ ಪ್ರಕಾರ ಈ ವೇಳೆಗಾಗಲೇ ಆ್ಯಂಡಿಗೆ ಎರಡು ಬಾಟಲಿಗಳು ತುಂಬಿರುವುದು ಅದು ಹೇಗೋ ಗೊತ್ತಾಗಿತ್ತು. ಆದ್ದರಿಂದಲೇ ಅವನು ಶೆರ್ಪಾನನ್ನು ದಯವಿಟ್ಟು ಆ ಜೀವರಕ್ಷಕ ಗಾಳಿಯನ್ನು ಮೇಲಕ್ಕೆ ತೆಗೆದುಕೊಂಡು ಹೋಗಿ ಹಿಲರಿ ಸ್ಟೆಪ್ ಮೇಲಿರುವ ರಾಬ್ ಹಾಲ್ ಮತ್ತು ಹಾನ್‌ಸೆನ್‌ಗೆ ಕೊಡಲು ಇನ್ನಿಲ್ಲದಂತೆ ಬೇಡಿಕೊಂಡ. "ಡಹ್ಗ್ ಮತ್ತು ರಾಬ್ ಹಾಲ್‌ಗೆ ಆಮ್ಲಜನಕದ ಬಾಟಲಿಗಳನ್ನು ಕೊಟ್ಟು ಬಂದರೆ ಐದು ನೂರು ಡಾಲರ್ ಕೊಡ್ತೀನಿ" ಅಂತ ಆ್ಯಂಡಿ ನನಗೆ ಹೇಳಿದ ಎಂದು ಲೋಪ್ಸಾಂಗ್ ಜ್ಞಾಪಿಸಿಕೊಳ್ಳುತ್ತಾನೆ. "ಆದರೆ ನಾನು ನನ್ನ ತಂಡದ ಸುರಕ್ಷತೆಯನ್ನು ನೋಡಿಕೊಳ್ಳುವುದು ಮುಖ್ಯವಾಗಿತ್ತು. ಸ್ಕಾಟ್‌ನ ಸುರಕ್ಷತೆ ನನ್ನ ಪ್ರಥಮ ಆದ್ಯತೆಯಾಗಿತ್ತು. ಆದ್ದರಿಂದ ನಾನು ಈ ಕೆಲಸವನ್ನು ಒಪ್ಪಿಕೊಳ್ಳದೆ ಕೆಳಕ್ಕೆ ಇಳಿಯಲಾರಂಭಿಸಿದೆ."

ಸುಮಾರು ಸಂಜೆ 5:30ಕ್ಕೆ ಲೋಪ್ಸಾಂಗ್ ತನ್ನ ಅವರೋಹಣವನ್ನು ಮುಂದುವರೆಸಿದ. ಸ್ವಲ್ಪ ಸಮಯದ ನಂತರ ಒಮ್ಮೆ ಆ್ಯಂಡಿಯ ಕಡೆಗೆ ತಿರುಗಿ ನೋಡಿದ. ಎರಡು ತಾಸಿನ ಹಿಂದೆ ನಾನು ಮತ್ತು ಗ್ರೂಮ್ ಅವನನ್ನು ನೋಡಿದಾಗಲೇ ಅವನ ಸ್ಥಿತಿ ಚಿಂತಾಜನಕವಾಗಿತ್ತು. ಈ ಹೊತ್ತಿಗಂತೂ ಅದು ಯಾವ ಸ್ಥಿತಿಯನ್ನು ಮುಟ್ಟಿತ್ತೋ ಹೇಳುವುದು ಕಷ್ಟ. ಆದರೂ ಅವನು ಎರಡು ಬಾಟಲಿಗಳನ್ನು ತೆಗೆದುಕೊಂಡು ರಾಬ್ ಹಾಲ್ ಮತ್ತು ಹಾನ್‌ಸೆನ್‌ಗೆ ಕೊಡಲು ದಿಬ್ಬ ಏರುತ್ತಿದ್ದನಂತೆ. ಇಂತಹ ದೊಡ್ಡ ಪೌರುಷವನ್ನು ಮೆರೆದ ಆ್ಯಂಡಿಯ ಜೀವಕ್ಕೆ ಅದೇ ಮುಳುವಾಗಲಿತ್ತು.

| | |

---

1 ಮೇ 10ರ ಸಂಜೆಯಂದು ಲೋಪ್ಸಾಂಗ್‌ನು ಹ್ಯಾರಿಸ್‌ನನ್ನು ನೋಡಿದ್ದನೆನ್ನುವ ವಿಷಯ ನನಗೆ ಅವನನ್ನು ಸಿಯಾಟೆಲ್‌ನಲ್ಲಿ 1996ರ ಜುಲೈನಲ್ಲಿ ಸಂದರ್ಶನ ಮಾಡುವ ತನಕ ತಿಳಿದಿರಲಿಲ್ಲ. ಈ ಹಿಂದೆ ಲೋಪ್ಸಾಂಗ್ ಜೊತೆಯಲ್ಲಿ ಹಲವಾರು ಬಾರಿ ಸಂಕ್ಷಿಪ್ತವಾಗಿ ಮಾತನಾಡಿದ್ದೆನಾದರೂ, ಯಾವತ್ತೂ ಅವನು ದಕ್ಷಿಣ ದಿಬ್ಬದ ತುದಿಯಲ್ಲಿ ಹೇರಿಸ್‌ನನ್ನು ನೋಡಿದ್ದನೆ ಎಂದು ವಿಚಾರಿಸಿರಲಿಲ್ಲ. ಯಾಕೆಂದರೆ ಹೇರಿಸ್‌ನನ್ನು ಸೌತ್ ಕೋಲ್‌ನಲ್ಲಿ, ಅಂದರೆ ದಕ್ಷಿಣ ದಿಬ್ಬದ ತುದಿಗಿಂತಲೂ 3000 ಅಡಿ ಕೆಳಕ್ಕೆ, ಸಂಜೆ 6:30ಕ್ಕೆ ಖಚಿತವಾಗಿ ನೋಡಿದ್ದೆನೆಂದು ನಾನು ಆ ದಿನಗಳಲ್ಲಿ ನಂಬಿದ್ದೆ. ಅದಕ್ಕೂ ಹೆಚ್ಚಾಗಿ ಗೈ ಕಾಟರ್‌ನು ಲೋಪ್ಸಾಂಗ್ ಜೊತೆಯಲ್ಲಿ ಮಾಡಿದ ಸಂದರ್ಶನವೊಂದರಲ್ಲಿ ಅವನು ಹೇರಿಸ್‌ನನ್ನು ನೋಡಿದ್ದನೆ ಎಂಬ ಪ್ರಶ್ನೆಗೆ ಯಾವುದೋ ಕಾರಣದಿಂದಾಗಿ ಲೋಪ್ಸಾಂಗ್ ಇಲ್ಲವೆಂದು ಉತ್ತರಿಸಿದ್ದ. ಬಹುಶಃ ಅವನಿಗೆ ಆ ಪ್ರಶ್ನೆ ಸರಿಯಾಗಿ ಅರ್ಥವಾಗಿಲ್ಲದ ಅಥವಾ ಗೊಂದಲವಾಗಿರುವ ಸಾಧ್ಯತೆಗಳಿವೆ.

ಕ್ಷಣಕ್ಷಣಕ್ಕೂ ಶಕ್ತಿಹೀನನಾಗುತ್ತಿದ್ದ ಸ್ಕಾಟ್ ಫಿಷರ್ ಕೆಲವೇ ನೂರು ಅಡಿಗಳ ಕೆಳಗೆ, ಆಗ್ನೇಯ ದಿಬ್ಬವನ್ನು ಇಳಿಯಲು ಇನ್ನಿಲ್ಲದಂತೆ ಕಷ್ಟಪಡುತ್ತಿದ್ದ. 28,400 ಅಡಿ ಎತ್ತರದ ತನಕ ಇಳಿದ ಮೇಲೆ, ದಿಬ್ಬದ ಅಂಚಿನ ಉದ್ದಕ್ಕೆ ಹಬ್ಬಿರುವ ಅಪಾಯಕಾರಿ ಕಲ್ಲಿನ ಮೆಟ್ಟಿಲುಗಳನ್ನು ಅವನು ಎದುರಿಸಬೇಕಾಯ್ತು. ಹಗ್ಗವನ್ನು ಹಿಡಿದು ಅತ್ಯಂತ ಎಚ್ಚರಿಕೆಯಿಂದ ಇಳಿಯಬೇಕಾದ ಈ ಮೆಟ್ಟಿಲುಗಳನ್ನು ಎದುರಿಸಲು ಸಾಧ್ಯವಿಲ್ಲದಷ್ಟು ಸುಸ್ತಾಗಿದ್ದ ಸ್ಕಾಟ್, ಪಕ್ಕದಲ್ಲಿಯೇ ಇದ್ದ ಹಿಮದ ಇಳಿಜಾರನ್ನು ಕುಳಿತುಕೊಂಡು ಜಾರಿ ಬಿಟ್ಟ. ಹಗ್ಗವನ್ನು ಹಿಡಿದು ಸಾಗುವುದಕ್ಕಿಂತಲೂ ಇದು ಸುಲಭದ ದಾರಿಯಾಗಿತ್ತು. ಆದರೆ ಒಮ್ಮೆ ಆ ರೀತಿ ಇಳಿದು ಕಲ್ಲಿನ ಮೆಟ್ಟಿಲುಗಳ ಕೆಳಕ್ಕೆ ಬಂದ ಮೇಲೆ, ಮತ್ತೆ ಸರಿಯಾದ ದಾರಿಗೆ ಸೇರಿಕೊಳ್ಳುವುದಕ್ಕೆ, ಮೊಣಕಾಲು ಮಟ್ಟದ ಹಿಮದಲ್ಲಿ ಸುಮಾರು 330 ಅಡಿ ಎತ್ತರದ ತನಕ ಅತ್ಯಂತ ಕಷ್ಟಪಟ್ಟು ಏರಬೇಕಿತ್ತು.

ಬೀಡಲ್‌ಮನ್ ತಂಡದೊಡನೆ ಇಳಿಯುತ್ತಿದ್ದ ಟಿಮ್ ಮ್ಯಾಡ್‌ಸನ್, ಸುಮಾರು ಸಂಜೆ 5:20ರ ಹೊತ್ತಿಗೆ ಬಾಲ್ಕನಿಯಲ್ಲಿ ಇರುವಾಗ, ಅವನ ಕಣ್ಣಿಗೆ ಸ್ಕಾಟ್ ಫಿಷರ್ ಕಷ್ಟಪಟ್ಟು ಮೇಲೇರುತ್ತಿರುವ ದೃಶ್ಯ ಕಂಡು ಬಂತು. "ತುಂಬಾ ಸುಸ್ತಾದವನಂತೆ ಕಾಣುತ್ತಿದ್ದ" ಎಂದು ಮ್ಯಾಡ್‌ಸನ್ ಜ್ಞಾಪಿಸಿಕೊಳ್ಳುತ್ತಾನೆ. "ಹತ್ತು ಹೆಜ್ಜೆ ಇಟ್ಟು, ಮತ್ತೆ ಸುಸ್ತಾಗಿ ಕುಳಿತು ಸುಧಾರಿಸಿಕೊಳ್ಳುತ್ತಿದ್ದ. ಇನ್ನಷ್ಟು ಹೆಜ್ಜೆಗಳನ್ನು ಇಟ್ಟು, ಮತ್ತೆ ಸುಧಾರಿಸಿಕೊಳ್ಳುತ್ತಿದ್ದ. ತುಂಬಾ ನಿಧಾನವಾಗಿ ನಡೆಯುತ್ತಿದ್ದ. ಆದರೆ ನಂಗೆ ಲೋಪ್ಸಾಂಗ್ ಅವನಿಗಿಂತಲೂ ಮೇಲೆ ದಿಬ್ಬವನ್ನು ಇಳಿದು ಬರುತ್ತಿರುವುದು ಕಂಡು ಬಂತು. ಸರಿ ಬಿಡು ಇನ್ನೇನು, ಲೋಪ್ಸಾಂಗ್ ಇದ್ದರೆ ಚಿಂತೆ ಮಾಡುವ ಅವಶ್ಯಕತೆ ಇಲ್ಲ. ಸ್ಕಾಟ್‌ನ ಜವಾಬ್ದಾರಿಯನ್ನು ತೆಗೆದುಕೊಳ್ಳುತ್ತಾನೆ" ಎಂದು ಕೊಂಡ.

ಲೋಪ್ಸಾಂಗ್ ಪ್ರಕಾರ, ಅವನು ಸ್ಕಾಟ್‌ನನ್ನು ಸಂಜೆ 6:00 ಗಂಟೆಯ ಹೊತ್ತಿಗೆ ಬಾಲ್ಕನಿಗಿಂತಲೂ ಸ್ವಲ್ಪ ಮೇಲೆ ಭೇಟಿಯಾದ. "ಸ್ಕಾಟ್ ಪೂರಕ ಆಮ್ಲಜನಕ ಬಳಸ್ತಾ ಇರಲಿಲ್ಲ. ಆದ್ದರಿಂದ ನಾನು ಅವನಿಗೆ ಮುಖಗವಸನ್ನು ಹಾಕಿದೆ. 'ನಂಗೆ ತುಂಬಾ ಸುಸ್ತಾಗಿದೆ. ಕೆಳಗೆ ಇಳಿಯುವಷ್ಟು ಶಕ್ತಿಯಿಲ್ಲ. ಇಲ್ಲಿಂದ ಎಗರಿ ಬಿಡ್ತೀನಿ' ಅಂತ ಹುಚ್ಚನಂತೆ ಹೇಳಲಿಕ್ಕೆ ಶುರು ಮಾಡಿದ. ನಾನು ತಕ್ಷಣ ಹಗ್ಗದಿಂದ ಅವನನ್ನು ನನಗೆ ಕಟ್ಟಿಕೊಂಡೆ. ಇಲ್ಲದಿದ್ದರೆ ಅವನು ಸೀದಾ ಟಿಬೆಟ್ ಕಣಿವೆಯಲ್ಲಿ ಎಗರಿ ಬಿಡುತ್ತಿದ್ದ" ಎಂದು ಶೆರ್ಪಾ ಹೇಳುತ್ತಾನೆ.

75 ಅಡಿ ಉದ್ದದ ಹಗ್ಗದೊಡನೆ ತನ್ನ ಗೆಳೆಯನನ್ನು ಕಟ್ಟಿಕೊಂಡು, ಕಣಿವೆಗೆ ಧುಮುಕುವುದು ಬೇಡವೆಂದು ಅವನ ಮನಸ್ಸನ್ನು ಒಪ್ಪಿಸಿ, ಲೋಪ್ಸಾಂಗ್ ನಿಧಾನಕ್ಕೆ ಸೌತ್ ಕೋಲ್ ಕಡೆಗೆ ಇಳಿಯಲಾರಂಭಿಸಿದ. "ಬಿರುಗಾಳಿ ಈಗ ಸಿಕ್ಕಾಪಟ್ಟೆ ಜಾಸ್ತಿಯಾಗಿತ್ತು. ಭೂಂ! ಭೂಂ! ಅಂತ ಎರಡು ಸಲ ಗುಡುಗು ಕೋವಿಯಿಂದ

ಹೊರಬಂದ ಬುಲೆಟ್ಟಿನಂತೆ ಆರ್ಭಟಿಸಿತು. ನಾನು ಮತ್ತು ಸ್ಕಾಟ್ ಇರುವ ಕಡೆ ಅತ್ಯಂತ ಸಮೀಪದಲ್ಲಿ ಮಿಂಚು ಬಂದು ಬಡಿಯಿತು. ಸಿಕ್ಕಾಪಟ್ಟೆ ಸದ್ದು ಮಾಡ್ತು. ತುಂಬಾ ಹೆದರಿಕೆ ಆಯ್ತು."

ಬಾಲ್ಕನಿಯಿಂದ 300 ಅಡಿ ಕೆಳಕ್ಕೆ, ಅವರು ಅಲ್ಲಿಯವರೆಗೆ ನಿಧಾನಕ್ಕೆ ನಡೆಯುತ್ತಿದ್ದ ಸಲೀಸಾದ ಹಿಮದ ದಾರಿಯು, ಇದ್ದಕ್ಕಿದ್ದಂತೆಯೇ ಪದರು ಶಿಲೆಗಳ, ಗಟ್ಟಿ ತಳಹದಿಯಿಲ್ಲದ ಹೊಸ ಕಠಿಣವಾದ ದಾರಿಗೆ ತೆರೆದುಕೊಂಡಿತು. ಫಿಷರ್‌ನ ಆ ಅನಾರೋಗ್ಯದ ಸ್ಥಿತಿಯಲ್ಲಿ ಅಂತಹ ಕಷ್ಟದ ದಾರಿಯನ್ನು ಕ್ರಮಿಸುವುದು ಸಾಧ್ಯವಾಗಲಿಲ್ಲ. "ಸ್ಕಾಟ್‌ಗೆ ಈಗ ನಡೆಯೋದಕ್ಕೆ ಸಾಧ್ಯನೇ ಆಗ್ತಾ ಇರಲಿಲ್ಲ. ನಂಗೆ ದೊಡ್ಡ ಸಮಸ್ಯೆ ಎದುರಾಯ್ತು" ಎಂದು ಲೋಪ್ಸಾಂಗ್ ಹೇಳುತ್ತಾನೆ. "ಅವನನ್ನ ಎತ್ತಿಕೊಂಡು ಹೋಗೋಣ ಅಂತ ಪ್ರಯತ್ನಪಟ್ಟೆ. ಆದರೆ ನಂಗೆ ಸುಸ್ತಾಗಿತ್ತು. ಸ್ಕಾಟ್‌ನದು ದೊಡ್ಡ ದೇಹ, ನಂದು ಚಿಕ್ಕ ದೇಹ. ಅವನನ್ನ ಎತ್ತಿಕೊಳ್ಳೋದಕ್ಕೆ ಆಗಲೇ ಇಲ್ಲ. 'ಲೋಪ್ಸಾಂಗ್, ನೀನು ಹೋಗಿಬಿಡು, ನೀನು ಹೋಗಿಬಿಡು' ಅಂತ ಸ್ಕಾಟ್ ಹೇಳೋದಕ್ಕೆ ಶುರು ಮಾಡಿದ. ನಾನು ಮಾತ್ರ 'ಹೋಗಲ್ಲ. ನಿನ್ನ ಜೊತೆಯಲ್ಲಿಯೇ ಇರ್ತೀನಿ' ಅಂತ ಹೇಳಿದೆ."

ಸುಮಾರು ರಾತ್ರಿ 8:00 ಗಂಟೆಯ ಹೊತ್ತಿಗೆ ಲೋಪ್ಸಾಂಗ್ ಒಂದು ಹಿಮ ಹರಡಿದ ಕಲ್ಲಿನ ಮೇಲೆ ಫಿಷರ್‌ನನ್ನು ಗಟ್ಟಿಯಾಗಿ ಹಿಡಿದುಕೊಂಡು ಕುಳಿತಿದ್ದ. ಆ ಘೀಳಿಡುವ ಬಿರುಗಾಳಿಯ ಮಧ್ಯದಿಂದ ಮಕಾಲು ಮತ್ತು ಅವನ ಇಬ್ಬರು ಶೆರ್ಪಾಗಳು ಕಾಣಿಸಿಕೊಂಡರು. ಮಕಾಲು ಕೂಡಾ ಫಿಷರ್‌ನಂತೆಯೇ ಸುಸ್ತಾಗಿದ್ದ. ಅವನ ಕೈಯಲ್ಲೂ ಆ ಪದರು ಶಿಲೆಗಳ ಕಷ್ಟದ ದಾರಿಯನ್ನು ಕ್ರಮಿಸುವುದು ಸಾಧ್ಯವಿರಲಿಲ್ಲ. ಆದ್ದರಿಂದ ಶೆರ್ಪಾಗಳು ಮಕಾಲುವನ್ನು ಲೋಪ್ಸಾಂಗ್ ಮತ್ತು ಸ್ಕಾಟ್ ಫಿಷರ್ ಪಕ್ಕದಲ್ಲಿಯೇ ಕೂಡಿಸಿ ಕೆಳಕ್ಕೆ ಇಳಿದು ಹೋದರು.

"ಸ್ಕಾಟ್ ಮತ್ತು ಮಕಾಲು ಜೊತೆಯಲ್ಲಿ ಒಂದು ಗಂಟೆ, ಅಥವಾ ಅದಕ್ಕೂ ಹೆಚ್ಚು ಹೊತ್ತು ಕುಳಿತಿದ್ದೆ" ಎಂದು ಲೋಪ್ಸಾಂಗ್ ಹೇಳುತ್ತಾನೆ. "ನಂಗೆ ಸಿಕ್ಕಾಪಟ್ಟೆ ಚಳಿ ಆಗ್ತಾ ಇತ್ತು, ವಿಪರೀತ ಸುಸ್ತಾಗಿದ್ದೆ. 'ನೀನು ಕೆಳಕ್ಕೆ ಹೋಗಿ ಎನಾಟೊಲಿಯನ್ನ ಕಳುಹಿಸು' ಅಂತ ಸ್ಕಾಟ್ ನಂಗೆ ಹೇಳಿದ. 'ಹಾಗೇ ಆಗಲಿ. ನಾನು ಕೆಳಕ್ಕೆ ಹೋಗ್ತೀನಿ. ಎನಾಟೊಲಿ ಮತ್ತು ಶೆರ್ಪಾ ಒಬ್ಬನ್ನ ತಕ್ಷಣ ಕಳುಹಿಸಿ ಕೊಡ್ತೀನಿ' ಎಂದು ಹೇಳಿದೆ. ಆಮೇಲೆ ಸ್ಕಾಟ್‌ಗೆ ಒಳ್ಳೆ ಜಾಗ ಮಾಡಿಕೊಟ್ಟು ಕೆಳಕ್ಕೆ ಇಳಿಯಲಾರಂಭಿಸಿದೆ."

ಸೌತ್ ಕೋಲ್‌ನಿಂದ ಸುಮಾರು 1,200 ಅಡಿ ಎತ್ತರದಲ್ಲಿರುವ ಒಂದು ಕಲ್ಲಿನ ಚಾಚಿನ ಮೇಲೆ ಫಿಷರ್ ಮತ್ತು ಮಕಾಲು ಗೌರನ್ನು ಕೂಡಿಸಿ, ಆ ಬಿರುಗಾಳಿಗೆ ಎದುರಾಗಿ ಲೋಪ್ಸಾಂಗ್ ಕೆಳಕ್ಕೆ ಇಳಿಯಲಾರಂಭಿಸಿದ. ಏನೇನೂ ಕಾಣದಂತಹ

ಸ್ಥಿತಿಯಿದ್ದರಿಂದ, ಅವನು ತಪ್ಪು ದಾರಿಯನ್ನು ತೆಗೆದುಕೊಂಡು ಪಶ್ಚಿಮದ ಕಡೆಗೆ ವಿಪರೀತ ದೂರ ಸಾಗಿ ಬಿಟ್ಟ. ಅವನಿಗೆ ತನ್ನ ತಪ್ಪು ಅರಿವಾಗುವ ಹೊತ್ತಿಗೆ ಸೌತ್ ಕೋಲ್‌ಗಿಂತಲೂ ತುಂಬಾ ಕೆಳಕ್ಕೆ ಹೋಗಿಬಿಟ್ಟಿದ್ದ. ಆಮೇಲೆ ಲೋಟ್ ಫೇಸ್‌ನ[1] ಉತ್ತರ ಅಂಚಿನಗುಂಟ ನಡೆದು ನಾಲ್ಕನೆಯ ಕ್ಯಾಂಪನ್ನು ಸೇರಬೇಕಿತ್ತು. ಅಷ್ಟೆಲ್ಲಾ ಆದರೂ ಸರಿಸುಮಾರು ಮಧ್ಯರಾತ್ರಿಯ ಹೊತ್ತಿಗೆ ಅವನು ಸುರಕ್ಷಿತವಾಗಿ ಕ್ಯಾಂಪ್‌ಗೆ ಬಂದು ಸೇರಿದ. "ನಾನು ಎನಾಟೊಲಿ ಗುಡಾರಕ್ಕೆ ಹೋದೆ. ಅವನಿಗೆ 'ದಯವಿಟ್ಟು ಮೇಲಕ್ಕೆ ಹೋಗು. ಸ್ಕಾಟ್ ತುಂಬಾ ಸುಸ್ತಾಗಿದ್ದಾನೆ. ಅವನಿಗೆ ನಡೆಯೋದಕ್ಕೆ ಆಗ್ತಾ ಇಲ್ಲ' ಎಂದು ಹೇಳಿದೆ. ಅನಂತರ ನನ್ನ ಗುಡಾರಕ್ಕೆ ಹೋದೆ. ಅಲ್ಲಿಗೆ ಹೋದವನೆ ಸತ್ತ ಹೆಣದಂತೆ ನಿದ್ದೆ ಮಾಡಿ ಬಿಟ್ಟೆ."

| | |

ಹೇರಿಸ್ ಮತ್ತು ಹಾಲ್‌ನ ಬಹುದೀರ್ಘಕಾಲದ ಗೆಳೆಯನಾದ ಗೈ ಕಾಟರ್, ಮೇ 10 ರಂದು ಎವರೆಸ್ಟ್ ಬೇಸ್ ಕ್ಯಾಂಪಿನಿಂದ ಕೆಲವೇ ಮೈಲುಗಳ ದೂರದಲ್ಲಿದ್ದ. ಪುಮೋರಿ ಪರ್ವತಾರೋಹಣಕ್ಕಾಗಿ ಮಾರ್ಗದರ್ಶಿಯಾಗಿ ಬಂದಿದ್ದ. ಅವನು ಆ ದಿನವೆಲ್ಲಾ ರಾಬ್ ಹಾಲ್‌ನ ರೇಡಿಯೋ ಸಂವಹನವನ್ನೆಲ್ಲಾ ಸಂಪೂರ್ಣವಾಗಿ ಕೇಳಿಸಿಕೊಂಡಿದ್ದ. ಸುಮಾರು ಮಧ್ಯಾಹ್ನ 2:15ರ ಹೊತ್ತಿಗೊಮ್ಮೆ ಪರ್ವತದ ಶಿಖರದ ಮೇಲಿರುವ ರಾಬ್ ಹಾಲ್ ಜೊತೆಗೆ ಮಾತಾಡಿದ್ದ. ಎಲ್ಲವೂ ಸುರಕ್ಷಿತವಾಗಿರುವಂತೆ ಕಂಡಿತು. ಆದರೆ ಸುಮಾರು 4:30ಕ್ಕೆ ಒಮ್ಮೆ ಹಾಗೂ 4:41ಕ್ಕೆ ಮತ್ತೊಮ್ಮೆ ರಾಬ್ ಹಾಲ್ ಕರೆ ಮಾಡಿ, ಡಹ್ಗ್ ಹಾನ್‌ಸೆನ್‌ನ ಪೂರಕ ಆಮ್ಲಜನಕ ಖಾಲಿಯಾಗಿದ್ದು, ಅವನು ನಡೆಯಲು ಸಾಧ್ಯವಾಗುತ್ತಿಲ್ಲ ಎಂದು ಹೇಳಿದ್ದ. ಕಾಟರ್‌ಗೆ ಈ ವಿಚಾರ ಕಳವಳವನ್ನುಂಟು ಮಾಡಿತು. ಸುಮಾರು 4:53ರ ಹೊತ್ತಿಗೆ ಅವನು ರೇಡಿಯೋ ಮೂಲಕ ರಾಬ್‌ಗೆ ಕರೆ ಮಾಡಿ, ತಕ್ಷಣವೇ ದಕ್ಷಿಣ ತುದಿಗೆ ಇಳಿದು ಬರುವಂತೆ ಒತ್ತಾಯ ಮಾಡಿದ. "ಹೇಗಾದರೂ ಮಾಡಿ ಅವನು ದಕ್ಷಿಣ ತುದಿಗೆ ಬಂದು, ಆಮ್ಲಜನಕದ ಬಾಟಲಿಗಳನ್ನು ತೆಗೆದುಕೊಂಡು ಹೋಗುವಂತೆ ಮನವೊಪ್ಪಿಸುವುದೇ ನನ್ನ ಕರೆಯ ಉದ್ದೇಶವಾಗಿತ್ತು. ಯಾಕೆಂದರೆ ಅದರ ಹೊರತಾಗಿ ಅವನು

1 ಮರುದಿನ ಬೆಳಗಾಮುಂಜಾನೆ ಆ್ಯಂಡಿ ಹ್ಯಾರಿಸ್‌ಗಾಗಿ ದಿಬ್ಬದಲ್ಲಿ ಹುಡುಕಾಡುವಾಗ, ಲೋಪ್ಸಾಂಗ್‌ನ ಕ್ರಾಂಪನ್‌ಗಳ ಅಸ್ಪಷ್ಟ ಹೆಜ್ಜೆ ಗುರುತುಗಳನ್ನು ಮಂಜಿಗಟ್ಟಿದ ದಾರಿಯಲ್ಲಿ ಗಮನಿಸಿದೆ. ಇವು ಲೋಟ್ ಫೇಸ್ ತುದಿಯ ತನಕ ತಲುಪಿ, ಅನಂತರ ಕಣ್ಮರೆಯಾಗಿದ್ದವು. ಈ ಗುರುತುಗಳನ್ನು ಹೇರಿಸ್‌ನವೆಂದು ಅಪಾರ್ಥ ಮಾಡಿಕೊಂಡ ನಾನು, ಆತನು ಲೋಟ್ಸ್ ಫೇಸ್ ತುದಿಯತನಕ ನಡೆದು ಕಣಿವೆಗೆ ಬಿದ್ದಿರಬೇಕೆಂದು ಊಹಿಸಿದ್ದೆ.

ಡಹ್ಗ್‌ನನ್ನು ಯಾವ ರೀತಿಯಿಂದಲೂ ಕೆಳಕ್ಕೆ ಕರೆದುಕೊಂಡು ಬರಲು ಸಾಧ್ಯವಿರಲಿಲ್ಲ. ತಾನೊಬ್ಬನೇ ಬೇಕಾದರೆ ಕೆಳಕ್ಕೆ ಇಳಿಯುವ ಸಾಮರ್ಥ್ಯವಿದೆಯೆಂದೂ, ಆದರೆ ಡಹ್ಗ್‌ನನ್ನೂ ಕರೆದುಕೊಂಡು ಇಳಿಯುವುದು ಸಾಧ್ಯವಿಲ್ಲವೆಂದು ರಾಬ್ ಹೇಳಿದ" ಎಂದು ಕಾಟರ್ ಹೇಳುತ್ತಾನೆ.

ಆದರೆ ನಲವತ್ತು ನಿಮಿಷಗಳ ನಂತರವೂ ರಾಬ್ ಹಾಲ್‌ನು ಹಿಲರಿ ಸ್ಟೆಪ್‌ನ ತುದಿಯಲ್ಲಿ ಡಹ್ಗ್ ಜೊತೆಯಲ್ಲಿಯೇ ಇದ್ದ, ಇಳಿಯುವುದಕ್ಕೆ ಪ್ರಾರಂಭಿಸಿಯೇ ಇರಲಿಲ್ಲ. ಮತ್ತೆ ಸುಮಾರು 5:36ಕ್ಕೆ ಹಾಗೂ 5:57ಕ್ಕೆ ಒಮ್ಮೆ ರೇಡಿಯೋ ಕರೆ ಮಾಡಿದಾಗ, ಕಾಟರ್ ಇನ್ನೊಮ್ಮೆ ಗೆಳೆಯನಿಗೆ ತಕ್ಷಣವೇ ದಕ್ಷಿಣ ತುದಿಗೆ ಇಳಿದು ಬರಬೇಕೆಂದೂ, ಹಾನ್‌ಸೆನ್ ಬಗ್ಗೆ ಚಿಂತೆ ಮಾಡಬಾರದೆಂದೂ ತಿಳಿಸಿದ. "ಆ ತರಹ ಗ್ರಾಹಕನನ್ನು ಬಿಟ್ಟು ಕೆಳಕ್ಕಿಳಿ ಅಂತ ಹೇಳುವ ನನ್ನ ವರ್ತನೆ ಅತ್ಯಂತ ಕೀಳುಮಟ್ಟದ್ದು ಎಂಬ ಅರಿವು ನನಗಿತ್ತು. ಆದರೆ ಆ ಹೊತ್ತಿಗಾಗಲೇ ಡಹ್ಗ್‌ನನ್ನು ಬಿಟ್ಟು ಕೆಳಕ್ಕಿಳಿಯುವುದೇ ಏಕೈಕ ದಾರಿಯಾಗಿತ್ತು" ಎಂದು ಕಾಟರ್ ಒಪ್ಪುತ್ತಾನೆ. ಆದರೆ ರಾಬ್ ಹಾಲ್ ಮಾತ್ರ ಡಹ್ಗ್ ಹಾನ್‌ಸೆನ್‌ನನ್ನು ಬಿಟ್ಟು ಇಳಿಯುವುದಕ್ಕೆ ತಯಾರಿರಲಿಲ್ಲ.

ಮತ್ತೆ ಮಧ್ಯರಾತ್ರಿಯವರೆಗೆ ರಾಬ್ ಹಾಲ್‌ನಿಂದ ಯಾವುದೇ ಸುದ್ದಿಯೂ ಸಿಗಲಿಲ್ಲ. ಸುಮಾರು ಬೆಳಗಿನ ಜಾವ 2:30ರ ಹೊತ್ತಿಗೆ ಕಾಟರ್‌ಗೆ ಎಚ್ಚರವಾಯ್ತು. ರೇಡಿಯೋದಲ್ಲಿ ಬಹುದೀರ್ಘವಾಗಿ ಅನುದ್ದೇಶಿತವಾಗಿ ಏನೇನೋ ಸಂಭಾಷಣೆ ತುಂಡು ತುಂಡಾಗಿ ಕೇಳಿ ಬರುತ್ತಿತ್ತು. ರಾಬ್ ಹಾಲ್‌ನ ಬೆನ್ನ ಚೀಲದ ಹೆಗಲಿನ ಪಟ್ಟಿಗೆ ಮೈಕ್ರೋಫೋನ್ ಸಿಕ್ಕಿಸಿಕೊಂಡಿದ್ದ. ಅದು ಕೆಲವೊಮ್ಮೆ ಅವನಿಗೆ ಗೊತ್ತಿಲ್ಲದಂತೆ ಸ್ವಿಚ್ ಆನ್ ಆಗಿ ಬಿಡುತ್ತಿತ್ತು. "ನನಗೆ ಅನ್ನಿಸೋ ಮಟ್ಟಿಗೆ ರಾಬ್‌ಗೆ ತಾನು ಸಂಭಾಷಣೆಯನ್ನು ಟ್ರಾನ್ಸ್‌ಮಿಟ್ ಮಾಡ್ತಾ ಇದೀನಿ ಅನ್ನೋದೂ ಗೊತ್ತಿರಲಿಲ್ಲ. ಯಾರೋ ಕೂಗಾಡುತ್ತಿರುವಂತೆ ನನಗೆ ಕೇಳಿಸುತ್ತಿತ್ತು. ಬಹುಶಃ ಅದು ರಾಬ್ ಇರಬಹುದು. ಆದರೆ ನಾನು ಖಚಿತವಾಗಿ ಹೇಳಲಾರೆ. ಏಕೆಂದರೆ ಯಾವುದೂ ಸ್ಪಷ್ಟವಾಗದಷ್ಟು ಹಿನ್ನೆಲೆಯಲ್ಲಿ ಗಾಳಿ ಜೋರಾಗಿ ಸದ್ದು ಮಾಡುತ್ತಿತ್ತು. ಆದರೆ ಅವನು 'ಇಳೀತಾ ಇರು! ಇಳೀತಾ ಇರು!' ಎಂದು ಹೇಳುತ್ತಿದ್ದ. ಬಹುಶಃ ಡಹ್ಗ್‌ಗೆ ಕೆಳಕ್ಕಿಳಿಯಲು ಬಲವಂತವಾಗಿ ಹೇಳುತ್ತಿರಬಹುದು" ಎಂದು ಕಾಟರ್ ಜ್ಞಾಪಿಸಿಕೊಳ್ಳುತ್ತಾನೆ.

ಈ ಊಹೆ ಸತ್ಯ ಅಂತ ನಾವು ಸ್ವೀಕರಿಸಿದರೆ, ಬಹುಶಃ ಆ ಹೊತ್ತಿನಲ್ಲಿ ರಾಬ್ ಹಾಲ್, ಡಹ್ಗ್ – ಆ್ಯಂಡಿ ಹೇರಿಸ್ ಕೂಡಾ ಅವರ ಜೊತೆಯಲ್ಲಿದ್ದಿರಬಹುದು – ಎಲ್ಲರೂ ಹಿಲರಿ ಸ್ಟೆಪ್ ಅನ್ನು ಇಳಿದು, ದಕ್ಷಿಣ ತುದಿಯ ಕಡೆಗೆ ಆ ಭೀಕರ ಗಾಳಿಯನ್ನು ಎದುರಿಸುತ್ತಾ ನಡೆಯಲು ಪ್ರಯತ್ನಿಸುತ್ತಿದ್ದರು. ಇದು ನಿಜವೇ ಆದರೆ, ಸಾಮಾನ್ಯವಾಗಿ ಪರ್ವತಾರೋಹಿಯೊಬ್ಬನಿಗೆ ಈ ಹಿಲರಿ ಸ್ಟೆಪ್ ಅನ್ನು ಇಳಿಯಲು

ಅರ್ಧ ಗಂಟೆ ತೆಗೆದುಕೊಂಡರೆ, ಈ ಮೂವರಿಗೆ ಅದು ಮೂರು ತಾಸಿಗೂ ಹೆಚ್ಚು ಕಾಲ ತೆಗೆದುಕೊಂಡಿತ್ತು.

ಆದರೆ ಇವೆಲ್ಲವೂ ಕೇವಲ ನಮ್ಮ ಅದ್ಭುತ ಕಲ್ಪನೆಗಳು ಮಾತ್ರವಾಗಿರಲು ಸಾಧ್ಯ. ಹಿಂದಿನ ದಿನ ಸಂಜೆ ಸುಮಾರು 5:57ಕ್ಕೆ ರಾಬ್ ಹಾಲ್ ಕರೆ ಮಾಡಿದ್ದು ಮಾತ್ರ ಸತ್ಯ. ಆ ಹೊತ್ತಿನಲ್ಲಿ ಅವನಿನ್ನೂ ಡಹ್ಗ್ ಹಾನ್‌ಸೆನ್ ಜೊತೆಯಲ್ಲಿ ಹಿಲರಿ ಸ್ಟೆಪ್ ಮೇಲೇ ಇದ್ದ. ಆದರೆ ಮೇ 11 ರಂದು ಬೆಳಿಗ್ಗೆ 4:43ಕ್ಕೆ ಅವನು ಮತ್ತೊಮ್ಮೆ ಬೇಸ್ ಕ್ಯಾಂಪ್‌ಗೆ ಕರೆ ಮಾಡಿದಾಗ, ಅವನಾಗಲೇ ದಕ್ಷಿಣ ತುದಿಗೆ ಇಳಿದು ಬಂದಿದ್ದ. ಆ ಹೊತ್ತಿನಲ್ಲಿ ಅವನ ಜೊತೆ ಆ್ಯಂಡಿ ಹೇರಿಸ್ ಅಥವಾ ಡಹ್ಗ್ ಹಾನ್‌ಸೆನ್ – ಇಬ್ಬರೂ ಇರಲಿಲ್ಲ.

ಮುಂದಿನ ಎರಡು ಗಂಟೆಗಳ ಕಾಲ ನಡೆದ ನಿರಂತರ ರೇಡಿಯೋ ಕರೆಗಳಲ್ಲಿ ರಾಬ್ ಹಾಲ್ ಅತ್ಯಂತ ಸುಸ್ತಾಗಿದ್ದ ಮತ್ತು ಅತಾರ್ಕಿಕವಾಗಿ ಮಾತನಾಡುತ್ತಿದ್ದ. ಸುಮಾರು ಬೆಳಿಗ್ಗೆ 4:43ರ ಹೊತ್ತಿಗೆ ನಮ್ಮ ಬೇಸ್ ಕ್ಯಾಂಪ್‌ನ ಡಾಕ್ಟರ್ ಕೆರೋಲಿನ್ ಮೆಕೆಂಜೀ ಜೊತೆಗೆ ಮಾತನಾಡಿದಾಗ, ತನ್ನ ಕಾಲುಗಳು ಕೆಲಸ ಮಾಡುತ್ತಿಲ್ಲವೆಂದೂ ಮತ್ತು ಅವನಿಗೆ ನಡೆಯಲು ಶಕ್ಯವೇ ಇಲ್ಲದಂತೆ "ಕಾಲುಗಳು ಮರಗಟ್ಟಿವೆ" ಎಂದು ಹೇಳಿದ. ಒಂದು ತರಹ ಗೊಂದಲಮಯವಾದ ಧ್ವನಿಯಲ್ಲಿ, ಸಾಕಷ್ಟು ಸ್ಪಷ್ಟತೆಯೂ ಇಲ್ಲದಂತೆ "ನಿನ್ನೆ ರಾತ್ರಿ ಹೆರಾಲ್ಡ್ ನನ್ನ ಜೊತೆಗೆ ಇದ್ದ. ಆದರೆ ಈಗ ಅವನು ನನ್ನ ಜೊತೆ ಇಲ್ಲ. ಅವನು ತುಂಬಾ ಸುಸ್ತಾಗಿದ್ದ" ಎಂದು ಹೇಳಿದ. ಅನಂತರ ಮತಿಗೆಟ್ಟವನಂತೆ "ಹೆರಾಲ್ಡ್ ನನ್ನ ಜೊತೆ ಇದ್ದನಾ? ನಿಂಗೆ ಹೇಳೋದಕ್ಕೆ ಸಾಧ್ಯನಾ?" ಎಂದು ಕೇಳಿದ್ದ.[1]

ಈ ವೇಳೆಗಾಗಲೇ ಹಾಲ್ ಬಳಿಯಲ್ಲಿ ಎರಡು ತುಂಬಿದ ಆಮ್ಲಜನಕದ ಬಾಟಲಿಗಳು ಇದ್ದವು. ಆದರೆ ಅವನ ಮುಖಗವಸಿನ ವಾಲ್ವ್‌ಗಳು ಹಿಮದಿಂದ ಹೇಗೆ ಕಟ್ಟಿಕೊಂಡಿದ್ದವೆಂದರೆ, ಅವನಿಗೆ ಅದನ್ನು ಸ್ವಚ್ಛಗೊಳಿಸಿ ಆಮ್ಲಜನಕ ಹರಿಯುವಂತೆ ಮಾಡಲು ಸಾಧ್ಯವಾಗುತ್ತಿರಲಿಲ್ಲ. ಆದರೆ ತನ್ನ ಹಿಮಗೊಡಲಿಯನ್ನು ಉಪಯೋಗಿಸಿ ಅದನ್ನು ಸ್ವಚ್ಛಗೊಳಿಸುತ್ತಿರುವುದಾಗಿ ತಿಳಿಸಿದ. "ಆ ಮಾತು ನಮ್ಮೆಲ್ಲರನ್ನೂ ಸ್ವಲ್ಪ ಮಟ್ಟಿಗೆ ಸಮಾಧಾನಪಡಿಸಿತು. ಅವನ ಕಡೆಯಿಂದ ಮೊದಲ ಬಾರಿಗೆ ಅಭಯ ನೀಡುವಂತಹ ಮಾತು ಕೇಳಿ ಬಂದಿತ್ತು" ಎಂದು ಕಾಟರ್ ನೆನಪಿಸಿಕೊಳ್ಳುತ್ತಾನೆ.

---

1 ಮೇ 10ರ ಸಂಜೆ 6:30ಕ್ಕೆ ನಾನು ಹೇರಿಸ್‌ನನ್ನು ಖಚಿತವಾಗಿ ನೋಡಿರುವೆನೆಂದು ಈಗಾಗಲೇ ವರದಿ ಮಾಡಿದ್ದೆ. ನನ್ನ ಈ ತಪ್ಪು ವರದಿಯಿಂದಾಗಿ ರಾಬ್ ಹಾಲ್‌ನು ಹೇರಿಸ್‌ನು ತನ್ನೊಡನೆ ದಕ್ಷಿಣ ದಿಬ್ಬದ ತುದಿಯಲ್ಲಿ, ಅಂದರೆ ನಾವಿರುವ ಸ್ಥಳಕ್ಕಿಂತಲೂ 3000 ಅಡಿ ಎತ್ತರದಲ್ಲಿ, ಇರುವನೆಂದು ವರದಿ ಮಾಡಿದಾಗ ಯಾರೂ ಅದನ್ನು ನಂಬಿರಲಿಲ್ಲ. ಆಮ್ಲಜನಕದ ಲಭ್ಯವಿಲ್ಲದೆ ಮಾನಸಿಕವಾಗಿ ಮತ್ತು ದೈಹಿಕವಾಗಿ ಸಾಕಷ್ಟು ಅಸ್ವಸ್ಥ್ಯಗೊಂಡಿರುವ ವ್ಯಕ್ತಿಯೊಬ್ಬನ ಬಡಬಡಿಕೆ ಅದೆಂದು ಅರ್ಥ ಮಾಡಿಕೊಂಡಿದ್ದರು.

ಬೆಳಗಿನ 5 ಗಂಟೆಯ ಹೊತ್ತಿಗೆ, ಬೇಸ್ ಕ್ಯಾಂಪ್‌ನವರು, ಸ್ಯಾಟಲೈಟ್ ಟೆಲಿಫೋನಿನ ಮೂಲಕ, ನ್ಯೂಜಿಲೆಂಡಿನ ಕ್ರೈಸ್ಟ್ ಚರ್ಚಿನಲ್ಲಿರುವ ರಾಬ್‌ನ ಪತ್ನಿ ಜೇನ್ ಅರೋಲ್ಡ್ ಜೊತೆಗೆ ಕರೆಯನ್ನು ಸ್ಥಾಪಿಸಿ ಕೊಟ್ಟರು. ತನ್ನ ಗಂಡನ ಜೊತೆಯಲ್ಲಿ ಆಕೆ 1993ರಲ್ಲಿ ಎವರೆಸ್ಟ್ ಆರೋಹಣವನ್ನು ಪೂರ್ತಿ ಮಾಡಿದ್ದಳು. ಆಕೆಗೆ ತನ್ನ ಪತಿಯ ಪರ್ವತಾರೋಹಣದ ಶಕ್ತಿಯ ಬಗ್ಗೆ ಯಾವುದೇ ಅನುಮಾನಗಳಿರಲಿಲ್ಲ. "ಅವನ ಮಾತು ಕೇಳಿದ ತಕ್ಷಣ ನನ್ನ ಹೃದಯ ಕುಸಿದು ಹೋಯ್ತು" ಎಂದು ಆಕೆ ನೆನಪಿಸಿಕೊಳ್ಳುತ್ತಾಳೆ. "ಅವನು ಪದಗಳನ್ನು ನುಂಗ್ತಾ ಇದ್ದ. ಅದೊಂದು ತರಹ ಸಿನಿಮಾದಲ್ಲಿ ಗಗನಯಾತ್ರಿ ಮೇಜರ್ ಟಾಮ್ ಮಾತಾಡ್ತಾನಲ್ಲ, ಹಾಗಿತ್ತು. ಅವನೆಲ್ಲೋ ತೇಲಿ ಹೋಗ್ತಾ ಇದ್ದಾನೆ ಅನ್ನಿಸ್ತಾ ಇತ್ತು. ನಾನು ಎವರೆಸ್ಟ್ ಹತ್ತಿ ಬಂದಿದೀನಿ; ಕೆಟ್ಟ ಹವಾಮಾನದಲ್ಲಿ ಅಲ್ಲಿನ ಪರಿಸ್ಥಿತಿ ಹೇಗಿರುತ್ತೆ ಅನ್ನೋದು ನನಗೆ ಗೊತ್ತು. ಒಮ್ಮೆ ಶಿಖರದ ತುದಿಯಲ್ಲಿ ಸಿಕ್ಕಿ ಹಾಕಿಕೊಂಡರೆ ರಕ್ಷಣೆ ಮಾಡಿ ಕೆಳಕ್ಕೆ ಯಾರನ್ನಾದರೂ ಕರೆತರುವುದು ಅಸಾಧ್ಯವೆಂದು ನಾವಿಬ್ಬರೂ ಮಾತನಾಡಿಕೊಂಡಿದ್ದೇವೆ. 'ಅದರ ಬದಲು ಸುಮ್ಮನೆ ಚಂದ್ರನ ಹತ್ತಿರ ಹೋಗೋದು ಸುಖ' ಅಂತ ರಾಬ್ ತಮಾಷೆಯಲ್ಲಿ ಹೇಳ್ತಾ ಇದ್ದ."

ಸುಮಾರು ಬೆಳಿಗ್ಗೆ 5:30ರ ಹೊತ್ತಿಗೆ ರಾಬ್ ಹಾಲ್ ನಾಲ್ಕು ಮಿಲಿಗ್ರಾಂನಷ್ಟು ಡೆಕ್ಸಾಮೆಥಾಜೋನ್ ಔಷಧಿಯನ್ನು ಮೌಖಿಕವಾಗಿ ತೆಗೆದುಕೊಂಡು, ತನ್ನ ಮುಖಗವಸಿನ ಹಿಮವನ್ನು ಇನ್ನೂ ಸ್ವಚ್ಛಪಡಿಸುತ್ತಿರುವುದಾಗಿ ಹೇಳಿದ. ಬೇಸ್ ಕ್ಯಾಂಪ್ ಜೊತೆಗೆ ಮಾತನಾಡುವಾಗ ಆತ ಮತ್ತೆ ಮತ್ತೆ ಮಕಾಲು ಗೌ, ಫಿಷರ್, ಬೆಕ್ ವೆದರ್ಸ್, ಯಸುಕೊ ನಂಬಾ ಮತ್ತು ತನ್ನ ಇತರ ಗ್ರಾಹಕರ ಪರಿಸ್ಥಿತಿಯ ಬಗ್ಗೆ ವಿಚಾರಿಸಿದ. ಅವನು ಆ್ಯಂಡಿ ಹೇರಿಸ್ ಬಗ್ಗೆ ವಿಪರೀತ ಕಾಳಜಿಯನ್ನು ವ್ಯಕ್ತಪಡಿಸಿ, ಅವನ ಪರಿಸ್ಥಿತಿಯ ಬಗ್ಗೆ ಮತ್ತೆ ಮತ್ತೆ ಕೇಳಿದ. ಬಹುಶಃ ಆ ವೇಳೆಗಾಗಲೇ ಹೇರಿಸ್ ಸತ್ತು ಹೋಗಿರಬಹುದು ಎನ್ನುವ ಅನುಮಾನದಿಂದ ವಿಷಯವನ್ನು ಬದಲಾಯಿಸಲು ಪ್ರಯತ್ನಿಸಿದ್ದಾಗಿ ಕಾಟರ್ ಹೇಳುತ್ತಾನೆ. "ಅದು ಮತ್ತೊಂದು ಕಾರಣವಾಗಿ ರಾಬ್ ಅಲ್ಲಿಯೇ ಉಳಿಯೋದು ನಮಗೆ ಇಷ್ಟ ಇರಲಿಲ್ಲ. ಒಂದು ಹೊತ್ತಿನಲ್ಲಂತೂ ಎಡ್ ವೈಸ್ಟಿಯೂರ್ಸ್ ಎರಡನೆಯ ಕ್ಯಾಂಪ್‌ನಿಂದ 'ಆ್ಯಂಡಿ ಬಗ್ಗೆ ಚಿಂತೆ ಮಾಡಬೇಡ; ಅವನು ಆಗಲೇ ಇಲ್ಲಿ ನಮ್ಮ ಜೊತೆ ಇದಾನೆ' ಎಂದು ಹಸಿಸುಳ್ಳೊಂದನ್ನು ಹೇಳಿದ."

ಕೆಲವು ಕ್ಷಣಗಳ ನಂತರ ಮೆಕೆಂಜೀ ರೇಡಿಯೋದಲ್ಲಿ ಹಾನ್‌ಸೆನ್ ಹೇಗಿದ್ದಾನೆಂದು ಕೇಳಿದಳು. "ಡಹ್ಗ್ ಹೋಗಿಬಿಟ್ಟ" ಎಂದು ರಾಬ್ ಉತ್ತರಿಸಿದ. ಅಷ್ಟೇ ಅವನು ಹೇಳಿದ್ದು ಮತ್ತು ಹಾನ್‌ಸೆನ್ ಬಗ್ಗೆ ಅವನಾಡಿದ ಕಡೆಯ ಮಾತುಗಳು ಅವಾಗಿದ್ದವು.

ಮೇ 23ರಂದು ಡೇವಿಡ್ ಬ್ರೇಷರ್ಸ್ ಮತ್ತು ಎಡ್ ವೈಸ್ಟಿಯುವರ್ಸ್ ಶಿಖರದ ತುದಿಯನ್ನು ಮುಟ್ಟಿದರು. ಅವರಿಗೆ ಹಾನ್‌ಸೆನ್ ದೇಹ ಎಲ್ಲಿಯೂ ಕಾಣಲಿಲ್ಲ. ಆದರೆ ದಕ್ಷಿಣ ತುದಿಯಿಂದ ಸುಮಾರು 50 ಅಡಿ ಮೇಲೆ ಒಂದು ಹಿಮಗೊಡಲಿ ಗಟ್ಟಿಯಾಗಿ ಹಿಮಕ್ಕೆ ಅಂಟಿಕೊಂಡಿರುವುದನ್ನು ಗಮನಿಸಿದರು. ಆ ಭಾಗದಲ್ಲಿ ಕಟ್ಟಿದ ಹಗ್ಗವು ಮುಗಿದು ಹೋಗಿದ್ದು, ಅತ್ಯಂತ ಕಡಿದಾದ ಕಣಿವೆಯ ಭಾಗಕ್ಕೆ ಅದು ತೆರೆದುಕೊಂಡಿತ್ತು. ಬಹುಶಃ ರಾಬ್ ಅಥವಾ ಹೇರಿಸ್ ಆತನನ್ನು ದಕ್ಷಿಣ ತುದಿಗೆ ಇಳಿಸಿಕೊಂಡು ಬರುವಾಗ, ಆ ಭಾಗದಲ್ಲಿ ಅವನು ಆಯತಪ್ಪಿ 7,000 ಅಡಿ ಕೆಳಕ್ಕೆ ಆಜ್ಞೇಯ ದಿಬ್ಬದ ಕಣಿವೆಗೆ ಬಿದ್ದಿರಬೇಕು. ಹಾಗೆ ಬೀಳುವಾಗ ಭಯದಲ್ಲಿ ಹಿಮಕೊಡಲಿಯನ್ನು ಗಟ್ಟಿಯಾಗಿ ಕಣಿವೆಯ ಅಂಚಿನ ಹಿಮಕ್ಕೆ ಹೊಡೆದು ಸಿಕ್ಕಿಸಿರಬೇಕು. ಆದರೆ ಇದೂ ಕೂಡಾ ನಮ್ಮೆಲ್ಲರ ಊಹೆಯೇ ಆಗಿರಲಿಕ್ಕೂ ಸಾಧ್ಯವಿದೆ.

ಆ್ಯಂಡಿ ಹೇರಿಸ್ ಗತಿ ಏನಾಯ್ತು ಎನ್ನುವುದು ನಮ್ಮ ಊಹೆಗೂ ನಿಲುಕದ ಸಂಗತಿಯಾಗಿದೆ. ಲೋಪ್ಸಾಂಗ್ ಹೇಳಿದ ಸಂಗತಿ, ಹಾಲ್ ಮಾಡಿದ ರೇಡಿಯೋ ಸಂಭಾಷಣೆ ಮತ್ತು ಆ್ಯಂಡಿಯದೇ ಇರಬೇಕು ಎನ್ನುವಂತಹ ಮತ್ತೊಂದು ಹಿಮಕೊಡಲಿ ದಕ್ಷಿಣ ತುದಿಯಲ್ಲಿ ಕಂಡು ಬಂದ ವಿಷಯಗಳನ್ನು ಆಧರಿಸಿ ಹೇಳುವುದಾದರೆ, ಅವನು ಖಂಡಿತವಾಗಿಯೂ ಮೇ 10ರ ರಾತ್ರಿ ರಾಬ್ ಹಾಲ್ ಜೊತೆಯಲ್ಲಿಯೇ ಇದ್ದ. ಆದರೆ ಅನಂತರ ಈ ಯುವ ಮಾರ್ಗದರ್ಶಿ ಯಾವ ವಿಧದಲ್ಲಿ ಅಂತ್ಯವನ್ನು ಕಂಡಿರಬಹುದು ಎನ್ನುವುದು ಈಗಲೂ ನಮಗೆ ಏನೂ ಗೊತ್ತಿಲ್ಲ.

ಬೆಳಿಗ್ಗೆ 6 ಗಂಟೆಯ ಹೊತ್ತಿಗೆ ಕಾಟರ್ ರೇಡಿಯೋ ಕರೆ ಮಾಡಿ, ಸೂರ್ಯೋದಯವಾಗಿದೆಯೆ ಎಂದು ರಾಬ್‌ನನ್ನು ಕೇಳಿದ. "ಹೆಚ್ಚೂ ಕಡಿಮೆ ಆಗಿದೆ" ಅಂತ ರಾಬ್ ಉತ್ತರಿಸಿದ. ಅದು ನೆಮ್ಮದಿಯ ಸಂಗತಿಯೇ ಆಗಿತ್ತು. ಏಕೆಂದರೆ ಕೆಲವೇ ನಿಮಿಷಗಳ ಮುಂಚೆ ಅವನು ಮಾತಾಡುವಾಗ ತುಂಬಾ ಚಳಿಯಿಂದ ನಡುಗುತ್ತಿರುವುದಾಗಿ ಹೇಳಿದ್ದ. ಅವನಿಗೆ ನಡೆಯಲು ಸಾಧ್ಯವೇ ಆಗುತ್ತಿಲ್ಲ ಎನ್ನುವ ವಿಚಾರ, ಕೆಳಗಿದ್ದವರಿಗೆಲ್ಲಾ ಅತ್ಯಂತ ಚಿಂತಾಜನಕ ಸಂಗತಿಯಾಗಿತ್ತು. ಆದರೂ, 28,700 ಅಡಿ ಎತ್ತರದಲ್ಲಿ ಆಮ್ಲಜನಕವೂ ಇಲ್ಲದೆ, ಬೆಚ್ಚನೆಯ ಗುಡಾರದ ಆಶ್ರಯವೂ ಇಲ್ಲದೆ, ಇಡೀ ರಾತ್ರಿಯನ್ನು ಆ ಭೀಕರ ಹಿಮಗಾಳಿಯಲ್ಲಿ ಕಳೆದರೂ ಇನ್ನೂ ಅವನು ಜೀವಂತವಾಗಿರುವನೆನ್ನುವುದೇ ಬಹು ಆಶ್ಚರ್ಯದ ಸಂಗತಿಯಾಗಿತ್ತು. ಅಲ್ಲಿಯ ಹವಾಮಾನವಂತೂ ಮೈನಸ್ 73 ಡಿಗ್ರಿ ಸೆಲ್ಸಿಯಸ್ ಇತ್ತು.

ಇದೇ ರೇಡಿಯೋ ಸಂಭಾಷಣೆಯಲ್ಲಿ ರಾಬ್ ಮತ್ತೊಮ್ಮೆ ಹೇರಿಸ್ ಬಗ್ಗೆ "ನಾನಲ್ಲದೆ ಬೇರೆ ಯಾರಾದರೂ ನಿನ್ನೆ ರಾತ್ರಿ ಹೆರಾಲ್ಡ್‌ನನ್ನು ನೋಡಿದಿರಾ?" ಎಂದು ಕೇಳಿದ. ಮೂರು ತಾಸುಗಳ ನಂತರವೂ ರಾಬ್ ಮತ್ತೆ ಮತ್ತೆ ಆ್ಯಂಡಿ ಬಗ್ಗೆ

ವಿಚಾರಿಸಿಕೊಳ್ಳುತ್ತಿದ್ದ. ಸುಮಾರು ಬೆಳಿಗ್ಗೆ 8:43ರ ಹೊತ್ತಿಗೆ ಅತ್ಯಂತ ಚಿಂತೆಯಿಂದ ರಾಬ್ ರೇಡಿಯೋದಲ್ಲಿ ಮಾತನಾಡಿದ. "ಆ್ಯಂಡಿಯ ಕೆಲವೊಂದು ವಸ್ತುಗಳು ಇಲ್ಲೇ ಇವೆ. ನಾನು ಅವನು ರಾತ್ರಿ ಕೆಳಕ್ಕೆ ಇಳಿದು ಹೋಗಿರಬೇಕು ಅಂದುಕೊಂಡಿದ್ದೆ. ಒಂದು ವಿಷಯ ಹೇಳಿ, ಅವನ ಅಲ್ಲಿಗೆ ಬಂದಿದಾನೋ ಇಲ್ಲವೋ?" ಎಂದು ಕೇಳಿದ. ವಿಲ್ಟನ್ ವಿಷಯವನ್ನು ಬೇರೆಡೆಗೆ ತಿರುಗಿಸಲು ನೋಡಿದ. ಆದರೆ ರಾಬ್ ತನ್ನ ಪ್ರಶ್ನೆಗೆ ಉತ್ತರ ಬೇಕೇಬೇಕೆಂದು ಹಟಹಿಡಿದ. "ಅದೆಲ್ಲಾ ಸರಿ. ಆದರೆ ಅವನ ಹಿಮಕೊಡಲಿ, ಜಾಕೆಟ್ ಮತ್ತೂ ಇನ್ನೂ ಕೆಲವೊಂದು ಇಲ್ಲೇ ಇವೆ" ಎಂದು ಗೊಣಗಾಡಿದ.

ಎರಡನೆಯ ಕ್ಯಾಂಪಿನಲ್ಲಿದ್ದ ವೈಸ್ಟಿಯುವರ್ಸ್ "ರಾಬ್, ಆ ಜಾಕೆಟ್ ಅನ್ನು ನೀನು ಹಾಕಿಕೊಳ್ಳೋದಕ್ಕೆ ಆದರೆ ಹಾಕಿಕೋ. ತಕ್ಷಣ ಕೆಳಕ್ಕಿಳಿದು ಬಾ. ಬೇರೆ ಯಾವ ಚಿಂತೆಯನ್ನೂ ಮಾಡಬೇಡ. ಕೇವಲ ನಿನ್ನ ಸುರಕ್ಷತೆಯನ್ನು ನೋಡಿಕೋ. ಉಳಿದವರ ಕಾಳಜಿಯನ್ನು ಬೇರೆಯವರು ನೋಡಿಕೊಳ್ಳುತ್ತಿದ್ದಾರೆ. ನೀನು ಸುಮ್ಮನೆ ಕೆಳಕ್ಕೆ ಇಳಿದು ಬಾ" ಎಂದು ಒತ್ತಾಯಿಸಿದ.

ಸುಮಾರು ನಾಲ್ಕು ತಾಸುಗಳ ಕಾಲ ಮುಖಗವಸಿನ ರೆಗ್ಯುಲೇಟರಿಗೆ ಅಂಟಿಕೊಂಡ ಹಿಮವನ್ನು ಸ್ವಚ್ಛಗೊಳಿಸುವುದಕ್ಕೆ ಹೋರಾಡಿ, ಹಾಲ್ ಕೊನೆಗೂ ಅದು ಕೆಲಸ ಮಾಡುವಂತೆ ಮಾಡಿದ. ಸುಮಾರು ಬೆಳಗಿನ 9 ಗಂಟೆಯ ಹೊತ್ತಿಗೆ ಅವನು ಪ್ರಥಮ ಬಾರಿ ಪೂರಕ ಆಮ್ಲಜನಕವನ್ನು ಸರಾಗವಾಗಿ ಉಸಿರಾಡುತ್ತಿದ್ದ. ಆದರೆ ಆ ವೇಳೆಗಾಗಲೇ ಅವನು 28,700 ಅಡಿ ಎತ್ತರದಲ್ಲಿ ಸುಮಾರು ಹದಿನಾರು ತಾಸಿಗಿಂತಲೂ ಹೆಚ್ಚು ಸಮಯವನ್ನು ಪೂರಕ ಆಮ್ಲಜನಕವಿಲ್ಲದೆ ಕಳೆದಿದ್ದ. ಸಾವಿರಾರು ಅಡಿ ಕೆಳಗಿರುವ ಅವನ ಗೆಳೆಯರು ಇನ್ನು ಆರಾಮಾಗಿ ಕೆಳಗಿಳಿಯೆಂದು ತಮಾಷೆ ಮಾಡತೊಡಗಿದರು. ಹೆಲೆನ್ ವಿಲ್ಟನ್ ಅತ್ಯಂತ ಆರ್ದ್ರ ಧ್ವನಿಯಲ್ಲಿ, ಇನ್ನೇನು ಕಣ್ಣೀರು ಇಳಿದು ಬಿಡುತ್ತದೆ ಎನ್ನುವಂತೆ "ರಾಬ್, ಬೇಸ್ ಕ್ಯಾಂಪ್‌ನಿಂದ ಹೆಲೆನ್ ಮಾತಾಡ್ತಾ ಇದೀನಿ. ನಿನ್ನ ಪುಟ್ಟ ಮಗುವನ್ನು ಕುರಿತು ಆಲೋಚಿಸು. ಇನ್ನು ಕೆಲವೇ ತಿಂಗಳಿನಲ್ಲಿ ನೀನು ಅವನನ್ನು ಮುಖತಃ ಭೇಟಿಯಾಗಬೇಕು. ದಯವಿಟ್ಟು ಕೆಳಗಿಳಿದು ಬಾ" ಎಂದು ಬೇಡಿಕೊಂಡಳು.

ಸಾಕಷ್ಟು ಸಲ ರಾಬ್ ಕೆಳಕ್ಕೆ ಇಳಿಯಲು ತಯಾರಾಗುತ್ತಿರುವುದಾಗಿ ಹೇಳಿದ. ಒಂದು ಹಂತದಲ್ಲಂತೂ ಅವನು ಖಂಡಿತ ದಕ್ಷಿಣ ತುದಿಯನ್ನು ಬಿಟ್ಟು ಕೆಳಕ್ಕಿಳಿದ ಎಂದು ನಮಗನ್ನಿಸಿತು. ಆಗ ನಾಲ್ಕನೆಯ ಕ್ಯಾಂಪಿನ ಗುಡಾರಗಳ ಹೊರಗಿದ್ದ ನಾನು ಮತ್ತು ಶೆರ್ಪಾ ಲಕ್ಪಾ ಚಿರ್ರಿ, ದೂರದಲ್ಲಿ ಆಜ್ಞೇಯ ದಿಬ್ಬದ ಮೂಲಕ ಒಂದು ಕಪ್ಪು ಚಿಕ್ಕೆಯು ಇಳಿಯುತ್ತಿರುವುದನ್ನು ಕಂಡು ಸಂತೋಷದಿಂದ ನಡುಗತೊಡಗಿದೆವು.

ಅದು ಖಂಡಿತವಾಗಿಯೂ ರಾಬ್ ಆಗಿರಲೇಬೇಕೆಂದು, ಅವನು ಕೆಳಕ್ಕೆ ಇಳಿಯಲು ಪ್ರಾರಂಭಿಸಿದ್ದಾನೆಂದು ತಿಳಿದು, ಒಬ್ಬರಿಗೊಬ್ಬರು ಬೆನ್ನನ್ನು ಚಪ್ಪರಿಸಿಕೊಂಡು ಸಂತೋಷದಿಂದ ಕೇಕೆ ಹಾಕಿ, ಅವನಿಗೆ ಉತ್ಸಾಹ ತುಂಬಿದೆವು. ಆದರೆ ಒಂದು ಗಂಟೆಯ ನಂತರ ನಮ್ಮ ಆಸೆ ಹುಸಿಯೆಂಬುದು ಅರ್ಥವಾಯ್ತು. ಆ ಚುಕ್ಕೆ ಅದೇ ಜಾಗದಲ್ಲಿ ಅಲುಗಾಡದೆ ನಿಂತಿರುವುದು ನಮಗೆ ಗೊತ್ತಾಯಿತು. ಅದು ಒಂದು ಕಲ್ಲು ಬಂಡೆಯಲ್ಲದೆ ಮತ್ತೇನೂ ಆಗಿರಲಿಲ್ಲ. ಪರ್ವತದ ಎತ್ತರದಲ್ಲಿ ಆಗುವ ಮತ್ತೊಂದು ಬಗೆಯ ಮರೀಚಿಕೆ ಅದಾಗಿತ್ತು. ರಾಬ್ ದಕ್ಷಿಣ ತುದಿಯನ್ನು ಬಿಟ್ಟಿರಲೇ ಇಲ್ಲ.

III

ಹಾಲ್‌ನನ್ನು ರಕ್ಷಿಸುವ ಸಲುವಾಗಿ, ಸುಮಾರು ಬೆಳಿಗ್ಗೆ 9 ಗಂಟೆಯ ಹೊತ್ತಿಗೆ, ಆಂಗ್ ದೋರ್ಜೆ ಮತ್ತು ಲಕ್ಪಾ ಚಿರ್ರಿ ಇಬ್ಬರೂ ದಕ್ಷಿಣ ತುದಿಯ ಕಡೆಗೆ ಹೊರಟರು. ಜೊತೆಯಲ್ಲಿ ಒಂದು ಥರ್ಮಾಸ್ ಫ್ಲಾಸ್ಕಿನಲ್ಲಿ ಬಿಸಿಯಾದ ಟೀ, ಎರಡು ತುಂಬಿದ ಆಮ್ಲಜನಕದ ಬಾಟಲಿಗಳನ್ನು ಒಯ್ದರು. ಇದು ಒಂದು ಅಸಾಧ್ಯವಾದ ರಕ್ಷಣಾ ಕಾರ್ಯವಾಗಿತ್ತು. ನಿನ್ನೆ ರಾತ್ರಿ ಸ್ಯಾಂಡಿ ಪಿಟ್‌ಮನ್ ಮತ್ತು ಶಾರ್ಲೆ ಫಾಕ್ಸ್‌ರನ್ನು ರಕ್ಷಿಸಲು ಬೊಕ್ರೀವ್ ಅತ್ಯಂತ ಧೈರ್ಯವನ್ನೂ, ದಿಗ್ಮೂಢಗೊಳಿಸುವ ಶೌರ್ಯವನ್ನು ಮೆರೆದಿದ್ದ. ಆದರೆ ಈ ದಿನ ಇಬ್ಬರು ಶೆರ್ಪಾಗಳು ಮಾಡಲು ಹೊರಟಿರುವ ಸಾಧನೆಗೆ ಹೋಲಿಸಿದರೆ ಅದು ಪೇಲವವೆನ್ನಿಸಬಹುದಾಗಿತ್ತು. ಪಿಟ್‌ಮನ್ ಮತ್ತು ಫಾಕ್ಸ್ ಇಬ್ಬರೂ ಕ್ಯಾಂಪ್‌ನಿಂದ ಸಮತಟ್ಟಾದ ನೆಲದಲ್ಲಿ ಕೇವಲ ಇಪ್ಪತ್ತು ನಿಮಿಷದ ನಡಿಗೆಯಷ್ಟು ದೂರದಲ್ಲಿ ಇದ್ದರು. ಆದರೆ ಹಾಲ್ ನಾಲ್ಕನೆಯ ಕ್ಯಾಂಪ್‌ನಿಂದ ಸುಮಾರು 3,000 ಅಡಿ ಎತ್ತರದಲ್ಲಿ ಇದ್ದ. ಅಲ್ಲಿಗೆ ತಲುಪಲು ಏನಿಲ್ಲವೆಂದರೂ ಸುಮಾರು ಎಂಟರಿಂದ ಒಂಬತ್ತು ತಾಸುಗಳಷ್ಟು ಶ್ರಮದ ಅವಶ್ಯಕತೆಯಿತ್ತು; ಅದೂ ಅನುಕೂಲಕರ ಹವಾಮಾನವಿದ್ದರೆ ಮಾತ್ರ.

ಆದರೆ ಸದ್ಯಕ್ಕಂತೂ ಯಾವುದೇ ಅನುಕೂಲದ ಹವಮಾನ ಇರಲಿಲ್ಲ. ಗಾಳಿಯಂತೂ ಭೋರೆಂದು ಬೀಸುತ್ತಲೇ ಇತ್ತು. ಆಂಗ್ ದೋರ್ಜೆ ಮತ್ತು ಲಕ್ಪಾ ಇಬ್ಬರೂ ಹಿಂದಿನ ದಿನ ಪರ್ವತದ ತುದಿಯನ್ನು ಹತ್ತಿ ಬಂದಿದ್ದರಿಂದ, ಸಾಕಷ್ಟು ಚಳಿಗೆ ಸುಸ್ತಾಗಿ ಹೋಗಿದ್ದರು. ಅವರು ಎಷ್ಟೇ ಕಷ್ಟಪಟ್ಟು ದಕ್ಷಿಣ ತುದಿಯನ್ನು ಮುಟ್ಟಿದರೂ, ಅದಾಗಲೇ ಮಧ್ಯಾಹ್ನ ಮೀರಿರುತ್ತದೆ. ಇನ್ನು ಬೆಳಕು ಉಳಿಯುವುದು ಕೇವಲ ಒಂದೆರಡು ತಾಸು ಮಾತ್ರ. ಅದರಿಂದಾಗಿ ಅವನನ್ನು ಕರೆದುಕೊಂಡು ಬರುವುದು ಇನ್ನಷ್ಟು ಕಷ್ಟವಾಗುತ್ತಿತ್ತು. ಆದರೂ ನಾಯಕನ ಬಗ್ಗೆ ಅವರ ನಿಷ್ಠೆ

ಎಷ್ಟಿತ್ತೆಂದರೆ, ಎಲ್ಲಾ ಅನುಮಾನಗಳನ್ನು ಬದಿಗೊತ್ತಿ, ಎಷ್ಟು ವೇಗವಾಗಿ ಸಾಧ್ಯವೋ ಅಷ್ಟು ವೇಗವಾಗಿ ದಕ್ಷಿಣ ತುದಿಯನ್ನು ತಲುಪಲು ಹೊರಟರು.

ಅದಾದ ಸ್ವಲ್ಪೇ ಹೊತ್ತಿಗೆ, ಮೌಂಟೆನ್ ಮ್ಯಾಡ್‌ನೆಸ್ ತಂಡದ ಇಬ್ಬರು ಶೆರ್ಪಾಗಳಾದ ತಾಶಿ ತ್ಶೇರಿಂಗ್ ಮತ್ತು ನಾಗಾವಾಂಗ್ ಸಿಯಾ ಕಿಯಾ ಸೇರಿಕೊಂಡು ಸ್ಕಾಟ್ ಫಿಷರ್‌ನನ್ನು ಕರೆತರಲು ಹೊರಟರು. ನಾಗಾವಾಂಗ್ ಶೆರ್ಪಾನು ಲೋಪ್ಸಾಂಗ್‌ನ ತಂದೆ. ಕುಳ್ಳನೆಯ ಮಟ್ಟಸವಾದ ದೇಹವನ್ನು ಹೊಂದಿದ್ದ ಈತನ ಕಿವಿಯ ಬಳಿಯ ಕೂದಲುಗಳು ಆಗಲೇ ನೆರೆತಿದ್ದವು. ಥೈವಾನಿ ತಂಡದಿಂದ ಒಬ್ಬ ಶೆರ್ಪಾ ಮಕಾಲು ಗೌನನ್ನು ರಕ್ಷಣೆ ಮಾಡಿ ಕರೆತರಲು ಹೊರಟ. ಸೌತ್ ಕೋಲ್‌ನಿಂದ ಸುಮಾರು 1,200 ಅಡಿಗಳಷ್ಟು ಹತ್ತಿದ ಮೇಲೆ, ಈ ಮೂವರೂ ಶೆರ್ಪಾಗಳು ಈಗಾಗಲೇ ಸುಸ್ತಾಗಿ ಹೋಗಿದ್ದ ಸ್ಕಾಟ್ ಮತ್ತು ಮಕಾಲು ಗೌರನ್ನು ಕಂಡರು. ಈ ಹಿಂದೆ ಯಾವ ಕಲ್ಲಿನ ಚಾಚಿನ ಮೇಲೆ ಲೋಪ್ಸಾಂಗ್ ಅವರಿಬ್ಬರನ್ನೂ ಮಲಗಿಸಿ ಹೋಗಿದ್ದನೋ, ಅವರು ಅಲ್ಲಿಯೇ ಇದ್ದರು. ಸ್ಕಾಟ್ ಫಿಷರ್‌ಗೆ ಆಮ್ಲಜನಕ ಕೊಡಲು ಪ್ರಯತ್ನಿಸಿದರಾದರೂ, ಅವನದಕ್ಕೆ ಪ್ರತಿಕ್ರಿಯಿಸಲಿಲ್ಲ. ಅವನಿನ್ನೂ ಉಸಿರಾಡುತ್ತಿದ್ದನಾದರೂ, ಕಣ್ಣುಗುಡ್ಡೆಗಳು ಚಲನೆಯನ್ನು ಕಳೆದುಕೊಂಡಿದ್ದವು ಮತ್ತು ಹಲ್ಲುಗಳು ಒಂದಕ್ಕೊಂದು ಗಟ್ಟಿಯಾಗಿ ಕಚ್ಚಿಕೊಂಡಿದ್ದವು. ಅವನ ಮೇಲಿನ ಎಲ್ಲ ಆಸೆಯನ್ನು ಬಿಟ್ಟು, ಅಲ್ಲಿಯೇ ಅವನನ್ನು ತೊರೆದು, ಕೇವಲ ಮಕಾಲು ಗೌನನ್ನು ಮಾತ್ರ ಕರೆದುಕೊಂಡು ಮೂವರು ಕೆಳಕ್ಕೆ ಇಳಿಯಲಾರಂಭಿಸಿದರು. ಮಕಾಲು ಗೌ ಬಿಸಿಯಾದ ಟೀ ಕುಡಿದು, ಪೂರಕ ಆಮ್ಲಜನಕವನ್ನು ಬಳಸಲಾರಂಭಿಸಿದ ಮೇಲೆ ಸ್ವಲ್ಪ ಹುಷಾರಾದ. ಒಂದು ಸಣ್ಣ ಹಗ್ಗದಿಂದ ಶೆರ್ಪಾನೊಬ್ಬನಿಗೆ ಕಟ್ಟಿಕೊಂಡು, ಅವನ ಸಹಾಯದಿಂದ ಹಗೂರಕ್ಕೆ ತನ್ನ ಪಾಡಿಗೆ ತಾನು ಕ್ಯಾಂಪ್ ಕಡೆಗೆ ನಡೆಯಲಾರಂಭಿಸಿದ.

ಆ ದಿನವು ಸಾಕಷ್ಟು ಬಿಸಿಲು ಮತ್ತು ಸ್ವಚ್ಛ ಆಕಾಶದಿಂದ ಪ್ರಾರಂಭವಾಗಿದ್ದರೂ, ಗಾಳಿ ಮಾತ್ರ ರಭಸವಾಗಿ ಬೀಸುತ್ತಲೇ ಇತ್ತು. ಪರ್ವತದ ಮೇಲಿನ ಭಾಗಗಳು ದಟ್ಟ ಮೋಡಗಳಿಂದ ಕವಿದುಕೊಂಡಿತ್ತು. 7,000 ಅಡಿ ಕೆಳಗೆ ಎರಡನೆಯ ಕ್ಯಾಂಪಿನಲ್ಲಿದ್ದ IMAX ತಂಡದವರಿಗೆ, ಪರ್ವತದ ತುದಿಯಲ್ಲಿ ಯುದ್ಧವಿಮಾನಗಳು ಬಾಂಬ್ ಸಿಡಿಸುತ್ತಾ ಹೋಗುತ್ತಿರುವಂತೆ ಭಾಸವಾಯ್ತು. ಇದೇ ಹೊತ್ತಿನಲ್ಲಿ ಆಜ್ಞೇಯ ದಿಬ್ಬದಲ್ಲಿ ಆಂಗ್ ದೋರ್ಜೆ ಮತ್ತು ಲಕ್ಪಾ ಚಿರ್ರಿ ಮಾತ್ರ ತಮ್ಮ ನಿರ್ಧಾರವನ್ನು ಬದಲಾಯಿಸದೆ ಆ ದುರ್ಗಮ ವಾತಾವರಣದಲ್ಲಿಯೇ ರಾಬ್ ಹಾಲ್ ಕಡೆಗೆ ನಡೆಯುತ್ತಿದ್ದರು. ಆದರೆ ಮಧ್ಯಾಹ್ನ 3 ಗಂಟೆಯ ಹೊತ್ತಿಗೆ, ಇನ್ನೂ ದಕ್ಷಿಣ ತುದಿಯಿಂದ 700 ಅಡಿ ಕೆಳಗೆ ಇದ್ದಾರೆ ಎನ್ನುವಾಗ, ವಿಪರೀತವಾಗಿ ಬೀಸಲಾರಂಭಿಸಿದ ಗಾಳಿ ಮತ್ತು ಅತಿಯಾದ ಚಳಿ, ಅವರ ಸಹನಾಶಕ್ತಿಯನ್ನು ಮೀರಿದ್ದಾಗಿತ್ತು. ಆದ್ದರಿಂದ ಮುಂದುವರೆಯಲು

ಸಾಧ್ಯವಾಗಲಿಲ್ಲ. ಅದೊಂದು ಧೀರೋದಾತ್ತ ಸಾಹಸವಾಗಿತ್ತು, ಆದರೆ ಕೊನೆಯಲ್ಲಿ ವಿಫಲವಾಯ್ತು. ಅವರು ವಾಪಾಸು ಇಳಿಯಲು ಪ್ರಾರಂಭಿಸಿದರು. ಇನ್ನು ರಾಬ್ ಹಾಲ್‌ನ ರಕ್ಷಣೆಯ ಅವಕಾಶಗಳು ಹೆಚ್ಚು ಕಡಿಮೆ ಇಲ್ಲದಂತಾಯ್ತು.

ಮೇ 11ರ ಇಡೀ ದಿನ, ರಾಬ್ ಹಾಲ್‌ನ ಗೆಳೆಯರು, ತಂಡದ ಸದಸ್ಯರು ಏಕಪ್ರಕಾರವಾಗಿ ಅವನಿಗೆ ತನ್ನ ಸ್ವಂತ ಪರಿಶ್ರಮದಿಂದ ಕೆಳಕ್ಕೆ ಇಳಿಯಲು ಇನ್ನಿಲ್ಲದಂತೆ ಬೇಡಿಕೊಂಡರು. ಹಲವಾರು ಬಾರಿ ಇಳಿಯಲು ಸಿದ್ಧನಾಗುತ್ತಿದ್ದೇನೆಂದು ರಾಬ್ ಹೇಳಿದ. ಆದರೆ ಮನೋಸ್ಥೈರ್ಯವಿಲ್ಲದೆ ದಕ್ಷಿಣ ದಿಬ್ಬದ ತುದಿಯಲ್ಲಿಯೇ ಉಳಿದು ಬಿಟ್ಟ. ಮಧ್ಯಾಹ್ನ 3:20ರ ಹೊತ್ತಿಗೆ ಕಾಟರ್ ತನ್ನ ಪುಮೋರಿ ಬೇಸ್ ಕ್ಯಾಂಪ್‌ನಿಂದ ಎವರೆಸ್ಟ್ ಬೇಸ್ ಕ್ಯಾಂಪಿಗೆ ನಡೆದುಕೊಂಡು ಬಂದ. ರೇಡಿಯೋದಲ್ಲಿ ತನ್ನ ಗೆಳೆಯನಿಗೆ "ರಾಬ್, ಸುಮ್ಮನೆ ದಿಬ್ಬ ಇಳಿಯೋದಕ್ಕೆ ಶುರುಮಾಡು" ಎಂದು ದಬಾಯಿಸಿದ.

ಈ ವರ್ತನೆಗೆ ಸಿಟ್ಟಿಗೆದ್ದ ರಾಬ್, ತಿರುಗಿ ಕಾಟರ್‌ನನ್ನು ಬೈಯ್ದ. "ನೋಡೋ, ನನ್ನ ಕೈಗಳು ಹಿಮಕಡಿತದಿಂದ ಹಾಳಾಗಿವೆ. ಗಂಟು ಗಂಟು ಇರೋ ಆ ಹಗ್ಗನ್ನ ಹಿಡಿದುಕೊಂಡು ಬರೋದಕ್ಕೆ ಆಗಲ್ಲ. ಇಲ್ಲ ಅಂದಿದ್ರೆ ಆರು ಗಂಟೆ ಮುಂಚೆಯೇ ಹೊರಟು ಬಿಟ್ಟಿರ್ತಿದ್ದೆ ಕಣೋ. ದಯವಿಟ್ಟು ಒಂದು ಥರ್ಮಾಸ್ ಫ್ಲಾಸ್ಕಿನ ತುಂಬಾ ಏನಾದರೂ ಬಿಸಿಯಾದದ್ದನ್ನು ಮಾಡಿ, ಒಂದಿಬ್ಬರು ಶೆರ್ಪಾಗಳನ್ನು ಮೇಲಕ್ಕೆ ಕಳುಹಿಸು. ಅಷ್ಟು ಆದರೆ ಸಾಕು."

"ಗೆಳೆಯ, ವಿಷಯ ಬೇರೇನೆ ಇದೆ. ಶೆರ್ಪಾ ಹುಡುಗರು ಮೇಲಕ್ಕೆ ಹತ್ತಿದ್ರು. ಆದರೆ ಆ ಬಿರುಗಾಳಿ ಮತ್ತು ಚಳಿಯನ್ನ ತಟ್ಟಿಗೊಳ್ಳಲಿಕ್ಕೆ ಆಗದೆ ವಾಪಾಸು ಬಂದು ಬಿಟ್ಟರು" ಎಂದು ಅತ್ಯಂತ ಸೂಕ್ಷ್ಮವಾಗಿ ರಕ್ಷಣಾ ಕಾರ್ಯ ವಿಫಲವಾಗಿದೆ ಎಂಬ ಸಂಗತಿಯನ್ನು ಕಾಟರ್ ತಿಳಿಸಿದ. "ಈಗ ಉಳಿದಿರುವ ಒಂದೇ ಸಾಧ್ಯತೆ ಅಂದ್ರೆ ನೀನಾಗಿಯೇ ಕೆಳಕ್ಕೆ ಇಳಿದು ಬರೋದು."

"ನಂಗೆ ಇನ್ನೂ ಒಂದು ರಾತ್ರಿ ಇಲ್ಲೇ ಇರುವಷ್ಟು ಶಕ್ತಿ ಇದೆ. ನೀನು ಬೆಳಿಗ್ಗೆ ಹೊತ್ತಿಗೆ ಶೆರ್ಪಾ ಹುಡುಗರ ಜೊತೆಗೆ ಬಿಸಿ ಟೀ ಕಳುಹಿಸಿದರೆ ಸಾಕು. ಆದರೆ 9:30 ಅಥವಾ 10:00 ಗಂಟೆಯಷ್ಟು ತಡ ಮಾಡಬೇಡ" ಎಂದು ರಾಬ್ ಹೇಳಿದ.

"ನೀನು ಗಟ್ಟಿ ಮನುಷ್ಯ ಕಣೋ, ದೊಡ್ಡ ಜೀವ" ಎಂದು ನಡುಗುವ ಧ್ವನಿಯಲ್ಲಿ ಕಾಟರ್ ಉತ್ತರಿಸಿದ. "ಸರಿ ಬಿಡು. ಹಾಗಿದ್ರೆ ಬೆಳಿಗ್ಗೆ ಹೊತ್ತಿಗೆ ಇಬ್ಬರು ಶೆರ್ಪಾ ಹುಡುಗರನ್ನು ಕೊಟ್ಟು ಕಳುಹಿಸುತ್ತೇನೆ."

ಸಂಜೆ 6:20ರ ಹೊತ್ತಿಗೆ, ಹಾಲ್‌ನನ್ನು ಸಂಪರ್ಕಿಸಿದ ಕಾಟರ್, ಕ್ರೈಸ್ಟ್ ಚರ್ಚ್‌ನಿಂದ ಅವನ ಪತ್ನಿ ಜೇನ್ ಅರ್ನಾಲ್ಡ್ ಅವನೊಡನೆ ಮಾತನಾಡಲು

ಕಾಯುತ್ತಿರುವುದಾಗಿ ತಿಳಿಸಿದ. "ಒಂದು ನಿಮಿಷ ತಡೆ. ನನ್ನ ಬಾಯಿ ಒಣಗಿದೆ. ಒಂದಿಷ್ಟು ಹಿಮ ತಿಂದ ನಂತರ ಆಕೆ ಜೊತೆ ಮಾತಾಡ್ತೀನಿ" ಎಂದು ರಾಬ್ ಉತ್ತರಿಸಿದ. ಸ್ವಲ್ಪ ಸಮಯದ ನಂತರ ಸಂಪರ್ಕಕ್ಕೆ ಬಂದ ರಾಬ್ ಅತ್ಯಂತ ಕ್ಷೀಣವಾದ, ಭಯಂಕರ ಅಸ್ಪಷ್ಟವಾದ ಧ್ವನಿಯಲ್ಲಿ ಮಾತನಾಡಲು ಶುರುಮಾಡಿದ. "ಹೈ... ಮೈ ಸ್ವೀಟ್ ಹಾರ್ಟ್. ನೀನು ಬೆಚ್ಚನೆಯ ಹಾಸಿಗೆಯಲ್ಲಿ ಸುಖವಾಗಿ ಮಲಗಿಕೊಂಡಿದೀಯ ಅಂದ್ಕೊಳ್ತೀನಿ. ಹೇಗಿದೀಯ?"

"ನಿನ್ನ ಬಗ್ಗೆ ಎಷ್ಟು ಚಿಂತೆ ಮಾಡ್ತಾ ಇದೀನಿ ಅಂತ ನಿಂಗೆ ಹೇಗೆ ಹೇಳ್ಲಿ?" ಎಂದು ಜೇನ್ ಅರ್ನಾಲ್ಡ್ ಉತ್ತರಿಸಿದಳು. "ನಾನು ಅಂದುಕೊಂಡಿದ್ದಕ್ಕಿಂತಲೂ ನೀನು ಹೆಚ್ಚು ಸ್ಫೂರ್ತಿಯಿಂದ ಮಾತಾಡ್ತಾ ಇದೀಯ... ಬೆಚ್ಚಗಿದೀಯ ಡಾರ್ಲಿಂಗ್?"

"ಈ ಹವಾಮಾನ, ಈ ಎತ್ತರ ಎಲ್ಲಾ ಲೆಕ್ಕಕ್ಕೆ ತೆಗೆದುಕೊಂಡರೆ ಬೆಚ್ಚಗಿದೀನಿ" ಎಂದು ಆಕೆಯನ್ನು ಅನವಶ್ಯಕವಾಗಿ ಗಾಬರಿಗೊಳಿಸದಂತೆ ಹಾಲ್ ಉತ್ತರಿಸಿದ.

"ನಿನ್ನ ಕಾಲು ಹೇಗಿವೆ?"

"ಬೂಟು ಬಿಚ್ಚಿ ನೋಡಿಕೊಳ್ಳೋದಕ್ಕೆ ಹೋಗಿಲ್ಲ. ಆದರೆ ಒಂದಿಷ್ಟು ಹಿಮಕಡಿತ ಆಗಿದೆ ಅನ್ನಿಸುತ್ತೆ..."

"ನೀನು ಇಲ್ಲಿಗೆ ಬಂದ ತಕ್ಷಣ ಮತ್ತೆ ನಿನ್ನ ಆರೋಗ್ಯವಂತನಾಗಿ ಮಾಡೋದಕ್ಕೆ ಕಾಯ್ತಾ ಇರ್ತೀನಿ" ಎಂದು ಜೇನ್ ಹೇಳಿದಳು. "ನಿನ್ನ ರಕ್ಷಣೆ ಖಂಡಿತವಾಗಿಯೂ ಆಗುತ್ತದೆಂದು ನಂಗೆ ನಂಬಿಕೆ ಇದೆ. ನೀನು ಒಬ್ಬನೇ ಇದೀಯ ಅಂದ್ಕೋಬೇಡ. ನನ್ನೆಲ್ಲಾ ಧೈರ್ಯ, ಶಕ್ತಿಯನ್ನ ನಿನ್ನ ಕಡೆಗೆ ಕಳುಹಿಸಿ ಕೊಡ್ತಾ ಇದೀನಿ!"

ಕರೆಯನ್ನು ಮುಕ್ತಾಯಗೊಳಿಸುವುದಕ್ಕೆ ಮುಂಚೆ ರಾಬ್ ಹಾಲ್ ತನ್ನ ಪತ್ನಿಗೆ "ಐ ಲವ್ ಯು. ಮೈ ಸ್ವೀಟ್ ಹಾರ್ಟ್, ಚೆನ್ನಾಗಿ ನಿದ್ದೆ ಮಾಡು. ನನ್ನ ಬಗ್ಗೆ ತುಂಬಾ ತಲೆ ಕೆಡಿಸ್ಕೋಬೇಡ" ಎಂದು ಹೇಳಿದ.

ಇವೇ ಅವನಾಡಿದ ಕೊನೆಯ ಮಾತುಗಳಾಗಿದ್ದವು. ಅನಂತರ ಯಾರೂ ಅವನ ಸೊಲ್ಲನ್ನು ಕೇಳಿಸಿಕೊಂಡಿಲ್ಲ. ಆ ದಿನ ರಾತ್ರಿ ಮತ್ತು ಮರುದಿನ ಅವನೊಡನೆ ಮಾತನಾಡಲೆಂದು ರೇಡಿಯೋ ಕರೆ ಮಾಡಿದರೂ ಅವು ಯಾವಕ್ಕೂ ಉತ್ತರ ಬರಲಿಲ್ಲ. ಹನ್ನೆರಡು ದಿನಗಳ ನಂತರ, ಬ್ರೇಷರ್ಸ್ ಮತ್ತು ವೈಸ್ಟಿಯುವರ್ಸ್ ಪರ್ವತದ ತುದಿಯನ್ನು ಏರಿ ಬಂದರು. ಮಾರ್ಗ ಮಧ್ಯದಲ್ಲಿ ಅವರು ರಾಬ್ ಹಾಲ್‌ನ ದೇಹವನ್ನು ಕಂಡರು. ಬಲ ಪಕ್ಕಕ್ಕೆ ಹೊರಳಿಕೊಂಡಿದ್ದ ರಾಬ್, ಒಂದು ದೊಡ್ಡ ಹಿಮಕುಣಿಯಲ್ಲಿ ಬಿದ್ದಿದ್ದ. ಅವನ ದೇಹದ ಮೇಲ್ಭಾಗವೆಲ್ಲವೂ ಹಿಮದಿಂದ ಮುಚ್ಚಿಹೋಗಿತ್ತು.

ಅಧ್ಯಾಯ 18

ಈಶಾನ್ಯ ದಿಬ್ಬ

10ನೇ ಮೇ 1996, 28,550 ಅಡಿ ಎತ್ತರ

ಮೇ 10ರ ಸಂಜೆ 4 ಗಂಟೆಯ ಹೊತ್ತಿಗೆ, ಅಂದರೆ ರಾಬ್ ಹಾಲ್‌ನ ಹೆಗಲಿನ ಮೇಲೆ ಕೈಯಿಟ್ಟು ಜರ್ಜರಿತಗೊಂಡಿರುವ ಹಾನ್‌ಸೆನ್ ಶಿಖರದ ತುದಿಗೆ ಬಂದ ಹೊತ್ತಿನಲ್ಲಿ, ಉತ್ತರ ಭಾರತದ ಲಡಾಕ್‌ನ ಮೂವರು ಪರ್ವತಾರೋಹಿಗಳು ತಾವೂ ಎವರೆಸ್ಟ್ ಶಿಖರದ ತುದಿಯನ್ನು ಮುಟ್ಟಿರುವುದಾಗಿ ರೇಡಿಯೋ ಮೂಲಕ ತಮ್ಮ ಪರ್ವತಾರೋಹಣದ ನಾಯಕನಿಗೆ ಸುದ್ದಿ ಮುಟ್ಟಿಸಿದ್ದರು. ಇಂಡೋ ಟಿಬೇಟಿಯನ್ ಪೊಲೀಸರು ನಿರ್ವಹಿಸಿದ ಈ ಪರ್ವತಾರೋಹಣ ತಂಡದಲ್ಲಿ 39 ಜನರಿದ್ದರು. ಸೇವಾಂಗ್ ಸ್ಮಾನ್ಲಾ, ಸೇವಾಂಗ್ ಪಲ್ಜೋರ್ ಮತ್ತು ದೋರ್ಜೆ ಮೊರುಪ್ – ಈ ಮೂವರೂ ಟಿಬೆಟ್ ಕಡೆಯಿಂದ ಈಶಾನ್ಯ ದಿಬ್ಬದ ಮೂಲಕ ಎವರೆಸ್ಟ್ ಹತ್ತಲು ಪ್ರಯತ್ನಿಸಿದ್ದರು. ಈ ಹಿಂದೆ 1924 ರಲ್ಲಿ ಜಾರ್ಜ್ ಲೀ ಮಲೋರಿ ಮತ್ತು ಆಂಡ್ರೂ ಇರ್ವಿನ್ ಇದೇ ಮಾರ್ಗದಲ್ಲಿ ಕಣ್ಮರೆಯಾಗಿದ್ದರು.

27,230 ಅಡಿ ಎತ್ತರವಿರುವ ತಮ್ಮ ಹೈ ಕ್ಯಾಂಪ್‌ನಿಂದ ಆರು ಜನರ ತಂಡ ಹೊರಟಿತ್ತು. ಅವರು ಚಾರಣ ಪ್ರಾರಂಭಿಸಿದಾಗ ಆಗಲೇ ಬೆಳಿಗ್ಗೆ 5:45 ಆಗಿತ್ತು.[1] ಮಧ್ಯಾಹ್ನದ ಹೊತ್ತಿಗೆ, ನಾವು ಶಿಖರದ ಮತ್ತೊಂದು ಭಾಗದಲ್ಲಿ ಎದುರಿಸಿದ ಮೇಘಸ್ಫೋಟ ಮತ್ತು ಬಿರುಗಾಳಿಯನ್ನು ಅವರೂ ಎದುರಿಸಿದ್ದರು. ಅವರಲ್ಲಿ ಮೂವರು ತಮ್ಮ ಕೈಯಿಂದ ಮೇಲೇರಲು ಸಾಧ್ಯವಿಲ್ಲವೆಂದು ನಿರ್ಧರಿಸಿ, ಸುಮಾರು ಮಧ್ಯಾಹ್ನ 2:00 ಗಂಟೆಗೆ ಕೆಳಕ್ಕೆ ಇಳಿದು ಹೋಗಿದ್ದರು. ಆದರೆ ಸ್ಮಾನ್ಲಾ, ಪಲ್ಜೋರ್ ಮತ್ತು ಮೊರುಪ್ ಮಾತ್ರ ಎಷ್ಟೇ ಅನನುಕೂಲ ಪರಿಸರವಿದ್ದರೂ ಹೆದರದೆ ಮುಂದುವರೆದರು. "ಅವರಿಗೆ ಪರ್ವತದ ಭಯವೇ ಇರಲಿಲ್ಲ" ಎಂದು ಕೆಳಕ್ಕೆ ಇಳಿದು ಹೋದ ಮೂವರಲ್ಲಿ ಒಬ್ಬನಾದ ಹರಿಭಜನ್ ಸಿಂಗ್ ಹೇಳುತ್ತಾನೆ.

ಉಳಿದ ಮೂವರು ಸುಮಾರು ಸಂಜೆ 4:00ರ ಹೊತ್ತಿಗೆ ತಾವಾಗಿಯೇ ಪರ್ವತದ ತುದಿ ಎಂದು ಭಾವಿಸಿಕೊಂಡ ಜಾಗವೊಂದನ್ನು ತಲುಪಿದರು. ಆ ಹೊತ್ತಿಗಾಗಲೇ ಕರಿಮೋಡಗಳು ಹೇಗೆ ದಟ್ಟೈಸಿದ್ದವೆಂದರೆ, 100 ಅಡಿಗಿಂತಲೂ ಮುಂದಿನದೇನೂ ಕಾಣುತ್ತಿರಲಿಲ್ಲ. ರಾಂಗ್ ಬುಕ್ ಹಿಮಜಲಪಾತದ ಬಳಿ ಇರುವ ತಮ್ಮ ಬೇಸ್ ಕ್ಯಾಂಪ್‌ಗೆ ರೇಡಿಯೋ ಮೂಲಕ ಕರೆ ಮಾಡಿ ತಾವು ಶಿಖರದ ಉತ್ತುಂಗವನ್ನು ತಲುಪಿರುವ ಸುದ್ದಿಯನ್ನು ತಿಳಿಸಿದರು. ಅವರ ತಂಡದ ನಾಯಕನಾದ ಮೊಹಿಂದರ್ ಸಿಂಗ್ ತಕ್ಷಣವೇ ನವದೆಹಲಿಗೆ ಸ್ಯಾಟಲೈಟ್ ಕರೆಯನ್ನು ಮಾಡಿ, ತಮ್ಮ ಯಶಸ್ಸಿನ ಹೆಮ್ಮೆಯ ಕತೆಯನ್ನು ಪ್ರಧಾನಮಂತ್ರಿಯಾದ ನರಸಿಂಹ ರಾವ್ ಅವರಿಗೆ ತಿಳಿಸಿದನು. ತಮ್ಮ ಯಶಸ್ಸನ್ನು ಸಂಭ್ರಮಿಸಿದ ಈ ಮೂವರೂ ಆ ಜಾಗದಲ್ಲಿ ಪ್ರಾರ್ಥನೆಯ ಪತಾಕೆಗಳನ್ನು ಕಟ್ಟಿ, ದೈವಕ್ಕೆ ನಮಸ್ಕಾರಗಳನ್ನು ಸಮರ್ಪಿಸಿ, ತೀವ್ರಗೊಳ್ಳುತ್ತಿದ್ದ ಬಿರುಗಾಳಿಯಲ್ಲಿ ಬಿರಬಿರನೆ ಇಳಿಯತೊಡಗಿದರು.

ಸತ್ಯ ಸಂಗತಿಯೇನೆಂದರೆ, ಲಡಾಕಿ ಪರ್ವತಾರೋಹಿಗಳು ತುದಿಯೆಂದು ಕೊಂಡ ಜಾಗವು 28,550 ಅಡಿ ಎತ್ತರದಲ್ಲಿದ್ದು, ಅಲ್ಲಿಂದ ನಿಜವಾದ ತುದಿಯನ್ನು ಮುಟ್ಟಲು ಇನ್ನೆರಡು ಗಂಟೆಗಳ ಪರಿಶ್ರಮ ಬೇಕಿತ್ತು. ಆದರೆ ಆ ಬಾಕಿ ಇರುವ ಪರ್ವತದ ಚಾಚು, ದಟ್ಟ ಮೋಡಗಳಲ್ಲಿ ಮರೆಯಾಗಿ ಹೋಗಿತ್ತು. ತುತ್ತತುದಿಗಿಂತಲೂ ಸುಮಾರು 500 ಅಡಿ ಕೆಳಕ್ಕೇ ಅವರು ತಮ್ಮ ಚಾರಣವನ್ನು

1 ಓದುಗರಿಗೆ ಯಾವುದೇ ಗೊಂದಲವಾಗದಂತೆ, ಈ ಅಧ್ಯಾಯದಲ್ಲಿ ನಮೂದಿಸಿದ ಎಲ್ಲಾ ಕಾಲವೂ ನೇಪಾಳದ ಕಾಲಮಾನಕ್ಕೆ ತಕ್ಕಂತೆ ಬದಲಾಯಿಸಲಾಗಿದೆ. ಟಿಬೆಟ್‌ನಲ್ಲಿ ನಡೆದ ಘಟನೆಗಳನ್ನೂ ನೇಪಾಳದ ಕಾಲಮಾನದಲ್ಲಿ ವಿವರಿಸಲಾಗಿದೆ. ಟಿಬೆಟ್ ದೇಶವು ಬೀಜಿಂಗ್‌ನ ಕಾಲಮಾನವನ್ನು ಅನುಸರಿಸುತ್ತದೆ. ಅದು ನೇಪಾಳದ ಕಾಲಮಾನಕ್ಕಿಂತಲೂ ಸುಮಾರು ಎರಡು ಗಂಟೆ ಹದಿನೈದು ನಿಮಿಷ ಮುಂದಿರುತ್ತದೆ. ಉದಾಹರಣೆಗೆ ನೇಪಾಳದಲ್ಲಿ ಬೆಳಿಗ್ಗೆ 6:00 ಗಂಟೆಯಾಗಿದ್ದರೆ, ಟಿಬೆಟ್‌ನಲ್ಲಿ ಬೆಳಿಗ್ಗೆ 8:15 ಆಗಿರುತ್ತದೆ.

ಮುಗಿಸಿ, ಅಜ್ಞಾನದಿಂದ ಕೆಳಕ್ಕೆ ಇಳಿದು ಹೋಗಿದ್ದರಿಂದಲೇ ಅವರಿಗೆ ರಾಬ್, ಹಾನ್‌ಸೆನ್ ಅಥವಾ ಲೋಪ್ಸಾಂಗ್ ಭೇಟಿಯಾಗಲಿಲ್ಲ ಅಥವಾ ಅವರಿಗೆ ಇವರು ಭೇಟಿಯಾಗಲಿಲ್ಲ ಎನ್ನುವ ಸಂಗತಿಯನ್ನು ವಿವರಿಸುತ್ತದೆ.

ಅನಂತರ, ಕತ್ತಲೆ ಶುರುವಾದ ಸ್ವಲ್ಪ ಹೊತ್ತಿನಲ್ಲಿಯೇ, ಈ ಮೂವರೂ ಈಶಾನ್ಯ ದಿಬ್ಬದ ಕೆಳಭಾಗದಲ್ಲಿ ಅಂದರೆ ಸುಮಾರು 28,300 ಅಡಿ ಎತ್ತರದಲ್ಲಿ ಇರುವಾಗ, ಎರಡು ಹೆಡ್ ಲ್ಯಾಂಪ್‌ಗಳನ್ನು ನೋಡಿದ್ದಾಗಿ ವರದಿ ಮಾಡಿದ್ದಾರೆ. ಕುಖ್ಯಾತ ದುರ್ಗಮ ದಿಬ್ಬವಾದ ಸೆಕೆಂಡ್ ಸ್ಟೆಪ್ ಎನ್ನುವ ಜಾಗದಿಂದ ಅವರು ಈ ವಿಷಯವನ್ನು ತಿಳಿಸಿದ್ದರು. ಆದರೆ ಈ ಮೂವರೂ ಲಡಾಕಿಗಳು ಆ ರಾತ್ರಿ ತಮ್ಮ ಗುಡಾರಗಳಿಗೆ ವಾಪಾಸು ಹೋಗಲು ಸಾಧ್ಯವಾಗಲಿಲ್ಲ ಅಥವಾ ಮತ್ತೊಮ್ಮೆ ರೇಡಿಯೋ ಮೂಲಕ ತಮ್ಮ ತಂಡವನ್ನು ಸಂಪರ್ಕಿಸಲೂ ಸಾಧ್ಯವಾಗಲಿಲ್ಲ.

ಮರುದಿನ ಬೆಳಗಾಮುಂಜಾನೆ, ಅಂದರೆ ಮೇ 11ರ 1:45ರ ಹೊತ್ತಿಗೆ, ಇತ್ತ ಎನಾಟೊಲಿ ಬೊಕ್ರೀವ್ ಸೌತ್ ಕೋಲ್‌ನಲ್ಲಿ ಸ್ಯಾಂಡಿ ಪಿಟ್‌ಮನ್, ಶಾರ್ಲೆ ಫಾಕ್ಸ್ ಮತ್ತು ಟಿಮ್ ಮ್ಯಾಡ್‌ಸನ್‌ಗಾಗಿ ಇನ್ನಿಲ್ಲದಂತೆ ಹುಡುಕಾಡುತ್ತಿದ್ದಾಗ, ಇತ್ತ ಟಿಬೆಟ್ ಕಡೆಯಿಂದ ಇಬ್ಬರು ಜಪಾನ್ ಪರ್ವತಾರೋಹಿಗಳು, ಮೂವರು ಶೆರ್ಪಾಗಳೊಂದಿಗೆ ಜೊತೆಗೂಡಿ, ಈ ಹಿಂದೆ ಲಡಾಕಿಗಳು ಪ್ರಾರಂಭಿಸಿದ ಈಶಾನ್ಯ ದಿಕ್ಕಿನ ಹೈ ಕ್ಯಾಂಪಿನಿಂದಲೇ ಶಿಖರದ ತುದಿಯನ್ನು ಮುಟ್ಟಲು ಹೊರಟರು. ಪರ್ವತದ ತುದಿಯಲ್ಲಿ ವಿಪರೀತ ಗಾಳಿ ಬೀಸುತ್ತಿದ್ದು, ಮೋಡಗಳು ದಟ್ಟೈಸಿದ್ದರೂ ಅವರು ಎದೆಗುಂದಲಿಲ್ಲ. ಸುಮಾರು ಬೆಳಗಿನ ಜಾವ 6:00 ಗಂಟೆಗೆ ಅವರು ಫಸ್ಟ್ ಸ್ಟೆಪ್ ಎನ್ನುವ ಸಹಜವಾದ ಕಲ್ಲು ದಿಬ್ಬವನ್ನು ಹತ್ತುವಾಗ, 36 ವರ್ಷದ ಹಿರೋಷಿ ಹನಡಾ ಮತ್ತು ಇಪ್ಪತ್ತೊಂದು ವರ್ಷದ ಐಸುಕೆ ಶಿಗೆಕವಾ ಇಬ್ಬರೂ, ಒಬ್ಬ ಲಡಾಕಿಯನ್ನು ಕಂಡು ಆಶ್ಚರ್ಯಚಕಿತರಾದರು. ಅದು ಬಹುಶಃ ಪಲ್ಜೂರ್ ಆಗಿರಬೇಕು. ಆತ ಹಿಮದಲ್ಲಿ ಬಿದ್ದಿದ್ದ. ಸಿಕ್ಕಾಪಟ್ಟೆ ಹಿಮಕಡಿತಕ್ಕೆ ಒಳಗಾಗಿದ್ದ. ಇಡೀ ರಾತ್ರಿಯನ್ನು ಬಯಲಿನಲ್ಲಿ ಪೂರಕ ಆಮ್ಲಜನಕವಿಲ್ಲದೆ ಕಳೆದಿದ್ದರೂ ಇನ್ನೂ ಜೀವಂತವಿದ್ದ. ಆತ ನೋವಿನಿಂದ ಅರ್ಥವಾಗದ ರೀತಿಯಲ್ಲಿ ಬಡಬಡಿಸುತ್ತಿದ್ದ. ಅವನಿಗೆ ಸಹಾಯ ಮಾಡಲು ನಿಂತು, ತಮ್ಮ ಪರ್ವತಾರೋಹಣವನ್ನು ಹಾಳು ಮಾಡಿಕೊಳ್ಳುವ ಮನಸ್ಸಿಲ್ಲದೆ, ಈ ಜಪಾನಿ ಪರ್ವತಾರೋಹಿಗಳು ತಮ್ಮ ಚಾರಣವನ್ನು ಮುಂದುವರೆಸಿದರು.

ಸುಮಾರು 7:15ರ ಹೊತ್ತಿಗೆ ಅವರು ಸೆಕೆಂಡ್ ಸ್ಟೆಪ್‌ನ ತಳಭಾಗಕ್ಕೆ ಬಂದರು. ಪದರು ಶಿಲೆಯ ಈ ಬಂಡೆ ಊರ್ಧ್ವವಾಗಿ ನಿಂತಿದೆ. ಸಾಮಾನ್ಯವಾಗಿ ಈ ಬಂಡೆಯನ್ನು ಒಂದು ಅಲ್ಯೂಮಿನಿಯಂ ಏಣಿಯ ಮೂಲಕ ಏರಲಾಗುತ್ತದೆ. ಈ ಅಲ್ಯೂಮಿನಿಯಂ

ಏಣಿಯನ್ನು 1975 ರಲ್ಲಿ ಚೀನಾದ ತಂಡವೊಂದು ತಂದಿಟ್ಟು ಹೋಗಿದೆ. ಆದರೆ ಜಪಾನಿಗರ ದುರಾದೃಷ್ಟಕ್ಕೆ ಈ ಏಣಿಯು ಸಾಕಷ್ಟು ಶಿಥಿಲಗೊಂಡಿದ್ದು, ಕಲ್ಲಿನಿಂದ ಸ್ವಲ್ಪ ಭಾಗ ಬೇರೆಯಾಗಿ ಬಿಟ್ಟಿತ್ತು. ಆದ್ದರಿಂದಾಗಿ 20 ಅಡಿ ಎತ್ತರದ ಈ ಕಲ್ಲನ್ನು ಜಾಗ್ರತೆಯಿಂದ ಹತ್ತಲು ಅವರು 90 ನಿಮಿಷ ಕಾಲ ಒದ್ದಾಡಬೇಕಾಯ್ತು.

ಫೈನಾನ್ಸಿಯಲ್ ಟೈಮ್ಸ್ ಪತ್ರಿಕೆಯಲ್ಲಿ ಒಂದು ಲೇಖನ ಪ್ರಕಟವಾಗಿದೆ. ಬ್ರಿಟಿಷ್ ಪತ್ರಕರ್ತ ರಿಚರ್ಡ್ ಕೌಪರ್ ಎನ್ನುವಾತ, ಹನಡಾ ಮತ್ತು ಶಿಗೆಕವಾ ಇಬ್ಬರನ್ನೂ 21,000 ಅಡಿ ಎತ್ತರದಲ್ಲಿ, ಅವರು ಪರ್ವತದಿಂದ ಇಳಿಯುವಾಗ ಸಂದರ್ಶಿಸಿ ಬರೆದಿದ್ದಾನೆ. ಅದರ ಪ್ರಕಾರ ಇಬ್ಬರೂ ಜಪಾನೀ ಪರ್ವತಾರೋಹಿಗಳು ಸೆಕೆಂಡ್ ಸ್ಟೆಪ್ ಮೇಲೆ ಉಳಿದಿಬ್ಬರು ಲಡಾಕಿಗಳಾದ ಸ್ಮಾನ್ಲಾ ಮತ್ತು ಮೊರುಪ್‌ರನ್ನು ಕಂಡರು. ಅವರಲ್ಲಿ ಒಬ್ಬ ಲಡಾಕಿ ಆಗಲೇ ಸಾಯುವ ಸ್ಥಿತಿಯನ್ನು ಮುಟ್ಟಿದ್ದ. ಮತ್ತೊಮ್ಮೆ ಹಿಮದಲ್ಲಿ ಬಿದ್ದು ತೆವಳುತ್ತಿದ್ದ. ಇವರ ನಡುವೆ ಯಾವುದೇ ಮಾತುಕತೆಗಳು ನಡೆಯಲಿಲ್ಲ. ಯಾವುದೇ ಆಹಾರ, ನೀರು ಮತ್ತು ಆಮ್ಲಜನಕದ ಕೊಡುಕೊಳ್ಳುವಿಕೆಯನ್ನು ಇವರು ಮಾಡಲಿಲ್ಲ. ಜಪಾನಿಗಳು ಹಾಗೇ ಮುಂದುವರೆದು, ಸುಮಾರು 160 ಅಡಿ ಎತ್ತರವನ್ನು ಏರಿದ ಮೇಲೆ ಸ್ವಲ್ಪ ವಿಶ್ರಾಂತಿಯನ್ನು ತೆಗೆದುಕೊಂಡು, ತಮ್ಮ ಆಮ್ಲಜನಕದ ಬಾಟಲಿಯನ್ನು ಬದಲಾಯಿಸಿಕೊಂಡರು.

ಹನಡಾ ಎನ್ನುವಾತ "ನಮಗೆ ಅವರು ಯಾರೋ ಗೊತ್ತಿರಲಿಲ್ಲ. ಅವರಿಗೆ ನಾವೇನೂ ನೀರು ಕೊಡಲಿಲ್ಲ. ನಾವು ಅವರೊಡನೆ ಮಾತನಾಡಲೂ ಇಲ್ಲ. ಅವರಿಗೆ ಪರ್ವತದ ಎತ್ತರದ ತೆಳುಗಾಳಿಯಿಂದಾಗಿ ವಿಪರೀತ ಸುಸ್ತಾಗಿತ್ತು. ಅವರು ಅತ್ಯಂತ ಅಪಾಯದಲ್ಲಿರುವಂತೆ ನಮಗೆ ಕಂಡರು" ಎಂದು ಕೌಪರ್‌ಗೆ ಹೇಳಿದ್ದಾನೆ.

ಶಿಗೆಕವಾ ಪ್ರಕಾರ "ನಮಗೆ ಸಹಾಯ ಮಾಡಲಾಗದಷ್ಟು ಸುಸ್ತಾಗಿತ್ತು. 8,000 ಮೀಟರ್ ಮೇಲ್ಗಡೆ ಮಾನವೀಯ ಮೌಲ್ಯಗಳ ಬಗ್ಗೆ ಮಾತನಾಡುವುದು ತಪ್ಪಾಗುತ್ತದೆ" ಎಂದು ಅಭಿಪ್ರಾಯ ಪಟ್ಟಿದ್ದಾನೆ.

ಸ್ಮಾನ್ಲಾ ಮತ್ತು ಮೊರುಪ್‌ಗೆ ಬೆನ್ನು ತಿರುಗಿಸಿ, ಜಪಾನೀಯರು ತಮ್ಮ ಪರ್ವತಾರೋಹಣವನ್ನು ಮುಂದುವರೆಸಿದರು. ಈ ಹಿಂದೆ ಲಡಾಕಿಗಳು 28,550 ಅಡಿ ಎತ್ತರದಲ್ಲಿ ನೆಟ್ಟಿದ್ದ ಪ್ರಾರ್ಥನೆಯ ಬಾವುಟಗಳು ಮತ್ತು ತ್ರಿಶೂಲವನ್ನು ದಾಟಿ, ಸುಮಾರು ಬೆಳಗಿನ ಜಾವ 11:45ಕ್ಕೆ ಪರ್ವತದ ತುದಿಯನ್ನು ತಲುಪಿದರು. ಅಂತಹ ಭೀಕರ ಬಿರುಗಾಳಿಯಲ್ಲಿ ಇಂತಹ ದೃಢತೆಯಿಂದ ಮಾಡಿದ ಸಾಹಸ ನಿಜಕ್ಕೂ ಅಪರೂಪದ್ದೇ ಆಗಿದೆ. ರಾಬ್ ಹಾಲ್ ಈ ವೇಳೆಗಾಗಲೇ ಕಷ್ಟಪಟ್ಟು ದಕ್ಷಿಣ ದಿಬ್ಬಕ್ಕೆ ಬಂದಿದ್ದ. ತನ್ನ ಜೀವಕ್ಕಾಗಿ ಹೋರಾಡುತ್ತಿದ್ದ ರಾಬ್, ಈ ಜಪಾನೀ ಪರ್ವತಾರೋಹಿಗಳಿಗಿಂತ ಕೇವಲ ಅರ್ಧ ಗಂಟೆಯ ಅವರೋಹಣದ ಕೆಳಕ್ಕಿದ್ದ.

ಜಪಾನೀಯರು ತಮ್ಮ ಹೈ ಕ್ಯಾಂಪ್ ತಲುಪಲು ಮತ್ತೆ ಈಶಾನ್ಯ ದಿಬ್ಬದ ಮೂಲಕ ಇಳಿಯಲಾರಂಭಿಸಿದರು. ಅವರು ಮತ್ತೆ ಸೆಕೆಂಡ್ ಸ್ಟೆಪ್ ಮೇಲ್ಗಡೆ ಸ್ಮಾನ್ಲಾ ಮತ್ತು ಮೊರುಪ್‌ರನ್ನು ಕಂಡರು. ಈ ಹೊತ್ತಿಗಾಗಲೇ ಮೊರೂಪ್ ಸತ್ತಿರುವಂತೆ ಕಂಡ. ಸ್ಮಾನ್ಲಾ ಬದುಕಿದ್ದನಾದರೂ, ಅತ್ಯಂತ ಕಠಿಣವಾಗಿ ಹಗ್ಗಕ್ಕೆ ಸಿಕ್ಕಿ ಹಾಕಿಕೊಂಡಿದ್ದ. ಪಸಾಂಗ್ ಕಾಮಿ ಎನ್ನುವ ಜಪಾನೀ ತಂಡದ ಶೆರ್ಪಾ, ಅವನನ್ನು ಹಗ್ಗದಿಂದ ಬಿಡುಗಡೆಗೊಳಿಸಿ, ಮತ್ತೆ ದಿಬ್ಬದಗುಂಟ ಇಳಿಯುವುದನ್ನು ಮುಂದುವರೆಸಿದ. ಈ ಹಿಂದೆ ಫಸ್ಟ್ ಸ್ಟೆಪ್ ಹತ್ತಿರ ಪಲ್ಜೂರ್ ಎನ್ನುವ ಲಡಾಕಿಯನ್ನು ಅವರು ಕಂಡಿದ್ದರು. ಆ ಹೊತ್ತಿನಲ್ಲಿ ಆತ ಹಿಮದಲ್ಲಿ ತೆವಳುತ್ತಾ ಜೀವಕ್ಕಾಗಿ ಒದ್ದಾಡುತ್ತಿದ್ದ. ಆದರೆ ಈಗ ಇಳಿಯುವಾಗ ಅವರ ಕಣ್ಣಿಗೆ ಆತನ ಯಾವ ಗುರುತೂ ಸಿಗಲಿಲ್ಲ.

ಏಳು ದಿನಗಳ ನಂತರ ಇಂಡೋ-ಟಿಬೇಟಿಯನ್ ಬಾರ್ಡರ್ ಪೋಲೀಸ್ ಪರ್ವತಾರೋಹಿ ತಂಡವು ಮತ್ತೊಂದು ಆರೋಹಣದ ಸಾಹಸಕ್ಕೆ ತೊಡಗಿಸಿಕೊಂಡಿತು. ಇಬ್ಬರು ಲಡಾಕಿಗಳು ಮತ್ತು ಮೂವರು ಶೆರ್ಪಾಗಳು ಮೇ 17ರ ಬೆಳಿಗ್ಗೆ 1:15ಕ್ಕೆ ತಮ್ಮ ಹೈ ಕ್ಯಾಂಪ್‌ನಿಂದ ಹೊರಟರು. ಸ್ವಲ್ಪೇ ಸಮಯದಲ್ಲಿ ಅವರು ತಮ್ಮ ಸಹಚರರ ಹಿಮಗಟ್ಟಿದ ದೇಹಗಳನ್ನು ಕಂಡರು. ಅವರು ವರದಿ ಮಾಡಿದ ಪ್ರಕಾರ, ಆ ಮೂವರಲ್ಲಿ ಒಬ್ಬನು, ತನ್ನ ಸಾವಿನ ಸಂಕಟದಲ್ಲಿ, ತನ್ನೆಲ್ಲಾ ಬಟ್ಟೆಗಳನ್ನು ಬಿಚ್ಚಿ ಒಗೆದು ಪಂಚಭೂತಗಳಲ್ಲಿ ಲೀನವಾಗಿದ್ದ. ಸ್ಮಾನ್ಲಾ, ಮೊರುಪ್ ಮತ್ತು ಪಲ್ಜೋರ್ ಅವರ ದೇಹಗಳನ್ನು ಅವಿದ್ದಲ್ಲಿಯೇ ಬಿಟ್ಟು ಈ ಐದೂ ಜನ ಆರೋಹಣವನ್ನು ಮುಂದುವರೆಸಿದರು. ಎವರೆಸ್ಟ್ ಪರ್ವತದ ತುದಿಯನ್ನು ಅವರು ಬೆಳಗಿನ 7:40ರ ಹೊತ್ತಿಗೆ ತಲುಪಿದರು.

ಅಧ್ಯಾಯ 19

ಸೌತ್ ಕೋಲ್

11ನೇ ಮೇ 1996, ಬೆಳಿಗ್ಗೆ 7:30, 26,000 ಅಡಿ ಎತ್ತರ

ಮೇ 11ರ ಬೆಳಿಗ್ಗೆ ಇಡೀ ಸೌತ್ ಕೋಲ್‌ನಲ್ಲಿ ಅಡ್ಡಾಡಿ, ವಾಪಾಸು ಗುಡಾರಕ್ಕೆ ಬಂದಾಗ 7:30 ಆಗಿತ್ತು. ವಾಸ್ತವದಲ್ಲಿ ಏನಾಗಿದೆ ಅಥವಾ ಏನಾಗುತ್ತಿದೆ ಎನ್ನುವ ಸಂಗತಿಯು ನನಗೆ ಪಾರ್ಶ್ವವಾಯು ಬಡಿದಂತೆ ಆಘಾತವನ್ನು ನೀಡುತ್ತಿತ್ತು. ಸುಮಾರು ಒಂದು ಗಂಟೆ ಕಾಲ ಆ್ಯಂಡಿ ಹೇರಿಸ್ ಸಲುವಾಗಿ ಇಡೀ ಸೌತ್ ಕೋಲ್ ಅಡ್ಡಾಡಿ, ನಾನು ದೈಹಿಕವಾಗಿಯೂ ಮತ್ತು ಭಾವನಾತ್ಮಕವಾಗಿಯೂ ಜರ್ಜರಿತನಾಗಿದ್ದೆ. ನನ್ನ ಹುಡುಕಾಟದ ಫಲದಿಂದಾಗಿ ಆ್ಯಂಡಿ ಹೇರಿಸ್ ಖಂಡಿತವಾಗಿಯೂ ಸತ್ತಿದ್ದಾನೆಂದು ನನಗನ್ನಿಸುತ್ತಿತ್ತು. ನನ್ನ ಸಹಚಾರಣಿಗ ಸ್ಟೂಅರ್ಟ್ ಹಚಿಸನ್ ನಿರಂತರವಾಗಿ ರೇಡಿಯೋ ಸಂವಹನಗಳನ್ನು ಗಮನಿಸುತ್ತಿದ್ದುದರಿಂದ, ನಮ್ಮ ನಾಯಕ ರಾಬ್ ಹಾಲ್ ದಕ್ಷಿಣದ ತುದಿಯಲ್ಲಿ ತುಂಬಾ ಕಷ್ಟದ ಪರಿಸ್ಥಿತಿಯಲ್ಲಿ ಇದ್ದಾನೆಂದು ಮತ್ತು ಡಹ್ಗ್ ಹಾನ್‌ಸೇನ್ ಈಗಾಗಲೇ ಸತ್ತುಹೋಗಿರುವನೆಂದು ತಿಳಿಯುತ್ತಿತ್ತು. ಬಹುತೇಕ ರಾತ್ರಿಯನ್ನು ಬಯಲಿನಲ್ಲಿ ಕಳೆದ ಸ್ಕಾಟ್ ಫಿಷರ್‌ನ ತಂಡದ ಸದಸ್ಯರು ತಿಳಿಸಿದ್ದರಿಂದ ಯಸುಕೊ ನಂಬಾ ಮತ್ತು ಬೆಕ್ ವೆದರ್ಸ್ ಈಗಾಗಲೇ ಮಡಿದಿದ್ದಾರೆನ್ನುವುದು ಅರ್ಥವಾಗಿತ್ತು. ಸುಮಾರು ಕ್ಯಾಂಪ್‌ನಿಂದ 1,200 ಅಡಿ ಎತ್ತರದಲ್ಲಿರುವ ಸ್ಕಾಟ್ ಫಿಷರ್ ಮತ್ತು ಮಕಾಲು ಗೌ ಇಬ್ಬರೂ ಬಹುಶಃ ಆಗಲೇ ಸತ್ತಿದ್ದಾರೆಂದೂ ಅಥವಾ ಸಾಯುವ ಹಂತದಲ್ಲಿ ಇದ್ದಾರೆಂದು ತಿಳಿಯಿತು.

ಇವೆಲ್ಲಾ ಘಟನೆಗಳಿಂದಾಗಿ, ಮನಸ್ಸು ಖಾಲಿಯಾಗಿ, ಒಂದು ವಿಕ್ಷಿಪ್ತ, ಯಾಂತ್ರಿಕ ನಿರ್ಲಿಪ್ತತೆಗೆ ಜಾರಿಕೊಂಡಿತ್ತು. ನಾನು ನಿರ್ಭಾವುಕನಾದಂತೆಯೂ, ನನ್ನ ಇಡೀ ದೇಹವು ತಲೆಯ ತನಕ ನೀರಿನಲ್ಲಿ ಮುಳುಗಿ ಹೋದಂತೆಯೂ,

ಯಾವುದೋ ಒಂದು ಚಿಕ್ಕ ಸೀಳಿನಿಂದ ಸುತ್ತಲಿನ ಘೋರ ಸಂಗತಿಯನ್ನು ಕಾಣುತ್ತಿರುವಂತೆಯೂ ಭಾಸವಾಗುತ್ತಿತ್ತು. ನಿರ್ಲಿಪ್ತತೆಯಿಂದ ಆಕಾಶವನ್ನು ನೋಡಿದಾಗ, ಅದು ಯಾವುದೋ ಅವಾಸ್ತವ ನೀಲಿ ಬಣ್ಣಕ್ಕೆ ತಿರುಗಿ, ಬಹುತೇಕ ಬಿಳಿಚಿಕೊಂಡಂತೆ ಕಾಣುತ್ತಿತ್ತು. ಗರಗಸದ ತುದಿಯಂತಹ ಅಸಮ ಕ್ಷಿತಿಜವು ಒಂದು ವಿಚಿತ್ರ ಪ್ರಭೆಯಲ್ಲಿ ಹೊಳೆಯುತ್ತಲೂ, ಅಲ್ಲಾಡುತ್ತಲೂ ಇತ್ತು. ರಾತ್ರಿಯ ಹುಚ್ಚು ಹಿಡಿಸುವಂತಹ ಮರೀಚಿಕೆಯ ಸ್ಥಿತಿಯ ಸುಳಿಯಲ್ಲಿ ಜಾರಿ ಹೋಗುತ್ತಿದ್ದೇನೇನೋ ಎನ್ನಿಸುತ್ತಿತ್ತು.

26,000 ಅಡಿ ಎತ್ತರದಲ್ಲಿ ಇಡೀ ರಾತ್ರಿಯೆಲ್ಲಾ ಪೂರಕ ಆಮ್ಲಜನಕವಿಲ್ಲದಂತೆ ಕಳೆದ ಮೇಲೆ, ನಾನು ಕಳೆದ ದಿನ ಪರ್ವತದ ತುದಿಯನ್ನು ಇಳಿದು ಬಂದಾಗಿನ ಸ್ಥಿತಿಗಿಂತಲೂ ಹೆಚ್ಚು ಸುಸ್ತಾಗಿಯೂ, ನಿಶ್ಶಕ್ತನಾಗಿಯೂ ಇದ್ದೆ. ಹೇಗಾದರೂ ಮಾಡಿ ಇನ್ನಷ್ಟು ಪೂರಕ ಆಮ್ಲಜನಕವನ್ನು ಸಂಪಾದಿಸದಿದ್ದರೆ ಅಥವಾ ಕೆಳಗಿನ ಕ್ಯಾಂಪ್‌ಗಳಿಗೆ ಇಳಿದು ಹೋಗದೆಯೇ ಉಳಿದರೆ, ಖಂಡಿತವಾಗಿಯೂ ನಮ್ಮೆಲ್ಲರ ಆರೋಗ್ಯ ಅತಿ ವೇಗದಲ್ಲಿ ಕುಸಿಯುತ್ತದೆಂದು ನನಗನ್ನಿಸುತ್ತಿತ್ತು.

ಕ್ಷಿಪ್ರ ರೀತಿಯಲ್ಲಿ ಪರ್ವತದ ತೆಳುಗಾಳಿಗೆ ಹೊಂದಿಕೊಳ್ಳುವುದಕ್ಕಾಗಿ ರಾಬ್ ಅಥವಾ ಆಧುನಿಕ ಪರ್ವತಾರೋಹಣ ತಂಡದ ನಾಯಕರು ಮಾಡಿಕೊಂಡಿರುವ ಯೋಜನೆಗಳು ಸಾಕಷ್ಟು ಸಮರ್ಥವಾಗಿಯೇ ಇವೆ; 17,000 ಅಡಿ ಎತ್ತರದ ಮೇಲೆ ಸುಮಾರು ನಾಲ್ಕು ವಾರಗಳ ಕಾಲ ಇದ್ದು, ಒಮ್ಮೆ 24,000 ಅಡಿ ಎತ್ತರಕ್ಕೆ ಏರಿ ಬರುವುದು, ಪರ್ವತಾರೋಹಿಗಳನ್ನು ಶಿಖರೋತ್ತುಂಗಕ್ಕೆ ಸಾಕಷ್ಟು ಸಿದ್ಧ ಮಾಡುತ್ತದೆ.[1] ಆದರೆ ಈ ಯೋಜನೆಯು 24,000 ಅಡಿ ಎತ್ತರದ ಮೇಲೆ ಎಲ್ಲರಿಗೂ ನಿರಂತರವಾಗಿ ಆಮ್ಲಜನಕದ ಬಾಟಲಿಗಳು ಸಿಗುತ್ತವೆ ಎನ್ನುವ ಒಂದು

1 1996ರ ನಮ್ಮ ಪರ್ವತಾರೋಹಣದಲ್ಲಿ, ಎರಡನೆಯ ಕ್ಯಾಂಪ್ (21,300 ಅಡಿ) ಮತ್ತು ಇತರ ಹತ್ತಿರದ ಎತ್ತರಗಳಲ್ಲಿ ಕಾಲ ಕಳೆಯಲು ಎಂಟು ರಾತ್ರಿಗಳನ್ನು ರಾಬ್ ಹಾಲ್‌ನು ಮೀಸಲಿಟ್ಟಿದ್ದ. ಅನಂತರವೇ ಶಿಖರದ ಉತ್ತುಂಗಕ್ಕೆ ಸಾಗುವ ಕೊನೆಯ ಪಯಣವನ್ನು ಆಯೋಜಿಸಿದ್ದ. ಇತ್ತೀಚಿನ ದಿನಗಳಲ್ಲಿ ತೆಳುಗಾಳಿಯ ಪರಿಸರಕ್ಕೆ ಹೊಂದಿಕೊಳ್ಳಲು ಈ ಅವಧಿಯನ್ನೇ ಸರಿಯೆಂದು ಎಲ್ಲರೂ ನಂಬುತ್ತಾರೆ. ಆದರೆ 1990ಕ್ಕಿಂತಲೂ ಮುಂಚೆ ಪರ್ವತಾರೋಹಿಗಳು ಈ ಭಾಗಗಳಲ್ಲಿ ಇನ್ನೂ ಹೆಚ್ಚಿನ ಸಮಯ ಕಳೆಯುತ್ತಿದ್ದರು. 26,000 ಅಡಿ ಎತ್ತರದ ಭಾಗಕ್ಕೂ ಹೋಗಿ ಹವಾಮಾನಕ್ಕೆ ಹೊಂದಿಕೊಂಡು ಬರುತ್ತಿದ್ದರು. ಆದರೆ 26,000 ಅಡಿ ಎತ್ತರಕ್ಕೆ ಹೋಗಿ ಬರುವ ಕ್ರಮದ ಬಗ್ಗೆ ಸಾಕಷ್ಟು ಪರವಿರೋಧ ಅಭಿಪ್ರಾಯಗಳಿವೆ. (ಅಷ್ಟೊಂದು ಎತ್ತರಕ್ಕೆ ಹೋಗಿ ಬಂದರೆ, ಆವರೆಗೆ ಗಳಿಸಿದ ಹವಾಮಾನದ ಹೊಂದಾಣಿಕೆಯ ಶಕ್ತಿ ಉಪಯೋಗಿಸಲ್ಪಟ್ಟು, ಮತ್ತೆ ಮೊದಲಿನ ಸ್ಥಿತಿಗೆ ಬರುತ್ತೇವೆ ಎಂದು ಭಾವಿಸುತ್ತಾರೆ.) ಆದರೆ 21,000 ಅಡಿ ಅಥವಾ 24,000 ಅಡಿ ಎತ್ತರದ ಭಾಗದಲ್ಲಿ ಈಗಿರುವ ಎಂಟರಿಂದ ಒಂಬತ್ತು ರಾತ್ರಿಗಳನ್ನು ಕಳೆಯುವ ಸಮಯವನ್ನು ಇನ್ನಷ್ಟು ಹೆಚ್ಚಿಸಿದರೆ ಪರ್ವತಾರೋಹಿಗಳಿಗೆ ಹೆಚ್ಚಿನ ಸುರಕ್ಷತೆ ದಕ್ಕುತ್ತದೆನ್ನುವ ಸಲಹೆಗೆ ಖಂಡಿತವಾಗಿಯೂ ಪ್ರಶ್ನೆಗಳೇಳುವುದಿಲ್ಲ.

ನಂಬಿಕೆಯ ಮೇಲೆ ಅವಲಂಬಿತವಾಗಿದೆ. ಆದರೆ ಅದು ಸಾಧ್ಯವಾಗದಿದ್ದಾಗ, ಎಲ್ಲಾ ಯೋಜನೆಯೂ ಕುಸಿದು ಬೀಳುತ್ತದೆ.

ನಮ್ಮ ತಂಡದ ಉಳಿದವರಿಗಾಗಿ ಹುಡುಕಾಡಿದಾಗ, ಫ್ರಾಂಕ್ ಫಿಷ್‌ಬೆಕ್ ಮತ್ತು ಲೂಯಿ ಕಾಸಿಷ್ಕ ಇಬ್ಬರೂ ಹತ್ತಿರದ ಗುಡಾರದಲ್ಲಿ ಮಲಗಿಕೊಂಡಿದ್ದು ಕಾಣಿಸಿತ್ತು. ಲೂಯಿ ಮಾನಸಿಕವಾಗಿ ದಣಿದಿದ್ದು, ಸಂಪೂರ್ಣವಾಗಿ ಹಿಮಾಂಧನಾಗಿದ್ದ. ಅವನಿಗೆ ಏನೂ ಕಾಣುತ್ತಿರಲಿಲ್ಲ ಮತ್ತು ಅವನಾಗಿಯೇ ಏನನ್ನು ಮಾಡಲೂ ಅಸಮರ್ಥನಾಗಿದ್ದ. ನಿರಂತರವಾಗಿ ಏನೇನೋ ಬಡಬಡಿಸುತ್ತಿದ್ದ. ಫ್ರಾಂಕ್ ಅವನ ಜವಾಬ್ದಾರಿಯನ್ನು ನೋಡಿಕೊಳ್ಳುತ್ತಿದ್ದನಾದರೂ, ವಿಪರೀತ ಆಘಾತಕ್ಕೆ ಒಳಗಾದವನಂತೆ ಗೋಚರಿಸುತ್ತಿದ್ದ. ಜಾನ್ ಟಾಸ್ಕ್ ಮತ್ತೊಂದು ಗುಡಾರದಲ್ಲಿ ಮೈಕ್ ಗ್ರೂಮ್ ಜೊತೆಯಲ್ಲಿ ಇದ್ದ. ಇಬ್ಬರೂ ನಿದ್ರೆಯಲ್ಲಿಯೋ, ಪ್ರಜ್ಞಾಹೀನರಾಗಿಯೋ ಇರುವಂತೆ ಗೋಚರಿಸಿದರು. ನಾನಂತೂ ಸುಸ್ತು ಮತ್ತು ನಿತ್ರಾಣದಿಂದ ಬಳಲುತ್ತಿದ್ದೆ. ಆದರೆ ಸ್ಟೂಅರ್ಟ್ ಹಚಿಸನ್ ಹೊರತುಪಡಿಸಿದರೆ, ಉಳಿದವರೆಲ್ಲರೂ ನನಗಿಂತಲೂ ಕೆಟ್ಟ ಸ್ಥಿತಿಯಲ್ಲಿದ್ದರು.

ಗುಡಾರದಿಂದ ಗುಡಾರಕ್ಕೆ ಹೋದಂತೆಲ್ಲಾ ಒಂದಾದರೂ ಆಮ್ಲಜನಕದ ಬಾಟಲಿ ಸಿಗುತ್ತದೇನೋ ಎಂದು ಹುಡುಕಾಡಿದೆ. ಆದರೆ ನಾನು ನೋಡಿದ ಎಲ್ಲವೂ ಖಾಲಿಯಾಗಿದ್ದವು. ಹೆಚ್ಚುತ್ತಿರುವ ಹೈಪೋಕ್ಸಿಯಾ, ಅದರ ಜೊತೆಯಲ್ಲಿ ಸೇರಿಕೊಂಡ ವಿಪರೀತ ಸುಸ್ತು, ನನ್ನ ಗೊಂದಲವನ್ನೂ ಮತ್ತು ಅಶಾಂತಿಯನ್ನು ಇನ್ನಿಲ್ಲದಂತೆ ಹೆಚ್ಚಿಸಿದವು. ಇದಿಷ್ಟೂ ಸಾಲದೆಂಬಂತೆ ನಿರಂತರವಾಗಿ ಗುಡಾರದ ನೈಲಾನ್ ಬಟ್ಟೆಗಳು ಗಾಳಿಯಲ್ಲಿ ಪಟಪಟನೆ ಬಡಿದುಕೊಳ್ಳುತ್ತಾ, ಒಂದು ಗುಡಾರದಿಂದ ಮತ್ತೊಂದು ಗುಡಾರಕ್ಕೆ ಮಾತಾಡುವುದನ್ನೂ ಸಾಧ್ಯವಿಲ್ಲದಂತೆ ಮಾಡಿತ್ತು. ಉಳಿದಿದ್ದ ಒಂದೇ ಒಂದು ರೇಡಿಯೋದ ಬ್ಯಾಟರಿ ಕೂಡಾ ನಿರ್ಜೀವಗೊಳ್ಳುತ್ತಿತ್ತು. ಒಂದು ಬಗೆಯ ಅಸ್ಥಿರತೆ ಇಡೀ ಕ್ಯಾಂಪಿನ ತುಂಬಾ ಹಬ್ಬಿತ್ತು. ಕಳೆದ ಆರು ವಾರಗಳಿಂದಲೂ ನಮ್ಮ ನಾಯಕ ಮತ್ತು ಮಾರ್ಗದರ್ಶಿಯು ಹೇಳಿದಂತೆಯೇ ವರ್ತಿಸಬೇಕೆಂಬ ರೂಢಿಯನ್ನು ನಮ್ಮಲ್ಲಿ ಬೆಳೆಸಿದ್ದರಿಂದ, ಈಗ ಅವರು ಯಾರೂ ಇಲ್ಲದೆ ನಮ್ಮ ಪರಿಸ್ಥಿತಿ ಇನ್ನಷ್ಟು ಅಧ್ವಾನ್ನವಾಗಿತ್ತು. ರಾಬ್ ಮತ್ತು ಆ್ಯಂಡಿ ಆಗಲೇ ತೀರಿಕೊಂಡಿದ್ದರು. ಗ್ರೂಮ್ ಇನ್ನೂ ಜೀವಂತವಾಗಿದ್ದರೂ, ನಿನ್ನೆ ರಾತ್ರಿಯ ಭೀಕರ ಪರಿಸ್ಥಿತಿಯನ್ನು ಎದುರಿಸಿದ್ದರಿಂದ ಅವನ ಮೇಲೆ ಆ ಘಟನೆ ತೀವ್ರ ಪರಿಣಾಮವನ್ನು ಬೀರಿತ್ತು. ವಿಪರೀತ ಹಿಮಕಡಿತವಾಗಿ, ಎಚ್ಚರವಿಲ್ಲದೆ ತನ್ನ ಗುಡಾರದಲ್ಲಿ ಮಲಗಿದ್ದ ಅವನು, ಸದ್ಯಕ್ಕಂತೂ ಮಾತನಾಡುವ ಪರಿಸ್ಥಿತಿಯಲ್ಲಿಯೂ ಇರಲಿಲ್ಲ.

ನಮ್ಮೆಲ್ಲಾ ಮಾರ್ಗದರ್ಶಿಗಳು ಅಲಭ್ಯರಾಗಿರುವಾಗ, ಹಚಿಸನ್ ಆ ನಾಯಕತ್ವದ ನಿರ್ವಾತವನ್ನು ತುಂಬಲು ಮುಂದೆ ಬಂದ. ಸಾಕಷ್ಟು ಗಂಭೀರನೂ, ಜಾಗೃತನೂ

ಆದ ಈತ, ಇಂಗ್ಲಿಷ್ ಮಾತಾಡುವ, ಮಾಂಟ್ರಿಯಲ್ ಸಮಾಜದ ಮೇಲ್ವರ್ಗದ ಕುಟುಂಬದಿಂದ ಬಂದವನಾಗಿದ್ದ. ಈತ ಅದ್ಭುತ ವೈದ್ಯಕೀಯ ಸಂಶೋಧಕನಾಗಿದ್ದು, ದೊಡ್ಡ ದೊಡ್ಡ ಪರ್ವತಾರೋಹಣವನ್ನು ಎರಡು ಅಥವಾ ಮೂರು ವರ್ಷಕ್ಕೊಮ್ಮೆ ಮಾಡುತ್ತಿದ್ದ. ಆದರೆ ಸಾಮಾನ್ಯವಾಗಿ ಅವನಿಗೆ ಈ ಹವ್ಯಾಸಕ್ಕೆ ಬಿಡುವಿರುತ್ತಿರಲಿಲ್ಲ. ನಾಲ್ಕನೆಯ ಕ್ಯಾಂಪಿನಲ್ಲಿ ತೊಂದರೆಗಳು ಹೆಚ್ಚಾಗುತ್ತಾ ಹೋದಂತೆ, ಈತ ತನಗೆ ಸಾಧ್ಯವಾದಷ್ಟು ಮಟ್ಟಿಗೆ ಅದನ್ನು ನಿಭಾಯಿಸುವ ಜವಾಬ್ದಾರಿಯನ್ನು ತೆಗೆದುಕೊಂಡ.

ಹೇರಿಸ್‌ನ ಹುಡುಕಾಟದಲ್ಲಿ ನಿಷ್ಫಲನಾಗಿ, ಅದರ ಆಘಾತದಿಂದ ನಾನು ಹೊರಬರುತ್ತಿದ್ದೆ. ಅದೇ ಸಮಯದಲ್ಲಿ ಹಚಿಸನ್ ನಾಲ್ಕು ಶೆರ್ಪಾಗಳ ತಂಡವನ್ನು ರಚಿಸಿ, ವೆದರ್ಸ್ ಮತ್ತು ನಂಬಾ ಅವರ ದೇಹಗಳನ್ನು ಪತ್ತೆ ಹಚ್ಚಿಸುವ ಕಾರ್ಯದಲ್ಲಿ ತೊಡಗಿದ. ನಿನ್ನೆಯ ರಾತ್ರಿ ಎನಾಟೊಲಿ ಬೊಕ್ರೀವ್, ಶಾರ್ಲೆ ಫಾಕ್ಸ್, ಸ್ಯಾಂಡಿ ಪಿಟ್‌ಮನ್ ಮತ್ತು ಟಿಮ್ ಮ್ಯಾಡ್‌ಸನ್‌ರನ್ನು ರಕ್ಷಿಸಿ ಕರೆತಂದ ಜಾಗದಲ್ಲಿಯೇ ಅವರನ್ನು ಬಿಟ್ಟು ಬಂದಿದ್ದ. ಲಕ್ಪಾ ಚಿರ್ರಿ ನಾಯಕತ್ವದಲ್ಲಿ ಶೆರ್ಪಾ ತಂಡವು ಶೋಧನ ಕಾರ್ಯಕ್ಕೆ ಹೊರಟಿತು. ಹಚಿಸನ್ ಕೂಡಾ ಎಷ್ಟು ದಣಿದು, ಮತಿಗೆಟ್ಟಿದ್ದನೆಂದರೆ – ಬೂಟ್‌ಗಳನ್ನು ಹಾಕಿಕೊಳ್ಳದೆ ಮೃದು ತಳದ ಚಪ್ಪಲಿಯೊಂದಿಗೆ ಗುಡಾರದಿಂದ ಹೊರಕ್ಕೆ ಬರಲು ಪ್ರಯತ್ನಿಸಿದ್ದ. ಆ ಪ್ರಮಾದವನ್ನು ಲಕ್ಪಾ ತಕ್ಷಣ ಗಮನಿಸಿದ ಮೇಲೆ, ಮತ್ತೆ ಗುಡಾರಕ್ಕೆ ಹೋಗಿ ಬೂಟ್ ಹಾಕಿಕೊಂಡು ಬಂದ. ಬೊಕ್ರೀವ್ ನಿರ್ದೇಶಿಸಿದ ದಿಕ್ಕಿನಲ್ಲಿ ಚಲಿಸಿದ ಶೆರ್ಪಾಗಳು, ಕಾಂಗ್ ಶುಂಗ್ ಫೇಸ್ ಪರ್ವತದ ಅಂಚಿನ ಬಳಿಯಲ್ಲಿ, ಹಿಮ ಮತ್ತು ಕಲ್ಲಿನ ಬಂಡೆಗಳ ಮಧ್ಯದಲ್ಲಿ ಎರಡೂ ಹೆಣಗಳನ್ನು ಬೇಗನೆಯೆ ಗುರುತಿಸಿದರು. ಶವಗಳ ಬಗ್ಗೆ ಅತ್ಯಂತ ಭಯವನ್ನು ಇರಿಸಿಕೊಂಡಿರುವ ಶೆರ್ಪಾಗಳು, ಹಚಿಸನ್ ಬರುವ ತನಕ ಆ ದೇಹಗಳಿಂದ ಸುಮಾರು 60 ರಿಂದ 70 ಅಡಿ ದೂರದಲ್ಲಿ ನಿಂತಿದ್ದರು.

"ಎರಡೂ ದೇಹಗಳು ಹೆಚ್ಚು ಕಡಿಮೆ ಮಂಜಿನಲ್ಲಿ ಹೂತು ಹೋಗಿದ್ದವು. ಅವರ ಬೆನ್ನಚೀಲಗಳು ಸುಮಾರು 100 ಅಡಿ ದೂರದಲ್ಲಿ ದಿಬ್ಬದ ಮೇಲೆ ಬಿದ್ದಿದ್ದವು. ಅವರ ಮುಖ ಮತ್ತು ಎದೆಭಾಗಗಳು ಹಿಮದಿಂದ ಆವೃತವಾಗಿದ್ದವು. ಕೇವಲ ಅವರ ಕೈ ಮತ್ತು ಕಾಲುಗಳು ಹೊರಚಾಚಿದ್ದವು. ಗಾಳಿಯಂತೂ ಒಂದೇ ಸವನೆ ಸೌತ್ ಕೋಲ್‌ನಲ್ಲಿ ಬೀಸುತ್ತಲೇ ಇತ್ತು" ಎಂದು ಹಚಿಸನ್ ಜ್ಞಾಪಿಸಿಕೊಳ್ಳುತ್ತಾನೆ. ಹಚಿಸನ್ ಮೊದಲಿಗೆ ನಂಬಾ ದೇಹವನ್ನು ಕಂಡ. ಆದರೆ ಅದರ ಮುಖದ ಮೇಲೆ ಆವರಿಸಿದ ಸುಮಾರು ಮೂರು ಇಂಚಿನಷ್ಟು ಹಿಮವನ್ನು ಕೆರೆದು ತೆಗೆಯುವ ತನಕ ಅವನಿಗೆ ಅದು ಯಾರ ದೇಹವೆಂದು ಪತ್ತೆಯಾಗಲಿಲ್ಲ. ಆಕೆಯಿನ್ನೂ ಉಸಿರಾಡುತ್ತಿರುವುದನ್ನು ಕಂಡು ಗಾಬರಿಯಾದ. ಆಕೆಯ ಎರಡೂ ಕೈಗವಸುಗಳು ನಾಪತ್ತೆಯಾಗಿದ್ದವು.

ಆಕೆಯ ಬರಿಗೈಗಳು ಹಿಮಗಟ್ಟಿ ಮರವಾಗಿ ಹೋಗಿದ್ದವು. ಆಕೆಯ ಕಣ್ಣುಗಳು ಅಗಲವಾಗಿ ತೆರೆದುಕೊಂಡಿದ್ದವು. ಆಕೆಯ ಮುಖಬಣ್ಣವು ಚೀನಾ ತಟ್ಟೆಗಳ ಬಿಳುಪಿಗೆ ತಿರುಗಿತ್ತು. "ಆ ಸ್ಥಿತಿ ಭಯಾನಕವಾಗಿತ್ತು. ನನಗೆ ತೋಚದಂತಾಯ್ತು. ಆಕೆ ಸಾವಿಗೆ ಅತ್ಯಂತ ಸಮೀಪದಲ್ಲಿದ್ದಳು. ನಂಗೆ ಏನು ಮಾಡಬೇಕೋ ತಿಳಿಯಲಿಲ್ಲ" ಎಂದು ಹಚಿಸನ್ ಹೇಳುತ್ತಾನೆ.

ಅನಂತರ ಅವನು ಬೆಕ್ ಕಡೆಗೆ ತನ್ನ ದೃಷ್ಟಿಯನ್ನು ಹರಿಸಿದ. ಆತ ಇಪ್ಪತ್ತು ಅಡಿ ದೂರದಲ್ಲಿ ಬಿದ್ದಿದ್ದ. ಬೆಕ್‌ನ ಮುಖವೂ ದಪ್ಪನೆಯ ಮಂಜಿನಿಂದ ಮುಚ್ಚಿ ಹೋಗಿತ್ತು. ದ್ರಾಕ್ಷಿ ಹಣ್ಣಿನ ಗಾತ್ರದ ಹಿಮದ ಉಂಡೆಗಳು ಅವನ ಕೂದಲಿಗೆ ಮತ್ತು ಕಣ್ಣುರೆಪ್ಪೆಗೆ ಅಂಟಿಕೊಂಡಿದ್ದವು. ಆತನ ಮುಖದ ಮಂಜನ್ನು ಹಗೂರಕ್ಕೆ ತೆಗೆದ ಮೇಲೆ, ಅವನೂ ಇನ್ನೂ ಜೀವಂತನಿರುವನೆಂಬುದು ಹಚಿಸನ್‌ಗೆ ಗೊತ್ತಾಯಿತು. "ಅವನು ಏನೋ ಬಡಬಡಿಸುತ್ತಿದ್ದ. ಆದರೆ ನಂಗೆ ಅದು ಏನು ಎನ್ನುವುದು ತಿಳಿಯಲಿಲ್ಲ. ಅವನ ಬಲಗೈಯ ಗವಸು ಎಲ್ಲೋ ಕಳೆದು ಹೋಗಿ, ಸಾಕಷ್ಟು ಹಿಮಕಡಿತವಾಗಿತ್ತು. ಅವನನ್ನು ಕೂಡಿಸಲು ನೋಡಿದೆ, ಆದರೆ ಸಾಧ್ಯವಾಗಲಿಲ್ಲ. ಒಬ್ಬ ಮನುಷ್ಯ ಸಾವಿಗೆ ಎಷ್ಟು ಹತ್ತಿರ ಸಾಧ್ಯವೋ, ಅಷ್ಟು ಹತ್ತಿರದಲ್ಲಿ ಅವನಿದ್ದ. ಆದರೆ ಅವನಿನ್ನೂ ಉಸಿರಾಡುತ್ತಿದ್ದ" ಎಂದು ಹಚಿಸನ್ ಹೇಳುತ್ತಾನೆ.

ವಿಪರೀತ ಕಂಗಾಲಾದ ಹಚಿಸನ್, ಲಕ್ಪಾ ಬಳಿ ಹೋಗಿ ಅವನ ಸಲಹೆಯನ್ನು ಕೇಳಿದ. ಶೆರ್ಪಾಗಳಿಂದಲೂ ಮತ್ತು ಸಾಹೇಬರಿಂದಲೂ ತನ್ನ ಚಾರಣದ ಮೋಹಕ್ಕೆ ಸಾಕಷ್ಟು ಪ್ರಶಂಸೆಯನ್ನು ಗಳಿಸಿರುವ ಸಮರ್ಥ ಪರ್ವತಾರೋಹಿಯಾದ ಲಕ್ಪಾ ಶೆರ್ಪಾನು, ಬೆಕ್ ಮತ್ತು ಯಸುಕೊ ದೇಹಗಳನ್ನು ಅಲ್ಲಿಯೇ ಬಿಟ್ಟು ಬಿಡುವಂತೆ ಸಲಹೆ ಕೊಟ್ಟ. ಅವರನ್ನು ಹೇಗೋ ಕಷ್ಟಪಟ್ಟು ನಾಲ್ಕನೆಯ ಕ್ಯಾಂಪಿಗೆ ಕರೆದುಕೊಂಡು ಹೋದರೂ, ಬೇಸ್ ಕ್ಯಾಂಪ್‌ಗೆ ಅವರನ್ನು ಸಾಗಿಸುವ ಹೊತ್ತಿಗೆ ಖಂಡಿತವಾಗಿಯೂ ಸತ್ತುಹೋಗುತ್ತಾರೆ ಎಂದ. ಆ ಸಾಹಸವನ್ನು ಮಾಡಲು ಹೋದರೆ ಉಳಿದ ಇತರರಿಗೂ ಅದರಿಂದ ವಿಪರೀತ ತೊಂದರೆಯಾಗುತ್ತದೆ. ಈಗಿರುವ ಸ್ಥಿತಿಯಲ್ಲಿಯೇ ಅವರು ಕೆಳಕ್ಕೆ ಸುರಕ್ಷಿತವಾಗಿ ಇಳಿಯುವುದು ದೊಡ್ಡ ಸವಾಲೇ ಆಗಿದೆ ಎಂದ.

ಲಕ್ಪಾ ಹೇಳುವುದು ಸರಿಯೆಂದು ಹಚಿಸನ್‌ಗೆ ತೋರಿತು. ಅತ್ಯಂತ ಕ್ರೂರವಾದರೂ, ಅವನಿಗಿದ್ದದ್ದು ಅದೊಂದೇ ದಾರಿ. ಪ್ರಕೃತಿಯು ಆ ಎರಡೂ ದೇಹದ ಮೇಲೆ ಮುಂದಿನ ಕೆಲಸವನ್ನು ತನ್ನ ಪಾಡಿಗೆ ತಾನು ಮಾಡಲಿ. ತಂಡದ ಶಕ್ತಿ ಮತ್ತು ಸೌಲಭ್ಯಗಳನ್ನು ಯಾರಿಗೆ ಬಳಸಿದರೆ ಲಾಭವಿದೆಯೋ ಅಂತಹವರಿಗಾಗಿ ಉಳಿಸಿಕೊಳ್ಳಲು ಸಾಧ್ಯವಾಗುತ್ತದೆ. ಉಳಿದ ಸವಲತ್ತನ್ನು ಬಹು ಕಠಿಣವಾಗಿಯಾದರೂ ಆದರ್ಶವಾಗಿ ಹಂಚುವ ಉದಾಹರಣೆ ಅದಾಗಿತ್ತು. ಹಚಿಸನ್ ಗುಡಾರಕ್ಕೆ ಬಂದಾಗ

ಹನಿಗಣ್ಣಾಗಿದ್ದ ಮತ್ತು ಭೂತದಂತೆ ಕಾಣಿಸುತ್ತಿದ್ದ. ಆತನ ಕೋರಿಕೆಯ ಮೇರೆಗೆ ಟಾಸ್ಕ್ ಮತ್ತು ಗ್ರೂಮ್‌ರನ್ನು ಎಬ್ಬಿಸಿ, ಅವರ ಗುಡಾರದಲ್ಲಿಯೇ ಎಲ್ಲರೂ ಸೇರಿ, ಬೆಕ್ ಮತ್ತು ಯಸುಕೊರನ್ನು ಏನು ಮಾಡಬೇಕೆಂದು ಚರ್ಚಿಸಿದೆವು. ಆ ಸಂಭಾಷಣೆಯು ಅತ್ಯಂತ ದುಃಖದಾಯಕವಾಗಿದ್ದು, ಎಲ್ಲರಲ್ಲೂ ನಡುಕವನ್ನು ಉಂಟು ಮಾಡಿತು. ಒಬ್ಬರಿಗೊಬ್ಬರು ಕಣ್ಣಲ್ಲಿ ಕಣ್ಣಿಟ್ಟು ನೋಡಲು ಸಾಧ್ಯವಾಗಲಿಲ್ಲ. ಆದರೆ ಐದು ನಿಮಿಷದಲ್ಲಿ ನಾವು ನಾಲ್ವರೂ ಒಮ್ಮತದ ನಿರ್ಧಾರಕ್ಕೆ ಬಂದೆವು; ಹಚಿಸನ್ ಹೇಳಿದಂತೆ ಬೆಕ್ ಮತ್ತು ಯಸುಕೊ ದೇಹಗಳನ್ನು ಅವುಗಳು ಇದ್ದಲ್ಲಿಯೇ ಬಿಟ್ಟು ಹೋಗುವುದು ಸೂಕ್ತ ಕ್ರಮವೆಂದು ನಾವು ಒಪ್ಪಿಕೊಂಡೆವು.

ಆ ದಿನವೇ ಎರಡನೆಯ ಕ್ಯಾಂಪಿಗೆ ಇಳಿದು ಹೋಗುವುದೆಂದು ನಾವೆಲ್ಲಾ ವಿಚಾರ ಮಾಡಿದೆವು. ಆದರೆ ಟಾಸ್ಕ್ ಮಾತ್ರ ಅದಕ್ಕೊಪ್ಪಲೇ ಇಲ್ಲ. ರಾಬ್ ಹಾಲ್ ಏಕಾಂಗಿಯಾಗಿ ದಕ್ಷಿಣ ದಿಬ್ಬದಲ್ಲಿ ಇರುವಾಗ ಖಂಡಿತವಾಗಿಯೂ ನಾವು ಇಳಿಯಬಾರದೆಂದು ಹೇಳಿದ. "ಅವನು ಇಲ್ಲದೆ ನಾನು ಇಳಿಯುವ ಆಲೋಚನೆಯನ್ನೇ ಮಾಡುವುದಿಲ್ಲ" ಎಂದು ಘೋಷಿಸಿದ. ಏನೇ ಆದರೂ ಅದೊಂದು ಕ್ಷುಲ್ಲಕ ಸಂಗತಿಯಾಗಿತ್ತು. ಯಾಕೆಂದರೆ ಕಾಸಿಷ್ಕ ಮತ್ತು ಗ್ರೂಮ್ ಎಂತಹ ಕೆಟ್ಟ ಪರಿಸ್ಥಿತಿಯಲ್ಲಿದ್ದರೆಂದರೆ, ಆ ಹೊತ್ತಿನಲ್ಲಂತೂ ಎಲ್ಲಿಗೂ ಹೋಗುವ ಪ್ರಶ್ನೆಯೇ ಉದ್ಭವಿಸುವ ಹಾಗಿರಲಿಲ್ಲ.

"1986ರಲ್ಲಿ ಕೆ–2 ಪರ್ವತಾರೋಹಣದಲ್ಲಿ ಏನಾಯಿತೋ, ಅದೇ ಮತ್ತೆಲ್ಲಿ ಪುನರಾವರ್ತನೆಯಾಗುತ್ತದೆಯೋ ಎಂಬ ಆತಂಕ ನನಗಾಗುತ್ತಿತ್ತು" ಎಂದು ಹಚಿಸನ್ ಹೇಳುತ್ತಾನೆ. ಆ ವರ್ಷದ ಜೂಲೈ 4 ರಂದು, ಪರ್ವತಾರೋಹಣದ ದಂತಕತೆಯಾದ ಆಸ್ಟ್ರಿಯಾದ ಬೆರ್ಗ್ ಸ್ಟಿಗರ್‌ಕುರ್ತ್ ಡಯಂಬರ್ಗರ್ ಸೇರಿದಂತೆ ಏಳು ಜನ ಸಮರ್ಥ ಪರ್ವತಾರೋಹಿಗಳು ಜಗತ್ತಿನ ಎರಡನೆಯ ಅತಿ ದೊಡ್ಡ ಪರ್ವತವನ್ನು ಹತ್ತಲು ಹೊರಟರು. ಏಳರಲ್ಲಿ ಆರು ಜನ ಶಿಖರದ ತುದಿಯನ್ನು ತಲುಪಿದರು. ಆದರೆ ಕೆಳಕ್ಕೆ ಇಳಿಯುವಾಗ ಒಂದು ಭೀಕರ ಬಿರುಗಾಳಿಯು ಕೆ–2 ಪರ್ವತದ ಮೇಲಿನ ಇಳಿಜಾರಿನಲ್ಲಿ ಬೀಸಿ, ಅಷ್ಟೂ ಜನವೂ 26,250 ಅಡಿ ಎತ್ತರದಲ್ಲಿರುವ ಹೈ ಕ್ಯಾಂಪ್‌ನಲ್ಲಿ ಉಳಿಯುವಂತೆ ಮಾಡಿತು. ಈ ಬಿರುಗಾಳಿ ಐದು ದಿನಗಳ ಕಾಲ ಸತತವಾಗಿ ಮುಂದುವರೆಯಿತು. ಅವರೆಲ್ಲಾ ದಿನದಿಂದ ದಿನಕ್ಕೆ ನಿಶ್ಯಕ್ತರಾದರು. ಕೊನೆಗೂ ಬಿರುಗಾಳಿ ನಿಂತ ಮೇಲೆ ಕೇವಲ ಡಯಂಬರ್ಗರ್ ಮತ್ತು ಇನ್ನೊಬ್ಬ ಮಾತ್ರ ಜೀವಂತವಾಗಿ ಕೆಳಕ್ಕೆ ಇಳಿಯಲು ಸಾಧ್ಯವಾಯ್ತು.

| | |

ಶನಿವಾರ ಮುಂಜಾನೆ ನಾವು ನಂಬಾ ಮತ್ತು ವೆದರ್ಸ್‌ರವರನ್ನು ಏನು ಮಾಡಬೇಕು ಮತ್ತು ಕೆಳಕ್ಕೆ ಇಳಿಯಬೇಕೆ ಎಂದು ಸಮಾಲೋಚನೆ ಮಾಡುತ್ತಿರುವಾಗ, ನೀಲ್ ಬೈಡಲ್‌ಮನ್‌ನು ಸ್ಕಾಟ್ ಫಿಷರ್ ತಂಡದವರನ್ನು ಒಂದು ಕಡೆ ಸೇರಿಸಿ ತಕ್ಷಣವೇ ಸೌತ್ ಕೋಲ್‌ನಿಂದ ಇಳಿಯಬೇಕೆಂದು ಆಜ್ಞೆ ಮಾಡುತ್ತಿದ್ದ. "ಪ್ರತಿಯೊಬ್ಬರೂ ನಿನ್ನೆಯ ರಾತ್ರಿಯ ಘಟನೆಗಳಿಂದಾಗಿ ಎಷ್ಟೊಂದು ದಣಿದಿದ್ದರೆಂದರೆ, ಅವರನ್ನು ಎಚ್ಚರಿಸಿ ಗುಡಾರದಿಂದ ಹೊರಕ್ಕೆ ಕರೆತರುವುದೇ ಕಷ್ಟವಾಗಿತ್ತು. ನಾನಂತೂ ನಿಜವಾಗಿಯೂ ಕೆಲವರಿಗೆ ಬೆನ್ನಿಗೆ ಗುದ್ದಿ ಬೂಟುಗಳನ್ನು ಹಾಕಿಕೊಳ್ಳುವಂತೆ ಮಾಡಬೇಕಾಯ್ತು" ಎಂದು ಬೈಡಲ್‌ಮನ್ ಹೇಳುತ್ತಾನೆ. "ಆದರೆ ತಕ್ಷಣ ಹೊರಡಬೇಕು ಎನ್ನುವ ನಿರ್ಧಾರಕ್ಕೆ ನಾನು ಕಟ್ಟುಬಿದ್ದೆ. 26,000 ಅಡಿಯ ಮೇಲೆ ಅಗತ್ಯಕ್ಕಿಂತಲೂ ಹೆಚ್ಚು ಹೊತ್ತು ಇರುವುದು ಅಪಾಯ ಎನ್ನುವುದು ನನ್ನ ನಂಬಿಕೆಯಾಗಿತ್ತು. ಸ್ಕಾಟ್ ಮತ್ತು ರಾಬ್‌ರನ್ನು ರಕ್ಷಿಸುವ ಸಲುವಾಗಿ ಸಾಕಷ್ಟು ರಕ್ಷಣಾ ಕಾರ್ಯಗಳು ನಡೆಯುತ್ತಿದ್ದವೆಂದು ನನಗೆ ಗೊತ್ತಿತ್ತು. ಆದರೂ ತಂಡದವರನ್ನೆಲ್ಲಾ ತಕ್ಷಣವೇ ಸೌತ್ ಕೋಲ್‌ನಿಂದ ಕೆಳಗಿನ ಕ್ಯಾಂಪ್‌ಗಳಿಗೆ ಇಳಿಸಲು ನನ್ನ ಪೂರ್ತಿ ಗಮನವನ್ನು ಕೊಟ್ಟೆ."

ಬೊಕ್ರೀವ್ ಮಾತ್ರ ಸ್ಕಾಟ್ ಸಲುವಾಗಿ ನಾಲ್ಕನೆಯ ಕ್ಯಾಂಪಿನಲ್ಲಿ ಉಳಿದ. ಉಳಿದವರನ್ನೆಲ್ಲಾ ನೀಲ್ ಬೈಡಲ್‌ಮನ್ ಗುಂಪುಗೂಡಿಸಿ ಕೆಳಕ್ಕೆ ಕರೆದುಕೊಂಡು ಹೊರಟ. 25,000 ಅಡಿ ಎತ್ತರದಲ್ಲಿ ಮತ್ತೊಮ್ಮೆ ಸ್ಯಾಂಡಿ ಪಿಟ್‌ಮನ್‌ಳಿಗೆ ಡೆಕ್ಸಾಮೆಥಾಜೋನ್ ಇಂಜೆಕ್ಷನ್ ಅನ್ನು ಕೊಟ್ಟ. ಆಮೇಲೆ ಎಲ್ಲರೂ ಮೂರನೆಯ ಕ್ಯಾಂಪಿನಲ್ಲಿ ಸಾಕಷ್ಟು ಹೊತ್ತು ವಿಶ್ರಾಂತಿ ತೆಗೆದುಕೊಂಡು, ದೇಹದ ತೇವಾಂಶವನ್ನು ಹೆಚ್ಚಿಸಿಕೊಂಡರು. ಬೈಡಲ್‌ಮನ್ ಮೂರನೆಯ ಕ್ಯಾಂಪಿಗೆ ಬಂದಾಗ ಅಲ್ಲಿದ್ದ ಬ್ರೆಷರ್ಸ್ "ನಾನು ಅವರನ್ನು ನೋಡಿದಾಗ ನಿಜಕ್ಕೂ ದಿಗ್ಮೂಢನಾದೆ. ಅವರೆಲ್ಲಾ ಒಂದು ಐದು ವರ್ಷ ಯುದ್ಧ ಮಾಡಿ ದಣಿದವರಂತೆ ಕಂಡರು. ಸ್ಯಾಂಡಿ ಅಂತೂ 'ತುಂಬಾ ಕಷ್ಟಪಟ್ಟೆ! ನಾನಂತೂ ಎಲ್ಲಾ ಆಸೆ ಬಿಟ್ಟು ನೆಲದ ಮೇಲೆ ಮಲಗಿಬಿಟ್ಟೆ!' ಎಂದು ಅಳಲಾರಂಭಿಸಿದಳು. ಎಲ್ಲರೂ ಅತ್ಯಂತ ದೊಡ್ಡ ಆಘಾತದಲ್ಲಿರುವಂತೆ ಕಂಡರು" ಎಂದು ಹೇಳುತ್ತಾನೆ.

ಕತ್ತಲಾಗುವುದಕ್ಕೆ ಮುಂಚೆ, ಬೈಡಲ್‌ಮನ್ ತಂಡದ ಕೊನೆಯ ಕೆಲವರು ಲೋಟ್ ಫೇಸ್ ಪರ್ವತದ ಕಡಿದಾದ ಇಳಿಜಾರಿನಲ್ಲಿ ಸಾಹಸಪಟ್ಟು ಇಳಿಯುತ್ತಿದ್ದರು. ಇಳಿಯಲು ಕಟ್ಟಿದ ಹಗ್ಗ ಶುರುವಾದ 500 ಅಡಿ ಕೆಳಕ್ಕೆ ಬರುವುದರಲ್ಲಿ ಅವರು ಹಿಮಾಲಯವನ್ನು ಸ್ವಚ್ಛಗೊಳಿಸುವ ಶೆರ್ಪಾ ತಂಡವೊಂದನ್ನು ಭೇಟಿಯಾದರು. ಇವರಿಗೆ ಸಹಾಯ ಮಾಡಲೆಂದು ಅವರು ಮೇಲೆ ಬಂದಿದ್ದರು. ಅವರು

ಅವರೋಹಣವನ್ನು ಮುಂದುವರೆಸಿದಾಗ, ದ್ರಾಕ್ಷಿಹಣ್ಣಿನ ಗಾತ್ರದ ಕಲ್ಲುಗಳು ಮೇಲಿಂದ ಉರುಳುತ್ತಾ ಬಂದವು. ಅದರಲ್ಲಿ ಒಂದು ಕಲ್ಲು ಸೀದಾ ಶೆರ್ಪಾ ಒಬ್ಬನ ತಲೆಗೆ ಬಡಿಯಿತು. ಆ ದೃಶ್ಯವನ್ನು ಅತ್ಯಂತ ಸನಿಹದಿಂದ ನೋಡಿದ ಬೈಡಲ್‌ಮನ್ "ಆ ಕಲ್ಲು ಅವನನ್ನು ಜಜ್ಜಿ ಹಾಕಿ ಬಿಡ್ತು" ಎಂದು ಹೇಳುತ್ತಾನೆ.

"ಅದು ತುಂಬಾ ನೋವಿನ ಹೊಡೆತವಾಗಿತ್ತು. ಯಾರೋ ಬೇಸ್‌ಬಾಲ್ ಬ್ಯಾಟಿನಿಂದ ಅವನ ತಲೆಗೆ ಹೊಡೆದ ಹಾಗಿತ್ತು" ಎಂದು ಶೋನಿಂಗ್ ಜ್ಞಾಪಿಸಿಕೊಳ್ಳುತ್ತಾನೆ. ಆ ಕಲ್ಲಿನ ಹೊಡೆತ ಎಷ್ಟು ಜೋರಾಗಿತ್ತೆಂದರೆ, ಒಂದು ಬೆಳ್ಳಿ ಡಾಲರ್‌ನಷ್ಟು ಗಾತ್ರದ ಭಾಗವನ್ನು ಅವನ ತಲೆಯಿಂದ ಕಿತ್ತು ಹಾಕಿತು. ಅವನು ಎಚ್ಚರ ತಪ್ಪಿಬಿಟ್ಟ, ಒಂದು ತರಹ ಹೃದಯಸ್ತಂಭನವಾದಂತಾಯ್ತು. ಅವನು ಹತೋಟಿಯನ್ನು ಕಳೆದುಕೊಂಡು ಕಟ್ಟಿದ್ದ ಹಗ್ಗದಗುಂಟ ಜಾರಲಾರಂಭಿಸಿದ. ಶೋನಿಂಗ್ ಅವನ ಮುಂದೆ ಜಿಗಿದು, ಅವನನ್ನು ಹಿಡಿದು ನಿಲ್ಲಿಸಿದ. ಆದರೆ ಕೆಲವು ಕ್ಷಣಗಳ ನಂತರ, ಅವನನ್ನು ತನ್ನ ಕೈಗಳಲ್ಲಿ ತೆಗೆದುಕೊಂಡು ಆರೈಕೆ ಮಾಡುತ್ತಿರುವಾಗ, ಮತ್ತೊಂದು ಕಲ್ಲು ಮೇಲಿಂದ ಜಾರಿ ಬಂದು ಶೆರ್ಪಾನಿಗೆ ಜೋರಾಗಿ ಬಡಿಯಿತು. ಮತ್ತೊಮ್ಮೆ ಆ ಶೆರ್ಪಾ ಮೊದಲಿನಂತಹದೇ ನೋವನ್ನು ಭರಿಸಬೇಕಾಯ್ತು.

ಎರಡನೆಯ ಬಾರಿ ಕಲ್ಲು ಬಡಿದು ನೋವಾದರೂ, ಕೆಲವು ನಿಮಿಷಗಳ ನಂತರ ನೋವಿನಿಂದ ನರಳಿದ ಶೆರ್ಪಾ ಭೀಕರವಾಗಿ ಸದ್ದು ಮಾಡುತ್ತಾ, ನಿಧಾನಕ್ಕೆ ಉಸಿರಾಡಲಾರಂಭಿಸಿದ. ಬೈಡಲ್‌ಮನ್ ಅವನನ್ನು ಲೋಟ್ ಫೇಸ್ ಪರ್ವತದಿಂದ ಕೆಳಕ್ಕೆ ಇಳಿಸುವಲ್ಲಿ ಸಾಕಷ್ಟು ಸಹಾಯ ಮಾಡಿದ. ಅಲ್ಲಿ ಶೆರ್ಪಾಗಳ ದೊಡ್ಡ ಗುಂಪೊಂದು ಅವರನ್ನು ಭೇಟಿಯಾಗಿ, ಆತನನ್ನು ಎರಡನೆಯ ಕ್ಯಾಂಪಿಗೆ ಕರೆದುಕೊಂಡು ಹೋದರು. ಈ ಹೊತ್ತಿನಲ್ಲಿ "ಕ್ಲೆವ್ ಮತ್ತು ನಾನು ಒಬ್ಬರಿಗೊಬ್ಬರು ಮುಖ ನೋಡಿಕೊಂಡೆವು. ಅದು ಹೇಗಿತ್ತೆಂದರೆ 'ಇಲ್ಲಿ ಏನು ನಡೀತಾ ಇದೆ? ಈ ಪರ್ವತಕ್ಕೆ ಇಷ್ಟೊಂದು ಕೋಪ ತರಿಸಲು ನಾವು ಮಾಡಿರುವ ತಪ್ಪಾದರೂ ಏನು?'"ಎಂದು ಬೈಡಲ್‌ಮನ್ ಜ್ಞಾಪಿಸಿಕೊಳ್ಳುತ್ತಾನೆ.

| | |

ಪೂರ್ತಿ ಏಪ್ರಿಲ್ ತಿಂಗಳು ಮತ್ತು ಮೇ ಮೊದಲ ವಾರಗಳಲ್ಲಿ, ರಾಬ್ ಹಾಲ್ ತನ್ನ ಆತಂಕವನ್ನು ವ್ಯಕ್ತಪಡಿಸುತ್ತಲೇ ಇದ್ದ. ಅಷ್ಟೇನೂ ಸಮರ್ಥವಲ್ಲದ ಒಂದೆರಡು ತಂಡಗಳಿಂದಾಗಿ ಪರ್ವತದ ಮೇಲೆ ದಟ್ಟಣೆ ಉಂಟಾಗಬಹುದು

ಮತ್ತು ಅವರನ್ನು ಉಳಿಸಲೆಂದು ನಾವು ತೊಡಗಿಕೊಂಡು ನಮ್ಮ ಶಿಖರವೇರುವ ಕನಸು ಸಾಧ್ಯವಾಗದೇ ಹೋಗಬಹುದು ಎನ್ನುತ್ತಿದ್ದ. ಆದರೆ ಈಗ ರಾಬ್ ಹಾಲ್‌ನ ತಂಡವೇ ಅತ್ಯಂತ ತೊಂದರೆಯಲ್ಲಿದ್ದು, ಉಳಿದ ತಂಡಗಳು ನಮ್ಮ ಸಹಾಯಕ್ಕೆ ಬಂದಿದ್ದು ಒಂದು ಕಠೋರ ವ್ಯಂಗ್ಯವೆನ್ನಿಸುತ್ತಿತ್ತು. ಟಾಡ್ ಬರ್ಲ್‌ಸನ್‌ನ ಅಲ್ಪೈನ್ ಅಸೆಂಟ್ಸ್ ಇಂಟರ್‌ನ್ಯಾಷನಲ್ ಪರ್ವತಾರೋಹಣ ತಂಡ, ಡೇವಿಡ್ ಬ್ರೆಷರರ್ಸ್‌ನ ಪರ್ವತಾರೋಹಣ ತಂಡ ಮತ್ತು ಮಾಲ್ ಡಫ್‌ನ ವಾಣಿಜ್ಯ ಪರ್ವತಾರೋಹಣ ತಂಡ – ಮೂರೂ ತಂಡಗಳು ಯಾವುದೇ ಪ್ರತಿರೋಧವಿಲ್ಲದೆ ತಮ್ಮ ಶಿಖರ ಏರುವ ದಿನವನ್ನು ಮುಂದೂಡಿ, ಗಾಯಗೊಂಡ ನಮ್ಮೆಲ್ಲರನ್ನೂ ಆಸ್ಥೆಯಿಂದ ನೋಡಿಕೊಂಡಿದ್ದರು.

ಮೇ 10, ಶುಕ್ರವಾರದಂದು ನಾವು ಮತ್ತು ಸ್ಕಾಟ್ ಫಿಷರ್ ತಂಡದವರು ನಾಲ್ಕನೆಯ ಕ್ಯಾಂಪಿನಿಂದ ಶಿಖರವನ್ನು ಏರಲು ತೊಡಗಿದಾಗ, ಆಲ್ಪೈನ್ ಅಸೆಂಟ್ ಇಂಟರ್‌ನ್ಯಾಷನಲ್ ಪರ್ವತಾರೋಹಣ ತಂಡ ಮೂರನೆಯ ಕ್ಯಾಂಪಿಗೆ ಬಂದಿತ್ತು. ಅದರ ನಾಯಕರಾದ ಬರ್ಲ್‌ಸನ್ ಮತ್ತು ಪೀಟ್ ಅಥೆನ್ಸ್‌ರವರಿಗೆ ಶನಿವಾರ ಬೆಳಿಗ್ಗೆ ಶಿಖರದ ಮೇಲೆ ನಡೆಯುತ್ತಿರುವ ದುರಂತದ ಮಾಹಿತಿ ದಕ್ಕಿತು. ಆ ತಕ್ಷಣವೇ ಅವರು ತಮ್ಮ ಗ್ರಾಹಕರನ್ನು 24,000 ಅಡಿ ಎತ್ತರದಲ್ಲಿರುವ ಮೂರನೆಯ ಕ್ಯಾಂಪ್‌ನಲ್ಲಿ ಬಿಟ್ಟು, ತಮ್ಮ ತಂಡದ ಮತ್ತೊಬ್ಬ ಮಾರ್ಗದರ್ಶಿಯಾದ ಜಿಮ್ ವಿಲಿಯಮ್ಸ್‌ಗೆ ಅವರ ಜವಾಬ್ದಾರಿಯನ್ನು ವಹಿಸಿ, ನಮಗೆ ಸಹಾಯ ಮಾಡಲೆಂದು ಸೌತ್ ಕೋಲ್‌ಗೆ ಧಾವಿಸಿದ್ದರು.

ಬ್ರೆಷರ್ಸ್, ಎಡ್ ವೈಸ್ಟಿಯುವರ್ಸ್ ಮತ್ತಿತರ IMAX ತಂಡದವರು ಆ ಹೊತ್ತಿನಲ್ಲಿ ಎರಡನೆಯ ಕ್ಯಾಂಪ್‌ನಲ್ಲಿ ಇದ್ದರು. ಬ್ರೆಷರ್ಸ್ ತಕ್ಷಣವೇ ತನ್ನೆಲ್ಲಾ ಸಿನಿಮಾ ನಿರ್ದೇಶನದ ಕೆಲಸವನ್ನು ಬದಿಗೊತ್ತಿ, ತನ್ನ ತಂಡದಲ್ಲಿರುವ ಎಲ್ಲ ಸೌಲಭ್ಯಗಳನ್ನು ನಮ್ಮ ರಕ್ಷಣೆಗಾಗಿ ಬಳಸಲು ಕಾರ್ಯನಿರತನಾಗಿದ್ದ. ಮೊಟ್ಟ ಮೊದಲಿಗೆ, ಸೌತ್ ಕೋಲ್‌ನಲ್ಲಿ ಅವರ IMAX ಗುಡಾರಗಳಲ್ಲಿ ಕೆಲವೊಂದು ಬ್ಯಾಟರಿಗಳನ್ನು ಶೇಖರಿಸಿ ಇಡಲಾಗಿದೆ ಎಂದು ಮೆಸೇಜ್ ಮಾಡಿದ. ಮಧ್ಯಾಹ್ನದ ವೇಳೆಗೆಲ್ಲಾ ನಾನು ಅವನ್ನು ಹುಡುಕಿ, ಹಾಲ್ ತಂಡದ ಎಲ್ಲಾ ರೇಡಿಯೋಗಳು ಕೆಲಸ ಮಾಡುವಂತೆ ಮಾಡಿ, ಕೆಳಗಿನ ಕ್ಯಾಂಪ್‌ಗಳೊಡನೆ ಸಂಪರ್ಕವೇರ್ಪಡುವಂತೆ ಮಾಡಿದ್ದೆ. ಅನಂತರ ಬ್ರೆಷರ್ಸ್ ತಮ್ಮ ಆಮ್ಲಜನಕದ ಬಾಟಲಿಗಳನ್ನು ಕೊಡಲು ಮುಂದಾದ. 26,000 ಅಡಿ ಎತ್ತರಕ್ಕೆ ಅತ್ಯಂತ ಶ್ರಮಪಟ್ಟು ಒಯ್ದು 50 ಆಮ್ಲಜನಕದ ಬಾಟಲಿಗಳನ್ನು ಅಪಘಾತಕ್ಕೆ ಸಿಕ್ಕಿ ಒದ್ದಾಡುತ್ತಿದ್ದ ನಮಗೆ ನೀಡಲು ಸಿದ್ಧನಾದ. ಈ ಎಲ್ಲಾ ಉಪಕಾರಗಳಿಂದಾಗಿ ಅವನ 5.5 ಮಿಲಿಯನ್ ಡಾಲರ್ ಸಿನಿಮಾ ಯೋಜನೆ

ನೆನೆಗುದಿಗೆ ಬೀಳುತ್ತಿತ್ತು. ಆದರೂ ಜೀವ ಉಳಿಸುವ ಆ ಆಮ್ಲಜನಕದ ಗಾಳಿಯನ್ನು ಯಾವುದೇ ಮೀನಾಮೇಷ ಎಣಿಸದೆ ನಮಗೆ ಕೊಡಲು ಮುಂದೆ ಬಂದ.

ಅಥೆನ್ಸ್ ಮತ್ತು ಬರ್ಲ್‌ಸನ್ ಇಬ್ಬರೂ ಮಧ್ಯಾಹ್ನಕ್ಕೂ ಮುಂಚೆ ನಾಲ್ಕನೆಯ ಕ್ಯಾಂಪಿಗೆ ಬಂದರು. ತಕ್ಷಣವೇ IMAX ನ ಆಮ್ಲಜನಕದ ಬಾಟಲಿಗಳನ್ನು ಬೇಕೆಂದವರಿಗೆಲ್ಲಾ ಹಂಚಿದರು. ಅನಂತರ ಸ್ಕಾಟ್, ಮಕಾಲು ಮತ್ತು ಹಾಲ್‌ನ ರಕ್ಷಣೆಗಾಗಿ ಹೋಗಿದ್ದ ಶೆರ್ಪಾಗಳು ಬರುವ ತನಕ ಕಾಯ್ದರು. ಸಂಜೆ 4:35ರ ಹೊತ್ತಿಗೆ ಬರ್ಲ್‌ಸನ್ ಗುಡಾರದ ಹೊರಗೆ ಕಾಯುತ್ತಾ ನಿಂತಿದ್ದ. ಆಗ ಯಾರೋ ಒಬ್ಬರು ಮೊಣಕಾಲು ನೋವಾದವರಂತೆ ನಿಧಾನಕ್ಕೆ ಗುಡಾರಗಳ ಕಡೆಗೆ ಕುಂಟುತ್ತಾ ಬರುವುದನ್ನು ಗಮನಿಸಿದ. "ಹೇ ಪೀಟ್" ಎಂದು ತನ್ನ ಗೆಳೆಯ ಅಥೆನ್ಸ್‌ನನ್ನು ಕರೆದ. "ಅಲ್ಲಿ ನೋಡು. ಯಾರೋ ಕ್ಯಾಂಪ್ ಕಡೆಗೆ ಬರ್ತಾ ಇದಾರೆ" ಎಂದು ಹೇಳಿದ. ಆತನ ಬಲಗೈ ಯಾವುದೇ ರಕ್ಷಣೆಯಿಲ್ಲದೆ ಹಿಮಗಾಳಿಗೆ ತೆರೆದುಕೊಂಡಿತ್ತು. ಸಾಕಷ್ಟು ಹಿಮಕಡಿತದಿಂದಾಗಿ ಅದು ಮರಗಟ್ಟಿ, ಒಂದು ರೀತಿ ಸಲಾಮು ಹೊಡೆಯುತ್ತಿರುವಂತೆ ಮೇಲಕ್ಕೆ ಎದ್ದು ನಿಂತಿತ್ತು. ಅದು ಯಾರೇ ಆಗರಲಿ, ಆ ಕ್ಷಣಕ್ಕಂತೂ ಅಥೆನ್ಸ್‌ಗೆ ಕಡಿಮೆ ಬಂಡವಾಳದ ಹಾರರ್ ಸಿನಿಮಾದಲ್ಲಿ ತೋರಿಸುವ ಮಮ್ಮಿಯನ್ನು ನೋಡಿದಂತಾಯ್ತು. ಆ ಮಮ್ಮಿ ಕ್ಯಾಂಪಿನ ಹತ್ತಿರಕ್ಕೆ ಬಂದಾಗ, ಅದು ಬೇರೆ ಯಾರೂ ಅಲ್ಲದೆ ಬೆಕ್ ವೆದರ್ಸ್ ಎಂದು ಅರ್ಥವಾಯ್ತು. ಸತ್ತಂತವನು ಬಡಿದೆಚ್ಚರಗೊಂಡು ಬಂದಿದ್ದ.

ಗ್ರೂಮ್, ಬೈಡಲ್‌ಮನ್, ನಂಬಾ ಮತ್ತಿತರ ಸದಸ್ಯರ ತಂಡದ ಜೊತೆಗೆ ಹಿಂದಿನ ರಾತ್ರಿ ಇರುವಾಗ, ವೆದರ್ಸ್‌ಗೆ ಕೆಟ್ಟ ಅನುಭವವಾಗಿತ್ತು. "ಚಳಿ ಹೆಚ್ಚಾಗುತ್ತಲೇ ಇತ್ತು. ನನ್ನ ಬಲಗೈಯ ಗವಸು ಕಣ್ಮರೆಯಾಗಿತ್ತು. ನನ್ನ ಮುಖ ಹಿಮದಿಂದ ಮರಗಟ್ಟುತ್ತಿತ್ತು. ನನ್ನ ಕೈಗಳೂ ಹಿಮದಿಂದ ಮರಗಟ್ಟುತ್ತಿದ್ದವು. ಸ್ಪರ್ಶಜ್ಞಾನವೇ ಇಲ್ಲದಂತೆ ಇಡೀ ದೇಹ ಜಡವಾಗುತ್ತಿತ್ತು. ಆಮೇಲೆ ಏನನ್ನೂ ಯೋಚಿಸುವುದಕ್ಕೆ ಸಾಧ್ಯವಿಲ್ಲದಂತಾಯ್ತು. ಕೊನೆಗೆ ಏನೂ ತಿಳಿಯದಂತೆ ಎಚ್ಚರ ತಪ್ಪಿಬಿಟ್ಟೆ" ಎಂದು ಹೇಳಿದ.

ಉಳಿದ ಪೂರ್ತಿ ರಾತ್ರಿ ಮತ್ತು ಮರುದಿನದ ಬಹುತೇಕ ಹೊತ್ತು ಬೆಕ್ ಮಂಜಿನ ಮೇಲೆ ಮಲಗಿಕೊಂಡೇ ಇದ್ದ. ಕರುಣೆಯಿಲ್ಲದ ಹಿಮಗಾಳಿ ಮತ್ತು ಜಡತ್ವದಿಂದಾಗಿ ಸ್ವಲ್ಪವೇ ಸ್ವಲ್ಪ ಜೀವ ಉಳಿದುಕೊಂಡಿತ್ತು. ಹಿಂದಿನ ರಾತ್ರಿ ಬೊಕ್ರೀವ್ ಬಂದು ಸ್ಯಾಂಡಿ ಪಿಟ್‌ಮನ್, ಫಾಕ್ಸ್ ಮತ್ತು ಮ್ಯಾಡ್‌ಸನ್‌ರನ್ನು ಕರೆದುಕೊಂಡು ಹೋಗಿದ್ದು ಅವನಿಗೆ ಜ್ಞಾಪಕವಿಲ್ಲ ಅಥವಾ ಬೆಳಿಗ್ಗೆ ಹಚಿಸನ್ ಬಂದು ಅವನ ಮುಖದ ಮೇಲಿನ ಮಂಜನ್ನು ಕೆರೆದು ತೆಗೆದು ಬಂದಿದ್ದೂ ಅವನಿಗೆ ಗೊತ್ತಾಗಿರಲಿಲ್ಲ. ಸುಮಾರು ಹನ್ನೆರಡು ಗಂಟೆಗಳ ಕಾಲ ಕೋಮಾವಸ್ಥೆಯಲ್ಲಿ ಇದ್ದ. ಆದರೆ ಶನಿವಾರ ಮಧ್ಯಾಹ್ನ,

ಯಾವ ಕಾರಣಕ್ಕೋ ಗೊತ್ತಿಲ್ಲ, ಒಂದು ಬೆಳಕಿನ ಉಜ್ವಲ ಕಿರಣವೊಂದು ಅವನ ಬಿಸಿ ಕಳೆದುಕೊಳ್ಳುತ್ತಿದ್ದ ಮೆದುಳಿನ ಅಂತರಾಳದಲ್ಲಿ ಪ್ರವೇಶಿಸಿದಂತಾಗಿ, ಅವನಿಗೆ ತಕ್ಷಣವೇ ಪ್ರಜ್ಞೆ ಬಂತು.

"ಮೊದಲಿಗೆ ಕನಸು ಕಾಣ್ತಾ ಇದೀನಿ ಅನ್ನಿಸ್ತು. ಆಮೇಲೆ ಪ್ರಜ್ಞೆ ಬಂದಾಗ ಯಾವುದೋ ಹಾಸಿಗೆ ಮೇಲೆ ಮಲಗಿಕೊಂಡಂತೆ ಭಾಸವಾಯ್ತು. ನನಗೆ ಚಳಿಯಾಗಲಿ, ಕಸಿವಿಸಿಯಾಗಲಿ ಆಗ್ತಾ ಇರಲಿಲ್ಲ. ಸುಮ್ಮನೆ ಒಂದು ಕಡೆಗೆ ಹೊರಳಿಕೊಂಡು, ಕಣ್ಣು ಬಿಟ್ಟರೆ, ಎದುರಿಗೇ ನನ್ನ ಬಲಗೈ ನನ್ನನ್ನು ಗುರುಗುಟ್ಟಿಕೊಂಡು ನೋಡುತ್ತಿತ್ತು. ಆಗ ನನ್ನ ಬಲಗೈ ಅದೆಷ್ಟು ಮರಗಟ್ಟಿ ಹೋಗಿದೆ ಎನ್ನುವುದು ನನಗೆ ತಿಳಿದು, ತಕ್ಷಣವೇ ನನ್ನನ್ನು ವಾಸ್ತವಕ್ಕೆ ತರುವುದಕ್ಕೆ ಸಹಾಯ ಮಾಡಿತು. ಕೊನೆಗೂ ನಾನು ಪೂರ್ತಿ ಎಚ್ಚರಗೊಂಡು ಅತ್ಯಂತ ಕೆಟ್ಟ ಪರಿಸ್ಥಿತಿಯಲ್ಲಿ ಇರುವೆನೆಂದು ಅರ್ಥ ಮಾಡಿಕೊಂಡೆ. ಯಾವುದೇ ರಕ್ಷಣಾ ತಂಡವೂ ನನ್ನ ಬಳಿಗೆ ಬರಲಿಕ್ಕಿಲ್ಲವೆಂದೂ, ನಾನೇ ಏನಾದರೂ ಮಾಡುವುದು ಸರಿಯೆಂದು ನಿರ್ಧರಿಸಿದೆ" ಎಂದು ಬೆಕ್ ವೆದರ್ಸ್ ಹೇಳಿದ.

ಬೆಕ್‌ನ ಬಲಗಣ್ಣು ಪೂರ್ತಿ ಕುರುಡಾಗಿತ್ತು. ಎಡಗಣ್ಣು ಕೇವಲ ಮೂರರಿಂದ ನಾಲ್ಕು ಅಡಿಯಷ್ಟು ದೂರವನ್ನು ಮಾತ್ರ ಕಾಣುತ್ತಿತ್ತು. ಆದರೆ ಧೈರ್ಯವಹಿಸಿ ಆ ಬಿರುಗಾಳಿಯಲ್ಲಿಯೇ ನಡೆಯಲಾರಂಭಿಸಿದ. ಕ್ಯಾಂಪ್ ಯಾವ ದಿಕ್ಕಿಗಿದೆ ಎಂದು ಸರಿಯಾಗಿ ತರ್ಕ ಮಾಡಿ ಮುಂದುವರೆದಿದ್ದ. ಅವನೇನಾದರೂ ತಪ್ಪು ನಿರ್ಧಾರ ಮಾಡಿ ವಿರುದ್ಧ ದಿಕ್ಕಿನಲ್ಲಿ ಚಲಿಸಿದ್ದರೆ, ಕೇವಲ ಮೂವತ್ತು ಅಡಿ ದೂರದಲ್ಲಿ ಕಾಂಗ್ ಶುಂಗ್ ಫೇಸ್ ಪರ್ವತದ ಆಳವಾದ ಕಣಿವೆಯಲ್ಲಿ ಬೀಳುತ್ತಿದ್ದ. ಸುಮಾರು ತೊಂಬತ್ತು ನಿಮಿಷ ನಡೆದ ಮೇಲೆ ಅವನಿಗೆ "ಒಂದು ತರಹ ನೀಲಿ ಬಣ್ಣದ, ಬಹು ನುಣುಪಾದ, ವಾಸ್ತವವೆಂದು ನಂಬಲಾಗದಂತಹ ಕಲ್ಲುಗಳು" ಕಂಡವು. ಅವು ನಮ್ಮ ಗುಡಾರಗಳಾಗಿದ್ದವು.

ಬಲ್ಸ್‌ಸನ್ ಅವಸರದಲ್ಲಿ ನಮ್ಮ ಗುಡಾರಕ್ಕೆ ಬಂದಾಗ, ನಾನು ಮತ್ತು ಹಚಿಸನ್ ಇಬ್ಬರೂ ಸೌತ್ ಕೋಲ್‌ನಿಂದ ರಾಬ್ ಹಾಲ್ ಕಡೆಯಿಂದ ಬರುತ್ತಿದ್ದ ರೇಡಿಯೋ ಸಂದೇಶವನ್ನು ಆಲಿಸುತ್ತಿದ್ದೆವು. "ಡಾಕ್ಟರ್! ನಿಮ್ಮ ಸಹಾಯ ತಕ್ಷಣ ಬೇಕು!" ಎಂದು ಅವನು ಗುಡಾರದ ಬಾಗಿಲಿನಿಂದಲೇ ಹಚಿಸನ್ ಕಡೆಗೆ ಜೋರಾಗಿ ಕಿರುಚಿದ. "ನಿಮ್ಮ ಸಾಮಾನುಗಳನ್ನು ತೊಗೊಂಡು ಬನ್ನಿ. ಬೆಕ್ ಈಗಷ್ಟೇ ಬಂದ. ಅವನು ತುಂಬಾ ತೊಂದರೆಯಲ್ಲಿ ಇದ್ದಾನೆ" ಎಂದು ಹೇಳಿದ. ಪವಾಡದಂತೆ ಮರಳಿ ಬಂದ ಬೆಕ್‌ನ ಆಗಮನದಿಂದಾಗಿ ಮಂತ್ರಮುಗ್ಧನಾಗಿ ಹೋಗಿದ್ದ ಹಚಿಸನ್, ಆ ಸುಸ್ತಿನಲ್ಲಿಯೂ ತೆವಳುತ್ತಾ ಗುಡಾರದ ಬಾಗಿಲ ಕಡೆಗೆ ಉತ್ತರಿಸಲು ಹೋದ.

ಹಚಿಸನ್, ಅಥೆನ್ಸ್ ಮತ್ತು ಬರ್ಲ್‌ಸನ್ – ಮೂವರೂ ಸೇರಿ ಬೆಕ್‌ನನ್ನು ಒಂದು ಖಾಲಿಯಿದ್ದ ಗುಡಾರಕ್ಕೆ ಸಾಗಿಸಿದರು. ಎರಡು ನಿದ್ರಾಚೀಲದಲ್ಲಿ ಅವನನ್ನು ಸೇರಿಸಿ, ಹಲವಾರು ಬಿಸಿ ನೀರಿನ ಬಾಟಲಿಗಳನ್ನು ಇಟ್ಟು, ಒಂದು ಬಾಹ್ಯ ಆಮ್ಲಜನಕದ ಗವಸನ್ನು ಆತನಿಗೆ ತೊಡಿಸಿದರು. "ಆ ಹೊತ್ತಿನಲ್ಲಿ ಬೆಕ್ ರಾತ್ರಿಯವರೆಗೆ ಬದುಕಿ ಉಳಿಯುತ್ತಾನೆ ಎಂದು ನಮಗೆ ಯಾರಿಗೂ ಅನ್ನಿಸುತ್ತಿರಲಿಲ್ಲ. ಬಹು ಕ್ಷೀಣವಾಗಿ ಬಡಿದುಕೊಳ್ಳುತ್ತಿದ್ದ ಅವನ ನಾಡಿ ಮಿಡಿತವನ್ನು ಗುರುತಿಸುವುದೇ ಕಷ್ಟವಾಗಿತ್ತು. ಸಾವನ್ನು ನಿರ್ಧರಿಸುವುದಕ್ಕೆ ಪರಿಗಣನೆಗೆ ತೆಗೆದುಕೊಳ್ಳುವ ಮಿಡಿತವದು. ಅವನು ವಿಪರೀತ ಅನಾರೋಗ್ಯದಲ್ಲಿದ್ದ. ಅವನು ಅದು ಹೇಗೋ ಬೆಳಿಗ್ಗೆ ತನಕ ಬದುಕಿ ಉಳಿದರೂ, ಅವನನ್ನು ಕೆಳಕ್ಕೆ ಕರೆದುಕೊಂಡು ಹೋಗುವುದು ಹೇಗಪ್ಪಾ ಎಂದು ನಾನು ಆಲೋಚಿಸುತ್ತಿದ್ದೆ" ಎಂದು ಹಚಿಸನ್ ಹೇಳುತ್ತಾನೆ.

ಸ್ಕಾಟ್ ಫಿಷರ್ ಮತ್ತು ಮಕಾಲು ಗೌರನ್ನು ರಕ್ಷಿಸಲು ಹೋಗಿದ್ದ ಮೂವರು ಶೆರ್ಪಾಗಳು ಈ ವೇಳೆಗೆ ಕ್ಯಾಂಪಿಗೆ ವಾಪಾಸು ಬಂದರು. ಜೊತೆಯಲ್ಲಿ ಮಕಾಲು ಗೌನನ್ನು ಕರೆದುಕೊಂಡು ಬಂದಿದ್ದರು. 27,200 ಅಡಿ ಎತ್ತರದಲ್ಲಿನ ಒಂದು ಕಲ್ಲು ಚಾಚಿನ ಮೇಲೆ ಮಲಗಿದ್ದ ಸ್ಕಾಟ್ ಫಿಷರ್‌ನನ್ನು ಇನ್ನು ರಕ್ಷಿಸುವುದು ಸಾಧ್ಯವೇ ಇಲ್ಲ ಎಂದು ನಿರ್ಧರಿಸಿ, ಅವನನ್ನು ಅಲ್ಲಿಯೇ ಬಿಟ್ಟು ಬಂದಿದ್ದರು. ಸತ್ತೇ ಹೋಗಿದ್ದನೆಂದು ನಿರ್ಧರಿಸಿದ್ದ ಬೆಕ್ ವೆದರ್ಸ್, ಈಗಷ್ಟೇ ಕ್ಯಾಂಪಿನಲ್ಲಿ ನಡೆದು ಬಂದ ಪವಾಡವನ್ನು ಗಮನಿಸಿದ್ದ ಬೋಕ್ರೀವ್, ಅಷ್ಟು ಸುಲಭವಾಗಿ ಸ್ಕಾಟ್ ಫಿಷರ್‌ನ ಆಸೆಯನ್ನು ಕೈಬಿಡಲು ಸಾಧ್ಯವಿರಲಿಲ್ಲ. ಸುಮಾರು ಸಂಜೆ ಐದು ಗಂಟೆಯ ಹೊತ್ತಿಗೆ ಗಾಳಿಯ ಆರ್ಭಟ ಇನ್ನಷ್ಟು ಜೋರಾಯ್ತು. ಆದರೂ ಅವನನ್ನು ಉಳಿಸುವ ನಿರೀಕ್ಷೆಯಿಂದ ಬೋಕ್ರೀವ್ ಒಬ್ಬನೇ ಪರ್ವತದ ಮೇಲೆ ಹತ್ತಲಾರಂಭಿಸಿದ.

"ನಾನು ಸ್ಕಾಟ್‌ನನ್ನು ನೋಡಿದಾಗ ಸಂಜೆ ಏಳು ಗಂಟೆಯಾಗಿತ್ತು. ಅಥವಾ ಏಳೂವರೆ ಎಂಟು ಗಂಟೆಯೂ ಆಗಿರಬಹುದು" ಎಂದು ಬೋಕ್ರೀವ್ ಹೇಳುತ್ತಾನೆ. "ಆ ವೇಳೆಗಾಗಲೇ ಕತ್ತಲು ಕವಿದಿತ್ತು. ಬಿರುಗಾಳಿ ಸಿಕ್ಕಾಪಟ್ಟೆ ಹೆಚ್ಚಾಗಿತ್ತು. ಅವನು ಕೈಗವಸುಗಳನ್ನು ಹಾಕಿಕೊಂಡೇ ಇರಲಿಲ್ಲ. ಕೈಗಳೆರಡೂ ಬಯಲಿಗೆ ತೆರೆದುಕೊಂಡಿದ್ದವು. ಮೈಗೆ ಹಾಕಿಕೊಂಡಿದ್ದ ಜಾಕೆಟ್ ಜಿಪ್ಪು ತೆರೆದುಕೊಂಡು, ಒಂದು ಹೆಗಲಿನಿಂದ ಹೊರಬಂದಿತ್ತು. ಆದ್ದರಿಂದ ಒಂದು ಕೈಗೆ ಪೂರ್ತಿ ಬಟ್ಟೆಯೇ ಇರಲಿಲ್ಲ. ನಂಗೆ ಏನೂ ಮಾಡುವುದಕ್ಕೆ ಸಾಧ್ಯವಿರಲಿಲ್ಲ. ಸ್ಕಾಟ್ ಸತ್ತು ಹೋಗಿದ್ದ" ಎನ್ನುತ್ತಾನೆ. ಭಾರವಾದ ಹೃದಯದಿಂದ, ಸ್ಟೀವ್‌ನ ಬೆನ್ನಚೀಲವನ್ನು ಅವನ ಮುಖದ ಮೇಲೆ ಇಟ್ಟು, ಅದೇ ಕಲ್ಲುಚಾಚಿನ ಮೇಲೆ ಅವನನ್ನು ಮಲಗಿರಲು ಬಿಟ್ಟ. ಆದರೆ ಬರುವಾಗ ಅವನ ಕ್ಯಾಮೆರಾ, ಹಿಮಗೊಡಲಿ ಮತ್ತು ಸ್ಕಾಟ್‌ನ ಇಷ್ಟದ

ಪಾಕೆಟ್ ನೈಫ್ ಅನ್ನು ತೆಗೆದುಕೊಂಡು, ಆ ಬಿರುಗಾಳಿಯಲ್ಲಿ ಕೆಳಕ್ಕೆ ಇಳಿಯಲು ಪ್ರಾರಂಭಿಸಿದ. ಮುಂದೆ ಬೈಡಲ್‌ಮನ್ ಈ ಮೂರೂ ನೆನಪಿನ ವಸ್ತುಗಳನ್ನು ಸಿಯಾಟೆಲ್‌ನಲ್ಲಿರುವ ಸ್ಕಾಟ್‌ನ ಒಂಬತ್ತು ವರ್ಷದ ಮಗನಿಗೆ ಕೊಟ್ಟ.

ಶನಿವಾರ ಸೌತ್ ಕೋಲ್‌ನಲ್ಲಿ ಬೀಸಲು ಪ್ರಾರಂಭಿಸಿದ ಬಿರುಗಾಳಿ, ಶುಕ್ರವಾರದ ರಾತ್ರಿಯ ಬಿರುಗಾಳಿಗಿಂತಲೂ ಹೆಚ್ಚು ಶಕ್ತಿಯುತವಾಗಿತ್ತು. ಬೊಕ್ರೀವ್ ಕೆಳಕ್ಕೆ ಇಳಿದು ಬರುವ ಹೊತ್ತಿಗೆ ಸಾಕಷ್ಟು ಕತ್ತಲಾವರಿಸಿದ್ದು, ಕೇವಲ ಕೆಲವು ಅಡಿಗಳಷ್ಟು ದೂರದವರೆಗೆ ಮಾತ್ರ ಏನನ್ನಾದರೂ ಕಾಣಬಹುದಾಗಿತ್ತು. ಅವನು ಕ್ಯಾಂಪ್ ಅನ್ನು ಹುಡುಕುವುದರಲ್ಲಿ ಬಹಳ ಕಷ್ಟಪಟ್ಟ.

IMAX ತಂಡದವರು ಕರುಣೆಯಿಂದ ಕೊಟ್ಟಿದ್ದ ಆಮ್ಲಜನಕದ ಬಾಟಲಿಯನ್ನು ಕಳೆದ ಮೂವತ್ತು ಗಂಟೆಗಳಲ್ಲಿ ಪ್ರಥಮವಾಗಿ ಉಪಯೋಗಿಸಿ ಉಸಿರಾಡಲಾರಂಭಿಸಿದೆ. ಗುಡಾರಗಳ ಬಟ್ಟೆಗಳು ನಿರಂತರವಾಗಿ ಗಾಳಿಗೆ ಬಡಿದುಕೊಳ್ಳುತ್ತಾ ಸದ್ದು ಮಾಡುತ್ತಿದ್ದರೂ, ಒಂದು ರೀತಿಯ ಹಿಂಸೆಯಿಂದ ತುಂಬಿದ, ಅಶಾಂತಿಯ ನಿದ್ದೆಗೆ ಜಾರಿದೆ. ಮಧ್ಯರಾತ್ರಿಯ ನಂತರ ನನಗೊಂದು ದುಃಸ್ವಪ್ನ ಬಿತ್ತು. ಲೋಟ್ ಫೇಸ್ ಪರ್ವತದಿಂದ ಆ್ಯಂಡಿ ಮೇಲೆ ಕಟ್ಟಿರದ ಹಗ್ಗವನ್ನು ಹಿಡಿದು ಜಾರಿ ಬೀಳುತ್ತಿದ್ದ. ನಾನ್ಯಾಕೆ ಮತ್ತೊಂದು ತುದಿಯನ್ನು ಹಿಡಿದುಕೊಂಡಿಲ್ಲ ಎಂದು ಸಿಟ್ಟಿನಿಂದ ಕೂಗುತ್ತಿದ್ದ. ಆಗ ಹಚಿಸನ್ ನನ್ನನ್ನು ಅಲುಗಾಡಿಸಿ ಎಬ್ಬಿಸಿದ. "ಜಾನ್" ಎಂದು ಆ ಬಿರುಗಾಳಿಯ ಸದ್ದಿಗೂ ಮೀರಿ ಕಿರುಚಿದ. "ನಂಗ್ಯಾಕೋ ಈ ಗುಡಾರದ ಬಗ್ಗೆ ಅನುಮಾನ ಆಗ್ತಾ ಇದೆ. ಇದು ಭೂಮಿಯನ್ನ ಗಟ್ಟಿಯಾಗಿ ಹಿಡಿದುಕೊಂಡಿರುತ್ತೆ ಅಂತ ನಿಂಗೆ ಅನ್ನಿಸುತ್ತಾ?" ಎಂದು ಕೇಳಿದ.

ನನ್ನ ದುಃಸ್ವಪ್ನದಲ್ಲಿ ಮುಳುಗಿಹೋಗಿದ್ದ ನಾನು, ನಿದ್ದೆಗಣ್ಣಲ್ಲಿ ಕಣ್ಣು ಬಿಟ್ಟಾಗ ಮುಳುಗಿ ಹೋಗುತ್ತಿದ್ದವನು ಸಮುದ್ರದ ಮೇಲೆ ಬಂದಂತೆ ಭಾಸವಾಯ್ತು. ಸ್ಟೂವರ್ಟ್ ಯಾಕೆ ಅಷ್ಟು ಆತಂಕಕ್ಕೆ ಒಳಗಾಗಿದ್ದಾನೆ ಎಂದು ಅರ್ಥ ಮಾಡಿಕೊಳ್ಳಲು ಕೆಲವು ನಿಮಿಷಗಳು ಬೇಕಾಯ್ತು. ಬಿರುಗಾಳಿ ನಮ್ಮ ಗುಡಾರವನ್ನು ಅರ್ಧಕ್ಕರ್ಧ ಅಪ್ಪಚ್ಚಿ ಮಾಡಿತ್ತು. ಪ್ರತಿ ಬೀಸಿಗೂ ಅದರ ರೌದ್ರತೆ ಜೋರಾಗುತ್ತಿತ್ತು. ಗುಡಾರವನ್ನು ಹಿಡಿದಿಟ್ಟ ಮೊಳೆಗಳು ಸಾಕಷ್ಟು ಬಾಗಿ ಹೋಗಿದ್ದವು. ನನ್ನ ಹೆಡ್ ಲ್ಯಾಂಪಿನಿಂದ ಗಮನಿಸಿದಾಗ ಎರಡು ನೈಲಾಸ್ ಬಟ್ಟೆಗಳನ್ನು ಸೇರಿಸಿ ಹೊಲೆದಿದ್ದ ಭಾಗವೊಂದು ಎರಡು ಭಾಗವಾಗುವಂತೆ ಹರಿದು ಹೋಗುವ ಅಪಾಯ ಕಾಣಿಸುತ್ತಿತ್ತು. ಸಣ್ಣ ಸಣ್ಣ ಹಿಮದ ಕಣಗಳ ರಾಶಿಯೇ ಗಾಳಿಯ ಜೊತೆ ಬೆರೆತುಕೊಂಡು, ಗುಡಾರದಲ್ಲಿನ ಪ್ರತಿಯೊಂದು ವಸ್ತುವಿನ ಮೇಲೂ ಹಿಮದ ಹೊದಿಕೆಯನ್ನು ಹಾಸಿದಂತಾಗಿತ್ತು. ಗಾಳಿ ಅದೆಷ್ಟು ಜೋರಾಗಿ ಬೀಸುತ್ತಿತ್ತೆಂದರೆ, ಈ ಹಿಂದೆಂದೂ ನಾನು ಅಂತಹ ರಭಸದ

ಗಾಳಿಯನ್ನು ಅನುಭವಿಸಿರಲಿಲ್ಲ. ಜಗತ್ತಿನಲ್ಲಿಯೇ ಭೀಕರ ಗಾಳಿಗೆ ಕುಖ್ಯಾತಿಯನ್ನು ಪಡೆದಿರುವ ಪ್ಯಾಟಾಗೋನಿಯನ್ ಪರ್ವತದ ಹಿಮ ಟೊಪ್ಪಿಗೆಯ ಮೇಲೂ ನಾನು ಅಂತಹ ಬಿರುಗಾಳಿಯನ್ನು ಅನುಭವಿಸಿರಲಿಲ್ಲ. ಬೆಳಕಾಗುವುದರೊಳಗೆ ನಮ್ಮ ಗುಡಾರ ಹರಿದು ಚಿಂದಿಯಾದರೆ, ನಾವು ಅತ್ಯಂತ ದೊಡ್ಡ ತೊಂದರೆಯಲ್ಲಿ ಸಿಕ್ಕಿ ಹಾಕಿಕೊಳ್ಳುತ್ತಿದ್ದೆವು.

ಸ್ಟೂಅರ್ಟ್ ಮತ್ತು ನಾನು ನಮ್ಮ ಬೂಟುಗಳನ್ನು ಮತ್ತು ಬಟ್ಟೆಗಳನ್ನು ಸಂಗ್ರಹಿಸಿಕೊಂಡು, ಗುಡಾರದಲ್ಲಿ ಗಾಳಿ ಹೆಚ್ಚು ಬೀಸುತ್ತಿದ್ದ ಕಡೆಗೆ ಹೋಗಿ ಕುಳಿತೆವು. ಕ್ಷೀಣಗೊಂಡಿರುವ ಕೋಲುಗಳಿಗೆ ನಮ್ಮ ಬೆನ್ನು ಮತ್ತು ಕೈಗಳಿಂದ ಗಟ್ಟಿಯಾಗಿ ಆಸರೆಯನ್ನು ಕೊಟ್ಟು, ಮುಂದಿನ ಮೂರು ಗಂಟೆಗಳ ಕಾಲ ಆ ಬಿರುಗಾಳಿಯನ್ನು ಎದುರಿಸಿದೆವು. ನಮಗೆಷ್ಟೇ ಸುಸ್ತಾಗಿದ್ದರೂ, ಆ ಗುಮ್ಮಟದಂತಹ ಗುಡಾರದ ಶಿಥಿಲಗೊಂಡ ಭಾಗವನ್ನು ಹೇಗೆ ಗಟ್ಟಿಯಾಗಿ ಹಿಡಿದುಕೊಂಡಿದ್ದೆವೆಂದರೆ, ಅದು ನಮ್ಮ ಸಾವು ಬದುಕಿನ ಪ್ರಶ್ನೆ ಎಂದು ನಂಬಿದ್ದೆವು. 28,700 ಅಡಿ ಎತ್ತರದ ಸೌತ್ ಕೋಲ್‌ನಲ್ಲಿ ಯಾವುದೇ ಆಮ್ಲಜನಕ, ಗುಡಾರಗಳಿಲ್ಲದೆ ಬಟಾಬಯಲಿನಲ್ಲಿ ನಿಂತಿರುವ ರಾಬ್ ಹಾಲ್‌ನನ್ನು ನಾನು ಕಲ್ಪಿಸಿಕೊಳ್ಳುತ್ತಿದ್ದೆ. ಆದರೆ ಆ ಕಲ್ಪನೆ ಎಂತಹ ತಲ್ಲಣವನ್ನು ನನ್ನಲ್ಲಿ ಮೂಡಿಸಿತೆಂದರೆ, ಅವನ ಬಗ್ಗೆ ಯೋಚಿಸುವುದನ್ನೇ ನಿಲ್ಲಿಸಿಬಿಟ್ಟೆ.

ಮೇ 12ರ ಭಾನುವಾರ, ಬೆಳಕು ಹರಿಯುವುದಕ್ಕೆ ಸ್ವಲ್ಪ ಮುಂಚೆ, ಸ್ಟೂಅರ್ಟ್‌ನ ಆಮ್ಲಜನಕ ತೀರಿಹೋಯ್ತು. "ಅದು ಇಲ್ಲದೆ ನಿಜಕ್ಕೂ ನಾನು ತಣ್ಣಗಾಗಿ, ಹೈಪೋಥರ್ಮಿಕ್ ಆಗ್ತಾ ಇದೀನಿ ಅನ್ನಿಸ್ತಾ ಇದೆ" ಎಂದು ಹೇಳಿದ. "ನನ್ನ ಕೈ ಮತ್ತು ಕಾಲುಗಳ ಸಂವೇದನೆಯೇ ನನಗೆ ನಿಂತು ಹೋಯ್ತು. ಸಾವಿನ ಅಂಚಿಗೆ ಬಂದಂತೆ ಭಾಸವಾಗಲಾರಂಭಿಸಿತು. ಈ ಸ್ಥಿತಿಯಲ್ಲಿ ಖಂಡಿತವಾಗಿಯೂ ನಾನು ಕೆಳಕ್ಕೆ ಇಳಿಯುವುದು ಸಾಧ್ಯವಿಲ್ಲ. ಈ ಬೆಳಿಗ್ಗೆ ನಾನು ಇಲ್ಲಿಂದ ಕೆಳಕ್ಕೆ ಇಳಿಯಲಾಗದಿದ್ದರೆ, ಇನ್ನೆಂದೂ ಮತ್ತೆ ಕೆಳಕ್ಕೆ ಇಳಿಯಲಾರೆ." ಸ್ಟೂಅರ್ಟ್‌ಗೆ ನನ್ನ ಆಮ್ಲಜನಕದ ಬಾಟಲಿಯನ್ನು ಕೊಟ್ಟೆ. ನಾನು ಸುತ್ತಮುತ್ತ ಹುಡುಕಾಡಿ, ಇನ್ನೂ ಸ್ವಲ್ಪ ಆಮ್ಲಜನಕ ಉಳಿದಿರುವ ಬಾಟಲಿಯನ್ನು ತೆಗೆದುಕೊಂಡೆ. ಅನಂತರ ನಾವಿಬ್ಬರೂ ಕೆಳಕ್ಕಿಳಿಯಲು ಸಿದ್ಧರಾಗತೊಡಗಿದೆವು.

ನಾನು ಹೊರ ಬಂದು ನೋಡಿದಾಗ, ಕೊನೆಯ ಪಕ್ಷ ಒಂದಾದರೂ ಖಾಲಿ ಗುಡಾರವು ಗಾಳಿಗೆ ಎಗರಿ ಹೋಗಿ ಸೌತ್ ಕೋಲ್ ಕಣಿವೆಯಲ್ಲಿ ಬಿದ್ದಿದೆಯೆನ್ನುವುದು ಗೊತ್ತಾಯಿತು. ಅಲ್ಲಿ ಒಂದು ಕಡೆ ಏಕಾಂಗಿಯಾಗಿ ನಿಂತಿದ್ದ ಆಂಗ್ ದೋರ್ಜೆ, ರಾಬ್‌ನನ್ನು ಕಳೆದುಕೊಂಡಿದ್ದಕ್ಕೆ ಒಂದೇ ಸವನೆ ದುಃಖಿಸುತ್ತಿದ್ದ. ಪರ್ವತಾರೋಹಣ

ಮುಗಿದ ನಂತರ ನಾನು ಈ ಘಟನೆಯನ್ನು ಅವನ ಕೆನಡಾದ ಗೆಳತಿಯಾದ ಮಾರಿಯನ್ ಬಾಯ್ಡ್‌ಗೆ ವಿವರಿಸಿದಾಗ, ಅವನ ದುಃಖದ ಮೂಲವನ್ನು ತಿಳಿಸಿದಳು. "ಪರ್ವತದಲ್ಲಿ ಜನರ ಯೋಗಕ್ಷೇಮವನ್ನು ನೋಡಿಕೊಳ್ಳುವುದು ತನ್ನ ಕರ್ತವ್ಯವೆಂದು ಆಂಗ್ ದೋರ್ಜೆ ನಂಬಿದ್ದಾನೆ. ನಾನು ಮತ್ತು ಅವನು ಈ ವಿಷಯವಾಗಿ ಸಾಕಷ್ಟು ಸಲ ಮಾತನಾಡಿದ್ದೇವೆ. ಅವನ ಧರ್ಮದ ಪ್ರಕಾರ ಒಳ್ಳೆಯ ಮರುಜನ್ಮವನ್ನು ಪಡೆಯುವುದಕ್ಕೆ ತನ್ನ ಕರ್ತವ್ಯಗಳನ್ನು ಸರಿಯಾಗಿ ನಿಭಾಯಿಸುವುದು ಅತ್ಯಂತ ಮುಖ್ಯ.[1] ರಾಬ್ ಹಾಲ್ ಈ ಪರ್ವತಾರೋಹಣ ತಂಡದ ನಾಯಕನಾದರೂ, ಆಂಗ್ ದೋರ್ಜೆ ಮಾತ್ರ ರಾಬ್, ಡಹ್ಗ್ ಹಾನ್‌ಸೆನ್ ಮತ್ತಿತರರ ರಕ್ಷಣೆಯು ತನ್ನ ಜವಾಬ್ದಾರಿಯೆಂದೇ ಭಾವಿಸುತ್ತಾನೆ. ಆದ್ದರಿಂದಲೇ ಅವರೆಲ್ಲಾ ತೀರಿಕೊಂಡಾಗ, ಅವನು ಅದೆಲ್ಲಾ ತಪ್ಪನ್ನು ತನ್ನ ಮೇಲೆ ಹೊರಿಸಿಕೊಂಡು ಅತ್ತಿದ್ದಾನೆ."

ಆಂಗ್ ದೋರ್ಜೆ ಅದೆಷ್ಟು ದುಃಖಿತನಾಗಿದ್ದನೆಂದರೆ, ಅವನು ಕೆಳಕ್ಕೆ ಇಳಿಯುವುದಕ್ಕೂ ಒಪ್ಪಲಿಕ್ಕಿಲ್ಲವೆಂದು ನಮಗೆ ಆತಂಕವಾಗಲಾರಂಭಿಸಿತು. ಹಚಿಸನ್ ಅವನ ಬಳಿ ಹೋಗಿ ತಕ್ಷಣವೇ ಕೆಳಕ್ಕೆ ಇಳಿಯೋಣವೆಂದು ಬೇಡಿಕೊಂಡ. ರಾಬ್, ಆ್ಯಂಡಿ, ಡಹ್ಗ್, ಸ್ಕಾಟ್, ಯಸುಕೊ ಮತ್ತು ಬೆಕ್ ಈ ವೇಳೆಗಾಗಲೇ ಸತ್ತಿದ್ದಾರೆಂದು ನಾವು ಅರ್ಥ ಮಾಡಿಕೊಂಡೆವು. ಕೊನೆಗೆ ಬೆಳಿಗ್ಗೆ 8:30ರ ಹೊತ್ತಿಗೆ ನಾನು, ಹಚಿಸನ್, ಟಾಸ್ಕ್, ಫಿಷ್‌ಬೆಕ್ ಮತ್ತು ಕಾಸಿಷ್ಕ ಜೊತೆಗೂಡಿದೆವು. ಸಾಕಷ್ಟು ಹಿಮಕಡಿತದಿಂದ ಸುಸ್ತಾಗಿ ಹೋಗಿದ್ದ ಮೈಕ್ ಗ್ರೂಮ್ ಅದು ಹೇಗೋ ಮನೋಧೈರ್ಯದಿಂದ ಗುಡಾರದಿಂದ ಹೊರ ಬಂದು ನಮ್ಮೊಡನೆ ಸೇರಿದ. ಎಲ್ಲರೂ ಕೆಳಕ್ಕೆ ಇಳಿಯಲು ಸಿದ್ಧರಾದೆವು.

ನಮ್ಮ ನಾಯಕರೆಲ್ಲರೂ ಸತ್ತು ಹೋದ ಈ ಸಂದರ್ಭದಲ್ಲಿ, ನಾನು ಆ ಜವಾಬ್ದಾರಿಯನ್ನು ವಹಿಸಿಕೊಂಡು, ಎಲ್ಲರಿಗಿಂತಲೂ ಕೊನೆಯವನಾಗಿ ಬರುವುದಾಗಿ ಒಪ್ಪಿಕೊಂಡೆ. ಆಶಾಭಾವನೆಯನ್ನೇ ಕಳೆದುಕೊಂಡ ನಮ್ಮ ತಂಡ ನಿಧಾನಕ್ಕೆ ನಾಲ್ಕನೆಯ ಕ್ಯಾಪ್‌ನಿಂದ ಜೆನಿವಾ ಸ್ಪರ್ ಕಡೆಗೆ ಇಳಿಯಲು ಪ್ರಾರಂಭಿಸಿದರು. ಯಾವುದಕ್ಕೂ ಇರಲಿ ಎಂದು ನಾನು ಒಮ್ಮೆ ಬೆಕ್‌ಗೆ ಕೊನೆಯ ದರ್ಶನವನ್ನು ಕೊಟ್ಟು ಬರೋಣ ಎಂದು ನಿರ್ಧರಿಸಿದೆ. ಅವನು ಹಿಂದಿನ ರಾತ್ರಿಯೇ ತೀರಿಕೊಂಡಿರಬೇಕೆಂದು ನಾನು ಭಾವಿಸಿದ್ದೆ. ಅವನ ಗುಡಾರವನ್ನು ಹುಡುಕಿದೆ. ಬಿರುಗಾಳಿಯಿಂದಾಗಿ ಅದು ಅಪ್ಪಚ್ಚಿಯಾಗಿತ್ತು. ಅದರ ಎರಡೂ ಬದಿಯ ಬಾಗಿಲುಗಳು ತೆರೆದುಕೊಂಡು

1 ಬುದ್ಧ ಧರ್ಮದ ಅನುಯಾಯಿಗಳು 'ಸೋನಂ' ನಲ್ಲಿ ನಂಬಿಕೆಯಿಡುತ್ತಾರೆ. ಮನುಷ್ಯನು ಜನ್ಮಾಂತರದಲ್ಲಿ ಮಾಡಿದ ಪುಣ್ಯವೆಲ್ಲವೂ ಶೇಖರಣೆಗೊಂಡು, ಕೊನೆಗೆ ಒಂದು ಹಂತ ತಲುಪಿದ ಮೇಲೆ, ಅವನಿಗೆ ಜೀವನ್ಮರಣದಿಂದ ಮುಕ್ತಿ ಸಿಗುತ್ತದೆ. ಈ ಮಾಯಾಜಗತ್ತಿನ ನೋವು ಮತ್ತು ದುಃಖಗಳಿಂದ ಅವನು ಬಿಡುಗಡೆ ಹೊಂದುತ್ತಾನೆ.

ಹಾರಾಡುತ್ತಿದ್ದವು. ಒಮ್ಮೆ ಒಳಕ್ಕೆ ಇಣುಕಿ ಹಾಕಿದರೆ, ಬೆಕ್ ಇನ್ನೂ ಜೀವಂತ ಇದ್ದಾನೆಂದು ತಿಳಿದು ನನಗೆ ಆಘಾತವಾಯ್ತು.

ಕುಸಿದು ಹೋದ ಗುಡಾರದ ಅಗಲಕ್ಕೆ ನೆಲಕ್ಕೆ ಬೆನ್ನು ಕೊಟ್ಟು ಮಲಗಿಕೊಂಡು, ನಿಯಂತ್ರಣವಿಲ್ಲದಂತೆ ನಡುಗುತ್ತಿದ್ದ. ಅವನ ಮುಖ ಭಯವಾಗುವಂತೆ ಊದಿಕೊಂಡಿತ್ತು. ಕಪ್ಪು ಶಾಯಿ ಬಣ್ಣದ, ಆಳವಾದ ಹಿಮ ಕಡಿತದ ಕಲೆಗಳು ಅವನ ಮೂಗು ಮತ್ತು ಗಲ್ಲಗಳ ತುಂಬಾ ಹರಡಿಕೊಂಡಿದ್ದವು. ಬಿರುಗಾಳಿಯು ಅವನ ಎರಡೂ ನಿದ್ರಾಚೀಲಗಳನ್ನು ಅವನ ದೇಹದಿಂದ ಬೇರ್ಪಡಿಸಿತ್ತು. ಮೈನಸ್ ಕೆಳಗಿನ ಉಷ್ಣಾಂಶಕ್ಕೆ ಅವನ ಇಡೀ ದೇಹವೇ ತೆರೆದುಕೊಂಡಿತ್ತು. ಅವನ ಎರಡೂ ಕೈಗಳು ಎಷ್ಟು ಮರಗಟ್ಟಿದ್ದವೆಂದರೆ, ಅವನಿಗೆ ಆ ನಿದ್ರಾಚೀಲಗಳನ್ನು ಮತ್ತೆ ಎಳೆದುಕೊಳ್ಳುವುದಕ್ಕಾಗಲಿ ಅಥವಾ ಗುಡಾರದ ಬಾಗಿಲಿನ ಜಿಪ್ಪನ್ನು ಮುಚ್ಚುವುದಕ್ಕಾಗಲಿ ಸಾಧ್ಯವಿರಲಿಲ್ಲ. ಸಿಟ್ಟು ಮತ್ತು ಅಸಹನೆಯಿಂದ ಅವನ ದೇಹವು ಮುದುಡಿಕೊಂಡಿತ್ತು. "ಜೀಸಸ್ ಫಕಿಂಗ್ ಕ್ರೈಸ್ಟ್!" ಎಂದು ನನ್ನನ್ನು ನೋಡಿದ್ದೆ ಸಿಟ್ಟಿನಿಂದ ಬೈಯ್ದ. "ಒಂದಿಷ್ಟು ಸಹಾಯ ಬೇಕು ಅಂದ್ರೆ ಒಬ್ಬ ಮನುಷ್ಯ ಇನ್ನೂ ಅದೇನು ಮಾಡಬೇಕು?" ಎಂದು ಕೂಗಿದ. ಸುಮಾರು ಎರಡು ಮೂರು ತಾಸಿನಿಂದ ಅವನು ಸಹಾಯಕ್ಕಾಗಿ ಕೂಗುತ್ತಲೇ ಇದ್ದ. ಆದರೆ ಬಿರುಗಾಳಿಯ ಆರ್ಭಟದ ಸದ್ದಿನಲ್ಲಿ ಆ ಧ್ವನಿಯು ಯಾರಿಗೂ ಕೇಳಿಸಿರಲಿಲ್ಲ.

ಬೆಕ್‌ಗೆ ಮಧ್ಯರಾತ್ರಿ ಎಚ್ಚರವಾಗಿ ಪರಿಸ್ಥಿತಿಯ ಗಂಭೀರತೆ ಅರ್ಥವಾಗಿತ್ತು. "ಬಿರುಗಾಳಿ ಇಡೀ ಗುಡಾರವನ್ನು ಕೆಡವಿ ಹಾಕಿತ್ತು. ನೈಲಾನ್ ಬಟ್ಟೆಯನ್ನು ಹರಿದು ಹಾಕುತ್ತಿತ್ತು. ಗುಡಾರದ ಒಂದು ಭಾಗದ ಬಟ್ಟೆಯನ್ನು ಎಷ್ಟು ಜೋರಾಗಿ ನನ್ನ ಮುಖಕ್ಕೆ ಒತ್ತುತ್ತಿತ್ತೆಂದರೆ, ನನಗೆ ಉಸಿರಾಡುವುದೂ ಕಷ್ಟವಾಗುತ್ತಿತ್ತು. ಒಂದು ಕ್ಷಣ ದೂರ ಹೋಗ್ತಿತ್ತು, ಮತ್ತೆ ಜೋರಾಗಿ ಬಂದು ಮುಖ ಮತ್ತು ಎದೆಗೆ ಅಪ್ಪಳಿಸಿ ಒತ್ತಿ, ನನ್ನ ಉಸಿರು ನಿಲ್ಲುವಂತೆ ಮಾಡುತ್ತಿತ್ತು. ಇವೆಲ್ಲಾ ಸಾಲದು ಎನ್ನುವಂತೆ, ನನ್ನ ಬಲಗೈ ಒಂದೇ ಸವನೆ ಊದಿಕೊಳ್ಳುತ್ತಿತ್ತು. ಈ ದರಿದ್ರ ಕೈಗಡಿಯಾರವನ್ನು ನಾನು ಕಟ್ಟಿಕೊಂಡಿದ್ದೆ. ನನ್ನ ಕೈ ದಪ್ಪ ಆಗುತ್ತಾ ಹೋದಂತೆಲ್ಲಾ, ನನ್ನ ಗಡಿಯಾರದ ಪಟ್ಟಿ ಬಿಗಿಯಾಗುತ್ತಲೇ ಹೋಯಿತು. ನನ್ನ ಕೈಗೆ ರಕ್ತ ಸಂಚಲನವೇ ನಿಂತು ಹೋಗುವಷ್ಟು ಅದು ಬಿಗಿಯಲಾರಂಭಿಸಿತು. ನನ್ನ ಎರಡೂ ಕೈಗಳು ಮರಗಟ್ಟಿ ಹೋಗಿರುವುದರಿಂದ, ನನಗೆ ಅದನ್ನು ಕಿತ್ತು ಬಿಸುಟಲು ಸಾಧ್ಯವೇ ಆಗಲಿಲ್ಲ. ಸಹಾಯಕ್ಕಾಗಿ ಕೂಗಿಯೇ ಕೂಗಿದೆ, ಆದರೆ ಯಾರೂ ಬರಲಿಲ್ಲ. ಇಡೀ ರಾತ್ರಿಯೆಲ್ಲಾ ನರಕವನ್ನು ಅನುಭವಿಸಿದ್ದೇನೆ. ನೀನು ಗುಡಾರದೊಳಕ್ಕೆ ತಲೆ ಹಾಕಿದ ತಕ್ಷಣ ಎಷ್ಟು ಖುಷಿಯಾಯ್ತು ಗೊತ್ತೇನೋ!"

ಮೊದಲಿಗೆ ಬೆಕ್‌ನನ್ನು ಗುಡಾರದಲ್ಲಿ ಜೀವಂತ ಕಂಡಿದ್ದು, ಅನಂತರ ಅವನ ಪರಿಸ್ಥಿತಿಯನ್ನು ಅರ್ಥ ಮಾಡಿಕೊಂಡ ಮೇಲೆ ನಾನು ನಿಜಕ್ಕೂ ಆಘಾತಕ್ಕೆ ಒಳಗಾದೆ. ಎರಡು ಬಾರಿ ಅಕ್ಷಮ್ಯ ರೀತಿಯಲ್ಲಿ ಅವನ ಜೀವವನ್ನು ನಾವು ಕಡೆಗಣಿಸಿದ್ದೆವು. ನನಗೆ ದುಃಖ ತಡೆಯದೆ ಕಣ್ಣುಗಳು ಒದ್ದೆಯಾದವು. "ಎಲ್ಲಾ ಸರಿ ಹೋಗ್ತದೆ ಗೆಳೆಯಾ" ಎಂದು ಸುಳ್ಳು ಹೇಳಿದೆ. ನನ್ನ ಅಳುವನ್ನು ಹತ್ತಿಕ್ಕಿಕೊಳ್ಳುತ್ತಾ, ಅವನನ್ನು ನಿದ್ರಾಚೀಲದಲ್ಲಿ ಸೇರಿಸಿದೆ. ಗುಡಾರದ ಬಾಗಿಲುಗಳ ಜಿಪ್ಪನ್ನು ಎಳೆದು ಮುಚ್ಚಿದೆ. ಬಾಗಿ ಹೋದ ಕಂಬಿಗಳನ್ನು ಸರಿಪಡಿಸಿ, ಗುಡಾರವನ್ನು ಎದ್ದು ನಿಲ್ಲುವಂತೆ ಮಾಡಿದೆ. "ಗೆಳೆಯ, ಹೆದರಿಕೊಳ್ಳಬೇಡ. ಈಗ ಎಲ್ಲಾ ನಮ್ಮ ನಿಯಂತ್ರಣದಲ್ಲಿದೆ" ಎಂದು ಹೇಳಿದೆ.

ಬೆಕ್‌ನನ್ನು ಬೆಚ್ಚಗೆ ಇರಿಸಿ ಬಂದ ತಕ್ಷಣ, ರೇಡಿಯೋ ಮೂಲಕ ಬೇಸ್ ಕ್ಯಾಂಪಿನಲ್ಲಿರುವ ಡಾಕ್ಟರ್ ಮೆಕೆಂಜೀಗೆ ಫೋನಾಯಿಸಿದೆ. "ಕೆರೋಲೈನಾ" ಎಂದು ನಾನು ಆಕೆಯನ್ನು ಕರೆದಾಗ ಭಯಭೀತನಾಗಿ, ಬೇಡಿಕೊಳ್ಳುತ್ತಿದ್ದೆ. "ಬೆಕ್‌ನ ಈಗ ಏನು ಮಾಡಲಿ? ಅವನು ಇನ್ನೂ ಬದುಕಿದ್ದಾನೆ. ಆದರೆ ತುಂಬಾ ಹೊತ್ತು ಅವನು ಬದುಕಿರುತ್ತಾನೆ ಅಂತ ನಂಗೆ ಅನ್ನಿಸೋಲ್ಲ. ಅವನು ನಿಜಕ್ಕೂ ಕೆಟ್ಟ ಸ್ಥಿತಿಯಲ್ಲಿ ಇದ್ದಾನೆ" ಎಂದೆ.

"ಜಾನ್, ಮೊದಲು ನೀನು ಸ್ವಲ್ಪ ಸಮಾಧಾನ ಮಾಡಿಕೋ" ಎಂದು ಆಕೆ ಉತ್ತರಿಸಿದಳು. "ನೀನೀಗ ಮೈಕ್ ಮತ್ತು ಇತರರ ಸಂಗಡ ಈ ತಕ್ಷಣ ಕೆಳಕ್ಕೆ ಇಳಿಯಲು ಪ್ರಾರಂಭಿಸು. ಪೀಟ್ ಮತ್ತು ಟಾಡ್ ಎಲ್ಲಿದಾರೆ? ಅವರಿಗೆ ಬೆಕ್‌ನ ಯೋಗಕ್ಷೇಮ ನೋಡಿಕೊಳ್ಳಲು ಹೇಳಿ, ಕೆಳಗೆ ಇಳಿದು ಬಾ." ಆತಂಕಕ್ಕೆ ಒಳಗಾಗಿದ್ದ ನಾನು, ಅಥೆನ್ಸ್ ಮತ್ತು ಬರ್ಲ್‌ಸನ್‌ರನ್ನು ಎಬ್ಬಿಸಿದೆ. ಅವರು ತಕ್ಷಣವೇ ಬೆಕ್‌ನ ಗುಡಾರಕ್ಕೆ ಬಿಸಿಬಿಸಿಯಾದ ಚಹಾವನ್ನು ತೆಗೆದುಕೊಂಡು ಹೋದರು. ನಾನು ನನ್ನ ತಂಡದವರನ್ನು ಕೂಡಿಕೊಳ್ಳಲು ಅವಸರದಲ್ಲಿ ಕೆಳಕ್ಕೆ ಇಳಿಯಲಾರಂಭಿಸಿದೆ. ಅಥೆನ್ಸ್ ನಾಲ್ಕು ಮಿಲಿಗ್ರಾಂ ಡೆಕ್ಸಾಮೆಥಾಜೋನ್ ಅನ್ನು ಸಾಯುವ ಸ್ಥಿತಿಯಲ್ಲಿರುವ ಬೆಕ್‌ಗೆ ಕೊಡಲು ತಯಾರಾದ. ಇವೆಲ್ಲಾ ಅತ್ಯಂತ ಪ್ರಶಂಸಾರ್ಹ ಕಾರ್ಯಗಳೇ ಆಗಿದ್ದವು. ಆದರೆ ಅವೆಲ್ಲಾ ಬೆಕ್‌ನನ್ನು ಉಳಿಸಿಕೊಳ್ಳಲು ಸಹಾಯ ಮಾಡುತ್ತವೆ ಎನ್ನುವುದನ್ನು ಊಹಿಸಿಕೊಳ್ಳಲು ನನಗೆ ಕಷ್ಟವಾಗುತ್ತಿತ್ತು.

ಅಧ್ಯಾಯ 20

ಜೆನಿವಾ ಸ್ಪರ್

12ನೇ ಮೇ 1996, ಬೆಳಿಗ್ಗೆ 9:45; 25,900 ಅಡಿ ಎತ್ತರ

ಮೇ 12 ನೇ ಭಾನುವಾರ ಬೆಳಿಗ್ಗೆ ಸೌತ್ ಕೋಲ್‌ನಿಂದ ಇಳಿಯಲು ಪ್ರಾರಂಭಿಸಿದ ಹದಿನೈದು ನಿಮಿಷಕ್ಕೆ ನಮ್ಮ ಗುಂಪನ್ನು ಸೇರಿಕೊಂಡೆ. ಅವರೆಲ್ಲರೂ ಜೆನಿವಾ ಸ್ಪರ್ ತುದಿಯಿಂದ ಇಳಿಯುತ್ತಿದ್ದರು. ಈ ದೃಶ್ಯ ನೋಡಿದಾಗ ಮನಸ್ಸಿಗೆ ವೇದನೆಯಾಗುತ್ತಿತ್ತು; ನಾವೆಲ್ಲರೂ ಎಷ್ಟು ಸುಸ್ತಾಗಿದ್ದೆವೆಂದರೆ, ಹಿಮದಿಂದ ಆವೃತವಾದ ದಾರಿಯಲ್ಲಿ ನೂರು ಅಡಿ ಕೆಳಕ್ಕೆ ಇಳಿಯಬೇಕೆಂದರೂ ವಿಪರೀತ ಸಮಯವನ್ನು ತೆಗೆದುಕೊಳ್ಳುತ್ತಿದ್ದೆವು. ಆದರೆ ಅದೆಲ್ಲಕ್ಕಿಂತಲೂ ಹೆಚ್ಚಿನ ದುಃಖದ ಸಂಗತಿಯೆಂದರೆ ಕ್ಷೀಣಗೊಂಡ ಗುಂಪಿನ ಸಂಖ್ಯೆಯಾಗಿತ್ತು. ಕೇವಲ ಮೂರೇ ದಿನದ ಮುಂಚೆ, ಇದೇ ಜಾಗವನ್ನು ಆರೋಹಣ ಮಾಡುವಾಗ ನಾವು ಹನ್ನೊಂದು ಜನರಿದ್ದೆವು; ಈಗ ಕೇವಲ ಆರು ಜನವಿದ್ದೆವು.

ಗುಂಪಿನಲ್ಲಿ ಹಿಂದಿದ್ದ ಸ್ಟೂಅರ್ಟ್ ಹಚಿಸನ್‌ನನ್ನು ನಾನು ಕೂಡಿಕೊಂಡಾಗ ಅವನು ಇನ್ನೂ ಜೆನಿವಾ ಸ್ಪರ್ ತುದಿಯಲ್ಲಿಯೇ ಇದ್ದ. ಹಗ್ಗದ ಮೂಲಕ ಕೆಳಕ್ಕೆ ಇಳಿಯಲು ಸಿದ್ಧನಾಗುತ್ತಿದ್ದ. ಅವನು ತಂಪು ಕನ್ನಡಕವನ್ನು ಹಾಕಿಕೊಂಡಿರಲಿಲ್ಲವೆನ್ನುವುದನ್ನು ನಾನು ಗಮನಿಸಿದೆ. ಆಗ ಸಾಕಷ್ಟು ಮೇಘಗಳು ದಟ್ಟೈಸಿದ್ದರೂ, ಕ್ರೂರವಾದ ಅಲ್ಟ್ರಾ ವಯೋಲೆಟ್ ಕಿರಣಗಳು ಕಣ್ಣಿನ ಮೇಲೆ ಧಾಳಿ ಮಾಡಿ ಅತ್ಯಂತ ಬೇಗನೆ ಹಿಮಗುರುಡರನ್ನಾಗಿ ಮಾಡಿ ಬಿಡುತ್ತವೆ. "ಸ್ಟೂಅರ್ಟ್, ಗಾಗಲ್ ಹಾಕಿಕೋ" ಎಂದು ನನ್ನ ತಂಪು ಕನ್ನಡಕವನ್ನು ಬೆರಳಿನಿಂದ ತೋರಿಸುತ್ತಾ, ಅವನಿಗೆ ಕೂಗಿ ಹೇಳಿದೆ.

"ಓಹ್, ಸರಿ. ಅದನ್ನು ಜ್ಞಾಪಿಸಿದ್ದಕ್ಕೆ ನಿನಗೆ ಧನ್ಯವಾದಗಳು. ನೀನು ನನ್ನ ಜೊತೆ ಇರುವಾಗ ದಯವಿಟ್ಟು ನನ್ನ ಧಿರಿಸನ್ನು ಗಮನಿಸ್ತಾ ಇರ್ತೀಯಾ, ಪ್ಲೀಜ್? ನಂಗೆ ಎಷ್ಟು ಸುಸ್ತಾಗಿದೆ ಎಂದರೆ ಸರಿಯಾಗಿ ಆಲೋಚನೆ ಮಾಡೋದಕ್ಕೂ ಸಾಧ್ಯ ಆಗ್ತಾ ಇಲ್ಲ. ನೀನು ನನ್ನ ವರ್ತನೆಯ ಬಗ್ಗೆ ಗಮನವಿಟ್ಟಿದ್ದರೆ ನಿನಗೆ ನಾನು ಕೃತಜ್ಞನಾಗಿರುತ್ತೇನೆ" ಎಂದು ಬೇಡಿಕೊಂಡ. ಅವನ ಧಿರಿಸನ್ನು ಗಮನಿಸಿದಾಗ, ತಕ್ಷಣವೇ ಅವನ ಹಗ್ಗಕ್ಕೆ ಹಾಕುವ ಕೊಕ್ಕೆ ಜೂಮರ್ ಸರಿಯಾಗಿ ಬಿಗಿದಿಲ್ಲ ಎನ್ನುವುದು ನನಗೆ ಗೊತ್ತಾಯಿತು. ಅವನು ಏನಾದರೂ ಹಾಗೆಯೇ ಹಗ್ಗಕ್ಕೆ ಜೂಮರ್ ಹಾಕಿ ಇಳಿಯಲು ಪ್ರಯತ್ನಿಸಿದ್ದರೆ, ಅವನ ಭಾರಕ್ಕೆ ಅದು ಬೇರ್ಪಟ್ಟು, ಸೀದಾ ಲೋಟ್ಸೆ ಫೇಸ್ ಪರ್ವತದ ಕಣಿವೆಗೆ ಅವನನ್ನು ತಳ್ಳಿ ಬಿಡುತ್ತಿತ್ತು. ನಾನು ಅದನ್ನು ಅವನ ಗಮನಕ್ಕೆ ತಂದಾಗ "ನಿಜ, ನಂಗೂ ಹಾಗೇ ಅನ್ನಿಸ್ತು. ಆದರೆ ನನ್ನ ಕೈಗಳು ಎಷ್ಟು ಮರಗಟ್ಟಿವೆ ಅಂದ್ರೆ ನಂಗೆ ಅದನ್ನು ಬಿಗಿ ಮಾಡಿಕೊಳ್ಳೋದಕ್ಕೂ ಸಾಧ್ಯ ಆಗ್ತಾ ಇಲ್ಲ" ಎಂದು ಹೇಳಿದ. ಆ ಚಳಿಯಲ್ಲಿ ನನ್ನ ಕೈಗವಸುಗಳನ್ನು ತೆಗೆದು, ಅವನು ಜೂಮರ್ ಬಿಗಿತವನ್ನು ಸರಿಯಾಗಿ ಟೊಂಕಕ್ಕೆ ಗಟ್ಟಿಯಾಗಿ ಕಟ್ಟಿ, ಸುರಕ್ಷಿತವಾಗಿ ಅವನು ಜೆನಿವಾ ಸ್ಪರ್ ಇಳಿಯುವಂತೆ ಮಾಡಿದೆ.

ಅವನು ತನ್ನ ಜೂಮರ್ ಅನ್ನು ಹಗ್ಗಕ್ಕೆ ಸಿಕ್ಕಿಸಿದ ತಕ್ಷಣ ಹಿಮಗೊಡಲಿಯನ್ನು ಕೆಳಕ್ಕೆ ಒಗೆದ. ಆದರೆ ಕೆಳಗಿಳಿದ ಮೇಲೆ ಅದನ್ನು ಮತ್ತೆ ಎತ್ತಿಕೊಳ್ಳದೆ ಹಾಗೆಯೇ ಮುಂದುವರೆದ. "ಸ್ಟೂಅರ್ಟ್, ನಿನ್ನ ಹಿಮಗೊಡಲಿ" ಎಂದು ಕೂಗಿದೆ.

"ಅದನ್ನು ತೊಗೊಂಡು ಹೋಗೋದಕ್ಕೆ ಸಾಧ್ಯ ಆಗದಷ್ಟು ನಂಗೆ ಸುಸ್ತಾಗಿದೆ. ಅದು ಅಲ್ಲೇ ಇರಲಿ ಬಿಡು" ಎಂದು ಅವನು ತಿರುಗಿ ಕೂಗಿ ಹೇಳಿದ. ನನ್ನ ಸುಸ್ತೂ ಅಷ್ಟೇ ಹೆಚ್ಚಿದ್ದರಿಂದ, ಅವನೊಡನೆ ವಾದಿಸಲು ಹೋಗಲಿಲ್ಲ. ಆ ಕೊಡಲಿಯನ್ನು ಅಲ್ಲಿಯೇ ಬಿಟ್ಟು, ಹಗ್ಗಕ್ಕೆ ನನ್ನ ಕೊಕ್ಕೆಯನ್ನು ಇಳಿಸಿ, ಜೆನಿವಾ ಸ್ಪರ್ ಅನ್ನು ಇಳಿದುಬಿಟ್ಟೆ.

ಒಂದು ಗಂಟೆಯ ನಂತರ ನಾವು ಯೆಲ್ಲೋ ಬ್ಯಾಂಡ್ ಹತ್ತಿರ ಬಂದೆವು. ಅಲ್ಲಿ ಪ್ರತಿಯೊಬ್ಬ ಪರ್ವತಾರೋಹಿಯೂ ಅತ್ಯಂತ ನಿಧಾನವಾಗಿ ಆ ಊರ್ಧ್ವ ಸುಣ್ಣ ಕಲ್ಲಿನ

ದಿಬ್ಬವನ್ನು ಇಳಿಯುತ್ತಿದ್ದದ್ದರಿಂದ ಮತ್ತೊಮ್ಮೆ ಜನದಟ್ಟಣೆ ಆಯ್ತು. ನನ್ನ ಸರದಿಗಾಗಿ ನಾನು ಕಾಯುತ್ತಿರುವಾಗ, ಸ್ಕಾಟ್ ಫಿಷರ್ ತಂಡದ ಸಾಕಷ್ಟು ಶೆರ್ಪಾಗಳು ನಮ್ಮನ್ನು ಸೇರಿಕೊಂಡರು. ಲೋಪ್ಸಾಂಗ್ ಅವರಲ್ಲಿ ಒಬ್ಬನಾಗಿದ್ದ. ಅತ್ಯಂತ ದುಃಖ ಮತ್ತು ಹುಚ್ಚು ಹಿಡಿದವನಂತೆ ಅವನು ಪೂರ್ತಿ ಕಂಗೆಟ್ಟಿದ್ದ. ಅವನ ಹೆಗಲ ಮೇಲೆ ಕೈ ಹಾಕಿ, ಸ್ಕಾಟ್ ತೀರಿಕೊಂಡದ್ದಕ್ಕೆ "ಸಾರಿ" ಎಂದು ಹೇಳಿದೆ. ಲೋಪ್ಸಾಂಗ್ ತನ್ನ ಎದೆ ಬಡಿದುಕೊಳ್ಳುತ್ತಾ, ಕಣ್ಣೀರು ಸುರಿಸುತ್ತಾ "ನನ್ನ ದುರಾದೃಷ್ಟ, ನನ್ನ ದುರಾದೃಷ್ಟ. ಸ್ಕಾಟ್ ಸತ್ತು ಹೋದ. ಇದೆಲ್ಲಾ ನಂದೇ ತಪ್ಪು. ನಾನು ಪಾಪಿ. ಎಲ್ಲಾ ನಂದೇ ತಪ್ಪು. ನನ್ನಿಂದ ಯಾರಿಗೂ ಒಳ್ಳೇದು ಆಗಲ್ಲ" ಎಂದು ಗೋಳಾಡಿದ.

| | |

ನನ್ನ ಸುಸ್ತಾದ ದೇಹವನ್ನು ಹೇಗೋ ಮಾಡಿ ಎರಡನೆಯ ಕ್ಯಾಂಪಿಗೆ ಎಳೆದುಕೊಂಡು ತಂದಾಗ ಮಧ್ಯಾಹ್ನ 1:30 ಆಗಿತ್ತು. ಯಾವುದೇ ಮಾನದಂಡದಿಂದ ನೋಡಿದರೂ, 21,300 ಅಡಿ ಎತ್ತರದಲ್ಲಿರುವ ಈ ಎರಡನೆಯ ಕ್ಯಾಂಪ್ ಕೂಡಾ ತೆಳುಗಾಳಿಯ ಪ್ರದೇಶವೇ ಆದರೂ, ಸ್ಪಷ್ಟವಾಗಿ ಈ ಜಾಗವು ಸೌತ್ ಕೋಲ್‌ಗಿಂತಲೂ ತುಂಬಾ ಸುರಕ್ಷಿತವೆನ್ನಿಸಿತು. ಮಾರಣಾಂತಿಕ ಬಿರುಗಾಳಿಯು ಈಗ ಸಂಪೂರ್ಣವಾಗಿ ನಿಂತಿತ್ತು. ಚಳಿಗೆ ನಡುಗುವುದು, ಹಿಮಕಡಿತಕ್ಕೆ ಒದ್ದಾಡುವುದರ ಬದಲಿಗೆ ನಾನೀಗ ಸೂರ್ಯನ ಶಾಖಕ್ಕೆ ಬೆವರಿಳಿಸುತ್ತಿದ್ದೆ. ತೆಳುವಾದ ದಾರವನ್ನು ಹಿಡಿದುಕೊಂಡು ಜೀವಕ್ಕಾಗಿ ಒದ್ದಾಡುತ್ತಿರುವ ಹತಾಷೆ ಈಗ ಇಲ್ಲದಾಗಿತ್ತು.

ನಮ್ಮ ಅಡಿಗೆ ಮನೆಯ ಗುಡಾರವು ಈಗ ಹೆಚ್ಚು ಕಡಿಮೆ ಆಸ್ಪತ್ರೆಯಾಗಿ ಬದಲಾಗಿ ಹೋಗಿತ್ತು. ಮಾಲ್‌ಡಫ್ ತಂಡದ ವೈದ್ಯನಾದ, ಡೆನ್ಮಾರ್ಕಿನ ಪ್ರಜೆ ಹೆನ್ರಿಕ್ ಜೆಸ್ಸೆನ್ ಹಾನ್‌ಸೆನ್, ಟಾಡ್ ಬರ್ಲ್‌ಸನ್ ತಂಡದ ಗ್ರಾಹಕ ಮತ್ತು ವೈದ್ಯನಾದ ಅಮೆರಿಕಾದ ಪ್ರಜೆ ಕೆನ್ ಕಾಮ್ಲರ್ – ಇಬ್ಬರೂ ರೋಗಿಗಳನ್ನು ನೋಡಿಕೊಳ್ಳುತ್ತಿದ್ದರು. ಸುಮಾರು ಮಧ್ಯಾಹ್ನ 3 ಗಂಟೆಯ ಹೊತ್ತಿಗೆ ನಾನು ಚಹಾ ಕುಡಿಯುತ್ತಿದ್ದೆ. ಆಗ ಆರು ಜನ ಶೆರ್ಪಾಗಳು, ಆಘಾತದಿಂದ ಮೂಕನಾಗಿ ಹೋಗಿದ್ದ ಮಕಾಲು ಗೌನನ್ನು ಅವಸರದಲ್ಲಿ ಹೊತ್ತುಕೊಂಡು ತಂದರು. ತಕ್ಷಣವೇ ಎಲ್ಲಾ ಡಾಕ್ಟರುಗಳು ಆತನತ್ತ ನುಗ್ಗಿದರು.

ಅವನನ್ನು ತಕ್ಷಣ ಮಲಗಿಸಿ, ಬಟ್ಟೆಗಳನ್ನು ಕಳಚಿ, ಒಂದು ಐವಿ ಟ್ಯೂಬ್ ಅನ್ನು ಆತನ ತೋಳಿಗೆ ಚುಚ್ಚಿದರು. ಅವನ ಮರಗಟ್ಟಿದ ಕೈ ಮತ್ತು ಕಾಲುಗಳನ್ನು ಪರೀಕ್ಷಿಸಿ "ಇದು ನಾನು ಕಂಡ ಅತ್ಯಂತ ಕೆಟ್ಟ ಹಿಮಕಡಿತ" ಎಂದು ಡಾಕ್ಟರ್ ಕಾಮ್ಲರ್ ಹೇಳಿದ. ಕೊಳಕಾದ ಬಚ್ಚಲುಮನೆಯ ಸಿಂಕಿನಂತೆ ಆ ಹಿಮಕಡಿತಗಳೂ ಬೂದು ಬಣ್ಣಕ್ಕೆ

ತಿರುಗಿದ್ದವು. ನಮ್ಮ ಮೆಡಿಕಲ್ ರೆಕಾರ್ಡ್‌ಗಾಗಿ ಈ ಹಿಮಕಡಿತಗಳ ಫೋಟೋಗಳನ್ನು ತೆಗೆದುಕೊಳ್ಳಬಹುದೇ ಎಂದು ಡಾಕ್ಟರರು ಕೇಳಿಕೊಂಡಾಗ, ಮುಖದ ತುಂಬ ನಗೆಯನ್ನು ಚಿಮ್ಮಿ ಮಕಾಲು ಒಪ್ಪಿಗೆಯನ್ನು ಕೊಟ್ಟ. ಸೈನಿಕನೊಬ್ಬ ಯುದ್ಧದಲ್ಲಿ ತನಗಾದ ಗಾಯಗಳನ್ನು ಹೆಮ್ಮೆಯಿಂದ ತೋರಿಸಿಕೊಳ್ಳುವಂತೆ, ಈತನೂ ತಾನು ಸಹಿಸಿಕೊಂಡ ಪ್ರಾಣಾಂತಿಕ ಗಾಯಗಳ ಪೋಜನ್ನು ಫೋಟೋಗಳಿಗೆ ನೀಡಿದ.

ತೊಂಬತ್ತು ನಿಮಿಷಗಳ ನಂತರ, ಡಾಕ್ಟರರು ಇನ್ನೂ ಮಕಾಲು ಗೌನ ಚಿಕಿತ್ಸೆಯನ್ನು ಮುಂದುವರೆಸಿರುವಾಗ, ಡೇವಿಡ್ ಬ್ರೇಷರ್ಸ್‌ನ ಧ್ವನಿಯು ರೇಡಿಯೋದಲ್ಲಿ ಮೂಡಿ ಬಂತು. "ನಾವು ಬೆಕ್‌ನನ್ನು ಕರೆದುಕೊಂಡು ಕೆಳಕ್ಕೆ ಇಳಿಯುತ್ತಿದ್ದೇವೆ. ಎರಡನೆಯ ಕ್ಯಾಂಪ್ ಅನ್ನು ಕತ್ತಲಾಗುವುದರೊಳಗೆ ಸೇರಿಕೊಳ್ಳುತ್ತೇವೆ" ಎಂದು ಹೇಳಿದ.

ಬ್ರೇಷರ್ಸ್ ಮಾತನ್ನು ಅರ್ಥ ಮಾಡಿಕೊಳ್ಳುವುದರೊಳಗೆ ನನ್ನ ಎದೆಬಡಿತ ಒಂದು ದೊಡ್ಡ ಏರಿಳಿತವನ್ನು ಕಂಡಿತು. ಅವನೇನೂ ಬೆಕ್‌ನ ದೇಹವನ್ನು ಹೊತ್ತು ತರುತ್ತಿದ್ದೇವೆಂದು ಹೇಳಿರಲಿಲ್ಲ. ಅವನು ಮತ್ತವನ ಸಂಗಡಿಗರು, ಬೆಕ್‌ನನ್ನು ಜೀವಂತವಾಗಿಯೇ ಕೆಳಗಿಳಿಸಿಕೊಂಡು ಬರುತ್ತಿದ್ದರು. ನನಗೆ ಅದನ್ನು ನಂಬಲೇ ಆಗಲಿಲ್ಲ. ನಾನು ಅವನನ್ನು ಸೌತ್ ಕೋಲ್‌ನಲ್ಲಿ ಬಿಟ್ಟು ಹೊರಡುವಾಗ, ಆತ ಬೆಳಕು ಹರಿಯುವ ತನಕ ಬದುಕಿ ಉಳಿಯುತ್ತಾನೆ ಎಂದು ಖಂಡಿತಾ ನಂಬಿರಲಿಲ್ಲ.

ಮತ್ತೊಮ್ಮೆ ಅವನ ಸಾವನ್ನು ನಿರೀಕ್ಷೆ ಮಾಡುತ್ತಾ ನಾನು ಬಿಟ್ಟು ಬಂದಿದ್ದರೂ, ಬೆಕ್ ಸಾವಿಗೆ ಶರಣಾಗತನಾಗಿರಲಿಲ್ಲ. ಅನಂತರ ನನಗೆ ಪೀಟ್ ಅಥೆನ್ಸ್‌ನಿಂದ ಸಾಕಷ್ಟು ವಿವರಗಳು ಗೊತ್ತಾದವು. ಪೀಟ್ ಡೆಕ್ಸಾಮೆಥಾಜೋನ್ ಇಂಜೆಕ್ಷನ್ ಮಾಡಿದ ಸ್ವಲ್ಪ ಹೊತ್ತಿನಲ್ಲಿ, ಈ ಟೆಕ್ಸಾಸಿನ ಮನುಷ್ಯ ವಿಶೇಷವಾಗಿ ಚೇತರಿಸಿಕೊಂಡು ಬಿಟ್ಟಿದ್ದ. "ಸುಮಾರು 10:30ಕ್ಕೆ ನಾವು ಅವನಿಗೆ ಬಟ್ಟೆಯನ್ನು ತೊಡಿಸಿ, ಪರ್ವತಾರೋಹಣದ ಉಡುಪುಗಳನ್ನು ಹಾಕಿದ ಮೇಲೆ, ಆತ ತನ್ನ ಪಾಡಿಗೆ ತಾನು ಎದ್ದು ನಿಂತು ನಡೆಯಲು ಪ್ರಾರಂಭಿಸಿದ. ನಮಗೆಲ್ಲಾ ಸಿಕ್ಕಾಪಟ್ಟೆ ಆಶ್ಚರ್ಯವಾಗಿ ಹೋಯ್ತು."

ಅವರೆಲ್ಲರೂ ಪರ್ವತವನ್ನು ಇಳಿಯುವಾಗ, ಅಥೆನ್ಸ್ ಸೀದಾ ಬೆಕ್ ಮುಂದೆಯೇ ನಡೆಯುತ್ತಿದ್ದು, ಅವನಿಗೆ ಎಲ್ಲಿ ಹೆಜ್ಜೆ ಇಡಬೇಕು ಎಂದು ಹೇಳಿ ಕೊಡುತ್ತಾ ಬಂದ. ಬೆಕ್ ತನ್ನ ಕೈಯನ್ನು ಅಥೆನ್ಸ್‌ನ ಹೆಗಲ ಮೇಲೆ ಹಾಕಿಯೂ, ಬೆಕ್‌ಗೆ ಕಟ್ಟಿದ ಹಗ್ಗವನ್ನು ಅವನ ಹಿಂದೆ ಬರ್ಲ್‌ಸನ್ ಗಟ್ಟಿಯಾಗಿ ಹಿಡಿದುಕೊಂಡೂ, ಅವರು ನಿಧಾನಕ್ಕೆ ಪರ್ವತವನ್ನು ಇಳಿದರು. "ಕೆಲವೊಂದು ಸಲವಂತೂ ನಾವು ಅವನಿಗೆ ವಿಪರೀತ ಸಹಾಯ ಮಾಡಬೇಕಾಗುತ್ತಿತ್ತು. ಆದರೆ ಅವನು ಆಶ್ಚರ್ಯ ಎನ್ನುವಷ್ಟು ವೇಗವಾಗಿ ನಡೆದ" ಎಂದು ಅಥೆನ್ಸ್ ಅಚ್ಚರಿಪಟ್ಟ.

25,000 ಅಡಿ ಎತ್ತರವಿರುವ ಸುಣ್ಣದ ಕಲ್ಲಿನಿಂದ ಮೂಡಿದ ದಿಬ್ಬವಾದ ಯೆಲ್ಲೋ ಬ್ಯಾಂಡ್ ಬಳಿಗೆ ಬಂದಾಗ ಅವರು ಎಡ್ ವೈಸ್ಟಿಯುವರ್ಸ್ ಮತ್ತು ರಾಬರ್ಟ್ ಶ್ಯೂಯರ್ ಅವರನ್ನು ಭೇಟಿಯಾದರು. ಅವರು ಅತ್ಯಂತ ಸಮರ್ಥವಾಗಿ ಆ ಸುಣ್ಣದ ಬಂಡೆಯಿಂದ ಬೆಕ್‌ನನ್ನು ಕೆಳಕ್ಕೆ ಇಳಿಸಿದರು. ಮೂರನೆಯ ಕ್ಯಾಂಪಿನಲ್ಲಿ ಅವರಿಗೆ ಬ್ರೇಷರ್ಸ್, ಜಿಮ್ ವಿಲಿಯಮ್ಸ್, ವಿಯೆಕ್ಕಾ ಗಸ್ಟಾಫ್‌ಸನ್ ಮತ್ತು ಅರಾಸೆಲಿ ಸೆಗರ್ರಾ ಸಹಾಯ ಮಾಡಿದರು. ಆ ಎಂಟೂ ಜನ ಸೇರಿ ಬೆಕ್‌ನನ್ನು ಲೋಟ್ ಫೇಸ್ ಪರ್ವತದಿಂದ ಎಷ್ಟು ಸಮರ್ಥವಾಗಿ ಕೆಳಕ್ಕೆ ಕರೆದುಕೊಂಡು ಬಂದರೆಂದರೆ, ನಾನು ಮತ್ತು ನನ್ನ ತಂಡ ಆ ಬೆಳಿಗ್ಗೆ ಅದೇ ಅವರೋಹಣಕ್ಕೆ ತೆಗೆದುಕೊಂಡದ್ದಕ್ಕಿಂತಲೂ ಕಡಿಮೆ ಸಮಯವನ್ನು ತೆಗೆದುಕೊಂಡಿದ್ದರು.

ಬೆಕ್ ಕೆಳಕ್ಕೆ ಇಳಿದು ಬರುತ್ತಿದ್ದಾನೆ ಎಂದು ತಿಳಿದ ತಕ್ಷಣ, ನಾನು ನನ್ನ ಗುಡಾರಕ್ಕೆ ಹೋಗಿ, ಪರ್ವತಾರೋಹಣದ ಬೂಟು ಮತ್ತಿತರ ಧಿರಿಸನ್ನು ಹಾಕಿಕೊಂಡು, ಲೋಟ್ ಫೇಸ್ ಪರ್ವತದ ತಳದಲ್ಲಿ ರಕ್ಷಣಾ ತಂಡ ಸಿಗುತ್ತದೆಂಬ ಭರವಸೆಯಲ್ಲಿ ಆ ಕಡೆಗೆ ನಡೆದೆ. ಆದರೆ ಎರಡನೆಯ ಕ್ಯಾಂಪಿನಿಂದ ಇಪ್ಪತ್ತು ನಿಮಿಷ ಮೇಲಕ್ಕೆ ಹತ್ತಿದ್ದೆನೋ ಇಲ್ಲವೋ, ಅಷ್ಟೂ ಜನ ಎದುರಾಗಿ ನನಗೆ ಅಚ್ಚರಿಯನ್ನು ಮೂಡಿಸಿದರು. ಶಾರ್ಟ್ ರೋಪ್‌ನಿಂದ ಬೆಕ್‌ನನ್ನು ಕಟ್ಟಿಕೊಂಡು ಸಹಾಯ ಮಾಡುತ್ತಿದ್ದರೂ, ಬೆಕ್ ತನ್ನ ಸ್ವಸಾಮರ್ಥ್ಯದಿಂದಲೇ ನಡೆಯುತ್ತಿದ್ದ. ಬ್ರೇಷರ್ಸ್ ಮತ್ತು ಅವನ ಸಂಗಡಿಗರು ಅವನನ್ನು ಅದೆಷ್ಟು ವೇಗವಾಗಿ ಪರ್ವತದಿಂದ ಕೆಳಕ್ಕೆ ಇಳಿಸಿದರೆಂದರೆ, ನನ್ನ ಆ ಸ್ಥಿತಿಯಲ್ಲಿ ಅವರ ವೇಗವನ್ನು ಸಮಗಟ್ಟುವುದೂ ಕಷ್ಟವಾಯ್ತು.

ಬೆಕ್‌ನನ್ನು ಆಸ್ಪತ್ರೆಯ ಗುಡಾರದಲ್ಲಿ ಮಕಾಲು ಗೌ ಪಕ್ಕ ಮಲಗಿಸಿ, ವೈದ್ಯರು ಅವನ ಬಟ್ಟೆಗಳನ್ನು ಬಿಚ್ಚಲು ಪ್ರಾರಂಭಿಸಿದರು. ಬೆಕ್‌ನ ಬಲಗೈಯನ್ನು ಪರೀಕ್ಷಿಸಿದ್ದೇ ಡಾಕ್ಟರ್ ಕಮ್ಲೆರ್ "ದೇವರೇ!" ಎಂದು ಉದ್ಗರಿಸಿದ. "ಮಕಾಲುವಿನ ಹಿಮಕಡಿತಕ್ಕಿಂತಲೂ ಈತನದು ತೀವ್ರವಾಗಿದೆ" ಎಂದು ಹೇಳಿದ. ಮೂರು ಗಂಟೆಯ ನಂತರ ನಾನು ಗುಡಾರಕ್ಕೆ ತೆರಳಿ ನನ್ನ ನಿದ್ರಾಚೀಲದಲ್ಲಿ ಹೊಕ್ಕ ನಂತರವೂ, ವೈದ್ಯರು ತಮ್ಮ ಹೆಡ್ ಲೈಟ್‌ನ ಮಂದಬೆಳಕಿನಲ್ಲಿ, ಬೆಕ್‌ನ ಬಲಗೈಯನ್ನು ಉಗುರುಬೆಚ್ಚಗಿನ ನೀರಲ್ಲಿ ಇಟ್ಟು, ಬಹು ಜಾಗ್ರತೆಯಿಂದ ಅವನ ಬೆರಳುಗಳನ್ನು ಮೃದುವಾಗಿಸಲು ಪ್ರಯತ್ನಿಸುತ್ತಿದ್ದರು.

ಮರುದಿನ ಬೆಳಿಗ್ಗೆ, ಅಂದರೆ ಮೇ 13 ರಂದು, ಬೆಳಕು ಹರಿಯುವುದಕ್ಕೆ ಮುಂಚೆಯೇ ಸಿದ್ಧನಾಗಿ ಎರಡನೆಯ ಕ್ಯಾಂಪಿನಿಂದ ಹೊರಟು, ಪಶ್ಚಿಮ ಕಣಿವೆಯ ಆಳವಾದ ಕೊರಕಲಿನ ಮೂಲಕ ಸುಮಾರು ಎರಡೂವರೆ ಮೈಲು ನಡೆದು, ಹಿಮಜಲಪಾತದ ತುದಿಗೆ ಬಂದೆ. ಆಗ ಬೇಸ್ ಕ್ಯಾಂಪ್‌ನಿಂದ ಗೈ ಕಾಟರ್ ನನಗೆ

ರೇಡಿಯೋ ಮೂಲಕ ಕರೆ ಮಾಡಿದ. ಅಲ್ಲಿಗೆ ಹೆಲಿಕಾಪ್ಟರ್ ಬರುವುದೆಂದೂ, ನಾನು ಯಾವುದಾದರೂ ಸಮತಟ್ಟಾದ ಪ್ರದೇಶದಲ್ಲಿ ಕಾಯಬೇಕೆಂದೂ ತಿಳಿಸಿದ.

ಕಳೆದ ಕೆಲವು ದಿನಗಳಿಂದ, ಕಾಟರ್ ಅತ್ಯಂತ ಕಾಳಜಿಯಿಂದ ಸ್ಯಾಟಲೈಟ್ ಫೋನನ್ನು ಬಳಸಿಕೊಂಡು, ಹೆಲಿಕಾಪ್ಟರ್ ಮೂಲಕ ಬೆಕ್‌ನನ್ನು ಪಶ್ಚಿಮ ಕಣಿವೆಯ ತಳದಿಂದ ಕೆಳಕ್ಕಿಳಿಸುವುದಕ್ಕೆ ತುಂಬಾ ಪ್ರಯತ್ನ ಪಡುತ್ತಿದ್ದ. ಏಕೆಂದರೆ ಈಗಾಗಲೇ ಹಿಮಕಡಿತದಿಂದ ಕೈಗಳನ್ನು ನಿಶ್ಯಕ್ತಗೊಳಿಸಿಕೊಂಡಿರುವ ಬೆಕ್‌ಗೆ, ಆ ಭೀಕರ ಹಿಮಜಲಪಾತವನ್ನು ಹಗ್ಗ ಮತ್ತು ಏಣಿಗಳ ಮೂಲಕ ಕಷ್ಟಪಟ್ಟು ಇಳಿಯುವುದು ಸಾಧ್ಯವಾಗಲಿಕ್ಕಿಲ್ಲ ಮತ್ತು ಬಹು ಅಪಾಯಕಾರಿ ಎನ್ನುವುದು ಅವನ ಅಂದಾಜಾಗಿತ್ತು. ಈ ಹಿಂದೆ 1973ರಲ್ಲಿ ಹೆಲಿಕಾಪ್ಟರ್‌ಗಳು ಕಣಿವೆಯಲ್ಲಿ ಇಳಿದಿದ್ದರು. ಇಟಾಲಿಯ ಪರ್ವತಾರೋಹಣ ತಂಡವೊಂದು ತಮ್ಮ ಸಾಮಾನುಗಳನ್ನು ಬೇಸ್ ಕ್ಯಾಂಪ್‌ಗೆ ಸಾಗಿಸಲು ಒಂದು ಜೊತೆ ಹೆಲಿಕಾಪ್ಟರ್ ಅನ್ನು ಬಳಸಿದ್ದರು. ಹೆಲಿಕಾಪ್ಟರ್‌ಗಳು ಹಾರಲಾಗದ ಎತ್ತರದ ಸೀಮೆಯಲ್ಲಿ ಅವನ್ನು ಪ್ರಯೋಗಿಸುವುದು ಅತ್ಯಂತ ಅಪಾಯಕಾರಿಯಾಗಿತ್ತು. ಇಟಾಲಿಯವರ ಒಂದು ಹೆಲಿಕಾಪ್ಟರ್ ಅಂತೂ ಹಿಮಜಲಪಾತದಲ್ಲಿ ಅಪ್ಪಳಿಸಿ ಬಿದ್ದಿತ್ತು. ಅನಂತರದ 23 ವರ್ಷಗಳಲ್ಲಿ ಯಾರೂ ಕುಂಭು ಹಿಮಜಲಪಾತದ ಮೇಲಕ್ಕೆ ಹೆಲಿಕಾಪ್ಟರ್ ಅನ್ನು ಇಳಿಸುವ ಸಾಹಸವನ್ನು ಮಾಡಿರಲಿಲ್ಲ.

ಆದರೆ ಕಾಟರ್ ಮಾತ್ರ ಪ್ರಯತ್ನ ಕೈ ಬಿಟ್ಟಿರಲಿಲ್ಲ, ಒಂದೇ ಸವನೆ ಒತ್ತಾಯವನ್ನು ಹಾಕಿದ್ದ. ಅಮೆರಿಕನ್ ಎಂಬಸಿ ಕೊನೆಗೂ ನೇಪಾಳದ ವಾಯುದಳವನ್ನು ಒಪ್ಪಿಸಿ, ಹೆಲಿಕಾಪ್ಟರ್ ಅನ್ನು ಕಣಿವೆಯಲ್ಲಿ ಇಳಿಸುವ ಸಾಹಸಕ್ಕೆ ಮುಂದಾಗಿತ್ತು. ಅಮೆರಿಕನ್ ಎಂಬಸಿಯ ಪ್ರಯತ್ನಕ್ಕೆ ಧನ್ಯವಾದಗಳನ್ನು ಹೇಳಲೇಬೇಕು. ಸೋಮವಾರ ಬೆಳಿಗ್ಗೆ 8 ಗಂಟೆಯ ವೇಳೆಗೆ, ನಾನು ಅತ್ಯಂತ ಕಷ್ಟದಿಂದ ಹೆಲಿಕಾಪ್ಟರ್ ಇಳಿಯಬಹುದಾದ ಸಮತಟ್ಟಾದ ಜಾಗಕ್ಕಾಗಿ ಹುಡುಕಾಡುತ್ತಿದ್ದೆ. ಹಿಮಜಲಪಾತದ ತುದಿಯಲ್ಲಿ ಎಲ್ಲಿ ನೋಡಿದರಲ್ಲಿ ಹಿಮಬಂಡೆಗಳು ಚೆಲ್ಲಾಡಿ ಹೋಗಿದ್ದವು. ಆ ಹೊತ್ತಿಗೆ ಕಾಟರ್‌ನ ಧ್ವನಿ ನನ್ನ ರೇಡಿಯೋದಲ್ಲಿ ಗೊರಗೊರನೆ ಮೂಡಿ ಬಂತು. "ಜಾನ್, ಹೆಲಿಕಾಪ್ಟರ್‌ಗಳು ಆಗಲೇ ಹೊರಟಿವೆ. ಯಾವುದೇ ಕ್ಷಣದಲ್ಲಿಯೂ ಅವರು ಅಲ್ಲಿ ಇರ್ತಾರೆ. ಆದಷ್ಟು ಬೇಗನೆ ಅವರು ಇಳಿಯೋದಕ್ಕೆ ಒಳ್ಳೆಯ ಜಾಗವನ್ನು ನೀನು ಹುಡುಕಿಟ್ಟಿರು." ನಾನಿದ್ದ ಸ್ಥಳಕ್ಕಿಂತಲೂ ಸ್ವಲ್ಪ ಮೇಲೆ ಸಮತಟ್ಟಾದ ಪ್ರದೇಶ ಸಿಗಬಹುದೆಂಬ ಆಸೆಯಿಂದ, ನಾನು ಮೇಲಕ್ಕೆ ಏರಲಾರಂಭಿಸಿದೆ. ಅಲ್ಲಿ ಬೆಕ್‌ನನ್ನು ಶಾರ್ಟ್ ರೋಪ್ ಮಾಡಿ ಕಟ್ಟಿಕೊಂಡು, ಅಥೆನ್ಸ್, ಬರ್ಲ್ ಸನ್, ಗಸ್ಟಾಫ್‌ಸನ್, ಬ್ರೇಷರ್ಸ್, ವೈಸ್ಟಿಯುವರ್ಸ್ ಮತ್ತು ಇತರ IMAX ತಂಡದವರು ಕಣಿವೆಯ ಕೆಳಕ್ಕೆ ಇಳಿಯುತ್ತಿದ್ದರು.

ತನ್ನ ಸುದೀರ್ಘ ಸಿನಿಮಾ ನಿರ್ದೇಶನದ ಅನುಭವದಿಂದಾಗಿ ಬ್ರೇಷರ್ಸ್ ಹೆಲಿಕಾಪ್ಟರ್‌ಗಳ ಜೊತೆ ಕೆಲಸ ಮಾಡಿದ್ದ. ಅವನು ತಕ್ಷಣವೇ 19,860 ಅಡಿ ಎತ್ತರದಲ್ಲಿ, ಎರಡು ಹಿಮಕುಣಿಗಳ ಮಧ್ಯದಲ್ಲಿ ಹೆಲಿಕಾಪ್ಟರ್ ಕೆಳಕ್ಕಿಳಿಯಲು ಜಾಗವನ್ನು ಗೊತ್ತು ಮಾಡಿದ. ನಾನು ಒಂದು ರೇಷ್ಮೆ ಬಟ್ಟೆಯನ್ನು ಬಿದಿರಿನ ಕೋಲಿಗೆ ಸಿಕ್ಕಿಸಿ, ಗಾಳಿಯ ದಿಕ್ಕನ್ನು ತೋರಿಸುವ ಸಲುವಾಗಿ ಒಂದು ಕಡೆ ನೆಟ್ಟೆ. ಅದೇ ಹೊತ್ತಿನಲ್ಲಿ ಬ್ರೇಷರ್ಸ್ ಕೂಲ್‌ಏಡ್ ಎನ್ನುವ ಕಡುಗೆಂಪು ಪಾನೀಯವನ್ನು ಬಳಸಿಕೊಂಡು, ಒಂದು ದೊಡ್ಡ X ಚಿಹ್ನೆಯನ್ನು ಹೆಲಿಕಾಪ್ಟರ್ ನಿಲ್ಲಬೇಕಾದ ಜಾಗದ ಮಧ್ಯದಲ್ಲಿ ಬರೆದ. ಸ್ವಲ್ಪ ಸಮಯದ ನಂತರ ಮಕಾಲು ಗೌ ಬಂದ. ಒಂದು ಪ್ಲಾಸ್ಟಿಕ್ ಶೀಟಿನ ಮೇಲೆ ಅವನನ್ನು ಮಲಗಿಸಿ, ಸುಮಾರು ಆರು ಜನ ಶೆರ್ಪಾಗಳು ಅವನನ್ನು ಕೆಳಕ್ಕೆ ಎಳೆದುಕೊಂಡು ಬಂದಿದ್ದರು. ಸ್ವಲ್ಪ ಸಮಯದಲ್ಲಿಯೇ ನಾವು ಥ್ವೆಕ್-ಥ್ವೆಕ್-ಥ್ವೆಕ್ ಎನ್ನುವ, ಹೆಲಿಕಾಪ್ಟರ್ ಬ್ಲೇಡುಗಳು ತೆಳುಗಾಳಿಯನ್ನು ವೇಗವಾಗಿ ತಿವಿಯುತ್ತಾ ಹಾರಿಕೊಂಡು ಬರುವ ಸದ್ದನ್ನು ಕೇಳಲಾರಂಭಿಸಿದೆವು.

ಮಕಾಲು ಗೌನ ಹಿಮಕಡಿತದ ಕಾಲನ್ನು ಎರಡನೆಯ ಕ್ಯಾಂಪಿನಲ್ಲಿ ಉಗುರು ಬೆಚ್ಚಗಿನ ನೀರಿನಲ್ಲಿ ಮೆದುಗೊಳಿಸಿದ್ದರಿಂದ, ಅವನಿಗೆ ಈಗ ನಡೆಯುವುದಾಗಲಿ ಅಥವಾ ನಿಲ್ಲುವುದಾಗಲಿ ಸಾಧ್ಯವಿರಲಿಲ್ಲ. ಆದ್ದರಿಂದ ನಾನು, ಬ್ರೆಷಿಯರ್ಸ್ ಮತ್ತು ಅಥೆನ್ಸ್ ಒಟ್ಟಾಗಿ ಸಮಾಲೋಚಿಸಿ, ಥೈವಾನಿನ ಈ ನಾಯಕ ಮೊದಲು ಹೆಲಿಕಾಪ್ಟರ್‌ನಲ್ಲಿ ಹೋಗಬೇಕೆಂದು ನಿರ್ಧರಿಸಿದೆವು. "ಬೆಕ್, ಸಾರಿ. ಬಹುಶಃ ನೀನು ಎರಡನೆಯ ಹೆಲಿಕಾಪ್ಟರ್‌ಗಾಗಿ ಕಾಯಬೇಕು" ಎಂದು ಆ ಸದ್ದಿನಲ್ಲಿ ಕೂಗಿ ಹೇಳಿದೆ. ಬೆಕ್ ಯಾವುದೇ ಸಿಟ್ಟನ್ನು ತೋರದೆ, ಅತ್ಯಂತ ಆಧ್ಯಾತ್ಮಿಕ ಮನಸ್ಥಿತಿಯಲ್ಲಿ ಸರಿಯೆಂದು ತಲೆ ಹಾಕಿದ.

ನಾವು ಮಕಾಲು ಗೌನನ್ನು ಹೆಲಿಕಾಪ್ಟರ್‌ನ ಹಿಂಭಾಗಕ್ಕೆ ಹತ್ತಿಸಿದೆವು. ಹೆಲಿಕಾಪ್ಟರ್ ಯಂತ್ರವು ಕಷ್ಟಪಟ್ಟು ಮೇಲಕ್ಕೆ ಏರಲಾರಂಭಿಸಿತು. ಮದನ್ ಎನ್ನುವ ಈ ಹೆಲಿಕಾಪ್ಟರ್ ಹಿಮಜಲಪಾತದ ಸ್ವಲ್ಪ ಮೇಲಕ್ಕೆ ಹಾರಿ, ಅನಂತರ ತನ್ನ ಮೂತಿಯನ್ನು ಕಣಿವೆಯ ಕಡೆಗೆ ತಿರುಗಿಸಿ, ಒಂದು ಕಲ್ಲನ್ನು ಕುಂಭು ಜಲಪಾತದಿಂದ ಒಗೆದಂತೆ, ಅದರಲ್ಲಿ ನುಗ್ಗಿ ಕಣ್ಣಿಗೆ ಕಾಣದಾಯ್ತು. ಹೆಲಿಕಾಪ್ಟರ್ ಹಾರಿ ಹೋಗಿದ್ದರಿಂದ, ಒಂದು ಅರ್ಧ ಗಂಟೆ ಕಾಲ ನೀರವವು ಕಣಿವೆಯನ್ನು ಆವರಿಸಿಕೊಂಡಿತು.

ಅರ್ಧ ಗಂಟೆಯ ನಂತರ ನಾವೆಲ್ಲಾ ಬೆಕ್‌ನನ್ನು ಹೇಗೆ ಕಳುಹಿಸುವುದೆಂದು ಆಲೋಚಿಸುತ್ತಾ, ಹೆಲಿಕಾಪ್ಟರ್ ಲ್ಯಾಂಡ್ ಆಗುವ ಜಾಗದ ಸುತ್ತ ಜಮಾಯಿಸಿರುವಾಗ, ನಿಧಾನಕ್ಕೆ ಥ್ವಕ್-ಥ್ವಕ್-ಥ್ವಕ್ ಎನ್ನುವ ಸದ್ದು ಜಲಪಾತದ ಆಳದಿಂದ ಕೇಳಲಾರಂಭಿಸಿತು. ನಿಧಾನಕ್ಕೆ ಆ ಧ್ವನಿ ದೊಡ್ಡದಾಗುತ್ತಲೇ ಹೋಯ್ತು.

ಕೊನೆಗೆ ಒಂದು ಚಿಕ್ಕ ಹಸಿರು ಹೆಲಿಕಾಪ್ಟರ್ ನಮ್ಮ ದೃಷ್ಟಿಗೆ ಗೋಚರಿಸಿತು. ಅದು ಕೆಳಕ್ಕೆ ಇಳಿಯುವುದಕ್ಕಿಂತಲೂ ಮುಂಚೆ ಸ್ವಲ್ಪ ಮೇಲಕ್ಕೆ ಹಾರಿ, ನಂತರ ತನ್ನ ಮೂತಿಯನ್ನು ಕೆಳಕ್ಕೆ ತಿರುಗಿಸಿ ಇಳಿಯಲಾರಂಭಿಸಿತು. ಕೂಲ್ ಏಡ್ ದ್ರಾವಣದಿಂದ ಮಾಡಿದ ಚಿಹ್ನೆಯ ಮೇಲೆ ಮತ್ತೊಮ್ಮೆ ಸರಿಯಾಗಿ, ಯಾವುದೇ ತಪ್ಪುಗಳಿಲ್ಲದಂತೆ ಬಂದು ನಿಂತಿತು. ಈ ಬಾರಿ ಬ್ರೆಷರ್ಸ್ ಮತ್ತು ಅಥೆನ್ಸ್ ಇಬ್ಬರೂ ಸೇರಿ ಬೆಕ್‌ನನ್ನು ಹೆಲಿಕಾಪ್ಟರ್‌ನಲ್ಲಿ ಹತ್ತಿಸಿದರು. ಕೆಲವೇ ಕ್ಷಣಗಳಲ್ಲಿ ಒಂದು ದೈತ್ಯ ನೊಣದಂತೆ ಅದು ಮೇಲಕ್ಕೇರಿ, ಎವರೆಸ್ಟ್ ಪರ್ವತದ ಪಶ್ಚಿಮ ಭುಜದಗುಂಟ ಸ್ವಚ್ಛಂದವಾಗಿ ಹಾರಿ ಹೋಯ್ತು. ಒಂದು ಗಂಟೆಯ ನಂತರ ಮಕಾಲು ಗೌ ಮತ್ತು ಬೆಕ್ ಇಬ್ಬರೂ ಕಾಠ್ಮಂಡು ಆಸ್ಪತ್ರೆಯಲ್ಲಿ ಚಿಕಿತ್ಸೆ ಪಡೆಯುತ್ತಿದ್ದರು.

ರಕ್ಷಣಾ ತಂಡವು ಈಗ ಮೇಲಕ್ಕೆ ಏರಿ ಹೋಯ್ತು. ನಾನೊಬ್ಬನೇ ಆ ಹಿಮದ ರಾಶಿಯ ಮಧ್ಯದಲ್ಲಿ ಕುಳಿತು, ನನ್ನ ಬೂಟುಗಳನ್ನೇ ದಿಟ್ಟಿಸುತ್ತಾ ಬಹುಕಾಲ ಕಳೆದೆ. ಕಳೆದ ಎಪ್ಪತ್ತೆರಡು ಗಂಟೆಗಳಲ್ಲಿ ಏನೆಲ್ಲಾ ಆಯಿತೆಂಬುದನ್ನು ಮೆಲುಕು ಹಾಕತೊಡಗಿದೆ. ಪರಿಸ್ಥಿತಿ ಇಷ್ಟೊಂದು ವ್ಯತಿರಿಕ್ತವಾಗಿ ನಮ್ಮೊಡನೆ ನಡೆದಿದ್ದಾದರೂ ಏಕೆ? ರಾಬ್, ಯಸುಕೊ, ಸ್ಕಾಟ್ ಮತ್ತು ಡಹ್ಗ್ ನಿಜವಾಗಿಯೂ ಸತ್ತಿದ್ದಾದರೂ ಹೇಗೆ? ಆದರೆ ಎಷ್ಟೇ ಚಿಂತಿಸಲು ಪ್ರಯತ್ನಿಸಿದರೂ, ನನಗೆ ಯಾವ ಉತ್ತರಗಳೂ ಹೊಳೆಯಲಿಲ್ಲ. ನಡೆದ ದುರಂತದ ಪ್ರಮಾಣವು ನಾನು ಊಹಿಸುವುದಕ್ಕೂ ಸಾಧ್ಯವಿಲ್ಲದಷ್ಟು ದೊಡ್ಡದಿತ್ತು. ನನ್ನ ಮೆದುಳು ಹೆಚ್ಚು ತರ್ಕಿಸಲು ಸಾಧ್ಯವಿಲ್ಲದಂತೆ, ತಟಸ್ಥವಾಗಿ ಹೋಯ್ತು. ನಡೆದ ಘಟನೆಗಳೆಲ್ಲಕ್ಕೂ ಅರ್ಥ ಹಚ್ಚುವ ಗೋಜಿಗೆ ಹೋಗದೆ, ನನ್ನ ಬೆನ್ನಚೀಲವನ್ನು ಹೆಗಲಿಗೇರಿಸಿಕೊಂಡು, ಆ ದೈತ್ಯ ಹಿಮಜಲಪಾತವನ್ನು ಇಳಿಯಲು ಪ್ರಾರಂಭಿಸಿದೆ. ಬೆಕ್ಕಿನಷ್ಟೇ ಭಯಗೊಂಡಿದ್ದ ನಾನು, ಕೊನೆಯ ಬಾರಿಗೆ ಈ ಸಂಕೀರ್ಣ ಹಿಮಬಂಡೆಗಳ ಕಗ್ಗಂಟನ್ನು ದಾಟಬೇಕಿತ್ತು.

ಅಧ್ಯಾಯ 21

ಎವರೆಸ್ಟ್ ಬೇಸ್‌ಕ್ಯಾಂಪ್

13ನೇ ಮೇ 1996 17,600 ಅಡಿ ಎತ್ತರ

13ನೇ ಮೇ ಸೋಮವಾರ ಬೆಳಿಗ್ಗೆ ನಾನು ಕುಂಭು ಹಿಮಜಲಪಾತದ ಕೆಳಕ್ಕೆ ಬಂದೆ. ಇಳಿಜಾರಿನ ಕೊನೆಯ ಹಂತವನ್ನು ನಡೆದು ಮುಗಿಸಿದಾಗ, ಅಲ್ಲಿ ನನಗಾಗಿ ಆಂಗ್ ತ್ಶೇರಿಂಗ್, ಗೈ ಕಾಟರ್ ಮತ್ತು ಕೆರೊಲೈನಾ ಮೆಕೆಂಜೀ - ಹಿಮಜಲಪಾತದ ತುದಿಯಲ್ಲಿ ನನಗಾಗಿ ಕಾಯುತ್ತಿದ್ದರು. ಗೈ ಕಾಟರ್ ನನಗೊಂದು ಬಿಯರ್ ಅನ್ನು ಕುಡಿಯಲು ಕೊಟ್ಟರೆ, ಕೆರೊಲೈನಾ ಆತ್ಮೀಯವಾಗಿ ತಬ್ಬಿಕೊಂಡಳು. ತಕ್ಷಣವೇ ಅಲ್ಲಿಯೇ ಹಿಮದ ಮೇಲೆ ಕುಳಿತು, ನನ್ನ ಮುಖವನ್ನು ಎರಡೂ ಕೈಗಳಲ್ಲಿ ಹಿಡಿದುಕೊಂಡು, ಕಣ್ಣೀರನ್ನು ಧಾರಾಕಾರವಾಗಿ ಕೆನ್ನೆಗುಂಟ ಇಳಿಸುತ್ತಾ ಕುಳಿತದ್ದೇ ನನಗೆ ಜ್ಞಾಪಕವಾಗುತ್ತಿದೆ. ಸಣ್ಣ ಮಗುವಾಗಿದ್ದಾಗಿನಿಂದಲೂ ಎಂದೂ ಅತ್ತಿಲ್ಲವೇನೋ ಎನ್ನುವಷ್ಟು ಅತ್ತೆ. ಈಗೆಲ್ಲವೂ ಸುರಕ್ಷಿತವೆಂದು ಗೊತ್ತಿತ್ತು. ಹಿಂದಿನ ದಿನಗಳ ಭೀಕರ ಸನ್ನಿವೇಶಗಳು ಈಗ ನನ್ನ ಹೆಗಲ ಮೇಲಿರಲಿಲ್ಲ. ಆದರೆ ನಾನು ಕಳೆದುಕೊಂಡ ಸಹಚಾರಣಿಗರಿಗಾಗಿ ಅತ್ತೆ. ನಾನು ಬದುಕುಳಿದುಬಿಟ್ಟ ಪವಾಡಸದೃಶ ಅದೃಷ್ಟಕ್ಕಾಗಿ ಅತ್ತೆ. ಉಳಿದವರು ತೀರಿಕೊಂಡರೂ, ನಾನು ಬದುಕುಳಿದೆ ಎಂಬ ಸಂಕಟದಿಂದಾಗಿ ಅತ್ತೆ.

ಮಂಗಳವಾರ ಮಧ್ಯಾಹ್ನ ನೀಲ್ ಬೈಡಲ್‌ಮನ್ ನಾಯಕತ್ವದಲ್ಲಿ, ಮೌಂಟೆನ್ ಮ್ಯಾಡ್‌ನೆಸ್ ಕ್ಯಾಂಪಿನಲ್ಲಿ ಕಳೆದುಹೋದವರಿಗಾಗಿ ಶ್ರದ್ಧಾಂಜಲಿಯನ್ನು ಅರ್ಪಿಸಲಾಯ್ತು. ಲೋಪ್ಸಾಂಗ್ ಜುಂಗ್ಬು ತಂದೆಯಾದ ನಾಗಾವಾಂಗ್ ಸಿಯಾ ಕಿಯಾ, ಲಾಮಾನ ಜವಾಬ್ದಾರಿಯನ್ನು ವಹಿಸಿಕೊಂಡ. ಮಬ್ಬುಗಟ್ಟಿ ಬೂದಿ ಬಣ್ಣಕ್ಕೆ ತಿರುಗಿದ್ದ ಆಕಾಶದ ಕೆಳಕ್ಕೆ ಕುಳಿತು, ಒಂದಿಷ್ಟು ಊದಿನಕಡ್ಡಿಗಳನ್ನು ಬೆಳಗಿ, ಬೌದ್ಧಧರ್ಮದ ಹಲವಾರು ಮಂತ್ರಗಳನ್ನು ಪಠಿಸಿದ. ನೀಲ್ ಒಂದಿಷ್ಟು ಮಾತಾಡಿದ, ಗೈ ಕಾಟರ್ ಕೂಡಾ ಕೆಲವು ಮಾತುಗಳನ್ನು ಹೇಳಿದ. ಎನಾಟೊಲಿ ಬೊಕ್ರೀವ್ ಮಾತಾಡುತ್ತಾ ಸ್ಕಾಟ್ ಫಿಷರ್‌ನನ್ನು ಕಳೆದುಕೊಂಡ ನಷ್ಟಕ್ಕಾಗಿ ಪರಿತಪಿಸಿದ. ನಾನೂ ಎದ್ದು ನಿಂತು ಡಹ್ಗ್ ಹಾನ್‌ಸೇನ್ ಜೊತೆಗಿನ ಕೆಲವು ನೆನಪುಗಳನ್ನು ಬಡಬಡಿಸಿದೆ. ಪೀಟ್ ಶೋನಿಂಗ್ ಎಲ್ಲರ ಆತ್ಮವಿಶ್ವಾಸವನ್ನು ಹೆಚ್ಚಿಸುವುದಕ್ಕಾಗಿ ಪ್ರಯತ್ನಿಸಿ, ಹಿಂದಿನದನ್ನು ಮರೆತು ಮುಂದಿನ ದಾರಿಯ ಬಗ್ಗೆ ಯೋಚಿಸಲು ಸೂಚಿಸಿದ. ಶ್ರದ್ಧಾಂಜಲಿಯ ಕಾರ್ಯಕ್ರಮವು ಮುಗಿದು ನಾವೆಲ್ಲರೂ ನಮ್ಮ ಗುಡಾರಗಳಿಗೆ ವಾಪಾಸಾದಾಗ, ಸೂತಕದ ಛಾಯೆ ಇಡೀ ಬೇಸ್ ಕ್ಯಾಂಪ್‌ನ ತುಂಬಾ ಹರಡಿತ್ತು.

ಮರುದಿನ ಬೆಳಗಾಮುಂಜಾನೆ ಹೆಲಿಕಾಪ್ಟರ್ ಒಂದು ಬಂದಿತ್ತು. ಹಿಮಕಡಿತದಿಂದಾಗಿ ಸಾಕಷ್ಟು ತೊಂದರೆಗೊಳಗಾದ ಶಾರ್ಲೆ ಫಾಕ್ಸ್ ಮತ್ತು ಮೈಕ್ ಗ್ರೂಮ್ – ಇಬ್ಬರಿಗೂ ತಕ್ಷಣದ ಚಿಕಿತ್ಸೆಯ ಅವಶ್ಯಕತೆಯಿದ್ದದ್ದರಿಂದ ಅವರನ್ನು ಕರೆದುಕೊಂಡು ಹೋಗಬೇಕಿತ್ತು. ಪ್ರಯಾಣದ ಮಧ್ಯದಲ್ಲಿ ಅವರ ಯೋಗಕ್ಷೇಮ ನೋಡಿಕೊಳ್ಳಲೆಂದು ವೈದ್ಯನಾದ ಜಾನ್ ಟಾಸ್ಕ್ ಕೂಡಾ ಅವರೊಟ್ಟಿಗೆ ಹೊರಟ. ಮಧ್ಯಾಹ್ನಕ್ಕೂ ಸ್ವಲ್ಪ ಮುಂಚೆ, ಲೂಯಿ ಕಾಸಿಷ್ಕ, ಸ್ಟೂಅರ್ಟ್ ಹಚಿಸನ್, ಫ್ರಾಂಕ್ ಫಿಷ್‌ಬೆಕ್ ಮತ್ತು ನಾನು ನಿಧಾನಕ್ಕೆ ಬೇಸ್‌ಕ್ಯಾಂಪ್‌ನಿಂದ ಮನೆಯನ್ನು ತಲುಪಲು ನಡೆಯಲಾರಂಭಿಸಿದೆವು. ಅಡ್ವೆಂಚರ್ ಕನ್ಸಲ್ಟಂಟ್ ಗುಡಾರಗಳನ್ನು ತೆಗೆಯುವ ಕೆಲಸದ ಮೇಲುಸ್ತುವಾರಿಯನ್ನು ನೋಡಿಕೊಳ್ಳಲು ಗೈ ಕಾಟರ್ ಮತ್ತು ಹೆಲೆನ್ ವಿಲ್ಟನ್ ಮಾತ್ರ ಬೇಸ್ ಕ್ಯಾಂಪಿನಲ್ಲಿ ಉಳಿದರು.

ಮೇ 16ರ ಗುರುವಾರದಂದು ನಮ್ಮೆಲ್ಲರನ್ನೂ ಹೆಲಿಕಾಪ್ಟರ್ ಮೂಲಕ ಫೆರಿಚೆಯಿಂದ, ನಾಮ್ಚೆ ಬಜಾರ್‌ನ ಸ್ವಲ್ಪ ಮೇಲಕ್ಕೆ ಇರುವ ಸ್ಯಾನ್‌ಬೋಚೆ ಹಳ್ಳಿಯತನಕ ಕರೆದುಕೊಂಡು ಹೋದರು. ಕೆಸರಿನಿಂದ ತುಂಬಿದ ದಾರಿಯಲ್ಲಿ ನಡೆದು, ಕಾಠ್ಮಂಡು ತಲುಪುವುದಕ್ಕಾಗಿ ಮತ್ತೊಂದು ಹೆಲಿಕಾಪ್ಟರ್‌ಗಾಗಿ ಸ್ಟೂಅರ್ಟ್, ಹಚಿಸನ್, ಕೆರೊಲೈನಾ ಮತ್ತು ನಾನು ಕಾಯುತ್ತಾ ಕುಳಿತೆವು. ಆ ಹೊತ್ತಿನಲ್ಲಿ ಮುಖವೆಲ್ಲಾ ಬಿಳುಚಿಕೊಂಡ ಮೂವರು ಜಪಾನೀಯರು ನಮ್ಮ ಹತ್ತಿರ ಬಂದರು. ಮೊದಲನೆಯವನು ತಾನು ಮುನಿಯೋ ನುಕಿತಾ ಎಂದು ಪರಿಚಯಿಸಿಕೊಂಡ.

ಈತನು ಬಹು ಪ್ರಸಿದ್ಧ ಪರ್ವತಾರೋಹಿಯಾಗಿದ್ದು, ಈಗಾಗಲೇ ಎರಡು ಬಾರಿ ಎವರೆಸ್ಟ್ ಪರ್ವತವನ್ನು ಹತ್ತಿಳಿದು ಬಂದಿದ್ದ. ಅತ್ಯಂತ ವಿನಮ್ರಧ್ವನಿಯಲ್ಲಿ ತನ್ನ ಜೊತೆಗಿರುವ ಮತ್ತಿಬ್ಬರನ್ನು ತೋರಿಸಿ, ಒಬ್ಬಾತ ಯಸುಕೊ ನಂಬಾಳ ಪತಿಯಾದ ಕೆನಿಚಿ ನಂಬಾ ಎಂದೂ, ಮತ್ತೊಬ್ಬ ಆಕೆಯ ತಮ್ಮನೆಂದೂ ಪರಿಚಯಿಸಿದ. ಅವರಿಗೆ ತಾನು ಮಾರ್ಗದರ್ಶಿಯಾಗಿಯೂ, ತರ್ಜುಮೆದಾರನಾಗಿಯೂ ಬಂದಿರುವಾಗಿ ಹೇಳಿದ. ಮುಂದಿನ ನಲವತ್ತೈದು ನಿಮಿಷ ಅವರು ಹಲವಾರು ಪ್ರಶ್ನೆಗಳನ್ನು ಕೇಳಿದರು. ಕೆಲವೊಂದಕ್ಕೆ ನನಗೆ ಉತ್ತರಿಸಲು ಸಾಧ್ಯವಾಯ್ತು.

ಆ ವೇಳೆಗಾಗಲೇ ಯಸುಕೊಳ ಸಾವು ಜಪಾನಿನ ಎಲ್ಲಾ ಮಾಧ್ಯಮಗಳ ಮುಖ್ಯಸುದ್ದಿಯಾಗಿ ಹೋಗಿತ್ತು. ಸೌತ್‌ಕೋಲ್‌ನಲ್ಲಿ ಆಕೆ ಹಿಮಗಟ್ಟಿಹೋದ ನಂತರದ ಇಪ್ಪತ್ನಾಲ್ಕು ಗಂಟೆಯ ಮುಂಚೆಯೇ, ಇಬ್ಬರು ಜಪಾನ್‌ನ ಪತ್ರಕರ್ತರು ಆಮ್ಲಜನಕದ ಗವಸನ್ನು ಧರಿಸಿ, ಬೇಸ್‌ಕ್ಯಾಂಪಿನ ಮಧ್ಯದಲ್ಲಿ ಹೆಲಿಕಾಪ್ಟರ್‌ನಿಂದ ಇಳಿದಿದ್ದರು. ತಕ್ಷಣ ಯಾರನ್ನಾದರೂ ಮಾತನಾಡಿಸುವ ಉತ್ಸಾಹದಲ್ಲಿ, ಮೊಟ್ಟಮೊದಲಿಗೆ ಅವರ ಕಣ್ಣಿಗೆ ಬಿದ್ದ ಸ್ಕಾಟ್ ಡಾರ್ಸ್ನಿ ಎನ್ನುವ ಅಮೆರಿಕಾದ ಪರ್ವತಾರೋಹಿಯ ಬಳಿ ಹೋಗಿ, ಯಸುಕೊ ಬಗ್ಗೆ ಮಾಹಿತಿಯನ್ನು ನೀಡಲು ಒತ್ತಾಯಿಸಿದ್ದರು. ಈಗ, ನಾಲ್ಕು ದಿನಗಳ ನಂತರ, ಅಂತಹದೇ ಸುದ್ದಿದಾಹದ ದೃಶ್ಯ ಮತ್ತು ಮುದ್ರಣ ಮಾಧ್ಯಮದ ಪತ್ರಕರ್ತರ ಹಿಂಡು ನಮಗಾಗಿ ಕಾಠ್ಮಂಡುವಿನಲ್ಲಿ ಕಾಯುತ್ತಿದೆಯೆಂದು ನುಕಿತಾ ನಮಗೆ ಎಚ್ಚರಿಕೆಯನ್ನು ಕೊಟ್ಟ.

ನಡುಮಧ್ಯಾಹ್ನದ ನಂತರ ಅಲ್ಲಿಗೆ ಬಂದ Mi-17 ಎಂಬ ದೊಡ್ಡ ಹೆಲಿಕಾಪ್ಟರ್‌ನೊಳಕ್ಕೆ ನಾವೆಲ್ಲರೂ ಸೇರಿಕೊಂಡೆವು. ಮೋಡಗಳ ಮಧ್ಯದಲ್ಲಿ ಜಾಗ ಮಾಡಿಕೊಂಡು ಹಾರಿದ ಈ ಬಾನಾಡಿ, ಒಂದು ಗಂಟೆಯ ನಂತರ ನಮ್ಮನ್ನು ತ್ರಿಭುವನ್ ಅಂತಾರಾಷ್ಟ್ರೀಯ ವಿಮಾನ ನಿಲ್ದಾಣದಲ್ಲಿ ತಂದಿಳಿಸಿತು. ನಾವು ನಿಲ್ದಾಣದಿಂದ ಹೊರಕ್ಕೆ ಕಾಲಿಟ್ಟವೋ ಇಲ್ಲವೋ, ಕ್ಯಾಮೆರಾ ಮತ್ತು ಮೈಕ್‌ಗಳನ್ನು ಹಿಡಿದು ನಿಂತ ಒಂದು ದೊಡ್ಡ ಗುಂಪೇ ಅಲ್ಲಿ ಕಾಯುತ್ತಿತ್ತು. ಸ್ವತಃ ಪತ್ರಕರ್ತನಾದ ನನಗೆ, ಮತ್ತೊಂದು ಬದಿಯ ಈ ಅನುಭವ ಕಣ್ತೆರೆಸುವಂತಹದ್ದಾಗಿತ್ತು. ಹೆಚ್ಚಾಗಿ ಜಪಾನಿನ ಪತ್ರಕರ್ತರೇ ತುಂಬಿದ್ದ ಆ ದೊಡ್ಡ ಗುಂಪು, ನಡೆದ ದುರಂತದ ಪ್ರತಿಯೊಂದು ವಿವರಗಳನ್ನೂ ಚಿತ್ರಕತೆಯಂತೆ ಹೇಳಿ, ನಾಯಕ ಮತ್ತು ಖಳನಾಯಕರಾರೆಂದು ತಿಳಿಸುವುದಕ್ಕೆ ಒತ್ತಾಯಿಸುತ್ತಿತ್ತು. ಆದರೆ ನಾನು ಅನುಭವಿಸಿದ ಆ ನೋವು ಮತ್ತು ಗೊಂದಲಗಳನ್ನು ಶಬ್ದರೂಪದಲ್ಲಿ ವಿವರಿಸಲು ಸಾಧ್ಯವಿರಲಿಲ್ಲ. ರಸ್ತೆಯ ಮೇಲೇ ನಿಲ್ಲಿಸಿ ಸುಮಾರು ಇಪ್ಪತ್ತು ನಿಮಿಷಗಳ ಕಾಲ ನಮ್ಮನ್ನು ಹರಿದು ಮುಕ್ಕಿದರು. ಆದರೆ ಅಮೆರಿಕಾ ಎಂಬೆಸಿಯಿಂದ ಬಂದಿದ್ದ ಡೇವಿಡ್ ಶೆನ್‌ಷ್ಟೆಡ್ ಎನ್ನುವ

ಅಧಿಕಾರಿಯಿಂದಾಗಿ ನಾನು ರಕ್ಷಿಸಲ್ಪಟ್ಟೆ. ಆತ ನನ್ನನ್ನು ಸೀದಾ ಗರುಡಾ ಹೋಟೆಲಿಗೆ ಕರೆತಂದ.

ಬೇರೆ ಪತ್ರಕರ್ತರಿಂದ ಇನ್ನಷ್ಟು ಕಠಿಣವಾದ ಸಂದರ್ಶನಗಳು ನಡೆದವು. ಪ್ರವಾಸೋದ್ಯಮ ಕಛೇರಿಯ ಅಧಿಕಾರಿಗಳು ಗಂಟುಹಾಕಿದ ಮುಖದೊಂದಿಗೆ ನಮ್ಮನ್ನು ಇನ್ನಷ್ಟು ಪ್ರಶ್ನೆಗಳಿಂದ ಗೋಳಾಡಿಸಿದರು. ಇವೆಲ್ಲವುಗಳಿಂದ ತಪ್ಪಿಸಿಕೊಳ್ಳಲು, ಶುಕ್ರವಾರದ ದಿನ ಕಾಠ್ಮಂಡು ಥಾಮೇಲ್ ಜಿಲ್ಲೆಯ ಕಿರು ಓಣಿಗಳನ್ನು ಅಡ್ಡಾಡಿ, ನನ್ನಲ್ಲಿ ಹೆಚ್ಚಾಗುತ್ತಿದ್ದ ಖಿನ್ನತೆಯನ್ನು ಶಮನಗೊಳಿಸಿಕೊಳ್ಳಲು ಪ್ರಯತ್ನಿಸಿದೆ. ತೆಳ್ಳನೆಯ ನೇಪಾಳಿ ಹುಡುಗನೊಬ್ಬನಿಗೆ ಮುಷ್ಟಿ ತುಂಬಾ ರೂಪಾಯಿಗಳನ್ನು ಕೊಟ್ಟು, ಅದಕ್ಕೆ ಬದಲಾಗಿ ಸಿಟ್ಟಿನಿಂದ ಘರ್ಜಿಸುತ್ತಿರುವ ಸಿಂಹದ ಚಿತ್ರದಿಂದ ಅಲಂಕರಿಸಲ್ಪಟ್ಟ ಒಂದು ಕಾಗದದ ಪೊಟ್ಟಣವನ್ನು ತೆಗೆದುಕೊಂಡೆ. ರೂಮಿಗೆ ಬಂದವನೆ, ಆ ಪೊಟ್ಟಣದಲ್ಲಿದ್ದ ಎಲ್ಲವನ್ನೂ ಸಿಗರೇಟಿನ ಖಾಲಿ ಹಾಳೆಯ ಉದ್ದಕ್ಕೆ ಸುರಿದೆ. ಅಂಟಂಟಾದ ಮಬ್ಬು ಹಸಿರಿನ ಹರಳುಗಳು, ಕೊಳೆತ ಹಣ್ಣಿನ ವಾಸನೆಯನ್ನು ನೆನಪಿಗೆ ತಂದವು. ಸುರುಳಿ ಸುತ್ತಿ ಒಂದು ಸಿಗರೇಟು ಮಾಡಿಕೊಂಡು ಸೇದಿದೆ. ಯಾವ ಪರಿಣಾಮವನ್ನೂ ಬೀರಲಿಲ್ಲ. ಸ್ವಲ್ಪ ದಪ್ಪನೆಯ ಮತ್ತೊಂದು ಸಿಗರೇಟನ್ನು ಮಾಡಿಕೊಂಡು ಸೇದಲಾರಂಭಿಸಿದೆ. ಅದನ್ನು ಅರ್ಧ ಸೇದಿದ ನಂತರ, ಇಡೀ ಕೋಣೆ ಸುತ್ತಲಾರಂಭಿಸಿತು. ಸಿಗರೇಟನ್ನು ಆರಿಸಿ ಒಗೆದೆ.

ಹಾಸಿಗೆಯಲ್ಲಿ ಅಡ್ಡಡ್ಡವಾಗಿ ಬೆತ್ತಲೆಯಾಗಿ ಮಲಗಿಕೊಂಡು, ತೆರೆದ ಕಿಟಕಿಯ ಮೂಲಕ ಇರುಳೊಂದು ಸದ್ದುಗಳಲ್ಲಿ ಜಾರಿ ಹೋಗುವುದನ್ನು ಕೇಳಿಸಿಕೊಳ್ಳುತ್ತಿದ್ದೆ. ರಿಕ್ಷಾಗಳ ಟ್ರಿಣ್ ಟ್ರಿಣ್ ಸದ್ದಿನ ಜೊತೆಗೂಡಿ ಕಾರಿನ ಹಾರ್ನ್‌ನ ಶಬ್ದ, ರಸ್ತೆ ವ್ಯಾಪಾರಿಗಳು ಗ್ರಾಹಕರನ್ನು ಕೂಗಿ ಕರೆಯುವ ಶಬ್ದ, ಯಾವುದೋ ಹೆಣ್ಣಿನ ನಗು, ಹತ್ತಿರದಲ್ಲಿರುವ ಬಾರ್ ಒಂದರ ಸಂಗೀತ – ಎಲ್ಲವೂ ಕೇಳುತ್ತಿತ್ತು. ಬೆನ್ನ ಮೇಲೆ ಮಲಗಿದ ನನ್ನ ಎಲ್ಲ ಅವಯವಗಳನ್ನು ಮುಂಗಾರಿನ ಮುಂಚಿನ ಅಂಟಂಟಾದ ಸೆಕೆಯು ಮುಲಾಮಿನಂತೆ ಆವರಿಸಿಕೊಳ್ಳುತ್ತಿತ್ತು. ಹಾಸಿಗೆಯಲ್ಲಿ ಕರಗಿ ಹೋಗುತ್ತಿರುವಂತೆ ನನಗೆ ಭಾಸವಾಗುತ್ತಿತ್ತು. ಸೂಕ್ಷ್ಮವಾಗಿ ಕೆತ್ತಿದ ರಥವೊಂದು ನಿಯಾನ್ ದೀಪದ ಬೆಳಕಿನಲ್ಲಿ ಛದ್ಮವೇಷಧಾರಿಗಳ ನರ್ತನದ ಜೊತೆಗೆ ಮೆರವಣಿಗೆಯಲ್ಲಿ ಸಾಗುತ್ತಿರುವ ದೃಶ್ಯವೊಂದು ಕಣ್ಣ ಮುಂದೆ ಮೂಡಿ ಬರುತ್ತಿತ್ತು.

ನನ್ನ ಮುಖವನ್ನು ಪಕ್ಕಕ್ಕೆ ತಿರುಗಿಸಿದೆ. ನನ್ನ ಕಿವಿಗಳು ಒದ್ದೆಯ ಬಟ್ಟೆಯ ಸ್ಪರ್ಶವನ್ನು ಅನುಭವಿಸಿದವು. ಕಣ್ಣೀರು ನಿರಂತರವಾಗಿ ಕೆನ್ನೆಯಿಂದ ಜಾರಿ ಹಾಸಿಗೆಯ ಬಟ್ಟೆಯನ್ನು ಒದ್ದೆ ಮಾಡಿದೆಯೆಂದು ಅರ್ಥ ಮಾಡಿಕೊಂಡೆ. ನೋವಿನ ಗುಳ್ಳೆಗಳು ಸದ್ದು ಮಾಡುತ್ತಾ, ದೊಡ್ಡದಾಗುತ್ತ ಗಂಟಲಿಗೆ ನುಗ್ಗುತ್ತಿರುವಂತೆಯೂ,

ದೇಹದ ಆಳದಿಂದ ನಾಚಿಕೆಯು ನನ್ನ ಬೆನ್ನಹುರಿಗುಂಟ ಇಡೀ ದೇಹವನ್ನು ಆವರಿಸಿದಂತೆಯೂ ನನಗೆ ಭಾಸವಾಯ್ತು. ಮೂಗು ಮತ್ತು ಬಾಯಿಂದ ದ್ರವವೊಂದು ನುಗ್ಗಿ ಬಂದು ದುಃಖ ಆವರಿಸಿಕೊಂಡು ಅಳುವು ಮೂಡಿ ಬಂತು. ದುಃಖದ ಅಲೆಗಳು ಮೇಲಿಂದ ಮೇಲೆ ಅಪ್ಪಳಿಸುತ್ತಲೇ ಇದ್ದು, ಇಡೀ ರಾತ್ರಿ ಅಳುತ್ತಲೇ ಇದ್ದೆ.

III

ಡಹ್ಗ್ ಹಾನ್‌ಸೆನ್‌ನ ಎರಡು ದೊಡ್ಡ ಚೀಲಗಳನ್ನು ಅವನ ಆತ್ಮೀಯರಿಗೆ ಕೊಡಲೆಂದು ತೆಗೆದುಕೊಂಡು, ನಾನು ಮೇ 19ರಂದು ಅಮೆರಿಕಾಕ್ಕೆ ಹಾರಿದೆ. ಸಿಯಾಟೆಲ್ ವಿಮಾನ ನಿಲ್ದಾಣದಲ್ಲಿ ಆತನ ಮಕ್ಕಳನ್ನು ಭೇಟಿಯಾದೆ – ಆ್ಯಂಜಿ ಮತ್ತು ಜೇಮ್; ಮತ್ತವನ ಗೆಳತಿ ಕರೇನ್ ಮಾರಿ. ಅವರ ಜೊತೆಯಲ್ಲಿ ಇತರ ಬಂಧು–ಮಿತ್ರರೂ ಇದ್ದರು. ಅವರ ಕಣ್ಣೀರನ್ನು ಎದುರಿಸುವಾಗ ನಾನೊಬ್ಬ ದೊಡ್ಡ ಮೂರ್ಖನಂತೆಯೂ ಮತ್ತು ನಿರ್ವೀರ್ಯನಂತೆಯೂ ಅನ್ನಿಸಿತು.

ಸಮುದ್ರದಂಡೆಯಲ್ಲಿರುವ ಸಿಯಾಟೆಲ್‌ನ ಹವಾಮಾನದಲ್ಲಿದ್ದ ತಂಪನ್ನು ಉಸಿರಾಡುತ್ತಾ, ವಸಂತಮಾಸದ ಜೀವಂತಿಕೆಗೆ ಬೆರಗಾಗುತ್ತಾ, ಗಾಳಿಯ ತೇವಾಂಶವನ್ನು ಮೆಚ್ಚಿಕೊಳ್ಳುತ್ತಾ, ಆ ಹಳೆಯ ಊರಿನ ಪುರಾತನತ್ವವನ್ನು ಎಂದಿಗಿಂತಲೂ ಹೆಚ್ಚಾಗಿ ಸವಿಯುತ್ತಾ ನಡೆದೆ. ನೇಪಾಳದಲ್ಲಿ ಕಳೆದುಕೊಂಡಿದ್ದ 25 ಪೌಂಡುಗಳು ಯಾವುದೋ ಮುಯ್ಯಿ ತೀರಿಸುವಂತೆ ವಾಪಾಸು ಬಂತು. ಮನೆಯಲ್ಲಿ ನಡೆಯುವ ಸಾಮಾನ್ಯ ಸಂಗತಿಗಳಾದ – ಹೆಂಡತಿಯೊಡನೆ ಉಪಹಾರ ಸೇವಿಸುವುದು, ಸಮುದ್ರಘೋಷದ ಹಿನ್ನೆಲೆಯಲ್ಲಿ ಜಾರಿ ಹೋಗುವ ಸಂಜೆಯ ಸೂರ್ಯನನ್ನು ನೋಡುವುದು, ನಡುರಾತ್ರಿ ಎಚ್ಚರವಾದಾಗ ಬರಿಗಾಲಿನಲ್ಲಿಯೇ ಬೆಚ್ಚನೆಯ ಬಚ್ಚಲು ಮನೆಗೆ ಹೋಗುವುದು – ಎಂತಹ ಖುಷಿಯ ಅಲೆಗಳನ್ನು ಎಬ್ಬಿಸುತ್ತಿದ್ದವೆಂದರೆ, ಆ ಖುಷಿಯ ಹೊಡೆತಕ್ಕೆ ಕುಸಿದು ಬೀಳುತ್ತೀನೇನೋ ಅನ್ನಿಸುತ್ತಿತ್ತು. ಆದರೆ ಅಂತಹ ಖುಷಿಯ ಗಳಿಗೆಗಳು ಎವರೆಸ್ಟ್ ಪರ್ವತದ ಕರಿನೆರಳಿನಲ್ಲಿ ಮಬ್ಬಾಗುತ್ತಿದ್ದವು. ದಿನಗಳು ಸಾಗಿದರೂ ಈ ಕರಿನೆರಳಿನ ಪ್ರಭಾವ ಅಷ್ಟಾಗಿ ಕಡಿಮೆಯೇನೂ ಆಗಲಿಲ್ಲ.

ವಿಚಿತ್ರ ಅಪರಾಧಿ ಪ್ರಜ್ಞೆಯಲ್ಲಿ ಬೇಯುತ್ತಿದ್ದದ್ದರಿಂದ, ಆ ಆ್ಯಂಡಿ ಹ್ಯಾರಿಸ್‌ನ ಜೊತೆಗಾರ್ತಿ ಫಿಯೋನಾ ಮೆಕ್‌ಫರ್ಸನ್‌ಳಿಗಾಗಲಿ ಅಥವಾ ರಾಬ್ ಹಾಲ್‌ನ ಪತ್ನಿ ಜೇನ್ ಅರ್ನಾಲ್ಡಳಿಗಾಗಲಿ ಕರೆಮಾಡಿ ಮಾತನಾಡಿಸಲಿಲ್ಲ. ಕೊನೆಗೆ ಅವರೇ ನನಗೆ ನ್ಯೂಜಿಲೆಂಡಿನಿಂದ ಕರೆ ಮಾಡಿದರು. ಫಿಯೋನಾಳ ಸಿಟ್ಟು ಮತ್ತು ಸಂಕಟವನ್ನು

ಕಡಿಮೆ ಮಾಡುವಂತೆ ಏನಾದರೂ ಮಾತನಾಡಲು ನನಗೆ ಸಾಧ್ಯವೇ ಆಗಲಿಲ್ಲ. ಜೇನ್ ಜೊತೆಯಲ್ಲಿ ಮಾತನಾಡುವಾಗ ನಾನು ಸಮಾಧಾನ ಮಾಡುವುದಕ್ಕಿಂತಲೂ ಹೆಚ್ಚಾಗಿ ಆಕೆಯೇ ನನ್ನನ್ನು ಸಮಾಧಾನ ಮಾಡಿದಳು.

ಪರ್ವತಾರೋಹಣ ಅತ್ಯಂತ ಅಪಾಯಕಾರಿ ಹವ್ಯಾಸವೆಂದು ನನಗೆ ಯಾವತ್ತೂ ಗೊತ್ತಿತ್ತು. ಅಂತಹ ಅಪಾಯವನ್ನು ಸ್ವೀಕರಿಸುವುದರಿಂದಾಗಿಯೇ ಆ ಸ್ಪರ್ಧೆ ಇತರ ಚಿಕ್ಕಪುಟ್ಟ ಹವ್ಯಾಸಗಳಿಗಿಂತಲೂ ಹೆಚ್ಚು ರೋಚಕವಾಗಿರುತ್ತದೆಂದು ನಾನು ಒಪ್ಪಿಕೊಂಡಿದ್ದೆ. ಆದರೆ ಈ ಮಟ್ಟದ ಸಾವುಗಳನ್ನು ನೆನೆದಾಗ ಇಂತಹ ನಂಬಿಕೆಯಿಂದ ಅದನ್ನು ನಿರ್ಲಕ್ಷಿಸುವುದು ಸಾಧ್ಯವಿರಲಿಲ್ಲ. ಪರ್ವತವೊಂದು ತನ್ನ ಒಡಲಲ್ಲಿ ಅಡಗಿಸಿಕೊಂಡಿರುವ ಭೀಕರತೆಯತ್ತ ಕಣ್ಣು ಹಾಯಿಸಿದರೂ ಎದೆ ನಡುಗುತ್ತಿತ್ತು. ಪರ್ವತಾರೋಹಣವೊಂದು ಮಹೋನ್ನತ ಚಟುವಟಿಕೆಯೆಂದು ಖಡಾಖಂಡಿತವಾಗಿ ನಂಬಿ, ಅದರ ಅಪಾಯಗಳನ್ನು ಎದುರಿಸಲು ಯಾವತ್ತೂ ಸಿದ್ಧನಾಗಿರುತ್ತಿದ್ದೆ.

ಆದರೆ ಎವರೆಸ್ಟ್ ಅನುಭವ ಬೇರೆಯಾಗಿತ್ತು. ಸಾವನ್ನು ಅಷ್ಟೊಂದು ಹತ್ತಿರದಿಂದ ನಾನು ಈವರೆಗೆ ನೋಡಿರಲಿಲ್ಲ. ಸಾವಿನ ಮಾತಿರಲಿ, ಒಂದು ಶವಸಂಸ್ಕಾರದ ಕಾರ್ಯಕ್ರಮದಲ್ಲಿಯೂ ನಾನು ಆವರೆಗೆ ಭಾಗವಹಿಸಿರಲಿಲ್ಲ. ಸಾವೆನ್ನುವುದು ಯಾವುದೋ ನನಗೆ ಸಂಬಂಧವಿಲ್ಲದ, ಬಹುದೂರದ ಅಸ್ಪಷ್ಟ ಸಂಗತಿಯಾಗಿ ಉಳಿದುಕೊಂಡಿತ್ತು. ಅಂತಹ ಮುಗ್ಧ ಮನೋಭಾವ ಇಂದಲ್ಲ ನಾಳೆ ಸತ್ಯವನ್ನು ಎದುರಿಸಲೇಬೇಕೆಂಬುದು ಗೊತ್ತಿತ್ತು. ಆದರೆ ಅದರ ದರ್ಶನ ಈ ಮಟ್ಟದಲ್ಲಿ ಆಘಾತವನ್ನು ನೀಡುವಂತೆ ಬೃಹತ್ ದುರಂತವಾಗಿ ಬರುತ್ತದೆಂದು ಊಹಿಸಿರಲಿಲ್ಲ. ಇಷ್ಟೆಲ್ಲಾ ಹೇಳಿದರೂ, 1996ರ ಆ ಬೇಸಿಗೆಯಲ್ಲಿ ಒಟ್ಟು 12 ಜನರನ್ನು ಎವರೆಸ್ಟ್ ಪರ್ವತ ಬಲಿ ತೆಗೆದುಕೊಂಡಿತ್ತು. ಮನುಷ್ಯನೊಬ್ಬ ಪ್ರಥಮ ಬಾರಿ ಎವರೆಸ್ಟ್ ತಲೆಯ ಮೇಲೆ ಕಾಲಿಟ್ಟು ಎಪ್ಪತ್ತೈದು ವರ್ಷಗಳು ಸಂದಿದ್ದವು. ಅನಂತರದ ಎಲ್ಲಾ ಬೇಸಿಗೆಗಳನ್ನು ಪರಿಗಣಿಸಿದರೂ 1996ರ ಬೇಸಿಗೆಯಲ್ಲಿ ನಡೆದ ಸಾವಿನ ಸಂಖ್ಯೆ ಅತ್ಯಂತ ಹೆಚ್ಚಾಗಿತ್ತು.

ರಾಬ್ ಹಾಲ್‌ನ ತಂಡದಲ್ಲಿದ್ದವರ ಪೈಕಿ ಶಿಖರಾಗ್ರವನ್ನು ಮುಟ್ಟಿದ ಆರು ಜನರಲ್ಲಿ ಕೇವಲ ಮೈಕ್ ಗ್ರೂಮ್ ಮತ್ತು ನಾನು ಮಾತ್ರ ಜೀವಂತವಾಗಿ ವಾಪಾಸು ಬರಲು ಸಾಧ್ಯವಾಗಿತ್ತು. ನಾನು ಸಾಕಷ್ಟು ನಕ್ಕು, ನಲಿದು, ವೇದನೆಯಿಂದ ವಾಂತಿ ಮಾಡಿಕೊಂಡು, ಬಹುದೀರ್ಘ ಆತ್ಮೀಯ ಮಾತುಕತೆಗಳನ್ನು ಆಡಿದ ಉಳಿದ ನಾಲ್ವರು ತಮ್ಮ ಜೀವವನ್ನು ಕಳೆದುಕೊಂಡಿದ್ದರು. ನನ್ನ ಪ್ರತಿಕ್ರಿಯೆ – ಅಥವಾ ಯಾವುದೇ ಪ್ರತಿಕ್ರಿಯೆ ತೋರದ ನಿರ್ಲಕ್ಷತನ – ಆ್ಯಂಡಿ ಹೇರಿಸ್‌ನ ಸಾವಿಗೆ ನೇರ ಕಾರಣವಾಗಿತ್ತು. ಸೌತ್ ಕೋಲ್‌ನಲ್ಲಿ ಯಸುಕೊ ನಂಬಾ ಸಾವಿನಂಚಿನಲ್ಲಿ ಒದ್ದಾಡುತ್ತಿರುವಾಗ, ನಾನು

ಕೇವಲ 350 ಅಡಿ ದೂರದಲ್ಲಿದ್ದರೂ, ಆಕೆಯ ಮರಣವೇದನೆಯನ್ನು ನಿರ್ಲಕ್ಷಿಸಿ, ಕೇವಲ ನನ್ನ ಸುರಕ್ಷತೆಯನ್ನಷ್ಟೇ ಮುಖ್ಯವಾಗಿಟ್ಟುಕೊಂಡು, ಗುಡಾರದಲ್ಲಿ ಬೆಚ್ಚಗೆ ಬಚ್ಚಿಟ್ಟುಕೊಂಡಿದ್ದೆ. ನನ್ನ ಮನಸ್ಸಿನಲ್ಲಿ ಉಳಿದ ಈ ಕಪ್ಪು ಕಲೆ, ಕೇವಲ ಒಂದಿಷ್ಟು ತಿಂಗಳು ಶೋಕವನ್ನು ಆಚರಿಸಿ, ಅಪರಾಧಿ ಪ್ರಜ್ಞೆಯನ್ನು ಮನಸ್ಸಿನಿಂದ ಕಿತ್ತು ಹಾಕಿ ಬದುಕಿನಲ್ಲಿ ಮುನ್ನುಗುವುದರಿಂದ ಅಳಿಸಿ ಹಾಕುವಂತಹದ್ದಾಗಿರಲಿಲ್ಲ.

ಕೊನೆಗೆ ನಮ್ಮ ಮನೆಯಿಂದ ಅಷ್ಟೇನೂ ದೂರವಿರದ ಕ್ಲೆವ್ ಶೋನಿಂಗ್ ಜೊತೆಗೆ ನನ್ನ ಮನಸ್ಸಿನ ನಿರಂತರ ಅಶಾಂತಿಯನ್ನು ತೋಡಿಕೊಂಡೆ. ಅಷ್ಟೊಂದು ಜನರನ್ನು ಕಳೆದುಕೊಂಡದ್ದು ತನಗೂ ಅತ್ಯಂತ ದುಃಖವಾಗಿದೆಯೆಂದೂ ಕ್ಲೆವ್ ಹೇಳಿದ. ಆದರೆ ನನ್ನ ಹಾಗೆ "ನಾನೊಬ್ಬ ಉಳಿದುಕೊಂಡೆ" ಎನ್ನುವಂತಹ ಪಾಪಪ್ರಜ್ಞೆಯಿಂದ ಬಳಲುತ್ತಿಲ್ಲವೆಂದು ಹೇಳಿದ. ಅದನ್ನಾತ ವಿವರವಾಗಿ ತಿಳಿಸಿ ಹೇಳಿದ: "ಸೌತ್ ಕೋಲ್‌ನಲ್ಲಿ ಆ ರಾತ್ರಿ, ನನ್ನನ್ನು ನಾನು ರಕ್ಷಿಸಿಕೊಳ್ಳಲು ಮತ್ತು ನನ್ನ ಸಹಚರರನ್ನು ಕಾಪಾಡಲು ನನಗೆ ಸಾಧ್ಯವಾದಷ್ಟು ಪ್ರಯತ್ನವನ್ನು ಮಾಡಿದ್ದೇನೆ. ಗುಡಾರಕ್ಕೆ ವಾಪಾಸಾಗುವ ಹೊತ್ತಿಗೆ ನನ್ನಲ್ಲಿ ಯಾವ ಶಕ್ತಿಯೂ ಉಳಿದಿರಲಿಲ್ಲ. ನನ್ನ ಒಂದು ಕಣ್ಣಿಗೆ ಹಿಮಕಡಿತವಾಗಿ ಸಂಪೂರ್ಣವಾಗಿ ಕುರುಡನಾಗಿದ್ದೆ. ನಿಯಂತ್ರಣವಿರದಂತೆ ನಡಗುತ್ತಿದ್ದ ನನಗೆ ವಿಪರೀತ ಆಘಾತವಾಗಿತ್ತು. ತೆಳುಗಾಳಿಯ ಹೊಡತಕ್ಕೆ ಸಿಕ್ಕುಬಿದ್ದಿದ್ದೆ. ಯಸುಕೊ ನಂಬಾಳನ್ನು ಕಳೆದುಕೊಂಡಿದ್ದು ಅತ್ಯಂತ ವೇದನೆಯ ಸಂಗತಿಯಾಗಿ ನನ್ನನ್ನೂ ಕಾಡಿದೆ. ಆದರೆ ನನ್ನಿಂದ ಏನೂ ಮಾಡಲು ಸಾಧ್ಯವಿರಲಿಲ್ಲವೆಂಬುದನ್ನು ಹೃತ್ಪೂರ್ವಕವಾಗಿ ಒಪ್ಪಿಕೊಂಡು ನಾನು ಮನಸ್ಸಿಗೆ ಶಾಂತಿಯನ್ನು ತಂದುಕೊಂಡಿದ್ದೇನೆ. ನಿನ್ನ ಮೇಲೆ ನೀನು ಇಷ್ಟೊಂದು ಕಠಿಣವಾಗಿ ವರ್ತಿಸಬಾರದು. ಅದೊಂದು ಕೆಟ್ಟ ಬಿರುಗಾಳಿಯಾಗಿತ್ತು. ಆ ಹೊತ್ತಿನಲ್ಲಿ ನೀನಿದ್ದ ಆ ಸ್ಥಿತಿಯಲ್ಲಿ, ಬೇರೇನು ತಾನೆ ಮಾಡಬಹುದಾಗಿತ್ತು?"

ಬಹುಶಃ ಏನೂ ಮಾಡಲು ಸಾಧ್ಯವಿರಲಿಲ್ಲ ಎಂದು ತೀರ್ಮಾನಿಸಿಕೊಂಡೆ. ಆದರೆ ಶೋನಿಂಗ್‌ನಂತೆ ಖಚಿತವಾಗಿ ಆ ಮಾತನ್ನು ಹೇಳಲು ನನಗೆ ಸಾಧ್ಯವಾಗಲಿಲ್ಲ. ಆತನ ಮಾತಿನಲ್ಲಿದ್ದ ಪ್ರಶಾಂತತೆ ನನ್ನಲ್ಲಿ ಅಸೂಯೆಯನ್ನು ಮೂಡಿಸಿ, ಅಲ್ಲಿಂದ ಓಡಿ ಹೋಗಬೇಕೆನ್ನಿಸುವಂತೆ ಮಾಡುತ್ತಿತ್ತು.

| | |

ಸಾಧಾರಣ ಪ್ರತಿಭಾವಂತರೂ ಎವರೆಸ್ಟ್ ಹತ್ತಲೆಂದು ಪುಂಖಾನುಪುಂಖವಾಗಿ ಮುನ್ನುಗ್ಗುತ್ತಿರುವ ಹೊತ್ತಿನಲ್ಲಿ, ಇಂತಹ ದುರ್ಘಟನೆಯೊಂದು ಎಂದೋ

ನಡೆದು ಹೋಗಬೇಕಿತ್ತು ಎಂದು ಬಲ್ಲವರು ನಂಬುತ್ತಾರೆ. ಆದರೆ ರಾಬ್ ಹಾಲ್ ನಾಯಕತ್ವದ ತಂಡವೊಂದು ಇಂತಹ ದುರ್ಘಟನೆಯ ಕೇಂದ್ರವಾಗಬಹುದೆಂದು ಯಾರೂ ನಿರೀಕ್ಷಿಸಿರಲಿಲ್ಲ. ಸುರಕ್ಷತೆಗೆ ಅತ್ಯಂತ ಹೆಚ್ಚು ಆದ್ಯತೆಯನ್ನು ನೀಡಿ, ಯಾವ ದುರಂತಕ್ಕೂ ಆಸ್ಪದ ನೀಡದಷ್ಟು ಬಿಗಿಯಾದ ಕ್ರಮಗಳನ್ನು ಅಳವಡಿಸಿಕೊಂಡು ಆತ ಪರ್ವತಾರೋಹಣ ತಂಡವನ್ನು ನಡೆಸುತ್ತಿದ್ದ. ವ್ಯವಸ್ಥಿತ ಚಾರಣಕ್ಕೆ ಸಾಕಷ್ಟು ಒತ್ತು ಕೊಡುವ ರಾಬ್ ಹಾಲ್, ಇಂತಹ ಯಾವ ದುರಂತಗಳೂ ನಡೆಯದಷ್ಟು ವಿಸ್ತಾರವಾದ ಯೋಜನೆಗಳನ್ನು ರೂಪಿಸಿರುತ್ತಿದ್ದ. ಹಾಗಿದ್ದರೆ ಎಲ್ಲಿ ತಪ್ಪಾಯಿತು? ಇದನ್ನು ವಿವರಿಸುವುದು ಹೇಗೆ? ಮಡಿದವರು ಬಿಟ್ಟು ಹೋದ ಪ್ರೀತಿಪಾತ್ರರಿಗೆ ಅದನ್ನು ತಿಳಿಸಿ ಹೇಳುವುದು ಒಂದು ಕಷ್ಟವಾದರೆ, ಅತ್ಯಂತ ಕಟುವಿಮರ್ಶಕರಾದ ಜನತೆಗೆ ನಂಬಿಕೆಯಾಗುವಂತೆ ವಿವರಿಸುವುದು ಹೇಗೆ?

ನಿರಂತರ ಯಶಸ್ಸಿನ ಜಡ್ಡು ಇದಕ್ಕೆ ಸಂಬಂಧಿಸಿದ ಕಾರಣವಾಗಿರಬಹುದು. ಎಲ್ಲ ತರಹದ ಸಾಮರ್ಥ್ಯ ಹೊಂದಿದವರನ್ನೂ ಎವರೆಸ್ಟ್ ಹತ್ತಿಸುವುದರಲ್ಲಿ ರಾಬ್ ಎಷ್ಟೊಂದು ಚಾಣಾಕ್ಷನಾಗಿದ್ದನೆಂದರೆ, ಬಹುಶಃ ಅದು ಅವನ ಅಹಂಕಾರವನ್ನು ಹೆಚ್ಚಿಸಿರಬಹುದು. ದೈಹಿಕವಾಗಿ ಆರೋಗ್ಯವಾಗಿರುವ ಎಂತಹದೇ ವ್ಯಕ್ತಿಯನ್ನಾಗಲಿ, ನಾನು ಎವರೆಸ್ಟ್ ಹತ್ತಿಸಿ ಇಳಿಸಬಲ್ಲೆ ಎಂದು ಹಲವಾರು ಬಾರಿ ಜಂಭಕೊಚ್ಚಿಕೊಂಡಿದ್ದ. ಅವನ ಈ ಹಿಂದಿನ ಯಶೋಗಾಥೆಯನ್ನು ನೋಡಿದರೆ ಆ ಮಾತು ಸತ್ಯವೂ ಆಗಿತ್ತು. ಅತ್ಯಂತ ಕಷ್ಟದ ಪರಿಸ್ಥಿತಿಗಳನ್ನೂ ನಿಭಾಯಿಸಿದ ಕೀರ್ತಿ ಆತನಿಗಿತ್ತು.

ಉದಾಹರಣೆಗೆ, 1995ರ ಬೇಸಿಗೆಯ ಚಾರಣದಲ್ಲಿ, ಹಾಲ್ ಮತ್ತು ಅವನ ಮಾರ್ಗದರ್ಶಿಗಳು ಹಾನ್‌ಸೆನ್‌ನ ಸಮಸ್ಯೆಯನ್ನು ನಿಭಾಯಿಸುವುದರ ಜೊತೆಗೆ, ಫ್ರೆಂಚ್ ದೇಶದ ಪ್ರಸಿದ್ಧ ಪರ್ವತಾರೋಹಿ ಚಾಂಟಲ್ ಮೌಡುಟ್ ಎನ್ನುವ ಮಹಿಳೆಯ ವಿಷಮ ಸ್ಥಿತಿಯನ್ನು ನಿಭಾಯಿಸಿದ್ದರು. ಪೂರಕ ಆಮ್ಲಜನಕವನ್ನು ಉಪಯೋಗಿಸದೆ ಎವರೆಸ್ಟ್ ಹತ್ತುವ ಸಾಹಸಕ್ಕೆ ಆಕೆ ಏಳನೆಯ ಬಾರಿ ಪ್ರಯತ್ನಿಸುತ್ತಿದ್ದಳು. ಆದರೆ 28,700 ಅಡಿ ಎತ್ತರದಲ್ಲಿ ಆಕೆ ಸಂಪೂರ್ಣವಾಗಿ ಹಿಮಗಟ್ಟಿ ಹೋಗಿ ಕುಸಿದು ಹೋದಳು. ಗೈ ಕಾಟರ್ ಜ್ಞಾಪಿಸಿಕೊಳ್ಳುವಂತೆ, ಆಕೆಯನ್ನು ದಕ್ಷಿಣ ದಿಬ್ಬದಿಂದ ಸೌತ್ ಕೋಲ್‌ವರೆಗೆ "ಆಲೂಗಡ್ಡೆ ತುಂಬಿದ ಚೀಲ"ದಂತೆ ಎಳೆದುಕೊಂಡು ಬರಬೇಕಾಯ್ತು. ಆದರೂ ಪರ್ವತಾರೋಹಣದ ಪ್ರತಿಯೊಬ್ಬರೂ ಆಬಾರಿ ಜೀವಂತವಾಗಿ ಮರಳಿ ಬಂದಿದ್ದರಿಂದ, ರಾಬ್ ಹಾಲ್‌ಗೆ ತಾನು ಸಾಧಿಸದೇ ಉಳಿದಿರುವುದು ಇನ್ನೇನೂ ಹೆಚ್ಚಿಲ್ಲ ಎಂಬ ಭಾವನೆ ಬಂದಿರಲಿಕ್ಕೂ ಸಾಕು.

ಈ ವರ್ಷ ಹೊರತುಪಡಿಸಿದರೆ, ಹಿಂದಿನ ಎಲ್ಲಾ ವರ್ಷಗಳಲ್ಲೂ ರಾಬ್ ಹಾಲ್‌ನಿಗೆ ಅಸಹಜವೆನ್ನಿಸುವಷ್ಟು ಒಳ್ಳೆಯ ವಾತಾವರಣದ ಅನುಕೂಲ ಸಿಕ್ಕಿತ್ತು.

ಹಿಮಾಲಯದ ಪರ್ವತಾರೋಹಣವನ್ನು ಹತ್ತಾರು ಬಾರಿ ಮಾಡಿದ ಮತ್ತು ಮೂರು ಬಾರಿ ಯಶಸ್ವಿಯಾದ ಡೇವಿಡ್ ಬ್ರೆಷರ್ಸ್ ಹೇಳುವ ಪ್ರಕಾರ "ಪ್ರತಿ ಬಾರಿಯೂ ರಾಬ್ ಪರ್ವತದ ಶೃಂಗವನ್ನು ತಲುಪುವ ದಿನ ಅತ್ಯಂತ ಒಳ್ಳೆಯ ಹವಾಮಾನ ಇತ್ತು. ಬಿರುಗಾಳಿಗೆ ಸಿಕ್ಕ ಅನುಭವ ಅವನಿಗೆ ಯಾವತ್ತೂ ಆಗಿರಲಿಲ್ಲ." ನಿಜ ಹೇಳಬೇಕೆಂದರೆ, ಮೇ 10ರಂದು ಬೀಸಿದ ಆ ಬಿರುಗಾಳಿ ಸಾಕಷ್ಟು ರಭಸವಾಗಿದ್ದರೂ, ಎವರೆಸ್ಟ್ ಪರ್ವತದಲ್ಲಿ ಬೀಸುವ ಭೀಕರ ಬಿರುಗಾಳಿಯೇನೂ ಆಗಿರಲಿಲ್ಲ. ಅದು ಎವರೆಸ್ಟ್‌ನ ಸಾಮಾನ್ಯ ಬಿರುಗಾಳಿಯೇ ಆಗಿತ್ತು. ಅದು ಎರಡು ಗಂಟೆ ಮುಂಚೆ ಅಪ್ಪಳಿಸಿದ್ದರೆ, ಬಹುಶಃ ಯಾರೂ ಸಾಯುತ್ತಲೇ ಇರಲಿಲ್ಲ. ಆದರೆ ವ್ಯತಿರಿಕ್ತವಾಗಿ ಅದು ಒಂದು ಗಂಟೆ ಮುಂಚೆಯೇ ಅಪ್ಪಳಿಸಿದ್ದರೆ, ಅದು ಸಹಜವಾಗಿ ಹದಿನೆಂಟು, ಇಪ್ಪತ್ತು ಪರ್ವತಾರೋಹಿಗಳನ್ನು ಸಾಯಿಸಿರುತ್ತಿತ್ತು; ನಾನು ಅವರಲ್ಲಿ ಒಬ್ಬನಾಗಿರುತ್ತಿದ್ದೆ.

ಈ ದುರಂತಕ್ಕೆ ಕೇವಲ ಬಿರುಗಾಳಿಯನ್ನು ಮಾತ್ರ ದೂಷಿಸುವುದು ಸರಿಯಲ್ಲ. ಸಮಯ ಪರಿಪಾಲನೆಯ ನಿರ್ಲಕ್ಷವೂ ಅಷ್ಟೇ ಮಟ್ಟದ ಪಾತ್ರವನ್ನು ವಹಿಸಿತ್ತು. ಬಿರುಗಾಳಿಯನ್ನು ದೇವರ ಇಚ್ಛೆಯಾಗಿತ್ತು ಎಂದುಕೊಂಡರೂ, ಸಮಯ ಪರಿಪಾಲನೆಯ ಜವಾಬ್ದಾರಿಯನ್ನು ದೇವರ ಮೇಲೆ ಹೊರಿಸುವಂತಿರಲಿಲ್ಲ. ನಿರ್ಧರಿಸಿದ ಸ್ಥಳಗಳಲ್ಲಿ ಮಾಡಿದ ವಿಳಂಬಗಳು ಸ್ಪಷ್ಟವಾಗಿ ನಮ್ಮ ಅರಿವಿಗೆ ಬಂದಿದ್ದವು ಮತ್ತು ಸುರಕ್ಷತೆಯ ಆದ್ಯತೆಯಿಂದ ಅವನ್ನು ತಡೆಯಬಹುದಾಗಿತ್ತು. ಪರ್ವತಾರೋಹಣದ ಯೋಜನೆಯಂತೆ ಮಾಡಿಕೊಂಡ ಹಿಂತಿರುಗುವ ಸಮಯವನ್ನು ನಿರ್ಲಕ್ಷ ಮಾಡಿದ್ದು ಅಕ್ಷಮ್ಯವಾಗಿತ್ತು.

ರಾಬ್ ಹಾಲ್ ಮತ್ತು ಸ್ಕಾಟ್ ಫಿಷರ್ ಮಧ್ಯದಲ್ಲಿ ಇದ್ದ ಸ್ಪರ್ಧೆಯು ಇಂತಹ ಪೂರ್ವಯೋಜಿತ ಹಿಂತಿರುಗುವ ಸಮಯವನ್ನು ಮುಂದೂಡಿದ್ದಕ್ಕೆ ಸ್ವಲ್ಪಮಟ್ಟಿಗೆ ಪ್ರೋತ್ಸಾಹ ಕೊಟ್ಟಿರಬಹುದು. 1996ಕ್ಕೂ ಮುಂಚೆ ಸ್ಕಾಟ್ ಫಿಷರ್ ಯಾವತ್ತೂ ಎವರೆಸ್ಟ್ ಪರ್ವತಾರೋಹಣ ತಂಡದ ನಾಯಕತ್ವ ವಹಿಸಿರಲಿಲ್ಲ. ವ್ಯಾಪಾರದ ದೃಷ್ಟಿಯಿಂದ ನೋಡಿದರೆ, ಈ ಪರ್ವತಾರೋಹಣ ಯಶಸ್ವಿಯಾಗಲೇ ಬೇಕಾದ ಒತ್ತಡ ಆತನ ಮೇಲಿತ್ತು. ಸಾಕಷ್ಟು ಗ್ರಾಹಕರನ್ನು ತನ್ನ ತಂಡದಲ್ಲಿ ಸೇರಿಸಿಕೊಂಡಿದ್ದಕ್ಕೆ ಅವನು ಉತ್ಸಾಹಗೊಂಡಿದ್ದ. ಅದರಲ್ಲೂ ಸ್ಯಾಂಡಿ ಹಿಲ್ ಪಿಟ್‌ಮನ್‌ಳಂತಹ ಪ್ರಖ್ಯಾತಳು ತನ್ನ ತಂಡದಲ್ಲಿದ್ದದ್ದು ಅವನಿಗೆ ಸ್ಫೂರ್ತಿಯನ್ನು ಕೊಟ್ಟಿತ್ತು.

ಅದೇ ರೀತಿ, 1995ರಲ್ಲಿ ಯಾವ ಗ್ರಾಹಕನನ್ನೂ ಯಶಸ್ವಿಯಾಗಿ ಪರ್ವತದ ತುದಿಯನ್ನು ತಲುಪಿಸುವುದರಲ್ಲಿ ಯಶಸ್ವಿಯಾಗಿರದ ರಾಬ್ ಹಾಲ್‌ಗೆ ಈ ಬಾರಿ ಸಾಕಷ್ಟು ಜನರನ್ನು ಪರ್ವತದ ತುದಿಗೆ ಮುಟ್ಟಿಸಿ ಕರೆತರುವುದು ವ್ಯಾಪಾರದ ದೃಷ್ಟಿಯಿಂದ

ಬಹಳ ಮಹತ್ವದ್ದಾಗಿತ್ತು; ಅದರಲ್ಲೂ ಸ್ಕಾಟ್ ಫಿಷರ್ ಯಶಸ್ವಿಯಾದರಂತೂ ರಾಬ್ ವ್ಯವಹಾರಕ್ಕೆ ದೊಡ್ಡ ಪೆಟ್ಟು ಬೀಳುತ್ತಿತ್ತು. ಸ್ಕಾಟ್ ಫಿಷರ್‌ಗೆ ಅಯಸ್ಕಾಂತದಂತೆ ಆಕರ್ಷಿಸಬಲ್ಲ ವ್ಯಕ್ತಿತ್ವವಿತ್ತು ಮತ್ತು ಅದನ್ನು ಜೇನ್ ಬ್ರೋಮೆಟ್ ಯಶಸ್ವಿಯಾಗಿ ಜಾಹೀರಾತಾಗಿ ಬಳಸಿಕೊಂಡಿದ್ದಳು. ಫಿಷರ್ ಅತ್ಯಂತ ಚಾಣಾಕ್ಷತನದಿಂದ ರಾಬ್‌ನ ಊಟವನ್ನು ಕಸಿದುಕೊಳ್ಳಲು ಪ್ರಾರಂಭಿಸಿದ್ದ, ಅದು ರಾಬ್ ಹಾಲ್‌ಗೂ ಗೊತ್ತಿತ್ತು. ಆ ದಿನದ ಪರಿಸ್ಥಿತಿಯಲ್ಲಿ, ತನ್ನ ಗ್ರಾಹಕರು ಶಿಖರದ ತುದಿಯನ್ನು ತಲುಪಲು ಕಷ್ಟಪಡುತ್ತಿದ್ದರೆ, ಸ್ಕಾಟ್‌ನ ಬಹುತೇಕ ಗ್ರಾಹಕರು ಶಿಖರದ ತುದಿಯನ್ನು ಮುಟ್ಟುವುದರಲ್ಲಿ ಯಶಸ್ವಿಯಾಗಿರುವುದು ಅತ್ಯಂತ ಕಹಿ ಸಂಗತಿಯಾಗಿದ್ದು, ರಾಬ್ ಹಾಲ್‌ನ ನಿರ್ಣಾಯಕ ಶಕ್ತಿಯನ್ನು ಅದು ಮಸುಕಾಗಿಸಿರಬಹುದು.

ಆದರೆ ಎಲ್ಲಕ್ಕೂ ಮುಖ್ಯವಾಗಿ ತೆಳುಗಾಳಿಯ ಪ್ರಭಾವದಿಂದಾಗಿ, ನಾವೆಲ್ಲರೂ ಹೈಪಾಕ್ಸಿಯಾದಿಂದ ಬಳಲುತ್ತಿದ್ದ ಸಂಗತಿಯನ್ನು ಮರೆಯುವಂತಿಲ್ಲ. ಹಾಲ್, ಫಿಷರ್ ಮತ್ತು ಇನ್ನುಳಿದ ನಾವುಗಳು ಈ ಎಲ್ಲಾ ನಿರ್ಧಾರಗಳನ್ನು ಮಾಡಿದ್ದು ಅಂತಹ ಅನಾರೋಗ್ಯದ ವಿಷಮಸ್ಥಿತಿಯಲ್ಲಿ ಎನ್ನುವ ಮಹತ್ವದ ಸಂಗತಿಯನ್ನು ತಳ್ಳಿಹಾಕುವಂತಿಲ್ಲ. ಈ ದುರಂತ ಹೇಗಾಯ್ತು ಎನ್ನುವುದನ್ನು ನಿರ್ಧರಿಸುವಾಗ, ಈ ಎಲ್ಲಾ ಸಂಗತಿಗಳು 29,000 ಅಡಿ ಎತ್ತರದಲ್ಲಿ ನಡೆದದ್ದೆಂದೂ, ಅಲ್ಲಿ ನಮ್ಮ ಆಲೋಚನೆಗಳು ನಿರರ್ಗಳವಾಗಿರುವುದಿಲ್ಲವೆನ್ನುವುದನ್ನು ನೆನಪಿಡಬೇಕು.

ದುರಂತ ನಡೆದ ಮೇಲೆ ಜ್ಞಾನೋದಯವಾಗುತ್ತದೆ. ಈ ದುರ್ಘಟನೆಯಲ್ಲಿ ಸತ್ತು ಹೋದ ಜನರ ಸಂಖ್ಯೆಯಿಂದ ಬೆಚ್ಚಿಬಿದ್ದ ವಿಮರ್ಶಕರು, ತಕ್ಷಣವೇ ಇಂತಹ ಮತ್ತೊಂದು ಘಟನೆ ಮರುಕಳಿಸದಂತೆ ಹಲವಾರು ನಿಯಮಗಳನ್ನು ಮತ್ತು ಕ್ರಮಗಳನ್ನು ಸಲಹೆ ಮಾಡಿದರು. ಉದಾಹರಣೆಗೆ, ಎವರೆಸ್ಟ್ ಪರ್ವತಾರೋಹಣದಲ್ಲಿ ಪ್ರತಿಯೊಬ್ಬ ಗ್ರಾಹಕನಿಗೂ ಒಬ್ಬ ಪ್ರತ್ಯೇಕ ಮಾರ್ಗದರ್ಶಿ ಇರಬೇಕೆಂಬುದು ಒಂದು ನಿಯಮವಾಯ್ತು. ಅಂದರೆ ಪ್ರತಿಯೊಬ್ಬ ಗ್ರಾಹಕನು ತನಗಾಗಿ ನೇಮಿಸಿದ ಮಾರ್ಗದರ್ಶಿಯ ಜೊತೆಯಲ್ಲಿಯೇ ಯಾವಾಗಲೂ ಇರಬೇಕೆಂದೂ ಮತ್ತು ಪರ್ವತಾರೋಹಣದಲ್ಲಿ ಅವನೊಂದಿಗೆ ಹಗ್ಗದಿಂದ ಕಟ್ಟಿಕೊಂಡಿರಬೇಕು ಎನ್ನುವುದು ಈ ನಿಯಮದ ಅರ್ಥ.

ಬಹುಶಃ ಇಂತಹ ಘಟನೆಗಳು ಮತ್ತೆಮತ್ತೆ ನಡೆಯದಂತೆ ಮಾಡಲು ಅತ್ಯಂತ ಸುಲಭದ ವಿಧಾನವೆಂದರೆ ಪೂರಕ ಆಮ್ಲಜನಕದ ಉಪಯೋಗವನ್ನು ರದ್ದುಗೊಳಿಸಿ, ಕೇವಲ ತುರ್ತು ಪರಿಸ್ಥಿತಿಯಲ್ಲಿ ಮಾತ್ರ ಅದನ್ನು ಚಿಕಿತ್ಸಾ ರೂಪದಲ್ಲಿ ಬಳಸಬಹುದೆಂದು ನಿಯಮ ಮಾಡಬೇಕು. ಕೆಲವು ಭಂಡ ಧೈರ್ಯದ ಸಾಹಸಿಗರು ತಮ್ಮ ಯೋಗ್ಯತೆಯನ್ನು ಮೀರಿದ ಎತ್ತರಕ್ಕೆ ಪೂರಕ ಆಮ್ಲಜನಕವಿಲ್ಲದೆ

ಶಿಖರವನ್ನು ಏರಲು ಪ್ರಯತ್ನಿಸಿ ಸಾಯಬಹುದು. ಆದರೆ ಬಹುತೇಕ ಸಾಧಾರಣ ಪರ್ವತಾರೋಹಿಗಳು ಅಂತಹ ಸಾಹಸಕ್ಕೆ ಹಿಂಜರಿದು ತಮ್ಮ ದೈಹಿಕ ಯೋಗ್ಯತೆಗೆ ತಕ್ಕಷ್ಟು ಎತ್ತರವನ್ನು ಏರಿ ಹಿಂತಿರುಗುತ್ತಾರೆ. ಅದನ್ನು ಮೀರಿ ಹತ್ತಲು ಹೋಗಿ ಇಲ್ಲದ ಅಪಾಯವನ್ನು ತಂದುಕೊಳ್ಳಲು ಅಂಜುತ್ತಾರೆ. ಈ ನಿಯಮದಿಂದ ಮತ್ತೊಂದು ಪರ್ಯಾಯ ಅನುಕೂಲವೂ ನಮಗಾಗುತ್ತದೆ. ಎವರೆಸ್ಟ್ ಪರ್ವತದಲ್ಲಿ ಕಸದ ರಾಶಿಯೂ ತಗ್ಗುತ್ತದೆ ಮತ್ತು ಅನವಶ್ಯಕವಾಗಿ ಪರ್ವತಾರೋಹಿಗಳ ದಟ್ಟಣೆಯೂ ಕಡಿಮೆಯಾಗುತ್ತದೆ. ಪೂರಕ ಆಮ್ಲಜನಕವನ್ನು ಬಳಸುವುದಕ್ಕೆ ಸಾಧ್ಯವಿಲ್ಲ ಎಂದು ಗೊತ್ತಾದರೆ ಸಾಕಷ್ಟು ಕಡಿಮೆ ಜನ ಈ ಸಾಹಸಕ್ಕೆ ಕೈ ಹಾಕುತ್ತಾರೆ.

ಆದರೆ ಕಡಿವಾಣವಿಲ್ಲದ ತೃತೀಯ ಜಗತ್ತಿನ ದೇಶಗಳ ಕೆಂಪುಪಟ್ಟಿಯ ಆಡಳಿತದಲ್ಲಿ ರೂಪುಗೊಂಡ ನಿಯಮಗಳು, ಎವರೆಸ್ಟ್ ಏರುವ ಪ್ರಕ್ರಿಯೆಯನ್ನು ಅತ್ಯಂತ ಸಡಿಲಗೊಳಿಸಿಬಿಟ್ಟಿವೆ. ಮಾರ್ಗದರ್ಶಿಗಳನ್ನು ಅಥವಾ ಗ್ರಾಹಕರನ್ನು ಆಯ್ಕೆ ಮಾಡಲು ಬೇಕಾದ ಕನಿಷ್ಠ ಸವಲತ್ತುಗಳೂ ಮತ್ತು ಅರ್ಹತೆಗಳು ಅವರ ಬಳಿ ಇಲ್ಲ ಎನ್ನುವುದು ನಿಚ್ಚಳವಾಗಿ ತಿಳಿಯುತ್ತದೆ. ಜೊತೆಗೆ ಈ ಪರ್ವತಾರೋಹಣವನ್ನು ನಿಯಂತ್ರಿಸುವ ನೇಪಾಳ ಮತ್ತು ಚೀನಾ ದೇಶಗಳೆರಡೂ ಅತ್ಯಂತ ಬಡತನದಲ್ಲಿ ನರಳುತ್ತವೆ. ಈ ಪರ್ವತಾರೋಹಣದ ದಂಧೆಯಲ್ಲಿ ಎಷ್ಟು ಹಣವನ್ನು ಸಂಪಾದಿಸಲು ಸಾಧ್ಯವೋ ಅಷ್ಟನ್ನೂ ದೋಚಿಕೊಳ್ಳುವ ಕೆಟ್ಟ ಆಸೆ ಎರಡೂ ದೇಶಕ್ಕಿವೆ. ಆ ಕಾರಣಕ್ಕಾಗಿ ಮಾರುಕಟ್ಟೆಯಲ್ಲಿ ಎಷ್ಟು ಬೇಡಿಕೆಯಿದೆಯೋ ಅಷ್ಟು ಪರ್ಮಿಟ್‌ಗಳನ್ನು ಕೊಡಲು ಅವು ಸಿದ್ಧವಾಗಿವೆ. ಪರ್ವತಾರೋಹಿಗಳ ಹಿತದೃಷ್ಟಿಯಿಂದ, ತಮ್ಮ ಆದಾಯವನ್ನು ಕಡಿಮೆ ಮಾಡಿಕೊಳ್ಳುವಂತಹ ಯಾವುದೇ ನಿಯಮಗಳನ್ನು ಈ ದೇಶಗಳು ಜಾರಿಗೊಳಿಸಬಹುದೆನ್ನುವುದನ್ನು ನಿರೀಕ್ಷಿಸುವಂತಿಲ್ಲ.

ಎವರೆಸ್ಟ್ ಪರ್ವತಾರೋಹಣದಲ್ಲಿ ನಡೆದ ತಪ್ಪು ಏನು ಎಂಬುದರ ಬಗ್ಗೆ ತರ್ಕ ಮಾಡುವುದು ಅತ್ಯಂತ ಉಪಯೋಗಕಾರಿ ಕೆಲಸವಾಗಿದೆ; ಮುಂದಿನ ದಿನಗಳಲ್ಲಿ ಇದು ಬಹಳಷ್ಟು ಸಾವುಗಳನ್ನು ತಪ್ಪಿಸುವ ಸಾಧ್ಯತೆಯಿದೆ. ಆದರೆ 1996ರ ಪರ್ವತಾರೋಹಣದ ದುರಂತದ ಸಂಗತಿಗಳನ್ನು ಕೂದಲು ಸೀಳುವಂತೆ ತರ್ಕ ಮಾಡುವುದರಿಂದ ಮುಂದಿನ ಸಾವುಗಳನ್ನು ತಡೆಗಟ್ಟಬಹುದು ಎಂದು ಯೋಚಿಸುವುದು ಕೇವಲ ಆಶಾದಾಯಕ ಆಲೋಚನೆಯಾಗುತ್ತದೆ. ಆದರೆ ಎವರೆಸ್ಟ್ ಪರ್ವತಾರೋಹಣದ ದುರಂತದ ಇತಿಹಾಸವನ್ನೆಲ್ಲಾ ಗುಡ್ಡೆ ಹಾಕಿ, "ಮಾಡಿದ ತಪ್ಪನ್ನು ತಿದ್ದಿಕೊಳ್ಳುವ" ಪಟ್ಟಿ ಮಾಡಿದರೂ ಅದು ಬಹುತೇಕ ನಿರುಪಯೋಗಿಯಾಗುತ್ತದೆ ಎನ್ನುವುದು ಬಹುಜನರ ಅಭಿಪ್ರಾಯ. ಉದಾಹರಣೆಗೆ ನೀವು ರಾಬ್ ಹಾಲ್ ಸತ್ತಿದ್ದಕ್ಕೆ ಅವನು ಮಾಡಿದ ತಪ್ಪುಗಳ ಸರಣಿಯೇ ಕಾರಣವೆಂದು ನಂಬಿ, ಅಂತಹ

ತಪ್ಪುಗಳನ್ನು ನೀವು ಮಾಡುವ ಮೂರ್ಖರಲ್ಲವೆಂದು ಭಾವಿಸಿದರೂ, ಅಂತಹದೇ ತಪ್ಪುಗಳನ್ನು ಮಾಡಿದ್ದಕ್ಕಾಗಿಯೇ ಯಶಸ್ವಿಯಾದ ಹಲವು ಪರ್ವತಾರೋಹಣದ ಉದಾಹರಣೆಗಳು ನಿಮಗೆ ಎವರೆಸ್ಟ್ ಪರ್ವತಾರೋಹಣದ ಇತಿಹಾಸದಲ್ಲಿ ಸಿಗುತ್ತವೆ.

ನಿಜದ ಮಾತೆಂದರೆ 1996ರ ಈ ದುರ್ಘಟನೆಯು ಎವರೆಸ್ಟ್ ಪರ್ವತಾರೋಹಣದ ನಿತ್ಯದ ವ್ಯವಹಾರದಂತೆಯೇ ಕಾಣುತ್ತದೆ. ಈ ದುರ್ಘಟನೆಯಲ್ಲಿ ಅತ್ಯಂತ ಹೆಚ್ಚು ಜನರು ಸತ್ತಿದ್ದರೂ, ಈ 12 ಜನರ ಸಾವನ್ನು ಈವರೆಗೆ ಬೇಸ್ ಕ್ಯಾಂಪ್‌ನಿಂದ ಮೇಲಕ್ಕೆ ಹತ್ತಲು ಹೋಗಿ ಸತ್ತವರ ಸಂಖ್ಯೆಯಾದ 398ಕ್ಕೆ ಹೋಲಿಸಿದರೆ, ಕೇವಲ ಶೇಕಡ 3 ರಷ್ಟಾಗುತ್ತದೆ. ಇದು ಇತಿಹಾಸದಲ್ಲಿ ನಡೆದ ಅತಿ ದೊಡ್ಡ ದುರಂತದ ಅನುಪಾತವಾದ ಶೇಕಡ 3.3 ಮಾತ್ರ. ಅಥವಾ ಅದನ್ನು ನಾವು ಹೀಗೂ ನೋಡಬಹುದು. 1921ನೇ ಇಸವಿಯಿಂದ, 1996ರ ತನಕ ಸುಮಾರು 144 ಪರ್ವತಾರೋಹಿಗಳು ಸತ್ತಿದ್ದಾರೆ. ಆದರೆ ಶಿಖರಾಗ್ರವನ್ನು ಸುಮಾರು 630 ಜನ ಮುಟ್ಟಿ ಬಂದಾಗಿದೆ; ಅಂದರೆ ನಾಲ್ಕು ಯಶಸ್ವಿ ಪರ್ವತಾರೋಹಿಗಳಲ್ಲಿ ಒಬ್ಬರು ಮಡಿದಿದ್ದಾರೆ. ಕಳೆದ ಬೇಸಿಗೆಯನ್ನು ಗಣನೆಗೆ ತೆಗೆದುಕೊಂಡರೆ, ಶಿಖರಾಗ್ರವನ್ನು 84 ಜನರು ಮುಟ್ಟಿದ್ದರೆ, 12 ಜನರು ಅಸುನೀಗಿದ್ದಾರೆ; ಅಂದರೆ ಪ್ರತಿ ಏಳು ಯಶಸ್ಸಿಗೆ ಒಂದು ಮರಣ. ಇತಿಹಾಸದಲ್ಲಿನ ಮರಣ ಪ್ರಮಾಣಕ್ಕೆ ಇದನ್ನು ಹೋಲಿಸಿದರೆ, 1996ರ ಪರ್ವತಾರೋಹಣ ಹೆಚ್ಚು ಸುರಕ್ಷಿತವಾಗಿತ್ತು ಎಂದೇ ಹೇಳಬೇಕಾಗುತ್ತದೆ.

ನಿಜ ಹೇಳಬೇಕೆಂದರೆ, ಎವರೆಸ್ಟ್ ಪರ್ವತವನ್ನು ಹತ್ತುವುದು ಯಾವತ್ತೂ ಅತ್ಯಂತ ಅಪಾಯಕಾರಿ ಸಂಗತಿಯೇ ಆಗಿತ್ತು ಮತ್ತು ಯಾವುದೇ ಅನುಮಾನವಿಲ್ಲದಂತೆ ಮುಂದೆಯೂ ಅದು ಅಪಾಯಕಾರಿ ಸಂಗತಿಯೇ ಆಗಿ ಉಳಿಯುತ್ತದೆ. ನೀವು ಪಳಗಿದ ವ್ಯಕ್ತಿಯ ಮಾರ್ಗದರ್ಶನದಲ್ಲಿ ಪರ್ವತಾರೋಹಣ ಮಾಡುವ ಮಾಮೂಲೀ ಪರ್ತವಾರೋಹಿಯಾದರೂ ಅಷ್ಟೇ, ಅಥವಾ ಜಗತ್ತಿನ ಅತ್ಯಂತ ಪ್ರಸಿದ್ಧ ಪರ್ವತಾರೋಹಿಗಳ ಜೊತೆಯಲ್ಲಿ ಹತ್ತಿದರೂ ಅಷ್ಟೇ! ಈ ಪರ್ವತ ಹಾಲ್ ಮತ್ತು ಫಿಷರ್‌ನನ್ನು ಆಪೋಶನ ತೆಗೆದುಕೊಳ್ಳುವುದಕ್ಕೂ ಮುಂಚೆಯೇ ಬಹಳಷ್ಟು ಪ್ರಸಿದ್ಧ ಪರ್ವತಾರೋಹಿಗಳನ್ನು ನುಂಗಿಬಿಟ್ಟಿದೆ ಎನ್ನುವುದನ್ನು ನಾವು ಗಮನದಲ್ಲಿಟ್ಟುಕೊಳ್ಳಬೇಕು; ಪೀಟರ್ ಬೋರ್ಡ್‌ಮನ್, ಜೋ ಟಾಸ್ಕರ್, ಮಾರ್ಟಿ ಹೊಯ್, ಜೇಕ್ ಬ್ರಿಟನ್‌ಬೆಕ್, ಮೈಕ್ ಬುರ್ಕ್, ಮೈಕಲ್ ಪಾರ್‌ಮೆಂಟಿಯರ್, ರೋಗರ್ ಮಾರ್ಶಲ್, ರೇ ಗೆನೆಟ್ ಮತ್ತು ಜಾರ್ಜ್ ಲೇ ಮಲ್ಲೋರಿ ಇತ್ಯಾದಿ ಪ್ರಮುಖರು ಅದರಲ್ಲಿ ಸೇರಿದ್ದಾರೆ.

1996ರಲ್ಲಿ ಮಾರ್ಗದರ್ಶಕರೊಡನೆ ನಡೆದ ನಮ್ಮ ಪರ್ವತಾರೋಹಣದಲ್ಲಿ, ನನ್ನನ್ನೂ ಸೇರಿದಂತೆ ಶಿಖರಾಗ್ರವನ್ನು ಮುಟ್ಟಿದ ಇತರ ಹಲವರಿಗೆ ಈ

ಪರ್ವತಾರೋಹಣದ ಗಂಭೀರ ಅಪಾಯಗಳು ಬಹುಬೇಗನೆ ಮನದಟ್ಟಾದವು. 25,000 ಅಡಿ ಎತ್ತರವನ್ನು ದಾಟಿ 'ಸಾವಿನ ಸೀಮೆ'ಯನ್ನು ಪ್ರವೇಶಿಸಿದ್ದೇ, ಮನುಷ್ಯನ ಜೀವವೆನ್ನುವುದು ಇಕ್ಕಟ್ಟಾದ ಅಂಚಿನಲ್ಲಿ ಸಂಭಾಳಿಸಿಕೊಂಡು ಬದುಕಬೇಕಾಗುತ್ತದೆ. ಎವರೆಸ್ಟ್ ಆರೋಹಣದ ಹಗಲುಗನಸು ಕಾಣುವ ಎಲ್ಲರೂ ಒಂದಂಶವನ್ನು ತಪ್ಪದೆ ನೆನಪಿಡಬೇಕು. ಸಾವಿನಸೀಮೆಯಲ್ಲಿ ತೊಂದರೆಗಳು ಪ್ರಾರಂಭದಲ್ಲಿಯೋ ಅಥವಾ ಅಂತ್ಯದಲ್ಲಿಯೋ ಖಂಡಿತಾ ಎದುರಾಗುತ್ತವೆ. ಆ ಹೊತ್ತಿನಲ್ಲಿ ಜಗತ್ತಿನ ಅತ್ಯುತ್ತಮ ಮಾರ್ಗದರ್ಶಿಯೂ ತನ್ನ ಗ್ರಾಹಕನನ್ನು ರಕ್ಷಿಸುವುದು ಸಾಧ್ಯವಾಗುವುದಿಲ್ಲ. ನಮ್ಮದೇ 1996ರ ಪರ್ವತಾರೋಹಣದ ಉದಾಹರಣೆಯನ್ನು ತೆಗೆದುಕೊಂಡರೆ, ಗ್ರಾಹಕರನ್ನು ರಕ್ಷಿಸುವ ಮಾತು ಒತ್ತಟ್ಟಿಗಿರಲಿ, ಜಗತ್ತಿನ ಅತ್ಯಂತ ಪ್ರಸಿದ್ಧ ಮಾರ್ಗದರ್ಶಿಗಳಿಬ್ಬರೂ ತಮ್ಮ ಜೀವವನ್ನು ತಾವು ರಕ್ಷಿಸಿಕೊಳ್ಳಲು ಸಾಧ್ಯವಾಗಲಿಲ್ಲ. ನಮ್ಮ ತಂಡದಲ್ಲಿದ್ದ ನಾಲ್ವರು ಪರ್ವತಾರೋಹಿಗಳು ತೀರಿಕೊಂಡಿದ್ದಕ್ಕೆ ರಾಬ್ ಹಾಲ್‌ನ ಯೋಜನೆಯಲ್ಲಿ ದೋಷಗಳಿದ್ದವೆಂದು ಹೇಳಲಾಗುವುದಿಲ್ಲ. ಹಾಗೆ ನೋಡಿದರೆ ಯಾವ ಯೋಜನೆಗಳೂ ದೋಷರಹಿತವಾಗಿರುವುದಿಲ್ಲ. ಆದರೆ ಹೀಗೆ ಶಾಂತ ಪರಿಸರವನ್ನು ಬುಡಮೇಲು ಮಾಡಿ ಸೇಡು ತೀರಿಸಿಕೊಳ್ಳುವುದು ಎವರೆಸ್ಟ್‌ನ ನೈಸರ್ಗಿಕ ಸ್ವಭಾವವೇ ಆಗಿದೆ.

ಆದ ಘಟನೆಗಳ ಪುನರ್ವಿಮರ್ಶೆಯ ಸರಿ–ತಪ್ಪುಗಳ ನಿರ್ಣಯದಲ್ಲಿ, ಪರ್ವತಾರೋಹಣವೆನ್ನುವುದು ಯಾವತ್ತೂ ಸುರಕ್ಷಿತವಾದ ಆಟವಲ್ಲ ಎನ್ನುವುದನ್ನು ನಾವು ಮರೆತು ಬಿಡುವ ಸಾಧ್ಯತೆಯಿದೆ. ಅದರ ದುಷ್ಪರಿಣಾಮಗಳನ್ನು ಮುಂಚೆಯೇ ನಿರೀಕ್ಷಿಸುವುದಾಗಲಿ, ಹಲವು ಪರ್ವತಾರೋಹಣ ನಿಯಮಗಳನ್ನು ಜಾರಿಗೊಳಿಸಿ ಕರಾರುವಾಕ್ಕಾಗಿ ಅದಕ್ಕೆ ತಕ್ಕಂತೆ ನಡೆಯುವುದಾಗಲಿ ಅಲ್ಲಿ ಸಾಧ್ಯವಿಲ್ಲ. ಅಪಾಯ ಸ್ವೀಕಾರವನ್ನೇ ವಿಜೃಂಭಿಸುವ ಸ್ಪರ್ಧೆ ಇದಾಗಿದೆ. ಹೆಚ್ಚಿನ ಅಪಾಯವನ್ನು ಎದೆಗುಂದದೆ ಸ್ವೀಕರಿಸಿ ಮುನ್ನುಗ್ಗಿದವರೆ ಈ ಪರ್ವತಾರೋಹಣದ ಆಟದಲ್ಲಿ ಯಶಸ್ವಿಯಾಗಿದ್ದಾರೆ. ಪರ್ವತಾರೋಹಣವನ್ನು ನೆಚ್ಚಿಕೊಂಡ ಜನಾಂಗದಲ್ಲಿ ಸಾಮಾನ್ಯವಾಗಿ ಸುರಕ್ಷತೆಗೆ ಅಂತಹ ಹೆಚ್ಚಿನ ಮಹತ್ವ ಕೊಟ್ಟಿರುವುದು ಕಂಡುಬರುವುದಿಲ್ಲ. ಆ ಸಂಗತಿ ಎವರೆಸ್ಟ್ ಪರ್ವತಾರೋಹಿಗಳ ಪಾಲಿಗಂತೂ ಇನ್ನಷ್ಟು ಕಠೋರ ಸತ್ಯವಾಗಿದೆ. ಶಿಖರದ ತುದಿಯನ್ನು ತಲುಪುವ ಆಹ್ವಾನವನ್ನು ಮುಂದಿಟ್ಟಾಗ, ಇತಿಹಾಸದುದ್ದಕ್ಕೂ ಪರ್ವತಾರೋಹಿಗಳು ಸುರಕ್ಷತೆಯ ನಿರ್ಧಾರಗಳನ್ನು ತೆಗೆದುಕೊಳ್ಳುವುದನ್ನು ನಿರ್ಲಕ್ಷಿಸಿರುವುದು ಕಂಡು ಬರುತ್ತದೆ. ಪಶ್ಚಿಮ ದಿಬ್ಬದ ಮೂಲಕ ಶಿಖರವನ್ನು ತಲುಪಿದ ಟಾಮ್ ಹಾರ್ನ್‌ಬೀನ್ ಎನ್ನುವವನು, ಮೂವತ್ತುಮೂರು ವರ್ಷಗಳ ನಂತರ "ಈ ಬೇಸಿಗೆಯಲ್ಲಿ ಎವರೆಸ್ಟ್ ಪರ್ವತದಲ್ಲಿ ಯಾವ ಅನಾಹುತಗಳು ನಡೆದವೊ, ಕೊನೆಗೂ ಅವು ಮುಂದಿನ ಬೇಸಿಗೆಯಲ್ಲೂ ನಡೆದೇ ನಡೆಯುತ್ತವೆ" ಎಂದು ಹೇಳಿದ್ದಾನೆ.

ಆ ಮಾತಿಗೆ ಸಾಕ್ಷಿಯಾಗಿ, ಮೇ 10ರಂದು ನಮ್ಮ ಆರೋಹಣದಲ್ಲಿ ನಡೆದ ಎಲ್ಲಾ ತಪ್ಪುಗಳಿಂದ ಪರ್ವತಾರೋಹಿಗಳು ಸಾಕಷ್ಟು ಪಾಠ ಕಲಿತರು ಎಂದುಕೊಂಡರೂ, ಕೇವಲ ಕೆಲವೇ ವಾರಗಳಲ್ಲಿ ಮತ್ತೆ ಎವರೆಸ್ಟ್‌ನಲ್ಲಿ ಅವೇ ತಪ್ಪುಗಳ ಪುನರಾವರ್ತನೆ ಆಗಿರುವುದನ್ನು ನಾವು ಗಮನಿಸಬಹುದಾಗಿದೆ.

| | |

ರಾಬ್ ಹಾಲ್‌ನ ತಂಡದ ಕೊನೆಯ ಇಬ್ಬರು ಬೇಸ್ ಕ್ಯಾಂಪ್ ಬಿಟ್ಟು ಹೊರಟ ಎರಡು ದಿನಗಳ ನಂತರ, ಅಂದರೆ ಮೇ 17ರಂದು, ಇತ್ತ ಟಿಬೆಟ್ ಕಡೆಯ ಈಶಾನ್ಯ ದಿಬ್ಬದ ಮೂಲಕ ಇಬ್ಬರು ಪರ್ವತಾರೋಹಿಗಳು – ಆಸ್ಟ್ರಿಯಾ ದೇಶದ ರಿಚರ್ಡ್ ವ್ಲಾಸಿಚ್ ಮತ್ತು ಅವನ ಹಂಗೇರಿಯ ಸ್ನೇಹಿತ – ಯಾವುದೇ ಪೂರಕ ಆಮ್ಲಜನಕವಿಲ್ಲದೆ ಸುಮಾರು 27,230 ಅಡಿ ಎತ್ತರವನ್ನು ಹತ್ತಿ, ನತದೃಷ್ಟ ಲಡಾಕಿ ಪರ್ವತಾರೋಹಿ ತಂಡ ತೊರೆದು ಹೋಗಿದ್ದ ಗುಡಾರವೊಂದನ್ನು ಸೇರಿಕೊಂಡರು. ಮರುದಿನ ಬೆಳಿಗ್ಗೆ ಯಾಕೋ ತನ್ನ ಆರೋಗ್ಯ ಸರಿಯಿಲ್ಲವೆಂದು ಹೇಳಿದ ರಿಚರ್ಡ್, ಅನಂತರ ಪ್ರಜ್ಞೆ ತಪ್ಪಿದ. ಅದೇ ಹೊತ್ತಿಗೆ ಅಲ್ಲಿಗೆ ಬಂದ ನಾರ್ವೆ ದೇಶದ ವೈದ್ಯನೊಬ್ಬ ಅವನನ್ನು ಪರೀಕ್ಷಿಸಿ, ರಿಚರ್ಡ್ ವ್ಲಾಸಿಚ್‌ನು ಪಲ್ಮನರಿ ಮತ್ತು ಸೆರೆಬ್ರಲ್ ಎಡಿಮಾದಿಂದ ಬಳಲುತ್ತಿದ್ದಾನೆಂದು ಕಂಡುಕೊಂಡ. ಆ ವೈದ್ಯನು ರಿಚರ್ಡ್‌ಗೆ ಪೂರಕ ಆಮ್ಲಜನಕ ಮತ್ತು ಔಷಧಿಯನ್ನು ಕೊಟ್ಟು ಶುಶ್ರೂಷೆ ಮಾಡಿದ. ಆದರೆ ಮಧ್ಯರಾತ್ರಿಯ ವೇಳೆಗೆ ರಿಚರ್ಡ್ ವ್ಲಾಸಿಚ್ ಕೊನೆಯುಸಿರೆಳೆದ.

ಇದೇ ಹೊತ್ತಿಗೆ ಸರಿಯಾಗಿ, ಎವರೆಸ್ಟ್ ಪರ್ವತದ ಇನ್ನೊಂದು ಬದಿಯಾದ ನೇಪಾಳದ ಕಡೆಯಲ್ಲಿ, ಡೇವಿಡ್ ಬ್ರೇಷರ್ಸ್‌ನ IMAX ತಂಡದವರೆಲ್ಲಾ ಗುಂಪು ಸೇರಿ, ತಮ್ಮ ಮುಂದಿರುವ ಆಯ್ಕೆಗಳ ಕುರಿತು ಚರ್ಚಿಸಿದರು. ಅವರ ಸಿನಿಮಾಕ್ಕಾಗಿ ಸುಮಾರು 5.5 ಮಿಲಿಯನ್ ಡಾಲರ್ ಬಂಡವಾಳ ಹೂಡಲಾಗಿತ್ತು. ಆದ್ದರಿಂದ ಅಲ್ಲಿಯೇ ಉಳಿದು, ಶಿಖರದ ತುದಿಯನ್ನು ಮುಟ್ಟಿ ಬರುವುದರಲ್ಲಿ ಅವರಿಗೆ ಸಾಕಷ್ಟು ಲಾಭವಿತ್ತು. ಆ ತಂಡದ ಮೂವರು ಪ್ರಮುಖರಾದ ಬ್ರೇಷರ್ಸ್, ಎಡ್ ವೈಸ್ಟಿಯುವರ್ಸ್ ಮತ್ತು ರಾಬರ್ಟ್ ಷೂಯರ್, ಯಾವುದೇ ಅನುಮಾನವಿಲ್ಲದಂತೆ ಅತ್ಯಂತ ಸದೃಢವಾದ ಮತ್ತು ಚಾಣಾಕ್ಷ ಪರ್ವತಾರೋಹಿಗಳಾಗಿದ್ದರು. ತೊಂದರೆಯಲ್ಲಿದ್ದ ಇತರ ಪರ್ವತಾರೋಹಿಗಳ ರಕ್ಷಣೆಗಾಗಿ ತಮ್ಮ ಅರ್ಧಕ್ಕೂ ಹೆಚ್ಚು ಆಮ್ಲಜನಕದ ಬಾಟಲಿಗಳನ್ನು ಅವರು ವ್ಯಯಿಸಿಕೊಂಡಿದ್ದರೂ, ಅನಂತರದ ದಿನಗಳಲ್ಲಿ ವಾಪಾಸು ಹೋಗುತ್ತಿರುವ ಹಲವಾರು ಪರ್ವತಾರೋಹಣ ತಂಡಗಳಿಂದ

ಸಾಕಷ್ಟು ಆಮ್ಲಜನಕದ ಬಾಟಲಿಗಳನ್ನು ಕೇಳಿ ಪಡೆದು, ತಮ್ಮ ಉಗ್ರಾಣವನ್ನು ಮತ್ತೆ ತುಂಬಿಸಿಕೊಂಡಿದ್ದರು.

ಎಡ್ ವೈಸ್ಟಿಯುವರ್ಸ್‌ನ ಪತ್ನಿಯಾದ ಪೌಲಾ ಬಾರ್ಟನ್ ವೈಸ್ಟಿಯುವರ್ಸ್‌ಳು, IMAX ಪರ್ವತಾರೋಹಣ ತಂಡದ ಮ್ಯಾನೇಜರ್ ಆಗಿದ್ದು, ಮೇ 10ರ ದುರಂತ ಸಂಭವಿಸಿದಾಗ ಬೇಸ್ ಕ್ಯಾಂಪಿನಲ್ಲಿಯೇ ಇದ್ದು ಎಲ್ಲಾ ರೇಡಿಯೋ ಕರೆಗಳನ್ನೂ ಆಲಿಸಿದ್ದಳು. ರಾಬ್ ಹಾಲ್ ಮತ್ತು ಫಿಷರ್‌ನ ಸ್ನೇಹಿತೆಯಾದ ಈಕೆ ನಡೆದ ದುರಂತದಿಂದ ಸಾಕಷ್ಟು ಆಘಾತಗೊಂಡಿದ್ದಳು. ಇಂತಹ ದೊಡ್ಡ ದುರಂತ ನಡೆದ ಕಾರಣವಾಗಿ IMAX ತಂಡವು ಸಹಜವಾಗಿ ತಮ್ಮೆಲ್ಲಾ ಗುಡಾರಗಳನ್ನು ಕಟ್ಟಿಕೊಂಡು ವಾಪಾಸು ಇಳಿದು ಬರುತ್ತಾರೆಂದು ಭಾವಿಸಿದ್ದಳು. ಆದರೆ ಬ್ರೇಷರ್ಸ್ ಮತ್ತು ಇನ್ನೊಬ್ಬ ಪರ್ವತಾರೋಹಿಯ ನಡುವೆ ನಡೆದ ಸಂಭಾಷಣೆಯೊಂದರಲ್ಲಿ, ಸ್ವಲ್ಪ ದಿನ ಬೇಸ್ ಕ್ಯಾಂಪ್‌ನಲ್ಲಿ ವಿರಮಿಸಿ, ಮತ್ತೆ ಶಿಖರದ ತುದಿಯನ್ನು ಮುಟ್ಟಲು ಪ್ರಯತ್ನಿಸುವುದಾಗಿ IMAX ತಂಡದ ನಾಯಕ ಬ್ರೇಷರ್ಸ್ ನಿರ್ಭಾವುಕ ಧ್ವನಿಯಲ್ಲಿ ಖಚಿತವಾಗಿ ಹೇಳಿದ್ದನ್ನು ಕೇಳಿಸಿಕೊಂಡಳು.

"ಇಷ್ಟೆಲ್ಲಾ ನಡೆದಮೇಲೂ ಮತ್ತೆ ಅವರು ಶಿಖರ ಮುಟ್ಟಲು ಹೋಗುತ್ತಾರೆನ್ನುವುದನ್ನು ನಂಗೆ ನಂಬಲಾಗಲಿಲ್ಲ" ಎಂದು ಒಪ್ಪಿಕೊಳ್ಳುವ ಪೌಲಾ, "ಯಾವಾಗ ಆ ರೇಡಿಯೋ ಸಂಭಾಷಣೆ ಕಿವಿಗೆ ಬಿತ್ತೋ, ಆವಾಗಲೇ ಎಲ್ಲಾ ಆಸೆ ಬಿಟ್ಟುಬಿಟ್ಟೆ" ಎನ್ನುತ್ತಾಳೆ. ಆಕೆಗೆ ಅದೆಷ್ಟು ಕೋಪ ಬಂದಿತೆಂದರೆ, ತಕ್ಷಣ ಬೇಸ್ ಕ್ಯಾಂಪ್‌ನಿಂದ ಹೊರಟು ತೆಂಗ್ ಬೋಚೆಗೆ ಬಂದುಬಿಟ್ಟಳು. ಮತ್ತೆ ಸುಧಾರಿಸಿಕೊಳ್ಳಲು ಆಕೆಗೆ ಅಲ್ಲಿ ಐದು ದಿನ ಬೇಕಾಯ್ತು.

ಮೇ 22ರ ಬುಧುವಾರದಂದು, IMAX ತಂಡವು ಸೌತ್ ಕೋಲ್‌ಗೆ ಬಂದಾಗ ಅತ್ಯಂತ ಒಳ್ಳೆಯ ಹವಾಮಾನವಿತ್ತು. ಆ ರಾತ್ರಿಯೇ ಶಿಖರಾಗ್ರಕ್ಕೆ ತೆರಳಲು ನಿರ್ಧರಿಸಿದರು. ಆ ಸಿನಿಮಾದಲ್ಲಿ ನಾಯಕ ಪಾತ್ರದಲ್ಲಿದ್ದ ಎಡ್ ವೈಸ್ಟಿಯುವರ್ಸ್, ಯಾವುದೇ ಪೂರಕ ಆಮ್ಲಜನಕದ ಸಹಾಯವಿಲ್ಲದೆ ಶಿಖರದ ತುದಿಯನ್ನು ತಲುಪಿದಾಗ ಗುರುವಾರ ಬೆಳಿಗ್ಗೆ 11 ಗಂಟೆಯಾಗಿತ್ತು.[1] ಬ್ರೇಷರ್ಸ್ ಅನಂತರ ಇಪ್ಪತ್ತು ನಿಮಿಷ ತಡವಾಗಿ ತಲುಪಿದ. ಅವನ ಹಿಂದೆಯೇ ಅರಾಸೆಲಿ ಸೆಗರಾ, ರಾಬರ್ಟ್ ಷೂಯೆರ್ ಮತ್ತು ಜಾಮ್ಲಿಂಗ್ ನಾರ್ಗೆ ಶೆರ್ಪಾ ಬಂದರು. ಜಾಮ್ಲಿಂಗ್ ಶೆರ್ಪಾನು, ಎವರೆಸ್ಟ್ ಪರ್ವತದ ಪ್ರಥಮ ಆರೋಹಿಯಾದ ತೇನ್‌ಸಿಂಗ್

1 ವೈಸ್ಟಿಯುವರ್ಸ್ ಈ ಹಿಂದೆ 1990 ಮತ್ತು 1991ರಲ್ಲಿ ಯಾವುದೇ ಬಾಹ್ಯ ಆಮ್ಲಜನಕವಿಲ್ಲದೆ ಎವರೆಸ್ಟ್ ಆರೋಹಣ ಮಾಡಿದ್ದಾನೆ. ರಾಬ್ ಹಾಲ್ ಜೊತೆಯಲ್ಲಿ 1994ರಲ್ಲಿ ಮೂರನೆಯ ಬಾರಿ ಎವರೆಸ್ಟ್ ಶಿಖರವನ್ನು ಹತ್ತಿದ್ದಾನೆ. ಆದರೆ ಮೂರನೆಯ ಸಲ ಅವನು ತಂಡದ ಮಾರ್ಗದರ್ಶಿಯೂ ಆಗಿದ್ದರಿಂದ, ಬೇಜವಾಬ್ದಾರಿಯನ್ನು ಮಾಡದೆ ಬಾಹ್ಯ ಆಮ್ಲಜನಕವನ್ನು ಬಳಸಿ ಆರೋಹಣ ಮಾಡಿದ್ದ.

ನಾರ್ಗೆಯ ಮಗ ಮತ್ತು ನಾರ್ಗೆ ವಂಶದಲ್ಲಿ ಎವರೆಸ್ಟ್ ಪರ್ವತವನ್ನು ಹತ್ತಿದ ಒಂಬತ್ತನೆಯ ವ್ಯಕ್ತಿಯಾಗಿದ್ದ. ಒಟ್ಟಾರೆಯಾಗಿ ಹದಿನಾರು ಜನರು ಆ ದಿನ ಪರ್ವತದ ತುದಿಯನ್ನು ಹತ್ತಿದ್ದರು. ಸ್ಟಾಕ್ ಹೋಮ್‌ನಿಂದ ನೇಪಾಳದ ತನಕ ಬೈಕಿನಲ್ಲಿ ಬಂದಿದ್ದ ಸ್ವೀಡಿಷ್ ಪರ್ವತಾರೋಹಿ ಗೋರನ್ ಕ್ರಾಪ್ ಕೂಡಾ ಆವತ್ತು ಶಿಖರದ ತುದಿಯನ್ನು ಮುಟ್ಟಿದ. ಆಂಗ್ ರೀಟಾ ಶೆರ್ಪಾ ಎನ್ನುವಾತ ಹತ್ತನೆಯ ಬಾರಿ ಎವರೆಸ್ಟ್ ತುದಿಯನ್ನು ಆ ದಿನ ತಲುಪಿದ.

ಎಡ್ ವೈಸ್ಟಿಯುವರ್ಸ್ ಪರ್ವತದ ಮೇಲೇರುವಾಗ, ರಾಬ್ ಹಾಲ್ ಮತ್ತು ಫಿಷರ್‌ನ ಹಿಮಗಟ್ಟಿದ ದೇಹಗಳನ್ನು ಹಾದು ಹೋಗಿದ್ದ "ಜೀನ್ (ಫಿಷರ್‌ನ ಪತ್ನಿ) ಮತ್ತು ಜೇನ್ (ಹಾಲ್‌ನ ಪತ್ನಿ) ಇಬ್ಬರೂ ನನಗೆ ಏನಾದರೂ ನೆನಪಿಗಾಗಿ ತೆಗೆದುಕೊಂಡು ಬನ್ನಿ ಎಂದು ಹೇಳಿದ್ದರು" ಎಂದು ಎಡ್ ಪೆಚ್ಚಾಗಿ ಹೇಳುತ್ತಾನೆ. "ಸ್ಕಾಟ್ ಯಾವಾಗಲೂ ತನ್ನ ಮದುವೆಯ ಉಂಗುರವನ್ನು ಕೊರಳಲ್ಲಿ ಧರಿಸಿರುತ್ತಾನೆಂದು ನನಗೆ ಗೊತ್ತಿತ್ತು. ಅದನ್ನೇ ಅವನ ಪತ್ನಿ ಜೆನ್ನೀಗಾಗಿ ತೆಗೆದುಕೊಂಡು ಬರೋಣ ಎಂದುಕೊಂಡಿದ್ದೆ. ಆದರೆ ಹಿಮದಲ್ಲಿ ಹುದುಗಿ ಹೋಗಿದ್ದ ಅವನ ದೇಹವನ್ನು ಅಗೆದು ಹೊರಕ್ಕೆಳೆಯುವ ಧೈರ್ಯ ನನಗಿರಲಿಲ್ಲ. ಆ ಕೆಲಸವನ್ನು ಮಾಡುವ ಭಂಡೆದೆ ನನಗಿರಲಿಲ್ಲ" ಎಂದ. ಆ ಕಾರಣದಿಂದ ನೆನಪಿಗಾಗಿ ಏನಾದರೂ ತರುವುದರ ಬದಲು, ಪರ್ವತದಿಂದ ಕೆಳಕ್ಕೆ ಇಳಿಯುವಾಗ ವೈಸ್ಟಿಯುವರ್ಸ್ ಸುಮ್ಮನೆ ಸ್ಕಾಟ್ ಫಿಷರ್ ದೇಹದ ಪಕ್ಕದಲ್ಲಿ ಕೆಲವು ನಿಮಿಷಗಳ ಕಾಲ ಏಕಾಂಗಿಯಾಗಿ ಕುಳಿತ. "ಸ್ಕಾಟ್, ಹೇಗಿದೀಯಾ? ನಿಂಗೇನಾಯ್ತೋ ಮಾರಾಯ!" ಎಂದು ಎಡ್ ದುಃಖದಿಂದ ತನ್ನ ಗೆಳೆಯನನ್ನು ಪ್ರಶ್ನಿಸಿದ.

ಮೇ 24ರ ಶುಕ್ರವಾರ ಮಧ್ಯಾಹ್ನ IMAX ತಂಡವು ನಾಲ್ಕನೆಯ ಕ್ಯಾಂಪ್‌ನಿಂದ ಎರಡನೆಯ ಕ್ಯಾಂಪ್‌ಗೆ ಇಳಿಯುವಾಗ, ಅಳಿದುಳಿದ ದಕ್ಷಿಣ ಆಫ್ರಿಕಾ ತಂಡವನ್ನು ಹಳದಿ ಪಟ್ಟಿಯ ಬಳಿ ಭೇಟಿಯಾದರು. ಇಯಾನ್ ವುಡ್‌ಆಲ್, ಕ್ಯಾಥಿ ಓಡೌಡ್, ಬ್ರೂಸ್ ಹೆರಾಡ್ ಮತ್ತು ಮೂವರು ಶೆರ್ಪಾಗಳು ತಮ್ಮ ಶಿಖರ ಶೃಂಗದ ಆರೋಹಣಕ್ಕಾಗಿ ಸೌತ್ ಕೋಲ್ ಕಡೆಗೆ ಹೊರಟಿದ್ದರು. "ಬ್ರೂಸ್ ಅತ್ಯಂತ ಸದೃಢವಾಗಿ ಕಂಡ. ಅವನ ಮುಖ ಕೂಡ ಆರೋಗ್ಯದಿಂದ ತುಂಬಿತ್ತು" ಎಂದು ಬ್ರೇಷರ್ಸ್ ನೆನಪಿಸಿಕೊಳ್ಳುತ್ತಾನೆ. "ನನ್ನ ಕೈಗಳನ್ನು ಅವನು ನಿಜಕ್ಕೂ ನೋಯುವಷ್ಟು ಗಟ್ಟಿಯಾಗಿ ಕುಲುಕಿ, ಅಭಿನಂದನೆಗಳನ್ನು ತಿಳಿಸಿದ್ದ. ತನಗೆ ತುಂಬಾ ಸಂತೋಷವಾಗಿದೆ ಎಂದೂ ಹೇಳಿದ್ದ. ಅವನನ್ನು ದಾಟಿದ ಅರ್ಧ ಗಂಟೆಯ ನಂತರ ಇಯಾನ್ ಮತ್ತು ಕ್ಯಾಥಿ ಸಿಕ್ಕರು. ಇಬ್ಬರೂ ನರಕದಿಂದ ಅದೇ ತಾನೆ ಹೊರಬಿದ್ದವರಂತೆ ಸುಸ್ತಾಗಿದ್ದರು. ತಮ್ಮ ಹಿಮಗೊಡಲಿಯನ್ನು ನೆಲಕ್ಕೆ ಸಿಕ್ಕಿಸಿ ಕುಸಿದು ಕುಳಿತಿದ್ದರು.

"ಅವರ ಜೊತೆ ಒಂದಿಷ್ಟು ಹೊತ್ತು ಇದ್ದು ಮಾತನಾಡಿದೆ. ಅವರಿಬ್ಬರೂ ಅನನುಭವಿಗಳು ಎಂದು ನನಗೆ ಗೊತ್ತಿತ್ತು. ಆದ್ದರಿಂದ 'ಜಾಗೃತರಾಗಿರಿ. ಈ ತಿಂಗಳ ಮೊದಲು ಇಲ್ಲಿ ಏನೇನು ನಡೆಯಿತು ಎಂದು ನಿಮಗೆ ಗೊತ್ತಿದೆ. ಪರ್ವತದ ತುದಿಯನ್ನು ತಲುಪುವುದು ಸುಲಭದ ಸಾಧನೆ. ಆದರೆ ಅಲ್ಲಿಂದ ಸುರಕ್ಷಿತವಾಗಿ ಕೆಳಗಿಳಿದು ಬರೋದು ಬಹಳ ಕಷ್ಟದ್ದು ಎನ್ನುವುದು ನೆನಪಿರಲಿ' ಎಂದು ಎಚ್ಚರಿಸಿದೆ" – ಬ್ರೇಷರ್ಸ್‌ಗೆ ಎಲ್ಲವೂ ನೆನಪಾಗುತ್ತದೆ.

ದಕ್ಷಿಣ ಆಫ್ರಿಕಾ ತಂಡ ಆ ರಾತ್ರಿ ಶಿಖರಶೃಂಗಕ್ಕಾಗಿ ಹೊರಟಿತು. ಮಧ್ಯರಾತ್ರಿ ಕಳೆದು ಇಪ್ಪತ್ತು ನಿಮಿಷದ ನಂತರ ಓಡೌಡ್ ಮತ್ತು ವುಡ್‌ಆಲ್ ಗುಡಾರ ಬಿಟ್ಟು ಹೊರಟರು. ಅವರ ಜೊತೆ ಪೆಂಬಾ ತೆಂಡಿ, ಆಂಗ್ ದೋರ್ಜೆ[1] ಮತ್ತು ಜಂಗ್ಬು ಎನ್ನುವ ಮೂವರು ಶೆರ್ಪಾಗಳು ಅವರಿಗಾಗಿ ಆಮ್ಲಜನಕದ ಬಾಟಲಿಗಳನ್ನು ತೆಗೆದುಕೊಂಡು ಹೊರಟರು. ಹೆರಾಡ್ ಕೂಡಾ ಕೆಲವೇ ನಿಮಿಷಗಳಲ್ಲಿ ಗುಡಾರವನ್ನು ಬಿಟ್ಟು ಹೊರಟ. ಆದರೆ ಪರ್ವತ ಹತ್ತುತ್ತಾ ಹತ್ತುತ್ತಾ ಮುಖ್ಯ ಗುಂಪಿಗಿಂತಾ ಬಹಳ ಹಿಂದೆ ಉಳಿದುಬಿಟ್ಟ. ಶನಿವಾರ ಬೆಳಿಗ್ಗೆ ಅಂದರೆ ಮೇ 25ರಂದು ಸುಮಾರು 9:50ರ ಹೊತ್ತಿಗೆ ಬೇಸ್ ಕ್ಯಾಂಪಿನಲ್ಲಿದ್ದ ರೇಡಿಯೋ ಆಪರೇಟರ್ ಪ್ಯಾಟ್ರಿಕ್ ಕ್ಯಾನ್‌ರೋಯ್ ಎನ್ನುವವನಿಗೆ ವುಡ್‌ಆಲ್ ಕರೆ ಮಾಡಿ, ತಾನು ಮತ್ತು ಪೆಂಬಾ ಶಿಖರದ ತುದಿಯನ್ನು ತಲುಪಿದ್ದಾಗಿಯೂ, ಓಡೌಡ್ ಇನ್ನು ಹದಿನೈದು ನಿಮಿಷಗಳಲ್ಲಿ ಆಂಗ್ ದೋರ್ಜೆ ಮತ್ತು ಜಂಗ್ಬು ಜೊತೆಯಲ್ಲಿ ತಮ್ಮನ್ನು ಸೇರಿಕೊಳ್ಳುವುದಾಗಿಯೂ ತಿಳಿಸಿದ. ಆದರೆ ಯಾವುದೇ ರೇಡಿಯೋವನ್ನು ಹೊಂದಿರದ ಹೆರಾಡ್, ಎಲ್ಲೋ ಊಹಿಸಲಾಗದಷ್ಟು ಕೆಳಗೆ ಇರಬೇಕೆಂದು ತಿಳಿಸಿದ.

ಕರಡಿಯಂತಹದ ಸದೃಢ ಮೈಕಟ್ಟನ್ನು ಹೊಂದಿದ್ದ ಮೂವತ್ತೇಳರ ಪ್ರಾಯದ ಹೆರಾಡ್‌ನನ್ನು ನಾನು ಹಲವಾರು ಬಾರಿ ಪರ್ವತಗಳಲ್ಲಿ ಭೇಟಿಯಾಗಿದ್ದೇನೆ. ಎತ್ತರದ ಪರ್ವತಗಳ ಅನುಭವ ಅವನಿಗಿಲ್ಲವಾದರೂ, ಅವನೊಬ್ಬ ಚಾಣಾಕ್ಷ ಪರ್ವತಾರೋಹಿಯಾಗಿದ್ದ. ಅಂಟಾರ್ಟಿಕಾದ ಹಿಮರಾಶಿಯ ಹೆಪ್ಪುಗಟ್ಟುವ ಚಳಿಯ ವಾತಾವರಣದಲ್ಲಿ ಹದಿನೆಂಟು ತಿಂಗಳ ಕಾಲ ಭೂವಿಜ್ಞಾನಿಯಾಗಿ ಕೆಲಸ ಮಾಡಿದ್ದ. ದಕ್ಷಿಣ ಆಫ್ರಿಕ ತಂಡದ ಉಳಿದವರ ಜೊತೆಗೆ ಹೋಲಿಸಿದರೆ ನಿಸ್ಸಂಶಯವಾಗಿ ಅವನು ಉತ್ತಮ ಪರ್ವತಾರೋಹಿಯಾಗಿದ್ದ. ಸುಮಾರು 1988ರಿಂದಲೇ ಫ್ರೀಲಾನ್ಸ್ ಫೋಟೋಗ್ರಾಫರ್ ಆಗಿ ಪರಿಶ್ರಮದಿಂದ ಕೆಲಸ ಮಾಡುತ್ತಿದ್ದ. ಎವರೆಸ್ಟ್ ತುದಿಯನ್ನು ಮುಟ್ಟಿಬರುವುದರಿಂದ ತನ್ನ ವೃತ್ತಿಗೆ ಬೇಕಾದ ಮೇಲ್ಚಲನೆ ದಕ್ಕುತ್ತದೆನ್ನುವುದು ಹೆರಾಡ್‌ನ ನಂಬಿಕೆಯಾಗಿತ್ತು.

1 ಮರುನೆನಪು: ರಾಬ್ ಹಾಲ್ ತಂಡದಲ್ಲಿದ್ದ ಶೆರ್ಪಾ ಆಂಗ್ ದೋರ್ಜೆ ಮತ್ತು ದಕ್ಷಿಣ ಆಫ್ರಿಕಾ ತಂಡದಲ್ಲಿದ್ದ ಶೆರ್ಪಾ ಆಂಗ್ ದೋರ್ಜೆ ಇಬ್ಬರೂ ಬೇರೆ ಬೇರೆ.

ವುಡ್‌ಆಲ್ ಮತ್ತು ಓಡೌಡ್ ಪರ್ವತದ ತುದಿಯಲ್ಲಿದ್ದಾಗ, ಹೆರಾಡ್ ಇನ್ನೂ ಬಹುಕೆಳಕ್ಕೆ ಆಜ್ಞೇಯ ದಿಬ್ಬವನ್ನು ಹತ್ತುವುದಕ್ಕೆ ಇನ್ನಿಲ್ಲದಂತೆ ಒದ್ದಾಡುತ್ತಿದ್ದ. ಅವನ ಪರ್ವತಾರೋಹಣದ ಗತಿ ಅಪಾಯವೆನ್ನುವಷ್ಟು ನಿಧಾನವಾಗಿತ್ತು. ಮಧ್ಯಾಹ್ನ 12:30ರ ಹೊತ್ತಿಗೆ ಆತ ಪರ್ವತದಿಂದಿಳಿಯುತ್ತಿದ್ದ ವುಡ್‌ಆಲ್, ಓಡೌಡ್ ಮತ್ತು ಮೂವರು ಶೆರ್ಪಾಗಳನ್ನು ಭೇಟಿಯಾದ. ಆಂಗ್ ದೋರ್ಜೆ ಆತನಿಗೆ ತನ್ನ ರೇಡಿಯೋವನ್ನು ಕೊಟ್ಟು, ಯಾವ ಜಾಗದಲ್ಲಿ ಆಮ್ಲಜನಕದ ಬಾಟಲಿಗಳನ್ನು ಅವನಿಗಾಗಿ ಶೇಖರಿಸಿ ಇಡಲಾಗಿದೆ ಎಂದು ತಿಳಿಸಿದ. ಹೆರಾಡ್ ಏಕಾಂಗಿಯಾಗಿ ತನ್ನ ಆರೋಹಣವನ್ನು ಮುಂದುವರೆಸಿದ. ಸಂಜೆ 5 ಗಂಟೆಯ ನಂತರ, ಅಂದರೆ ಉಳಿದವರಿಗಿಂತಾ ಸುಮಾರು ಏಳು ಗಂಟೆ ತಡವಾಗಿ, ಆತ ಪರ್ವತದ ತುದಿಯನ್ನು ತಲುಪಿದ. ಆ ಹೊತ್ತಿಗಾಗಲೇ ವುಡ್‌ಆಲ್ ಮತ್ತು ಓಡೌಡ್ ಇಬ್ಬರೂ ಸೌತ್ ಕೋಲ್‌ನಲ್ಲಿರುವ ತಮ್ಮ ಗುಡಾರಗಳನ್ನು ತಲುಪಿಯಾಗಿತ್ತು.

ಹೆರಾಡ್ ತಾನು ಶಿಖರದ ತುದಿಯನ್ನು ತಲುಪಿರುವುದಾಗಿ ಬೇಸ್ ಕ್ಯಾಂಪ್‌ಗೆ ರೇಡಿಯೋ ಕರೆ ಮಾಡಿದಾಗ, ಕಾಕತಾಳೀಯವೆನ್ನುವಂತೆ ಅದೇ ವೇಳೆಗೆ ಅವನ ಗೆಳತಿ ಸೂ ಥಾಮ್ಸನ್‌ಳು ಲಂಡನ್‌ನ ತನ್ನ ಮನೆಯಿಂದ ಬೇಸ್ ಕ್ಯಾಂಪ್‌ನಲ್ಲಿರುವ ಕಾನ್ ರೋಯ್‌ಗೆ ಕರೆ ಮಾಡಿದ್ದಳು. "ಆ ವೇಳೆಗೆ ಹೆರಾಡ್ ಪರ್ವತದ ತುದಿಯಲ್ಲಿರುವನೆಂದು ಪ್ಯಾಟ್ರಿಕ್ ಹೇಳಿದಾಗ ನನಗೆ ಕಸಿವಿಸಿಯಾಯ್ತು. ಓ ದೇವರೇ, ಇಷ್ಟೊಂದು ತಡವಾಗಿದೆ. ಸಂಜೆ ಐದೂ ಕಾಲು ಆಗಿರುವ ಈ ಹೊತ್ತಿನಲ್ಲಿ ಅವನು ಪರ್ವತದ ತುದಿಯಲ್ಲಿ ಇರಬಾರದು. ಇದು ಯಾಕೋ ಸರಿ ಇಲ್ಲ" ಎಂದುಕೊಂಡಿದ್ದನ್ನು ಸೂ ಥಾಮ್ಸನ್ ಜ್ಞಾಪಿಸಿಕೊಳ್ಳುತ್ತಾಳೆ.

ಕೆಲವೇ ಕ್ಷಣಗಳಲ್ಲಿ ಕಾನ್ ರೋಯ್ ಇಬ್ಬರ ಕರೆಗಳನ್ನೂ ಪ್ಯಾಚ್ ಮಾಡಿ, ಲಂಡನ್‌ನ ಥಾಮ್ಸನ್‌ಳಿಗೆ ಪರ್ವತದ ತುದಿಯಲ್ಲಿರುವ ಹೆರಾಡ್ ಜೊತೆ ಮಾತನಾಡಲು ಅವಕಾಶ ಮಾಡಿಕೊಟ್ಟ. "ಬ್ರೂಸ್ ಸಮಚಿತ್ತದಲ್ಲಿರುವಂತೆಯೇ ಮಾತಾಡಿದ. ತುದಿ ತಲುಪಲು ತುಂಬಾ ಸಮಯವನ್ನು ತೆಗೆದುಕೊಂಡೆ ಎಂದು ಅವನಿಗೆ ಗೊತ್ತಿತ್ತು. ಆದರೆ ಅವನ ಧ್ವನಿ ಎಷ್ಟು ಸಹಜವಾಗಿತ್ತು ಅಂದರೆ, ಮಾತನಾಡಲೆಂದು ಅವನು ಆಮ್ಲಜನಕದ ಮುಖಗವಸನ್ನು ತೆಗೆದಿದ್ದರೂ ಉಸಿರಾಟಕ್ಕೆ ಕಷ್ಟಪಡುತ್ತಿದ್ದಾನೆ ಎಂದು ನನಗನ್ನಿಸಲಿಲ್ಲ" ಎಂದು ಸೂ ಜ್ಞಾಪಿಸಿಕೊಳ್ಳುತ್ತಾಳೆ.

ಅದೇನೇ ಇರಲಿ, ಸೌತ್ ಕೋಲ್‌ನಿಂದ ಪರ್ವತದ ತುದಿಯನ್ನು ತಲುಪಲು ಹೆರಾಡ್‌ಗೆ ಸರಿಯಾಗಿ ಹದಿನೇಳು ತಾಸು ತೆಗೆದುಕೊಂಡಿತ್ತು. ಆ ಹೊತ್ತಿನಲ್ಲಿ ಅಷ್ಟೇನೂ ಗಾಳಿಯಿರದಿದ್ದರೂ, ಮೋಡಗಳೂ ನಿಧಾನಕ್ಕೆ ಪರ್ವತಗಳ ತುದಿಗಳನ್ನು ಕವಿಯತೊಡಗಿ, ವೇಗವಾಗಿ ಕತ್ತಲೆಯು ಕವಿಯತೊಡಗಿತು. ಪ್ರಪಂಚದ

ಮೇಲ್ಪಾವಣಿಯಲ್ಲಿ ಏಕಾಂಗಿಯಾಗಿಯೂ, ಬಹಳ ಸುಸ್ತಾಗಿಯೂ ಇದ್ದ ಹೆರಾಡ್‌ನ ಆಮ್ಲಜನಕ ಬಹುಶಃ ಮುಗಿದಿರಬೇಕು ಅಥವಾ ಮುಗಿಯಲು ಬಂದಿರಬೇಕು. ಅವನ ಈ ಹಿಂದಿನ ಪರ್ವತಾರೋಹಣಗಳ ಒಡನಾಡಿ ಆ್ಯಂಡಿ ಡೆ ಕ್ಲರ್ಕ್ "ಅಷ್ಟೊಂದು ತಡವಾಗಿ, ಅದೂ ಜೊತೆಗೆ ಯಾರೂ ಇಲ್ಲದೆ ಪರ್ವತದ ತುದಿಯಲ್ಲಿರೋದು ಹುಚ್ಚುತನ ಅನ್ನಿಸುತ್ತೆ. ನಂಗೆ ಮೈಯಲ್ಲಿ ನಡುಕ ಬರುತ್ತೆ" ಎಂದು ಹೇಳುತ್ತಾನೆ.

ಆ ಮೇ ತಿಂಗಳ ಮೊದಲ ದಿನಗಳಾದ 9ರ ಸಂಜೆಯಿಂದ 12ರವರೆಗೆ ಹೆರಾಡ್ ಸೌತ್ ಕೋಲ್‌ನ ಗುಡಾರದಲ್ಲಿಯೇ ಇದ್ದ. ಆಗ ಬೀಸಿದ ಬಿರುಗಾಳಿಯ ಆರ್ಭಟವನ್ನು ಅವನು ಅನುಭವಿಸಿದ್ದ, ಸಹಾಯಕ್ಕಾಗಿ ನಾವೆಲ್ಲಾ ಮಾಡಿದ ರೇಡಿಯೋ ಕರೆಗಳನ್ನು ಆಲಿಸಿದ್ದ, ಹಿಮಹುಣ್ಣುಗಳಿಂದ ಜರ್ಜರಿತನಾದ ಬೆಕ್ ವೆದರ್ಸ್‌ನನ್ನು ಕಂಡಿದ್ದ. ಮೇ 25ರ ತನ್ನ ಶಿಖರಶೃಂಗದ ಆರೋಹಣದ ಆರಂಭದಲ್ಲಿ ಸ್ಕಾಟ್ ಫಿಷರ್‌ನ ಹೆಣವನ್ನು ಕಂಡಿದ್ದ. ಮತ್ತೆ ಕೆಲವು ಗಂಟೆಗಳ ನಂತರ ದಕ್ಷಿಣ ತುದಿಯ ಹತ್ತಿರ ಖಂಡಿತವಾಗಿಯೂ ಅವನು ರಾಬ್ ಹಾಲ್‌ನ ನಿರ್ಜೀವ ಕಾಲುಗಳನ್ನು ದಾಟಿ ಹೋಗಿರುತ್ತಾನೆ. ಬಹುಶಃ ಈ ಹೆಣಗಳು ಹೆರಾಡ್ ಮೇಲೆ ಯಾವುದೇ ಪರಿಣಾಮವನ್ನು ಮಾಡಿರಲಿಕ್ಕಿಲ್ಲ. ತಾನು ಸಾಕಷ್ಟು ನಿಧಾನವಾಗಿ ಪರ್ವತವನ್ನು ಹತ್ತಿದ್ದು, ಬಹಳ ತಡವಾಗಿ ತುದಿಯನ್ನು ತಲುಪಿದ್ದು ಅವನಿಗೆ ಯಾವ ಚಿಂತೆಯನ್ನೂ ಮೂಡಿಸಿದಂತೆ ಕಾಣುವುದಿಲ್ಲ.

ಸಂಜೆ 5:15ರ ಹೊತ್ತಿಗೆ ಪರ್ವತದ ತುದಿಯಿಂದ ಮಾಡಿದ ರೇಡಿಯೋ ಕರೆಯ ಹೊರತಾಗಿ ಮತ್ತೆ ಅವನಿಂದ ಯಾವ ಕರೆಯೂ ಬರಲಿಲ್ಲ. ಜೋಹಾನ್ಸ್‌ಬರ್ಗ್‌ನಿಂದ ಪ್ರಕಟವಾಗುವ 'ಮೇಲ್ ಅಂಡ್ ಗಾರ್ಡಿಯನ್' ಪತ್ರಿಕೆಗೆ ಕೊಟ್ಟ ಸಂದರ್ಶನದಲ್ಲಿ ಒಡೌಡ್ "ನಾವೆಲ್ಲಾ ನಾಲ್ಕನೆಯ ಕ್ಯಾಂಪಿನಲ್ಲಿ ಆತನ ರೇಡಿಯೋ ಕರೆಗಾಗಿ ಕಾಯುತ್ತಾ ಕುಳಿತಿದ್ದೆವು. ನಾವೆಲ್ಲಾ ಸಾಕಷ್ಟು ದಣಿದಿದ್ದೆವು. ಕೊನೆಗೆ ನಿದ್ರೆಗೆ ಜಾರಿದೆವು. ಮರುದಿನ ಬೆಳಿಗ್ಗೆ ಸುಮಾರು 5 ಗಂಟೆಯ ಹೊತ್ತಿಗೆ ನನಗೆ ಎಚ್ಚರವಾದಾಗ ಹೆರಾಡ್ ಯಾವುದೇ ರೇಡಿಯೋ ಕರೆಯನ್ನು ಮತ್ತೆ ಮಾಡಿಲ್ಲವೆಂಬುದು ನನಗೆ ತಿಳಿಯಿತು. ನಾವು ಅವನನ್ನು ಕಳೆದುಕೊಂಡೆವು ಎಂದು ಅರ್ಥ ಮಾಡಿಕೊಂಡೆ" ಎಂದು ಹೇಳಿದ್ದಾಳೆ.

ಈಗ ಬ್ರೂಸ್ ಹೆರಾಡ್ ಸತ್ತಿರಬೇಕೆಂದು ತೀರ್ಮಾನಕ್ಕೆ ಬರಲಾಗಿದೆ. ಆ ಬೇಸಿಗೆಯಲ್ಲಿ ಬಲಿಯಾದ ಹನ್ನೆರಡನೆಯ ಜೀವ ಅದಾಗಿತ್ತು.

ಉಪಸಂಹಾರ

ಸಿಯಾಟೆಲ್

29ನೇ ನವೆಂಬರ್ 1996, 270 ಅಡಿ ಎತ್ತರ

ಕಳೆದ ಮೇ ತಿಂಗಳಿನ ಎವರೆಸ್ಟ್ ಪರ್ವತಾರೋಹಣದಲ್ಲಿ ನನ್ನೊಡನಿದ್ದ ಹಲವಾರು ಜನರು, ನಡೆದ ದುರಂತವನ್ನು ದಾಟಿ ಬದುಕಿನಲ್ಲಿ ಮುನ್ನಡೆದಿರುವುದಾಗಿ ತಿಳಿಸಿದ್ದಾರೆ. ನವೆಂಬರ್ ತಿಂಗಳ ಮಧ್ಯದಲ್ಲಿ ನನಗೆ ಲೂಯಿ ಕಾಸಿಷ್ಕನಿಂದ ಬಂದ ಪತ್ರದಲ್ಲಿ ಹೀಗೆ ಬರೆದಿದ್ದ:

> ಬದುಕಿನಲ್ಲಿ ಧನಾತ್ಮಕ ಸಂಗತಿಗಳನ್ನು ಕಾಣಲು ನನಗೆ ಕೆಲವು ತಿಂಗಳುಗಳೇ ಹಿಡಿದವು. ಆದರೆ ಅವು ಖಂಡಿತವಾಗಿಯೂ ಶುರುವಾಗಿವೆ. ಎವರೆಸ್ಟ್ ಪರ್ವತಾರೋಹಣ ನನ್ನ ಬದುಕಿನ ಕರಾಳ ಪ್ರಸಂಗವಾಗಿದೆ. ಆದರೆ ಅದು ಆವಾಗ, ಈ ದಿನ ಬೇರೆ. ಸಾಕಷ್ಟು ಧನಾತ್ಮಕ ಸಂಗತಿಗಳ ಕುರಿತು ಆಲೋಚಿಸುತ್ತೇನೆ. ನನ್ನ ಮತ್ತು ಇತರರ ಜೀವನದ ಬಗ್ಗೆ ಸ್ಪಷ್ಟ ದೃಷ್ಟಿಕೋನ ಮೂಡಿದೆ ಎನ್ನಿಸುತ್ತದೆ. ಈ ಹಿಂದೆ ಎಂದೂ ಕಂಡಿರದ ಸಂಗತಿಗಳು ಈಗ ಕಾಣಿಸುತ್ತಿವೆ.

ಡಾಲಾಸಿನಲ್ಲಿರುವ ಬೆಕ್ ವೆದರ್ಸ್ ಜೊತೆಯಲ್ಲಿ ಒಂದು ವಾರಾಂತ್ಯವನ್ನು ಕಳೆದು ಲೂಯಿ ಅದೇ ತಾನೆ ಹಿಂತಿರುಗಿದ್ದ. ಪಶ್ಚಿಮ ಕಾಮ್‌ನಿಂದ ಹೆಲಿಕಾಪ್ಟರ್ ಮೂಲಕ ರಕ್ಷಣೆಗೊಂಡಿದ್ದ ಬೆಕ್ ವೆದರ್ಸ್‌ನ ಬಲಗೈಯನ್ನು ಮೊಣಕೈಗಿಂತಲೂ ಮೇಲಕ್ಕೆ ಕತ್ತರಿಸಲಾಗಿತ್ತು. ಎಡಗೈನ ಐದೂ ಬೆರಳುಗಳನ್ನೂ ಕತ್ತರಿಸಲಾಗಿತ್ತು. ಆತನ ಮೂಗನ್ನು ಕತ್ತರಿಸಿ, ಕಿವಿ ಮತ್ತು ಹಣೆಯಿಂದ ಚರ್ಮವನ್ನು ಕಿತ್ತು, ಮೂಗಿಗೆ ಒಂದು ರೂಪವನ್ನು ಕೊಡಲು ಪ್ರಯತ್ನಿಸಲಾಗಿತ್ತು. ಈ ಭೇಟಿಯಿಂದ ಲೂಯಿ ತಲ್ಲಣಗೊಂಡಿದ್ದ.

> ನನಗೆ ದುಃಖ ಮತ್ತು ಅಚ್ಚರಿಗಳೆರಡೂ ಆಗುತ್ತಿವೆ. ಬೆಕ್‌ನನ್ನು ಈ ಸ್ಥಿತಿಯಲ್ಲಿ ನೋಡಲು ದುಃಖವಾಗುತ್ತದೆ. ಹೊಸದಾಗಿ ಜೋಡಿಸಿದ ಮೂಗು, ಮುಖದ ತುಂಬೆಲ್ಲಾ ಕಲೆಗಳು, ಬದುಕು ನಡೆಸಲು ಅಡ್ಡಿಯಾಗುವ ವಿಕಲತೆಗಳು, ಮತ್ತೆ ವೈದ್ಯನಾಗಿ ವೃತ್ತಿಯನ್ನು ಮುಂದುವರೆಸಲು ಸಾಧ್ಯವೆ ಎಂಬ ಚಿಂತೆ ಬೆಕ್‌ನನ್ನು ಕಾಡುತ್ತಿವೆ. ಆದರೆ ಅಚ್ಚರಿಯ ಸಂಗತಿಯೇನೆಂದರೆ, ಇವೆಲ್ಲಾ ಸಂಕಷ್ಟಗಳನ್ನು ಜೀರ್ಣಿಸಿಕೊಂಡು ಬದುಕನ್ನು ಮುನ್ನಡೆಸುವ ಮಾನವನ ಉತ್ಸಾಹ. ಬೆಕ್ ಇವೆಲ್ಲವನ್ನೂ ಒಂದೊಂದಾಗಿ ಗೆದ್ದು ಮುನ್ನಡೆಯುತ್ತಿದ್ದಾನೆ. ಆತ ಖಂಡಿತಾ ವಿಜಯಿಯಾಗುತ್ತಾನೆ.
>
> ಬೆಕ್ ಎಲ್ಲರ ಬಗ್ಗೆಯೂ ತುಂಬಾ ಒಳ್ಳೆಯ ಮಾತುಗಳನ್ನೇ ಆಡಿದ. ಯಾರ ಮೇಲೂ ಆತ ಆಪಾದನೆಯನ್ನು ಹೊರೆಸಲಿಲ್ಲ. ನೀನು ಬೆಕ್ ಜೊತೆಯಲ್ಲಿ ಪರ್ವತಾರೋಹಣದಲ್ಲಿ ನಡೆದ ರಾಜಕೀಯದ ಆಯಾಮಗಳನ್ನು ಚರ್ಚಿಸಿರಲಿಕ್ಕಿಲ್ಲ. ಆದರೆ ನಿಜಕ್ಕೂ ಆತ ಇವೆಲ್ಲವನ್ನೂ ನಿರ್ವಹಿಸಿದ ರೀತಿಯನ್ನು ಕಂಡು ಬೆರಗಾದ ನಾನು ಅದನ್ನು ನಿನ್ನೊಡನೆ ಹಂಚಿಕೊಳ್ಳಲು ಇಷ್ಟಪಡುತ್ತೇನೆ. ಹೇಗೋ ಏನೋ, ಕಡೆಗೊಂದು ದಿನ ಇವೆಲ್ಲವೂ ಬೆಕ್‌ನ ಬದುಕಿನಲ್ಲಿ ಒಳಿತನ್ನೇ ಮಾಡುತ್ತವೆ ಎಂದು ನನಗನ್ನಿಸುತ್ತದೆ.

ನಾವೆಲ್ಲಾ ಅನುಭವಿಸಿದ ಕರಾಳ ಸಂಗತಿಗಳನ್ನು ಬೆಕ್, ಲೂಯಿ ಮತ್ತು ಇತರರು ಈಗ ಧನಾತ್ಮಕವಾಗಿ ನೋಡುವುದಕ್ಕೆ ಶುರು ಮಾಡಿದ್ದಾರೆನ್ನುವುದು ಹೃದಯಸ್ಪರ್ಶಿ ಸಂಗತಿಯಾಗಿತ್ತು, ಆದರೆ ನನಗೆ ಅಷ್ಟೇ ಅಸೂಯೆಯೂ ಆಗುತ್ತಿತ್ತು. ಬಹುಶಃ ಇನ್ನಷ್ಟು ದಿನಗಳು ಕಳೆದ ಮೇಲೆ ಈ ಎಲ್ಲಾ ನೋವನ್ನು ಮರೆತು ಒಳ್ಳೆಯ ಸಂಗತಿಗಳನ್ನೂ ಈ ಕಹಿ ಅನುಭವದಲ್ಲಿ ನೋಡಲು ಸಾಧ್ಯವಾಗಬಹುದೇನೋ, ಆದರೆ ಸದ್ಯಕ್ಕಂತೂ ಅದು ನನ್ನಿಂದ ಸಾಧ್ಯವಿಲ್ಲ.

ಈ ಮಾತುಗಳನ್ನು ಬರೆಯುವಾಗ ಆಗಲೇ ನೇಪಾಳದಿಂದ ಹಿಂತಿರುಗಿ ಅರ್ಧ ವರ್ಷ ಕಳೆದಿದೆ. ಇಷ್ಟು ಸಮಯದಲ್ಲಿ ಯಾವ ದಿನವೂ ಎರಡು ಮೂರು ತಾಸುಗಳ

ಕಾಲ ನಿರಂತರವಾಗಿ ಎವರೆಸ್ಟ್ ಪರ್ವತ ನನ್ನ ಮನಸ್ಸನ್ನೆಲ್ಲಾ ಆಕ್ರಮಿಸದೇ ಕಳೆದಿಲ್ಲ. ನಿದ್ದೆಯಲ್ಲಿಯೂ ನನಗೆ ಸಮಾಧಾನವಿಲ್ಲ; ಪರ್ವತಾರೋಹಣ ಮತ್ತು ನಂತರದ ದುರಂತಗಳು ಕನಸಿನಲ್ಲಿಯೂ ನನ್ನನ್ನು ಕಾಡುತ್ತವೆ.

ಸೆಪ್ಟಂಬರ್ ತಿಂಗಳ 'ಔಟ್‌ಸೈಡ್' ಪತ್ರಿಕೆಯಲ್ಲಿ ಈ ಎವರೆಸ್ಟ್ ಪರ್ವತಾರೋಹಣದ ಲೇಖನವು ಪ್ರಕಟವಾದ ನಂತರ, ಪತ್ರಿಕೆಯು ಹಿಂದೆಂದೂ ಕಂಡಿರದಷ್ಟು ವಾಚಕರ ಪತ್ರಗಳು ಬಂದವು. ಬಹಳಷ್ಟು ಜನರು ತಮ್ಮ ಸಾನುಭೂತಿಯನ್ನು ವ್ಯಕ್ತಪಡಿಸಿ, ಸಹಾಯವನ್ನು ನೀಡುವುದಾಗಿ ಭರವಸೆ ಇತ್ತಿದ್ದರು. ಆದರೆ ಈ ಘಟನೆಯನ್ನು ಬಹುವಾಗಿ ಟೀಕಿಸಿ ಬರೆದ ಸಿಟ್ಟಿನ ಪತ್ರಗಳೂ ಸಾಕಷ್ಟಿದ್ದವು. ಉದಾಹರಣೆಗೆ ಫ್ಲೋರಿಡಾದ ವಕೀಲರೊಬ್ಬರು ಈ ರೀತಿಯಲ್ಲಿ ತಮ್ಮ ಅಸಮಾಧಾನವನ್ನು ವ್ಯಕ್ತಪಡಿಸಿದ್ದರು:

> ಮಿ. ಕ್ರಾಕೌರ್ ಹೇಳಿದ ಈ ಮಾತುಗಳನ್ನು ನಾನು ಒಪ್ಪುತ್ತೇನೆ. "ನನ್ನ ವರ್ತನೆ – ಅಥವಾ ವರ್ತಿಸಲು ನಿರಾಕರಿಸಿದ್ದು – ಆ್ಯಂಡಿ ಹೇರಿಸ್‌ನ ಸಾವಿನಲ್ಲಿ ಪ್ರಮುಖ ಪಾತ್ರ ವಹಿಸಿತ್ತು." ಅವರ ಮತ್ತೊಂದು ಮಾತಿಗೂ ನನ್ನ ಸಹಮತವಿದೆ. "ಕೇವಲ 350 ಅಡಿ ದೂರದಲ್ಲಿ, ಗುಡಾರದಲ್ಲಿ ಮಲಗಿದ್ದು, ಏನೂ ಮಾಡಲಾಗದಿದ್ದುದು...". ಇಷ್ಟೆಲ್ಲಾ ಆಗಿಯೂ ಈತ ಹೇಗೆ ಬದುಕು ನಡೆಸುತ್ತಾನೆ ಎಂಬುದು ನನಗೆ ಅರ್ಥವಾಗುತ್ತಿಲ್ಲ.

ಫಿಷರ್‌ನ ಸೋದರಿಯಾದ ಲಿಸಾ ಫಿಷರ್ ಲೂಕೆನ್‌ಬಾಕ್ ಬರೆದ ಪತ್ರ ಅತ್ಯಂತ ಖಾರವಾಗಿದ್ದು, ಓದುವಾಗ ಮನಸ್ಸಿಗೆ ಸಾಕಷ್ಟು ಆಘಾತವನ್ನು ಉಂಟುಮಾಡಿತು.

> ನೀನು ಬರೆದ ಲೇಖನವನ್ನು ಓದಿದರೆ, ನಿನಗೆ ಆ ಪರ್ವತದಲ್ಲಿದ್ದ ಪ್ರತಿಯೊಬ್ಬರ ಮನಸ್ಸು ಮತ್ತು ಹೃದಯದಲ್ಲಿ ಏನು ನಡೆಯುತ್ತಿತ್ತೆನ್ನುವುದು ಚೆನ್ನಾಗಿ ಅರ್ಥವಾಗುವ ಇಂದ್ರಜಾಲ ವಿದ್ಯೆ ಕರಗತವಾಗಿತ್ತು ಎನ್ನಿಸುತ್ತದೆ. ಈಗಂತೂ ನೀನು ಮನೆಗೆ ಸುರಕ್ಷಿತವಾಗಿ ವಾಪಾಸು ಬಂದಿರುವೆಯಾದ ಕಾರಣ, ಉಳಿದವರ ನಿರ್ಧಾರಗಳ ಒಳಿತು ಕೆಡಕುಗಳ ಬಗ್ಗೆ ನಿನ್ನ ನಿರ್ಣಯವನ್ನು ಕೊಟ್ಟಿದ್ದೀಯ. ಅವರ ಉದ್ದೇಶಗಳ, ವರ್ತನೆಗಳ, ವ್ಯಕ್ತಿತ್ವಗಳ ಮತ್ತು ಮನೋಗತಗಳ ತರ್ಕವನ್ನು ಮಾಡಿದ್ದೀಯ. ತಂಡದ ನಾಯಕರು, ಶೆರ್ಪಾಗಳು ಮತ್ತು ಗ್ರಾಹಕರು ಏನು ಮಾಡಬೇಕಿತ್ತು ಮತ್ತು ಏನು ಮಾಡಬಾರದಿತ್ತು ಎಂಬುದರ ಬಗ್ಗೆ ತೀರ್ಪನ್ನು ನೀಡಿದ್ದೀಯ. ಅವರ ತಪ್ಪುಗಳ ಬಗ್ಗೆ ಖಾರವಾಗಿ ಪ್ರತಿಕ್ರಿಯಿಸಿದ್ದೀಯ. ಒಟ್ಟಾರೆಯಾಗಿ ನೀನು ಹೇಳಬಯಸಿದ್ದು, ಯಾವಾಗ ಅಪಾಯ ಹತ್ತಿರವಾಗುತ್ತಿದೆ ಎಂದು ಅರ್ಥವಾದ ತಕ್ಷಣ ನಿನ್ನ ಸುರಕ್ಷಣೆಗಾಗಿ ಗುಡಾರವನ್ನು ಹೊಕ್ಕು ನೆಮ್ಮದಿಯಿಂದ...

ಎಲ್ಲಾ ನನಗೆ ಗೊತ್ತಿತ್ತು ಎಂಬ ನಿನ್ನ ಅಹಂಕಾರದಿಂದ ಎಂತಹ ಅನಾಹುತವನ್ನು ಎಸಗಿದ್ದೀಯ ಒಂದೇ ಒಂದು ಕ್ಷಣ ಕಣ್ತೆರೆದು ನೋಡು. ಆ್ಯಂಡಿ ಹೇರಿಸ್ ಬಗ್ಗೆ ನೀನು ಕಲ್ಪಿಸಿಕೊಂಡ ತಪ್ಪು ತಿಳುವಳಿಕೆಯಿಂದಾಗಿ ಅವರ ಕುಟುಂಬ ಮತ್ತು ಸ್ನೇಹಿತರಿಗೆ ನೀನು ನೀಡಿದ ದುಃಖ, ಆತಂಕವೇನೆಂಬುದನ್ನು ಒಮ್ಮೆ ಜ್ಞಾಪಿಸಿಕೊ. ಅದೂ ಸಾಲದೆನ್ನುವಂತೆ ಈಗ ಲೋಪ್ಸಾಂಗ್ ವ್ಯಕ್ತಿತ್ವದ ಬಗ್ಗೆ ನಿನ್ನ 'ಕಾಗಕ್ಕ ಗುಬ್ಬಕ್ಕ' ಕತೆಗಳನ್ನು ಸೃಷ್ಟಿಸಿ ಅವನ ಮಾನವನ್ನೂ ಹರಾಜು ಹಾಕಿದ್ದೀಯ.

ಕೇವಲ ನಿನ್ನ ದುರಹಂಕಾರದ ಮನಸ್ಸೇ ಎಲ್ಲವನ್ನೂ ತೀರ್ಮಾನಿಸುವ, ಎಲ್ಲಕ್ಕೂ ಅರ್ಥ ಕಟ್ಟುವ ಒದ್ದಾಟವನ್ನು ಮಾಡುತ್ತಿರುವುದು ನಿನ್ನ ಲೇಖನದಲ್ಲಿ ನನಗೆ ಕಾಣುತ್ತದೆ. ನೀನು ಎಷ್ಟೇ ತರ್ಕ ಮಾಡಿದರೂ, ಟೀಕೆ ಮಾಡಿದರೂ, ನಿರ್ಣಯಗಳನ್ನು ಕೊಟ್ಟು ಸಿದ್ಧಾಂತಗಳನ್ನು ರೂಪಿಸಿದರೂ, ನೀನು ಹುಡುಕುತ್ತಿರುವ ಮನಸ್ಸಿನ ನೆಮ್ಮದಿ ನಿನಗೆ ದಕ್ಕುವುದಿಲ್ಲ. ಯಾವುದಕ್ಕೂ ಇಲ್ಲಿ ಉತ್ತರಗಳಿಲ್ಲ. ಯಾರದೂ ಇಲ್ಲಿ ತಪ್ಪಿಲ್ಲ. ಯಾರನ್ನೂ ಆರೋಪಿಸುವಂತಿಲ್ಲ. ಆ ಸಮಯದಲ್ಲಿ, ಆ ಪರಿಸ್ಥಿತಿಯಲ್ಲಿ ಎಲ್ಲರೂ ತಮಗೆ ಸರಿಯೆನ್ನಿಸಿದ್ದನ್ನು ಮಾಡಿದ್ದಾರೆ.

ಯಾರಿಗೂ ಮತ್ತೊಬ್ಬರಿಗೆ ಕೆಡುಕನ್ನು ಮಾಡುವ ಉದ್ದೇಶವಿರಲಿಲ್ಲ. ಯಾರಿಗೂ ಸಾಯುವ ಆಸೆಯಿರಲಿಲ್ಲ.

ಈ ಪತ್ರದ ಸಾರಾಂಶ ನನ್ನನ್ನು ಮತ್ತಷ್ಟು ಘಾಸಿಗೊಳಿಸಲು ಕಾರಣವೇನೆಂದರೆ, ಇದು ನನ್ನ ಕೈಸೇರಿದ ಸಮಯಕ್ಕೆ ಸರಿಯಾಗಿ ದುರಂತದಲ್ಲಿ ಮಡಿದವರ ಪಟ್ಟಿಯಲ್ಲಿ ಲೋಪ್ಸಾಂಗ್ ಕೂಡಾ ಸೇರಿಕೊಂಡ ಎಂದು ಅದೇ ತಾನೆ ನನಗೆ ಗೊತ್ತಾಗಿತ್ತು. ಆ ಬೇಸಿಗೆಯಲ್ಲಿ ಎವರೆಸ್ಟ್‌ನಲ್ಲಿ ನಡೆದ ದುರಂತವನ್ನೆಲ್ಲಾ ಜೀರ್ಣಿಸಿಕೊಂಡು, ಆಗಸ್ಟ್ ತಿಂಗಳಿನಲ್ಲಿ ಲೋಪ್ಸಾಂಗ್ ಒಂದು ಜಪಾನೀ ಪರ್ವತಾರೋಹಣ ತಂಡದ ಜೊತೆಯಲ್ಲಿ ಸೌತ್ ಕೋಲ್ ಮತ್ತು ಆಗ್ನೇಯ ದಿಬ್ಬದ ಮುಖಾಂತರ ಮತ್ತೊಮ್ಮೆ ಎವರೆಸ್ಟ್‌ಗೆ ಹೋಗಿದ್ದ. ಸೆಪ್ಟಂಬರ್ 25ರಂದು ಆ ತಂಡದವರು ತಮ್ಮ ಶಿಖರಶೃಂಗ ಆರೋಹಣಕ್ಕಾಗಿ ಮೂರನೆಯ ಕ್ಯಾಂಪಿನಿಂದ ನಾಲ್ಕನೆಯ ಕ್ಯಾಂಪಿಗೆ ಸಾಗಿದ್ದರು. ಆ ಹೊತ್ತಿಗೆ ನಡೆದ ಹಿಮಪಾತದಲ್ಲಿ ಹಿಮಬಂಡೆಯೊಂದು ಮೇಲಿಂದ ಜಾರಿ ಬಂದು, ಲೋಪ್ಸಾಂಗ್, ಇನ್ನೊಬ್ಬ ಶೆರ್ಪಾ ಮತ್ತು ಒಬ್ಬ ಫ್ರೆಂಚ್ ಪರ್ವತಾರೋಹಿಯನ್ನು ಜೆನಿವಾ ಸ್ಪರ್ ತನಕ ತಳ್ಳಿಕೊಂಡು ಹೋಗಿ, ಲೋಟ್ ಫೇಸ್ ಕಣಿವೆಗೆ ನೂಕಿ ಅವರ ಸಾವಿಗೆ ಕಾರಣವಾಗಿತ್ತು. ಕಿರಿಯ ವಯಸ್ಸಿನ

ಪತ್ನಿ ಮತ್ತು ಎರಡು ತಿಂಗಳ ಮಗುವನ್ನು ಕಾಠ್ಮಂಡುವಿನಲ್ಲಿ ಅನಾಥರನ್ನಾಗಿಸಿ ಲೋಪ್ಸಾಂಗ್ ಅಸುನೀಗಿದ್ದ.

ಮತ್ತಷ್ಟು ದುರ್ವಾರ್ತೆಗಳೂ ಇದ್ದವು. ಮೇ 17ರಂದು, ಅಂದರೆ ಎವರೆಸ್ಟ್‌ನಿಂದ ನಾವೆಲ್ಲಾ ಕೆಳಕ್ಕೆ ಇಳಿದು ಬಂದು ಎರಡು ದಿನಗಳ ಕಾಲ ವಿಶ್ರಾಂತಿ ತೆಗೆದುಕೊಂಡ ನಂತರ, ಎನಾಟೊಲಿ ಬೊಕ್ರೀವ್ ಏಕಾಂಗಿಯಾಗಿ ಲೋಟ್ ಉತ್ತುಂಗವನ್ನು ತಲುಪಿ ಬಂದಿದ್ದ. "ನನಗೆ ಸುಸ್ತಾಗಿದೆ. ಆದರೂ ಸ್ಕಾಟ್‌ಲ್ಯಾಂಡಿಗೆ ಹೋಗುತ್ತಿದ್ದೇನೆ" ಎಂದು ಆತ ನನಗೆ ಹೇಳಿದ್ದ. 8,000 ಮೀಟರ್‌ಗೂ ಹೆಚ್ಚು ಎತ್ತರವಿರುವ ಜಗತ್ತಿನ ಹದಿನಾಲ್ಕು ಪರ್ವತಗಳ ಆರೋಹಣ ಮಾಡುವ ತನ್ನ ಗುರಿಯನ್ನು ಮುಟ್ಟುವ ಸಲುವಾಗಿ ಎನಾಟೊಲಿ ಬೊಕ್ರೀವ್ ಸೆಪ್ಟೆಂಬರ್‌ನಲ್ಲಿ ಟಿಬೆಟ್‌ಗೆ ಹೋಗಿ, 'ಚೋ ಓಯು' ಮತ್ತು 26,291 ಅಡಿ ಎತ್ತರದ 'ಶೀಷ ಪಂಗ್ಮಾ' ಪರ್ವತಗಳನ್ನು ಹತ್ತಿದ್ದ. ಆದರೆ ನವೆಂಬರ್ ತಿಂಗಳ ಮಧ್ಯದಲ್ಲಿ ಆತ ತನ್ನ ತಾಯ್ನಾಡಾದ ಕಝಕಿಸ್ಥಾನಕ್ಕೆ ಹೋದಾಗ, ಆತ ಪ್ರಯಾಣ ಮಾಡುತ್ತಿದ್ದ ಬಸ್ಸೊಂದು ಅಪಘಾತಕ್ಕೀಡಾಯ್ತು. ಆ ಬಸ್ಸಿನ ಚಾಲಕ ಅಸುನೀಗಿದ ಮತ್ತು ಎನಾಟೊಲಿ ತಲೆಗೆ ವಿಪರೀತ ಗಾಯಗಳಾದವು. ಅವನು ಒಂದು ಕಣ್ಣು ಮತ್ತೆ ಕಾಣಲಿಕ್ಕಿಲ್ಲವೇನೋ ಎನ್ನುವಷ್ಟು ಭೀಕರ ಗಾಯಗಳಾದವು.

1996ರ ಅಕ್ಟೋಬರ್ 14ರಂದು, ಈ ಕೆಳಗಿನ ಪತ್ರವೊಂದು ಅಂತರ್ಜಾಲದಲ್ಲಿ ಪ್ರಕಟವಾಯ್ತು. ದಕ್ಷಿಣ ಆಫ್ರಿಕಾ ದೇಶದ ಎವರೆಸ್ಟ್ ಪರ್ವತದ ಆಸಕ್ತರ ಗುಂಪಿನ ಚರ್ಚೆಯೊಂದರಲ್ಲಿ ಇದು ಬಿತ್ತರಗೊಂಡಿತು.

> ನಾನೊಬ್ಬ ಶೆರ್ಪಾ ಜನಾಂಗದ ಅನಾಥ. ನಮ್ಮ ತಂದೆಯವರು 60ರ ದಶಕದಲ್ಲಿ ಕುಂಭು ಹಿಮಜಲಪಾತದಲ್ಲಿ ಲಗೇಜನ್ನು ಹೊತ್ತೊಯ್ಯುವಾಗ ಅಪಘಾತಕ್ಕೀಡಾಗಿ ಮಡಿದರು. 1970ರಲ್ಲಿ ಮತ್ತೊಂದು ಪರ್ವತಾರೋಹಣ ತಂಡಕ್ಕಾಗಿ ನಮ್ಮ ತಾಯಿ ಶಕ್ತಿಮೀರಿ ಭಾರವನ್ನು ಹೊತ್ತೊಯ್ಯುವಾಗ, ಫೆರಿಚೆಗಿಂತಲೂ ಕೆಳಗೆ ಹೃದಯಾಘಾತಕ್ಕೆ ಒಳಗಾಗಿ ಸತ್ತು ಹೋದಳು. ಇನ್ನು ಮೂವರು ಒಡಹುಟ್ಟಿದವರು ಬೇರೆ ಬೇರೆ ಕಾರಣಕ್ಕೆ ತೀರಿಕೊಂಡರು. ಕೊನೆಗೆ ನಾನು ಮತ್ತು ನನ್ನಕ್ಕನನ್ನು ಯೂರೋಪ್ ಮತ್ತು ಅಮೆರಿಕಾ ದೇಶದಲ್ಲಿರುವ ಅನಾಥ ಮಂದಿರಕ್ಕೆ ಕಳುಹಿಸಿಕೊಟ್ಟರು.
>
> ನಾನು ಮತ್ತೆಂದೂ ನನ್ನ ತಾಯ್ನಾಡಿಗೆ ಹೋಗಿಲ್ಲ, ಏಕೆಂದರೆ ನನಗೆ ಅದೊಂದು ಶಾಪಗ್ರಸ್ಥ ಭೂಮಿಯೆನ್ನಿಸುತ್ತದೆ. ನನ್ನ ತಲೆಮಾರಿನ ಹಿರಿಯರು ಬಹುಹಿಂದೆಯೇ ಸೋಲೋ-ಕುಂಭು ಭೂಭಾಗಕ್ಕೆ ವಲಸೆ ಬಂದರು. ಪರ್ವತದ ತಪ್ಪಲು ಪ್ರದೇಶದಿಂದ ಅವರು ಬಹಿಷ್ಕಾರಗೊಂಡಿದ್ದರು. ಎವರೆಸ್ಟ್ ಪರ್ವತವನ್ನು ನಾವು 'ಸಾಗರಮಾತಾಜೀ'

ಎಂದು ಕರೆಯುತ್ತೇವೆ. ಆಕೆ ಈ ಭೂಮಿಯ ಮಾತೃದೇವತೆ. ಆಕೆಯ ನೆರಳಿನಲ್ಲಿ ನನ್ನ ಹಿರಿಯರು ರಕ್ಷಣೆ ಪಡೆದರು. ಅದಕ್ಕೆ ಪ್ರತಿಯಾಗಿ ಅವರು ಆ ಮಾತೃದೇವತೆಯ ಅಂಗಳದ ಪಾವಿತ್ರ್ಯವನ್ನು ರಕ್ಷಿಸಬೇಕಿತ್ತು.

ಆದರೆ ನನ್ನ ಹಿರಿಯರು ಬೇರೆಯದೇ ವಿರುದ್ಧ ದಾರಿಯಲ್ಲಿ ನಡೆದರು. ಪರಕೀಯರು ಆ ಪವಿತ್ರ ಭೂಮಿಯಲ್ಲಿ ಅಡ್ಡಾಡಿ, ಆಕೆಯ ಪ್ರತಿಯೊಂದು ಅಂಗಾಂಗವೂ ಅಪವಿತ್ರವಾಗುವುದಕ್ಕೆ ಸಹಾಯ ಮಾಡಿದರು. ಅವಳ ತಲೆಯನ್ನು ಮೆಟ್ಟುವುದೇ ವಿಕ್ರಮವೆಂದು ಭಾವಿಸಿ, ಆಕೆಯ ಪವಿತ್ರ ಗರ್ಭವನ್ನು ಹೊಲಸು ಮಾಡಿದರು. ಒಂದಷ್ಟು ಜನ ಅದಕ್ಕಾಗಿ ಪ್ರಾಣವನ್ನು ಬಲಿ ಕೊಟ್ಟರೆ, ಮತ್ತೊಂದಿಷ್ಟು ಜನ ಕೂದಲೆಳೆಯ ಅಂತರದಲ್ಲಿ ಜೀವ ಉಳಿಸಿಕೊಂಡರು ಅಥವಾ ತಮ್ಮ ಜೀವಕ್ಕಾಗಿ ಮತ್ತೊಬ್ಬರನ್ನು ಬಲಿ ಕೊಟ್ಟರು...

ಆದ್ದರಿಂದ 'ಸಾಗರಮಾತಾ' ಮೇಲೆ ನಡೆದ 1996ರ ದುರಂತಕ್ಕೆ ಶೆರ್ಪಾಗಳನ್ನೇ ದೂಷಿಸಬೇಕು. ನನಗೆ ವಾಪಾಸು ತಾಯ್ನಾಡಿಗೆ ಹೋಗದೇ ಇರುವುದಕ್ಕೆ ಯಾವ ಪಶ್ಚಾತ್ತಾಪವೂ ಇಲ್ಲ. ಅಲ್ಲಿರುವ ಶೆರ್ಪಾಗಳೆಲ್ಲಾ ಆಕೆಯ ಕಡುಕೋಪಕ್ಕೆ ಬಲಿಯಾಗುತ್ತಾರೆಂದು ನನಗೆ ಗೊತ್ತು. ಅದೇರೀತಿ ಶ್ರೀಮಂತಿಕೆಯ ಅಹಂಕಾರದಿಂದ ಬರುವ ಪರಕೀಯರು, ಇಡೀ ಜಗತ್ತನ್ನೇ ಹಣದಿಂದ ಗೆಲ್ಲಬಹುದೆಂದು ಭಾವಿಸುತ್ತಾರೆ. ಅವರಿಗೂ ಸಾಗರಮಾತೆಯ ಶಾಪ ತಟ್ಟುತ್ತದೆ. ಟೈಟಾನಿಕ್ ಹಡಗನ್ನು ನೆನಪಿಸಿಕೊಳ್ಳಿ, ಮುಳುಗಲಾಗದ ಹಡಗೂ ಮುಳುಗಿತಲ್ಲವೆ? ತಾಯಿದೇವತೆಯ ಸಿಟ್ಟಿನ ಮುಂದೆ ಈ ಬುದ್ಧಿಹೀನ ಪರ್ವತಾರೋಹಿಗಳಾದ ವೆದರ್ಸ್, ಪಿಟ್‌ಮನ್, ಫಿಷರ್, ಲೋಪ್ಸಾಂಗ್, ತೇನ್‌ಸಿಂಗ್, ಮೆಸೆನೆರ್, ಬೋನಿಂಗ್ ಟನ್... ಎಲ್ಲಾ ಯಾವ ಗಣನೆ? ಮತ್ತೆಂದೂ ಆ ಪಾಪಕೂಪಕ್ಕೆ ತಿರುಗಿ ಹೋಗಬಾರದೆಂದು ನಾನು ಪ್ರತಿಜ್ಞೆ ಮಾಡಿದ್ದೇನೆ.

| | |

ಹಲವಾರು ಜನರ ಬದುಕಿನಲ್ಲಿ ಎವರೆಸ್ಟ್ ವಿಷಪ್ರಾಶನ ಮಾಡಿಸಿದಂತೆ ಕಾಣುತ್ತದೆ. ಅನೇಕ ಸಂಬಂಧಗಳು ಛಿದ್ರಗೊಂಡಿವೆ. ಅಪಘಾತಕ್ಕೊಳಗಾದ ಪರ್ವತಾರೋಹಿಯೊಬ್ಬನ ಪತ್ನಿಯೊಬ್ಬಳು ಖಿನ್ನತೆಯಿಂದಾಗಿ ಆಸ್ಪತ್ರೆ ಸೇರಿದ್ದಾಳೆ. ಇನ್ನೊಬ್ಬ ತಂಡದ ಸದಸ್ಯನೊಡನೆ ನಾನು ಮಾತನಾಡಿದಾಗ, ಅವನ ಬದುಕೂ ಸುಳಿಗೆ ಸಿಕ್ಕು ಟಪಗುಟ್ಟುತ್ತಿತ್ತು. ಪರ್ವತಾರೋಹಣದ ನಂತರ ಬದುಕಿನಲ್ಲಿ ಮೂಡಿದ

ತಲ್ಲಣಗಳನ್ನು ನಿರ್ವಹಿಸುವ ಸಾಮರ್ಥ್ಯವಿಲ್ಲದೆ ಆತನ ದಾಂಪತ್ಯ ವಿಚ್ಛೇದನಕ್ಕೆ ಬಂದು ನಿಂತಿದೆ ಎಂದು ಹೇಳಿದ. ಅವನಿಗೂ ಯಾವುದೇ ಕೆಲಸದಲ್ಲಿ ಸಂಪೂರ್ಣವಾಗಿ ಮನಸ್ಸು ತೊಡಗಿಸಿಕೊಳ್ಳಲು ಸಾಧ್ಯವಾಗುತ್ತಿಲ್ಲ. ಜೊತೆಗೆ ಅಪರಿಚಿತರಿಂದ ಅವಮಾನಗಳೂ, ಬೆದರಿಕೆಯ ಕರೆಗಳೂ ಬಂದಿವೆಯೆಂದು ಹೇಳಿದ.

ಸ್ಯಾಂಡಿ ಪಿಟ್‌ಮನ್‌ಳು ಮನ್‌ಹ್ಯಾಟನ್‌ಗೆ ಹಿಂತಿರುಗಿ ಬಂದ ಮೇಲೆ, ಎವರೆಸ್ಟ್‌ನಲ್ಲಿ ನಡೆದ ದುರಂತಕ್ಕೆ ಆಕೆಯೇ ಕಾರಣಳೆಂದು ಬಗೆದ ಹಲವಾರು ಸಾರ್ವಜನಿಕರ ಸಿಟ್ಟಿಗೆ ತುತ್ತಾಗಿದ್ದಳು. 'ವ್ಯಾನಿಟಿ ಫೇರ್' ಎನ್ನುವ ಪತ್ರಿಕೆಯು, ಆಕೆಯನ್ನು ಕಟುವಾಗಿ ಟೀಕಿಸಿ ತನ್ನ 1996ರ ಆಗಸ್ಟ್ ಸಂಚಿಕೆಯಲ್ಲಿ ಲೇಖನವೊಂದನ್ನು ಪ್ರಕಟಿಸಿತು. ಯಾವುದೋ ಟ್ಯಾಬ್ಲಾಯಿಡ್ ಟೆಲಿವಿಷನ್ ಚಾನೆಲ್ಲಿನ 'ಹಾರ್ಡ್ ಕಾಪಿ' ಎಂಬ ಕಾರ್ಯಕ್ರಮದ ಫೋಟೋಗ್ರಾಫರ್‌ಗಳು, ಆಕೆಯ ಅಪಾರ್ಟ್‌ಮೆಂಟ್ ಮುಂದೆ ಗುಂಪುಗೂಡಿ ಗದ್ದಲವೆಬ್ಬಿಸಿದರು. ಕ್ರಿಸ್ಟೋಫರ್ ಬರ್ಲೆ ಎನ್ನುವ ಲೇಖಕನೊಬ್ಬ ಆಕೆಯ ಶ್ರೀಮಂತಿಕೆಯ ಆಡಂಬರದ ಸಾಹಸಗಳನ್ನೇ ತಳಹದಿ ಮಾಡಿಕೊಂಡು, 'ದಿ ನ್ಯೂಯಾರ್ಕರ್' ಎನ್ನುವ ಪತ್ರಿಕೆಯ ಹಿಂಪುಟದಲ್ಲಿ ಕೀಳುದರ್ಜೆಯ ಜೋಕೊಂದರ ಪಂಚ್ ಲೈನಾಗಿ ಬರೆದ. ಆ ಚಳಿಗಾಲದ ಹೊತ್ತಿಗೆ ಪರಿಸ್ಥಿತಿ ಎಷ್ಟು ವಿಕೋಪಕ್ಕೆ ಹೋಗಿತ್ತೆಂದರೆ, ಆಕೆಯ ಮಗನನ್ನು ಶಾಲೆಯಲ್ಲಿ ಎಲ್ಲರೂ ರೇಗಿಸುತ್ತಾರೆಂದೂ, ಅವನನ್ನು ಯಾರೂ ಗುಂಪಿನಲ್ಲಿ ಸೇರಿಸಿಕೊಳ್ಳುತ್ತಿಲ್ಲವೆಂದೂ ಆಕೆ ಕಣ್ಣೀರಿಡುತ್ತಾ ತನ್ನ ಗೆಳತಿಯ ಮುಂದೆ ದುಃಖ ತೋಡಿಕೊಂಡಿದ್ದಳು. ಇಡೀ ಸಮಾಜಕ್ಕೆ ಎವರೆಸ್ಟ್ ಮೇಲಿರುವ ಕೋಪ, ಅದಕ್ಕೆ ಆಕೆಯೇ ಮುಖ್ಯ ಕಾರಣಳು ಎನ್ನುವಂತಹ ನೇರ ನುಡಿಗಳು, ಪಿಟ್‌ಮನ್‌ಳನ್ನು ಅಚ್ಚರಿಗೊಳಿಸಿದ್ದಲ್ಲದೆ ಜರ್ಜರಿತಗೊಳಿಸಿದ್ದವು.

ನೀಲ್ ಬೈಡಲ್‌ಮನ್ ತನ್ನ ಧೈರ್ಯದಿಂದ ಐದು ಗ್ರಾಹಕರ ಜೀವವನ್ನು ಉಳಿಸಿ ಕಾಪಾಡಿದ್ದ. ಅವರನ್ನು ಸರಿಯಾಗಿ ಮಾರ್ಗದರ್ಶನ ಮಾಡಿ, ಸುರಕ್ಷತೆಯ ತಾಣಕ್ಕೆ ತಲುಪಿಸಿದ್ದ. ಆದರೂ ತಾನು ಕಾಪಾಡಲಾಗದೆ ಜೀವವೊಂದು ಅಸುನೀಗಿದ್ದರ ಸಂಗತಿ ಅವನನ್ನು ಇಂದಿಗೂ ಮಾನಸಿಕವಾಗಿ ಹಿಂಸಿಸುತ್ತಿದೆ. ಆಕೆ ತನ್ನ ತಂಡದ ಸದಸ್ಯಳಲ್ಲದಿದ್ದರೂ, ಪ್ರಾಮಾಣಿಕವಾಗಿ ಆಕೆಯ ಪ್ರಾಣರಕ್ಷಣೆ ಅವನ ಜವಾಬ್ದಾರಿಯಲ್ಲವಾದರೂ, ಅವನಿಗೆ ಪಾಪಪ್ರಜ್ಞೆಯಿಂದ ತಪ್ಪಿಸಿಕೊಳ್ಳಲಾಗುತ್ತಿಲ್ಲ.

ನಮ್ಮ ಊರುಗಳಿಗೆ ಹಿಂತಿರುಗಿ ಸುಧಾರಿಸಿಕೊಂಡ ಮೇಲೆ, ನಾನು ಬೈಡಲ್‌ಮನ್ ಜೊತೆ ಮಾತನಾಡಿದೆ. ಅವನು ಸೌತ್ ಕೋಲ್‌ನಲ್ಲಿ ತನಗೊದಗಿದ ಪರಿಸ್ಥಿತಿಯನ್ನು ಮತ್ತೊಮ್ಮೆ ಜ್ಞಾಪಿಸಿಕೊಂಡ. ಆ ಭೀಕರ ಗಾಳಿಯಲ್ಲಿ ಎಲ್ಲರನ್ನೂ ಜೀವಂತವಾಗಿ ಉಳಿಸಲು ತಾನು ಪಟ್ಟ ಒದ್ದಾಟವನ್ನು ಹೇಳಿಕೊಂಡ. "ಆಕಾಶ ಸಾಕಷ್ಟು ತಿಳಿಯಾದ ತಕ್ಷಣ, ನನಗೆ ನಮ್ಮ ಕ್ಯಾಂಪ್ ಯಾವ ದಿಕ್ಕಿಗಿದೆ ಎಂದು

ಅರ್ಥವಾಯ್ತು. 'ಬಿರುಗಾಳಿಯ ಈ ವಿರಾಮ ಜಾಸ್ತಿ ಹೊತ್ತು ಇರಲ್ಲ. ತಕ್ಷಣ ಹೊರಡೋಣ. ನಡೆಯಿರಿ' ಎಂದು ಎಲ್ಲರಿಗೂ ಕೂಗಿ ಹೇಳತೊಡಗಿದೆ. ಆದರೆ ಕೆಲವೊಬ್ಬರಿಗೆ ನಡೆಯುವ ತ್ರಾಣವೇ ಇರಲಿಲ್ಲ. ನಿಲ್ಲಲೂ ಅವರಿಗೆ ಸಾಧ್ಯವಾಗುತ್ತಿಲ್ಲ ಎನ್ನುವುದು ಸ್ಪಷ್ಟವಾಗತೊಡಗಿತು.

"ಜನ ಅಳಲಾರಂಭಿಸಿದರು. ಯಾರೋ ಒಬ್ಬರು ಭಯದಿಂದ 'ನನ್ನ ಇಲ್ಲೇ ಸಾಯೋದಕ್ಕೆ ಬಿಡಬೇಡಿ, ಪ್ಲೀಜ್' ಎಂದು ಕೂಗಿದ್ದು ನನಗೆ ಕೇಳಿಸಿತು. ಈಗ ಹೊರಡದಿದ್ದರೆ ಮತ್ತೆ ಇಂತಹ ಅವಕಾಶ ದೊರೆಯುವುದಿಲ್ಲ ಎಂದು ನನಗೆ ಗೊತ್ತಾಯಿತು. ಯಸುಕಾಳಿಗೆ ಎದ್ದು ನಡೆಯಲು ಬಲವಂತ ಮಾಡಿದೆ. ಆಕೆ ನನ್ನ ಕೈಯನ್ನು ಹಿಡಿದುಕೊಂಡಳು. ಆದರೆ ತನ್ನ ಕಾಲ ಮೇಲೆ ಎದ್ದು ನಿಲ್ಲುವ ಚೈತನ್ಯ ಆಕೆಗಿರಲಿಲ್ಲ. ನಾನು ನಡೆಯಲು ಪ್ರಾರಂಭಿಸಿದೆ. ಆಕೆಯನ್ನು ಒಂದೆರಡು ಹೆಜ್ಜೆಗಳ ದೂರಕ್ಕೆ ಎಳೆದುಕೊಂಡು ಬಂದೆ. ಅನಂತರ ಆಕೆಯ ಹಿಡಿತ ಸಡಿಲವಾಗಿ, ಹಿಂದುಳಿದುಬಿಟ್ಟಳು. ನಾನಂತೂ ಮುಂದುವರೆಯಲೇಬೇಕಿತ್ತು. ಯಾರಾದರೊಬ್ಬರು ಗುಡಾರಗಳನ್ನು ತಲುಪಿ, ಇಲ್ಲಿ ಸಾಯುತ್ತಿರುವ ಜನರಿಗಾಗಿ ಸಹಾಯವನ್ನು ಕಳುಹಿಸುವ ಅವಶ್ಯಕತೆಯಿತ್ತು."

ಬೈಡಲ್‌ಮನ್ ಸ್ವಲ್ಪ ಮೌನವಹಿಸಿದ. "ಯಾಕೋ ಯಸುಕೊಳನ್ನು ಮರೆಯಲು ನಂಗೆ ಸಾಧ್ಯವಾಗುತ್ತಿಲ್ಲ" ಎಂದು ಮತ್ತೆ ಮಾತು ಮುಂದುವರೆಸಿದ. ಅವನ ಧ್ವನಿ ತೇವಗೊಂಡಿತ್ತು. "ಆಕೆಯದು ಪುಟ್ಟ ದೇಹ. ಆಕೆಯ ಪುಟ್ಟ ಬೆರಳುಗಳು ನನ್ನ ಕೈಯಿಂದ ಜಾರಿ, ನನಗೆ ಮುಂದಕ್ಕೆ ನಡೆಯಲು ಬಿಟ್ಟುಕೊಟ್ಟಿದ್ದು ನೆನಪಿನಲ್ಲಿ ಹಸಿಯಾಗಿ ಉಳಿದಿದೆ. ನಾನು ಒಮ್ಮೆಯೂ ಆಕೆಯೆಡೆಗೆ ಹಿಂತಿರುಗಿ ನೋಡಲಿಲ್ಲ."

ಓದಿ ಓದಿ ಮರುಳಾಗಿ!

ಛಂದ ಪುಸ್ತಕ ಬಹುಮಾನ

ಹೊಸ ಕತೆಗಾರರನ್ನು ಗುರುತಿಸುವ ಸಲುವಾಗಿ ನಮ್ಮ ಪ್ರಕಾಶನ ಸಂಸ್ಥೆಯು ಕಳೆದ ಹದಿಮೂರು ವರ್ಷಗಳಿಂದ ಕತೆಗಳ ಹಸ್ತಪ್ರತಿ ಸ್ಪರ್ಧೆಯನ್ನು ನಡೆಸುತ್ತಾ ಬಂದಿದೆ. ಈವರೆಗೆ ಒಂದೂ ಕಥಾಸಂಕಲನವನ್ನು ಪ್ರಕಟಿಸದವರು ಈ ಸ್ಪರ್ಧೆಯಲ್ಲಿ ಭಾಗವಹಿಸಬಹುದು. ಇತರ ಪ್ರಕಾರಗಳಲ್ಲಿ ಒಂದೆರಡು ಪುಸ್ತಕಗಳನ್ನು ಪ್ರಕಟ ಮಾಡಿದವರೂ ಇದರಲ್ಲಿ ಭಾಗವಹಿಸುವ ಅವಕಾಶವಿರುತ್ತದೆ. ಮೊದಲ ಸುತ್ತಿನ ಆಯ್ಕೆಯನ್ನು ಪ್ರಕಾಶನದ ಸದಸ್ಯರು ಮಾಡಿ, ಕೊನೆಯ ಆಯ್ಕೆಗಾಗಿ ಸುಮಾರು ಹತ್ತು ಹಸ್ತಪ್ರತಿಗಳನ್ನು ನಾಡಿನ ಹಿರಿಯ ಸಾಹಿತಿಗಳಿಗೆ ಒಪ್ಪಿಸುತ್ತಾರೆ. ಆಯ್ಕೆಯಾದ ಹಸ್ತಪ್ರತಿಯನ್ನು ಪುಸ್ತಕ ರೂಪದಲ್ಲಿ ಪ್ರಕಟಿಸಿ, ಪ್ರಶಸ್ತಿ ಪತ್ರ, ಫಲಕ ಹಾಗೂ ಮೂವತ್ತು ಸಾವಿರ ರೂಪಾಯಿ ಬಹುಮಾನವನ್ನು ನೀಡಲಾಗುತ್ತದೆ. ಈವರೆಗೂ ಈ ಪ್ರಶಸ್ತಿಯಲ್ಲಿ ಬಹುಮಾನ ಪಡೆದವರ ವಿವರಗಳ ಪಟ್ಟಿಯನ್ನು ಮುಂದಿನ ಪುಟದಲ್ಲಿ ನೀಡಿದ್ದೇವೆ.

ಇವರಲ್ಲಿ ಮೌನೇಶ ಬಡಿಗೇರ, ಶಾಂತಿ ಕೆ ಅಪ್ಪಣ್ಣ, ಪದ್ಮನಾಭ ಭಟ್ ಶೇವ್ಕಾರ ಮತ್ತು ಸ್ವಾಮಿ ಪೊನ್ನಾಚಿ ಅವರಿಗೆ ಕೇಂದ್ರ ಸಾಹಿತ್ಯ ಅಕಾಡೆಮಿಯ ಯುವ ಪುರಸ್ಕಾರ ದೊರೆತಿದೆ. ವಿನಯಾ, ಶಾಂತಿ ಕೆ ಅಪ್ಪಣ್ಣ ಮತ್ತು ಪದ್ಮನಾಭ ಭಟ್ ಶೇವ್ಕಾರರ ಪುಸ್ತಕಗಳಿಗೆ ಕರ್ನಾಟಕ ಸಾಹಿತ್ಯ ಅಕಾಡೆಮಿಯ ಪುಸ್ತಕ ಬಹುಮಾನ ಅಥವಾ ದತ್ತಿ ಬಹುಮಾನಗಳು ಸಂದಿವೆ. ಇನ್ನೂ ಹಲವಾರು ನಾಡಿನ ಪ್ರಮುಖ ಪ್ರಶಸ್ತಿ ಮತ್ತು ಬಹುಮಾನಗಳೂ ಈ ಕೃತಿಗಳಿಗೆ ಲಭ್ಯವಾಗಿವೆ.

ನೀವು ಈ ಸ್ಪರ್ಧೆಯಲ್ಲಿ ಭಾಗವಹಿಸಬೇಕೆ? ಹಾಗಿದ್ದರೆ ನಮ್ಮ ಮುಂದಿನ ವರ್ಷದ ಸ್ಪರ್ಧೆಯ ಆಹ್ವಾನವನ್ನು ಖ್ಯಾತ ಕನ್ನಡ ನಿಯತಕಾಲಿಕಗಳಲ್ಲಿ ಅಥವಾ ಸಾಮಾಜಿಕ ಜಾಲತಾಣಗಳಲ್ಲಿ ನಿರೀಕ್ಷಿಸಿರಿ. ಹೆಚ್ಚಿನ ವಿವರಗಳಿಗೆ 98444 22782 ಗೆ ಸಂದೇಶ ಕಳುಹಿಸಿರಿ.

ಛಂದ ಪುಸ್ತಕ ಬಹುಮಾನ ಪಡೆದ ಕೃತಿಗಳು

ಕತೆಗಾರರು	ಕಥಾಸಂಕಲನ	ತೀರ್ಪುಗಾರರು
ಸುನಂದಾ ಪ್ರಕಾಶ ಕಡಮೆ	ಪುಟ್ಟ ಪಾದದ ಗುರುತು	ಅಶೋಕ ಹೆಗಡೆ/ ಸುಮಂಗಲಾ
ಅಲಕ ತೀರ್ಥಹಳ್ಳಿ	ಈ ಕತೆಗಳ ಸಹವಾಸವೇ ಸಾಕು	ಕೇಶವ ಮಳಗಿ/ ಸುಮಂಗಲಾ
ಲೋಕೇಶ ಅಗಸನಕಟ್ಟೆ	ಹಟ್ಟಿಯೆಂಬ ಭೂಮಿಯ ತುಣುಕು	ಬೊಳುವಾರು ಮಹಮದ್ ಕುಂಞಿ
ವಿನಯಾ	ಊರ ಒಳಗಣ ಬಯಲು	ನೇಮಿಚಂದ್ರ
ಸಂದೀಪ ನಾಯಕ	ಗೋಡೆಗೆ ಬರೆದ ನವಿಲು	ಅಮರೇಶ ನುಗಡೋಣಿ
ಕಣಾದ ರಾಘವ	ಮೊದಲ ಮಳೆಯ ಮಣ್ಣು	ಕೆ. ಸತ್ಯನಾರಾಯಣ
ಬಸವಣ್ಣೆಪ್ಪಾ ಕಂಬಾರ	ಆಟಿಕೆ	ಕುಂ. ವೀರಭದ್ರಪ್ಪ
ಮೌನೇಶ ಬಡಿಗೇರ	ಮಾಯಾಕೋಲಾಹಲ	ಓ.ಎಲ್. ನಾಗಭೂಷಣಸ್ವಾಮಿ
ಪದ್ಮನಾಭ ಭಟ್ ಶೇವ್ಕಾರ	ಕೇಪಿನ ಡಬ್ಬಿ	ಎಂ. ಎಸ್. ಆಶಾದೇವಿ
ಶಾಂತಿ ಕೆ ಅಪ್ಪಣ್ಣ	ಮನಸು ಅಭಿಸಾರಿಕೆ	ಎಚ್.ಎಸ್. ರಾಘವೇಂದ್ರ ರಾವ್
ದಯಾನಂದ	ದೇವರು ಕಚ್ಚಿದ ಸೇಬು	ನಾ. ಡಿಸೋಜಾ
ಸ್ವಾಮಿ ಪೊನ್ನಾಚಿ	ಧೂಪದ ಮಕ್ಕಳು	ಎಂ. ಎಸ್. ಶ್ರೀರಾಮ್
ಶಶಿ ತರೀಕೆರೆ	ಡುಮಿಂಗ	ಲಲಿತಾ ಸಿದ್ಧಬಸವಯ್ಯ
ಛಾಯಾ ಭಟ್	ಬಯಲರಸಿ ಹೊರಟವಳು	ತಾರಿಣಿ ಶುಭದಾಯಿನಿ
ಕಾವ್ಯಾ ಕಡಮೆ	ಮಾಕೋನ ಏಕಾಂತ	ಟಿ.ಪಿ. ಅಶೋಕ

ಛಂದ ಪುಸ್ತಕ ಬಹುಮಾನ

ಪುಟ್ಟ ಪಾದದ ಗುರುತು – ಸುನಂದಾ ಪ್ರಕಾಶ ಕಡಮೆ – ₹ 120
ಈ ಕತೆಗಳ ಸಹವಾಸವೇ ಸಾಕು – ಅಲಕ ತೀರ್ಥಹಳ್ಳಿ – ₹ 60
ಹಟ್ಟಿಯೆಂಬ ಭೂಮಿಯ ತುಣುಕು – ಲೋಕೇಶ ಅಗಸನಕಟ್ಟೆ – ₹ 180
ಗೋಡೆಗೆ ಬರೆದ ನವಿಲು – ಸಂದೀಪ ನಾಯಕ – ₹ 60
ಮೊದಲ ಮಳೆಯ ಮಣ್ಣು – ಕಣಾದ ರಾಘವ – ₹ 140
ಆಟಿಕೆ – ಬಸವಣ್ಣೆಪ್ಪಾ ಕಂಬಾರ – ₹ 100
ಮಾಯಾಕೋಲಾಹಲ – ಮೌನೇಶ ಬಡಿಗೇರ – ₹ 140
ಕೇಪಿನ ಡಬ್ಬಿ – ಪದ್ಮನಾಭ ಭಟ್, ಶೇವ್ಕಾರ – ₹ 150
ಮನಸು ಅಭಿಸಾರಿಕೆ – ಶಾಂತಿ ಕೆ ಅಪ್ಪಣ್ಣ – ₹ 230
ದೇವರು ಕಚ್ಚಿದ ಸೇಬು – ದಯಾನಂದ – ₹ 140
ಧೂಪದ ಮಕ್ಕಳು – ಸ್ವಾಮಿ ಪೊನ್ನಾಚಿ – ₹ 120
ಡುಮಿಂಗ – ಶಶಿ ತರೀಕೆರೆ – ₹ 130
ಬಯಲರಸಿ ಹೊರಟವಳು – ಛಾಯಾ ಭಟ್ – ₹ 120
ಮಾಕೋನ ಏಕಾಂತ – ಕಾವ್ಯಾ ಕಡಮೆ – ₹ 130

ಕಥಾಸಂಕಲನ

ಶಕುಂತಳಾ – ಗುರುಪ್ರಸಾದ್ ಕಾಗಿನೆಲೆ – ₹ 80
ಜುಮುರು ಮಳೆ – ಸುಮಂಗಲಾ – ₹ 160
ಶಾಲಭಂಜಿಕೆ – ಡಾ. ಕೆ. ಎನ್. ಗಣೇಶಯ್ಯ – ₹ 130 (6ನೆಯ ಮುದ್ರಣ)
ಕಾರಂತಜ್ಜನಿಗೊಂದು ಪತ್ರ – ಸಚ್ಚಿದಾನಂದ ಹೆಗಡೆ – ₹ 150
ಹಕೂನ ಮಟಾಟ – ನಾಗರಾಜ ವಸ್ತಾರೆ – ₹ 80
ಕಾಲಿಟ್ಟಲ್ಲಿ ಕಾಲುದಾರಿ – ಸುಮಂಗಲಾ – ₹ 80
ಹುಲಿರಾಯ – ಕೀರ್ತಿರಾಜ್ – ₹ 80
ನಿರವಯವ – ನಾಗರಾಜ ವಸ್ತಾರೆ – ₹ 125
ಹನ್ನೊಂದನೇ ಅಡ್ಡರಸ್ತೆ – ಸುಮಂಗಲಾ – ₹ 170
ಗಾಳಿಗೆ ಮೆತ್ತಿದ ಬಣ್ಣ – ಕರ್ಕಿ ಕೃಷ್ಣಮೂರ್ತಿ – ₹ 120
ಕನ್ನಡಿ ಹರಳು – ಪದ್ಮನಾಭ ಭಟ್, ಶೇವ್ಕಾರ – ₹ 130
ಒಂದು ಚಿಟಿಕೆ ಮಣ್ಣು – ಲಕ್ಷ್ಮಣ ಬಾದಾಮಿ – ₹ 130
ಬಂಡಲ್ ಕತೆಗಳು – ಎಸ್ ಸುರೇಂದ್ರನಾಥ್ – ₹ 160
ದೇವರ ರಜಾ – ಗುರುಪ್ರಸಾದ್ ಕಾಗಿನೆಲೆ – ₹ 150

ಕಟ್ಟು ಕತೆಗಳು – ಎಸ್ ಸುರೇಂದ್ರನಾಥ್ – ₹ 210
ಮಡಿಲು (ನೀಳ್ಗತೆ) – ನಾಗರಾಜ ವಸ್ತಾರೆ – ₹ 15
ತಿರಾಮಿಸು – ಶಶಿ ತರೀಕೆರೆ – ₹ 210

ಪ್ರಬಂಧ

ಪೂರ್ವ ಪಶ್ಚಿಮ – ಎಂ. ಆರ್. ದತ್ತಾತ್ರಿ – ₹ 80
ರಾಗಿಮುದ್ದೆ – ರಘುನಾಥ ಚ. ಹ. – ₹ 120
ಕುಟ್ಟವಲಕ್ಕಿ / ಗೊಜ್ಜವಲಕ್ಕಿ – ಪ್ರಶಾಂತ ಆಡೂರ – ₹ 140 / ₹ 140
ಕಿಲಿಮಂಜಾರೋ – ಪ್ರಶಾಂತ್ ಬೀಚಿ – ₹ 80
ಮಿಸಳ್ ಭಾಜಿ – ಭಾರತಿ ಬಿ ವಿ – ₹ 190
ನೀ ಮಾಯೆಯೊಳಗೋ... – ವಿಕ್ರಮ ಹತ್ವಾರ – ₹ 120
ಸಾವೆಂಬ ಲಹರಿ – ಗುರುಪ್ರಸಾದ ಕಾಗಿನೆಲೆ – ₹ 140
ವೈದ್ಯ, ಮತ್ತೊಬ್ಬ – ಗುರುಪ್ರಸಾದ ಕಾಗಿನೆಲೆ – ₹ 120
ಅಪ್ಪನ ರ್‍ಯಾಲೀಸ್ ಸೈಕಲ್ – ದರ್ಶನ್ ಜಯಣ್ಣ – ₹ 110

ಅನುವಾದ

ದಿ ಚಾಯ್ಸ್ – ಈಡಿತ್ ಎವಾ ಎಗರ್ (ಜಯಶ್ರೀ ಭಟ್) – ₹ 280
ದೇಹವೇ ದೇಶ – ಗರಿಮಾ ಶ್ರೀವಾಸ್ತವ (ವಿಕ್ರಮ ವಿಸಾಜಿ) – ₹ 250
ಪರ್ಸೆಪೊಲಿಸ್– ಮಾರ್ಜಾನ್ ಸತ್ರಪಿ (ಪ್ರೀತಿ ನಾಗರಾಜ) – ₹ 395
ಗಾಳಿ ಪಳಗಿಸಿದ ಬಾಲಕ – ವಿಲಿಯಂ ಕಾಂಕ್ವಾಂಬಾ (ಕರುಣಾ ಬಿ ಎಸ್) – ₹ 180
ಅಮೋಸ್ ಫಾರ್ಚೂನ್ – ಎಲಿಝಬೆತ್ ಯೇಟ್ಸ್ (ಜಯಶ್ರೀ ಭಟ್) – ₹ 100
ನವ ಜೀವಗಳು – ವಿಲಿಯಂ ಡಾಲ್ರಿಂಪಲ್ (ನವೀನ ಗಂಗೋತ್ರಿ) – ₹ 250
ಮೈಕೆಲ್ ಕೆ – ಜೆ.ಎಂ. ಕುಟ್‌ಸೀ (ಸುನಿಲ್ ರಾವ್) – ₹ 170
ಲೇರಿಯೊಂಕ – ಹೆನ್ರಿ ಆರ್. ಓಲೆ ಕುಲೆಟ್ (ಪ್ರಶಾಂತ ಬೀಚಿ) – ₹ 140
ಅರೆಶತಮಾನದ ಮೌನ – ಯಾನ್ ರಫ್–ಓ'ಹರ್ನ್ (ಅರುಣ್) – ₹ 190
ಪರ್ವತದಲ್ಲಿ ಪವಾಡ – ನ್ಯಾಂಡೊ ಪರಾಡೊ (ಸಂಯುಕ್ತಾ ಪುಲಿಗಲ್) – ₹ 340
ಚಂದಿರ ಬೇಕೆಂದವನು – ಮಿಮಿ ಬೇರ್ಡ್ (ಪ್ರಜ್ಞಾ ಶಾಸ್ತ್ರಿ) – ₹ 180
ಬಂಡೂಲ – ವಿಕಿ ಕಾನ್‌ಸ್ಟಂಟೀನ್ ಕ್ರುಕ್ (ರಾಜ್ಯಶ್ರೀ ಕುಳಮರ್ವ) – ₹ 425
ರೆಬೆಲ್ ಸುಲ್ತಾನರು – ಮನು ಎಸ್ ಪಿಳ್ಳೈ (ಸಂಯುಕ್ತಾ ಪುಲಿಗಲ್) – ₹ 420
ಫಾಲೋಯಿಂಗ್ ಫಿಶ್ – ಸಮಂತ್ ಸುಬ್ರಮಣಿಯನ್ (ಸಹನಾ ಹೆಗಡೆ) – ₹ 280
ಜಗವ ಚುಂಬಿಸು – ಸುಬ್ರೊತೋ ಬಾಗ್ಚಿ (ವಂದನಾ ಪಿ ಸಿ) – ₹ 190
ಪರ್ದಾ ಅಂಡ್ ಪಾಲಿಗಮಿ – ಇಕ್ಬಾಲುನ್ನೀಸಾ ಹುಸೇನ್ (ದಾದಾಪೀರ್) – ₹ 380
ವಾಡಿವಾಸಲ್ – ಚಿ. ಸು. ಚೆಲ್ಲಪ್ಪ (ಸತ್ಯಕಿ) – ₹ 70
ನಾಲ್ಕನೇ ಎಕರೆ – ಶ್ರೀರಮಣ (ಅಜಯ್ ವರ್ಮಾ ಅಲ್ಲೂರಿ) – ₹ 100

ಮಾವೋನ ಕೊನೆಯ ನರ್ತಕ – ಲೀ ಕ್ವಿನ್‌ಶಿಂಗ್ (ಜಯಶ್ರೀ ಭಟ್) – ₹ 340
ಕೋಬಾಲ್ಟ್ ಬ್ಲೂ – ಸಚಿನ್ ಕುಂಡಲ್‌ಕರ್ (ಸಪ್ನಾ ಕಟ್ಟಿ) – ₹ 150

ವಸುಧೇಂದ್ರ

ಮನೀಷೆ – ಕತೆಗಳು – ₹ 120 (8ನೆಯ ಮುದ್ರಣ)
ಯುಗಾದಿ – ಕತೆಗಳು – ₹ 190 (9ನೆಯ ಮುದ್ರಣ)
ಚೇಳು – ಕತೆಗಳು – ₹ 120 (8ನೆಯ ಮುದ್ರಣ)
ಹಂಪಿ ಎಕ್ಸ್‌ಪ್ರೆಸ್ – ಕತೆಗಳು – ₹ 195 (9ನೆಯ ಮುದ್ರಣ)
ಮೋಹನಸ್ವಾಮಿ – ಕತೆಗಳು – ₹ 200 (6ನೆಯ ಮುದ್ರಣ)
ವಿಷಮ ಭಿನ್ನರಾಶಿ – ಕತೆಗಳು – ₹ 280 (4ನೆಯ ಮುದ್ರಣ)
ಕೋತಿಗಳು – ಪ್ರಬಂಧ – ₹ 120 (8ನೆಯ ಮುದ್ರಣ)
ನಮ್ಮಮ್ಮ ಅಂದ್ರೆ ನಂಗಿಷ್ಟ – ಪ್ರಬಂಧ – ₹ 75 (25ನೆಯ ಮುದ್ರಣ)
ರಕ್ಷಕ ಅನಾಥ – ಪ್ರಬಂಧ – ₹ 110 (5ನೆಯ ಮುದ್ರಣ)
ವರ್ಣಮಯ – ಪ್ರಬಂಧ – ₹ 200 (5ನೆಯ ಮುದ್ರಣ)
ಐದು ಪೈಸೆ ವರದಕ್ಷಿಣೆ – ಪ್ರಬಂಧ – ₹ 280 (5ನೆಯ ಮುದ್ರಣ)
ಹರಿಚಿತ್ತ ಸತ್ಯ – ಕಾದಂಬರಿ – ₹ 200 (6ನೆಯ ಮುದ್ರಣ)
ತೇಜೋ–ತುಂಗಭದ್ರಾ – ಕಾದಂಬರಿ – ₹ 450 (13ನೆಯ ಮುದ್ರಣ)
ಮಿಥುನ – ಶ್ರೀರಮಣರ ಕತೆಗಳು – ₹ 120 (8ನೆಯ ಮುದ್ರಣ)
ಎವರೆಸ್ಟ್ – ಜಾನ್ ಕ್ರಾಕೌರ್ – ₹ 420 (4ನೆಯ ಮುದ್ರಣ)

ಕಾದಂಬರಿ

ಎನ್ನ ಭವದ ಕೇಡು – ಎಸ್ ಸುರೇಂದ್ರನಾಥ್ – ₹ 75
ನ್ಯಾಸ – ಹರೀಶ ಹಾಗಲವಾಡಿ – ₹ 250
ಗುಣ – ಗುರುಪ್ರಸಾದ್ ಕಾಗಿನೆಲೆ – ₹ 150
ದ್ವೀಪವ ಬಯಸಿ – ಎಂ. ಆರ್. ದತ್ತಾತ್ರಿ – ₹ 320
ತಾರಾಬಾಯಿಯ ಪತ್ರ – ದತ್ತಾತ್ರಿ ಎಂ ಆರ್ – ₹ 160
ಅಗೆದಷ್ಟೂ ನಕ್ಷತ್ರ – ಸುಮಂಗಲಾ – ₹ 230
ಪ್ರಿಯೇ ಚಾರುಶೀಲೆ – ನಾಗರಾಜ ವಸ್ತಾರೆ – ₹ 295
ಋಷ್ಯಶೃಂಗ – ಹರೀಶ ಹಾಗಲವಾಡಿ – ₹ 125
ಅಂತು – ಪ್ರಕಾಶ ನಾಯಕ್ – ₹ 200
ಚುಕ್ಕಿ ಬೆಳಕಿನ ಜಾಡು – ಕರ್ಕಿ ಕೃಷ್ಣಮೂರ್ತಿ – ₹ 200
ಬರೀ ಎರಡು ರೆಕ್ಕೆ – ಸುನಂದಾ ಪ್ರಕಾಶ ಕಡಮೆ – ₹ 220

ದೀಪವಿರದ ದಾರಿಯಲ್ಲಿ – ಸುಶಾಂತ್ ಕೋಟ್ಯಾನ್ – ₹ 160
ದಾರಿ – ಕುಸುಮಾ ಆಯರಹಳ್ಳಿ – ₹ 395
ಬರೀ ಎರಡು ರೆಕ್ಕೆ – ಸುನಂದಾ ಪ್ರಕಾಶ ಕಡಮೆ – ₹ 260

ಕವಿತೆ

ಮದ್ಯಸಾರ – ಅಪಾರ – ₹ 60
ಪೂರ್ಣನ ಗರಿಗಳು – ಪೂರ್ಣಪ್ರಜ್ಞ – ₹ 30
ಹಲೋ ಹಲೋ ಚಂದಮಾಮ – ರಾಧೇಶ ತೋಳ್ಪಾಡಿ – ₹ 50

www.ingramcontent.com/pod-product-compliance
Lightning Source LLC
LaVergne TN
LVHW012230200825
819220LV00034B/320

* 9 7 8 8 1 9 6 3 2 3 8 4 4 *